ശ്മൂനി ചരിതങ്ങൾ

9 മക്കാബിയ പുസ്തകങ്ങളും പിതാക്കന്മാരുടെ രചനകളും

Shmooni Charithangal
Malayalam

Type setting
Royal Group, Adoor
Sinto Graphics, Enath
M. S. DTP Centre Manakala

Illustrations
Kumari Tia Tensi, Bahrain

Cover image
Reproduced by kind permission of the Syndics of Cambridge University Library

Cover Design & Layout
Chembarathi Creatives, Kottayam

Production
Bodhi Books, Kollam

Printing
Repro Technologies

Published by
Peringanad MarthaShmooni Orthodox Valiya Palli,
Moonnalam, Adoor, Pathanamthitta Dist, Kerala
Ph: +91-4734-230433, +91-9400091134
Email: marthashmooniorthodoxchurch@gmail.com
https://www.youtube.com/@marthashmooniVISION
https://www.facebook.com/Marthashmooni
https://www.instagram.com/peringanad_valiyapally
https://www.marthashmoonichurch.org/

Execution
Managing Committee and Parishners, Peringanad MarthaShmooni Orthodox Valiya Palli

ISBN: 978-81-19770-21-2

Price: ₹ **499**

ശ്മൂനി ചരിതങ്ങൾ

9 മക്കാബിയ പുസ്തകങ്ങളും പിതാക്കന്മാരുടെ രചനകളും

**പെരിങ്ങനാട് മർത്തശ്മൂനി
ഓർത്തഡോക്സ് വലിയ പള്ളി**
(പൗരസ്ത്യ ശ്മൂനി തീർത്ഥാടനകേന്ദ്രം)

ശതോത്തര പ്ലാറ്റിനം ജൂബിലി വർഷത്തോടനുബന്ധിച്ച്
പ്രസിദ്ധീകരിക്കുന്നത്

നന്ദി

പരിഭാഷ, സംശോധന, കവനം, അവതാരിക, പഠനം

അഭി. ഡോ. സഖറിയാസ് മാർ അപ്രേം മെത്രാപ്പോലിത്താ
റവ. ഫാ. ഡോ. കെ. എം. ജോർജ്ജ്
റവ. ഫാ. ഡോ. മാത്യൂ വർഗ്ഗീസ്
റവ. ഫാ. കെ. വി. ഏലിയാസ്, കുറ്റിപ്പറിച്ചേൽ
റവ. ഫാ. തോമസ് പി. മുകളിൽ
റവ. ഫാ. ലാസറസ് തോമസ്
ഡോ. എം. കുര്യൻ തോമസ്, മേലടത്തു്, കോട്ടയം
ഡോ. മാത്യൂ പി. ജോസഫ്, പടിഞ്ഞാറേമണ്ണിൽ, ഓമല്ലൂർ
ശ്രീ. പി. തോമസ്, പിറവം
ശ്രീ. ബിജു വി. പന്തപ്ലാവ്
ശ്രീ. വർഗ്ഗീസ് കടമ്പാടൻ, പറന്തൽ
ശ്രീ. അജോയ് ജേക്കബ് ജോർജ്, തെങ്ങുംതറയിൽ ചാലിൽ, മാക്കാംകുന്ന്
ശ്രീ. ആരോൺ ജി. വർഗ്ഗീസ്, അടൂർ
Ms. സിജു വർഗ്ഗീസ്, ചേപ്പാട്ട്
ശ്രീമതി ദീപാ മറിയം ജോഷ്വാ, പുതുപ്പള്ളി
ശ്രീ. ജിജു തോമസ്, കോയിക്കവിള പടിഞ്ഞാറ്റേതിൽ, പെരിങ്ങനാട്ട്

ഗാനാലാപനം

റവ. ഫാ. അനൂപ് ജോർജ്ജ്
റവ. ഫാ. അനൂപ് രാജു
റവ. ഫാ. ജോബിൻ രാജ്

റെക്കോർഡിംഗ്

ശലഭം ഡിജിറ്റൽ സ്റ്റുഡിയോ, അടൂർ

വീഡിയോ എഡിറ്റിംഗ്

റവ. ഫാ. ജെറിൻ ജോൺസൺ

ടൈപ്പ് സെറ്റിംഗ്

റോയൽ ഗ്രൂപ്പ്, അടൂർ
സിന്റോ ഗ്രാഫിക്സ്, ഏനാത്തു്
എം. എസ്. ഡി.റ്റി.പി. സെന്റർ മണക്കാല

വരകൾ

കുമാരി റ്റിയാ ടെൻസി, ബഹ്റൈൻ

കവർ പിക്ചർ

കേംബ്രിഡ്ജ് യൂണിവേഴ്സിറ്റി ലൈബ്രറിയിൽ നിന്നും അനുമതിയോടെ സമാഹരിച്ചത്

നിർവ്വഹണം

മാനേജിംഗ് കമ്മറ്റിയും, പെരിങ്ങനാട്ട് മർത്തശ്മൂനി വലിയപള്ളി ഇടവകയും

കവർ ഡിസൈൻ & ലേ-ഔട്ട്

ചെമ്പരത്തി ക്രിയേറ്റീവ്സ്, കോട്ടയം

പ്രിന്റിംഗ്

റിപ്രോ ടെക്നോളജീസ്

ഉള്ളടക്കം

ആമുഖം

സുവിശേഷകാലത്തിനു മുമ്പേയുള്ള പഴയ നിയമ ചരിത്രത്തിന്റെ ഭാഗമാണ് മക്കാബിയ ഗ്രന്ഥങ്ങൾ. സുവിശേഷത്തിനു മുന്നോടിയായിരുന്ന എല്ലാ ദീർഘദർശിമാരും, ഗുരുപ്രവരരും, വിശ്വാസ ധീരന്മാരും. കന്യാജനനത്തെ ദീർഘദർശനം ചെയ്തവർ വി. മറിയാമിനെയും, കഷ്ടപ്പെടുന്ന ദാസനെ പ്രവചിച്ചവർ കുരിശിനെയും മനസ്സിൽക്കണ്ടു എന്നതാണ് വേദഗ്രന്ഥത്തിലെ പ്രവാചക സൗന്ദര്യം. എല്ലാ മുൻകുറികളും വിരൽ ചൂണ്ടി നിന്നത് രക്ഷാകരസംഭവങ്ങളിലാണ് എന്നത് ക്രിസ്തുവിനു മാത്രം അവകാശപ്പെടാവുന്ന അസുലഭ ചരിത്രവുമാണ്. ആ ശ്രേണിയിൽ ഉൾപ്പെടുത്തേണ്ട കാവ്യമാലികയാണ് മക്കാബിയ ഗ്രന്ഥങ്ങളും.

വേദപുസ്തകത്തിന് ഒരു ആമുഖമെഴുതുന്നത് അനൗചിത്യമാണ്. നിലവിലെ വേദപ്പട്ടികയിൽ ഉൾപ്പെട്ടിട്ടില്ലാത്ത ഗ്രന്ഥങ്ങൾ കൂടി വിവർത്തനം ചെയ്യുമ്പോൾ അതിന്റെ ചരിത്രവും, വിവർത്തന അനുപാതങ്ങളും കഥാപാത്രബന്ധങ്ങളുമെല്ലാം വായനാ സമക്ഷം അവതരിപ്പിക്കേണ്ടതുണ്ട്. ദിവ്യശ്രീ. ഡോ. കെ. എം. ജോർജ്ജ് അച്ചൻ അത് സുഭഗമായി നിർവ്വഹിക്കുന്നുമുണ്ട്. മാത്രമല്ല ഓരോ പുസ്തകങ്ങൾക്കു മുൻപായി ആ പുസ്തകത്തെക്കുറിച്ചുള്ള ഒരു ചെറുവിവരണവും ഉൾക്കൊള്ളിച്ചിട്ടുണ്ട്. പെരിങ്ങനാട്ട് മർത്തശ്മൂനി ദൈവാലയത്തിന്റെ പ്രതിനിധി എന്ന നിലയിൽ തികച്ചും ഔപചാരികമായ ദൈവസ്തുതിപ്പ് പ്രസ്പഷ്ടമാക്കുക എന്ന കർത്തവ്യമേ ഇതിലൂടെ നിറവേറ്റുന്നുള്ളൂ.

മർത്തശ്മൂനിയമ്മയുടെയും ഗുരുവായ ഏലിയാസാറിന്റെയും ഏഴ് ശ്രേഷ്ഠ സഹദേന്മാരുടെയും നാമത്തിൽ ഭാരതത്തിൽ ആദ്യമായി സ്ഥാപിക്കപ്പെട്ട ഈ ദൈവാലയം 175 ആണ്ട് പിന്നിടുകയാണ്. അപബോധങ്ങൾ ചുറ്റും നിരന്നു നിൽക്കുമ്പോഴും ബൈബിൾ രചനയെന്ന ഒരു വിശുദ്ധ കർമ്മത്തിന് മനഃസാക്ഷിയിൽ വെളിച്ചം പകർന്ന കർത്താവിന്റെ കാരുണ്യാതിരേകത്തിന് മുമ്പിൽ ഇടവക നമ്രശിരസ്കരാകുന്നു. ഈ ഉദ്യമത്തിന് എല്ലാ പിന്തുണയും നൽകിയ ഇടവക യോഗത്തോടും, വിശിഷ്യാ ഇടവക മാനേജിംഗ് കമ്മറ്റിയോടുമുള്ള നന്ദി നിസ്സീമമാണ്. വിഭാഗീയതകളുടെ വിത്തുപാകി മറഞ്ഞിരിക്കുന്ന അന്ധകാരദൂതന്റെ വേരുകൾ ഈ ഗ്രന്ഥം കൈയിലെടുക്കുമ്പോഴേക്കും ഛിന്നമാകുമെന്ന് ഉറപ്പാണ്. അന്തർ-ബാഹ്യ സംഘർഷങ്ങളുടെ മാരുതൻ മറിച്ചുകളയാത്ത നിത്യസുവിശേഷത്തിന്റെ വേരുകൾ നവസഹദേന്മാരുടെ വായന നമ്മിൽ ദൃഢമൂലമാക്കട്ടെ എന്നു മാത്രമാണ് പ്രാർത്ഥന. സർവ്വശക്തന്റെ മുമ്പിൽ സാഷ്ടാംഗ വന്ദനവോടും നവ സഹദേരുടെ മദ്ധ്യസ്ഥതയോടും ഈ ഗ്രന്ഥം സമർപ്പിക്കുന്നു.

എഡിറ്റർ
ഫാ. തോമസ് പി. മുകളിൽ
(വികാരി,പെരിങ്ങനാട്ട് മർത്തശ്മൂനി ഓർത്തഡോക്സ് വലിയ പള്ളി)

അവതാരിക:

ഒരമ്മയും ഏഴു മക്കളും: വിശ്വാസത്തിന്റെ മഹാസാക്ഷ്യം

ഫാ. ഡോ. കെ. എം. ജോർജ്

പെരിങ്ങനാട് മർത്തശ്മൂനി ഓർത്തഡോക്സ് വലിയപള്ളി അതിന്റെ 2025-ലെ പെരുന്നാളിൽ ഒരു അപൂർവ്വ സംഭാവനയാണ് മലങ്കരസഭയ്ക്കു നൽകുന്നത്. ഓർത്തഡോക്സ് വേദപാരമ്പര്യത്തിൽ ഉള്ളതും എന്നാൽ പ്രൊട്ടസ്റ്റന്റ് പാരമ്പര്യത്തിൽപെട്ട ബൈബിൾ സൊസൈറ്റിയുടെ തർജ്ജമയിൽ നമുക്ക് ലഭിക്കാത്തതുമായ മക്കാബിയരുടെ പുസ്തകങ്ങൾ വളരെ ഭംഗിയായി മലയാളത്തിൽ തർജ്ജമ ചെയ്ത് ആവശ്യമായ കുറിപ്പുകളും വിശദീകരണങ്ങളും നൽകി പ്രസിദ്ധീകരിച്ചിരിക്കുന്നു. ഇതിന്റെ പുറകിലുള്ള ദർശനവും പ്രയത്നവും വളരെയേറെ ശ്ലാഘനീയമാണ്. പള്ളി വികാരി ബഹുമാനപ്പെട്ട ഫാ. തോമസ് പി. മുകളിൽ അച്ചനും മക്കാബിയരുടെ പുസ്തകങ്ങളുടെ തർജ്ജമ നിർവ്വഹിച്ച് എഡിറ്റു ചെയ്തു തയ്യാറാക്കിയ സഹപ്രവർത്തകരും പള്ളിഭരണസമിതി അംഗങ്ങളും നമ്മുടെ എല്ലാം ആദരവ് അർഹിക്കുന്നു.

യഹൂദചരിത്രത്തിൽ പ്രസിദ്ധയായിത്തീർന്ന രക്തസാക്ഷിയായ ധീരവനിത മർത്തശ്മൂനിയെ നാം അറിയുന്നത് മക്കാബിയരുടെ രണ്ടാം പുസ്തകം ഏഴാം അദ്ധ്യായത്തിലൂടെയാണ്. സുറിയാനി പാരമ്പര്യത്തിൽ അതിവിശുദ്ധയായി കരുതപ്പെടുന്ന ഈ അമ്മയുടെ പേരിൽ പള്ളികൾ സ്ഥാപിക്കപ്പെട്ടു. ക്രിസ്തുവിന് ഏതാണ്ട് 150 വർഷങ്ങൾക്കു മുമ്പ് ജീവിച്ച് തന്റെ വിശ്വാസത്തിനുവേണ്ടി രക്തസാക്ഷികളായിത്തീർന്ന മർത്തശ്മൂനി അമ്മയും അവരുടെ ഏഴു മക്കളും പിൽക്കാലത്ത് സുറിയാനി ക്രിസ്ത്യാനി പാരമ്പര്യത്തിന്റെ അവിഭാജ്യ ഘടകമായി. അവരുടെ പേരിൽ പള്ളികൾ സ്ഥാപിക്കുകയും പെരുന്നാൾ ആഘോഷിക്കുകയും നമ്മുടെ ആരാധനക്രമങ്ങളിൽ അവരുടെ വിശ്വാസധീരതയെ വിവരിക്കുകയും വാഴ്ത്തുകയും ചെയ്യുന്നു. പെരിങ്ങനാട് പള്ളിപോലെ വളരെ ചുരുക്കം പള്ളികളെ ഉള്ളൂ മർത്തശ്മൂനി അമ്മയുടെ പേരിൽ. പ്രസിദ്ധമായ പുതുപ്പള്ളി വലിയപള്ളിയിൽ ഏഴു ത്രോണോസുകളിൽ ഒരെണ്ണം മർത്തശ്മൂനി അമ്മയുടെയും ഏഴു മക്കളുടെയും പേരിലാണ്.

അന്ത്യോക്കസ് എപ്പിഫാനസ് എന്ന ഗ്രീക്ക് സെലൂസിഡ് വംശജനായ രാജാവ് യെറുശലേം ദേവാലയം അശുദ്ധമാക്കി അവിടെ ഗ്രീക്കുകാരുടെ മഹാദേവനായ സ്യൂസിനെ പ്രതിഷ്ഠിക്കുകയും യഹൂദന്മാരെ അവർക്ക് നിഷിദ്ധമായിരുന്ന പന്നി മാംസം തീറ്റിക്കുകയും പരിച്ഛേദനാ ആചാരം നിർത്തലാക്കുകയും ചെയ്തു. ക്രിസ്തുവിനു മുമ്പ് മൂന്നാം നൂറ്റാണ്ടിൽ മഹാനായ അലക്സാണ്ടർ ചക്രവർത്തിയുടെ സാമ്രാജ്യം പിന്നീട് വിഭജിക്കപ്പെട്ടപ്പോൾ അധി

കാരം പിടിച്ചെടുത്തവരാണ് സെല്യൂഡ് ഭരണാധികാരികൾ. ഗ്രീക്ക് ഭാഷയും ആചാരങ്ങളും തങ്ങൾക്കു വിധേയപ്പെടുന്ന രാജ്യങ്ങളിൽ അടിച്ചേൽപ്പിക്കുകയും മറ്റ് ഭാഷാ സംസ്കാരങ്ങളിൽപെട്ടവരെ നിർദ്ദയം കൊല്ലുകയോ അടിമകളാക്കുകയോ ചെയ്തു. അങ്ങനെയാണ് അന്ത്യോക്കസ് നാലാമൻ എപ്പിഫാനസ് യഹൂദ വംശത്തെ മുഴുവൻ തന്റെ വരുതിയിലാക്കി ഗ്രീക്ക് ദേവനായ സ്യൂസിന്റെ പ്രതിമയ്ക്കു മുമ്പിൽ വണങ്ങി ധൂപാർപ്പണം നടത്താൻ നിർബ്ബന്ധിക്കുന്ന സാഹചര്യമുണ്ടായത്. കുറെയേറെ യഹൂദന്മാർ ഈ പരീക്ഷയിൽ വീണു പോയെങ്കിലും മർത്തശ്മൂനിയും അവരുടെ ഏഴു പുത്രന്മാരും സധൈര്യം രാജകല്പനയെ നിരസിച്ചു. അതിന്റെ ഫലമായി ആ അമ്മയുടെ മുമ്പിൽ വച്ച് തന്റെ കുഞ്ഞുങ്ങൾ ഓരോരുത്തരെയായി അതിനിഷ്ഠുരമായി പീഡിപ്പിക്കുകയും കൊല്ലുകയും ചെയ്തു. ഓരോ കുട്ടിയും അങ്ങനെ വധിക്കപ്പെട്ടപ്പോൾ ആ അമ്മ മറ്റ് കുഞ്ഞുങ്ങളെ ധൈര്യപ്പെടുത്തി. അവർ ഓരോരുത്തരും രാജകല്പനയെ ധിക്കരിച്ച് രക്തസാക്ഷികളായിത്തീർന്നു. തന്റെ ഏഴു പുത്രന്മാരും ഒരേ ദിവസം കൊല്ലപ്പെടുന്നതിനു സാക്ഷിയായി നിന്ന ആ അമ്മ മക്കളോട് ഇങ്ങനെ പറഞ്ഞതായി രേഖപ്പെടുത്തിയിരിക്കുന്നു: "നിങ്ങൾ എന്റെ ഉദരത്തിൽ എങ്ങനെ ഉരുവായി എന്ന് എനിക്കറിഞ്ഞു കൂടാ. നിങ്ങൾക്ക് ജീവനും ജീവശ്വാസവും നൽകിയത് ഞാനല്ല. നിങ്ങൾ ഓരോരുത്തനിലെയും അവയവങ്ങൾ ക്രമീകരിച്ചതും ഞാനല്ല. ആയതിനാൽ മനുഷ്യന്റെ ആരംഭത്തെ രൂപപ്പെടുത്തിയവനും സർവ്വ വസ്തുക്കളുടെയും ഉത്ഭവത്തെ നിർണ്ണയിച്ചവനുമായ ലോക സ്രഷ്ടാവ് അവന്റെ കാരുണ്യത്താൽ നിങ്ങൾക്ക് ജീവനും ജീവശ്വാസവും വീണ്ടും തരും. നിങ്ങൾ അവന്റെ ന്യായപ്രമാണത്തിനു വേണ്ടിയാണല്ലോ നിങ്ങളെത്തന്നെ വിസ്മരിക്കുന്നത്."

സുറിയാനിയിൽ 'സഹദാ' എന്നാൽ രക്തസാക്ഷി എന്നാണല്ലോ അർത്ഥം. ഈ വാക്കിന്റെ മറ്റൊരു രൂപമായ 'ഷഹീദ്' ആണ് പേർഷ്യൻ, അറബി, ഉർദ്ദു, പഞ്ചാബി ഭാഷകളിൽ വരുന്നത്. എല്ലാ മതങ്ങളിലും അവരുടെ വിശ്വാസത്തിനുവേണ്ടി നിലകൊണ്ട് ജീവൻ നൽകുന്നവരെ ആദരിക്കാറുണ്ട്. പഞ്ചാബിലെ ജാലിയൻവാലാബാഗിൽ ചെന്നാൽ അവിടെ സിഖ് മതത്തിലെ സഹദാമാരുടെ ഒരു മ്യൂസിയം തന്നെയുണ്ട്. ഓരോരോ കാലഘട്ടങ്ങളിൽ വധിക്കപ്പെട്ട രക്തസാക്ഷികളുടെ ചിത്രങ്ങളും കഥകളുമാണ് അത് നിറയെ. ആധുനിക കാലത്ത് ഒരു പ്രത്യേക ലക്ഷ്യത്തിനുവേണ്ടി ചാവേറുകൾ ആകുന്നവരും അവരെ പിന്തുണയ്ക്കുന്നവർക്ക് സഹദാമാരാണ്. അപ്പോൾ രക്തസാക്ഷി എന്ന് മാത്രം പറഞ്ഞതുകൊണ്ടായില്ല; എന്തിനായിട്ടാണ് അവർ മരണം വരിച്ചത് എന്നു കൂടി ചിന്തിക്കണം. ക്രിസ്തീയ പാരമ്പര്യത്തിൽ ഒരു രക്തസാക്ഷിയെയും ഏതെങ്കിലുംതരത്തിലുള്ള ഭീകരവാദിയോ തീവ്രവാദിയോ ആയി മുദ്രകുത്താനാവില്ല. രക്ഷകനായ ക്രിസ്തുവിലുള്ള നിഷ്കളങ്കമായ വിശ്വാസം മൂലം സ്നേഹത്തിലും ക്ഷമയിലും തന്റെ വിശ്വാസത്തിനുവേണ്ടി ജീവത്യാഗം ചെയ്യുന്നവരാണ് ക്രിസ്തീയ രക്തസാക്ഷികൾ. ഗ്രീക്കു ഭാഷയിൽ martyr (marturos) എന്ന വാക്കിന് സാക്ഷി എന്നാണ് ശരിയായ അർത്ഥം. ദൈവസ്നേഹത്തെപ്രതി തങ്ങളുടെ രക്തം കൊടുത്ത് സാക്ഷിയാകുന്നതുകൊണ്ടാണ് രക്തസാക്ഷി എന്ന് ആ വാക്കിന് അർത്ഥം വന്നത്. ക്രിസ്തീയ പാരമ്പര്യത്തിൽ നമുക്ക് അതുല്യമായ മാതൃക യേശുവിന്റേതാണ്. നിഷ്കളങ്കനായിരുന്നു എങ്കിലും, യേശു ശത്രുക്കളാൽ കുരിശിൽ തറയ്ക്കപ്പെട്ടു. അപകടകാരിയായ ഒരു ഭീകരനെപ്പോലെയാണ് കർത്താവായ യേശു വിധിക്കപ്പെട്ടതും വധിക്കപ്പെട്ടതും. എന്നാൽ കുരിശിൽ കിടന്നു അതിവേദന അനുഭവിച്ചുകൊണ്ട് യേശു പ്രാർത്ഥിച്ച പ്രാർത്ഥന മഹാത്മാഗാന്ധിയെപ്പോലെ അനേകർക്ക് പ്രചോദനവും മാർഗ്ഗനിർദ്ദേശവും നൽകി. "പിതാവേ, ഇവർ ചെയ്യുന്നതെന്തെന്ന് അറി

യായ്കകൊണ്ട് ഇവരോട്ട ക്ഷമിക്കേണമേ" എന്നാണല്ലോ ആ പ്രാർത്ഥന. അപ്പോൾ ക്രിസ്തീയ ചിന്തയിൽ 'സൊഹദ്ദൂസോ' അഥവാ രക്തസാക്ഷിത്വം എന്ന പറഞ്ഞാൽ സ്വന്തം ജീവനെപ്പോലും മറുവിലയായി കൊടുത്ത് ഈ ലോകത്തിൽ സ്നേഹവും അനുരഞ്ജനവും സമാധാനവും കൈവരുത്തുക എന്നതാണ്. പ്രതികാരമോ വിദ്വേഷമോ അതിലില്ല. ഇതാണ് യഥാർത്ഥമായ ദിവ്യ സാക്ഷ്യം.

മർത്തശ്മൂനിയും മക്കളും നിഷ്കളങ്കരായിരുന്നു. യഥാർത്ഥമായ ദൈവവിശ്വാസത്തെ തകർക്കുന്ന രാജാവിന്റെ ഉഗ്രശാസനത്തെ നിഷേധിച്ച് അവർ ജീവൻ വെടിഞ്ഞു. അവർ യാതൊരു ഭീകരപ്രവർത്തനങ്ങളും നടത്തിയില്ല. വെറുപ്പും വിദ്വേഷവും വമിക്കുന്ന യാതൊരു തീവ്രവാദങ്ങളിലും അവർ പെട്ടില്ല. അവരുടെ നിർമ്മലമായ വിശ്വാസത്തിന്റെ ശക്തിയിൽ ഉറച്ചുനിന്ന് ദൈവരാജ്യത്തിനുവേണ്ടി അവർ ലൗകിക അധികാരങ്ങളോട് എതിർത്തു നിന്നു. ഈ വലിയ പെരുന്നാളിന്റെ അവസരത്തിൽ ചില കാര്യങ്ങൾ കൂടി സൂചിപ്പിച്ചുകൊള്ളട്ടെ.

ബൈബിൾ പഴയനിയമത്തിൽ നിന്നും യഹൂദന്മാരുടെ ചരിത്രത്തിൽ നിന്നും സാത്വികരായ നിരവധി വ്യക്തികളെ പുതിയനിയമ ക്രിസ്തീയ സഭയിൽ വിശുദ്ധരുടെ ഗണത്തിൽ ചേർത്തിട്ടുണ്ട്. അബ്രഹാമും മോശയും പ്രവാചകരായ ഏലിയാവും യോനയും രക്തസാക്ഷിയായിത്തീർന്ന മർത്തശ്മൂനിയും അവരിൽ ചിലരാണ്. ആദാമിന്റെ മകൻ ഹാബേൽ മുതൽ യോഹന്നാൻ സ്നാപകന്റെ പിതാവായ സഖറിയാ പുരോഹിതനും അമ്മയായ എലിസബേത്തും വരെ നീളുന്ന വിപുലമായ ഒരു നിരയാണിത്. ഇവരിൽത്തന്നെ, ദൈവത്തിലുള്ള വിശ്വാസവും നിഷ്കളങ്ക ജീവിതവും പുലർത്തി, സത്യത്തിനും വേണ്ടി നിലകൊണ്ട്, രക്തസാക്ഷികളായിത്തീർന്നവർക്ക് ഇവിടെ പ്രത്യേക പരിഗണനയുണ്ട്.

പ്രധാനമായും രണ്ടു തരത്തിലാണ് ക്രിസ്തീയ സഭയിൽ പഴയനിയമത്തിലെ മാതൃകാ വ്യക്തിത്വങ്ങളെ ഓർക്കുന്നത്.

ഒന്നാമതായി, കുട്ടികൾക്ക് മാമോദീസായിൽ പേരുകൾ നൽകുമ്പോൾ, യഹൂദചരിത്രത്തിലും അവരുടെ വേദപുസ്തകത്തിലും പരാമർശിക്കപ്പെടുന്ന ധാരാളം പേരുകൾ സ്വീകരിക്കപ്പെടുന്നു. അബ്രഹാമും ഇസഹാക്കും യാക്കോബും, ഹാബേലും ഹാനോക്കും നോഹയും, എസ്ഥേറും അക്സയും ഇയ്യോബും ഏലിസബേത്തും കാലേബും ഏലിയാസും മോശയും യോശുവായുമൊക്കെ മാമോദീസായിൽ നൽകപ്പെടുന്ന പേരുകളാണ്. അപ്പോസ്തലന്മാരുടെ പേരുകൾ എല്ലാംതന്നെ യഹൂദ പാരമ്പര്യത്തിൽ, എബ്രായ ഭാഷയിലോ ഗ്രീക്ക് ഭാഷയിലോ ഉള്ളതാണ്. ആ വഴിക്കും ക്രൈസ്തവർ പേരുകൾ സ്വീകരിക്കുന്നു. അപ്പോൾ ഈ പേരുകളിലൂടെ യഹൂദ ചരിത്രത്തിലെ അനേകം സംഭവങ്ങളും യുഗങ്ങളായി അസംഖ്യം മനുഷ്യർ നൽകിയ ദിവ്യ സാക്ഷ്യങ്ങളും, ദൈവത്തിന്റെ വിസ്മയകരമായ പ്രവർത്തികളും എല്ലാം അനാവരണം ചെയ്യപ്പെടുന്നു. ഓരോ പേരും ഓരോ ജനാലപോലെയാണ്. അത് തുറന്നുനോക്കുമ്പോൾ അതിവിശാലമായ ഒരു ചരിത്രദൃശ്യവും അവിടെ അരങ്ങേറുന്നു. സങ്കീർണ്ണമായ സംഭവങ്ങളും നമുക്കു മുമ്പിൽ തെളിയുന്നു. നല്ല മനുഷ്യർക്ക് സ്വീകാര്യമായ ഏതെങ്കിലുമൊരു സാത്വികഗുണം ഈ പേരുകൾക്കു പുറകിലുള്ള വ്യക്തികളിലുണ്ടാവും. അത് ഓർക്കാനും ആ നന്മയെ ജീവിതത്തിൽ പകർത്താനുമായിട്ടാണ് കുഞ്ഞുങ്ങൾക്ക് മഹൽവ്യക്തികളുടെ പേരുകൾ നൽകുന്നത്.

കൂട്ടത്തിൽ പറയട്ടെ, ക്രിസ്ത്യാനികൾ ജന്മദിനം ആഘോഷിക്കുന്നതിനെ നല്ല ക്രിസ്തീയ പാരമ്പര്യം അനുകൂലിക്കുന്നില്ല. കാരണം ഇതാണ്: എല്ലാ മനുഷ്യർക്കും എല്ലാ ജന്തുക്കൾക്കും ജന്മദിനമുണ്ട്. ഈ ശാരീരിക ജനനം (biological birth) അർത്ഥപൂർണ്ണമാക്കു

ന്നത് മനുഷ്യർ അവരുടെ ജീവിതയാത്രയിലൂടെയാണ്. മനുഷ്യത്വത്തിന്റെ പ്രകാശപൂർണ്ണമായ അർത്ഥം ഒരാൾ സാക്ഷാത്കരിച്ച എന്നു ലോകത്തിന് ബോധ്യമാകുന്നത് അയാൾ മരിക്കുമ്പോഴാണ്. അതുകൊണ്ട് ക്രിസ്തീയ പാരമ്പര്യത്തിൽ ജന്മദിനമല്ല, മനുഷ്യരുടെ ചരമദിനമാണ് ആഘോഷിക്കപ്പെടുന്നത്. വിശുദ്ധരുടെ പെരുന്നാളുകൾ അവരുടെ മരണത്തെയാണ് കൊണ്ടാടുന്നത്.

"ഞാൻ നല്ല പോർ പൊരുതു, ഓട്ടം തികച്ചു, വിശ്വാസം കാത്തു. ഇനി നീതിയുടെ കിരീടം എനിക്കായി വച്ചിരിക്കുന്നു" (2 തീമോ. 4:7-8). ഈ ആധ്യാത്മിക പോരാട്ടവും നിരന്തരമായ ആത്മിക മുന്നേറ്റവും വിശ്വാസത്തിന്റെ പരിപോഷണവും ഒരു മനുഷ്യന്റെ ജീവിതകാലത്ത് നിർവ്വഹിക്കേണ്ടതാണ്." അതിന്റെ പൂർത്തീകരണമായ മരണത്തോടു കൂടി മാത്രമേ നമ്മുടെ ജീവിതത്തിന്റെ അർത്ഥവും സാക്ഷ്യവും തെളിയുകയുള്ളു.

എന്നാൽ ഈയടുത്ത കാലത്തായി, പാരമ്പര്യം ലംഘിച്ച്, സഭാധ്യക്ഷന്മാർ വരെ വളരെ ആഘോഷമായി ജന്മദിനം കൊണ്ടാടുകയും സഭാപ്രസ്ഥാനങ്ങളും മറ്റും ഇറക്കുന്ന കലണ്ടറുകളിൽ മേൽപ്പട്ടക്കാരുടെ ജന്മദിനം രേഖപ്പെടുത്തുകയും ചെയ്യുന്നുണ്ട്. ഇത് പഴയ ഫ്യൂഡൽ വ്യവസ്ഥിതിയിലേക്കുള്ള തിരിച്ചുപോക്കും അർത്ഥപൂർണ്ണമായ നല്ല ഒരു ക്രിസ്തീയ പാരമ്പര്യത്തിന്റെ നിഷേധവുമാണ്. നമ്മുടെ ജനാധിപത്യ രാഷ്ട്രീയ വ്യവസ്ഥയിൽ പഴയ രാജകീയ-ഫ്യൂഡൽ ആചാരം ഉപേക്ഷിക്കപ്പെട്ടു. മുഖ്യമന്ത്രിയുടെയോ പ്രധാനമന്ത്രിയുടേയോ ജന്മദിനം രാജ്യവ്യാപകമായി ആഘോഷിക്കുന്ന രീതി ഇല്ലല്ലോ.

എന്നാൽ ജന്മദിനത്തിനു പകരം മറ്റൊരു ദിനം സഭാപാരമ്പര്യം നിർദ്ദേശിക്കുന്നുണ്ട്. അത് മാമോദീസായുടെ ദിനവും അന്ന് ലഭിച്ച പേരിന്റെ ധ്യാനപൂർവ്വമായ അനുസ്മരണവുമാണ്. Patron's Day, Feast Day എന്നൊക്കെ ഇംഗ്ലീഷിൽ അറിയപ്പെടുന്നത് വീണ്ടുംജനനത്തിന്റെ ഓർമ്മയും ആഘോഷവുമാണ്. മനുഷ്യജന്തുവായി ജനിച്ചതിലല്ല, ദൈവത്തിന്റെ സ്വരൂപവും സാദൃശ്യവുമായി, ക്രിസ്തുഭാവം കൈവരിച്ച്, പുതിയ സൃഷ്ടിയായി പുനർജനിക്കുന്നതിലാണ് ഈ അനുസ്മരണത്തിന്റെ പ്രാധാന്യം. നമുക്ക് ലഭിച്ച പുതിയ പേരിന് ഇവിടെ സവിശേഷമായ അർത്ഥമുണ്ട്. അതാണ് നാം ആഘോഷിക്കുന്നത്. "ആഘോഷ"മെന്ന് പറഞ്ഞുകൊണ്ട്, പാശ്ചാത്യരെ അനുകരിച്ച് കേക്ക് മുറിക്കലും മെഴുകുതിരി ഊതിക്കെടുത്തലും സമ്മാനങ്ങൾ സ്വീകരിക്കുന്നതുമല്ല ഉദ്ദേശിക്കുന്നത്. നന്ദിയോടും സ്തോത്രത്തോടും കൂടി നമ്മുടെ പേരിന് കാരണമായ വിശുദ്ധ വ്യക്തിയെ ഓർത്ത്, ആ വ്യക്തിയിൽ തിളങ്ങിയ ഏതെങ്കിലുമൊരു നന്മയെങ്കിലും അനുകരിക്കാൻ കഴിയുന്നിടത്തോളം ശ്രമിക്കയും അതിനായി മറ്റുള്ളവരുടെ പ്രാർത്ഥനാ സഹായം തേടുകയുമാണ് ഇവിടെ ചെയ്യുന്നത്. ശിശുവായിരിക്കുമ്പോൾ മാമോദീസാ ഏറ്റവർക്ക് ഓരോ വർഷവും അതിന്റെ അർത്ഥം കൂടുതൽ മനസ്സിലാക്കാനും ഈ ആചരണം സഹായിക്കുന്നു.

രണ്ടാമതായി, വി. കുർബാന തക്സായിൽ, ഒരുക്കശുശ്രൂഷ (തൂയാബാ) യിൽ നടത്തുന്ന മദ്ധ്യസ്ഥപ്രാർത്ഥനയിൽ 'ആദാമും ഹവ്വയും മുതൽ ഇന്നുവരെ ദൈവത്തെ പ്രീതിപ്പെടുത്തിയിട്ടുള്ള സകല മനുഷ്യരെയും ഞങ്ങൾ ഓർക്കുന്നു' എന്നൊരു വാക്യമുണ്ട്. കാസയും പീലാസയും എടുത്ത് പിണച്ചു ഉയർത്തി ചൊല്ലുന്ന ഈ മധ്യസ്ഥപ്രാർത്ഥനയുടെ അർത്ഥം അതിവിപുലമാണ്. കർത്താവായ യേശുവിന്റെ മനുഷ്യാവതാരത്തോട് ബന്ധപ്പെട്ട എല്ലാ ആളുകളെയും സംഭവങ്ങളെയും ഓർത്ത്, വിശുദ്ധ ബലിയർപ്പിക്കപ്പെടുന്ന ദേവാലയത്തിന്റെ പണിയിൽ സഹകരിച്ചിട്ടുള്ളവരെയും, അതാതു സന്ദർഭത്തിൽ വി. കുർബാനയിൽ ഓർമ്മയ്ക്കായി എഴുതപ്പെട്ടിരിക്കുന്ന പേരുകളെയും ഓർത്ത് സർവ്വ സൃഷ്ടിക്കുംവേണ്ടി പ്രാർത്ഥിക്കുന്ന പശ്ചാത്തലത്തിലാണ് മേൽപ്പറഞ്ഞ പ്രാർത്ഥനാവചനം വരുന്നത്. ആദ്യ

മനുഷ്യരായ ആദമിന്റെയും ഹവ്വയുടെയും മതം എന്തായിരുന്നു എന്നോ, അവർ ഏത് വംശത്തിൽപെട്ടവരായിരുന്നു എന്നോ ആരും ചോദിക്കയില്ലെന്നു വിചാരിക്കട്ടെ. ഇന്നു നാം മനസ്സിലാക്കുന്ന രീതിയിലുള്ള മതങ്ങളുടെ ചട്ടക്കൂട്ടുകൾക്കപ്പുറത്ത് വർഗ്ഗത്തിന്റെയും ജാതിയുടെയും മേൽക്കുരകൾക്കതീതമായി മനുഷ്യരാശിയെ ഒന്നായി കാണുകയാണ് ഈ പ്രാർത്ഥനയിൽ. മനുഷ്യനന്മയുടെയും സ്നേഹത്തിന്റെയും ഐക്യത്തിന്റെയും പാതയിൽ സഞ്ചരിച്ചിട്ടുള്ള എല്ലാ മനുഷ്യരെയുമാണ് നാമീ പ്രാർത്ഥനയിൽ ഓർക്കുന്നത്.

ദൈവമക്കളായ നമ്മുടെ സഹജവും വിശാലവുമായ കാഴ്ചപ്പാടുകളെ ചുരുക്കി ചുരുക്കി '0' വട്ടത്തിലൊതുക്കാനും പരസ്പരം പൊരുതാനും പഠിപ്പിക്കുന്ന മതാചാര്യന്മാരും രാഷ്ട്രീയ നേതാക്കളും വർദ്ധിച്ചുവരുന്ന ഈ ആസുരകാലത്ത് ഈ പ്രാർത്ഥനാസ്തുതിയുടെ വിശാലതയിലേക്ക് നാം പ്രവേശിക്കണം.

യഹൂദ പാരമ്പര്യത്തിലുള്ള കഥാപാത്രങ്ങളെക്കുറിച്ചും സംഭവങ്ങളെക്കുറിച്ചുമാണ് നാം പറഞ്ഞു തുടങ്ങിയത് - പ്രത്യേകിച്ചും മർത്തശ്മൂനി എന്ന വിധവയായ അമ്മയും അവരുടെ ഏഴു മക്കളും തങ്ങളുടെ വിശ്വാസത്തിനുവേണ്ടി ക്രൂരമായവിധം രക്തസാക്ഷിമരണം പ്രാപിച്ചതിനെക്കുറിച്ച്. ഇവിടെ ഒരു കാര്യം നാം ഓർക്കണം, പഴയനിയമം ക്രിസ്ത്യാനികൾക്ക് പ്രസക്തമാവുന്നത് കർത്താവായ യേശുക്രിസ്തുവും താൻ പഠിപ്പിച്ച സ്നേഹത്തിന്റെ പുതിയനിയമവും മൂലമാണ്. പഴയനിയമത്തിലെ നീതിമതികളും വിശ്വാസ പ്രബുദ്ധരുമായ ആളുകൾ തങ്ങളുടെ വിമോചനത്തിനും രക്ഷയ്ക്കുമായി ദൈവത്തിന്റെ 'അഭിഷിക്തൻ' അഥവാ 'മശിഹാ'യ്ക്കു വേണ്ടി കാത്തിരുന്നവരാണ്. നസ്രായനായ യേശുവാണ് മശിഹാ (ഗ്രീക്കു ഭാഷയിൽ Christos അഥവാ ക്രിസ്തു) എന്ന് തിരിച്ചറിഞ്ഞ് വിശ്വസിച്ചവരാണ് യേശുവിന്റെ ആദ്യകാല ശിഷ്യന്മാരും അവരുടെ പിൻഗാമികളും. അപ്പോൾ മശിഹായ്ക്കുവേണ്ടി കാത്തിരിക്കുകയും ദൈവരാജ്യത്തിന്റെ നീതിയും നന്മകളും വിശ്വാസവും പ്രത്യാശയും തങ്ങളുടെ ജീവിതത്തിൽ പ്രകടിപ്പിക്കയും പഴയനിയമ വ്യക്തികളെ നാം ആദരിക്കുകയും ക്രിസ്തീയ പാരമ്പര്യത്തിന്റെ മുന്നോടികളായി അവരെ കരുതുകയും ചെയ്യുന്നു. അതിന്റെ അവസാനത്തെ കണ്ണികളാണ് സഖറിയാ പുരോഹിതനും ഭാര്യയായ എലിസബേത്തും അവരുടെ പുത്രനായ യോഹന്നാൻ സ്നാപകനും. ആദവും ഹവ്വയും മുതൽ കർത്താവിന്റെ മുന്നോടിയായി വഴിയൊരുക്കിയ സ്നാപക യോഹന്നാൻ വരെയുള്ള എല്ലാ മനുഷ്യരും കർത്താവിന്റെ ആത്മിക വംശാവലിയിൽപെടുകയും, പരോക്ഷമായി ക്രിസ്തീയ സഭയുടെ അംഗങ്ങളായി പരിഗണിക്കപ്പെടുകയും ചെയ്യുന്നു. ഇക്കൂട്ടയാണ് രക്തസാക്ഷികളായ മർത്തശ്മൂനിയും ഏഴു മക്കളും ക്രിസ്തീയ സഭയുടെ വിശ്വാസധാരയിൽ പ്രവേശിക്കുന്നത്. അവരുടെ പ്രാർത്ഥന നമുക്ക് അനുഗ്രഹകാരണമാകട്ടെ.

ആമുഖപഠനം:

മർത്തശ്മൂനിയും മക്കാബിയരും

ഡോ. എം. കുര്യൻ തോമസ്

ഓർത്തഡോക്സ് സഭകളിൽ പരിശുദ്ധന്മാരും പരിശുദ്ധകളുമായി കണക്കാക്കപ്പെടുന്നതും അവരുടെ മദ്ധ്യസ്ഥതയിൽ ആരാധനാലയങ്ങൾ സ്ഥാപിക്കപ്പെടുകയും ചെയ്യുന്നവരിൽ ബഹുഭൂരിപക്ഷവും യേശുക്രിസ്തുവിന്റെ കാലത്തും അതിനുശേഷവും ജീവിച്ചിരുന്നവരാണ്. അപൂർവമായി പഴയ നിയമത്തിൽ പ്രതിപാദിക്കപ്പെടുന്നവരും ഈ പട്ടികയിൽ കടന്നുവരും. മലങ്കരയിൽ മാർ ഏലിയ, മാർ യോനാ, ബസ് ഹനനിയ എന്നീ പ്രവാചകന്മാരുടെ നാമത്തിൽ പള്ളികളുണ്ട്. എന്നാൽ അപ്പോക്രിഫൽ പുസ്തകങ്ങളിൽനിന്നും മർത്ത ശ്മൂനിയും ഏഴു മക്കളും ഗുരുവായ ഏലയാസറും മാത്രമാണ് ഈ ഗണത്തിൽ ഉൾപ്പെട്ടിട്ടുള്ളത്.

അപ്പോക്രിഫാ: *ഒളിച്ചുവയ്ക്കപ്പെട്ടത്* എന്ന് അർത്ഥം വരുന്ന *അപ്പോക്രിഫോസ്* എന്ന ഗ്രീക്കുപദത്തിന്റെ തത്ഭവമാണ് ഈ പദം. ക്രിസ്തുവിനു മുമ്പ് 200-ാമാണ്ടു മുതൽ ക്രിസ്തുവിനു പിമ്പ് 100-ാമാണ്ടുവരെ യഹൂദരുടെ ഇടയിൽ രചിക്കപ്പെട്ട പുസ്തകങ്ങൾ ഈ പേരിൽ അറിയപ്പെടുന്നു. അപ്പോക്രിഫായിലെ പുസ്തകങ്ങൾ ചരിത്രം, പ്രവചനം, വെളിപാട്, ഉപദേശം മുതലായ വിവിധ ഗണങ്ങളിൽ പെടുന്നവയാണ്.

അവസാന പഴയനിയമ ഗ്രന്ഥമായ മാലാഖിക്കുശേഷം ബി.സി. രണ്ടാം നൂറ്റാണ്ടു മുതൽ എ.ഡി. ഒന്നാം നൂറ്റാണ്ടുവരെ യഹൂദമതത്തിലും ചിന്താഗതിയിലും ഉണ്ടായിട്ടുള്ള വിവിധ തരംഗങ്ങളെയും യഹൂദ ജനതയുടെ സംഘർഷ-സംഘട്ടനങ്ങളെയും അറിയുവാൻ അപ്പോക്രിഫാ വളരെ സഹായകമാണ്. പഴയനിയമ-പുതിയനിയമകാലത്തെ ബന്ധിപ്പിക്കുന്ന കണ്ണി എന്ന നിലയിലും അപ്പോക്രിഫൽ ഗ്രന്ഥങ്ങൾക്ക് ക്രിസ്തുമതത്തിൽ പ്രാധാന്യം ഉണ്ട്.

അപ്പോക്രിഫൽ ഗ്രന്ഥങ്ങൾ *ഒളിച്ചുവയ്ക്കപ്പെട്ടത്* ആയി മാറിയത് അക്കാലത്തെ യഹൂദ കാഴ്ചപ്പാട് അനുസരിച്ചാണ്. പ്രസിദ്ധപ്പെടുത്തുകയും പരസ്യമായി വായിക്കുകയും ചെയ്യേണ്ട ഗ്രന്ഥങ്ങളേയും വിജ്ഞാനികൾക്കായി മാത്രം സംവരണം ചെയ്യേണ്ട ഗ്രന്ഥങ്ങളേയും യഹൂദന്മാർ വേർതിരിച്ചു. ഒരു അപ്പോക്രിഫൽ കൃതിയായ 2. എസ്ദ്രാസ് 12: 37-38-ൽ ഇത് വ്യക്തമാക്കുന്നു. *...ആകയാൽ നീ കണ്ടത് നീ ഒരു പുസ്തകത്തിൽ എഴുതുകയും ഒരു ഒളിവിടത്തിൽ നിക്ഷേപിക്കുകയും വേണം. കൂടാതെ ഈ രഹസ്യങ്ങൾ ഗ്രഹിക്കുവാനും അവയെ ഭദ്രമായി സൂക്ഷിക്കുവാനും തക്ക ജ്ഞാനമുണ്ടെന്നു നിനക്കു ബോദ്ധ്യമുള്ള നിന്റെ ആളുകൾക്ക് വെളിപ്പെടുത്തിക്കൊടുക്കുകയും ചെയ്യണം...* പരസ്യമായി വായിക്കേണ്ട ഗ്രന്ഥങ്ങളെ *കാനോനികം* എന്നും ഗുപ്തഗ്രന്ഥങ്ങളെ *ബാഹ്യകാനോനികം* (Outside the Canon) ആയും വേർതിരിച്ചു. അങ്ങിനെയാണ് അവ ഒളിച്ചുവയ്ക്കപ്പെട്ടത് ആയി മാറിയത്. സ്വാഭാവികമായും ഈ കൃതികൾ യഹൂദരുടെ ഇടയിൽ അസ്തപ്രചുരമായി.

ആദിമകാല യഹൂദ ക്രൈസ്തവർക്ക് തങ്ങൾക്ക് പരമ്പരാഗതമായി ലഭിച്ച പഴയനിയമ ഗ്രന്ഥങ്ങളോടൊപ്പം അപ്പോക്രിഫൽ കൃതികളും പരിചിതമായിരുന്നു. അവയിൽ വിവേച

നം കാണിക്കേണ്ട ആവശ്യവും അവർക്കില്ലായിരുന്നു. പല അപ്പോക്രിഫൽ കൃതികളുടേയും എബ്രായഭാഷയിലുള്ള മൂലകൃതി നഷ്ടപ്പെടുകയും ഗ്രീക്കിൽ മാത്രം അവശേഷിക്കുകയും ചെയ്ത ഒരു അവസ്ഥ അപ്പോഴേയ്ക്കും സംജാതമായിരുന്നു. ഇവ പഴയനിയമ പുസ്തകങ്ങളുടെ എബ്രായ കാനോനിൽ ഇടം പിടിച്ചില്ല.

ഒന്നാം നൂറ്റാണ്ടിൽ റോമിലെ വി. ക്ലിമ്മീസ് മുതലുള്ള സഭാപിതാക്കന്മാർ വിവേചനം കൂടാതെ അപ്പോക്രിഫൽ കൃതികൾ തങ്ങളുടെ രചനകൾക്ക് അവലംബിച്ചിട്ടുണ്ട്. എന്നാൽ ഒറിജിനാവട്ടെ[1] അപ്പോക്രിഫായെ സഭാംഗം എന്ന നിലയിൽ ബോധനത്തിനും ദൃഷ്ടാന്തത്തിനുമായി ഉപയോഗിച്ചു എങ്കിലും പണ്ഡിതൻ എന്ന നിലയിൽ എബ്രായ കാനോനിലുള്ള പഴയനിയമ പുസ്തകങ്ങൾ മാത്രമാണ് സ്വീകരിച്ചത്. നാലാം നൂറ്റാണ്ടിൽ യെറുശലേമിലെ കൂറിലോസും അഞ്ചാം നൂറ്റാണ്ടിൽ ജറോമും കാനോനിക പഴയ നിയമത്തേയും അപ്പോക്രിഫായേയും വ്യക്തമായി വേർതിരിച്ചു.

എണ്ണത്തിൽ വിവിധ പാരമ്പര്യങ്ങളിൽ വ്യത്യാസമുണ്ടെങ്കിലും ഓർത്തഡോക്സ് - റോമൻ കത്തോലിക്കാ സഭകൾ അപ്പോക്രിഫായെ കാനോനിക പഴയനിയമത്തിന്റെ ഭാഗമായിത്തന്നെയാണ് കണക്കാക്കുന്നത്. വൾഗേറ്റ് എന്ന റോമൻ കത്തോലിക്കാ സഭയുടെ ഔദ്യോഗിക വേദപുസ്തകത്തിൽ അപ്പോക്രിഫൽ പുസ്തകങ്ങൾ വിവേചനം കൂടാതെ ചേർത്തിട്ടുണ്ട്. പാശ്ചാത്യ സുറിയാനി സഭയുടെ കാനോൻ സംഹിതയായ *ഹൂദായ കാനോനിലും* പ. വട്ടശ്ശേരിൽ തിരുമേനിയുടെ *മതോപദേശസാരങ്ങൾ* എന്ന കൃതിയിലും ഇവ കാനോനിക ഗ്രന്ഥങ്ങളാണ്. റോമൻ കത്തോലിക്കാ സഭ 1546-63-ലെ ട്രെന്റ് സുന്നഹദോസിൽ വെച്ച് എസ്ദ്രാസ് ഒന്നും രണ്ടും, മനശ്ശെയുടെ പ്രാർത്ഥന എന്നിവയൊഴിച്ച് വൾഗേറ്റിലെ എല്ലാ പുസ്തകങ്ങളേയും പവിത്രമായ കാനോനിക ഗ്രന്ഥങ്ങളായി അംഗീകരിക്കാത്തവരെ മഹറോൻ ചോല്ലി. 1870-ൽ ഒന്നാം വത്തിക്കാൻ സുന്നഹദോസ് ഈ പ്രഖ്യാപനത്തെ അംഗീകരിച്ചു.

സൗകര്യത്തെ പ്രതി ഉത്തര കാനോനിക ഗ്രന്ഥങ്ങൾ എന്നു പണ്ഡിതന്മാർ നിർവചിക്കുന്ന അപ്പോക്രിഫൽ ഗ്രന്ഥങ്ങളെ പ്രൊട്ടസ്റ്റന്റ് സഭകൾ വ്യത്യസ്ഥരീതികളിലാണ് കൈകാര്യം ചെയ്യുന്നത്. അവയൊന്നും അപ്പോക്രിഫായെ കാനോനിക വേദഗ്രന്ഥമായി അംഗികരിക്കുന്നില്ല. പ്രൊട്ടസ്റ്റന്റ് നവീകരണത്തിന്റെ സ്ഥാപകനായ മാർട്ടിൻ ലൂഥർ വേദപുസ്തകത്തിന്റെ താൻ തയാറാക്കിയ ജർമ്മൻ പരിഭാഷയിൽ അപ്പോക്രിഫായെ, പഴയനിയമത്തിനും പുതിയനിയമത്തിനും ഇടയിൽ *...അപ്പോക്രിഫാ, അതായത് വിശുദ്ധ തിരുവെഴുത്തുകൾക്കു സമമായി ഗണിക്കപ്പെടാത്ത ഗ്രന്ഥങ്ങൾ, എന്നിരുന്നാലും പ്രയോജനമുള്ളവയും വായിക്കാൻ നല്ലവയും...* എന്ന തലക്കെട്ടോടെ ചേർത്തിട്ടുണ്ട്. മറ്റൊരു പ്രൊട്ടസ്റ്റന്റ് നവീകരണ നേതാവായ വിക്ലിഫ്, അപ്പോക്രിഫായെ വേദപുസ്തകത്തിൽനിന്നും പൂർണ്ണമായും ഒഴിവാക്കി. നെസ്തോറിയൻ വിശ്വാസം പിന്തുടരുന്ന പൗരസ്ത്യ കൽദായ സുറിയാനി സഭയും ഉത്തര കാനോനിക ഗ്രന്ഥങ്ങളെ അംഗീകരിച്ചിട്ടില്ല.

മക്കാബിയർ: പ്രോട്ടസ്റ്റന്റ് സഭകൾ അംഗീകരിക്കാത്തതും, ഓർത്തഡോക്സ്, റോമൻ കത്തോലിക്കാ സഭകൾ അംഗീകരിച്ചിട്ടുള്ളതുമായ പഴയ നിയമത്തിലെ കൃതികളാണ് *മക്കാബിയർ.* യഹൂദജനതയ്ക്ക് ബി.സി. രണ്ടാം നൂറ്റാണ്ടിൽ രാഷ്ട്രീയവും ആത്മികവുമായ നേതൃത്വം നൽകിയ ഒരു കുടുംബത്തിലെ അംഗങ്ങളുടെ പേരാണിത്. ബി.സി. 175 മുതൽ 134 വരെയുള്ള യഹൂദ ജനതയുടെ ചരിത്രം ഈ കൃതികളിൽ ഉൾക്കൊള്ളുന്നു.

ബി.സി. 168-ൽ സിറിയൻ രാജാവ് അന്ത്യോക്കസ് എപ്പിഫാനസ് യെരുശലേം ആക്രമിക്കുകയും ദൈവാലയം അശുദ്ധമാക്കി മ്ലേച്ഛ വിഗ്രഹത്തെ അതിവിശുദ്ധസ്ഥലത്തു പ്ര

1 *എ.ഡി 185 മുതൽ 254 വരെ ജീവിച്ചിരുന്ന ദൈവശാസ്ത്രജ്ഞനായിരുന്ന ഒറിജിൻ (Origen)*

തിഷ്ഠിക്കുകയും ചെയ്തു. ദൈവാലയാരാധന നിരോധിക്കപ്പെട്ടു. ന്യായപ്രമാണവും തിരുവെഴുത്തുകളും നശിക്കപ്പെട്ടു. പരിച്ഛേദന നിർത്തലാക്കി. മതപീഡനം ശക്തമായി നടന്നു. മക്കാബിയ കാലത്തേക്കുറിച്ച് ദാനിയേൽ മാർ പീലക്സീനോസ് മെത്രാപ്പോലീത്താ ഇപ്രകാരം എഴുതുന്നു.

മക്കാബികൾ ബി. സി. 167-63

(1. മക്കാബി, 2. മക്കാബി, ദാനീയേൽ, എസ്തേർ, ജൂഹീദ്)

1. അന്തിയോക്കസിന്റെ നിഷ്ഠുരപ്രവൃത്തികൾ

അന്തിയോക്കസിന്റെ നിഷ്ഠുരനിയമങ്ങൾ, ഗ്രേക്ക സംസ്ക്കാരപക്ഷപാതികളെ പെട്ടെന്നു വിശ്വാസ ത്യാഗികളാക്കിത്തീർത്തു. എങ്കിലും മതിനിഷ്ഠയുള്ള യഹൂദന്മാരുടെ വിശ്വാസസ്ഥൈര്യത്തെയും അഭിമാനത്തെയും അതു തട്ടിയുണർത്തുകയത്രെ ചെയ്തത്. ന്യായപ്രമാണലംഘികളാവുന്നതിനെക്കാൾ മരിക്കുന്നതുതന്നെ നന്നെന്നു പലരും ഉറച്ചു അങ്ങനെ അവർ സ്വസന്താനങ്ങൾക്കു പരിഛേദന നടത്തുവാൻ മുതിർന്നു. ഇങ്ങനെ നിയമലംഘനം ചെയ്ത രണ്ടുസ്ത്രീകളെ വിധിച്ച ശിക്ഷ, പൈതങ്ങളെ കൊന്നു സ്ത്രീകളുടെ കഴുത്തിൽ തൂക്കിയിട്ടുകൊണ്ടു അവരെ നഗരത്തിനു ചുറ്റും വലിച്ചിഴച്ചശേഷം, നഗരമതിലിൽ നിന്ന് താഴ്വരയിലേക്കു തള്ളിയിട്ടു കൊല്ലണമെന്നായിരുന്നു. (1 മക്കാ. 1:6-61, 2 മക്കാ 6:10) ഈ നിർദയമർദ്ദനത്തിന്റെ വിവിധ രീതികൾ വർണ്ണനാതീതമാണ്. പ്രതിമാസം രാജാവിന്റെ ജന്മദിനം കൊണ്ടാടുകയും തദവസരത്തിൽ പന്നികളെ യാഗം കഴിച്ചു മാംസം യഹൂദന്മാരെ തീറ്റുകയും ഒരു പതിവായിരുന്നു. ഒരു ദിവസം 'എലിയാസാർ' എന്ന ഒരു വയോധികൻ പന്നിമാംസം ഭക്ഷിക്കുവാൻ വിസമ്മതിച്ചപ്പോൾ, അയാളോടു അനുകമ്പതോന്നിയ ചിലർ വൃദ്ധന്റെ വായിൽ മാംസം തള്ളിക്കടത്തി അയാളെ ശിക്ഷയിൽ നിന്നും ഒഴിവാക്കാമെന്നു വിചാരിച്ചു. എന്നാൽ അയാൾ അതു തുപ്പിക്കളയുകയത്രെ ചെയ്തത്. സ്വഹിതതാനുസരണം പാകം ചെയ്ത മാംസം കൊണ്ടുവന്ന് അവിടെവച്ചു ഭക്ഷിച്ചാൽ വിട്ടയക്കാമെന്നു പറഞ്ഞിട്ടും യുവാക്കന്മാർക്കു അതു ദൃഷ്ടാന്തദോഷമാകുമെന്നു പറഞ്ഞ് അദ്ദേഹം വഴങ്ങിയില്ല. അദ്ദേഹം ഘോരയാതനയേറ്റു പ്രാണനെ വിടുമ്പോൾ - 'ഞാൻ എന്റെ ദൈവത്തെ ഭയപ്പെടുന്നതിനാൽ ന്യായപ്രമാണത്തിനുവേണ്ടി ഈ വേദനയെക്കാൾ സഹിക്കുന്നതിൽ എനിക്കു ആത്മസംതൃപ്തിയുണ്ട്'' എന്നത്രെ പറഞ്ഞത് (2 മക്കാ 6:18-31)

2. മത്താത്തിയാസ്

ഈ വിധമുള്ള നിരവധി മരണങ്ങൾ അക്കാലത്തുണ്ടായി. സിറിയൻ മേധാവികൾ യഹൂദായുടെ ഉൾപ്രദേശങ്ങളിൽ പോലും സത്യവിശ്വാസികളെ വേട്ടയാടി. ഈ നിഷ്ഠുരതകൾ നീണ്ടുനിൽക്കുമ്പോൾ എതിർപ്പിന്റെ മനോഭാവവും വളർന്നുവന്നു. പ്രാണരക്ഷാർത്ഥം ഗുഹകളെയും, ഗ്രാമപ്രദേശങ്ങളെയും അഭയം പ്രാപിച്ചിരുന്നവർ ഒരു നേതൃത്വത്തിനുവേണ്ടി നോക്കിപ്പാർക്കുകയായിരുന്നു.

അക്കാലത്തു യറുശലേമിനു ഇരുപതുനാഴിക വടക്കു പടിഞ്ഞാറ് മോദീൻ എന്ന ഗ്രാമത്തിൽ അഭയം പ്രാപിച്ചിരുന്ന അസ്മോന്റെ

മകനായ മത്താത്തിയാസ് എന്നൊരു പുരോഹിതൻ വിപ്ലവത്തിന്റെ കാഹളം മുഴക്കി. യഹൂദന്മാരെ വിഗ്രഹസേവയ്ക്കു പ്രേരിപ്പിക്കുവാനായി ഗ്രേക്ക സേനാധിപനായ അപ്പോലീസ് അവിടെയും എത്തിയിരുന്നു. അയാൾ നിർമ്മിച്ചിരുന്ന ബലിപീഠത്തിൽ ബലി അർപ്പിക്കുവാൻ മത്താത്തിയാസിനും ആജ്ഞയുണ്ടായി. എന്നാൽ മത്താത്തിയാസാകട്ടെ, സകലരും അങ്ങനെ ചെയ്താലും താനും പുത്രന്മാരും തങ്ങളുടെ പിതാക്കന്മാരുടെ നിയമത്തിൽ സുസ്ഥിരമായി നിൽക്കുമെന്ന ധൈര്യപൂർവ്വം ഉൽഘോഷിച്ചു. ബലി കഴിപ്പാൻ സമ്മതിച്ച് മുമ്പോട്ടു വന്ന ഒരു യഹൂദനെയും അതിനു പ്രേരിപ്പിച്ച രാജപ്രതിനിധിയേയും അദ്ദേഹം വധിച്ചു. ബലിപീഠം ഇടിച്ചുകളയുകയും ചെയ്തു. അനന്തരം "ദൈവകൽപ്പനകളെക്കുറിച്ചു വൈരാഗ്യമുള്ളവനും നിയമത്തെ പാലിക്കുന്നവനുമായ ഏവനും എന്റെ പിന്നാലെ വരട്ടെ" എന്നു അദ്ദേഹം വിളിച്ചു പറഞ്ഞു. മതവീര്യം ജ്വലിച്ച യഹൂദന്മാർ, കുടുംബം കുടുംബമായി വസ്തുവകകളോടു കൂടി മത്താത്തിയാസിനെയും അയാളുടെ ബലശാലികളായ അഞ്ചു പുത്രന്മാരെയും (യൂദാ, യോനാഥാൻ, ശീമോൻ, യൂഹാനോൻ, ഏലിയാസർ) അനുഗമിച്ചു മലനാട്ടുകളിലേക്കു കയറിപ്പോയി (1 മക്കാ 2 :1-30) അവർ ഇടയ്ക്കിടെ കൂട്ടം കൂട്ടമായി ഇറങ്ങിവന്നു നാട്ടിൽ ചുറ്റിനടന്നു ഗ്രേക്കുകാരുടെ ബലിപീഠങ്ങളെ നശിപ്പിക്കയും, പൈതങ്ങളെ ചേല ചെയ്യിക്കയും ചെയ്തുതുടങ്ങി. യൂഹാനോനും ഏലിയാസാറും ശത്രുക്കളുമായുള്ള പോരാട്ടത്തിൽ വധിക്കപ്പെട്ടു. കഠിനാദ്ധ്വാനം മൂലം അധികനാൾ കഴിയുംമുമ്പ്, പുറജാതികളോടു പകവീട്ടുവാനുള്ള കർത്തവ്യം ശേഷിച്ച മൂന്നുപുത്രന്മാരെ ഭരമേൽപ്പിച്ചുകൊണ്ടു ബി. സി. 166-ൽ, മത്താത്തിയാസ് മരണമടഞ്ഞു. (1 മക്കാ 2:49-70).

3. യൂദാമക്കാബി (ബി. സി. 166-161)

അനന്തരം യൂദാ വിപ്ലവകക്ഷിയുടെ നേതൃത്വം ഏറ്റെടുത്തു. യൂദായെ ഇരുമ്പുകൂടം - ചുറ്റിക - എന്നർത്ഥമുള്ള മക്കാബി എന്നു വിളിച്ചുവരുന്നതു കൊണ്ടു ഈ വംശത്തിനു മക്കാബികൾ എന്നു പേരുണ്ടായി. യൂദാ, വിശ്വസ്തന്മാരായ ആറായിരത്തോളം യൂദന്മാരെ ചേർത്തു യുദ്ധക്രമം പരിശീലിപ്പിച്ച് ഒരു സൈന്യമാക്കിത്തീർത്തു. യൂദായുടെ ഈ സൈന്യസന്നാഹങ്ങളെപ്പറ്റി അറിഞ്ഞ സിറിയൻ സൈന്യം അപ്പോലോനിയോസിന്റെ നേതൃത്വത്തിൽ യൂദായോട് എതിർത്തു. പക്ഷേ യുദ്ധത്തിൽ യൂദാ വിജയിയായി. അപ്പോലോനിയോസ് വധിക്കപ്പെട്ടു. അയാളുടെ വാൾ വിജയചിഹ്നമായി യൂദാ എടുത്തു ധരിച്ചു (1 മക്കാ 3:1-13) ഇതിനു പകരം വീട്ടുന്നതിനു അന്തിയോക്കസ് സീറോന്റെ നേതൃത്വത്തിൽ ഒരു വലിയ സൈന്യത്തെ യൂദായുടെ നേരെ അയച്ചു. ചെറുതെങ്കിലും വീറോടുകൂടി പൊരുതിയ യൂദായുടെ സൈന്യത്തിന്റെ മുമ്പിൽ സീറോന്റെ സൈന്യവും പലായനം ചെയ്തു (1 മക്കാ 3:14-25). വീണ്ടും മൂന്നു സേനാനികളുടെ നേതൃത്വത്തിൽ ഒരു വലിയ സംയുക്തസേന അയക്കപ്പെട്ടു. യൂദായും സൈന്യവും മിസ്പയിൽ ഒരുമിച്ചുകൂടി ഉപവസിച്ചുകൊണ്ടു യഹോവയോടു പ്രാർത്ഥിച്ചു. എമ്മാവൂസിൽ പാളയമടിച്ചിരുന്ന സിറിയൻ സൈന്യം മിസ്പയിലേക്കു തിരിച്ചപ്പോൾ യൂദായും സൈന്യവും മറുവഴിയായി എമ്മാവൂസിൽ എത്തി സിറിയൻ പാളയം കൊള്ളചെയ്തു ഭസ്മീകരിച്ചുകളഞ്ഞു. ഇങ്ങനെ വീണ്ടും

വലിയ യുദ്ധംകൂടാതെ തന്നെ യൂദാ വിജയം പ്രാപിച്ചു. (1 മക്കാ 3:33-4:23) വീണ്ടും പാലസ്തീനിലെ സിറിയൻ പ്രതിനിധിയായിരുന്ന ലൂസിയാ തന്നെ ഒരു വമ്പിച്ച സൈന്യവുമായി യൂദായോടെതിർത്തു. യൂദാ പ്രാർത്ഥനയോടു കൂടി പ്രതിയോഗിയെ അഭിമുഖീകരിച്ചു വീറോടു പടവെട്ടി. അങ്ങനെ ഇത്തവണയും യൂദാ വിജയശ്രീലാളിതനായി. ലൂസിയാ ബെത്സൂരിൽ വച്ചു പരാജയമടഞ്ഞു ലജ്ജിച്ചു തലതാഴ്ത്തി അന്ത്യോക്യയിലേക്കു പിൻവാങ്ങി.

യൂദായുടെ ശ്രദ്ധ പിന്നീടു പതിഞ്ഞത് ദൈവാലയോദ്ധാരണത്തിലേക്കായിരുന്നു. അദ്ദേഹം യറുശലേമിൽ പ്രവേശിച്ച് വിഗ്രഹങ്ങളെയും ബലിപീഠങ്ങളെയും നീക്കി ദേവാലയത്തിന്റെ അറ്റകുറ്റങ്ങൾ തീർത്തു ആവശ്യമായ ഉപകരണങ്ങൾ സജ്ജീകരിച്ചുകൊണ്ട് അത്യാഡംബരസമേതം, ബി. സി. 165 ധനു 25-ാം തീയതി, ദൈവാലയ പുനഃപ്രതിഷ്ഠാകർമ്മം ആചരിച്ചു. ഈ ദിനം വർഷംതോറും പ്രതിഷ്ഠപ്പെരുന്നാളായി ആചരിക്കുവാനും അവർ നിശ്ചയിച്ചു.

അനന്തരം സമീപവാസികളായ ശത്രുക്കളോടു പകവീട്ടുവാനും അടിമത്തമനുഭവിക്കുന്ന യഹൂദരെ പുനരുദ്ധരിക്കുവാനും യൂദാ ശ്രമിച്ചുതുടങ്ങി. ഇദൂമ്മിയർ, അമ്മോണിയർ, ഗലീലിയർ, ആരാമ്യർ എന്നീ വിവിധ വർഗ്ഗക്കാരെയും അമർച്ച ചെയ്തു സ്വജനങ്ങളെ വീണ്ടെടുത്ത് യഹൂദായിൽ തിരിച്ചുകൊണ്ടുവന്നു. അങ്ങനെ ചുരുങ്ങിയ കാലത്തിനുള്ളിൽ ദാവീദിന്റെ രാജ്യത്തെക്കാൾ വിസ്തൃതമായ ഒരു രാജ്യവിഭാഗം യൂദായുടെ കയ്യിൽ അമർന്നു (1 മക്കാ 5).

ഇതിനകം അന്തിയോക്കസ് ചതുർത്ഥൻ-എപ്പിപ്പാസ്-സ്വദുഷ്ടത അർഹിക്കുന്ന തരത്തിലുള്ള ദുരന്തത്തിനു പാത്രീഭൂതനായി. പിൻഗാമിയായി അന്തിയോക്കസ് പഞ്ചമൻ യൂപ്പേറ്റർ ബി. സി. 161-ൽ സ്ഥാനാരോഹണം ചെയ്തു. രണ്ടു വർഷങ്ങൾക്കുശേഷം യൂദാ യറുശലേം കോട്ടയിൽ അവശേഷിച്ചിരുന്ന സിറിയൻ സൈന്യത്തെയും തുരത്തുവാനുള്ള ശ്രമം തുടങ്ങി. ഈ ശ്രമം സിറിയൻ ഭരണാധികാരികളെ രോഷാകുലരാക്കി. ലൂസിയാ ഒരു വമ്പിച്ച പടയുമായി യൂദായെ ബെത്സക്കറിയാസിൽവച്ച് എതിർത്തു. ഈ യുദ്ധത്തിൽ യൂദാ പരാജിതനായി യറുശലേമിലേക്കു പിൻവാങ്ങേണ്ടിവന്നു. ഉടൻതന്നെ സിറിയൻ സൈന്യം പിൻചെന്നു യറുശലേമിനെ വളഞ്ഞു. എങ്കിലും അന്ത്യോക്യയിലെ ചില സംഭവവികാസങ്ങളാൽ തുടർന്നു യുദ്ധം ചെയ്വാൻ സൗകര്യപ്പെടാതെ യൂദായുമായി സിറിയക്കാർ സഖ്യം ചെയ്തു പിരിഞ്ഞു. (1 മക്കാ 6:17-63).

എന്നാൽ അന്തിയോക്കസ് ഗ്രീക്കുപക്ഷപാദിയായ അൽതിമൂസിനെ പ്രധാനാചാര്യനായി നിയമിച്ചത് ഛിദ്രകാരണമായിത്തീർന്നു. ഈ നിയമനം യൂദായ്ക്കും യാഥാസ്ഥിതികകക്ഷിയ്ക്കും രസിച്ചില്ല. അവർ അൽക്കിമൂസിനെ നിരോധിച്ചു. പിണക്കം വർദ്ധിച്ചപ്പോൾ അൽക്കിമൂസ് അന്ത്യോക്യായിലേക്കു ഓടിപ്പോയി, യൂപ്പേറ്ററിന്റെ പിൻഗാമിയായിരുന്ന ദെമീത്രിയസിനെ അഭയം പ്രാപിച്ചു. രാജാവിനെതിരായി യൂദാ സൈന്യസന്നാഹങ്ങൾ തുടങ്ങിയിരിക്കുന്നുവെന്നും മറ്റും അയാൾ രാജാവിനെ ധരിപ്പിച്ചു. ഉടൻ തന്നെ യൂദായെ എതിർക്കുന്നതിനായി ഒരു സൈന്യത്തെ നിക്കാനോർ എന്നൊരുവന്റെ നേതൃത്വത്തിൽ രാജാവ് ദക്ഷിണദേശത്തേക്കു അയച്ചു. യൂദാ അവരെ അസസാറിൽ വച്ചു തോല്പിച്ചു. (ബി.സി. 161) നി

ക്കാനോർ യുദ്ധത്തിൽ ഹതനായി (1 മക്കാ 7:1-54) ഒരു മാസത്തിനകം ബക്കാറിയോസ് എന്ന സൈന്യാധിപന്റെ നേതൃത്വത്തിൽ അതിവിപുല മായ ഒരു സൈന്യം യൂദായുടെ എതിരായി അയയ്ക്കപ്പെട്ടു. യഹൂദസൈന്യം ഭീതിപൂർവ്വം പിൻവാങ്ങി. യൂദായ്ക്കു ശേഷിച്ചതു കേവലം എണ്ണമറ്റ പടയാ ളികൾ മാത്രമായിരുന്നു. ഇത്തരുണത്തിൽ യൂദാ റോമൻ ഗവൺമെന്റി ന്റെ സഹായം അഭ്യർത്ഥിക്കുകയുണ്ടായെങ്കിലും ആ സഹായം വന്നെ ത്തുന്നതിനുമുമ്പു സിറിയൻ സൈന്യം എലിസായിൽ വച്ചു യഹൂദസൈ ന്യത്തെ എതിർത്തു നശിപ്പിച്ചുകളഞ്ഞു. യൂദായും വധിക്കപ്പെട്ടു. യഹൂദന്മാ ർ യൂദായുടെ മൃതദേഹം എടുത്തുകൊണ്ടുപോയി മോദീനിൽ അദ്ദേഹത്തി ന്റെ കല്ലറയിൽ അടക്കം ചെയ്തു.

ഇങ്ങനെ യഹൂദായുടെ ധീരയോദ്ധാവു എലിസായിൽ വച്ചു പട്ടുപോ യി. നാനൂറിൽപരം വർഷം യുദ്ധം എന്തെന്നറിയാതെ അടിമത്തത്തിലും അരിഷ്ടതയിലും കഴിച്ച യഹൂദാപ്പരിഷയെ കൂട്ടിച്ചേർത്ത്, തന്റെ അഗാധ മായ ദൈവാശ്രയം, നിസ്വാർത്ഥമായ ദേശാഭിമാനം, ആദർശശുദ്ധി, വി പദിധൈര്യം, സമരതന്ത്ര പാടവം എന്നീ പ്രശസ്തഗുണങ്ങളാൽ അവരെ പ്രബുദ്ധരാക്കി; അനേകായിരം വരുന്ന സംഘടിതസിറിയൻ ശക്തിയെ എതിർത്തു ജയിക്കുവാൻ തക്കവണ്ണം സാമർത്ഥ്യവും വീര്യവും നൽകി മത സ്വാതന്ത്ര്യം വീണ്ടെടുത്ത യൂദാ മിസ്രയിം അടിമത്തത്തിൽനിന്നും പുറപ്പെ ട്ടുവന്ന ഇസ്രായേല്യരെകൊണ്ടു കനാൻ ജയിച്ചടക്കിയ യോശുവായെക്കാ ളും ഇസ്രായേലിൽ ഉണ്ടായിട്ടുള്ള സകല യോദ്ധാക്കളെക്കാളും മികച്ചവ നായിരുന്നുവെന്നുള്ളതിനു പക്ഷാന്തരമില്ല.

ദാനിയേലിന്റെ പ്രവചനപുസ്തകം ഈ കാലഘട്ടത്തിൽ വിരചിതമായി എന്നാണു പരമ്പരാഗതമായ ധാരണ. ദാനിയേലിന്റെ ദർശനങ്ങൾ ബാ ബിലോൺ, പേർഷ്യ യവന സാമ്രാജ്യങ്ങളുടെയും ലോകചരിത്രത്തിന്റെ തന്നെയും ഗതിവിഗതികളെ സസൂക്ഷ്മം വിവരിക്കുകയും ഓരോ ദർശന ത്തിന്റെയും അന്ത്യത്തിൽ അന്തിയോക്കസ് എപ്പിപ്പാനസിന്റെ നികൃഷ്ടപീ ഡനം വിവരിക്കുകയും ചെയ്യുന്നു (ദാനി 7:25, 8:11-12, 11:21-45) എന്നുള്ള താണ് ഈ അനുമാനത്തിന് അടിസ്ഥാനം. എങ്കിലും അന്തിയോക്കസി ന്റെ ദുരന്തത്തെയും, യറുശലേമിന്റെ വീണ്ടെടുപ്പിനെയും പറ്റി പ്രവചിക്കു ന്നതുകൊണ്ടു ആ സംഭാഷണങ്ങൾക്കു മുമ്പ് ബി.സി. 166-നോടു അടുത്തു ആയിരിക്കണം ഈ ഗ്രന്ഥം രൂപമെടുത്തത് എന്നാണ് പണ്ഡിതമതം.

3. യോനാഥാൻ

ബി.സി. 161-142 യൂദാ മക്കാബിയുടെ മരണം യഹൂദന്മാരെ ക്ഷീണരാ ക്കിയെങ്കിലും സിറിയാക്കാരുടെ നിഷ്ഠുരമായ പ്രതിക്രിയപരിശ്രമം വീണ്ടും അവരെ പ്രബുദ്ധരാക്കി. അവരെ യൂദായുടെ സഹോദരനായ യോനാഥാ ന്റെ നേതൃത്വത്തിൽ പുനഃസംഘടിച്ചു. സിറിയൻ പക്ഷപാതിയായിരുന്ന അൽക്കിമൂസ് പുരോഹിതന്റെ വിശ്വാസവിദ്ധ്വംസകപരമായ പ്രവർത്ത നങ്ങളുടെ ശിക്ഷയോ എന്നു തോന്നുമാറ് ബി. സി. 160-ൽ അയാൾ പെ ട്ടെന്നു മരിച്ചു. സിറിയൻ സിംഹാസനത്തിനുവേണ്ടി ഈ കാലയളവിൽ ഉണ്ടായ അവകാശത്തർക്കങ്ങളും യോനാഥാന്റെ പ്രവർത്തനങ്ങൾക്കു അനുകൂലസാഹചര്യങ്ങൾ സൃഷ്ടിച്ചു. അതിനാൽ ബി. സി. 158-ൽ മിഖിമാ

ശ് കേന്ദ്രമാക്കിക്കൊണ്ട് സിറിയായുടെ ഒരു സാമന്തനെന്നവണ്ണം യഹൂദിയായുടെ ഭരണം നടത്തുന്നതിന് യോനാഥാനു അനുവാദം കൊടുക്കുവാൻ സിറിയൻ രാജാവ് നിർബന്ധിതനായി. അൽക്കീമൂസ് മരിച്ചുപോകയാൽ പ്രധാന പുരോഹിതസ്ഥാനവും യോനാഥാനിൽ ലയിച്ചു. ഈ നിലയിൽ ആറുവർഷംകൊണ്ടു ശക്തിപ്രാപിച്ച യോനാഥാൻ ബി. സി. 153-ൽ ആസ്ഥാനം യറുശലേമിലേക്കു മാറ്റി.

ഇത്തരുണത്തിൽ സിറിയൻ തലസ്ഥാന നഗരിയിൽ രാജസ്ഥാനത്തിനുവേണ്ടിയുള്ള മത്സരം ഉഗ്രമായിത്തീർന്നു. അലക്സാണ്ടർബാലസ് എന്നൊരുവൻ അന്തിയോക്കസിന്റെ പുത്രനെന്നു ഭാവിച്ചുകൊണ്ടു സിറിയൻ സിംഹാസനത്തിനുവേണ്ടി ദെമീത്രിയസ് പ്രഥമനോടു മത്സരിച്ചു. ബി. സി. 152-ൽ അയാൾ ദെമീത്രിയസിനോടെതിർത്തപ്പോൾ യോനാഥാന്റെ സഹായലബ്ധിക്കായി, അദ്ദേഹത്തിനു ചില സ്വാതന്ത്ര്യങ്ങൾ അനുവദിക്കേണ്ടിവന്നു. സീയോൻ കോട്ട പണിത് ഒരു ചെറിയ യഹൂദാസൈന്യത്തെ പുലർത്തിക്കൊള്ളുന്നതിനു ബാലസ് യോനാഥാന് അനുമതി നൽകുകയും യറുശലേം ഒഴിച്ചുള്ള യഹൂദാപട്ടണങ്ങളിൽനിന്നു സിറിയൻ സേനയെ പിൻവലിക്കുകയും ചെയ്തു. ബി. സി. 150-ൽ അലക്സാണ്ടർ ബാലസ് ദെമിത്രിയസിനെ കൊലപ്പെടുത്തി രാജസ്ഥാനം പിടിച്ചെടുത്തു. യോനാഥാനു കൂടുതൽ ആനുകൂല്യങ്ങൾ അനുവദിക്കയും ചെയ്തു. യോനാഥാനെ യഹൂദസംസ്ഥാനത്തിന്റെ ഭരണകർത്താവും യഹൂദജാതിയുടെ പ്രധാനപുരോഹിതനും രാജാവിന്റെ സ്നേഹിതനുമായി ബാലസ് പ്രഖ്യാപിച്ചു. (1 മക്കാ 10:19-22).

സിറിയായിലെ ആഭ്യന്തരകലഹം ഇതുകൊണ്ടും അവസാനിച്ചില്ല. ദെമീത്രിയസ് പ്രഥമന്റെ പുത്രൻ, ദെമീത്രിയസ് ദ്വിതീയൻ ബാലസിയോടു യുദ്ധം തുടർന്നു. യോനാഥാന് അങ്ങനെ നിർബാധം ശക്തിപ്പെടുന്നതിനു അവസരം കിട്ടി. ഇക്കാലത്തു രാജാവിന്റെ പേരിൽ ഫെലിസ്ത്യരോടു പടവെട്ടി ആ ദേശം പിടിച്ചെടുക്കുന്നതിന് യോനാഥനു സാധിച്ചു. ബി. സി. 145-ൽ ദെമീത്രിയസ് ദ്വിതീയൻ ബാലസിനെ കൊലപ്പെടുത്തി ഭരണാധിപനായപ്പോൾ, യോനാഥാൻ യെറുശലേമിലെ സിറിയൻ സൈന്യത്തെ തുരത്തുവാനുള്ള ശ്രമത്തിൽ ദത്തശ്രദ്ധനായിരിക്കുകയായിരുന്നു. ദെമിത്രിയസ് യോനാഥാന്റെ ഈ സംരംഭത്തിൽ കുപിതനായി എങ്കിലും യോനാഥാന്റെ സംഭാവനകളും നയോപായങ്ങളും അദ്ദേഹത്തെ പ്രീതനാക്കി. അദ്ദേഹം കൂടുതൽ ആനുകൂല്യങ്ങൾ യോനാഥാനു അനുവദിക്കയുണ്ടായി. യോനാഥാനാകട്ടെ സ്വാധികാരസീമ വർദ്ധിപ്പിക്കയും കോട്ടകളെകൊണ്ട് യറുശേലമും മറ്റും ബലപ്പെടുത്തുകയും സ്വരക്ഷയ്ക്കുവേണ്ടി റോമാ ഗവൺമെന്റുമായി സഖ്യം ചെയ്യുകയും ചെയ്തു. യോനാഥാന്റെ ഈ ശക്തിവർദ്ധനവിൽ അസൂയ പൂണ്ട സിറിയൻ സൈന്യാധിപനായ ട്രൈഫോ ബി. സി. 143-ൽ അദ്ദേഹത്തെ ചതിവിൽ അപായപ്പെടുത്തി. യഹൂദായുടെ സഹോദരന്മാരിൽ ശീമോൻ മാത്രമേ ശേഷിച്ചിരുന്നുള്ളു. അദ്ദേഹം ഉടൻതന്നെ നേതൃത്വം ഏറ്റെടുത്തു.

(ദാനിയേൽ മാർ പീലക്സീനോസ് മെത്രാപ്പോലീത്താ,
പഴയനിയമ ചരിത്രം, കോട്ടയം,
എം.ഒ.സി. പബ്ലിക്കേഷൻസ്, 2023, pp 99-104)

മക്കാബിയ കുടുംബക്കാരുടെ ഭരണവും നേതൃത്വവും ബി.സി. 34 വരെ നിലനിന്നുവെന്നു പറയാം മറ്റാത്തിയൂസിന്റെ മക്കളൊഴികെ, പിൻഗാമികളായി വന്നിട്ടുള്ളവർ ഹശ്മോന്യർ എന്നാണ് അറിയപ്പെടുന്നത്.

മക്കാബിയരുടെ പുസ്തകങ്ങൾ: റോമൻ കത്തോലിക്കരുടെ *പി.ഒ.സി. ബൈബിൾ* എന്ന മലയാള പരിഭാഷയിലും ദൈവശാസ്ത്ര പ്രസിദ്ധീകരണ സമിതിയുടെ അപ്പൊക്രിഫ എന്ന സമാഹാരത്തിലും കണിയാമ്പറമ്പിൽ കുര്യൻ കോർ-എപ്പിസ്ക്കോപ്പായുടെ *വിശുദ്ധഗ്രന്ഥം* എന്ന പശീത്തായുടെ മലയാള പരിഭാഷയിലും മക്കാബിയരുടെ രണ്ടു പുസ്തകങ്ങൾ മാത്രമാണ് ചേർത്തിരിക്കുന്നത്. ഹൂദായ കാനോൻ പ്രകാരം പാശ്ചാത്യ സുറിയാനി പാരമ്പര്യത്തിൽ മക്കാബിയരുടെ മൂന്നു പുസ്തകങ്ങൾ ഉണ്ട്. ആ പാരമ്പര്യത്തിൽ ക്രോഡീകരിച്ചതും വലിയ മാർ ദീവന്നാസ്യോസ് ഡോ. ക്ലോഡിയസ് ബ്യൂക്കാനന് സമ്മാനിച്ചതും ക്രിസ്തുവർഷം 1199-ൽ മദ്ധ്യ പൗരസ്ത്യ ദേശത്ത് പകർത്തിയതും ഇപ്പോൾ കേംബ്രിഡ്ജ് യൂണിവേഴ്സിറ്റിയിൽ സൂക്ഷിച്ചിരിക്കുന്നതുമായ സുറിയാനി പശീത്തായിൽ മക്കാബിയരുടെ നാല് പുസ്തകങ്ങൾ ഉണ്ട്. ഈ പിൽക്കാല ഒഴിവാക്കൽ എന്തുകൊണ്ട് സംഭവിച്ചു എന്നത് പഠനവിധേയമാക്കേണ്ടതാണ്.

ഒന്നാം പുസ്തകത്തിന്റെ തുടർച്ചയായിട്ടല്ല രണ്ടാമത്തെ കൃതി. രണ്ടിലും ഒരേ കാലത്തെ ചരിത്രമാണ് പ്രതിപാദിക്കുന്നതെന്നു പറയാം. ഈ പുസ്തകങ്ങൾ എബ്രായ ഭാഷയിലാണ് ആദ്യം വിരചിതമായത്. എന്നാൽ അവയുടെ ഗ്രീക്കു പരിഭാഷ മാത്രമേ ഇന്നു ലഭ്യമായിട്ടുള്ളൂ.

ഭാരതത്തിൽ മർത്തശ്മൂനിയുടെ നാമത്തിൽ സ്ഥാപിതമായ ആദ്യ ദൈവാലയമായ പെരിങ്ങനാട് മർത്തശ്മൂനി വലിയപള്ളിക്കാർ *ശ്മൂനി ചരിതങ്ങൾ* എന്ന ഈ കൃതിയുടെ ക്രോഡീകരണത്തിനായി നടത്തിയ ദീർഘമായ അന്വേഷണങ്ങളുടെ ഫലമായി മക്കാബിയരുടെ പേരിലുള്ള ഹ്രസ്വവും ദീർഘവുമായ ഒൻപത് പുസ്തകങ്ങൾ കണ്ടെടുക്കാനായി. അവയിലൊന്ന് ഫ്ളേവിയസ് ജോസഫസിന്റെ ആറു ഭാഗങ്ങളുള്ള യഹൂദ യുദ്ധത്തിന്റെ നാലാം ഭാഗമാണ്. അത് 5 മക്കാബിയർ എന്ന പേരിൽ അറിയപ്പെടുന്നു. അതേപേരിൽത്തന്നെ പാശ്ചാത്യ പണ്ഡിതർ വിളിക്കുന്ന വേറെ ഒരു പുസ്തകവും ഉണ്ട്. അത് *അറബി മക്കാബിയർ* എന്നും അറിയപ്പെടുന്നു. ചിലത് ക്രിസ്തുവിനു ശേഷം എഴുതപ്പെട്ടവയും ക്രൈസ്തവ സ്വാധീനം കലർന്നതുമാണ്. ഉള്ളടക്കത്തിൽ വ്യത്യസ്ഥത പുലർത്തുന്ന മക്കാബിയരുടെ പുസ്തകങ്ങൾ എത്യോപ്യൻ വേദപുസ്തകത്തിലുണ്ട്.

മക്കാബിയ നേതൃത്വത്തിന് യഹൂദജനതയിൽ ദേശീയബോധവും സ്വാതന്ത്ര്യവാഞ്ഛയും ഉണർത്തുവാനും, മതപരമായ തീക്ഷ്ണതയും ന്യായപ്രമാണത്തോടുള്ള ഭക്തിയും വളർത്തുവാനും കഴിഞ്ഞു.

മർത്തശ്മൂനിയും ആറു മക്കളും ഗുരുവായ ഏലിയാസാറും: മക്കാബിയ പുസ്തകങ്ങളിലെ തീക്ഷ്ണവും വികാരനിർഭരവുമായ രണ്ട് സംഭവങ്ങളാണ് ശ്മൂനിയുടേയും ഏഴു മക്കളുടേയും, അവരുടെ ഗുരുവും വേദശാസ്ത്രപടുവും വയോവൃദ്ധനുമായ ഏലിയാസാറിന്റെയും രക്തസാക്ഷിത്വം. യഹൂദ വിശ്വാസത്തിൽനിന്നും വ്യതിചലിക്കാൻ തയാറാകാതിരുന്നതിനാണ് അവർ നിഷ്ഠുരമായി പീഡിപ്പിക്കപ്പെട്ട് വധിക്കപ്പെട്ടത്. തങ്ങൾ യഹൂദ ന്യായപ്രമാണം ത്യജിച്ചു എന്നതിന്റെ പ്രതീകമായി നിഷിദ്ധമായ പന്നിയിറച്ചി ഭക്ഷിക്കാനാണ് ഇവരോടെല്ലാം ആവശ്യപ്പെട്ടത്. അതിനു വിസമ്മതിച്ചതിനാണ് അവർ വധിക്കപ്പെട്ടത്. ഇവരുടെ വിശദമായ ചരിത്രം യഥാക്രമം 2 മക്കാബിയർ 6: 18-31, 2 മക്കാബിയർ 7: 1-42 എന്നിവിടങ്ങളിൽ വിശദമായി പ്രതിപാദിച്ചിട്ടുണ്ട്.

ക്രിസ്തുമതവും മർത്തശ്മൂനിയും: ആദികാലം മുതൽ ക്രിസ്തുമതം മർത്തശ്മൂനിയെ പരിശുദ്ധ ഗണത്തിൽ ഉൾപ്പെടുത്തിയിട്ടുണ്ട്. ദൈവശാസ്ത്രജ്ഞനായ നാൻസിയാൻസിലെ മാർ

ഗ്രീഗോറിയോസ് (Gregory the Theologian) എന്തുകൊണ്ട് പ. സഭ, മർത്തശ്മൂനിയേയും മക്കളേയും പരിശുദ്ധരായി പരിഗണിക്കണമെന്നതിനെപ്പറ്റി നടത്തിയ പ്രസംഗം ലഭ്യമാണ്. കൂടാതെ അന്ത്യോഖ്യയിലെ മാർ സേവേറിയോസ് പാത്രിയർക്കീസ് ഒന്നും, സ്വർണ്ണനാവുകാരനായ മാർ ഈവാനിയോസ് മൂന്നും പ്രസംഗങ്ങൾ മർത്തശ്മൂനിയെപ്പറ്റി നടത്തിയിട്ടുണ്ട്. ഇവയോടൊപ്പം ഇവരെപ്പറ്റിയുള്ള സ്രൂഗിലെ മാർ യാക്കോബിന്റെ മെമ്രൂ, മാർ അപ്രേമിന്റെ മദ്റാശാ എന്നിവയും ശ്രദ്ധേയമാണ്.

ക്രിസ്തുവർഷം 6-ാം നൂറ്റാണ്ടിൽ രചിക്കപ്പെട്ടതെന്ന വിശ്വസിക്കപ്പെടുന്ന ഒരു മക്കാബിയ ചരിത്രത്തിൽ (8 മക്കാബിയർ) ശ്മൂനീയുടേയും മക്കളുടേയും തിരുശേഷിപ്പുകളെപ്പറ്റി പരാമർശനമുണ്ട്. ടർക്കിയിലെ അന്ത്യോഖ്യ നഗരത്തിലെ യൂഹദ പാളയമായിരുന്ന കിറാറ്റിയോണിൽ (Kerateion) ഉണ്ടായിരുന്നതും പിന്നീട് ക്രിസ്ത്യൻ പള്ളിയായി മാറ്റിയതുമായ ഒരു യഹൂദ സിനഗോഗ് ഇരുന്ന സ്ഥാനത്ത് ഇവരുടെ തിരുശേഷിപ്പുകൾ അടക്കം ചെയ്തിരിക്കുന്നു എന്ന് വിശ്വസിക്കപ്പെടുന്നു. പഴയ അന്ത്യോഖ്യാ നഗരം 16-ാം നൂറ്റാണ്ടിൽ തകർന്നടിഞ്ഞതോടെ ആ സ്ഥലം ഇല്ലാതായി.

ഈ രക്തസാക്ഷികളുടെ തിരുശേഷിപ്പുകൾ 1876-ൽ റോമിലെ ഒരു മൈനർ ബസലിക്കയും സ്ഥാനിക ദൈവാലയവുമായ *സാൻ പട്രോ ഇൻ വിങ്കോളിയിൽ* (San Pietro in Vincoli) കണ്ടെത്തി. ജർമ്മനിയിലെ കൊളോണിൽ ഉള്ള സെന്റ് ആൻഡ്രൂ പള്ളിയിലുള്ള മക്കാബിയരുടെ *ദിവ്യ സ്മാരക പേടകത്തിൽ* (Maccabee's Shrine) തിരുശേഷിപ്പുകൾ സൂക്ഷിച്ചിരിക്കുന്നു എന്നും രേഖപ്പെടുത്തിയിട്ടുണ്ട്. ഇസ്രായേലിലെ വടക്കൻ നഗരമായ സഫേദിലെ (Safed) യഹൂദ സെമിത്തേരിയിലുള്ള ഒരു സ്ത്രീയുടേയും ഏഴ് മക്കളുടേയും ശവകുടീരം മർത്ത ശ്മൂനിയുടേതാണ് എന്നും അവകാശവാദം ഉണ്ട്.

മർത്തശ്മൂനി സുറിയാനി പാരമ്പര്യത്തിൽ: ബൈസന്റൈൻ ഓർത്തഡോക്സ് പാരമ്പര്യങ്ങളിലും റോമൻ കത്തോലിക്കാ സഭയിലും പരിശുദ്ധരുടെ ഗണത്തിൽ ഉൾപ്പെട്ടവരാണ് മർത്തശ്മൂനിയും ഏഴ് മക്കളും. പാശ്ചാത്യ സുറിയാനി പാരമ്പര്യത്തിൽ മർത്തശ്മൂനിയും ഏഴ് മക്കളും ഗുരുവായ ഏലിയാസാറും ഒരുമിച്ചാണ് സ്മരിക്കപ്പെടുന്നത്. എല്ലാ പാരമ്പര്യങ്ങളിലും ഓഗസ്റ്റ് 1 ആണ് ഇവരുടെ ഓർമ്മ ദിനം.

ഇറാക്കിലെ നിനവേ സമഭൂമിയിൽ ബർത്തെല്ലി (Bartella) എന്ന സ്ഥലത്ത് അന്ത്യോഖ്യൻ സുറിയാനി സഭയുടെ ഒരു പുരാതന പള്ളിയുണ്ട്. പ. ഇഗ്നാത്തിയോസ് യാക്കൂബ് തൃതീയൻ പാത്രിയർക്കീസിന്റെ മാതൃദേവാലയമായ ഈ പള്ളിയിൽ മർത്തശ്മൂനിയുടെ തിരുശേഷിപ്പ സ്ഥാപിച്ചിട്ടുണ്ടെന്ന് 1963-ൽ അവിടം സന്ദർശിച്ച കടവിൽ പോൾ റമ്പാൻ (പിന്നീട് കടവിൽ ഡോ. പൗലൂസ് മാർ അത്താനാസ്യോസ് മെത്രാപ്പോലീത്താ) തന്റെ *ശീമയാത്ര 1963* എന്ന യാത്രാ വിരണത്തിൽ പറയുന്നുണ്ട്.

കോതമംഗലത്തു കബറടങ്ങിയിരിക്കുന്ന പ. ബസേലിയോസ് യൽദോ മഫ്രിയാനായുടെ സ്വദേശമായ ഇറാക്കിലെ നിനവെയ്ക്ക് സമീപമുള്ള കാരക്കോശ് (Qaraqosh) എന്ന ചെറുനഗരത്തിലെ സുറിയാനി പള്ളിയിൽ പ്രതിവർഷം മർത്തശ്മൂനിയുടെ പെരുന്നാൾ ദിനമായ ഓഗസ്റ്റ് 1-ന് ഒരു അത്ഭുതം നടക്കും. ഈ ചെറിയ പള്ളിയുടെ വടക്കു വശത്തു ചെറിയൊരു ചായ്പ്പുമുറിയുണ്ട്. ഈ ചായ്പ്പിനുള്ളിൽ തെക്കെ ഭിത്തിയിൽ പ്രതിവർഷം പെരുന്നാൾ ദിവസം മർത്തശ്മൂനിയും ഏഴ് മക്കളും ഗുരുവായ ഏലയാസറും നിഴൽ രൂപത്തിൽ പ്രത്യക്ഷപ്പെടും എന്ന് കടവിൽ പോൾ റമ്പാൻ പറയുന്നു. സ്വാഭാവികമായി ഒരു നിഴലും വീഴാൻ സാദ്ധ്യതയില്ലാത്ത സ്ഥാനത്താണത്രെ ചലിക്കുന്ന ഈ നിഴലുകൾ പ്രത്യക്ഷപ്പെടുക. തങ്ങളുടെ സന്ദർശന വേളയിൽ ഓഗസ്റ്റ് 1 അല്ലാതിരുന്നിട്ടും 1947-ൽ വയലിപ്പറമ്പിൽ ഗീവർഗീസ് മാർ ഗ്രീഗോറിയോസ് മെത്രാപ്പോലീത്തായും 1963-ൽ താനും ഈ അത്ഭുത ദൃശ്യം കണ്ടതായി കടവിൽ പോൾ റമ്പാൻ സാക്ഷിക്കുന്നു. പാവപ്പെട്ട ഒരു പള്ളിയാണെ

ന്നും യാതൊരു കൃത്രിമത്വവും അവിടെ ചെയ്തിട്ടില്ലെന്നും പോൾ റമ്പാൻ എഴുതിയിട്ടുണ്ട്.

മർത്തശ്മൂനി മലങ്കരയിൽ: 1665-ൽ മലങ്കര സഭ, പാശ്ചാത്യ സുറിയാനി സഭയുമായി ബന്ധം ആരംഭിച്ച ശേഷമാവണം മർത്തശ്മൂനി ഇവിടെ പരിചിതമാവുന്നത്. പതിനട്ടാം നൂറ്റാണ്ടിൽ ദൈവാലയ ഭിത്തികളിൽ രേഖപ്പെടുത്തപ്പെട്ട പെരുന്നാൾ പട്ടികകളിൽ പിറവം പഞ്ചാംഗത്തിൽ ഇവരുടെ പെരുന്നാൾ ഇല്ല. അതേ സമയം കണ്ടനാട്, ചാത്തന്നൂർ പഞ്ചാംഗങ്ങളിൽ ചിങ്ങം 1 (പുതിയ കണക്കിനു ഓഗസ്റ്റ് 1) ഈ പെരുന്നാൾ രേഖപ്പെടുത്തിയിട്ടും ഉണ്ട്. *അവ മർത്തശെമൊനിയുടേയും അവളുടെ മക്കൾ ഏഴിന്റെയും അവരുടെ മല്പാൻ എലിയാസിന്റെയും* എന്ന് കണ്ടനാട് പഞ്ചാംഗത്തിലും, *ചിങ്ങമാസം 1-നു മർത്തുശമൊനി ഏല്യാസിന്റെയും* എന്നു ചാത്തന്നൂർ പഞ്ചാംഗത്തിലും രേഖപ്പെടുത്തിയിരിക്കുന്നു.

വാകത്താനം കാരുചിറ ഗീവർഗീസ് റമ്പാൻ പ്രസിദ്ധീകരിച്ച 1907-ലെ സഭാ പഞ്ചാംഗത്തിൽ ചിങ്ങം 1... *മർത്തശ്മൊനിയുടേയും ഏഴു മക്കളുടേയും മല്പാൻ ഏലിയാസാറിന്റെയും മക്കബായ സഹദേന്മാരുടേയും...ഓർമ്മ* എന്നും രേഖപ്പെടുത്തിയിട്ടുണ്ട്.

അടൂർ പെരിങ്ങനാട് പള്ളിയാണ് മർത്തശ്മൂനിയുടെ നാമത്തിൽ മലങ്കരയിൽ സ്ഥാപിതമായ ആദ്യ ദൈവാലയം. 1850-ൽ പ. ദൈവമാതാവിന്റെ നാമത്തിൽ സ്ഥാപിച്ച ഈ ദൈവാലയം പുലിക്കോട്ടിൽ ജോസഫ് മാർ ദീവന്നാസ്യോസ് അഞ്ചാമൻ മലങ്കര മെത്രാപ്പോലീത്താ 1890 ഏപ്രിൽ 25-ന് മർത്ത ശ്മൂനി പള്ളി എന്നു പുനർനാമകരണം ചെയ്തു കല്പിച്ചു. അദ്ദേഹംതന്നെ 1905-ൽ സ്ഥാപനാനുവാദം നൽകിയ കോട്ടയം പേരൂർ മർത്തശ്മൂനി പള്ളിയാണ് രണ്ടാമത്തേത്. ഇന്ന് മലങ്കരയിൽ മർത്ത ശ്മൂനിയുടേയും ഏഴ് മക്കളുടേയും ഗുരുവായ ഏലിയാസാറിന്റെയും പൊതുവായ നാമത്തിലുള്ള അനേകം പള്ളികൾ ഉണ്ട്.

രസകരമായ ഒരു വസ്തുത മാർ ദീവന്നാസ്യോസ് അഞ്ചാമൻ ബർത്തെല്ലി, കാരക്കോശ് എന്നീ രണ്ടു സ്ഥലങ്ങളും സന്ദർശിച്ചിട്ടുണ്ട് എന്നതാണ്. 1863-ൽ മേല്പട്ടസ്ഥാനം സ്വീകരിക്കുന്നതിനായി മർദ്ദീനിലേയ്ക്കു നടത്തിയ യാത്രക്കിടയിലാണ് അദ്ദേഹം ഈ സ്ഥലങ്ങൾ സന്ദർശിച്ചത്. യഥാക്രമം *ബർത്തള്ളെ, കർക്കൂത്ത്* എന്നിങ്ങനെയാണ് അദ്ദേഹത്തിന്റെ *ഒരു പരദേശയാത്രയുടെ കഥ* എന്ന യാത്രാവിവരണത്തിൽ ഈ സ്ഥലങ്ങളെ രേഖപ്പെടുത്തിയിരിക്കുന്നത്. ഈ സന്ദർശനങ്ങൾ അദ്ദേഹത്തിൽ ചെലുത്തിയ സ്വാധീനം പെരിങ്ങനാട് പള്ളിയുടെ പുനർ നാമകരണത്തിനു ഹേതുവായിട്ടുണ്ടോ?

മക്കാബിയരുടെ പുസ്തകത്തിന്റെ ആദ്യ മലയാള പരിഭാഷ പ്രസിദ്ധീകരിക്കുന്നത് കോട്ടയം, അങ്കമാലി ഇടവകകളുടെ കടവിൽ പൗലൂസ് മാർ അത്താനാസ്യോസ് മെത്രാപ്പോലീത്തായാണ്. ക്രിസ്തുവർഷം 1900-ൽ കോട്ടയം പഴയ സെമിനാരിയിലെ മാർതോമ്മസ് അച്ചുകൂടത്തിൽനിന്നും പ്രസിദ്ധീകരിച്ച മക്കാബിയരുടെ ഒന്നാം പുസ്തകത്തിന്റെ പരിഭാഷ നടത്തിയത് വാകത്താനം കാരുചിറ ഗീവർഗീസ് റമ്പാൻ (പിന്നീട് പ. ബസേലിയോസ് ഗീവർഗീസ് പ്രഥമൻ കാതോലിക്കാ) ആണെന്നു സൂചനകളുണ്ട്.

2018-ൽ മലങ്കര ഓർത്തഡോക്സ് സുറിയാനി സഭ പ്രസിദ്ധീകരിച്ച *പരിശുദ്ധന്മാരുടേയും പിതാക്കന്മാരുടെയും പെരുന്നാളുകൾക്കുള്ള പ്രുമിയോൻ - ഹുത്തോമ്മാ* പുസ്തകത്തിൽ മർത്തശ്മൂനിയുടേയും ഏഴ് മക്കളുടേയും ഗുരുവായ ഏലയാസറിന്റെയും പെരുന്നാളിനുള്ള പ്രുമിയോൻ, സെദറാ, ഹുത്തോമ്മാ എന്നിവ ചേർത്തിട്ടുണ്ട്.

ഉപസംഹാരം: പെരിങ്ങനാട് മർത്തശ്മൂനി വലിയപള്ളി, ശ്മൂനി ചരിതം എന്ന ഈ സമാഹാരത്തിലൂടെ നിറവേറ്റുന്നത് ചരിത്രപരമായ ഒരു നിയോഗമാണ്. 1890-ൽ മലങ്കരയിൽ ഇദംപ്രഥമമായി മർത്ത ശ്മൂനിയുടെ നാമത്തിൽ സ്ഥാപിതമായ ആ ഇടവകയ്ക്ക് 1900-ൽ മക്കാബിയരുടെ ഒന്നാം പുസ്തകം മലയാളത്തിൽ പ്രസിദ്ധീകരിച്ചതോടെ ആരംഭിച്ച *ശ്മൂനി ചരിത പ്രഘോഷണം* മുമ്പോട്ടു കൊണ്ടുപോകുവാനും പൂർത്തീകരിക്കുവാനുമുള്ള ധാർമ്മികമായ ബാദ്ധ്യതയുണ്ട്. അതിനു പിമ്പിൽ പ്രയത്നിച്ചവരെ അഭിനന്ദിക്കുന്നു. എന്നാൽ

ഈ അന്വേഷണവും പഠനവും ഇവിടെ അവസാനിച്ചു എന്ന് കരുതരുത്. ഇനിയും ഏറെ ദൂരം മുന്നേറാനുണ്ട്.

കോട്ടയം

പ. വാകത്താനത്തു ബാവായുടെ ഓർമ്മ

17 ഡിസംബർ 2024

നസ്രാണി സംസ്കാര ഗവേഷകനും, ഗ്രന്ഥകാരനുമാണ് ലേഖകൻ. ഫിസിക്സിൽ ബിരുദം, ബിസിനസ് അഡ്മിനിസ്ട്രേഷനിൽ ബിരുദാനന്തര ബിരുദം, മാർക്കറ്റിംഗ് മാനേജ്മെന്റിൽ ബിരുദാനന്തര ഡിപ്ലോമ, മഹാത്മാഗാന്ധി സർവകലാശാലയുടെ സ്കൂൾ ഓഫ് സോഷ്യൽ സയൻസിൽ 18-ാം നൂറ്റാണ്ടിലെ കേരള ക്രൈസ്തവരുടെ സ്വത്വബോധത്തെപ്പറ്റിയുള്ള ഗവേഷണത്തിന് ഡോക്ടറേറ്റ്, കെ.സി.എച്ച്.ആറിന്റെ പോസ്റ്റ് ഡോക്ടറൽ റിസർച്ച് ഫെലോഷിപ്പ്. കേരള സംസ്കാരത്തെപ്പറ്റി ഇരുന്നൂറോളം ഡോക്യുമെന്ററികളുടെ സംവിധായകനും 45-ൽ പരം ഗ്രന്ഥങ്ങളുടെ രചയിതാവും.

ഭാഗം 1

മക്കാബിയ പുസ്തകങ്ങൾ

1 മക്കാബിയർ

മക്കാബിയരുടെ ഒന്നാം പുസ്തകം മറ്റുള്ള പുസ്തകങ്ങളുമായി താരതമ്യം ചെയ്യുമ്പോൾ യഥാർത്ഥ്യങ്ങളുമായി ഏറ്റവും അടുത്തു നിൽക്കുന്ന വിവരണമാണ് നൽകുന്നത്. യഹൂദരുടെ നാല്പതു വർഷത്തെ ചരിത്രം ഏറ്റവും വ്യക്തമായും സംക്ഷിപ്തമായും ഈ പുസ്തകം വിവരിക്കുന്നു. അന്ത്യോക്കസ് എപ്പിഫാനസിന്റെ രാജവാഴ്ചയുടെ തുടക്കം മുതൽ ശീമോൻ മക്കാബിയുടെ അന്ത്യം (ക്രിസ്തുവിന് 135 വർഷം മുൻപ്) വരെയുള്ള കാലഘട്ടമാണ് ഒന്നാം പുസ്തകത്തിൽ പ്രതിപാദിക്കുന്നത്.

പുസ്തകത്തിന്റെ യഥാർത്ഥ രചയിതാവ് ആരാണെന്ന് കണ്ടെത്താൻ കഴിഞ്ഞിട്ടില്ലെങ്കിലും, അത് യഹൂദയുടെ ഭൂമിശാസ്ത്രവും, സ്ഥലവിവരങ്ങളുമെല്ലാം പരിചിതമായ ഒരു യാഥാസ്ഥിതിക യഹൂദനാണെന്നും, ആദ്യമായി എഴുതപ്പെട്ടത് ഹീബ്രുവിലാണെന്നും കരുതുന്നു. പക്ഷേ പുരാതന ഹീബ്രു കയ്യെഴുത്തു പ്രതികളൊന്നും തന്നെ ഇപ്പോൾ നിലവിലില്ല.

ഈ പുസ്തകം ഗ്രീക്ക്, ലാറ്റിൻ, സുറിയാനി തുടങ്ങിയ ഭാഷകളിലേയ്ക്ക് തർജ്ജിമ ചെയ്യപ്പെട്ടിട്ടുണ്ട്. ഗ്രീക്ക് സെപ്റ്റിജ്വന്റിന്റെ പുരാതനമായ രണ്ടു കയ്യെഴുത്തുപ്രതികളായ കോഡക്സ് സീനായിറ്റിക്കസിലും, കോഡക്സ് അലക്സാന്ത്രിനസിലും മക്കാബിയരുടെ ഒന്നാം പുസ്തകം കാണുന്നുണ്ട്, എന്നാൽ കോഡക്സ് വത്തിക്കാനസിൽ കാണുന്നില്ല. ഈ പുസ്തകം, ആറാം മാർത്തോമ്മാ ക്ലോഡിയസ് ബുക്കാനനു നല്കിയതടക്കമുള്ള പ്ശീത്തോ സുറിയാനി കയ്യെഴുത്തുപ്രതികളിൽ കാണുന്നുണ്ട്.

ഭാഷാ രീതിയിൽ പഴയനിയമ പുസ്തകങ്ങളോട്ട് സാമ്യം പുലർത്തുന്നതാണ് ഈ പുസ്തകമെങ്കിലും ദൈവനാമത്തിന്റെ എടുത്തു പറച്ചിലോ വാഗ്ദത്ത പുത്രനായ മശിഹായുടെ വരവോ ഈ പുസ്തകത്തിൽ പരാമർശിക്കപ്പെടുന്നില്ല. തികച്ചും വ്യക്തിപരമായ ഒരു ഓർത്തെടുക്കൽ രീതിയാണ് രചയിതാവ് ഈ പുസ്തകത്തിൽ തിരഞ്ഞെടുത്തിരിക്കുന്നത്. ഒരു ചരിത്രഗ്രന്ഥം എന്ന നിലയിൽ ഈ പുസ്തകം കൂടുതൽ പ്രാധാന്യമർഹിക്കുന്നു.

ഓറിയെന്റൽ ഓർത്തഡോക്സ് സഭകളും, ഈസ്റ്റേൺ ഓർത്തഡോക്സ് സഭകളും, കത്തോലിക്കാ സഭയും മക്കാബിയർ ഒന്നാം പുസ്തകം കാനോനികമായി അംഗീകരിച്ചിട്ടുണ്ട്, എന്നാൽ യഹൂദന്മാരും പ്രൊട്ടസ്റ്റന്റ് വിഭാഗങ്ങളും ഈ പുസ്തകം അംഗീകരിച്ചിട്ടില്ല.

1 മക്കാബിയർ

മക്കെദോന്യായിലെ ഫിലിപ്പിന്റെ
മകനായ അലക്സാണ്ടർ ഗ്രീസി
ലെ രാജാവായിരിക്കെ, കിത്തീം പ്രദേശ
ത്തുനിന്ന് വന്ന്, പേർഷ്യരുടെയും മേദ്യരു
ടെയും രാജാവായ ദാര്യാവേശിനെ തോ
2 ല്പിച്ച് അവിടുത്തെ രാജാവായി. അവൻ
നിരവധി യുദ്ധങ്ങൾ നടത്തി, കോട്ടകൊ
3 ത്തളങ്ങൾ പിടിച്ചടക്കി, ഭൂമിയിലെ രാജാ
ക്കന്മാരെ വധിക്കുകയും ചെയ്തു. ഭൂമിയുടെ
സീമകളോളം ജൈത്രയാത്ര നടത്തി.
അനേകം ദേശങ്ങൾ കൊള്ളയിട്ടു. ഭൂമി
മുഴുവൻ കീഴ്പ്പെട്ടപ്പോൾ അയാളുടെ ഹൃദയ
4 ത്തിൽ അഹങ്കാരം ഉയർന്നു. അവൻ സു
ശക്തമായ ഒരു സൈന്യത്തെ സജ്ജമാ
ക്കി, ദേശങ്ങളെയും ജാതികളെയും രാജാ
ക്കന്മാരെയും ഭരിച്ചു. എല്ലാവരും അവന്
കപ്പം കൊടുക്കുകയും ചെയ്തു.
5 പിന്നീട് അവൻ രോഗിയായി; മരണം
6 ആസന്നമാണെന്ന് ബോദ്ധ്യമായി. തന്മൂലം
ചെറുപ്പം മുതൽ തന്നോടൊപ്പം വളർന്നുവ
ന്ന ഏറ്റവും ആദരണീയരായ ഉദ്യോഗസ്ഥ
7 രെ അദ്ദേഹം വിളിച്ചുവരുത്തി. താൻ ജീവി
ച്ചിരിക്കെത്തന്നെ സാമ്രാജ്യം അവർക്ക്
ഭാഗിച്ചു കൊടുത്തു. പന്ത്രണ്ടു വർഷത്തെ ഭര
ണത്തിനുശേഷം അലക്സാണ്ടർ മരിച്ചു.
8 അപ്പോൾ അദ്ദേഹത്തിന്റെ ഉദ്യോഗ
സ്ഥർ തങ്ങൾക്കു ലഭിച്ച പ്രദേശങ്ങളിൽ
9 ഭരണം ആരംഭിച്ചു. അവന്റെ മരണശേ
ഷം അവർ കിരീടം ധരിച്ചു. അവരുടെ പി
ൻഗാമികളും അനേകവർഷം അപ്രകാരം
ഭരണം നടത്തി. ഭൂമിയിൽ ധാരാളം തിന്മക
ൾക്ക് അവർ കാരണമായിത്തീർന്നു.
10 അന്ത്യോക്കസ് രാജാവിന്റെ പുത്രൻ
അന്ത്യോക്കസ് എപ്പിപ്പാനസ് അവരിൽനി
ന്ന് പുറപ്പെട്ട പാപത്തിന്റെ വേര് ആയി
രുന്നു. അവൻ റോമിൽ ബന്ധനസ്ഥനാ
യിരുന്നു. ഗ്രീക്കു സാമ്രാജ്യത്തിന്റെ നൂറ്റിമു
പ്പത്തിയേഴാം സംവത്സരത്തിൽ* അയാൾ
ഭരണമാരംഭിച്ചു.
അക്കാലത്ത് യിസ്രായേലിൽ വിശ്വാസം 11
ത്യജിച്ച ഏതാനും പേർ അനേകരെ വഴി
തെറ്റിച്ചു. അവർ പറഞ്ഞു: `നമുക്കു ചുറ്റുമുള്ള
വിജാതീയരുമായി നമുക്ക് ഒരു ഉടമ്പടിയു
ണ്ടാക്കാം. അവരുമായി വേർപെട്ടതുമുത
ൽ നമുക്ക് പല അനർത്ഥങ്ങളും സംഭവി
ച്ചുകൊണ്ടിരിക്കുന്നു.' ഈ നിർദ്ദേശം അവ 12
ർക്ക് സന്തോഷകരമായി. അവരിൽ ചിലർ 13
ആവേശത്തോടെ രാജാവിനെ സമീപിച്ചു.
വിജാതീയരുടെ കല്പനകൾ പാലിക്കാൻ
രാജാവ് അവരെ അധികാരപ്പെടുത്തി.
അവർ ജാതീയാചാരപ്രകാരം യെരുശലേ 14
മിൽ ഒരു കായികാഭ്യാസക്കളരി നിർമ്മിച്ചു.
പരിച്ഛേദനയുടെ അടയാളം ഉപേക്ഷിക്കുക 15
യും വിശുദ്ധ ഉടമ്പടിയെ തിരസ്കരിക്കുകയും
ചെയ്തു. അവർ വിജാതീയരോടു ചേരുകയും
തിന്മയിലേക്ക് നിപതിക്കുകയും ചെയ്തു.
തന്റെ സാമ്രാജ്യം സ്ഥാപിതമായിയെ 16
ന്ന് കണ്ട അന്ത്യോക്കസ് മിസ്രയീമിന്റെയും
രാജാവാകുവാനും അങ്ങനെ രണ്ടു രാജ്യ
ങ്ങളെയും ഭരിക്കുവാനും തീരുമാനിച്ചു. രഥ 17
ങ്ങൾ, ആനകൾ, കുതിരപ്പട വിപുലമായ
നാവികവ്യൂഹം എന്നിവ അടങ്ങിയ സുശക്ത
മായ സൈനികസന്നാഹത്തോടെ അവൻ
മിസ്രയീമിനെ ആക്രമിച്ചു. മിസ്രയീമിലെ 18
രാജാവായ ടോളമിയെ അയാൾ യുദ്ധത്തി
ൽ നേരിട്ടു. ടോളമി അയാളുടെ മുമ്പിൽനി
ന്ന് പിന്തിരിഞ്ഞ് ഓടിപ്പോയി. അനേകം 19
പേർ മുറിവേറ്റ് നിപതിച്ചു. മിസ്രയീമിലെ
കോട്ട കെട്ടി ഭദ്രമാക്കിയ പല നഗരങ്ങളും
അവർ പിടിച്ചെടുത്തു. മിസ്രയീം ദേശത്തെ
അയാൾ കൊള്ളയടിച്ചു.
മിസ്രയീം കീഴടക്കിയശേഷം നൂറ്റി നാ 20
ല്പത്തിമൂന്നാം ആണ്ടിൽ അന്ത്യോക്കസ്

* *ബി.സി. 175 ൽ*

മടങ്ങി. സുശക്തമായ സൈന്യവുമായി
അയാൾ യിസ്രായേലിനെതിരെ നീക്കം
21 നടത്തി യെരുശലേമിൽ പ്രവേശിച്ചു. ധി
ക്കാരത്തോടെ വിശുദ്ധസ്ഥലത്തു പ്രവേ
ശിച്ച് സ്വർണ്ണ ബലിപീഠവും ദീപപീഠവും
22 അതിന്റെ ഉപകരണങ്ങളും എടുത്തു. കാഴ്ച
യപ്പത്തിന്റെ മേശയും പാനീയയാഗത്തിനു
ള്ള ചഷകങ്ങളും കിണ്ണങ്ങളും സ്വർണ്ണ ധൂപ
കലശങ്ങളും തിരശ്ശീലയും കിരീടങ്ങളും ദൈ
വാലയത്തിന്റെ മുമ്പിലുള്ള സ്വർണ്ണ അലങ്കാ
23 രങ്ങളും അവൻ അടർത്തിയെടുത്തു. വെള്ളി
യും സ്വർണ്ണവും അമൂല്യമായ പാത്രങ്ങളും
കണ്ണിൽപെട്ട രഹസ്യനിക്ഷേപങ്ങളും അ
24 വൻ സ്വന്തമാക്കി. അവയെല്ലാം എടുത്ത്
അവൻ സ്വദേശത്തേയ്ക്ക് മടങ്ങിപ്പോയി.
വളരെ രക്തം ചിന്തുകയും ധിക്കാരപൂർവ്വം
25 സംസാരിക്കുകയും ചെയ്തു. യിസ്രയേലിലെ
എല്ലാ സമൂഹങ്ങളിലും വലിയ വിലാപമു
26 ണ്ടായി. ഭരണാധികാരികളും മൂപ്പന്മാരും
ദുഃഖത്തോടെ വിലപിച്ചു. യുവതികളും യു
വാക്കളും വാടിത്തളർന്നു; സ്ത്രീകളുടെ സൗ
27 ന്ദര്യം വിളറിപ്പോയി. ഓരോ മണവാളനും
വിലാപത്തിൽ പങ്കുചേർന്നു. മണവറയിലി
രുന്ന മണവാട്ടി വിലാപക്കാരിയായി.

28 ദേശംപോലും അതിന്റെ നിവാസികളെ
ച്ചൊല്ലി ഞെട്ടിവിറച്ചു. യാക്കോബുഗൃഹം
മുഴുവൻ ലജ്ജിച്ചു.

29 രണ്ടു സംവത്സരം കഴിഞ്ഞ് തന്റെ കപ്പം
പിരിവുകാരിൽ ഒരു പ്രധാനിയെ രാജാവ്
30 യെഹൂദാ നഗരങ്ങളിലേക്ക് അയച്ചു. അവൻ
വൻസൈന്യവുമായി യെരുശലേമിലെ
ത്തി. വഞ്ചനാപൂർവ്വം അവൻ സമാധാ
നവാക്കുകൾ അവരോടു സംസാരിച്ചു.
അവർ അവനെ വിശ്വസിക്കുകയും ചെയ്തു.
എന്നാൽ അവൻ പെട്ടെന്ന് നഗരത്തെ
ആക്രമിക്കുകയും യിസ്രായേൽ ജനതയിൽ
അനേകർ നഗരത്തിനേറ്റ കടുത്ത ആഘാ
31 തത്തിൽ കൊല്ലപ്പെടുകയും ചെയ്തു. അവ
ൻ നഗരം കൊള്ളചെയ്ത് അത് അഗ്നിക്കി
രയാക്കുകയും വീടുകളും ചുറ്റുമതിലുകളും
32 തകർക്കുകയും ചെയ്തു. സ്ത്രീകളെയും കുട്ടി
കളെയും ബന്ദികളാക്കി, കന്നുകാലിക
ളെ അപഹരിച്ചു. പിന്നീട് അവർ ദാവീദി 33
ന്റെ പട്ടണത്തെ കോട്ടകെട്ടി ഉറപ്പിക്കുക
യും വന്മതിലുകളും ഗോപുരങ്ങളും സ്ഥാപി
ക്കുകയും ചെയ്തു. അത് അവരുടെ സങ്കേ
തമായി. ദുഷ്ടരായ വിശ്വാസത്യാഗികളെ 34
അവർ അവിടെ പാർപ്പിച്ച് അവരുടെ നില
ഭദ്രമാക്കി. അവർ ആയുധങ്ങളും ഭക്ഷണ 35
വും ശേഖരിച്ചു. യെരുശലേമിൽനിന്നുള്ള
കൊള്ളവസ്തുക്കളെല്ലാം അവിടെ സൂക്ഷി
ച്ചു. അത് വലിയ ഒരു കെണിയായി മാറി. 36
വിശുദ്ധസ്ഥലത്തിനെതിരേ ഒരു ഒളിവിട
മായും യിസ്രായേലിന് നിരന്തരശല്യമാ
യും ആ സങ്കേതം പരിണമിച്ചു. വിശുദ്ധ 37
സ്ഥലത്തിന്റെ എല്ലാ ഭാഗത്തും അവർ
നിഷ്കളങ്കരക്തം ചൊരിഞ്ഞു, വിശുദ്ധസ്ഥ
ലത്തെ അശുദ്ധമാക്കുകപോലും ചെയ്തു.
അവരെ പ്രതി യെരുശലേം നിവാസിക 38
ൾ പലായനം ചെയ്തു.

അവൾ പരദേശിയുടെ പാർപ്പിടമായി
മാറി; സ്വന്തം മക്കൾക്ക് അവൾ അപരിചി
തയായി. അവളുടെ മക്കൾ അവളെ ഉപേ
ക്ഷിച്ചു. അവളുടെ വിശുദ്ധസ്ഥലം മരുഭൂമി 39
പോലെ ശൂന്യമായി. അവളുടെ ഉത്സവങ്ങ
ൾ വിലാപങ്ങൾക്ക് വഴിമാറി ശബ്ബത്തുക
ൾ പരിഹാസ്യമായി; ബഹുമതി നിന്ദയാ
യിത്തീർന്നു. അവളുടെ അപമാനം അവ 40
ൾക്കുണ്ടായിരുന്ന മഹത്ത്വത്തോളം ഉയ
ർന്നു. അവളുടെ ഔന്നത്യം വിലാപമായി
പരിണമിച്ചു.

ജനങ്ങളെല്ലാം അവരവരുടെ ആചാര 41
ങ്ങൾ ഉപേക്ഷിച്ച് ഏക ജനതയായി തീര 42
ണമെന്ന് രാജാവ് രാജ്യം മുഴുവൻ കല്പന
പുറപ്പെടുവിച്ചു. വിജാതീയരെല്ലാം രാജാവി 43
ന്റെ കല്പന സ്വീകരിച്ചു. യിസ്രായേലിൽനി
ന്നുപോലും അനേകർ സന്തോഷത്തോടെ
അവന്റെ മതം ഉൾക്കൊള്ളുകയും വിഗ്രഹ
ങ്ങൾക്ക് യാഗംകഴിക്കുകയും ശബ്ബത്ത്
അശുദ്ധമാക്കുകയും ചെയ്തു. യെരുശലേമി 44
ലേക്കും യെഹൂദാനഗരങ്ങളിലേക്കും രാജാ
വ് ദൂതന്മാർ മുഖേന ദേശത്തിന് അപരിചി
തമായ ആചാരങ്ങൾ പാലിക്കുവാൻ നി
ർദ്ദേശം നല്കി. വിശുദ്ധസ്ഥലത്ത് ഹോമ 45

യാഗങ്ങളും ബലികളും പാനീയയാഗങ്ങളും
നിരോധിക്കുവാനും; ശബ്ബത്തുകളും ഉത്സവ
46 ങ്ങളും അശുദ്ധമാക്കുവാനും. വിശുദ്ധസ്ഥല
ത്തെയും പുരോഹിതന്മാരെയും കളങ്കപ്പെ
47 ടുത്തുവാനും വിഗ്രഹങ്ങൾക്കായി ബലിപീഠ
ങ്ങളും വളപ്പുകളും പ്രതിഷ്ഠാമന്ദിരങ്ങളും നി
ർമ്മിക്കുവാനും പന്നിയെയും അശുദ്ധമൃഗ
ങ്ങളെയും ബലികഴിക്കുവാനും പുത്രന്മാരു
ടെ പരിഛേദന ഒഴിവാക്കുവാനും അവൻ
48 കല്പനയായി. അശുദ്ധവും മലിനവുമായ
വയാൽ അവർ മ്ലേഛരായി തീരുവാനും
49 അങ്ങനെ നിയമം വിസ്മരിച്ച് എല്ലാ അനു
ശാസനങ്ങളും വ്യത്യാസപ്പെടുത്തുവാനുമാ
50 യിരുന്നു ഈ കല്പന. രാജകല്പന അനുസ
രിക്കാത്തവർ വധിക്കപ്പെടുമെന്ന് അവൻ
കൂട്ടിച്ചേർത്തു.
51 ഈ വിധം സാമ്രാജ്യമാസകലം അയാൾ
എഴുതിയറിയിച്ചു. സർവ്വജനങ്ങൾക്കും പരി
ശോധകരെ നിയമിച്ചു. യെഹൂദാ നഗരങ്ങ
ളോട് ഓരോ നഗരത്തിലും ബലിയർപ്പി
52 ക്കണമെന്ന് ആജ്ഞയും നല്കി. വളരെപ്പേ
ർ ന്യായപ്രമാണം പരിത്യജിച്ച് അവരോടു
53 ചേർന്ന് ദേശത്തു തിന്മ പ്രവർത്തിച്ചു. യി
സ്രായേലിന് ലഭ്യമായ അഭയകേന്ദ്രങ്ങളി
ൽ ഒളിച്ചുപാർക്കേണ്ടിവന്നു.
54 നൂറ്റിനാല്പത്തിയഞ്ചാം ആണ്ട് (ബി.സി.
167) കിസ്ലേവ് മാസം പതിനഞ്ചാം തിയതി
ഹോമയാഗപീഠത്തിൽ അവർ വിനാശ
ത്തിന്റെ മ്ലേഛത പ്രതിഷ്ഠിച്ചു. തുടർന്ന് ചുറ്റു
ള്ള യെഹൂദാനഗരങ്ങളിലും അവർ ബലിപീ
55 ഠങ്ങൾ സ്ഥാപിച്ചു. വീടുകളുടെ വാതില്ക്കലും
തെരുവീഥികളിലും അവർ ധൂപാർപ്പണം
56 നടത്തി. കണ്ടുകിട്ടിയ ന്യായപ്രമാണപുസ്ത
കങ്ങളെല്ലാം അവർ വലിച്ചുകീറി കത്തിച്ചു.
57 ഉടമ്പടിയുടെ പുസ്തകം കൈവശം വയ്ക്കുന്ന
വർക്കും ന്യായപ്രമാണം പാലിക്കുന്നവ
ർക്കും മരണശിക്ഷ വിധിക്കുന്നതായിരുന്നു
58 രാജകല്പന. നഗരത്തിൽ കണ്ടെത്തിയ യി
സ്രായേൽക്കാർക്കെതിരെ മാസംതോറും
അവർ അതിക്രമം കാട്ടിക്കൊണ്ടിരുന്നു,
59 ഹോമയാഗത്തിനുള്ള ബലിപീഠത്തിനു
മീതേ സ്ഥാപിച്ചിരുന്ന പീഠത്തിൽ മാസ
ത്തിലെ ഇരുപത്തിയഞ്ചാം ദിവസം അവർ
യാഗം കഴിച്ചു. തങ്ങളുടെ കുഞ്ഞുങ്ങളെ 60
പരിഛേദനയ്ക്കു വിധേയരാക്കിയ സ്ത്രീകളെ
രാജകല്പനപ്രകാരം അവർ വധിച്ചു. ഒപ്പം 61
അവരുടെ കുടുംബാംഗങ്ങളെയും പരിഛേ
ദന നടത്തിയവരെയും വധിച്ചു. ശിശുക്ക
ളെ അമ്മമാരുടെ കഴുത്തിൽ കെട്ടിത്തൂക്കി.
എങ്കിലും യിസ്രായേലിൽ പലരും അച 62
ഞ്ചലരായി നിലകൊണ്ടു. അശുദ്ധഭക്ഷണം
കഴിക്കയില്ലെന്ന് അവർ മനസ്സിൽ ഉറച്ചു.
ഭക്ഷണംമൂലം മലിനരാകുകയോ വിശുദ്ധ 63
ഉടമ്പടി അശുദ്ധമാക്കുകയോ ചെയ്യുന്ന
തിനെക്കാൾ മരണത്തെ അവർ അഭികാ
മ്യമായി കരുതി. അവർ അപ്രകാരം മരി
ക്കുകയും ചെയ്തു. യിസ്രായേലിന്റെ മേൽ 64
ഉഗ്രകോപമുണ്ടായി.

2 അക്കാലത്ത് യോവാരിബ് എന്ന
കുടുംബത്തിലെ മത്ഥാത്തിയാസ്
എന്ന പുരോഹിതൻ യെരുശലേം വിട്ട്
മൊദെയ്നിൽ താമസമാക്കി. ശിമെയോ
ന്റെ പുത്രനായ യോഹന്നാന്റെ മകനാ
യിരുന്നു അവൻ. അവന് അഞ്ചു പുത്രന്മാ 2
ർ ഉണ്ടായിരുന്നു; ഗദ്ദി എന്ന് മറുപേരുള്ള
യോഹന്നാൻ, താസി എന്നു വിളിക്കപ്പെ 3
ടുന്ന ശിമോൻ, മക്കാബിയൂസ് എന്ന യൂദാ, 4
അവറാൻ എന്ന എലിയാസാർ അഫൂസ് 5
എന്ന യോനാഥാൻ.യെഹൂദായിലും യെ 6
രുശലേമിലും നടക്കുന്ന ദൈവദൂഷണങ്ങ
ൾ കണ്ടു മത്ഥാത്തിയാസ് പറഞ്ഞു: ഹാ, 7
എന്റെ ജനം നശിക്കുന്നതും വിശുദ്ധനഗരം
നശിക്കുന്നതും കാണാനോ ഞാൻ ജനിച്ച
ത്! നഗരം ശത്രുക്കൾക്ക് അടിയറവയ്ക്കപ്പെ
ടുകയും വിശുദ്ധസ്ഥലം അന്യാധീനപ്പെടു
കയും ചെയ്യുന്നത് കണ്ടുകൊണ്ട് ഇരിക്കുക
യോ! അവളുടെ ദേവാലയം ബഹുമതികെട്ടു 8
പോയ മനുഷ്യനെപ്പോലെ ആയിത്തീർന്നി
രിക്കുന്നു; അവളുടെ വിശിഷ്ടപാത്രങ്ങൾ പ്ര 9
വാസത്തിലേക്ക് കൊണ്ടുപോയിരിക്കുന്നു.
അവളുടെ ശിശുക്കൾ തെരുവീഥികളിൽവ
ച്ച് കൊല്ലപ്പെട്ടിരിക്കുന്നു; അവളുടെ യൗവ
നക്കാർ ശത്രുവിന്റെ വാളിനാലും. അവളുടെ 10

അരമനകൾ കൈവശപ്പെടുത്തി അവളെ
കൊള്ളയടിക്കാത്ത ജനം ഏതുണ്ട്?
11 അവളുടെ ആഭരണങ്ങൾ തട്ടിക്കൊണ്ടു
പോയി. ഇനി അവൾ സ്വതന്ത്രയല്ല; വെറും
12 അടിമയത്രേ. ഇതാ നമ്മുടെ വിശുദ്ധസ്ഥ
ലം, നമ്മുടെ സൗന്ദര്യം, നമ്മുടെ മഹത്ത്വം
വ്യർത്ഥമായിപ്പോയി. വിജാതീയർ അത്
13 അശുദ്ധമാക്കിയിരിക്കുന്നു. നാം ഇനിയും
ജീവിച്ചിരിക്കുന്നതെന്തിന്?
14 പിന്നീട് മത്ഥാത്തിയാസും പുത്രന്മാരും
വസ്ത്രങ്ങൾ കീറി, ചാക്കുടുത്ത് അത്യധികം
വിലപിച്ചു.
15 വിശ്വാസം ത്യജിക്കാൻ ജനത്തെ നി
ർബന്ധിച്ചിരുന്ന രാജകിങ്കരന്മാർ യാഗം
നടത്തിക്കുവാൻ മൊദെയ്ൻ പട്ടണത്തി
16 ലെത്തി. യിസ്രായേല്യരിൽ വളരെപ്പേര്
അവരുടെ അടുത്തെത്തി. മത്ഥാത്തിയാ
17 സും പുത്രന്മാരും ഒന്നിച്ച് നിന്നു. രാജകി
ങ്കരന്മാർ മത്ഥാത്തിയാസിനോട് ഇപ്ര
കാരം പറഞ്ഞു: താങ്കൾ സമുന്നതനായ
നേതാവും നഗരത്തിലെ പൗരമുഖ്യനുമാ
ണ്. സഹോദരന്മാരുടെയും പുത്രന്മാരുടെ
18 യും പിന്തുണ താങ്കൾക്കുണ്ട്. അതുകൊണ്ട്
രാജകല്പന നടപ്പാക്കാൻ ആദ്യം താങ്കൾ
തന്നെ മുന്നോട്ടു വരൂ. സർവ്വ വിജാതീയ
രും യെഹൂദായിലെ ജനങ്ങളും യെരുശലേ
മിൽ അവശേഷിച്ചവരും അപ്രകാരം ചെ
യ്തിരിക്കുന്നു. എന്നാൽ താങ്കളും പുത്രന്മാരും
രാജാവിന്റെ സ്നേഹിതന്മാരുടെ കൂട്ടത്തി
ൽ എണ്ണപ്പെടും. മാത്രവുമല്ല, വെള്ളിയും
സ്വർണ്ണവും മറ്റനേകം സമ്മാനങ്ങളും നല്കി
രാജാവ് താങ്കളെയും പുത്രന്മാരെയും ബഹു
മാനിക്കുകയും ചെയ്യും.
19 അപ്പോൾ മത്ഥാത്തിയാസ് ഉറക്കെ
ഇപ്രകാരം മറുപടി പറഞ്ഞു: രാജാവിന്റെ
ഭരണത്തിൻ കീഴിലുള്ള എല്ലാ ജനതക
ളും അനുസരണയോടെ തങ്ങളുടെ പിതാ
ക്കന്മാരുടെ മതം ഉപേക്ഷിച്ച് രാജകല്പന
20 കൾക്ക് വഴങ്ങിയാലും ഞാനും എന്റെ പു
ത്രന്മാരും സഹോദരന്മാരും ഞങ്ങളുടെ പൂ
ർവ്വികരുടെ ഉടമ്പടി അനുസരിച്ചു തന്നെ
21 ജീവിക്കും. ന്യായപ്രമാണങ്ങളും കല്പനക
ളും ഉപേക്ഷിക്കുവാൻ ഒരിക്കലും ഞങ്ങ
ൾക്ക് ഇടയാകാതിരിക്കട്ടെ. ഞങ്ങൾ മത 22
ത്തിൽനിന്ന് ഇടത്തോട്ടോ വലത്തോ
ട്ടോ തിരിഞ്ഞ് രാജാവിന്റെ കല്പനകളെ
അനുസരിക്കുകയില്ല.
അവൻ ഈ വാക്കുകൾ പറഞ്ഞുകഴി 23
ഞ്ഞപ്പോൾ രാജകല്പനയനുസരിച്ച് മെദെ
യ്നിലെ ബലിപീഠത്തിൽ യാഗം അർപ്പി
ക്കുവാൻ ഒരു യെഹൂദൻ എല്ലാവരും
കാൺകെ മുന്നോട്ടുവന്നു. ഇതു കണ്ടപ്പോ 24
ൾ മത്ഥാത്തിയാസ് കോപംകൊണ്ടു ജ്വ
ലിച്ചു. അയാളുടെ ഹൃദയം ക്ഷോഭിച്ചു. ധാ
ർമ്മികരോഷത്തോടെ മുന്നോട്ടുപാഞ്ഞ്
ആ ബലിപീഠത്തിൽവച്ചുതന്നെ മത്ഥാത്തി
യാസ് അയാളെ വധിച്ചു. ബലി അർപ്പിക്കു 25
വാൻ അവരെ നിർബന്ധിച്ച രാജകിങ്കര
നെയും അപ്പോൾതന്നെ അവൻ വധിച്ചു.
ബലിപീഠം ന്യായപ്രമാണത്തിന്റെ കാര്യ 26
ത്തിലുള്ള തീക്ഷ്ണതയാൽ മത്ഥാത്തിയാസ്
ജ്വലിച്ചു മറിച്ചിട്ടുകയും ചെയ്തു. സാലുവിന്റെ
പുത്രനായ സിമ്രിയെ കൊന്ന ഫിനെഹാ
സിന്റെ ഭാവമായിരുന്നു അയാൾക്ക്.
പിന്നീട് മത്ഥാത്തിയാസ് നഗരത്തി 27
ൽ ഉച്ചശബ്ദത്തിൽ വിളിച്ചുപറഞ്ഞു: ന്യാ
യപ്രമാണത്തിൽ തീക്ഷ്ണതയുള്ളവരും ഉട
മ്പടിയെ പിന്തുണയ്ക്കുന്നവരും എന്റെ അടു
ക്കൽ വരിക. അനന്തരം അവനും പുത്ര 28
ന്മാരും നഗരത്തിൽ തങ്ങൾക്കുണ്ടായിരു
ന്നവ എല്ലാം ഉപേക്ഷിച്ച് മലമുകളിലേക്ക്
പലായനം ചെയ്തു.
ധർമ്മവും നീതിയും അന്വേഷിക്കുന്ന 29
അനേകർ, അപ്പോൾ മരുഭൂമിയിലേക്ക്
താമസം മാറ്റി. കഷ്ടതകളുടെ സമ്മർദ്ദം 30
മൂലം അവരും അവരുടെ പുത്രന്മാരും ഭാര്യ
മാരും കന്നുകാലികളും അങ്ങോട്ടു പോയി.
രാജകല്പന നിരസിച്ചവർ മരുഭൂമിയിലെ 31
ഒളിവിടങ്ങളിലേക്കു പോയിയെന്ന് രാജ
കിങ്കരന്മാർക്കും ദാവീദിന്റെ നഗരമായ യെ
രുശലേമിലെ സൈന്യവിഭാഗങ്ങൾക്കും
അറിയിപ്പു ലഭിച്ചു.അനേകർ അവരെ പി 32
ന്തുടർന്ന് അവരെ മറികടന്ന് അവർക്കെ
തിരെ പാളയമടിച്ച് ശബ്ബത്തുനാളിൽ അവ

33 ർക്കെതിരെ യുദ്ധത്തിന് ഒരുങ്ങി. അവർ
പറഞ്ഞു: ഇതു മതിയാക്കുക, പുറത്തുവന്ന്
രാജകല്പന അനുസരിക്കുക; എന്നാൽ നി
34 ങ്ങൾക്ക് ജീവൻ നിലനിർത്താം. എന്നാൽ,
ഞങ്ങൾ പുറത്തു വരികയില്ല; രാജകല്പന
അനുസരിക്കുകയും ശബ്ബത്തിനെ അശു
ദ്ധമാക്കുകയും ഇല്ല; എന്ന് അവർ മറുപടി
35 നല്കി. തൽക്ഷണം ശത്രുക്കൾ അവരെ
36 ആക്രമിച്ചു. പക്ഷേ, അവർ ഒരു വാക്കു
പോലും ശബ്ദിച്ചില്ല. ഒരു കല്ലെങ്കിലും എറി
യുകയോ സങ്കേതങ്ങളിലേക്കുള്ള വഴി തട
37 യുകയോ ചെയ്തില്ല. എന്തെന്നാൽ അവർ
പറഞ്ഞു: ഞങ്ങൾ ഞങ്ങളുടെ നിഷ്കളങ്കത
യിൽ മരിക്കട്ടെ. അനീതിപരമായി നിങ്ങൾ
ഞങ്ങളെ കൊല്ലുന്നതിന് ആകാശവും
38 ഭൂമിയും സാക്ഷികളായിരിക്കട്ടെ. ശബ്ബത്തി
ൽ അവർ അവരെ ആക്രമിക്കുകയും ആയി
രത്തോളം പേർ കളത്രപുത്രാദികളോടും മൃ
ഗങ്ങളോടുമൊപ്പം മരിക്കുകയും ചെയ്തു.

39 മത്താത്തിയാസും സുഹൃത്തുക്കളും ഈ
വിവരം അറിഞ്ഞപ്പോൾ കയ്പോടെ അവ
40 ർക്കുവേണ്ടി വിലപിച്ചു. അവർ അന്യോ
ന്യം പറഞ്ഞു: നമ്മുടെ സഹോദരന്മാരെ
പ്പോലെ നാമും, നമ്മുടെ ജീവനും പ്രമാണ
ങ്ങൾക്കും വേണ്ടി വിജാതീരോട് പടപൊ
രുതുവാൻ വിസമ്മതിച്ചാൽ അവർ നമ്മെ
അതിവേഗം ഭൂമുഖത്തുനിന്ന് നശിപ്പിക്കും.
41 അതിനാൽ അന്ന് അവർ ഈ തീരുമാന
മെടുത്തു: `ശബ്ബത്തുദിവസം നമ്മെ ആക്ര
മിക്കുവാൻ വരുന്ന എല്ലാവരോടും നാം
യുദ്ധം ചെയ്യണം. ഒളിയിടങ്ങളിൽവച്ച്
കൊല്ലപ്പെട്ട സഹോദരങ്ങളെപ്പോലെ
നാം വധിക്കപ്പെട്ടുകൂടാ'.

42 ഹസിദേയരുടെ ഒരു സംഘം അവരോടു
ചേർന്നു. ന്യായപ്രമാണത്തിന് സ്വമനസ്സാ
സമർപ്പിതരായ യിസ്രായേലിലെ വീര
43 യോദ്ധാക്കളായിരുന്നു അവർ. ഉപദ്രവങ്ങ
ളിൽനിന്ന് രക്ഷപെടുവാൻ ഓടിപ്പോന്ന
എല്ലാവരും അവരോടുചേർന്ന് അവരെ
44 ശക്തിപ്പെടുത്തി. അവർ ഒരു സൈന്യം
സംഘടിപ്പിച്ച് പാപികളെ ഉഗ്രകോപ
ത്തോടെ അരിഞ്ഞുവീഴ്ത്തി. വിശ്വാസത്യാഗി
കളെ ക്രോധത്തിന് ഇരയാക്കി. ശേഷിച്ച
വർ പ്രാണരക്ഷാർത്ഥം വിജാതീയരുടെ
അടുക്കലേക്ക് ഓടിപ്പോയി. മത്താത്തി 45
യാസും കൂട്ടുകാരും ചുറ്റിനടന്ന് ബലിപീഠ
ങ്ങൾ നശിപ്പിച്ചു. യിസ്രായേലിന്റെ അതി 46
ർത്തിക്കുള്ളിൽ പരിച്ഛേദന ചെയ്യപ്പെടാ
ത്തവരായി കാണപ്പെട്ട എല്ലാ ആൺകു
ട്ടികളെയും നിർബന്ധപൂർവ്വം പരിച്ഛേദ
നത്തിന് വിധേയരാക്കി. അഹങ്കാരികളെ 47
അവർ വേട്ടയാടി. അവരുടെ പ്രവർത്തനം
പുരോഗമിച്ചുകൊണ്ടേയിരുന്നു. വിജാതീയ 48
രുടെയും അവരുടെ രാജാക്കന്മാരുടെയും
കൈയിൽനിന്ന് അവർ ന്യായപ്രമാണം
വീണ്ടെടുത്തു. പാപിയുടെ പ്രാബല്യം ഒരി
ക്കലും അവർ അനുവദിച്ചില്ല.

മത്താത്തിയാസിന്റെ മരണം അടുത്തു. 49
അവൻ പുത്രന്മാരോടു പറഞ്ഞു: അഹങ്കാ
രവും നിന്ദയും ശക്തിപ്പെട്ടിരിക്കുന്നു. ഇത് 50
വിനാശത്തിന്റെയും ഉഗ്രകോപത്തിന്റെ
യും കാലമാകുന്നു. അതുകൊണ്ട് എന്റെ
മക്കളേ, ന്യായപ്രമാണത്തെക്കുറിച്ച് തീക്ഷ്ണ
തയുള്ളവരായിരിക്കുക. നമ്മുടെ പൂർവ്വികരു
ടെ ഉടമ്പടിക്കുവേണ്ടി ജീവൻ ത്യജിക്കുക.

പൂർവ്വികർ തങ്ങളുടെ തലമുറകളിൽ 51
ചെയ്ത കാര്യങ്ങൾ ഓർക്കുക; വലിയ ബഹു
മതികളും ശാശ്വതകീർത്തിയും നേടുക. പരീ 52
ക്ഷിക്കപ്പെട്ടപ്പോൾ അബ്രാഹാം വിശ്വസ്ത
നായി കാണപ്പെട്ടില്ലേ! അത് അദ്ദേഹത്തി
ന് നീതിയായി കണക്കിടപ്പെട്ടില്ലേ? കഠി 53
നമായ കഷ്ടതകളുടെ കാലത്തുപോലും
യോസേഫ് കല്പനകൾ പാലിച്ചു; ഈജിപ്തി
ന്റെ അധികാരിയാവുകയും ചെയ്തു. നമ്മുടെ 54
പിതാവായ ഫിനെഹാസ് ഏറ്റവും തീക്ഷ്ണ
തയുള്ളവനായിരുന്നതിനാൽ ശാശ്വത
പൗരോഹിത്യത്തിന്റെ ഉടമ്പടി സ്വീകരിച്ചു.
യോശുവാ കല്പന നിറവേറ്റിയതിനാൽ യി 55
സ്രായേലിന്റെ ന്യായാധിപനായി. സഭാസ 56
മക്ഷം സാക്ഷ്യം നല്കിയതിനാൽ കാലേബ്
ദേശത്ത് ഒരു അവകാശം നേടി. ആർദ്രമ 57
നസ്കനായിരുന്നതിനാൽ ദാവീദ് രാജ്യത്തി
ന്റെ സിംഹാസനം നിത്യാവകാശമാക്കി.
നിയമനിർവ്വഹണത്തിലുള്ള തീക്ഷ്ണതമൂലം 58

ഏലിയാവ് സ്വർഗ്ഗത്തിലേക്ക് എടുക്കപ്പെ
59 ട്ടു. ഹാനനിയാ, അസറിയാ, മിശായേൽ
എന്നിവർ വിശ്വാസംമൂലം അഗ്നിജ്വാല
60 യിൽനിന്ന് രക്ഷനേടി. നിഷ്കളങ്കതമൂലം
ദാനീയേൽ സിംഹങ്ങളുടെ വായിൽനിന്ന്
വിടുവിക്കപ്പെട്ടു.
61 ദൈവത്തിൽ ആശ്രയം സമർപ്പിക്കു
ന്ന ആർക്കും കരുത്ത് ക്ഷയിക്കുന്നില്ലെന്ന്
തലമുറകളിലൂടെ നിരീക്ഷിച്ച് ഗ്രഹിക്കുക.
62 പാപികളുടെ വാക്കുകളെ ഭയപ്പെടരുത്.
അവരുടെ പ്രതാപം ചാണകവും പുഴുക്കളു
63 മായിത്തീരും. ഇന്ന് അവർ പ്രകീർത്തിക്ക
പ്പെട്ടേക്കാം; നാളെ അവരെ കാണുകയില്ല;
അവർ ഭൂമിയിലേക്കു മടങ്ങുന്നു. അവരുടെ
64 പദ്ധതികൾ അതോടെ നശിക്കുന്നു.
എന്റെ മക്കളേ ധൈര്യമായിരിക്കുക. ന്യാ
യപ്രമാണത്തിൽ ശക്തരാകുക; അപ്പോൾ
നിങ്ങൾ മാനിക്കപ്പെടും.
65 നിങ്ങളുടെ സഹോദരൻ ശിമോൻ ഉപ
ദേശിക്കാൻ സമർത്ഥനാകുന്നു എന്ന്
ഞാൻ അറിയുന്നു. അതിനാൽ അവനെ
66 അനുസരിക്കുക. അവൻ നിങ്ങൾക്ക് പി
താവായിരിക്കട്ടെ. യൂദാ മക്കാബിയസ്
ബാല്യം മുതലേ വീരയോദ്ധാവായിരുന്നു;
അവൻ നിങ്ങൾക്ക് സേനാനായകനാ
യിരിക്കട്ടെ; ജനത്തിന് വേണ്ടി അവൻ
67 യുദ്ധം ചെയ്യട്ടെ. ന്യായപ്രമാണം അനു
സരിക്കുന്നവരെയെല്ലാം നിങ്ങളുടെകൂ
ടെ അണിനിരത്തുക. അങ്ങനെ നിങ്ങളു
ടെ ജനത്തോട്ട് ചെയ്ത അപരാധങ്ങൾക്ക്
68 പകരം വീട്ടുക. വിജാതീയർക്ക് തക്ക തി
രിച്ചടി നല്കുക; ന്യായപ്രമാണ കല്പനകൾ
എല്ലാം അനുസരിക്കുക.
69 പിന്നീട് അവരെ അനുഗ്രഹിച്ചശേഷം
അവൻ തന്റെ പിതാക്കന്മാരോടു ചേർന്നു.
4നൂറ്റി നാല്പത്തിയാറാം വത്സരത്തിൽ
70 അയാൾ മരിച്ചു. മൊദെയ്നിൽ പിതാക്ക
ന്മാരുടെ കല്ലറയിൽ അവനെ സംസ്കരിച്ചു.
യിസ്രായേൽ മുഴുവൻ വളരെ ദുഃഖത്തോടെ
അവനെ ഓർത്ത് വിലപിച്ചു.

3 മത്ഥാത്തിയാസിന്റെ മകനായ
മക്കാബി എന്നു വിളിക്കുന്ന യൂദാ
തൽസ്ഥാനത്ത് നേതാവായി.സഹോദ 2
രന്മാരും പിതാവിനോട്ട് ചേർന്നിരുന്നവ
രുമായ എല്ലാവരും അവനെ സഹായി
ച്ചു. അവർ സസന്തോഷം യിസ്രായേലിനു
വേണ്ടി യുദ്ധം ചെയ്തു. സ്വന്തം ജനത്തിന്റെ 3
മഹത്ത്വം അവൻ വർദ്ധിപ്പിച്ചു; ഒരു മല്ലനെ
പ്പോലെ മാർകവചം ധരിച്ചു. പടച്ചട്ടയണി
ഞ്ഞു് പോരാടി. സ്വന്തം വാളുകൊണ്ട് സൈ
ന്യനിരകളെ സംരക്ഷിച്ചു. പ്രവൃത്തികളിൽ 4
അവൻ സിംഹതുല്യനായിരുന്നു; ഇരയ്ക്കുവേ
ണ്ടി ഗർജ്ജിക്കുന്ന ബാലസിംഹംപോലെ
ആയിരുന്നു അവൻ. ന്യായപ്രമാണലംഘ 5
കരെ തെരഞ്ഞുപിടിച്ച് വേട്ടയാടി;
സ്വന്തം ജനത്തെ പീഡിപ്പിച്ചവരെ
അവൻ ദഹിപ്പിച്ചു. ന്യായപ്രമാണലംഘ 6
കർ അവനെക്കുറിച്ചുള്ള ഭയം നിമിത്തം
ഉൾവലിഞ്ഞു. അധർമ്മികൾ ചൂളിപ്പോ
യി; അവന്റെ കൈകൾ മോചനത്തിന്റെ
പാത തെളിയിച്ചു. അനേകം രാജാക്കന്മാ 7
രെ അവൻ ഭയവിഹ്വലരാക്കി; എന്നാൽ
സ്വന്തം ചെയ്തികളാൽ യാക്കോബിനെ
സന്തുഷ്ടനാക്കി. അവന്റെ ഓർമ്മ എന്നേ
യ്ക്കും വാഴ്ത്തപ്പെട്ടതായിരിക്കട്ടെ. യെഹൂദാനാ 8
ട്ടിലെ നഗരങ്ങളിലൂടെ അവൻ സഞ്ചരിച്ചു.
ദൈവനിഷേധികളെ ദേശത്തുനിന്ന് തുര
ത്തിയോടിച്ചു. അങ്ങനെ അവൻ യിസ്രാ
യേലിൽനിന്ന് ക്രോധത്തെ ഇല്ലാതാക്കി.
ഭൂമിയുടെ അതിർത്തികളോളം അവന്റെ 9
നാമം പ്രശസ്തമായി. നശിച്ചുകൊണ്ടിരുന്ന
വരെ അവൻ കൂട്ടിച്ചേർത്തു.
യിസ്രായേലിനെതിരെ യുദ്ധം ചെയ്യു 10
വാൻ ശമര്യയിൽനിന്ന് വിജാതീയരെയും
ഒരു വലിയ സൈന്യത്തെയും അപ്പോ
ളോന്നിയസ് ഒന്നിച്ചു ചേർത്തു. വിവരമറി 11
ഞ്ഞു് യൂദാ അവനെ നേരിടുകയും അവനെ
തോല്പിച്ച് വധിക്കുകയും ചെയ്തു. ഏറെപ്പേ
ർ മുറിവേറ്റുവീണു; ശേഷംപേർ പലായനം
ചെയ്തു. ശത്രുക്കളുടെ കവർച്ചവസ്തുക്കളെ 12
ല്ലാം അവർ പിടിച്ചെടുത്തു; അപ്പോളോന്നി
യസിന്റെ വാൾ യൂദാ കരസ്ഥമാക്കുകയും

ശിഷ്ടകാലം മുഴുവൻ അത് യുദ്ധത്തിൽ ഉപ
യോഗിക്കുകയും ചെയ്തു.
13 തന്നോടൊപ്പം യുദ്ധത്തിനു പോയി
ക്കൊണ്ടിരുന്ന വിശ്വസ്തരായ ഒരു വിഭാഗം
ഭടന്മാരുൾപ്പെടെ വൻ സേനാസന്നാഹ
ത്തെ യൂദാ സജ്ജമാക്കിയെന്ന് സിറിയൻ
സൈന്യാധിപനായ സെറോൻ കേട്ടപ്പോ
14 ൾ അയാൾ പറഞ്ഞു: ഞാൻ എനിക്കൊരു
പേരുണ്ടാക്കി ദേശത്ത് ബഹുമതി നേടും.
രാജകല്പനയെ ധിക്കരിക്കുന്ന യൂദായോടും
അനുയായികളോടും ഞാൻ യുദ്ധം ചെയ്യും.
15 ഒരിക്കൽകൂടി ദൈവനിഷേധികളുടെ ഒരു
പ്രബലസംഘം യിസ്രായേൽക്കാരോട്
പ്രതികാരം ചെയ്യാൻ അവനോടൊപ്പം
യാത്രതിരിച്ചു.
16 അവൻ ബെത്ഹോരോൻ കയറ്റത്തോ
ടടുത്തപ്പോൾ അവനെതിരെ ഒരു ചെറു
17 സൈന്യവുമായി യൂദാ ചെന്നു. തങ്ങൾക്കെ
തിരെ വരുന്ന സൈന്യത്തെ കണ്ടപ്പോൾ
അനുയായികൾ യൂദായോടു പറഞ്ഞു: സം
ഖ്യാബലം കുറഞ്ഞ നാം വിപുലവും സുശ
ക്തവുമായ ഈ മഹാസൈന്യത്തോട്
18 യുദ്ധം ചെയ്യുന്നതെങ്ങനെ? പോരെങ്കിൽ,
ഭക്ഷണമൊന്നും കഴിച്ചിട്ടില്ലാത്തതിനാൽ
നാമിന്ന് ക്ഷീണിതരുമാണല്ലോ. യൂദാ
മറുപടി പറഞ്ഞു: അനേകരെ ഉപരോധിക്കു
വാൻ ചെറുസംഘത്തിന് കഴിയും; കാരണം
ഏറെപ്പേരെക്കൊണ്ടോ കുറച്ചുപേരെക്കൊ
ണ്ടോ രക്ഷിക്കുന്നതു സ്വർഗ്ഗത്തിന്റെ ദൃഷ്ടി
19 യിൽ വ്യത്യാസമൊന്നുമില്ല. സൈന്യത്തി
ന്റെ വലുപ്പത്തെ ആശ്രയിച്ചല്ല യുദ്ധത്തി
ന്റെ വിജയം. ബലം സ്വർഗ്ഗത്തിൽനിന്നു
20 ത്രേ വരുന്നത്. നമ്മെയും ഭാര്യമാരെയും
കുഞ്ഞുങ്ങളെയും നശിപ്പിക്കുവാനും നമ്മു
ടെ സർവ്വവും കൊള്ളയടിക്കുവാനും വലിയ
അഹങ്കാരത്തോടെ നിയമനിഷേധികൾ
21 നമുക്കെതിരെ വരുന്നു. എന്നാൽ നാം പോ
രാടുന്നത് നമ്മുടെ ജീവനും ന്യായപ്രമാണ
22 ങ്ങൾക്കും വേണ്ടിയാണ്. നമ്മുടെ മുമ്പിൽവ
ച്ച് അവൻ അവരെ തകർത്തുകൊള്ളും,
23 നിങ്ങൾ അവരെ ഭയപ്പെടേണ്ട. ഇത്
പറഞ്ഞുതീർന്നിട്ട് അവൻ സെറോന്റെ
യും സേനയുടെയും നേരെ കുതിച്ചുചെന്നു.
അവന്റെ മുമ്പാകെ അവർ തകർന്നുപോ
യി; അവർ ബേത്-ഹോരോൻ ഇറക്കത്തി 24
ലൂടെ സമതലം വരെ അവരെ ഓടിച്ചു.
അവരിൽ എണ്ണൂറുപേർ നിലംപതിച്ചു. ശേ 25
ഷിച്ചവർ ഫെലിസ്ത്യദേശത്തേക്ക് ഓടിപ്പോ
യി. യൂദായും സഹോദരങ്ങളും സംഭ്രമം ഉള
വാക്കി. ചുറ്റുമുള്ള വിജാതീയരിൽ ഭീതിപര 26
ന്നു. യൂദായുടെ പ്രശസ്തി രാജസന്നിധിയി
ലെത്തി; വിജാതീയർ യൂദായുടെ യുദ്ധപ
രാക്രമത്തെക്കുറിച്ച് സംസാരിച്ചു.
ഈ വാർത്തകൾ കേട്ടപ്പോൾ അന്ത്യോ 27
ക്കസ് രാജാവ് ഏറ്റവും കോപിച്ചു. രാജ്യം
മുഴുവനിലുമുള്ള സൈന്യത്തെ വിളിച്ചുകൂട്ടി.
സുശക്തമായ ഒരു സേനാവ്യൂഹമായിരുന്നു 28
അത്. പിന്നീട് ഖജനാവുതുറന്ന് ഒരു വർഷ
ത്തെ ശമ്പളം സൈനികർക്ക് നല്കിയിട്ട്,
എന്തിനും ഒരുങ്ങിനില്ക്കുവാൻ അവരോട്
കല്പിച്ചു. പണ്ടു മുതലേ നിലനിന്നിരുന്ന നിയ 29
മങ്ങൾ ഉന്മൂലനം ചെയ്യാൻ രാജ്യത്ത് താൻ
ഉണ്ടാക്കിയ ഭിന്നതയും അസ്വസ്ഥതയും
മൂലം ഖജനാവിലെ പണം ഒടുങ്ങിയതായും
രാജ്യത്തെ വരവ് തീർത്തും ശോഷിച്ചിരിക്കു
ന്നതായും അവൻ കണ്ടു. തന്റെ ചെലവുക 30
ൾ നടത്തുവാനും മുൻഗാമികളായ രാജാക്ക
ന്മാരെക്കാൾ ഉദാരമായി താൻ നല്കിവന്ന
പാരിതോഷികങ്ങൾ തുടർന്ന് നല്കുവാനും മു
മ്പത്തെപ്പോലെ ധനശേഷി ഉണ്ടായിരിക്കു
യില്ലെന്ന് അവൻ ഭയപ്പെട്ടു. വല്ലാത്ത മാന 31
സികവിഭ്രാന്തിയിലായ അവൻ പേർഷ്യയി
ൽ ചെന്ന് ആ പ്രദേശങ്ങളിൽനിന്ന് നികു
തികൾ ശേഖരിച്ച് വിപുലമായ ധനനിക്ഷേ
പം സ്വരൂപിക്കുവാൻ നിശ്ചയിച്ചു. ഫ്രാത്ത് 32
നദി മുതൽ മിസ്രയീമിന്റെ അതിർത്തി വരെ
യുള്ള പ്രദേശങ്ങളിലെ പ്രതിപുരുഷനായി
രാജകുടുംബത്തിലെ പ്രശസ്തനായ ലൂസി
യാസിനെ അയാൾ നിയോഗിച്ചു. താൻ 33
മടങ്ങിവരുംവരെ സ്വപുത്രൻ അന്തിയോക്കു
സിന്റെ സംരക്ഷണച്ചുമതലയും അവൻ ലൂ
സിയാസിന് നല്കി. തന്റെ പകുതി സൈന്യ 34
ത്തെയും ആനകളെയും അവനെ ഏല്പിച്ചി
ട്ട്, അവൻ നിർവ്വഹിക്കേണ്ട എല്ലാ കാര്യ

ങ്ങളെക്കുറിച്ചും കല്പന കൊടുത്തു. യെഹൂദാ
യിലെയും യെരുശലേമിലെയും നിവാസി
കളെ സംബന്ധിച്ചുള്ള നിർദ്ദേശം ഇതായി
35 രുന്നു. ലൂസിയാസ് അവർക്കെതിരെ ഒരു
സൈന്യത്തെ അയച്ച് യിസ്രായേലിന്റെ
ശക്തിയും, യെരുശലേമിന്റെ ശേഷിപ്പിനെ
യും നിർമ്മൂലമാക്കി നശിപ്പിക്കണം. അവ
രെക്കുറിച്ചുള്ള ഓർമ്മപോലും നാട്ടിൽനിന്ന്
36 നീക്കിക്കളയണം. അവരുടെ പ്രദേശങ്ങളി
ലാകെ വിദേശീയരെ താമസിപ്പിക്കുകയും
അവരുടെ ദേശം ഭാഗിച്ചു കൊടുക്കുകയും
37 വേണം. അഞ്ഞൂറ്റി നാല്പത്തേഴാം വത്സ
രത്തിൽ രാജാവു് ബാക്കിയുണ്ടായിരുന്ന
പകുതി സൈന്യവുമായി തലസ്ഥാനമായ
അന്ത്യോക്യ വിട്ടു. ഫ്രാത്ത്നദി കടന്ന് ഉത്ത
രപ്രവിശ്യകളിലൂടെ അവൻ നീങ്ങി.
38 ദോറിമേനസിന്റെ പുത്രനായ ടോളമി
യെയും രാജാവിന്റെ സുഹൃത്തുക്കളിൽ വീ
രരായിരുന്ന നിക്കാനോറിനെയും ഗോർജി
യാസിനെയും ലൂസിയാസ് തെരഞ്ഞെടു
39 ത്തു. രാജകല്പനപ്രകാരം യെഹൂദദേശം
നശിപ്പിക്കാൻ നാല്പതിനായിരം കാലാൾ
പടയാളികളോടും ഏഴായിരം കുതിരപ്പട
യാളികളോടുംകൂടി അവൻ അവരെ യെ
40 ഹൂദായിലേക്കയച്ചു. അവർ സർവ്വസൈ
ന്യങ്ങളുമായി പുറപ്പെട്ട് എമ്മാവൂസിന് അടു
ത്തുള്ള സമതലത്തിൽ എത്തി പാളയമടി
41 ച്ചു. സ്ഥലത്തെ വ്യാപാരികൾ ഇവരുടെ
കഴിവിനെപ്പറ്റി പറഞ്ഞു കേട്ടിരുന്നതു
കൊണ്ട് യിസ്രായേൽക്കാരെ അടിമകളാ
യി കിട്ടാൻ വെള്ളിയും സ്വർണ്ണവും വിലങ്ങു
കളുമായി ഇവരുടെ പാളയങ്ങളിൽ ചെന്നു.
42 സിറിയൻ സൈന്യവും ഫെലിസ്ത്യരും
ഇവരോടു ചേർന്നു. ദൗർഭാഗ്യം വർദ്ധി
ച്ചിരിക്കുന്നുവെന്നും ശത്രുസൈന്യം തങ്ങ
ളുടെ അതിർത്തികളിൽ പാളയമടിച്ചിരി
ക്കുന്നുവെന്നും യൂദായും സഹോദരന്മാരും
അറിഞ്ഞു. ജനത്തെ നിശ്ശേഷം നശിപ്പി
ക്കാനുള്ള രാജകല്പനയെപ്പറ്റിയും അവർ
43 ഗ്രഹിച്ചു. അവർ അന്യോന്യം പറഞ്ഞു:
നമ്മുടെ ജനത്തെ നാശത്തിൽനിന്ന്
44 നമുക്ക് ഉദ്ധരിക്കാം. നമ്മുടെ ജനത്തിനും
വിശുദ്ധസ്ഥലത്തിനുംവേണ്ടി നമുക്കു യുദ്ധം
ചെയ്യാം. യുദ്ധത്തിന് ഒരുങ്ങാനും പ്രാർത്ഥ
നാപൂർവ്വം കരുണയും അനുകമ്പയും യാചി
ക്കാനും സഭ സമ്മേളിച്ചു. യെരുശലേം മരു 45
ഭൂമിപോലെ വിജനമായി. അവരുടെ മക്ക
ളിലാരും അകത്തോട്ടോ പുറത്തോട്ടോ
പോകുന്നില്ല; വിശുദ്ധസ്ഥലം ചവിട്ടിമെതി
ക്കപ്പെട്ടു; പരദേശികൾ കോട്ട കൈയടക്കി;
അത് വിജാതീയരുടെ പാർപ്പിടമായി; യാ
ക്കോബിൽനിന്ന് ആനന്ദം അപ്രത്യക്ഷമാ
യി. വീണയും കിന്നരവും മൂകമായി. അവർ 46
കൂട്ടമായി യെരുശലേമിനു എതിരെയുള്ള
മിസ്പയിലേക്ക് പോയി. മിസ്പയിൽ യിസ്രാ
യേൽക്കാർക്ക് പണ്ട് ഒരു പൂജാഗിരി ഉണ്ടാ
യിരുന്നു. അന്ന് അവർ വസ്ത്രങ്ങൾ കീറി 47
ചാക്കു ടുത്ത് തലയിൽ ചാരം പൂശി ഉപവ 48
സിച്ചു. വിജാതീയർ വിഗ്രഹങ്ങളോടു ഹിതം
അന്വേഷിക്കുന്നതുപോലെ, അവർ നിയമ
പുസ്തകം തുറന്ന് തിരുഹിതം ആരാഞ്ഞു. 49
പുരോഹിതവസ്ത്രങ്ങളും ആദ്യഫലങ്ങളും
ദശാംശങ്ങളും അവർ കൊണ്ടുവന്നു. വ്രതം
പൂർത്തിയാക്കിയ നാസീർ വ്രതക്കാരെയും
അവർ കൂട്ടിക്കൊണ്ടുവന്നു. പിന്നെ അവർ 50
സ്വർഗ്ഗത്തിലേക്കു നോക്കി ഉറക്കെ വിളിച്ചു
പറഞ്ഞു: ഇവകൊണ്ട് ഞങ്ങൾ എന്തു 51
ചെയ്യും? ഇവ ഞങ്ങൾ എങ്ങോട്ട് കൊണ്ടു
പോകും? നിന്റെ വിശുദ്ധസ്ഥലം ചവിട്ടി
മെതിച്ച് അശുദ്ധമാക്കിയിരിക്കുന്നു. അപ 52
മാനിതരായി നിന്റെ പുരോഹിതന്മാർ
വിലപിക്കുന്നു. ഇതാ, ഞങ്ങളെ നശിപ്പി
ക്കാൻ വിജാതീയർ ഞങ്ങൾക്കെതിരെ
ഒന്നിച്ചിരിക്കുന്നു. ഞങ്ങൾക്കെതിരെയുള്ള 53
അവരുടെ പദ്ധതി നിനക്ക് അറിയാമല്ലോ.
നീ ഞങ്ങളെ സഹായിക്കുന്നില്ലെങ്കിൽ,
അവരോട് ചെറുത്തുനില്ക്കുവാൻ ഞങ്ങൾക്ക്
എങ്ങനെ കഴിയും? പിന്നീട് അവർ കാ 54
ഹളം മുഴക്കുകയും ഉറക്കെ ആർത്ത് വിളി
ക്കുകയും ചെയ്തു. അനന്തരം യൂദാ ജനത്തി 55
ന്റെ തലവന്മാരായ സഹസ്രാധിപന്മാ
രെയും ശതാധിപന്മാരെയും അർദ്ധശതാ
ധിപന്മാരെയും ദശാധിപതികളെയും നി
യമിച്ചു. വീടുപണിയിൽ ഏർപ്പെട്ടുകയോ 56

വിവാഹനിശ്ചയം നടത്തുകയോ മുന്തി
രിത്തോട്ടങ്ങൾ നട്ടുപിടിപ്പിക്കുകയോ
ചകിതരാകുകയോ ചെയ്തിരുന്നവരോട്
നിയമം അനുശാസിക്കുംപ്രകാരം സ്വന്തം
വീടുകളിലേക്ക് മടങ്ങിപ്പോകാൻ അവൻ
57 ആജ്ഞാപിച്ചു. സൈന്യം മുന്നോട്ടുനീങ്ങി
എമ്മവൂസിന് തെക്ക് പാളയമിറങ്ങി.
58 അപ്പോൾ യൂദാ പറഞ്ഞു: അര മുറുക്കി
ധൈര്യപ്പെട്ടുവിൻ, നമ്മെയും നമ്മുടെ വി
ശുദ്ധസ്ഥലത്തെയും നശിപ്പിക്കുവാൻ നമു
ക്കെതിരെ ഒത്തുകൂടിയിരിക്കുന്ന ഈ വിജാ
തീയരോട് യുദ്ധം ചെയ്യുവാൻ അതിരാവി
59 ലെ സന്നദ്ധരാകുക. നമ്മുടെ ജനത്തിന്റെ
യും വിശുദ്ധസ്ഥലത്തിന്റെയും ദൗർഭാഗ്യം
കാണുന്നതിനെക്കാൾ പോരാടി മരിക്കുന്ന
60 താണ് അഭികാമ്യം. സ്വർഗ്ഗത്തിലെ ദൈവം
തന്റെ തിരുഹിതം അപ്പോൾ നിറവേറ്റും.

4 അയ്യായിരം കാലാൾപ്പടയാളികളെ
യും ആയിരം വിശിഷ്ട കുതിരപ്പടയാ
ളികളെയുംകൊണ്ട് ഗോർജിയസ് രാത്രി
2 യിൽ പുറപ്പെട്ടു. യെഹൂദാ പാളയത്തെ
വളഞ്ഞ് മിന്നലാക്രമണം നടത്തുവാനാ
ണ് ആ സൈന്യം ഒരുങ്ങിയത്. കോട്ടയി
ലെ നിവാസികൾ ആയിരുന്ന അവന്റെ മാ
3 ർഗ്ഗദർശികൾ. യൂദാ ഈ വിവരം അറിഞ്ഞു.
4 അയാൾ രാജസൈന്യത്തെ ആക്രമിക്കുവാ
ൻ, അവരുടെ സൈന്യം പാളയത്തിലില്ലാ
തിരുന്ന സമയം, തന്റെ വീരയോദ്ധാക്കളെ
യും കൂട്ടി എമ്മവൂസിലേക്ക് യാത്രയായി.
5 ഗോർജിയസ് രാത്രിയിൽ യൂദായുടെ പാള
യത്തിൽ പ്രവേശിച്ചു; അവിടെ ആരെയും
കണ്ടില്ല. അവൻ മലകളിൽ അവരെ
അന്വേഷിച്ചു. അവൻ പറഞ്ഞു: ഈ മനുഷ്യ
ർ നമ്മിൽനിന്ന് ഓടി രക്ഷപെടുകയാണ്.
6 രാവിലെ മൂവായിരം ആളുകളുമൊത്ത്
യൂദാ സമതലത്തിലെത്തി. എങ്കിലും
അവർക്ക് ആവിശ്യമായിടത്തോളം പട
ച്ചട്ടകളോ വാളുകളോ ഉണ്ടായിരുന്നില്ല.
7 വിജാതീയ പാളയമാകട്ടെ, ബലിഷ്ഠവും
കോട്ട കെട്ടിയുറപ്പിച്ചതും അശ്വഭടന്മാരാ
ൽ ചുറ്റപ്പെട്ടതുമാണെന്ന് അവർ കണ്ടു.
ആ പടയാളികൾ യുദ്ധത്തിന് പരിശീലനം
ലഭിച്ചവരായിരുന്നു. എങ്കിലും യൂദാ തന്നോ 8
ടൊപ്പം ഉണ്ടായിരുന്നവരോട് പറഞ്ഞു:
അവരുടെ സംഖ്യാബാഹുല്യത്തെ ഭയപ്പെ
ടുകയോ അവരുടെ ആക്രമണത്തിൽ സം
ഭ്രമിക്കുകയോ അരുത്. ഫറവോ സൈന്യ 9
വ്യൂഹങ്ങളോടുകൂടി പിന്തുടർന്നിട്ടും നമ്മുടെ
പിതാക്കന്മാർ ചെങ്കടലിൽവച്ച് എങ്ങനെ
രക്ഷിക്കപ്പെട്ടു എന്ന് ഓർക്കുക. നമ്മോട് 10
കരുണ കാണിക്കുവാനും നമ്മുടെ പിതാക്ക
ന്മാരോട് ചെയ്ത ഉടമ്പടി ഓർമ്മിച്ച്, ഇന്ന്
ഈ സൈന്യത്തെ നമ്മുടെ മുമ്പിൽനിന്ന്
തകർത്തുകളയുവാനും നമുക്കിപ്പോൾ സ്വ
ർഗ്ഗത്തോട് നിലവിളിക്കാം. യിസ്രായേ 11
ലിനെ മോചിപ്പിച്ച് രക്ഷിക്കുന്ന ഒരുവൻ
ഉണ്ടെന്ന് അപ്പോൾ എല്ലാ ജാതികളും
അറിയും. തല ഉയർത്തിനോക്കിയ വിദേശീ 12
യർ അവർ തങ്ങളുടെ നേരെ വരുന്നതു
കണ്ട് യുദ്ധത്തിന് പാളയം വിട്ടിറങ്ങി.
യൂദായുടെ അനുയായികൾ അപ്പോൾ 13
കാഹളം മുഴക്കി യുദ്ധത്തിൽ ഏർപ്പെട്ടു.
ജാതികൾ ചിന്നിച്ചിതറി സമതലത്തി 14
ലേക്ക് ഓടിപ്പോയി. പിൻനിരയിൽപ്പെട്ടവ 15
രെല്ലാം വാളിനിരയായി. ഗസാര, ഇദൂമിയ
സമതലങ്ങൾ, അസോത്തസ്, യാമ്നിയാ
എന്നിവിടങ്ങൾവരെ അവർ ജാതികളെ
പിന്തുടർന്നു. മൂവായിരത്തോളംപേർ വീണു.
പിന്നീട് യൂദായും സൈന്യവും അവരെ പി 16
ന്തുടരാതെ മടങ്ങിപ്പോന്നു. അവൻ ജന
ത്തോടു പറഞ്ഞു: കൊള്ളയിടാൻ ധൃതികൂ 17
ട്ടരുത്, ഇനിയും ഒരു യുദ്ധം നാം ചെയ്യേ
ണ്ടതുണ്ട്. ഗോർജിയാസും സൈന്യവും 18
നമ്മുടെ അടുത്തുള്ള മലകളിലുണ്ട്. അതു
കൊണ്ട് ഇപ്പോൾ ശത്രുക്കൾക്കുനേരേ ഉറ
ച്ചുനിന്ന് യുദ്ധം ചെയ്യുക; അതുകഴിഞ്ഞാൽ
ധൈര്യമായി കൊള്ളയടിക്കാം. യൂദാ സം 19
സാരിച്ചുതീരുംമുമ്പ് മലകളിൽനിന്ന് ഒരു
സംഘം പടയാളികൾ ഇറങ്ങിവരുന്നത്
കാണായി. തങ്ങളുടെ സൈന്യം തോറ്റ് 20
ഓടുന്നതും യെഹൂദർ പാളയം അഗ്നിക്കിര
യാക്കുന്നതും അവർ കണ്ടു. അവിടെ കാണ
പ്പെട്ട പുക സംഭവിച്ചതെന്തെന്ന് വ്യക്തമാ

21 ക്കി. ഇതു ഗ്രഹിച്ചപ്പോൾ അവർ ഭയവിഹ്വ
22 ലരായി. സമഭൂമിയിൽ യുദ്ധത്തിന് ഒരുങ്ങി
നിന്നിരുന്ന യൂദായുടെ സൈന്യത്തെക്കൂടി
കണ്ടപ്പോൾ അവർ ഫെലിസ്ത്യദേശത്തേ
23 ക്ക് ഓടിപ്പോയി. പിന്നീട് പാളയം കൊള്ള
ചെയ്യാൻ യൂദാ മടങ്ങിവന്നു. ധാരാളം സ്വ
ർണ്ണവും വെള്ളിയും നീല-ധൂമ്ര വസ്ത്രങ്ങളും
24 ഏറെ മറ്റു വിഭവങ്ങളും അവർക്ക് ലഭിച്ചു. മട
ക്കയാത്രയിൽ അവർ സ്വർഗ്ഗത്തിന് സ്തോ
ത്രഗീതങ്ങൾ പാടി: അവൻ നല്ലവനല്ലോ;
അവന്റെ ദയ എന്നേയ്ക്കും നിലനില്ക്കുന്നു.
25 അങ്ങനെ അന്ന് യിസ്രായേലിന് വൻ
വിമോചനം ലഭിച്ചു.
26 രക്ഷപെടുവാൻ കഴിഞ്ഞ വിജാതീയർ
ലൂസിയാസിന്റെ പക്കൽ ചെന്ന് സംഭവിച്ച
27 തെല്ലാം അവനെ അറിയിച്ചു. ഈ വാർത്ത
കേട്ടപ്പോൾ അവൻ പരിഭ്രാന്തനും നിരാ
ശാഭരിതനുമായി. എന്തെന്നാൽ, അവൻ
ഉദ്ദേശിച്ചതുപോലെയൊന്നും യിസ്രായേ
ലിന് സംഭവിച്ചില്ല; രാജാവ് തന്നോട്
കല്പിച്ചപ്രകാരം കാര്യങ്ങൾ നീങ്ങിയതുമി
28 ല്ല. എന്നാൽ അവരെ കീഴടക്കാൻ അറു
പതിനായിരം സമർത്ഥരായ കാലാൾപ്പ
ടയേയും അയ്യായിരം അശ്വഭടന്മാരെയും
പിറ്റേ സംവത്സരം അയാൾ അണിനിര
ത്തി. അവർ ഇദൂമിയയിലേക്കു വന്ന് ബേ
29 ത്സൂരിൽ പാളയമടിച്ചു. പതിനായിരം ഭട
ന്മാരോടുകൂടി യൂദാ അവരെ നേരിട്ടു.
30 ശത്രുസൈന്യം ശക്തമെന്ന് കണ്ടപ്പോൾ
യൂദാ പ്രാർത്ഥിച്ചു: യിസ്രായേലിന്റെ രക്ഷ
കൻ വാഴ്ത്തപ്പെടട്ടെ. നിന്റെ ദാസനായ ദാ
വീദിന്റെ കൈയാൽ മഹാമല്ലന്റെ ആക്രമ
ണത്തെ നീ തകർത്തുവല്ലോ; ശൗലിന്റെ
പുത്രൻ യോനാഥാന്റെയും അവന്റെ കവ
ചവാഹകന്റെയും കരങ്ങളിൽ ഫെലി
സ്ത്യപാളയങ്ങളെ നീ ഏല്പിച്ചുകൊടുത്തുവ
31 ല്ലോ. അതുപോലെ നിന്റെ ജനമായ യി
സ്രായേലിന്റെ കൈകൊണ്ട് ഈ സൈ
ന്യത്തെയും നീ വലയം ചെയ്യണമേ. കാ
ലാൾപ്പടയിലും കുതിരപ്പടയിലും ആശ്രയി
32 ക്കുന്ന അവർ ലജ്ജിതരാകട്ടെ. അവരിൽ
സംഭ്രമം നിറയ്ക്കണമേ. അവർ അഹങ്കരി
ക്കുന്ന ശക്തി ഉരുകിയൊലിച്ചു പോകുമാ
റാകട്ടെ. അവരുടെ നാശത്തിൽ അവർ
ഞെട്ടി വിറയ്ക്കട്ടെ. നിന്നെ സ്നേഹിക്കുന്ന 33
വരുടെ വാളാൽ അവരെ വെട്ടി വീഴ്ത്തണമേ.
അങ്ങനെ നിന്റെ തിരുനാമം അറിയുന്നവ
രെല്ലാം സ്തോത്രഗീതങ്ങളാൽ നിന്നെ
സ്തുതിക്കുമാറാകണമേ. പിന്നീട് രണ്ടുഭാഗ 34
ക്കാരും ഏറ്റുമുട്ടി. ലൂസിയാസിന്റെ സൈന്യ
ത്തിൽ അയ്യായിരം പേർ യുദ്ധത്തിൽ നി
ലംപതിച്ചു. തന്റെ സൈന്യത്തകർച്ചയും 35
യൂദായുടെ പടയാളികളുടെ ധൈര്യവും ജീ
വന്മരണ പോരാട്ട സന്നദ്ധതയും ഗ്രഹിച്ച
ലൂസിയാസ് അന്ത്യോക്യയിലേക്ക് പോയി;
പൂർവ്വാധികം ശക്തമായ ഒരു സൈന്യ
ത്തോടുകൂടി യൂദായെ ആക്രമിക്കുവാൻ ഒരു
കൂലിപ്പട്ടാളത്തെ അവൻ ശേഖരിച്ചു.
അപ്പോൾ യൂദായും സഹോദരന്മാരും 36
പറഞ്ഞു:`ഇതാ നമ്മുടെ ശത്രുക്കൾ തകർക്ക
പ്പെട്ടിരിക്കുന്നു. നമുക്കു പോയി വിശുദ്ധ
സ്ഥലം ശുദ്ധീകരിച്ച് പ്രതിഷ്ഠിക്കാം'. ഉടനെ 37
തന്നെ പടയാളികൾ എല്ലാം ഒന്നിച്ചുകൂടി
സീയോൻ മലയിലേക്ക് പോയി. അവിടെ 38
വിശുദ്ധസ്ഥലം അലങ്കോലപ്പെട്ടും ബലി
പീഠം അശുദ്ധമാക്കപ്പെട്ടും കിടക്കുന്നതും
വാതിലുകൾ അഗ്നിക്കിരയാക്കപ്പെട്ടതും തി
രുമുറ്റത്ത് കുറ്റിക്കാട്ടിലെപ്പോലെയും പർവ്വ
തത്തിലെപോലെയും പാഴ്ച്ചെടികൾ വള
ർന്ന് മൂടിയിരിക്കുന്നതും പുരോഹിതന്മാരു
ടെ അറകൾ നശിപ്പിക്കപ്പെട്ടിരിക്കുന്നതും
അവർ കണ്ടു. അപ്പോൾ അവർ വസ്ത്രം കീറി 39
ഉറക്കെ നിലവിളിച്ച് ചാരം പൂശി അവർ
സാഷ്ടാംഗം വീണു. സൂചനാകാഹളം മുഴ 40
ക്കിയപ്പോൾ അവർ സ്വർഗ്ഗത്തോട് നിലവി
ളിച്ചു. വിശുദ്ധസ്ഥലം ശുദ്ധീകരിക്കുമ്പോൾ 41
കോട്ടയിലുള്ളവരോട് പടപൊരുതാൻ ഒരു
വിഭാഗം സൈന്യത്തെ യൂദാ നിയോഗിച്ചു.
കുറ്റമറ്റവരും ന്യായപ്രമാണത്തോടു കൂറുള്ള 42
വരും ആയ പുരോഹിതന്മാരെ അവൻ തെ
രഞ്ഞെടുത്തു. അവർ വിശുദ്ധസ്ഥലത്തെ 43
ശുദ്ധീകരിച്ചു. അശുദ്ധമാക്കപ്പെട്ട കല്ലുക
ൾ അശുദ്ധസ്ഥലത്തേക്ക് മാറ്റി. അശുദ്ധ 44
മാക്കപ്പെട്ട ഹോമയാഗപീഠം എന്തുചെയ്യ

45 ണമെന്ന് അവർ ആലോചിച്ചു. ജാതികൾ
അശുദ്ധമാക്കിയതുകൊണ്ട് തങ്ങൾക്ക്
അപമാനം വരാതെയിരിക്കുവാൻ അത്
തച്ചുടയ്ക്കുകയാണ് ഉചിതമെന്ന് അവർ
കരുതി. അങ്ങനെ ആ ബലിപീഠം അവർ
46 അടിച്ചുടച്ചു. ആ കല്ലുകൾകൊണ്ട് എന്തുചെ
യ്യണമെന്ന് ഉപദേശിക്കാൻ ഒരു പ്രവാച
കൻ ഉണ്ടാകുംവരെ ദേവാലയപർവ്വതത്തി
ൽ സൗകര്യപ്രദമായ ഒരു സ്ഥലത്ത് അവ
47 നിക്ഷേപിച്ചു. പിന്നീട് ചെത്തിയൊരുക്കാ
ത്ത കല്ലുകൾകൊണ്ട് നിയമാനുസരണം മു
മ്പത്തേതുപോലെ ഒരു പുതിയ ബലിപീഠം
48 അവർ നിർമ്മിച്ചു. അവർ വിശുദ്ധസ്ഥലവും
ആലയത്തിന്റെ ഉൾഭാഗവും പുനർനിർമ്മി
49 ച്ചു. തിരുമുറ്റം ശുദ്ധീകരിച്ചു. അവർ പുതിയ
വിശുദ്ധപാത്രങ്ങൾ ഉണ്ടാക്കി; ദേവാലയ
ത്തിനുള്ളിൽ വിളക്കുതണ്ടും ധൂപപീഠവും
50 മേശയും സ്ഥാപിച്ചു. പിന്നീട് അവർ ബലി
പീഠത്തിൽ സുഗന്ധധൂപം സമർപ്പിച്ചു. വി
ളക്കുതണ്ടിൽ ദീപം കൊളുത്തി; അവ ദേ
51 വാലയത്തിൽ പ്രകാശം പരത്തി. അവർ
മേശപ്പുറത്ത് കാഴ്ചയപ്പം വച്ചു; തിരശ്ശീല
കൾ തൂക്കി; അപ്രകാരം ഏറ്റെടുത്ത ജോ
52 ലികളെല്ലാം അവർ പൂർത്തിയാക്കി. നൂറ്റി
നാല്പത്തിയെട്ടാം സംവത്സരം ഒമ്പതാം
മാസമായ കിസ്ലേവ് മാസം ഇരുപത്തി
യഞ്ചാം ദിവസം അതിരാവിലെ എഴുന്നേ
53 റ്റ്, തങ്ങൾ നിർമ്മിച്ചിരുന്ന പുതിയ ഹോ
മയാഗപീഠത്തിൽ ന്യായപ്രമാണപ്രകാ
54 രം അവർ ബലിയർപ്പിച്ചു. വിജാതീയർ
ബലിപീഠം അശുദ്ധമാക്കിയതിന്റെ വാ
ർഷികദിനത്തിൽതന്നെ വീണ, കിന്നരം,
കൈത്താളം എന്നിവയോടുകൂടി ഗീതങ്ങ
ൾ പാടിക്കൊണ്ട് അവർ ബലിപീഠത്തിന്റെ
55 പ്രതിഷ്ഠ നടത്തി. ജനങ്ങൾ എല്ലാവരും
സാഷ്ടാംഗം പ്രണമിച്ച് തങ്ങൾക്ക് ഐശ്വ
ര്യം പ്രദാനം ചെയ്തതിന് സ്വർഗ്ഗത്തെ വാഴ്ത്തി.
56 ബലിപീഠത്തിന്റെ പ്രതിഷ്ഠ എട്ടു ദിവസം
കൊണ്ടാടി അവർ ആഹ്ലാദപൂർവ്വം ഹോ
57 മയാഗങ്ങൾ അർപ്പിച്ചു. അവർ മോചനത്തി
ന്റെയും സ്തോത്രത്തിന്റെയും ഒരു യാഗവും
അർപ്പിച്ചു. ദേവാലയത്തിന്റെ മുൻവശത്തി
ന് സ്വർണ്ണക്കിരീടങ്ങൾകൊണ്ടും ചെറുപരി
ചകൾകൊണ്ടും അവർ മോടികൂട്ടി. പുരോ
ഹിതരുടെ മുറികളും പ്രവേശനകവാടങ്ങ
ളും പുതുക്കിപ്പണിത് വാതിലുകൾ പിടിപ്പിച്ചു.
ജനങ്ങളിൽ വളരെ സന്തോഷം ഉണ്ടായി. 58
ജാതികളാലുണ്ടായ നിന്ദയ്ക്ക് അറുതിവന്നു.
ബലിപീഠം പ്രതിഷ്ഠിച്ച ദിനങ്ങൾ ഓരോ 59
വർഷവും അതേ കാലത്ത് കിസ്ലേവ്മാ
സം ഇരുപത്തഞ്ചാം ദിവസം മുതൽ
എട്ടു ദിവസത്തേക്ക് ആഹ്ലാദാനന്ദത്തോ
ടെ ആഘോഷിക്കണം എന്ന് യൂദായും
സഹോദരന്മാരും യിസ്രായേൽസമൂഹം
മുഴുവനും തീരുമാനിക്കുകയും ചെയ്തു.
മുമ്പത്തെപ്പോലെ ജാതികൾ വീണ്ടും 60
വന്ന് അവരെ ചവിട്ടിമെതിക്കാതിരിക്കാ
ൻ അക്കാലത്ത് അവർ ഉയർന്ന മതിലുക
ളും ബലമേറിയ ഗോപുരങ്ങളും ചുറ്റും നിർമ്മി
ച്ച് സീയോൻപർവ്വതം സംരക്ഷിതമാക്കി.
യൂദാ അവിടെ ഒരു കാവൽസൈന്യത്തെ 61
യും പാർപ്പിച്ചു. ഇദുമിയയ്ക്ക് നേരെ ജനങ്ങ
ൾക്ക് ഒരു ദുർഗ്ഗമായി അവൻ ബത്ത്സൂരി
നെയും കോട്ടകെട്ടി ബലപ്പെടുത്തി.

5 ബലിപീഠം നിർമ്മിച്ച് വിശുദ്ധസ്ഥലം
പുനഃപ്രതിഷ്ഠിച്ചു എന്നറിഞ്ഞപ്പോൾ
ചുറ്റിലും ഉണ്ടായിരുന്ന വിജാതീയർ കോ
പാകുലരായി; തങ്ങളുടെ മദ്ധ്യേ കഴിയുന്ന 2
യാക്കോബിന്റെ പിൻഗാമികളെ നശിപ്പി
ക്കുവാൻ നിശ്ചയിച്ചു. ജനങ്ങൾക്കിടയിൽ 3
കൊലയും നാശവും അവർ ആരംഭിച്ചു. യി
സ്രായേല്യരെ ആക്രമിക്കുവാൻ തക്കംപാ
ർത്തിരുന്ന ഇദൂമിയയിലെ ഏശാവുകുടും
ബക്കാരെ അക്രബത്തേനയിൽ വച്ച് യൂദാ
നേരിട്ടു. അവൻ അവരെ കനത്ത പ്രഹരമേ
ല്പിച്ച് അസ്തവീര്യരാക്കി. അവരെ കൊള്ള
യടിച്ചു. യിസ്രായേല്യർക്ക് ഒരു കെണിയും 4
കുരുക്കുമായി പെരുവഴികളിൽ അവർക്കാ
യി പതിയിരിക്കുന്ന ബയാനീയരുടെ ദുഷ്ടത
അവൻ ഓർമ്മിച്ചു. അവരുടെ പെരുവഴിക 5
ളിൽ അവരെ അവൻ പതിയിരുന്നാക്രമി
ച്ച്; അവരുടെ ഗോപുരങ്ങളിൽ അവരെ
ബന്ധിച്ചും അവർക്കെതിരെ അയാൾ പാ

ളയമടിച്ചു. അവരെ അശ്ശേഷം നശിപ്പിക്ക
മെന്ന് ദൃഢനിശ്ചയം ചെയ്തു. ഗോപുരങ്ങ
ൾ അതിലുണ്ടായിരുന്നവരെ ഉൾപ്പടെ ച
6 ട്ടുകരിച്ചു. പിന്നീട് അമ്മോന്യരെ ആക്രമി
ക്കുവാൻ അവൻ അവരുടെ അടുക്കലേ
ക്ക് നീങ്ങി. തീമോത്തിയോസിന്റെ നേതൃ
ത്വത്തിലുള്ള അതിവിപുലവും സുശക്തവു
മായ സൈന്യത്തോട് അവൻ ഏറ്റുമുട്ടി.
7 അവരോട് അവൻ പലവട്ടം യുദ്ധം ചെയ്തു.
അവന്റെ മുമ്പിൽ അവർ തകർന്ന് നിലംപ
8 തിച്ചു. അവൻ അവരെ മറിച്ചിട്ടു. യാസേറും
അതിന്റെ ഗ്രാമങ്ങളും അവൻ കീഴ്പെടു
ത്തി. പിന്നെ അവൻ യൂദായിലേക്ക് തിരി
9 ച്ചുപോന്നു. അപ്പോൾ ഗിലെയാദിലെ വിജാ
തീയർ തങ്ങളുടെ നാട്ടിൽ പാർത്തിരുന്ന
യിസ്രായേല്യരെ നശിപ്പിക്കുവാൻ ഒത്തുകൂ
10 ടി. അവരെ നശിപ്പിക്കുവാൻ ഉറച്ചു. എന്നാ
ലവർ ദത്തേമ കോട്ടയിലേക്ക് പലായനം
ചെയ്തു; യൂദായ്ക്കും സഹോദരങ്ങൾക്കുമാ
11 യി ഒരു കത്തെഴുതി: "ഞങ്ങളെ നശിപ്പി
ക്കുവാൻ ചുറ്റുമുള്ള ജാതികൾ ഒത്തുകൂടി
യിരിക്കുന്നു. ഞങ്ങൾ അഭയം പ്രാപിച്ചിരി
ക്കുന്ന കോട്ട പിടിച്ചെടുക്കുവാൻ അവൻ
തയ്യാറെടുക്കുകയാണ്. തീമോത്തിയോ
സാണ് അവരുടെ സൈന്യത്തെ നയിക്കു
12 ന്നത്. ഞങ്ങളിൽ ഏറെപ്പേർ ഇതിനോട
കം നിലംപതിച്ചിരിക്കുന്നു. അതുകൊണ്ട്
ഇപ്പോൾ വന്ന് ഞങ്ങളെ അവരുടെ കൈ
13 യിൽനിന്ന് രക്ഷിക്കണം. തോബുപ്രദേശ
ത്തുണ്ടായിരുന്ന നമ്മുടെ സഹോദരങ്ങ
ളെല്ലാം വധിക്കപ്പെട്ടിരിക്കുന്നു. ശത്രുക്കൾ
അവരുടെ ഭാര്യമാരെയും കുട്ടികളെയും പി
ടിച്ചെടുത്തു; സ്വത്തുക്കൾ കവർന്നെടുത്തു;
ആയിരത്തോളം പേരെ അവർ കൊന്നിരി
14 ക്കുന്നു." ഈ കത്ത് വായിച്ചുകൊണ്ടിരുന്ന
പ്പോൾതന്നെ, കീറിപ്പറിഞ്ഞ വസ്ത്രം ധരിച്ച്
മറ്റ് ദൂതന്മാർ ഗലീലയിൽനിന്ന് വന്ന് തത്തു
15 ല്യമായ വിവരം അറിയിച്ചു; "ടോളമായിസി
ലും സൂരിലും സീദോനിലുമുള്ളവരും ജാതിക
ളുടെ ഗലീലയും മുഴുവനും ഞങ്ങളെ നശിപ്പി
ക്കാനായി ഞങ്ങൾക്കെതിരെ സംഘടിച്ചി
16 രിക്കുന്നു" എന്ന് അവർ പറഞ്ഞു. യൂദായും
ജനങ്ങളും ഈ വാർത്ത കേട്ടപ്പോൾ ശത്രു
ക്കളുടെ ആക്രമണത്തിനിരയായി വലയു
ന്ന സ്വസഹോദരങ്ങൾക്കുവേണ്ടി എന്തു
ചെയ്യണമെന്ന് തീരുമാനിക്കുവാൻ ഒരു
മഹായോഗം വിളിച്ചുകൂട്ടി. യൂദാ സഹോ 17
ദരനായ ശീമോനോട് പറഞ്ഞു; നിന്റെ
ആളുകളെ തെരഞ്ഞെടുത്ത് ഗലീലയിലേ
ക്കു പോയി നിന്റെ സഹോദരന്മാരെ രക്ഷി
ക്കുക. ഞാനും സഹോദരൻ യോനാഥാനും
ഗിലെയാദിലേക്കു പുറപ്പെടാം. സെഖര്യയു 18
ടെ പുത്രൻ യോസേഫ്, ജനനേതാവായ
അസരിയാ എന്നിവരോടൊപ്പം ശേഷിച്ച
സൈന്യത്തെ യെഹൂദായിൽ കാവൽ
നിറുത്തി. അവൻ അവർക്ക് ഇപ്രകാരം 19
കല്പന നല്കി: ഈ ജനത്തിന്റെ ചുമതല
ഏറ്റെടുക്കുക. എന്നാൽ ഞങ്ങൾ മടങ്ങി
വരുംവരെ ജാതികളോട് യുദ്ധം ചെയ്യരു
ത്. പിന്നീട് ഗലീലയിലേക്കു പോകുവാൻ 20
ശീമോന്റെ കൂടെ മൂവായിരം ആളുകളെയും
ഗിലെയാദിലേക്കു പോകാൻ യൂദായുടെകൂ
ടെ എണ്ണായിരം പേരെയും നിയോഗിച്ചു.
അപ്രകാരം ശീമോൻ ഗലീലയിലെത്തി 21
ജാതികൾക്കെതിരെ അനവധി യുദ്ധങ്ങ
ൾ നടത്തി. ജാതികൾ അവന്റെ മുമ്പിൽ
തകർന്നുപോയി. ടോളമായിസിന്റെ കവാ 22
ടംവരെ അവരെ പിന്തുടർന്ന് ജാതികളിൽ
മൂവായിരത്തോളം പേരെ അവൻ വധിച്ചു.
അവരുടെ സമ്പത്ത് കൊള്ളയടിക്കുകയും
ചെയ്തു. ഗലീലായിലും അർബത്തായിലും 23
ഉണ്ടായിരുന്ന യെഹൂദരെ ഭാര്യമാരോടും
കുഞ്ഞുങ്ങളോടും എല്ലാ വസ്തുവകകളോടും
കൂടി അത്യാഹ്ലാദത്തോടെ യെഹൂദായിലേ
ക്ക് കൊണ്ടുവന്നു.

യൂദാമക്കാബിയും സഹോദരൻ യോനാ 24
ഥാനുംകൂടി യോർദ്ദാൻ കടന്ന് മൂന്നു ദിവസം
മരുഭൂമിയിലൂടെ യാത്രചെയ്തു. അവർ കണ്ടു 25
മുട്ടിയ നബത്തേയർ സമാധാനപൂർവ്വം
അവരെ സ്വാഗതം ചെയ്തു. ഗിലെയാദിൽ 26
തങ്ങളുടെ സഹോദരങ്ങൾക്ക് സംഭവിച്ച
തെല്ലാം അവർ വിവരിച്ചു; ബൊസ്രാ, ബോ
സോർ, അലേമാ, കാസ്ഫോ, മാ ക്കെദ്,
കർന്നയീം എന്നീ സുശക്തങ്ങളായ വൻന

ഗരങ്ങളിൽ അവരിൽ ധാരാളംപേർ ബന്ധ
27 നസ്ഥരായിരിക്കുന്നു. ഗിലെയാദിലെ മറ്റു
നഗരങ്ങളിലും ചിലരെ തടഞ്ഞുവച്ചിരിക്കു
ന്നു. നാളെ കോട്ടകൾ ആക്രമിച്ച് ഒരു ദിവ
സംകൊണ്ട് എല്ലാവരെയും നശിപ്പിക്കുവാ
28 ൻ എതിരാളികൾ ഒരുങ്ങുന്നു. അപ്പോൾ
യൂദായും സൈന്യവും വേഗം മരുഭൂമിയിലെ
പാതയിലൂടെ സഞ്ചരിച്ച് ബൊസ്രായിലെ
ത്തി; നഗരം കൈവശപ്പെടുത്തി; പുരുഷ
ന്മാരെയെല്ലാം വാളിനിരയാക്കി; വസ്തുവ
29 കകളെല്ലാം കൊള്ളയടിച്ചു; നഗരം അഗ്നി
ക്കിരയാക്കുകയും ചെയ്തു. രാത്രിയിൽ അവി
ടെനിന്നു പുറപ്പെട്ട് അവർ ദത്തേമാ കോട്ട
യിൽ എത്തി. കോട്ട കൈവശപ്പെടുത്തി.
30 അതിലെ നിവാസികളായ യെഹൂദരെ
ആക്രമിക്കാൻ കോവണികളും യുദ്ധയ
ന്ത്രങ്ങളും വഹിച്ചുകൊണ്ട് എണ്ണമറ്റ ഒരു
വൻപട വരുന്നതാണ് പിറ്റേന്ന് രാവിലെ
31 അവർ കണ്ടത്. യുദ്ധം തുടങ്ങിക്കഴി
ഞ്ഞു എന്ന് യൂദാ ഗ്രഹിച്ചു. നഗരത്തിന്റെ
നിലവിളി കാഹളനാദത്തോടും ആർപ്പു
വിളികളോടും കലർന്ന് സ്വർഗ്ഗത്തിലേ
32 യ്ക്ക് ഉയർന്നു. അപ്പോൾ അവൻ സൈനി
കരോടു പറഞ്ഞു: നിങ്ങളുടെ സഹോദര
33 ർക്കു വേണ്ടി ഇന്ന് യുദ്ധം ചെയ്യുക. അവൻ
സൈന്യത്തെ മൂന്നു ഗണമാക്കി. അവർ
ശത്രുക്കളുടെ പിന്നിലെത്തി കാഹളമൂതി
34 ഉച്ചത്തിൽ പ്രാർത്ഥിച്ചു. അത് മക്കാബി
യാസ് ആണെന്ന് മനസ്സിലാക്കിയതോ
ടെ തിമോത്തിയോസിന്റെ പട ഓടിപ്പോ
യി. അവൻ അവർക്ക് കനത്ത പ്രഹരം
ഏല്പിച്ചു. എണ്ണായിരത്തോളം പേർ അന്ന്
മരിച്ചുവീണു.
35 പിന്നീട് യൂദാ അലേമായിലേക്കു തിരി
ഞ്ഞു അതിനെതിരെ പടപൊരുതി അത്
പിടിച്ചെടുത്തു. അവിടെ ഉണ്ടായിരുന്ന പുരു
ഷന്മാരെ മുഴുവൻ വധിച്ചു. നഗരം കൊള്ളയ
ടിക്കുകയും അഗ്നിക്കിരയാക്കുകയും ചെയ്തു.
36 അവിടെനിന്ന് മുന്നോട്ടുനീങ്ങി കാസഫോ,
മാക്കേദ്, ബോസോർ എന്നിവയും ഗിലെ
യാദിലെ മറ്റു നഗരങ്ങളും അവൻ പിടിച്ചെ
37 ടുത്തു. ഇതുകഴിഞ്ഞു തിമോത്തിയോസ്
മറ്റൊരു സൈന്യത്തെ ശേഖരിച്ച് അരുവി
യുടെ മറുകരയിൽ രാഫോനിന് എതിരെ
പാളയമടിച്ചു. അപ്പോൾ യൂദാ ശത്രുപാള 38
യത്തിലേക്ക് ചാരന്മാരെ അയച്ചു. അവർ
അവന് വിവരങ്ങൾ നല്കി; നമുക്കു ചുറ്റുമുള്ള
ജാതികൾ മുഴുവൻ അവനോട് ചേർന്നിരി
ക്കുന്നു. അത് ഒരു വലിയ സേനാവ്യൂഹം 39
തന്നെ. അവരെ സഹായിക്കാൻ അറബി
കളെ കൂലിക്കെടുക്കുകയും ചെയ്തിരിക്കുന്നു.
നിനക്കെതിരെ പോരാടുവാൻ തയ്യാറായി
അരുവിയുടെ മറുകരയിൽ അവർ പാളയമ
ടിച്ചിരിക്കുന്നു. അപ്പോൾ അവരെ നേരിടാൻ
യൂദാ പുറപ്പെട്ടു. യൂദായും സൈന്യവും അരു 40
വിക്ക് അടുത്തേക്കു നീങ്ങിയപ്പോൾ തിമോ
ത്തിയോസ് തന്റെ സേനാനായകരോ
ടു പറഞ്ഞു: അവൻ ആദ്യം നമ്മുടെ അടു
ത്തേക്ക് വരുന്നപക്ഷം അവനെ ചെറുക്കാ
ൻ നമുക്ക് കഴിയുകയില്ല. അവൻ തീർച്ചയാ 41
യും നമ്മെ തോല്പിക്കും. എന്നാൽ അവൻ
പേടിച്ച് അക്കരെ തന്നെ പാളയമടിച്ചാൽ
നമുക്ക് മറുകരയെത്തി അവനെ തോല്പി
ക്കാം. യൂദാ അരുവിക്കരയിലെത്തി സേ 42
നാനായകരെ അവിടെ നിയോഗിച്ചുകൊ
ണ്ട് പറഞ്ഞു: ആരെയും താവളമടിക്കാൻ
അനുവദിക്കരുത്. എല്ലാവരെയും യുദ്ധരം
ഗത്തേയ്ക്ക് പറഞ്ഞുവിടുക. പിന്നീട് അവൻ 43
ആദ്യം മറുകര കടന്നു. സൈന്യം മുഴുവൻ
അവനെ അനുഗമിച്ചു. ജാതികളെല്ലാം
അവന്റെ മുമ്പിൽ പരാജയപ്പെട്ടു. ആയുധ
ങ്ങൾ വലിച്ചെറിഞ്ഞിട്ട് അവർ കാർന്നായി
ലെ വിശുദ്ധസങ്കേതത്തിലേക്ക് ഓടിപ്പോ
യി. യൂദായാകട്ടെ ആ നഗരം പിടിച്ചടക്കി, 44
സങ്കേതം അതിനുള്ളിലുണ്ടായിരുന്ന എല്ലാ
വരോടുംകൂടി അഗ്നിക്കിരയാക്കി. അങ്ങനെ
കർന്നയീം കീഴടങ്ങി. യൂദായോട് ചെറുത്തു
നില്ക്കുവാൻ അവർക്ക് പിന്നീട് കഴിഞ്ഞി
ല്ല. യെഹൂദാദേശത്ത് പോകാനായി വല്ല 45
പ്പചെറുപ്പവ്യത്യാസം കൂടാതെ ഗിലെയാദി
ലെ എല്ലാ യിസ്രായേല്യരെയും ഭാര്യമാരോ
ടും കുഞ്ഞുങ്ങളോടും വസ്തുവകകളോടുംകൂടി
യൂദാ വിളിച്ചുകൂട്ടി.
വലിയ ഒരു സംഘമായിരുന്നു അത്. 46

അവർ എഫ്രോനിൽ എത്തി. മാർഗ്ഗമദ്ധ്യേ
സുശക്തമായ ഒരു വൻനഗരം ഉണ്ടായിരു
ന്നു. അവിടെ നഗരത്തിലൂടെ അല്ലാതെ
ഇടംവലം തിരിഞ്ഞുപോകുവാൻ അവ
47 ർക്ക് നിർവ്വാഹമില്ലായിരുന്നു. എന്നാൽ
ആ നഗരവാസികൾ നഗരകവാടങ്ങൾ
കല്ലുകൊണ്ടടച്ച് അവരെ തടഞ്ഞുനിറുത്തി.
48 അപ്പോൾ യൂദാ ഇപ്രകാരം ഒരു സുഹൃദ്സ
ന്ദേശം അവർക്ക് കൊടുത്തയച്ചു: ഞങ്ങളു
ടെ ദേശത്തെത്താൻ നിങ്ങളുടെ ദേശത്തു
കൂടി ഞങ്ങൾ ഒന്ന് കടന്നുപൊയ്ക്കൊ
ള്ളട്ടെ. ആരും നിങ്ങളെ ഉപദ്രവിക്കുകയി
ല്ല. ഞങ്ങൾ കാൽനടയായി പൊയ്ക്കൊ
49 ള്ളാം. എന്നിട്ടും വഴിതുറന്നു കൊടുക്കാൻ
അവർ വിസമ്മതിച്ചു. അപ്പോൾ യൂദാ സൈ
ന്യങ്ങളോട് അവർ നില്ക്കുന്നിടത്ത് നിലയുറ
പ്പിക്കുവാൻ ആജ്ഞാപിച്ചു. സൈന്യം ഉറ
50 ച്ചുനിന്നു. അന്ന് നഗരത്തിനെതിരെ യൂദാ
രാപകൽ പോരാടി. നഗരം അവന് കീഴ
51 ടങ്ങി. എല്ലാ പുരുഷന്മാരെയും അയാൾ
വാളിന് ഇരയാക്കി. നഗരം ഇടിച്ചുനിര
ത്തി; കൊള്ളയടിച്ചു. മൃതദേഹങ്ങൾക്കു
മീതെ കടന്ന് അവൻ നഗരം വിട്ടു.
52 അവർ യോർദ്ദാൻ കടന്ന് ബെത്ശാ
ന്റെ മുൻഭാഗത്തുള്ള വിശാലമായ സമത
53 ലത്തിലെത്തി. യെഹൂദായിൽ എത്തുംവ
രെ അവൻ മന്ദഗതിക്കാരെ ഒരുമിച്ചുകൂട്ടി
മുന്നോട്ട് കൊണ്ടുപോകുകയും ജനങ്ങളെ
പ്രോത്സാഹിപ്പിക്കുകയും ചെയ്തുകൊണ്ടി
54 രുന്നു. അപകടമൊന്നും കൂടാതെ സുരക്ഷി
തരായി തിരിച്ചെത്തിയതുകൊണ്ട് അവർ
ആനന്ദത്തോടും ആഹ്ലാദത്തോടുംകൂടി സീ
യോൻമലയിൽ കയറി ഹോമയാഗങ്ങൾ
അർപ്പിച്ചു.
55 യൂദായും യോനാഥാനും ഗിലെയാദിലും
അവരുടെ സഹോദരൻ ശീമോൻ ടോളമാ
യിസിന് മുമ്പുള്ള ഗലീലയിലും ആയിരുന്ന
56 പ്പോൾ അവർ നടത്തിയ വീരോചിതമായ
യുദ്ധത്തെക്കുറിച്ചും അവരുടെ ധീരോദാ
ത്തമായ പ്രവൃത്തികളെക്കുറിച്ചും സെഖ
ര്യായുടെ പുത്രൻ യോസേഫ്, അസരിയാ
57 എന്നീ സേനാനായകർ കേട്ടു. അവർ
പറഞ്ഞു: നമുക്കും പേരെടുക്കണം. ചുറ്റു
മുള്ള ജാതികളോട് നമുക്കും യുദ്ധം ചെയ്യാം.
അപ്പോൾതന്നെ തങ്ങളോടു കൂടെയുണ്ടാ 58
യിരുന്ന പടയാളികൾക്ക് അവർ ആജ്ഞ
നല്കി. ഉടൻതന്നെ അവർ യാമ്നിയായ്ക്കു
നേരെ പുറപ്പെട്ടു. ഗോർജിയസും പടയാളി 59
കളും അവരോട് ഏറ്റുമുട്ടാൻ നഗരത്തിന്
പുറത്തു വന്നു. യോസേഫിനെയും അസരി 60
യായെയും തുരത്തി അവർ യൂദായുടെ അതി
ർത്തിയോളം ഓടിച്ചു. യിസ്രായേൽക്കാരി 61
ൽ രണ്ടായിരത്തോളംപേർ അന്ന് കൊ
ല്ലപ്പെട്ടു. അങ്ങനെ യൂദായെയും സഹോ
ദരന്മാരെയും ചെവിക്കൊള്ളാതെ ധീരത
കാട്ടാൻ മുതിർന്നതിനാൽ ജനം കനത്ത
പരാജയം ഏറ്റുവാങ്ങേണ്ടിവന്നു. എന്നാൽ 62
അവർ യിസ്രായേലിനു മോചനം നല്കുവാ
ൻ നിയുക്തരായവരുടെ കുടുംബത്തിൽ
ഉൾപ്പെട്ടവരായിരുന്നില്ല. യൂദായും സഹോ 63
ദരരും യിസ്രായേൽ മുഴുവനിലും ജാതിക
ൾക്കിടയിലും വളരെയേറെ ബഹുമാനിക്ക
പ്പെട്ടു. അവരുടെ കീർത്തി ചെന്നെത്തിയി 64
ടത്തെല്ലാം അവരെ പ്രശംസിക്കുവാൻ ജന
ങ്ങൾ തടിച്ചുകൂടി.
പിന്നീട് യൂദായും സഹോദരരും പോയി 65
തെക്കൻദേശത്ത് ഏശാവിന്റെ സന്തതിക
ളെ ആക്രമിച്ചു. ഹെബ്രോനും ഗ്രാമങ്ങളും
അയാൾ കൈയടക്കി. അതിന്റെ കോട്ടക
ൾ തകർത്ത് ചുറ്റുമുള്ള ഗോപുരങ്ങൾ ചുട്ടെ
രിച്ചു. പിന്നീട് ഫെലിസ്ത്യരുടെ ദേശം ആക്ര 66
മിക്കുവാൻ ശമര്യാവഴി അവർ പുറപ്പെട്ടു.
ധീരകൃത്യം ചെയ്യാൻ കൊതിച്ച് അവിവേ 67
കമായി യുദ്ധത്തിന് പുറപ്പെട്ട ചില പുരോ
ഹിതർ ആ യുദ്ധത്തിൽ അന്ന് മരിച്ചുവീണു.
യൂദാ ഫെലിസ്ത്യരുടെ ദേശത്തുള്ള അസോ 68
ത്തസിലേക്ക് പുറപ്പെട്ടു. അവരുടെ ബലി
പീഠങ്ങൾ അയാൾ തകർത്തു. ദേവവിഗ്ര
ഹങ്ങൾ ചുട്ടെരിച്ചു. നഗരങ്ങൾ കൊള്ള
യടിച്ചിട്ട് അവൻ യെഹൂദാദേശത്തേക്ക്
മടങ്ങിപ്പോയി.

6 അന്ത്യോക്കസ് രാജാവ് വടക്കേ പ്രവി
ശ്യകളിലൂടെ സഞ്ചരിക്കുമ്പോൾ പേ

2 ർഷ്യയിലെ എലീമായീസ് സ്വർണ്ണത്തിന്റെ
യും വെള്ളിയുടെയും ആധിക്യം മൂലം പ്ര
ശസ്തനഗരമാണെന്ന് അറിഞ്ഞു. അവിട
ത്തെ ക്ഷേത്രം ഏറെ സമ്പന്നമായിരുന്നു.
യവനരെ ആദ്യമായി ഭരിച്ച ക്കെദോത്യ
ക്കാരനും ഫിലിപ്പിന്റെ പുത്രനുമായ അല
ക്സാണ്ടർ രാജാവ് ഉപേക്ഷിച്ചുപോയ
സ്വർണ്ണപ്പരിചകളും മാർച്ചട്ടകളും ആയുധ
ങ്ങളും അവിടെയാണ് സൂക്ഷിച്ചിരുന്നത്.
3 തന്മൂലം നഗരം കൈവശപ്പെടുത്തി കൊ
ള്ളയടിക്കാൻ അന്ത്യോക്കസ് ശ്രമിച്ചു. നഗ
രവാസികൾക്ക് അയാളുടെ തന്ത്രം പിടി
കിട്ടിയതിനാൽ അത് സാധിച്ചില്ല. അവർ
4 അവനോട്ട് പൊരുതിനിന്നു. അതുകൊ
ണ്ട് അവൻ പലായനം ചെയ്തു. വലിയ ദുഃ
ഖത്തോടെ ബാബിലോണിലേക്ക് പിൻവാ
5 ങ്ങി. അപ്പോൾ പാർസിയിൽ അയാളുടെ
അടുക്കൽ ഒരു ദൂതൻ എത്തി യെഹൂദായി
ലേക്ക് പോയിരുന്ന സൈന്യങ്ങൾ പരാ
ജയപ്പെട്ട വൃത്താന്തം അറിയിച്ചു; സുശക്ത
6 മായ സൈന്യവുമായിട്ടാണ് ലൂസിയാസ് പു
റപ്പെട്ടതെങ്കിലും യെഹൂദരുടെ മുമ്പിൽനി
ന്ന് അവന് പിന്തിരിഞ്ഞു് ഓടേണ്ടിവന്നു.
തങ്ങൾ തോല്പിച്ച സൈന്യങ്ങളിൽനിന്ന്
പിടിച്ചെടുത്ത ആയുധങ്ങൾ, വിഭവങ്ങൾ,
ധാരാളം കൊള്ളവസ്തുക്കൾ എന്നിവകൊ
ണ്ട് യെഹൂദർ കൂടുതൽ കരുത്താർജ്ജിച്ചി
7 രിക്കുന്നു; യെരുശലേമിലെ ബലിപീഠത്തി
ൽ അവൻ സ്ഥാപിച്ചിരുന്ന മ്ലേച്ഛവിഗ്രഹം
അവർ ഉടച്ചുകളഞ്ഞു. വിശുദ്ധസ്ഥലത്തിനു
ചുറ്റും മുമ്പത്തെപ്പോലെ ഉയരമുള്ള മതിലുക
ൾ അവർ നിർമ്മിച്ചിരിക്കുന്നു. അവന്റെ നഗ
രമായ ബെത്സൂറും കോട്ട കെട്ടി ഉറപ്പിച്ചിരി
8 ക്കുന്നു. ഈ വാർത്ത കേട്ടപ്പോൾ രാജാവ്
അമ്പരന്ന് ഭ്രമിച്ചുപോയി. താൻ ആസൂത്ര
ണം ചെയ്ത പദ്ധതികളൊന്നും തനിക്കനുകൂ
ലമായി തീരാതിരുന്നതിനാൽ ദുഃഖാർത്ത
നായ രാജാവ് രോഗബാധയാൽ കിടപ്പി
9 ലായി. നിരന്തരം കഠിനദുഃഖം അനുഭവിച്ച്
വളരെനാൾ രോഗശയ്യയിൽ കഴിഞ്ഞുകൂ
ടിയ അവൻ തന്റെ മരണം ആസന്നമായി
എന്ന് ഗ്രഹിച്ചു. അതിനാൽ സുഹൃത്തുക്കളെ
യെല്ലാം വിളിച്ചുവരുത്തി അവൻ പറഞ്ഞു: 10
ഉറക്കം എന്നെ വിട്ടുപിരിഞ്ഞിരിക്കുന്നു;
ആകുലതയാൽ എന്റെ ഹൃദയം തളർന്നിരി
ക്കുന്നു. എന്തൊരു കഷ്ടതയാണ് എനിക്ക്
വന്നുകൂടിയിരിക്കുന്നത്? എന്തൊരു മഹാ 11
പ്രളയത്തിലേക്കാണ് ഞാൻ മുങ്ങിത്താ
ഴുന്നത്! അധികാരത്തിലിരിക്കുമ്പോൾ
ഞാൻ കൃപാലുവും പ്രിയങ്കരനും ആയിരുന്ന
വല്ലോ എന്ന് ഞാൻ സ്വയം പറഞ്ഞിരുന്നു.
എന്നാൽ യെരുശലേമിൽ ചെയ്ത തിന്മക
ൾ ഞാനിപ്പോൾ ഓർമ്മിക്കുന്നു. അവരുടെ 12
സ്വർണ്ണപാത്രങ്ങളും വെള്ളിപാത്രങ്ങളും
ഞാൻ കവർന്നെടുത്തു. ഒരു കാരണവും
ഇല്ലാതിരിക്കേ, യെഹൂദാനിവാസികളെ
നശിപ്പിക്കുവാൻ ഞാൻ ആളയച്ചു. അതു 13
കൊണ്ടാണ് ഈ ദുരിതങ്ങൾ എനിക്കു
ണ്ടായതെന്ന് ഞാൻ അറിയുന്നു. ദുഃഖഭാ
രംകൊണ്ട് ഈ പരദേശത്തുവച്ച് ഇതാ,
ഞാൻ മരിക്കുന്നു! പിന്നീട് അവൻ തന്റെ 14
സുഹൃത്തുക്കളിലൊരാളായ ഫിലിപ്പിനെ
വിളിച്ചുവരുത്തി; രാജ്യം മുഴുവന്റെയും ഭര
ണാധികാരിയാക്കി. തന്റെ കിരീടവും മേ 15
ലങ്കിയും മുദ്രമോതിരവും രാജാവ് അവനെ
ഏല്പിച്ചു. തന്റെ പുത്രൻ അന്തിയോക്കസി
നെ കിരീടാവകാശിയായി അവൻ വള
ർത്തിക്കൊണ്ടു വരണമെന്ന ലക്ഷ്യത്തോ
ടെയാണ് രാജാവ് ഇത് ചെയ്തത്. നൂറ്റി നാ 16
ല്പത്തി ഒമ്പതാം വത്സരത്തിൽ* അങ്ങനെ
അന്ത്യോക്കസ് രാജാവ് മരിച്ചു. രാജാവി
ന്റെ മരണവൃത്താന്തം അറിഞ്ഞപ്പോൾ 17
ലൂസിയാസ് രാജപുത്രനായ അന്ത്യോക്ക
സിനെ ഭരണത്തിൽ അവരോധിച്ചു. ബാ
ല്യംമുതലേ താൻ വളർത്തിക്കൊണ്ടുവ
ന്ന അവനെ ലൂസിയാസ് എവ്പ്പാത്തോർ
എന്ന് നാമകരണം ചെയ്തു.

ഈ കാലഘട്ടത്തിൽ യിസ്രായേൽക്കാ 18
രെ കോട്ടയിലുണ്ടായിരുന്നവർ വിശുദ്ധസ്ഥ
ലത്തിനു ചുറ്റുമുള്ള സ്ഥലങ്ങളിൽ ഒതുക്കി
നിറുത്തി. അവരെ എല്ലാവിധത്തിലും ദ്രോ
ഹിക്കാനും ജാതികളെ പ്രബലരാക്കുവാ
നും അവർ ശ്രമിക്കുകയായിരുന്നു. യൂദാ 19

* *ബി.സി. 163ൽ*

അവരെ ഇല്ലായ്മചെയ്യുവാൻ തീരുമാനി
ച്ചു. അവരെ വളഞ്ഞുപിടിക്കുവാൻ എല്ലാ
20 ആളുകളെയും അവൻ വിളിച്ചുകൂട്ടി. നൂറ്റി
അമ്പതാം വത്സരത്തിൽ* അവർ ഒരുമി
ച്ചുകൂടി കോട്ട ഉപരോധിച്ചു. ഉപരോധഗോ
പുരങ്ങളും മറ്റു യുദ്ധയന്ത്രങ്ങളും അയാൾ
21 നിർമ്മിച്ചിരുന്നു. ചില സേനാംഗങ്ങൾ
ഉപരോധത്തിൽനിന്ന് ഓടി രക്ഷപെട്ടു.
22 അധർമ്മികളായ ഏതാനും യിസ്രായേ
ൽക്കാരും അവരോടു ചേർന്നു. അവർ രാ
ജസന്നിധിയിൽ എത്തി ചോദിച്ചു: നീതി
നിർവ്വഹിക്കുവാനും ഞങ്ങളുടെ സഹോദ
രരെ ദ്രോഹിച്ചവരോട്ട് പ്രതികാരം ചെയ്യു
23 വാനും നീ എത്രനാൾ എടുക്കും? നിന്റെ
പിതാവിനെ സേവിക്കുവാനും അദ്ദേഹം
പറഞ്ഞതനുസരിച്ച് ജീവിച്ച് അദ്ദേഹത്തി
ന്റെ കല്പനകൾ പാലിക്കുവാനും ഞങ്ങ
24 ൾക്ക് സന്തോഷമായിരുന്നു. ഇക്കാരണ
ത്താലാണ് ഞങ്ങളുടെ ജനങ്ങൾ കോട്ട
ഉപരോധിക്കുകയും ഞങ്ങളുടെ ശത്രുക്കളാ
യി തീരുകയും ചെയ്തത്. മാത്രമല്ല, ഞങ്ങളി
ൽ പിടികൂടിയവരെയെല്ലാം അവർ വധിച്ചു.
ഞങ്ങളുടെ അവകാശങ്ങൾ പിടിച്ചെടുത്തു.
25 ഞങ്ങൾക്കെതിരെ മാത്രമല്ല അവരുടെ
അതിർത്തിയിലുള്ള എല്ലാ ദേശങ്ങൾക്കു
നേരെയും അവർ കൈ ഉയർത്തിയിരി
26 ക്കുന്നു. ഇന്ന് യെരുശലേം കോട്ട പിടി
ച്ചടക്കാൻ അതിനെതിരെ അവർ ഇതാ,
പാളയമടിച്ചിരിക്കുന്നു. വിശുദ്ധസ്ഥലവും
ബേത്സൂറും അവർ കോട്ട കെട്ടി സുര
27 ക്ഷിതമാക്കുകയും ചെയ്തിരിക്കുന്നു. നീ
ഉടനെ അവരെ പ്രതിരോധിക്കുന്നില്ലെങ്കി
ൽ, അവർ ഇനിയും വലിയ ഉപദ്രവങ്ങ
ൾ ചെയ്യും; പിന്നെ അവരെ തടയുവാൻ
നിനക്ക് കഴിയുകയില്ല.
28 ഇതു കേട്ടപ്പോൾ രാജാവ് കോപിച്ചു.
തന്റെ എല്ലാ സുഹൃത്തുക്കളെയും സേനാ
നായകരെയും അധികാരികളെയും അവൻ
29 വിളിച്ചുകൂട്ടി. അന്യദേശങ്ങളിൽനിന്നും
സമുദ്രത്തിലെ ദ്വീപുകളിൽനിന്നും കൂലി
30 പ്പട്ടാളക്കാരും അവനോട്ട് ചേർന്നു. ഒരു
ലക്ഷം കാലാൾപ്പടയും ഇരുപതിനായി
രം പേരുടെ കുതിരപ്പടയും യുദ്ധപരിശീല
നം നേടിയ മുപ്പത്തിരണ്ട് ആനകളും അട
ങ്ങിയതായിരുന്നു അവന്റെ സൈന്യം.
അവർ ഇദുമിയയിലൂടെ കടന്ന് ബേത്സൂ 31
റിനെതിരെ പാളയമടിച്ചു. അനേകദിവ
സം അവർ യുദ്ധം ചെയ്തു. യുദ്ധയന്ത്രങ്ങ
ൾ നിർമ്മിച്ചു. എന്നാൽ യെഹൂദർ മിന്നലാ
ക്രമണം നടത്തി അവരുടെ യന്ത്രങ്ങൾ ചു
ട്ടെരിക്കുകയും പൗരുഷത്തോടെ പടവെട്ടു
കയും ചെയ്തു. അപ്പോൾ യൂദാ, കോട്ടയി 32
ൽനിന്ന് പുറകോട്ടു മാറി രാജാവിന്റെ പാ
ളയത്തിനെതിരെയുള്ള ബേത്സഖറിയാ
യിൽ പാളയമടിച്ചു. അതിരാവിലെ തന്നെ 33
രാജാവ് ധൃതിയിൽ സേനയെ ബേത്സഖ
റിയായിലേക്കുള്ള പാതയിലൂടെ നയിച്ചു.
അവന്റെ സൈന്യം യുദ്ധസന്നദ്ധമായി 34
അവരുടെ കാഹളം മുഴക്കി. മുന്തിരിരസ
വും മൾബറിച്ചാറും കൊണ്ട് ആനകളുടെ
യുദ്ധവീര്യം ഉണർത്തി. സൈന്യവ്യൂഹങ്ങ 35
ൾക്കിടയിൽ മൃഗങ്ങളെ പലയിടത്തായി
നിലയുറപ്പിച്ചു. പോർച്ചട്ടയും പിച്ചളത്തൊ
പ്പിയും അണിഞ്ഞ ആയിരം കാലാൾപ്പ
ടയെയും സുശിക്ഷിതരായ അഞ്ഞൂറു കു
തിരപ്പടയാളികളെയും ഓരോ മൃഗത്തിനു
മൊപ്പം നിർത്തി. മൃഗം നില്ക്കേണ്ടിടത്ത് 36
നേരത്തെ തന്നെ അവർ നിലയുറപ്പിക്കും.
അത് പോകുന്നിടത്തൊക്കെ അവരും
പോകും. അവർ ഒരിക്കലും അതിനെ വി 37
ട്ടുമാറിയിരുന്നില്ല. ഓരോ ആനയുടെയും
പുറത്ത് മരംകൊണ്ടു നിർമ്മിച്ച് മറച്ച ബലി
ഷ്ഠമായ ഓരോ അമ്പാരി ഉണ്ടായിരുന്നു. പ്ര
ത്യേക പടച്ചമയങ്ങൾക്കൊണ്ട് അത് മൃഗ
ത്തോട്ട് ബന്ധിച്ചിരുന്നു. അതിൽ ഓരോ
ന്നിന്റെയും പുറത്ത് അവിടെയിരുന്ന് യുദ്ധം
ചെയ്യുന്ന ആയുധധാരികളായ നാലു പട
യാളികളും ഇന്ത്യാക്കാരനായ പാപ്പാനും
ഉണ്ടായിരുന്നു. ശേഷം കുതിരപ്പടയാളിക 38
ളെ സൈന്യനിരകൾക്കിടയിൽ ഇരുവശ
ത്തുമായി നിറുത്തി; സുരക്ഷിതരായി നിന്നു
കൊണ്ട് അവർക്ക് ശത്രുക്കളെ ആക്രമിക്കു
വാൻ കഴിയുമായിരുന്നു. സ്വർണ്ണവും പിച്ച 39

* *ബി.സി. 162-ൽ*

ളയുംകൊണ്ടുള്ള പരിചകളിൽ സൂര്യപ്രകാ
രം പ്രതിഫലിച്ചപ്പോൾ മലകൾ വെട്ടിത്തി
ളങ്ങി. വൻ പ്രകാശമുള്ള ദീപങ്ങൾപോ
40 ലെ അവ പ്രശോഭിച്ചു. രാജസൈന്യത്തിൽ
ഒരു വിഭാഗം ഉയർന്ന മലകളിലും മറ്റൊരു
വ്യൂഹം സമതലത്തിലും നിരന്ന് ചിട്ടയിൽ
41 സുധീരം മുന്നോട്ടു നീങ്ങി. പടനീക്കത്തി
ന്റെ ആരവവും ആയുധങ്ങളുടെ ശബ്ദവും
കേട്ടവരെല്ലാം ഞെട്ടിവിറച്ചു. അത്രയേ
റെ വിപുലവും ശക്തവുമായിരുന്നു ആ
സൈന്യസന്നാഹങ്ങൾ.

42 എങ്കിലും യൂദായും സൈന്യവും യുദ്ധത്തി
നിറങ്ങി. രാജാവിന്റെ സൈന്യത്തിൽ അറു
43 നൂറുപേർ നിലംപതിച്ചു. അവറാൻ എന്നു
വിളിക്കപ്പെടുന്ന എലിയാസാർ മൃഗങ്ങളി
ലൊന്ന് രാജകീയ പടക്കോപ്പുകൾ അണി
44 ഞ്ഞിരിക്കുന്നതായി കണ്ടറിഞ്ഞു. അതിന്
മറ്റുള്ളവയെക്കാൾ ഉയരം ഉണ്ടായിരുന്നു.
രാജാവ് അതിന്മേൽ ഉണ്ടായിരിക്കുമെന്ന്
അയാൾ ഊഹിച്ചു. അതിനാൽ സ്വന്തം
ജനത്തെ രക്ഷിക്കാനും ശാശ്വതമായ
കീർത്തി നേടാനുമായി അവൻ ഉറച്ചു.
45 അവൻ സൈന്യവ്യൂഹത്തിന്റെ മദ്ധ്യത്തി
ലേക്ക് സുധീരം കുതിച്ചു. ഇടത്തും വല
ത്തുമുണ്ടായിരുന്നവരെ അവൻ വധിച്ചു.
46 അവന്റെ മുമ്പിൽനിന്ന് ഇരുഭാഗത്തെയും
ശത്രുക്കൾ മാറി. അവൻ ആനയുടെ കീഴിൽ
പ്രവേശിച്ച് അതിനെ അടിയിൽനിന്ന് കു
ത്തിക്കൊന്നു. അത് അവന്റെ മേൽ വീണു
47 അതോടെ അവൻ മരിച്ചു. രാജസൈന്യ
ത്തിന്റെ ശക്തിയും ഭീകരാക്രമണവും കണ്ട്
യെഹൂദർ പിന്തിരിഞ്ഞോടി.

48 രാജസൈന്യത്തിലെ പടയാളികൾ അവ
രോട് എതിർക്കാൻ യെരുശലേമിൽ
എത്തി. രാജാവ് യെഹൂദായിലും സീയോ
49 ൻമലയിലും പാളയമടിച്ചു. ബേത്സൂറിലെ
ജനങ്ങളുമായി രാജാവ് സഖ്യമുണ്ടാക്കി.
ദേശത്ത് ശബത്ത് വർഷമായിരുന്നതിനാ
ൽ അവർ നിലങ്ങൾ തരിശായി ഇട്ടിരുന്നു.
തന്മൂലം ഉപരോധത്തെ ചെറുത്തുനില്ക്കുവാ
ൻ ആഹാരപദാർത്ഥങ്ങൾ ഇല്ലായിരുന്ന
തുകൊണ്ട് അവർ നഗരം ഒഴിഞ്ഞുകൊടു
ത്തു. അങ്ങനെ രാജാവ് ബേത്സൂർ കൈ 50
വശപ്പെടുത്തി, അവിടെ കാവൽ ഏർപ്പെടു
ത്തി. പിന്നീട് വിശുദ്ധസ്ഥലത്തിന് മുന്നിൽ 51
വളരെ ദിവസത്തേക്ക് അവൻ പാളയമടി
ച്ചു. ഉപരോധ ഗോപുരങ്ങളും അഗ്നിയും കല്ലു
കളും എറിയുന്നതിനുള്ള യുദ്ധയന്ത്രങ്ങളും
അമ്പെയ്ത്തിനുള്ള സാമഗ്രികളും കവിണകളും
അവൻ സജ്ജമാക്കി. അവയോട് കിടനില്ക്കു 52
ന്ന യുദ്ധയന്ത്രങ്ങൾ നിർമ്മിച്ച് യെഹൂദരും
വളരെനാൾ പൊരുതി. എന്നാൽ അത് 53
ഏഴാം വർഷം ആയിരുന്നതിനാൽ സംഭ
രണശാലകളിൽ ഭക്ഷണപദാർത്ഥങ്ങൾ
ഒന്നും ഇല്ലായിരുന്നു. ജാതികളിൽനിന്ന്
അഭയം തേടി യെഹൂദായിൽ വന്നിരുന്ന
വർ സംഭരണശാലകളിൽ അവശേഷി
ച്ചിരുന്നവയെല്ലാം ഭക്ഷിച്ചുതീർത്തു. വിശു 54
ദ്ധസ്ഥലത്ത് ചുരുക്കം ചിലരേ ശേഷിച്ചു
ള്ളു; ക്ഷാമം അതിരൂക്ഷമായിരുന്നതിനാ
ൽ മറ്റുള്ളവർ തങ്ങളുടെ വീടുകളിലേക്ക്
പിരിഞ്ഞുപോയിരുന്നു.

രാജകുമാരനായ അന്ത്യോക്കസിനെ 55
കിരീടാവകാശിയായി വളർത്തിക്കൊ
ണ്ടു വരാൻ മരിക്കും മുമ്പ് അന്ത്യോക്കസ്
രാജാവ് നിയോഗിച്ചിരുന്ന ഫിലിപ്പ്, രാജാ 56
വിന്റെ കൂടെ പോയിരുന്ന സൈന്യങ്ങളുമാ
യി പാർസിയിൽനിന്നും മേദ്യയിൽനിന്നും
തിരിച്ചെത്തിയിരിക്കുന്നുവെന്നും അവൻ
ഭരണം പിടിച്ചെടുക്കാൻ ശ്രമിക്കുന്നുവെ
ന്നും ലൂസിയാസ് കേട്ടു. അതിനാൽ പെ 57
ട്ടെന്ന് സ്ഥലം വിടാൻ കല്പന കൊടുത്തി
ട്ട് അവൻ രാജാവിനോടും സേനാനായക
രോടും സ്വജനങ്ങളോടും പറഞ്ഞു. ദിവസം
ചെല്ലുംതോറും നാം ക്ഷയിച്ച് വരുന്നു. ഭക്ഷ
ണസാധനങ്ങൾ ഇല്ലാതാകുന്നു. നാം ഉപ
രോധിക്കുന്ന സ്ഥലമാകട്ടെ, ശക്തവുമാ
ണ്. രാജ്യകാര്യങ്ങൾ നമ്മുടെ സത്വരശ്ര
ദ്ധ അർഹിക്കുന്നു. അതുകൊണ്ട് ഇവരു 58
മായി നമുക്ക് സന്ധിചെയ്യാം. ഇവരോടും 59
ഈ ജനം മുഴുവനോടും രമ്യതയിലാകാം.
മുമ്പത്തെപ്പോലെ അവർ തങ്ങളുടെ പ്രമാ
ണങ്ങൾ അനുസരിച്ച് ജീവിച്ചുകൊള്ളട്ടെ.
അവരുടെ ന്യായപ്രമാണങ്ങൾ നാം നീക്കി

ക്കളഞ്ഞതുകൊണ്ടല്ലോ അവർ പ്രകോപി
60 തരായി ഇതെല്ലാം ചെയ്തത്. ഈ പ്രസ്താ
വം രാജാവിനും സേനാപതികൾക്കും സ്വീ
കാര്യമായി. യെഹൂദരുടെ അടുക്കലേക്ക്
രാജാവ് സമാധാനസന്ദേശം അയച്ചു.
61 അവർ അത് സ്വീകരിച്ചു. രാജാവും സേനാ
പതികളും അവരോട് പ്രതിജ്ഞ ചെയ്തു.
ഈ വ്യവസ്ഥകൾ അനുസരിച്ച് യെഹൂദർ
62 കോട്ട വിട്ടൊഴിഞ്ഞു. എന്നാൽ രാജാവ്
സീയോൻപർവ്വതത്തിൽ പ്രവേശിച്ച് ആ
സ്ഥലം എത്ര ശക്തമായി കോട്ടകെട്ടി ഉറ
പ്പിച്ചിരിക്കുന്നുവെന്നു കണ്ടപ്പോൾ, തന്റെ
പ്രതിജ്ഞ ലംഘിച്ച് ചുറ്റുമുള്ള കോട്ട ഇടി
63 ച്ചുനിരത്താൻ കല്പന നല്കി. പിന്നീട് വേഗം
പുറപ്പെട്ട് അന്ത്യോക്യയിൽ മടങ്ങിയെ
ത്തിയപ്പോൾ ഫലിപ്പ് നഗരം കൈയട
ക്കിയിരിക്കുന്നതു കണ്ട് അയാൾക്കെതി
രെ പോരാടി നഗരം ബലം ഉപയോഗിച്ച്
കൈവശപ്പെടുത്തി.

7 നൂറ്റി അമ്പത്തൊന്നാം സംവത്സര
ത്തിൽ* സെല്യൂക്കസിന്റെ പുത്രൻ
ദെമേത്രിയോസ് റോമയിൽനിന്ന് പുറ
പ്പെട്ട് കടൽമാർഗ്ഗം ഏതാനും ആളുക
ളോട്ടുകൂടി കടൽതീരത്തെ ഒരു നഗരത്തി
2 ലെത്തി, ഭരണം ആരംഭിച്ചു. അവൻ പൂ
ർവ്വികരുടെ രാജകൊട്ടാരത്തിൽ പ്രവേ
ശിക്കുമ്പോൾ, അവന്റെ മുമ്പിൽ ഹാജരാ
ക്കാൻ അന്ത്യോക്കസിനെയും ലൂസിയാ
3 സിനെയും സൈന്യം പിടികൂടി. ഇക്കാ
ര്യം അറിഞ്ഞപ്പോൾ അവൻ പറഞ്ഞു:
എനിക്ക് അവരുടെ മുഖം കാണാൻ ഇട
4 യാകാതിരിക്കട്ടെ.അതനുസരിച്ച് ഭടന്മാർ
അവരെ വധിച്ചുകളഞ്ഞു. അങ്ങനെ ദെമേ
5 ത്രിയോസ്സിംഹാസനസ്ഥനായി.യിസ്രാ
യേലിലെ നിയമനിഷേധികളും വഷളരു
മായ എല്ലാവരും അയാളെ സമീപിച്ചു.
മഹാപുരോഹിതനാകാൻ ആഗ്രഹിച്ചിരു
ന്ന അൽകിമൂസ് ആയിരുന്നു അവരുടെ
6 നേതാവ്. അവർ ജനത്തിനെതിരെ രാജാ
വിന്റെ മുമ്പിൽ ദോഷാരോപണം ചെയ്തു.

യൂദായും സഹോദരരും കൂടി നിന്റെ സുഹൃ
ത്തുക്കളെയെല്ലാം വധിക്കുകയും ഞങ്ങ
ളുടെ ദേശത്തുനിന്ന് ഞങ്ങളെ ഓടിക്കുക
യും ചെയ്തിരിക്കുന്നു. നിനക്ക് വിശ്വാസമു 7
ള്ള ഒരാളെ അയയ്ക്കുക. ഞങ്ങൾക്കിടയി
ലും നിന്റെ രാജ്യത്തിലും യൂദാ വരുത്തിവ
ച്ചിട്ടുള്ള നാശനഷ്ടങ്ങൾ അവൻ ചെന്ന്
കാണട്ടെ; അവരെയും അവരെ പിന്തുണച്ച
എല്ലാവരെയും ശിക്ഷിക്കുകയും ചെയ്യട്ടെ.
അതനുസരിച്ച് രാജാവ് തന്റെ സുഹൃത്തു 8
ക്കളിൽ ഒരുവനും നദിയ്ക്ക് അക്കരെയുള്ള പ്ര
വിശ്യയുടെ അധിപനുമായ ബക്കിദേസിനെ
തെരഞ്ഞെടുത്തു. അവൻ രാജ്യത്തെ പ്രമുഖ
വ്യക്തിയും രാജാവിന്റെ വിശ്വസ്തനും ആയി
രുന്നു. അവനെയും താൻ മഹാപുരോഹി 9
തനായി നിയമിച്ച വഷളൻ അൽകിമൂസി
നെയും രാജാവ് അങ്ങോട്ട് അയച്ചു. യിസ്രാ 10
യേൽക്കാരോട് പകരം ചെയ്യാൻ രാജാവ്
കല്പന നല്കി. അവർ വമ്പിച്ച സൈന്യത്തോ
ടെ പുറപ്പെട്ട് യെഹൂദാദേശത്തെത്തി.
സമാധാനവചനങ്ങളെന്ന വ്യാജേന വഞ്ച
നാവചനങ്ങളുമായി യൂദായുടെയും സഹോ
ദരന്മാരുടെയും അടുക്കലേക്ക് അവൻ ദൂ
തന്മാരെ പറഞ്ഞയച്ചു. വലിയ സൈന്യ 11
ത്തോട്ടുകൂടിയാണ് അവർ വന്നിരിക്കുന്ന
തെന്ന് കണ്ടതിനാൽ യൂദായും സഹോദ
രരും അവരുടെ വാക്കുകൾ സ്വീകരിച്ചില്ല.
ന്യായമായ വ്യവസ്ഥകൾ ആവശ്യപ്പെട്ടു 12
കൊണ്ട് ന്യായശാസ്ത്രിമാരുടെ ഒരു സംഘം
അൽകിമൂസിനെയും ബക്കിദേസിനെയും
സമീപിച്ചു. യിസ്രായേൽക്കാരിൽ ഹസി 13
ദേയർ ആയിരുന്നു ആദ്യം അവരോട്
സമാധാനം അഭ്യർത്ഥിച്ചത്. സൈന്യ 14
ത്തോടൊത്ത് വന്നിരിക്കുന്നത് അഹറോ
ന്റെ പരമ്പരയിൽപ്പെട്ട ഒരു പുരോഹി
തനാണ്; അവൻ നമ്മെ ഉപദ്രവിക്കുക 15
യില്ല എന്ന് അവർ പറഞ്ഞു. അൽകിമൂ
സ് അവരോട് സമാധാനവാക്കുകൾ സം
സാരിച്ച് ഞങ്ങൾ, നിങ്ങളെയോ നിങ്ങളു
ടെ സുഹൃത്തുക്കളെയോ ഉപദ്രവിക്കുവാ
ൻ ശ്രമിക്കുകയില്ല എന്ന് പ്രതിജ്ഞയും
നല്കി. അതുകൊണ്ട് അവർ അവനെ വി 16

* *ബി.സി. 161ൽ*

ശ്വസിച്ചു. എന്നാൽ അവരിൽ അറുപതു
പേരെ അവൻ പിടിച്ച് ഒറ്റ ദിവസംകൊ
ണ്ട് കൊന്നുകളഞ്ഞു. വിശുദ്ധലിഖിതത്തി
ലെ ഈ വചനങ്ങൾ അനുസരിച്ചായിരു
17 ന്നു അത്. `നിന്റെ വിശുദ്ധരുടെ മാംസവും
രക്തവും അവർ യെരുശലേമിനു ചുറ്റും ചി
തറിച്ചൊരിഞ്ഞു. അവരെ സംസ്കരിക്കാ
18 ൻ ആരുമില്ലായിരുന്നു'. അപ്പോൾ അവ
രെക്കുറിച്ചുള്ള ഭയാശങ്കകൾ ജനം മുഴുവ
നിലും വ്യാപിച്ചു. ജനം പറഞ്ഞു: ഇവർക്കു
സത്യമോ നീതിയോ ഇല്ല; ഉടമ്പടിയും ഉഭ
യസമ്മതപ്രകാരം ചെയ്ത പ്രതിജ്ഞയും
19 ഇവർ ലംഘിച്ചുവല്ലോ. പിന്നീട് ബക്കിദേസ്
യെരുശലേം വിട്ട് ബേത്സയത്തിൽ പാ
ളയമടിച്ചു. തന്റെ ഭാഗത്തേക്ക് കൂറുമാറിയ
വരിൽ പലരെയും ജനങ്ങളിൽ ചിലരെയും
അവൻ ആളയച്ച് പിടികൂടി കൊന്ന് ഒരു
വലിയ കൂപത്തിലേക്കെറിഞ്ഞു.
20 രാജ്യത്തിന്റെ ചുമതല അവൻ അൽകിമൂ
സിനെ ഏല്പിച്ചു. അവനെ സഹായിക്കാൻ
ഒരു സൈന്യത്തെയും നിറുത്തി. പിന്നീട്
ബക്കിദേസ് രാജസന്നിധിയിലേക്ക് മട
21 ങ്ങി. മഹാപുരോഹിതസ്ഥാനം നിലനി
ർത്തുവാൻ അൽകിമൂസ് പരിശ്രമിച്ചു.
ജനത്തെ ദ്രോഹിച്ചിരുന്നവർ അവനോടു
22 ചേർന്നു. അവർ യെഹൂദാദേശം കൈയ
ടക്കി. യിസ്രായേലിന് കനത്ത നാശം
23 വരുത്തി. അൽകിമൂസും അനുയായികളും
യിസ്രായേൽക്കാരോട് ചെയ്ത തിന്മകളെ
ല്ലാം യൂദാ കണ്ടു. ജാതികൾ ചെയ്തതിനെ
24 ക്കാൾ കഠിനമായിരുന്നു അത്. യൂദാ, യെ
ഹൂദയുടെ അയൽപ്രദേശങ്ങളിലെല്ലാം ച
റ്റിസഞ്ചരിച്ചു; തന്നെ വിട്ടുപിരിഞ്ഞുപോയ
ആളുകളോട് പ്രതിക്രിയ ചെയ്തു. നഗരത്തി
ലുണ്ടായിരുന്നവരെ നാട്ടിൻപുറത്തേക്ക്
25 കടക്കാതെ തടഞ്ഞുവച്ചു. യൂദായും അനു
യായികളും ശക്തിപ്രാപിച്ചിരിക്കുന്നതിനാ
ൽ തനിക്ക് അവരെ എതിർത്തുനില്ക്കുവാൻ
സാദ്ധ്യമല്ലെന്നു ബോദ്ധ്യപ്പെട്ട അൽകിമൂ
സ് രാജസന്നിധിയിൽ മടങ്ങിച്ചെന്ന് അവ
ർക്കെതിരെ കുറ്റാരോപണങ്ങൾ നടത്തി.
26 രാജാവ് തന്റെ പ്രഭുക്കന്മാരിൽ പ്രമുഖനും
യിസ്രായേലിന്റെ വൻശത്രുവുമായിരുന്ന നി
ക്കാനോറിനെ യിസ്രായേൽ ജനങ്ങളെ
നശിപ്പിക്കാനുള്ള കല്പനയുമായി അയച്ചു.
അങ്ങനെ നിക്കാനോർ ഒരു വൻസൈ 27
ന്യത്തോടുകൂടി യെരുശലേമിൽ എത്തി.
വഞ്ചനാപൂർവ്വം ഇപ്രകാരം ഒരു സമാ
ധാനസന്ദേശം യൂദായ്ക്കും സഹോദരർക്കും
അയച്ചു. നിങ്ങളും ഞാനും തമ്മിൽ ഒരു 28
ശണ്ഠയും ഉണ്ടാകാതിരിക്കട്ടെ. സമാധാന
ത്തിൽ നിങ്ങളെ മുഖാമുഖമായി കാണാൻ
ചുരുക്കം ചില ആളുകളുമായി ഞാൻ വരാം.
അങ്ങനെ അയാൾ യൂദായുടെ അടുക്കൽ 29
വന്നു. അവർ അന്യോന്യം സമാധാനപൂ
ർവ്വം വന്ദനം ചെയ്തു. പക്ഷെ ശത്രുക്കൾ
യൂദായെ പിടികൂടാൻ ഒരുങ്ങി നില്ക്കുകയാ
യിരുന്നു. വഞ്ചനാപൂർവ്വമാണ് നിക്കാനോ 30
ർ തന്നെ സമീപിച്ചതെന്ന് യൂദായ്ക്കു മനസ്സി
ലായി. ചകിതനായ അവൻ പിന്നെ നി 31
ക്കാനോറിനെ അഭിമുഖീകരിച്ചില്ല. തന്റെ
തന്ത്രം പരസ്യമായി എന്ന് ഗ്രഹിച്ച നി
ക്കാനോർ യൂദായെ യുദ്ധത്തിൽ നേരിടാൻ
കഫർ-സലാമയിലേക്കു പോയി. എന്നാൽ 32
നിക്കാനോറിന്റെ സൈന്യത്തിലെ അഞ്ഞൂ
റോളം പേർ നിലംപതിച്ചു. ശേഷിച്ചവർ ദാ
വീദിന്റെ നഗരത്തിലേക്ക് ഓടിപ്പോയി.
ഇതു കഴിഞ്ഞ് നിക്കാനോർ സീയോ 33
ൻമലയിലേക്ക് പോയി. സമാധാനത്തോ
ടെ അയാൾക്ക് വന്ദനം ചൊല്ലുവാനും
രാജാവിനു വേണ്ടി അർപ്പിക്കപ്പെടുന്ന
ഹോമയാഗം കാണിച്ചുകൊടുക്കുവാനും
വിശുദ്ധസ്ഥലത്തുനിന്ന് ഏതാനും പുരോ
ഹിതരും ജനങ്ങളുടെ ചില കശ്ശീശന്മാരും
മുന്നോട്ടുവന്നു. എന്നാൽ അവൻ അവരെ 34
നിന്ദിക്കുകയും പുച്ഛിക്കുകയും മലിനരാക്കു
കയും ചെയ്തു; ധിക്കാരപൂർവ്വം സംസാരി 35
ച്ച് അവൻ രോഷാകുലനായി പ്രതിജ്ഞ
യെടുത്തു. യൂദായെയും സൈന്യത്തെയും
ഇത്തവണ എന്റെ കൈയിൽ ഏല്പിക്കാ
ഞ്ഞാൽ, ഞാൻ സുരക്ഷിതനായി മടങ്ങി
വരുന്ന പക്ഷം ഈ ആലയം അഗ്നിക്കിര
യാക്കും. രോഷാകുലനായി അവൻ സ്ഥലം 36
വിട്ടു. അപ്പോൾ പുരോഹിതർ അകത്തുക

ടന്ന് ബലിപീഠത്തിനും ദേവാലയത്തിനും
മുമ്പിൽ നിന്ന് കരഞ്ഞു അപേക്ഷിച്ചു.
37 നിന്റെ തിരുനാമത്തിൽ അറിയപ്പെട്ടുവാ
നും നിന്റെ ജനത്തിന് പ്രാർത്ഥിക്കുവാനും
യാചന നടത്തുവാനുമുള്ള ദേവാലയമായി
രിക്കുവാനും ഈ ദേവാലയത്തെ നീ തെര
38 ഞ്ഞെടുത്തു. ഈ മനുഷ്യനോടും അവന്റെ
സൈന്യത്തോടും പ്രതികാരം ചെയ്യണ
മേ. അവരെ വാളിന് ഇരയാക്കണമേ.
അവരുടെ ദൈവദൂഷണങ്ങളെ ഓർക്കണ
39 മേ. അവർ ഇനി ജീവിച്ചിരിക്കരുതേ. യെ
രുശലേമിൽനിന്ന് പുറപ്പെട്ട നിക്കാനോർ
ബെത്ഹോരോനിൽ പാളയമടിച്ചു. അരാം
40 സൈന്യം അയാളോട്ട് ചേർന്നു. മൂവായിരം
ആളുകളോടുകൂടി യൂദാ അദാസായിൽ പാ
ളയമടിച്ചു. അവൻ പ്രാർത്ഥന നടത്തി.
41 രാജദൂതർ ദൈവദൂഷണം പറഞ്ഞപ്പോൾ
നിന്റെ മാലാഖ മുന്നോട്ടുവന്ന് ഒരു ലക്ഷ
ത്തി എൺപത്തിയയ്യായിരം അശ്ശൂരുകാ
42 രെ വധിച്ചുവല്ലോ. അതുപോലെ ഇന്ന് ഈ
സൈന്യത്തെയും ഞങ്ങളുടെ മുമ്പിൽവച്ച്
തകർക്കണമേ. നിന്റെ വിശുദ്ധസ്ഥലത്തി
ന് എതിരായി നിക്കാനോർ ദൂഷണം പറ
ഞ്ഞുവെന്ന് മറ്റുള്ളവർ മനസ്സിലാക്കട്ടെ.
ഈ ദുഷ്ടതയ്ക്കൊത്തവിധം അയാളെ
വിധിക്കണമേ.
43 അങ്ങനെ ആദാർമാസം പതിമൂന്നാം
ദിവസം സൈന്യങ്ങൾ ഏറ്റുമുട്ടി. നിക്കാ
നോറിന്റെ സൈന്യം തകർന്നുപോയി.
ആദ്യം നിലംപതിച്ചത് അയാൾ തന്നെ
44 യായിരുന്നു. നിക്കാനോർ നിലംപതിച്ച
തു കണ്ടപ്പോൾ സൈന്യം ആയുധങ്ങൾ
45 വലിച്ചെറിഞ്ഞു ഓടിപ്പോയി. അദാസായി
ൽ നിന്ന് ഒരു ദിവസത്തെ വഴിയകലമുള്ള
ഗസാറവരെ യുദ്ധകാഹളം മുഴക്കിക്കൊണ്ട്
46 യെഹൂദർ അവരെ പിന്തുടർന്നു. അപ്പോൾ
യെഹൂദായ്ക്കു ചുറ്റുമുള്ള എല്ലാ ഗ്രാമങ്ങളി
ൽനിന്നും ജനങ്ങൾ ഇറങ്ങിവന്ന്, ശത്രു
ക്കളെ വളഞ്ഞു, പിന്തുടർന്നിരുന്നവരുടെ
അടുക്കലേക്ക് തിരിച്ച് ഓടിച്ചു. അങ്ങനെ
47 അവർ എല്ലാവരും വാളിനിരയായി. ഒരാൾ
പോലും ശേഷിച്ചില്ല. യെഹൂദർ കൊള്ളമു
തലുകൾ കവർച്ചചെയ്തു. നിക്കാനോറിന്റെ
തലയും അവൻ ഔന്നത്യപൂർവ്വം നീട്ടിപ്പി
ടിച്ചിരുന്ന വലതുകരവും അവർ വെട്ടിയെ
ടുത്ത് യെരുശലേമിന് തൊട്ട് വെളിയിൽ
കൊണ്ടുവന്ന് പ്രദർശിപ്പിച്ചു. ജനങ്ങൾ 48
അത്യധികം ആഹ്ലാദിച്ച് ആ ദിവസം ആന
ന്ദപൂർവ്വം കൊണ്ടാടി. ഓരോ വർഷവും 49
ആദാർമാസം പതിമൂന്നാം ദിവസം ഇത്
ആഘോഷിക്കണം എന്ന് അവർ നിശ്ച
യിച്ചു. അങ്ങനെ കുറേ നാളത്തേക്ക് യെ 50
ഹൂദാദേശത്ത് സ്വസ്ഥതയുണ്ടായി.

8

റോമാക്കാരുടെ പ്രശസ്തിയെപ്പറ്റി -
അവർ പ്രബലരാണെന്നും സഖ്യം
സ്ഥാപിക്കുന്നവരോടെല്ലാം നന്നായി പെ
രുമാറുന്നവരാണെന്നും അവരെ സമീപിക്കു 2
ന്നവരോട്ട് പ്രതിജ്ഞാബദ്ധമായ മൈത്രീ
ബന്ധം പുലർത്തുന്നവരാണെന്നും - യൂദാ
കേട്ടു. അവർ പടപൊരുതിയ യുദ്ധങ്ങളെ
ക്കുറിച്ചും ഗോൾ വർഗ്ഗക്കാരുടെ ഇടയിൽ
അവർ ചെയ്തുകൊണ്ടിരുന്ന ധീരകൃത്യ
ങ്ങളെക്കുറിച്ചും അവരെ തോല്പിച്ച് കപ്പം
നല്കാൻ നിർബന്ധിതരാക്കിയതിനെക്കുറി
ച്ചും അവനോട്ട് പറഞ്ഞിരുന്നു. സ്പാനിയാ 3
യിലെ വെള്ളി-സ്വർണ്ണ ഖനികളുടെ മേൽ
നിയന്ത്രണാധികാരം ലഭിക്കാൻ അവർ
അവിടെ പ്രവർത്തിച്ചതും വിദൂരസ്ഥമായ
ആ ദേശം മുഴുവന്റെയും നിയന്ത്രണം, ആസൂ
ത്രണവൈഭവവും ക്ഷമയും മൂലം അവർ
നേടിയതും അവൻ അറിഞ്ഞു. ഭൂമിയുടെ 4
അതിർത്തികളിൽനിന്ന് വന്ന ശത്രുരാജാ
ക്കന്മാരെയും അവർ കീഴടക്കി; കഠിനമായ
ആഘാതം ഏല്പിച്ച് അവരെ തകർത്തുകള
ഞ്ഞു. ശേഷിച്ചവർ വർഷംപ്രതി അവർക്ക്
കപ്പം കൊടുത്തു പോന്നു. ഫിലിപ്പിനെ 5
യും മക്കദോനിയാക്കാരുടെ രാജാവായ
പെർസെയൂസിനെയും മാത്രമല്ല, തങ്ങ
ൾക്കെതിരെ ആയുധമെടുത്ത എല്ലാവരെ
യും അവർ യുദ്ധത്തിൽ തോല്പിച്ച് കീഴ്പ്പെ
ടുത്തി. നൂറ്റി ഇരുപത് ആനകൾ, കുതിര 6
പ്പട, രഥങ്ങൾ, വലിയ ഒരു കാലാൾപട
എന്നിവയുമായി അവർക്കെതിരെ യുദ്ധ

ത്തിനു വന്ന ആസ്യയിലെ മഹാനായ
അന്ത്യോക്കസ് രാജാവിനെയും അവർ
7 തോല്പിച്ചു. അവർ അവനെ നിശ്ശേഷം തക
ർത്തുകളഞ്ഞു. അവർ അന്ത്യോക്കസിനെ
ജീവനോടെ പിടികൂടി, അവനും പിൻഗാ
മികളും ഒരു വലിയ തുക കപ്പം നല്കണ
മെന്നും ആൾജാമ്യം കൊടുക്കണമെന്നും
8 നിശ്ചയിച്ചു. അവരുടെ പ്രവിശ്യകളിൽ മി
കച്ചവയായ ഇന്ത്യാരാജ്യവും മേദ്യ, ലുദിയ
എന്നിവയും വിട്ടുകൊടുക്കണമെന്നും ആവ
9 ശ്യപ്പെട്ടു. അവ അവനിൽ നിന്നെടുത്ത്
യൂമെനസ് രാജാവിന് അവർ നല്കി. യവ
നർ വന്ന് അവരെ നശിപ്പിക്കുവാൻ ആലോ
10 ചിച്ചു. എന്നാൽ അതറിഞ്ഞ അവർ ഒരു
സൈന്യാധിപനെ അയച്ച് യവനരെ ആക്ര
മിച്ചു. അവരിൽ അനേകം പേർ മുറിവേറ്റ
വീണു. അവരുടെ ഭാര്യമാരെയും കുട്ടികളെ
യും റോമാക്കാർ തടവുകാരാക്കി; അവരെ
11 കൊള്ളയടിച്ച് ദേശം കീഴടക്കി. കോട്ടകൾ
ഇടിച്ചുനിരത്തി; ഇന്നോളം അവർ അടിമ
കളായി കഴിയുന്നു. അവശേഷിച്ച നാട്ടുക
ളെയും ദ്വീപുകളെയും എതിർത്ത എല്ലാവ
രെയും അവർ നശിപ്പിച്ച് അടിമകളാക്കി.
12 എന്നാൽ സ്നേഹിതരോടും ആശ്രയം
ചോദിച്ചവരോടും അവർ സൗഹൃദം പുല
ർത്തി. അടുത്തും അകലെയുമുള്ള രാജാക്ക
ന്മാരെ അവർ കീഴ്പെടുത്തി. അവരുടെ കീ
ർത്തിയെപ്പറ്റി കേട്ടവരെല്ലാം അവരെ ഭയ
13 പ്പെട്ടു. ആരെയൊക്കെ സഹായിക്കണമെ
ന്നും രാജാക്കന്മാരാക്കണമെന്നും അവർ
ആഗ്രഹിക്കുന്നോ അവരെയൊക്കെ രാ
ജാക്കന്മാരാക്കുന്നു. സ്ഥാനത്തുനിന്ന് ഒഴി
വാക്കണമെന്ന് തോന്നുന്നവരെ പുറന്തള്ളു
ന്നു. അങ്ങനെ അവർ മഹോന്നതി പ്രാപി
14 ച്ചിരിക്കുന്നു. എങ്കിലും അവരിൽ ആരും പ്ര
താപദ്യോതകമായി കിരീടം ധരിക്കുകയോ
രക്താംബരം അണിയുകയോ ചെയ്തിട്ടില്ല.
15 അവർ ഒരു ആലോചനസമിതി ഉണ്ടാ
ക്കി. മുന്നൂറ്റി ഇരുപത് അംഗങ്ങൾ നിത്യവും
സമ്മേളിച്ച് പൊതുകാര്യങ്ങൾ ശരിയായി
നിർവ്വഹിക്കുന്നതിനെപ്പറ്റി ആലോചിച്ച്
16 തീരുമാനമെടുക്കുന്നു. ഭരിക്കാനും തങ്ങളു
ടെ ദേശം മുഴുവൻ നിയന്ത്രിക്കാനും ഒരാളെ
ഓരോ വർഷവും അവർ ചുമതലപ്പെടുത്തു
ന്നു. അവനെ അവരെല്ലാം അനുസരിക്കു
ന്നു; അവരുടെ ഇടയിൽ പകയോ മാത്സ
ര്യമോ ഇല്ല.

റോമാക്കാരുമായി സഖ്യം ചെയ്യുവാൻ 17
അക്കോസിന്റെ പുത്രനായ യോഹന്നാന്റെ
പുത്രൻ എവുപ്പോലെമൂസിനെയും എലെ
യാസറിന്റെ പുത്രൻ യാസോനെയും യൂദാ
തെരഞ്ഞെടുത്ത് റോമായിലേക്കയച്ചു. യവ 18
നസാമ്രാജ്യം യിസ്രായേൽക്കാരെ പൂർണ്ണ
മായും അടിമത്തത്തിലാക്കിയതു കണ്ടതു
കൊണ്ട് അവരെ നുകത്തിൽനിന്ന് നീക്കാ
നായിരുന്നു ഈ നീക്കം. അവർ ദീർഘയാ 19
ത്രചെയ്ത് റോമായിലെത്തി. ആലോചനാ 20
സംഘത്തിൽ പ്രവേശിച്ച് അവർ പ്രസ്താവി
ച്ചു: "നിങ്ങളോട് സമാധാനസഖ്യം സ്ഥാപി
ക്കുവാനും നിങ്ങളുടെ സുഹൃത്തുക്കളും മിത്ര
ങ്ങളുമായി പരിഗണിക്കപ്പെടുവാനുമാണ്
മക്കാബിയൂസ് എന്നുകൂടി വിളിക്കപ്പെടു
ന്ന യൂദായും സഹോദരരും യെഹൂദജന
തയും ഞങ്ങളെ നിങ്ങളുടെ പക്കലേക്ക്
അയച്ചിരിക്കുന്നത്". ഈ നിർദ്ദേശം അവ 21
ർക്ക് ഇഷ്ടപ്പെട്ടു.

സമാധാനസഖ്യത്തിന്റെ സ്മാരകമായി 22
യെരുശലേമിൽ യെഹൂദരുടെ പക്കൽ സൂ
ക്ഷിക്കാൻ വെങ്കലതകിടിൽ രേഖപ്പെടുത്തി
അവർ കൊടുത്തയച്ച കത്തിന്റെ പകർപ്പാ
ണിത്: "റോമാക്കാർക്കും യെഹൂദർക്കും 23
എക്കാലവും കടലിലും കരയിലും മംഗളം
ഭവിക്കട്ടെ. വാളും വൈരിയും അവരിൽനി
ന്ന് അകന്നുപോകട്ടെ. റോമാക്കാർക്കോ 24
അവരുടെ ഭരണസീമയിൽപെട്ട ഏതെങ്കി
ലും സഖ്യരാജ്യത്തിനോ എതിരായി യുദ്ധം
പൊട്ടിപുറപ്പെടുകയാണെങ്കിൽ യെഹൂദജ 25
നത പൂർണ്ണഹൃദയത്തോടെ സന്ദർഭത്തി
നൊത്തവിധം സഖ്യകക്ഷികളെപ്പോലെ
പ്രവർത്തിക്കുന്നതാണ്. യുദ്ധത്തിന് 26
വരുന്ന ശത്രുക്കൾക്ക് അവർ ഭക്ഷ്യധാന്യ
ങ്ങളോ ആയുധങ്ങളോ പണമോ കപ്പലുക
ളോ നല്കുന്നതല്ല. റോമായുടെ തീരുമാനം
അനുസരിച്ച് ഈ ബാദ്ധ്യതകൾ അവർ

27 പ്രതിഫലമേതുമില്ലാതെ നിറവേറ്റും. ഇതേ
വിധത്തിൽ ആദ്യം യെഹൂദജനതയ്ക്കെ
തിരെയാണ് യുദ്ധം പൊട്ടിപ്പുറപ്പെടുന്ന
തെങ്കിൽ റോമാക്കാർ പൂർണ്ണമനസ്സോടെ
സന്ദർഭോചിതമായി സഖ്യകക്ഷികളെ
28 പ്പോലെ സഹായിക്കും. സഖ്യകക്ഷിയുടെ
ശത്രുക്കൾക്ക് ഭക്ഷ്യധാന്യങ്ങളോ ആയുധ
ങ്ങളോ പണമോ കപ്പലുകളോ നല്കുന്നതല്ല.
29 റോമായുടെ തീരുമാനം അനുസരിക്കും.
ഈ ബാദ്ധ്യതകൾ അവർ നിർവ്യാജം നി
റവേറ്റും . ഈ വ്യവസ്ഥകളിൽ റോമാക്കാർ
യെഹൂദരുമായി ഒരു ഉടമ്പടി ഉണ്ടാക്കുന്നു.
30 ഈ വ്യവസ്ഥകൾ നിലവിൽ വന്നശേഷം
ഇവയോട്ട് എന്തെങ്കിലും കൂട്ടിച്ചേർക്കുവാ
നോ ഇവയിൽനിന്ന് എന്തെങ്കിലും നീക്കം
ചെയ്യുവാനോ ഇരുകക്ഷികളും തീരുമാനി
ക്കുന്ന പക്ഷം അവരുടെ വിവേചനപ്രകാ
രം അവർക്ക് അപ്രകാരം ചെയ്യാവുന്നതാ
ണ്. അങ്ങനെ അവർ വരുത്തുന്ന കൂട്ടിച്ചേ
ർക്കലോ വെട്ടിക്കുറയ്ക്കലോ സാധുവായിരി
31 ക്കുകയും ചെയ്യും. ദെമേത്രിയൊസ് രാജാവ്
യെഹൂദർക്ക് വരുത്തിക്കൊണ്ടിരിക്കുന്ന തി
ന്മകളെക്കുറിച്ച് താഴെ കാണും പ്രകാരം
ഞങ്ങൾ അവന് എഴുതിയിട്ടുണ്ട്. `ഞങ്ങ
ളുടെ സുഹൃത്തുക്കളും സഖ്യകക്ഷികളുമായ
യെഹൂദരുടെമേൽ നിങ്ങൾ ഭാരമേറിയ
32 നുകം വയ്ക്കുന്നതെന്ത്? നിങ്ങൾക്കെതിരെ
അവർ വീണ്ടും സഹായത്തിന് അപേക്ഷി
ച്ചാൽ ഞങ്ങൾ അവരുടെ അവകാശം സം
രക്ഷിക്കുവാനായി യുദ്ധം ചെയ്യും. കരയിലും
കടലിലും നിങ്ങളോട്ട് പോരാട്ടം നടത്തും".

9 യുദ്ധത്തിൽ നിക്കാനോറും സൈ
ന്യവും തോറ്റെന്നു കേട്ടപ്പോൾ ദെമേ
ത്രിയോസ് ബക്കിദേസിനെയും അൽകിമൂ
സിനെയും തന്റെ ദക്ഷിണപാർശ്വ സേന
യോട്ടുകൂടി രണ്ടാം പ്രാവശ്യം യെഹൂദാദേശ
2 ത്തേക്ക് അയച്ചു. ഗിൽഗാലിലേക്കുള്ള പാ
തയിലൂടെ സഞ്ചരിച്ച് അർബേലായിലെ
മെസാലോത്തിന് എതിരെ അവർ പാള
3 യമടിച്ചു. അവർ അത് കീഴടക്കി നിരവധി
പേരെ വധിച്ചു. നൂറ്റി അമ്പത്തിരണ്ടാം
വർഷം* ആദ്യമാസത്തിൽ അവർ യെ
രുശലേമിനെതിരേ പാളയമടിച്ചു. അവർ
അവിടെനിന്ന് ഇരുപതിനായിരം കാലാ 4
ൾപ്പടയും രണ്ടായിരം കുതിരപ്പടയാളികളു
മായി ബെരിയായിലേക്ക് നീങ്ങി.

അപ്പോൾ യൂദാ ഏലാസായിലാണ് പാ 5
ളയമടിച്ചിരുന്നത്. മൂവായിരം യുദ്ധവീരന്മാ
ർ അയാളോടൊപ്പം ഉണ്ടായിരുന്നു. ശത്രു 6
സേനയുടെ പെരുപ്പം കണ്ടപ്പോൾ അവർ
അത്യന്തം ഭയന്നു. അനേകം ആളുകൾ
പാളയം വിട്ടുപോയി. കേവലം എണ്ണൂറു
പേർ മാത്രം അവശേഷിച്ചു. തന്റെ സൈ 7
ന്യം പിന്മാറിപ്പോയെന്നും യുദ്ധം ഏറ്റവും
ആസന്നമാണെന്നും കണ്ടപ്പോൾ യൂദാ
യുടെ യുദ്ധവീര്യം കെട്ടുപോയി. കാരണം, 8
അവരെ വീണ്ടും സംഘടിപ്പിക്കുവാൻ സമ
യമില്ലായിരുന്നു. തളർന്നവനെങ്കിലും അവ
ശേഷിച്ചവരോട്ട് അവൻ പറഞ്ഞു: നമുക്ക്
എഴുന്നേറ്റ് ശത്രുക്കൾക്കെതിരെ ചെല്ലാം.
അവരോട്ട് പോരാടുവാൻ നമുക്ക് കഴിയും.
അവരാകട്ടെ അവനെ പിന്തിരിപ്പിക്കുവാൻ 9
ശ്രമിച്ചു. ഇത് നമുക്ക് സാദ്ധ്യമല്ല. ഇപ്പോൾ
നമുക്ക് നമ്മുടെ ജീവൻ രക്ഷിക്കാൻ
നോക്കാം. പിന്നീട് നമ്മുടെ സഹോദരന്മാ
രോടൊത്ത് തിരിച്ചുവന്ന് ഇവരോട്ട് യുദ്ധം
ചെയ്യാം. ഇപ്പോൾ നാം വളരെ കുറച്ചു 10
പേരല്ലേ ഉള്ളൂ. അപ്പോൾ യൂദാ പറഞ്ഞു:
അവരുടെ മുമ്പിൽനിന്ന് ഓടിപ്പോകാൻ
നമുക്കിടവരാതിരിക്കട്ടെ. നമ്മുടെ സമയം
ആയെങ്കിൽ നമ്മുടെ സഹോദരരെ പ്രതി
നമുക്ക് ധൈര്യപൂർവ്വം മരണം വരിക്കാം.
നമ്മുടെ അഭിമാനത്തെ ചോദ്യം ചെയ്യുന്ന
തൊന്നും സംഭവിച്ചുകൂടാ. അപ്പോൾ ബക്കി 11
ദേസിന്റെ സൈന്യം പാളയത്തിൽനിന്ന്
പുറത്തുവന്ന് ആക്രമണത്തിനായി അണി
നിരന്നു. കുതിരപ്പടയെ രണ്ടു നിരകളായി
വിഭജിച്ചു. പ്രധാന യോദ്ധാക്കൾ ചെയ്തി
രുന്നതുപോലെ സൈന്യത്തിന്റെ കവി
ണക്കാരും വില്ലാളികളും മുമ്പിൽ നീങ്ങി.
ബക്കിദേസ് വലതുവശത്തായിരുന്നു. കാ 12
ഹളാരവത്തോടുകൂടി ഇരുസേനാവിഭാഗ

ബി.സി. 160

13 ങ്ങളും മുമ്പോട്ടു നീങ്ങി. യൂദായോടൊപ്പമു
ള്ളവരും കാഹളം മുഴക്കി. യുദ്ധാരവം മൂലം
ഭൂമി ഇളകി. പ്രഭാതം മുതൽ സായാഹ്നംവ
രെ യുദ്ധം അത്യുഗ്രമായി തുടർന്നു.
14 ബക്കിദേസും അയാളുടെ സുശക്തമായ
സൈന്യവും വലതുവശത്താണെന്ന് യൂദാ
കണ്ടു. അപ്പോൾ ചങ്കുറപ്പുള്ള എല്ലാവരും
15 അയാളോട് ചേർന്നു. അവർ വലതുവശ
ത്തെ ആക്രമിച്ച് തുരത്തി അസോത്തസ്
16 മലവരെ പിന്തുടർന്നു. വലതുവശത്തെ
സൈന്യം തകർക്കപ്പെട്ടുവെന്ന് കണ്ട് ഇടതു
ഭാഗത്തെ സൈനികർ പിന്തിരിഞ്ഞുചെന്ന്
യൂദായെയും സൈന്യത്തെയും പിന്നിൽക്കൂ
17 ടി ആക്രമിച്ചു. സംഘട്ടനം ഘോരമായിത്തീ
ർന്നു. ഇരുഭാഗത്തിലും പെട്ട അനേകർ മുറി
18 വേറ്റ് നിലംപതിച്ചു. യൂദായും വീണുപോയി.
ശേഷിച്ചവർ പലായനം ചെയ്തു.
19 യോനാഥാനും ശീമോനും സഹോദര
നായ യൂദായെ എടുത്ത് മൊദെയ്നിൽ
തങ്ങളുടെ പിതാക്കന്മാരുടെ കല്ലറയിൽ
20 സംസ്കരിച്ചു. അവനെച്ചൊല്ലി അവർ വി
ലപിച്ചു. യിസ്രായേൽ മുഴുവൻ അവനെ
21 ചൊല്ലി വിലാപം തുടങ്ങി. അവർ അനേക
ദിവസം ഇപ്രകാരം വിലാപം ആചരിച്ച് പറ
ഞ്ഞു: യിസ്രായേലിന്റെ രക്ഷകനായ ബല
22 വാൻ നിലംപതിച്ചതെങ്ങനെ? യൂദായുടെ
മറ്റു പ്രവൃത്തികളും യുദ്ധങ്ങളും വീരകൃത്യങ്ങ
ളും മഹത്ത്വവും ഏറെ ആയതിനാൽ രേഖ
പ്പെടുത്തിയിട്ടില്ലെങ്കിലും അവ വളരെയുണ്ട്.
23 യൂദായുടെ മരണശേഷം യിസ്രായേലി
ൽ എല്ലായിടത്തും അക്രമികൾ തലപൊ
24 ക്കി. അധർമ്മികൾ പ്രത്യക്ഷപ്പെട്ടു. അക്കാ
ലത്ത് കഠിനമായ ഒരു ക്ഷാമം ഉണ്ടായി.
25 രാജ്യം മുഴുവൻ ശത്രുപക്ഷം ചേർന്നു. ബക്കി
ദേസ് വഷളന്മാരെ തെരഞ്ഞെടുത്ത് രാജ്യഭ
26 രണം ഏല്പിച്ചു. അവർ യൂദായുടെ സുഹൃത്തു
ക്കളെ തേടിപ്പിടിച്ച് ബക്കിദേസിന്റെ അടു
ക്കൽ കൊണ്ടുവന്നു. അവൻ അവരോട് പ്ര
27 തികാരം ചെയ്ത് അവരെ അപമാനിച്ചു. പ്ര
വാചകരുടെ കാലത്തിനുശേഷം ഉണ്ടാകാ
ത്ത തരത്തിലുള്ള കഠിനയാതന യിസ്രാ
യേലിൽ ഉണ്ടായി.

അപ്പോൾ യൂദായുടെ സുഹൃത്തുക്കൾ 28
എല്ലാവരും ഒന്നിച്ചുകൂടി. യോനാഥാനോടു
പറഞ്ഞു: നിന്റെ സഹോദരനായ യൂദാ 29
മരിച്ചതിൽപ്പിന്നെ നമ്മുടെ ശത്രുക്കൾക്കും
ബക്കിദേസിനും എതിരേ ഇറങ്ങിത്തിരിക്കു
വാനും നമ്മുടെ ജനതയിൽതന്നെ നമ്മെ
വെറുക്കുന്നവരെ നേരിടുവാനും അയാളെ
പ്പോലെ ആരും ഉണ്ടായിട്ടില്ല. ആകയാൽ
അവന്റെ സ്ഥാനത്ത് ഞങ്ങളുടെ നേതാവും 30
ഭരണാധികാരിയുമായി ഞങ്ങളുടെ യുദ്ധ
ങ്ങൾ നടത്താൻ നിന്നെ ഇന്ന് ഞങ്ങൾ
തെരഞ്ഞെടുത്തിരിക്കുന്നു. അപ്പോൾ
യോനാഥാൻ തന്റെ സഹോദരൻ യൂദാ 31
യുടെ സ്ഥാനത്ത് നേതൃത്വം ഏറ്റെടുത്തു.
ഇതറിഞ്ഞ ബക്കിദേസ് അവനെ വധി 32
ക്കുവാൻ വട്ടംകൂട്ടി. എന്നാൽ യോനാഥാനും 33
സഹോദരൻ ശീമോനും അനുയായിക
ളും ഈ വാർത്ത കേട്ട് തെക്കോവാ മരു
ഭൂമിയിലേക്ക് പലായനം ചെയ്തു. അവിടെ
അസ്ഫാർ തടാകത്തീരത്ത് അവർ പാളയമ
ടിച്ചു. ശബ്ബത്ത് ദിവസം ഇതറിഞ്ഞ ബക്കി 34
ദേസ് തന്റെ പടയാളികളോടുകൂടി യോർദ്ദാ
ൻ നദി കടന്നു.
യോനാഥാൻ തന്റെ സ്നേഹിതരായി 35
രുന്ന നബത്തേയരോട് തങ്ങളുടെ വമ്പി
ച്ച സാധനസാമഗ്രികൾ സൂക്ഷിക്കാൻ
അനുവാദം ചോദിക്കുന്നതിന് സ്വസഹോ
ദരനെ വലിയൊരു സംഘം ആളുകളോ
ടൊപ്പം അയച്ചു. എന്നാൽ മെദബയിൽനി 36
ന്ന് യാംബ്രിയുടെ പുത്രന്മാർ വന്ന് യോഹ
ന്നാനെ പിടിച്ചു കൊണ്ടുപോയി. അവന്റെ
പക്കൽ ഉണ്ടായിരുന്നവയെല്ലാം അവർ
അപഹരിച്ചു.പിന്നീട്യോനാഥാനുംസഹോ 37
ദരൻ ശീമോനും ഇപ്രകാരം ഒരു വാർത്ത
ലഭിച്ചു: യാംബ്രിയുടെ പുത്രന്മാർ ഒരു
വിവാഹം കേമമായി നടത്തുന്നു. ഒരു കനാ
ന്യപ്രമാണിയുടെ പുത്രിയായ വധുവിനെ
നദാബത്തിൽനിന്ന് വലിയ അകമ്പടി
യോടെ കൊണ്ടുപോകുന്നുണ്ട്. തങ്ങളുടെ 38
സഹോദരനായ യോഹന്നാന്റെ രക്തം
അവരുടെ ഓർമ്മയിലെത്തി. അവർ 39
പോയി ഒരു മലയുടെ മറവിൽ ഒളിച്ചിരു

ന്നു. അവർ തല ഉയർത്തി നോക്കിയപ്പോ
ൾ ശബ്ദമുഖരിതമായ ഒരു ഘോഷയാത്ര,
ഭാരിച്ച സാധനസാമഗ്രികളുമായി നീങ്ങുന്ന
തു കണ്ടു. അവരെ സ്വീകരിക്കാൻ മണവാ
ളൻ തന്റെ സ്നേഹിതരും സഹോദരരും
ഒന്നിച്ച് വാദ്യമേളങ്ങളോടും ഗായകരോടും
40 ആയുധസന്നാഹത്തോടും കൂടി വന്നു. പതി
യിരുന്നവർ വിവാഹസംഘത്തിന്റെ നേരെ
ചാടിവീണ് അവരെ കൊന്നൊടുക്കിത്തുട
ങ്ങി. അനേകർ മുറിവേറ്റു വീണു. ബാക്കി
ഉണ്ടായിരുന്നവർ മലയിലേക്ക് ഓടിപ്പോ
യി. അവരുടെ സാധനസാമഗ്രികളെല്ലാം
41 യെഹൂദർ കൈവശപ്പെടുത്തി. അങ്ങനെ
വിവാഹം വിലാപമായും സംഗീതം ചരമഗീ
42 തമായും കലാശിച്ചു. അപ്രകാരം സഹോദ
രന്റെ രക്തത്തിന് പൂർണ്ണമായും പ്രതികാ
രം ചെയ്തശേഷം അവർ യോർദ്ദാനിലെ
ചതുപ്പ് പ്രദേശങ്ങളിലേക്ക് മടങ്ങിപ്പോയി.
43 ഇതു കേട്ട ബക്കിദേസ് ഒരു വലിയ സൈ
ന്യവുമായി ശബ്ബത്ത് നാളിൽ യോർദ്ദാൻതീ
44 രത്തെത്തി. അപ്പോൾ യോനാഥാൻ കൂടെ
യുണ്ടായിരുന്നവരോടു പറഞ്ഞു: ഇപ്പോൾ
നമുക്ക് നമ്മുടെ ജീവനു വേണ്ടി ഉണർന്നു
45 പൊരുതാം. ഇന്നത്തെ സ്ഥിതിഗതികൾ
മുമ്പത്തെപ്പോലെയല്ല. നോക്കൂ, മുമ്പിലും
പിമ്പിലും യുദ്ധം. യോർദ്ദാനിലെ വെള്ളം
46 ഈ വശത്തു്; മറുവശത്തു് ചതുപ്പും കുറ്റി
ക്കാടും പിന്മാറാൻ ഒരിടവുമില്ല. ശത്രുവി
ന്റെ കൈയിൽനിന്ന് രക്ഷിക്കാൻ സ്വർഗ്ഗ
47 ത്തോട് നിലവിളിച്ച് പ്രാർത്ഥിക്കുക. യുദ്ധം
തുടങ്ങി. ബക്കിദേസിനെ വെട്ടിവീഴ്ത്താൻ
48 യോനാഥാൻ കൈ ഉയർത്തി. എന്നാൽ
അവൻ വഴുതിമാറി പിന്നണിയിൽ നിലയു
റപ്പിച്ചു. പിന്നീട് യോനാഥാനും അനുയായി
കളും യോർദ്ദാൻ നദിയിൽ ചാടി നീന്തി മറു
കരയിലെത്തി. ശത്രുക്കൾ അവരെ ആക്ര
49 മിക്കാൻ നദി കടന്നില്ല. ബക്കിദേസിന്റെ
സൈന്യത്തിൽ ആയിരം പേർ അന്ന്
നിലംപതിച്ചു.
50 അനന്തരം ബക്കിദേസ് യെരുശലേമി
ലേക്ക് മടങ്ങിച്ചെന്ന് യൂദായിലെ ചില പ്ര
ദേശങ്ങൾ ഉയരം കൂടിയ കോട്ടകളും കവാ
ടങ്ങളും ഓടാമ്പലുകളുംകൊണ്ട് ബലപ്പെടു
ത്തി: യെരീഹോയിലെ കോട്ട, എമ്മവൂസ്
ബെത് ഹോരോൻ, ബെഥേൽ, തിമ്നാ
ത്ത് ഫരാത്തോൻ, തെഫോൻ. യിസ്രാ 51
യേലിനെ ശല്യപ്പെടുത്താൻ അവിടങ്ങളിൽ
അവൻ കാവൽസൈന്യത്തെയും നിറുത്തി.
ബേത്സൂർ, ഗസാറ എന്നീ നഗരങ്ങളും 52
കോട്ടയും അവൻ ബലപ്പെടുത്തി. അവിടെ
സൈന്യത്തെ അണിനിരത്തി. ഭക്ഷണപ 53
ദാർത്ഥങ്ങൾ ശേഖരിച്ചു. ദേശത്തെ പൗര
പ്രമാണികളുടെ പുത്രന്മാരെ ജാമ്യത്തടവു
കാരായി പിടിച്ച് യെരുശലേമിലെ കോട്ട
യിലാക്കി കാവലും ഏർപ്പെടുത്തി.
നൂറ്റി അമ്പത്തി മൂന്നാം വർഷം* രണ്ടാം 54
മാസത്തിൽ വിശുദ്ധസ്ഥലത്തിന്റെ അക
മുറ്റത്തെ ഭിത്തികൾ ഇടിച്ചുനിരത്താൻ
അൽകിമൂസ് കല്പനയിട്ടു. പ്രവാചകരുടെ
പ്രയത്നം അയാൾ തകർത്തു. എന്നാൽ
അതു തകർക്കാൻ തുടങ്ങിയപ്പോൾതന്നെ 55
അൽകിമൂസിന് ഒരു ആഘാതം ഉണ്ടാ
കയാൽ അവന്റെ ജോലി തടസ്സപ്പെട്ടു.
അവന്റെ നാവ് തളർന്നു; ശരീരം മരവി
ച്ചു. തന്മൂലം ഒരക്ഷരം സംസാരിക്കാനോ
തന്റെ കുടുംബകാര്യം സംബന്ധിച്ച് എന്തെ
ങ്കിലും നിർദ്ദേശം കൊടുക്കാനോ അയാ
ൾക്ക് കഴിഞ്ഞില്ല. അങ്ങനെ കൊടിയ വേ 56
ദനയിൽ അൽകിമൂസ് മരിച്ചു.
അൽകിമൂസ് മരിച്ചു എന്നറിഞ്ഞ ബക്കി 57
ദേസ് രാജസന്നിധിയിലേക്ക് മടങ്ങിപ്പോ
യി. അങ്ങനെ യെഹൂദാദേശത്തു് രണ്ടു
വർഷത്തേക്ക് ശാന്തത ഉണ്ടായി.
അപ്പോൾ അധർമ്മികൾ ചേർന്ന് ഗൂ 58
ഢാലോചന നടത്തി; അവർ പറഞ്ഞു:
ഇതാ യോനാഥാനും ആളുകളും സ്വസ്ഥ
രായി; സുരക്ഷിതരായി ജീവിക്കുന്നു. നമുക്ക്
പോയി ബക്കിദേസിനെ തിരികെ കൊണ്ടു
വരാം. ഒറ്റ രാത്രികൊണ്ട് അവൻ ഇവരെ 59
യെല്ലാം പിടികൂടും. അവർ ബക്കിദേസി
നെ സമീപിച്ച് ആലോചന നടത്തി. യോ 60
നാഥാനെയും അവന്റെ ആളുകളെയും പി
ടികൂടാൻ ആവശ്യപ്പെട്ടുകൊണ്ട് യെഹൂദാ

** ബി.സി. 159*

യിലുള്ള തന്റെ മിത്രങ്ങൾക്കെല്ലാം രഹ
സ്യമായി കത്തുകൾ അയച്ചശേഷം വമ്പി
ച്ച ഒരു സൈന്യവുമായി അവൻ പുറപ്പെ
ട്ടു. എന്നാൽ അവരുടെ പദ്ധതികൾ വെ
ളിപ്പെട്ടുപോയതുകൊണ്ട് അവർക്ക് ഒന്നും
61 ചെയ്യാൻ കഴിഞ്ഞില്ല. ഈ ഉപജാപത്തി
ന്റെ നായകരായിരുന്ന അന്നാട്ടിലെ അമ്പ
തോളം പേരെ യോനാഥാന്റെ സൈന്യം
പിടികൂടി കൊന്നു.
62 പിന്നീട് യോനാഥാനും സൈന്യവും
ശിമോനും മരുഭൂമിയിലെ ബെത്-ബാസി
ലേക്ക് പിൻവാങ്ങി. തകർന്ന ഭാഗങ്ങൾ
പുനർനിർമ്മിച്ച് കോട്ടകെട്ടി അവർ അത്
63 ബലപ്പെടുത്തി. ഇതറിഞ്ഞപ്പോൾ ബക്കി
ദേസ് സേനയെ മുഴുവൻ ഒന്നിച്ചുകൂട്ടി; യെ
ഹൂദായിലുള്ളവർക്ക് കല്പനകൾ അയച്ചു.
64 പിന്നീട് അവൻ വന്ന് ബെത്-ബാസിന്
എതിരേ പാളയമടിച്ചു. ആ സ്ഥലത്തിനെ
തിരേ അവൻ ദീർഘനാൾ യുദ്ധം ചെയ്തു.
65 യുദ്ധയന്ത്രങ്ങൾ നിർമ്മിച്ചു. എന്നാൽ
സഹോദരൻ ശിമോനെ നഗരത്തിൽ ചുമ
66 തലപ്പെടുത്തിയിട്ട് ചുരുക്കം ചില ആൾക്കാ
രുമായി യോനാഥാൻ നാട്ടിൻപുറത്തേ
ക്ക് ഇറങ്ങിത്തിരിച്ച് ഒദോമേറായെയും
സഹോദരരെയും ഫാസിറോത്തിന്റെ പു
ത്രന്മാരെയും അവരുടെ കൂടാരങ്ങളിൽവച്ചു
67 തന്നെ അവൻ വെട്ടിവീഴ്ത്തി. പിന്നീട് സൈ
ന്യങ്ങളുമായി യുദ്ധത്തിനുചെന്ന് ആക്രമ
ണം ആരംഭിച്ചു. ശിമോനും അനുയായിക
ളും നഗരത്തിൽ നിന്ന് പാഞ്ഞിറങ്ങി യുദ്ധ
68 യന്ത്രങ്ങൾ അഗ്നിക്കിരയാക്കി. അവർ
ബക്കിദേസുമായി ഏറ്റുമുട്ടി അയാളെ വലച്ചു.
69 ഗതിമുട്ടിയ അവന്റെ പദ്ധതിയും സന്ദർശന
വും വ്യർത്ഥമായി. ആ ദേശത്തേക്ക് വരാൻ
തന്നെ പ്രേരിപ്പിച്ച അധർമ്മികളോട് അയാ
ൾക്ക് കടുത്ത കോപമുണ്ടായി. അവരിൽ
അനേകരെ അവൻ കൊന്നു. സ്വദേശത്തേ
ക്ക് മടങ്ങാൻ ബക്കിദേസ് നിശ്ചയിച്ചു.
70 ഇതറിഞ്ഞ യോനാഥാൻ സമാധാന
സന്ധി ഉണ്ടാക്കി ബന്ധികളെ മോചി
പ്പിച്ചെടുക്കുവാൻ ബക്കിദേസിന്റെ അടു
ക്കലേക്ക് പ്രതിപുരുഷന്മാരെ അയച്ചു.
അവൻ അതു സമ്മതിച്ചു, പറഞ്ഞതുപോ 71
ലെ പ്രവർത്തിച്ചു. ജീവിതകാലത്ത് ഒരി 72
ക്കലും യോനാഥാനെ ദ്രോഹിക്കാൻ ശ്ര
മിക്കുകയില്ലെന്ന് അവൻ ഉറപ്പ് നല്കി. യെ
ഹൂദദേശത്തുനിന്ന് നേരത്തെ പിടിച്ചെ
ടുത്തിരുന്ന ബന്ധികളെ യോനാഥാന്
വിട്ടുകൊടുത്തശേഷം അവൻ സ്വദേശ
ത്തേക്ക് തിരിച്ചുപോയി. പിന്നീട് ഒരിക്ക
ലും അവൻ അവരുടെ പ്രദേശത്ത് കട
ന്നിട്ടില്ല.അങ്ങനെ യിസ്രായേലിൽ യുദ്ധം 73
അവസാനിച്ചു. മിക്മാസിൽ താമസമാക്കി,
യോനാഥാൻ ജനത്തിന് ന്യായപാലനം
നടത്തി; യിസ്രായേലിൽനിന്ന് അധർമ്മി
കളെ നശിപ്പിച്ചുകളഞ്ഞു.

10 നൂറ്റി അറുപതാം സംവത്സരത്തി
ൽ* അന്ത്യോക്കസിന്റെ പുത്രൻ
അലക്സാണ്ടർ എപ്പിപ്പാനിയോസ് വന്ന്
ടോളമായിസ് കൈവശപ്പെടുത്തി. അവന്
നല്ല സ്വീകരണം ലഭിച്ചു. അവൻ ഭരണം 2
തുടങ്ങി. ഇത് കേട്ട ദെമേത്രിയോസ്
രാജാവ് വളരെ വലിയ ഒരു സേനയെ സം
ഘടിപ്പിച്ച് അലക്സാണ്ടറുമായി യുദ്ധം ചെ
യ്യുവാൻ പുറപ്പെട്ടു. സമാധാനവാക്കുകൾ 3
അടങ്ങിയ ഒരു സന്ദേശം കൊടുത്തയച്ച്
ദെമേത്രിയോസ്, യോനാഥാനെ ആദരിച്ചു.
അവൻ സ്വയം പറഞ്ഞു: `യോനാഥാൻ നമു 4
ക്കെതിരെ അലക്സാണ്ടറുമായി സഖ്യം
ചെയ്യുന്നതിന് മുമ്പ് അവനുമായി ആദ്യം
നമുക്ക് സഖ്യം ഉണ്ടാക്കണം. കാരണം
അവനും സഹോദരന്മാർക്കും ജനതയ്ക്കും 5
നാം ചെയ്തിട്ടുള്ള ദ്രോഹങ്ങൾ എല്ലാം
അവൻ സ്മരിക്കും. അങ്ങനെ സൈനികരെ 6
തെരഞ്ഞെടുത്ത് നിയമിക്കുവാനും അവരെ
ആയുധസജ്ജരാക്കുവാനും തന്റെ സഖ്യക
ക്ഷിയാകാനും യോനാഥാന് ദെമേത്രിയോ
സ് അധികാരം നല്കി. കോട്ടയിലുണ്ടായിരു
ന്ന ജാമ്യത്തടവുകാരെ അവനു വിട്ടുകൊടു
ക്കാനും ഉത്തരവായി.
യോനാഥാൻ യെരുശലേമിൽ വന്ന് 7
സകല ജനങ്ങളും കോട്ടയിലുണ്ടായിരു

ബി.സി. 153

ന്ന പടയാളികളും കേൾക്കെ ആ കത്ത്
8 വായിച്ചു. രാജാവ് സൈനികരെ ചേർക്കു
ന്നതിന് യോനാഥാന് അനുമതി നല്കിയെ
ന്ന് കേട്ടപ്പോൾ അവർ അത്യധികം ഭയാ
9 ശങ്കയിലായി. എങ്കിലും കോട്ടയിലുണ്ടായി
രുന്നവർ ജാമ്യത്തടവുകാരെ യോനാഥാന്
വിട്ടുകൊടുത്തു. അവൻ അവരെ രക്ഷിതാ
ക്കൾക്ക് ഏല്പിച്ചുകൊടുത്തു.
10 യോനാഥാൻ യെരുശലേമിൽ താമസി
ച്ച് അറ്റകുറ്റപ്പണികൾ നടത്തി നഗരം പു
11 നരുദ്ധരിക്കാൻ തുടങ്ങി. മതിൽ നിർമ്മിച്ച്
സീയോൻമലയ്ക്കു ചുറ്റും ചതുരക്കല്ലുകൊണ്ട്
കോട്ടകെട്ടാൻ ജോലിക്കാരോട് അവൻ
ചട്ടംകെട്ടി. അവർ അപ്രകാരം പ്രവർത്തി
ക്കുകയും ചെയ്തു.
12 ബക്കിദേസ് നിർമ്മിച്ചിരുന്ന രക്ഷാകേ
ന്ദ്രങ്ങളിൽ ഉണ്ടായിരുന്ന പരദേശികൾ
13 പലായനം ചെയ്തു. ഓരോരുത്തരും താ
ന്താങ്ങളുടെ ദേശങ്ങളിലേക്കു പോയി.
14 നിയമവും കല്പനകളും കൈവെടിഞ്ഞി
രുന്നവരിൽ ചിലർ ബേത്സൂറിൽ മാത്രം
അവശേഷിച്ചു. അത് അവരുടെ ഒരു
അഭയകേന്ദ്രമായിരുന്നു.
15 ദെമേത്രിയൊസ് യോനാഥാന് അയ
ച്ചുകൊടുത്ത വാഗ്ദാനങ്ങളെക്കുറിച്ചെല്ലാം
അലക്സാണ്ടർ രാജാവ് കേട്ടു. യോനാ
ഥാനും സഹോദരന്മാരും നടത്തിയ യുദ്ധ
ങ്ങളെയും അവർ ചെയ്ത വീരകൃത്യങ്ങളെയും
അവർ അനുഭവിച്ച ദ്രോഹങ്ങളെയുംകുറിച്ച്
16 രാജാവിന് അറിവുകിട്ടി. അപ്പോൾ അവൻ
പറഞ്ഞു: `ഇതുപോലെ മറ്റൊരു മനുഷ്യനെ
നമുക്ക് കാണാൻ കഴിയുമോ? നമുക്ക് അവ
നുമായി സൗഹൃദവും സഖ്യവും ഉണ്ടാക്കാം'.
17 അവൻ യോനാഥാന് ഒരു കത്തയച്ചു:
18 "സഹോദരനായ യോനാഥാന് അല
19 ക്സാണ്ടർ രാജാവിന്റെ വന്ദനം. നിങ്ങൾ
ഒരു വീരയോദ്ധാവാണെന്നും ഞങ്ങളുടെ
മിത്രമായിരിക്കാൻ അർഹനാണെന്നും
നിങ്ങളെക്കുറിച്ച് ഞാൻ കേട്ടിരിക്കുന്നു.
20 അതുകൊണ്ട് നിങ്ങളെ ഞാനിന്ന് നിങ്ങളു
ടെ ജനത്തിന്റെ മഹാപുരോഹിതനായി നി
യമിച്ചിരിക്കുന്നു. നിങ്ങൾ ഇനി രാജമിത്രം
എന്നായിരിക്കും വിളിക്കപ്പെടുക. നിങ്ങൾ
ഞങ്ങളുടെ പക്ഷത്തുനിന്ന് ഞങ്ങളോട്
സൗഹൃദം പുലർത്തണം." രാജാവ് അയാ
ൾക്ക് ഒരു രക്താംബരവും സ്വർണ്ണകിരീട
വും കൂടെ കൊടുത്തയച്ചു. അങ്ങനെ നൂറ്റി 21
അറുപതാം വർഷം ഏഴാം മാസത്തിലെ കൂ
ടാരപ്പെരുന്നാളിൽ യോനാഥാൻ വിശുദ്ധ
വസ്ത്രങ്ങൾ ധരിച്ചു. അവൻ പടയാളികളെ
നിയമിക്കുകയും അവർക്ക് വേണ്ടുവോളം
ആയുധങ്ങൾ നല്കുകയും ചെയ്തു.
ഇക്കാര്യങ്ങൾ കേട്ടപ്പോൾ ദെമേത്രി 22
യോസ് ദുഃഖത്തോടെ പറഞ്ഞു: `നാം 23
എന്താണീ ചെയ്തത്? നമ്മെ മറികടന്ന് യെ
ഹൂദരുമായി സൗഹൃദം സ്ഥാപിച്ച് ശക്തി
പ്പെടുവാൻ അലക്സാണ്ടർക്ക് കഴിഞ്ഞ 24
ല്ലോ. ഞാനും അവർക്ക് സൗഹൃദത്തി
ന്റെ സന്ദേശം എഴുതി അയയ്ക്കും; ബഹുമ
തിയും ഉപഹാരങ്ങളും വാഗ്ദാനം ചെയ്ത്
അവരുടെ പിന്തുണ നേടും'. അതനുസ 25
രിച്ച് അവൻ അവർക്ക് ഇപ്രകാരം ഒരു 26
സന്ദേശം അയച്ചു. "യെഹൂദജനതയ്ക്ക് ദെ
മേത്രിയോസ് രാജാവിന്റെ അഭിവാദനം!
നിങ്ങൾ ഞങ്ങളോടുള്ള ഉടമ്പടി പാലിച്ച്
ശത്രുപക്ഷത്തു ചേരാതെ സൗഹൃദം തുടരു
ന്നു എന്നു കേട്ടതിൽ സന്തോഷിക്കുന്നു. തുട 27
ർന്നും വിശ്വസ്തത പുലർത്തുക. നിങ്ങൾ ചെ
യ്യുന്ന നന്മയ്ക്ക് നല്ല പ്രതിഫലം നല്കുന്നതാ 28
ണ്; നിങ്ങൾക്ക് നിരവധി ഇളവുകൾ അനു
വദിക്കും; ഉപഹാരങ്ങൾ നല്കും.
കപ്പവും ഉപ്പുനികുതിയും രാജഭോഗവും 29
അടയ്ക്കുന്നതിൽനിന്ന് നിങ്ങളെ, മുഴുവൻ
യെഹൂദരെയും ഒഴിവാക്കിയിരിക്കുന്നു.
എനിയ്ക്കു കിട്ടേണ്ട ധാന്യങ്ങളുടെ മൂന്നി 30
ലൊരു ഭാഗവും വൃക്ഷഫലങ്ങളുടെ പകുതി
ഭാഗവും അടയ്ക്കുന്നതിൽനിന്ന് ഇന്നുമുതൽ
മേലാൽ അവരെ ഒഴിവാക്കിയിരിക്കുന്നു.
ഇന്നു മുതൽ ഒരിക്കലും യെഹൂദാദേശത്തു
നിന്നോ ശമര്യയിൽനിന്നും ഗലീലയിൽനി
ന്നും അതിനോടു ചേർക്കപ്പെട്ട മൂന്നു പ്രവി
ശ്യകളിൽനിന്നോ ഇവ ശേഖരിക്കുന്നത
ല്ല. യെരുശലേമും അതിന്റെ പരിസരങ്ങ 31
ളും അതിന്റെ ദശാംശങ്ങളും തീരുവകളും

സഹിതം വിശുദ്ധവും നികുതിവിമുക്തവും
32 ആയിരിക്കട്ടെ. യെരുശലേമിലെ കോട്ടയി
ൽനിന്ന് ഒഴിഞ്ഞ് അതിന്റെ നിയന്ത്രണം
ഞാൻ മഹാപുരോഹിതനെ ഏല്പിക്കുന്നു.
അവനിഷ്ടമുള്ളവരെ അവിടെ കാവൽ നി
33 റുത്താവുന്നതാണ്. യെഹൂദാ ദേശത്തുനി
ന്ന് നമ്മുടെ രാജ്യത്തിന്റെ ഏതെങ്കിലും
ഭാഗത്തേക്ക് ബന്ദികളായി കൊണ്ടുപോ
യിട്ടുള്ള എല്ലാ യെഹൂദരെയും മോചനദ്ര
വ്യം കൂടാതെ ഞാൻ സ്വതന്ത്രരാക്കുന്നു.
അവരുടെ കന്നുകാലികളുടെ മേലുള്ള നി
കുതികളും ഉദ്യോഗസ്ഥർ റദ്ദാക്കട്ടെ.
34 നമ്മുടെ രാജ്യത്തുള്ള യെഹൂദർക്ക്
അവരുടെ എല്ലാ ഉത്സവങ്ങളും ശബ്ബത്തു
കളും അമാവാസികളും മറ്റ് വിശേഷദി
വസങ്ങളും ഓരോ പെരുന്നാളിന്റെയും
മുമ്പും പിമ്പുമുള്ള മുമ്മൂന്ന് ദിവസങ്ങളും
സ്വതന്ത്രമായ ഒഴിവുദിവസങ്ങൾ ആയി
35 രിക്കും. അവരിൽനിന്ന് എന്തെങ്കിലും
ബലമായി ഈടാക്കാനോ എന്തെങ്കിലും
കാര്യത്തിൽ അവരിൽ ആരെയെങ്കിലും
പീഡിപ്പിക്കാനോ ആർക്കും അധികാരം
ഉണ്ടായിരിക്കുന്നതല്ല.
36 യെഹൂദരിൽ മുപ്പതിനായിരം പേരെ
രാജസേനയിൽ ചേർക്കുന്നതാണ്; രാജ
സൈന്യത്തിന് അർഹമായ പ്രതിഫലം
37 അവർക്കും ലഭിക്കുന്നതാണ്. അവരിൽ
ചിലർ രാജാവിന്റെ വൻകോട്ടകളിൽ നില
യുറപ്പിക്കട്ടെ. വേറെ ചിലർ രാജ്യത്തിലെ
വിശ്വസ്തസ്ഥാനങ്ങളിലും നിലയുറപ്പിക്ക
ട്ടെ. അവരുടെ ഉദ്യോഗസ്ഥരും നായകരും
അവരുടെതന്നെ വംശക്കാരായിരിക്കണം.
രാജാവ് യെഹൂദാദേശത്ത് കല്പിച്ചതുപോ
ലെ അവർ സ്വന്തം നിയമങ്ങൾ അനുസ
രിച്ച് ജീവിച്ചുകൊള്ളട്ടെ.
38 ശമര്യാദേശത്തുനിന്ന് യെഹൂദായോ
ട് കൂട്ടിച്ചേർക്കപ്പെട്ട മൂന്ന് പ്രവിശ്യയും
യെഹൂദായും ഒരേ ഭരണാധികാരിയുടെ
കീഴിൽതന്നെ ആയിരിക്കണം. മഹാപു
രോഹിതനെയല്ലാതെ മറ്റൊരു അധികാ
രിയെയും അവർ അനുസരിക്കേണ്ടതില്ല.
39 യെരുശലേമിലെ വിശുദ്ധസ്ഥലത്തിന്റെ
ചെലവിന് ഒരു ദാനമായി ടോളമായിസും
അതിനോട് ചേർന്നുള്ള സ്ഥലവും ഞാൻ
തന്നിരിക്കുന്നു. യഥാസ്ഥാനങ്ങളിൽ നിന്ന് 40
ലഭിക്കത്തക്കവിധം രാജകീയവരുമാന
ത്തിൽനിന്ന് വർഷംതോറും പതിനയ്യായി
രം ശേക്കെൽ വെള്ളിയും ഞാൻ അനുവദി
ക്കുന്നു. ഭരണാധികാരികൾ മുൻവർഷങ്ങ 41
ളിൽ കുടിശ്ശികവരുത്തിയിട്ടുള്ള സഹായ
ധനം മുഴുവൻ ഇപ്പോൾമുതൽ ദേവാലയ
ശുശ്രൂഷയ്ക്കായി അവർ നൽകേണ്ടതാണ്.
ഇതിനു പുറമേ വിശുദ്ധസ്ഥലത്തിലെ ശു 42
ശ്രൂഷയുടെ വരുമാനത്തിൽനിന്ന് വർഷം
തോറും എന്റെ ഉദ്യോഗസ്ഥർ വസൂലാക്കി
യിരുന്ന അയ്യായിരം ശേക്കെൽ വെള്ളിയും
റദ്ദാക്കിയിരിക്കുന്നു. എന്തെന്നാൽ അവിടെ 43
ശുശ്രൂഷചെയ്യുന്ന പുരോഹിതർക്ക് അവകാ
ശപ്പെട്ടതാണ് അത്. രാജാവിന് പണം
അടയ്ക്കാനോ മറ്റേതെങ്കിലും കടം തീർക്കാ
നോ ഉള്ള ആരെങ്കിലും യെരുശലേമിലെ
ദേവാലയത്തിലോ അതിന്റെ പരിസരങ്ങ
ളിൽ എവിടെയെങ്കിലുമോ അഭയം പ്രാപി
ച്ചാൽ അയാൾക്ക് മോചനം നല്കേണ്ട
താണ്. നമ്മുടെ രാജ്യത്തുള്ള അയാളുടെ
വസ്തുക്കൾ മുഴുവൻ തിരിച്ചുകൊടുക്കുകയും
വേണം.
വിശുദ്ധസ്ഥലം പുതുക്കിപ്പണിയാനുള്ള 44
ചെലവുകൾ രാജാവിന്റെ വരുമാനത്തി
ൽനിന്ന് നല്കുന്നതാണ്. യെരുശലേമിന്റെ 45
മതിലുകൾ പുതുക്കിപ്പണിയുന്നതിന്റെയും
ചുറ്റും കോട്ടകെട്ടി ബലപ്പെടുത്തുന്നതിന്റെ
യും യെഹൂദായിലെ മതിലുകൾ പുതുക്കിപ്പ
ണിയുന്നതിന്റെയും ചെലവുകൾ രാജാവി
ന്റെ വരുമാനത്തിൽനിന്ന് നല്കുന്നതാണ്."
ഈ വാക്കുകൾ യോനാഥാനും ജനങ്ങ 46
ളും വിശ്വസിക്കുകയോ സ്വീകരിക്കുകയോ
ചെയ്തില്ല. കാരണം ദെമേത്രിയോസ് യി
സ്രായേലിൽ ചെയ്ത കടുത്ത ദ്രോഹങ്ങ
ളും, അയാൾ അവരെ കഠോരമായി പീ
ഡിപ്പിച്ചതും അവർ മറന്നിരുന്നില്ല. അവർ 47
അലക്സാണ്ടറെ അനുകൂലിച്ചു. കാരണം,
അവനാണ് ആദ്യം സമാധാനവചനങ്ങൾ
അവരോട് പറഞ്ഞത്. അങ്ങനെ അവർ 48

അവന്റെ ജീവിതകാലം മുഴുവൻ അവനോട്ട്
സഖ്യത്തിൽ വർത്തിച്ചു.
അലക്സാണ്ടർ രാജാവ് വലിയ സേനാ
വ്യൂഹങ്ങൾ സംഘടിപ്പിച്ച് ദെമേത്രിയോസി
49 ന് എതിരെ പാളയമടിച്ചു. രണ്ടു രാജാക്ക
ന്മാരും യുദ്ധത്തിൽ ഏറ്റുമുട്ടി. ദെമേത്രിയോ
50 സിന്റെ സൈന്യങ്ങൾ ഓടിപ്പോയി. അല
ക്സാണ്ടർ അവനെ പിന്തുടർന്ന് അവരെ
പരാജയപ്പെടുത്തി. സൂര്യാസ്തമയത്തോളം
അവൻ ഉഗ്രപോരാട്ടം നടത്തി. അന്ന് ദെ
മേത്രിയൊസ് നിലംപതിച്ചു.
51 പിന്നീട് അലക്സാണ്ടർ മിസ്രയീം
രാജാവായ ടോളമിയുടെ അടുക്കൽ ഇപ്ര
കാരം ഒരു സന്ദേശവുമായി പ്രതിപുരുഷ
52 ന്മാരെ അയച്ചു: "ഞാൻ എന്റെ രാജ്യത്തേ
ക്ക് മടങ്ങിവന്ന് എന്റെ പിതാക്കന്മാരുടെ
സിംഹാസനത്തിൽ ആരൂഢനായി എന്റെ
ഭരണം ഉറപ്പിച്ചിരിക്കുന്നു. ഞാൻ ദെമേത്രി
യോസിനെ തകർത്ത് ഞങ്ങളുടെ സാമ്രാ
ജ്യത്തിന്റെ ഭരണം ഏറ്റെടുത്തിരിക്കുക
53 യാണ്. ഞാൻ അവനോട്ട് യുദ്ധം ചെയ്ത്
അവനെയും സൈന്യത്തെയും തകർത്ത്
അവന്റെ രാജപീഠത്തിൽ ആസനസ്ഥനാ
54 യിരിക്കുന്നു. അതുകൊണ്ട് നമുക്ക് തമ്മിൽ
ഇപ്പോൾ ഒരു സഖ്യം ചെയ്യാം. അങ്ങയു
ടെ പുത്രിയെ എനിക്കു ഭാര്യയായി നല്കുക;
എന്നെ നിന്റെ പുത്രീഭർത്താവായി സ്വീക
രിക്കുക. നിന്റെ പദവിക്കു തക്ക പാരിതോ
ഷികങ്ങൾ നിനക്കും അവൾക്കും ഞാൻ
നല്കാം."
55 ടോളമിരാജാവ് മറുപടി നല്കി: `നിങ്ങൾ
പിതാക്കന്മാരുടെ രാജ്യത്തിലേക്ക് മട
ങ്ങിവന്ന് അവരുടെ രാജകീയപീഠത്തി
ൽ ഉപവിഷ്ടനായ ദിവസം ശുഭകരം
56 തന്നെ. നിങ്ങൾ എഴുതിയ പ്രകാരംതന്നെ
ഞാൻ പ്രവർത്തിക്കാം. ടോളമിയാസിൽ
വരിക. നമുക്ക് നേരിൽ കാണാം. നിങ്ങൾ
ആവശ്യപ്പെട്ടതുപോലെ ഞാൻ നിങ്ങളുടെ
57 ഭാര്യാപിതാവാകുകയും ചെയ്യാം'. അങ്ങ
നെ നൂറ്റി അറുപത്തിരണ്ടാം വർഷം (ബി.
സി. 150) പുത്രി ക്ലിയോപാട്രായോടുകൂടി
ടോളമി മിസ്രയീമിൽനിന്ന് പുറപ്പെട്ട് ടോ
ളമായിസിൽ എത്തി. അലക്സാണ്ടർ 58
രാജാവ് അവിടെവച്ച് അവനുമായി കണ്ടു
മുട്ടി. ടോളമി പുത്രിയായ ക്ലിയോപാട്രായെ
അലക്സാണ്ടർക്ക് വിവാഹം ചെയ്തുകൊടു
ത്തു. ടോളമായീസിൽവച്ച് വലിയ ആഢം
ബരങ്ങളോടെ രാജാക്കന്മാർ ചെയ്യുമ്പോ
ലെ ആ വിവാഹം ആഘോഷിക്കപ്പെട്ടു.
അനന്തരം, തന്നെ വന്ന് കാണാൻ 59
യോനാഥാന് അലക്സാണ്ടർ എഴുതി.
അതനുസരിച്ച് യോനാഥാൻ ആഢംബ 60
രപൂർവ്വം ടോളമായീസിൽ എത്തി, ഇരു
രാജാക്കന്മാരെയും സന്ദർശിച്ചു. അവൻ
അവർക്കും അവരുടെ മിത്രങ്ങൾക്കും
വെള്ളിയും സ്വർണ്ണവും ധാരാളം ഉപഹാര
ങ്ങളും നല്കി അവരുടെ പ്രീതി നേടി. അക്കാ 61
ലത്ത് യിസ്രായേലിൽനിന്ന് വിനാശകാരി
കളായ കുറെ അധർമ്മികൾ ഒന്നിച്ചുകൂടി
യോനാഥാന് എതിരെ ആരോപണം ഉന്ന
യിച്ചു. എന്നാൽ രാജാവ് അതൊട്ടും ഗൗനി 62
ച്ചില്ല. യോനാഥാനെ, അയാൾ ധരിച്ചിരുന്ന
വസ്ത്രം മാറ്റി രക്താംബരം അണിയിക്കാൻ
രാജാവ് കല്പിച്ചു. പിന്നെ അവനെ തന്റെ 63
അരികിൽ ചേർത്തിരുത്തി രാജാവ് ഉദ്യോ
ഗസ്ഥരോട് കല്പിച്ചു: `അവനോടൊപ്പം നഗ
രമദ്ധ്യത്തിൽ ചെന്ന് ആരും അവനെതിരെ
ഒരു കാര്യത്തിലും ആരോപണം ഉന്നയി
ക്കരുതെന്നും യാതൊരു കാരണവശാലും
അവനെ അലോസരപ്പെടുത്തരുതെന്നും
വിളംബരം ചെയ്യുക. ഈ വിളംബരപ്രകാ 64
രം അവനു ലഭിച്ച ബഹുമതിയും അവനെ
രക്താംബരം അണിയിച്ചിരിക്കുന്നതും കണ്ട
പ്പോൾ എതിരാളികൾ പലായനം ചെയ്തു.
അങ്ങനെ രാജാവ് അവനെ മുഖ്യസുഹൃ 65
ത്തുക്കളുടെ കൂട്ടത്തിൽ ഉൾപ്പെടുത്തി ആദ 66
രിച്ച് പ്രവിശ്യയുടെ തലവനായും പടനായ
കനായും നിയമിച്ചു. യോനാഥാൻ സമാധാ
നത്തിൽ ആനന്ദത്തോടെ യെരുശലേമി
ലേക്ക് മടങ്ങി.
നൂറ്റി അറുപത്തിയഞ്ചാം വർഷം* ദെ 67
മേത്രിയോസിന്റെ പുത്രൻ ദെമേത്രിയോ
സ് ക്രേത്തായിൽ നിന്ന് തന്റെ പിതാക്ക

** ബി.സി. 147* 68

ന്മാരുടെ ദേശത്ത് എത്തി. ഈ വാർത്ത
കേട്ട അലക്സാണ്ടർരാജാവ് ഏറ്റവും ദുഃ
ഖത്തോടെ അന്ത്യോക്യയിലേക്കു മടങ്ങി.
69 കൊയ്ലെസിറിയയിലെ അധിപനായി
അപ്പോലോനിയോസിനെ ദെമേത്രിയോ
സ് നിയോഗിച്ചു. അവൻ ഒരു വൻസേന
യെ സംഘടിപ്പിച്ച് യാമ്നിയായെക്കതിരെ
പാളയമടിച്ചു. പിന്നീട് അവൻ മഹാപുരോ
ഹിതനായ യോനാഥാന് ഈ സന്ദേശം
70 കൊടുത്തയച്ചു. `നിങ്ങൾ ഒരാൾ മാത്രമേ
ഞങ്ങളെ എതിർത്തു നിന്നുള്ളൂ. നിങ്ങൾ
നിമിത്തം ഞാൻ നിന്ദിതനും പരിഹാസ്യ
നും ആയിരിക്കുന്നു. മലംപ്രദേശത്ത് ഞങ്ങ
ൾക്കെതിരെ നിങ്ങൾ അധികാരം നട
71 ത്തുന്നത് എന്തിന്? നിങ്ങൾക്ക് സ്വന്തം
സൈന്യങ്ങളിൽ വിശ്വാസമുണ്ടെങ്കിൽ
ഞങ്ങളെ നേരിടാൻ സമതലത്തിലേക്കു
വരിക. അവിടെ നമുക്കു ബലപരീക്ഷണം
72 നടത്താം. നഗരങ്ങളുടെ പിൻബലം എനി
ക്കുണ്ട്. ഞാൻ ആരെന്നും ഞങ്ങളെ സഹാ
യിക്കാൻ ആരൊക്കെയുണ്ടെന്നും അന്വേ
ഷിച്ചറിയുക. നിങ്ങളുടെ പൂർവ്വപിതാക്കന്മാ
ർ രണ്ടുവട്ടം സ്വന്തം നാട്ടിൽനിന്ന് ഓടിക്ക
പ്പെട്ട സ്ഥിതിക്ക് നിങ്ങൾക്കും ചെറുത്തു
നില്ക്കാൻ കഴിയില്ലെന്ന് ആളുകൾ നിങ്ങ
73 ളോടു പറയും. മറഞ്ഞുനില്ക്കാൻ പാറയോ
കല്ലോ ഓടി രക്ഷപെടുവാൻ ഒരിടമോ
ഇല്ലാത്ത സമതലത്തിൽ എന്റെ കുതിര
പ്പടയോടും ഇതുപോലെ ഒരു കാലാൾപ്പ
ടയോടും പോരാടി നില്ക്കുവാൻ നിങ്ങൾക്കു
സാദ്ധ്യമല്ല'.
74 അപ്പോലോനിയോസിന്റെ വാക്കുക
ൾ കേട്ടപ്പോൾ യോനാഥാന്റെ ആത്മവീ
ര്യം ഉണർന്നു. പതിനായിരം യോദ്ധാക്ക
ളെ തെരഞ്ഞെടുത്തുകൊണ്ട് അവൻ യെ
രുശലേമിൽനിന്ന് പുറപ്പെട്ടു. സഹോദര
ൻ ശിമോൻ അയാളോട് ചേർന്നു. അവൻ
75 യോപ്പയ്ക്കു മുമ്പിൽ പാളയമടിച്ചു. അപ്പോ
ലോനിയോസിന് അവിടെ ഒരു സേനാ
വ്യൂഹം ഉണ്ടായിരുന്നതുകൊണ്ട് നഗരവാ
സികൾ നഗരവാതിലുകൾ അടച്ചുകളഞ്ഞു.
അതുകൊണ്ട് അവർ പട്ടണത്തെ ആക്ര
മിച്ചു. പട്ടണവാസികൾ ഭയപ്പെട്ട് നഗര 76
കവാടങ്ങൾ തുറന്നുകൊടുത്തു. അങ്ങനെ
യോനാഥാൻ യോപ്പ കീഴടക്കി.
ഈ വാർത്ത കേട്ട അപ്പോലോനിയോ 77
സ് മൂവായിരം കുതിരപ്പടയാളികളെയും
വമ്പിച്ച ഒരു സൈന്യത്തെയും അണിനി
രത്തി. വിദൂരത്തിലേക്കു പോകുന്നുവെന്ന
ഭാവത്തിൽ അസോത്തയിലേക്ക് തിരിച്ചു.
അതേ സമയത്ത് തന്നെ തനിക്കുണ്ടായി
രുന്ന വിപുലമായ കുതിരപ്പടയിൽ വിശ്വാ
സമർപ്പിച്ച് അവൻ സമതലത്തിലേക്ക്
മുന്നേറി. യോനാഥാൻ അവനെ പിന്തുട 78
ർന്ന് അസോത്തസിൽ എത്തി. ഇരുസൈ 79
ന്യങ്ങളും ഏറ്റുമുട്ടി. എന്നാൽ ആയിരം കു
തിരപ്പടയാളികളെ അപ്പോലോനിയോ
സ് രഹസ്യമായി അവരുടെ പിന്നണിയി
ൽ നിറുത്തിയിരുന്നു. പിന്നിൽ പതിയിരി 80
പ്പുകാർ ഉണ്ടെന്ന് യോനാഥാൻ ഗ്രഹിച്ചു.
അവർ അവന്റെ സൈന്യത്തെ വളഞ്ഞ് 81
പ്രഭാതം മുതൽ സായാഹ്നം വരെ അമ്പെ
യ്തു. എങ്കിലും യോനാഥാന്റെ സൈന്യം
അവന്റെ കല്പന അനുസരിച്ച് അചഞ്ചല
രായി നിലകൊണ്ടു. ശത്രുക്കളുടെ കുതിര
കൾ തളർന്നു.
കുതിരപ്പട തളർന്നു പോയിരുന്നതുകൊ 82
ണ്ട് അപ്പോൾ ശിമെയോൻ സൈന്യവുമാ
യി മുന്നോട്ടു വന്ന് പടനിരയെ എതിരിട്ടു.
തടുക്കാനാവാത്തവിധം അവനാൽ ആക്ര
മിക്കപ്പെട്ടതിനാൽ അവർ ഓടിപ്പോയി.
സമതലത്തിൽ ചിന്നിച്ചിതറിപ്പോയ കുതിര 83
പ്പട അസോത്തയിലേക്ക് ഓടി അവരുടെ
ദേവനായ ബേത്-ദാഗോന്റെ ക്ഷേത്രത്തി
ൽ അഭയം തേടി. എന്നാൽ യോനാഥാൻ 84
അസോത്തായും ചുറ്റുമുള്ള പട്ടണങ്ങളും
തീ വച്ച് നശിപ്പിച്ചു; അവ കൊള്ളയടിച്ചു;
ദാഗോന്റെ ക്ഷേത്രം അതിൽ അഭയം തേടി
യിരുന്നവരോടുകൂടി അവൻ അഗ്നിക്കിരയാ
ക്കി. വാളിനിരയായവരുടെയും ജീവനോടെ 85
ചുട്ടെരിക്കപ്പെട്ടവരുടെയും സംഖ്യ എണ്ണാ
യിരം ആയിരുന്നു. അതിനുശേഷം യോനാ 86
ഥാൻ അവിടംവിട്ട് അസ്കലോനിനെതിരെ
പാളയമടിച്ചു. ആ നഗരവാസികൾ അത്യാ

ഢംബരത്തോടെ അവനെ എതിരേറ്റു.
87 അവനും അനുയായികളും വമ്പിച്ച കൊള്ള
മുതലുമായി യെരുശലേമിലേക്ക് മടങ്ങി.
88 ഈ വിവരങ്ങൾ അറിഞ്ഞപ്പോൾ അല
ക്സാണ്ടർ രാജാവ് യോനാഥാനെ പൂ
89 ർവ്വാധികം ആദരിച്ചു. രാജാവിന്റെ ബന്ധു
ക്കൾക്കു മാത്രം നല്കാറുള്ളതുപോലെ ഒരു
സുവർണ്ണപ്പതക്കം അവന് അയച്ചുകൊടു
ത്തു. കൂടാതെ എക്രോനും അതിന്റെ മുഴുവൻ
പ്രാന്തപ്രദേശങ്ങളും അവൻ യോനാഥാന്
നല്കി.

11 കടൽത്തീരത്തെ മണൽത്തരിപോ
ലെ സംഖ്യാതീതമായ ഒരു സൈ
ന്യത്തെ മിസ്രയീമിലെ രാജാവ് സംഘ
ടിപ്പിച്ചു. കൂടാതെ നിരവധി കപ്പലുകളും.
അലക്സാണ്ടറുടെ രാജ്യം വഞ്ചനയിലൂ
ടെ തട്ടിയെടുത്ത് സ്വന്തരാജ്യത്തോട് ചേ
2 ർക്കാൻ അവൻ ശ്രമിച്ചു. സമാധാന വച
നങ്ങളുമായി അവൻ അരാമിലേക്കു പുറ
പ്പെട്ടു. പട്ടണവാസികൾ നഗരവാതിലുക
ൾ തുറന്നു കൊടുത്ത് അവനെ സ്വീകരിച്ചു.
തന്റെ ശ്വശുരനായതിനാൽ അവനെ അപ്ര
കാരം സ്വീകരിക്കണമെന്ന് അലക്സാണ്ട
3 ർ രാജാവ് അവരോട് കല്പിച്ചിരുന്നു. നഗ
രങ്ങളിൽ കടന്ന ടോളമിയാകട്ടെ, ഓരോ
സേനാ ദളത്തെ ഓരോ നഗരത്തിലും
4 കാവൽ നിർത്തി. അവൻ അസോത്ത
സിനെ സമീപിച്ചപ്പോൾ വെന്ത് വെണ്ണീ
റായ ദാഗോൻ ക്ഷേത്രവും തകർക്കപ്പെട്ട
അസോത്തസും അതിന്റെ പരിസരങ്ങളും
ചിതറിക്കിടന്ന ശവശരീരങ്ങളും യുദ്ധത്തി
നിടയിൽ യോനാഥാൻ ചുട്ടുകരിച്ച ജഡങ്ങ
5 ളും അവർ അവനെ കാണിച്ചു. വഴിനീളെ
അവ കൂനകൂട്ടി ഇട്ടിരിക്കുകയായിരുന്നു.
യോനാഥാന്റെ മേൽ കുറ്റം ചുമത്താൻ,
യോനാഥാൻ ചെയ്തതൊക്കെയും അവർ
രാജാവിനെ അറിയിച്ചു. എന്നാൽ രാജാവ്
6 മൗനം പാലിച്ചതേയുള്ളൂ. യോനാഥാൻ
യോപ്പയിൽവച്ച് ആഡംബരപൂർവ്വം
7 രാജാവിനെ സ്വീകരിച്ചു. അവർ അന്യോ
ന്യം അഭിവാദനം ചെയ്തു. അവിടെ അവർ
ഒരുമിച്ച് രാത്രി കഴിച്ചുകൂട്ടി. യോനാഥാൻ
എലെയൂത്തരസ് നദി വരെ രാജാവിനെ
അനുയാത്ര ചെയ്തിട്ട് യെരുശലേമിലേക്ക്
മടങ്ങി.
കടൽത്തീരത്ത് സെലൂക്യവരെയുള്ള 8
സമുദ്രതീരപട്ടണങ്ങളുടെ ആധിപത്യം
ടോളമിരാജാവ് കൈവശപ്പെടുത്തി. അല 9
ക്സാണ്ടർക്കെതിരെ അവൻ കുടിലതന്ത്ര
ങ്ങൾ ആലോചിച്ചുറപ്പിച്ചു. ദെമേത്രിയോ
സ്രാജാവിന്റെ അടുക്കൽ പ്രതിനിധികളെ
അയച്ച് അവൻ അറിയിച്ചു: `വരൂ, നമുക്കു
തമ്മിൽ ഉടമ്പടി ഉണ്ടാക്കാം. അലക്സാ
ണ്ടറുടെ ഭാര്യയായിരുന്ന എന്റെ പുത്രിയെ
താങ്കൾക്ക് വിവാഹം ചെയ്തുതരാം. താങ്കളു
ടെ പിതാവിന്റെ രാജ്യം താങ്കൾക്ക് ഭരിക്കു
കയും ചെയ്യാം. അവന് എന്റെ പുത്രിയെ വി 10
ട്ടുകൊടുത്തതിനെക്കുറിച്ച് ഞാനിപ്പോൾ ദുഃ
ഖിക്കുന്നു. കാരണം, അവൻ എന്നെ വധി 11
ക്കുവാൻ ശ്രമിച്ചു'. അവൻ അലക്സാണ്ടറു
ടെ രാജ്യം മോഹിച്ച് അവന്റെ മേൽ കുറ്റം
ആരോപിച്ചു. അവൻ തന്റെ പുത്രിയെ അല 12
ക്സാണ്ടറുടെ പക്കൽനിന്ന് കൂട്ടിക്കൊണ്ടു
വന്ന് ദെമേത്രിയോസിന് നല്കി. അലക്സാ
ണ്ടറിൽനിന്ന് അവൻ അകന്നു. അവർ
തമ്മിലുള്ള ശത്രുത പരസ്യമായി.
പിന്നീട് ടോളമി അന്ത്യോക്യയിൽ പ്ര 13
വേശിച്ച് ആസ്യയുടെ കിരീടം ധരിച്ചു.
അങ്ങനെ രണ്ട് കിരീടങ്ങൾ, മിസ്രയീമിന്റെ
യും ആസ്യയുടെയും കിരീടങ്ങൾ അവൻ ശി
രസ്സിലണിഞ്ഞു. ആ സമയത്ത് കിലിക്യയി 14
ലെ ജനങ്ങൾ കലാപമുണ്ടാക്കിയതിനാൽ
അലക്സാണ്ടർ രാജാവ് അവിടെ ആയി
രുന്നു. എന്നാൽ സംഗതികൾ അറിഞ്ഞ 15
ഉടനെ അവൻ ടോളമിയ്ക്കെതിരെ യുദ്ധം
തുടങ്ങി. ടോളമി പ്രബലമായ ഒരു സൈന്യ
വുമായി വന്ന് അവനോട് ഏറ്റുമുട്ടി അവനെ
തുരത്തിയോടിച്ചു. അങ്ങനെ അലക്സാ 16
ണ്ടർ അഭയം തേടി അറേബിയായിലേ
ക്കു പോയി. ടോളമി വിജയശ്രീലാളിതന
മായി. സബ്ദിയേൽ എന്ന അറബിദേശ 17
ക്കാരൻ അലക്സാണ്ടറുടെ ശിരസ്സറുത്ത്
ടോളമിയ്ക്ക് കൊടുത്തയച്ചു. എന്നാൽ മൂന്നു 18

ദിവസം കഴിഞ്ഞപ്പോൾ ടോളമി രാജാവും
മരിച്ചു. കോട്ടകളിലുണ്ടായിരുന്ന അവന്റെ
സേനാവ്യൂഹങ്ങളെ അവിടുത്തെ നിവാസി
19 കൾ കൊന്നൊടുക്കി. അങ്ങനെ നൂറ്റി അറു
പത്തേഴാം വർഷത്തിൽ* ദെമേത്രിയോസ്
രാജാവായിത്തീർന്നു.

20 അക്കാലത്ത് യോനാഥാൻ യെരുശ
ലേമിലെ കോട്ട ആക്രമിക്കാൻ യെഹൂദാ
21 യിലെ ജനങ്ങളെ ഒരുമിച്ചുകൂട്ടി. അതിനെ
തിരെ പ്രയോഗിക്കാൻ അനേകം യുദ്ധ
യന്ത്രങ്ങൾ അവൻ ഉണ്ടാക്കി. എന്നാൽ
സ്വന്തം ദേശത്തെ ദ്വേഷിച്ചിരുന്ന ചില
അധർമ്മികൾ രാജസന്നിധിയിൽ ചെന്ന്,
യോനാഥാൻ കോട്ട വളയുന്നതായി അറി
22 യിച്ചു. ഇതു കേട്ട രാജാവ് കോപാകുലനാ
യി; തൽക്ഷണം പുറപ്പെട്ട് അവൻ ടോള
മായിസിൽ എത്തിച്ചേർന്നു. ഉപരോധം
തുടരാതെ ഒരു കൂടിയാലോചനയ്ക്കായി കഴി
യുന്ന വേഗത്തിൽ ടോളമായിസിൽ എത്തി
തന്നെ കാണാൻ അവൻ യോനാഥാന്
എഴുതി.

23 ഇതറിഞ്ഞപ്പോൾ ഉപരോധം തുടരാൻ
യോനാഥാൻ ആജ്ഞാപിച്ചു. ഏതാനും യി
24 സ്രായേൽ മൂപ്പന്മാരെയും ചില പുരോഹിത
ന്മാരെയും കൂട്ടിക്കൊണ്ട് സ്വയം അപകടം
ഏറ്റെടുത്ത് അവൻ ടോളമായിസിൽ രാജാ
വിന്റെ അടുക്കലേക്ക് പോയി. വെള്ളിയും
സ്വർണ്ണവും വസ്ത്രങ്ങളും മറ്റ് നിരവധി ഉപ
25 ഹാരങ്ങളും അവൻ എടുത്തിരുന്നു. അവൻ
രാജപ്രീതി നേടുകയും ചെയ്തു. അവന്റെ വം
ശത്തിൽപെട്ട ചില അധർമ്മികൾ അവ
നെതിരെ പരാതികൾ ബോധിപ്പിച്ചെങ്കി
26 ലും തന്റെ പൂർവ്വികരുടെ വഴക്കം അനുസ
രിച്ചുതന്നെ രാജാവ് അവനോട് പെരുമാറി.
27 തന്റെ സ്നേഹിതരുടെയെല്ലാം സാന്നിദ്ധ്യ
ത്തിൽ രാജാവ് അവനെ ആദരിച്ചുയർത്തി.
മഹാപുരോഹിതസ്ഥാനത്തിലും മുമ്പുണ്ടാ
യിരുന്ന മറ്റനേകം പദവികളിലും രാജാവ്
അവനെ സ്ഥിരപ്പെടുത്തി. തന്റെ ഒരു പ്ര
ധാനമിത്രമായി അയാളെ ഉയർത്തി.
28 യോനാഥാൻ യെഹൂദായെയും ശമര്യയി
ലെ മൂന്ന് പ്രവിശ്യയെയും കപ്പം നല്കുന്ന
തിൽനിന്ന് ഒഴിവാക്കണമെന്ന് രാജാവി
നോടഭ്യർത്ഥിച്ചു. പകരം മുന്നൂറ് താലന്ത്
നല്കിക്കൊള്ളാമെന്ന് ഉറപ്പും കൊടുത്തു.
രാജാവ് അത് അനുവദിച്ചു. ഇക്കാര്യങ്ങ 29
ളെല്ലാം കാണിച്ച് യോനാഥാന് ഒരു
കത്തും നല്കി. അതിലെ ഉള്ളടക്കം ഇപ്ര
കാരമായിരുന്നു: "ദെമേത്രിയോസ് രാജാ 30
വിൽനിന്ന് സഹോദരൻ യോനാഥാനും
യെഹൂദജനത്തിനും വന്ദനം. നിങ്ങളെക്കു 31
റിച്ചു നമ്മുടെ ബന്ധുവായ ലാസ്തെനസി
ന് നാം എഴുതിയ കത്തിന്റെ പകർപ്പ് നി
ങ്ങളുടെ അറിവിലേക്കായി അയയ്ക്കുന്നു.
പിതാവായ ലാസ്തനസിന് ദെമേത്രിയോ 32
സ് രാജാവിന്റെ അഭിവാദനം. നമ്മോടുള്ള 33
കടമ പൂർത്തിയാക്കുന്നവരും നമ്മുടെ സു
ഹൃത്തുക്കളുമായ യെഹൂദജനതയ്ക്ക് അവർ
നമ്മോടു കാട്ടുന്ന സന്മനസ്സിനെപ്രതി നന്മ
ചെയ്യുവാൻ നാം തീരുമാനിച്ചിരിക്കുന്നു. യെ 34
ഹൂദാദേശവും ശമര്യയിൽനിന്ന് യെഹൂദാ
യോട് ചേർന്ന ഫൈലേമാ, ലുദ്ദാ, റഥാമിൻ
എന്നീ മൂന്ന് പ്രവിശ്യകളും അവയുടെ അതി
ർത്തിയിൽ കിടക്കുന്ന എല്ലാ പ്രദേശങ്ങളും
അവരുടെ ഉടമസ്ഥതയിൽ സ്ഥിരീകരിച്ചി
രിക്കുന്നു. ഭൂമിയിലെ വിളവുകളിൽനിന്നും
വൃക്ഷഫലങ്ങളിൽനിന്നും പ്രതിവർഷം
രാജാവ് സ്വീകരിച്ചിരുന്ന രാജഭോഗത്തിൽ
നിന്ന് യെരുശലേമിൽ യാഗം അർപ്പിയ്ക്കുന്ന
വരെ നാം ഒഴിവാക്കിയിരിക്കുന്നു. നമുക്ക് 35
കിട്ടേണ്ട ദശാംശങ്ങൾ, നികുതികൾ ഉപ്പ
ളച്ചുങ്കങ്ങൾ, കിരീടനികുതികൾ എന്നിവ
യിൽനിന്നെല്ലാം നാം അവരെ ഒഴിവാക്കി
യിരിക്കുന്നു. ഈ ആനുകൂല്യങ്ങളിലൊന്നും 36
ഇന്നു മുതൽ ഒരിക്കലും റദ്ദാക്കാൻ പാടുള്ള
തല്ല. അതിനാൽ ഇതിന്റെ ഒരു പകർപ്പ് 37
തയ്യാറാക്കി യോനാഥാന് നല്കും. വിശുദ്ധ
ഗിരിയിൽ ശ്രദ്ധേയമായ ഒരു സ്ഥാനത്ത്
അതു സ്ഥാപിക്കണം."

തന്റെ രാജ്യം ശാന്തമാണെന്നും തനിക്ക് 38
എതിർപ്പുകൾ ഒന്നും ഇല്ലെന്നും കണ്ടപ്പോ
ൾ ദെമേത്രിയോസ് രാജാവ് വിജാതീയ
രുടെ ദ്വീപുകളിൽനിന്ന് സംഘടിപ്പിച്ച

** ബി.സി. 145*

വിദേശ സേനാവ്യൂഹങ്ങൾ ഒഴികെ തന്റെ
എല്ലാ സൈനികരെയും സ്വന്തം വീട്ടുകളി
ലേക്ക് പിരിച്ചയച്ചു. അവന്റെ പിതാക്കന്മാ
രെ സേവിച്ചിരുന്ന സേനാവ്യൂഹങ്ങളെല്ലാം
39 അപ്പോൾ അവനെ വെറുത്തു. അലക്സാ
ണ്ടറിന്റെ സഹായികളിൽ ഒരാളായിരു
ന്ന ട്രിഫോ, പടയാളികളെല്ലാം ദെമേത്രി
യൊസിന് എതിരെ പിറുപിറുക്കുകയാണെ
ന്ന് ഗ്രഹിച്ചു. അലക്സാണ്ടറുടെ ഇളയമക
ൻ അന്തിയോക്കസിനെ വളർത്തിയിരുന്ന
ഇമാൽക്കുവേ എന്ന അറബിയുടെ അടുക്ക
40 ൽ ചെന്ന്, പിതാവിന്റെ സ്ഥാനത്ത് രാജാ
വാകാൻ അന്തിയോക്കസിനെ വിട്ടുകൊടു
ക്കണമെന്ന് നിർബ്ബന്ധപൂർവ്വം ആവശ്യ
പ്പെട്ടു. ദെമേത്രിയോസിന്റെ പ്രവൃത്തികളും
സേനാവ്യൂഹങ്ങളുടെ കൂറില്ലായ്മയും ഇമാ
ൽക്കുവേയ്ക്ക് അയാൾ വിവരിച്ചുകൊടുത്തു.
കുറെ ദിവസം അവൻ അവിടെ പാർത്തു.
41 യെരുശലേം ദുർഗ്ഗത്തിലും കോട്ടകളിലുമു
ള്ള സേനാവ്യൂഹങ്ങളെ, ഇവർ യിസ്രായേ
ലിനെതിരെ പൊരുതുന്നതിനാൽ അവിടെ
നിന്ന് നീക്കംചെയ്യണമെന്ന് യോനാഥാൻ
ദെമേത്രിയോസ് രാജാവിനോട്ട് അഭ്യ
42 ർത്ഥിച്ചു. ദെമേത്രിയോസ് ഈ സന്ദേശം
യോനാഥാന് കൊടുത്തയച്ചു: `താങ്കൾക്കും
താങ്കളുടെ ജനതയ്ക്കുംവേണ്ടി ഇക്കാര്യങ്ങ
ൾ മാത്രമല്ല ഞാൻ ചെയ്യാൻ പോകുന്ന
ത്. അവസരം ലഭിച്ചാൽ താങ്കൾക്കും താ
ങ്കളുടെ ജനതയ്ക്കും വലിയ ബഹുമതികളും
43 ഞാൻ നല്കും. എന്നാൽ ഇപ്പോൾ എന്നെ
സഹായിക്കാൻതക്ക ആളുകളെ അയ
ച്ചുതന്നാൽ ഉപകാരമായി എന്റെ സേ
44 നാവ്യൂഹങ്ങളെല്ലാം കലാപത്തിലാണ്'.
യോനാഥാൻ മൂവായിരം വീരയോദ്ധാക്ക
ളെ അന്ത്യോക്യായിലേക്കയച്ചു. അവർ
വന്നെത്തിയപ്പോൾ, അവരുടെ ആഗമന
45 ത്തിൽ രാജാവ് സന്തോഷിച്ചു. അപ്പോൾ
എണ്ണത്തിൽ ഒരുലക്ഷത്തി ഇരുപതിനാ
യിരം വരുന്ന നഗരവാസികൾ രാജാവിനെ
വധിക്കുവാൻ നഗരമദ്ധ്യേ തടിച്ചുകൂടി.
46 രാജാവ് അരമനയിൽ ഓടിക്കയറി, നഗ
രവാസികൾ നഗരത്തിലെ പ്രധാനവീഥി
കൾ പിടിച്ചടക്കി; പോരാട്ടം ആരംഭിച്ചു.
അപ്പോൾ രാജാവ് യെഹൂദരെ സഹായ 47
ത്തിന് വിളിച്ചു. അവർ ഉടനെ അണിനിര
ന്ന്, നഗരത്തിലേക്ക് ഇറങ്ങി. അന്ന് ഒരു
ലക്ഷത്തോളം പേരെ വധിച്ചു. അവർ നഗ 48
രത്തിന് തീവച്ചു. വമ്പിച്ച കൊള്ളമുതൽ പി
ടിച്ചെടുത്തു; രാജാവിനെ രക്ഷിച്ചു. യെഹൂദർ 49
യഥേഷ്ടം നഗരത്തിൽ പരിപൂർണ്ണ നിയന്ത്ര
ണം സ്ഥാപിച്ചിരിക്കുന്നു എന്നു കണ്ടപ്പോ
ൾ നഗരവാസികൾ പരിഭ്രമിച്ചു. രാജസ 50
ന്നിധിയിൽ ഇപ്രകാരം കേണപേക്ഷിച്ചു:
`ഞങ്ങൾക്ക് സമാധാനം അരുളണമേ.
ഞങ്ങൾക്കും ഞങ്ങളുടെ നഗരത്തിനും
എതിരെയുള്ള യെഹൂദരുടെ യുദ്ധം അവ
സാനിപ്പിക്കണമേ'. അവർ ആയുധങ്ങ 51
ൾ താഴെവച്ച് സമാധാനത്തിന് തയ്യാറാ
യി. അങ്ങനെ രാജാവിന്റെയും രാജ്യത്തെ
എല്ലാ ജനങ്ങളുടെയും മുമ്പിൽ യെഹൂദർ
കീർത്തി സമ്പാദിച്ചു. വമ്പിച്ച കൊള്ളമുതലു
മായി അവർ യെരുശലേമിലേക്ക് മടങ്ങി.
അങ്ങനെ ദെമേത്രിയോസ്‌രാജാവിന്റെ 52
സിംഹാസനം സംസ്ഥാപിതമായി. രാ
ജ്യത്ത് സമാധാനം കളിയാടി. എന്നാൽ 53
വാഗ്ദാനം ചെയ്തിരുന്ന കാര്യങ്ങളെല്ലാം
ലംഘിച്ച് അവൻ യോനാഥാനിൽനിന്ന്
അകന്നുമാറി. പ്രത്യുപകാരം ചെയ്യാതെ
രാജാവ് അവനെ കഠിനമായി ഉപദ്രവിച്ചു.
പിന്നീട്ട് ബാലനായ അന്തിയോക്കസി 54
നെ കൂട്ടിക്കൊണ്ട് ട്രിഫോ മടങ്ങിവന്നു.
അന്ത്യോക്കസ് കിരീടധാരണം നടത്തി
ഭരണം ആരംഭിച്ചു. ദെമേത്രിയോസ് പിരിച്ചു 55
വിട്ട സേനാവ്യൂഹങ്ങളെല്ലാം രാജാവിനുചു
റ്റും വന്നുകൂടി. അവർ ദെമേത്രിയൊസിനെ
തിരെ യുദ്ധം ചെയ്ത് അവനെ പരാജയപ്പെ
ടുത്തി. അവൻ പലായനം ചെയ്തു. ട്രിഫോ 56
ആനകളെ പിടിച്ചെടുത്തു; അന്ത്യോക്യയു
ടെ നിയന്ത്രണം കൈയടക്കി. അപ്പോൾ 57
യുവാവായ അന്ത്യോക്കസ് യോനാഥാന്
എഴുതി: `താങ്കളെ പ്രധാനപുരോഹിത
ന്റെ പദവിയിൽ ഞാൻ സ്ഥിരപ്പെടുത്തുന്നു.
താങ്കളെ നാല് പ്രവിശ്യകളുടെ ഭരണാധി
കാരം ഏല്പിക്കുകയും രാജാവിന്റെ സുഹൃ

ത്തുക്കളിൽ ഒരാളായി ഗണിക്കുകയും ചെ
58 യ്യുന്നു'. കൂടാതെ രാജാവ് അവന് ഭക്ഷണ
ത്തിനുള്ള സ്വർണ്ണത്തളികയും മറ്റും അയ
ച്ചുകൊടുത്തു. സ്വർണ്ണചഷകത്തിൽനിന്ന്
പാനം ചെയ്യുവാനും രക്താംബരം ധരി
ക്കുവാനും സ്വർണ്ണപ്പതക്കം അണിയുവാ
59 നും അവന് അനുമതി നല്കി. യോനാഥാ
ന്റെ സഹോദരൻ ശീമോനെ സോറിലെ
ലാദർ മുതൽ മിസ്രയീമിന്റെ അതിർത്തിവ
രെയുള്ള പ്രദേശത്തിന്റെ അധികാരിയായി
രാജാവ് നിയമിച്ചു.
60 പിന്നീട് യോനാഥാൻ നദിയ്ക്ക് അക്കരെ
യുള്ള ദേശത്തും നഗരങ്ങളിലും സന്ദർശനം
നടത്തി. അരാം സൈന്യം മുഴുവൻ സഹാ
യത്തിന് അവനു ചുറ്റും ഒരുമിച്ചുകൂടി. അസ്ക
ലോനിൽ എത്തിയപ്പോൾ പട്ടണവാസിക
61 ൾ അവനെ ആദരപൂർവ്വം വരവേറ്റു. അവി
ടെനിന്ന് അവൻ ഗസ്സായിലേക്ക് പോയി.
എന്നാൽ ഗസ്സായിലെ ജനങ്ങൾ പട്ടണ
വാതിൽ അടച്ചുകളഞ്ഞു. തന്മൂലം അവൻ
നഗരം ഉപരോധിച്ച് അതിന്റെ പ്രാന്തപ്രദേ
ശങ്ങൾ തീയ്ക്കിരയാക്കി, അവ കൊള്ളയടി
62 ച്ചു. അപ്പോൾ ഗസ്സാനിവാസികൾ അപേ
ക്ഷിച്ചപ്രകാരം യോനാഥാൻ സമാധാന
സഖ്യമുണ്ടാക്കി. അവരുടെ ഭരണാധികാ
രികളുടെ പുത്രന്മാരെ ജാമ്യത്തടവുകാരായി
യെരുശലേമിലേക്ക് അയച്ചു. ദമ്മേശെക്ക്
വരെ അയാൾ രാജ്യത്തുടനീളം സഞ്ചരിച്ചു.
63 ഔദ്യോഗികപദവിയിൽനിന്ന് തന്നെ പു
റംതള്ളാൻ ദെമേത്രിയോസിന്റെ ഉദ്യോഗ
സ്ഥർ വലിയ ഒരു സൈന്യവുമായി ഗലീല
യിലെ കാദേശിൽ എത്തിയിരിക്കുന്നുവെ
64 ന്ന് യോനാഥാൻ അറിഞ്ഞു. സഹോദര
ൻ ശീമോനെ യെഹൂദായിൽ നിറുത്തിയി
ട്ട് യോനാഥാൻ അവരെ നേരിടുവാൻ പുറ
പ്പെട്ടു. ശീമോൻ ബേത്സൂറിനെതിരെ പാ
ളയമടിച്ച് അതിനെതിരെ അനേകനാളുക
ൾ ഉപരോധം ഏർപ്പെടുത്തി. അപ്പോൾ
65 അവർ സമാധാനവ്യവസ്ഥകൾക്ക്
അപേക്ഷിച്ചു. അവൻ അതു സ്വീകരിച്ചു.
66 അവൻ അവരെ അവിടെനിന്ന് പുറംത
ള്ളി നഗരം കൈവശപ്പെടുത്തി. ഒരു കാ
വൽസേനയെയും അവിടെ നിയോഗിച്ചു.
യോനാഥാനും സൈന്യവും ഗന്നസരേ 67
ത്ത് തടാകത്തിന് സമീപം പാളയമടിച്ചു.
അതിരാവിലെ അവർ ആസോർ സമതല
ത്തിലേക്കു നീങ്ങി. അപ്പോൾ അതാ, സമ 68
തലത്തിൽവച്ച് പരദേശിയുടെ സൈന്യം
അവനെ നേരിടുന്നു! അവർ മുഖാമുഖം 69
അവനെ നേരിട്ടെങ്കിലും അവനെതിരെ
പർവ്വതത്തിൽ പതിയിരിപ്പുകാരെ ഏർപ്പെ
ടുത്തിയിരുന്നു. പതിയിരിപ്പുകാർ ഒളിവിട
ങ്ങളിൽനിന്ന് പാഞ്ഞുവന്ന് യുദ്ധത്തിൽ
ചേർന്നു. യോനാഥാന്റെ ഭാഗത്തുണ്ടായി 70
രുന്ന എല്ലാവരും ഓടിപ്പോയി. അബ്ശാ
ലോമിന്റെ പുത്രൻ മത്താത്തിയോസ്,
കാൽഫിയുടെ പുത്രൻ യൂദാ എന്നീ സേ
നാനായകരൊഴികെ ആരും ശേഷിച്ചില്ല.
യോനാഥാൻ വസ്ത്രം കീറി തലയിൽ മണ്ണു 71
വാരിയിട്ടുകൊണ്ട് പ്രാർത്ഥിച്ചു. പിന്നീട് 72
ശത്രുക്കൾക്കെതിരെ യുദ്ധത്തിലേക്ക് പി
ന്തിരിഞ്ഞ് അവൻ അവരെ നിശ്ശേഷം
തോല്പിച്ചോടിച്ചു. യോനാഥാന്റെ പേടി 73
ച്ചോടിയ പടയാളികൾ ഇതുകണ്ട് തിരി
ച്ചുവന്ന് അവനോടു ചേർന്ന് കാദേശിലെ
പാളയം വരെ ശത്രുക്കളെ പിന്തുടർന്ന്
ഓടിച്ചു. പിന്നീട് അവർ അവിടെ പാളയമ
ടിച്ചു. അന്ന് മൂവായിരം പരദേശികൾ മരിച്ചു 74
വീണു. യോനാഥാൻ യെരുശലേമിലേക്ക്
തിരിച്ചുപോയി.

12 കാലം അനുകൂലമായിയെന്ന് നി
രീക്ഷിച്ച യോനാഥാൻ റോമാക്കാ
രുമായുള്ള സൗഹൃദം പുതുക്കി ദൃഢതരമാ
ക്കുവാൻ ഏതാനും പേരെ തെരഞ്ഞെടു
ത്ത് അവിടേക്കയച്ചു. അതേ ലാക്കോടെ 2
സ്പാർട്ടായിലേക്കും ഇതരസ്ഥലങ്ങളിലേ
ക്കും അവൻ കത്തെഴുതി. അതു പ്രകാരം 3
അവർ റോമായിൽ ചെന്ന് ആലോചനാ
സമിതിയിൽ പ്രവേശിച്ച് അറിയിച്ചു: `മഹാ
പുരോഹിതനായ യോനാഥാനും യെഹൂ
ദാജനവും മുൻസൗഹൃദവും സഖ്യവും പുതു
ക്കുവാൻ ഞങ്ങളെ ഇങ്ങോട്ട് അയച്ചിരി
ക്കുന്നു'. ഈ പ്രതിനിധികളെ സുരക്ഷിത 4

മായി യെഹൂദദേശത്തേക്ക് അയയ്ക്കാൻ
ഓരോ സ്ഥലത്തെയും ജനങ്ങളോട് ആവ
ശ്യപ്പെടുന്ന കത്തുകൾ റോമാക്കാർ അവ
ർക്കു കൊടുത്തു.
5 സ്പാർട്ടാക്കാർക്ക് യോനാഥാൻ
എഴുതിയ കത്തിന്റെ പകർപ്പ് ഇങ്ങനെ:
6 "മഹാപുരോഹിതനായ യോനാഥാനും
യെഹൂദാജനത്തിന്റെ ആലോചനാസമിതി
യും പുരോഹിതരും ശേഷം യെഹൂദരും സ്പാ
ർട്ടായിലെ അവരുടെ സഹോദരരെ അഭി
7 വാദ്യം ചെയ്യുന്നു. നിങ്ങളുടെ രാജാവായിരു
ന്ന അരിയൂസ് മുമ്പൊരിക്കൽ മഹാപുരോ
ഹിതനായിരുന്ന ഓനിയാസിന് നിങ്ങൾ
ഞങ്ങളുടെ സഹോദരൻ ആണെന്ന് പ്ര
സ്താവിക്കുന്ന ഒരു കത്ത് അയച്ചിരുന്നു.
8 ഇതോടൊപ്പമുള്ള പകർപ്പ് കാണുക.
ഓനിയാസ് ആ പ്രതിപുരുഷനെ ആദര
പൂർവ്വം സ്വീകരിച്ച് സഖ്യവും സൗഹൃദവും
തുറന്നു പ്രഖ്യാപിക്കുന്ന ആ കത്ത് കൈപ്പറ്റി.
9 ഞങ്ങൾക്ക് ആശ്രയത്തിന് ഞങ്ങളുടെ
കൈവശം വിശുദ്ധഗ്രന്ഥങ്ങൾ ഉണ്ട്. അതു
കൊണ്ട് ഇക്കാര്യങ്ങൾ ഒന്നും ഞങ്ങൾക്കാ
10 വശ്യമില്ല. എങ്കിലും നിങ്ങൾ കത്തയച്ചിട്ട്
വളരെക്കാലം കഴിഞ്ഞിരിക്കുകയാൽ നാം
പരസ്പരം അകന്നുപോകാതെ നമ്മുടെ സാ
ഹോദര്യവും സൗഹൃദവും പുതുക്കുവാനായി
ഇത് അയയ്ക്കുന്നതിന് ഞങ്ങൾ ഒരുങ്ങുന്നു.
11 സഹോദരന്മാരെ ഓർക്കുന്നത് ന്യായവും
ഉചിതവും ആകയാൽ എല്ലാ അവസരങ്ങ
ളിലും ഞങ്ങളുടെ ഉത്സവങ്ങളിലും മറ്റ് വി
ശേഷദിനങ്ങളിലും ഞങ്ങൾ അർപ്പിക്കുന്ന
ബലികളിലും പ്രാർത്ഥനകളിലും ഞങ്ങൾ
12 നിരന്തരം നിങ്ങളെ ഓർക്കുന്നുണ്ട്. നി
ങ്ങളുടെ മഹത്ത്വത്തിൽ ഞങ്ങൾ ആന
13 ന്ദിക്കുന്നു. ഞങ്ങളെ സംബന്ധിച്ചാകട്ടെ,
ധാരാളം പീഡനങ്ങളും പോരാട്ടങ്ങളും
14 ഞങ്ങളെ വലയം ചെയ്തിരിക്കുന്നു. ചുറ്റുമുള്ള
രാജാക്കന്മാർ ഞങ്ങൾക്കെതിരെ യുദ്ധം
ചെയ്തിട്ടുണ്ട്. ഈ പോരാട്ടങ്ങളെച്ചൊല്ലി
നിങ്ങളെയോ ഞങ്ങളുടെ സഖ്യകക്ഷിക
ളെയോ മിത്രങ്ങളെയോ ശല്യപ്പെടുത്തുവാ
15 ൻ ഞങ്ങൾ ശ്രമിച്ചിട്ടില്ല. സ്വർഗ്ഗത്തിൽനി
ന്നുള്ള സഹായം ഞങ്ങൾക്കുണ്ട്. അതു
കൊണ്ട് ശത്രുക്കളിൽനിന്ന് ഞങ്ങൾ മോ
ചിതരായി. ഞങ്ങളുടെ ശത്രുക്കൾ ലജ്ജി
ച്ചുപോയി. അതിനാൽ ഞങ്ങൾ അന്തി 16
യോക്കസിന്റെ മകനായ ന്യൂമെനിയൂസി
നെയും യാസോന്റെ പുത്രനായ അന്തി
പ്പേറ്ററെയും തെരഞ്ഞെടുത്ത്, ഞങ്ങളുടെ
പഴയ സൗഹൃദവും സഖ്യവും പുതുക്കാൻ
അവരെ റോമായിലേക്കയച്ചിരിക്കുന്നു. നി 17
ങ്ങളുടെ പക്കൽ വന്ന് നിങ്ങളെ അഭിവാ
ദനം ചെയ്ത് നമ്മുടെ സൗഭ്രാത്രം പുതുക്കാ
നുള്ള ഈ കത്ത് നിങ്ങൾക്കു നല്കണമെ
ന്നും ഞങ്ങൾ അവരോടു നിർദ്ദേശിച്ചിട്ടു
ണ്ട്. ഇതിന് മറുപടി കൊടുത്തയയ്ക്കുമല്ലോ." 18
ഓനിയാസിന് അവർ അയച്ച കത്തിന്റെ 19
പകർപ്പ്: "മഹാപുരോഹിതനായ ഓനിയാ 20
സിന് സ്പാർട്ടക്കാരുടെ രാജാവായ അരി
യൂസിന്റെ അഭിവാദനങ്ങൾ! സ്പാർട്ടക്കാ 21
രും യെഹൂദരും അബ്രാഹാമിന്റെ ഗോത്ര
ക്കാരും സഹോദരരുമാണെന്നും ഒരു രേ
ഖയിൽനിന്ന് അറിയുന്നു. ഈ വസ്തുത നാം 22
ഗ്രഹിച്ചിരിക്കുകയാൽ നിങ്ങളുടെ കാര്യങ്ങ
ൾ എഴുതി അറിയിക്കുക. ഞങ്ങളുടെ ഭാഗ 23
ത്തുനിന്ന് നിങ്ങളെ എഴുതി അറിയിക്കു
ന്നത് ഇപ്രകാരമാകുന്നു. നിങ്ങളുടെ കന്നു
കാലികളും വസ്തുവകകളും ഞങ്ങളുടേതും
ഞങ്ങൾക്കുള്ളത് നിങ്ങളുടേതുമായിരിക്കും.
ആകയാൽ ഇപ്രകാരം നിങ്ങളെ അറിയി
ക്കണമെന്ന് പ്രതിനിധികളോട് ഞങ്ങൾ
നിർദ്ദേശിച്ചിട്ടുണ്ട്."
ദെമേത്രിയോസിന്റെ സേനാനായക 24
ൻ മുമ്പത്തെക്കാൾ ശക്തമായ സൈന്യ
ത്തോടെ തനിക്കെതിരെ യുദ്ധം ചെയ്യുവാ
ൻ പുറപ്പെട്ടിട്ടുണ്ടെന്ന് യോനാഥാൻ കേട്ടു.
തന്റെ രാജ്യത്ത് പ്രവേശിച്ചാൽ അവർക്ക് 25
അവസരം ലഭിക്കാതിരിക്കുമാറ് അപ്പോൾ
അവൻ യെരുശലേമിൽനിന്ന് പുറപ്പെട്ട്
ഹമാത്ത് ദേശത്തുവച്ച് അവരെ നേരിട്ടു. 26
അവരുടെ പാളയത്തിലേക്ക് അവൻ ചാ
രന്മാരെ അയച്ചു. അവർ മടങ്ങിവന്ന്,
രാത്രിയിൽ യെഹൂദരുടെമേൽ ആക്രമ
ണം നടത്തുവാൻ ശത്രുക്കൾ പടയൊ

രുക്കം നടത്തുന്നതായി അവനെ അറി
27 യിച്ചു. അതുകൊണ്ട് സൂര്യൻ അസ്തമിച്ച
പ്പോൾ യോനാഥാൻ തന്റെ പടയാളിക
ളോട് ജാഗരൂകരായി ആയുധപാണിക
ളായി രാത്രി മുഴുവൻ യുദ്ധസന്നദ്ധരായി
വർത്തിക്കണമെന്ന് ആജ്ഞാപിച്ചു. പാള
യത്തിന് ചുറ്റും അവൻ കാവലും ഏർപ്പെ
28 ടുത്തി. യോനാഥാനും സൈന്യവും യുദ്ധ
സജ്ജരായി നില്ക്കുന്നുവെന്ന് കേട്ട ശത്രു
ക്കൾ ഭയന്നുവിറച്ചു. അവരുടെ ധൈര്യം
ചോർന്നുപോയി. തന്മൂലം പാളയത്തിൽ
തീ കൊളുത്തി വച്ചിട്ട് അവർ പിൻവാങ്ങി
29 ക്കളഞ്ഞു. എന്നാൽ തീ എരിഞ്ഞിരുന്നതി
നാൽ നേരം പുലരും വരെ യോനാഥാനും
സൈന്യവും അക്കാര്യം അറിഞ്ഞിരുന്നില്ല.
30 പിന്നീട് യോനാഥാൻ അവരെ പിന്തുടർന്നു.
പക്ഷെ അവർ യെല്യൂത്തരെസ് നദി കട
ന്നുകഴിഞ്ഞിരുന്നതിനാൽ യോനാഥാന്
അവരെ മറികടക്കുവാൻ കഴിഞ്ഞില്ല.
31 അതിനാൽ യോനാഥാൻ സബാദിയർ
എന്ന അറബികൾക്കു നേരെ തിരിഞ്ഞ്
32 അവരെ ആക്രമിച്ച് കവർച്ച ചെയ്തു. പിന്നീട്
അയാൾ പാളയം നീക്കി ദമ്മേശെക്കിൽ
എത്തി ആ പ്രദേശത്ത് ഉടനീളം സൈനിക
യാത്ര നടത്തി.
33 ശിമോനും മുന്നോട്ടു നീങ്ങി. അസ്കലോ
നും അടുത്തുള്ള കോട്ടകളും വരെ പടയോ
ട്ടം നടത്തി. അവൻ യോപ്പയുടെ നേരെ
34 തിരിഞ്ഞു. അതിവേഗം അത് കൈവശപ്പെ
ടുത്തി. കാരണം ഈ കോട്ട ദെമേത്രിയോ
സ് അയച്ച പടയാളികൾക്ക് കൈമാറാൻ
അവൻ തയ്യാറായിരിക്കുകയാണെന്ന്
അവൻ കേട്ടിരുന്നു. അവിടെ കാവലിന്
അവൻ ഒരു സേനയെ നിറുത്തി.
35 തിരിച്ചുവന്ന യോനാഥാൻ ജനങ്ങളു
ടെ മൂപ്പന്മാരെ വിളിച്ചുകൂട്ടി യെഹൂദായി
ൽ കോട്ടകൾ നിർമ്മിക്കുന്നതിനെക്കുറി
36 ച്ച് ആലോചിച്ചു; യെരൂശലേമിന്റെ മതി
ലുകൾ ഉയർത്തിപ്പണിയുന്നതിനെക്കുറി
ച്ചും കാവൽസൈന്യം ക്രയവിക്രയങ്ങൾ
നടത്താതിരിക്കാൻ നഗരത്തെയും കോട്ട
യെയും വേർതിരിക്കുന്ന ഒരു പ്രതിരോധം
കെട്ടിയുയർത്തുന്നതിനെക്കുറിച്ചും അവൻ
അവരുമായി ആലോചിച്ചു. അതനുസരി 37
ച്ച് നഗരം പണിയാൻ അവർ ഒത്തുചേ
ർന്നു. കിഴക്ക് താഴ്‌വര പ്രദേശത്തുണ്ടാ
യിരുന്ന മതിൽ ഭാഗികമായി തകർന്നുവീ
ണിരുന്നതിനാൽ കഫേനാഥ എന്ന ആ
ഭാഗം അവൻ പുതുക്കി പണിതു. ശിമോൻ 38
ശെഫേലായിലെ ആദീദാ പണിതു; കോട്ട 39
കെട്ടി ഉറപ്പിച്ച് പടിവാതിലുകളും ഓടാമ്പ
ലുകളും പിടിപ്പിച്ചു. ആസ്യയുടെ രാജാവാ
കാൻ ട്രിഫോ ശ്രമം തുടങ്ങി. അന്ത്യോക്ക
സ് രാജാവിന് എതിരെ യുദ്ധം ചെയ്യുവാ
നും സ്വയം കിരീടധാരണം നടത്താനും 40
അയാൾ ഒരുങ്ങി. ഇതിനു സമ്മതിക്കാ
തെ യോനാഥാൻ തന്നോടു യുദ്ധത്തിനു
വന്നേക്കുമെന്ന് അവൻ ഭയപ്പെട്ടു. അതു
കൊണ്ട് അവനെ പിടികൂടി കൊല്ലാൻ 41
ട്രിഫോ തക്കം നോക്കിയിരുന്നു. അവൻ
പടനീക്കി ബേത്ശാനിൽ എത്തി. അവനെ
നേരിടാൻ നാല്പതിനായിരം വീരയോദ്ധാ
ക്കളുമായി യോനാഥാൻ ബെത്ശാനിൽ
ചെന്നു. വമ്പിച്ച സൈന്യത്തോടുകൂടിയാ 42
ണ് അവൻ വന്നെത്തിയിരിക്കുന്നതെന്ന്
കണ്ടപ്പോൾ ട്രിഫോ അവനെതിരെ കൈ
ഉയർത്താൻ ഭയന്നു. പകരം ആദരവോടെ 43
ട്രിഫോ അവനെ സ്വീകരിച്ചു. തന്റെ സുഹൃ
ത്തുക്കൾക്കെല്ലാം അവനെ പ്രശംസാപൂ
ർവ്വം പരിചയപ്പെടുത്തി. അവനു സമ്മാ
നങ്ങൾ നല്കി. തന്നെ അനുസരിക്കുന്നതു
പോലെ അവനെയും അനുസരിക്കാൻ
ട്രിഫോ തന്റെ സ്നേഹിതരോടും സേനാ
വ്യൂഹങ്ങളോടും ആജ്ഞാപിച്ചു. അനന്തരം 44
യോനാഥാനോട് അവൻ പറഞ്ഞു: `നാം
തമ്മിൽ യുദ്ധമൊന്നും ഇല്ലാതിരിക്കെ,
താങ്കൾ എന്തിനാണ് ഈ മനുഷ്യരെയെ
ല്ലാം കഷ്ടപ്പെടുത്തുന്നത്? താങ്കളുടെ കൂടെ 45
നില്ക്കാൻ കുറെ പേരെ മാത്രം തെരഞ്ഞെ
ടുത്തിട്ട് ബാക്കിയുള്ളവരെ മുഴുവൻ വീടുക
ളിലേക്ക് തിരിച്ചയയ്ക്കുക. താങ്കൾ എന്നോ
ടൊപ്പം ടോളമായിസിലേക്ക് വരിക.
അതും മറ്റ് കോട്ടകളും ശേഷിക്കുന്ന സേ
നകളോടും ഉദ്യോഗസ്ഥരോടുംകൂടി താങ്ക

ൾക്ക് കൈമാറിയിട്ട് ഞാൻ തിരിച്ചു പൊ
യ്ക്കൊള്ളാം. അതിനാണ് ഞാൻ ഇവിടെ
തങ്ങിയിരിക്കുന്നത്.
46 യോനാഥാൻ അവനെ വിശ്വസിച്ച്
അവൻ നിർദ്ദേശിച്ചതിൻപ്രകാരം പ്രവ
ർത്തിച്ചു. അവൻ സൈന്യവ്യൂഹങ്ങളെ പി
47 രിച്ചയച്ചു. അവർ യെഹൂദാദേശത്തേക്ക്
മടങ്ങിപ്പോയി, മൂവായിരം പടയാളികളെ
48 അവൻ പിരിച്ചുവിടാതെ നിർത്തി. രണ്ടാ
യിരം പേരെ ഗലീലായിൽ നിയോഗിച്ചു.
ആയിരം പേർ അവനെ അനുഗമിച്ചു.
എന്നാൽ യോനാഥാൻ ടോളമായീസി
ൽ പ്രവേശിച്ചപ്പോൾ അവിടത്തെ ജനങ്ങ
ൾ നഗരകവാടങ്ങൾ അടച്ചുപൂട്ടി അവനെ
പിടികൂടി അവനോടൊപ്പം കടന്നവരെ
49 യെല്ലാം അവർ വാളിനിരയാക്കി. പിന്നീട്
യോനാഥാന്റെ പടയാളികളെ മുഴുവൻ
സംഹരിക്കാൻ ട്രിഫോ കാലാൾപ്പടയേ
യും അശ്വസേനകളെയും ഗലീലയിലേ
ക്കും മഹാസമതലത്തിലേക്കും അയച്ചു.
50 എന്നാൽ യോനാഥാൻ പിടിക്കപ്പെട്ടുവെ
ന്നും അവനും കൂടെയുള്ളവരും കൊല്ലപ്പെ
ട്ടു എന്നും ധരിച്ച യെഹൂദസേനയിലെ പട
യാളികൾ അന്യോന്യം പ്രോത്സാഹിപ്പിച്ച്
51 യുദ്ധസജ്ജരായി അണിനിരന്നു. അവർ
ജീവന്മരണപോരാട്ടം നടത്തുമെന്ന് കണ്ട
എതിരാളികൾ പിന്തിരിഞ്ഞു പോയി.
52 അങ്ങനെ അവർ എല്ലാവരും സുരക്ഷിത
രായി യെഹൂദാദേശത്ത് എത്തി. ഭയവി
ഹ്വലരായ അവർ യോനാഥാനെയും കൂട്ടു
53 കാരെയും ചൊല്ലി വിലപിച്ചു. യിസ്രായേ
ൽ മുഴുവൻ അഗാധദുഃഖത്തിലാണ്ടു. ഇവ
ർക്ക് നേതാവോ സഹായകനോ ഇല്ല.
അതുകൊണ്ട് ഇപ്പോൾ നമുക്ക് ഇവരോട്
യുദ്ധം ചെയ്ത് മനുഷ്യരുടെ ഇടയിൽനിന്ന്
ഇവരെക്കുറിച്ചുള്ള ഓർമ്മതന്നെ മായിച്ചുക
ളയാമെന്ന് പറഞ്ഞ് അവർക്കു ചുറ്റുപാടുമു
ള്ള ജാതികൾ മുഴുവൻ അവരെ ഉന്മൂലനം
ചെയ്യാൻ ശ്രമിച്ചു.

13

യെഹൂദാദേശത്തെ ആക്രമിച്ച്
നശിപ്പിക്കുവാൻ ട്രിഫോ ഒരു
വലിയ സേനയെ ശേഖരിച്ചിട്ടുണ്ടെന്ന്
ശീമോൻ അറിഞ്ഞു. ജനങ്ങൾ ഭയവി 2
ഹ്വലരായി കഴിയുകയാണെന്ന് അവൻ
കണ്ടു. അതിനാൽ അവൻ യെരുശലേമി
ൽ ചെന്ന് ജനത്തെ ഒരുമിച്ചു കൂട്ടി. അവരെ 3
പ്രോത്സാഹിപ്പിച്ച് അവൻ പറഞ്ഞു: `ന്യാ
യപ്രമാണത്തിനും വിശുദ്ധസ്ഥലത്തിനും
വേണ്ടി ഞാനും എന്റെ സഹോദരന്മാരും
എന്റെ പിതൃഭവനവും എത്ര വലിയ കാര്യ
ങ്ങളാണ് ചെയ്തിരിക്കുന്നതെന്ന് നിങ്ങൾക്കു
തന്നെ അറിയാമല്ലോ. ഞങ്ങൾ അഭിമുഖീ
കരിച്ച പോരാട്ടങ്ങളും കഷ്ടതകളും നിങ്ങൾ
അറിഞ്ഞിട്ടുണ്ടല്ലോ. എന്റെ സഹോദരന്മാ 4
രെല്ലാം യിസ്രായേലിനെപ്രതി ഇക്കാരണ
ത്താൽതന്നെ കൊല്ലപ്പെട്ടു. ഞാൻ മാത്ര
മാണ് അവശേഷിച്ചിട്ടുള്ളത്. ഇപ്പോൾ, 5
ആപത്തുഘട്ടത്തിൽ സ്വന്തം രക്ഷ നോ
ക്കിപ്പോകാൻ എനിക്ക് ഇടയാവാതിരിക്ക
ട്ടെ. എന്റെ സഹോദരന്മാരെക്കാൾ ഞാൻ 6
ശ്രേഷ്ഠനല്ല. മറിച്ച് എല്ലാ ജാതികളും വിദ്വേ
ഷത്തോടെ നമ്മെ നശിപ്പിക്കാൻ ഒരുമിച്ച്
കൂടിയിരിക്കയാൽ എന്റെ ജനത്തിനും വി
ശുദ്ധസ്ഥലത്തിനും നിങ്ങളുടെ കളത്രപു
ത്രാദികൾക്കും വേണ്ടി ഞാൻ പ്രതികാരം
ചെയ്യും'. ഈ വാക്കുകൾ കേട്ടപ്പോൾ ജന 7
ങ്ങളുടെ മനോവീര്യം ഉണർന്നു.
അത്യുച്ചത്തിൽ അവർ മറുപടി പറഞ്ഞു`: 8
യൂദായുടെയും നിന്റെ സഹോദരൻ യോനാ
ഥാന്റെയും സ്ഥാനത്ത് നീയാണ് ഞങ്ങളു
ടെ നായകൻ. ഞങ്ങളുടെ യുദ്ധം നടത്തി
യാലും! നീ പറയുന്നതെല്ലാം ഞങ്ങൾ 9
ചെയ്യും'. അതനുസരിച്ച് അവൻ എല്ലാ
യുദ്ധവീരന്മാരെയും വിളിച്ചുകൂട്ടി. യെരുശ 10
ലേമിന്റെ മതിലുകൾ പൂർത്തിയാക്കുവാൻ
പരിശ്രമിച്ചു. ചുറ്റും കോട്ടകെട്ടി അവൻ അതു
ബലപ്പെടുത്തി. അബ്ശാലോമിന്റെ പുത്രൻ 11
യോനാഥാനെ ഗണ്യമായ ഒരു സേനയോ
ടുകൂടി അവൻ യോപ്പയിലേക്ക് അയച്ചു.
യോനാഥാൻ അതിലെ നിവാസികളെ പു
റത്താക്കി അവിടെ താമസിച്ചു.
ഇതിന്റെ ശേഷം യെഹൂദാദേശം ആക്ര 12
മിക്കാൻ ഒരു വൻസൈന്യവുമായി ട്രിഫോ

13 ടോളമായീസിൽനിന്ന് പുറപ്പെട്ടു. തടവു
കാരനായി യോനാഥാനും അവന്റെ കൂടെ
ഉണ്ടായിരുന്നു. സമതലത്തിനു നേരെ ആദീ
14 ദായിൽ ശീമോൻ പാളയമടിച്ചു. സഹോദ
രൻ യോനാഥാന്റെ സ്ഥാനം ഏറ്റെടുക്കാ
ൻ ശീമോൻ തയ്യാറായിട്ടുണ്ടെന്നും അയാൾ
തനിക്കെതിരെ യുദ്ധത്തിന് ഒരുങ്ങിയിരി
ക്കുകയാണെന്നും അറിഞ്ഞപ്പോൾ ട്രിഫോ
അവന്റെ അടുക്കൽ പ്രതിനിധികളെ
15 അയച്ച് അറിയിച്ചു: `നിങ്ങളുടെ സഹോദര
ൻ യോനാഥാൻ തന്റെ ഔദ്യോഗികവൃത്തി
യിൽ രാജഭണ്ഡാരത്തിലേക്ക് അടയ്ക്കേ
ണ്ടിയിരിക്കുന്ന പണത്തിനുവേണ്ടിയാണ്
അവനെ ഞങ്ങൾ തടങ്കലിൽ വച്ചിരിക്കുന്ന
16 ത്. ഇപ്പോൾ നൂറ് താലന്ത് വെള്ളിയും ജാ
മ്യത്തടവുകാരായി അവന്റെ രണ്ടു പുത്രന്മാ
രെയും ഇങ്ങോട്ടയയ്ക്കുക. അവനെ വിട്ടയച്ചാ
ൽ അവൻ ഞങ്ങൾക്കെതിരെ കലഹിക്കി
ല്ലെന്ന് ഉറപ്പുവരുത്താനാണിത്. അപ്പോൾ
ഞങ്ങൾ അവനെ വിട്ടയയ്ക്കാം'.
17 അവർ തന്നോട്ട് ചതിവായിട്ടാണ് സം
സാരിക്കുന്നതെന്ന് ശീമോന് മനസ്സി
ലായി. എങ്കിലും പണവും പുത്രന്മാരെ
യും കൊണ്ടുവരുവാൻ അവൻ ആളയച്ചു.
18 അങ്ങനെ ചെയ്യാതിരുന്നാൽ, ശീമോൻ
പണവും പുത്രന്മാരെയും കൊടുത്തയയ്ക്കാ
തിരുന്നതുകൊണ്ട് യോനാഥാൻ നശിച്ചു
എന്നു പറഞ്ഞ് ജനങ്ങൾ തനിക്കെതി
രെ ക്രോധാവേശം കൊള്ളുമെന്ന് അവൻ
19 ഭയന്നു. അങ്ങനെ അവൻ പുത്രന്മാരെ
യും നൂറ് താലന്ത് വെള്ളിയും കൊടുത്ത
യച്ചു. എന്നാൽ ട്രിഫോ വാക്കു പാലിച്ചി
ല്ല; യോനാഥാനെ സ്വതന്ത്രനാക്കിയില്ല.
20 പിന്നീട് രാജ്യം ആക്രമിച്ചു നശിപ്പിക്കുവാ
ൻ അദോരവഴി ചുറ്റിക്കറങ്ങി ട്രിഫോ പട
നയിച്ചു. എന്നാൽ ചെന്നയിടങ്ങളിലെല്ലാം
അവനെതിരെ ശീമോനും സൈന്യവും തുട
21 ർച്ചയായി നീങ്ങിക്കൊണ്ടിരുന്നു. അപ്പോൾ
കോട്ടയിലുണ്ടായിരുന്ന പടയാളികൾ മരു
ഭൂമിയിലൂടെ തങ്ങളുടെ പക്കൽ വരണമെ
ന്നും തങ്ങൾക്ക് ആഹാരപദാർത്ഥങ്ങ
ൾ എത്തിച്ചുതരണമെന്നും നിർബ്ബന്ധിച്ചു
കൊണ്ട് അവന്റെ അടുക്കലേക്ക് ദൂതന്മാ
രെ അയച്ചുകൊണ്ടിരുന്നു. അതിൻപ്രകാ 22
രം അങ്ങോട്ടു പോകാൻ അശ്വസേനയെ
മുഴുവൻ ട്രിഫോ സജ്ജമാക്കി. പക്ഷെ,
അന്നു രാത്രി കടുത്ത മഞ്ഞുവീഴ്ചയുണ്ടായി.
തന്മൂലം അവന് പോകാനായില്ല. അവൻ
പടനീക്കി ഗിലെയാദിലേക്ക് പ്രവേശി
ച്ചു. ബാസ്കാമ്മക്കരികെ എത്തിയപ്പോൾ 23
അവൻ യോനാഥാനെ വധിച്ചു. അനന്ത 24
രം അവനെ സംസ്കരിച്ചു. പിന്നീട് ട്രിഫോ
പിന്തിരിഞ്ഞ് സ്വദേശത്തേക്കു മടങ്ങി.

സഹോദരനായ യോനാഥാന്റെ അസ്ഥി 25
കൾ ശീമോൻ ആളയച്ച് എടുപ്പിച്ച് കൊണ്ടു
പോയി സ്വപിതാക്കന്മാരുടെ നഗരമായ
മൊദെയ്നിൽ അടക്കംചെയ്തു. യിസ്രായേ 26
ൽ മുഴുവൻ അവനെച്ചൊല്ലി വിലപിക്കുക
യും വളരെ നാൾ ദുഃഖം ആചരിക്കുകയും
ചെയ്തു. തന്റെ പിതാവിന്റെയും സഹോദര 27
ന്മാരുടെയും കല്ലറയ്ക്കു മുകളിൽ ദൂരെ നിന്നേ
കാണുമാറ് ഉയരമേറിയ ഒരു സ്മാരകം
മുമ്പിലും പിമ്പിലും മിനുസപ്പെടുത്തിയ കല്ലു
കൾ ഉപയോഗിച്ച് ശീമോൻ നിർമ്മിച്ചു.
അവൻ തന്റെ പിതാവിനും മാതാവിനും 28
നാലു സഹോദരന്മാർക്കുമായി നേർക്കുനേ
രെ ഏഴു പിരമിഡുകൾ കെട്ടിയുയർത്തി. പി 29
രമിഡുകൾക്കു ചുറ്റും വലിയ സ്തംഭങ്ങൾ ഉയ
ർത്തി അവയുടെ മുകളിൽ ശാശ്വതസ്മാരക
മായി പടക്കോപ്പുകളും അവയുടെ വശങ്ങ
ളിൽകടൽ യാത്രികർക്കെല്ലാം കാണാവു
ന്നവിധം കപ്പലുകളുടെ മാതൃകയും കൊ
ത്തിവച്ച്, വിപുലമായി ക്രമീകരണങ്ങളൊ
രുക്കി. ഇതാകുന്നു മെദെയ്നിൽ അവൻ 30
നിർമ്മിച്ച ശവകുടീരം. ഇത് ഇന്നോളം
നിലനില്ക്കുന്നു.

യുവരാജാവായ അന്ത്യോസിനെ ട്രിഫോ 31
വഞ്ചിച്ചു. അവനെ വധിച്ച് തൽസ്ഥാനത്ത് 32
ആസ്യയുടെ രാജാവായി കിരീടം ധരിച്ചു.
വലിയ വിപത്ത് അവൻ ദേശത്തിന് 33
വരുത്തിവച്ചു.

എന്നാൽ ശീമോൻ ഉയർന്ന ഗോപുരങ്ങ
ളും പടിവാതിലുകളും ഓടാമ്പലുകളും ഉള്ള
വലിയ മതിലുകൾകൊണ്ട് ചുറ്റപ്പെട്ട കോ

34 ട്ടകൾ യെഹൂദായിൽ നിർമ്മിച്ചു. കോട്ടയി
ൽ ഭക്ഷണപദാർത്ഥങ്ങൾ ശേഖരിച്ചു. രാ
ജ്യത്തിന് ആശ്വാസം നല്കണമെന്ന അഭ്യ
ർത്ഥനയുമായി ശീമോൻ ദെമേത്രിയോസ്
രാജാവിന്റെ സന്നിധിയിലേക്ക് ആളുകളെ
തെരഞ്ഞെടുത്ത് അയച്ചു. ട്രിഫോ രാജ്യ
ത്തെ കൊള്ളയടിക്കുകയത്രേ ചെയ്തിരു
35 ന്നത്. ആ അപേക്ഷയ്ക്ക് ദെമേത്രിയോ
സ് രാജാവ് അനുകൂലമായ മറുപടി നല്കി.
ശീമോന് ഇപ്രകാരം ഒരു കത്തും അയച്ചു.
36 "മഹാപുരോഹിതനും രാജമിത്രവുമായ
ശീമോനും മൂപ്പന്മാർക്കും യെഹൂദർക്കും ദെ
മേത്രിയോസ് രാജാവിന്റെ അഭിവാദനം!
37 നിങ്ങൾ അയച്ചുതന്ന കനകകിരീടവും
ഈന്തപ്പനയോലയും ഞാൻ സ്വീകരിച്ചി
രിക്കുന്നു. നിങ്ങളുമായി സമാധാനം സ്ഥാ
പിക്കുവാനും നിങ്ങൾക്ക് കപ്പം ഇളച്ചുതരു
വാൻ ഉദ്യോഗസ്ഥർക്ക് നിർദ്ദേശം അയ
38 ക്കുവാനും ഞാൻ സന്നദ്ധനാണ്. നിങ്ങ
ൾക്ക് ഞാൻ അനുവദിച്ചിട്ടുള്ള ആനുകൂല്യ
ങ്ങളെല്ലാം സാധുവായിരിക്കും. നിങ്ങൾ നി
ർമ്മിച്ചിട്ടുള്ള കോട്ടകൊത്തളങ്ങൾ നിങ്ങ
ളുടെതന്നെ ഉടമസ്ഥതയിലായിരിക്കട്ടെ.
39 ഇന്നോളം നിങ്ങൾ എന്തെങ്കിലും തെറ്റുകു
റ്റങ്ങൾ ചെയ്തിട്ടുണ്ടെങ്കിൽ അവയ്ക്ക് ഞാൻ
മാപ്പു നല്കുന്നു. നിങ്ങൾ കടപ്പെട്ടിരിക്കുന്ന
കിരീടനികുതിയും റദ്ദാക്കിയിരിക്കുന്നു. യെ
രുശലേമിൽനിന്ന് പിരിച്ചെടുത്തിരുന്ന
മറ്റൊരു നികുതിയും ഇനി പിരിക്കുന്നതല്ല.
40 നിങ്ങളിൽ ആരെങ്കിലും ഞങ്ങളുടെ അംഗര
ക്ഷകസേനയിൽ ചേരാൻ യോഗ്യതയുള്ള
വരാണെങ്കിൽ, അവർ ചേർന്നുകൊള്ളട്ടെ.
നാം തമ്മിൽ സമാധാനം പുലരട്ടെ." നൂറ്റി
41 എഴുപതാം വർഷത്തിൽ* ജാതികളുടെ
നുകം യിസ്രായേലിൽനിന്ന് നീക്കപ്പെട്ടു.
42 "യെഹൂദരുടെ മഹോന്നതപുരോഹിതനും
സേനാപതിയും നായകനുമായ ശീമോന്റെ
വാഴ്ചയുടെ ഒന്നാം വർഷത്തിൽ" എന്ന് ജന
ങ്ങൾ തങ്ങളുടെ പ്രമാണങ്ങളിലും കരാറുക
ളിലും രേഖപ്പെടുത്തുവാൻ തുടങ്ങി.
43 അക്കാലത്ത് ശീമോൻ ഗസാറയ്ക്ക്

ബി.സി. 142ൽ

എതിരെ പാളയമടിച്ച് സേനാവ്യൂഹങ്ങ
ളാൽ അതിനെ ഉപരോധിച്ചു. അവൻ
ഒരു ഉപരോധയന്ത്രം/യന്ത്രമുട്ടി ഉണ്ടാക്കി.
നഗരത്തിലേക്കു കൊണ്ടുവന്ന് ഇടിച്ചു
നിരത്തി ഒരു ഗോപുരം പിടിച്ചെടുത്തു.
ആക്രമണ യന്ത്രങ്ങളിൽനിന്ന് യോദ്ധാ 44
ക്കൾ നഗരത്തിലേക്കു കുതിച്ചുചാടിയപ്പോ
ൾ, അവിടെ വൻബഹളമുണ്ടായി. നഗരവാ 45
സികൾ കളത്രപുത്രാദികളോടെ കോട്ടമതി
ലിൽ കയറി വസ്ത്രം കീറി ഉറക്കെ നിലവി
ളിച്ച് അവരോട് സമാധാന ഉടമ്പടി ഉണ്ടാ
ക്കുവാൻ ശീമോനോട് കേണപേക്ഷിച്ചു.
അവർ യാചിച്ചു: `ഞങ്ങളുടെ ദുർന്നടപടി 46
കൾ അനുസരിച്ച് ഞങ്ങളോടു പെരുമാ
റരുതേ, മറിച്ച് നിന്റെ കരുണയ്ക്കു തക്ക 47
പോലെ ഞങ്ങളോട് പ്രവർത്തിക്കുക'.
അങ്ങനെ ശീമോൻ അവരുമായി ഒരു ഉട
മ്പടി ഉണ്ടാക്കി. അവർക്കെതിരായ യുദ്ധം
അവസാനിപ്പിച്ചു. എങ്കിലും അവൻ അവരെ
നഗരത്തിൽനിന്നും പുറത്താക്കി. വിഗ്രഹ
ങ്ങൾ വച്ചിരുന്ന ഭവനങ്ങൾ ശുദ്ധീകരിച്ച
ശേഷം സ്തോത്രങ്ങളോടും പ്രാർത്ഥനാ
ഗീതങ്ങളോടുംകൂടി അതിൽ പ്രവേശിച്ചു.
സകല മാലിന്യങ്ങളും അതിൽനിന്ന് നീ 48
ക്കിയശേഷം ന്യായപ്രമാണം അനുഷ്ഠിക്കു
ന്ന ജനങ്ങളെ അവൻ അവിടെ പാർപ്പിച്ചു.
അവൻ അതിന്റെ കോട്ടകൾ ശക്തിപ്പെടു
ത്തുകയും അതിൽ തനിക്ക് ഒരു വീടുണ്ടാ
ക്കുകയും ചെയ്തു.

49 യെരുശലേമിലെ കോട്ടയിൽ കഴി 49
ഞ്ഞിരുന്നവർ ക്രയവിക്രയങ്ങൾക്ക് പുറ
ത്തുപോകുന്നതും തിരിച്ച് വരുന്നതും നി
രോധിച്ചിരുന്നു. അതുകൊണ്ട് അവരിൽ
പലരും വിശന്നു വലഞ്ഞു പട്ടിണിമൂലം മര
ണമടഞ്ഞു. അപ്പോൾ അവർ ശീമോനോട് 50
സമാധാനം യാചിച്ചു. അവൻ അവരുമാ
യി സമാധാനമുണ്ടാക്കി. എന്നാൽ കോ
ട്ടയിൽനിന്ന് അവൻ അവരെ ബഹിഷ്കരി
ച്ച്, മാലിന്യങ്ങൾ നീക്കി അതിനെ ശുദ്ധീ 51
കരിച്ചു. മഹാബലവാനായ ഒരു ശത്രു യി
സ്രായേലിൽ നിന്ന് തികച്ചും ബഹിഷ്കരി
ക്കപ്പെട്ടതിനാൽ നൂറ്റി എഴുപത്തിയൊ

ന്നാം വർഷം രണ്ടാം മാസം ഇരുപത്തിമൂ
ന്നാം തിയതി സ്തോത്രം പാടിക്കൊണ്ടും
ഈന്തപ്പനയോലകൾ വീശിക്കൊണ്ടും
വീണ, കൈത്താളം, തന്ത്രിവാദ്യം, സ്തോ
ത്രഗാനങ്ങൾ എന്നിവയോടെ യെഹൂദർ
52 നഗരത്തിൽ പ്രവേശിച്ചു. എല്ലാ വർഷവും
ഈ ദിവസം ആനന്ദപൂർവ്വം ആഘോഷി
ക്കണമെന്ന് ശീമോൻ കല്പന നല്കി. കോട്ട
യുടെ സമീപം ദേവാലയം സ്ഥിതിചെയ്യുന്ന
മല, കോട്ട കെട്ടി ബലപ്പെടുത്തി അവനും
അനുയായികളും അവിടെ താമസമുറപ്പിച്ചു.
53 തന്റെ പുത്രൻ യോഹന്നാന് പ്രായപൂ
ർത്തിയായി എന്നു കണ്ടപ്പോൾ ശീമോൻ
അവനെ സർവ്വസൈന്യാധിപനായി നിയ
മിച്ചു. അവൻ ഗസാറയിൽ താമസമാക്കി.

14 നൂറ്റി എഴുപത്തിരണ്ടാം ആണ്ട് *
ദെമേത്രിയോസ് രാജാവ്, ട്രീഫോ
യെക്കെതിരെ യുദ്ധം ചെയ്യാൻ തന്റെ സൈ
ന്യത്തെ സംഘടിപ്പിച്ച് സഹായം നേടാൻ
മേദ്യയിലേക്ക് സൈന്യസമേതം പുറപ്പെട്ടു.
2 തന്റെ രാജ്യാതിർത്തിയ്ക്കുള്ളിൽ ദെമേത്രി
യോസ് അതിക്രമിച്ചുകടന്നുവെന്ന് കേട്ട,
പാർസിയുടെയും മേദ്യയുടെയും രാജാവായ
അർസാക്കസ് അവനെ ജീവനോടെ പിടി
ച്ചുകൊണ്ടുവരാൻ ഒരു സേനാധിപനെ നി
3 യോഗിച്ചു. അവൻ ചെന്ന് ദെമേത്രിയോ
സിന്റെ സൈന്യത്തെ പരാജയപ്പെടുത്തി
അവനെ പിടികൂടി അർസാക്കസിന്റെ
പക്കൽ കൊണ്ടുവന്നു. അർസാക്കസ് ദെ
മേത്രിയോസിനെ തടവിലാക്കി.
4 ശീമോന്റെ കാലത്ത് ദേശം ശാന്തി അനു
ഭവിച്ചു. അവൻ തന്റെ ജനത്തിന്റെ ക്ഷേമ
ത്തിന് പ്രയത്നിച്ചു. അവന്റെ ഭരണം അവ
ർക്കു സന്തോഷപ്രദമായിരുന്നു. അവന്റെ
ആയുഷ്കാലം മുഴുവൻ അവർ അവനോട്
ആദരം പ്രദർശിപ്പിച്ചു.
5 തന്റെ നേട്ടങ്ങൾക്ക് മകുടം ചാർത്താ
ൻ അവൻ യോപ്പ പിടിച്ചെടുത്ത് തന്റെ
തുറമുഖമാക്കി, ദ്വീപുകളിലേക്ക് വഴിതുറ
6 ന്നു. അവൻ രാജ്യാതിർത്തി വിസ്തൃതമാ
ക്കി; നാടിന്റെ മേൽ പൂർണ്ണനിയന്ത്രണം 7
നേടി. അനേകം ബന്ധികളെ അവൻ കൂട്ടി
ച്ചേർത്തു. ഗസാറയ്ക്കും ബേത്സൂറിനും കോ
ട്ടയ്ക്കും അവൻ അധിപനായി. അവയിലെ മാ
ലിന്യങ്ങൾ അവൻ നീക്കം ചെയ്തു. അവനെ
എതിർക്കുവാൻ ആരും മുതിർന്നില്ല. അവർ 8
സമാധാനത്തോടെ തങ്ങളുടെ മണ്ണിൽ കൃ
ഷിചെയ്തു. ഭൂമി വിളവും സമതലത്തിലെ വൃ
ക്ഷങ്ങൾ ഫലങ്ങളും നല്കി. വൃദ്ധന്മാർ തെ 9
രുവുകളിൽ ഇരുന്ന് തങ്ങൾക്കു ലഭിച്ച
അനുഗ്രഹങ്ങളെക്കുറിച്ച് സംസാരിച്ചു. യു
വജനങ്ങൾ പടച്ചട്ടകൾ അണിഞ്ഞ് പരി
ശീലനം നടത്തി. അവൻ നഗരങ്ങൾക്ക് 10
ആഹാരം നല്കി; പ്രതിരോധസജ്ജീകര
ണങ്ങൾക്കൊണ്ട് അവയെ ഒരുക്കി. അവ
ന്റെ കീർത്തി ഭൂമിയുടെ അതിർത്തിക
ൾവരെ വ്യാപിക്കുവോളം തന്നെ. അവൻ 11
ദേശത്ത് സമാധാനം സ്ഥാപിച്ചു. യിസ്രാ
യേൽ അത്യന്തം ആഹ്ലാദിച്ചു. ഓരോ 12
മനുഷ്യനും സ്വന്തം മുന്തിരിച്ചെടിയുടെയും
അത്തിവൃക്ഷത്തിന്റെയും തണലിലിരു
ന്നു. അവരെ ആരും ഭീഷണിപ്പെടുത്തിയി
ല്ല. അവരോട് യുദ്ധംചെയ്യാൻ ദേശത്ത് 13
ആരും ശേഷിച്ചിരുന്നില്ല. അക്കാലത്ത് രാ 14
ജാക്കന്മാർ തകർക്കപ്പെട്ടു. ശീമോൻ തന്റെ
ജനങ്ങളിൽ എളിയവരെ ശക്തരാക്കി.
അവൻ ന്യായപ്രമാണം മുറുകെ പിടിച്ചു.
അധർമ്മികളെയും ദുഷ്ടന്മാരെയും നശിപ്പി 15
ച്ചു. വിശുദ്ധസ്ഥലത്തിന് അവൻ പ്രൗഢി
നല്കി, അതിലെ പാത്രങ്ങളുടെ എണ്ണം
വർദ്ധിപ്പിച്ചു.
യോനാഥാന്റെ മരണവൃത്താന്തം റോമാ 16
യിലും സ്പാർട്ടാപോലുള്ള വിദൂരസ്ഥലത്തും
എത്തി. അവർ ഏറ്റവും ദുഃഖിച്ചു.അവന്റെ 17
സ്ഥാനത്ത് സഹോദരൻ ശീമോൻ മഹാ
പുരോഹിതനായി നാട്ടും നഗരങ്ങളും ഭരി
ക്കുന്നു എന്നു കേട്ടപ്പോൾ, അവർ അവന്റെ 18
സഹോദരന്മാരായ യൂദായും യോനാഥാ
നുമായി സ്ഥാപിച്ചിരുന്ന സൗഹൃദവും
സഖ്യവും പുതുക്കുവാൻ ഓട്ടുതകിടുകളിൽ
അവന് ലേഖനമെഴുതി അയച്ചു. യെരുശ 19
ലേമിലെ സഭയുടെ മുമ്പാകെ ഇവ വായിച്ചു.

* *ബി.സി. 141*

20 സ്പാർട്ടാക്കാർ അയച്ച കത്തിന്റെ പക
ർപ്പ്: "മഹാപുരോഹിതനായ ശീമോനും മൂ
പ്പന്മാർക്കും പുരോഹിതന്മാർക്കും സഹോ
ദരന്മാരായ മറ്റ് യെഹൂദജനങ്ങൾക്കും സ്പാ
ർട്ടായിലെ ഭരണാധിപരുടെയും നഗരത്തി
21 ന്റെയും അഭിവാദനം! ഞങ്ങളുടെ ജനങ്ങളു
ടെ അടുത്തേക്ക് നിങ്ങൾ അയച്ച പ്രതിപുരു
ഷന്മാർ നിങ്ങളുടെ പ്രതാപത്തെയും ബഹു
മതിയെയുംകുറിച്ച് ഞങ്ങളെ അറിയിച്ചു.
22 അവരുടെ സന്ദർശനം ഞങ്ങളെ സന്തോ
ഷിപ്പിച്ചു. അവർ ഞങ്ങളോട് അറിയിച്ചവ,
ഞങ്ങളുടെ യോഗനടപടികളിൽ ഇപ്രകാ
രം രേഖപ്പെടുത്തിയിരിക്കുന്നു. നമ്മോടുള്ള
സൗഹൃദം പുതുക്കാൻ യെഹൂദ പ്രതിനിധി
കളായി അന്തിയോക്കസിന്റെ പുത്രൻ നൂ
മെനിയൂസും യാസോന്റെ പുത്രൻ അന്തി
പ്പേത്തറും ഞങ്ങളുടെ പക്കൽ വന്നിരുന്നു.
23 അവരെ ആദരപൂർവ്വം സ്വീകരിക്കാനും
സ്പാർട്ടായിലെ ജനങ്ങൾക്ക് ഒരു രേഖയാ
യിരിക്കുമാറ് അവരുടെ വാക്കുകളുടെ ഒരു
പകർപ്പ് ഔദ്യോഗിക രേഖാസഞ്ചയത്തി
ൽ സൂക്ഷിക്കാനും ഞങ്ങളുടെ ജനങ്ങൾ
സസന്തോഷം തീരുമാനിച്ചു. ഇതിന്റെ ഒരു
പകർപ്പ് മഹാപുരോഹിതനായ ശീമോന്
അയച്ചിട്ടുണ്ട്."
24 അതിനുശേഷം ശീമോൻ റോമാക്കാ
രുമായുള്ള സഖ്യം ബലപ്പെടുത്തുവാൻ
ആയിരം മിനാ തൂക്കമുള്ള ഒരു വലിയ സ്വ
ർണ്ണപ്പരിചയുമായി നൂമെനിയൂസിനെ റോ
25 മായിലേക്കയച്ചു. ഈ വിവരം കേട്ടപ്പോൾ
ജനങ്ങൾ പറഞ്ഞു: ശീമോനോടും പുത്രന്മാ
രോടും നാം എപ്രകാരം നന്ദി പ്രകാശിപ്പി
26 ക്കും! അവനും സഹോദരന്മാരും പിതൃഭവ
നവും ഉറച്ചുനിന്ന് യിസ്രായേലിന്റെ ശത്രു
ക്കളോട് പൊരുതി അവരെ തുരത്തിയോ
27 ടിച്ച് സ്വാതന്ത്ര്യം സമ്പാദിച്ചുവല്ലോ. അതു
കൊണ്ട് അവർ ഓട്ടുതകിടുകളിൽ ഒരു സ്മാ
രകലിഖിതം മുദ്രണം ചെയ്ത് സീയോൻമല
യിലെ സ്തംഭങ്ങളിൽ സ്ഥാപിച്ചു. അവർ
എഴുതിയതിന്റെ പകർപ്പ്: "മഹോന്നതപു
രോഹിതനായ ശീമോന്റെ മൂന്നാം വർഷം,
28 നൂറ്റി എഴുപത്തിരണ്ടാം വർഷം, ഈലൂൽ
മാസം പതിനെട്ടാം തിയതി അസരമേ
ലിൽ സമ്മേളിച്ച, ദേശത്തിലെ പുരോഹി
തന്മാരുടെയും ജനത്തിന്റെയും ജനത്തി
ന്റെ ഭരണാധിപന്മാരുടെയും മൂപ്പന്മാരു
ടെയും മഹാസമ്മേളനം താഴെക്കാണുന്ന
വിളംബരം ഞങ്ങൾക്ക് നല്കി:"
"രാജ്യത്ത് ഇടയ്ക്കിടെ യുദ്ധങ്ങൾ പൊട്ടി 29
പ്പുറപ്പെട്ടിരുന്നപ്പോൾ, യോവാറിബിന്റെ
വംശത്തിൽപെട്ട ഒരു പുരോഹിതനായ,
മത്ഥാത്തിയൊസിന്റെ പുത്രൻ ശീമോനും
സഹോദരന്മാരും അവരുടെ വിശുദ്ധസ്ഥല
വും ന്യായപ്രമാണങ്ങളും രക്ഷിക്കാൻ തങ്ങ
ളെത്തന്നെ അപകടത്തിലാക്കിക്കൊണ്ട്,
തങ്ങളുടെ ജനത്തിന്റെ ശത്രുക്കളെ നേരിട്ടു.
തങ്ങളുടെ ദേശത്തിന് അവർ മഹത്ത്വം
നേടിക്കൊടുത്തു. യോനാഥാൻ ദേശത്തെ 30
അണിനിരത്തി അവരുടെ മഹാപുരോ
ഹിതൻ ആയിത്തീർന്നു. പിന്നെ അവൻ 31
പിതാക്കന്മാരോടു ചേർന്നു. അപ്പോൾ
അവരുടെ ശത്രുക്കൾ രാജ്യം ആക്രമിക്കാ
നും അവരുടെ വിശുദ്ധസ്ഥലത്തിന്മേൽ
കൈവയ്ക്കാനും നിശ്ചയിച്ചു. അന്ന് ശീമോൻ 32
മുന്നോട്ടുവന്ന് തന്റെ ദേശത്തിനുവേണ്ടി
പോരാടി. സ്വന്തം പണത്തിൽ നല്ലൊരു
ഭാഗം ചെലവഴിച്ച് അവൻ തന്റെ ജനത്തി
ന്റെ സൈനികരെ ആയുധസജ്ജരാക്കി;
അവർക്ക് വേതനം നല്കി യെഹൂദായിലെ 33
നഗരങ്ങളും, യെഹൂദായുടെ അതിർത്തിയി
ൽ പണ്ട് ശത്രുക്കൾ ആയുധം ശേഖരിച്ചിരു
ന്ന ബേത്സൂറും അവൻ കോട്ടകെട്ടി ഉറ
പ്പിച്ചു. അവിടെ അവൻ യെഹൂദരുടെ ഒരു 34
കാവൽസൈന്യത്തെ പാർപ്പിച്ചു. സമുദ്ര
തീരത്ത് സ്ഥിതിചെയ്തിരുന്ന യോപ്പയും
അസോത്തസിന്റെ അതിർത്തികളിൽ
മുമ്പ് ശത്രുക്കളുടെ വാസസ്ഥലമായിരുന്ന
ഗസാറയും അവൻ കോട്ടകെട്ടി ഭദ്രമാക്കി.
അവിടെ അവൻ യെഹൂദരെ കുടിപാർപ്പി
ച്ച് പുനരധിവാസത്തിന് ആവശ്യമായതെ
ല്ലാം ചെയ്തുകൊടുത്തു.
ശീമോന്റെ വിശ്വസ്തതയും തന്റെ ദേശ 35
ത്തിന് നേടിക്കൊടുക്കാൻ അവൻ ഉറച്ചി
രുന്ന മഹത്ത്വവും കണ്ട് ജനങ്ങൾ അവനെ

തങ്ങളുടെ നായകനും മഹാപുരോഹിതനു
മാക്കി. അവൻ ചെയ്ത സർവ്വകാര്യങ്ങളും
സ്വദേശത്തോട് അവൻ കാണിച്ച നീതിയും
വിശ്വസ്തതയും പരിഗണിച്ചാണ് ഇപ്രകാ
രം ചെയ്തത്. തന്റെ ജനത്തെ മഹത്ത്വപ്പെ
ടുത്താൻ അവൻ സർവ്വപ്രകാരേണയും
36 പ്രയത്നിച്ചു. അവന്റെ കാലത്ത് എല്ലാം
അഭിവൃദ്ധിപ്പെട്ടു. ജാതികൾ രാജ്യത്തുനിന്ന്
ബഹിഷ്കൃതരായി. അതുപോലെതന്നെ യെ
രുശലേമിലെ ദാവീദിന്റെ പട്ടണത്തിൽ
ഒരു കോട്ട നിർമ്മിച്ച് അതിനുള്ളിൽ പാ
ർക്കുകയും അവിടെനിന്ന് ഇറങ്ങിച്ചെ
ന്ന്, വിശുദ്ധസ്ഥലത്തിന്റെ പരിസരങ്ങൾ
അശുദ്ധമാക്കുകയും അതിന്റെ പരിശുദ്ധി
ക്ക് ക്ഷതം വരുത്തുകയും ചെയ്തിരുന്നവരെ
37 അവൻ ബഹിഷ്കരിച്ചു. പകരം യെഹൂദരെ
അവിടെ പാർപ്പിച്ചു. രാജ്യത്തിന്റെയും നഗ
രത്തിന്റെയും ഭദ്രതയ്ക്കായി, അതിന് കോ
ട്ടകെട്ടി, യെരുശലേമിന്റെ മതിലുകളും
ഉയർത്തിപ്പണിതു.
38 ഇക്കാര്യങ്ങൾ പരിഗണിച്ച് ദെമേത്രി
യോസ് രാജാവ് അവനെ മഹാപുരോഹി
തസ്ഥാനത്ത് സ്ഥിരീകരിച്ചു; രാജമിത്രങ്ങ
39 ളിൽ ഒരാളായി ഉയർത്തി. അവന് ഉയ
40 ർന്ന ബഹുമതികളും നല്കി. കാരണം റോ
മാക്കാർ യെഹൂദരെ സ്നേഹിതർ, മിത്ര
ങ്ങൾ, സഹോദരർ എന്നെല്ലാമാണ് വി
ളിച്ചിരുന്നതെന്നും ശീമോന്റെ പ്രതിപുരു
ഷന്മാരെ അവർ ആദരപൂർവ്വം സ്വീകരി
41 ച്ചുവെന്നും അവൻ കേട്ടിരുന്നു. അങ്ങനെ
യെഹൂദരും അവരുടെ പുരോഹിതരും വി
ശ്വസ്തനായ ഒരു പ്രവാചകൻ പ്രത്യക്ഷപ്പെ
ടുന്നതുവരെ ശീമോൻ തന്നെ തങ്ങളുടെ
നായകനും മഹാപുരോഹിതനും ആയിരി
42 ക്കണം എന്ന് നിശ്ചയിച്ചു. കൂടാതെ അവൻ
തങ്ങളുടെ ഭരണാധിപൻ ആയിരിക്കണം.
വിശുദ്ധസ്ഥലത്തിന്റെ ചുമതലയും അവനാ
യിരിക്കണം. അതിന്റെ ജോലികൾക്കായി
ആളുകളെ നിയമിക്കുന്നതും അവൻ ആയി
രിക്കണം. അതിനും പുറമേ രാജ്യത്തിന്റെ
യും ആയുധങ്ങളുടെയും കോട്ടകളുടെയും വി
ശുദ്ധസ്ഥലത്തിന്റെയും മേൽവിചാരകനും
അവൻ തന്നെ ആയിരിക്കണം.എല്ലാവരും 43
അവനെ അനുസരിക്കണം. രാജ്യത്തുണ്ടാ
കുന്ന എല്ലാ കരാറുകളും അവന്റെ പേരിൽ
രേഖപ്പെടുത്തണം. അവൻ രക്താംബര
വും സ്വർണ്ണവും ധരിക്കണം എന്നും അവർ
നിശ്ചയിച്ചു.
ഈ വ്യവസ്ഥകളിൽ ഏതെങ്കിലും 44
അസാധുവാക്കാനോ ശീമോൻ പറയുന്ന
തിനെ എതിർക്കാനോ അവന്റെ സമ്മതം
കൂടാതെ രാജ്യത്ത് ഒരു യോഗം വിളിച്ചുചേ
ർക്കാനോ രക്താംബരമോ സ്വർണ്ണപ്പതക്ക
മോ അണിയാനോ, ജനങ്ങളിലോ പുരോ 45
ഹിതരിലോ ആർക്കും അനുവാദമുണ്ടായി
രിക്കുന്നതല്ല. ഈ തീരുമാനങ്ങൾക്കു വി
രുദ്ധമായി പ്രവർത്തിക്കുകയോ ഇവയിൽ
ഏതെങ്കിലും ലംഘിക്കുകയോ ചെയ്യുന്നവ
ർ ശിക്ഷാർഹരാകും'.
ഈ തീരുമാനങ്ങൾ അനുസരിച്ച് പ്രവ 46
ർത്തിക്കാൻ ശീമോന് അവകാശം നല്കാ
മെന്ന് സകല ജനങ്ങളും സമ്മതിച്ചു. അത 47
നുസരിച്ച് മഹാപുരോഹിതനും യെഹൂദരു
ടെയും പുരോഹിതരുടെയും സേനാധിപതി
യും ദേശാധിപതിയും അവരുടെയെല്ലാം
സംരക്ഷകനും ആയിരിക്കാൻ ശീമോൻ
സമ്മതിച്ചു. ഈ ശാസനം ഓട്ടുതകിടിൽ 48
മുദ്രണം ചെയ്ത് വിശുദ്ധസ്ഥലത്തിനരികി
ൽ ശ്രദ്ധേയമായ ഒരു സ്ഥാനത്ത് സ്ഥാ
പിക്കണം എന്നും അതിന്റെ പകർപ്പുക 49
ൾ ശീമോനും പുത്രന്മാർക്കും ലഭ്യമാകുമാ
റ് ഭണ്ഡാരത്തിൽ നിക്ഷേപിക്കണമെന്നും
അവർ കല്പന നല്കി.

15

ദെമേത്രിയോസ് രാജാവിന്റെ പു
ത്രനായ അന്ത്യോക്കസ് ദ്വീപുക
ളിൽനിന്ന് യെഹൂദ പുരോഹിതനും ദേശ
ത്തിന്റെ അധിപതിയുമായ ശീമോനും ജനം
മുഴുവനും ഒരു ലേഖനം അയച്ചു. അതിന്റെ 2
ഉള്ളടക്കം: "മഹാപുരോഹിതനും ദേശാധി
പതിയുമായ ശീമോനും യെഹൂദജനതയ്ക്കും
അന്ത്യോക്കസ് രാജാവിന്റെ അഭിവാദന
ങ്ങൾ! നമ്മുടെ പിതാക്കന്മാരുടെ രാജ്യം വി 3
നാശകാരികളായ ചില ആളുകൾ കൈയ

ടക്കി വച്ചിരിക്കുന്ന സ്ഥിതിക്ക്, രാജ്യത്തെ
അതിന്റെ പൂർവാവസ്ഥയിൽ എത്തിക്കുവാ
ൻ അതിന്മേലുള്ള അവകാശം പ്രഖ്യാപിക്ക
4 ണമെന്ന് ഞാൻ ആഗ്രഹിക്കുന്നു. അതിനു
വേണ്ടി ഒരു കൂലിപ്പടയെ ശേഖരിക്കുകയും
പടക്കപ്പലുകൾ സജ്ജീകരിക്കുകയും ചെ
യ്തിരിക്കുന്നു. നമ്മുടെ രാജ്യം ഛിന്നഭിന്നമാ
ക്കി എന്റെ രാജ്യത്തെ പല നഗരങ്ങളും
നശിപ്പിച്ചവർക്കെതിരെ നടപടിയെടുക്കാ
ൻ ആ രാജ്യത്ത് എത്താൻ ഞാൻ ഉദ്ദേശി
5 ക്കുന്നു. അതിനാൽ എനിക്കു മുമ്പുള്ള രാജാ
ക്കന്മാർ നിങ്ങൾക്കനുവദിച്ച എല്ലാ നികുതി
യിളവുകളും അവർ നല്കിയിട്ടുള്ള മറ്റു സൗ
ജന്യങ്ങളും ഇപ്പോൾ ഞാനും നിങ്ങൾക്ക്
6 സ്ഥിരീകരിച്ചു തരുന്നു. നിങ്ങളുടെ രാജ്യത്തി
ന് ആവശ്യമായ സ്വന്തം നാണയം കമ്മട്ട
ത്തിൽ അടിക്കാനും ഞാൻ നിങ്ങളെ അനു
7 വദിക്കുന്നു. യെരുശലേമിനും വിശുദ്ധസ്ഥ
ലത്തിനും ഞാൻ സ്വാതന്ത്ര്യം അനുവദിക്കു
ന്നു. നിങ്ങൾ തയ്യാറാക്കിയിട്ടുള്ള സകല
ആയുധങ്ങളും നിങ്ങൾ നിർമ്മിച്ച് ഇപ്പോൾ
കൈവശം വച്ചിരിക്കുന്ന കോട്ടകളും നിങ്ങ
8 ളുടേതായിരിക്കട്ടെ. രാജകീയഖജനാവിലേ
ക്ക് നിങ്ങൾക്ക് ഇപ്പോൾ ഉള്ള കടങ്ങളും
ഭാവിയിൽ ഉണ്ടാകാവുന്ന എല്ലാ കടങ്ങളും
ഇന്നു മുതൽ എക്കാലത്തേക്കും റദ്ദാക്കിയി
9 രിക്കുന്നു. നമ്മുടെ രാജ്യത്തിന്റെ ആധിപ
ത്യം നാം വീണ്ടെടുക്കുമ്പോൾ നിങ്ങൾക്കും
നിങ്ങളുടെ ജനത്തിനും ദേവാലയത്തിനും
ഉന്നതബഹുമതികൾ നാം അനുവദിക്കും.
അങ്ങനെ നിങ്ങളുടെ കീർത്തി ഭൂമിയിലെ
ങ്ങും അറിയപ്പെടും."
10 നൂറ്റി എഴുപത്തിനാലാം ആണ്ട്
അന്ത്യോക്കസ് വന്ന് തന്റെ പിതാക്കന്മാ
രുടെ രാജ്യം ആക്രമിച്ചു. എല്ലാ സൈന്യവ്യൂ
ഹങ്ങളും അവന്റെ പക്കൽ എത്തി. വളരെ
കുറച്ചുപേർ മാത്രമേ ട്രിഫോയുടെ കൂടെ
11 അവശേഷിച്ചുള്ളൂ. അവനെ അന്ത്യോക്ക
സ് പിന്തുടർന്നു; അവനാകട്ടെ സമുദ്രതീ
രത്തുള്ള ദോറിലേക്ക് പലായനം ചെയ്തു.
12 കാരണം, സേനാവ്യൂഹങ്ങൾ തന്നെ വി
ട്ടുപോയതിനാൽ ആപത്തുകൾ വർദ്ധി
ച്ചിട്ടുണ്ടെന്ന് അവന് അറിയാമായിരുന്നു.
അതിനാൽ അന്ത്യോക്കസ് ഒരു ലക്ഷ 13
ത്തി ഇരുപതിനായിരം യോദ്ധാക്കളോടും
എണ്ണായിരം അശ്വഭടന്മാരോടുംകൂടി ദോ
റിനെതിരെ പാളയമടിച്ചു. അവൻ നഗരം 14
വളഞ്ഞു. യുദ്ധക്കപ്പലുകൾ കടലിൽനി
ന്ന് യുദ്ധത്തിൽ പങ്കുചേർന്നു. അങ്ങനെ
കരയിലും കടലിലും നിന്ന് അവൻ നഗര
ത്തിന് കനത്ത ആഘാതം ഏല്പിച്ചു. നഗരം
ഉപേക്ഷിക്കാനോ നഗരത്തിൽ പ്രവേശി
ക്കാനോ ആരെയും അനുവദിച്ചിരുന്നില്ല.
രാജാക്കന്മാർക്കും രാജ്യങ്ങൾക്കും ഉള്ള 15
ഒരു കത്തുമായി നൂമെനിയൂസും സംഘവും
റോമിൽനിന്ന് വന്നുചേർന്നു. കത്തിന്റെ 16
ഉള്ളടക്കം: "ടോളമിരാജാവിന് റോമാ പ്ര
തിപുരുഷനായ ലൂക്യോവിന്റെ അഭിവാദ
നം! നമ്മുടെ പഴയ സൗഹൃദവും സഖ്യവും 17
പുതുക്കുവാൻ സ്നേഹിതരും മിത്രങ്ങളു
മായ യെഹൂദപ്രതിപുരുഷന്മാർ ഞങ്ങളു
ടെ പക്കൽ വന്നിരുന്നു. മഹാപുരോഹിത
നായ ശിമോനും യെഹൂദാജനങ്ങളുമായിരു
ന്നു അവരെ അയച്ചത്. ആയിരം മിനാസ് 18
തൂക്കം വരുന്ന ഒരു സ്വർണ്ണപ്പരിചയും
അവർ കൊണ്ടുവന്നിരുന്നു. ആകയാൽ
അവരെ ദ്രോഹിക്കാൻ നോക്കുകയോ
അവർക്കും അവരുടെ നഗരങ്ങൾക്കും രാ 19
ജ്യത്തിനും എതിരേ യുദ്ധം നടത്തുകയോ
അവരുടെ എതിരാളികളോട് സഖ്യത്തി
ൽ ഏർപ്പെടുകയോ അരുതെന്ന് രാജാ
ക്കന്മാരെയും രാജ്യങ്ങളെയും എഴുതിയറി
യിക്കാൻ ഞങ്ങൾ നിശ്ചയിച്ചിരിക്കുന്നു.
അവരിൽനിന്ന് പരിച സ്വീകരിക്കുന്ന 20
ത് ഉചിതമായിരിക്കുമെന്നും ഞങ്ങൾക്കു
തോന്നി. ആകയാൽ ഉപദ്രവകാരികളായ 21
ആരെങ്കിലും അവരുടെ രാജ്യത്തുനിന്ന്
നിങ്ങളുടെ പക്കൽ അഭയം തേടിയിട്ടു
ണ്ടെങ്കിൽ അവരെ അവരുടെ ന്യായപ്ര
മാണമനുസരിച്ച് ശിക്ഷിക്കാൻ മഹാപു
രോഹിതനായ ശിമോനെ ഏല്പിക്കുക."
ഇതേ വിവരംതന്നെ ദെമേത്രിയോസ് 22
രാജാവിനും അത്താലൂസ് അദ്രിയാറാനസ്
അർസാക്കസ് എന്നിവർക്കും സ്ഥാനാ

23 പതി എഴുതി. സാംപ്സാമെസ്, സ്പാർട്ടാ,
ദേലോസ്, മിൻദോസ്, സിസിയോൻ,
കാരിയ, സാമോസ്, പംഫുല്യ, ലൂസിയാ,
ഹലിക്കാർനാസൂസ്, റോദാൻ, ഫസേ
ലിസ്, കോസ്, സീദെ, അരാദൂസ്, ഗോ
24 ർത്തീനാ ക്നീദോസ്, കുപ്രോസ്, കുറേന
എന്നീ പ്രദേശങ്ങളിലേക്കും ഇത് എഴുതി
അയച്ചു. മഹാപുരോഹിതനായ ശീമോനും
ഇതിന്റെ ഒരു പകർപ്പ് അവർ അയച്ചുകൊ
25 ടുത്തു. അന്ത്യോക്കസ് രാജാവ് ദോറിന്
എതിരെ അടിക്കടി തന്റെ സേനയെ
അയച്ചും യുദ്ധയന്ത്രങ്ങൾ നിർമ്മിച്ചും അതി
നെ ഉപരോധിച്ചു. അകത്തേക്കോ പുറത്തേ
ക്കോ ആരെയും വിടാതെ ട്രിഫോയെ തട
26 ഞ്ഞുവച്ചു. അന്ത്യോക്കസിനുവേണ്ടി യുദ്ധം
ചെയ്യുവാനായി രണ്ടായിരം ധീരസേനാനി
കളെ വെള്ളിയും സ്വർണ്ണവും ധാരാളം യു
ദ്ധോപകരണങ്ങളുമായി ശീമോൻ അയച്ചു
27 കൊടുത്തു. എന്നാൽ അവൻ അവരെ സ്വീ
കരിക്കുവാൻ വിസമ്മതിച്ചു. നേരത്തെ ശീ
മോനുമായി ഉണ്ടാക്കിയിരുന്ന എല്ലാ കരാ
റുകളും ലംഘിച്ച് അവൻ പിന്മാറി ബന്ധം
28 വിടർത്തി. തന്റെ ഒരു സുഹൃത്തായ അത്ത
നോബിയൂസിനെ ഇപ്രകാരം ഒരു ദൂതുമായി
അവൻ ശീമോന്റെ പക്കൽ അയച്ചു:
`യോപ്പയും ഗസാറയും യെരുശലേമിലെ
കോട്ടയും നിന്റെ കൈവശത്തിലാണ്.
അവ എന്റെ രാജ്യത്തിലെ നഗരങ്ങളാ
29 ണ്. നീ ആ പ്രദേശം നശിപ്പിച്ച് ദേശത്ത്
വലിയ കുഴപ്പങ്ങൾ ഉണ്ടാക്കിയിരിക്കുന്നു.
എന്റെ രാജ്യത്തിന്റെ പല സ്ഥലങ്ങളും നീ
30 കൈവശപ്പെടുത്തിയിരിക്കുന്നു. അതിനാൽ
നീ പിടിച്ചടക്കിയ നഗരങ്ങളും യെഹൂദായു
ടെ അതിർത്തിക്ക് പുറത്ത് നീ ആക്രമിച്ച്
കീഴടക്കിയ സ്ഥലങ്ങളിലെ കപ്പവും മടക്കി
31 ത്തരിക. അല്ലെങ്കിൽ അഞ്ഞൂറ് താലന്ത്
വെള്ളി എനിക്കു തരണം. നീ വരുത്തിയ
നാശനഷ്ടങ്ങൾക്ക് പരിഹാരമായും നഗര
ങ്ങൾക്കുള്ള കപ്പമായും അഞ്ഞൂറ് താലന്ത്
വേറെയും തരണം. ഇത് ചെയ്യില്ലെങ്കിൽ
32 ഞങ്ങൾ വന്ന് നിന്നെ ആക്രമിക്കും'. ഈ
സന്ദേശവുമായി രാജമിത്രമായ അത്താ
നോബിയൂസ് യെരുശലേമിൽ എത്തി.
ശീമോന്റെ പ്രതാപവും പൊൻവെള്ളി തളി
കകളോടുകൂടിയ അരികുമേശയും അവന്റെ
പ്രൗഢിയും കണ്ട് അവൻ അദ്ഭുതപ്പെട്ടു.
രാജാവിന്റെ സന്ദേശം അവൻ ശീമോനെ 33
അറിയിച്ചു. അപ്പോൾ ശീമോൻ ഇങ്ങനെ
മറുപടിപറഞ്ഞു: `ഞങ്ങൾ അന്യദേശം കൈ
വശപ്പെടുത്തുകയോ അന്യരുടെ വസ്തുവക
കൾ അപഹരിക്കുകയോ ചെയ്തിട്ടില്ല. മറിച്ച്
കുറേക്കാലത്തേക്ക് ഞങ്ങളുടെ ശത്രുക്ക
ൾ അന്യായമായി ഞങ്ങളിൽനിന്ന് പിടി
ച്ചെടുത്ത ഞങ്ങളുടെ പൈതൃകാവകാശം
മാത്രമേ ഞങ്ങൾ എടുത്തിട്ടുള്ളൂ. അവസരം 34
കിട്ടിയതിനാൽ ഞങ്ങളുടെ പൈതൃകാവ
കാശത്തിൽ ഞങ്ങൾ മുറുകെപ്പിടിക്കുന്നു.
നിങ്ങൾ ആവശ്യപ്പെട്ട യോപ്പയും ഗസാ 35
റയും ആകട്ടെ ഞങ്ങളുടെ ദേശത്തിനും
ജനത്തിനും കടുത്ത ഉപദ്രവം ചെയ്തുകൊ
ണ്ടിരിക്കുകയായിരുന്നു. എങ്കിലും അവർക്കു
വേണ്ടി ഞങ്ങൾ നൂറു താലന്ത് തന്നുകൊ
ള്ളാം. അത്തനോബിയൂസ് മറുപടി ഒന്നും 36
പറഞ്ഞില്ല. അവൻ കോപിച്ച് രാജസന്നി
ധിയിലേക്ക് മടങ്ങി. ശീമോൻ തന്നോട്
പറഞ്ഞ കാര്യങ്ങളും അവന്റെ പ്രതാപ
പ്പൊലിമയും താൻ അവിടെ കണ്ടവയു
മെല്ലാം അവൻ രാജാവിനെ ധരിപ്പിച്ചു.
അപ്പോൾ രാജാവ് അത്യന്തം കോപിച്ചു.
ഇതിനിടയിൽ ട്രിഫോ ഒരു കപ്പലിൽ 37
കയറി ഓർത്തോസിയായിലേക്ക് രക്ഷപെ
ട്ടു. അപ്പോൾ രാജാവ് സെന്തബേയൂസിനെ
സമുദ്രതീര ദേശത്തെ സർവ്വസൈ 38
ന്യാധിപനായി നിയമിച്ചു. അവന് കാലാ
ൾപ്പടയും കുതിരപ്പടയും വിട്ടുകൊടുത്തു.
യെഹൂദായെ്ക്കതിരേ പാളയമടിക്കാനും 39
കെദ്രോൻ പുനർനിർമ്മിച്ച് കവാടങ്ങൾ
ബലപ്പെടുത്തി ജനത്തോട് യുദ്ധം ചെയ്യാ
നും രാജാവ് അവനോട് കല്പിച്ചു. രാജാവ് 40
ട്രിഫോയെ പിന്തുടർന്നു. സെന്തെബേയൂ
സ് യാമ്നിയായിൽ ചെന്ന് ജനങ്ങളെ ഭീ
ഷണിപ്പെടുത്താനും യെഹൂദാ ആക്രമിച്ച്
ജനങ്ങളെ പിടികൂടി വധിക്കാനും തുടങ്ങി.
രാജകല്പനപ്രകാരം യെഹൂദായിലെ രാ 41

ജവീഥികളിൽ മിന്നലാക്രമണം നടത്തു
വാനും നിയന്ത്രണം ഏർപ്പെടുത്തുവാനും
അവൻ കെദ്രോൻ പുനർനിർമ്മിച്ചു; കുതി
രപ്പടയെയും കാലാൾപ്പടയെയും അവിടെ
പാർപ്പിച്ചു.

16 യോഹന്നാൻ ഗസാരയിൽനിന്ന്
വന്ന് സെന്തെബേയൂസിന്റെ ചെ
യ്തികളെപ്പറ്റി പിതാവായ ശീമോനോട്
2 പറഞ്ഞു. തന്റെ മൂത്ത പുത്രന്മാരായ
യൂദായെയും യോഹന്നാനെയും വിളിച്ച്
ശീമോൻ പറഞ്ഞു: `ഞാനും എന്റെ സഹോ
ദരന്മാരും എന്റെ പിതൃഭവനവും ഞങ്ങളുടെ
യൗവ്വനംമുതലേ യിസ്രായേലിന്റെ യുദ്ധങ്ങ
ൾ ഇന്നോളം നടത്തി. യിസ്രായേലിനെ
മോചിപ്പിക്കുന്നതിൽ പലതവണ ഞങ്ങ
3 ളുടെ കൈകൾ വിജയം വരിച്ചു. എന്നാൽ
ഇപ്പോൾ ഞാൻ വൃദ്ധനായിരിക്കുന്നു. ദൈ
വകൃപയാൽ നിങ്ങൾക്കു പ്രായപൂർത്തി
ആയിട്ടുണ്ട്. എന്റെയും എന്റെ സഹോദര
ന്റെയും സ്ഥാനങ്ങൾ ഏറ്റെടുത്ത് നമ്മുടെ
ജനത്തിനുവേണ്ടി യുദ്ധം ചെയ്യുവാൻ പുറ
പ്പെടുക. സ്വർഗ്ഗത്തിൽനിന്നുള്ള സഹായം
നിങ്ങളോടൊപ്പം ഉണ്ടായിരിക്കും'.
4 അപ്പോൾ യോഹന്നാൻ ദേശത്തുനി
ന്ന് ഇരുപതിനായിരം പടയാളികളെയും
അശ്വഭടന്മാരെയും തെരഞ്ഞെടുത്തു. സെ
5 ന്തെബേയൂസിന് എതിരേ നീങ്ങി മൊദെ
യ്നിൽ രാത്രി പാളയമടിച്ചു. അതിരാവി
ലെ അവർ എഴുന്നേറ്റ് സമതലത്തിലേക്ക്
നീങ്ങി. അതാ! കാലാൾപ്പടയും കുതിരപ്പട
യും ഉൾപ്പടെ ഒരു വൻസൈന്യം അവരെ
6 നേരിടാൻ വരുന്നു! ഇരുസൈന്യത്തിനും
മദ്ധ്യേ ഒരു അരുവി ഉണ്ടായിരുന്നു. യോ
ഹന്നാനും സൈന്യവും ശത്രുക്കൾക്കെ
തിരേ അണിനിരന്നു. അരുവി കടക്കാൻ
സൈനികർ ഭയപ്പെടുന്നതു കണ്ടപ്പോൾ
7 ആദ്യം അവൻതന്നെ അരുവി കടന്നു. അതു
കണ്ട് സൈന്യങ്ങളും അവനെ പിന്തുടർന്ന്
മറുകര കടന്നു. പിന്നെ അവൻ സൈന്യങ്ങ
ളെ വിഭജിച്ച് കുതിരപ്പടയെ കാലാൾപ്പടയു
ടെ നടുവിൽ നിറുത്തി. കാരണം ശത്രുക്കളു
ടെ അശ്വസേന എണ്ണത്തിൽ വളരെ കൂട്ട
തലുണ്ടായിരുന്നു. അവർ കാഹളം മുഴക്കി. 8
അപ്പോൾ സെന്തെബേയൂസും സൈന്യവും
പലായനം ചെയ്തു. അവരിൽ പലരും മുറി 9
വേറ്റുവീണു. അവശേഷിച്ചവർ കോട്ടയി
ലേക്ക് ഓടിപ്പോയി. ആ സമയത്ത് യോ
ഹന്നാന്റെ സഹോദരനായ യൂദായ്ക്കു മുറിവേ
റ്റു. എന്നിട്ടും യോഹന്നാൻ സെന്തെബേയൂ
സിനെ അയാൾ നിർമ്മിച്ച കെദ്രോനിൽ
എത്തുംവരെ പിന്തുടർന്നു. അസോത്തസി 10
ലെ വയലുകളിൽ ഉണ്ടായിരുന്ന ഗോപുര
ങ്ങളിലും ശത്രുസൈന്യം അഭയം പ്രാപിച്ചു.
അപ്പോൾ യോഹന്നാൻ അത് അഗ്നിക്കിര
യാക്കി. രണ്ടായിരത്തോളം ആളുകൾ കൊ
ല്ലപ്പെട്ടു. അയാൾ യെഹൂദായിലേക്ക് സുര
ക്ഷിതനായി മടങ്ങി.
അബൂബസ്സിന്റെ പുത്രനായ ടോളമിയെരീ 11
ഹോ സമതലത്തിന്റെ ദേശാധിപതിയായി
നിയമിക്കപ്പെട്ടിരുന്നു. അവന് ധാരാളം 12
പൊന്നും വെള്ളിയും ഉണ്ടായിരുന്നു. മഹാ
പുരോഹിതന്റെ പുത്രീഭർത്താവായിരുന്നു
അവൻ. അവന്റെ ഹൃദയം അഹങ്കരിച്ചു.
രാജ്യം കീഴടക്കാനുറച്ച അവൻ ശീമോ 13
നെയും പുത്രന്മാരെയും ഇല്ലായ്മചെയ്യാൻ
ഗൂഢാലോചന നടത്തി. രാജ്യത്തുള്ള നഗ 14
രങ്ങൾ സന്ദർശിച്ച് വേണ്ടതുചെയ്യാൻ പര്യ
ടനം നടത്തുന്നതിനിടയിൽ നൂറ്റി എഴു
പത്തിയേഴാം ആണ്ട് * പതിനൊന്നാം
മാസമായ സെബാത്ത് മാസത്തിൽ സ്വ
പുത്രനായ മത്ഥാത്തിയൊസും യൂദായുമൊ
ത്ത് ശീമോൻ യെരീഹോയിലേക്കു പോയി.
അബൂബസ്സിന്റെ പുത്രൻ താൻ നിർമ്മിച്ച 15
ദോക്ക് എന്ന ചെറിയ കോട്ടയിൽ വഞ്ച
നാപൂർവ്വം അവരെ സ്വീകരിച്ചു. അവർക്ക്
അവൻ ഒരു വൻവിരുന്നു നല്കി. എന്നാൽ
അവിടെ ആൾക്കാരെ ഒളിവിൽ നിറുത്തി 16
യിരുന്നു. ശീമോനും പുത്രന്മാരും മദ്യപിച്ച്
മത്തരായപ്പോൾ ടോളമിയും ആൾക്കാരും
എഴുന്നേറ്റ് ആയുധങ്ങളെടുത്ത് ശീമോന്റെ
നേരെ വിരുന്നുശാലയിലേക്ക് ഇരച്ചുകയ
റി അയാളെയും രണ്ടു പുത്രന്മാരെയും പരി

* *ബി.സി. 134*

17 ചാരികരിൽ ചിലരെയും വധിച്ചു. അങ്ങനെ
അവൻ കടുത്ത വഞ്ചന ചെയ്ത്, നന്മയ്ക്കു
പകരം തിന്മ തിരികെ നല്കി.
18 പിന്നീട് ടോളമി തന്നെ സഹായിക്കു
വാൻ സേനാവ്യൂഹങ്ങളെ അയയ്ക്കണമെ
ന്നും നഗരങ്ങളും രാജ്യങ്ങളും തന്റെ അധീ
നതയിലേക്ക് വിട്ടുതരണമെന്നും ആവശ്യ
പ്പെട്ടുകൊണ്ട് ഈ വിവരങ്ങൾ കാണിച്ച്
രാജാവിന് ഒരു നിവേദനം എഴുതി അയച്ചു.
19 യോഹന്നാനെ ഇല്ലായ്മചെയ്യാൻ മറ്റു ചില
ആളുകളെ അവൻ ഗസാറയിലേക്ക്
അയച്ചു. താൻ നല്കുന്ന വെള്ളിയും സ്വർണ്ണ
വും പാരിതോഷികങ്ങളും സ്വീകരിക്കുവാ
ൻ തന്റെ പക്കൽ വരണമെന്ന് സൈന്യ
ത്തിന്റെ മേധാവികൾക്ക് അവൻ കത്തെ
20 ഴുതി. യെരുശലേമും ദേവാലയഗിരിയും പി
ടിച്ചെടുക്കാൻ മറ്റു ചിലരെ അവൻ അയച്ചു.
21 എന്നാൽ പിതാവും സഹോദരന്മാരും വധി
ക്കപ്പെട്ടുവെന്നും `താങ്കളെ വധിക്കാൻ
അവൻ ആൾക്കാരെ അയച്ചിട്ടുണ്ട്' എന്നും
ആരോ ചിലർ മുമ്പേ ഓടി ഗസാറയിൽ
എത്തി യോഹന്നാനെ അറിയിച്ചു. ഇത 22
റിഞ്ഞപ്പോൾ യോഹന്നാൻ ഞെട്ടിപ്പോ
യി. തന്നെ വധിക്കാൻ വന്നവരെ അവൻ
പിടികൂടി കൊന്നു. കാരണം അവർ തന്നെ
വധിക്കാൻ അവസരം നോക്കുകയാണെ
ന്ന് അവൻ മനസ്സിലാക്കിയിരുന്നു.
യോഹന്നാന്റെ ചെയ്തികളിൽ ബാക്കിയു 23
ള്ളവ, അവന്റെ യുദ്ധങ്ങളും അവൻ ചെയ്ത
ധീരകൃത്യങ്ങളും നിർമ്മിച്ച കോട്ടകളുടെ നി
ർമ്മാണവിവരവും അവന്റെ ഇതരനേട്ടങ്ങ 24
ളും പിതാവിന്റെ പിന്നാലെ മഹാപുരോഹി
തനായിത്തീർന്ന കാലം മുതലുള്ള അവന്റെ
മഹാപുരോഹിതപദവിയുടെ ദിനവൃത്താന്ത
പുസ്തകത്തിൽ രേഖപ്പെടുത്തിയിരിക്കുന്നു.

2 മക്കാബിയർ

ബി.സി. 176 മുതലുള്ള സംഭവങ്ങൾ വിവരിക്കുന്നുവെങ്കിലും ഒന്നാം പുസ്തകത്തിന്റെ തുടർച്ചയായിത്തന്നെ വായിക്കാവുന്നതാണ്. യൂദന്മാരുടെ ചരിത്രത്തിന്റെ ബി.സി. 176 മുതൽ ബി.സി. 161 വരെ 15 വർഷമാണ് ഈ പുസ്തകത്തിൽ പ്രതിപാദിക്കുന്നത്. ഇതിന്റെ രചയിതാവ് അജ്ഞാതനാണ്, എന്നാൽ അത് മക്കാബിയരുടെ ഒന്നാം പുസ്തകത്തിന്റെ രചയിതാവ് അല്ല, മാത്രമല്ല ഈജിപ്തുകാരനായ ഒരു യഹൂദൻ ആയിരിക്കാമെന്നും ഗ്രീക്കിലാണ് എഴുതിയതെന്നുമാണ് പണ്ഡിതമതം. ബി.സി. 124 നു ശേഷമാണ് രചിച്ചതെന്നു കരുതുന്നു.

വൃദ്ധപുരോഹിതനായ മാർ ഏലിയാസാറിന്റെ പീഡയെക്കുറിച്ചും മർത്തശ്മൂനിയുടെ ഏഴു മക്കളുടെ പീഡയെക്കുറിച്ചും, മർത്തശ്മൂനിയുടെ മരണത്തെക്കുറിച്ചും ഈ പുസ്തകത്തിൽ പ്രതിപാദിക്കുന്നു, എന്നാൽ മർത്തശ്മൂനിയുടെയോ ഏഴുമക്കളുടെയോ പേരു പറയുന്നില്ല.

ഒന്നും, രണ്ടും അദ്ധ്യായങ്ങൾ ഒരു മുഖവുരയാണ്. കുറേനയിലെ യാസോന്റെ അഞ്ചു വോള്യങ്ങളുള്ള ചരിത്രഗ്രന്ഥം സംഗ്രഹിക്കുകയാണെന്നു പറഞ്ഞു് എഴുതിയിട്ടുള്ള ഭാഗമാണ് മൂന്നാം അദ്ധ്യായം മുതലുള്ളത്.

ഗ്രീക്ക് സെപ്റ്റിജ്വന്റിന്റെ പുരാതനമായ കയ്യെഴുത്തുപ്രതിയായ കോഡക്സ് അലക്സാന്ത്രിനസിലും എട്ടാം നൂറ്റാണ്ടിലെ കോഡക്സ് വെനിറ്റസിലും മക്കാബിയരുടെ രണ്ടാം പുസ്തകം കാണുന്നുണ്ട്, എന്നാൽ കോഡക്സ് വത്തിക്കാനസിലും, കോഡക്സ് സീനായിറ്റിക്കസിലും കാണുന്നില്ല. ഈ പുസ്തകം, ആറാം മാർത്തോമ്മാ ക്ലോഡിയസ് ബുക്കാനനു നല്കിയതടക്കമുള്ള പ്ശീത്തോ സുറിയാനി കയ്യെഴുത്തുപ്രതികളിൽ കാണുന്നുണ്ട്.

മരിച്ചവരുടെ പുനരുത്ഥാനം (2 മക്കാബിയർ 7:9-14), പരിശുദ്ധന്മാരുടെ മദ്ധ്യസ്ഥത (2 മക്കാബിയർ 15:13-14), വാങ്ങിപ്പോയവർക്കുവേണ്ടിയുള്ള പ്രാർത്ഥന, ബലിയർപ്പണം (2 മക്കാബിയർ 12:43-45) എന്നിവയെക്കുറിച്ച് 2 മക്കാബിയരിൽ പരാമർശമുണ്ട്.

ഓറിയെന്റൽ ഓർത്തഡോക്സ് സഭകളും, ഈസ്റ്റേൺ ഓർത്തഡോക്സ് സഭകളും, കത്തോലിക്കാ സഭയും മക്കാബിയരുടെ രണ്ടാം പുസ്തകം കാനോനികമായി അംഗീകരിച്ചിട്ടുണ്ട്, എന്നാൽ യഹൂദന്മാരും പ്രൊട്ടസ്റ്റന്റ് വിഭാഗങ്ങളും ഈ പുസ്തകം അംഗീകരിച്ചിട്ടില്ല.

2 മക്കാബിയർ

യെരുശലേമിലും യെഹൂദാദേശ
ത്തുമുള്ള യെഹൂദാസഹോദ
രർ, മിസ്രയീമിലുള്ള യെഹൂദസഹോദര
ർക്ക് ഐശ്വര്യവും സമാധാനവും നേരുന്നു.
2 ദൈവം നിങ്ങൾക്ക് നന്മ ചെയ്യട്ടെ.
തന്റെ വിശ്വസ്തദാസരായ അബ്രഹാം,
ഇസഹാക്ക്, യാക്കോബ് എന്നിവരോട്
താൻ ചെയ്ത വാഗ്ദത്തം അവൻ ഓർക്കുക
3 യും ചെയ്യട്ടെ. അവനെ ആരാധിക്കുവാനും
സന്മനസ്സോടും ഉറച്ച ഹൃദയത്തോടുംകൂടി
അവന്റെ ഹിതം നിവൃത്തിയാക്കുവാനുമുള്ള
ഒരു ഹൃദയം അവൻ നിങ്ങൾക്ക് നല്കട്ടെ.
4 അവന്റെ നിയമത്തിനും കല്പനകൾക്കുമാ
യി അവൻ നിങ്ങളുടെ ഹൃദയം തുറക്കുകയും
നിങ്ങൾക്കു സമാധാനം നല്കുകയും ചെയ്യ
5 ട്ടെ. അവൻ നിങ്ങളുടെ പ്രാർത്ഥനകൾ
കേട്ട് നിങ്ങളോട് നിരപ്പാകട്ടെ. കഷ്ടകാല
ത്ത് അവൻ നിങ്ങളെ ഉപേക്ഷിക്കാതിരി
6 ക്കട്ടെ. ഞങ്ങൾ ഇപ്പോൾ ഇവിടെ നിങ്ങ
ൾക്കായി പ്രാർത്ഥിച്ചുകൊണ്ടിരിക്കുന്നു.
7 ദെമെത്രിയോസിന്റെ ഭരണകാലത്ത് നൂറ്റ
റുപത്തൊമ്പതാം ആണ്ടിൽ യെഹൂദരായ
ഞങ്ങൾ, ഞങ്ങൾക്ക് അക്കാലത്തുണ്ടായ
കഠിനയാതനകളെപ്പറ്റി നിങ്ങൾക്ക് എഴു
8 തിയിരുന്നുവല്ലോ. യാസോനും കൂടെയുള്ള
വരും വിശുദ്ധദേശത്തും രാജ്യത്തും കലാപം
ഉണ്ടാക്കി. അവർ നഗരകവാടത്തിന് തീ
വയ്ക്കുകയും നിഷ്കളങ്കരക്തം ചൊരിയുകയും
ചെയ്തു. ഞങ്ങൾ കർത്താവിനോട് അപേ
ക്ഷിച്ചു. അവൻ കേട്ടു. ഞങ്ങൾ യാഗവും ധാ
ന്യബലിയും അർപ്പിച്ചു. ഞങ്ങൾ വിളക്കുക
ൾ കത്തിക്കുകയും കാഴ്ചയപ്പം ഒരുക്കിവ
9 യ്ക്കുകയും ചെയ്തു. നൂറ്റി എൺപത്തിയെട്ടാം
ആണ്ടിലെ* കിസ്ലേവ് മാസത്തിൽ കൂടാര
പ്പെരുന്നാൾ ആഘോഷിക്കുവാൻ നിങ്ങൾ
ശ്രദ്ധിക്കണം.

യെരുശലേം, യെഹൂദാ എന്നിവിടങ്ങ 10
ളിലുള്ളവരും പ്രതിപുരുഷസഭയും യൂദായും
ചേർന്ന്, അഭിഷിക്ത പുരോഹിത കുലത്തി
ൽപ്പെട്ടവനും ടോളമിരാജാവിന്റെ ഗുരുവു
മായ അരിസ്റ്റോബുലോസിനും മിസ്രയീ
മിലുള്ള യെഹൂദർക്കും മംഗളവും ആയുരാ
രോഗ്യവും നേരുന്നു. വലിയ അപകടത്തി 11
ൽനിന്ന് ദൈവം ഞങ്ങളെ വിടുവിച്ചുകൊ
ണ്ട് രാജാവിനെതിരേ ഞങ്ങളെ പിന്തുണ
ച്ചതിന് ഞങ്ങൾ അവന് അത്യഗാധമായ
നന്ദി പ്രകാശിപ്പിക്കുന്നു. വിശുദ്ധ നഗരത്തി 12
നെതിരെ യുദ്ധം ചെയ്തവരെ അവൻ തുര
ത്തിയോടിച്ചു. തടയാൻ അസാദ്ധ്യമെന്ന് 13
തോന്നിച്ച ഒരു സൈന്യവുമായി സേനാ
നായകർ പാർസി ദേശത്തിലെത്തിയപ്പോ
ൾ നനെയാദേവിയുടെ പുരോഹിതർ ചെയ്ത
ഒരു ചതിമൂലം നനെയാ ക്ഷേത്രത്തിൽവ
ച്ച് ആ സേന വെട്ടി നുറുക്കപ്പെട്ടു. ക്ഷേത്ര
ത്തിലെ മുഴുവൻ സമ്പത്തും സ്ത്രീധനം എന്ന 14
പോലെ കൈവശപ്പെടുത്തുവാൻ, ദേവിയെ
വിവാഹം ചെയ്യാൻ എന്ന ഭാവത്തിൽ
അന്ത്യോക്കസ് സുഹൃത്തുക്കളുമൊത്ത്
അവിടെ എത്തി. നനെയാ ക്ഷേത്രത്തിലെ 15
പുരോഹിതർ നിക്ഷേപങ്ങൾ നിരത്തിവച്ചു.
കുറേ ആളുകളോടൊപ്പം അന്ത്യോക്കസ് വി
ശുദ്ധസ്ഥലത്തിന്റെ മതിൽക്കെട്ടിനുള്ളിൽ
കടന്നു. അവൻ അകത്തു പ്രവേശിച്ച ഉടൻ
അവർ ക്ഷേത്രം അടച്ചു. മേൽത്തട്ടിലെ 16
രഹസ്യവാതിൽ തുറന്ന് അവർ കല്ലെറി
ഞ്ഞു സേനാനായകനെയും സൈന്യത്തെ
യും വീഴ്ത്തി. അവയവങ്ങൾ ഛേദിച്ച് തല
വെട്ടി അവരെ പുറത്തുള്ളവർക്ക് എറിഞ്ഞു
കൊടുത്തു. അധർമ്മികൾക്ക് യഥോചിതം 17
ശിക്ഷകൊടുത്ത നമ്മുടെ ദൈവം എല്ലാവി
ധത്തിലും വാഴ്ത്തപ്പെടട്ടെ.
കിസ്ലേവ് മാസത്തിലെ ഇരുപത്തിയ 18

* *ബി.സി. 125*

ഞ്ചാം ദിവസം ദൈവാലയത്തിന്റെ ശുദ്ധീക
രണം ഞങ്ങൾ ആചരിക്കും. ഇത് നിങ്ങളും
അറിയണമെന്ന് ഞങ്ങൾക്കു തോന്നി. കൂ
ടാരപ്പെരുന്നാളും ദൈവാലയവും ബലിപീ
ഠവും നിർമ്മിച്ച നെഹെമ്യാവ് യാഗാർപ്പ
ണം നടത്തിയപ്പോൾ നല്കപ്പെട്ട അഗ്നിയു
ടെ പെരുന്നാളും നിങ്ങൾ ആചരിക്കേണ്ട
തല്ലോ.
19 നമ്മുടെ പിതാക്കന്മാരെ ബന്ധനസ്ഥ
രായി പാർസിയിലേക്ക് കൊണ്ടുപോയ
പ്പോൾ അക്കാലത്തെ ഭക്തിയുള്ള പുരോ
ഹിതർ യാഗപീഠത്തിലെ കുറേ അഗ്നി
എടുത്ത് ഒരു ഉണങ്ങിയ കിണറ്റിൽ ഒളി
20 പ്പിച്ചുവച്ചു. ഇപ്രകാരം വളരെ മുൻകരുത
ലോടെ അവർ അത് ഒളിച്ചുവച്ച സ്ഥലം
ആർക്കും അറിവില്ലായിരുന്നു. വളരെ
വർഷങ്ങൾക്കുശേഷം ദൈവം പ്രസാദിച്ച
പ്പോൾ, പാർസി രാജാവ് നിയോഗിച്ച നെ
ഹെമ്യാവ് അഗ്നി കൊണ്ടുവരുവാൻ അത്
ഒളിപ്പിച്ചുവച്ച പുരോഹിതന്മാരുടെ പിൻഗാ
മികളെ അയച്ചു. ഒരു കുറുകിയ ദ്രാവകമല്ലാ
തെ അഗ്നി കണ്ടില്ല എന്ന് അവർ അറിയി
21 ച്ചപ്പോൾ, അത് കോരിക്കൊണ്ടുവരുവാൻ
അവൻ ആജ്ഞാപിച്ചു. യാഗവസ്തുക്കൾ
സമർപ്പിച്ച് കഴിഞ്ഞപ്പോൾ ആ ദ്രാവകം
വിറകിലും അതിനു പുറത്തു വച്ചിരിക്കുന്നവ
യിലും തളിക്കാൻ പുരോഹിതന്മാരോട് നെ
22 ഹെമ്യാവ് കല്പിച്ചു. ഇപ്രകാരം ചെയ്ത് കുറേ
സമയം കഴിഞ്ഞപ്പോൾ മേഘംകൊണ്ടു
23 മറഞ്ഞിരുന്ന സൂര്യൻ ജ്വലിച്ചു. ഒരു വൻതീ
കത്തിക്കാളി. എല്ലാവരും വിസ്മയിച്ചു. യാ
ഗപദാർത്ഥങ്ങൾ ദഹിച്ചുകൊണ്ടിരിക്കെ
പുരോഹിതരും മറ്റെല്ലാവരും ചേർന്ന് പ്രാ
ർത്ഥന സമർപ്പിച്ചു. യോനാഥാൻ പ്രാർത്ഥ
നയ്ക്കു നേതൃത്വം നല്കി. നെഹെമ്യാവും മറ്റെ
ല്ലാവരും അത് ഏറ്റുചൊല്ലി.
24 ഇതായിരുന്നു പ്രാർത്ഥന: "കർത്താവേ,
കർത്താവായ ദൈവമേ, സർവ്വത്തിന്റെയും
സ്രഷ്ടാവേ, ഭയഭക്തിദായകനും ശക്തനും
നീതിമാനും കാരുണ്യവാനും ആയവനേ,
25 നീ മാത്രം രാജാവാകുന്നു. നീ തന്നെ ദയാലു.
നീ മാത്രമാകുന്നു ഉദാരനും നീതിമാനും
സർവ്വശക്തനും നിത്യനും. എല്ലാ ആപത്തു
കളിൽനിന്നും നീ യിസ്രായേലിനെ രക്ഷിച്ചു.
പിതാക്കന്മാരെ നീ തെരഞ്ഞെടുത്ത് വിശു 26
ദ്ധീകരിച്ചു. നിന്റെ ജനമായ യിസ്രായേൽ
മുഴുവനുംവേണ്ടി ഈ ബലിയെ നീ കൈ
ക്കൊള്ളണമേ. നിന്റെ ഓഹരിയെ നീ 27
കാത്ത് പവിത്രീകരിക്കണമേ. ഞങ്ങളുടെ
ചിതറിക്കപ്പെട്ട ജാതിയെ കൂട്ടിച്ചേർക്കണ
മേ; വിജാതീയരുടെ ഇടയിൽ അടിമകളാ
യി കഴിയുന്നവരെ സ്വതന്ത്രരാക്കണമേ.
ഉപേക്ഷിക്കപ്പെട്ടവരെയും നിന്ദിതരെയും 28
കടാക്ഷിക്കണമേ. നീയാകുന്നു ഞങ്ങ
ളുടെ ദൈവം എന്ന് വിജാതികൾ അറി
യട്ടെ. ഞങ്ങളെ പീഡിപ്പിച്ച ക്രൂരന്മാരെ 29
യും അഹങ്കാരികളെയും ശിക്ഷിക്കണമേ.
മോശെ പറഞ്ഞിട്ടുള്ളതുപോലെ നിന്റെ
ജനത്തെ നിന്റെ വിശുദ്ധസ്ഥലത്ത് നട്ടുപി
ടിപ്പിക്കണമേ."
അനന്തരം പുരോഹിതർ കീർത്തനങ്ങ 30
ൾ പാടി. യാഗവസ്തുക്കൾ ദഹിച്ചുകഴിഞ്ഞ 31
പ്പോൾ ശേഷിച്ച ദ്രാവകം കൂറ്റൻ കല്ലുകളി
ന്മേൽ ഒഴിക്കാൻ നെഹെമ്യാവ് കല്പിച്ചു.
അപ്രകാരം ചെയ്തപ്പോൾ ഒരു തീനാളമു 32
ണ്ടായി. എന്നാൽ ബലിപീഠത്തിൽനിന്നു 33
ള്ള പ്രകാശം എതിരെ പ്രസരിച്ചപ്പോൾ
ആ തീ കെട്ടുപോയി. ഇക്കാര്യം എല്ലാവ
രും അറിഞ്ഞു. നാടുകടത്തപ്പെട്ട പുരോഹി
തർ അഗ്നി ഒളിച്ചുവച്ചിടത്ത് ദ്രാവകം കാ
ണപ്പെട്ടതും അതുകൊണ്ട് നെഹെമ്യാവും
സഹപ്രവർത്തകരും ബലിവസ്തുക്കൾ ദഹി
പ്പിച്ചതും പാർസികളുടെ രാജാവ് അറിഞ്ഞു.
രാജാവ് അക്കാര്യത്തെക്കുറിച്ച് അന്വേഷ 34
ണം നടത്തി. ആ സ്ഥലം അടച്ചു കെട്ടി വേ
ർതിരിക്കുകയും വിശുദ്ധമായി പ്രഖ്യാപിക്കു
കയും ചെയ്തു. രാജാവ് തന്റെ പ്രീതിക്കു പാ 35
ത്രമായവർക്ക് നിരവധി വിശിഷ്ടപാരിതോ
ഷികങ്ങൾ നല്കി. നെഹെമ്യാവും സഹപ്രവ 36
ർത്തകരും ആ സ്ഥലത്തെ ശുദ്ധീകരണം
എന്ന് അർത്ഥമുള്ള `നെഫ്ത്താർ' എന്ന്
വിളിച്ചു. എന്നാൽ ജനങ്ങൾ മിക്കവരും
നഫ്ത്താ എന്ന് വിളിക്കുന്നു.

2 മുമ്പ് വിവരിച്ചതുപോലെ കുറെ അഗ്നി
എടുത്ത് സൂക്ഷിച്ചുകൊള്ളുവാൻ നാടു
കടത്തപ്പെട്ടവരോട് യിരെമ്യാപ്രവാചകൻ
2 കല്പിച്ചതായി രേഖകളിൽ കാണുന്നു.2 നാ
ടുകടത്തപ്പെട്ടവർക്ക് ന്യായപ്രമാണം നല്കി
യശേഷം കർത്താവിന്റെ കല്പനകൾ മറക്ക
രുതെന്നും സ്വർണ്ണവും വെള്ളിയുംകൊണ്ടു
ള്ള പ്രതിമകളും അവയുടെ ആഡംബരങ്ങ
ളും കണ്ട് മനസ്സിളകരുതെന്നും പ്രവാചക
3 ൻ ഉപദേശിച്ചിരുന്നു. അവരുടെ ഹൃദയങ്ങ
ളിൽനിന്ന് ന്യായപ്രമാണം അകന്നുപോ
കരുതെന്ന് അവൻ അനുശാസനം നല്കി.
4 വിശുദ്ധകൂടാരവും പേടകവും തന്റെ
കൂടെ കൊണ്ടുവരണമെന്ന് ഒരു അരുള
പ്പാട്ട് കിട്ടിയതിനെത്തുടർന്ന് പ്രവാചകൻ
കല്പിച്ചതായും ദൈവം നല്കിയ അവകാശം
കാണുവാൻ മോശ കയറിപ്പോയ ആ പർവ്വ
തത്തിലേക്ക് പ്രവാചകൻ കയറിയതായും
5 അതേ രേഖകളിൽ കാണുന്നു. യിരെമ്യാവ്
അവിടെ ഒരു ഗുഹ കണ്ടെത്തി; കൂടാരവും
പേടകവും സുഗന്ധധൂപപീഠവും അതിൽ
വച്ചു; പ്രവേശനദ്വാരം അടച്ച് മുദ്രവയ്ക്കുകയും
6 ചെയ്തു. അവനെ പിന്തുടർന്ന ചിലർ വഴി
അടയാളപ്പെടുത്തിവയ്ക്കുവാൻ ശ്രമിച്ചെങ്കി
ലും അവർക്ക് വഴി കണ്ടുപിടിക്കാനായി
7 ല്ല. യിരെമ്യാവ് ഇതറിഞ്ഞപ്പോൾ അവരെ
ശകാരിക്കുകയും ഇപ്രകാരം പ്രഖ്യാപിക്ക
കയും ചെയ്തു: ദൈവം തന്റെ ജനങ്ങളെ
വീണ്ടും ഒന്നിച്ചുകൂട്ടി ദയകാണിക്കുന്നതുവ
രെ ഈ സ്ഥലം അജ്ഞാതമായിരിക്കും.
8 അനന്തരം കർത്താവ് ഈ സ്ഥലം വെളി
പ്പെടുത്തും. മോശെയ്ക്കു കാണിച്ചുകൊടുത്ത
തുപോലെ, വിശുദ്ധസ്ഥലത്തെ ശുദ്ധീകരി
ക്കണമെന്ന് പ്രാർത്ഥിച്ച ശലോമോന് കാ
ണിച്ചുകൊടുത്തതുപോലെ, കർത്താവിന്റെ
മഹത്ത്വം മേഘങ്ങളിന്മേൽ പ്രത്യക്ഷമാകും.
9 ജ്ഞാനം ആർജ്ജിച്ച ശലോമോൻ, ദേവാ
ലയപൂർത്തിയ്ക്കും അതിന്റെ സമർപ്പണത്തി
നും ബലി അർപ്പിച്ചതായും വ്യക്തമാക്കപ്പെ
10 ട്ടിട്ടുണ്ട്. മോശെ യഹോവയോട് പ്രാർത്ഥി
ച്ചപ്പോൾ ആകാശത്തുനിന്ന് തീ ഇറങ്ങി യാ
ഗപദാർത്ഥങ്ങൾ ദഹിപ്പിച്ചു. അതുപോലെ
തന്നെ ശലോമോൻ പ്രാർത്ഥിച്ചപ്പോഴും
അഗ്നി ഇറങ്ങി ഹോമബലികൾ മുഴുവനും
ദഹിപ്പിച്ചു. `പാപയാഗം ഭക്ഷിച്ചുകൂടാത്തതു 11
കൊണ്ടാണ് അവ ദഹിപ്പിക്കപ്പെട്ടതെന്ന്
മോശെ പറഞ്ഞു. ഇപ്രകാരം എട്ടു ദിവസം 12
ശലോമോൻ ആചരിച്ചു.
ഇതേ വിവരങ്ങൾ രേഖകളിലും നെ 13
ഹെമ്യാവിന്റെ ഓർമ്മക്കുറിപ്പുകളിലും എഴു
തപ്പെട്ടിരിക്കുന്നു. അവൻ ഒരു ഗ്രന്ഥാല
യം സ്ഥാപിച്ചുവെന്നും രാജാക്കന്മാരെയും
പ്രവാചകന്മാരെയും പറ്റിയുള്ള ഗ്രന്ഥങ്ങ
ളും ദാവീദിന്റെ രചനകളും സ്വേച്ഛാർപ്പണ 14
ത്തെക്കുറിച്ചുള്ള രാജാക്കന്മാരുടെ ലേഖന
ങ്ങളും ശേഖരിച്ചുവെന്നും എഴുതിക്കാണുന്നു.
ഇതേ രീതിയിൽ യൂദായും യുദ്ധം മൂലം നഷ്ട
പ്പെട്ടിരുന്ന എല്ലാ പുസ്തകങ്ങളും ശേഖരിച്ചു.
അവ ഞങ്ങളുടെ പക്കൽ ഉണ്ട്. അവ നിങ്ങ 15
ൾക്കാവശ്യമുണ്ടെങ്കിൽ ആളയച്ച് വാങ്ങി
ക്കൊള്ളുക. ഞങ്ങൾ ശുദ്ധീകരണം ആച 16
രിക്കുവാൻ തുടങ്ങുകയാൽ ഇത് നിങ്ങൾക്ക്
എഴുതിയിരിക്കുന്നു. നിങ്ങളും ഈ ദിവസം
ആചരിക്കുകയില്ലേ? ന്യായപ്രമാണത്തിലൂ 17
ടെ വാഗ്ദത്തം ചെയ്തപോലെ ദൈവം തന്റെ
സർവ്വജനത്തെയും രക്ഷിക്കുകയും എല്ലാവ
ർക്കും അവകാശവും രാജത്വവും പൗരോഹി
ത്യവും ശുദ്ധീകരണവും വീണ്ടെടുത്തു കൊടു
ക്കുകയും ചെയ്തു. താമസം കൂടാതെ അവന് 18
നമ്മുടെമേൽ കരുണ തോന്നുമെന്നും
ആകാശത്തിൻ കീഴെയുള്ള എല്ലായിട
ത്തുനിന്നും വിശുദ്ധസ്ഥലത്തേക്ക് അവൻ
നമ്മെ കൂട്ടിച്ചേർക്കുമെന്നും നമുക്ക് ദൈവ
ത്തിൽ പ്രത്യാശയുണ്ട്. കാരണം, അവൻ
വലിയ അനർത്ഥങ്ങളിൽനിന്ന് നമ്മെ
രക്ഷിക്കുകയും ദേവാലയത്തെ പവിത്രീക
രിക്കുകയും ചെയ്തിരിക്കുന്നു.
യൂദാ മക്കാബിയുടെയും സഹോദരന്മാ 19
രുടെയും വൃത്താന്തവും മഹാദേവാലയത്തി
ന്റെ ശുദ്ധീകരണവും ബലിപീഠത്തിന്റെ പ്ര
തിഷ്ഠയും: അന്ത്യോക്കസ് എപ്പിപ്പാനസി 20
നും അവന്റെ പുത്രനായ എവുപ്പാത്തോസി
നും എതിരായി നടന്ന യുദ്ധങ്ങളും യെഹൂദാ 21
മതത്തെപ്രതി ശുഷ്കാന്തിയോടെ അദ്ധ്വാനി

ച്ചവർക്ക് സ്വർഗ്ഗത്തിൽനിന്നുണ്ടായ ദർശ
നങ്ങളും, അപ്രകാരം എണ്ണത്തിൽ കുറ
വായിരുന്നെങ്കിലും അവർ ദേശം മുഴുവൻ
22 കൈവശപ്പെടുത്തി കിരാതവർഗ്ഗങ്ങളെ പി
ന്തുടർന്നതും കർത്താവ് കരുണാപൂർവ്വം പ്ര
സാദിച്ചപ്പോൾ, അവർ ലോകപ്രശസ്തമായ
ദേവാലയം വീണ്ടെടുത്ത് നഗരത്തെ വിമോ
ചിപ്പിച്ച് ഉപേക്ഷിക്കപ്പെട്ട തുടങ്ങിയിരുന്ന
23 ന്യായപ്രമാണം പുനഃസ്ഥാപിച്ചതും കുറേ
നയിലെ യാസോൻ അഞ്ച് പുസ്തകങ്ങളി
24 ലായി പ്രതിപാദിച്ചിട്ടുണ്ട്. അവ ഒരു ഗ്രന്ഥ
ത്തിൽ സമാഹരിക്കുവാൻ ഞങ്ങൾ ശ്രമി
ക്കുന്നതാണ്. ഇതിലെ സ്ഥിതിവിവരക്കണ
ക്കുകളുടെ ബാഹുല്യവും വിവരിച്ചിരിക്കുന്ന
കാര്യങ്ങളുടെ ആധിക്യവും നിമിത്തം ചരി
ത്രകൃതികൾക്കുണ്ടാകുന്ന ക്ലേശം പരിഗണി
25 ച്ച്, വായനക്കാരുടെ സൗകര്യത്തെപ്രതി,
മനഃപാഠമാക്കുവാൻ ആശിക്കുന്നവർക്ക്
സൗകര്യപ്രദവും, എല്ലാ വായനക്കാർക്കും
ഗുണകരവുമായി ഇത് നിർവ്വഹിക്കുവാനാ
26 ണ് ഞങ്ങൾ ഉദ്ദേശിക്കുന്നത്. ഇത് സംഗ്ര
ഹിക്കുവാൻ ശ്രദ്ധിക്കുന്ന ഞങ്ങൾക്ക് ഇതു
ചെറിയ കാര്യമല്ല. വിയർപ്പൊഴുക്കിയും നി
ദ്രവെടിഞ്ഞും പ്രയത്നിക്കേണ്ടിയിരിക്കുന്നു.
27 ഇത് വിരുന്ന് തയ്യാറാക്കി അന്യരെ ആഹ്ലാ
ദിപ്പിക്കാൻ യത്നിക്കുന്നതിനു തുല്യമാണ്.
ഇതത്ര ലഘുവായ കാര്യമല്ലല്ലോ. എന്താ
യാലും അനേകരെ തൃപ്തിപ്പെടുത്താൻ വി
ഷമകരമായ ഈ ജോലി ഞങ്ങൾ ഏറ്റെ
28 ടുക്കുന്നു. കൃത്യമായ വിശദാംശങ്ങൾ മൂല
ഗ്രന്ഥകാരന് വിട്ടുകൊടുത്തുകൊണ്ടാണ്
ഞങ്ങൾ സംക്ഷേപത്തിന്റെ രൂപരേഖ
29 കൾ തയ്യാറാക്കുന്നത്. പുതിയ കെട്ടിടം
ഉണ്ടാക്കുമ്പോൾ അതിന്റെ സമഗ്രശില്പ
ത്തിലാണ് മുഖ്യശില്പി ശ്രദ്ധിക്കുക. ചായം
തേച്ച് മോടി പിടിപ്പിക്കുന്നവരാകട്ടെ അല
ങ്കാരപ്പണികളുടെ കാര്യം മാത്രം ശ്രദ്ധി
ക്കുന്നു. എന്റെ വീക്ഷണത്തിൽ ഞങ്ങളു
30 ടെ കാര്യവും ഇങ്ങനെയാണ്. പശ്ചാത്ത
ലം തയ്യാറാക്കി വസ്തുതകളുടെ നാനാവ
ശങ്ങളും ചർച്ചചെയ്ത് വിശദാംശങ്ങളിലേ
ക്ക് പ്രവേശിക്കേണ്ട ചുമതല മൂലചരിത്ര
കാരനാണ്. പുനരാഖ്യാനം നടത്തുന്നവ 31
ന് വിവരണത്തിൽ സംക്ഷിപ്തത പാലിച്ച്
വിശദാംശപ്രതിപാദനം വിട്ടുകളയുവാൻ
അനുമതി ഉണ്ടായിരിക്കണം. അതിനാൽ 32
ഇനി കൂടുതലൊന്നും പറയാതെ ഈ ഘട്ട
ത്തിൽ ഞങ്ങളുടെ വിവരണം ആരംഭിക്ക
ട്ടെ. ചരിത്രം തന്നെ വെട്ടിച്ചുരുക്കുമ്പോൾ
ആമുഖം നീട്ടിക്കൊണ്ടുപോകുന്നത് ഭോഷ
ത്തമല്ലയോ?

3 മഹാപുരോഹിതനായ ഓനിയാസി
ന്റെ ഭക്തിയും അവന് തിന്മയോടുള്ള
വെറുപ്പും മൂലം വിശുദ്ധപട്ടണത്തിൽ അഭം
ഗമായ ശാന്തി നിലനിന്നു. ന്യായപ്രമാണ
ങ്ങൾ നന്നായി പാലിക്കപ്പെട്ടു. രാജാക്ക 2
ന്മാർ വിശുദ്ധസ്ഥലത്തെ ആദരിച്ച് ദേവാല
യത്തെ മേൽത്തരം സമ്മാനങ്ങളാൽ മഹ
ത്ത്വപ്പെടുത്തുകയും. ആസ്യയിലെ രാജാ 3
വായ സെല്യൂക്കസ് പോലും സ്വന്ത വരു
മാനത്തിൽനിന്ന് യാഗാർപ്പണത്തിന്റെ
എല്ലാ ചെലവുകളും വഹിക്കുന്ന സ്ഥിതി
സംജാതമാകുകയും ചെയ്തു.
എന്നാൽ ബെന്യാമീൻ ഗോത്രക്കാരനും 4
ദേവാലയനായകനായി നിയമിക്കപ്പെട്ടവ
നുമായ ശീമോൻ എന്ന ആൾക്ക് നഗരക
മ്പോളഭരണം സംബന്ധിച്ച് മഹാപുരോഹി
തനുമായി അഭിപ്രായഭിന്നതയുണ്ടായി.
ഓനിയാവിനെ കീഴ്പ്പെടുത്താൻ കഴിയാ 5
തെവന്നപ്പോൾ അവൻ തർസോസിലെ
അപ്പല്ലോനിയസിന്റെ പക്കൽ എത്തി;
അവൻ അക്കാലത്ത് കൊയ്ലെസിറിയ
യുടെയും ഫിനിഷ്യയുടെയും ദേശാധിപതി
യായിരുന്നു. യെരുശലേമിന്റെ ഭണ്ഡാരം 6
ഏറിയ ധനംകൊണ്ട് നിറഞ്ഞിരിക്കുന്നു
വെന്നും അതിന്റെ കണക്കെടുക്കാൻപോ
ലും സാദ്ധ്യമല്ലെന്നും ആ ധനം യാഗങ്ങളു
ടെ കണക്കിലുൾപ്പെട്ടതല്ലെന്നും രാജാവി
ന്റെ നിയന്ത്രണത്തിൽ വരാവുന്നതാണെ
ന്നും അവൻ അപ്പല്ലോനിയോസിനെ അറി
യിച്ചു.
അപ്പല്ലോനിയോസ് രാജാവിനെ സന്ദ 7
ർശിച്ച്, തനിക്ക് കേട്ടറിയാൻ കഴിഞ്ഞ ധന

ത്തിന്റെ കാര്യം ധരിപ്പിച്ചു. രാജാവ് കാര്യ
വിചാരകനായ ഹെലിയോദറസിനെ തെ
രഞ്ഞെടുത്ത് മേല്പറഞ്ഞ ധനം എടുത്തുമാ
8 റ്റാനുള്ള അധികാരം നല്കി അയച്ചു. ഹെലി
യോദറസ് ഉടനെ പുറപ്പെട്ടു; കൊയ്ലെസി
റിയ, ഫിനിഷ്യ എന്നിവിടങ്ങളിലെ നഗര
ങ്ങളിൽ പരിശോധന നടത്താൻ എന്ന
നാട്യത്തിൽ സഞ്ചരിച്ച് രാജനിയോഗം നട
പ്പിലാക്കുവാനായിരുന്നു അവന്റെ നോട്ടം.
9 അവൻ യെരുശലേമിൽ എത്തി. പട്ടണ
ത്തിൽ മഹാപുരോഹിതൻ അവനെ ആദ
രപൂർവ്വം സ്വീകരിച്ചു. തന്റെ ശ്രദ്ധയിൽപ്പെ
ട്ട വസ്തുതകളെക്കുറിച്ചും തന്റെ ആഗമ
നോദ്ദേശത്തെക്കുറിച്ചും അവൻ പറഞ്ഞു.
10 യഥാർത്ഥത്തിൽ അതുതന്നെയാണോ
അവസ്ഥ എന്ന് അവൻ അന്വേഷിക്കുകയും
ചെയ്തു. മഹാപുരോഹിതൻ വിശദീകരണം
11 നല്കി: വിധവകൾക്കും അനാഥർക്കും അവ
കാശപ്പെട്ട കുറെ നിക്ഷേപങ്ങളും തോബി
യാസിന്റെ മകൻ ഹിർക്കാനോസ് എന്ന
പ്രധാനിയുടെ ധനവും ഉണ്ട്. അങ്ങനെ
മൊത്തം നാനൂറ് താലന്ത് വെള്ളിയും
ഇരുനൂറ് താലന്ത് സ്വർണ്ണവുമാണുള്ളത്.
12 ദുർബ്ബുദ്ധിയായ ശിമോൻ വസ്തുതകൾ വള
ച്ചൊടിച്ച് അറിയിച്ചിരിക്കുകയാണ്. ലോകം
മുഴുവൻ ആദരിക്കപ്പെടുന്ന ആ സ്ഥലത്തി
ന്റെ വിശുദ്ധിയിലും ദേവാലയത്തിന്റെ പരി
ശുദ്ധിയിലും ഭദ്രതയിലും വിശ്വാസം അർപ്പി
ച്ചവരോട് തെറ്റുചെയ്യുക അസാദ്ധ്യമെന്ന്
13 മഹാപുരോഹിതൻ പറഞ്ഞു. എന്നാൽ രാ
ജകല്പന വഹിച്ചിരുന്ന ഹെലിയോദറസ്,
ഏങ്ങനെയും ആ ധനം രാജഭണ്ഡാരത്തി
ലേക്ക് കണ്ടുകെട്ടണമെന്ന് നിർബ്ബന്ധിച്ചു.
14 തന്മൂലം, അവൻ ഒരു ദിവസം നിശ്ചയിച്ച്,
ധനശേഖരം പരിശോധിക്കുവാൻ ചെന്നു.
നഗരത്തിലാകെ വലിയ അസ്വസ്ഥത പട
15 ർന്നുപിടിച്ചു. പുരോഹിതന്മാർ തങ്ങളുടെ പു
രോഹിതവേഷമണിഞ്ഞ് ബലിപീഠത്തിനു
മുമ്പിൽ സാഷ്ടാംഗം നമസ്കരിച്ച്, സ്വർഗ്ഗ
ത്തിലേക്കു കണ്ണുകൾ ഉയർത്തി നിക്ഷേപ
ങ്ങൾ സംബന്ധിച്ച് പ്രമാണം നല്കിയ ദൈ
വത്തോട് നിക്ഷേപകർക്കായി അത് സം
രക്ഷിക്കണമെന്ന് പ്രാർത്ഥിച്ചു. മഹാപുരോ 16
ഹിതനെ കാണുന്നതുതന്നെ മർമ്മഭേദക
മായിരുന്നു; കാരണം മുഖഭാവവും നിറപ്പ
കർച്ചയും അവന്റെ മനോവ്യഥ വെളിവാ
ക്കിയിരുന്നു. കൊടും ഭീതിയും വിറയലും 17
അവനെ ബാധിച്ചു. കാണുന്നവർക്കെല്ലാം
അവന്റെ ഹൃദയവ്യഥ വ്യക്തമായും ഗ്രഹി
ക്കാമായിരുന്നു. ജനങ്ങളും വീടുകളിൽനി 18
ന്ന് പെട്ടെന്ന് കൂട്ടമായി ഇറങ്ങിവന്ന് ഒരു
പൊതുപ്രാർത്ഥന നടത്തി. വിശുദ്ധസ്ഥലം
അവഹേളിക്കപ്പെടുവാൻ തുടങ്ങുകയായിരു
ന്നല്ലോ. ചാക്കുവസ്ത്രം ധരിച്ച സ്ത്രീകൾ തെ 19
രുവുകളിൽ സംഘം ചേർന്നു. വീടുവിട്ടിറങ്ങു
വാൻ അനുവാദമില്ലായിരുന്ന ചില കന്യക
മാർ കൂട്ടത്തോടെ വാതിലുകളിലേക്ക് ഓടി;
ചിലർ മതിലുകളിലേക്ക് ഓടി; വേറെ 20
ചിലർ ജനലുകളിലൂടെ പുറത്തേക്ക് ഒളി
ഞ്ഞുനോക്കി. സ്വർഗ്ഗത്തിലേക്ക് കൈകൾ
ഉയർത്തി അവരെല്ലാം പ്രാർത്ഥിച്ചു. ജനം 21
ഒന്നാകെ സാഷ്ടാംഗം വീണു കിടക്കുന്നതി
ലും കഠിനവ്യഥയിൽ മഹാപുരോഹിതൻ
ഉത്കണ്ഠാകുലനായിരിക്കുന്നതിലും ദയനീ
യമായി എന്തോ ഉണ്ടായിരുന്നു. ധനം സൂ 22
ക്ഷിക്കാൻ ഏല്പിച്ചവർക്കുവേണ്ടി അത് കാ
ത്തുസൂക്ഷിക്കണമെന്ന് അവരെല്ലാവരും
സർവ്വശക്തനായ ദൈവത്തെ വിളിച്ച്
പ്രാർത്ഥിക്കുമ്പോൾ ഹെലിയോദറസ് 23
തന്റെ നിശ്ചയത്തിൽതന്നെ ഉറച്ചുനില്ക്കുക
യായിരുന്നു.

എന്നാൽ തന്റെ അംഗരക്ഷകനുമൊ 24
ത്ത് അവൻ ഭണ്ഡാരത്തെ സമീപിച്ചപ്പോൾ
എല്ലാ അലൗകിക ശക്തികളുടെയും അധി
കാരങ്ങളുടെയും ചക്രവർത്തിയായ ദൈവം
തൽക്ഷണം ഒരു മഹാദർശനം ഉളവാ
ക്കി. ഹെലിയോദറസിനെ അനുഗമിക്കാ
ൻ ധൈര്യം കാട്ടിയവരൊക്കെ ദൈവത്തി
ന്റെ ശക്തിയാൽ സ്തംഭിച്ച് ചകിതരായി. വി
സ്മയനീയമായ ചമയങ്ങൾ അണിഞ്ഞ ഒരു 25
കുതിരയും, ഭയങ്കരനായ ഒരു കുതിരക്കാര
നും അവിടെ പ്രത്യക്ഷപ്പെട്ടു. അത് ക്രോധ
പൂർവ്വം ഹെലിയോദറസിന്റെ നേരെ പാ
ഞ്ഞടുത്തു; മുൻകുളമ്പുകൾകൊണ്ട് അവനെ

തട്ടിവീഴ്ത്തി. കുതിരക്കാരന് സ്വർണ്ണനിർമ്മിത
മായ പടച്ചട്ടയും ആയുധങ്ങളും ഉണ്ടായിരു
26 ന്നു. അതിശക്തരായ രണ്ടു യുവാക്കന്മാരും
ഹെലിയോദറസിന് പ്രത്യക്ഷരായി; അതീ
വസുന്ദരർ. ഉജ്ജ്വല വേഷം അണിഞ്ഞവ
ർ. അവർ ഹെലിയോദറസിന്റെ ഇരുവശ
ത്തും നിന്ന് നിരന്തരം അയാളെ പ്രഹരിക്കു
27 ന്നതായി കാണപ്പെട്ടു. ഹെലിയോദറസ്
പെട്ടെന്ന് നിലംപതിച്ചു. കൂരിരുട്ട് അവനെ
ആവരണം ചെയ്തു. അനുചരന്മാർ അവനെ
28 എടുത്ത് ഒരു മഞ്ചലിൽ കിടത്തി. പുറത്തേ
ക്ക് ചുമന്നുകൊണ്ടുപോയി. മുൻപറഞ്ഞ
ഭണ്ഡാരത്തിൽ വലിയ അകമ്പടിയോടും
അംഗരക്ഷകരോടുംകൂടി കടന്നുചെന്ന ആ
മനുഷ്യൻ ഇപ്പോൾ നിസ്സഹായനായിരിക്കു
ന്നു! അങ്ങനെ അവരെല്ലാം ദൈവത്തിന്റെ
പരമപ്രഭാവം സ്പഷ്ടമായി മനസ്സിലാക്കി.
29 ദൈവികമായ ഇടപെടൽ മൂലം അവൻ
ബലമറ്റ് നിശ്ശബ്ദനായി അവിടെ കിടന്നു.
സുഖം പ്രാപിക്കാമെന്ന പ്രതീക്ഷയും അവ
30 നില്ലായിരുന്നു. അപ്പോൾ യെഹൂദരാക
ട്ടെ തന്റെ വിശുദ്ധസ്ഥലത്തിനുവേണ്ടി
അദ്ഭുതം പ്രവർത്തിച്ച ദൈവത്തെ വാഴ്ത്തി.
അല്പം മുമ്പുവരെ ഭയവും കലുഷവും നിറ
ഞ്ഞുനിന്ന ദേവാലയം സർവ്വശക്തനായ
ദൈവം പ്രത്യക്ഷപ്പെട്ടതുകൊണ്ട് സന്തോ
ഷാനന്ദങ്ങൾ നിറഞ്ഞതായി തീർന്നു.
31 അന്ത്യശ്വാസം വലിച്ചുകിടന്നിരുന്ന ഹെലി
യോദറസിന് ജീവൻ കിട്ടാൻ അത്യുന്നത
നെ വിളിച്ച് പ്രാർത്ഥിക്കുവാൻ അവന്റെ സു
ഹൃത്തുക്കളിൽ ചിലർ ഉടനെ തന്നെ ഓനി
32 യാസിനോട്ട് അഭ്യർത്ഥിച്ചു. ഹെലിയോദറ
സിന്റെ കാര്യത്തിൽ യെഹൂദർ എന്തെങ്കി
ലും ചതികാണിച്ചിരിക്കാമെന്ന് രാജാവ്
ധരിക്കുമോ എന്ന് ഭയപ്പെട്ട് മഹാപുരോ
ഹിതൻ ആ മനുഷ്യന്റെ രോഗശാന്തിക്കുവേ
33 ണ്ടി യാഗം അർപ്പിച്ചു. മഹാപുരോഹിതൻ
പ്രായശ്ചിത്തയാഗം അർപ്പിച്ചുകൊണ്ടിരി
ക്കുമ്പോൾ മുമ്പ് പ്രത്യക്ഷരായ യുവാക്കന്മാ
ർ അതേ വേഷത്തിൽ ഹെലിയോദറസിന്
പ്രത്യക്ഷപ്പെട്ട് പറഞ്ഞു: മഹാപുരോഹിത
നായ ഓനിയാസിനോട്ട് അത്യന്തം നന്ദി
യുള്ളവരായിരിക്കുക. കാരണം അവനെപ്ര
തി ദൈവം നിന്റെ ജീവൻ രക്ഷിച്ചിരിക്കുന്നു.
കൂടാതെ സ്വർഗ്ഗത്താൽ പ്രഹരിക്കപ്പെട്ട 34
നീ ദൈവത്തിന്റെ മഹാശക്തി എല്ലാ മനു
ഷ്യരെയും അറിയിക്കുക. ഇത്രയും പറഞ്ഞ്
അവർ മറഞ്ഞുപോയി. അനന്തരം ഹെലി 35
യോദറസ് ദൈവത്തിന് യാഗം അർപ്പി
ച്ചു. തന്റെ ജീവൻ രക്ഷിച്ചവന്റെ സന്നിധി
യിൽ അവൻ വളരെ വലിയ വഴിപാടുക
ൾ നടത്തി. ഓനിയാസിനോട്ട് യാത്രപ
റഞ്ഞ് അവൻ തന്റെ സൈന്യവുമൊത്ത്
രാജാവിന്റെ അടുക്കലേക്ക് പുറപ്പെട്ടു. സ്വ 36
ന്തകണ്ണുകൾകൊണ്ട് താൻ ദർശിച്ച പര
മോന്നതനായ ദൈവത്തിന്റെ പ്രവൃത്തി
കൾക്ക് സർവ്വമനുഷ്യരുടെയും മുമ്പാകെ
അവൻ സാക്ഷ്യം വഹിച്ചു. യെരുശലേമി 37
ലേക്ക് ഇനിയൊരു ദൗത്യവുമായി അയ
യ്ക്കാൻ അനുയോജ്യനായ വ്യക്തി ആരാ
ണെന്ന് രാജാവ് ഹെലിയോദറസിനോ
ട് അന്വേഷിച്ചപ്പോൾ അവൻ ഇപ്രകാരം
മറുപടി നല്കി: അങ്ങേയ്ക്ക് ശത്രുവോ അങ്ങ 38
യുടെ ഭരണത്തിനെതിരെ ഗൂഢാലോചന
ക്കാരനോ ഉണ്ടെങ്കിൽ അവനെ അവിടേ
ക്ക് അയയ്ക്കുക; അവൻ ജീവനോടെ മടങ്ങി
യെത്തിയാൽ പോലും അടിമുടി പ്രഹരമേറ്റു
കൊണ്ടായിരിക്കും വരിക. കാരണം ദൈവ 39
ത്തിന്റെ ശക്തി നിശ്ചയമായും അവിടെയു
ണ്ട്; സ്വർഗ്ഗത്തിൽ വസിക്കുന്നവൻതന്നെ
ആ സ്ഥലത്തെ സംരക്ഷിക്കുന്നു. അതിന്
അവൻ സഹായമരുളുന്നു. അതിനെ ഉപദ്ര
വിക്കുവാൻ ശ്രമിക്കുന്നവരെ അവൻ പ്രഹ
രിച്ച് നശിപ്പിക്കുന്നു. ഹെലിയോദറസിന്റെ 40
യും ഭണ്ഡാരത്തിനു ലഭിച്ച സംരക്ഷണത്തി
ന്റെയും കഥ ഇപ്രകാരമത്രേ.

4

ആ ധനത്തെപ്പറ്റി അറിവുനല്കി സ്വരാ
ജ്യത്തെ ദ്രോഹിച്ചതായി മുൻ പരാമ
ർശിക്കപ്പെട്ട ശീമോൻ ഓനിയാസിനെ
ക്കുറിച്ച് അപഖ്യാതി പ്രചരിപ്പിച്ചു; ഹെലി
യോദറസിനെ കുഴപ്പത്തിലാക്കി അന
ർത്ഥമുണ്ടാക്കിയത് ഓനിയാസാണെന്ന്
അവൻ ആരോപിച്ചു. നഗരത്തിന് ഉപ 2

കാരിയും സ്വജനങ്ങൾക്ക് സംരക്ഷകനും
നിയമങ്ങളിൽ തീക്ഷ്ണവാനുമായിരുന്ന ആ
മനുഷ്യനെ ഭരണകൂടത്തിനെതിരെ ഗൂഢാ
ലോചന നടത്തുന്നവൻ എന്ന് ചിത്രീകരി
3 ക്കുവാൻ അവൻ ധൈര്യപ്പെട്ടു. ശിമോന്റെ
വിദ്വേഷം വളരെയധികം വളർന്നപ്പോ
4 ൾ അവന്റെ വിശ്വസ്ത അനുയായികളിൽ
ഒരാൾ കൊലപാതകങ്ങൾ വരെ നടത്തി.
വിദ്വേഷം ഗുരുതരമെന്ന് ഓനിയാസ് ഗ്രഹി
ച്ചു. മെനെസ് തെവൂസിന്റെ പുത്രനും കൊ
യ്‌ലെസിറിയയിലെയും ഫിനിഷ്യയിലെയും
ദേശാധികാരിയുമായ അപ്പോലോനിയൂസ്
ശിമോന്റെ ദുഷ്ടത വളർത്തിയെടുക്കുകയാ
5 ണെന്ന് അവൻ അറിഞ്ഞു. തന്മൂലം അവൻ;
സഹപൗരന്മാരെ കുറ്റപ്പെടുത്താനല്ല, പൊ
തുനന്മയും വ്യക്തികളുടെ നന്മയും ഉന്നംവച്ച്
6 രാജാവിനോട് അപേക്ഷിച്ചു. രാജാവ് ഇട
പെട്ടാൽ അല്ലാതെ കാര്യങ്ങൾ ശാന്തമാ
യി അവസാനിക്കുകയില്ലെന്നും ശിമോന്റെ
ദുഷ്പ്രവൃത്തികൾ അവസാനിക്കുകയില്ലെന്നും
അവൻ കരുതി.
7 സെല്യൂക്കസിന്റെ മരണശേഷം എപ്പി
ഫാനസ് എന്നു വിളിക്കപ്പെടുന്ന അന്ത്യോ
ക്കസ് രാജാവായി. അപ്പോൾ ഓനിയാ
സിന്റെ സഹോദരൻ യാസോൻ നേരല്ലാ
ത്ത മാർഗ്ഗത്തിലൂടെ മഹാപുരോഹിതസ്ഥാ
8 നം നേടി. രാജാവിന് മുന്നൂറ്റി അറുപതു
താലന്ത് വെള്ളിയും മറ്റൊരു വഴിക്ക്
എൺപതു താലന്തു വെള്ളിയും ഒരു കൂടി
ക്കാഴ്ചയിൽ വാഗ്ദാനം ചെയ്തിട്ടാണ് അവൻ
9 ഈ പദവി നേടിയത്. ഒരു കായികാഭ്യാസ
ക്കളരി സ്ഥാപിക്കുവാനും ഒരു യുവജനസം
ഘടന സ്ഥാപിക്കുവാനും യെരുശലേംകാ
രെ അന്ത്യോക്യൻ പൗരന്മാരായി പേരെഴു
തിക്കാനും തനിക്ക് അധികാരം നല്കുമെങ്കി
ൽ നൂറ്റി അമ്പതു താലന്തു കൂടി കൊടുക്കാ
മെന്നും അവൻ വാഗ്ദാനം ചെയ്തു; രാജാവ്
10 സമ്മതിച്ച് യാസോൻ ഔദ്യോഗികപദവി
ഏറ്റെടുത്തപ്പോൾതന്നെ തന്റെ സഹപൗ
രന്മാരെ യവന ജീവിതശൈലിയിലേക്ക്
11 തിരിച്ചു. എവുപ്പോലെമൂസിന്റെ പിതാവും
റോമാക്കാരുമായി സൗഹൃദവും സഖ്യവും
സ്ഥാപിച്ചെടുക്കാനുള്ള ദൗത്യം നിർവ്വഹി
ച്ചവനുമായ യോഹന്നാനിലൂടെ യെഹൂദർ
നേടിയെടുത്ത നിലവിലുണ്ടായിരുന്ന രാ
ജകീയാനുകൂല്യങ്ങൾ അവൻ വേണ്ടെന്നു
വച്ചു. ജീവിതരീതിയെപ്പറ്റിയുള്ള ന്യായപ്ര
മാണാനുസൃത മാർഗ്ഗങ്ങൾ തകർത്ത് നി
യമവിരുദ്ധമായ പുതിയ രീതികൾ അവൻ
ഏർപ്പെടുത്തി. രാജകീയദുർഗ്ഗത്തിന് തൊട്ടു 12
താഴെ അത്യുത്സാഹത്തോടെ അവൻ ഒരു
കായികാഭ്യാസക്കളരി സ്ഥാപിച്ചു; കുലീന
രായ യുവാക്കളെ യവനത്തൊപ്പി ധരിപ്പി
ക്കുവാൻ പ്രേരിപ്പിച്ചു.
യഥാർത്ഥ മഹാപുരോഹിതനല്ലാത്ത 13
പാപിയായ യാസോന്റെ അതിരറ്റ ദുഷ്ട
തകൾ മൂലം യവന ജീവിതരീതിയും വിദേ
ശാചാരങ്ങളും പരമാവധി വ്യാപിച്ചു. പുരോ 14
ഹിതന്മാർക്കുപോലും യാഗപീഠശുശ്രൂഷയി
ൽ ജാഗ്രതയില്ലാതെയായി. വിശുദ്ധസ്ഥല
ത്തെ നിഷേധിച്ചും യാഗങ്ങളെ അവഗണി
ച്ചും അവർ മല്ലയുദ്ധക്കളത്തിലെ നിയമവി
രുദ്ധ കൃത്യങ്ങളിൽ പങ്കെടുക്കുവാൻ കളി
കൾക്കുള്ള അടയാളം കിട്ടിയാലുടൻ ഓടി
യെത്തുകയായി. തങ്ങളുടെ പിതാക്കന്മാ 15
ർ വിലമതിച്ചിരുന്നവയോട് അവജ്ഞ കാ
ട്ടുകയും യവനമാതൃകയിലുള്ള പരിഷ്കാര
ത്തിന് ഉയർന്ന മൂല്യം കല്പിക്കുകയുമാണ്
അവർ ചെയ്തത്. ഇക്കാരണങ്ങൾകൊണ്ട് 16
വലിയ അനർത്ഥങ്ങൾ അവർക്കു സംഭവി
ച്ചു. ഇവർ ആരുടെ ജീവിതരീതികളെ വില
മതിക്കുകയും പൂർണ്ണമായി അനുകരിക്കു
വാൻ ആശിക്കുകയും ചെയ്തുവോ അവർ
തന്നെ ഇക്കൂട്ടരുടെ ശത്രുക്കളായിത്തീർന്ന്
ഇവരെ ശിക്ഷിച്ചു. ദൈവികനിയമങ്ങളോട് 17
അനാദരം കാട്ടുക നിസ്സാരമായ ഒരു കാര്യ
മല്ല. പിൽക്കാല സംഭവങ്ങൾ വ്യക്തമാക്കു
ന്ന ഒരു സത്യമാണിത്.
സോറിൽവച്ച് എല്ലാ അഞ്ചുവർഷങ്ങ 18
ളിലും നടത്തുന്ന മത്സരങ്ങൾ നടത്തിയ
പ്പോൾ രാജാവ് അവിടെ സന്നിഹിതനാ
യിരുന്നു. ആ അവസരത്തിൽ നീചനായ 19
യാസോൻയെരുശലേമിൽനിന്ന്അന്ത്യോ
ക്യൻ പൗരന്മാരായി തെരഞ്ഞെടുക്കപ്പെട്ട

ദൂതന്മാരെ ഹെർക്കലീസ് ദേവന് യാഗത്തി
നായി മുന്നൂറ് വെള്ളി ദ്രഹ്മായും കൊടുത്ത്
അങ്ങോട്ട് അയച്ചു. ആ പണം കൊണ്ടുപോ
യവരാകട്ടെ, അത് യാഗത്തിന് ഉപയോഗി
ക്കുന്നത് ഉചിതമല്ലെന്നു കരുതി, മറ്റൊരു
കാര്യത്തിനായി ചെലവഴിക്കാൻ നിശ്ചയി
20 ച്ചു. അങ്ങനെ ഹെർക്കലീസിന്റെ യാഗത്തി
ന് കൊടുത്തയച്ച ആ പണം അന്ന് കൊ
ണ്ടുപോയവരുടെ നിശ്ചയമനുസരിച്ച് പട
യോടങ്ങൾ നിർമ്മിക്കുവാൻ ഉപയോഗിച്ചു.
21 ഫിലോമെത്തോർ രാജാവിന്റെ കിരീട
ധാരണത്തിന് മെനെസ്തയൂസിന്റെ പുത്രൻ
അപ്പോലോനിയൂസിനെ മിസ്രയീമിലേക്ക്
നിയോഗിച്ച അന്ത്യോക്കസ്, ഫിലോമെ
ത്തോർ തന്റെ ഭരണത്തിന് പ്രതികൂലിയാ
ണെന്ന് മനസ്സിലാക്കി സ്വരക്ഷയ്ക്ക് നടപടി
കൾ സ്വീകരിച്ചു. യോപ്പയിൽ എത്തിയശേ
ഷം അവൻ യെരൂശലേമിലേക്ക് പോയി.
22 യാസോനും നഗരവാസികളും അവന് ഗം
ഭീരസ്വീകരണം നല്കി. പന്തങ്ങളുടെ അക
മ്പടിയോടെയും ജയഘോഷങ്ങളോടെ
യും അവനെ അവർ എതിരേറ്റു. പിന്നീട്
അവൻ സൈന്യസമേതം ഫിനിഷ്യയിലേ
ക്ക് നീങ്ങി.
23 മൂന്നു വർഷങ്ങൾക്കുശേഷം മുൻപറഞ്ഞ
ശീമോന്റെ സഹോദരൻ മെനെലാവൂസി
നെ രാജാവിന്റെ പക്കൽ പണം എത്തി
ക്കാനും അത്യാവശ്യകാര്യങ്ങൾക്കുള്ള രേഖ
കൾ പൂർത്തിയാക്കുവാനും വേണ്ടി യാസോ
24 ൻ അയച്ചു. രാജസന്നിധിയിൽ എത്തിയ
പ്പോൾ അവൻ വമ്പുകാട്ടി രാജാവിനെ
വശീകരിച്ച് മഹാപുരോഹിതപദവി നേ
ടിയെടുത്തു; യാസോൻ കൊടുത്തതിനെ
ക്കാൾ മൂന്നൂറു താലന്ത് വെള്ളി അധികം
വാഗ്ദാനം ചെയ്താണ് അവൻ ഇതു നേടി
25 യത്. മഹാപുരോഹിതപദവിയുടെ അർഹ
തയൊന്നും ഇല്ലായിരുന്നിട്ടും രാജാവിന്റെ
അനുമതി നേടി അവൻ തിരിച്ചുവന്നു. സ്വേ
ച്ഛാധിപതിയുടെ രോഷവും വന്യമൃഗത്തി
ന്റെ ക്രൗര്യവും ആണ് അവനുണ്ടായിരുന്ന
26 ത്. അങ്ങനെ സ്വസഹോദരനെ സ്ഥാനഭ്ര
ഷ്ടനാക്കിയ യാസോൻ, മറ്റൊരുവനാൽ

സ്ഥാനഭ്രഷ്ടനാക്കപ്പെട്ടു. അവന് അമ്മോ
ൻദേശത്ത് അഭയം തേടി പലായനം ചെ
യ്യേണ്ടിവന്നു. മെനെലാവൂസ് സ്ഥാനം 27
ഏറ്റെങ്കിലും രാജാവിന് നല്കാമെന്ന്
വാഗ്ദാനം ചെയ്ത പണം പതിവായി കൊ
ടുത്തില്ല.28 രാജദുർഗ്ഗത്തിലെ സേനാപതി 28
സൊസ്ത്രാത്തൂസ്, പണം അടയ്ക്കാൻ അവനെ
നിർബ്ബന്ധിച്ചുകൊണ്ടേയിരുന്നു. ആ സംഖ്യ
ഈടാക്കാനുള്ള കടമ അവനായിരുന്നു.
തന്മൂലം അവർ ഇരുവരെയും രാജാവ്
തന്റെ മുമ്പാകെ വിളിച്ചുവരുത്തി. മെനെ 29
ലാവൂസ് തന്റെ സഹോദരൻ ലിസിമാക്കു
സിനെ മഹാപുരോഹിതന്റെ ചുമതലകൾ
താല്ക്കാലികമായി ഏല്പിച്ചു; സൊസ്ത്രാത്തൂസ്
സിപ്രിയൻ സേനാപതിയായ ക്രാത്തെ
സിന് ചുമതല നല്കി. ഇങ്ങനെയിരിക്കെ 30
തർസോസിലെയും മല്ലൂസിലെയും ജന
ങ്ങൾ കലാപം പുറപ്പെടുവിച്ചു. അവരുടെ
പട്ടണങ്ങൾ രാജാവിന്റെ വെപ്പാട്ടിയായ
അന്തിയോക്കിസിന് നല്കിയതായിരുന്നു
ഇതിനു കാരണം. രാജാവ് തന്റെ ചുമതല 31
കൾ ഉയർന്ന ഉദ്യോഗസ്ഥനായ അന്ത്രോ
നിക്കൊസിനെ ഏല്പിച്ചിട്ട് കലാപം ഒതുക്കു
വാൻ വേഗം പുറപ്പെട്ടു.
മെനെലാവൂസാകട്ടെ ഒരു നല്ല അവ 32
സരം വന്നുചേർന്നിരിക്കുന്നുവെന്ന് കരുതി,
ദൈവാലയത്തിലെ സ്വർണ്ണപാത്രങ്ങളി
ൽ കുറെ മോഷ്ടിച്ച് അന്ത്രോനിക്കൊസി
നു നല്കി. മറ്റു പാത്രങ്ങൾ സോരിലും അയ
ൽനഗരങ്ങളിലും വിറ്റഴിക്കുവാനും അവനു
കഴിഞ്ഞു. ഇക്കാര്യങ്ങളെല്ലാം പൂർണ്ണമായി 33
അറിഞ്ഞപ്പോൾ, ഓനിയാസ് അന്ത്യോക്യ
ക്ക് സമീപമുള്ള ദാഫ്നയിലെ വിശുദ്ധസ്ഥ
ലത്തേക്ക് പിൻവാങ്ങിയശേഷം അവയെ
പരസ്യമായി വിമർശിച്ചു. തന്മൂലം മെനെ 34
ലാവൂസ് അന്ത്രോനിക്കൊസിനെ രഹ
സ്യമായി കണ്ട് ഓനിയാസിനെ വധിക്കു
വാൻ നിർബന്ധിച്ചു. അന്ത്രോനിക്കൊസ്
ഓനിയാസിന്റെ അടുത്തു ചെന്ന്, വഞ്ച
നാപരമായി വലതുകൈ നീട്ടി സത്യപ്ര
തിജ്ഞ ചെയ്തു. ഓനിയാസിന് സംശയം
ഉണ്ടായിരുന്നെങ്കിലും വിശുദ്ധസ്ഥലത്തു

നിന്ന് പുറത്തുവരുവാൻ അന്ത്രൊനിക്കൊ
സ് അയാളെ പ്രേരിപ്പിച്ചു. പുറത്തുകടന്ന
ഉടനെ ധർമ്മചിന്തയൊന്നും കൂടാതെ
35 ഓനിയാസിനെ അദ്ദേഹം വധിച്ചു. ഇതു
മൂലം യെഹൂദന്മാർ മാത്രമല്ല, ഇതര ജാതി
കളിൽപെട്ട അനേകരും ദുഃഖിച്ചു. അന്യാ
യമായ ആ കൊലപാതകത്തിൽ അവർ
രോഷം പൂണ്ടു.
36 കിലിക്യദേശത്തുനിന്ന് രാജാവ് തിരികെ
വന്നപ്പോൾ നഗരത്തിലെ യെഹൂദർ ഓനി
യാസിന്റെ ന്യായരഹിതമായ വധത്തെപ്പ
37 റ്റി പരാതിപ്പെട്ടു. യവനന്മാരും ഈ പാത
കത്തിൽ തങ്ങൾക്കുള്ള വെറുപ്പ് പ്രകടിപ്പി
ച്ചു. മരിച്ച ആളിന്റെ പക്വതയും സൽസ്വഭാ
വവും ഓർത്ത് അന്ത്യോക്കസ് മനോവ്യ
ഥയിലായി; അനുകമ്പാർത്തനായി വില
38 പിച്ചു. രാജാവിന്റെ കോപം ആളിക്കത്തി.
അവൻ അന്ത്രൊനിക്കൊസിന്റെ രക്താം
ബരം ഉരിഞ്ഞെടുത്തു; വസ്ത്രങ്ങൾ പിച്ചിക്കീ
റി. അവനെ പട്ടണത്തിലൂടെ മുഴുവൻ കൊ
ണ്ടുപോയി, ഓനിയാസിനോട് കടുംകൈ
ചെയ്ത അതേ സ്ഥലത്ത് എത്തിച്ചു. അവിടെ
വച്ച് രാജാവ് ആ രക്തദാഹിയെ കൊന്നു.
അങ്ങനെ ദൈവം അവന് തക്ക ശിക്ഷ
കൊടുത്തു.
39 ലിസിമാക്കസ്, മെനെലാവൂസിന്റെ അറി
വോടെ പട്ടണത്തിൽ ദൈവദൂഷണപര
മായ പല കാര്യങ്ങളും ചെയ്തു. ഈ വിവര
ങ്ങൾ ദൂരദേശങ്ങളിൽ പരന്നപ്പോൾ ജന
സമൂഹമാകെ ലിസിമാക്കസിനെതിരെ
40 സംഘടിച്ചു. കാരണം, ഒട്ടുവളരെ സ്വർണ്ണ
പ്പാത്രങ്ങൾ അതിനോടകം അപഹരിക്ക
പ്പെട്ടിരുന്നു. ജനക്കൂട്ടം ഇളകി പ്രക്ഷുബ്ധരാ
യപ്പോൾ ലിസിമാക്കസ് മൂവായിരത്തോ
ളം ആളുകളെ ആയുധസജ്ജരാക്കി അനീ
തിയായ ഒരാക്രമണം തുടങ്ങി. പ്രായത്തി
ലെന്നപോലെ ഭോഷത്തത്തിലും മികച്ചുനി
ന്ന ഒരു അവുരാനോസ് ആയിരുന്നു ഈ
41 സംഘത്തിന്റെ നേതാവ്. ലിസിമാക്കസ്
നടത്തുന്ന ആക്രമണത്തെപ്പറ്റി അറിഞ്ഞ
ഉടനെ യെഹൂദരിൽ ചിലർ കല്ലുകളും ചിലർ

തടിക്കഷ്ണങ്ങളും, മറ്റു ചിലർ അവിടെക്കിടന്ന
ചാരവും എടുത്ത് ബഹളത്തിനിടയിൽ ലി
സിമാക്കുസിനെയും അനുയായികളെയും
എറിഞ്ഞു. തൽഫലമായി അനേകർക്ക് 42
പരിക്കുപറ്റി. കുറേപ്പേരെ ജനങ്ങൾ വധിച്ചു.
മറ്റുള്ളവരെല്ലാം ഓടിപ്പോയി. ദേവാലയ
മോഷ്ടാവിനെ ഭണ്ഡാരത്തിന്റെ അടുത്തുവ
ച്ചുതന്നെ അവർ കൊന്നു. ഇതിനെപ്പറ്റി മെ 43
നെലാവൂസിനെതിരെ പരാതികൾ ഉന്നയി
ക്കപ്പെട്ടു.
രാജാവ് സോർ പട്ടണത്തിൽ എത്തിയ 44
പ്പോൾ, പ്രതിനിധി സഭ നിയോഗിച്ച മൂന്നു
പേർ ഇക്കാര്യം രാജസന്നിധിയിൽ ബോ
ധിപ്പിച്ചു. താൻ പരാജയപ്പെട്ടുവെന്ന് വന്ന 45
പ്പോൾ മെനെലാവൂസ് ദോറിമേനെസ്സിന്റെ
പുത്രനായ ടോളമിക്ക് രാജാവിനെ സ്വാധീ
നിക്കുവാൻ ഗണ്യമായ കോഴ വാഗ്ദാനം
ചെയ്തു. അങ്ങനെ രാജാവിനെ വിശ്രമിക്കു 46
വാൻ എന്ന മട്ടിൽ ടോളമി ദൂരെ സ്തംഭശാ
ലയിൽ കൂട്ടിക്കൊണ്ടുപോയി അദ്ദേഹത്തി
ന്റെ മനസ്സ് മാറ്റിയെടുത്തു. സർവ്വദുരന്തങ്ങ 47
ൾക്കും ഹേതുവായ മെനെലാവൂസിനെ,
അവനെതിരെ ആരോപിക്കപ്പെട്ട കുറ്റങ്ങളി
ൽനിന്ന് രാജാവ് മോചിപ്പിച്ചു. കുറ്റം ആരോ
പിച്ച ഭാഗ്യഹീനരെ വധശിക്ഷയ്ക്കും വിധിച്ചു.
സ്കിത്യരുടെ മുമ്പാകെ സങ്കടം ബോധിപ്പി
ച്ചിരുന്നെങ്കിൽപോലും ഇവർക്ക് നിരപരാ
ധികളെന്ന നിലയിൽ മോചനം ലഭിക്കു
മായിരുന്നു. അങ്ങനെ പട്ടണത്തിനും ഗ്രാ 48
മങ്ങൾക്കും വിശുദ്ധപാത്രങ്ങൾക്കും വേണ്ടി
ശബ്ദം ഉയർത്തിയവർ ഉടനെതന്നെ അനീ
തിയായ ശിക്ഷാവിധി അനുഭവിച്ചു. സോർ 49
നിവാസികൾപോലും ആ കുറ്റത്തിനെതിരെ
വെറുപ്പ് പ്രകടിപ്പിച്ചുകൊണ്ട് മരിച്ചവരുടെ
ശവസംസ്കാരത്തിന് ഉദാരമായ സൗകര്യം
ഏർപ്പാടാക്കി. മെനെലാവൂസാകട്ടെ 50
അധികാരത്തിലിരുന്നവരുടെ അത്യാഗ്ര
ഹം നിമിത്തം ഉദ്യോഗത്തിൽ തുടർന്നു.
അവന്റെ ദുഷ്ടത പെരുകി. സ്വജനത്തിനെ
തിരെ അവൻ മുഖ്യ ഗൂഢാലോചനക്കാരനാ
യിത്തീർന്നു.

5 ഇക്കാലത്ത് അന്ത്യോക്കസ് രണ്ടാ
മതും മിസ്രയീമിനെ ആക്രമിച്ചു. സ്വ
ർണ്ണച്ചമയങ്ങൾ അണിഞ്ഞ അശ്വഭടന്മാർ
2 ഏതാണ്ട് നാല്പതു ദിവസത്തോളം കുന്തവും
ഉറയൂരിയ വാളും ധരിച്ച് അണിയണിയാ
യി അന്തരീക്ഷത്തിലൂടെ സഞ്ചരിക്കുന്നത്
3 പട്ടണവാസികൾ ഏവരും കണ്ടു. അശ്വഭട
ന്മാരുടെ സംഘങ്ങൾ അണിനിരക്കുന്നതും
അങ്ങുമിങ്ങും ആക്രമണ പ്രത്യാക്രമണങ്ങ
ൾ നടക്കുന്നതും പരിചകൾ ചുഴറ്റുന്നതും കു
ന്തങ്ങൾ കൂട്ടിമുട്ടുന്നതും ശൂലങ്ങൾ എറിയു
ന്നതും സ്വർണ്ണക്കുടുക്കകൾ തിളങ്ങുന്നതും
പലതരം കവചങ്ങൾ മിന്നുന്നതും അവർ
4 കണ്ടു. ഈ കാഴ്ച ശുഭശകുനമായി തീരട്ടെ
എന്ന് ജനങ്ങളെല്ലാം പ്രാർത്ഥിച്ചു.
5 അന്ത്യോക്കസ് മരിച്ചു എന്ന് വ്യാജവാ
ർത്ത പരന്നപ്പോൾ യാസോൻ ആയിര
ത്തിൽ കുറയാതെ ഭടന്മാരുമായി നഗരത്തി
ൽ മിന്നലാക്രമണം നടത്തി. പട്ടണമതിലി
ന്മേലുണ്ടായിരുന്ന സേനാവ്യൂഹം പിന്തിരി
യാൻ നിർബ്ബന്ധിതമായി; നഗരം കീഴട
6 ങ്ങി. മെനെലാവൂസ് കോട്ടയിൽ അഭയം
തേടി. യാസോൻ സ്വജനത്തെ നിർദ്ദയം
കൊന്നൊടുക്കി. ചാർച്ചക്കാരെ നശിപ്പിച്ചു
കൊണ്ടുള്ള വിജയം ഏറ്റവും വലിയ ഭാഗ്യ
ക്കേടാണെന്ന് അവൻ ഗ്രഹിച്ചില്ല. സ്വജ
നങ്ങളുടെ മേലല്ല, ശത്രുക്കളുടെ മേലാണ്
വിജയം നേടുന്നതെന്ന് അവൻ കരുതി.
എന്നിട്ടും ഭരണത്തിന്റെ നിയന്ത്രണം
7 അവനു ലഭിച്ചില്ല. ഒടുവിൽ തന്റെ ഗൂഢാ
ലോചനയിൽനിന്ന് അവൻ സമ്പാദിച്ച
ത് അപമാനം മാത്രമായിരുന്നു. അവൻ
അമ്മോന്യരുടെ ദേശത്തേക്ക് വീണ്ടും
8 പലായനം ചെയ്തു. ദയനീയമായിരുന്നു
അവന്റെ അന്ത്യം. അറേബ്യക്കാരുടെ ഭര
ണാധിപനായ അരേത്താസിന്റെ മുമ്പാകെ
കുറ്റവിചാരണ ചെയ്യപ്പെട്ട അവൻ പട്ടണ
ത്തിൽനിന്ന് പട്ടണത്തിലേക്ക് പലായനം
ചെയ്തു. ഏവരും അവനെ വേട്ടയാടി; നി
യമനിഷേധി എന്ന നിലയിൽ അവനെ
വെറുത്തു. സ്വന്തം രാജ്യത്തെയും ജനത്തെ
യും വധിച്ചവനെന്ന് ആക്ഷേപിക്കപ്പെട്ട
അവൻ മിസ്രയീമിലേക്ക് നാടുകടത്തപ്പെട്ടു.
അനേകരെ തങ്ങളുടെ രാജ്യത്തുനിന്ന് നാടു 9
കടത്തി ഓടിച്ച അവൻ പ്രവാസത്തിൽത
ന്നെ മരിച്ചു; യെഹൂദരുടെ ചാർച്ചക്കാരായ
ലാസിഡേമോന്യരിൽനിന്ന് സംരക്ഷണം
പ്രതീക്ഷിച്ച് കപ്പൽ കയറി അവിടെ ചെ
ന്നെങ്കിലും ഫലമുണ്ടായില്ല. അനേകർക്ക് 10
ശവസംസ്കാരം നിഷേധിച്ച അവനെപ്രതി
വിലപിക്കുവാൻ ആരുമുണ്ടായില്ല. അവന്
ഏതെങ്കിലും തരത്തിലുള്ള ശവസംസ്കാര
മോ തന്റെ പിതാക്കന്മാരുടെ ശവകുടീര
ത്തിൽ ഇടമോ കിട്ടിയില്ല.

സംഭവിച്ചവ അറിഞ്ഞ രാജാവ്, യെഹൂദാ 11
കലഹത്തിലാണെന്ന് ധരിച്ചു. കൊടുംകോ
പത്തോടെ അവൻ മിസ്രയീമിൽനിന്ന്
വന്ന് പട്ടണം ആക്രമിച്ച് കീഴ്പെടുത്തി.
കണ്ടുമുട്ടുന്ന ഏവരെയും നിർദ്ദയം വെട്ടി 12
വീഴ്ത്താനും ഭവനങ്ങളിൽ പ്രവേശിച്ചിരിക്കു
ന്നവരെ വധിക്കാനും അവൻ ഭടന്മാർക്ക്
ആജ്ഞ നല്കി. യുവാക്കളും വൃദ്ധരും ബാല 13
ന്മാരും സ്ത്രീകളും കുട്ടികളും കന്യകമാരും ശി
ശുക്കളും കൊല്ലപ്പെട്ടു. മൂന്നു ദിവസത്തിനു 14
ള്ളിൽ എൺപതിനായിരംപേരെ അവൻ
നശിപ്പിച്ചു; നാല്പതിനായിരം പേരെ നേരി
ട്ടുള്ള യുദ്ധത്തിൽ വധിച്ചു. അത്രത്തോളം
പേരെ അടിമകളായി വില്ക്കുകയും ചെയ്തു.
ഇതുകൊണ്ടും തൃപ്തിയാകാതെ അന്ത്യോക്ക 15
സ്, ലോകത്തിലെ ഏറ്റവും വിശുദ്ധമായ ദേ
വാലയത്തിൽ പ്രവേശിക്കാൻ ധൈര്യപ്പെ
ട്ടു. ന്യായപ്രമാണധ്വംസകനും രാജ്യദ്രോഹി
യുമായ മെനെലാവൂസായിരുന്നു വഴികാട്ടി.
തന്റെ മലിനഹസ്തങ്ങൾകൊണ്ട് അവൻ വി 16
ശുദ്ധപാത്രങ്ങൾ എടുത്തു; ആ സ്ഥലത്തി
ന്റെ മഹത്ത്വവും പദവിയും വർദ്ധിപ്പിക്കുവാ
ൻ മറ്റുരാജാക്കന്മാർ നല്കിയിരുന്ന സ്വമേധാ
ർപ്പണവസ്തുക്കൾ മ്ലേച്ഛകരങ്ങളാൽ അവൻ
ശേഖരിച്ചു. ആ നഗരത്തിൽ പാർക്കുന്നവ 17
രുടെ പാപം മൂലം ദൈവം കുറേ നേരത്തേ
ക്ക് കോപിച്ചിരിക്കുന്നുവെന്നും അതുകൊ
ണ്ടാണ് അവർ ആ വിശുദ്ധസ്ഥലത്തെ
അവഗണിച്ചിരിക്കുന്നതെന്നും അറിയാതെ

18 അന്ത്യോക്കസ് അഹങ്കരിച്ചു. നഗരവാസി
കൾ അനേകപാപങ്ങളിൽ ഉൾപ്പെടാതെ
യിരുന്നെങ്കിൽ ഈ മനുഷ്യർ അവിവേകം
പ്രവർത്തിക്കാൻ മുന്നോട്ട് വന്ന ക്ഷണ
ത്തിൽതന്നെ ദൈവം അവനെ പ്രഹരി
ച്ച് ഓടിക്കുമായിരുന്നു. ഭണ്ഡാരം പരിശോ
ധിക്കുവാൻ സെലൂക്കസ് രാജാവ് അയച്ച
ഹെലിയോദറസിന്റെ അനുഭവം അതാ
19 യിരുന്നുവല്ലോ. വിശുദ്ധസ്ഥലത്തിനായി
ഒരു ജനതയെ തെരഞ്ഞെടുക്കുകയല്ല,
ജനത്തിനായി ആ സ്ഥലം തെരഞ്ഞെടു
20 ക്കുകയാണ് ദൈവം ചെയ്തത്. തന്മൂലം ആ
സ്ഥലംതന്നെ ജനതയുടെ മേൽ നിപതി
ച്ച നിർഭാഗ്യത്തിൽ പങ്കാളിയായി. പിന്നീട്
അതിന്റെ നേട്ടങ്ങളിലും പങ്കുപറ്റി. സർവ്വശ
ക്തന്റെ കോപത്തിൽ പരിത്യജിക്കപ്പെട്ടത്
മഹോന്നതനായ ദൈവം രമ്യതയിലായ
പ്പോൾ മഹത്ത്വം വീണ്ടെടുത്തു.
21 ദേവാലയത്തിൽനിന്ന് ആയിരത്തെണ്ണൂ
റ് താലന്ത് അപഹരിച്ചുകൊണ്ട് അന്ത്യോ
ക്കസ് അന്ത്യോക്യയിലേക്ക് അതിവേഗം
പോയി. കരയിലൂടെ കപ്പലോടിക്കുവാനും
കടലിലൂടെ നടക്കുവാനും തനിക്ക് കഴിയു
മെന്ന് ഗർവ്വത്തള്ളലാൽ അവൻ കരുതി.
22 ജനത്തെ പീഡിപ്പിക്കുവാൻ അവൻ ദേശാ
ധികാരികളെ നിയമിച്ചു; യെരൂശലേമിൽ
ജനനംകൊണ്ട് ഫ്രൂഗ്യക്കാരനും സ്വഭാവം
കൊണ്ട് തന്നെ നിയോഗിച്ചവനെക്കാൾ
കിരാതനുമായ ഫീലിപ്പോസ്; ഗെരീസീമി
ൽ അന്ത്രോനിക്കൊസ്; ഇവർക്കു പുറമേ
മറ്റുള്ളവരെക്കാളൊക്കെ സ്വജനത്തിന്റെ
മേൽ കഠിനമായ ആധിപത്യം പുലർത്തിയ
23 മെനെലാവൂസും നിയോഗിക്കപ്പെട്ടു. യെഹൂ
ദപൗരന്മാരോടുള്ള ദ്രോഹബുദ്ധിയാൽ മു
സ്യയുടെ പടത്തലവൻ അപ്പലോനിയൂസി
നെ ഇരുപത്തിരണ്ടായിരം ഭടന്മാരോടുകൂ
ടി അന്ത്യോക്കസ് അങ്ങോട്ടയച്ചു. പ്രായ
പൂർത്തിയായ പുരുഷന്മാരെയെല്ലാം വധി
ക്കുവാനും സ്ത്രീകളെയും ആൺകുട്ടികളെ
യും അടിമകളാക്കി വില്ക്കുവാനും അവന്
24 കല്പന നല്കിയിരുന്നു. അവൻ യെരൂശലേ
മിൽ എത്തി. സമാധാനപൂർവ്വം കഴിയു
ന്നതായി ഭാവിച്ച് വിശുദ്ധ ശബ്ബത്ത്ദിനം
വരെ കാത്തിരുന്നു. അന്ന് യെഹൂദർ ജോ 25
ലിയിൽനിന്ന് വിട്ടൊഴിഞ്ഞു നില്ക്കുന്നതായി
കണ്ട് ആയുധധാരികളായി അണിനിരക്കാ
ൻ അവൻ ഭടന്മാരോട് കല്പിച്ചു. അവരെ കാ 26
ണാൻ പുറത്തുവന്നവരെയെല്ലാം അവൻ
വാളിനിരയാക്കി. പിന്നീട് ആയുധധാരിക
ളായ ഭടന്മാരൊത്ത് നഗരത്തിനുള്ളിലേ
ക്കു പാഞ്ഞുചെന്ന് അസംഖ്യം ആളുകളെ
കൊന്നു. എന്നാൽ യൂദാമക്കാബിയൂസും 27
ഒമ്പതോളം പേരും മരുഭൂമിയിലേക്ക് ഓടി
പ്പോയി. കാട്ടുമൃഗങ്ങളെപ്പോലെ അവനും
അനുചരന്മാരും പർവ്വതങ്ങളിൽ ജീവിച്ചു.
അശുദ്ധമായവയിൽ പങ്കുപറ്റാതിരിക്കാ
ൻ കാട്ടുസസ്യങ്ങൾ തിന്ന് അവർ ജീവിച്ചു.

6 യെഹൂദരെ, തങ്ങളുടെ പിതാക്കന്മാ
രുടെ നിയമങ്ങൾ ഉപേക്ഷിക്കുവാനും
ഇനിമേലിൽ ദൈവത്തിന്റെ ന്യായപ്രമാ
ണങ്ങൾ അനുസരിച്ച് ജീവിക്കുന്നതിൽനി
ന്ന് പിന്തിരിപ്പിക്കുവാനും നിർബ്ബന്ധിക്കുന്ന
തിനും യെരൂശലേം ദേവാലയത്തെ അശു 2
ദ്ധമാക്കി അതിനെ ഒളിമ്പസിലെ സീയൂസി
ന്റെ ക്ഷേത്രമെന്നും ഗരീസീമിലെ ദേവാല
യത്തെ, തദ്ദേശവാസികളുടെ പതിവനുസ
രിച്ച് അപരിചിതരുടെ സ്നേഹിതനായ
സീയൂസിന്റെ ക്ഷേത്രമെന്നും വിളിക്കുവാൻ
താമസംവിനാ രാജാവ് അഥേനായിലെ
ഒരു പ്രതിനിധിസഭാംഗത്തെ അയച്ചു. തിന്മ 3
യുടെ കടന്നാക്രമണം പരുഷവും തികച്ചും
വേദനാജനകവും ആയിരുന്നു. ദേവാലയ 4
ത്തെ വിജാതീയർ ദുരാചാരംകൊണ്ടും വെ
റിക്കൂത്തുകൊണ്ടും നിറച്ചു. അവിടെ അവർ
വേശ്യകളുമൊത്ത് കൂത്താടി; വിശുദ്ധവളപ്പി
നുള്ളിൽ സ്ത്രീകളുമായി ഭോഗത്തിലേർപ്പെട്ടു.
മാത്രമല്ല, യാഗത്തിനു യോഗ്യമല്ലാത്ത 5
വസ്തുക്കൾ കൊണ്ടുവരികയും ചെയ്തു. ന്യാ
യപ്രമാണം വിലക്കിയിരുന്ന മ്ലേച്ഛവസ്തു
ക്കൾകൊണ്ട് യാഗപീഠം നിറച്ചു. ശബ്ബത്തും 6
പരമ്പരാഗത പെരുന്നാളുകളും ആചരിക്കാ
നോ താൻ യെഹൂദനാണെന്ന് പ്രഖ്യാപി
ക്കുവാൻപോലുമോ ആളുകൾക്കു കഴിഞ്ഞി

7 രുന്നില്ല. മാസംതോറും രാജാവിന്റെ ജന്മ
ദിനാഘോഷത്തിൽ യാഗവസ്തുക്കൾ ഭക്ഷി
ക്കുവാൻ യെഹൂദർ നിർബ്ബന്ധിക്കപ്പെട്ടിരു
ന്നു. ദിയൊനസ്യോസിന്റെ ഉത്സവത്തിൽ
വള്ളികൾ കൊണ്ടുള്ള കിരീടം ധരിച്ച് ദി
യൊനസ്യോസിന്റെ ബഹുമാനാർത്ഥം പ്ര
ദക്ഷിണം നടത്തുവാൻ അവരെ നിർബ്ബന്ധി
8 ച്ചു. ഇതേ നയം തന്നെ അടുത്തുള്ള യവന
നഗരങ്ങളിലെ യെഹൂദരോട് അനുവർത്തി
ക്കണമെന്നും അവരെ യാഗത്തിൽ പങ്കു
കാർ ആക്കണമെന്നും നിർദ്ദേശിച്ചുകൊ
ണ്ട് ടോളമിയുടെ ആഗ്രഹപ്രകാരം ഒരു
9 കല്പന ആ നഗരത്തിലേക്കയച്ചു. യവനാ
ചാരങ്ങൾ കൈക്കൊള്ളുവാൻ വിസമ്മതി
ക്കുന്നവരെ വധിക്കണമെന്നും ആജ്ഞയു
ണ്ടായി. തന്മൂലം അവർ അനുഭവിക്കേണ്ടിവ
ന്ന ദുരിതം ഒരുവന് ഊഹിക്കാവുന്നതാണ്.
10 ഉദാഹരണത്തിന്, സ്വന്തം കുഞ്ഞുങ്ങളെ
പരിച്ഛേദന ചെയ്തതിന്റെ പേരിൽ രണ്ടു സ്ത്രീ
കളെ പിടികൂടി. കുഞ്ഞുങ്ങളെ മാറിൽ തൂക്കി
യിട്ടുകൊണ്ട് ആ സ്ത്രീകളെ പട്ടണത്തിലൂടെ
11 നടത്തി. അവസാനം അവരെ പട്ടണമതി
ലിൽനിന്ന് തലകുത്തനെ താഴേക്ക് ചുഴറ്റി
എറിഞ്ഞു. സമീപത്തുള്ള ഗുഹകൾക്കുള്ളി
ൽ, ശബ്ബത്ത് ആചരിക്കാൻ രഹസ്യമായി
സമ്മേളിച്ച മറ്റു ചിലരെ ആരോ ഫിലിപ്പോ
സിന് ഒറ്റിക്കൊടുത്തു. അവരെ ചുട്ടെരിച്ചു.
അതിവിശുദ്ധ ദിനത്തോടുള്ള ആദരം മൂലം
അവർ സ്വരക്ഷയ്ക്കു ശ്രമിച്ചതേയില്ല.
12 ഈ പുസ്തകം വായിക്കുന്നവർ ഇത്തരം
വിപത്തുകളെ ചൊല്ലി ചഞ്ചലപ്പെടേണ്ടതി
ല്ലെന്ന് ഞാൻ ഉപദേശിക്കുന്നു. ഈ ശിക്ഷ
കളൊക്കെ നമ്മുടെ ജനത്തെ നശിപ്പിക്കു
വാനായിരുന്നില്ല, അവർക്കു ശിക്ഷണം
നല്കുവാനായിരുന്നു എന്ന് തിരിച്ചറിയ
13 ണം. സത്യത്തിൽ, തെറ്റുകാരെ വളരെ
ക്കാലത്തേക്ക് സ്വതന്ത്രരായി വിടാതെ
അവരെ ഉടനടി ശിക്ഷിക്കുന്നത് അത്യന്ത
14 ദയയുടെ ലക്ഷണമാകുന്നു. കാരണം, മറ്റു
ജനതകളുടെ കാര്യത്തിൽ, അവർ തിന്മയു
ടെ മൂർദ്ധന്യത്തിൽ എത്തുംവരെ അവരെ
ശിക്ഷിക്കാൻ ദൈവം ക്ഷമയോടെ കാത്തി
രിക്കുന്നു. പക്ഷെ നമ്മോട് ഇപ്രകാരം ചെ 15
യ്യുന്നില്ല. നമ്മുടെ പാപങ്ങൾ പാരമ്യത്തിൽ
എത്തിയ ശേഷമല്ല അവൻ നമ്മോട് പ്ര
തികാരം ചെയ്യുന്നത്. തന്മൂലം നമ്മിൽനി 16
ന്ന് തന്റെ ദയ ഒരിക്കലും അവൻ പിൻവ
ലിക്കുന്നില്ല. അവൻ അനർത്ഥങ്ങൾകൊ
ണ്ട് നമുക്ക് ശിക്ഷണം നല്കുന്നുവെങ്കിലും സ്വ
ന്തജനത്തെ ഉപേക്ഷിക്കുന്നില്ല. ഈ പറ 17
ഞ്ഞതത്രയും ഓർമ്മയിലിരിക്കട്ടെ. ചരിത്ര
ത്തിലേക്ക് നമുക്ക് ഇനിയും തിരിച്ചു വരാം.
വേദശാസ്ത്രനിപുണരിൽ പ്രധാനിയായും 18
ബഹുമാന്യനുമായിരുന്ന ഏലിയാസാർ
എന്ന വൃദ്ധന്റെ വായ് പന്നിയിറച്ചി തിന്നു
ന്നതിന് ബലം പ്രയോഗിച്ച് തുറന്നു. എ 19
ന്നാൽ അശുദ്ധമായ ജീവിതത്തെക്കാ
ൾ അന്തസ്സേറിയ മരണത്തെ സ്വാഗതം
ചെയ്തു അദ്ദേഹം മാംസം തുപ്പിക്കളഞ്ഞു.
യാതന ഏറ്റെടുത്തു. ജീവനിൽ സ്വാഭാവി 20
കമായും താല്പര്യമുണ്ടായിരുന്നാൽതന്നെ
യും രുചിച്ചു നോക്കുവാൻപോലും പാടി
ല്ലാത്ത പദാർത്ഥങ്ങൾ നിരസിക്കുവാൻ
ധൈര്യം കാട്ടുന്നവർ അതാണ് ചെയ്യേ
ണ്ടിയിരുന്നത്.
നിഷിദ്ധമായ ആ ബലിയ്ക്കു നിയുക്തരാ 21
യിരുന്നവർ ബഹുമാന്യനായ ഏലിയാ
സാറുമായുണ്ടായിരുന്ന ദീർഘകാലപരി
ചയബന്ധം നിമിത്തം അയാളെ മാറ്റിനി
റുത്തി. അവന് ഭക്ഷ്യയോഗ്യമായ മാംസം
കൊണ്ടുവന്ന് രാജാവ് കല്പിച്ച യാഗഭക്ഷ
ണമെന്ന ഭാവത്തിൽ അത് ഭക്ഷിക്കുവാൻ
രഹസ്യമായി ഉപദേശിച്ചു. ഇതു ചെയ്യുന്ന 22
തു മൂലം അവൻ മരണത്തിൽനിന്ന് രക്ഷ
പെടുമെന്നും അവരുമായുള്ള പഴയ സ്നേഹ
ബന്ധത്തിന്റെ പേരിൽ കാരുണ്യം പ്രകടി
പ്പിക്കാമെന്നുമാണ് അവർ കരുതിയത്.
എന്നാൽ, തന്റെ പ്രായത്തിന്റെ മാന്യതയ്ക്കും 23
നരച്ച മുടിയുടെ അന്തസ്സിനും ബാല്യം മുത
ലുള്ള അത്യുത്തമ ജീവിതത്തിനും സർവ്വോ
പരി, ദൈവദത്തമായ വിശുദ്ധനിയമത്തി
നും അനുസൃതമായി ഒരു ദൃഢനിശ്ചയം
എടുത്ത അദ്ദേഹം, തന്നെ ശവക്കുഴിയിലേ
ക്കയയ്ക്കണമെന്ന് തൽക്ഷണം പ്രഖ്യാപിച്ചു.

24 അദ്ദേഹം പറഞ്ഞു: ഇത്തരം അഭിനയം
നമ്മുടെ പ്രായത്തിന് ചേരുന്നതല്ല. ഇങ്ങ
നെയായാൽ ഏലിയാസാർ തൊണ്ണൂറാം
വയസ്സിൽ അന്യമതത്തിൽ ചേർന്നുവെ
25 ന്ന് ചെറുപ്പക്കാർ കരുതും. കുറച്ചുസമ
യംകൂടി ജീവിക്കാൻവേണ്ടിയുള്ള എന്റെ
അഭിനയം നിമിത്തം, ഞാൻ കാരണം,
26 അവർ വഴിതെറ്റിപ്പോകും; എന്റെ വാർദ്ധ
ക്യം കളങ്കപങ്കിലവും അപകീർത്തിപരവും
ആകും. തല്ക്കാലത്തേക്ക് മനുഷ്യരിൽനിന്നു
ള്ള ശിക്ഷയിൽനിന്ന് ഒഴിഞ്ഞുമാറിയാ
ലും, ജീവിച്ചാലും മരിച്ചാലും ഞാൻ സർവ്വ
ശക്തന്റെ കൈകളിൽനിന്ന് രക്ഷപെടു
27 കയില്ല. അതുകൊണ്ട് ഇപ്പോൾ പൗരുഷ
ത്തോടെ എന്റെ ജീവൻ ഞാൻ ത്യജിച്ചാൽ
അത് എന്റെ പക്വതയ്ക്ക് അനുയോജ്യമായി
28 രിക്കും. ബഹുമാന്യവും പരിശുദ്ധവുമായ നി
യമങ്ങൾക്കു വേണ്ടി സന്മനസ്സോടെ മാന്യ
മായ നല്ല മരണം വരിക്കാൻ ചെറുപ്പക്കാ
ർക്ക് ഇതൊരു ഉത്തമമാതൃകയായിരിക്കും.
29 ഇതു പറഞ്ഞിട്ട് അദ്ദേഹം പീഡനോ
പകരണത്തിങ്കലേക്കു പോയി. അല്പം
മുമ്പ് അവനോട്ട് ഉദാരമായി പെരുമാറി
യിരുന്നവർ ഇപ്പോൾ കഠിനഹൃദയരാ
യി. കാരണം, അവൻ ഉച്ചരിച്ച വാക്കുക
ൾ അവരുടെ അഭിപ്രായത്തിൽ ബുദ്ധിഭ്രാ
30 ന്തായിരുന്നു. അടിയേറ്റ് മരിക്കാറായപ്പോ
ൾ അയാൾ ഉറക്കെ നിലവിളിച്ചു പറഞ്ഞു:
മരണത്തിൽനിന്ന് രക്ഷപെടാമായിരുന്നി
ട്ടും ഞാൻ അടിയേറ്റ് ഭയങ്കരമായ ശരീര
വേദന അനുഭവിക്കുന്നു. ദൈവത്തെ ഭയ
പ്പെടുന്നതിനാൽ ഇവ സഹിക്കുന്നതിൽ
എനിക്ക് ആത്മാവിൽ സന്തോഷമുണ്ട്.
ഇതെല്ലാം തന്റെ ദിവ്യജ്ഞാനത്താൽ
ദൈവം വ്യക്തമായി അറിയുന്നു.
31 അങ്ങനെ അദ്ദേഹം ലോകത്തിൽ നിന്ന്
വിടവാങ്ങി, തന്റെ മരണത്തെ ഒരു മാതൃ
കയാക്കി അവശേഷിപ്പിച്ചുകൊണ്ട്, കുലീന
മായ ധീരതയുടെയും നന്മയുടെയും ഓർമ്മ
കൾ യുവാക്കൾക്ക് മാത്രമല്ല തന്റെ ജനത
യ്ക്ക് മുഴുവനായും അദ്ദേഹം നൽകി.

7 ഒരിക്കൽ ഏഴു സഹോദരന്മാരെയും
അവരുടെ അമ്മയെയും പിടിച്ചു. ചാട്ട
കൊണ്ടും ചമ്മട്ടികൊണ്ടും അടിച്ച്, നിഷിദ്ധ
മായ പന്നിമാംസം ഭക്ഷിക്കുവാൻ രാജാവ്
അവരെ നിർബ്ബന്ധിച്ചു. അവരിലൊരുവൻ 2
അവർക്കുവേണ്ടി സംസാരിച്ചു: നീ ഞങ്ങ
ളോട്ട് ചോദിച്ചറിയാൻ ഉദ്ദേശിക്കുന്നതെ
ന്ത്? ഞങ്ങളുടെ പിതാക്കന്മാരുടെ പ്രമാ
ണങ്ങൾ ലംഘിക്കുന്നതിനെക്കാൾ മരി
ക്കുവാനാണ് ഞങ്ങൾക്കിഷ്ടം!
രാജാവ് രോഷാകുലനായി. വറചട്ടിക 3
ളും കുട്ടകങ്ങളും ചൂടാക്കുവാൻ കല്പനയാ
യി. അവയൊക്കെ പെട്ടെന്ന് ചുട്ടുപഴുപ്പി 4
ച്ചു. സഹോദരന്മാരും അമ്മയും നോക്കി
നില്ക്കേ, അവർക്കുവേണ്ടി സംസാരിച്ചവ
ന്റെ നാക്ക് അറുത്ത് കളയുവാനും ശിരസ്സി
ലെ തോൽ ഉരിയുവാനും കൈകാലുകൾ
വെട്ടിമാറ്റുവാനും രാജാവ് കല്പിച്ചു. അവൻ 5
തീർത്തും അവശനായപ്പോൾ, അവനെ
ജീവനോടെ വറക്കുവാൻ രാജാവ് കല്പിച്ചു.
വറചട്ടിയിൽനിന്ന് പുക ഉയർന്നു. എന്നിട്ടും
ആ സഹോദരന്മാർ പരസ്പരവും അവരുടെ
അമ്മയോടും, ധീരതയോടെ മരിക്കാനാ
യി പരസ്പരം ധൈര്യപ്പെടുത്തി ഇങ്ങനെ
പറഞ്ഞു. കണ്ടാലും ഇതെല്ലാം കർത്താ 6
വായ ദൈവം കണ്ടുകൊണ്ടാണിരിക്കു
ന്നത്. ദൈവം തന്റെ ദാസരിൽ പ്രസാദി
ക്കുന്നു എന്ന് പാടി മോശ ജനങ്ങൾക്കു
മുന്നിൽ സാക്ഷ്യം നൽയതുപോലെ സത്യ
മായും ദൈവം നമ്മിലും പ്രസാദിക്കും.
ഒന്നാമത്തെ സഹോദരൻ ഇപ്രകാരം 7
മരിച്ചപ്പോൾ, രണ്ടാമത്തവനെ ക്രൂരപീഡന
ത്തിനായി കൊണ്ടുവന്നു. അവന്റെ ശിരസ്സി
ലെ തോൽ തലമുടിയോടൊപ്പം ഉരിഞ്ഞെ
ടുത്തിട്ട് അവർ ചോദിച്ചു: നീ ഭക്ഷിക്കുമോ?
അതോ നിന്റെ ശരീരം അംഗപ്രത്യംഗം
ശിക്ഷ ഏല്ക്കണമോ? അവൻ തന്റെ പിതാ 8
ക്കന്മാരുടെ ഭാഷയിൽ അവരോട്ട് പറഞ്ഞു:
ഇല്ല. അങ്ങനെ അവനും ആദ്യസഹോദര
നെപ്പോലെ പീഡകൾ സഹിച്ചു. അന്ത്യ 9
ശ്വാസം വലിക്കുമ്പോൾ അവൻ പറഞ്ഞു:

ശപിക്കപ്പെട്ട നീചാ, നീ ഞങ്ങളെ ഈ ജീ
വിതത്തിൽനിന്ന് പുറന്തള്ളുന്നു; എന്നാൽ
പ്രപഞ്ചത്തിന്റെ രാജാവ് ഞങ്ങളെ നിത്യ
ജീവനിലേക്ക് ഉയിർപ്പിക്കും. കാരണം,
ഞങ്ങൾ അവന്റെ ന്യായപ്രമാണത്തെപ്ര
തിയാണ് മരണം വരിക്കുന്നത്.
10 അവനെത്തുടർന്ന് മൂന്നാമൻ അവരുടെ
ക്രൂരവിനോദത്തിന് വിധേയനായി. കല്പന
പ്രകാരം അവൻ പെട്ടെന്ന് തന്റെ നാവ്
നീട്ടി; ധൈര്യപൂർവ്വം കൈകൾ നിവർത്തി
11 പ്പിടിച്ചു; വീരോചിതമായി അവൻ പറഞ്ഞു:
എനിക്ക് ഇവ സ്വർഗ്ഗത്തിൽനിന്ന് ലഭിച്ചു.
അവന്റെ ന്യായപ്രമാണത്തിനുവേണ്ടി
ഞാൻ ഇവ ഉപേക്ഷിക്കുന്നു. അവനിൽനി
ന്ന് ഇവ തിരികെ ലഭിക്കുമെന്ന് ഞാൻ പ്ര
12 ത്യാശിക്കുകയും ചെയ്യുന്നു. രാജാവും, അയാ
ളോടൊത്തുണ്ടായിരുന്നവരും ഈ ചെറുപ്പ
ക്കാരന്റെ ആത്മധൈര്യത്തിൽ വിസ്മയിച്ചു.
കാരണം, ആ യുവാവ് തന്റെ പീഡകൾ
ഗൗനിച്ചതേയില്ല.
13 അവൻ മരിച്ചപ്പോൾ നാലാമനെയും
അവർ അതേ തരത്തിൽ ക്രൂരമായി പീഡി
പ്പിച്ചു. ആസന്നമരണനായപ്പോൾ അവൻ
14 പറഞ്ഞു: ദൈവം പുനർജീവിപ്പിക്കുമെന്ന്
പ്രത്യാശയുള്ളവന് മനുഷ്യഹസ്തങ്ങളാൽ
മരിക്കുന്നതിലെന്ത്? നിങ്ങൾക്കാകട്ടെ, ജീ
വനിലേക്കുള്ള പുനരുത്ഥാനം ഇല്ല.
15 അനന്തരം അവർ അഞ്ചാമനെ കൊ
ണ്ടുവന്ന് പീഡിപ്പിച്ചു. അവൻ രാജാവിനെ
നോക്കി പറഞ്ഞു: മർത്ത്യരുടെമേൽ അധി
കാരമുള്ളതുകൊണ്ട് മരണമുള്ളവനാണ്
നീ എങ്കിലും മനുഷ്യരുടെ മേൽ നീ ഇഷ്ടമു
16 ള്ളത് പ്രവർത്തിക്കുന്നു. എന്നാൽ ദൈവം
ഞങ്ങളുടെ ജനത്തെ കൈവിട്ടിരിക്കുന്നു
17 വെന്ന് കരുതരുത്. നിന്റെ നടപടികൾ തു
ടർന്നുകൊള്ളുക. എന്നിട്ട് അവന്റെ മഹാ
ശക്തി നിന്നെയും നിന്റെ പിൻഗാമികളെ
യും പീഡിപ്പിക്കുന്നത് എങ്ങനെയെന്നറി
ഞ്ഞുകൊള്ളുക.
18 പിന്നീട് അവർ ആറാമനെ കൊണ്ടുവ
ന്നു. മരിക്കാറായപ്പോൾ അവൻ പറഞ്ഞു:
നീ വെറുതെ വഞ്ചിതനാകരുത്. ഞങ്ങളുടെ
ദൈവത്തിന് എതിരെ ഞങ്ങൾ ചെയ്ത പാ
പങ്ങൾ നിമിത്തം ഞങ്ങൾ ഈ പീഡകൾ
അനുഭവിക്കുന്നു. തന്മൂലം ഈ അമ്പരിപ്പി 19
ക്കുന്ന കാര്യങ്ങൾ സംഭവിച്ചു. എന്നാൽ
നീ ശിക്ഷിക്കപ്പെടാതെ പോകുമെന്ന് വി
ചാരിക്കേണ്ട. ദൈവത്തിനെതിരെയാണ
ല്ലോ നീ പോരാടാൻ ഉദ്യമിക്കുന്നത്.
ആ മാതാവ് പ്രത്യേക ആദരവും ബഹുമാ 20
നസ്മരണയും അർഹിക്കുന്നു. തന്റെ ഏഴു
പുത്രന്മാരും ഒരേ ദിവസം കൊല്ലപ്പെടുന്ന
തു കണ്ടപ്പോഴും ദൈവത്തിലുള്ള പ്രത്യാശ
യാൽ അവൾ അത് സധൈര്യം സഹിച്ചു.
അവളുടെ പിതാക്കന്മാരുടെ ഭാഷയിൽ 21
അവരിൽ ഓരോരുത്തരെയും അവൾ
പ്രോത്സാഹിപ്പിച്ചു. ഉദാത്തചൈതന്യത്താ
ൽ നിറഞ്ഞവളായി അവൾ തന്റെ സ്ത്രൈ
ണയുക്തിയെ പുരുഷോചിതമായ ധീര
തകൊണ്ട് ജ്വലിപ്പിച്ചു. മക്കളോട് അവൾ 22
പറഞ്ഞു: നിങ്ങൾ എന്റെ ഉദരത്തിൽ
എങ്ങനെ ഉരുവായി എന്ന് എനിക്ക് അറി
ഞ്ഞുകൂടാ. നിങ്ങൾക്ക് ജീവനും ജീവശ്വാസ
വും നല്കിയത് ഞാനല്ല. നിങ്ങൾ ഓരോരു
ത്തനിലെയും അവയവങ്ങൾ ക്രമീകരിച്ച
തും ഞാനല്ല. ആയതിനാൽ മനുഷ്യന്റെ 23
ആരംഭത്തെ രൂപപ്പെടുത്തിയവനും സർവ്വ
വസ്തുക്കളുടെയും ഉദ്ഭവത്തെ നിർണ്ണയിച്ചവ
നുമായ ലോകസ്രഷ്ടാവ് അവന്റെ കാരുണ്യ
ത്താൽ നിങ്ങൾക്ക് ജീവനും ജീവശ്വാസവും
വീണ്ടും തരും. നിങ്ങൾ അവന്റെ ന്യയപ്രമാ
ണത്തിനു വേണ്ടിയാണല്ലോ നിങ്ങളെത്ത
ന്നെ വിസ്മരിക്കുന്നത്.
താൻ അവജ്ഞാപാത്രമാകുന്നതായി 24
അന്ത്യോക്കസിന് തോന്നി. അവളുടെ
സ്വരത്തിൽനിന്ന് അവന് ഈ ആശങ്ക
ഉണ്ടായി. ഏറ്റവും ഇളയ സഹോദരൻ
ജീവനോടെ ശേഷിച്ചിരുന്നു. അന്ത്യോക്ക
സ് അവനെ ഉപദേശിക്കുക മാത്രമല്ല, സ്വ
പിതാക്കന്മാരുടെ മാർഗ്ഗങ്ങളിൽനിന്ന് പി
ന്തിരിഞ്ഞാൽ അവനെ സമ്പന്നനും സമാ
ദരണീയനുമാക്കാമെന്നും അവനെ തന്റെ
സ്നേഹിതനാക്കാമെന്നും പൊതുകാര്യ
ങ്ങളിൽ അധികാരപ്പെടുത്താമെന്നും പ്ര

25 തിജ്ഞാപൂർവ്വം വാഗ്ദാനം ചെയ്തു. ആ ചെ
റുപ്പക്കാരനാകട്ടെ രാജാവിനെ ശ്രദ്ധിച്ച
തുപോലുമില്ല. അതുകൊണ്ട് രാജാവ് ആ
അമ്മയെ അടുത്തുവിളിച്ച് സ്വയം രക്ഷപെ
ടാൻ അയാളെ ഉപദേശിക്കുന്നതിന് ആവ
26 ശ്യപ്പെട്ടു. രാജപക്ഷത്തുനിന്ന് നിർബ്ബന്ധമു
ണ്ടായപ്പോൾ അവൾ പുത്രനെ പ്രേരിപ്പി
27 ക്കാമെന്ന് സമ്മതിച്ചു. എന്നാൽ, ക്രൂരനായ
ആ സ്വേച്ഛാധിപതിയെ പരിഹസിച്ചുകൊ
ണ്ട് ആ സ്ത്രീ പുത്രന്റെ അടുക്കലേക്ക് ചേ
ർന്നുനിന്നുകൊണ്ട് അവരുടെ ഭാഷയിൽ
പറഞ്ഞു: മകനേ, എന്നിൽ ദയ കാണി
ക്കുക. ഞാൻ നിന്നെ ഒമ്പതു മാസം ഉദ
രത്തിൽ വഹിച്ചു. മൂന്നു സംവത്സരക്കാലം
നിന്നെ മുലയൂട്ടി വളർത്തി. നിന്നെ പോറ്റി
വളർത്തി. ഈ ജീവിതാവസ്ഥവരെ എത്തി
28 ച്ചു. നിന്നിൽ ഞാൻ ശ്രദ്ധവച്ചു. എന്റെ
കുഞ്ഞേ, ഞാൻ നിന്നോട് യാചിക്കുന്നു.
നീ ആകാശത്തെയും ഭൂമിയെയും അവയി
ലുള്ള സർവ്വത്തെയും നോക്കിക്കാണുക.
ഉണ്ടായിരുന്നവയിൽ നിന്നല്ല ദൈവം
അവയൊക്കെ സൃഷ്ടിച്ചത് എന്ന് നീ മന
29 സ്സിലാക്കുക. അപ്രകാരം തന്നെയാണ്
മനുഷ്യരാശിയും ഉദ്ഭവിച്ചത്. ഈ കൊ
ലയാളിയെ ഭയപ്പെടേണ്ട. സഹോദരന്മാ
ർക്കു തുല്യനാണെന്ന് നീ തെളിയിക്കുക.
മരണത്തെ സ്വീകരിക്കുക. അങ്ങനെ ദൈ
വകൃപയാൽ നിന്റെ സഹോദരന്മാർക്കൊ
പ്പം നിന്നെയും എനിക്ക് തിരിച്ചുകിട്ടട്ടെ.
30 അവൾ സംസാരിച്ചുകൊണ്ടിരിക്കെ ആ
യുവാവ് പറഞ്ഞു: നിങ്ങൾ എന്തിനു കാ
ത്തിരിക്കുന്നു? ഞാൻ രാജകല്പന അനു
സരിക്കുകയില്ല. മോശെയിലൂടെ ഞങ്ങളു
ടെ പിതാക്കന്മാർക്ക് നല്കപ്പെട്ട ന്യായപ്ര
മാണത്തിന്റെ കല്പനയാണ് ഞാൻ അനു
31 സരിക്കുക. എന്നാൽ എബ്രായർക്കെതി
രെ സർവ്വദുഷ്ടതകളും പ്രവർത്തിച്ച നീ
ദൈവകരങ്ങളിൽനിന്ന് രക്ഷപെടുകയി
32 ല്ല, നിശ്ചയം. ഞങ്ങളുടെതന്നെ പാപങ്ങ
ൾ മൂലമാണ് ഞങ്ങൾ പീഡ അനുഭവിക്കു
33 ന്നത്. ഞങ്ങളെ ശാസിക്കുവാനും സുശി
ക്ഷിതരാക്കുവാനും ഞങ്ങളുടെ ജീവനുള്ള
ദൈവം അല്പനേരത്തേക്ക് കോപിച്ചിരിക്കു
ന്നുവെങ്കിലും തന്റെ ദാസരായ ഞങ്ങളോട്
അവൻ വീണ്ടും രമ്യപ്പെടും. എന്നാൽ അശു 34
ദ്ധനായ നീചാ, എല്ലാ മനുഷ്യരിലും നികൃ
ഷ്ടനായവനേ, സ്വർഗ്ഗത്തിന്റെ മക്കൾക്കെ
തിരെ കൈ ഉയർത്തുമ്പോൾ വ്യർത്ഥമോ
ഹങ്ങളാൽ സ്വയം ഞെളിയരുത്, നിശ്ചയ
മില്ലാത്ത പ്രതീക്ഷകളിൽ അഹങ്കരിക്കുക
യുമരുത്. സർവ്വശക്തനും എല്ലാം കാണു 35
ന്നവനുമായ ദൈവത്തിന്റെ ന്യായവിധി
യിൽനിന്ന് നീ ഇനിയും രക്ഷപെട്ടിട്ടില്ല.
കാരണം, ഞങ്ങളുടെ സഹോദരന്മാർ ഹ്ര 36
സ്വമായ സഹനത്തിനുശേഷം, ദൈവത്തി
ന്റെ വാഗ്ദത്തപ്രകാരം നിത്യം നിറഞ്ഞു പ്ര
വഹിക്കുന്ന ജീവൻ പാനം ചെയ്തിരിക്കുന്നു.
എന്നാൽ, നീ ദൈവത്തിന്റെ ന്യായവിധി
യാൽ നിന്റെ അഹങ്കാരത്തിനു തക്ക ശിക്ഷ
സ്വീകരിക്കും. ഞാൻ എന്റെ സഹോദരന്മാ 37
രെപ്പോലെ ഞങ്ങളുടെ പിതാക്കന്മാരുടെ
നിയമങ്ങളെപ്രതി ശരീരവും ജീവനും വെടി
യുന്നു. ഞങ്ങളുടെ ജനത്തോട് അതിവേഗം
കാരുണ്യം കാട്ടണമെന്നും അവൻ മാത്രമാ
ണ് ദൈവം എന്ന് പീഡകളാലും ബാധക
ളാലും നിന്നെക്കൊണ്ട് ഏറ്റുപറയിക്കണ
മെന്നും ഞാൻ പ്രാർത്ഥിക്കുന്നു. ഞങ്ങളു 38
ടെ ജനം മുഴുവന്റെയും മേൽ ന്യായമായി
നിപതിച്ചിട്ടുള്ള സർവ്വശക്തന്റെ ശിക്ഷ
യ്ക്ക് ഞാനും എന്റെ സഹോദരന്മാരുംവഴി
അന്ത്യം ഉണ്ടാകട്ടെ.
അവന്റെ പരിഹാസവാക്കുകളാൽ കോ 39
പക്കലി പൂണ്ട രാജാവ് മറ്റുള്ളവരെക്കാൾ
ക്രൂരമായി അവനെ പീഡിപ്പിച്ചു. തന്റെ 40
സർവ്വപ്രത്യാശയും ദൈവത്തിൽ അർപ്പി
ച്ച് കളങ്കസ്പർശമേല്ക്കാതെ അവൻ മരിച്ചു.
അവസാനം തന്റെ പുത്രന്മാരെ പിന്തുട 41
ർന്ന് ആ അമ്മയും മരിച്ചു. യാഗവസ്തുക്കൾ 42
ഭക്ഷിക്കുന്നതിനെക്കുറിച്ചും കഠിനമർദ്ദനങ്ങ
ളെക്കുറിച്ചും ഇത്രയും മതി.

8

യൂദാ മക്കാബിയും, അവനോടു കൂടിയു
ണ്ടായിരുന്നവരും ഗ്രാമങ്ങളിൽ ഒളിച്ചു
കടന്ന് ചാർച്ചക്കാരെ വിളിച്ചുകൂട്ടി; യെഹൂ
ദവിശ്വാസത്തിൽ തുടർന്നിരുന്ന ആറായി
രത്തോളം പേരെ അവർ സംഘടിപ്പിച്ചു.
2 എല്ലാവരാലും പീഡിപ്പിക്കപ്പെടുന്ന ജന
ത്തെ കടാക്ഷിക്കണമേയെന്നും ദുഷ്ടന്മാർ
അശുദ്ധമാക്കിയ ദൈവാലയത്തോട് കരു
ണയുണ്ടാകണമേയെന്നും അവർ ദൈവ
3 ത്തോടു പ്രാർത്ഥിച്ചു. നശിപ്പിക്കപ്പെട്ട്
തറപറ്റിക്കൊണ്ടിരിക്കുന്ന പട്ടണത്തിന്മേ
ൽ കരുണയുണ്ടാകണമെന്നും രക്തത്തി
ന്റെ നിലവിളി കേൾക്കണമെന്നും നിഷ്ക
ളങ്കരായ ശിശുക്കളുടെ അന്യായമായ
4 സംഹാരവും അവന്റെ തിരുനാമത്തിനെ
തിരെ പറയപ്പെടുന്ന ദൈവദൂഷണങ്ങളും
ഓർക്കണമെന്നും തിന്മയോടുള്ള അവന്റെ
കോപം വെളിവാക്കണമെന്നും അവർ പ്രാ
ർത്ഥിച്ചു.
5 മക്കാബി സൈന്യം സംഘടിപ്പിച്ചപ്പോ
ൾത്തന്നെ വിജാതീയർക്ക് അവനെ ചെറു
6 ത്തുനില്ക്കാൻ കഴിഞ്ഞില്ല. കാരണം, ദൈവ
ക്രോധം മാറി അവർക്ക് കാരുണ ലഭിച്ചു.
മുന്നറിയിപ്പില്ലാതെ വന്ന് അവൻ നഗര
7 ങ്ങൾക്കും ഗ്രാമങ്ങൾക്കും തീ വച്ചു. തന്ത്ര
പ്രധാനമായ സ്ഥാനങ്ങൾ കൈയടക്കി;
ധാരാളം ശത്രുക്കളെ തുരത്തി. ഇത്തരം
ആക്രമണങ്ങൾക്ക് രാത്രികാലങ്ങൾ
കൂടുതൽ ഫലപ്രദമായി അവൻ കണ്ടു.
അവന്റെ ധീരോദാത്തതയെക്കുറിച്ചുള്ള വൃ
ത്താന്തങ്ങൾ എല്ലായിടവും വ്യാപിച്ചു.
8 ഈ മനുഷ്യൻ ക്രമേണ പ്രാബല്യം നേ
ടുകയാണെന്നും തുടർച്ചയായി കൂടുതൽ വി
ജയങ്ങളാൽ മുന്നേറുന്നുവെന്നും കണ്ട് ഫി
ലിപ്പോസ് സഹായത്തിനായി കൊയ്ലെ
സിറിയയുടെയും ഫിനിഷ്യയുടെയും ദേശാ
9 ധികാരിയായ ടോളമിക്ക് എഴുതി. ടോളമി
യാകട്ടെ രാജാവിന്റെ ഒരു പ്രധാന സ്നേഹി
തനും പത്രോക്ലൂസിന്റെ പുത്രനുമായ നിക്കാ
നോറിനെ ഉടനെ അങ്ങോട്ട് നിയോഗിച്ചു.
എല്ലാ ജാതികളിൽനിന്നുമുള്ള ഇരുപതി
നായിരത്തിൽ കുറയാത്ത വിജാതീയരുടെ
നായകനായി അവനെ അയച്ചു. യെഹൂദാ
വംശത്തെ മുഴുവൻ തുടച്ചുമാറ്റാനായിരുന്നു
നിർദ്ദേശം. ഗോർജിയാസ് എന്ന പരിചയ
സമ്പന്നനായ പട്ടാളത്തലവനെ അവനോ
ടൊപ്പം അയച്ചു. തടവുകാരായി പിടിക്കപ്പെ 10
ട്ട യെഹൂദരെ അടിമകളാക്കി വിറ്റ് റോമാ
ക്കാർക്ക് രാജാവ് നൽകേണ്ടിയിരുന്ന കപ്പ
മായ രണ്ടായിരം താലന്ത് സമാഹരിക്കാൻ
നിക്കാനോർ നിശ്ചയിച്ചു. ഒരു താലന്തിന് 11
തൊണ്ണൂറ് അടിമകളെ കൈമാറണം എന്ന്
വാഗ്ദാനം ചെയ്ത് അവൻ സമുദ്രതീര നഗ
രങ്ങളിലേക്ക് ഉടനടി ആളുകളെ അയച്ച്
നഗരവാസികളെ ക്ഷണിച്ചു. തന്നെ പിടികൂ
ടുവാൻ ആരംഭിക്കുന്ന സർവ്വശക്തന്റെ ന്യാ
യവിധിയെ അവൻ പരിഗണിച്ചതേയില്ല.
നിക്കാനോറിന്റെ ആക്രമണത്തെപ്പ 12
റ്റി യൂദായ്ക്ക് അറിവുകിട്ടി. സൈന്യത്തിന്റെ
ആഗമനത്തെക്കുറിച്ച് അദ്ദേഹം കൂട്ടുകാ
രോട് സംസാരിച്ചു. അപ്പോൾ ഭീരുക്കളും 13
ദൈവനീതിയിൽ സംശയാലുക്കളുമായവ
ർ ഓടിപ്പോയി. മറ്റുള്ളവർ തങ്ങൾക്കു ശേ 14
ഷിച്ചിരുന്ന വസ്തുവകകൾ വിറ്റു. കണ്ടുമുട്ടുംമു
മ്പുതന്നെ തങ്ങളെ വിറ്റുകളഞ്ഞ ദുഷ്ടനായ
നിക്കാനോറിൽനിന്ന് തങ്ങളെ രക്ഷിക്ക
ണമെന്ന് അവർ ദൈവത്തോട് അപേ
ക്ഷിക്കുകയും ചെയ്തു. തങ്ങൾക്കുവേണ്ടിയ 15
ല്ലെങ്കിൽപോലും തങ്ങളുടെ പൂർവ്വികരുമാ
യി ഉണ്ടാക്കിയ ഉടമ്പടിയെ പ്രതിയും പരി
ശുദ്ധവും മഹനീയവുമായ അവന്റെ നാമ
ത്തിൽ തങ്ങളെ വിളിച്ചതിനെ പ്രതിയും
തങ്ങളെ രക്ഷിക്കാൻ അവർ യാചിച്ചു.
മക്കാബി തന്റെ അനുചരരെ വിളിച്ചുചേ 16
ർത്തു. അവർ ആറായിരം പേരുണ്ടായിരു
ന്നു. അവർ ശത്രുവിനെ കണ്ട്, തങ്ങൾക്കെ
തിരെ ക്രൂരതയോടെ വരുന്ന വിജാതീയരു
ടെ സംഖ്യാബാഹുല്യം കണ്ട്, ഭയപ്പെടരു
തെന്നും ധീരമായി യുദ്ധം ചെയ്യണമെന്നും
അവൻ ഉപദേശിച്ചു. വിശുദ്ധസ്ഥലത്തി 17
നെതിരെ വിജാതീയർ നടത്തിയ അന്യാ
യമായ കടന്നാക്രമണവും നിന്ദിക്കപ്പെട്ട
പട്ടണത്തിന്റെ ദുരന്തവും അവരുടെ പര
മ്പരാഗത ജീവിതരീതിയുടെ തകർച്ചയും

അവരുടെ കണ്ണുകൾക്കുനേരെ ഉണ്ടായിരി
18 ക്കണമെന്ന് അവൻ ഓർമ്മിപ്പിച്ചു. അവൻ
ഇങ്ങനെ പറഞ്ഞു: 'അവർ ആയുധങ്ങളി
ലും സാഹസികകൃത്യങ്ങളിലും ആശ്രയി
ച്ചിരിക്കുന്നു; നാമാകട്ടെ സർവ്വശക്തനായ
ദൈവത്തിൽ വിശ്വസിക്കുന്നു. അവൻ ഒന്നു
തലയാട്ടിയാൽ മതി, നമുക്കെതിരെ വരു
ന്നവരും ലോകം മുഴുവനും തന്നെ തകർന്നു
പോകും.'

19 മാത്രവുമല്ല പൂർവ്വപിതാക്കന്മാർക്ക് സ
ഹായം ലഭിച്ച സന്ദർഭങ്ങൾ അവൻ അനു
സ്മരിച്ചു. സെന്നാകെരീബിന്റെ കാലത്ത്
ഒരു ലക്ഷത്തി എൺപത്തയ്യായിരം പേർ
വധിക്കപ്പെട്ടു. ബാബേലിൽവച്ച് ഗലാത്യ
രുമായി നടന്ന യുദ്ധത്തിൽ നാലായിരം
മക്കദോന്യരുമൊത്ത് ആകെ എണ്ണായിരം
20 പേർ പോരാടിയപ്പോൾ, മക്കദോന്യക്കാർ
വിഷമിച്ച അവസരത്തിൽ സ്വർഗ്ഗത്തിൽനി
ന്ന് ലഭ്യമായ സഹായത്തോടെ ഒരു ലക്ഷ
ത്തി ഇരുപതിനായിരം ഗലാത്യരെ എണ്ണാ
യിരം പേർ നശിപ്പിച്ചു; വളരെ കൊള്ളവസ്തു
ക്കൾ നേടിയെടുക്കുകയും ചെയ്തു.

21 ഈ വാക്കുകൾകൊണ്ട് അവൻ ജന
ത്തെ ധൈര്യപ്പെടുത്തി. തങ്ങളുടെ നിയമ
ങ്ങൾക്കും തങ്ങളുടെ രാജ്യത്തിനുംവേണ്ടി
22 മരിക്കാൻ അവരെ സജ്ജരാക്കി. അന
ന്തരം സൈന്യത്തെ നാലു ഭാഗമായി
തിരിച്ചു. ഓരോ ഭാഗത്തെ നയിക്കാൻ
തന്റെ സഹോദരനായ ശിമെയോൻ,
യോസേഫ്, യോനാഥാൻ എന്നിവരെ നി
യമിച്ചു. ഓരോ വ്യൂഹത്തിലും ആയിരത്തി
23 അഞ്ഞൂറു പേർ ഉണ്ടായിരുന്നു. അതിനു
പുറമേ വിശുദ്ധഗ്രന്ഥം ഉറക്കെ വായിക്കു
വാൻ ഏലിയാസാറെയും നിയോഗിച്ചു.
`ദൈവത്തിന്റെ സഹായം' എന്ന അടയാ
ളവാക്യവും നിർദ്ദേശിച്ചു. അനന്തരം ഒന്നാ
മത്തെ സൈന്യവ്യൂഹത്തെ നയിച്ചുകൊ
ണ്ടു അവൻ നിക്കാനോറുമായി യുദ്ധത്തി
ൽ ഏർപ്പെട്ടു.

24 സർവ്വശക്തന്റെ സന്നാഹത്തോടെ
അവർ ശത്രുക്കളിൽ ഒമ്പതിനായിരത്തില
ധികം പേരെ കൊല്ലുകയും നിക്കാനോറി
ന്റെ സേനയിൽ മിക്കവരെയും മുറിവേല്പിച്ച്
അസ്തവീര്യരാക്കി തുരത്തിപ്പായിക്കുകയും
ചെയ്തു. തങ്ങളെ അടിമകളായി വാങ്ങാൻ 25
വന്നിരുന്നവരുടെ ധനം അവർ പിടിച്ചെ
ടുത്തു. ശത്രുക്കളെ കുറെ ദൂരം പിന്തുടർന്ന്
ഓടിച്ചിട്ട് സമയം വൈകിപ്പോയതിനാൽ
അവർക്ക് മടങ്ങിപ്പോരേണ്ടിവന്നു. അത് 26
ശബ്ബത്തിന്റെ തലേന്നാൾ ആയിരുന്നതി
നാൽ അവർ പിന്തുടരൽ തുടർന്നില്ല.
ശത്രുവിന്റെ ആയുധങ്ങൾ ശേഖരിക്കുക 27
യും അവരെ കൊള്ളയടിക്കുകയും ചെ
യ്തിട്ട് അവർ ശബ്ബത്ത് ആചരിച്ചു. ആ ദിവ
സത്തിനായി തങ്ങളെ കാത്തുസംരക്ഷി
ക്കുകയും കാരുണ്യത്തിന്റെ ആരംഭമായി
അതിനെ നിശ്ചയിക്കുകയും ചെയ്ത ദൈവ
ത്തിന് അവർ നന്ദിസ്തോത്രങ്ങൾ അർപ്പി
ച്ചു. ശബ്ബത്തിനു ശേഷം കൊള്ളവസ്തുക്കളി 28
ൽ കുറേ ഭാഗം പീഡിതർക്കും വിധവക
ൾക്കും അനാഥർക്കും നല്കി. ശേഷിച്ചവ 29
തങ്ങൾക്കും സന്താനങ്ങൾക്കുമായി പങ്കു
വച്ചു. ഇതു ചെയ്തതിനു ശേഷം അവർ ഒരു
മിച്ചു പ്രാർത്ഥിച്ചു. തന്റെ ദാസരോട് പൂർണ്ണ
മായും നിരപ്പാകണമെന്ന് കരുണാപൂർണ്ണ
നായ ദൈവത്തോട് അവർ അപേക്ഷിച്ചു.

തീമോത്തിയൊസിന്റെയും ബെക്കിദേ 30
സിന്റെയും സേനകളോടുള്ള ഏറ്റുമുട്ടലിൽ
ഇരുപതിനായിരത്തിലധികം പേരെ വധി
ക്കുവാൻ അവർക്കു കഴിഞ്ഞു. വളരെ ഉന്ന
തമായ ചില ദുർഗ്ഗങ്ങളും അവർക്കു കരഗ
തമായി. കൊള്ളമുതൽ അവർ പങ്കിട്ടു; പീ
ഡിതർക്കും അനാഥർക്കും വിധവകൾക്കും
വൃദ്ധന്മാർക്കും തങ്ങൾക്കു ലഭിച്ചതിൽനിന്ന്
തുല്യമായ ഓഹരികൾ അവർ നല്കി. ശത്രു 31
വിന്റെ ആയുധങ്ങൾ ശേഖരിച്ച് വളരെ ശ്ര
ദ്ധാപൂർവ്വം തന്ത്രപ്രധാനമായ സ്ഥാനങ്ങ
ളിൽ സൂക്ഷിച്ചു. പിടിച്ചെടുത്ത സ്വത്തിൽ 32
ശേഷിച്ചവ യെരുശലേമിലേക്ക് കൊണ്ടു
പോയി. തീമോത്തിയോസിന്റെ സേനാ
ധിപനെ അവർ വധിച്ചു. യെഹൂദരെ കഠി
നമായി ഉപദ്രവിച്ച ഒരു ദുഷ്ടനായിരുന്നു
അവൻ. തങ്ങളുടെ പിതാക്കന്മാരുടെ നഗ 33
രത്തിൽ വിജയം ആഘോഷിക്കുന്നതിനി

ടയിൽ അവർ കലിസ്തേനസിനെയും
വേറെ ചിലരെയും ചുട്ടെരിച്ചു. വിശുദ്ധവാ
തിലുകൾക്ക് തീ വച്ച അവർ ഒരു ചെറിയ
വീട്ടിൽ ഓടിക്കയറി ഒളിച്ചിരിക്കുകയായിരു
ന്നു. അങ്ങനെ ആ ദുഷ്ടർ തങ്ങളുടെ അധ
ർമ്മത്തിനു തക്ക കൂലി പ്രാപിച്ചു.
34 യെഹൂദരെ വിലയ്ക്കു വാങ്ങാൻ ആയിരം
കച്ചവടക്കാരെ കൊണ്ടുവന്ന ഏറ്റവും ശപി
35 ക്കപ്പെട്ട നിക്കാനോർ, താൻ അത്യന്തം
നിസ്സാരരെന്ന് കരുതിയിരുന്ന പ്രതിയോ
ഗികളാൽ ദൈവത്തിന്റെ സഹായത്തോ
ടെ തോല്പിക്കപ്പെട്ടു. അവൻ പകിട്ടേറിയ
വസ്ത്രം ഉരിഞ്ഞ് ഓടിപ്പോയ അടിമയെപ്പോ
ലെ ഏകനായി അന്ത്യോക്യയിൽ എത്തി.
സ്വന്തം സൈന്യത്തെ ഇല്ലായ്മചെയ്യുന്ന
36 തിൽ മാത്രം അവൻ വിജയിച്ചു! അങ്ങനെ
യെരുശലേമിലെ ജനങ്ങളെ ബന്ദികളാ
ക്കി റോമാക്കാർക്കുള്ള കപ്പം ശേഖരിക്കാ
മെന്ന് വാഗ്ദത്തം ചെയ്തിരുന്നവർ, യെഹൂദ
ർക്ക് ഒരു രക്ഷകൻ ഉണ്ടെന്ന് പ്രഖ്യാപിക്കു
കയാണു ചെയ്തത്. ആ രക്ഷകൻ അനുശാ
സിച്ച നിയമങ്ങൾ പിന്തുടരുന്നവരാകയാ
ൽ യെഹൂദർ അജയ്യരാണെന്നും അദ്ദേഹം
പ്രഖ്യാപിച്ചു.

9

അക്കാലത്തുതന്നെ അന്ത്യോക്കസ്
പാർസി പ്രദേശത്തുനിന്ന് ആകെ കു
2 ഴപ്പത്തിലായി പിൻവാങ്ങി. പെർസെപ്പോ
ലീസ് എന്ന പട്ടണത്തിൽ കടന്ന് ക്ഷേത്ര
ങ്ങൾ കൊള്ളയടിക്കുവാനും പട്ടണം നിയ
ന്ത്രണത്തിലാക്കുവാനും അവൻ ശ്രമിച്ചു.
തന്മൂലം ജനങ്ങൾ ആയുധസജ്ജരായി പ്ര
തിരോധത്തിനായി ഒത്തുകൂടി. അന്തിയോ
ക്കസും സൈന്യവും തോറ്റു. തദ്ദേശവാസി
കൾ അന്തിയോക്കസിനെ തുരത്തി. അപ
3 മാനിതനായി അവൻ പിന്മാറി. എക്ബ
ത്താനയിൽ എത്തിയപ്പോൾ നിക്കാനോ
റിനും തിമോത്തിയോസിന്റെ സേനയ്ക്കും
4 സംഭവിച്ചത് അവൻ അറിഞ്ഞു. ഉഗ്രകോ
പംകൊണ്ട് മതിമറന്ന അദ്ദേഹം തന്നെ
തുരത്തിയവരുടെ ഉപദ്രവത്തിന് യെഹൂ
ദരോട് പകരം വീട്ടാൻ നിശ്ചയിച്ചു. താൻ
യാത്ര പൂർത്തിയാക്കുംവരെ രഥം നിർത്താ
തെ ഓടിക്കുവാൻ അവൻ തേരാളിയോട്
ആജ്ഞാപിച്ചു. എന്നാൽ സ്വർഗ്ഗത്തിന്റെ
ന്യായവിധി അവനോടൊപ്പം സഞ്ചരിച്ചി
രുന്നു. കാരണം, അവിടെ എത്തുമ്പോൾ
ഞാൻ യെരുശലേമിനെ യെഹൂദന്മാരു
ടെ ശ്മശാനമാക്കുമെന്ന് അവൻ ധിക്കാര
പൂർവ്വം പറഞ്ഞു.
എന്നാൽ യിസ്രായേലിന്റെ ദൈവം, 5
എല്ലാം കാണുന്നവനായ കർത്താവ്,
അവന് മാരകവും അദൃശ്യവുമായ ഒരു
ആഘാതം നല്കി. സംസാരിച്ചുകഴിഞ്ഞ
ഉടനെ അവനെ ഒരു ഉദരവേദന ബാധിച്ചു.
അതിന് ശമനം വന്നില്ല. അകത്ത് വലിയ 6
വേദന അതു സൃഷ്ടിച്ചു. അന്ന് അവന് സം
ഭവിച്ചത് ന്യായയുക്തമായിരുന്നു. അനേക
രുടെ ഉദരങ്ങളെ അവൻ അന്യായമായി
പീഡിപ്പിച്ചിരുന്നു. എന്നിട്ടും ഒരുതരത്തി 7
ലും അവൻ അഹങ്കാരം മതിയാക്കിയില്ല.
മറിച്ച്, പൂർവ്വാധികം ധിക്കാരം അവനിൽ
നിറഞ്ഞു. യെഹൂദർക്കെതിരെയുള്ള രോഷം
അവനിൽനിന്ന് അഗ്നിയായി പുറത്തു വന്നു
കൊണ്ടിരുന്നു. യാത്ര ത്വരിതപ്പെടുത്തുവാൻ
അവൻ ആജ്ഞാപിച്ചു. രഥം പാഞ്ഞു പൊ
യ്ക്കൊണ്ടിരിക്കേ അവൻ രഥത്തിൽനിന്ന്
വീണുപോയി. ശരീരത്തിലെ ഓരോ അവ
യവവും വേദനിക്കുമാറ് ആ വീഴ്ച കഠിനമാ
യിരുന്നു. അങ്ങനെ തന്റെ അതിമാനുഷ 8
മായ അഹങ്കാരത്താൽ കടൽത്തിരമാല
കളെ ശാസിച്ചടക്കാമെന്ന് അതുവരെയും
വിചാരിച്ചു പോന്നവനും ഉന്നതപർവ്വതങ്ങ
ളെ ത്രാസിൽ തൂക്കിനോക്കാൻ കഴിയുമെ
ന്ന് സങ്കല്പിച്ചവനുമായ അവൻ ഭൂമിയിൽ
വീണ് മഞ്ചലിൽ വഹിക്കപ്പെട്ടു. ദൈവ
ശക്തി എല്ലാവർക്കും പ്രകടമായി. അധ 9
ർമ്മിയായ ആ മനുഷ്യന്റെ ശരീരത്തിൽ
കൃമികൾ നിറഞ്ഞു. അയാൾ കഠിനവേദന
യും വ്യഥയും അനുഭവിച്ച് ജീവിച്ചുകൊണ്ടി
രിക്കേ അയാളുടെ മാംസം അഴുകി. അവ
നിൽനിന്നുള്ള ദുർഗ്ഗന്ധം മൂലം സൈന്യം
മുഴുവൻ അകന്നു മാറി. അല്പം മുമ്പുവരെ 10
ആകാശത്തിലെ നക്ഷത്രങ്ങളെ സ്പർശി

ക്കാമെന്ന് കരുതിയ അവനെ അസഹ്യ
ദുർഗ്ഗന്ധം നിമിത്തം ആർക്കും കൊണ്ടുന
11 ടക്കാൻ കഴിയാതെയായി. അങ്ങനെയാ
ണ് മനസ്സു തകർന്ന് അവന്റെ അഹന്ത കു
റെയെല്ലാം നശിച്ചത്. ദൈവത്തിന്റെ പ്ര
ഹരത്താൽ അവന് ബോധമുദിച്ചു. ഓരോ
നിമിഷവും അവൻ വേദനകൊണ്ട് പുളയുക
12 യായിരുന്നു. സ്വന്തം ദുർഗ്ഗന്ധം അസഹ്യമാ
യി സ്വയം തോന്നിയപ്പോൾ അവൻ ഇപ്ര
കാരം പറഞ്ഞു: ദൈവത്തിന് കീഴ്പ്പെടുന്നത്
ഉത്തമം. ഒരു മനുഷ്യനും താൻ ദൈവതുല്യ
നാണെന്ന് കരുതിക്കൂടാ.
13 പിന്നീട് മ്ലേച്ഛനായ അവൻ തന്നോട്
അതുവരെയും കാരുണ്യം കാട്ടാതിരു
ന്ന ദൈവത്തോട് ഒരു വാഗ്ദാനം ചെയ്തു:
14 അതായത് താൻ തറപറ്റിക്കുവാനും ശ്മശാ
നമാക്കുവാനും വ്യഗ്രത കാണിച്ച വിശുദ്ധ
നഗരത്തെ സ്വതന്ത്രമെന്ന് പ്രഖ്യാപിക്കു
15 ന്നു. കൂടാതെ, ശവസംസ്കാരത്തിനുപോ
ലും അനർഹരെന്നു കരുതി മൃഗങ്ങൾക്കാ
യി സകുടുംബം എറിഞ്ഞുകൊടുക്കുവാനും
പക്ഷികൾക്ക് ഭക്ഷണമാക്കുവാനും താൻ
തുനിഞ്ഞ യെഹൂദരെ, അവർ എല്ലാവരെ
യും, അഥേനയിലെ പൗരന്മാർക്കു തുല്യരാ
16 ക്കും. നേരത്തേ താൻ കവർച്ചചെയ്ത വിശു
ദ്ധസ്ഥലം അത്യുത്തമവസ്തുക്കൾ കൊണ്ട്
അലങ്കരിക്കും. അവിടത്തെ വിശുദ്ധപാത്ര
ങ്ങൾ അനേകമടങ്ങായി മടക്കിക്കൊടു
ക്കും; എന്റെ രാജ്യത്തിന്റെ വരുമാനത്തി
ൽനിന്ന് യാഗങ്ങൾക്കു വേണ്ട ചെലവുക
17 ൾ നൽകും. ഇവയെല്ലാം പുറമേ, താൻ
ഒരു യെഹൂദനാകുമെന്നും ജനവാസമുള്ളി
ടത്തെല്ലാം സന്ദർശിച്ച് ദൈവശക്തിയെ
സാക്ഷിക്കുമെന്നും അവൻ പ്രതിജ്ഞചെ
18 യ്തു. എന്നിട്ടും അവന്റെ പീഡകൾക്കൊ
ന്നിനും ശമനം വന്നില്ല. കാരണം ദൈ
വത്തിന്റെ ന്യായവിധി നീതിപൂർവ്വമായി
അവനിൽ പതിച്ചിരുന്നു. സർവ്വപ്രതീക്ഷ
യും അസ്തമിച്ച് യാചനാരൂപത്തിൽ താഴെ
ക്കാണുംവിധം ഒരു കത്ത് അവൻ യെഹൂദ
ർക്ക് എഴുതി. അതിന്റെ ഉള്ളടക്കം:
19 "ബഹുമാന്യരായ യെഹൂദപൗരന്മാർക്ക്
അവരുടെ രാജാവും സൈന്യാധിപനുമായ
അന്ത്യോക്കസ് ആരോഗ്യവും മംഗളവും
ആത്മാർത്ഥമായി ആശംസിക്കുന്നു.
നിങ്ങളും മക്കളും സുഖമായിരിക്കുന്നുവെങ്കി 20
ൽ, നിങ്ങളുടെ കാര്യങ്ങൾ ആഗ്രഹംപോ
ലെ നിവൃത്തിയാകുമെങ്കിൽ, ഞാൻ സന്തു
ഷ്ടനാണ്. സ്വർഗ്ഗത്തിൽ ഞാൻ പ്രതീക്ഷ
അർപ്പിക്കുന്നു. നിങ്ങളുടെ ആദരവും സന്മ 21
നസ്സും ഞാൻ താല്പര്യത്തോടെ ഓർക്കുന്നു.
പാർസി ദേശത്തുനിന്നുള്ള മടക്കയാത്രയി
ൽ ദുരിതപൂർണ്ണമായ ഒരു രോഗം എന്നെ
പിടികൂടി. തന്മൂലം ഏവരുടെയും ക്ഷേമ
ത്തെക്കുറിച്ച് ചിന്തിക്കണമെന്ന് എനിക്കു
തോന്നിയിരിക്കുന്നു. എന്റെ അവസ്ഥയെ 22
ക്കുറിച്ച് എനിക്കു നിരാശയില്ല. എന്റെ രോ
ഗത്തിൽനിന്ന് രക്ഷനേടാമെന്ന് എനിക്ക്
ഉത്തമ പ്രതീക്ഷയുണ്ട്. എങ്കിലും, എന്റെ 23
പിതാവ് താൻ ഉത്തരപ്രദേശത്ത് ആക്രമ
ണത്തിന് പോയ അവസരങ്ങളിൽ തന്റെ
പിൻഗാമിയെ നിയോഗിച്ചിരുന്നതായി
ഞാൻ ഓർക്കുന്നു. തന്മൂലം, അവിചാരിത 24
മായി എന്തെങ്കിലും സംഭവിച്ചാലും അസു
ഖകരമായ വാർത്ത ലഭിച്ചാലും ഭരണാതി
ർത്തിയിലുള്ള ജനങ്ങൾക്ക് ബുദ്ധിമുട്ടുണ്ടാ
കുകയില്ലായിരുന്നു. ആരിലാണ് ഭരണം
ഏല്പിക്കപ്പെട്ടിരിക്കുന്നതെന്ന് അവർക്ക്
അറിയാമായിരുന്നല്ലോ. മാത്രവുമല്ല, അ 25
തിർത്തിയിൽ എങ്ങുമുള്ള പ്രഭുക്കന്മാരും
അയൽ രാജ്യക്കാരും തക്കം പാർത്തി
രിക്കുകയാണ്. എന്താണ് സംഭവിക്കുന്ന
തെന്നു കാണാൻ അവർ കാത്തിരിക്കു
ന്നുവെന്ന് എനിക്കറിയാം. അതിനാൽ
ഞാൻ എന്റെ പുത്രൻ അന്ത്യോക്കസിനെ
രാജാവായി നിയോഗിച്ചിരിക്കുന്നു. ഞാൻ
ഉത്തരദിക്കുകളിലേക്ക് ധൃതിയിൽ പോയ
മിക്ക അവസരങ്ങളിലും അവനെ നിങ്ങളു
ടെ ചുമതലയിൽ ഏല്പിച്ചിരുന്നുവല്ലോ. നി
ങ്ങളിൽ മിക്കവരോടും അവനെപ്പറ്റി ഞാൻ
പറയുകയും ചെയ്തിട്ടുണ്ടല്ലോ. ഇവിടെ എഴു
തിയിട്ടുള്ളതെല്ലാം ഞാൻ അവനെ എഴുതി
അറിയിച്ചിരിക്കുന്നു. ആയതിനാൽ നിങ്ങ 26
ൾക്കു വേണ്ടി പൊതുവായും വ്യക്തിപര

മായും ചെയ്ത സേവനങ്ങൾ ഓർക്കണമെ
ന്നും, നിങ്ങൾ ഓരോരുത്തരും എന്നോടും
എന്റെ പുത്രനോടും കാട്ടുന്ന ഈ സന്മ
നോഭാവം തുടരണമെന്നും ഞാൻ ഉപദേ
ശിക്കുകയും അപേക്ഷിക്കുകയും ചെയ്യുന്നു.
27 അവൻ എന്റെ നയങ്ങൾ പിന്തുടർന്ന് നി
ങ്ങളോട് സൗമ്യമായി ദയാപൂർവ്വം പെരു
മാറുമെന്ന് എനിക്കുറപ്പുണ്ട്."
28 അങ്ങനെ താൻ മറ്റുള്ളവർക്കു നല്കി
യിരുന്ന തരത്തിലുള്ള അതികഠിനമായ
പീഡകൾ സഹിച്ചശേഷം, കൊലപാത
കിയും ദൈവനിന്ദകനുമായ അവൻ, അതി
ദയനീയമായ അന്ത്യം വരിച്ചു. അന്യനാട്ടി
29 ൽ മലമ്പ്രദേശത്തുവച്ച് മരിച്ചു. അവന്റെ
സദസ്യരിൽ ഒരാളായ ഫിലിപ്പോസ് മൃ
തശരീരം കൊട്ടാരത്തിലേക്ക് കൊണ്ടുവ
ന്നു. അന്ത്യോക്കസിന്റെ പുത്രനെ ഭയപ്പെ
ട്ട് അവൻ മിസ്രയീമിലെ ടോളമി ഫിലേമെ
ത്തോറിന്റെ അടുക്കൽ അഭയം തേടി.

10

മക്കാബിയും അനുയായികളും ദൈ
വാലയവും പട്ടണവും വീണ്ടെടുത്തു.
2 ദൈവമാണ് അവരെ നയിച്ചിരുന്നത്. പര
ദേശികൾ പൊതുസ്ഥലങ്ങളിൽ നിർമ്മി
ച്ചിരുന്ന യാഗപീഠങ്ങൾ അവർ നശിപ്പിച്ചു.
3 പൂജാസ്ഥലങ്ങളും അവർ തകർത്തു. വിശു
ദ്ധസ്ഥലം അവർ ശുദ്ധീകരിച്ചു; മറ്റൊരു
യാഗപീഠം പണിതു. അഗ്നിശിലയിൽനി
ന്ന് തീ ജ്വലിപ്പിച്ച്, രണ്ടു വർഷത്തെ ഇട
വേളയ്ക്കുശേഷം അവർ യാഗങ്ങൾ അർപ്പി
ച്ചു. അവർ സുഗന്ധധൂപം അർപ്പിക്കുകയും
ദീപങ്ങൾ കൊളുത്തുകയും കാഴ്ചയപ്പം ഒരു
4 ക്കിവയ്ക്കുകയും ചെയ്തു. ഇതു ചെയ്തിട്ട് അവർ
സാഷ്ടാംഗപ്രണാമം ചെയ്ത് ഇനിയും
ഇത്തരം ദൗർഭാഗ്യങ്ങളിൽ തങ്ങൾ പതി
ക്കാൻ ഇടയാകരുതെന്ന് ദൈവത്തോടു
പ്രാർത്ഥിച്ചു. ഇനിയും തങ്ങൾ എന്തെങ്കി
ലും പാപം ചെയ്താൽ കാരുണ്യപൂർവ്വമായ
ശിക്ഷ നല്കണമെന്നും ദൈവദൂഷണക്കാ
രും കിരാതരുമായ ജനതയ്ക്ക് തങ്ങളെ വി
ട്ടുകൊടുക്കരുതേയെന്നും അവർ പ്രാർത്ഥി
5 ച്ചു. വിദേശീയർ വിശുദ്ധസ്ഥലം അശുദ്ധ
മാക്കിയ അതേ ദിവസം തന്നെ, കിസ്ലേവ്
മാസം ഇരുപത്തിയഞ്ചാം തീയതി അവർ
അതിന്റെ ശുദ്ധീകരണം നടത്തി. ഏറെ മു 6
മ്പല്ലാത്ത ഭൂതകാലത്ത് കൂടാരപ്പെരുന്നാ
ളിന്റെ ദിവസങ്ങളിൽ തങ്ങൾ മലകളിലും
ഗുഹകളിലും കാട്ടുമൃഗങ്ങളെപ്പോലെ അല
ഞ്ഞുതിരിയുകയായിരുന്നു എന്ന് ഓർത്തു
കൊണ്ട് കൂടാരപ്പെരുന്നാളിന്റെ മാതൃക
യിൽ അവർ എട്ടു ദിവസത്തേക്ക് ഉല്ലാസ
ത്തോടെ അത് ആഘോഷിച്ചു. പൂവല്ലികളാ 7
ൽ അലങ്കരിക്കപ്പെട്ട വടികളും മനോഹര
മായ വൃക്ഷത്തലപ്പുകളും ഈന്തപ്പനച്ചില്ല
കളും കൈയിൽ വഹിച്ചുകൊണ്ട് അവർ
ചുറ്റിനടന്ന് തന്റെ ശുദ്ധസ്ഥലത്തിന്റെ ശു
ദ്ധീകരണം സാദ്ധ്യമാക്കിയവന് കൃതജ്ഞ
തയും സ്തോത്രവും അർപ്പിച്ചു. യഹൂദജനത 8
മുഴുവൻ പ്രതിവർഷം ഈ ദിനങ്ങൾ ആച
രിക്കണമെന്ന് അവർ പൊതുവായി തീരു
മാനിച്ചു. എപ്പിഫാനസ് എന്നു വിളിക്കപ്പെ 9
ട്ടിരുന്ന അന്ത്യോക്കസിന്റെ അന്ത്യം ഇങ്ങ
നെയായിരുന്നു.
ആ വഷളന്റെ മകൻ അന്ത്യോക്കസ് 10
എവ്പ്പാത്തോറിന്റെ കാലത്ത് ഉണ്ടാ
യവ ഇനി ഞങ്ങൾ പറയാം. പ്രധാനപ്പെ 11
ട്ട അനർത്ഥങ്ങളുടെയും യുദ്ധങ്ങളുടെയും
ഒരു ചെറിയ വിവരണം നല്കാം. രാജ്യാവ
കാശം ലഭിച്ചപ്പോൾ ഇവൻ ലിസിയാസ്
എന്ന ഒരാളെ ഭരണച്ചുമതല ഏല്പിച്ച് കൊ
യ്‌ലെ-സിറിയയുടെയും ഫിനിഷ്യയുടെയും
മുഖ്യദേശാധികാരി ആക്കി. യെഹൂദരോട് 12
ചെയ്ത അകൃത്യങ്ങൾ ഓർത്ത്, അവരുമാ
യി സമാധാനബന്ധങ്ങൾ പാലിക്കുവാൻ
ശ്രമിച്ചുകൊണ്ട് അവരോട് നീതി കാട്ടാൻ
മക്രോൻ എന്നു പേരുള്ള ടോളമി മുൻകൈ
യെടുത്തു. തന്മൂലം രാജാവിന്റെ സുഹൃത്തുക്ക 13
ൾ അവനെക്കുറിച്ച് എവ്പ്പാത്തോറിനോ
ട് പരാതിപ്പെട്ടു. ഫിലെമെത്തോർ തന്നെ
ഏല്പിച്ചിരുന്ന കുപ്രോസ് വിട്ടുപേക്ഷിച്ച
തിനാലും അന്ത്യോക്കസ് എപ്പിഫാനസി
നെ ആശ്രയിച്ചതിനാലും തന്നെ ചതിയൻ
എന്ന് നാട്ടിലെങ്ങും വിളിക്കുന്നത് അവൻ
കേട്ടു. തന്റെ പദവിക്കൊത്ത ബഹുമാനം

നേടാൻ ആകാതെ അവൻ വിഷം കഴിച്ച്
ജീവിതം അവസാനിപ്പിച്ചു.
14 ഗോർജിയാസ് അവിടെ ദേശാധികാ
രി ആയപ്പോൾ ഒരു കൂലിപ്പടയെ വച്ചുപുല
ർത്തി യെഹൂദർക്കെതിരെ നിരന്തര ആക്ര
15 മണം ചെയ്തുകൊണ്ടിരുന്നു. ഇതിനു പുറമെ
പ്രധാനദുർഗ്ഗങ്ങളുടെ നിയന്ത്രണാധികാരം
ഉണ്ടായിരുന്ന ഇദൂമിയക്കാരും യെഹൂദരെ
ഉപദ്രവിച്ചുകൊണ്ടിരുന്നു. യെരുശലേമി
ൽനിന്ന് പുറത്താക്കപ്പെടുന്നവരെ അവർ
സ്വീകരിക്കുകയും യുദ്ധം തുടർന്നുകൊണ്ടു
16 പോകുവാൻ ശ്രമിക്കുകയും ചെയ്തു. മക്കാ
ബിയൂസും അനുയായികളും തങ്ങൾക്കുവേ
ണ്ടി യുദ്ധം ചെയ്യുവാൻ ദൈവത്തോട് പര
സ്യമായി യാചന നടത്തിയിട്ട് ഇദൂമിയക്കാ
17 രുടെ ദുർഗ്ഗങ്ങൾക്കു നേരെ കുതിച്ചു. ക്രൂരത
യോടെ അവരെ ആക്രമിച്ച് ആ സ്ഥലങ്ങ
ൾ കൈവശപ്പെടുത്തി. മതിലിന്മേൽ നിന്ന്
പോരാടിയവരെ അവർ തകർത്തു; എതിരി
ട്ടവരെയൊക്കെ വധിച്ചു. ഇരുപതിനായിര
ത്തിൽ കുറയാതെ ആളുകളെ അവർ കൊ
ന്നൊടുക്കി.
18 ഉപരോധത്തെ ചെറുക്കാൻ ഒരുങ്ങി
യിരുന്ന കരുത്തേറിയ രണ്ടു ഗോപുരങ്ങ
ളിൽ, ഒമ്പതിനായിരത്തിൽ കുറയാതെ
19 ആളുകൾ അഭയം പ്രാപിച്ചു. അവരെ ഉപ
രോധിക്കാൻ പര്യാപ്തമായ ഒരു സൈന്യ
ത്തെ, ശിമോൻ യോസേഫ് എന്നിവരെയും
സക്കായിയെയും അവന്റെ സേനയെയും
അവിടെ നിറുത്തിയിട്ട് താൻ അത്യാവ
ശ്യമായി എത്തേണ്ടിയിരുന്ന സ്ഥലത്തേ
20 ക്ക് മക്കാബിയൂസ് പോയി. എന്നാൽ
ശിമോന്റെ അനുയായികളിൽ ധനമോ
ഹികളെ ഗോപുരങ്ങളിൽ ഉണ്ടായിരുന്ന
ചിലർ കൈക്കൂലി കൊടുത്ത് വശപ്പെടു
21 ത്തി. എഴുപതിനായിരം ദ്രമാ വാങ്ങിയി
ട്ട് അവരിൽ ചിലരെ രക്ഷപെടാൻ ഇവർ
അനുവദിച്ചു. സംഭവിച്ചവ അറിഞ്ഞപ്പോ
ൾ, മക്കാബി ജനപ്രധാനികളെ വിളിച്ചുകൂ
ട്ടി; തങ്ങൾക്കെതിരെ പോരാടാൻ തക്ക
വിധം ശത്രുക്കളെ സ്വതന്ത്രരാക്കി സ്വന്തം
സഹോദരരെ പണത്തിനായി വിറ്റതിനെ
ച്ചൊല്ലി ഇവരുടെ മേൽ കുറ്റം ആരോപിച്ചു.
ചതിയന്മാരായിത്തീർന്ന ഈ മനുഷ്യരെ 22
അവൻ വധിച്ചു. രണ്ടു ഗോപുരവും ഉടനടി
പിടിച്ചെടുക്കുകയും ചെയ്തു. താൻ ഏറ്റെടു 23
ത്തതിലൊക്കെ ആയുധംകൊണ്ട് വിജയം
വരിച്ച അദ്ദേഹം രണ്ടു ദുർഗ്ഗത്തിലായി ഇരു
പതിനായിരത്തിലധികം പേരെ നശിപ്പിച്ചു.
യെഹൂദർ നേരത്തെ പരാജയപ്പെടു 24
ത്തിയിരുന്ന തിമൊത്തിയൊസ് കൂലിപ്പട
യുടെ ഒരു മഹാവ്യൂഹത്തെ സംഘടിപ്പിച്ചു.
ആസ്യയിൽനിന്ന് എണ്ണത്തിൽ ചെറുതല്ലാ
ത്ത ഒരു അശ്വസേനയെ അയാൾ ശേഖ
രിച്ചു. യെഹൂദാ ആക്രമിച്ച് പിടിക്കാമെന്നു
കരുതിയാണ് അവൻ വന്നത്. അവൻ അടു 25
ത്തെത്തിയപ്പോൾ മക്കാബിയും അനുചര
രും തലയിൽ പൂഴി വിതറി ചാക്കുവസ്ത്രം
ധരിച്ച് ദൈവത്തോടു പ്രാർത്ഥിച്ചു: അവർ 26
യാഗപീഠത്തിനു മുമ്പിലുള്ള പടികളിൽ
വീണ് തങ്ങളോടു ദയയുണ്ടാകണമെന്നും
ന്യായപ്രമാണം പ്രഖ്യാപിക്കുംപോലെ
അവൻ അവരുടെ ശത്രുക്കൾക്ക് ശത്രുവാ
കണമെന്നും എതിരാളികളുടെ എതിരാ
ളിയാകണമെന്നും യാചിച്ചു. പ്രാർത്ഥന 27
കഴിഞ്ഞ് എഴുന്നേറ്റ്, അവർ ആയുധങ്ങള
ണിഞ്ഞ് പട്ടണത്തിൽനിന്ന് ഗണ്യമായ ദൂ
രത്തോളം ചെന്ന് ശത്രുവിന്റെ അടുക്കൽ
എത്തി നിലയുറപ്പിച്ചു. പ്രഭാതമായതോ 28
ടെ രണ്ടു സൈന്യവും യുദ്ധത്തിൽ ഏറ്റുമു
ട്ടി. അവരിൽ ഒരു കൂട്ടർ തങ്ങളുടെ ശക്തി
യിൽ മാത്രമല്ല, ദൈവത്തിലുള്ള വിശ്വാ
സത്തിലുമാണ് വിജയപ്രതീക്ഷ അർപ്പിച്ച
ത്. മറ്റേ സൈന്യമാകട്ടെ യുദ്ധത്തിൽ ക്രോ
ധാവേശത്തെയാണ് തങ്ങളുടെ നായക
നാക്കിയത്.
യുദ്ധം മുറുകിയപ്പോൾ സ്വർഗ്ഗത്തിൽനി 29
ന്ന് ഉജ്ജ്വലശോഭയുള്ള അഞ്ചു പേർ സ്വ
ർണ്ണക്കടിഞ്ഞാണിട്ട കുതിരകളിൽ കയറി
വന്ന് യെഹൂദരെ നയിക്കുന്നത് ശത്രുക്കൾ
കണ്ടു. അവരിൽ രണ്ടുപേർ മക്കാബിയെ 30
നടുവിൽ നിർത്തി തങ്ങളുടെ പരിചകളും
ആയുധങ്ങളുംകൊണ്ട് അവനെ സംരക്ഷി
ച്ച്, അവന് മുറിവേല്ക്കാതെ നോക്കിയിരുന്നു.

അവർ ശത്രുക്കളുടെമേൽ അസ്ത്രങ്ങളും ഇടി
മിന്നലുകളും വർഷിച്ചു. അങ്ങനെ വിറയലും
അന്ധതയും ബാധിച്ച് ശത്രുനിര തകർന്നു;
31 അറുന്നൂറ് അശ്വഭടന്മാർക്കു പുറമേ ഇരുപ
തിനായിരത്തോളം പേർ കൊല്ലപ്പെട്ടു.
32 പ്രത്യേകതരത്തിൽ കോട്ടകെട്ടിയുറപ്പി
ച്ചതും കേരയാസിന്റെ നിയന്ത്രണത്തിലു
ള്ളതുമായ ഗസാറ എന്ന സങ്കേതത്തിലേ
ക്ക് തീമോത്തിയൊസ് പലായനം ചെയ്തു.
33 അപ്പോൾ മക്കാബിയൂസിനും അനുചര
ർക്കും ആഹ്ലാദമായി. അവർ നാലു ദിവസ
34 ത്തേക്ക് ആ കോട്ട ഉപരോധിച്ചു. ഉള്ളിൽ
ഉണ്ടായിരുന്നവരാകട്ടെ ആ സ്ഥലത്തി
ന്റെ കെട്ടുറപ്പിൽ വിശ്വാസം അർപ്പിച്ച് കഠി
നമായ ദൈവദൂഷണം നടത്തുകയും നികൃ
ഷ്ടവചനങ്ങൾ വർഷിക്കുകയും ചെയ്തുകൊ
35 ണ്ടിരുന്നു. എന്നാൽ അഞ്ചാം ദിവസം പ്ര
ഭാതത്തിൽ മക്കാബിയൂസിന്റെ സൈന്യ
ത്തിൽപെട്ട ഇരുപതു യുവാക്കൾ ദൈവ
ദൂഷണം കേട്ട് ക്രോധം ജ്വലിച്ച് ധീരമായി
36 കോട്ട തകർത്തുകയറി; വന്യമായ രോഷ
ത്തോടെ കണ്ടുമുട്ടിയവരെയെല്ലാം വെട്ടിവീ
ഴ്ത്തി. മറ്റുള്ളവരും അതേ വഴിയിലൂടെ കടന്ന
വന്ന് പ്രതിരോധകരെ വലയം ചെയ്യുകയും
ഗോപുരങ്ങൾക്ക് തീ കൊടുക്കുകയും ചെയ്തു.
അവർ തീ കൊളുത്തി ദൈവനിന്ദകരെ
ജീവനോടെ ദഹിപ്പിച്ചു. മറ്റുള്ളവർ ബലം
പ്രയോഗിച്ച് കവാടങ്ങൾ തുറന്ന് സൈന്യ
ത്തിൽ ബാക്കിയുള്ളവരെ അകത്തു പ്രവേ
37 ശിപ്പിച്ച് പട്ടണം കൈവശപ്പെടുത്തി. ഒരു
ജലത്തൊട്ടിയിൽ ഒളിച്ചിരുന്ന തീമൊത്തി
യൊസിനെയും സഹോദരനായ കേര
യാസിനെയും അപ്പലോഫാനസിനെയും
38 അവർ വധിച്ചു. ഇവയൊക്കെ നിർവ്വഹിച്ച
ശേഷം അവർ യിസ്രായേലിനോട് മഹാക
രുണ കാട്ടുന്നവനും തങ്ങൾക്കു ജയം നല്കു
ന്നവനുമായ ദൈവത്തെ നന്ദിഗാനങ്ങളാ
ൽ വാഴ്ത്തി.

11 ഏറെ വൈകാതെ രാജാവിന്റെ
രക്ഷിതാവും ബന്ധുവും ഭരണക്കാ
രനുമായ ലിസിയാസ് ഈ സംഭവവികാ
സങ്ങളിൽ കോപക്കലികൊണ്ട് എൺപ
തിനായിരം ആൾക്കാരെയും തന്റെ മുഴുവൻ 2
അശ്വസേനയെയും സംഘടിപ്പിച്ച് യെഹൂ
ദർക്കെതിരേ യാത്രയായി. യെരുശലേം
പട്ടണത്തെ ഒരു യവനത്താവളമാക്കുവാ
ൻ ആണ് അവൻ ലക്ഷ്യമിട്ടത്. ഇതര ജന 3
തകളുടെ പുണ്യസങ്കേതങ്ങൾക്കെന്നപോ
ലെ, ഈ ദേവാലയത്തിനും നികുതി ചുമത്തു
വാനും മഹാപുരോഹിതസ്ഥാനം വർഷം
പ്രതി വില്പനയ്ക്ക് വിടുവാനും അവൻ ആഗ്ര
ഹിച്ചു. ദൈവശക്തിയെ അവൻ പരിഗണി 4
ച്ചതേയില്ല. പ്രത്യുത പതിനായിരക്കണക്കി
നുള്ള കാലാൾപ്പടയെയും ആയിരക്കണ
ക്കിനുള്ള അശ്വസേനയെയും എൺപത്
ആനകളെയും ചൊല്ലി അവൻ അഹങ്കരി
ച്ചു. യെഹൂദാ ആക്രമിച്ച് അവൻ ബേത്സൂ 5
റിനെ സമീപിച്ച് അതിനുമേൽ ശക്തമായ
സമ്മർദ്ദം ചെലുത്തി; യെരുശലേമിന്
ഉദ്ദേശം ഇരുപതു നാഴിക അകലെ കോട്ട
കെട്ടി ഉറപ്പിച്ച സ്ഥലമായിരുന്നു ഇത്.
ലിസിയാസ് ദുർഗ്ഗങ്ങളും സങ്കേതങ്ങളും 6
ഉപരോധിക്കുമെന്ന് മക്കാബിയും അനു
യായികളും അറിഞ്ഞു. അവരും ജനങ്ങ
ൾ മുഴുവനും യിസ്രായേലിനെ സംരക്ഷി
ക്കാൻ ഒരു നല്ല മാലാഖയെ അയയ്ക്കണ
മെന്ന് വിലാപത്തോടും കണ്ണുനീരോടും
കൂടി ദൈവത്തോട് അപേക്ഷിച്ചു. ആയു 7
ധധാരികളിൽ മുമ്പൻ മക്കാബി തന്നെ
ആയിരുന്നു. തങ്ങളുടെ സഹോദരരുടെ
രക്ഷയ്ക്കായി അവരുടെ ജീവൻ തന്നോടൊ
പ്പം പണയപ്പെടുത്താൻ അവൻ മറ്റുള്ളവ
രെ പ്രേരിപ്പിച്ചു. അവർ ഒന്നടങ്കം ഉദ്വേഗ
ത്തോടെ മുന്നേറി. അവർ യെരുശലേമിൽ 8
നിന്ന് അകലും മുമ്പ് സ്വർണ്ണംകൊണ്ടുള്ള
ആയുധം ചുഴറ്റി വെള്ളവസ്ത്രം ധരിച്ച ഒരു
അശ്വാരൂഢൻ അവരുടെ മുമ്പിൽ പ്രത്യക്ഷ
നായി. അവർ എല്ലാവരും ചേർന്ന്, ദയാമ 9
യനായ ദൈവത്തെ സ്തുതിച്ചു. സുശക്തഹൃ
ദയരായിത്തീർന്ന അവർ മനുഷ്യരെ മാത്ര
മല്ല അതിക്രൂര വന്യമൃഗങ്ങളെയോ ഇരുമ്പു
മതിലുകളെത്തന്നെയോ ആക്രമിക്കുവാൻ
സന്നദ്ധരായി സ്വർഗ്ഗീയസഹായിയോടൊ

10 ത്ത് പടയണിയായി നീങ്ങി. എന്തെന്നാൽ
ദൈവത്തിന്റെ ദയ അവർക്കുണ്ടായിരുന്നു.
11 അവർ സിംഹതുല്യം ശത്രുവിന്റെ
നേർക്ക് ചാടിവീണ് അതിൽ പതിനോ
രായിരം പേരെയും ആയിരത്തി അറുനൂറ്
12 അശ്വഭടന്മാരെയും കൊന്നു. ശേഷിച്ചവരെ
മുഴുവൻ തുരത്തിയോടിച്ചു. അവരിൽ മിക്കവ
രും നിരായുധരാക്കപ്പെടുകയും മുറിവേല്പിക്ക
13 പ്പെടുകയും ചെയ്തു. ലിസിയാസ് അപമാനി
തനായി ഓടി രക്ഷപെട്ടു. അവൻ ബുദ്ധിശൂ
ന്യനായിരുന്നില്ല. തന്മൂലം തന്റെമേൽ സം
ഭവിച്ച തോൽവിയെക്കുറിച്ച് അവൻ ചിന്തി
ച്ചു. ബലവാനായ ദൈവം എബ്രായരുടെ
പക്ഷത്തുനിന്ന് യുദ്ധം ചെയ്തതിനാലാണ്
അവർ വിജയികളായതെന്ന് അവൻ ഗ്രഹി
14 ച്ചു. അതുകൊണ്ട് അവൻ അവരുടെ അടു
ക്കൽ ആളയച്ച് ന്യായമായ വ്യവസ്ഥകളി
ൽ എല്ലാം രമ്യമായി അവസാനിപ്പിക്കുവാ
ൻ പ്രേരണ നല്കി. രാജാവിനെ അവരുടെ
മിത്രമാക്കുവാൻ ശ്രമിക്കാമെന്നും അവൻ
15 വാഗ്ദാനം നല്കി. മക്കാബി പൊതുനന്മയെ
പ്രതി ലിസിയാസ് നിർദ്ദേശിച്ചവയെല്ലാം
സമ്മതിച്ചു. മക്കാബി യെഹൂദരുടെ പേരിൽ
ലിസിയാസിനോട്ട് രേഖാമൂലം ആവശ്യപ്പെ
ട്ടതെല്ലാം രാജാവ് അനുവദിച്ചു.
16 ലിസിയാസ് യെഹൂദർക്കെഴുതിയ കത്ത്:
17 യെഹൂദജനതയ്ക്ക് ലിസിയാസ് മംഗളം
ആശംസിക്കുന്നു. നിങ്ങൾ അയച്ചിരുന്ന
യോഹന്നാനും അബ്ശാലോമും നിങ്ങൾ
ഒപ്പുവച്ച സന്ദേശം എത്തിച്ചുതന്നു. അതിൽ
പരാമർശിച്ചിട്ടുള്ള കാര്യങ്ങൾ ആവശ്യപ്പെ
18 ടുകയും ചെയ്തു. രാജാവിന്റെ മുമ്പിൽ സമ
ർപ്പിക്കേണ്ടവയൊക്കെ ഞാൻ അദ്ദേഹ
ത്തെ അറിയിച്ചു. സാദ്ധ്യമായതൊക്കെ
അദ്ദേഹം സമ്മതിക്കുകയും ചെയ്തിരിക്ക
19 ന്നു. ഭരണകൂടത്തോട്ട് നിങ്ങൾ സന്മനോ
ഭാവം പുലർത്തുമെങ്കിൽ ഭാവിയിൽ നിങ്ങ
ളുടെ ക്ഷേമത്തിനുവേണ്ടി ഞാൻ പരിശ്രമി
20 ക്കാം. ഈ കാര്യങ്ങളെയും ഇവയുടെ വിശ
ദാംശങ്ങളെയും സംബന്ധിച്ച് നിങ്ങളുമായി
കൂടിയാലോചന നടത്തുവാൻ ഞാൻ ഈ
വ്യക്തികളോടും എന്റെ പ്രതിനിധികളോ
ടും ആജ്ഞാപിച്ചിട്ടുണ്ട്. മംഗളാശംസക 21
ൾ! നൂറ്റി നാല്പത്തിയെട്ടാം വർഷം* തെ
ശ്രീൻഫ്രോയ് ഇരുപത്തിനാലാം ദിവസം.
രാജാവിന്റെ കത്ത്: അന്ത്യോക്കസ് 22
രാജാവ് സഹോദരൻ ലൂസിയാസിന് ആ
ശംസകൾ നേരുന്നു. നമ്മുടെ പിതാവ് ദേ 23
വസംഘത്തിന്റെ അടുക്കലേക്കു പോയി
രിക്കുന്നു. ഈ രാജ്യത്തിലെ പ്രജകൾക്ക്
അവരുടെ കാര്യങ്ങളിൽ ശല്യം ഉണ്ടാകരു
തെന്ന് നാം ആഗ്രഹിക്കുന്നു. യവന ആചാ 24
രങ്ങളിലേക്ക് നമ്മുടെ പിതാവ് വരുത്തിയ
മാറ്റത്തെ യെഹൂദർ സ്വീകരിക്കുന്നില്ലെന്നും
അവരുടെ സ്വന്തം ജീവിതക്രമം ഇഷ്ടപ്പെ
ടുകയാൽ സ്വന്തം ആചാരങ്ങൾ അനുവദി
ക്കണമെന്ന് ആവശ്യപ്പെടുന്നുവെന്നും നാം
കേട്ടിരിക്കുന്നു. അതനുസരിച്ച് ഈ ജനത 25
യ്ക്കും ബുദ്ധിമുട്ടുകൾ ഉണ്ടാകരുതെന്ന് ഞാൻ
ആഗ്രഹിക്കുന്നു. അതിനാൽ, അവരുടെ
ദൈവാലയം അവർക്കു തിരിച്ചു നൽകു
വാനാണ് നമ്മുടെ തീരുമാനം. അവരുടെ 26
പൂർവ്വികരുടെ ആചാരങ്ങൾ അനുസരി
ച്ച് അവർ ജീവിച്ചുകൊള്ളട്ടെ. അതിനാൽ
താങ്കൾ അവർക്ക് സന്ദേശം അയച്ച്
സൗഹൃദം വാഗ്ദാനം ചെയ്യുന്നത് ഉചിതമാ
യിരിക്കും. അങ്ങനെ അവർ നമ്മുടെ നയം
ഗ്രഹിച്ച് സന്തോഷിച്ച് തങ്ങളുടെ കാര്യങ്ങ
ൾ ആഹ്ലാദപൂർവ്വം നടത്തട്ടെ.
യെഹൂദജനതയ്ക്ക് രാജാവ് നല്കിയ കത്ത്: 27
യെഹൂദരുടെ ജനപ്രതിനിധിസഭയ്ക്കും മറ്റു
യെഹൂദർക്കും അന്ത്യോക്കസ് രാജാവ്
മംഗളം നേരുന്നു. നിങ്ങൾക്കു ക്ഷേമമെങ്കി 28
ൽ നാം സന്തുഷ്ടൻ. നാം പൂർണ്ണാരോഗ്യവാ
നായി കഴിയുന്നു. നിങ്ങൾ ഭവനങ്ങളിലേ 29
ക്ക് തിരിച്ചുപോയി സ്വന്തം കാര്യങ്ങളിൽ
ഏർപ്പെടുവാൻ ആഗ്രഹിക്കുന്നതായി മെ
നെലാവൂസ് നമ്മെ അറിയിച്ചിരിക്കുന്നു. ക്സാ 30
ന്തിക്കൊസിന്റെ മുപ്പതാം ദിവസത്തോടെ
വീടുകളിലേക്കു പോകുന്നവർക്ക് നമ്മുടെ
സൗഹൃദവാഗ്ദാനവും യെഹൂദർക്കു മുഴുവൻ
പഴയതുപോലെ അവരുടെ ഭക്ഷണവും
ന്യായപ്രമാണവും ആസ്വദിക്കുവാനുള്ള

** ബി.സി. 164*

31 അനുവാദവും ഉണ്ടായിരിക്കും. അജ്ഞത
മൂലം ചെയ്തിരിക്കാവുന്ന തെറ്റിന്റെ പേരിൽ
ആരെയും ഒരു വിധത്തിലും പീഡിപ്പിക്കു
32 കയില്ല. നിങ്ങളെ പ്രോത്സാഹിപ്പിക്കുവാ
ൻ മെനെലാവൂസിനെ നാം അയയ്ക്കുകയും
33 ചെയ്തിരിക്കുന്നു. മംഗളാശംസകൾ! നൂറ്റി
നാല്പത്തെട്ടാം ആണ്ട് (ബി.സി. 164) ക്സാ
ന്തിക്കൊസ് പതിനഞ്ചാം തീയതി.
34 റോമാക്കാരും അവർക്ക് ഒരു കത്തയ
ച്ചു. അത് ഇപ്രകാരം: റോമാക്കാരുടെ പ്രതി
പുരുഷന്മാരായ ക്വിന്തൊസ് മെമ്മിയൂസും
തീത്തോസ് മനിലിയോസും കൂടി യെഹൂദ
35 ജനതയ്ക്ക് മംഗളം ആശംസിക്കുന്നു. രാജാവി
ന്റെ ബന്ധുവായ ലിസിയാസ് നിങ്ങൾക്കനു
വദിച്ച തന്നിട്ടുള്ള കാര്യങ്ങൾ ഞങ്ങളും അം
36 ഗീകരിക്കുന്നു. എന്നാൽ അവൻ രാജാവി
ന്റെ പരിഗണനയ്ക്കു വയ്ക്കണമെന്ന് തീരുമാ
നിച്ച ചില കാര്യങ്ങൾ ഉണ്ടല്ലോ. നിങ്ങൾ
അവയെക്കുറിച്ച് തീരുമാനമെടുത്താലുട
ൻ ഒരു ദൂതനെ അയയ്ക്കുക. അപ്പോൾ നി
ങ്ങൾക്ക് ഉചിതമായ നിർദ്ദേശങ്ങൾ വയ്ക്കാ
37 ൻ ഞങ്ങൾക്കു കഴിയുമല്ലോ. ഞങ്ങൾ
അന്ത്യോക്യായിലേക്ക് പോകുകയാണ്.
അതിനാൽ വേഗം ദൂതന്മാരെ അയയ്ക്കുക.
അങ്ങനെ നിങ്ങളുടെ തീരുമാനം ഞങ്ങ
38 ൾക്ക് ലഭിക്കുമല്ലോ. മംഗളാശംസകൾ!
നൂറ്റി നാല്പത്തിയെട്ടാം ആണ്ട് (ബി.സി.
164) ക്സാന്തിക്കൊസ് പതിനഞ്ചാം തീയതി.

12 ഈ ഒത്തുതീർപ്പ് ഉണ്ടായശേഷം,
ലിസിയാസ് രാജസന്നിധിയിലേ
ക്കും യെഹൂദർ കാർഷികജോലികളിലേ
ക്കും മടങ്ങി.
2 എന്നാൽ ദേശാധികാരികളിൽ ചിലർ,
തീമോത്തിയോസ്, ഗന്നേയൂസിന്റെ പുത്ര
നായ അപ്പലോണിയൂസ്, ഹിയറോണി
യൂസ്, ദമോഫോൺ എന്നിവരും കുപ്രോ
സിലെ ദേശാധികാരിയായ നിക്കാനോ
റും യെഹൂദരെ സ്വസ്ഥമായും സമാധാന
3 മായും ജീവിക്കുവാൻ സമ്മതിച്ചില്ല. യോ
പ്പയിലെ ആളുകളിൽ ചിലർ ഇപ്രകാരം
ഒരു വഷളത്തം ചെയ്തു; തങ്ങളുമൊത്ത് ജീ
വിച്ചിരുന്ന യെഹൂദരെ പുത്രകളത്രാദിക
ളോടെ തങ്ങൾ ഒരുക്കിയിരിക്കുന്ന വഞ്ചി
കളിൽ കയറാൻ യോപ്പക്കാർ ക്ഷണി
ച്ചു. യെഹൂദന്മാരോട് തങ്ങൾക്ക് വിദ്വേഷ
മൊന്നുമില്ലെന്ന് അവർ ഭാവിച്ചു. നഗര 4
ത്തിലെ ജനങ്ങളുടെ സമ്മതത്തോടെയാ
ണ് ഇതു ചെയ്തത്. സ്വൈര്യമായി ജീവിക്കു
വാൻ ആഗ്രഹിച്ചിരുന്നതിനാൽ യെഹൂദർ
സംശയം കൂടാതെ ഇതിന് ഒരുമ്പെട്ടു. യോ
പ്പക്കാർ അവരെ പുറങ്കടലിലേക്ക് കൊണ്ടു
പോയി ഇരുനൂറോളം പേരെ മുക്കിക്കൊ
ന്നു. തന്റെ നാട്ടുകാർ അനുഭവിച്ച ഈ ക്രൂ 5
രതയെക്കുറിച്ചു കേട്ട യൂദാ തന്റെ പടയാളി
കൾക്ക് ആജ്ഞനല്കി. നീതിയുള്ള ന്യായാ 6
ധിപനായ ദൈവത്തെ വിളിച്ചപേക്ഷിച്ചിട്ട്
തന്റെ സഹോദരരുടെ കൊലയാളികളെ
അവൻ ആക്രമിച്ചു. രാത്രിയിൽ അവൻ തു
റമുഖത്തിന് തീ വച്ചു. വഞ്ചികൾ അഗ്നിക്കി
രയാക്കി. അവിടെ അഭയം പ്രാപിച്ചിരുന്ന
വരെ കൂട്ടമായി കൊന്നു. പിന്നീട് പട്ടണ 7
വാതിലുകൾ ബന്ധിക്കപ്പെട്ടിരുന്നതിനാ
ൽ അവൻ പിന്മാറി. വീണ്ടും വന്ന് യോ 8
പ്പാവാസികളെ ഉന്മൂലനാശം ചെയ്യുമെന്ന്
അവൻ ഉറച്ചിരുന്നു. യാമ്നിയാവാസിക
ളും ഇതേ തരത്തിൽ തങ്ങൾക്കിടയിൽ പാ
ർക്കുന്ന യെഹൂദരെ തുടച്ചുമാറ്റുവാൻ ഉദ്ദേശി
ക്കുന്നു എന്നറിഞ്ഞ് അവൻ രാത്രിയിൽ യാ 9
മ്നിയാക്കാരെ ആക്രമിച്ചു. തുറമുഖത്തിനും
വഞ്ചികൾക്കും തീ കൊളുത്തി. പ്രകാശ
ജ്വാല മുപ്പതു നാഴിക അകലെയുള്ള യെ
രുശലേമിൽ കാണാമായിരുന്നു.
അവിടെനിന്ന് തീമോത്തിയൊസിന് 10
എതിരേ പുറപ്പെട്ട് ഒരു നാഴികയിലേറെ
പിന്നിട്ടുകഴിഞ്ഞപ്പോൾ അഞ്ഞൂറ് അശ്വ
ഭടന്മാരോടൊത്ത് അയ്യായിരത്തിൽ കുറ
യാത്ത അറേബിയക്കാർ അവരെ നേരിട്ടു.
ഒരു കൊടുംയുദ്ധത്തിനു ശേഷം ദൈവ 11
സഹായത്താൽ യൂദായ്ക്കും അനുചരർക്കും
വിജയം കരഗതമായി. തോറ്റുപോയ ആ
നാടോടികൾ യൂദായോട് സൗഹൃദം അപേ
ക്ഷിച്ചു. അവന് കന്നുകാലികളെ നല്കാമെ
ന്നും അവന്റെ അനുചരരെ എല്ലാ വിധത്തി

ല്പം സഹായിക്കാമെന്നും അവർ വാഗ്ദാനം
12 ചെയ്തു. വിവിധനിലകളിൽ അവർ പ്രയോ
ജനപ്പെട്ടേക്കുമെന്ന് വിചാരിച്ച് യൂദാ
അവരോട് സമാധാന ഉടമ്പടി ഉണ്ടാക്കാ
ൻ സമ്മതിച്ചു. ആ വാഗ്ദാനം നേടിയശേഷം
അവർ കൂടാരത്തിലേക്കു പോയി.
13 അനന്തരം യൂദാ എല്ലാ വിഭാഗം വിജാ
തീയരും വസിച്ചിരുന്നതും മൺകോട്ടകളാ
ലും മതിലുകളാലും സുരക്ഷിതമാക്കപ്പെ
ട്ടിരുന്നതുമായ ഒരു പട്ടണം ആക്രമിച്ചു.
14 അതിന്റെ പേര് കാസ്പിൻ എന്നായിരുന്നു.
പട്ടണത്തിനുള്ളിൽ ഉണ്ടായിരുന്നവർ പട്ട
ണഭിത്തികളുടെ ഉറപ്പിലും ഭക്ഷ്യവസ്തുക്കളു
ടെ ധാരാളിത്തത്തിലും വിശ്വാസമർപ്പിച്ച്
യൂദായോടും അനുചരരോടും ഏറ്റവും ധി
ക്കാരത്തോടെ പെരുമാറി. അവരെ നി
ന്ദിക്കുകയും ദൈവദൂഷണം നടത്തുകയും
അസഭ്യവചനങ്ങൾ പറയുകയും ചെയ്തു.
15 എന്നാൽ യന്ത്രമുട്ടിയോ യുദ്ധോപകരണ
മോ ഇല്ലാതെ യോശുവായുടെ കാലത്ത്
യെറീഹോയെ തറപറ്റിച്ച ജഗന്നിയന്താ
വിനെ പ്രാർത്ഥിച്ചുകൊണ്ട് പട്ടണഭി
ത്തികൾക്കു നേരെ അവർ ശക്തിയോ
16 ടെ പാഞ്ഞുകയറി. ദൈവേഷ്ടത്താൽ
അവർ പട്ടണം പിടിച്ചെടുത്തു; അസംഖ്യം
ആളുകളെ കൊന്നു. കാൽ നാഴിക വീതിയു
ള്ള സമീപേയുള്ള തടാകം രക്തം നിറഞ്ഞു
കവിഞ്ഞു.
17 അവിടെനിന്ന് തൊണ്ണൂറ്റിയഞ്ച് നാഴിക
യാത്രചെയ്ത് ടൂബിയാനി എന്നു വിളിക്ക
പ്പെടുന്ന യെഹൂദയുടെ അടുക്കൽ കരാ
18 ക്സിൽ അവർ എത്തി. ആ പ്രദേശത്ത്
തീമോത്തിയോസിനെ കാണുവാൻ അവ
ർക്കു കഴിഞ്ഞില്ല. കാരണം ഒരു സ്ഥലത്ത്
തീമോത്തിയോസ് അതിശക്തമായ കാവ
ൽസൈന്യത്തെ ഏർപ്പെടുത്തിയിരുന്നെ
ങ്കിലും ഒന്നുംതന്നെ നേടാതെ അദ്ദേഹം
19 നേരത്തെ ആ പ്രദേശം വിട്ടിരുന്നു. മക്കാ
ബിയൂസിന്റെ കീഴിൽ സേനാധിപരായി
രുന്ന ദൊസിത്തിയൂസും സോസിപാത്ത
റും മുന്നോട്ടുനീങ്ങി; ശക്തിദുർഗ്ഗത്തിൽ തീ
മോത്തിയോസ് നിയോഗിച്ചിരുന്ന പതി
നായിരത്തിലേറെ പടയാളികളെ നശി
പ്പിച്ചു. മക്കാബിയൂസ് തന്റെ സൈന്യത്തെ 20
വിവിധ വ്യൂഹങ്ങളായി ക്രമീകരിച്ചു. വ്യൂഹ
ങ്ങൾക്ക് നായകരെ ഏർപ്പെടുത്തിയശേ
ഷം തീമോത്തിയോസിന്റെ പിന്നാലെ
പാഞ്ഞുപോയി. ഒരു ലക്ഷത്തി ഇരുപതി
നായിരം കാലാൾപ്പടയാളികളും രണ്ടായി
രത്തഞ്ഞൂറ് കുതിരപ്പടയാളികളുമാണ് തീ
മോത്തിയോസിനോടൊപ്പം ഉണ്ടായിരുന്ന
ത്. യൂദായുടെ ആഗമനത്തെപ്പറ്റി അറിഞ്ഞ 21
പ്പോൾ തീമോത്തിയൊസ് സ്ത്രീകളെയും കു
ട്ടികളെയും സാധനസാമഗ്രികളോടൊപ്പം
കർനയിം എന്ന സ്ഥലത്തേക്ക് അയച്ചു.
അവിടെയുള്ള വഴികളെല്ലാം തീരെ ഇടുങ്ങി
യതായിരുന്നതിനാൽ ആ സ്ഥലം ഉപരോ
ധിക്കാൻ എളുപ്പമായിരുന്നില്ല. അവിടെ 22
എത്തിച്ചേരാനും പ്രയാസമായിരുന്നു.
എന്നാൽ യൂദായുടെ ആദ്യത്തെ സൈന്യ
വ്യൂഹം പ്രത്യക്ഷപ്പെട്ടപ്പോൾതന്നെ എല്ലാം
കാണുന്നവന്റെ സാന്നിദ്ധ്യം കണ്ടറിഞ്ഞ്
ശത്രുക്കളിൽ സംഭ്രമവും ഭീതിയും നിറഞ്ഞു.
അവർ വിരണ്ടോടി. ഇടംവലം നോക്കാതെ
ചിതറിപ്പാഞ്ഞു. അവരിൽ പലരും അന്യേ
ാന്യം കുത്തിയിടിച്ച് സ്വന്തക്കാരുടെ വാളാൽ
മുറിവേറ്റു. പരമാവധി വീറോടെ യൂദാ ആ 23
പാപികളെ പിന്തുടർന്ന് വാളിനിരയാക്കി.
മുപ്പതിനായിരം പേരെ അവൻ കൊന്നു.
ദൊസിത്തിയൂസ്, സോസിപാത്തർ 24
എന്നിവരുടെയും അവരുടെ സേനയുടെ
യും കൈയിൽ തീമോത്തിയൂസ് അകപ്പെ
ട്ടു. തന്നെ സുരക്ഷിതനായി വിട്ടയയ്ക്കണമെ
ന്ന് അവൻ വളരെ തന്ത്രപൂർവ്വം അവരോടു
യാചിച്ചു. അവരിൽ മിക്കവരുടെയും മാ
താപിതാക്കളും ചിലരുടെ സഹോദരരും
തന്റെ പിടിയിലാണെന്നും അവർക്കു യാ
തൊരു പരിഗണനയും ലഭിക്കുകയില്ലെന്നും
അവൻ പറഞ്ഞു. ആ ജനങ്ങളെ യാതൊരു 25
ഉപദ്രവവും കൂടാതെ രക്ഷിച്ചുകൊള്ളാമെ
ന്ന് തീമോത്തിയോസ് ആവർത്തിച്ച് ഉറപ്പ
നല്കിയപ്പോൾ തങ്ങളുടെ സഹോദരരുടെ
രക്ഷയെപ്രതി അവർ അവനെ വിട്ടയച്ചു.
അനന്തരം യെഹൂദാ കാർനയിമിന് 26

എതിരേയും അതർഗാത്തിസിന്റെ ക്ഷേ
ത്രത്തിന് എതിരേയും നീങ്ങി ഇരുപത്ത
യ്യായിരം പേരെ കൊന്ന് അവ തകർത്തു.
27 ഇവ നശിപ്പിച്ചശേഷം അവൻ എഫ്രോന്
എതിരേ നീങ്ങി. കോട്ടകെട്ടി ഉറപ്പിച്ച
ഒരു പട്ടണത്തിലാണ് എല്ലാ ജാതികളി
ലും ഉൾപ്പെട്ട അനേകം ആളുകളുമൊത്ത്
ലിസിയാസ് പാർത്തിരുന്നത്. ദൃഢഗാ
ത്രരായ യുവാക്കൾ പട്ടണഭിത്തികൾക്കു
മുമ്പിൽ നിലയുറപ്പിച്ച് വീറോടെ പോരാടി.
28 അവിടെ യുദ്ധോപകരണങ്ങളുടെയും ആയു
ധങ്ങളുടെയും വലിയ ഒരു ശേഖരം ഉണ്ടാ
യിരുന്നു. എന്നാൽ ശക്തികൊണ്ട് ശത്രുബ
ലം തകർക്കുന്ന സർവ്വശക്തനെ യെഹൂദർ
വിളിച്ചപേക്ഷിച്ചു. പട്ടണം അവരുടെ
കൈയിൽ അകപ്പെട്ടു. അതിൽ ഉണ്ടായി
രുന്ന ഇരുപത്തയ്യായിരം പേരെ അവർ
കൊന്നു.
29 അവിടെനിന്ന് പുറപ്പെട്ട് അവർ സ്കി
ത്തോപ്പോലീസിലേക്കു പോയി. യെരുശ
ലേമിൽനിന്ന് എഴുപത്തഞ്ച് നാഴിക അക
30 ലെയായിരുന്നു അത്. അവിടെ പാർത്തിരു
ന്ന യെഹൂദർ സ്കിത്തോപ്പോലീസിലെ ജന
ങ്ങൾ തങ്ങളോട് കാണിച്ച സന്മനോഭാവ
31 വും ആപത്തുകാലത്ത് തങ്ങൾക്കു നല്കിയ
സഹായങ്ങളും വിശദീകരിച്ചപ്പോൾ അവർ
ആ ജനങ്ങൾക്ക് നന്ദി പ്രകാശിപ്പിച്ചു; തങ്ങ
ളുടെ വർഗ്ഗത്തോട് മേലിലും സൗഹൃദം പുല
ർത്തണമെന്ന് അഭ്യർത്ഥിക്കുകയും ചെയ്തു.
അനന്തരം വാര പെരുന്നാൾ അടുത്തിരി
ക്കുന്നതിനാൽ അവർ യെരുശലേമിലേ
ക്കു പോയി.
32 പെന്തിക്കൊസ്തി എന്നു പേരുള്ള പെരു
ന്നാൾ കഴിഞ്ഞപ്പോൾ ഇദൂമിയയിലെ ദേ
ശാധികാരിയായ ഗോർജിയാസിന് എ
33 തിരേ അവർ അതിവേഗം നീങ്ങി; മൂവാ
യിരം കാലാൾപ്പടയാളികളോടും നാനൂറ്
കുതിരപ്പടയാളികളോടും കൂടി അവൻ
34 അവരെ നേരിട്ടു. അവർ ഏറ്റുമുട്ടിയപ്പോൾ
ഏതാനും യെഹൂദർ നിലംപതിക്കാനിട
യായി. എന്നാൽ ബക്കേനോറിന്റെ സേന
35 യിൽപ്പെട്ട ശക്തനും അശ്വാരൂഢനുമായ
ദൊസിത്തെയൂസ് എന്ന ആൾ ഗോർജി
യാസിനെ പിടികൂടി. ആ അഭിശപ്തനെ
ജീവനോടെ കൊണ്ടുപോകുവാൻ അവന്റെ
പുറങ്കുപ്പായത്തിൽപിടിച്ച് വലിച്ചിഴയ്ക്കവേ
ത്രാസിയക്കാരനായ ഒരു കുതിരപ്പടയാളി
ദൊസിത്തേയൂസിന്റെ മേൽ ചാടിവീണ്
അവന്റെ കൈ വെട്ടി മുറിച്ചിട്ടു. അങ്ങനെ
ഗോർജിയാസ് രക്ഷപെട്ട് മരീസായിൽ
എത്തി.
എസ്ദ്രീസും അവന്റെ ഭടന്മാരും വളരെ 36
നേരം യുദ്ധം ചെയ്ത് ക്ഷീണിച്ചപ്പോൾ യൂദാ
ദൈവത്തെ വിളിച്ച് ദൈവമാണ് അവരുടെ
സഹായിയും പടനായകനും എന്ന് വെളി
വാക്കണമേയെന്ന് പ്രാർത്ഥിച്ചു. തങ്ങളുടെ 37
പിതാക്കന്മാരുടെ ഭാഷയിൽ കീർത്തനങ്ങ
ളോടെ പോർവിളിയുയർത്തി. ഗോർജിയാ
സിന്റെ സേനയുടെ മേൽ മിന്നലാക്രമണം
നടത്തി. അവൻ അവരെ പലായനം ചെ
യ്യിച്ചു.
അനന്തരം യൂദാ സൈന്യത്തെ വിളിച്ചു 38
കൂട്ടി അദുല്ലാം പട്ടണത്തിലേക്ക് നീങ്ങി.
ഏഴാം നാൾ സമീപിച്ചിരുന്നതിനാൽ
ആചാരമുറ അനുസരിച്ച് അവർ സ്വയം ശു
ദ്ധീകരിച്ച് അവിടെ ശബ്ബത്ത് ആചരിച്ചു.
കൊല്ലപ്പെട്ടവരുടെ ശരീരങ്ങൾ പിതാ 39
ക്കന്മാരുടെ ശവകുടീരങ്ങളിൽ ബന്ധുക്ക
ളുമൊത്ത് കിടക്കേണ്ടിയിരുന്നതിനാൽ
അവ എടുത്തുകൊണ്ടുവരുവാൻ പിറ്റേന്ന്
രാവിലെ യൂദായും അനുചരരും പുറപ്പെട്ടു.
മൃതരുടെയെല്ലാം കുപ്പായങ്ങൾക്കടിയിൽ 40
യാമ്നിയായിലെ വിഗ്രഹങ്ങളുടെ ചിഹ്ന
ങ്ങളുടെ രക്ഷകൾ അവർ കണ്ടു. അവ ധരി
ക്കരുതെന്ന് യെഹൂദരെ നിയമം വിലക്കി
യിരുന്നു. ഇക്കാരണത്താലാണ് ഈ മനു 41
ഷ്യർ കൊല്ലപ്പെട്ടതെന്ന് എല്ലാവർക്കും
വ്യക്തമായി. അപ്പോൾ നിഗൂഢമായവ
വെളിപ്പെടുത്തുന്നവനും നീതിയുള്ള ന്യാ
യാധിപനുമായ ദൈവത്തിന്റെ മാർഗ്ഗങ്ങ
ളെ അവരെല്ലാം വാഴ്ത്തി. അവർ പ്രാർത്ഥന 42
യിലേക്കു തിരിഞ്ഞ് ചെയ്തുപോയ പാപം
നിശ്ശേഷം തുടച്ചുമാറ്റണമെന്ന് അപേക്ഷി
ച്ചു. പാപത്തിൽനിന്ന് ഒഴിഞ്ഞുനില്ക്കുവാ

ൻ ഉത്തമനായ യൂദാ ഉപദേശിച്ചു. പാപം
മൂലം എന്താണ് സംഭവിക്കുകയെന്ന് കൊ
ല്ലപ്പെട്ടവരുടെ കാര്യത്തിൽ സ്വന്തം കണ്ണു
കൾകൊണ്ട് അവർ കണ്ടിരുന്നുവല്ലോ.
43 പിന്നീട് അവൻ ഓരോരുത്തരിലും നിന്ന്
പിരിവെടുത്ത് രണ്ടായിരം ദ്രഹ്മാ വെള്ളി
ശേഖരിച്ചു. പാപയാഗം നടത്തുവാൻ യെ
രൂശലേമിലേക്ക് അയച്ചു. ഇതുവഴി പുനരു
ത്ഥാനം കണക്കിലെടുത്തുകൊണ്ട് ഉത്ത
മമായും ആദരണീയമായും അവൻ പ്രവ
44 ർത്തിച്ചു; കാരണം, മരിച്ചവർ ഉയിർക്കുമെ
ന്ന് അയാൾക്കു പ്രതീക്ഷ ഇല്ലായിരുന്നെ
ങ്കിൽ മരിച്ചവർക്കുവേണ്ടി പ്രാർത്ഥിക്കുക
വ്യർത്ഥവും ഭോഷത്തവും ആകുമായിരു
45 ന്നു. എന്നാൽ ദൈവഭക്തിയോടെ നിത്യ
നിദ്ര പ്രാപിച്ചവർക്ക് ഒരുക്കിയിരിക്കുന്ന
മഹനീയസമ്മാനത്തെക്കുറിച്ച് അവൻ പ്ര
ത്യാശ പുലർത്തിയെങ്കിൽ അത് വിശുദ്ധ
വും ഭക്തിപൂർണ്ണവുമായ ഒരു ചിന്തയാണ്.
തന്മൂലം മരിച്ചവർക്ക് പാപമോചനം ലഭി
ക്കുവാൻ അവർക്കുവേണ്ടി പാപപരിഹാ
രകർമ്മം അവൻ അനുഷ്ഠിച്ചു.

13 നൂറ്റിനാല്പത്തൊമ്പതാം ആണ്ടിൽ
(ബി.സി.163) അന്ത്യോക്കസ് എവു
പ്പാത്തോർ വലിയ ഒരു സൈന്യവുമായി
യെഹൂദായെക്കതിരെ വരുന്നുണ്ടെന്ന് യൂ
2 ദായ്ക്കും അനുചരർക്കും അറിവുകിട്ടി. അയാ
ളോടൊപ്പം രക്ഷാകർത്താവും ഭരണാധി
കാരിയുമായ ലൂസിയാസും ഉണ്ടായിരുന്നു.
ഒരു ലക്ഷത്തിപ്പതിനായിരം കാലാൾ,
അയ്യായിരത്തി മുന്നൂറ് കുതിരപ്പടയാളിക
ൾ, ഇരുപത്തിരണ്ട് ആനകൾ, ചക്രവാൾ
പിടിപ്പിച്ച മുന്നൂറ് രഥം എന്നിവ അടങ്ങുന്ന
ഓരോ യവനസൈന്യം അവരിൽ ഓരോ
3 രുത്തർക്കും ഉണ്ടായിരുന്നു. മെനെലാവൂ
സും അവരോടു ചേർന്ന് അന്തിയോക്കസി
നെ പ്രോത്സാഹിപ്പിച്ചു. ഇത് വെറും നാട്യ
4 മായിരുന്നു. രാജ്യക്ഷേമത്തിലല്ല, തന്റെ
ഉദ്യോഗം സ്ഥിരപ്പെടുത്തുന്നതിലായിരു
ന്നു അവനു നോട്ടം. എന്നാൽ ഈ നീച
നെതിരെ അന്തിയോക്കസിന്റെ ക്രോധം
രാജാധിരാജൻ ഉണർത്തി. എല്ലാ ആപ
ത്തുകൾക്കും കാരണം മെനെലാവൂസ്
ആണെന്ന് ലിസിയാസ്, രാജാവിനെ അറി
യിച്ചു. അപ്പോൾ രാജാവ് മെനെലാവൂസി
നെ ബെരോവയിലേക്ക് കൊണ്ടുപോയി,
ആ സ്ഥലത്ത് നിലവിലിരുന്ന സമ്പ്രദായ
ത്തിൽ അവനെ വധിക്കാൻ ഉത്തരവായി.
ആ സ്ഥലത്ത് അമ്പത് അടി ഉയരമുള്ളതും 5
ചാരം നിറച്ചതുമായ ഒരു ഗോപുരം ഉണ്ട്
അതിനു ചുറ്റും ഒരു അരികുപാളിയും ഉണ്ട്.
അത് എല്ലാ വശത്തുനിന്നും ചാരത്തിലേ
ക്ക് കീഴ്ക്കാംതൂക്കായി ചരിവ് ഉള്ളതുമാണ്.
ദൈവനിന്ദയോ മറ്റേതെങ്കിലും ഹീനകൃത്യ 6
ങ്ങളോ ചെയ്യുന്നവരെ അവിടെ തള്ളിയി
ട്ടാണ് കൊന്നിരുന്നത്. ആ വിധിതന്നെ 7
നിയമലംഘകനായ മെനെലാവൂസിനും
വന്നുഭവിച്ചു. അവൻ ഭൂമിയിൽ സംസ്കരിക്ക
പ്പെടാൻ ഇടയായില്ല. ഇത് തികച്ചും ന്യായ 8
മാകുന്നു. കാരണം വിശുദ്ധമായ അഗ്നിയും
ചാരവും ഉൾക്കൊള്ളുന്ന യാഗപീഠത്തോ
ട് അവൻ അനേകം തെറ്റുകൾ ചെയ്തിരു
ന്നു. ആ ചാരത്തിൽതന്നെ അവൻ മരണ
മടഞ്ഞു.

തന്റെ പിതാവിന്റെ കാലത്ത് യെഹൂ 9
ദരോട് ചെയ്തതിനെക്കാൾ നിന്ദ്യമായവ
ചെയ്യുവാൻ കിരാതമായ ധിക്കാരത്തോ
ടെ രാജാവ് പുറപ്പെട്ടു. എന്നാൽ യൂദാ 10
ഇതറിഞ്ഞ്, രാപകൽ ദൈവത്തെ വിളിച്ച
പേക്ഷിക്കാൻ തന്റെ ജനത്തോട് കല്പിച്ചു.
നിയമവും തങ്ങളുടെ രാജ്യവും വിശുദ്ധദേ
വാലയവും നഷ്ടപ്പെടുവാൻ തുടങ്ങുന്ന ഈ
ഘട്ടത്തിൽ, ജീവൻ വീണ്ടെടുത്തു തുടങ്ങിയ 11
ജനം ദൈവദൂഷകരായ വിജാതീയരുടെ
കൈയിൽ വീഴാതിരിക്കാനാണ് അവർ
പ്രാർത്ഥിക്കേണ്ടിയിരുന്നത്. അവർ ഒന്നട 12
ങ്കം പ്രാർത്ഥിച്ചു; ദയവാനായ ദൈവത്തോ
ട് കണ്ണീരോടെ പ്രാർത്ഥിച്ചു. മൂന്നു ദിവസം
നിരന്തരം ഉപവാസവും സാഷ്ടാംഗപ്രണാമ
വും നടത്തി; അപ്പോൾ അവർ യുദ്ധസജ്ജ
രാകാൻ യൂദാ ആജ്ഞാപിച്ചു.

മൂപ്പന്മാരോട് രഹസ്യാലോചന നടത്തി 13
യശേഷം രാജസൈന്യം യെഹൂദായിൽ

പ്രവേശിച്ച് പട്ടണം പിടിക്കുംമുമ്പ് ദൈവ
സഹായത്താൽ പടനീക്കാൻ അവൻ തീ
14 രുമാനിച്ചു. അപ്രകാരം തീരുമാനം ലോക
സ്രഷ്ടാവിന് സമർപ്പിച്ചിട്ട് തന്റെ ഭടന്മാരോ
ട് ന്യായപ്രമാണം, ദൈവാലയം, പട്ടണം,
രാജ്യം, പൊതുസ്വത്ത് എന്നിവയെപ്രതി
മരണംവരെ വീരോചിതമായി യുദ്ധം ചെ
യ്യുവാൻ അവൻ ഉപദേശിച്ചു. അനന്തരം
അവൻ മൊദെയിനരികെ പാളയമടിച്ചു.
15 അവൻ തന്റെ സേനയ്ക്ക് ദൈവത്തിന്റെ
വിജയം എന്ന അടയാളവാക്യം നല്കി.
അത്യധികം ധീരരായ യുവാക്കളിൽനി
ന്ന് തെരഞ്ഞെടുക്കപ്പെട്ട ഒരു വ്യൂഹവുമാ
യി അവൻ രാത്രിയിൽ രാജാവിന്റെ കൂടാ
രത്തെ ആക്രമിച്ചു; പാളയത്തിൽ ഉണ്ടായി
16 രുന്ന രണ്ടായിരം പേരെ കൊന്നു. ഒന്നാം
ആനയെയും ആനക്കാരനെയും അവൻ
കുത്തിക്കൊന്നു. ഒടുവിൽ കൊടുംഭീതിയും
അമ്പരപ്പും പാളയത്തിൽ പരത്തിയിട്ട്
17 അവർ വിജയപൂർവ്വം മടങ്ങി. പ്രഭാതമാ
കാൻ തുടങ്ങുമ്പോളാണ് ഇതെല്ലാം സം
ഭവിച്ചത്. ദൈവത്തിന്റെ സഹായമാണ്
അവനെ രക്ഷിച്ചത്.
18 യെഹൂദരുടെ ധീരതയുടെ രുചി അനു
ഭവിച്ച രാജാവ് അവരുടെ ആസ്ഥാനങ്ങ
ൾ ആക്രമിക്കാൻ തന്ത്രങ്ങൾ മെനഞ്ഞു.
19 യെഹൂദരുടെ ശക്തിദുർഗ്ഗമായ ബേത്സൂ
രിന് എതിരേ അദ്ദേഹം നീങ്ങി. എന്നാൽ
അവൻ തുരത്തപ്പെട്ടു; ആക്രമിക്കപ്പെട്ടു
20 പരാജിതനായി. കാവൽസേനയ്ക്ക് ആവ
ശ്യമുള്ളതൊക്കെ യൂദാ എത്തിച്ചുകൊടു
21 ത്തിരുന്നു. എന്നാൽ യെഹൂദസൈന്യത്തി
ലെ റോദോക്കുസ് ശത്രുക്കൾക്ക് രഹസ്യം
ചോർത്തിക്കൊടുത്തു; അവനെ തെര
22 ഞ്ഞുപിടിച്ച് തടവിലാക്കി. രാജാവ് രണ്ടാ
മത് ഒരിക്കൽകൂടി ബേത്സൂരിലെ ജന
ങ്ങളുമായി കൂടിയാലോചിച്ചു; വാഗ്ദാനങ്ങ
ൾ കൈമാറി; അങ്ങനെ പിന്മാറിയെങ്കി
ലും അവൻ യൂദായെയും സേനയെയും
23 വീണ്ടും ആക്രമിച്ച് പരാജിതനായി. താൻ
ഭരണച്ചുമതല ഏല്പിച്ചിരുന്ന ഫീലിപ്പോസ്
അന്ത്യോക്യായിൽ കലാപം തുടങ്ങിയെന്ന്
രാജാവ് അറിഞ്ഞു. അയാൾ പരിഭ്രാന്തനാ
യി യെഹൂദരെ വിളിച്ചുവരുത്തി അവരുടെ
എല്ലാ അവകാശങ്ങളും പരിരക്ഷിക്കാമെ
ന്ന് സമ്മതിച്ച് സത്യം ചെയ്ത് അവരുമായി
രമ്യതയിലായി. യാഗങ്ങൾ അർപ്പിച്ച് വി
ശുദ്ധസ്ഥലത്തെ ആദരിച്ച് വിശുദ്ധസ്ഥല
ത്തോടുള്ള ബഹുമാനം പ്രകടിപ്പിക്കുകയും
ചെയ്തു. രാജാവ് മക്കാബിയൂസിനെ സ്വീക 24
രിച്ചു. ടോളമായീസ് മുതൽ ഗെരാർ വരെയു
ള്ള ദേശത്തിന്റെ അധികാരിയായി ഹെഗെ
മോനിദെസിനെ നിയമിക്കുകയും ചെയ്തു.
രാജാവ് ടോളമായീസിൽ എത്തി. അവിടു 25
ത്തെ ജനങ്ങൾ ഒത്തുതീർപ്പിൽ അസംതൃപ്ത
രായിരുന്നു. രോഷം പൂണ്ട അവർ അതിലെ
വ്യവസ്ഥകൾ റദ്ദാക്കണമെന്ന് ആഗ്രഹിച്ചു.
ലിസിയാസ് പ്രസംഗപീഠത്തിൽക്കയറി 26
കഴിയുന്നത്ര ഭംഗിയിൽ ആ വ്യവസ്ഥകളെ
ന്യായീകരിച്ചു. അവൻ ജനങ്ങളെ കാര്യം
പറഞ്ഞു ബോദ്ധ്യപ്പെടുത്തി. അവരെ ശാന്ത
രാക്കി അവരുടെ സൗമനസ്യം നേടിക്കൊ
ണ്ട് അന്ത്യോക്യായിലേക്കു പുറപ്പെട്ടു. ഇങ്ങ
നെയാണ് രാജാവിന്റെ ആക്രമണവും പി
ൻവാങ്ങലും കലാശിച്ചത്.

14

മൂന്നു സംവത്സരങ്ങൾക്കു ശേഷം,
സെല്യൂക്കസിന്റെ പുത്രനായ ദെ
മെത്രിയൂസ് ഒരു വൻസൈന്യത്തോടും
കപ്പൽപ്പടയോടുംകൂടി ത്രിപ്പൊലിസ് തുറ
മുഖത്ത് എത്തിയിരിക്കുന്നുവെന്ന് യൂദായും
അനുയായികളും അറിഞ്ഞു. അന്ത്യോക്ക 2
സിനെയും അയാളുടെ രക്ഷാകർത്താവായ
ലൂസിയാസിനെയും വധിച്ച് ദൈമെത്രിയോ
സ് രാജ്യം കൈവശമാക്കിയെന്നും അവന്
വിവരം കിട്ടി.
മുമ്പ് മഹാപുരോഹിതനായിരിക്കുക 3
യും പിന്നീട് ഭിന്നതയുടെ കാലത്ത് മനഃപ്പൂ
ർവ്വം അശുദ്ധനാകുകയും ചെയ്ത അൽകിമൂ
സ് എന്നയാൾ തനിക്ക് സുരക്ഷിതനായിരി
ക്കാനോ വിശുദ്ധ ബലിപീഠത്തിൽ വീണ്ടും
പ്രവേശിക്കാനോ യാതൊരു വഴിയും
ഇല്ലെന്ന് മനസ്സിലാക്കി.അദ്ദേഹം നൂറ്റി 4
അമ്പത്തൊന്നാം ആണ്ടിനോടടുത്ത് (ബി.

സി. 161)ദെമെത്രിയോസ് രാജാവിന്റെ
മുമ്പാകെ എത്തി. അവന് ഒരു സ്വർണ്ണ
ക്കിരീടവും ഒരു ഈന്തപ്പനത്തലപ്പും ദേ
വാലയത്തിൽ സൂക്ഷിച്ചിരുന്ന ഏതാനും
ഒലിവ് മരക്കൊമ്പുകളും സമർപ്പിച്ചു. അന്ന്
5 അവൻ മൗനം പാലിച്ചു. എന്നാൽ തന്റെ
ഭ്രാന്തമായ ലക്ഷ്യം നേടാൻ ഒരു അവസരം
അവൻ കണ്ടെത്തി. ആലോചനാസഭയുടെ
യോഗത്തിന് ദെമെത്രിയോസ് അവനെ
ക്ഷണിച്ച്, യെഹൂദരുടെ മനോഭാവത്തെ
യും താല്പര്യങ്ങളെയുംകുറിച്ച് അന്വേഷിച്ചു.
അവൻ മറുപടി പറഞ്ഞു:

6 യൂദാ മക്കാബിയൂസിന്റെ നേതൃത്വത്തിലു
ള്ള ഹസിദേയർ എന്ന യെഹൂദാവിഭാഗം
യുദ്ധത്തിൽ ഏർപ്പെട്ട് കലഹം ഇളക്കിവി
ടുന്നു. അവർ രാജ്യത്തിന് സ്വൈര്യം നല്ക
7 കയില്ല. തന്മൂലം ഞാൻ എന്റെ പൈതൃക
മഹത്ത്വം, അതായത് മഹാപുരോഹിത
സ്ഥാനം, ഉപേക്ഷിച്ച് ഇപ്പോൾ ഇവിടെ
8 വന്നിരിക്കുകയാണ്. കാരണം, ഒന്നാമ
തായി എനിക്ക് രാജാവിന്റെ കാര്യങ്ങളിൽ
സജീവതാല്പര്യമുണ്ട്. രണ്ടാമതായി എന്റെ
ജനത്തോട് എനിക്ക് മമതയുണ്ട്. ഞാൻ
സൂചിപ്പിച്ച ആളുകളുടെ മൗഢ്യം മൂലം
ഞങ്ങളുടെ ജനം മുഴുവൻ വലിയ ആപ
9 ത്തിലായിരിക്കുന്നു. അല്ലയോ രാജാവേ,
ഇക്കാര്യത്തിന്റെ വിശദാംശങ്ങൾ അങ്ങേ
യ്ക്ക് അറിയാമല്ലോ. അങ്ങ് എല്ലാവരോടും പ്ര
ദർശിപ്പിക്കുന്ന ദയാവായ്പോടെ ഞങ്ങളു
ടെ രാജ്യത്തെയും അതിയായി കഷ്ടപ്പെടു
ന്ന ഞങ്ങളുടെ ജനത്തെയും കടാക്ഷിക്ക
10 ണമേ. യൂദാ ജീവിച്ചിരിക്കുന്നിടത്തോളം
കാലം രാജ്യഭരണം സമാധാനപൂർണ്ണമാ
യിരിക്കുകയില്ല.

11 അദ്ദേഹം ഇതു പറഞ്ഞുകഴിഞ്ഞപ്പോൾ
യൂദായോട് ശത്രുത ഉണ്ടായിരുന്ന മറ്റു രാജ
സുഹൃത്തുക്കളും ദെമെത്രിയൂസിന്റെ കോപം
12 ജ്വലിപ്പിച്ചു. രാജാവ് പെട്ടെന്ന് ഗജസേന
യുടെ ചുമതലക്കാരനായിരുന്ന നിക്കാനോ
റിനെ തെരഞ്ഞെടുത്ത് യെഹൂദായിലെ ദേ
ശാധികാരിയായി നിയമിച്ചയച്ചു. യൂദായെ
13 വധിക്കുവാനും അവന്റെ സൈന്യത്തെ
ചിതറിക്കുവാനും മഹാദേവാലയത്തിലെ
മഹാപുരോഹിതനായി അൽകിമൂസിനെ
അവരോധിക്കാനും അവന് ആജ്ഞ നല്കി.
യൂദായുടെ മുമ്പിൽനിന്ന് പലായനം ചെയ്ത 14
വരും യെഹൂദായിലെങ്ങും ഉണ്ടായിരുന്ന
വരുമായ വിജാതീയർ നിക്കാനോറിനോ
ടു ചേർന്നു. യെഹൂദായുടെ ദൗർഭാഗ്യങ്ങളും
അനർത്ഥങ്ങളും തങ്ങൾക്ക് ശ്രേയസ്കരമാ
യിത്തീരുമെന്നാണ് അവർ ചിന്തിച്ചത്.

നിക്കാനോറിന്റെ ആഗമനവും വിജാ 15
തീയരുടെ ഒത്തുചേരലും കേട്ടറിഞ്ഞ
യെഹൂദർ തലയിൽ ചാരം വാരിവിതറി;
തന്റെ സ്വന്തം ജനതയെ എന്നെന്നേയ്ക്കുമാ
യി സ്ഥാപിച്ചവനും തന്റെ അവകാശമായ
ജനത്തെ ആവശ്യാനുസരണം സ്വയം വെ
ളിപ്പെടുത്തി സഹായിക്കുന്നവനുമായവനെ
വിളിച്ച് അവർ പ്രാർത്ഥിച്ചു. നേതാവിന്റെ 16
ആജ്ഞപ്രകാരം അവർ ഉടനെ അവിടെ
നിന്ന് പുറപ്പെട്ട് ദസ്സാവു എന്ന ഗ്രാമത്തിൽ
എത്തി യുദ്ധത്തിൽ ഏർപ്പെട്ടു. യൂദായുടെ 17
സഹോദരൻ ശീമോൻ നിക്കാനോറുമായി
ഏറ്റുമുട്ടി. എങ്കിലും ശത്രു ഉണ്ടാക്കിയ അവി
ചാരിതമായ അമ്പരപ്പ് തല്ക്കാലം അവനെ
പ്രതിരോധിച്ചു.

എങ്കിലും യൂദായുടെയും അനുയായികളു 18
ടെയും വീരപരാക്രമവും മാതൃരാജ്യത്തിനു
വേണ്ടിയുള്ള സമരത്തിലെ ധീരപൗരുഷ
വും കേട്ടറിഞ്ഞ നിക്കാനോർ രക്തച്ചൊരി
ച്ചിലൂടെ പ്രശ്നം പരിഹരിക്കാൻ ശങ്കിച്ചു.
അപ്പോൾ സൗഹൃദവാഗ്ദാനങ്ങൾ കൈ 19
മാറുവാൻ പൊസിദോനിയൂസ്, തെയോ
ദോത്തുസ്, മത്ഥത്തിയാസ് എന്നിവരെ
അവൻ അയച്ചു. വ്യവസ്ഥകൾ പൂർണ്ണമാ 20
യി പരിഗണിച്ചശേഷം നേതാവ് ജനത്തെ
വിവരമറിയിച്ചു; ജനം ഏകമനസ്സുള്ളവരാ
യി കാണപ്പെട്ടു. അവർ ഉടമ്പടി അംഗീക 21
രിച്ചു. പരസ്പരം കൂടിക്കാണുവാൻ നേതാക്ക
ൾ ഒരു ദിവസം നിശ്ചയിച്ചു. ഓരോ സൈ
ന്യത്തിൽനിന്നും ഓരോ രഥം മുന്നോട്ടു
വന്നു. യഥാസ്ഥാനത്ത് പദവിയനുസരിച്ച്
ഇരിപ്പിടങ്ങൾ സജ്ജീകരിക്കപ്പെട്ടു. ശത്രു 22
പക്ഷത്തുനിന്ന് നിനച്ചിരിക്കാതെ ഉണ്ടാ

കാവുന്ന ചതിപ്രയോഗങ്ങൾ തടയുവാൻ
യൂദാ ആയുധധാരികളായ പടയാളികളെ
ഒരുക്കി നിറുത്തി. നിശ്ചിതമായ കൂടിക്കാഴ്ച
മുറപ്രകാരം നടന്നു.
23 നിക്കാനോർ യെരുശലേമിൽ താമസി
ച്ചു. അവൻ ഉചിതമല്ലാത്ത യാതൊന്നും
ചെയ്തില്ല. തന്റെ ഭാഗത്ത് ചേരാൻ വന്നി
24 രുന്ന ജനക്കൂട്ടത്തെ അവൻ പിരിച്ചുവിട്ടു.
അവൻ യൂദായെ എപ്പോഴും തന്റെ സന്നി
ധിയിൽ നിറുത്തി; യൂദായോട്ട് അവന്
25 അതിയായ സ്നേഹമുണ്ടായി. വിവാഹിത
നാകുവാനും വംശം നിലനിർത്തുവാനും
അവൻ യൂദായെ പ്രേരിപ്പിച്ചു. അങ്ങനെ
യൂദാ വിവാഹിതനായി. അവൻ സ്വസ്ഥ
മായി കുടുംബജീവിതം നയിച്ചു.
26 എന്നാൽ അവരുടെ സൗഹൃദം ഗ്രഹി
ച്ച അൽകിമൂസ് നേരത്തെ ഉണ്ടായിരുന്ന
ഉടമ്പടികളുമായി ദെമെത്രിയോസിന്റെ
അടുക്കലേക്ക് ഉടൻ പുറപ്പെട്ടു. രാജ്യദ്രോ
ഹിയായ യൂദായെ നിക്കാനോർ തന്റെ
പിൻഗാമിയായി നിയമിച്ചിരിക്കുന്നുവെ
ന്നും അതിനാൽ അയാൾക്ക് രാജ്യത്തോ
ട്ട് കൂറില്ല എന്നും ദെമെത്രിയോസിനെ
27 അൽകിമൂസ് അറിയിച്ചു. ആ വക്രബുദ്ധിയു
ടെ ദുരാരോപണങ്ങൾ കേട്ട രാജാവ് ക്ഷോ
ഭിച്ചു; പ്രകോപിതനായ അദ്ദേഹം താൻ ഉട
മ്പടിയിൽ സന്തുഷ്ടനല്ലെന്നും മക്കാബിയൂ
സിനെ ഒട്ടും വൈകാതെ അന്ത്യോക്യായി
ലേക്ക് തടവുകാരനായി അയയ്ക്കണമെന്നും
നിക്കാനോറിന് എഴുതി.
28 ഈ സന്ദേശം കിട്ടിയപ്പോൾ നിക്കാ
നോർ അസ്വസ്ഥനായി. യൂദാ യാതൊരപ
രാധവും ചെയ്യാതിരിക്കെ അവരുടെ ഉടമ്പ
ടി റദ്ദാക്കേണ്ടി വരുന്നതിൽ അവന് ഖേദമു
29 ണ്ടായി. രാജാവിനെ എതിർക്കുക അസാ
ദ്ധ്യമായിരുന്നതിനാൽ തന്ത്രത്തിൽ ഇക്കാ
ര്യം നടപ്പിലാക്കുവാൻ അവൻ അവസരം
30 പാർത്തു. എന്നാൽ തന്നോടുള്ള പെരുമാറ്റ
ത്തിൽ നിക്കാനോർ കൂടുതൽ കർക്കശനാ
കുന്നതും മുൻപെന്നപോലെ ഹൃദ്യമായി പെ
രുമാറാതിരിക്കുന്നതും കണ്ടപ്പോൾ മക്കാ
ബിയൂസ് കാര്യം പന്തിയല്ല എന്ന് അനുമാ
നിച്ചു. അദ്ദേഹം കുറേപ്പേരെ കൂട്ടി ഒളിവിൽ
പോയി.
ആ മനുഷ്യൻ കൗശലപൂർവ്വം തന്നെ 31
കബളിപ്പിച്ചുവെന്ന് അറിഞ്ഞപ്പോൾ നി
ക്കാനോർ പരിശുദ്ധമായ മഹാദേവാലയ
ത്തിൽ എത്തി. അവിടെ വിധിപ്രകാരം യാ
ഗങ്ങൾ അനുഷ്ഠിച്ചുകൊണ്ടിരുന്ന പുരോഹി
തരോട്ട് മക്കാബിയൂസിനെ പിടിച്ച് തന്നെ
ഏല്പിക്കണമെന്ന് ആജ്ഞാപിച്ചു. അവൻ 32
അന്വേഷിക്കുന്ന മനുഷ്യൻ എവിടെയെ
ന്ന് തങ്ങൾക്കറിയില്ലെന്ന് പുരോഹിതർ
സത്യം ചെയ്ത് പ്രഖ്യാപിച്ചു. അപ്പോൾ വിശു 33
ദ്ധസ്ഥലത്തിന്റെ നേരെ വലതുകൈ നീട്ടി
അവൻ ഇങ്ങനെ ശപഥം ചെയ്തിട്ട് പ്രതി
ജ്ഞയെടുത്തു: നിങ്ങൾ യൂദായെ പിടിച്ച്
തടവുകാരനാക്കി എന്നെ ഏല്പിക്കുന്നില്ലെ
ങ്കിൽ ഞാൻ ഈ ദേവാലയവളപ്പ് ഇടിച്ചു
നിരത്തി ബലിപീഠം തകർത്ത് ഇവിടെ ദി
വന്നാസിയോസിന് ഒരു ഗംഭീര ക്ഷേത്രം
നിർമ്മിക്കും.
ഇതു പറഞ്ഞിട്ട് അവൻ സ്ഥലം വിട്ടു. പു 34
രോഹിതർ സ്വർഗ്ഗത്തിലേക്ക് കൈകൾ
നീട്ടി, തങ്ങളുടെ ജനത്തിന്റെ നിത്യസംര
ക്ഷകനെ വിളിച്ച് ഇപ്രകാരം പ്രാർത്ഥിച്ചു:
സർവ്വത്തിന്റെയും നാഥാ, നിനക്ക് ഒന്നും 35
തന്നെ ആവശ്യമില്ല. എന്നിട്ടും ഞങ്ങൾക്കി
ടയിൽ നിന്റെ തിരുനിവാസമായ ഒരു
ദൈവാലയം ഉണ്ടാക്കാൻ നീ തിരുമന
സ്സായി. അല്ലയോ പരിശുദ്ധനേ, സർവ്വവി 36
ശുദ്ധിയുടെയും നാഥാ, അടുത്ത കാലത്ത്
വിശുദ്ധീകരിക്കപ്പെട്ട ഈ ആലയത്തെ
എന്നെന്നും നീ വിശുദ്ധമായി കാത്തുകൊ
ള്ളണമേ.
യെരുശലേമിലെ മൂപ്പന്മാരിൽ ഒരാളായ 37
റാസിസിനെപ്പറ്റി നിക്കാനോറിന് വിവരം
ലഭിച്ചു. തന്റെ ജനത്തെ സ്നേഹിക്കുന്ന
വനും ഏറ്റവും ആദരിക്കപ്പെടുന്നവനും
അയാളുടെ സന്മനസ്സ് ഹേതുവായി യെഹൂ
ദയുടെ പിതാവെന്ന് വിളിക്കപ്പെടുന്നവനു
മായിരുന്നു റാസിസ്. പണ്ട് വിജാതീയരു 38
മായി വേഴ്ചയൊന്നും ഇല്ലാതിരുന്ന കാല
ത്തുതന്നെ, യെഹൂദവിശ്വാസത്തെ പ്രതി

സ്വന്തം ശരീരവും ജീവനും അതിതീക്ഷ്ണത
39 യോടെ അപകടപ്പെടുത്തിയിരുന്നു. യെ
ഹൂദരോട് തനിക്കുള്ള ശത്രുത വെളിവാ
ക്കുന്നതിന് റാസിസിനെ തടവിലാക്കാൻ
അഞ്ഞൂറിലധികം പടയാളികളെ നിക്കാ
40 നോർ അയച്ചു. കാരണം, അവനെ തടവി
ലാക്കുന്നതുവഴി യെഹൂദന്മാർക്ക് കനത്ത
ആഘാതം ഏല്പിക്കാമെന്ന് നിക്കാനോർ
41 കരുതി. സേനാവ്യൂഹങ്ങൾ ഗോപുരം പിടി
ച്ചടക്കാൻ തുടങ്ങി. അകമുറ്റത്തിന്റെ വാതി
ലുകളിൽ അവർ ബലപ്രയോഗം നടത്തി.
തീ കൊണ്ടുവന്ന് വാതിലുകൾ ചുട്ടെരിക്കാ
ൻ കല്പനയായി. ശത്രുക്കളാൽ വലയം
ചെയ്യപ്പെട്ടപ്പോൾ റാസിസ് സ്വന്തം വാ
42 ളിന്മേൽ വീണു. കാരണം, പാപികളുടെ
കൈയിൽ അകപ്പെട്ട് തന്റെ കുലീനതയ്ക്കു
ചേരാത്ത അതിക്രമങ്ങൾ സഹിക്കുന്നതി
നെക്കാൾ അന്തസ്സേറിയ മരണം അവൻ
43 ഇഷ്ടപ്പെട്ടു. എന്നാൽ സംഘർഷത്തിന്റെ
തീവ്രതകൊണ്ട് അവന്റെ ലക്ഷ്യം വേണ്ടതു
പോലെ ആയില്ല. പടക്കൂട്ടം കവാടങ്ങളിലൂ
ടെ ഇരച്ചുകയറുകയായിരുന്നു. അവൻ കോ
ട്ടമതിലിന് മുകളിലൂടെ സധൈര്യം ഓടി;
44 പൗരുഷത്തോടെ പടക്കൂട്ടത്തിന്റെ നടുവി
ലേക്ക് എടുത്തുചാടി. എന്നാൽ പടയാളിക
ൾ പെട്ടെന്ന് പിന്മാറിയതിനാൽ ആളൊഴി
45 ഞ്ഞ ഒരു സ്ഥലത്ത് അവൻ വീണു. എന്നി
ട്ടും മരിക്കാതെ, ഉജ്ജ്വലകോപത്തോടെ
അവൻ എഴുന്നേറ്റു. രക്തം വാർന്നൊഴു
കിയിട്ടും മുറിവുകൾ ഗുരുതരമായിരുന്നി
ട്ടും അവൻ ജനക്കൂട്ടത്തിലൂടെ പാഞ്ഞു് കീ
ഴ്ക്കാംതൂക്കായ ഒരു പാറയിൽ ചെന്നു നിന്നു.
46 അവന്റെ രക്തം മുഴുവൻ വാർന്നു പോയിരു
ന്നു അവൻ തന്റെ കുടൽമാല പറിച്ചെടുത്ത്
ഇരു കൈകൾകൊണ്ടും പിടിച്ച് ജനക്കൂട്ട
ത്തിലേക്ക് ചുഴറ്റി എറിഞ്ഞു. ഇവ തനിക്ക്
തിരിച്ചുതരണമെന്ന് ജീവന്റെയും ചൈത
ന്യത്തിന്റെയും ദൈവത്തെ വിളിച്ച് അവൻ
പ്രാർത്ഥിച്ചു. ഇങ്ങനെയായിരുന്നു അവന്റെ
മരണം.

15 യൂദാായും അനുചരരും ശമര്യാപ്രദേ
ശത്ത് ഉണ്ടെന്നറിഞ്ഞ നിക്കാനോ
ർ അവരെ വിശ്രമദിനത്തിൽ തികച്ചും സു
രക്ഷിതമായി ആക്രമിക്കാൻ ഒരുക്കം കൂട്ടി. 2
അവനെ പിന്തുടരാൻ നിർബന്ധിതരായ
യെഹൂദർ പറഞ്ഞു: ഇത്രയേറെ കിരാത
മായും ക്രൂരമായും നശിപ്പിക്കരുത്. എല്ലാം
കാണുന്നവനായ ദൈവം മറ്റെല്ലാ ദിനങ്ങ
ൾക്കും ഉപരി ആദരിക്കുകയും വിശുദ്ധീകരി
ക്കുകയും ചെയ്ത ഈ ദിനത്തെ മാനിക്കുക.
അപ്പോൾ ഏറ്റവും ശപിക്കപ്പെട്ട ആ നികൃ 3
ഷ്ടൻ, ശബ്ബത്ത് ദിനം ആചരിക്കണമെന്ന്
കല്പിച്ച ഒരു പരമാധികാരി സ്വർഗ്ഗത്തിലു
ണ്ടോ എന്ന് ചോദിച്ചു. അപ്പോൾ അവർ 4
പ്രഖ്യാപിച്ചു: സജീവനായ കർത്താവാ
ണ്, സ്വർഗ്ഗസ്ഥനായ പരമാധികാരിയാ
ണ്, ഏഴാം ദിവസം ആചരിക്കുവാൻ ഞ
ങ്ങളോടു കല്പിച്ചത്. ഉടനെ അവൻ പറ 5
ഞ്ഞു: `ഭൂമിയിൽ ഞാനും പരമാധികാരി
യാണ്. ആയുധമെടുത്ത് രാജകല്പന നട
പ്പിലാക്കാൻ ഞാൻ കല്പിക്കുന്നു'. എങ്കിലും
തന്റെ നിന്ദ്യമായ പദ്ധതി വിജയിപ്പിക്കുവാ
ൻ അവന് കഴിഞ്ഞില്ല.

യൂദായുടെയും സഹചരരുടെയും കൈ 6
യിൽനിന്ന് പിടിച്ചെടുക്കുന്ന കൊള്ളമുത
ൽകൊണ്ട് തന്റെ വിജയത്തിന്റെ പരസ്യ
സ്മാരകം പണിയാൻ അതിരില്ലാത്ത അഹ
ങ്കാരത്തോടും ധാർഷ്ട്യത്തോടും കൂടി നിക്കാ
നോർ തീരുമാനിച്ചു. മക്കാബി ആകട്ടെ, 7
ദൈവത്തിൽനിന്ന് തനിക്ക് സഹായം കിട്ടു
മെന്നുള്ള പൂർണ്ണവിശ്വാസത്തിൽനിന്ന് പി
ന്തിരിഞ്ഞില്ല. വിജാതീയരുടെ ആക്രമണ 8
ത്തെ ഭയപ്പെടരുതെന്നും മുൻകാലങ്ങളിൽ
സ്വർഗ്ഗത്തിൽനിന്ന് സഹായം ലഭിച്ചിട്ടുള്ള
ത് ഓർമ്മിക്കണമെന്നും മക്കാബി തന്റെ
ജനത്തെ ഉപദേശിച്ചു. തങ്ങൾക്ക് സർവ്വ
ശക്തൻ നല്കാനിരിക്കുന്ന വിജയത്തെ കാ
ത്തിരിക്കാനും അവൻ നിർദ്ദേശിച്ചു. ന്യായ 9
പ്രമാണത്തിൽനിന്നും പ്രവാചകരിൽനിന്നു
മുള്ള വചനങ്ങൾകൊണ്ട് അവൻ അവരെ
പ്രോത്സാഹിപ്പിച്ചു. തങ്ങൾ വിജയം വരിച്ചി

ട്ടുള്ള യുദ്ധങ്ങളെ ഓർമ്മിപ്പിച്ചു. അങ്ങനെ
അവൻ അവർക്ക് നവോന്മേഷം നല്കി.
10 അവരെ ഉത്തേജിപ്പിച്ചിട്ട് അവൻ ആജ്ഞ
കൾ നല്കി. അതേസമയം വിജാതീയരുടെ
വഞ്ചനയും വാഗ്ദാനലംഘനവും അവൻ ചൂ
11 ണ്ടിക്കാട്ടി. കുന്തത്തിലും പരിചയിലുമുള്ള വി
ശ്വാസത്തെക്കാൾ ഏറെ ധൈര്യം പകരു
ന്ന വാക്കുകൾകൊണ്ടുള്ള പ്രചോദനത്താ
ൽ അവൻ അവരിൽ ഓരോരുത്തരെയും
സായുധരാക്കി. തനിക്കുണ്ടായ ഒരു ദർശ
നത്തെക്കുറിച്ച് പറഞ്ഞ് അവൻ അവർക്ക്
ഉന്മേഷം നല്കി.
12 ആ ദർശനം ഇതാണ്: കുലീനനും നല്ല
വനും സൗമ്യശീലനും വിനീതനും വാഗ്മിയും
ബാല്യം മുതലേ മഹത്തായവയിലെല്ലാം
പരിശീലനം സിദ്ധിച്ചവനുമായ ഓനിയാസ്
എന്ന മഹാപുരോഹിതൻ നീട്ടിപ്പിടിച്ച
കൈകളോടെ സർവ്വ യെഹൂദജനത്തി
13 നും വേണ്ടി പ്രാർത്ഥിക്കുന്നു. ഇതുപോലെ
തന്നെ നരച്ച മുടിയും പ്രൗഢിയും മഹാ
പ്രാഭവവും അധികാരവുംകൊണ്ട് ശ്രദ്ധേ
യനായ ഒരു മനുഷ്യനും പ്രത്യക്ഷനായി.
14 അപ്പോൾ ഓനിയാസ് ഇപ്രകാരം പറഞ്ഞു:
യിസ്രായേൽ കുടുംബത്തെ സ്നേഹിക്കുന്ന
വനും ജനത്തിനും വിശുദ്ധപട്ടണത്തിനും
വേണ്ടി ഏറെ പ്രാർത്ഥിക്കുന്നവനുമായ
15 ഒരു മനുഷ്യനാണിത്. ദൈവത്തിന്റെ പ്ര
വാചകനായ യിരെമ്യാവ്! യിരെമ്യാവ്
വലതുകൈ നീട്ടി യൂദായ്ക്ക് ഒരു സ്വർണ്ണ
വാൾ കൊടുത്തു. അതു കൊടുത്തുകൊണ്ട്
16 അവൻ ഇങ്ങനെ പറഞ്ഞു: ദൈവത്തിൽനി
ന്നുള്ള ദാനമായ ഈ വിശുദ്ധവാൾ സ്വീക
രിക്കുക. ഇതുകൊണ്ട് നിന്റെ എതിരാളിക
ളെ നീ തകർക്കും.
17 യുവഹൃദയങ്ങളിൽ വീര്യം നിറയ്ക്കുവാനും
പൗരുഷം ഉണർത്തുവാനും പര്യാപ്തമായി
രുന്ന യൂദായുടെ മികച്ച വാക്കുകളാൽ പ്ര
ചോദനം നേടി, ഒരു ചെറുത്തുനില്പിനല്ല,
ധീരമായ ആക്രമണം നടത്തി കാര്യങ്ങ
ൾക്ക് ഒരു തീർച്ചയുണ്ടാക്കുവാൻ തന്നെ
അവർ ഒരുങ്ങി; സർവ്വശക്തിയോടും കൂടി
അഭിമുഖമായി പോരാടേണ്ടിയിരുന്നു. പട്ട
ണവും വിശുദ്ധസ്ഥലവും ദൈവാലയവും
അപകടത്തിലായിരുന്നുവല്ലോ. ഭാര്യമാരും 18
മക്കളും സഹോദരങ്ങളും ബന്ധുക്കളും അവ
ർക്ക് അപ്രധാനമായി. അവരുടെ പ്രഥമവും
പ്രധാനവുമായ ഉത്കണ്ഠ പവിത്രമായ വി
ശുദ്ധാലയത്തെക്കുറിച്ചായിരുന്നു. പട്ടണ 19
ത്തിൽ തങ്ങേണ്ടി വന്നവർക്കും തുറസ്സായ
പ്രദേശത്ത് നടക്കുന്ന ഏറ്റുമുട്ടലിനെക്കുറിച്ച്
ഉത്കണ്ഠ ഏറിയിരുന്നതിനാൽ അല്പമല്ലാ
ത്ത മനോവ്യഥ ഉണ്ടായി.
ആസന്നമായ തീർപ്പ് ഏവരും കാത്തി 20
രിക്കുകയായിരുന്നു. യുദ്ധത്തിനൊരുങ്ങി
സൈന്യസമേതനായ ശത്രു സമീപത്ത്
എത്തിയിരുന്നു. അവർ ആനകളെ തന്ത്ര
പൂർവ്വം അണിനിരത്തി; കുതിരപ്പട വശ
ങ്ങളിൽ നിലയുറപ്പിച്ചു. തന്റെ മുമ്പാകെ 21
നിരന്ന സേനാവ്യൂഹവും വൈവിദ്ധ്യമുള്ള
ആയുധങ്ങളും ആനകളുടെ ക്രൗര്യവും വീ
ക്ഷിച്ച മക്കാബിയൂസ് സ്വർഗ്ഗത്തിലേക്ക്
കൈകൾ ഉയർത്തി, അദ്ഭുതങ്ങൾ പ്രവ
ർത്തിക്കുന്നവനായ ദൈവത്തെ വിളിച്ചു.
അർഹിക്കുന്നവർക്ക് വിജയം ലഭിക്കുന്ന
ത് ആയുധങ്ങൾക്കൊണ്ടല്ല, ദൈവനിശ്ച
യത്താലാണെന്ന് അവന് അറിയാമായി
രുന്നു. അവൻ അവനെ വിളിച്ച് ഇപ്രകാ 22
രം പ്രാർത്ഥിച്ചു: കർത്താവേ, യെഹൂദായി
ലെ രാജാവായ ഹിസ്കീയായുടെ കാലത്ത്
നീ നിന്റെ ദൂതനെ അയയ്ക്കുകയും അവൻ
സെന്നാക്കെരീബിന്റെ പാളയത്തിലെ ഒരു
ലക്ഷത്തിഎൺപത്തയ്യായിരം പേരെ
നിശ്ശേഷം നശിപ്പിക്കുകയും ചെയ്തുവല്ലോ. 23
അല്ലയോ സ്വർഗ്ഗാധിരാജാവേ, ഞങ്ങ
ൾക്കു മുമ്പേ കഠിനഭീതിയും വിറയലും സൃ
ഷ്ടിക്കുവാൻ ഒരു ഉത്തമദൂതനെ ഇപ്പോൾ
അയയ്ക്കണമേ. നിന്റെ വിശുദ്ധജനത്തിന് 24
എതിരേ വന്നിരിക്കുന്ന ഈ ദൈവദൂഷകർ
നിന്റെ കൈകളുടെ ബലത്താൽ തകർക്ക
പ്പെടട്ടെ. ഈ വാക്കുകളോടെ അവൻ പ്രാ
ർത്ഥന ഉപസംഹരിച്ചു.
നിക്കാനോറും അനുയായികളും കാഹ 25
ളങ്ങളോടും യുദ്ധകീർത്തനങ്ങളോടുംകൂടി
മുന്നേറി. യൂദായും അനുയായികളുമാക 26

ട്ടെ, ദൈവത്തെ വിളിച്ച് പ്രാർത്ഥിച്ചുകൊ
ണ്ട് ശത്രുവിനെ യുദ്ധത്തിൽ എതിരിട്ടു.
27 അങ്ങനെ കൈകൾകൊണ്ട് പോരാടിയും
ഹൃദയത്തിൽ ദൈവത്തോടു പ്രാർത്ഥി
ച്ചും അവർ മുപ്പത്തി അയ്യായിരത്തിൽ
കുറയാതെ ആളുകളെ വീഴ്ത്തി. ദൈവത്തിന്റെ
സഹായപ്രത്യക്ഷതയിൽ അവർ അധികം
ആഹ്ലാദിച്ചു.
28 യുദ്ധാനന്തരം ആനന്ദത്തോടെ തിരിച്ചു
വരുമ്പോൾ അവർ, നിക്കാനോർ പടച്ചട്ട
29 ധരിച്ച് മരിച്ചുകിടക്കുന്നത് കണ്ടു. അപ്പോൾ
അവർ ആഹ്ലാദാരവം മുഴക്കി. സർവ്വേശ്വ
രനായ ദൈവത്തെ തങ്ങളുടെ പിതാ
ക്കന്മാരുടെ ഭാഷയിൽ അവർ പുകഴ്ത്തി.
30 സർവ്വകാലത്തും തന്റെ സഹോദരരുടെ
ശരീരാത്മസംരക്ഷകനും തന്റെ ദേശക്കാ
ർക്കുവേണ്ടി യുവസഹജമായ സന്മനോ
ഭാവം പ്രദർശിപ്പിച്ചിട്ടുള്ളവനുമായ യൂദാ,
തന്റെ അനുയായികളോട് നിക്കാനോ
റിന്റെ തലയും കൈയും വെട്ടിയെടുത്ത്
അവ യെരുശലേമിലേക്ക് കൊണ്ടുവരു
31 വാൻ കല്പിച്ചു. അവിടെ എത്തിയപ്പോൾ
അവൻ തന്റെ ജനങ്ങളെ ഒന്നിച്ചുകൂട്ടി. പു
രോഹിതരെ ബലിപീഠത്തിന്റെ മുമ്പിൽ
32 നിറുത്തി; ദുർഗ്ഗത്തിൽ പാർത്തിരുന്നവ
ർക്കും ആളയച്ചു. നിന്ദ്യനായ നിക്കാനോ
റിന്റെ തലയും സർവ്വശക്തന്റെ വിശുദ്ധാ
ലയത്തിനു നേരെ അഹങ്കാരപ്രമത്തത
യോടെ നീട്ടിപ്പിടിച്ച കൈകളും അവൻ
33 അവരെ കാണിച്ചു. പിന്നീട് അവൻ ദുഷ്ട
നായ നിക്കാനോറിന്റെ നാവ് അറുത്തെടു
ത്തു. അത് കഷണം കഷണമാക്കി പക്ഷി
കൾക്കു നല്കുമെന്നും അവന്റെ ഭോഷത്ത
ത്തിന്റെ പ്രതിഫലങ്ങൾ വിശുദ്ധസ്ഥല
ത്തിന്റെ മുമ്പിൽ തൂക്കിയിടുമെന്നും അവൻ
പറഞ്ഞു. അവരെല്ലാവരും സ്വർഗ്ഗത്തിലേ 34
ക്ക് കണ്ണുകൾ ഉയർത്തി, സ്വയം വെളിപ്പെ
ടുത്തിയ ദൈവത്തെ സ്തോത്രം ചെയ്തു.
അവർ ഇപ്രകാരം പറഞ്ഞു: സ്വന്തം ആല
യത്തെ അശുദ്ധമാകാതെ സംരക്ഷിക്കു
ന്നവൻ വാഴ്ത്തപ്പെട്ടവനാകുന്നു. അവൻ നി 35
ക്കാനോറിന്റെ ശിരസ്സ് ദുർഗ്ഗത്തിൽനിന്ന്
തൂക്കിയിട്ടു. സർവ്വർക്കും അത് ദൈവത്തി
ൽനിന്നുള്ള സഹായത്തിന്റെ സുവ്യക്തവും
സ്പഷ്ടവുമായ തെളിവായി. ഈ ദിവസം ഒരി 36
ക്കലും ആഘോഷിക്കപ്പെടാതെ പോകരു
തെന്ന് സർവ്വസമ്മതമായി അവർ പ്രഖ്യാ
പിച്ചു. സുറിയാനിഭാഷയിൽ ഓദോർ എന്നു
വിളിക്കപ്പെടുന്ന പന്ത്രണ്ടാം മാസം പതിമൂ
ന്നാം തീയതി മോർദ്ദെഖായിയുടെ ദിനത്തി
ന്റെ തലേദിവസം അത് ആചരിക്കുവാൻ
തീരുമാനിച്ചു.

ഇവയെല്ലാമാണ് നിക്കാനോറിന് വന്നു 37
ഭവിച്ചത്. അക്കാലംമുതൽ ആ പട്ടണം
എബ്രായക്കാരുടെ കൈവശത്തിലാണ്.
അതിനാൽ ഞാൻ ഈ വിവരണം ഇവിടെ
ഉപസംഹരിക്കാം.

ഇത് നല്ലവിധം വിവരിച്ച് ഫലിപ്പിച്ചുവെ 38
ങ്കിൽ ഞാൻ ആശിച്ചതും അതു തന്നെയാ
യിരുന്നു. ഇത് വേണ്ടത്ര സഫലമായില്ലെ
ങ്കിൽ എനിക്ക് ഇത്രയുമേ കഴിഞ്ഞുള്ളൂ. വീ 39
ഞ്ഞുമാത്രം കുടിക്കുന്നതും വെള്ളം മാത്രം
കുടിക്കുന്നതും ആരോഗ്യത്തിന് ഹാനികര
മാണെങ്കിലും വീഞ്ഞും വെള്ളവും കൂട്ടിക്കല
ർത്തുമ്പോൾ അത് മാധുര്യവും രുചിയും ഉള്ള
താകുന്നു; സന്തോഷകരമാകുന്നു. അപ്രകാ
രം തന്നെയാണ് ഈ വിവരണം വായിക്കു
ന്നവർക്ക് അതിന്റെ ശൈലി ശ്രവണസുഖ
ദമാകുന്നത്. ഇത് ഇവിടെ ഉപസംഹരിച്ചു
കൊള്ളട്ടെ.

3 മക്കാബിയർ

വളരെ ചുരുങ്ങിയ കാലയളവാണ് ഈ പുസ്തകത്തിന്റെ ചരിത്ര പശ്ചാത്തലം. റാഫിയ കലാപത്തെക്കുറിച്ചാണ് ഈ പുസ്തകത്തിൽ പ്രതിപാദിക്കുന്നത്. ഈജിപ്തിലെ യൂദന്മാർക്ക് എതിരെയുള്ള പീഡനങ്ങളും അവരുടെ അസാമാന്യമായ സഹനവുമാണ് ഈ പുസ്തകം നൽകുന്ന വിവരങ്ങളിൽ പ്രധാനം.

ഈ പുസ്തകത്തിന്റെ രചയിതാവ് അജ്ഞാതനാണ്. മക്കാബിയർ എന്ന തലക്കെട്ട് പിന്നീടാണ് ഈ പുസ്തകത്തിന് നല്കുന്നത്. മക്കാബി എന്ന നാമം വിശ്വാസത്തിന് വേണ്ടി പീഡനം നേരിട്ടവർക്ക് നൽകുന്ന ഒരു സർവ്വനാമം എന്ന രീതിയിൽ വന്നപ്പോഴാണ് ഈ നാമം നല്കിയത്. ഈ പുസ്തകത്തിൽ വിവരിച്ചിരിക്കുന്ന സംഭവം മക്കാബിയരുടെ ചരിത്രത്തിന്റെ ഭാഗമല്ല. കാരണം മക്കാബിയർക്കും അമ്പതുവർഷം മുമ്പുള്ള, ടോളമി ഫിലോപേറ്റർ നാലാമന്റെ കാലത്ത് ഈജിപ്തിലെ യഹൂദന്മാർക്ക് എതിരെയുള്ള പീഡകളുടെ ചരിത്രമാണ് ഈ പുസ്തകത്തിലെ പ്രതിപാദ്യവിഷയം.

ഈ പുസ്തകം ആദ്യമായി രചിച്ചത് ഗ്രീക്ക് ഭാഷയിലാണെന്നും, രചയിതാവ് ഒരു അലക്സാന്ത്രിയൻ യഹൂദനാണെന്നും, ബി.സി. 100നും ബി.സി. ഇടയ്ക്ക് എഴുതിയതായും കരുതുന്നു. ഈ പുസ്തകം, ആറാം മാർത്തോമ്മാ ക്ലോഡിയസ് ബുക്കാനനു നല്കിയതടക്കമുള്ള പ്ശീത്തോ സുറിയാനി കയ്യെഴുത്തുപ്രതികളിൽ കാണുന്നുണ്ട്. ഗ്രീക്ക് സെപ്റ്റിജ്വന്റിന്റെ പുരാതനമായ കയ്യെഴുത്തുപ്രതിയായ കോഡക്സ് അലക്സാന്ത്രിനസിൽ മക്കാബിയരുടെ മൂന്നാം പുസ്തകം കാണുന്നുണ്ട്.

ഓറിയെന്റൽ ഓർത്തഡോക്സ് സഭകളും, ഈസ്റ്റേൺ ഓർത്തഡോക്സ് സഭകളും മക്കാബിയരുടെ മൂന്നാം പുസ്തകം കാനോനികമായി അംഗീകരിച്ചിട്ടുണ്ട്.

3 മക്കാബിയർ

തന്റെ നിയന്ത്രണത്തിലായിരുന്ന
ദേശങ്ങൾ അന്തിയോക്കസ് പിടി
ച്ചടക്കിയതായി മടങ്ങിവന്നവർ മുഖേന ഫി
ലോപേത്തർ അറിഞ്ഞപ്പോൾ, കാലാൾപ്പ
ടയും അശ്വസൈന്യവും അടങ്ങിയ മുഴുവൻ
സൈന്യത്തിനും ആജ്ഞ നല്കി തന്റെ
സഹോദരി ആർസിനോയെയും കൂട്ടി റാ
ഫിയാദേശത്തേക്ക് പുറപ്പെട്ടു. അന്തിയോ
ക്കസിന്റെ സൈന്യം അവിടെയാണ് തമ്പ
ടിച്ചിരുന്നത്.
2 എന്നാൽ തെയോദോത്തസ് എന്നൊ
രാൾ തനിക്ക് നല്കപ്പെട്ടിരുന്ന ഏറ്റവും മി
കവേറിയ ടോൾമിയൻ ആയുധങ്ങളും
എടുത്ത്, താൻ ആസൂത്രണം ചെയ്ത പദ്ധതി
പ്രാവർത്തികമാക്കുവാൻ തീരുമാനിച്ചുകൊ
ണ്ട് രാത്രിയിൽ ടോളമിയുടെ താവളത്തിൽ
പ്രവേശിച്ചു. ഏകനായി ചെന്ന് അവനെ
കൊന്ന് യുദ്ധത്തിന് അറുതിവരുത്തുകയാ
3 യിരുന്ന ഉദ്ദേശ്യം. എന്നാൽ ജന്മംകൊണ്ട്
യെഹൂദനും പിന്നീട് പിതൃപാരമ്പര്യങ്ങളെ
ത്യജിച്ച് സ്വമതത്യാഗിയായിത്തീർന്നവനും
ഡ്രിമിലസിന്റെ മകനെന്ന് അറിയപ്പെട്ടവ
നുമായ ഡൊസിത്തിയോസ് രാജാവിനെ
ദൂരേക്ക് കൊണ്ടുപോകുകയും നിസ്സാരനായ
മറ്റൊരാളെ താവളത്തിൽ തൽസ്ഥാന
ത്ത് ഉറങ്ങാൻ നിയോഗിക്കുകയും ചെയ്തു.
അങ്ങനെ അവൻ രാജാവിന്റെമേൽ പതി
ക്കുമായിരുന്ന പ്രതികാരത്തിന് ഇരയായി
ത്തീരുകയും ചെയ്തു.
4 ഇത് കൊടുംയുദ്ധത്തിൽ കലാശിച്ചു.
അങ്ങനെ അന്തിയോക്കസിന് അനുകൂല
മായി കാര്യങ്ങൾ പരിണമിച്ചപ്പോൾ. ആർ
സിനോവ് കണ്ണീരോടും ദീനരോദനത്തോ
ടുംകൂടി സൈന്യങ്ങളെ സമീപിച്ചു. അവൾ,
സ്വയം വിസ്മരിച്ച് തങ്ങൾക്കും മക്കൾക്കും
ഭാര്യമാർക്കും വേണ്ടി ധീരമായി പൊരുതു
വാൻ അവരെ ആഹ്വാനംചെയ്തു; യുദ്ധം
ജയിച്ചാൽ ഓരോരുത്തനും രണ്ടു സ്വർണ്ണ
നാണയം നൽകാമെന്ന വാഗ്ദാനവും നല്കി.
ഒടുവിൽ ശത്രുക്കൾ പരാജയപ്പെട്ടു. ഒട്ടുവ 5
ളരെപ്പേർ തടവുകാരായി പിടിക്കപ്പെട്ടു.
പദ്ധതി പരാജയപ്പെട്ടപ്പോൾ സമീപനഗ 6
രങ്ങളെ സന്ദർശിക്കുവാനും അവരെ പ്രോ
ത്സാഹിപ്പിക്കുവാനും ടോളമി തീരുമാനിച്ചു.
ഈ പ്രവൃത്തികൊണ്ടും അവരുടെ പവിത്ര 7
ഭണ്ഡാരപ്പുരകളിൽ സമ്മാനങ്ങൾ വർഷി
ച്ചുകൊണ്ടും പ്രജകളുടെ മനോവീര്യത്തെ
അവൻ ബലപ്പെടുത്തി.
യെഹൂദന്മാർ അവരുടെ സംഘപ്രമാണി 8
മാരെയും മൂപ്പന്മാരെയും, അവനെ വന്ദിച്ച്
സ്വാഗതം ചെയ്യുവാനും സംഭവിച്ചതിനെ
പ്രതി അഭിനന്ദിക്കുവാനുമായി അയച്ച
തോടെ, കഴിയുന്നത്ര വേഗത്തിൽ അവരെ
സന്ദർശിക്കുവാൻ അവനുത്സാഹമായി.
യെരുശലേമിൽ പ്രവേശിച്ചശേഷം മഹാ 9
ദൈവത്തിന് യാഗംകഴിക്കുകയും സ്തോത്ര
കാഴ്ചകൾ സമർപ്പിക്കുകയും വിശുദ്ധസ്ഥല
ത്തിനു യോജ്യമായ ക്രിയകൾ നടത്തുകയും
ചെയ്തു. അവിടെ പ്രവേശിച്ചപ്പോൾ ദൈവാ
ലയത്തിലെ ക്രമീകരണങ്ങളുടെ സൗന്ദര്യ 10
വും പൂർണ്ണതയും അവനിൽ വലിയ മതി
പ്പുളവാക്കി. ദൈവാലയത്തിന്റെ വിശുദ്ധ
സ്ഥലത്തേക്ക് പ്രവേശിക്കുവാൻ അവന്
താല്പര്യം ഉളവായി. സ്വന്തം ജനതയ്ക്കുപോ 11
ലും അവിടെ പ്രവേശനം അനുവദിക്കപ്പെ
ട്ടിട്ടില്ല; എല്ലാ പുരോഹിതർക്കും അവിടെ
പ്രവേശനം ഇല്ലായിരുന്നു. മഹാപുരോഹി
തനു മാത്രം, അതും ആണ്ടിൽ ഒരിക്കൽ
മാത്രം, അവിടെ പ്രവേശിക്കാം. അതുകൊ
ണ്ട് അത് അനുവദനീയമല്ലെന്ന് അവർ
അവനെ അറിയിച്ചു എങ്കിലും രാജാവ് 12
ഇക്കാര്യത്തിൽ തൃപ്തനായില്ല. ന്യായപ്രമാ
ണഭാഗം വായിച്ച് കേൾപ്പിച്ചിട്ടും അവിടെ
പ്രവേശിക്കണമെന്ന ആഗ്രഹത്തിൽനി

ന്ന് അവൻ പിന്മാറിയില്ല. അവൻ പറഞ്ഞു
കൊണ്ടിരുന്നു: "അവർക്ക് ഈ ബഹുമതി
അനുവദിക്കപ്പെട്ടിട്ടില്ലെങ്കിലും എന്റെ കാര്യ
13 ത്തിൽ അത് ബാധകമല്ല." മറ്റു ദേവാലയ
ങ്ങളിൽ താൻ പ്രവേശിക്കുമ്പോൾ ആരും
തന്നെ തടയാത്തതെന്തെന്ന് അവൻ
14 ചോദിച്ചു. അക്കാര്യം ഗൗരവത്തിലെടുക്കു
ന്നതു ശരിയല്ലെന്ന് ചിലർ ആലോചനകൂ
15 ടാതെ ഉത്തരം നല്കി. "പക്ഷെ, ഇത് സംഭ
വിച്ചിട്ടുള്ളതിനാൽ, അവർ ഇഷ്ടപ്പെട്ടാലും
ഇല്ലെങ്കിലും ഞാൻ പ്രവേശിക്കുകയെങ്കി
ലും ചെയ്യാതിരിക്കുന്നതെന്തിന്?" രാജാവ്
ചോദിച്ചു.
16 അപ്പോൾ പുരോഹിതന്മാരെല്ലാം അവ
രുടെ അംശവസ്ത്രങ്ങൾ ധരിച്ച് സാഷ്ടാംഗം
നമസ്കരിച്ച് മഹാദൈവത്തോട് ഈ നവ
പരിതസ്ഥിതിയിൽ സഹായം നല്കുവാനും
തിന്മയുടെ അതിക്രമത്തെ തടയുവാനും
നിലവിളിച്ചപേക്ഷിച്ചു. അവർ ദൈവാലയ
ത്തെ കണ്ണുനീരുകളാലും രോദനങ്ങളാലും
17 നിറച്ചു. പട്ടണത്തിൽ അവശേഷിച്ചവർ
എന്തോ നിഗൂഢമായ ഒരു കാര്യം സംഭ
വിക്കുന്നുവെന്ന് ചിന്തിച്ചുകൊണ്ട് ഇളകി
18 മറിഞ്ഞ് ഓടിയെത്തി. മാളികമുറികളിൽ[1]
കഴിഞ്ഞിരുന്ന യുവതികൾ അവരുടെ
അമ്മമാരോടുകൂടി പുറത്തേക്ക് ബദ്ധപ്പെ
ട്ടുവന്ന് അവരുടെ തലമുടിയിൽ പൊടിമ
ണ്ണ് വാരിവിതറി തെരുവീഥികളെ വിലാ
പംകൊണ്ടും ഞരക്കംകൊണ്ടും മുഖരിത
19 മാക്കി. സമീപകാലത്ത് വിവാഹിതരായ
സ്ത്രീകൾ വിവാഹസംബന്ധത്തിനായി ഒരു
ക്കിയ മണിയറകൾ ഉപേക്ഷിച്ചും അടക്കം
കൂടാതെ ക്രമംവിട്ടും നഗരത്തിൽ കൂട്ടംകൂടി.
20 അമ്മമാരും പരിചാരികമാരും നവജാതശി
ശുക്കളെ വീട്ടിലും പുറത്തും അങ്ങിങ്ങായി
ഉപേക്ഷിച്ച് പിന്നോക്കം നോക്കാതെ പര
മോന്നത ദൈവാലയത്തിൽ ഒത്തുകൂടി.
21 രാജാവ് അനാദരമായി ആസൂത്രണംചെയ്യു
ന്ന പദ്ധതിയെപ്പറ്റി വിവിധങ്ങളായ അപേ
ക്ഷകളാണ് അവിടെ കൂടിയവർക്കുണ്ടായി
22 രുന്നത്. മാത്രവുമല്ല ധീരരായ പൗരന്മാർ
അവന്റെ പദ്ധതിയുടെ പൂർത്തീകരണമോ
ലക്ഷ്യനിർവ്വഹണപ്രാപ്തിയോ സഹിക്കുമാ
യിരുന്നില്ല. ആയുധങ്ങൾ എടുക്കുവാനും 23
പിതാക്കന്മാരുടെ ന്യായപ്രമാണത്തെപ്ര
തി ധീരതയോടെ മരണം വരിക്കുവാനും
ദേശാഭിമാനികളായ പുരവാസികളോട്
അവർ അട്ടഹസിച്ചു പറഞ്ഞ് വിശുദ്ധസ്ഥ
ലത്ത് ഗണ്യമായ തടസ്സങ്ങൾ സൃഷ്ടിച്ചു. പ്രാ
യമായവരും മൂപ്പന്മാരും തടഞ്ഞതിനെത്തു
ടർന്ന് അവർ മറ്റുള്ളവരെപ്പോലെ നിലയുറ
പ്പിച്ച് അപേക്ഷകൾ പുറപ്പെടുവിച്ചു.
ജനക്കൂട്ടം മുൻനിലപോലെ അവരുടെ 24
പ്രാർത്ഥനകൾ തുടർന്നു. രാജാവിന് സമീ 25
പമുള്ള മൂപ്പന്മാരാകട്ടെ പ്രഖ്യാപിച്ച പദ്ധതി
യിൽനിന്ന് അവന്റെ ഉദ്ധതമായ മനസ്സി
നെ പിന്തിരിപ്പിക്കുവാൻ പലവിധത്തിൽ
ശ്രമിച്ചു. പക്ഷെ അവൻ ധാർഷ്ട്യത്തോ 26
ടെ എല്ലാം അവഗണിച്ച് മുൻപദ്ധതി പൂർ
ത്തീകരിക്കുവാൻ ഉള്ള തീരുമാനവുമായി
നീങ്ങി. ചുറ്റിലും നിന്നവർ ഇതു കണ്ടപ്പോൾ 27
തിരിഞ്ഞ് ഞങ്ങളോടു ചേർന്ന്. ഈ കുഴപ്പ
ത്തിൽ അവരെ ചെറുക്കാൻ കരുത്തുള്ളവ
നെ വിളിച്ച് നിയമവിരുദ്ധവും ധിക്കാരപര
വുമായ ഈ കാര്യം വിഗണിക്കരുത് എന്നു
പറഞ്ഞു.
തുടരെയുള്ളതും അചഞ്ചലവും സംഘടി 28
തവുമായ ജനങ്ങളുടെ വിലാപം അതിശ
ക്തമായ ഇരമ്പലായി മാറി. ജനം മാത്രമ 29
ല്ല ചുറ്റുമുള്ള ഭിത്തികളും ഭൂമി മുഴുവനും ഈ
വിലാപത്തെ പ്രതിദ്ധ്വനിപ്പിച്ചു. അവിടെ
നടക്കാൻപോകുന്ന ദൈവനിന്ദയെക്കാൾ
അഭികാമ്യം മരണമെന്ന് ഈ സമയത്ത്
ഏവർക്കും തോന്നി.

2 അപ്പോൾ മഹാപുരോഹിതനായ
ശിമോൻ അതിവിശുദ്ധസ്ഥലത്തേ
ക്ക് തിരിഞ്ഞ് മുട്ടുകുത്തി കൈകൾ നീട്ടി
ഉയർത്തി ശാന്തഗംഭീരമായി ഇപ്രകാരം
പ്രാർത്ഥിച്ചു: ``സ്വർഗ്ഗാധിപനും സൃഷ്ടി മു 2
ഴുവന്റെയും പരമാധികാരിയും പരിശുദ്ധ
രിൽ പരിശുദ്ധനും ഏകഭരണാധികാരി
യും സർവ്വശക്തനും ആയ കർത്താവേ,
ദൈവദൂഷകനും അവിശുദ്ധനും അധികാ

1. പാ:ഭേ: അന്തഃപുരത്തിൽ

3 രത്തിന്റെ ഹൂൽക്കാരത്താൽ ധിക്കാരിയു
മായ ഈ മനുഷ്യൻ മൂലം അത്യന്തം ക്ലേശി
ക്കുന്ന ഞങ്ങളെ ശ്രദ്ധിക്കേണമേ. സകല
ത്തിന്റെയും സ്രഷ്ടാവും ഭരണാധികാരിയു
മായ നീ നീതിയുള്ള രാജാവും ധാർഷ്ട്യ
ത്തോടും ധിക്കാരത്തോടും കൂടെ എന്തെ
ങ്കിലും ചെയ്യുന്നവരെ ന്യായം വിധിക്കുന്ന
4 വനുമാകുന്നു. അനീതി പ്രവർത്തിക്കുന്നവ
രെ പൂർവ്വകാലത്ത് നീ നശിപ്പിച്ചു. ധീരത
യിലും കരുത്തിലും ആശ്രയംവച്ച അതി
കായന്മാരും അവരിലുണ്ടായിരുന്നു. സീ
മാതീതമായ പ്രളയത്താൽ അവരെ നീ
5 ഇല്ലാതാക്കി. സോദോമിലെ അധർമ്മി
കളെ അഗ്നിയും ഗന്ധകവുംകൊണ്ടു നീ
നശിപ്പിച്ചു; അവർ അവരുടെ ദുർവൃത്തിക
ളിൽ കുപ്രസിദ്ധി നേടിയവർ ആയിരുന്നു.
അനന്തരഗാമികൾക്ക് അവരെ നീ ഒരു പാ
6 ഠമാക്കി. നിന്റെ വിശുദ്ധജനമായ യിസ്രാ
യേലിനെ അടിമകളാക്കിയ ഫറവോയുടെ
ധിക്കാരത്തിന് മതിയായ ശിക്ഷകളും പീ
ഡനങ്ങളും നല്കിക്കൊണ്ട് നിന്റെ അതിശ
7 ക്തമായ ഭുജവീര്യത്തെ പ്രകടമാക്കി. രഥ
ങ്ങളും സേനാവ്യൂഹവുമായി അവരെ പിന്തു
ടർന്നവനെ സമുദ്രാന്തർഭാഗത്തു മുക്കിക്കള
ഞ്ഞു. നിന്നിൽ ആശ്രയംവച്ചവരെ സുരക്ഷി
തമായി വിടുവിച്ച സർവ്വസൃഷ്ടികളുടെയും
8 നിയന്താവ് നീയാകുന്നു. നിന്റെ ഭുജവീര്യം
കണ്ട അവർ സർവ്വശക്തനായ നിന്നെ സ്തു
9 തിച്ചു. രാജാവേ, അതിർത്തിയില്ലാത്തതും
അളക്കാനാവാത്തതുമായ ഭൂമിയെ നീ സൃ
ഷ്ടിച്ചപ്പോൾ ഈ നഗരത്തെ തെരഞ്ഞെടു
ത്ത് അതിനെ നിനക്കായി വിശുദ്ധീകരിച്ചു.
അതു നിനക്ക് യാതൊന്നും ആവശ്യമായി
ട്ടല്ല. നിന്റെ മഹനീയ പ്രത്യക്ഷതകൊണ്ട്
അതിനെ മഹത്ത്വീകരിച്ചപ്പോൾ, അതിനെ
നിന്റെ പുകഴ്ചയുള്ള നാമത്തിന് ഉറപ്പുള്ള
10 അടിസ്ഥാനമാക്കിത്തീർത്തു. യിസ്രായേൽ
ഭവനത്തെ നീ സ്നേഹിക്കുന്നതിനാൽ, വിരു
ദ്ധതകളും അനർത്ഥങ്ങളും ഞങ്ങളെ വിഴു
ങ്ങുമ്പോൾ ഈ സ്ഥലത്ത് വന്ന് ഞങ്ങൾ
നടത്തുന്ന പ്രാർത്ഥനയും അഭയയാച
നകളും നീ ശ്രവിക്കുമെന്ന് ഞങ്ങൾക്ക്
വാഗ്ദാനം നല്കിയിരിക്കുന്നു. നീ നിശ്ചയമാ 11
യും സത്യവാനും വിശ്വസ്തനുമാകുന്നു."

"ഞങ്ങളുടെ പിതാക്കന്മാർ പലപ്പോഴും 12
പീഡിപ്പിക്കപ്പെട്ടപ്പോൾ അപമാനത്തിൽ
നിന്ന് നീ അവരെ ഉദ്ധരിക്കുകയും വൻതിന്മ
കളിൽനിന്ന് രക്ഷിക്കുകയും ചെയ്തതിനാൽ
ഇപ്പോൾ പരിശുദ്ധരാജാവേ, ഞങ്ങളുടെ 13
ബഹുലമായ മഹാപാപങ്ങൾ നിമിത്തം
ഞങ്ങൾ ക്ലേശംകൊണ്ട് ഞെരുങ്ങി ശത്രു
ക്കളുടെ കൈകളിൽ ഏല്പിക്കപ്പെട്ട് നിസ്സ
ഹായതയിൽ അകപ്പെട്ടിരിക്കുന്നു എന്നു
കാണണമേ. ഞങ്ങളുടെ താഴ്ചയിൽ ഈ 14
അധികാരദുർവൃത്തനായ മനുഷ്യൻ, നിന്റെ
മഹത്ത്വമുള്ള നാമത്തിനായി സമർപ്പിക്ക
പ്പെട്ടതും ഭൂമിയിൽ അതിവിശുദ്ധവുമായ
ഈ സ്ഥലത്തേക്ക് അതിക്രമിച്ചു കടക്കു
വാൻ ഒരുങ്ങുന്നു. മനുഷ്യർക്ക് സമീപിക്കു 15
വാനാകാത്ത സ്വർഗ്ഗാധിസ്വർഗ്ഗത്തിലല്ല
യോ നിന്റെ അധിവാസം. നിന്റെ ജനമായ 16
യിസ്രായേലിൽ നിന്റെ മഹത്ത്വം കൃപാപൂർ
വ്വം നിക്ഷേപിച്ചതിനാൽ ഈ സ്ഥലത്തെ
നീ വിശുദ്ധീകരിച്ചു. ഇവരുടെ മാലിന്യങ്ങ 17
ളെപ്രതി ഞങ്ങളെ ശിക്ഷിക്കരുതേ; ഈ
അതിക്രമത്തെ ഞങ്ങളുടെമേൽ വരുത്ത
രുതേ. അല്ലാത്തപക്ഷം അതിക്രമക്കാർ
കോപത്തോടെ അഹങ്കരിച്ച്, ഗർവ്വോടെ
വിജയോത്സവം നടത്തി, നാവുകൊണ്ട്
പറയും: 'വെറുക്കത്തക്ക ഭവനങ്ങളെ എന്ന 18
പോലെ വിശുദ്ധമന്ദിരത്തിലെ അതിവിശു
ദ്ധ സ്ഥലത്തെ ഞങ്ങൾ ചവിട്ടി മെതിച്ചി
രിക്കുന്നു'. ഞങ്ങളുടെ പാപങ്ങളെ തുടച്ചു 19
കളഞ്ഞ് തിന്മകളെ ഇല്ലായ്മചെയ്യണമേ.
നിന്റെ ദയ ഈ സമയത്ത് ഞങ്ങൾക്ക്
വെളിപ്പെടുത്തിത്തരണമേ. നിന്റെ കരുണ 20
അതിവേഗം ഞങ്ങളെ പൊതിയേണമേ.
പതിതരും ആത്മാവിൽ തകർന്നവരുമായ
വരുടെ വായിൽ സ്തുതികൾ നിറച്ച് ഞങ്ങൾ
ക്ക് സമാധാനം നല്കണമേ."

സർവ്വത്തിന്റെയും മേലധികാരിയും ആദി 21
പിതാവും വിശുദ്ധന്മാരിൽ വിശുദ്ധനുമായ
ദൈവം നീതിപൂർവ്വമായ ഈ അപേക്ഷ
കേട്ടു. ധിക്കാരപൂർവ്വം അതിക്രമം പ്രവർ

ത്തിക്കാനൊരുങ്ങിയ അവനെ ശിക്ഷി
22 ച്ചു. കാറ്റിൽ ഉലയുന്ന ഞാങ്ങണപോലെ
അവനെ അങ്ങോട്ടും ഇങ്ങോട്ടും ഉലയുമാ
റാക്കി. അങ്ങനെ അവൻ നിസ്സഹായനാ
യി നിലംപതിച്ചു. അവയവങ്ങൾ നിശ്ചല
മായി, സംസാരിക്കാനുള്ള ശേഷിപോലും
നഷ്ടപ്പെട്ട്; നീതിപൂർവ്വകമായ വിധിയാൽ
23 അവൻ പ്രഹരിക്കപ്പെട്ടു. അപ്പോൾ സുഹൃ
ത്തുക്കളും അംഗരക്ഷകരും അവന് നേരിട്ട
കഠിനശിക്ഷ കണ്ടു ഭയന്ന് അവന് ജീവ
ഹാനി ഭവിക്കുമോ എന്ന സംഭ്രമത്താൽ
വേഗം പുറത്തേക്ക് വലിച്ചിഴച്ചുകൊണ്ടു
പോയി. അതിരറ്റ ഭയം അവരെ വെപ്രാള
ത്തിലാക്കിയിരുന്നു.
24 അല്പം കഴിഞ്ഞ് അവൻ സുഖംപ്രാപി
ച്ചു. ശിക്ഷ ലഭിച്ചുവെങ്കിലും അവൻ അല്പം
പോലും പശ്ചാത്തപിച്ചില്ല; ഭീഷണിവാ
ക്കുകൾ മുഴക്കിക്കൊണ്ട് അവൻ പുറത്തേ
25 ക്കു പോയി. മിസ്രയീമിലെത്തിയപ്പോൾ
അവന്റെ ദ്രോഹചിന്ത വർദ്ധിച്ചു. മുൻസൂ
ചിപ്പിച്ച മദ്യപരും നീതിയുള്ള സകലത്തി
നും അപരിചിതരുമായ കൂട്ടുകാരും സഖാ
ക്കളും ആയ ദുഷ്കർമ്മപ്രേരണക്കാരുടെ പി
26 ടിയിലായിരുന്നു അവൻ. എണ്ണമറ്റ തന്റെ
തന്നിഷ്ടപ്രവർത്തനങ്ങൾകൊണ്ട് അവൻ
തൃപ്തനായില്ല; പല പ്രദേശങ്ങളിൽനിന്നും
അവൻ സംഘടിപ്പിച്ച നുണക്കഥകളെ തു
ടർന്ന രാജാവിന്റെ ലക്ഷ്യങ്ങളെ പ്രാവർ
ത്തികമാക്കുവാൻ നിയോഗിക്കപ്പെട്ട സു
ഹൃത്തുക്കളും അവന്റെ ദുഷ്ടതകളെ തുടർ
ന്നുപോന്നു.
27 യെഹൂദസമുദായത്തിന് പരസ്യമായ
അവമാനം വരുത്തുവാൻ അവൻ ആലോ
ചിച്ചു. കൊട്ടാരത്തിലെ സ്തൂപത്തിൽ ഒരു ശി
ലാഫലകം അവൻ സ്ഥാപിച്ചു; അതിൽ
28 ഇപ്രകാരം രേഖപ്പെടുത്തി. "യാഗം ചെ
യ്യാത്തവരാരും അവരുടെ വിശുദ്ധസ്ഥല
ത്ത് പ്രവേശിച്ചുകൂടാ. എല്ലാ യെഹൂദന്മാ
രും അടിമകളായി പേർവഴി ചാർത്തുക
യും തലവരിപ്പണം നല്കുകയും ചെയ്യണം.
ഇതിനെ തടസ്സപ്പെടുത്തുന്നവർ ബലമായി
പിടിക്കപ്പെടുകയും വിധിക്കപ്പെടുകയും
ചെയ്യും. പേർവഴി ചാർത്തിയവരും ദിയോ 29
ന്യസോസ് ദേവന്റെ പ്രതീകമായ വള്ളിച്ചെ
ടിയുടെ ഇലകൊണ്ട് ദേഹത്ത് പൊള്ളലേ
ല്പിച്ച് മുദ്രയിടണം. അവർ പഴയ നിയന്ത്രി
തപദവിയിലേക്ക് ഒതുങ്ങുകയും വേണം."
സർവ്വരുടെയും ശത്രുവാണ് താൻ എന്ന 30
തോന്നൽ ഒഴിവാക്കുവാൻ അവൻ താഴെ
എഴുതിച്ചേർത്തു: "ആരെങ്കിലും രഹസ്യങ്ങ
ളോടു ചേരുവാൻ മുതിരുന്നവരോട് ചേർ
ന്നാൽ അവർക്ക് അലക്സാന്ത്രിയക്കാർക്കു
തുല്യമായ പൗരാവകാശങ്ങൾ ലഭിക്കും."
ചിലർ തങ്ങളുടെ നഗരത്തിലെ മതം 31
നിലനിർത്തുവാൻ നൽകേണ്ട വിലയെ
പേടിച്ചും ഭാവിയിൽ രാജാവുമായുള്ള
സഖ്യംമൂലം ലഭിക്കാവുന്ന ബഹുമതിക
ളെ പ്രതീക്ഷിച്ചും സ്വയം വിട്ടുകൊടുത്തു.
എന്നാൽ ഭൂരിപക്ഷവും ധീരാത്മാക്കളായി 32
ഉറച്ച നിലപാടെടുത്ത് തങ്ങളുടെ മതത്തെ
ഉപേക്ഷിച്ചുമില്ല. പണം ജീവനു പകരമാ
യി നല്കി; അവർ ആത്മവിശ്വാസത്തോടെ
പേർവഴി ചാർത്തുന്നതിൽനിന്ന് തങ്ങളെ
സ്വയം രക്ഷിച്ചു. സഹായം ലഭിക്കുമെന്ന 33
പ്രതീക്ഷയിൽ അവർ നിലകൊണ്ടു. തങ്ങ
ളോട് വേർപെട്ടവരെ വെറുപ്പോടെ അവർ
വീക്ഷിച്ചു; യെഹൂദരാഷ്ട്രത്തിന്റെ ശത്രുക്കളാ
യി അവരെ ഗണിക്കുകയും അവരുമായുള്ള
സംബന്ധവും പരസ്പരസഹകരണവും ഒഴി
വാക്കുകയും ചെയ്തു.

3 ഭക്തികെട്ട രാജാവ് കാര്യങ്ങളെ വി
ലയിരുത്തി, രോഷാകുലനായി. അല
ക്സാന്ത്രിയായിൽ ജീവിച്ചിരുന്ന യെഹൂദർ
ക്ക് എതിരെ കോപിഷ്ഠനായി എന്നു മാ
ത്രമല്ല, ഗ്രാമങ്ങളിൽ പാർക്കുന്നവർക്കു
നേരെ അവൻ കൂടുതൽ ക്രോധാവേശം
കാണിക്കുകയും ചെയ്തു. ഏവരെയും ഒരു
സ്ഥലത്ത് കൂട്ടിവരുത്തുവാനും ഏറ്റവും ഭീക
രമായ രീതിയിൽ അവരെ വധിക്കുവാനും
അവൻ കല്പിച്ചു.
കാര്യങ്ങൾ ഇപ്രകാരം നടന്നുകൊണ്ടിരി 2
ക്കേ യെഹൂദജനതയ്ക്കെതിരെ ശത്രുത ജനി
പ്പിക്കുന്ന ഒരു അഭ്യൂഹം പ്രചരിപ്പിച്ചു. അവർ

ക്കെതിരെ തിന്മപ്രവർത്തിക്കുവാൻ ഗൂഢാ
ലോചന നടത്തിയവരായിരുന്നു ഇതിന്റെ
പിന്നിൽ. തങ്ങളുടെ ആചാരങ്ങൾ അനുഷ്ഠി
ക്കുന്നതിൽനിന്ന് മറ്റുള്ളവരെ തടഞ്ഞുവെ
ന്ന വാർത്തയ്ക്ക് ന്യായീകരണം നല്കുന്നതാ
3 യിരുന്നു ആ അഭ്യൂഹം. എന്നിട്ടും യെഹൂദ
ന്മാർ ഉദാരമായി വിശ്വസ്തതയോടെ ഭരണ
ക്കാരോടുള്ള ഉത്തരവാദിത്തങ്ങൾ നിറവേ
4 റ്റി. ദൈവത്തെ ആരാധിക്കുകയും അവന്റെ
കല്പനകൾ ആചരിക്കുകയും ചെയ്തതിനാൽ
ചില ഭക്ഷണവിഭവങ്ങളെ ഉപയോഗിക്കു
ന്നതിൽനിന്ന് അവർ സ്വയം ഒഴിഞ്ഞുനി
5 ന്നു. ഇക്കാരണത്താൽ അവരെ ചിലർ
വെറുത്തു. എന്നാലും അവരുടെ ജീവിത
ശൈലിയെ അവർ ആദരിച്ചു; നീതിബോ
ധമുള്ള ജനതയെന്ന നിലയിൽ അവർ
ഏവരുടെയും സ്ഥിരപ്രതിഷ്ഠിതമായ ആദ
6 രവിന് പാത്രമായി. എന്നാൽ ഇതരവർ
ഗ്ഗക്കാർ ഒരിക്കലും അവരുടെ ദേശക്ഷേമ
ത്തിനായുള്ള സേവനങ്ങളെ വകവച്ചില്ല.
അവരുടെ ഇടയിൽ ഇതൊരു സംസാരവി
7 ഷയംതന്നെ ആയിരുന്നു. പകരം ആരാധ
നയിലും ഭക്ഷണകാര്യങ്ങളിലും അവർ പു
ലർത്തുന്ന വ്യത്യസ്തതകളെച്ചൊല്ലി പല
അപവാദങ്ങളും അവർ ആരോപിച്ചു. രാ
ജാവിനോടും രാജകീയാധികാരങ്ങളോടും
ഈ ജനം അവിശ്വസ്തരാണെന്നും ഭരണ
കൂടത്തെ ഇവർ ശത്രുതയോടെ വീക്ഷിക്കു
ന്നുവെന്നും അവർ കുറ്റപ്പെടുത്തി. തന്മൂലം
അവർ അവരോട് ഗർഹണീയസമീപ
8 നം പുലർത്തിയില്ല. നഗരത്തിലെ യവന
ന്മാർ നിരപരാധികളെങ്കിലും ഈ ജനങ്ങ
ളുടെ മദ്ധ്യേ അപ്രീക്ഷിതമായ ക്ഷോഭവും
അവരുടെ പെട്ടെന്നുള്ള കൂട്ടംകൂടലും കണ്ട
പ്പോൾ അവരെ സഹായിക്കുവാൻ അശ
ക്തരായി ഭവിച്ചു; അവർ ഏകാധിപത്യ
9 ത്തിൽ ജീവിച്ചവരായിരുന്നു. ആ പരിതഃ
സ്ഥിതിയിൽ കഷ്ടപ്പെടുന്നവരെ, കാര്യ
ങ്ങൾക്കു മാറ്റമുണ്ടാകുമെന്ന പ്രതീക്ഷയോ
ടെ അവർ ആശ്വസിപ്പിച്ചു. അക്രമമൊന്നും
ചെയ്യാത്ത ജനത എന്ന നിലയിൽ ഒരു
മഹത്തായ വംശത്തെ അങ്ങനെയൊരു
വിധിയ്ക്ക് വിട്ടുകൊടുക്കാൻ ആവില്ലായിരുന്നു.
അവരുടെ ചില അയല്ക്കാരും സുഹൃത്തുക്ക 10
ളും വ്യാപാരപങ്കാളികളും അവരിൽ കുറേ
പേരെ സ്വകാര്യമായി സംരക്ഷിച്ച് സംര
ക്ഷണം വാഗ്ദാനം ചെയ്യുകയും അവരുടെ
സഹായത്തിനായി കൂടുതൽ ആത്മാർത്ഥ
മായ ശ്രമം നടത്തുകയും ചെയ്തു.

തനിക്കനുകൂലമായ ഭാഗ്യത്തിൽ അഹ 11
ങ്കരിച്ച രാജാവ് സർവ്വശക്തനായ ദൈവ
ത്തെ പരിഗണിച്ചതേയില്ല. തന്റെ ദൃഢനി
ശ്ചയത്തിൽ തുടരാനുറച്ചുകൊണ്ട് അവയ്ക്കെ
തിരായി ഇപ്രകാരം അവൻ ഒരു കത്ത്
എഴുതി: "ഫിലോപേത്തർ ടോളമി രാജാവ് 12
മിസ്രയീമിലും അതിന്റെ എല്ലാ ജില്ലകളി
ലും ഉള്ള ഭടന്മാർക്കും ഭടനായകർക്കും
ആശംസകളും ആരോഗ്യവും നേരുന്നു.
നാമും നമ്മുടെ രാജ്യവും സുഖമായിരിക്കു 13
ന്നു. നാം ആഗ്രഹിച്ചതുപോലെ - നിങ്ങൾ
ക്ക് അതറിയാം - ആസ്യയിൽ ആരംഭിച്ച
യുദ്ധം നാം പദ്ധതിയിട്ടതുപോലെ പരിസ
മാപ്തിയിലെത്തിയിരിക്കുന്നു. യുദ്ധത്തിൽ 14
ദൈവത്തിന്റെ സ്പഷ്ടമായ സഖ്യം നമ്മോ
ടെകൂടെ ഉണ്ടായിരുന്നു. കൊയ്ലെ-സിറി 15
യയിലും ഫിനിഷ്യയിലുമുള്ള നിവാസികളെ
ആയുധബലംകൊണ്ട് ഭരിക്കേണ്ട ആവശ്യ
മില്ല. ഔദാര്യവും ക്ഷമയും സന്തോഷവും
കൊണ്ട് അവരെ പോഷിപ്പിക്കണം. നഗ 16
രങ്ങളിലെ ദേവാലയങ്ങൾക്ക് വൻ ആദാ
യങ്ങൾ നാം അനുവദിച്ചപ്പോൾ നാം യെ
രുശലേമിലേക്കും പ്രവേശിക്കുകയും അവി
വേകത്തിൽനിന്ന് ഒരിക്കലും മാറാത്ത ജന
തയുടെ ദൈവാലയത്തെ ആദരിക്കുകയും
ചെയ്തു. നമ്മുടെ സാന്നിദ്ധ്യത്തെ അവർ വാ 17
ക്കുകളാൽ സ്വാഗതം ചെയ്തു; എന്നാൽ പ്ര
വർത്തനങ്ങളിൽ ആത്മാർത്ഥത കാണി
ച്ചില്ല. ദൈവാലയത്തിന്റെ മഹാവിശുദ്ധ
സ്ഥലത്ത് പ്രവേശിച്ച് സുന്ദരവും മഹനീയ
വുമായ കാഴ്ചദ്രവ്യങ്ങളാൽ ആദരിക്കുവാൻ 18
നാം ഉദ്യമിച്ചപ്പോൾ അവരുടെ വംശപാ
രമ്പര്യമായ ധിക്കാരം പ്രകടമാക്കുകയും
നമ്മുടെ പ്രവേശനം തടയുകയും ചെയ്തു.
ഏവരോടും നാം പുലർത്തിവരുന്ന ദീർ

ഘലക്ഷമ ഹേതുവായി നമ്മുടെ അധികാര
പ്രയോഗത്തിൽനിന്ന് അവർ രക്ഷപെട്ടു.
19 ഈ ദുർവൃത്തി നമ്മോട്ട് കാട്ടുക നിമിത്തം
എല്ലാ രാജ്യങ്ങളിലുംവച്ച്, തങ്ങളുടെ ഗുണ
കാംക്ഷികളോടും ഭരണകർത്താക്കളോ
ടും വെല്ലുവിളി ഉയർത്തുന്ന ഏകജനതയാ
യി അവർ മാറിയിരിക്കുന്നു; ഏതു പ്രവൃത്തി
യും ആത്മാർത്ഥതയുള്ളതാണെന്ന് അംഗീ
കരിക്കുവാൻ അവർ തയ്യാറല്ലായിരുന്നു."
20 "എന്നാൽ നാം ജേതാവായി മിസ്രയീ
മിൽ എത്തിയപ്പോൾ അവരുടെ അവിവേ
കത്തെ നാം സ്വയം സഹിച്ചു; എല്ലാ രാ
ജ്യങ്ങളോടും ഔദാര്യമായി പെരുമാറുന്ന
തുപോലെ, അനുയോജ്യമായി അവരോട്
പെരുമാറുകയും ചെയ്തു. അവരുടെ സ്വദേ
21 ശീയർക്ക് മാപ്പു നല്കി; അത് നമ്മോടുള്ള
അവരുടെ സഖ്യവും ആദിമുതലേ അവരെ
ഭരമേല്പിച്ച അസംഖ്യം ജോലികൾ നിമിത്ത
വുമത്രേ. അവരെ അലക്സാണ്ട്രിയൻ പൗര
ന്മാർക്ക് അനുരൂപരാകുവാനും നമ്മുടെ
മതാനുഷ്ഠാനങ്ങളിൽ അവരെ പങ്കുകാരാ
കുവാനും തീരുമാനിച്ചുകൊണ്ട് കാര്യങ്ങൾ
ക്ക് ഒരു വ്യത്യാസം വരുത്തുവാൻ നാം തീ
22 രുമാനിച്ചിരിക്കുന്നു. നൈസർഗ്ഗികമായ ദുർ
ബുദ്ധിയാൽ അവർ വിപരീതാർത്ഥത്തിലാ
ണ് ഈ കാര്യങ്ങൾ ഗ്രഹിച്ചത്; നന്മയെ പു
23 ച്ഛിക്കുകയും ചെയ്തു. സ്ഥിരമായി തിന്മയോ
ട്ട് ആഭിമുഖ്യം പുലർത്തിയതിനാൽ അമൂല്യ
മായ പൗരാവകാശത്തെ അപമാനിക്കുക
മാത്രമല്ല, ഞങ്ങളോട്ട് ആത്മാർത്ഥമായി
സഹകരിക്കുന്ന അവരിൽ ചിലരോട്ട് വാ
ക്കിനാലും മൗനത്താലും വെറുപ്പ് പ്രകടമാ
ക്കുകയും ചെയ്തു. ഓരോ സന്ദർഭത്തിലും
അവരുടെ കുപ്രസിദ്ധമായ ജീവിതശൈ
ലികൊണ്ട് നാം വേഗത്തിൽ നയവ്യതിയാ
നം വരുത്തുമെന്ന് രഹസ്യമായി സംശയി
ക്കുകയും ചെയ്തു."
24 "തന്മൂലം എല്ലാ നിലയിലും നമ്മോടു
ള്ള അവരുടെ സമീപനത്തിൽ പ്രതികൂല
സൂചനകളെപ്പറ്റി പൂർണ്ണമായ ബോദ്ധ്യ
മുണ്ടായപ്പോൾ നാം ചില മുൻകരുതലു
കൾ സ്വീകരിച്ചു. നമുക്കെതിരെ പൊട്ടുന്ന
നവെ ഒരു കലാപം ഉണ്ടായാൽ ഞങ്ങൾ
ക്ക് പുറകിലെ ഈ അശുദ്ധജനം വഞ്ച
കരും സംസ്കാരവിഹീനരായ ശത്രുക്കളു
മായി അവശേഷിക്കാതിരിപ്പാൻ തന്നെ.
അതുകൊണ്ട് നാം ഈ കല്പന പുറപ്പെടു 25
വിക്കുന്നു; ഈ കല്പന ലഭിച്ചാലുടനെ നി
ങ്ങളുടെ ഇടയിൽ ജീവിക്കുന്ന അവരെ
പുത്രകളത്ര സമേതം അധിക്ഷേപവാ
ക്കുകൾ ചൊരിഞ്ഞും ഇരുമ്പുചങ്ങലകൾ
ക്കൊണ്ട് സുരക്ഷിതമായി ബന്ധിച്ചുംകൊ
ണ്ട് നമ്മുടെ അടുക്കലേക്ക് അയപ്പിൻ. ശത്രു
ക്കൾക്ക് അനുയോജ്യമായ സുനിശ്ചിതവും
അപമാനകരവുമായ മരണം അവർ അനു
ഭവിക്കട്ടെ. ഈ വകക്കാരെല്ലാവരും ശി 26
ക്ഷിക്കപ്പെട്ടു കഴിയുമ്പോൾ ശേഷിച്ചകാല
ത്ത് നല്ലനിലയിൽ അച്ചടക്കപൂർണ്ണമായ
ഭരണം നമുക്ക് വ്യവസ്ഥപ്പെടുത്തുവാൻ
കഴിയും. ആരെങ്കിലും യെഹൂദരിൽ ആർ 27
ക്കെങ്കിലും അഭയം കൊടുത്താൽ വൃദ്ധരോ
കുഞ്ഞുങ്ങളോ ശിശുക്കളോ ആരായാലും,
അവരെ ഏറ്റവും ഹീനമായ പീഡനങ്ങൾ
ക്കു വിധേയരാക്കി അവരെയും അവരുടെ
കുടുംബങ്ങളെയും മരണത്തിനേല്പിക്കും.
ഈ വിവരം കൈമാറാൻ സന്നദ്ധതയു 28
ള്ളവർക്ക് ശിക്ഷയേൽക്കേണ്ടി വരുന്നവ
രുടെ വസ്തുവകകൾക്കു പുറമേ രാജകീയ
ഭണ്ഡാരത്തിൽനിന്ന് രണ്ടായിരം ദ്രഹ്മയും
സ്വാതന്ത്ര്യവും സമ്മാനമായി നല്കുന്നതാ
ണ്. യെഹൂദന്മാർക്ക് അഭയം നല്കിയതാ 29
യി കാണപ്പെടുന്ന സ്ഥലങ്ങൾ ആർക്കും
സമീപിക്കാനാകാത്തവിധം അഗ്നിക്കിര
യാക്കുകയും എക്കാലത്തേക്കും ജീവജാല
ങ്ങൾക്ക് ഉപയോഗശൂന്യമാക്കിത്തീർക്കുക
യും ചെയ്യും".
മേൽ എഴുതിയ രൂപത്തിൽ ആണ് 30
കത്ത് എഴുതിയത്.

4 ഈ അറിയിപ്പു ലഭിച്ച എല്ലാ സ്ഥല
ത്തും വിജാതീയർക്കായി ഒരു വിരുന്ന്
പൊതു ചെലവിൽ സംഘടിപ്പിച്ചു. അവിടെ
ആഹ്ലാദവും അട്ടഹാസവും ഉയർന്നു.
നേരത്തേ അവരുടെ മനസ്സിലുണ്ടായിരു

ന്ന രൂഢമൂലമായ ശത്രുത സവിശേഷമായി
2 പ്രകടമാകുകയായിരുന്നു. എന്നാൽ യെഹൂ
ദന്മാർക്കിടയിൽ നിരന്തരമായ തേങ്ങലും
വിലാപവും കണ്ണുനീർപ്രവാഹവും ഉണ്ടായി.
എല്ലായിടത്തും അവരുടെ ഹൃദയം വെന്തു
രുകി, തങ്ങൾക്കുനേരെ അപ്രതീക്ഷിത
മായി ദ്രുതഗതിയിൽ പുറപ്പെട്ട ഉന്മൂലനാ
ശകമായ വിധിപ്രഖ്യാപനത്തിൽ അവർ
ഞരങ്ങി.
3 ഏതൊരു ജില്ലയോ നഗരമോ ജന
വാസകേന്ദ്രമോ തെരുവീഥിയോ ആണ്
4 അവരെപ്രതി വിലപിക്കാത്തത്? മുറവിളി
കൂട്ടാത്തത്? പല നഗരങ്ങളിലും പട്ടാളമേ
ധാവികൾ അവരെ കൂട്ടമായി പരുക്കൻ
രീതിയിലും കർക്കശമായ നിലയിലും യാ
ത്രയാക്കി. ഈ അസാധാരണ ശിക്ഷാരീ
തികൾ കണ്ട് അവരുടെ ചില ശത്രുക്കൾ
പോലും സഹതാപാർദ്രതയോടെ കാര്യ
ങ്ങൾ വീക്ഷിച്ചു. അവരുടെ ജീവന്റെ അനി
ശ്ചിതത്വവും ദയനീയമായ പതനവും കണ്ട്
അവർ കണ്ണുനീർ പൊഴിച്ചു.
5 നരച്ച ശിരസ്സുള്ള വൃദ്ധന്മാർ, പ്രായം
കൊണ്ട് വളഞ്ഞ് മന്ദഗതിയിൽ നടക്കു
ന്നവർ, ഇത്ര അപമാനകരമായ പീഢ
കളാൽ നയിക്കപ്പെട്ട് ദ്രുതഗതിയിൽ പുറ
6 പ്പെട്ടു പോകാൻ നിർബന്ധിതരായി. വി
വാഹജീവിതമാരംഭിച്ച് മണവറയിലേക്ക്
അല്പം മുമ്പ് മാത്രം പ്രവേശിച്ച യുവതികളു
ടെ ആനന്ദം വിലാപത്തിലേക്ക് വഴിമാറി.
സുഗന്ധം പ്രസരിക്കുന്ന അവരുടെ വാർകൂ
ന്തൽ ചാരംകൊണ്ട് വിതറപ്പെട്ടു. മൂടുപടം
കൂടാതെ അവർ വലിച്ചിഴയ്ക്കപ്പെട്ടു. വിവാഹ
സംഗീതത്തിനു പകരം അവർ വിലാപം
പൊഴിച്ചു; പുറജാതികളുടെ പരുഷമായ
പെരുമാറ്റം അവരെ ആകെ ഉലച്ചിരുന്നു.
7 നിർദിഷ്ട ലക്ഷ്യസ്ഥാനത്ത് എത്തുംവരെ
ചങ്ങല ധരിച്ചും പൊതുജന ദൃഷ്ടിയിൽ ക്രൂ
രമായി നിന്ദിക്കപ്പെട്ടും അവർ വലിച്ചിഴക്ക
പ്പെട്ടു.
8 യൗവ്വനസമ്പുഷ്ടരായ അവരുടെ ഭർത്താ
ക്കന്മാർ കഴുത്തിൽ മാലയുടെ സ്ഥാനത്ത്
കയർകൊണ്ട് ചുറ്റപ്പെട്ടു. വിവാഹോത്സവ
ത്തിന്റെ ശേഷിച്ച നാളുകൾ യുവസഹജ
മായ പാനോത്സവത്തിനു പകരം തങ്ങ
ളുടെ മുമ്പിലുള്ള മരണത്തെ കണ്ടുകൊണ്ട്
വിലാപത്തിൽ കഴിച്ചുകൂട്ടി. ഇരുമ്പുചങ്ങല 9
കൊണ്ട് ബന്ധിക്കപ്പെട്ട കാട്ടുമൃഗങ്ങളെ
പ്പോലെ അവരെ പടകിൽ കയറ്റിക്കൊണ്ടു
വന്നു. ചിലരെ കഴുത്തിൽ കയർ ബന്ധിച്ച് 10
അത് പടകിലെ ഇരിപ്പിടത്തോട് ചേർത്തു
കെട്ടി. ചിലരെ അറ്റുപോകാത്ത തുടൽ
കൊണ്ട് കാലിൽ ഉറപ്പായി ബന്ധിച്ചു.
ഇതു കൂടാതെ എല്ലാവരെയും കണ്ണുകളിൽ
ഇരുട്ടു മാത്രം പ്രവേശിക്കത്തക്കവിധം ഇരു
ട്ടറയിൽ അടച്ചു. യാത്രയിൽ മുഴുവൻ രാജ്യ
ദ്രോഹികൾക്ക് അനുയോജ്യമായ പെരുമാ
റ്റമാണ് അവർക്കു ലഭിച്ചത്.
സ്കേദിയ എന്ന സ്ഥലത്ത് ഈ ജനം 11
എത്തിയപ്പോൾ, രാജാവ് കല്പിച്ചവിധം
യാത്ര പൂർത്തീകരിച്ചപ്പോൾ നഗരത്തിനു
മുമ്പിൽ പണിതീർത്ത ഭീമാകാരവും അടച്ചു
പൂട്ടിയതും വൃത്താകാരമായതുമായ മതിൽ
ക്കെട്ടിനുള്ളിൽ അവരെ ആക്കി. നഗരത്തി
ലേക്ക് വരുന്നവർക്കും നഗരത്തിൽനിന്ന്
പോകുന്നവർക്കും വ്യക്തമായി കാണാവു
ന്ന ഒരു കാഴ്ചയായിരുന്നു അത്. അവർക്ക്
രാജാവിന്റെ സേനാംഗങ്ങളോടോ മറ്റാരോ
ടെങ്കിലുമോ തങ്ങൾ ഈ നഗരപരിവാഹ
ത്തിലാണെന്ന് ആശയവിനിമയം ചെയ്യാ
നാകുമായിരുന്നില്ല.
ഇതു സംഭവിച്ചപ്പോൾ നഗരത്തിലെ രാ 12
ജ്യസ്നേഹികളായ യെഹൂദന്മാർ രഹസ്യമാ
യി തങ്ങളുടെ സഹോദരങ്ങളുടെ ദൗർഭാ
ഗ്യത്തിൽ വിലപിക്കുവാൻ ഇടതടവില്ലാ 13
തെ സന്ദർശിക്കുന്നതായി കേട്ട രാജാവ്
ഈ ആളുകളെ മറ്റുള്ളവരെ എന്നപോ
ലെ എല്ലാ വിശദാംശങ്ങളിലും കടുത്ത ശി
ക്ഷാവിധികൾ അവർക്കു നല്കുവാൻ കോ
പാവേശത്തോടെ കല്പനയായി. മുഴുവൻ 14
ആളുകളും വ്യക്തിഗതമായി പേർവഴി
ചാർത്തേണ്ടിവന്നു. നേരത്തെ സൂചിപ്പിച്ച
കഠിനവേലകൾക്കായിട്ടു മാത്രമല്ല, തന്റെ
കല്പനയിൽ ആജ്ഞാപിച്ച കോപാവേശം
നിറഞ്ഞ പീഡനത്തിന് വേണ്ടിയും കൂടിയാ

യിരുന്നു ഇത്. ഒടുവിൽ ഒരേ ദിവസം തുറ
സ്സായ സ്ഥലത്ത് അവർ വധിക്കപ്പെടേണ്ടി
15 യുമിരുന്നു. തന്മൂലം അവരുടെ പേര് രേഖ
പ്പെടുത്തുന്നതിൽ അസാമാന്യധൃതികളും
സവിശേഷതാല്പര്യവും പ്രദർശിപ്പിച്ചു.
നാല്പതു ദിവസം സൂര്യോദയംമുതൽ അസ്ത
മയംവരെ തുടർന്നിട്ടും ആ വേല പൂർത്തി
യാകാതെ അവസാനിപ്പിക്കേണ്ടിവന്നു.
16 രാജാവ് വീണ്ടും അതീവസന്തുഷ്ടനായി.
തന്റെ വിഗ്രഹമൂർത്തികൾക്കായി വിരു
ന്നുസൽക്കാരം നടത്തി. സത്യവിരുദ്ധമാ
യി വായ് തുറന്ന് ആരെയും സഹായിക്കാ
ത്തതും ആരെയും കേൾപ്പിക്കാനാവാത്ത
തുമായ ശബ്ദഘോഷങ്ങളാൽ സ്തുതിയാർ
ക്കുവാൻ തുടങ്ങി. സർവ്വശക്തനായ ദൈ
വത്തിന് വിരുദ്ധമായിരുന്നു അവ.
17 നേരത്തെ സൂചിപ്പിച്ച ഇടവേളയ്ക്കുശേ
ഷം ബാഹുല്യം നിമിത്തം യെഹൂദന്മാരു
ടെ മുഴുവൻ പേരുകളും രേഖപ്പെടുത്തുവാൻ
കഴിഞ്ഞില്ലെന്ന് രായസക്കാർ രാജാവിനെ
അറിയിച്ചു. അവരിൽ ഏറിയ ഭാഗവും
നാട്ടിൽ കഴിയുന്നു; വേറെ ചിലർ ഇപ്പോഴും
18 തങ്ങളുടെ വീടുകളിൽ പാർക്കുന്നു. ചിലരാ
കട്ടെ യഥാസ്ഥാനത്തും. മിസ്രയീമിലെ
എല്ലാ പട്ടാളമേധാവികളും ഒത്തൊരുമി
ച്ചാൽപോലും ചെയ്തുതീർക്കാൻ അസാദ്ധ്യ
19 മായ ജോലിയാണിത്. അവരെ രക്ഷപെടു
ത്തുവാൻ കൈക്കൂലി വാങ്ങിയെന്ന ആരോ
പണത്തോടെ രാജാവ് അവരെ കഠിനമാ
20 യി ശാസിച്ചു. എഴുതുവാനുപയോഗിച്ച എഴു
ത്തുകോലും കടലാസുകളും തീർന്നുപോയി
എന്ന് അവർ അറിയിച്ചപ്പോൾതന്നെ പര
മാർത്ഥം രാജാവ് ഗ്രഹിച്ചിരുന്നു. സ്വർഗ്ഗ
ത്തിൽനിന്ന് യെഹൂദർക്ക് സഹായം ഒരു
ക്കിക്കൊടുത്ത സർവ്വശക്തന്റെ ശക്തി പ്ര
യോഗമായിരുന്നു അത്.

5 കോപ രോഷ താപാദികളാൽ സ്തംഭി
തനായ രാജാവ് ആനവിചാരിപ്പുകാര
2 നായ ഹെർമ്മോനെ വിളിച്ചു. അഞ്ഞൂറോ
ളം വരുന്ന ആനകളെ മതിയാവോളം അറ
ബിക്കുന്തുരുക്കംകൊണ്ടും കലർപ്പില്ലാത്ത
വീഞ്ഞുകൊണ്ടും മത്തരാക്കി പിറ്റേദിവസം
ഹാജരാക്കുവാൻ കല്പിച്ചു. സമൃദ്ധിയായ
മദ്യം നല്കി അവരെ ഉന്മത്തരാക്കാൻ പ്ര
ത്യേകം കല്പിച്ചിരുന്നു. യെഹൂദന്മാരുടെ മര
ണമായിരുന്നു ലക്ഷ്യം. കല്പന നല്കിയശേ 3
ഷം യെഹൂദവിരോധികളായ പട്ടാളക്കാ
രോടും സുഹൃത്തുക്കളോടുമൊപ്പം അവൻ
വിരുന്നുശാലയിലേക്കു മടങ്ങി. ആനകളു 4
ടെ സൂക്ഷിപ്പുകാരൻ ഹെർമ്മോൻ വിശ്വ
സ്തതയോടെ കല്പന അനുസരിക്കുവാൻ
ഒരുമ്പെട്ടു. യെഹൂദന്മാരുടെ കാവലിനാ 5
യി ഏർപ്പെടുത്തിയിരുന്ന ഭൃത്യന്മാർ സാ
യാഹ്നത്തിൽത്തന്നെ ചെന്ന് ആ നിർഭാ
ഗ്യവാന്മാരുടെ കൈകൾ ബന്ധിച്ച് രാത്രി
മുഴുവൻ അവരുടെ കാവൽ തുടർന്നു. വംശ
ത്തോടെ അവരുടെ നാശം സമീപിച്ചുവെ
ന്ന് അവർക്ക് ബോദ്ധ്യമായിരുന്നു.
വിജാതീയരുടെ നോട്ടത്തിൽ യെഹൂദ 6
ന്മാർ നിസ്സഹായരെന്ന് തോന്നിച്ചിരുന്നു;
അവർ ബന്ധനത്തിൽ എല്ലാ വശങ്ങളിലും 7
തടവുകാർ ആയിരുന്നു. എന്നാൽ കണ്ണുനീ
രോടെയും നിശബ്ദതയെ ഭേദിക്കുന്ന ഞര
ക്കത്തോടെയും അവർ സർവ്വാധിപതിയും
സർവ്വനിയന്താവും കാരുണ്യവാനായ പി
താവുമായ ദൈവത്തെ വിളിച്ച് തങ്ങൾ
ക്കെതിരായ ഈ ദുഷ്ടപ്രതികാരത്തെ ഒഴി 8
വാക്കി തങ്ങൾക്ക് വിരോധമായി ഒരുക്ക
പ്പെട്ട വിധിയെ അദ്ഭുതകരമായ ഇടപെ
ടലിലൂടെ തടഞ്ഞ് തങ്ങളെ വിടുവിക്കേ
ണമേ എന്ന് പ്രാർത്ഥിച്ചു. അവരുടെ ഈ 9
ഭക്തിനിർഭരമായ വിലാപം സ്വർഗ്ഗത്തിലേ
ക്കുയർന്നു.
ഹെർമ്മോൻ നിർദ്ദയരായ ആനകളെ 10
സമൃദ്ധിയായ മദ്യപാനംകൊണ്ടും പരിപൂ
രിതമായ അറബിക്കുന്തുരുക്കംകൊണ്ടും
ഉന്മത്തരാക്കിയശേഷം പ്രഭാതത്തിൽ
ഈ ഒരുക്കങ്ങൾ പൂർത്തിയായ വിവരം
രാജാവിനെ ബോധിപ്പിക്കുവാൻ രാജകൊ
ട്ടാരത്തിൽ ഹാജരായി. എന്നാൽ ദൈവം 11
രാജാവിന്റെമേൽ കരുണാപൂർവ്വമായ
നിദ്രയെ അയച്ചു. താൻ ആഗ്രഹിക്കുന്നവ 12
രിൽ രാപകൽ അത് വസിക്കുമാറാക്കുന്നു.

ദൈവത്തിന്റെ പദ്ധതിയനുസരിച്ച് സുഖദ
മായ നിദ്ര അവനെ വിഴുങ്ങി. അവന്റെ നിർ
ദ്ദയമായ ലക്ഷ്യങ്ങൾ പരാജയപ്പെട്ടു; കർ
ക്കശമായ ഗൂഢലക്ഷ്യം പൂർണ്ണമായും വി
13 ഫലമായി. നിശ്ചിതമുഹൂർത്തത്തിൽ നിന്ന്
രക്ഷപെട്ട യെഹൂദർ നിർദ്ദയരായ വിജാതീ
യരുടെ നേരെ സുശക്തമായ കരബലം
പ്രകടമാക്കി തങ്ങളോട്ട് വേഗത്തിൽ നിര
പ്പായ ദൈവത്തിന്റെ വിശുദ്ധിയെ പ്രകീർ
ത്തിച്ച് സ്തോത്രംചെയ്തു.
14 അപ്പോൾ പത്താംമണിയുടെ മദ്ധ്യം
ആകുന്നതേയുള്ളൂ. ആതിഥേയസംഘത്തി
ന്റെ നേതാവ് അതിഥികൾ സമ്മേളിച്ചതു
കണ്ടു രാജാ വിനെ സമീപിച്ച് ചെറുതായി
15 തട്ടിവിളിച്ചു. പണിപ്പെട്ട് ഉണർത്തി, വിരു
ന്നിന്റെ മുഹൂർത്തം കഴിയാറായി എന്ന്
അറിയിച്ചു; കാര്യങ്ങളുടെ യഥാർത്ഥവിവ
16 രങ്ങൾ അവനെ അറിയിച്ചു. രാജാവ് കാ
ര്യങ്ങൾ വിലയിരുത്തിയശേഷം വീണ്ടും
മദ്യപിക്കാനാരംഭിച്ചു. വിരുന്നിനെത്തിയ
വരോട്ട് തനിക്കഭിമുഖമായി കിടന്ന് വിശ്ര
17 മിക്കുവാൻ കല്പനയായി. അവർ അപ്രകാ
രം ചെയ്തപ്പോൾ കൂടുതൽ മദ്യപിച്ച് ശിഷ്ടവേ
ളയിലെ വിരുന്നുസംഭവം ആഹ്ലാദപൂർണ്ണ
മാക്കുവാൻ അവൻ അവരെ നിർബ്ബന്ധിച്ചു.
18 ഇപ്രകാരം വിരുന്ന് നടന്നുകൊണ്ടിരി
19 ക്കേ രാജാവ് ഹെർമ്മോനെ വിളിച്ചു. യെഹൂ
ദന്മാർ അപ്പോഴും ജീവനോടെയിരിക്കുന്നത്
എന്തുകൊണ്ടെന്നറിയിക്കാനായി കടുത്ത
ശകാരം നടത്തി. രാജാവ് നല്കിയ കല്പന
കളെ രാത്രിയായിട്ടുപോലും പൂർണ്ണമായും
നിറവേറ്റിയെന്ന് അവൻ സുഹൃത്തുക്കളുടെ
സഹായത്തോടെ രാജാവിനെ അറിയിച്ചു.
20 ഫലാരീസിനെക്കാൾ* തിന്മയായ രാക്ഷ
സഭാവം കൈക്കൊണ്ട രാജാവ് അപ്പോൾ
പറഞ്ഞു: ഇന്നത്തെ ഉറക്കത്തിൽ യെഹൂ
ദന്മാർ രക്ഷപെട്ടു. എന്നാൽ നാളെ അത്
നടത്തും. ഒട്ടും വൈകാതെ നിയമധ്വംസ
കരായ യെഹൂദരുടെ സംഹാരത്തിനാ
യി ആനകളെ ഒരുക്കി നിർത്തുക എന്ന്
അവൻ ആജ്ഞാപിച്ചു. രാജാവ് ഇപ്രകാ 21
രം പറഞ്ഞപ്പോൾ കൂടിയിരുന്നവരെല്ലാം
ആഹ്ലാദപൂർവ്വം അതിനെ അനുകൂലിച്ചും
അംഗീകരിച്ചും താന്താങ്ങളുടെ ഭവനങ്ങളി
ലേക്കു പോയി. കൊല്ലപ്പെടാനുള്ളവരുടെ 22
നേരെ അധിക്ഷേപങ്ങൾ വർഷിച്ചുകൊണ്ട്
അവശേഷിച്ച രാത്രി ചെലവഴിക്കുവാൻ
അവർ അധികം ഉത്സാഹം കാണിച്ചില്ല.
രാവിലെ കോഴി കൂവിയപ്പോൾ ഹെർ 23
മ്മോൻ ആനകളെ ഒരുക്കിക്കൊണ്ട്
അവയെ തൂൺനിരയിലേക്കു നയിച്ചു. ദയ 24
നീയമായ ഈ ദൃശ്യത്തിന് സാക്ഷ്യം വഹി
ക്കുവാൻ നഗരത്തിലെ വലിയ ജനക്കൂട്ടം
അവിടെ സമ്മേളിച്ചിരുന്നു. പ്രഭാതം പൊ
ട്ടിവിരിയാൻ അവർ ആകാംക്ഷയോടെ കാ
ത്തിരുന്നു. എന്നാൽ യെഹൂദന്മാരാകട്ടെ, 25
അന്ത്യസമയത്ത് അവരുടെ അവസാനനി
മിഷങ്ങളെ, ഒരിക്കൽകൂടി ഉടനെ സഹായി
ക്കുവാനായി കണ്ണീരോടെയുള്ള പ്രാർത്ഥന
യും ഹൃദയം നുറുങ്ങിയ ഞരക്കവുംകൊണ്ട്
സർവ്വാധിനാഥനെ നോക്കി സ്വർഗ്ഗത്തിലേ
ക്ക് കൈകളെ ഉയർത്തി.
സൂര്യരശ്മികൾ ഏറെ പ്രകാശം പരത്തി 26
യിരുന്നില്ല. രാജാവ് സുഹൃത്തുക്കളെ സ്വീ
കരിച്ചുകൊണ്ടിരുന്നപ്പോൾ ഹെർമ്മോൻ
പ്രവേശിച്ച് പുറത്തു വരുവാൻ രാജാവിനെ
ക്ഷണിച്ച് രാജാവ് ആഗ്രഹിച്ച കാര്യങ്ങൾ
നിറവേറ്റാൻ സജ്ജമായിരിക്കുന്നതായി
അറിയിച്ചു.എന്നാൽ അവൻ ഈ വാർത്ത 27
അറിഞ്ഞ് അസാധാരണമായ ക്ഷണം
ലഭിച്ചതിലുള്ള ആഘാതത്താൽ (ഗ്രഹണ
ശേഷി നഷ്ടപ്പെട്ടതിനാൽ) ഇത്ര ആവേശ
ത്തോടെ തനിക്കുവേണ്ടി പൂർത്തിയാക്കിയ
കാര്യമെന്തെന്ന് അന്വേഷിച്ചു.
സർവ്വനിയന്താവായ ദൈവത്തിന്റെ പ്ര 28
വർത്തനമായിരുന്നു അത്. അവൻ മുൻകൂ
ട്ടി തയ്യാറാക്കിയിരുന്ന പദ്ധതികളെപ്പറ്റിയു
ള്ള ഓർമ്മകൾ ദൈവം അവന്റെ മനസ്സിൽ
നിന്ന് വിസ്മൃതിമൂലം അകറ്റിക്കളഞ്ഞിരുന്നു.
മൃഗങ്ങളും ആയുധധാരികളായ ഭടന്മാരും 29
എന്തിനുവേണ്ടിയാണ് സജ്ജരാക്കപ്പെ
ട്ടിരിക്കുന്നതെന്ന് ഹെർമ്മോനും രാജാവി

** BC 570-554ൽ അഗ്രിജന്റോ ഭരിച്ചിരുന്ന അതിക്രൂരനായ ഭരണാധികാരി*

ന്റെ എല്ലാ സുഹൃത്തുക്കളും അപ്പോൾ ചൂണ്ടി
ക്കാട്ടി: "അല്ലയോ രാജാവേ, അവിടത്തെ
ഉത്കണ്ഠാപൂർവ്വമായ ലക്ഷ്യം സാധിക്കുവാ
നായിട്ടത്രേ അവ സജ്ജമാക്കപ്പെട്ടിരിക്കു
30 ന്നത്". ഈ വാക്കുകൾ കേട്ട് അവൻ അതി
ശക്തമായ കോപാവേശം പൂണ്ടു. ദൈവശ
ക്തി അയാളുടെ മനസ്സിനെ ഈ വിഷയ
31 ത്തിൽ തകിടംമറിച്ചിരുന്നു. അതിഭീഷണ
മായ മുഖഭാവത്തോടെ അവൻ അലറി.
"നിങ്ങളുടെ മാതാപിതാക്കളോ മക്കളോ
ഇവിടെ ഹാജരുണ്ടെങ്കിൽ യെഹൂദർക്കു
പകരം അവരെ ഞാൻ വന്യമൃഗങ്ങൾക്ക്
സമ്പന്നമായ വിരുന്നായി നല്കുവാൻ ഒരു
ങ്ങിയിരിക്കുന്നു. യാതൊരു പരാതിക്കും
അവർ ഇടവരുത്തിയിട്ടില്ല. എന്റെ പൂർവ്വി
കരോട് പൂർണ്ണവും സുശക്തവുമായ വിശ്വ
സ്തത പുലർത്തിയവരും വലിയൊരളവിൽ
കൂറു പ്രദർശിപ്പിച്ചവരുമാണല്ലോ അവർ.
32 ഇവർക്കു പകരം നിങ്ങളാണ് യഥാർത്ഥ
ത്തിൽ ബഹിഷ്കരിക്കപ്പെടേണ്ടത്. നമ്മുടെ
ശുശ്രൂഷയിലും നിങ്ങളുടെ പ്രയോജനപ
രതയിലും അധിഷ്ഠിതമായ ഒരു വികാരം
ആകാതിരിക്കട്ടെ അത്".
33 ഹെർമ്മോൻ അപ്രതീക്ഷിതവും അപക
ടകരവുമായ അവസ്ഥയിലായി; അവന്റെ
34 കണ്ണുകൾ ചഞ്ചലമായി. മുഖം താണു. രാ
ജാവിന്റെ സ്നേഹിതന്മാർ ഓരോരുത്തരാ
യി സമർത്ഥമായി പിന്തിരിഞ്ഞ് അപ്രത്യ
ക്ഷരായി; സമ്മേളിച്ച ജനമാകട്ടെ അവ
രവരുടെ ജോലികളിലേക്ക് തിരിച്ചുപോ
35 യി. രാജാവിന്റെ കല്പന ശ്രവിച്ച യെഹൂദ
ന്മാർ രാജാധിരാജനും കരുണ വർഷിക്കു
ന്നവനുമായ ദൈവത്തെ പുകഴ്ത്തി. അദ്ദേഹ
ത്തിൽനിന്ന് ലഭിച്ച സഹായമെന്ന് അവർ
ഇതിനെ കരുതി.
36 രാജാവ് വീണ്ടും വിരുന്നുസംഘത്തെ വി
ളിച്ചുചേർത്ത് ആഘോഷം തുടരുവാൻ കല്പി
37 ച്ചു. ഹെർമ്മോനെ വിളിച്ച് ഭീഷണിസ്വര
ത്തിൽ അവൻ ആജ്ഞാപിച്ചു: "ഇക്കാര്യ
ത്തെക്കുറിച്ച് എത്ര തവണ നിസ്സാരനായ
38 നിന്നോട് ഞാൻ കല്പിച്ചു? നാളെ യെഹൂദ
ന്മാരെ നശിപ്പിക്കുവാനായി ഒരിക്കൽകൂടി
ആനകളെ തയ്യാറാക്കുക".
രാജാവിനോടുകൂടെ മേശയ്ക്കിരുന്നവർ 39
ആ അസ്ഥിരമനോഭാവം കണ്ട് പ്രതിഷേ
ധസ്വരത്തിൽ പറഞ്ഞു: "ഹേ രാജാവേ, 40
എത്രകാലം വിഡ്ഢികളെപ്പോലെ ഞങ്ങളെ
ഗണിച്ച് ഈ പരീക്ഷണം തുടരും? അവരെ
നശിപ്പിക്കുവാൻ കല്പന പുറപ്പെടുവിക്കുന്ന
ത് ഇത് മൂന്നാം വട്ടമാണ്. ഇക്കാര്യത്തിൽ
രാജകല്പന വീണ്ടും വീണ്ടും പ്രഖ്യാപിക്ക
പ്പെടുന്നു! ഇതിന്റെ ഫലമായി നഗരമാകെ 41
ബഹളമാണ്. അവർ വലിയ പ്രതീക്ഷയോ
ടെയാണ് സമ്മേളിച്ചത്. കവർച്ചയുടെ സ്ഥി
രമായ അപകടവും അവിടെ പ്രകടമാണ്".
എല്ലാ അർത്ഥത്തിലും ഫലാരിസിനെ 42
പോലെയായ രാജാവ് അപ്പോൾ ഭ്രാന്ത
നെപ്പോലെ ആയി. യെഹൂദരെ സംരക്ഷി
ക്കുവാൻ ഉള്ളിലുയർന്ന വ്യത്യസ്തചിന്ത
യെ വകവയ്ക്കാതെ അവൻ അപ്രതിരോധ്യ
മായ പ്രതിജ്ഞ പ്രഖ്യാപിച്ചു. മൃഗങ്ങളുടെ
ചവിട്ടും തൊഴിയുമേറ്റ് ഏറെ വൈകാതെ
അവർ വധിക്കപ്പെടും. യെഹൂദാനഗരത്തി 43
നു നേരെ പാഞ്ഞുചെന്ന് അഗ്നികൊണ്ടും
കുന്തംകൊണ്ടും അതിനെ നിലംപരിചാ
ക്കും. 'തന്റെ പ്രവേശനം അനുവദിക്കാതി
രുന്ന ദേവാലയം' തീയിട്ട് നിലംപൊത്തുമാ
റാക്കും. അവിടെ യാഗം അനുഷ്ഠിച്ചിരുന്നവ 44
രെ എന്നേക്കുമായി അവിടെനിന്ന് നിഷ്കാ
സനം ചെയ്യും.
അപ്പോൾ (രാജാവിന്റെ) സ്നേഹിതരും
പട്ടാളമേധാവികളും സന്തോഷത്തോടെ
പിരിഞ്ഞുപോയി. നഗരത്തിൽ അനുയോ
ജ്യമായ സ്ഥലങ്ങളിൽ പട്ടാളത്തെ ആത്മ
വിശ്വാസത്തോടെ കാവലിനായി വിന്യ
സിച്ചു. സമയമായപ്പോൾ മൃഗങ്ങളെ ലഹ 45
രികൊണ്ട് ഭ്രാന്തമായ അവസ്ഥയിൽ
കൊട്ടാരക്കെട്ടിലേക്ക് ആനയിച്ചു. സുഗ
ന്ധപാനീയങ്ങളും അറബിക്കുന്തുരുക്കവും
വീഞ്ഞും കലർത്തി ആനകളെ ഭയാനകമാ
യി സജ്ജമാക്കിയിരുന്നു. ആനവിചാരിപ്പ 46
കാരൻ സമീപസ്ഥമായ കാര്യനിർവ്വഹണ
ത്തിനായി രാജാവിനെ നിർബ്ബന്ധിച്ചുകൊ
ണ്ടിരുന്നു. ആ പ്രഭാതത്തിൽ നഗരം എണ്ണ

മറ്റ ജനക്കൂട്ടത്താൽ നിറഞ്ഞു. ആഹ്ലാദ
47 ക്കൊടുമുടിയിലായിരുന്ന അവർ. ഭക്തികെ
ട്ട മനസ്സിൽ നിറയെ കോപാവേശവുമായി,
പട്ടാളത്തിന്റെ അകമ്പടിയോടെ നില്ക്കുന്ന മൃ
ഗങ്ങളുടെ സമീപത്തേക്ക് അവൻ കുതിച്ചു.
സ്വന്തം കണ്ണുകൊണ്ട് മുൻപറഞ്ഞ ജനത
യുടെ ദയനീയമായ നാശത്തിന് സാക്ഷ്യം
വഹിക്കുവാൻ അവന്റെ ഹൃദയത്തിൽ അദ
മ്യമായ ദാഹം വർദ്ധിച്ചുകൊണ്ടേയിരുന്നു.
48 പടിവാതില്ക്കലേക്കു നീങ്ങുന്ന ആനകളെ
യഹൂദർ കണ്ടു; വഴി നിറയെ പൊടിപടല
ങ്ങൾ ഉയർന്നിരുന്നു; ജനക്കൂട്ടത്തിന്റെ
യും പട്ടാളത്തിന്റെയും ഇരച്ചുകയറ്റമായിരു
49 ന്നു അതിന് കാരണമായത്. ഗംഭീരമായ
ആഹ്ലാദ ജയാരവം ഉയരുന്നത് അവർ ശ്രു
ദ്ധിച്ചു. ഇത് തങ്ങളുടെ അവസാനനിമിഷമാ
ണെന്നും തങ്ങളുടെ ജീവഹാനിയുടെ മണി
നാദമാണെന്നും അറിഞ്ഞ് അവർ വിലപി
ച്ചു; പരസ്പരം ചുംബിച്ചു; ബന്ധുജനങ്ങളെ
മാറിമാറി പരിരംഭണം ചെയ്തു. അവരിൽ
മാതാപിതാക്കളും, കുഞ്ഞുങ്ങളും, അമ്മമാ
രും, പുത്രിമാരും അവസാനത്തെ മുലപ്പാൽ
അമ്മയുടെ മാറിൽനിന്ന് ആർത്തിയോടെ
വലിച്ചു കുടിക്കുന്ന ശിശുക്കളും ഉണ്ടായിരു
ന്നു.
50 ഇതു മാത്രവുമല്ല, മുൻകാലങ്ങളിൽ
തങ്ങൾക്ക് സ്വർഗ്ഗത്തിൽനിന്ന് ലഭിച്ച
സഹായങ്ങൾ ഓർത്ത് അവർ ഏകമന
സ്സോടെ നിലത്ത് കവിണ്ണുവീണു. തങ്ങളു
ടെ മാർവ്വിൽനിന്ന് ശിശുക്കളെ എടുത്തുമാ
51 റ്റി വലിയ ശബ്ദത്തോടെ നിലവിളിച്ചു. മര
ണവാതുക്കൽ നില്ക്കുന്ന തങ്ങളുടെ നേരെ
ആർദ്രതാപൂർവ്വം ഇടപെടുവാൻ സർവ്വശ
ക്തനോട്ട് അവർ ആർത്തു കരഞ്ഞ് പ്രാർ
ത്ഥിച്ചു.

6 അപ്പോൾ വൃദ്ധനും നന്മകളിൽ സമൃദ്ധ
നും ആ പ്രദേശത്തെ പുരോഹിതന്മാ
രിൽ അറിയപ്പെടുന്ന ഒരാളുമായ ഏലയാ
സാർ വിലാപം നിർത്തുവാൻ തന്റെ ചുറ്റമു
2 ള്ള മൂപ്പന്മാരോടാവശ്യപ്പെട്ടു. അവൻ ഇപ്ര
കാരം പ്രാർത്ഥിച്ചു.

"സർവ്വശക്തനായ രാജാവേ, അത്യുന്ന
തനായ ജഗന്നിയന്താവേ, സർവ്വസൃഷ്ടി
കളെയും കരുണാപൂർവ്വം പോറ്റുന്നവനേ,
അബ്രഹാമിന്റെ സന്തതിയെ ശ്രദ്ധിക്കണ
മേ. വിശുദ്ധ യാക്കോബിന്റെ മക്കളെ ചെ 3
വിക്കൊള്ളേണമേ. നിന്റെ അഭിഷിക്തജന
ത്തിലൊരുവിഭാഗം ഇതാ പരദേശികളെ
പ്പോലെ അന്യദേശത്തുവച്ച് നശിക്കുന്നു.
അനീതിപൂർവ്വമായ അശുദ്ധാധരങ്ങളാൽ 4
അഹന്ത നിറഞ്ഞ വാക്കുകൾ സംസാരി
ച്ചു, ഈ മിസ്രയീമിന്റെ മുൻ ഭരണാധികാരി
യായ ഫറവോനെ, അവന്റെ അനേക രഥ
ങ്ങളോടുകൂടി നീ ഒന്നിച്ചു നശിപ്പിക്കുകയും
യിസ്രായേൽ ജനതയോട്ട് കരുണ പ്രദർ
ശിപ്പിച്ചുകൊണ്ട് ധിക്കാരികളായ പടക്കൂട്ട
ത്തെ കടലിൽ മുക്കിക്കൊല്ലുകയും ചെയ്തുവ
ല്ലോ. ആയുധബലം കൊണ്ട് ലോകത്തെ 5
മുഴുവൻ കീഴടക്കിയ അശ്ശൂരിലെ സമരോ
ത്സുകനായ സെന്നാകെരീബ് എണ്ണിയാ
ലൊടുങ്ങാത്ത സേനയെച്ചൊല്ലി പുകഴു
ന്നവൻ ആയിരിക്കേ നിന്റെ പരിശുദ്ധന
ഗരത്തിനുനേരെ ആക്രമണം അഴിച്ചുവിട്ട്
അശുദ്ധഭാഷണംകൊണ്ട് ധിക്കാരം കാ
ണിച്ചപ്പോൾ രാജ്യങ്ങൾക്ക് നിന്റെ ശക്തി
വെളിപ്പെടുത്തിക്കൊണ്ട് ദൈവമേ നീ
അവനെ ഛേദിച്ചുകളഞ്ഞു. നിർജ്ജീവമൂർ 6
ത്തികളെ ആരാധിക്കുകയില്ലെന്ന നിലപാ
ടിന്റെ പേരിൽ അഗ്നിയിലേക്ക് വലിച്ചെറി
യപ്പെട്ട ബാബേലിലെ മൂന്നു സുഹൃത്തുക്ക
ളെ ഒരു രോമത്തിനുപോലും ഹാനിവരാ
തെ തീച്ചൂളയിൽ പനിമഞ്ഞു തളിച്ച് ശത്രു
ക്കളിൽനിന്ന് നീ രക്ഷിച്ചു".
"അസൂയാലുക്കളായ ആരോപണക്കാർ 7
മൂലം വന്യമൃഗങ്ങൾക്ക് ആഹാരമായി സിം
ഹക്കുഴിയിൽ എറിയപ്പെട്ട ദാനിയേലിനെ
ഉപദ്രവമേല്ക്കാതെ നീ പ്രഭാതം കാണുമാറാ
ക്കി. ഭീകരമായ കടലാനയുടെ ഉദരത്തിൽ 8
സമയം ചെലവഴിച്ച യോനയെ പിതാവേ!
നീ കടാക്ഷിച്ച് ഹാനിയേല്ക്കാതെ അവന്റെ
കുടുംബക്കാർക്കായി നീ സംരക്ഷിച്ചു".
"ഇപ്പോൾ, ധിക്കാരത്തെ ദ്വേഷിക്കുന്ന 9
ആർദ്രവാനും സർവ്വസംരക്ഷകനുമായ

നാഥാ! യിസ്രായേൽമക്കളുടെ മുമ്പിൽ
വേഗം വെളിപ്പെടേണമേ; നിയമനിഷേ
ധികളും ധിക്കാരികളുമായ വിജാതീയരു
ടെ കോപാഗ്നി അവരെ വിഴുങ്ങുവാൻ തു
10 ടങ്ങുന്നു. പ്രവാസകാലത്ത് ഞങ്ങൾ അശു
ദ്ധിയിലും അധാർമ്മികതയിലും നിപതിച്ച
എങ്കിലും ശത്രുവിന്റെ കൈകളിൽനിന്ന്
ഞങ്ങളെ രക്ഷിക്കണമേ. നീ നിശ്ചയിക്കു
ന്ന വിധി ഞങ്ങളെ വിഴുങ്ങിക്കൊള്ളട്ടെ.
11 നിന്റെ പ്രിയജനതയുടെ നാശത്തെച്ചൊ
ല്ലി ഹൃദയശൂന്യരായ ആളുകൾ അവരുടെ
ദൈവംപോലും അവരുടെ രക്ഷയ്ക്ക് എത്തി
യില്ല എന്ന് സ്വയം പ്രശംസിക്കാൻ ഇടവ
12 രരുതേ. അവിടുന്ന് നിത്യനും സർവ്വശക്ത
നുമായ ദൈവമാകുന്നു. ഇപ്പോൾ കരുണാ
പൂർവ്വം ഞങ്ങളെ തൃക്കൺപാർക്കേണമേ.
രാജ്യദ്രോഹികളോടെന്നപോലെ വിവേക
ശൂന്യരും നിയമനിഷേധകരുമായ ഇവർ
ഞങ്ങളുടെ ജീവന് ഭീഷണി ഉയർത്തിയി
13 രിക്കുന്നു. അദൃശ്യമായ നിന്റെ ശക്തിയെ
വിജാതീയർ ഭയപ്പെടുവാനിടവരട്ടെ. യാ
ക്കോബിന്റെ രാജ്യത്തെ വിടുവിക്കുവാൻ
14 നീ ശക്തനാകുന്നുവല്ലോ. ശിശുക്കളുടെയും
അവരുടെ മാതാപിതാക്കളുടെയും കൂട്ടം
കണ്ണുനീരോടുകൂടി നിന്നെ അഭയം പ്രാപി
15 ച്ചിരിക്കുന്നു. നീ ഞങ്ങളോടു കൂടെയുണ്ടെന്ന്
വിജാതീയർക്ക് വെളിപ്പെടട്ടെ. നീ ഞങ്ങ
ളിൽനിന്ന് മുഖം തിരിച്ചിട്ടില്ലെന്ന് അവർ
അറിയട്ടെ. അവർ ശത്രുക്കളുടെ ദേശത്താ
യിരുന്നപ്പോൾപോലും ഞാൻ അവരെ
ഉപേക്ഷിച്ചിട്ടില്ല എന്ന നിന്റെ വാഗ്ദാനം,
ദൈവമേ ഇപ്പോൾ സാക്ഷാത്കരിക്കപ്പെ
ടട്ടെ."
16 ഏലിയാസാർ പ്രാർത്ഥന അവസാനി
പ്പിച്ചപ്പോൾ രാജാവ് ആരവഭൂമിയിൽ മൃഗ
ങ്ങൾക്കും സൈന്യത്തിന്റെ ഹുങ്കാരത്തോ
17 ടുമൊപ്പം എത്തിച്ചേർന്നു. ഇതു വീക്ഷിച്ച
യെഹൂദർ വലിയ നിലവിളിയായി സ്വർഗ്ഗ
ത്തിലേക്കുയർത്തിയ ഈ വിലാപം സമീ
പത്തുള്ള താഴ്വാരങ്ങളിൽ പ്രതിദ്ധ്വനിച്ചു.
സൈന്യത്തിന് അടക്കാനാവാത്ത ഭയം
ജനിച്ചു.

അപ്പോൾ മഹത്ത്വവാനും സത്യവാനു 18
മായ സർവ്വശക്തൻ തന്റെ വിശുദ്ധസാന്നി
ധ്യം വെളിപ്പെടുത്തി. സ്വർഗ്ഗകവാടങ്ങൾ തു
റക്കപ്പെട്ടു; ഭീകരത സൃഷ്ടിച്ചുകൊണ്ട് രണ്ടു
മഹത്ത്വമുള്ള ദൈവദൂതന്മാർ ഇറങ്ങിവന്നു.
യെഹൂദന്മാരൊഴികെ എല്ലാവരും അവരെ 19
കണ്ടു. അവർ ശത്രുസൈന്യത്തെ നേരിട്ടു;
അവർ ചിന്താക്കുഴപ്പവും ഭീതിയും സൃഷ്ടിച്ചു.
ചലിക്കാനാവാത്തവിധം ചങ്ങലകൊണ്ട് 20
അവരെ ബന്ധിച്ചു. രാജാവുപോലും ഭയം
കൊണ്ട് വിറപൂണ്ടു. അധമമായ അവന്റെ 21
ധിക്കാരചിന്ത മറവിയിലായി. മൃഗങ്ങൾ പു
റംതിരിഞ്ഞ് സൈന്യങ്ങളുടെ നേരെ ചീറി
യടുത്ത് അവരെ ചവിട്ടി നശിപ്പിക്കുവാൻ
തുടങ്ങി.

തന്റെ ആസൂത്രിതപദ്ധതികൾക്കു ഭവിച്ച 22
തിരിച്ചടി കണ്ട് രാജാവിന്റെ കോപം സഹ
താപത്തിനും കണ്ണുനീരിനും വഴിമാറി.
അവർ നിലവിളിക്കുന്നതും തലകുത്തി 23
താഴെവീണ് നശിക്കുന്നതും കണ്ട് രാജാവ്
കരഞ്ഞു. സുഹൃത്തുക്കളെ ഭീഷണിപ്പെടുത്തി 24
ക്കൊണ്ട് അവൻ പറഞ്ഞു: "ഏകച്ഛത്രാധി
പതികളെപ്പോലും തോല്പിക്കുന്ന ക്രൂരതയും
വിശ്വാസവഞ്ചനയുമാണ് നിങ്ങൾ കാണി
ച്ചിരിക്കുന്നത്. നിങ്ങളുടെ സംരക്ഷകനായ
എന്നെപ്പോലും, രാജ്യത്തിന് ഒരു നന്മയും
വരുത്താത്ത ഗൂഢപദ്ധതികൾ ആസൂത്ര
ണം ചെയ്ത് അധികാരത്തിൽനിന്ന് ഭ്രഷ്ടനാ
ക്കുവാൻ ശ്രമിച്ചിരിക്കുന്നു. നമ്മുടെ കോട്ടക 25
ളെ വിശ്വസ്തതയോടെ പരിപാലിക്കുകയും
കാവൽ ചെയ്യുകയും ചെയ്തവരെ ആരാണ്
വീടുകളിൽനിന്ന് ഓടിച്ച് ഇവിടെ കൂട്ടിവരു
ത്തുവാൻമാത്രം മണ്ടത്തരം കാണിച്ചത്?
സാഹസികളായ ആത്മത്യാഗ സന്നദ്ധത 26
സ്വയം ഏറ്റെടുത്ത് നമ്മോടുള്ള ആഭിമുഖ്യം
വെളിവാക്കുകയും എല്ലാ ജനതകളിൽനി
ന്നും ഉയർന്ന മൂല്യങ്ങളുടെ പേരിൽ വ്യത്യ
സ്തത പുലർത്തുകയും ചെയ്തിട്ടുള്ള ഇവരെ
ആരാണ് അനീതിപരമായി ഈ കോ
പനടപടികൾക്ക് വിധേയരാക്കിയത്?
അനീതിയായിട്ടുള്ള ഈ ബന്ധനങ്ങളിൽ 27
നിന്ന് അവരെ സ്വതന്ത്രരാക്കുക. നിങ്ങ

ളുടെ കടുത്ത നടപടികൾക്കു ക്ഷമചോദി
ച്ചുകൊണ്ട് സ്വഭവനങ്ങളിലേക്ക് അവരെ
28 സമാധാനപൂർവ്വം തിരിച്ചയയ്ക്കുക. സർവ്വശ
ക്തന്റെ മക്കളും സ്വർഗ്ഗത്തിലെ ജീവിക്കുന്ന
ദൈവത്തിന്റെ സന്താനങ്ങളുമായ അവരെ
ഉടനെ മോചിപ്പിക്കുക. നമ്മുടെ പിതാക്ക
ന്മാരുടെ കാലംമുതൽ നമ്മുടെ ഭരണത്തി
ന് സ്ഥിരത നല്കുവാൻ ശ്രദ്ധേയമായ സം
ഭാവനകൾ നല്കിയവരാണവർ".
29 ഇപ്രകാരം അവൻ പറഞ്ഞപ്പോൾ യെ
ഹൂദന്മാർ അതിവേഗം സ്വതന്ത്രരാക്കപ്പെ
ട്ടു. മരണത്തിൽനിന്ന് തങ്ങളെ വിടുവിച്ച
രക്ഷകനായ വിശുദ്ധദൈവത്തെ അവർ
30 സ്തുതിച്ചു. നഗരത്തിലേക്ക് തിരിച്ചു പോന്ന
രാജാവ് നികുതി പിരിവുകാരനായ ഉദ്യേ
ാഗസ്ഥനെ വിളിച്ചുവരുത്തി കല്പിച്ചു: `ഏഴു
ദിവസത്തെ ഉത്സവം പ്രമാണിച്ച് യെഹൂദ
ന്മാരെ വിളിച്ചുചേർത്ത് അവർക്ക് വീണ്ടും
അനുയോജ്യമായ മറ്റ് വിരുന്നുവിഭവങ്ങളും
നല്കണം'. എല്ലാ ആഘോഷങ്ങളും നടത്തി
വിമോചനം ആസ്വദിക്കുമ്പോൾതന്നെ
അതേ സ്ഥലത്തുവച്ച് അവരെ നശിപ്പിക്കാ
നായിരുന്നു രാജാവിന്റെ നിശ്ചയം.
31 അതിൻപ്രകാരം മരണത്തെ നേരിടു
വാൻ ചതിയിൽ വിധിക്കപ്പെട്ട ജനത്തി
നുവേണ്ടി, മരണത്തിന്റെ പിടിയിൽനി
ന്ന് മോചനം നേടിയ സന്തോഷം പങ്കു
വയ്ക്കുവാൻ രാജകീയ വിരുന്ന് ഒരുക്കപ്പെ
ട്ടു. അവർ സന്തോഷത്തോടെ, തങ്ങളു
ടെ നാശത്തിനും ശവസംസ്കാരത്തിനും
സാക്ഷ്യംവഹിക്കാനുള്ള സ്ഥലത്തേക്ക്,
32 ആഗതരായി. വിലാപഗീതങ്ങൾക്കു പകരം
അവരുടെ രക്ഷകനും അദ്ഭുതപ്രവർത്തക
നുമായ ദൈവത്തെ മഹത്ത്വപ്പെടുത്തുന്ന
പിതാക്കന്മാരുടെ സ്തുതിഗീതങ്ങൾ അവർ
ഏറ്റുപാടി. സകല വിലാപത്തിനും പരിദേ
വനത്തിനും വിരാമമിട്ട് അവർ സംഘഗാന
33 ങ്ങൾ പാടി. സംഭവങ്ങൾ ആഘോഷിക്കു
വാൻ രാജാവും തത്തുല്യമായ ഒരു വിരുന്ന്
ഏർപ്പാടാക്കി. താൻ അനുഭവിച്ച അപ്രതീ
ക്ഷിത മോചനത്തിന്റെ പേരിൽ അവിരാമ
വും ഉദാരവുമായ നന്ദി അവൻ സ്വർഗ്ഗത്തി
നു മുമ്പിൽ സമർപ്പിച്ചു.
യെഹൂദന്മാർ ഒന്നടങ്കം നശിപ്പിക്കപ്പെട്ടു 34
മെന്നും പക്ഷികൾക്കു ഭക്ഷണമായിത്തീരു
മെന്നും കരുതി ആഹ്ലാദത്തോടെ അവരു
ടെ കണക്കെടുത്തവർ അപമാനലജ്ജ പേ
റിയപ്പോൾ തേങ്ങിക്കരഞ്ഞു. അവരുടെ ച
ടുനിശ്വാസം കലർന്ന ധൈര്യം ശമിച്ചു.
യെഹൂദന്മാർ, നാം മുമ്പ് പറഞ്ഞതുപോ 35
ലെ മുൻ സൂചിപ്പിച്ച ഗായകസംഘങ്ങൾ
ക്രമീകരിച്ച് സങ്കീർത്തനങ്ങളും സ്തുതിക
ളും നിറഞ്ഞ വിരുന്നിന്റെ ആഹ്ലാദത്തിൽ
സമയം ചെലവഴിച്ചു. പിൻഗാമികൾക്കും 36
സമുദായത്തിനു മുഴുവനും വേണ്ടി അവർ
ഒരു പൊതു ആരാധനക്രമം ഏർപ്പെടുത്തി.
കുടിച്ച് കൂത്താടുവാനല്ല, ദൈവദത്തമായ
മോചനം സ്മരിക്കുവാൻ അവർ ഈ അനു
ഷ്ഠാനത്തെ ചിട്ടപ്പെടുത്തി. അതിനുശേഷം 37
വീട്ടിലേക്കു പിരിഞ്ഞുപോകുവാൻ അവർ
രാജാവിനോട് അനുവാദം അഭ്യർത്ഥിച്ചു.
പാക്കോൺ ഇരുപത്തി അഞ്ചുമുതൽ 38
എപ്പിയേഫ് നാലുവരെ നാല്പത് നാൾ
പേർവഴി ചാർത്തൽ നിർവ്വഹിക്കപ്പെട്ടു.
എപ്പിയേഫ് അഞ്ചു മുതൽ ഏഴ് വരെ മൂന്നു
ദിവസം അവരെ നശിപ്പിക്കുവാനുള്ളതായി
രുന്നു. അന്നേദിവസം ഏറ്റവും മഹത്ത്വവാ 39
നായ ദൈവം തന്റെ കരു ണയെ വെളിപ്പെ
ടുത്തുകയും അവരെ എല്ലാവരെയും ഉപദ്ര
വമേല്പിക്കാതെ രക്ഷപെടുത്തുകയും ചെയ്തു.
രാജാവ് നല്കിയ വിഭവങ്ങൾകൊണ്ട് 40
പതിനാലാം ദിവസംവരെയും അവർ
ഉത്സവം ആഘോഷിച്ചു. ആ ദിവസവും
തങ്ങളെ പിരിച്ചയയ്ക്കുവാൻ അവർ രാജാവി
ന്റെ അനുമതി തേടി. രാജാവ് അവരുടെ 41
അപേക്ഷ ഉടനെ അനുവദിച്ചു. താഴെ കാ
ണിക്കുംവിധം തന്റെ ഔദാര്യം പ്രഖ്യാപി
ക്കുന്നതായി നഗരത്തിലെ പട്ടാളമേധാ
വികൾക്ക് ഒരു കത്ത് എഴുതി.

7

"ഫിലോപേത്തർ ടോളമി രാജാവ് മി
സ്രയീമിലെ പട്ടാളമേധാവിമാർക്കും
ഭരണോദ്യോഗസ്ഥർക്കും ആരോഗ്യവും
ആശംസകളും നേരുന്നു. നാമും നമ്മുടെ 2

മക്കളും സുഖമായിരിക്കുന്നു. മഹത്ത്വവാ
നായ ദൈവം നമ്മുടെ ഇച്ഛപോലെ കാര്യ
ങ്ങളെ നയിക്കുന്നു".
3 "യെഹൂദന്മാരെ രാജ്യദ്രോഹികളെപ്പോ
ലെ ഒന്നിച്ച് കൂട്ടിവരുത്തുവാനും അവർക്ക്
അതിനീചമായ ശിക്ഷ വിധിക്കുവാനും
ചില സുഹൃത്തുക്കൾ നമ്മോട്ട് പക കലർ
ന്ന ഉദ്ദേശ്യത്തോടെ നിരന്തരം പ്രേരിപ്പി
4 ച്ചുകൊണ്ടിരിക്കുന്നു. ഇത് പൂർത്തീകരിക്കു
വോളം നമ്മുടെ ഭരണം സുസ്ഥാപിതമാ
കുകയില്ലെന്ന് അവർ ഉറപ്പായി പ്രസ്താ
വിക്കുന്നു. മറ്റു ജനതകളോട്ട് ഈ വർഗ്ഗ
ത്തിന് അത്രമാത്രം അസഹിഷ്ണുതയാണ
5 ത്രേ. അടിമകളെപ്പോലെയോ രാജ്യദ്രോ
ഹികളെപ്പോലെയോ സിഥിയൻ ആചാ
രമുറയെക്കാൾ ക്രൂരവും പൈശാചികവു
മായ വിധത്തിൽ അവരെ പരുഷമായി
സമീപിക്കുകയും അന്വേഷണമോ വിചാ
രണയോ കൂടാതെ മരണത്തിന് വിധിക്കു
6 കയും ചെയ്തു. എന്നാൽ നാം അവരുടെ
ഈ നടപടികളെ കർശനമായി തടയുക
യും താക്കീതു നല്കുകയും എല്ലാ പ്രജകളോ
ടുമുള്ള നമ്മുടെ ഔത്സുക്യം മൂലം അവരെ
മരണത്തിൽനിന്ന് വിട്ടുവിക്കുകയും ചെയ്തു.
7 മക്കളെപ്രതി ഒരു പിതാവ് പ്രവർത്തിക്കും
വിധം സ്വർഗ്ഗത്തിലെ ദൈവം അവർക്കുവേ
ണ്ടി പ്രതിരോധിക്കുന്നതിനാലും യെഹൂദ
ന്മാരുടെ സൗഹൃദവും നന്മയോടുള്ള ആഭി
മുഖ്യവും നമ്മോടും നമ്മുടെ പൂർവ്വികരോടും
അവർ പുലർത്തിയ വിശ്വസ്തതയും പരിഗ
ണിക്കുന്നതിനാലും അവർക്കെതിരായ
ഓരോ ആരോപണവും നാം അവഗണിക്കു
8 ന്നു. തങ്ങളുടെ ഭവനങ്ങളിലേക്ക് മടങ്ങുവാ
നും ഒരിടത്തും ഒരുത്തരും അവരോട്ട് ദ്രോ
ഹപ്രവൃത്തികൾ ചെയ്യരുതെന്നും സംഭവി
ച്ചതുപോലെയുള്ള അയുക്തികമായ ശകാ
രങ്ങൾ നടത്തരുതെന്നും എല്ലാവരോടും
9 നാം കല്പിച്ചിട്ടുണ്ട്. ഒരു കാര്യം നിങ്ങൾ
അറിഞ്ഞിരിക്കണം. നാം അവർക്കെതി
രായി ഗൂഢാലോചന നടത്തുകയോ അവർ
ക്ക് ഏതെങ്കിലും ദുരിതം ഏല്പിക്കാൻ കാര
ണക്കാരാകുകയോ ചെയ്താൽ, നമ്മെ നേ
രിടുന്നത് മർത്ത്യശക്തിയല്ല, പ്രത്യുത അത്യു
ന്നതനായ ദൈവം ആണ്. രക്ഷപെടുത്താ
നാവാത്തവിധം പ്രതിയോഗിയെപ്പോലെ
അവൻ പ്രതികാരം ചെയ്യും. നിങ്ങൾക്കെ
ന്റെ അഭിവാദനങ്ങൾ".
ഈ കല്പന കിട്ടിയപ്പോൾ യെഹൂദന്മാർ 10
തിരിച്ചുപോക്കിന് ഒട്ടും ധൃതി കാണിച്ചില്ല.
വിശുദ്ധദൈവത്തിനും ദൈവിക ന്യായ
പ്രമാണത്തിനുമെതിരെ മനഃപൂർവ്വം ചവി
ട്ടിമെതിച്ച യെഹൂദരാഷ്ട്രത്തിലുള്ളവരെ,
അവർ അർഹിക്കുന്ന ശിക്ഷ സ്വന്തം കൈ
കൾകൊണ്ട് നല്കുവാൻ അനുവദിക്കണമെ
ന്ന് അവൻ രാജാവിനോട്ട് അപേക്ഷിച്ചു.
സ്വന്തം ഉദരത്തെപ്രതി വിശുദ്ധകല്പനക 11
ളെ ധിക്കരിച്ചവർ ആരും രാജാവിന്റെ ഭര
ണത്തിൻകീഴിലെ യാതൊരു ആനുകൂല്യ
ങ്ങൾക്കും അർഹരാകുകയില്ലെന്ന് അവർ
പ്രഖ്യാപിച്ചു.
അവർ പറഞ്ഞ കാര്യങ്ങൾ രാജാവ് പരി 12
ഗണിക്കുകയും അംഗീകരിക്കുകയും ചെയ്തു.
ദൈവികന്യായപ്രമാണത്തെ ധിക്കരിച്ച
വരെ രാജ്യത്തെവിടെയായാലും രാജാവി
ന്റെ പ്രത്യേക അനുവാദമോ മേൽനോട്ട
മോ കൂടാതെതന്നെ യഥേഷ്ടം നശിപ്പിക്കു
വാൻ അവർക്ക് പൊതുവായ അധികാരം
നല്കി. അവർ രാജാവിനെ അനുയോജ്യ 13
മാംവിധം അനുമോദിച്ചു. പുരോഹിതന്മാ
രും ജനക്കൂട്ടവും `ഹാലേലൂയ്യാ' എന്ന കീർ
ത്തനം ആലപിച്ച് ആഹ്ലാദപൂർവ്വം പിരി
ഞ്ഞുപോയി. വഴിനീളേ അവർ കണ്ടുമുട്ടിയ 14
വഷളന്മാരായ സ്വദേശികളെ പരസ്യമായി
അപമാനിക്കുകയും കൊല്ലുകയും ചെയ്തു. മു 15
ന്നൂറിലേറെ പുരുഷന്മാരെ അന്നേദിവസം
അവർ വധിച്ചു. വഞ്ചകരെ നശിപ്പിച്ചതി
നാൽ ആ ദിവസത്തെ അവർ ഉത്സവദിന
മായി കൊണ്ടാടി. മരണംവരെ ദൈവത്തി 16
നുവേണ്ടി നിലനിന്നവർ മോചനത്തിന്റെ
ആഹ്ലാദലഹരിയിൽ നഗരം വിടുകയും യി
സ്രായേലിന്റെ നിത്യരക്ഷകനും പിതാക്ക
ന്മാരുടെ ദൈവവുമായവനെ സന്തോഷ
കീർത്തനങ്ങളും സ്തുതിഗീതങ്ങളും ഉറക്കെ
പാടി സുഗന്ധപുഷ്പങ്ങളുടെ കിരീടം ശിര

സ്സിലണിഞ്ഞ് ആഹ്ലാദപൂർവ്വം യാത്ര തുട
രുകയും ചെയ്തു.
17 സ്ഥലത്തിന്റെ പ്രത്യേകത മൂലം പനിനീർ
വ്വാഹി എന്ന് പേരായ ടോളമിയൻ നഗര
ത്തിൽ അവർ എത്തിയപ്പോൾ കപ്പൽക്കൂ
ട്ടം പൊതുതാല്പര്യപ്രകാരം ഏഴു ദിവസ
18 മായി അവരെ കാത്തുനിന്നിരുന്നു. അവർ
അവിടെ വിമോചനോത്സവം കൊണ്ടാടി.
സ്വന്തം ഭവനത്തിലെത്തുംവരെ അവർക്കാ
യി എല്ലാ സൗകര്യങ്ങളും രാജാവ് ഒരുക്കി
യിരുന്നു.
19 ഉചിതമായ കൃതജ്ഞതാപ്രകടനങ്ങ
ളോടെ സമാധാനപൂർവ്വം അവർ കരയ്ക്കി
റങ്ങിയപ്പോൾ അവിടെയും തങ്ങളുടെ താ
മസക്കാലം ഉത്സവദിനമായി ആഘോ
20 ഷിക്കുവാൻ അവർ നിശ്ചയിച്ചു. കരയിലും
നദിയിലും കടലിലും രാജാവിന്റെ കല്പന
പ്രകാരം അവർ സൗകര്യമായും സുരക്ഷി
തമായും യാത്രചെയ്ത് സ്വഭവനങ്ങളിലെ
ത്തി. ഉത്സവം ആചരിച്ച സ്ഥലത്ത് പ്രാർ
ത്ഥനയ്ക്കായി ഒരു സ്തംഭം സ്ഥാപിച്ച് അതി
ന്മേൽ ഈ വിവരങ്ങൾ രേഖപ്പെടുത്തി.
ശത്രുക്കളുടെ മദ്ധ്യേ അവർക്ക് പൂർവ്വാധി 21
കം ആദരവും അംഗീകാരവും ലഭിച്ചു. അഭി
മാനാവഹമായ കുലീനത അവർ പ്രാപി
ച്ചു. അവരുടെ വസ്തുവകകളിന്മേൽ ആരും
അതിക്രമം കാട്ടിയില്ല. അവരുടെ എല്ലാ 22
സമ്പാദ്യങ്ങളും രേഖകൾപ്രകാരം അവർ
ക്ക് തിരിച്ചുകിട്ടി. അവ കൈവശം വച്ചവർ
ഭയത്തോടെ എല്ലാം തിരിച്ചേല്പിച്ചു. അപ്ര
കാരം പരമോന്നതനായ ദൈവം അദ്ഭുത
കാര്യങ്ങൾ പ്രവർത്തിച്ച് അവർക്ക് സമ്പൂർ
ണ്ണമായ വിടുതൽ നല്കി.
സർവ്വകാലത്തും യിസ്രായേലിനെ വി 23
മോചിപ്പിക്കുന്ന വിമോചകൻ വാഴ്ത്തപ്പെട്ട
വൻ. ആമ്മീൻ.

4 മക്കാബിയർ

ഒരു ലഘുരേഖ അഥവാ പ്രഭാഷണ രീതിയിൽ അവതരിപ്പിരിച്ചിരിക്കുന്ന ഈ പുസ്തകം ഇതിനാൽ തന്നെ വ്യത്യസ്തമാണ്. യഹൂദന്മാരെ ഉദ്ബോധിപ്പിക്കുക എന്ന ലക്ഷ്യത്തോ ടെയാകാം ഈ പുസ്തകം രചിച്ചത്.

തത്വശാസ്ത്രപരമായ ലേഖനങ്ങളായി ഈ പുസ്തകത്തിലെ അധ്യയങ്ങളെ കാണാം. യുക്തിയും ആസക്തിയും തമ്മിലുള്ള വ്യത്യാസം മനുഷ്യ ജീവിതത്തിൽ ഈ പോരാട്ടം എത്രമേൽ നടക്കുന്നുവെന്ന് ഗ്രന്ഥകാരൻ ഈ പുസ്തകത്തിൽ വിവരിക്കുന്നു . അടിയുറച്ച ദൈവവിശ്വാസം യുക്തിയെ പ്രയോഗിക്കുവാൻ മനുഷ്യനെ പ്രാപ്തനാക്കുന്നു എന്ന് ഈ പുസ്തകത്തിൽ സമർത്ഥിക്കുന്നു. മാർ ഏലിയാസാറിന്റെയും, മർത്തശ്മൂനിഅമ്മയുടെയും, അമ്മയുടെ ഏഴു മക്കളുടെയും സഹനത്തെ ലൗകിക ആസക്തിയെ തോല്പിക്കുവാനുള്ള മനുഷ്യന്റെ ശക്തിയുടെ ഉദാഹരണമായി ഗ്രന്ഥകാരൻ അവതരിപ്പിക്കുന്നു.

നാസിയാൻസിലെ മാർ ഗ്രിഗോറിയോസ് മക്കാബിയരെക്കുറിച്ചുള്ള തന്റെ പ്രസംഗ ത്തിൽ 'തത്ത്വജ്ഞാനത്തെക്കുറിച്ചുള്ള പുസ്തകം' എന്നാണ് മക്കാബിയരുടെ നാലം പു സ്തകത്തെപ്പറ്റി പറഞ്ഞിട്ടുള്ളത്.

ഈ പുസ്തകം രചിക്കപ്പെട്ടത് ഗ്രീക്ക് ഭാഷയിലാണ്. ഈ പുസ്തകം, ആറാം മാർത്തോ മ്മാ ക്ലോഡിയസ് ബുക്കാനനു നല്കിയതടക്കമുള്ള പ്ശീത്തോ സുറിയാനി കയ്യെഴുത്തുപ്ര തികളിൽ കാണുന്നുണ്ട്. എന്നാൽ ഹൂദായ കാനോനിലെ പട്ടികകളിൽ ഉൾപ്പെടുത്തി യിട്ടില്ല. ഗ്രീക്ക് സെപ്റ്റിജ്വന്റിന്റെ പുരാതനമായ രണ്ടു കയ്യെഴുത്തുപ്രതികളായ കോഡക്സ് സീനായിറ്റിക്കസിലും, കോഡക്സ് അലക്സാന്ത്രിനസിലും മക്കാബിയരുടെ നാലാം പുസ്തകം കാണുന്നുണ്ട്.

ആറാം മാർത്തോമ്മാ, ക്ലോഡിയസ് ബുക്കാനനു നല്കിയ പ്ശീത്ത സുറിയാനി കയ്യെ ഴുത്തുപ്രതിയിൽ 'ജോസിപ്പോൺ' എന്ന തലക്കെട്ടാണ് '4 മക്കാബിയർ' എന്നതിനു പകരം നൽകിയിരിക്കുന്നത്. മിലാനിലെ അംബ്രോസിയൻ ലൈബ്രറിയിൽ സൂക്ഷിച്ചിരി ക്കുന്ന 'B 21' എന്നും കൂടി അറിയപ്പെടുന്ന കോഡക്സ് അംബ്രോസിയാനസ് എന്ന എ.ഡി. ആറോ ഏഴോ നൂറ്റാണ്ടിൽ എഴുതിയതായിക്കരുതുന്ന എസ്ത്രാംഗല ലിപിയിലുള്ള പ്ശീത്താ സുറിയാനി കയ്യെഴുത്തു പ്രതിയിൽ '4 മക്കാബിയർ' എന്ന പേരിലാണ് ഈ പുസ്തകം നല്കിയിരിക്കുന്നത്. എന്നാൽ മറ്റു പുരാതന പ്ശീത്താ കയ്യെഴുത്തു പ്രതികളിൽ 'ജോസി പ്പോൺ', 'ജോസിപ്പസിന്റെ വിവരണം', 'ഏലിയാസറിനെയും, ശ്മൂനിയെയും, അവളുടെ പു ത്രന്മാരെക്കുറിച്ചുള്ള ജോസിപ്പസിന്റെ വിവരണം' എന്നീ പേരുകളാണ് നല്കിയിരിക്കുന്നത്.

4 മക്കാബിയർ

1 ഞാൻ പര്യാലോചിക്കുവാൻ തുടങ്ങുന്ന
ത് ദാർശനികമായ വിഷയമാണ്. തീ
ക്ഷ്ണമായ വിവേകം വികാരങ്ങളുടെമേൽ
വാഴുമോ എന്ന കാര്യമാണത്. അതിനാൽ
തത്ത്വജ്ഞാനത്തിൽ കാര്യമായി ശ്രദ്ധിക്ക
ണമെന്ന് നിങ്ങളെ ഉപദേശിക്കുക എന്റെ
2 കടമയാണ്. എന്തെന്നാൽ ഈ വിഷയം
ജ്ഞാനം അന്വേഷിക്കുന്ന ആർക്കും അനി
വാര്യമാണ്. കൂടാതെ പരമോന്നത നന്മയു
ടെ പുകഴ്ചയും അതുൾക്കൊള്ളുന്നു; തീർച്ച
യായും യുക്തിപരമായ വിലയിരുത്തലാണ്
3 ഞാൻ ഉദ്ദേശിക്കുന്നത്. അപ്പോൾ, ആത്മ
നിയന്ത്രണത്തിന് തടസ്സമായ അതിഭക്ഷ
ണം, ദുർമ്മോഹം എന്നീ വികാരങ്ങളെ
വിവേകം നിയന്ത്രിക്കുന്നുവെന്നത് സ്പഷ്ടമാ
4 ണെങ്കിൽ, ഒരാളെ നീതിമാർഗ്ഗത്തിൽ തട
സ്സപ്പെടുത്തുന്ന പകയും, ധീരതയുടെ വഴിയി
ലുള്ള കോപം, ഭയം, വേദന എന്നിവയും
പോലുള്ള വികാരങ്ങളെ അധീനപ്പെടുത്തു
ന്നതും വ്യക്തമാണ്.

5 `വിവേകം വികാരങ്ങളെ ഭരിക്കുന്നുവെ
ങ്കിൽ മറവിയുടെയും അജ്ഞാനത്തിന്റെയും
മേൽ ഫലവത്താകാത്തതെന്തെന്ന് ചിലർ
ചോദിച്ചേക്കാം. വിവാദത്തിൽ അവരുടെ
ശ്രമം പരിഹാസ്യമാണ് [1] എന്തെന്നാൽ
നീതി, ധൈര്യം, ആത്മനിയന്ത്രണം എന്നി
6 വയെ എതിർക്കുന്ന വികാരങ്ങളെയല്ലാ
തെ വിവേകം അതിന്റെ സ്വന്തവികാരങ്ങ
ളെ ഭരിക്കുന്നില്ല;[2] അത് അവയെ നശിപ്പി
ക്കുവാൻ വേണ്ടിയല്ല, എന്നാലോ ഒരുവൻ
അവയ്ക്ക് അവസരം കൊടുക്കാതിരിക്കുവാ
നത്രേ.

1 പാ.ഭേ.: എന്റെ വാദം പരിഹാസ്യമാക്കുവാനാണ് അവർ ശ്രമിക്കുന്നത്

2 പാ.ഭേ.: യുക്തിപൂർവ്വമായ വിലയിരുത്തലും എന്ന് കൂട്ടിച്ചേർക്കുന്നു

വിവേകം[3] വികാരങ്ങളെ ഭരിക്കുന്നുവെ 7
ന്ന് പല ഉദാഹരണങ്ങളിലൂടെ നിങ്ങൾ
ക്ക് തെളിയിച്ചുതരുവാൻ എനിക്കു കഴിയും;
എന്നാൽ മൂല്യത്തിനു വേണ്ടി മരണം വരിച്ച 8
ഏലിയാസറിന്റെയും ഏഴു സഹോദരന്മാ
രുടെയും അവരുടെ അമ്മയുടെയും ശ്രേഷ്ഠ
ധീരത കൊണ്ട് അത് ഏറ്റം നന്നായി വ്യ
ക്തമാക്കിത്തരുവാൻ എനിക്കു കഴിയും.
മരണം വരുത്തുന്ന നിന്ദ്യകഷ്ടതകളിലൂ 9
ടെ വിവേകം വികാരങ്ങളെ ഭരിക്കുന്നുവെ
ന്ന് ഇവയെല്ലാം വ്യക്തമാക്കുന്നു. ഈ ദി 10
നത്തിൽ[4] കുലീനവും നന്മയുമായതിനു
വേണ്ടി അമ്മയോടൊപ്പം മരണം വരിച്ച
അവരുടെ സദ്ഗുണങ്ങൾ ഞാൻ പുകഴ്ത്തു
ന്നത് യുക്തമാണ്. എന്നാൽ അവർ പിടി
ക്കപ്പെട്ടതിന്റെ ബഹുമതിക്കായി അവരെ
അനുഗ്രഹീതർ എന്ന് ഞാൻ വിളിക്കുക
യും ചെയ്യും.

സകലരും, അവരെ കഷ്ടപ്പെടുത്തിയവർ 11
പോലും, അവരുടെ ധൈര്യത്തിലും സഹ
നശക്തിയിലും അത്ഭുതപ്പെട്ടു; അവരുടെ
ദേശത്തിന്മേലുള്ള മർദ്ദനഭരണത്തിന്റെ
വീഴ്ചയ്ക്ക് അവർ ഹേതുവാകുകയും ചെയ്തു.
അവരുടെ സഹനത്താൽ അവർ ക്രൂരാധി
പതിയെ ജയിച്ചു; അങ്ങനെ അവരുടെ ജന്മ
ദേശത്തെ അവർ ശുദ്ധീകരിച്ചു.

ഇതിനെപ്പറ്റി സംസാരിക്കുവാൻ അടു 12
ത്തുതന്നെ എനിക്ക് ഒരു അവസരമുണ്ടാ
കും. എന്നാൽ എന്റെ രീതിയിൽ എന്റെ
പ്രധാന തത്ത്വം പ്രസ്താവിച്ചുകൊണ്ട്
ഞാൻ തുടങ്ങാം; പിന്നീട് സർവ്വജ്ഞാ
നിയായ ദൈവത്തെ മഹത്ത്വപ്പെടുത്തി
അവരുടെ കഥയിലേക്കു തിരിയാം.

അങ്ങനെ വികാരങ്ങളുടെമേൽ വിവേകം 13
വാഴുമോയെന്നാണ് നമ്മുടെ അന്വേഷണം.

3 പാ.ഭേ.: ആത്മാർത്ഥ വിവേകം

4 ഈ സമയത്ത്

14 വിവേകം എന്താണെന്നും, വികാരം എന്താ
ണെന്നും, എത്ര തരം വികാരങ്ങൾ ഉണ്ടെ
ന്നും, അവയുടെയെല്ലാംമേൽ വിവേകം
വാഴുമോ എന്നും നമുക്ക് തീരുമാനിക്കാം.
15 ജ്ഞാനജീവിതത്തിന് മുൻഗണനയു
ള്ള ഉത്തമ യുക്തിബോധമുള്ള മനസ്സാണ്
16 വിവേകം. ഇനി, ജ്ഞാനമോ ദൈവികവും
മാനുഷികവുമായ കാര്യങ്ങളുടെയും അവ
യുടെ കാരണത്തിന്റെയും അറിവാണ്.
17 ഇത് നമ്മുടെ പ്രയോജനത്തിന് ദൈവിക
കാര്യങ്ങളും മാനുഷികസംഗതികളും നാം
ആദരവോടെ പഠിക്കുന്ന ന്യായപ്രമാണാ
നുസൃതമായ വിദ്യാഭ്യാസമാണ്. ജ്ഞാന
18 ത്തിന്റെ വകഭേദങ്ങൾ - യുക്തിപൂർവ്വമായ
വിലയിരുത്തൽ, നീതി, ധൈര്യം ആത്മനി
19 യന്ത്രണം എന്നിവയാണ്. ഇവയിലെല്ലാം
ഉപരിയായത് യുക്തിപൂർവ്വമായ വിലയിരു
ത്തലാണ്; എന്തെന്നാൽ അതു മൂലമാണ്
വികാരങ്ങളുടെമേൽ വിവേകം വാഴുന്നത്.
20 ആനന്ദവും വേദനയുമാണ് ഏറ്റവും
വ്യാപകമായ രണ്ടുതരം[5] വികാരങ്ങൾ;
പ്രകൃത്യാ ഓരോന്നും ശരീ രവും ആത്മാ
വുമായി ബന്ധപ്പെട്ടിരിക്കുന്നു. ആനന്ദം,
21 വേദന എന്നീ വികാരങ്ങൾക്ക് അനന്ത
22 രഫലങ്ങൾ പലതുണ്ട്. അങ്ങനെ, ആന
ന്ദത്തിന്റെ മുന്നോടി ആഗ്രഹം; ആഹ്ലാദം
അതിനെ പിന്തുടരുകയും ചെയ്യുന്നു. വേ
23 ദനയുടെ മുന്നോടിയാണ് ഭയം; സങ്കടം
24 പിന്നാലെ വരുന്നു. ഈ അനുഭവത്തെ
ക്കുറിച്ച് പര്യാലോചിക്കുമ്പോൾ കോപം,
ആനന്ദത്തെയും വേദനയെയും ആശ്ലേഷി
ക്കുന്ന ഒരു വികാരമാണെന്ന് കാണാം.
25 ആനന്ദത്തിൽ ഒരു പരദ്രോഹ പ്രവണത
പോലും നിലനില്ക്കുന്നുണ്ട്. ഇത് എല്ലാ വി
കാരങ്ങളെക്കാൾ അതിസങ്കീർണ്ണമാ
26 ണ്. ആത്മീയമായി അത് ആത്മപ്രശം
സയും, അതിമോഹവും, ബഹുമതിക്കായു
ള്ള ദാഹവും, ശത്രുതയും വിദ്വേഷവുമാണ്.
27 ശാരീരികമായി, അത് വിവേചനമില്ലാതെ
ഭക്ഷിക്കുന്നതും അമിതാഹാരവും ഒറ്റയ്ക്ക്
വലിച്ചുവാരി തിന്നുന്നതുമാണ്.

ആനന്ദവും വേദനയും ശരീരത്തിൽനി 28
ന്നും ആത്മാവിൽനിന്നും വളരുന്ന രണ്ടു
ചെടികളായതിനാൽ ഈ ചെടികൾക്ക്
ധാരാളം ശാഖകളുമുണ്ട്; അവ ഓരോന്നും 29
വിവേകം എന്ന പ്രധാന കർഷകൻ കള
പറിച്ച്, വെട്ടിയൊരുക്കി, നന്നായി നനച്ച്
അങ്ങനെ ശീലങ്ങളുടെയും വികാരങ്ങളുടെ
യും കാട്ട് തന്നെ മെരുക്കുന്നു. മൂല്യങ്ങളുടെ 30
വഴികാട്ടിയാണ് വിവേകം; എന്നാലും വി
കാരങ്ങളുടെമേൽ അതാണ് പരമമായത്.
ആത്മനിയന്ത്രണത്തിന്റെ ശക്തി അട 31
ക്കിനിറുത്തുന്നതിന്റെ ഫലമായി വികാര
ങ്ങളുടെമേൽ യുക്തിപൂർവ്വമായ വിലയി
രുത്തൽ വാഴുന്നുവെന്ന് എല്ലാറ്റിനുമുപരി
ഇപ്പോൾ നിരീക്ഷിക്കുക. അപ്പോൾ ആത്മ 32
നിയന്ത്രണം ആഗ്രഹങ്ങളുടെമേലുള്ള മേ
ധാവിത്വമാണ്. ചില ആഗ്രഹങ്ങൾ മാന
സികമാണ്; മറ്റുള്ളവ ശാരീരികം; രണ്ടിനെ 33
യും വിവേകചിന്ത സ്പഷ്ടമായും ഭരിക്കുന്നു.
അല്ലാത്തപക്ഷം, നാം വിലക്കപ്പെട്ട ഭക്ഷ
ണപദാർത്ഥങ്ങളിൽ ആകൃഷ്ടരാകുമ്പോൾ
അവയിൽനിന്നുള്ള സന്തോഷത്തിൽനി
ന്ന് വിട്ടുനില്ക്കുന്നതെങ്ങനെ? തീറ്റക്കൊതി
യെ നിയന്ത്രിക്കാൻ വിവേകചിന്തയ്ക്ക് കഴി
യുന്നതുകൊണ്ടല്ലേ? ഞാൻ അങ്ങനെ കരു
തുന്നു. അതിനാൽ, നമുക്ക് ന്യായപ്രമാണ 34
പ്രകാരം നിഷിദ്ധമായിരിക്കുന്ന, മത്സ്യം,
കോഴി, മൃഗങ്ങൾ തുടങ്ങിയ എല്ലാത്ത
രം ഭക്ഷണങ്ങളും കൊതി തോന്നിയാലും
നാം വർജ്ജിക്കുന്നത് വിവേകത്തിന്റെ മേ
ധാവിത്വം മൂലമാണ്. കാരണം, വിവേകം 35
തീറ്റക്കൊതിയുടെ വികാരങ്ങൾ തടയുന്നു;
മിതത്വമുള്ള മനസ്സിനാൽ പരിശോധിക്കു
ന്നു; ശരീരത്തിന്റെ ചോദനകൾക്ക് കടി
ഞ്ഞാണിടുകയും ചെയ്യുന്നു.

2 സൗന്ദര്യാസ്വാദനത്തിനുള്ള മനോമോ
ഹങ്ങൾ ശക്തിശൂന്യമായിത്തീരുന്നത്
അദ്ഭുതകരമായിരിക്കുന്നതെന്തുകൊണ്ട്?
തീർച്ചയായും ഈ കാരണത്താലാണ് സമ 2
ചിത്തനായ യൗസേഫ് വാഴ്ത്തപ്പെടുന്നത്.

5 പാ.ഭേ.: അടിസ്ഥാന

കാരണം മനപ്രയത്നത്താൽ[6] അവൻ ശാ
3 രീരികാസക്തിയെ ജയിച്ചു. അവൻ യുവാ
വായിരുന്നപ്പോൾ, ശാരീരികവേഴ്ചയ്ക്ക് ഏറ്റം
അനുയോജ്യമായ കാലത്ത് അവന്റെ വി
വേകചിന്തയാൽ ആസക്തികളുടെ ഉന്മാ
ദത്തെ ഇല്ലാതാക്കി.
4 ശാരീരികാസക്തിയുടെ ഉന്മാദപ്രേര
ണയെ മാത്രമല്ല, ഓരോ മോഹത്തെയും
(അല്ലെങ്കിൽ, ദുരാഗ്രഹത്തെയും) വിവേക
ത്തിന് നിയന്ത്രിക്കാമെന്ന് തെളിയിക്കപ്പെ
5 ട്ടിരിക്കുന്നു. ന്യായപ്രമാണം ഇപ്രകാരം പറ
യുന്നു: ``നീ നിന്റെ അയല്ക്കാരന്റെ ഭാര്യയെ
യോ അവനുള്ള ഒന്നിനെയുമോ മോഹി
6 ക്കരുത്.'' വാസ്തവത്തിൽ ന്യായപ്രമാണം
നമ്മോട് മോഹിക്കരുതെന്ന് പറയുന്നതി
നാൽ, വിവേകത്തിന് മോഹങ്ങളെ നിയ
ന്ത്രിക്കുവാനാകുമെന്ന് നിങ്ങളെ കൂടുതൽ
ബോദ്ധ്യപ്പെടുത്തുവാൻ എനിക്കാവും.
7 അപ്രകാരം തന്നെ, ഒരാളെ നീതിയിൽ
നിന്ന് തടസ്സപ്പെടുത്തുന്ന വികാരങ്ങളെ
സംബന്ധിച്ചും. വികാരങ്ങളുടെ പ്രഭുവല്ല വി
വേകമെങ്കിൽ, സ്വഭാവേന വലിച്ചുവാരി തി
ന്നുന്ന ഒറ്റയാനോ അമിതമായി ഭക്ഷിക്കുന്ന
വനോ അല്ലെങ്കിൽ ഒരു മദ്യപനോ മെച്ച
മായ മാർഗ്ഗം പഠിക്കുവാൻ കഴിയുന്നതെങ്ങ
8 നെ? അങ്ങനെ, ഒരാൾ ന്യായപ്രമാണാനു
സൃതമായ ഒരു ജീവിതരീതി അവലംബിക്കു
മ്പോൾ, പണക്കൊതിയനായാലും, സ്വാഭാ
വികമാർഗ്ഗത്തിന് എതിരായി പ്രവർത്തി
ക്കുവാൻ നിർബ്ബന്ധിതനാകും; ആവശ്യക്കാ
രന് പലിശയില്ലാതെ വായ്പ കൊടുക്കുവാ
നും, ഏഴാം കൊല്ലത്തിൽ വായ്പ ഇളച്ചുകൊ
9 ടുക്കുവാനുമെല്ലാം. ഒരുവൻ ആർത്തിയുള്ള
വനാണെങ്കിലും, വിവേകംകൊണ്ട് ന്യായ
പ്രമാണത്താൽ ഭരിക്കപ്പെടുന്നതിനാൽ
അവൻ കൊയ്ത്തിനുശേഷം കാലാ പെറുക്കു
കയോ, മുന്തിരിത്തോട്ടത്തിലെ അവസാന
മുന്തിരിക്കുലകൾ ശേഖരിക്കുകയോ ചെയ്യു
ന്നില്ല. മറ്റെല്ലാ കാര്യങ്ങളിലും വിവേകം വി
കാരങ്ങളെ ഭരിക്കുന്നുവെന്ന് തിരിച്ചറിയാം.
10 മാതാപിതാക്കളോടുള്ള വാത്സല്യത്തിന്റെ
മേൽ പോലും ന്യായപ്രമാണം നിലനില്ക്കു
ന്നു. അതുകൊണ്ട് അവരുടെ ഗുണത്തിനാ
യി ധർമ്മം കൈവിടുന്നില്ല. ന്യായപ്രമാണം 11
ലംഘിക്കുമ്പോൾ ഒരുവൻ ഭാര്യയെ ശാസി
ക്കുന്നതിനാൽ, അത് അവന്റെ ഭാര്യയോടു
ള്ള സ്നേഹത്തെക്കാൾ ഉന്നതമാണ്. കുറ്റം 12
ചെയ്താൽ ഒരുവൻ മക്കളെ ശിക്ഷിക്കുന്നതി
നാൽ അതിന് മക്കളോടുള്ള സ്നേഹത്തെ
ക്കാൾ മുൻഗണനയുണ്ട്.
ഒരുവൻ അധമപ്രവൃത്തിക്ക് കൂട്ടുകാരെ 13
ശാസിക്കുന്നതിനാൽ അത് സുഹൃദ്ബന്ധ
ത്തെക്കാൾ പരമമായതാണ്. ന്യായപ്രമാ 14
ണം മുഖേന വിവേകം ശത്രുതയെ പോലും
അധീനമാക്കുമ്പോൾ അത് വിരോധാഭാസ
മാണെന്ന് കരുതരുത്. ശത്രുവിന്റെ ഫലവൃ
ക്ഷങ്ങൾ വെട്ടിവീഴ്ത്തുന്നില്ല; എന്നാൽ ശത്രു
വിന്റെ വസ്തുവകകൾ കവർച്ചക്കാരിൽനി
ന്ന് സംരക്ഷിക്കുകയും, വീണുപോയവ, നി
വർത്തുവാൻ സഹായിക്കുകയും ചെയ്യുന്നു.
അധികാരമോഹം, അതിരില്ലാത്ത പൊ 15
ങ്ങച്ചം, ആത്മപ്രശംസ, ഡംഭ്, വദ്വേഷം,
പക തുടങ്ങിയ തീവ്രവികാരങ്ങളുടെ മേലും
നിയന്ത്രണം വികാരത്തിനുണ്ടെന്നത് വ്യ
ക്തമാണ്. മിതത്വമുള്ള മനസ്സ് ഇത്തരം 16
വിദ്വേഷവികാരങ്ങളെ, അത് കോപത്തെ
തള്ളിക്കളയുന്നതു പോലെ പിന്തള്ളുന്നു.
എന്തെന്നാൽ ഇതിന്മേൽപോലും അത്
വാഴുന്നു. ദാഥാനോടും അബിരാമിനോടും 17
മോശെ കോപിച്ചപ്പോൾ അവർക്കെതിരേ
കോപത്തോടെ ഒന്നും ചെയ്തില്ല; എന്നാൽ
അവന്റെ കോപത്തെ വിവേകത്താൽ നി
യന്ത്രിച്ചു. എന്തെന്നാൽ, ഞാൻ പറഞ്ഞ 18
തുപോലെ, മിതത്വമുള്ള മനസ്സ് വികാര
ങ്ങളെ മറികടക്കുവാൻ കഴിവുള്ളതാണ്;
ചിലതിനെ തിരുത്തുവാനും മറ്റുള്ളവയെ
ശക്തിശൂന്യമാക്കിത്തീർക്കുവാനും. അല്ലെ 19
ങ്കിൽ, ശേഖേമ്യരുടെ ഗോത്രത്തെ മുഴുവൻ
യുക്തിരഹിതമായി വധിച്ചതിന് ശെമവോ
ന്റെയും ലേവിയുടെയും കുടുംബാംഗങ്ങളെ
ഏറ്റവും ജ്ഞാനിയായ നമ്മുടെ പിതാവായ
യാക്കോബ് `അവരുടെ കോപം ശപിക്ക
പ്പെട്ടതാകട്ടെ' എന്ന് പഴിച്ചതല്ലാതെ

6 പാ.ഭേ.: വിവേകം കൊണ്ട്, എന്നു കൂടി

20 ഒന്നും ചെയ്യാഞ്ഞതെന്ത്? വിവേകത്തിന്
കോപത്തെ നിയന്ത്രിക്കുവാൻ കഴിഞ്ഞി
ല്ലെങ്കിൽ അവൻ അങ്ങനെ പറയുകയില്ലാ
21 യിരുന്നു. ദൈവം മനുഷ്യരെ രൂപപ്പെടുത്തി
യപ്പോൾ അവരിൽ വികാരങ്ങളും മോഹ
22 ങ്ങളും നട്ടു; അതേസമയം ഇന്ദ്രിയങ്ങൾക്കി
ടയിൽ അവയ്ക്കെല്ലാമുപരി ഒരു ദിവ്യനിയന്ത്ര
ണോപാധിയായി മനസ്സിനെ പ്രതിഷ്ഠിക്ക
23 കയും ചെയ്തു. അവൻ മനസ്സിന് ന്യായപ്ര
മാണം നല്കി; അതിനു വിധേയമായി ജീവി
ക്കുന്നവൻ മിതത്വവും നീതിയും നന്മയും ധീ
രതയുമുള്ളതുമായ ഒരു രാജ്യം ഭരിക്കുകയും
ചെയ്യും.

24 വിവേകമാണ് വികാരങ്ങളുടെ യജമാ
നനെങ്കിൽ, അത് മറവിയെയും അജ്ഞത
യെയും നിയന്ത്രിക്കാത്തതെന്തെന്ന് ഒരാൾ
ക്ക് എങ്ങനെ പറയാനാകും?

3 എന്നാൽ ഈ വാദം പൂർണ്ണമായും
പരിഹാസ്യമാണ്; വിവേകം അതി
ന്റെ സ്വന്തവികാരങ്ങളെയല്ല, ശരീരത്തി
ന്റെ വികാരങ്ങളെയാണ് ഭരിക്കുന്നത്.
2 നമ്മിൽ ആർക്കും അത്തരം മോഹങ്ങളെ
നശിപ്പിക്കുവാനാകില്ല; എന്നാൽ നാം മോ
ഹങ്ങൾക്ക് അടിമപ്പെടാതിരിക്കുവാൻ വി
വേകത്തിന് ഒരു വഴി ഉണ്ടാക്കുവാൻ
3 കഴിയും. നമ്മിലാർക്കും മനസ്സിൽനിന്ന്
കോപം ഉന്മൂലനം ചെയ്യുവാൻ കഴിയില്ല;
എന്നാൽ വിവേകത്തിന് കോപത്തെ
കൈകാര്യം ചെയ്യുന്നതിൽ സഹായിക്ക
4 വാനാകും. നമ്മിൽ ഒരാൾക്കും വിദ്വേഷ
ത്തെ നശിപ്പിക്കുവാനാകില്ല; അത് നമ്മെ
കീഴ്പ്പെടുത്താത്തവിധം വിവേകത്തിന്
നമ്മുടെ പക്ഷത്തുനിന്ന് എതിരിടുവാനാ
5 കും. എന്തെന്നാൽ വിവേകം വികാരങ്ങ
ളെ ഉന്മൂലനം ചെയ്യുന്നില്ല; എന്നാൽ അത്
അവയുടെ പ്രതിയോഗിയാണ്.

6 ദാവീദിന്റെ ദാഹത്തിന്റെ കഥയിലൂടെ
ഇത് കുറേക്കൂടി വിശദീകരിക്കുവാനാകും.
ദാവീദ് ദിവസം മുഴുവൻ ഫെലിസ്ത്യരെ എതി
7 രിടുകയായിരുന്നു. അവന്റെ ദേശത്തെ
പടയാളികളോടൊന്നിച്ച് അവരിൽ
അനേകരെ കൊല്ലുകയും ചെയ്തു. വൈകു 8
ന്നേരമായപ്പോൾ, നമ്മുടെ പൂർവ്വികരുടെ
പടക്കൂട്ടം മുഴുവന്റെയും താവളമദ്ധ്യേയുള്ള
രാജകീയകൂടാരത്തിലേക്ക് അവൻ വിയർ
ത്ത് വളരെ ക്ഷീണിതനായി വന്നു. എല്ലാ 9
വരും അത്താഴത്തിന് ഇരിക്കുകയായിരു
ന്നു; എന്നാൽ രാജാവിന് അതിയായ ദാ 10
ഹമുണ്ടായിരുന്നു; അവിടെ ധാരാളം നീരു
റവകൾ ഉണ്ടായിരുന്നെങ്കിലും അവയിൽ
നിന്ന് അവന്റെ ദാഹം ശമിപ്പിക്കുവാനായി
ല്ല. ശത്രുവിന്റെ പ്രദേശത്തുള്ള വെള്ളത്തോ 11
ടുള്ള യുക്തിരഹിതമായ ഒരു പ്രത്യേക
മോഹം അവനെ പീഡിപ്പിക്കുകയും ജ്വലി
പ്പിക്കുകയും ചെയ്തു; അത് അവനെ നിഷ്ഫല
നാക്കി ദഹിപ്പിച്ചു. അവന്റെ അംഗരക്ഷകർ 12
രാജാവിന്റെ കൊതിയെപ്പറ്റി കഠിനമായി
പരാതിപ്പെട്ടപ്പോൾ, വിശ്വസ്തരായ രണ്ട്
യുവപടയാളികൾ രാജാവിന്റെ കൊതി
മാനിച്ച് ആയുധം ധരിച്ച് മൺകുടമെടുത്ത്
ശത്രുവിന്റെ കോട്ടയുടെ മുകളിൽ കയറി.
പടിവാതില്ക്കലെ കാവല്ക്കാരിൽ നിന്നൊഴി 13
ഞ്ഞുമാറി ശത്രുപാളയം മുഴുവൻ തിരഞ്ഞ് 14
അവർ ഉറവ കണ്ടെത്തി, അതിൽനിന്ന്
രാജാവിന് കുടിക്കുവാൻ കൊണ്ടുവന്നു.
പക്ഷേ, ദാവീദ് ദാഹിച്ച് പൊരിയുകയായി 15
രുന്നെങ്കിലും, രക്തതുല്യമായി കരുതപ്പെട്ടി
ന്ന അത് തന്റെ ആത്മാവിന് ആകെ ഭയ
ങ്കരമായ അപകടമായി കരുതി. അതുകൊ 16
ണ്ട് കൊതിയെ വിവേകത്താൽ തടുത്ത്,
ആ ജലം ദൈവത്തിന് ഒരു യാഗാർപ്പണ
മായി പകർന്നു. മിതത്വമുള്ള മനസ്സിന് വി 17
കാരത്തള്ളലുകളെ കീഴ്പ്പെടുത്തുവാനും ഉന്മാ
ദമോഹങ്ങളുടെ ജ്വാലകളെ തണുപ്പിക്കുവാ
നും കഴിയും. അതിന് ശരീരത്തിന്റെ വേദ 18
നകളെ, അവ കടുത്തതായാലും, പരാജയ
പ്പെടുത്തുവാനും വികാരങ്ങളുടെ എല്ലാ വാ
ഴ്ചകളെയും വിവേകത്തിന്റെ കുലീനതയാൽ
പുച്ഛിച്ച് തള്ളിക്കളയുവാനുമാകും.

ഇപ്പോഴത്തെ സന്ദർഭം മിതത്വമുള്ള വി 19
വേകത്തെ വിശദമാക്കുന്ന വെളിപ്പെടുത്ത
ലിനു നമ്മെ ക്ഷണിക്കുന്നു.

ന്യായപ്രമാണപാലനത്താൽ നമ്മുടെ 20

പൂർവ്വികർ അഗാധമായ ശാന്തത ആസ്വദി
ച്ചിരുന്ന സമയത്ത്, അവർ പുരോഗതി പ്രാ
പിച്ചിരിക്കുമ്പോൾ, അതു കാരണം ആസ്യ
യിലെ രാജാവായ സെല്യൂക്കസ് നിക്കാ
നോർ പോലും അവർക്ക് ദേവാലയശുശ്രൂ
ഷകൾക്ക് പണം നീക്കിവച്ച് അവരുടെ
21 രാഷ്ട്രസമൂഹത്തെ അംഗീകരിച്ചു. ആ സമ
യംതന്നെ പൊതു ഐക്യത്തിനെതിരാ
യി ചില ആളുകൾ വിപ്ലവത്തിനൊരുങ്ങി.
പലവിധമായ ധാരാളം അത്യാഹിതങ്ങൾ
ക്ക് ഇടയാക്കുകയും ചെയ്തു.

4 അക്കാലത്ത് ആയുഷ്പര്യന്തം പ്രധാനാ
ചാര്യസ്ഥാനം വഹിച്ചിരുന്ന ഉത്തമനും
കുലീനനുമായ ഒനിയാസിന്റെ രാഷ്ട്രീയ
എതിരാളിയായി ശിമയോൻ എന്നൊരാൾ
ഉണ്ടായിരുന്നു. എല്ലാതരത്തിലുമുള്ള അപ
കീർത്തിപ്പെടുത്തലുകൊണ്ടും ദേശത്തിന്റെ
കണ്ണുമ്പിൽ ഒനിയാസിനെ ദ്രോഹിക്കു
വാൻ കഴിയാതെ, രാജ്യത്തെ ഒറ്റിക്കൊടു
ക്കുവാനുള്ള ഉദ്ദേശ്യത്തോടെ അവൻ നാടു
2 വിട്ടു. അങ്ങനെ അവൻ സിറിയ, ഫിനിഷ്യ,
കിലിക്യ ദേശാധിപതിയായ അപ്പൊല്ലോ
3 നിയസിന്റെ അടുത്തു ചെന്ന്: ``ഞാൻ രാ
ജാവിന്റെ ഭരണത്തോട് കൂറുള്ളവനായതു
കൊണ്ട് യെരുശലേമിലെ ഭണ്ഡാരപ്പുരക
ളിൽ ദേവാലയത്തിന്റെ വകയല്ലാത്തതും
സെലൂക്കസ് രാജാവിന്റെ വകയായതുമായ
പതിനായിരങ്ങൾ സ്വകാര്യനിക്ഷേപങ്ങളാ
യി ഉണ്ടെന്ന് ബോധിപ്പിക്കുവാൻ ഇവിടെ
വന്നിരിക്കുന്നു എന്ന് പറഞ്ഞു.
4 ഇക്കാര്യങ്ങളുടെ വിശദാംശങ്ങൾ
അപ്പൊല്ലോനിയസ് മനസ്സിലാക്കിയ
പ്പോൾ, രാജാവിനോടുള്ള സേവനത്തിന്
ശിമയോനെ പ്രശംസിക്കുകയും, വിലയേ
റിയ നിക്ഷേപങ്ങളെപ്പറ്റി അറിയിക്കുവാൻ
സെലൂക്കസിന്റെ അടുത്തേക്ക് പോകുകയും
5 ചെയ്തു. അവൻ ഇക്കാര്യത്തിൽ ഇടപെടുവാ
നുള്ള അധികാരം നേടി, ശപ്തനായ ശിമ
യോനോടും, അതിശക്തമായ സൈനിക
ശക്തിയോടും കൂടി വേഗം നമ്മുടെ ദേശ
6 ത്തേക്ക് പുറപ്പെട്ടു. ഭണ്ഡാരപ്പുരയിലെ സ്വ
കാര്യനിക്ഷേപങ്ങൾ പിടിച്ചെടുക്കുവാനു
ള്ള രാജാവിന്റെ അധികാരപത്രവുമായാ
ണ് താൻ വന്നിരിക്കുന്നതെന്ന് അവൻ
പറഞ്ഞു. ജനം അമർഷത്തോടെ അവന്റെ 7
വാക്കുകളിൽ പ്രതിഷേധിച്ചു; വിശുദ്ധ
ഭണ്ഡാരപ്പുരയിൽ നിക്ഷേപിച്ചവരെ അത
നുഭവിക്കുന്നതിൽനിന്ന് തടയുന്നത് ക്രൂരത
യെന്ന് പരിഗണിച്ച് അതിനെ പ്രതിരോധി
ക്കുവാൻ കഴിവുള്ളതെല്ലാം അവർ ചെയ്തു.
എന്നാൽ ഭീഷണി വാക്കുകളുമായി അപ്പൊ 8
ല്ലോനിയസ് ദേവാലയത്തിലേക്കു ചെന്നു.
അപ്പോൾ നിന്ദാകരമായി കൈകാര്യം ചെ 9
യ്യപ്പെട്ട വിശുദ്ധസ്ഥലം സംരക്ഷിക്കുവാൻ
പുരോഹിതന്മാർ സ്ത്രീകളോടും മക്കളോടും
കൂടി ദേവാലയത്തിൽ ദൈവത്തോട് യാ
ചിക്കുകയായിരുന്നു. പണം പിടിച്ചെടുക്കു 10
വാൻ സായുധസേനയുമായി അപ്പൊല്ലോ
നിയൂസ് കയറിച്ചെന്നപ്പോൾ, ആയുധങ്ങ
ളുടെ മിന്നുന്ന ജ്വാലയുമായി ആകാശത്തു
നിന്ന് മാലാഖമാർ അവരിൽ മഹാഭീതി
യും വിറയലും പിടിപ്പിച്ച് പ്രത്യക്ഷമായി.
അപ്പോൾ എല്ലാവർക്കും പ്രവേശനാനുമ 11
തിയുള്ള ദേവാലയപരിസരത്ത് അപ്പൊ
ല്ലോനിയസ് അർദ്ധപ്രാണനായി വീണ്
ആകാശത്തേക്ക് കൈകൾ ഉയർത്തി,
അവനു വേണ്ടി പ്രാർത്ഥിക്കുവാനും സ്വർ
ഗ്ഗീയസേനയുടെ ക്രോധം തണുപ്പിക്കുവാ
നും എബ്രായരോട് കണ്ണീരോടെ യാചിച്ചു.
താൻ മരണാർഹമായ പാപം ചെയ്തുവെ 12
ന്നും അതിൽനിന്ന് വിടുവിക്കപ്പെട്ടാൽ വി
ശുദ്ധസ്ഥലത്തിന്റെ ധന്യതയെപ്പറ്റി ജന
ത്തിന്റെ മുമ്പാകെ കീർത്തിക്കാമെന്നും
അവൻ പറഞ്ഞു.
ഈ വാക്കുകളിൽ മനസ്സലിഞ്ഞ് പ്രധാ 13
നാചാര്യനായ ഒനിയാസ്, അങ്ങനെ ചെ
യ്യുന്നതിൽ വൈമുഖ്യം ഉണ്ടായിരുന്നെങ്കി
ലും, അപ്പൊല്ലോനിയസ് കീഴ്പ്പെടുത്തപ്പെട്ട
ത് ദൈവികനീതിയാലല്ല, മനുഷ്യന്റെ ചതി
യാലാണ് എന്ന് സെലൂക്കസ് രാജാവ് കരു
താതെയിരിക്കുവാൻ, അവനു വേണ്ടി പ്രാർ
ത്ഥിച്ചു. അങ്ങനെ എല്ലാ പ്രതീക്ഷയ്ക്കും ഉപ 14
രിയായി രക്ഷിക്കപ്പെട്ടതിനാൽ, എന്താണ്

അവനു സംഭവിച്ചതെന്ന് രാജാവിനെ
ബോധിപ്പിക്കുവാൻ അപ്പൊല്ലോനിയസ്
പുറപ്പെട്ടു.
15 സെല്യൂക്കസ് രാജാവ് മരിച്ചപ്പോൾ അവ
ന്റെ മകൻ അഹങ്കാരിയും ഭീകരനുമായ
അന്ത്യോക്കസ് എപ്പിപ്പാനസ് സിംഹാസ
16 നത്തിൽ പിന്തുടർച്ചക്കാരനായി. അവൻ
ഒനിയാസിനെ പുരോഹിതസ്ഥാനത്തുനി
ന്ന് മാറ്റി, സഹോദരനായ യാസോനെ
17 മഹാപുരോഹിതനായി നിയമിച്ചു. തനിക്ക്
സ്ഥാനം നല്കിയാൽ രാജാവിന് മൂവായിര
ത്തിഅറുന്നൂറ്റിയറുപത്ത് താലന്ത് വർഷം
തോറും കൊടുക്കാമെന്ന് യാസോൻ ഉട
18 മ്പടി ചെയ്തിരുന്നു. അതുകൊണ്ട് രാജാവ്
അവനെ മഹാപുരോഹിതനും ദേശാധി
19 പതിയും ആക്കി. യാസോൻ ന്യായപ്രമാ
ണത്തിന് വിരുദ്ധമായി ദേശത്തിന്റെ ജീ
വിതരീതി മാറ്റുകയും ഭരണസമ്പ്രദായം വ്യ
20 ത്യാസപ്പെടുത്തുകയും ചെയ്തു; നമ്മുടെ ദേശ
ത്തിന്റെ കോട്ടയിൽതന്നെ വ്യായാമക്കളരി
നിർമ്മിച്ചെന്നു മാത്രമല്ല, ദേവാലയശുശ്രൂഷ
21 കൾ നിർത്തലാക്കുകയും ചെയ്തു. ഈവക
പ്രവൃത്തികളാൽ ദൈവികനീതി കോപിക്ക
കയും, അന്ത്യോക്കസ് തന്നെ അവരോട്
യുദ്ധം ചെയ്യുവാൻ കാരണമുണ്ടാക്കുകയും
ചെയ്തു.
22 മിസ്രയീമിൽ ടോളമിയുമായി അവൻ യു
ദ്ധംചെയ്തുകൊണ്ടിരിക്കുമ്പോൾ, തന്റെ മര
ണത്തെപ്പറ്റി ഊഹാപോഹം പ്രചരിച്ചുവെ
ന്നും, യെരുശലേമിലെ ജനം അത്യധികം
ആഹ്ലാദിച്ചുവെന്നും അവൻ കേട്ടു; അവൻ
അതിവേഗം അണികളുമായി അവരുടെ
23 നേരെ മുന്നേറി. അവൻ അവരെ കൊ
ള്ളയടിച്ച ശേഷം, ആരെങ്കിലും പൈതൃക
മായ ന്യായപ്രമാണം പാലിക്കുന്നതായി
കണ്ടാൽ അവരെ കൊല്ലുമെന്നു ഉത്തരവ്
24 പുറപ്പെടുവിച്ചു. കല്പനകൾകൊണ്ടൊന്നും
ഒരുതരത്തിലും ജനം ന്യായപ്രമാണം പാ
ലിക്കുന്നത് അവസാനിപ്പിക്കാനാകുന്നി
25 ല്ലെന്നും, അവന്റെ ഭീഷണികളും, തങ്ങളു
ടെ ആൺമക്കളെ പരിച്ഛേദന കഴിപ്പിക്ക
യാൽ, സ്ത്രീകളെ ശിശുക്കളോടൊപ്പം ഉയര
ത്തിൽനിന്ന് തലകുത്തനെ എറിയുന്ന തര
ത്തിലുള്ള - അത് അനുഭവിക്കേണ്ടിവരുമെ
ന്ന് അവർക്ക് മുൻകൂറായി അറിയാമായിരു
ന്നതാണും - ശിക്ഷകളും അവഗണിക്കപ്പെട്ടു
ന്നുവെന്നും കണ്ടപ്പോൾ, ഞാൻ പറയട്ടെ, 26
അവന്റെ കല്പനകൾ ജനം നിന്ദിച്ചപ്പോൾ,
ദേശത്തുള്ള ഓരോരുത്തരും അവിശുദ്ധഭ
ക്ഷണം കഴിക്കുവാനും യഹൂദമതം ഉപേ
ക്ഷിക്കുവാനും വേണ്ടിയുള്ള പീഡനത്താൽ
അവൻ നേരിട്ട് പരിശ്രമിച്ചു.

5 ഉയർന്ന ഒരു സ്ഥലത്ത് സ്വേച്ഛാധിപതി
യായ അന്ത്യോക്കസ്, അവന്റെ ആലോ
ചനക്കാരും, അവനു ചുറ്റും സായുധപടയാ
ളികളുമായി പദവിയിൽ ഇരുന്ന്, ഓരോ
എബ്രായനെയും പിടിച്ച് പന്നിയിറച്ചിയും 2
വിഗ്രഹാർപ്പിതമായ ഭക്ഷണവും നിർബ്ബ
ന്ധിച്ച് തീറ്റിക്കുവാൻ ഭടന്മാരോട് കല്പിച്ചു.
ആരെങ്കിലും അവിശുദ്ധഭക്ഷണം കഴിക്കു 3
വാൻ സമ്മതിച്ചില്ലെങ്കിൽ അവരെ ചക്ര
ത്തിന്മേൽവച്ച് പിളർന്ന് കൊല്ലണമായി
രുന്നു.
അനേകരെ പിടികൂടിയപ്പോൾ കൂട്ടത്തി 4
ന്റെ പ്രമാണിയായ ഏലിയാസാർ എന്നു
പേരുള്ള ഒരു മനുഷ്യനെ രാജാവിന്റെ
മുമ്പാകെ കൊണ്ടുവന്നു. അവൻ പുരോഹി
തകുടുംബത്തിൽപെട്ടവനും ന്യായപ്രമാ
ണം പഠിച്ചവനും, പ്രായപക്വതയെത്തിയ
വനും തന്റെ തത്ത്വജ്ഞാനം മൂലം സ്വേച്ഛാ
ധിപതിയുടെ അരമനയിലുള്ള പലർക്കും
അറിയാവുന്നവനും ആയിരുന്നു. അന്ത്യേ 5
ാക്കസ് അവനെ കണ്ടപ്പോൾ ഇങ്ങനെ
പറഞ്ഞു: ``നിന്നെ പീഡിപ്പിക്കാൻ തുട 6
ങ്ങുന്നതിനു മുമ്പ്, വൃദ്ധമനുഷ്യാ, പന്നിമാം
സം തിന്ന് നിന്നെത്തന്നെ രക്ഷിക്കുവാൻ
ഞാൻ ഉപദേശിക്കുന്നു; കാരണം, ഞാൻ 7
നിന്റെ പ്രായത്തെയും നരച്ച മുടിയെയും
ആദരിക്കുന്നു. യെഹൂദന്മാരുടെ മതം
നിങ്ങൾ അനുഷ്ഠിക്കുമ്പോൾ, നീ ഒരു തത്ത്വ
ജ്ഞാനിയെന്ന് എനിക്കു തോന്നുന്നില്ല,
ദീർഘകാലമായി നിനക്ക് അതുണ്ടായി
രുന്നാൽത്തന്നെ. പ്രകൃതി അത് നമുക്ക് 8

നല്കിയിരിക്കേ, ഈ മൃഗത്തിന്റെ ഒന്നാംത
രം ഇറച്ചി തിന്നുന്നത് നീ വെറുക്കുന്നതെ
9 ന്താണ്? ലജ്ജാകരമല്ലാത്ത സുഖകരമായ
കാര്യങ്ങൾ ആസ്വദിക്കാത്തത് ബുദ്ധിശൂന്യ
തയാണ്; പ്രകൃതിയുടെ സമ്മാനങ്ങൾ പ
10 ച്ഛിച്ച തള്ളുന്നത് തെറ്റാണ്. നിങ്ങൾ ബു
ദ്ധിശൂന്യമായ ചിലതുകൂടി ചെയ്യുമെന്ന്
എനിക്കു തോന്നുന്നു; സത്യം സംബന്ധി
ച്ച ഒരു പ്രയോജനമില്ലാത്ത അഭിപ്രായം
മുറുകെപ്പിടിച്ച് നിനക്കുതന്നെ ഉപദ്രവത്തി
നായി നീ എന്നെ നിന്ദിക്കുന്നത് തുടരുന്നു.
11 നിന്റെ മണ്ടൻ തത്ത്വജ്ഞാനത്തിൽനി
ന്ന് നിനക്ക് ബോധോദയം വരുകില്ലേ?
വ്യർത്ഥമായ ന്യായീകരണം നീ ഉപേക്ഷി
ക്കില്ലേ? പ്രായാനുസൃതമായ മനസ്ഥിതി
നീ കാണിക്കില്ലേ? പ്രയോജനകരമായ,
സത്യത്തിനനുയോജ്യമായ തത്ത്വജ്ഞാ
12 നം പ്രായോഗികമാക്കില്ലേ? എന്റെ ആർ
ദ്രമായ ഉപദേശം അംഗീകരിച്ച് നിന്റെ വൃദ്ധ
13 തയോട്ട് സഹതപിക്കില്ലേ? അതുകൊണ്ട്
ഇതു പരിഗണിക്കുക; നിന്റെ മതത്തെ കാ
ക്കുന്ന ഒരു ശക്തിയുണ്ടെങ്കിൽ അത് നിർ
ബ്ബന്ധത്താൽ ഉണ്ടാകുന്ന ഏതു ലംഘനവും
നിന്നോട്ട് ക്ഷമിക്കും.''

14 സ്വേച്ഛാധിപതി ഈ രീതിയിൽ ന്യായ
പ്രമാണവിരുദ്ധമായി മാംസം തിന്നുവാൻ
നിർബ്ബന്ധിച്ചപ്പോൾ, ഏലിയാസാർ ഒരു
വാക്കു പറയുവാൻ അനുവാദം ചോദിച്ചു.
15 സംസാരിക്കുവാൻ അനുവദിച്ചപ്പോൾ ജന
ത്തോട്ട് ഇപ്രകാരം സംസാരിച്ചുതുടങ്ങി.

16 ``ദൈവികനിയമത്താൽ ഞങ്ങളുടെ ജീ
വിതങ്ങളെ നിയന്ത്രിക്കുവാൻ പ്രേരിതനാ
യിരിക്കുന്ന അല്ലയോ, അന്ത്യോക്കസേ,
ന്യായപ്രമാണത്തോട്ടുള്ള ഞങ്ങളുടെ
അനുസരണത്തെക്കാൾ ശക്തമായ നിർ
ബ്ബന്ധമൊന്നുമില്ലെന്ന് ഞങ്ങൾ വിചാരിക്കു
17 ന്നു. അതുകൊണ്ട് ഒരുതരത്തിലും ഞങ്ങൾ
ഇത് ലംഘിക്കരുതെന്ന് വിചാരിക്കുന്നു.
18 നിങ്ങൾ കരുതുംപോലെ, ഞങ്ങളുടെ ന്യാ
യപ്രമാണം യഥാർത്ഥത്തിൽ ദൈവികമ
ല്ലെങ്കിൽപോലും, ദൈവികമെന്ന് ഞങ്ങൾ
തെറ്റായി ഗ്രഹിച്ചിരുന്നാലും, ദൈവഭക്തി
യോടുള്ള ഞങ്ങളുടെ ആദരവ് ഇല്ലാതാക്കു
ന്നത് ഒട്ടും ശരിയായിരിക്കില്ല. അതുകൊ 19
ണ്ട് അശുദ്ധമാക്കുന്ന ഭക്ഷണം കഴിക്കുന്ന
ത് ഒരു നിസ്സാര പാപമായി വിചാരിക്കരു
ത്; ചെറുതോ വലുതോ ആയ കാര്യങ്ങളിൽ 20
ന്യായപ്രമാണം ലംഘിക്കുന്നത് തുല്യഗൗര
വമുള്ളതാണ്; കാരണം, രണ്ടിലും ന്യായ 21
പ്രമാണം ഒരുപോലെ നിന്ദിക്കപ്പെടുന്നു."

"ഞങ്ങളുടെ തത്ത്വജ്ഞാനത്തെ, അതി 22
നാൽ ജീവിക്കുന്നത് അവിവേകമെന്ന
നിലയി ൽ നിങ്ങൾ നിന്ദിക്കുന്നു; എന്നാൽ 23
അത് ഞങ്ങളെ ആത്മനിയന്ത്രണം ശീലി
പ്പിക്കുന്നു; അതു മൂലം എല്ലാ ആനന്ദങ്ങ
ളെയും മോഹങ്ങളെയും അധീനമാക്കുന്നു;
അത് ഞങ്ങളെ ധൈര്യത്തിൽ ശീലിപ്പി
ക്കുകയാൽ അതു മൂലം ഏതു കഷ്ടതയും
മനസ്സോടെ ഞങ്ങൾ സഹിക്കുന്നു. അത്
ഞങ്ങളെ നീതിയിൽ അഭ്യസിപ്പിക്കുന്നു; 24
അതുകൊണ്ട് ഞങ്ങളുടെ എല്ലാ ഇടപാടു
കളും പക്ഷഭേദമില്ലാതെ ചെയ്യുന്നു.[7] അത്
ഞങ്ങളെ മതഭക്തി പഠിപ്പിക്കുന്നു; അതു
കൊണ്ട് ഏകനായ ജീവനുള്ള ദൈവത്തെ
ശരിയായ ആദരവോടെ ഞങ്ങൾ ആരാധി
ക്കുന്നു"

"അതുകൊണ്ട് ഞങ്ങൾ അവിശുദ്ധഭ 25
ക്ഷണം തിന്നുന്നില്ല; എന്തെന്നാൽ ന്യായ
പ്രമാണം ദൈവത്താൽ സ്ഥാപിതമായി
എന്ന് ഞങ്ങൾ വിശ്വസിക്കുന്നു. കാര്യങ്ങളു
ടെ പ്രകൃതിയിൽ സ്രഷ്ടാവ് ന്യായപ്രമാണം
നല്കുമ്പോൾ ഞങ്ങളോട്ട് സഹതാപം കാ
ണിച്ചിട്ടുണ്ടെന്ന് ഞങ്ങൾ അറിയുന്നു. ഞങ്ങ
ളുടെ ജീവിതത്തിന് ഏറ്റവും അനുയോജ്യമാ 26
യവ തിന്നുവാൻ അവൻ ഞങ്ങളെ അനുവ
ദിച്ചിട്ടുണ്ട്; പക്ഷേ ഇതിനെതിരായി മാംസം
ഭക്ഷിക്കുന്നത് അവൻ വിലക്കിയിട്ടുമുണ്ട്."

"ന്യായപ്രമാണം ലംഘിക്കുന്നതിനു
മാത്രമല്ല, ഞങ്ങൾക്ക് ഏറ്റവും വെറുപ്പു 27
ള്ള അവിശുദ്ധഭക്ഷണം കഴിക്കുന്നതിനും
ഞങ്ങളെ നിന്ദിക്കത്തക്കവിധം നിർബ്ബ
ന്ധിക്കുന്നത് നിഷ്ഠുരമായിരിക്കും. എന്നാൽ, 28

7 പാ.ഭേ. ഞങ്ങളുടെ എല്ലാ പതിവു മോഹങ്ങളിലും സന്തുലനം പാലിക്കുന്നു.

29 എന്നെ പരിഹസിക്കുവാൻ നിങ്ങൾക്ക്
അങ്ങനെ ഒരവസരം ഉണ്ടാകില്ല; ന്യായ
പ്രമാണം പാലിക്കുന്നതു സംബന്ധിച്ച പി
30 താക്കന്മാരുടെ ശപഥങ്ങൾ ഞാൻ ലംഘി
ക്കുകയും ചെയ്യില്ല; നിങ്ങൾ എന്റെ കണ്ണു
31 കൾ ചൂഴ്ന്നെടുക്കുകയും, കുടൽ ദഹിപ്പിക്കു
കയും ചെയ്താലും. ഭക്തിക്കുവേണ്ടിയുള്ള
ന്യായീകരണത്തിൽ യുവാവല്ലാത്തവിധം
32 ഞാൻ അത്ര പ്രായാധിക്യമുള്ളവനും; ഭീ
രുവുമല്ല. അതുകൊണ്ട് നിങ്ങളുടെ പീഡന
33 ചക്രങ്ങൾ തയ്യാറാക്കുക; തീ കൂടുതൽ തീ
ക്ഷ്ണമായി വീശി ജ്വലിപ്പിക്കുക! സ്വന്തപ്രവൃ
ത്തിയാൽ പൈതൃകമായ ന്യായപ്രമാണം
34 ലംഘിക്കുവാൻ മാത്രം എന്റെ വൃദ്ധതയോ
ട് എനിക്ക് ദയയില്ല. എന്നെ അഭ്യസിപ്പി
ച്ച ന്യായപ്രമാണമേ, നിന്നോട് ഞാൻ
കപടത നടിക്കയില്ല; ഏറ്റവും പ്രിയപ്പെട്ട
35 ആത്മനിയന്ത്രണമേ, നിന്നെ ഞാൻ ഉപേ
ക്ഷിക്കുകയുമില്ല. തത്ത്വജ്ഞാനപരമായ
വിവേകമേ, ഞാൻ നിന്നെ ലജ്ജിപ്പിക്കയി
ല്ല; ബഹുമാന്യ പൗരോഹിത്യമേ, ന്യായപ്ര
36 മാണത്തിന്റെ ജ്ഞാനമേ, ഞാൻ നിന്നെ
തള്ളിക്കളയുകയുമില്ല. അല്ലയോ രാജാവേ,
എന്റെ വൃദ്ധതയുടെ ബഹുമാന്യാധരത്തെ
നീ അശുദ്ധമാക്കയില്ല; ന്യായപ്രമാണാനു
37 സരണമുള്ള എന്റെ ദീർഘജീവിതത്തെയും.
എന്റെ പിതാക്കന്മാർ എന്നെ വിശുദ്ധിയു
ള്ളവനായി സ്വീകരിക്കും; മരണത്തോളം
38 തീവ്രമായ നിങ്ങളുടെ അക്രമത്തെ ഭയപ്പെ
ടാത്തവനെപ്പോലെ. അഭക്തരെ നിങ്ങൾ
മർദ്ദനവിധേയരാക്കിയേക്കാം; എന്നാൽ
എന്റെ മതതത്ത്വങ്ങളിൽ വാക്കിനാലോ
പ്രവൃത്തിയാലോ നീ ആധിപത്യം നേടുക
യില്ല.''

6 സ്വേച്ഛാധിപതിയുടെ ഉദ്ബോധനത്തി
ന് ഇപ്രകാരം വാക്ചാതുരിയോടെ
ഏലിയാസാർ മറുപടി കൊടുത്തുകഴിഞ്ഞ
പ്പോൾ, അടുക്കൽ നിന്നിരുന്ന ഭടന്മാർ പീ
2 ഡനയന്ത്രങ്ങളുടെ അടുത്തേക്ക് അവനെ
ബലമായി വലിച്ചിഴച്ചു. അവർ ദൈവഭക്തി
യുടെ മനോഹരത്വം കൊണ്ട് ഭൂഷിതനായി
രുന്ന ആ വൃദ്ധമനുഷ്യന്റെ വസ്ത്രങ്ങൾ ആദ്യം 3
ഉരിഞ്ഞുകളഞ്ഞു. അവന്റെ കൈകൾ ഇരു
വശത്തും കെട്ടിയിട്ട് അവർ അവനെ ചമ്മ 4
ട്ടികൊണ്ട് അടിച്ചു, അപ്പോൾ അവനെ
നോക്കിനിന്ന ഒരു വിളംബരക്കാരൻ രാജാ
വിന്റെ കല്പന അനുസരിക്കുക എന്ന് വിളി 5
ച്ചുപറഞ്ഞു. പക്ഷേ യഥാർത്ഥ ധൈര്യവാ
നും ശ്രേഷ്ഠനുമായ ഏലിയാസർ അക്ഷോ
ഭ്യനായിരുന്നു - ഒരു സ്വപ്നത്തിൽ പീഡി 6
പ്പിക്കപ്പെടുന്നുവെന്നതുപോലെ! അവന്റെ
മാംസം ചമ്മട്ടികൾകൊണ്ട് കീറി; രക്തം
ഒഴുകി; അവന്റെ പാർശ്വങ്ങൾ കഷണങ്ങ
ളായി മുറിക്കപ്പെട്ടു; എന്നിട്ടും ആ വൃദ്ധമനു
ഷ്യന്റെ കണ്ണുകൾ സ്വർഗ്ഗത്തിലേക്ക് ഉയർ 7
ന്നിരുന്നു. ശരീരത്തിന് കഠിനയാതന
സഹിക്കാനാകാതെ അവൻ നിലത്തു വീ
ണെങ്കിലും, അവന്റെ വിവേകം വ്യതിചലി
ക്കാതെ നിവർന്നു നിന്നു. 8

ക്രൂരഭടന്മാരിൽ ഒരുവൻ അവന്റെ അടു
ത്തേക്ക് പാഞ്ഞു ചെന്ന് വീണ്ടും അവനെ
എഴുന്നേല്പിക്കുന്നതിന് പാർശ്വഭാഗത്ത് 9
തൊഴിക്കുവാൻ തുടങ്ങി. എന്നാൽ അവൻ
വേദനകൾ സഹിച്ചു; ശിക്ഷയെ അവജ്ഞ
യോടെ തള്ളിക്കളഞ്ഞു; പീഡനങ്ങൾ 10
സഹിച്ചു. പ്രഹരിക്കപ്പെട്ടപ്പോൾ ശ്രേഷ്ഠ
നായ ഒരു കായികാഭ്യാസിയെപ്പോലെ
പീഡകരുടെമേൽ ആ വൃദ്ധമനുഷ്യൻ വിജ 11
യിയായി. വിയർപ്പിൽ കുളിച്ച മുഖത്തോടെ,
ശ്വസിക്കുന്നതിനു വീർപ്പുമുട്ടി, ആത്മധൈര്യ
ത്താൽ അവൻ പീഡകരെപ്പോലും വാസ്ത
വത്തിൽ അത്ഭുതപ്പെടുത്തി. 12

ഈ സമയത്ത് അവന്റെ വൃദ്ധതയിൽ 13
ഭാഗികമായി ദയ തോന്നിയും ഭാഗികമായി
അവനോടുള്ള അവരുടെ ഇടപെടൽകൊ
ണ്ട് സഹതാപം തോന്നിയും ഒരു കണക്കി
ന് അവന്റെ സഹനശക്തിയെ ശ്ലാഘിച്ചും
രാജാവിന്റെ അകമ്പടിക്കാരിൽ ചിലർ 14
അവന്റെ അടുക്കൽ വന്ന് പറഞ്ഞു: ``ഏലി
യാസർ, ഈവക ദുഷ്കാര്യത്തിന് യുക്തിര
ഹിതമായി നിന്നെത്തന്നെ നശിപ്പിക്കുന്ന 15
തെന്തിനാണ്? ഞങ്ങൾ കുറച്ച് വേവിച്ച
മാംസം നിന്റെ മുമ്പിൽ വയ്ക്കാം; പന്നിമാം

സം തിന്നുന്നതായി നടിച്ച് നിന്നെത്തന്നെ
16 രക്ഷിക്കുക.''
എന്നാൽ, ഈ നിർദ്ദേശത്താൽ കുറേ
ക്കൂടി കഠിനമായി പീഡിതനായിട്ടെന്ന
17 പോലെ ഏലിയാസാർ ഇങ്ങനെ വിലപി
ച്ചു. ``ഒരിക്കലുമില്ല; ഞങ്ങൾ, അബ്രാഹാ
മിന്റെ സന്തതി, ഭീരുത്വംകൊണ്ട് ഞങ്ങൾ
ക്ക് അനുയോജ്യമല്ലാത്ത ഒരു കള്ളക്കളി
18 ക്ക് അധമമായി ചിന്തിക്കയോ? ഒരിക്കലു
മില്ല. പ്രായാധിക്യമാകുംവരെ സത്യാനുസൃ
തം ജീവിക്കുകയും, ന്യായപ്രമാണപ്രകാ
രം പുലരുകയും ചെയ്തിട്ട് അത്തരം ജീവിത
19 ത്തിന്റെ സൽപേര് ഞങ്ങൾ ഇപ്പോൾ കള
ഞ്ഞിട്ട് ഞങ്ങൾതന്നെ യുവാക്കൾക്ക് അഭ
ക്തിയുടെ മാതൃകയായിത്തീർന്ന്, അവിശു
ദ്ധഭക്ഷണം കഴിക്കുന്നതിൽ അവർക്ക് ഒരു
20 ദൃഷ്ടാന്തമാകുന്നെങ്കിൽ, അത് യുക്തിരഹി
തമായിരിക്കും. അല്പനേരത്തേക്കു മാത്രം
മരണത്തിൽനിന്ന് രക്ഷപെടുകയും, ആ
സമയത്തിനിടിയിൽ ഞങ്ങളുടെ ഭീരുത്വ
21 ത്തിന് എല്ലാവർക്കും പരിഹാസപാത്രമാ
കുകയും, ഞങ്ങളുടെ ദൈവികന്യായപ്രമാ
ണത്തിനുവേണ്ടി മരണത്തോളം പോരാടാ
ഞ്ഞതിന്, സ്വേച്ഛാധിപതിയാൽ പൗരുഷ
22 രഹിതമായി നിന്ദിക്കപ്പെടുകയും ചെയ്യുന്ന
ത്, ലജ്ജാകരമായിരിക്കും. അതുകൊണ്ട്,
ഹേ, അബ്രാഹാമിന്റെ സന്തതികളേ, നി
23 ങ്ങളുടെ മതത്തിനുവേണ്ടി പ്രശംസനീയമാ
യി മരിക്കുക. സ്വേച്ഛാധിപതിയുടെ ഭടന്മാ
24 രേ, നിങ്ങൾ താമസിപ്പിക്കുന്നതെന്തിന്?
പീഡനങ്ങളുടെ മുമ്പിൽ അവൻ ധൈര്യ
വാനാണെന്നും, അവരുടെ സഹതാപം
കൊണ്ട് മാറ്റമൊന്നും ഉണ്ടായിട്ടില്ലെന്നും
25 കണ്ടപ്പോൾ, ഭടന്മാർ അവനെ തീയ്ക്കരുകി
ലേക്ക് കൊണ്ടുവന്നു. ദുഷ്ടബുദ്ധിയാൽ ഒരു
ക്കിയ ഉപകരണങ്ങൾകൊണ്ട് ഭടന്മാർ
അവനെ പൊള്ളിച്ചു, താഴേക്കെറിഞ്ഞ്
26 അവന്റെ മൂക്കിൽ നാറുന്ന ദ്രാവകം ഒഴിച്ചു.
അവന്റെ അസ്ഥികൾപോലും പൊള്ളിമരി
ക്കാറായപ്പോൾ അവൻ ദൈവത്തിങ്കലേ
27 ക്ക് ദൃഷ്ടികളുയർത്തി ഇങ്ങനെ പറഞ്ഞു:
``അല്ലയോ ദൈവമേ, എനിക്ക് സ്വയം
രക്ഷപ്പെടാമായിരുന്നെങ്കിലും ന്യായപ്രമാ
ണത്തിനുവേണ്ടി പൊള്ളുന്ന പീഡനങ്ങ
ളാൽ ഞാൻ മരിക്കുകയാണെന്ന് നീ അറി 28
യുന്നുവല്ലോ! നിന്റെ ജനത്തോട് കരുണ
യുണ്ടാകണമേ, ഞങ്ങളുടെ ശിക്ഷ അവർ 29
ക്ക് മതിയായതാകണമേ. എന്റെ രക്തം
അവരുടെ ശുദ്ധീകരണത്തിനുള്ളതാകണ
മേ. എന്റെ ജീവൻ അവരുടേതിന് പകരം 30
സ്വീകൃതമാകണമേ. ഇതു പറഞ്ഞശേഷം,
ആ വിശുദ്ധ മനുഷ്യൻ കുലീനതയോടെ പീ
ഡനത്തിൽ മരിച്ചു, മരണ പീഡനങ്ങളിൽ
പോലും വിവേകം മൂലം ന്യായപ്രമാണത്തി
നു വേണ്ടി അവൻ എതിർത്തുനിന്നു. 31
അപ്പോൾ, ആത്മാർത്ഥവിവേകം വി
കാരങ്ങളുടെമേൽ വാഴുന്നുവെന്നത് അം 32
ഗീകാരയോഗ്യമാണ്. വികാരങ്ങൾ വിവേ
കത്തെ അധീനമാക്കിയെങ്കിൽ അവയുടെ
മേൽക്കൈ നമുക്ക് തെളിയിക്കാമായിരു 33
ന്നു. പക്ഷേ, ഇപ്പോൾ വിവേകം വികാര
ങ്ങളെ കീഴ്പ്പെടുത്തിയിരിക്കുന്നു; അതിനു
ഭരണശക്തി ശരിയായി നാം കല്പിക്കുന്നു. 34
അത് ബാഹ്യവേദനകളെപ്പോലും നിയന്ത്രി
ക്കുമ്പോൾ വിവേകത്തിന്റെ അധികാരം
അംഗീകരിക്കുന്നത് നമ്മെ സംബന്ധിച്ച്
ശരിയാണ്. അത് നിഷേധിക്കുന്നത് പരി 35
ഹാസ്യമാണ്. വിവേകം വേദനകളെ നിയ
ന്ത്രിക്കുന്നുവെന്ന് മാത്രമല്ല, അത് ആഹ്ലാദ
ങ്ങളെയും നിയന്ത്രിക്കുന്നു; ഒരുതരത്തിലും
അവയ്ക്ക് കീഴടങ്ങുന്നില്ല എന്ന് ഞാൻ തെ
ളിയിച്ചിരിക്കുന്നു.

7 അതിസമർത്ഥനായ മാർഗ്ഗദർശിയെ
പ്പോലെ നമ്മുടെ പിതാവായ ഏലി
യാസാറിന്റെ വിവേകം വികാരസമുദ്രത്തി 2
ന്മേൽ മതനൗകയെ നിയന്ത്രിച്ചു. സ്വേച്ഛാ
ധിപതിയുടെ ആക്രമണത്താൽ പ്രഹരി
ക്കപ്പെടുകയും പീഡനങ്ങളുടെ ശക്തമായ
തരംഗങ്ങളിൽ അടിച്ചമർത്തപ്പെടുകയും 3
ചെയ്തെങ്കിലും അനശ്വരവിജയത്തിന്റെ തു
റമുഖത്ത് അടുപ്പിക്കുംവരെ മതത്തിന്റെ 4
ചുക്കാൻ ഒരു തരത്തിലും തിരിച്ചില്ല. ഏറെ
സമർത്ഥമായ യുദ്ധയന്ത്രങ്ങളാൽ ഉപരോ

ധിക്കപ്പെട്ട ഒരു പട്ടണവും ആ അതിവിശു
ദ്ധ മനുഷ്യൻ ചെയ്തതുപോലെ പിടിച്ചു നി
ന്നിട്ടില്ല. അവന്റെ വിശുദ്ധജീവിതം വേദന
കൾക്കും പീഡനോപകരണങ്ങൾക്കും ഇര
5 യാക്കപ്പെട്ടിട്ടും ആ ഉപരോധങ്ങളെ മതഭ
ക്തിയുള്ള വിവേകത്താൽ അവൻ കീഴട
ക്കി. ഉന്നതമായ പാറക്കെട്ടുപോലെ മന
സ്സിനെ ഉറപ്പിച്ച് ഉന്മാദവികാരത്തിരകളെ
6 നമ്മുടെ പിതാവായ ഏലിയാസർ ഭേദിച്ചു.
പുരോഹിതപദവിക്ക് യോഗ്യനായ
അല്ലയോ പുരോഹിതാ, നീ അവിശുദ്ധ
മായ ഭക്ഷണത്താൽ നിന്റെ വിശുദ്ധമായ
പല്ലുകളെ അശുദ്ധമാക്കുകയോ, ഭയഭക്തി
ക്കും ശുദ്ധിക്കും മാത്രം ഇടമുള്ള നിന്റെ
7 വയറിനെ അശുദ്ധമാക്കുകയോ ചെയ്തില്ല.
ന്യായപ്രമാണത്തോട്ട് പൊരുത്തപ്പെട്ടവ
8 നും ദിവ്യജീവിതത്തിന്റെ തത്ത്വജ്ഞാനി
യുമായ മനുഷ്യൻ! ന്യായപ്രമാണം നടപ്പാ
ക്കുന്നവർ ഇപ്രകാരമുള്ളവരായിരിക്കണം;
അതിനെ സ്വന്തരക്തത്താലും മരണത്തോ
9 ളംപോലുമുള്ള കഷ്ടതകളുടെ ഉത്കൃഷ്ടമായ
വിയർപ്പാലും മറയ്ക്കുന്നവൻ, പിതാവേ, നീ
ന്യായപ്രമാണത്തോടുള്ള നമ്മുടെ വി
ശ്വസ്തത നിന്റെ സ്തുത്യർഹമായ സഹന
ത്താൽ ശക്തിപ്പെടുത്തി; നീ പുകഴ്ത്തിയ വി
ശുദ്ധിയെ കൈവെടിഞ്ഞതുമില്ല; എന്നാൽ
നിന്റെ പ്രവൃത്തികളാൽ ദൈവിക[8] തത്ത്വ
ജ്ഞാനത്തിന്റെ വാക്കുകൾ വിശ്വാസ്യമാ
ക്കുകയും ചെയ്തു.
10 പീഡനങ്ങളെക്കാൾ അധികം ശക്ത
നായ അല്ലയോ, വൃദ്ധമനുഷ്യാ, തീയെ
ക്കാൾ ഉഗ്രനായ വന്ദ്യവയോധികാ, തീവ്ര
വികാരങ്ങളിന്മേലുള്ള മഹോന്നതരാജാ
വേ, ഏലിയാസറേ!
11 നമ്മുടെ പിതാവായ അഹറോനെപ്പോ
ലെതന്നെ, ധൂപകലശം കൈയിലേന്തി പു
രുഷാരമദ്ധ്യേ ഓടിനടന്ന് അഗ്നിമയനായ
12 മാലാഖയെ കീഴടക്കി. അപ്രകാരം അഹ
റോന്റെ പിന്തുടർച്ചക്കാരനായ ഏലിയാ
സാറും തീയ്ക്ക് ഇരയായിട്ടും അവന്റെ വിവേ
13 കത്തിൽ അചഞ്ചലനായി നിന്നു. അത്യദ്ഭു
തകരമായത്, തീർച്ചയായും, ഒരു വയോധി
കനായിരുന്നിട്ടും, അവന്റെ ശരീരം പിരിമു
റുക്കമുള്ളതോ ദൃഢമോ[9] അല്ലാതെ, മാംസ
പേശികൾ ഇളതായി, പേശിതന്തുക്കൾ 14
ലോലമായി, വിവേകത്താൽ ആത്മാവിൽ
വീണ്ടും യുവത്വം പ്രാപിച്ചു; ഇസഹാക്കിന്റേ
തുപോലെയുള്ള വിവേകത്താൽ അവൻ
ബഹുശീർഷമായുള്ള പീഡനോപകരണം 15
നിഷ്ഫലമാക്കിത്തീർത്തു. അനുഗൃഹീതായു
സ്സുള്ളതും ബഹുമാന്യമായ നരയുള്ളതും
ന്യായപ്രമാണാനുവർത്തിത ജീവിതമുള്ള
തും മരണത്തിന്റെ വിശ്വസ്തമുദ്ര സമ്പൂർണ്ണ 16
മാക്കിയതുമായ അല്ലയോ, മനുഷ്യാ! അതു
കൊണ്ട് ദൈവഭക്തിയാൽ ഒരു വൃദ്ധമനു
ഷ്യൻ മരണത്തോളം പീഡനങ്ങളെ നിന്ദി
ച്ചെങ്കിൽ, ആത്മാർത്ഥവിവേകം തീർച്ചയാ
യും വികാരങ്ങളെ നിയന്ത്രിക്കുന്നതാണ്. 17
`എല്ലാവർക്കും ജാഗ്രതയുള്ള വിവേകമി
ല്ലാത്തതിനാൽ അവരുടെ വികാരങ്ങളുടെ
മേൽ പൂർണ്ണ മേൽനോട്ടമില്ല' എന്ന് ഒരു 18
പക്ഷേ, ചിലർ പറഞ്ഞേക്കാം. എന്നാൽ
പൂർണഹൃദയത്തോടെ മതത്തെ സേവി
ക്കുന്നതാർക്കോ, അവർക്കേ ജഡമോഹ 19
ങ്ങളെ നിയന്ത്രിക്കുവാൻ കഴിയൂ; കാരണം,
നമ്മുടെ പിതാക്കന്മാരായ അബ്രഹാം,
ഇസഹാക്ക്, യാക്കോബ് എന്നിവരെപ്പോ
ലെ അവർ ദൈവത്തിനായി മരിക്കുന്നില്ല,
പ്രത്യുത, ദൈവത്തിനായി ജീവിക്കുന്നവെ
ന്ന് അവർ വിശ്വസിക്കുന്നു. അതുകൊണ്ട് 20
ചിലർ അവരുടെ വിവേകത്തിന്റെ ബലഹീ
നത മൂലം വികാരാധീനരാകുമ്പോൾ വൈ
രുദ്ധ്യം ഒന്നും ഉദിക്കുന്നില്ല. തത്ത്വജ്ഞാന 21
ത്തിന്റെ പൂർണ്ണചട്ടങ്ങൾ പ്രകാരം തത്ത്വ
ജ്ഞാനിയെപ്പോലെ ജീവിക്കുകയും, ദൈ
വത്തിൽ വിശ്വസിക്കുകയും, മൂല്യത്തിനുവേ 22
ണ്ടിയുള്ള ഏതു കഷ്ടതയും സഹിക്കുന്നത്
അനുഗ്രഹപ്രദമെന്ന് അറിയുകയും ചെയ്യു
ന്ന ഏതു വ്യക്തിക്കാണ് ദൈവികതയിലൂ
ടെ വികാരങ്ങളെ കീഴ്പ്പെടുത്താനാകാത്ത
ത്? എന്തെന്നാൽ, ജ്ഞാനികളും ധീരന്മാ 23
രും മാത്രമാണ് അവരുടെ വികാരങ്ങളുടെ

8 പാ.ഭേ. ദൈവിക എന്നില്ല

9 ഗ്രീക്ക് - അയഞ്ഞ ശരീരം വലിച്ചു മുറുക്കിയിട്ടും

യജമാനന്മാർ.

8 ഇതുകൊണ്ടാണ് ആത്മാർത്ഥവിവേക
ത്തോടു കൂടിയുള്ള ഒരു തത്ത്വജ്ഞാനം
പിന്തുടർന്ന് തീരെ ചെറുപ്പക്കാർ പോലും
അതിവേദനകാരിയായ പീഡനോപാധി
കളെ ജയിച്ചത്.
2 ഒരു പ്രായമായ മനുഷ്യനെ അവിശുദ്ധ
ഭക്ഷണം കഴിക്കുന്നതിന് നിർബ്ബന്ധിക്കു
വാൻ കഴിയാതെ ആദ്യശ്രമത്തിൽത്ത
ന്നെ സ്വേച്ഛാധിപതി വ്യക്തമായും പരാ
ജിതനായപ്പോൾ, ബദ്ധരായ ശേഷമുള്ള
എബ്രായരെ കൊണ്ടുവരുവാനും, ആരെങ്കി
ലും അവിശുദ്ധഭക്ഷണം കഴിച്ചാൽ അവരെ
സ്വതന്ത്രരാക്കുവാനും, ആരെങ്കിലും നിഷേ
ധിച്ചാൽ കൂടുതൽ ക്രൂരമായി പീഡിപ്പിക്കു
വാനും അവൻ ഉഗ്രകോപത്തോടെ കല്പിച്ചു.
3 സ്വേച്ഛാധിപതി ഈ കല്പന നല്കി
യപ്പോൾ സുന്ദരന്മാരും, സൗമ്യരും,
കുലീനരും, ഓരോ തരത്തിൽ നിപുണരു
മായ ഏഴു സഹോദരങ്ങളെ അവരുടെ
വൃദ്ധയായ അമ്മയോടൊപ്പം കൊണ്ടുവ
4 ന്നു. അമ്മയുടെ ചുറ്റും ഒരു ഗായകസംഘ
മെന്നപോലെ അവരെ ഒരുമിച്ചു കണ്ട
പ്പോൾ സ്വേച്ഛാധിപതിക്ക് അവരിൽ പ്രീതി
തോന്നി. അവരുടെ ഭാവത്തിലും കുലീനത
യിലും ആകൃഷ്ടനായി അവൻ മന്ദഹസിച്ച്
അവരോട് അടുത്തേക്കു വരുവാൻ കല്പി
5 ച്ചിട്ട് പറഞ്ഞു: ``യുവാക്കളേ, അനുകൂലഭാ
വത്തോടെ നിങ്ങളിൽ ഓരോരുത്തരെയും
ഞാൻ അഭിനന്ദിക്കുന്നു; ഇത്തരം സഹോ
ദരന്മാരുടെ സൗന്ദര്യത്തെയും എണ്ണത്തെ
യും വളരെ ബഹുമാനിക്കുകയും ചെയ്യുന്നു.
ഇപ്പോൾത്തന്നെ പീഡിപ്പിക്കപ്പെട്ട ആ വൃ
ദ്ധമനുഷ്യന്റെ അതേ ഭ്രാന്ത് നിങ്ങൾ കാ
ണിക്കരുതെന്ന് ഉപദേശിക്കുക മാത്രമല്ല,
എനിക്ക് കീഴടങ്ങി എന്റെ സൗഹൃദം അനു
ഭവിക്കണമെന്ന് ഉദ്ബോധിപ്പിക്കുകകൂടി
6 ചെയ്യുന്നു. എന്റെ കല്പനകൾ അനുസരി
ക്കാത്തവരെ ശിക്ഷിക്കുവാൻ ഞാൻ പ്രാപ്ത
നാണെന്നതുപോലെതന്നെ അനുസരിക്കു
ന്നവർക്ക് ഉപകാരിയാകുവാനും എനിക്കു
കഴിയും. പിന്നെ, എന്നെ വിശ്വസിക്കുക, 7
നിങ്ങളുടെ പൈതൃകപാരമ്പര്യം ഉപേക്ഷി
ച്ചാൽ എന്റെ ഭരണത്തിൽ നിങ്ങൾക്ക്
അധികാരസ്ഥാനങ്ങൾ ലഭിക്കും. നിങ്ങൾ 8
ജീവിതസമ്പ്രദായം മാറ്റി യവന ജീവിതരീ
തി സ്വീകരിച്ച് നിങ്ങളുടെ യുവത്വം ആസ്വ
ദിക്കുക. എന്നാൽ, അനുസരണക്കേടി 9
നാൽ നിങ്ങൾ എന്റെ കോപം ഉണർത്തി
യാൽ, പീഡനങ്ങളുടെ ഭയങ്കരശിക്ഷക
ളാൽ ഓരോരുത്തരെയും നശിപ്പിക്കുവാൻ
ഞാൻ നിർബ്ബന്ധിതനാകും. ആകയാൽ 10
സ്വയം സഹതപിക്കുക. നിങ്ങളുടെ ശത്രു
വായ എനിക്കു പോലും നിങ്ങളുടെ യുവത്വ
ത്തിലും സൗന്ദര്യഭാവത്തിലും അനുകമ്പയു
ണ്ട്. അനുസരിക്കുന്നില്ലെങ്കിൽ, പീഡനോ 11
പകരണത്തിൽവച്ച് മരിക്കുകയല്ലാതെ
ഒന്നും ബാക്കിയുണ്ടാവില്ലെന്നത് നിങ്ങൾ
പരിഗണിക്കുകയില്ലേ?''

ഈ കാര്യങ്ങൾ പറഞ്ഞുകഴിഞ്ഞപ്പോൾ 12
ഭയം മൂലം അവിശുദ്ധഭക്ഷണം കഴിക്കു
വാൻ അവരെ പ്രേരിപ്പിക്കേണ്ടതിന് പീ
ഡനോപകരണങ്ങൾ മുമ്പോട്ടു കൊണ്ടുവ
രുവാൻ അവൻ കല്പിച്ചു. ഭടന്മാർ ചക്രങ്ങ 13
ളും, സന്ധികൾ സ്ഥാനഭ്രംശം വരുത്തുന്നവ
യും, പീഡനോപകരണങ്ങളും[10], തെറ്റാലി
കളും, കുട്ടളങ്ങളും, വറചട്ടികളും, വിരലുകൾ
ഞെക്കുന്നവയും, ഇരുമ്പുമാന്തികളും, ആപ്പു
കളും, ഉലകളും അവരുടെ മുമ്പിൽ വച്ചുകഴി
ഞ്ഞപ്പോൾ സ്വേച്ഛാധിപതി വർത്തമാനം
തുടർന്നു: ``യുവാക്കളെ ഭേദിക്കുക; നിർബ്ബ 14
ന്ധത്താൽ നിങ്ങൾ പാപം ചെയ്യുമ്പോൾ,
എന്തുതന്നെയായാലും നിങ്ങൾ ബഹുമാനി
ക്കുന്ന നീതി നിങ്ങളോടു കാരുണ്യമുള്ളതാ
യിരിക്കും. അവർ ഈ പ്രേരണകൾ കേട്ടി 15
ട്ടും ഭീകരോപകരണങ്ങൾ കണ്ടിട്ടും ഭയപ്പെ
ട്ടില്ലെന്നു മാത്രമല്ല, സ്വന്ത തത്ത്വജ്ഞാനം
കൊണ്ടും ശരിയായ വിവേകംകൊണ്ടും ക്രൂ
രഭരണാധികാരിയെ എതിർത്ത് അവന്റെ
ക്രൂരതയെ നിഷ്ഫലമാക്കി.

മറുവശത്ത്, അവരിൽ ചിലർ ഭീരുക്ക

10 ഗ്രീക്ക് - അർത്ഥം വ്യക്തമല്ല. ഒരു
പീഡനോപകരണമെന്ന് ഇവിടെ ഉപയോഗിക്കുന്നു. 16

ളും ധീരതയില്ലാത്തവരുമായിരുന്നെങ്കിൽ
എന്തെല്ലാം വാദഗതികൾ ഉപയോഗി
ക്കുമായിരുന്നുവെന്ന് നമുക്കു നോക്കാം.
അവ താഴെപ്പറയുന്നവയായിരിക്കില്ലേ?
17 "എത്ര ബുദ്ധിയില്ലാത്ത നിർഭാഗ്യവാന്മാർ!
രാജാവിനെ നാം അനുസരിക്കുകയാണെ
ങ്കിൽ ദയാപരമായ നടപടി ഉണ്ടാകുമെന്ന്
അവൻ വിളിച്ചുവരുത്തിയിട്ട് പ്രഖ്യാപിച്ചിരി
18 ക്കേ മരണം വരുത്തുന്ന ഒരു അനുസരണ
ക്കേടിലേക്ക് ഉറച്ച തീരുമാനത്തോടെ എടു
ത്തുചാടി വെറുതേ നാം സന്തോഷിക്കുന്ന
19 തെന്തിന്? സഹോദരന്മാരേ, മർദ്ദനോപ
കരണങ്ങളെ നാം ഭയപ്പെടേണ്ട; പീഡന
ത്തിന്റെ ഭീഷണി പരിഗണിക്കേണ്ട; ഈ
മിഥ്യാബോധവും നമ്മെ ഭീഷണിപ്പെടുത്തു
ന്ന ഈ നാശകരമായ ഡംഭും ഉപേക്ഷി
20 ക്കേണ്ടേ? നമ്മുടെ യുവത്വത്തോട് ദയ
കാണിക്കാം; നമ്മുടെ അമ്മയുടെ പ്രായ
21 ത്തോട് സഹതപിക്കാം. നാം അനുസരി
ക്കുന്നില്ലെങ്കിൽ മരിക്കുമെന്നത് ഗൗരവമാ
22 യി പരിഗണിക്കാം. നിർബ്ബന്ധത്തിൻ കീ
ഴിലായിരിക്കേ രാജാവിനെ പേടിക്കുന്നതു
കൊണ്ട് ദൈവികനീതി നമ്മോടു ക്ഷമിക്കു
കയും ചെയ്യും.
23 ഈ അതിസന്തോഷകരമായ ജീവിത
ത്തിൽനിന്ന് നമ്മെത്തന്നെ ബഹിഷ്കരിക്കു
ന്നതും ആനന്ദകരമായ ജീവിതം അനുഭവി
ക്കുന്നതിൽനിന്ന് നമ്മെത്തന്നെ തടയുന്ന
24 തും എന്തിന്? നിർബ്ബന്ധത്തെ നാം എതിർ
ക്കാതിരിക്കാം; അല്ലെങ്കിൽ പീഡനോപക
രണത്തിലിടുന്നതിൽ കഴമ്പില്ലാതെ അഹ
25 ങ്കരിക്കാതിരിക്കാം. പീഡനത്തിനുള്ള ഉപ
കരണങ്ങളെ ഭയപ്പെടുന്നതിൽ ന്യായപ്ര
മാണംപോലും ഏകപക്ഷീയമായി മരണ
26 ത്തിനേല്പിക്കില്ല. നാം രാജാവിനെ അനുസ
രിക്കുകയാണെങ്കിൽ സമാധാനത്തോടെ
നമുക്കു ജീവിക്കാമെന്നിരിക്കേ, അത്തരം
വിവാദം നമ്മിൽ വികാരാവേശം ഉണ്ടാക്കു
ന്നതും മരണകരമായ കടുംപിടുത്തം നമ്മെ
ആനന്ദിപ്പിക്കുന്നതും എന്ത്?"
#27 എന്നാൽ, ഉടനെ പീഡിപ്പിക്കപ്പെടു
വാൻ പോകുകയാണെങ്കിലും, യുവാക്കൾ
ഇക്കാര്യങ്ങളൊന്നും പറയുകയോ അവ
ഗൗരവമുള്ളതായി പരിഗണിക്കുകയെങ്കി
ലുമോ ചെയ്തില്ല. കാരണം, അവർ വികാ 28
രങ്ങളെ പുച്ഛിക്കുകയും കഠിനവേദനകളെ
കീഴ്പ്പെടുത്തുകയുമായിരുന്നു; അതുകൊണ്ട് 29
അവിശുദ്ധഭക്ഷണം കഴിക്കുവാനുള്ള സ്വേ
ച്ഛാധിപതിയുടെ ഉപദേശം അവസാനി
പ്പിച്ചപ്പോൾ, എല്ലാവരും ഒന്നിച്ച് ഒറ്റസ്വ
രത്തിൽ ഒറ്റമനസ്സിൽ നിന്നെന്നപോലെ
പറഞ്ഞു:

9 ``അല്ലയോ സ്വേച്ഛാധിപതീ, താമസി
പ്പിക്കുന്നതെന്തിന്? ഞങ്ങളുടെ പൈ
തൃകകല്പനകൾ ലംഘിക്കുന്നതിനെക്കാൾ
മരിക്കുവാൻ ഞങ്ങൾ ഒരുക്കമാണ്; ന്യാ 2
യപ്രമാണത്തോടും ഞങ്ങളുടെ ഉപദേഷ്ടാ
വായ മോശെയോടും കൃത്യമായ അനുസ
രണം ശീലമാക്കുന്നില്ലെങ്കിൽ, ഞങ്ങളുടെ
പൂർവ്വികരെ ഞങ്ങൾ സ്പഷ്ടമായും ലജ്ജിപ്പി
ക്കുകയാണ്. സ്വേച്ഛാധിപതിയും പ്രമാണ 3
ലംഘനത്തിന്റെ ഉപദേശകനുമേ, ഞങ്ങൾ
തനിയേ സഹതപിക്കുന്നതിലധികം
ഞങ്ങളോടുള്ള വെറുപ്പുകൊണ്ട് നിങ്ങൾ
സഹതപിക്കേണ്ടതില്ല. പ്രമാണലംഘന 4
ത്തിലൂടെ ഞങ്ങളുടെ സുരക്ഷ ഉറപ്പാക്കു
ന്ന നിങ്ങളുടെ ഈ സഹതാപത്തെ മരണ
ത്തെക്കാൾ സങ്കടകരമായി ഞങ്ങൾ കരു
തുന്നു. ഏലിയാസാറിന് സംഭവിച്ചതിൽനി 5
ന്ന് പഠിച്ചിട്ടില്ലാ എന്നതുപോലെ പീഡന
ത്താലുള്ള മരണംകൊണ്ട് ഞങ്ങളെ പേ
ടിപ്പിച്ച് ഭീതിയിലാക്കുവാൻ നീ ശ്രമിക്കുന്നു; 6
എബ്രായരിലെ പ്രായമായവർ പീഡനം
സഹിച്ച് മതത്തിന്റെ പേരിൽ ദൈവഭ
ക്തിയോടെ ജീവിച്ചെങ്കിൽ യുവാക്കളായ
ഞങ്ങൾ ഞങ്ങളുടെ വയോധികനായ
ഗുരു കീഴ്പ്പെടുത്തിയ നിങ്ങളുടെ നിർബ്ബന്ധി
തപീഡനങ്ങളെ നിസ്സാരമാക്കി മരിക്കുന്ന
തു് ഏറെ യുക്തമായിരിക്കും."
"സ്വേച്ഛാധിപതീ, അതുകൊണ്ട് ഞങ്ങ 7
ളെ പരീക്ഷിക്കുക; മതത്തിന്റെ പേരിൽ
നിങ്ങൾ ഞങ്ങളുടെ ജീവനെടുക്കുകയാ
ണെങ്കിൽ, പീഡിപ്പിച്ച് ഞങ്ങളെ വ്രണപ്പെ

8 ടുത്താമെന്ന് വിചാരിക്കരുത്. ഈ കഠിനക
ഷ്ടപ്പാടും സഹനവും മൂലം ഞങ്ങൾ രക്ഷയു
ള്ള സമ്മാനം നേടി, ആർക്കായി ഞങ്ങൾ
കഷ്ടത സഹിക്കുന്നുവോ ആ ദൈവത്തോ
9 ടുകൂടി ആയിരിക്കുകയും ചെയ്യും; എന്നാൽ,
ചോരക്കൊതി മൂലം നിങ്ങൾ ദൈവികനീ
തിയിൽനിന്ന് അർഹമായ തരത്തിൽ തീ
യാലുള്ള നിത്യദണ്ഡനം അനുഭവിക്കും.''
10 അവർ ഇക്കാര്യങ്ങൾ പറഞ്ഞുകഴിഞ്ഞ
പ്പോൾ സ്വേച്ഛാധിപതി അനുസരണം കാ
ണിക്കാതെ അവരോട് അമർഷമുള്ളവനാ
യെന്നു മാത്രമല്ല, നന്ദിയില്ലാത്തവരോടെ
ന്ന പോലെ രോഷാകുലനാകുകയും ചെയ്തു.
11 എന്നിട്ട് അവന്റെ കല്പനയാൽ കാവൽ
ക്കാർ ഏറ്റവും മൂത്തയാളെ മുമ്പോട്ടു കൊ
ണ്ടുവന്ന് അവന്റെ പുറംകുപ്പായം കീറി,
കൈകളും കൈപ്പത്തിയും ഓരോ വശത്തു
12 മായി തോൽവാറുകൊണ്ട് കെട്ടി. അവനെ
ചമ്മട്ടികൊണ്ട് അടിച്ച് അവൻ ക്ഷീണിച്ചിട്ട്,
ഒന്നും നേടാനാകാതെ അവനെ ചക്രത്തി
13 ന്മേൽ വച്ചു. ആ കുലീനയുവാവിനെ അതിനു
ചുറ്റും വലിച്ചു നിവർത്തിയപ്പോൾ അവന്റെ
14 അവയവങ്ങൾ സ്ഥാനം തെറ്റി; ഓരോ
അവയവവും ബന്ധമറ്റപ്പോൾ സ്വേച്ഛാധി
പതിയെ കുറ്റപ്പെടുത്തിക്കൊണ്ട് അവൻ
15 പറഞ്ഞു. ``അങ്ങേയറ്റം അറപ്പുളവാക്കുന്ന
സ്വേച്ഛാധിപതിയേ, സ്വർഗ്ഗീയനീതിയുടെ
ശത്രുവേ, പ്രാകൃതമാനസ്സനേ, നീ എന്നെ
ഇങ്ങനെ കീറിമുറിക്കുന്നത്, ഞാൻ കൊല
പാതകിയായതുകൊണ്ടോ, ദുഷ്ടത പ്രവർ
ത്തിക്കുന്നവനായതുകൊണ്ടോ അല്ല, ദൈ
വികപ്രമാണം കാത്തുസൂക്ഷിക്കുന്നതു കൊ
16 ണ്ടാണ്.'' "നിന്നെ പീഡിപ്പിക്കാതെ വിട്ട
യയ്ക്കുന്നതിനുവേണ്ടി, തിന്നുവാൻ സമ്മതി
ക്ക" എന്ന് കാവൽക്കാർ പറഞ്ഞപ്പോൾ
17 അവൻ മറുപടി പറഞ്ഞു: "ഹേ, വെറുക്ക
പ്പെട്ട കിങ്കരന്മാരേ; എന്റെ വിവേകത്തെ
ഞെരിച്ചു കൊല്ലുവാൻ നിങ്ങളുടെ ചക്രം
ശക്തമല്ല. എന്റെ അംഗങ്ങൾ ഛേദിക്കുക;
എന്റെ മാംസം ചുടുക; എന്റെ സന്ധികൾ
18 പിടിച്ച് തിരിക്കുക. മൂല്യങ്ങളെ സംബന്ധി
ച്ച് എബ്രായരുടെ സന്തതികൾ മാത്രമേ
അജയ്യരായുള്ളുവെന്ന് ഈ പീഡനങ്ങളെ
ല്ലാം മുഖേന ഞാൻ നിങ്ങളെ ബോദ്ധ്യപ്പെ
ടുത്തും."
ഇക്കാര്യങ്ങൾ അവൻ പറഞ്ഞുകൊണ്ടി 19
രിക്കുമ്പോൾതന്നെ അവന്റെ കീഴേ അവർ
തീ പടർത്തി; തീജ്വാലയെ ആളിച്ചുകൊണ്ടി
രുന്നപ്പോൾ അവർ ചക്രം കൂടുതൽ മുറുക്കി.
ചക്രം പൂർണ്ണമായി രക്തം പുരണ്ടു; തീക്ക 20
നൽക്കുന്ന രക്തത്തുള്ളികൾ വീണ് ആറി
ത്തണുത്തു; മാംസത്തുണ്ടുകൾ യന്ത്രത്തി
ന്റെ അച്ചുതണ്ടിലേക്ക് വീണുകൊണ്ടിരുന്നു.
അസ്ഥികളെ യോജിപ്പിക്കുന്ന തന്തുക്കൾ 21
വേർപെട്ടുവെങ്കിലും അബ്രാഹാമിനെപ്പോ
ലെ യോഗ്യനും ധീരനുമായ യുവാവ് കര
ഞ്ഞില്ല; എന്നാൽ തീജ്വാലയാൽമരണമി 22
ല്ലായ്മയിലേക്ക് മാറ്റപ്പെട്ടപോലെ അവൻ
മാന്യമായി പീഡനങ്ങൾ സഹിച്ചു. അവൻ 23
പറഞ്ഞു: ``സഹോദരന്മാരേ, എന്നെ അനു
കരിക്കുക. എന്റെ ചെറുത്തുനില്പിൽ നിങ്ങളു
ടെ നിലപാട് ഉപേക്ഷിക്കുകയോ നമ്മുടെ
ധീരമായ കുടുംബബന്ധങ്ങൾ ഉപേക്ഷി
ക്കുകയോ അരുത്. മതത്തിനു വേണ്ടിയു 24
ള്ള വിശുദ്ധവും ഉത്തമവുമായ യുദ്ധത്തിൽ
പൊരുതുക. അങ്ങനെ, നമ്മുടെ പിതാക്ക
ന്മാരുടെ നീതിയുള്ള പരിപാലനം, നമ്മുടെ
ജനതയ്ക്ക് കരുണയുള്ളതാകുകയും, ശപ്ത
നായ സ്വേച്ഛാധിപതിയുടെ മേൽ പക വീ
ട്ടുകയും ചെയ്യും.'' ഇതു പറഞ്ഞിട്ട് ആ വി 25
ശുദ്ധനായ യുവാവ് ജീവിതച്ചരട് അറുത്തു.
എല്ലാവരും അവന്റെ ധീരചൈതന്യ 26
ത്തിൽ ആശ്ചര്യപ്പെടവേ, കാവല്ക്കാർ
അടുത്ത മൂത്തയാളെ കൊണ്ടുവന്നു; മൂർച്ചയു
ള്ള കൊളുത്തുകളുള്ള ഇരുമ്പു കൈയുറകൾ
അവർ ഇട്ടിട്ട് അവനെ പീഡനയന്ത്രത്തി
ലും തെറ്റാലിയിലും കെട്ടിയിട്ടു. അവനെ പീ 27
ഡിപ്പിക്കുന്നതിനു മുമ്പ് അവൻ തിന്നുവാൻ
തയ്യാറാണോ എന്ന് ചോദിച്ച് അവന്റെ കു
ലീനമായ തീരുമാനം കേട്ടു.[11] പുള്ളിപ്പുലി 28
യെപ്പോലുള്ള ആ ജീവികൾ അവന്റെ സ്നാ
യുഞരമ്പുകൾ ഇരുമ്പുപിടികളാൽ പറിച്ചു

11 പാ. ഭേ. അവന്റെ കുലീനമായ തീരുമാനം കേട്ടിട്ട്, അവർ അവനെ തുണ്ടുതുണ്ടായി കീറി.

കീറി; മാംസം മുഴുവൻ നട്ടെല്ല് വരെ ഉരിച്ചു;
തലയോടിന്റെ തൊലി ഉരിച്ചു. എന്നാൽ
അവൻ ദൃഢചിത്തനായി മരണവേദന
29 സഹിച്ച് പറഞ്ഞു: "നമ്മുടെ പിതാക്കന്മാ
രുടെ മതത്തിനുവേണ്ടിയുള്ള ഏതുതരം
മരണവും എത്രയോ മധുരമുള്ളത്!" സ്വേ
30 ച്ഛാധിപതിയോട് അവൻ പറഞ്ഞു: "അതി
ക്രൂരനായ സ്വേച്ഛാധിപതീ, നിന്റെ മർദ്ദന
ഭരണത്തിന്റെ അഹങ്കാരോദ്ദേശ്യങ്ങൾ
ഞങ്ങളുടെ മതത്തിനു വേണ്ടിയുള്ള സഹ
നത്താൽ തോല്പിക്കപ്പെടുന്നതു കാണു
മ്പോൾ, നീയാണ് എന്നെക്കാൾ പീഡി
പ്പിക്കപ്പെടുന്നതെന്ന് മനസ്സിലാക്കാത്ത
31 തെന്ത്? എന്റെ വേദന, മൂല്യങ്ങളിൽ നി
ന്നുണ്ടാകുന്ന സന്തോഷത്താൽ ഞാൻ കു
32 റയ്ക്കുന്നു. എന്നാൽ നീ ദൈവഭക്തിയില്ലായ്മ
ഉളവാക്കുന്ന പേടികളാൽ പീഡനം സഹി
ക്കുന്നു. അങ്ങേയറ്റം അറപ്പുളവാക്കുന്ന സ്വേ
ച്ഛാധിപതീ, ദൈവികക്രോധത്തിന്റെ ന്യാ
യവിധിയിൽനിന്ന് നീ രക്ഷപെടുകയില്ല.'

10 അവനും മഹത്തരമായ മരണം
സഹിച്ചപ്പോൾ മൂന്നാമനെ കൊണ്ടു
വന്നു; ഇറച്ചി രുചിച്ച് സ്വയം രക്ഷിക്കുവാൻ
പലരും തുടർച്ചയായി അവനെ നിർബ്ബന്ധി
2 ച്ചു. എന്നാൽ അവൻ ഉറക്കെപ്പറഞ്ഞു: ``ആ
മരിച്ചവരെപ്പോലെ ആ പിതാവു തന്നെ
യാണ് എന്നെയും ജനിപ്പിച്ചത്; അതേ
മാതാവാണ് എന്നെ ഗർഭത്തിൽ വഹിച്ച
ത്. അതേ പഠിപ്പിക്കലുകളിൽ തന്നെയാ
ണ് എന്നെ വളർത്തിയതെന്ന് നിങ്ങൾ
3 ക്കറിയില്ലേ? എന്റെ സഹോദരന്മാരുമാ
യി എന്നെ ബന്ധിപ്പിക്കുന്ന കുലീനമായ
രക്തബന്ധം ഞാൻ തള്ളിപ്പറയുകയില്ല.
4 അതുകൊണ്ട് നിങ്ങൾക്ക് ഏതെങ്കിലും പീ
ഡനോപകരണങ്ങൾ ഉണ്ടെങ്കിൽ എന്റെ
ശരീരത്തിൽ പ്രയോഗിക്കുക; കാരണം,
നിങ്ങൾ ആഗ്രഹിച്ചാലും എന്റെ ആത്മാ
5 വിനെ തൊടാനാകില്ല" ആ മനുഷ്യന്റെ
ആത്മവിശ്വാസത്തിൽ ഉഗ്രകോപം പൂണ്ട്
അവർ ഉപകരണങ്ങൾക്കൊണ്ട് അവന്റെ
കൈകാലുകളുടെ സന്ധികൾ കുഴ തെറ്റിച്ച്
വേർപെടുത്തി; വിരലുകളുടെയും കൈകാ 6
ലുകളുടെയും മുട്ടുകൾ പൊട്ടിച്ചു. ഒരുവിധ 7
ത്തിലും അവന്റെ വീര്യം ഇല്ലാതാക്കുവാൻ
അവർക്കു കഴിയാതെ വന്നപ്പോൾ അവർ
ഉപകരണങ്ങൾ ഉപേക്ഷിച്ച് കൈനഖാ
ഗ്രം കൊണ്ട് തലയിലെ തൊലി ഉരിച്ചു.
ഉടനെ അവർ അവനെ ചക്രത്തിലേക്ക് 8
കൊണ്ടുവന്നു. അതിന്മേൽ അവന്റെ നട്ടെ
ല്ലുകണ്ണികൾ സ്ഥാനംതെറ്റിയപ്പോൾ, സ്വ
ന്തമാംസം ചുറ്റും ചിതറി, അവന്റെ കുട
ലിൽനിന്ന് രക്തത്തുള്ളികൾ ഒഴുകുന്നത്
അവൻ കണ്ടു. മരിക്കാറായപ്പോൾ അവൻ 9
പറഞ്ഞു: ``അങ്ങേയറ്റം അറപ്പുളവാക്കുന്ന 10
സ്വേച്ഛാധിപതീ, ഞങ്ങളുടെ ദൈവികാഭ്യ
സനവും നന്മയും കൊണ്ടാണ് ഞങ്ങൾ
കഷ്ടപ്പെടുന്നത്. എന്നാൽ, നീ നിന്റെ ദൈ 11
വഭക്തിയില്ലായ്മയും രക്തദാഹവുംകൊണ്ട്
നിലയ്ക്കാത്ത പീഡനങ്ങളിൽക്കൂടി കടന്നു
പോകും.

അവനും അവന്റെ സഹോദരന്മാർക്ക് 12
യോഗ്യമാംവിധം മരണമടഞ്ഞപ്പോൾ,
അവർ നാലാമനെ വലിച്ചിഴച്ചു കൊണ്ടുവ
ന്ന് ഇങ്ങനെ പറഞ്ഞു: ``നിന്റെ സഹോദ 13
രന്മാരെപ്പോലെ അതേ ഭ്രാന്ത് കാണിക്ക
രുത്; രാജാവിനെ അനുസരിച്ച് നിന്നെ
ത്തന്നെ രക്ഷിക്കുക.'' എന്നാൽ അവൻ 14
അവരോടു പറഞ്ഞു: ``എന്നെ ഒരു ഭീരുവാ
ക്കാൻമാത്രം ചൂടുള്ള തീ നിങ്ങളുടെ പക്കലി
ല്ല. ഇല്ല, എന്റെ സഹോദരന്മാരുടെ ഭാഗ്യ 15
മുള്ള മരണത്താലും സ്വേച്ഛാധിപതിയുടെ
നിത്യനാശത്താലും ഭക്തരുടെ എന്നേക്കു
മുള്ള നിത്യജീവനാലും, ഞങ്ങളുടെ കുലീന
മായ കുടുംബബന്ധങ്ങൾ ഞാൻ തള്ളിപ്പറ
യുകയില്ല. സ്വേച്ഛാധിപതീ, പീഡനം നടപ്പി 16
ലാക്കുക; ഇപ്പോൾ പീഡിപ്പിക്കപ്പെട്ടവരു
ടെ സഹോദരൻ തന്നെയാണ് ഞാനെന്ന്
നിനക്ക് അതിലൂടെ അറിയാം.'' അതു 17
കേട്ടപ്പോൾ അവന്റെ നാവ് മുറിച്ചെടുക്കു
വാൻ രക്തദാഹിയും കൊലപാതകനുമായ
രനും അങ്ങേയറ്റം അറപ്പുളവാക്കുന്നവനു
മായ അന്തിയോക്കസ് കല്പിച്ചു. എന്നാൽ 18
അവൻ പറഞ്ഞു: ``എന്റെ സംസാരാവ

യവം മുറിച്ചുനീക്കിയാലും, മൗനികളെയും
19 ദൈവം കേൾക്കും. ഇതാ, എന്റെ നാവ്;
അതു മുറിച്ചുകളയുക; എന്നാലും ഞങ്ങളു
ടെ ന്യായം നിശബ്ദമാക്കുവാൻ നിനക്കാവി
20 ല്ല. ദൈവത്തിനു വേണ്ടി സന്തോഷത്തോ
ടെ ശരീരാവയവങ്ങൾ മുറിച്ചുമാറ്റുവാൻ
21 ഞങ്ങൾ സമ്മതിക്കുന്നു. ദൈവം നിന്നെ
വേഗത്തിൽ സന്ദർശിക്കും; കാരണം, ദി
വ്യഗീതങ്ങൾക്കൊണ്ട് ശ്രുതിമധുരമായിരു
ന്ന ഒരു നാവാണ് നീ മുറിച്ചുകളയുന്നത്.

11 ക്രൂരമായി പീഡിപ്പിക്കപ്പെട്ട് അവനും
മരിച്ചുകഴിഞ്ഞപ്പോൾ അഞ്ചാമൻ
ഇങ്ങനെ പറഞ്ഞുകൊണ്ട് മുമ്പോട്ടുവന്നു:
2 ``സ്വേച്ഛാധിപതീ, മൂല്യത്തിനു വേണ്ടി പീ
ഡിപ്പിക്കപ്പെടുന്നത് ഞാൻ നിരസിക്കി
3 ല്ല. സ്വമനസ്സാലെയാണ് ഞാൻ വന്നത്;
അതുകൊണ്ട് എന്നെ വധിക്കുന്നതുമൂലം
വേറെ കുറ്റങ്ങൾക്കുകൂടി നീ സ്വർഗ്ഗീയനീ
4 തിയിൽനിന്ന് ശിക്ഷ വരുത്തിവയ്ക്കും. നന്മ
വെറുക്കുന്നവനേ, മനുഷ്യവർഗ്ഗ വിദ്വേഷീ,
ഞങ്ങളുടെ ഏതു പ്രവൃത്തി മൂലമാണ് നീ
ഈ രീതിയിൽ ഞങ്ങളെ നശിപ്പിക്കുന്ന
5 ത്? സകലത്തിന്റെയും സ്രഷ്ടാവിനോട് ഭയ
ഭക്തിയോടെ അവന്റെ മേന്മയുള്ള പ്രമാണ
മനുസരിച്ച് ജീവിക്കുന്നതുകൊണ്ടാണോ?
6 ഈ പ്രവൃത്തികൾ പീഡനമല്ല, ബഹുമാന
7 മാണ് അർഹിക്കുന്നത് മാനുഷികവികാ
രങ്ങൾ നിനക്ക് മനസ്സിലാകുന്നില്ല; ദൈവ
ത്തിൽനിന്നുള്ള രക്ഷയുടെ പ്രത്യാശ നിന
8 ക്കില്ല; അതിനാൽ നീ ദൈവത്തിന് അന്യ
നാണ്; അതുകൊണ്ട് അവനെ സേവിക്കു
ന്നവരെ ഇങ്ങനെ പീഡിപ്പിക്കുന്നു.''
9 അവൻ ഇക്കാര്യങ്ങൾ പറഞ്ഞുകൊണ്ടി
രുന്നപ്പോൾ കാവല്ക്കാർ അവനെ പിടിച്ചുകെ
10 ട്ടി തെറ്റാലിയിലേക്ക് വലിച്ചിഴച്ചു. അവർ
അവനെ മുട്ടിന്മേൽവച്ച് അതിൽ കെട്ടി.
അവയിൽ ഇരുമ്പുകൊളുത്തു ഘടിപ്പിച്ച്
അവന്റെ പുറം ചക്രത്തിന്റെ ആപ്പിനു ചുറ്റും
വച്ചുകെട്ടി കൂട്ടിപ്പിരിച്ചു. അങ്ങനെ അവന്റെ
അവയവങ്ങളുടെയെല്ലാം സന്ധിബന്ധങ്ങ
ളറ്റ് ഒരു തേളിനെപ്പോലെ അവൻ ചുരുണ്ടു
പോയി. വീർപ്പുമുട്ടലും കഠിനമായ ശരീരവേ 11
ദനയും ഉള്ള ഈ അവസ്ഥയിൽ അവൻ 12
പറഞ്ഞു: ``സ്വേച്ഛാധിപതീ, നിന്റെ താല്പ
ര്യത്തിനെതിരേ നീ ഞങ്ങൾക്കു നല്കുന്നത്
ഒന്നാംതരം സൗജന്യമാണ്; കാരണം ഈ
ശ്രേഷ്ഠമായ കഷ്ടപ്പാടുകൾ മൂലം ന്യായപ്ര
മാണത്തിനു വേണ്ടിയുള്ള സഹനം വെളി
പ്പെടുത്തുവാനുള്ള അവസരമാണ് ഞങ്ങൾ
ക്കു നല്കുന്നത്.''
അവനും മരിച്ചപ്പോൾ, തീരെ ബാലനായ 13
ആറാമനെ കൊണ്ടുവന്നു. തിന്നിട്ട് വിടുവി
ക്കപ്പെടുവാൻ അവന് സമ്മതമാണോ
എന്ന് സ്വേച്ഛാധിപതി ആരാഞ്ഞപ്പോൾ
അവൻ പറഞ്ഞു: ``ഞാൻ പ്രായത്തിൽ 14
എന്റെ സഹോദരന്മാരെക്കാൾ ചെറുപ്പ
മാണ്. എന്നാൽ മനസ്സാ അവർക്ക് തു
ല്യനമാണ്. ഈയൊരു കാര്യത്തിനായി 15
ഞങ്ങൾ പിറന്ന് വളർന്നതുപോലെതന്നെ,
അതേ തത്ത്വത്തിനു വേണ്ടി മരിക്കുകയും
വേണം. അതുകൊണ്ട് അവിശുദ്ധമായ 16
ഭക്ഷണം കഴിക്കാത്തതിന് എന്നെ പീഡി
പ്പിക്കുവാൻ ഉദ്ദേശിക്കുന്നെങ്കിൽ, പീഡനം
തുടരുക''
ഇതു പറഞ്ഞപ്പോൾ അവർ അവനെ 17
ചക്രത്തിലേക്ക് നയിച്ചു. അവനെ അതി 18
ന്മേൽ ശ്രദ്ധാപൂർവ്വം ശക്തിയായി വലിച്ചു
നിവർത്തി; അവന്റെ പുറം പൊളിച്ചു; അടി
യിൽനിന്ന് തീ കൊണ്ട് പൊരിച്ചു. അവന്റെ 19
പുറത്തു് തീയിൽ പഴുപ്പിച്ച മൂർച്ചയുള്ള ആപ്പു
കൾ പ്രയോഗിച്ചു; അവന്റെ കുടലുകൾ ദഹി
ക്കുംവിധം വാരിയെല്ലുകളിൽ അതു കുത്തി
ക്കയറ്റി. പീഡിപ്പിക്കപ്പെടുമ്പോൾ അവൻ 20
പറഞ്ഞു: `മതത്തിനുവേണ്ടിയുള്ള കഷ്ടത
യുടെ വേദിയിലേക്ക് ഞങ്ങളുടെ ധാരാളം
സഹോദരങ്ങളെ വിളിച്ചുവരുത്തിയെങ്കി
ലും, വിശുദ്ധിക്ക് അനുയോജ്യമായ ഹേ!
പോരാട്ടമേ, ഞങ്ങൾ അതിൽ തോറ്റിട്ടില്ല!
അല്ലയോ സ്വേച്ഛാധിപതീ, ആത്മീയജ്ഞാ 21
നം അജയ്യമാണ്. കുലീനതയിൽ ഉത്കൃഷ്ട 22
മായി ഒരുങ്ങി ഞാനും എന്റെ സഹോദര
ന്മാരോടൊപ്പം മരിക്കും; പീഡനങ്ങളുടെ 23
സ്രഷ്ടാവും യഥാർത്ഥ ഭക്തരുടെ ശത്രുവു

മേ, ഞാൻ തന്നെ നിന്റെമേൽ വലിയ പ്ര
24 തികാരം ചെയ്യുന്നവനെ വരുത്തും. ഞങ്ങൾ
ആറുപേരെ നിന്റെ പീഡനം ഇല്ലാതാക്കി.
25 ഞങ്ങളുടെ മനംമാറ്റത്തിനോ അവിശുദ്ധ
ഭക്ഷണം തിന്നുവാൻ നിർബ്ബന്ധിക്കുന്നതി
നോ പ്രേരിപ്പിക്കുവാൻ നിനക്കു കഴിയാത്ത
26 തു് നിന്റെ വീഴ്ചയല്ലേ? നിന്റെ തീ ഞങ്ങൾ
ക്ക് ശീതമാണ്; തെറ്റാലികൾ വേദനയില്ലാ
ത്തതാണ്; നിന്റെ അക്രമം ബലഹീനമാ
27 ണ്. കാരണം, സ്വേച്ഛാധിപതിയുടെയല്ല,
ദൈവികപ്രമാണത്തിന്റെ കാവല്ക്കാരെയാ
ണ് ഞങ്ങൾക്കായി നിറുത്തിയിരിക്കുന്നതു്;
അതുകൊണ്ട് വിവേകത്തിൽ ഞങ്ങൾ മുറു
കെപ്പിടിക്കുന്നു.

12 അവനെയും കുട്ടകത്തിനുള്ളിലേ
ക്ക് എറിഞ്ഞിട്ട് അനുഗ്രഹീതമായ
മരണം അവൻ വരിച്ചപ്പോൾ ഏറ്റവും ഇള
യവനും ഏഴാമനുമായവൻ മുന്നോട്ടുവന്നു.
2 സഹോദരന്മാർ സ്വേച്ഛാധിപതിയെ കഠിന
മായി ശാസിച്ചിരുന്നെങ്കിലും, കാൽച്ചങ്ങല
ധരിച്ചിരിക്കുന്നതിനാൽ ഈ ബാലനോട്ട്
അവന് അതിയായ സഹതാപം തോന്നി.
അടുത്തുവരുവാൻ അവനോടു കല്പിച്ചി
ട്ട് ഇങ്ങനെ പറഞ്ഞ് അവനെ സ്വാധീനി
3 ക്കുവാൻ ശ്രമിച്ചു. ``നിന്റെ സഹോദരന്മാ
രുടെ മണ്ടത്തരത്തിന്റെ ഫലം കാണുക;
അനുസരണക്കേടിനാൽ അവർ പീഡന
4 ത്തിൽ മരിച്ചു. നീയും അനുസരിക്കുന്നില്ലെ
ങ്കിൽ ദുരിതപൂർണ്ണമായി പീഡിപ്പിക്കപ്പെട്ടു
കയും നിന്റെ സമയത്തിനു മുമ്പേ മരിക്കുക
5 യും ചെയ്യും; എന്നാൽ പ്രേരണയ്ക്കു വഴങ്ങി
യാൽ നീ എന്റെ സ്നേഹിതനും രാജ്യഭരണ
ത്തിൽ ഒരു പ്രമുഖനുമായിരിക്കും.''
6 ഇപ്രകാരം അവനോട്ട് അഭ്യർത്ഥിച്ച
ശേഷം അവൻ മക്കളിൽ പലരുടെയും മര
ണത്തിൽ ദുഃഖിതയായ ആ ബാലന്റെ മാ
താവിനോട്ട് സഹതപിക്കുവാനും, ശേഷി
ക്കുന്ന മകൻ അനുസരിച്ച് സ്വയം രക്ഷി
ക്കുവാൻ അവൾ അവനെ പ്രേരിപ്പിച്ച് സ്വാ
ധീനിക്കുവാനും വേണ്ടി അവൾക്ക് ആളയ
7 ച്ചു. അവന്റെ അമ്മ അവനെ എബ്രായഭാ
ഷയിൽ ഉദ്ബോധിപ്പിച്ചപ്പോൾ - അതു്
അല്പം കഴിഞ്ഞു് നമുക്കു പറയാം - അവൻ 8
പറഞ്ഞു: ``എന്നെ സ്വതന്ത്രനാക്കിയാലും;
രാജാവിനോടും അവനോടൊന്നിച്ചുള്ള
എല്ലാ സ്നേഹിതരോടും ഞാൻ സംസാരിക്ക
ട്ടെ. ബാലന്റെ പ്രസ്താവനയിൽ അങ്ങേയറ്റം 9
പ്രീതി തോന്നി അവർ അവനെ അപ്പോൾ
ത്തന്നെ സ്വതന്ത്രനാക്കി. തീക്കനൽചട്ടി 10
കളിൽ ഏറ്റവും അടുത്തുള്ളതിലേക്ക് ഓടി
ക്കൊണ്ട് അവൻ പറഞ്ഞു: `ദൈവനിന്ദക 11
നായ സ്വേച്ഛാധിപതീ, സകല ദുഷ്ടന്മാരി
ലും ഏറ്റവും അഭക്തനേ, ദൈവത്തിൽനി
ന്ന് നന്മകൾ നീയും നിന്റെ രാജ്യവും നേടി
യിട്ട്, അവന്റെ ദാസന്മാരെ കൊല്ലുവാനും,
മതജീവിതം നയിക്കുന്നവരെ ചക്രത്തിൽ
വച്ച് പീഡിപ്പിക്കുവാനും നിനക്ക് നാണ
മില്ലേ? ഇതിനാൽ തീവ്രവും നിത്യവുമായ 12
അഗ്നിയും പീഡനങ്ങളും, നീതി നിനക്കു
വേണ്ടി ഒരുക്കി വച്ചിരിക്കുന്നു. ഇവ കാലം
മുഴുവനും നിന്നെ വിട്ടുപോകുവാൻ അനുവദി
ക്കില്ല. അപരിഷ്കൃത ജീവിയേ, നിന്നെപ്പോ 13
ലെതന്നെ വികാരങ്ങളുള്ളതും നിന്നെപ്പോ
ലെ അതേ മൂലപദാർത്ഥങ്ങളാൽ നിർമ്മി
തരുമായ മനുഷ്യരുടെ നാവുകൾ മുറിച്ചു കള
യുവാനും ഈ രീതിയിൽ അവരോടു ക്രൂര
മായി പെരുമാറുവാനും പീഡിപ്പിക്കുവാനും
ഒരു മനുഷ്യനെന്ന നിലയിൽ നീ ലജ്ജി
ക്കുന്നില്ലേ? തീർച്ചയായും, ശ്രേഷ്ഠമായി 14
മരിച്ചതിനാൽ ദൈവത്തോടുള്ള ശുശ്രൂഷ
അവർ നിവർത്തിച്ചു. എന്നാൽ മൂല്യത്തി
നു വേണ്ടി പോരാടുന്നവരെ കാരണമില്ലാ
തെ വധിച്ചതിനാൽ നീ കഠിനമായി വില
പിക്കും.'' പിന്നെ, അവനും ഉടനെതന്നെ 15
മരിക്കുവാൻ പോകുന്നതിനാൽ, അവൻ
ഇങ്ങനെ പറഞ്ഞു: ``എന്റെ സഹോദരന്മാ 16
രുടെ അത്യുത്തമ സാക്ഷ്യം ഞാൻ ഉപേ
ക്ഷിക്കുകയില്ല. നമ്മുടെ ദേശത്തോട്ട് കരു 17
ണയുണ്ടാകണമെന്ന് നമ്മുടെ പിതാക്കന്മാ
രുടെ ദൈവത്തെ ഞാൻ വിളിച്ച് അപേ
ക്ഷിക്കുന്നു. എന്നാൽ നിന്നോട്ട് ഈ ജീവി 18
തത്തിലും മരണാനന്തരവും അവൻ പ്രതി
കാരം ചെയ്യും.''

19 ഈ ശാപങ്ങൾ ഉച്ചരിച്ചുകഴിഞ്ഞ് ചട്ടി
യിലേക്ക് സ്വയം വലിച്ചെറിഞ്ഞ് അവൻ
ജീവിതം അവസാനിപ്പിച്ചു.

13 അപ്പോൾ, ആ ഏഴു സഹോദര
ന്മാർ മരണത്തോളം കഷ്ടതകളെ
നിസ്സാരമാക്കിയതിനാൽ, ആത്മാർത്ഥ
മായ വിവേകം വികാരങ്ങളുടെമേൽ വാ
ഴുന്നുവെന്ന് എല്ലാവരും സമ്മതിക്കണം.
2 എന്തെന്നാൽ, അവർ വികാരങ്ങൾക്ക്
അടിമപ്പെട്ട് അവിശുദ്ധഭക്ഷണം കഴിച്ചിരു
ന്നെങ്കിൽ ഈ വികാരങ്ങൾ അവരെ കീ
ഴടക്കിയെന്ന് നമുക്ക് പറയാമായിരുന്നു.
3 എന്നാൽ വാസ്തവത്തിൽ അത് അങ്ങനെ
യായിരുന്നില്ല. പകരം ദൈവമുമ്പാകെ പ്രീ
തിയുള്ള വിവേകത്താൽ അവർ അവരുടെ
4 വികാരങ്ങളെ അധീനമാക്കി. ഇവയുടെ
മേലുള്ള മനസ്സിന്റെ മേധാവിത്വം അവഗ
ണിക്കുവാൻ വയ്യ; കാരണം, ആ സഹോ
ദരങ്ങൾ വികാരങ്ങളെയും വേദനകളെയും
5 അധീനമാക്കി. അപ്പോൾ, തീ പോലുള്ള
തീവ്രവേദനയിൽ പിന്തിരിയാത്തവരു
ടെ, വികാരങ്ങളുടെ മേലുള്ള ശരിയായ
വിവേകത്തിന്റെ പരമാധികാരം ഏറ്റുപറ
യുന്നതിൽ പരാജയപ്പെടുന്നതെങ്ങനെ?
6 തുറമുഖങ്ങളിൽ പുറത്തേക്കു തള്ളി നില്ക്കു
ന്ന ഗോപുരങ്ങൾ, ഭയങ്കര തിരമാലകളെ
തടുത്തു നിറുത്തി, നദീമുഖത്തിനുള്ളിലേക്ക്
യാത്ര ചെയ്യുന്നവർക്ക് ശാന്തത ഉളവാക്കു
7 ന്നതുപോലെ, യുവാക്കളുടെ ഏഴു ഗോപുര
ങ്ങൾക്കു സമാനമായ വിവേകം മതതുറമുഖ
ത്തെ പ്രതിരോധസജ്ജമാക്കി, വികാരങ്ങ
8 ളുടെ കൊടുങ്കാറ്റിനെ കീഴടക്കുന്നു. അവർ
മതത്തിന്റെ ഒരു വിശുദ്ധ ഗായകസംഘം
9 രൂപീകരിച്ച് "സഹോദരങ്ങളേ, നമുക്ക്
സഹോദരങ്ങളെപ്പോലെ ന്യായപ്രമാണ
ത്തിനുവേണ്ടി മരിക്കാം; നമുക്ക് അഗ്നിച്ചൂ
ളയിൽ ഇതേ കഠിനപരീക്ഷ നിസ്സാരമാ
ക്കിയ അശ്ശൂരിലെ മൂന്നു യുവാക്കളെ അനു
കരിക്കാം" എന്ന് പറഞ്ഞ് പരസ്പരം പ്രോ
10 ത്സാഹിപ്പിച്ചു. "നമുക്ക് ഭക്തിയുടെ പ്രകട
11 നത്തിൽ ഭീരുക്കളാകാതിരിക്കാം." ഒരാൾ
"ധൈര്യപ്പെട്ടു, സഹോദരാ" എന്ന് പറ
ഞ്ഞപ്പോൾ, വേറൊരാൾ "കുലീനമായി
ധൈര്യം കാണിക്കുക" എന്ന് പറഞ്ഞു;
മറ്റൊരാൾ അവരെ ഓർമ്മിപ്പിച്ചു: ``എവി 12
ടെനിന്ന് നിങ്ങൾ വന്നുവെന്ന് ഓർക്കുക;
മതത്തിനുവേണ്ടി ആരുടെ കൈയാൽ
കൊല്ലപ്പെട്ടുവാൻ ഇസഹാക്ക് സമർപ്പി
തനായോ ആ പിതാവിനെയും ഓർക്കുക."
അവരിൽ ഓരോരുവനും, എല്ലാവരും ഒരു 13
മിച്ചും പരസ്പരം നോക്കി, സന്തോഷത്തോ
ടെയും ഭയമില്ലാതെയും പറഞ്ഞു: ``നമുക്ക്
ജീവൻ തന്ന ദൈവത്തിന് പൂർണ്ണഹൃദയ
ത്തോടെ നമ്മെത്തന്നെ വിശുദ്ധീകരിക്കാം;
നമ്മുടെ ശരീരങ്ങളെ ന്യായപ്രമാണത്തിനു
വേണ്ടിയുള്ള രക്ഷാവലയമായി ഉപയോഗി
ക്കാം. നമ്മെ കൊല്ലുന്നുവെന്ന് വിചാരിക്കു 14
ന്നവനെ നാം ഭയപ്പെടേണ്ട. എന്തെന്നാൽ 15
ആത്മാവിന്റെ ചെറുത്തുനില്പും ദൈവകല്പന
ലംഘിക്കുന്നവർക്കു മുമ്പിലുള്ള നിത്യദണ്ഡ
നത്തിന്റെ അപകടവും വളരെ വലുതാണ്.
അതുകൊണ്ട് നമുക്ക് ദൈവികവിവേകമെ 16
ന്ന ആത്മനിയന്ത്രണത്തിന്റെ പൂർണ്ണ പട
ച്ചട്ട അണിയാം. കാരണം, അങ്ങനെ നാം 17
മരിക്കുന്നുവെങ്കിൽ അബ്രഹാമും ഇസഹാ
ക്കും യാക്കോബും നമ്മെ സ്വാഗതം ചെയ്യും;
എല്ലാ പിതാക്കന്മാരും നമ്മെ പുകഴ്ത്തുകയും
ചെയ്യും." വലിച്ചിഴച്ചു കൊണ്ടുപോകപ്പെ 18
ട്ട ഓരോ സഹോദരന്മാരോടും ബാക്കിയു
ള്ളവർ പറഞ്ഞു: ``സഹോദരാ, ഞങ്ങളെ
നാണിപ്പിക്കരുത്; നമ്മുടെ മുമ്പിൽ മരിച്ച
സഹോദരന്മാരെ ഒറ്റുകൊടുക്കുകയുമരുത്."
ദൈവികവും സർവ്വജ്ഞാനമുള്ളതുമായ 19
ദൈവാനുഗ്രഹം എന്ന കുടുംബബന്ധങ്ങളു
ടെ സ്നേഹത്തെപ്പറ്റി നിങ്ങൾ അറിയാത്ത
വരല്ല; അത് പിതാക്കന്മാരിലൂടെ പിൻതല
മുറകളിലേക്ക് കൈമാറി തന്നതും അമ്മയു
ടെ ഗർഭത്തിൽ നിക്ഷേപിക്കപ്പെട്ടതുമാണ്.
അവിടെ ഓരോ സഹോദരനും തുല്യ കാ 20
ലയളവ് ചെലവഴിച്ചു; ഒരേ കാലയളവിൽ
രൂപപ്പെട്ടു; ഒരേ രക്തത്തിൽത്തന്നെ വളർ
ന്ന് ആ ഒരേ ജീവനിലൂടെ ദിവസത്തിന്റെ
വെളിച്ചത്തിലേക്ക് വന്നു. തുല്യമായ ഗർഭ 21

കാലത്തിനു ശേഷം ജനിച്ചപ്പോൾ അവർ
ഒരേ ഉറവയിൽനിന്നുതന്നെ പാലു കുടിച്ചു.
അത്തരം ആശ്ലേഷങ്ങളിൽ നിന്നാണ്
സഹോദരസ്നേഹമുള്ള ആത്മാക്കൾ പോ
22 ഷിപ്പിക്കപ്പെടുന്നത്. ഈ പൊതുപരിശീല
നത്തിലും നിത്യ ചങ്ങാത്തത്തിലും നിന്നും
പൊതു വിദ്യാഭ്യാസത്തിലും നമ്മുടെ ദൈ
വത്തിന്റെ ന്യായപ്രമാണത്തിലുള്ള ശിക്ഷ
ണത്തിലും നിന്നും അവർ ബലം പ്രാപിച്ച്
വളരുന്നു.
23 സഹതാപവും സഹോദരടസ്നേഹവും
അങ്ങ നെ സ്ഥാപിതമായതിനാൽ ആ
സഹോദരന്മാർ അന്യോന്യം കൂടുതൽ
24 സഹതാപമുള്ളവരായിരുന്നു. ഒരേ ന്യായ
പ്രമാണത്തിൽ അഭ്യസിക്കുകയും ഒരേ മൂ
ല്യങ്ങളിൽ പരിശീലിക്കുകയും, ശരിയായ
ജീവിതത്തിൽ വളർത്തപ്പെടുകയും ചെയ്ത
തിനാൽ അവർ പരസ്പരം കൂടുതൽ സ്നേ
25 ഹിച്ചു. കുലീനതയ്ക്കുള്ള ഒരു പൊതുവായ
എരിവ് അവരുടെ അന്യോന്യമുള്ള സൗ
മനസ്യത്തെയും ഒരുമയെയും ശക്തിപ്പെ
26 ടുത്തി. അത് മതത്തിന്റെ സഹായത്താൽ
തങ്ങളുടെ സഹോദരസ്നേഹം തീവ്രവികാര
മുള്ളതാക്കുവാൻ കഴിഞ്ഞതുകൊണ്ടാണ്.
27 എന്നാൽ പ്രകൃതവും ചങ്ങാത്തവും മൂല്യമു
ള്ള പെരുമാറ്റരീതികളും കുടുംബബന്ധങ്ങ
ളുടെ സ്നേഹം വർദ്ധിപ്പിച്ചിരുന്നു. അവരുടെ
സഹോദരന്മാർ ഉപദ്രവമേറ്റ് മരണത്തോ
ളം പീഡനമേല്ക്കുന്നതു കണ്ടപ്പോൾ ശേഷി
ച്ചവർ മതത്തിനുവേണ്ടി സഹിച്ചു.

14 കൂടാതെ പീഡനത്തെ നേരിടുവാൻ
അവർ അവരെ പ്രോത്സാഹിപ്പിച്ചു;
അതുകൊണ്ട് അവർ തങ്ങളുടെ കഠിനവേ
ദനകളെ നിസ്സാരമാക്കിയെന്ന് മാത്രമല്ല
സഹോദരസ്നേഹവികാരങ്ങളെ അധീനമാ
2 ക്കുകയും ചെയ്തു. രാജാവിനെക്കാൾ രാജകീ
യമായ, സ്വതന്ത്രരെക്കാൾ സ്വതന്ത്രനായ
3 വിവേകം! സപ്തസഹോദരങ്ങളുടെ മത
ത്തിനു വേണ്ടിയുള്ള വിശുദ്ധവും ഏകാത്മ
4 കവുമായ ഒരുമ! ഏഴു യുവാക്കളിൽ ആരും
ഭീരുവും മരണത്തിൽനിന്ന് പിന്മാറുന്നവനും
എന്ന് തെളിയിക്കപ്പെട്ടില്ല. എന്നാൽ അവ 5
രെല്ലാവരും അമർത്യതയിലേക്കുള്ള മത്സ
രത്തിൽ ഓടുന്നതുപോലെ പീഡനത്താ
ലുള്ള മരണത്തിലേക്ക് ധൃതിപ്പെട്ടു. കൈ 6
കാലുകൾ മനസ്സിന്റെ നിർദ്ദേശപ്രകാരം
ഒരുമയോടെ നീങ്ങുന്നതുപോലെ, ദൈവ
ഭക്തിയുടെ അനശ്വരാവേശത്താൽ ചലി
പ്പിക്കപ്പെട്ടതുപോലെ, ആ വിശുദ്ധാത്മാ
ക്കളും അതിനു വേണ്ടി മരണത്തിലേക്ക്
പോകുവാൻ സമ്മതിച്ചു.
ഒരുമയുള്ള അതിവിശുദ്ധരായ സപ്തസ 7
ഹോദരങ്ങൾ! മതത്തിനു ചുറ്റും ഗായക
സംഘ നൃത്തമായി സൃഷ്ടിയുടെ സപ്തദിന
ങ്ങൾ ചലിക്കുംപോലെതന്നെ ഈ യുവാ 8
ക്കളും ഒരു ഗായകസംഘമായി രൂപപ്പെ
ട്ട് പീഡനത്തിന്റെ സപ്താംഗഭീതിയെ വല
യംചെയ്ത് ഇല്ലാതാക്കി. ഇപ്പോഴും ഈ യു 9
വാക്കളുടെ കഷ്ടതകളെക്കുറിച്ച് കേൾക്കു
മ്പോൾ നാം സ്വയം നടുങ്ങുന്നു. എന്താണ്
സംഭവിക്കുന്നതെന്ന് അവർ കണ്ടു; ഭീഷ
ണിവാക്കുകൾ നേരിട്ടു കേട്ടു; മാത്രമല്ല
അതിലുള്ള കഷ്ടതകളും അതിലെ തീയുടെ
വേദനകളും ക്ഷമയോടെ സഹിക്കുകയും
ചെയ്തു. ഇതിനെക്കാൾ തീവ്രമായ വേദന 10
യുള്ളതെന്താണ്? തീയുടെ ശക്തി തീവ്രവും
ശീഘ്രതയുള്ളതുമാണ്; അത് അവരുടെ
ശരീരങ്ങളെ വേഗത്തിൽ ഇരയാക്കുകയും
ചെയ്തു.
വിവേകത്തിന് ഈ പുരുഷന്മാരുടെ പീ 11
ഡനങ്ങളിൽ സംപൂർണ്ണ നിയന്ത്രണമുണ്ടാ
യിരുന്നുവെന്നത് വിസ്മയിക്കത്തക്കതായി
വിചാരിക്കരുത്; കാരണം സ്ത്രീയുടെ മനസ്സ്
അതിനെക്കാൾ വൈവിദ്ധ്യമുള്ള വേദന
കൾപോലും നിസ്സാരമാക്കി; എന്തെന്നാൽ 12
ആ ഏഴു യുവാക്കളുടെ അമ്മ അവരുടെ
മക്കളിൽ ഓരോരുവന്റെയും പീഡനങ്ങളെ
സഹിച്ചു. ആന്തരികമായി തോന്നുന്ന ഒരു 13
വികാരത്തോട് ഓരോന്നിനെയും ആകർ
ഷിക്കുന്ന ഒരു അമ്മയുടെ സ്നേഹം എത്ര
സങ്കീർണമാണെന്ന് കാണുക. വിവേകബു 14
ദ്ധിയില്ലാത്ത മൃഗങ്ങൾക്കുപോലും മനുഷ്യ
ജീവികളെപ്പോലെതന്നെ തങ്ങളുടെ സന്ത

തികളോട് സഹതാപവും പൈതൃകസ്നേഹ
15 വുമുണ്ട്. ഉദാഹരണത്തിന്, പക്ഷികൾക്കി
ടയിൽ മെരുങ്ങിയവ അവരുടെ കുഞ്ഞുങ്ങ
ളെ വീടിന്റെ മുകളിലും മറ്റുള്ളവ കിഴക്കാം
16 തൂക്കായ വിള്ളലുകളിലും പൊത്തുകളിലും
മരത്തിന്റെ മുകളിലും കൂട്ട് പണിതു് കുഞ്ഞു
ങ്ങളെ വിരിയിക്കുന്നു; കൈയേറ്റക്കാരനെ
17 അകറ്റുകയും ചെയ്യുന്നു. കൈയേറ്റക്കാരനെ
അകറ്റി നിറുത്തുവാൻ അവയ്ക്ക് കഴിവില്ലെ
ങ്കിൽ സ്നേഹത്തിന്റെ ആധി മൂലം കുഞ്ഞു
ങ്ങൾക്കു ചുറ്റും വൃത്താകൃതിയിൽ പറന്ന്
തങ്ങളുടെ കരച്ചിലിനാൽ മുന്നറിയിപ്പു നല്കി
അവരെ സഹായിക്കുവാൻ തങ്ങളാൽ കഴി
18 യുന്നതു് ചെയ്യുന്നു. വിവേകമില്ലാത്ത ജന്തു
ക്കളുടെ ഉദാഹരണത്താൽ മക്കളോടുള്ള
ദയ വ്യക്തമാക്കേണ്ടി വരുന്നതു് എന്തുകൊ
19 ണ്ട്? കാരണം, തേനീച്ചകൾപോലും തേന
റകൾ നിർമ്മിക്കുമ്പോൾ കൈയേറ്റക്കാരെ
തടഞ്ഞുനിർത്തുന്നു; തങ്ങളുടെ തേനീച്ചക്കൂ
ടിനോട് അടുക്കുന്നവരെ ഇരുമ്പുശരംകൊ
ണ്ടെന്നപോലെ കുത്തി മരണത്തോളം
അതിനെ സംരക്ഷിക്കുന്നു.

20 എന്നാൽ മക്കളോടുള്ള ദയ യുവാക്ക
ളുടെ അമ്മയെ ഇളക്കിയില്ല; അവൾക്ക്
അബ്രാഹാമിന്റേതുപോലെ തന്നെയുള്ള
മനസ്സായിരുന്നു.

15 മക്കളുടെ വിവേകം വികാരങ്ങളുടെ
മേൽ ആധിപത്യം നടത്തുന്നു! അമ്മ
യ്ക്ക് മതം മക്കളെക്കാൾ അഭിലഷണീയമാ
2 യതു്. ഈ അമ്മയ്ക്ക് രണ്ടു മാർഗ്ഗങ്ങളാണ്
തുറന്നിരുന്നതു്; മതവും, സ്വേച്ഛാധിപതി
വാഗ്ദാനം ചെയ്തിരുന്നതുപോലെ അല്പനേ
രത്തേക്ക് അവളുടെ ഏഴു മക്കളുടെ നില
നില്പും.

3 അവൾ മതത്തെ കൂടുതൽ സ്നേഹിച്ചു;
ദൈവത്തിന്റെ വാഗ്ദാനമനുസരിച്ചുള്ള നി
ത്യജീവനുവേണ്ടി അവരെ സംരക്ഷിക്കുന്ന
4 ആ മതത്തെ. ഏതു രീതിയിലാണ് മക്കളെ
സ്നേഹിക്കുന്ന മാതാപിതാക്കളുടെ വികാര
ങ്ങൾ ഞാൻ വെളിപ്പെടുത്തേണ്ടതു്? ഒരു
കൊച്ചുകുട്ടിയുടെ സ്വഭാവത്തിലെ മനസ്സി
ന്റെയും പെരുമാറ്റരീതിയുടെയും അത്ഭുതക
രമായ സാമ്യത്തിൽ നാം മനസ്സുറപ്പിക്കുന്നു.
പ്രത്യേകിച്ച് പ്രസവവേദന കാരണം മാതാ
ക്കൾക്ക് പിതാക്കളെക്കാൾ മക്കളോട്
ആഴമായ ദയ ഉണ്ടെന്നുള്ളതു് സത്യമാണ്.
അമ്മമാർ ബലഹീനരും കൂടുതൽ മക്കളെ 5
പ്രസവിക്കുന്നവരും എന്ന നിലയിൽ
മക്കളെ കൂടുതൽ സ്നേഹിക്കുന്നു. ആ ഏഴ് 6
ആൺമക്കളുടെ അമ്മ ഏതു് അമ്മയെക്കാ
ളും അവളുടെ മക്കളെ സ്നേഹിച്ചു. ഏഴു ഗർ
ഭത്തിലും അവരോടുള്ള മൃദുവായ സ്നേഹം
അവൾ നട്ടിരുന്നു. അവരിൽ ഓരോരുത്തർ 7
ക്കുമായി ഏറെ വേദന സഹിച്ചതിനാൽ
അവൾക്ക് അവരോട് ദയയും ഉണ്ടായിരു
ന്നു; എന്നിട്ടും ദൈവഭയംകൊണ്ട് മക്കളു 8
ടെ താത്കാലിക സുരക്ഷ അവൾ അവ
ഗണിച്ചു.

അതു മാത്രമല്ല, അവളുടെ പുത്രന്മാ 9
രുടെ ശ്രേഷ്ഠതകൊണ്ടും ന്യായപ്രമാണ
ത്തോടുള്ള കൃത്യമായ അനുസരണംകൊ
ണ്ടും അവൾക്ക് അവരോട് അധികം ദയ
തോന്നി. അവർ നീതിയും ആത്മനിയന്ത്ര 10
ണവും ധൈര്യവും മഹാമനസ്കതയും ഉള്ള
വരായിരുന്നു; അവർ അവരുടെ സഹോദ
രന്മാരെയും അമ്മയെയും സ്നേഹിച്ചു; അതു
കൊണ്ട് ചട്ടങ്ങൾ പ്രമാണിക്കുന്നതിൽ
അവർ മരണത്തോളം അവളെ അനു
സരിച്ചു. എന്നാലും മക്കളോടുള്ള സ്നേഹ 11
ത്താൽ അവരോടൊപ്പം കഷ്ടത സഹി
ക്കുന്നതിന് ഏറെ ഘടകങ്ങൾ സ്വാധീനി
ച്ചിട്ടും അവളുടെ വിവേകത്തിന്റെ മാർഗ്ഗഭ്രം
ശത്തിന് വേണ്ടത്ര ശക്തമായി അവയിൽ
ഒന്നുംതന്നെ ഏറിയ പീഡനങ്ങൾ ആയി
രുന്നില്ല. എന്നാൽ ഓരോ മകനെയും വേ 12
റെവേറെയും എല്ലാവരെയും ഒരുമിച്ചും മത
ത്തിനുവേണ്ടിയുള്ള മരണത്തിന് അമ്മ
നിർബ്ബന്ധിച്ചു.

ഓ, വിശുദ്ധ പ്രകൃതി, പൈതൃക സ്നേഹ 13
ത്തിന്റെ വാത്സല്യം; മക്കളോടുള്ള മാതാ
പിതാക്കളുടെ മൃദുലവികാരം; അമ്മമാരുടെ
വളർത്തലും അജയ്യമായ കഷ്ടപ്പാടും! മതം 14
കാരണം മക്കളെ ഓരോരുത്തരെയായി

പീഡിപ്പിക്കുകയും ദഹിപ്പിക്കുകയും ചെയ്തത്
കണ്ട ഈ മാതാവ് അവളുടെ മനോഭാവം
15 മാറ്റിയില്ല. തന്റെ മക്കളുടെ മാംസം തീയിൽ
ദഹിച്ചതും, കൈകാൽവിരലുകൾ നിലത്ത്
ചിതറിയതും, തല മുതൽ താടി വരെയുള്ള
മാംസം മുഖംമൂടി പോലെ പൊളിച്ചെടുത്ത
തും അവൾ നോക്കിനിന്നു.
16 ഓ, അമ്മേ, അവർക്കു വേണ്ടി സഹിച്ച
പ്രസവവേദനയെക്കാൾ കഠിനമായ വേ
17 ദനയാൽ പരിശോധിക്കപ്പെട്ടവളേ! ഓ,
സ്ത്രീയേ, ഇത്തരം പൂർണ്ണമായ തീവ്രഭക്തി
18 ക്ക് മാത്രം ജന്മം നല്കിയവളേ! ആദ്യജാതൻ
അന്ത്യശ്വാസം വലിച്ചപ്പോഴോ, രണ്ടാമൻ
പീഡനങ്ങളിൽ നിന്നെ ദയനീയമായി നോ
ക്കിയപ്പോഴോ, മൂന്നാമൻ മരിച്ചപ്പോഴോ
19 അത് നിന്നെ പിന്തിരിപ്പിച്ചില്ല. ഓരോരു
ത്തരുടെയും പീഡനങ്ങളിൽ ഒരേ കഠിന
വേദനയാൽ തീവ്രമായി നിർന്നിമേഷം
നോക്കിയവരുടെ കണ്ണുകളിൽ നോക്കിയ
പ്പോഴും മരണസാമീപ്യത്തിന്റെ അടയാളം
അവരുടെ മൂക്കിൽ കണ്ടപ്പോഴും നീ കര
20 ഞ്ഞില്ല. മക്കളുടെ മാംസം മറ്റു മക്കളുടെ
മാംസത്തിന്മേൽ ദഹിപ്പിച്ചതും, മുറിക്കപ്പെ
ട്ട കൈകൾ കൈകളുടെ മേലും, തൊലിയു
രിക്കപ്പെട്ട തലകൾ തലകളുടെ മേലും നീ
കണ്ടപ്പോളും മൃതദേഹങ്ങളിന്മേൽ വീണ
മൃതദേഹങ്ങളും, പീഡനങ്ങളുടെ ധാരാളം
കാഴ്ചക്കാരാൽ ആ സ്ഥലം നിറഞ്ഞതും
കണ്ടപ്പോളും നീ കണ്ണീരൊഴുക്കിയില്ല.
21 പീഡനങ്ങളിൽപ്പെട്ട മക്കൾ അവരുടെ
അമ്മയെ വിളിച്ച സ്വരങ്ങൾപോലെ,
കാഹള നാദങ്ങളോ അരയന്നങ്ങളുടെ ഗീ
തങ്ങളോ കേൾവിക്കാരുടെ ശ്രദ്ധ ആകർ
22 ഷിച്ചില്ല. മക്കൾ ചക്രത്തിന്മേലും പഴുപ്പി
ച്ച ഇരുമ്പിനാലും പീഡിപ്പിക്കപ്പെട്ടപ്പോൾ
മാതാവ് എത്രയോ വലിയ തീവ്രവേദനക
23 ളാണ് സഹിച്ചത്. എന്നാൽ ആത്മാർത്ഥ
മായ വിവേകം വികാരങ്ങൾക്കിടയിൽ
ഒരു പുരുഷന്റെ ധൈര്യം അവളുടെ ഹൃദയ
ത്തിനു നല്കി. ആ സമയത്ത് മാതൃസ്നേഹം
അവഗണിക്കുവാൻ അവളെ ശക്തിപ്പെടു
24 ത്തി. ഏഴു മക്കളുടെ നാശത്തിനും പലത
രത്തിലുമുള്ള പീഡനങ്ങൾക്കും സാക്ഷി
യായെങ്കിലും ഈ ശ്രേഷ്ഠമാതാവ് ദൈ
വവിശ്വാസം മൂലം അവയെല്ലാം അവഗ
ണിച്ചു. സ്വന്ത ആത്മാവിന്റെ വിസ്താരമുറി 25
യിൽ അവൾ ശക്തരായ പക്ഷവാദികളെ
കണ്ടു - പ്രകൃതി, കുടുംബം, പൈതൃകസ്നേ
ഹം, കൂടാതെ അവളുടെ മക്കളുടെ പീഡന
ങ്ങൾ - ഈ അമ്മ രണ്ടു ചീട്ടുകൾ പിടിച്ചിരു 26
ന്നു; ഒന്ന് മരണത്തിന്റേത്; മറ്റേത് മക്കളുടെ
വിടുതലിന്റേത്. അല്പനേരത്തേക്കു മാത്രം 27
ഏഴു മക്കളെ സംരക്ഷിക്കുന്ന വിടുതൽ
അവൾ അംഗീകരിച്ചില്ല; എന്നാൽ ദൈവ
ഭയമുള്ള അബ്രഹാമിന്റെ മകളെപ്പോലെ
അവൾ അവന്റെ ആത്മധൈര്യം ഓർത്തു.
മത്സരത്തിന്റെ സമ്മാനം ഹൃദയത്തിൽ 28
എടുത്തുകൊണ്ടുപോയ ദേശത്തിന്റെ
അമ്മേ, ന്യായപ്രമാണം സത്യമെന്ന് സാ
ക്ഷിക്കുന്നവളേ, മതത്തിന്റെ പോരാട്ടക്കാ
രീ, അചഞ്ചല ചിത്തതയിൽ പുരുഷന്മാരെ 29
ക്കാൾ ശ്രേഷ്ഠ! സഹനശക്തിയിൽ ആണു
ങ്ങളെക്കാൾ ധൈര്യവതി! തിരമാലകളെ 30
നിശ്ചയദാർഢ്യത്തോടെ അതിജീവിച്ച,
ജലപ്രളയത്തിൽ ലോകത്തെ വഹിച്ച
നോഹയുടെ പെട്ടകമെന്നപോലെ ന്യാ 31
യപ്രമാണത്തിന്റെ രക്ഷകർത്താവായ
നീ, ഓരോ വശത്തുനിന്നുമുള്ള വികാരപ്ര
ളയത്തെ കീഴ്പ്പെടുത്തി, തീവ്രമായ കാറ്റുക
ളും നിന്റെ പുത്രന്മാരുടെ പീഡനവും ശ്രേ
ഷ്ഠമായി സഹിച്ചു, മതത്തെ ആക്രമിക്കുന്ന
ശീതകാല കൊടുങ്കാറ്റുകളെ പ്രതിരോധിച്ചു.

16 അപ്പോൾ, പ്രായത്തിൽ മുന്നിട്ടവളും
ഏഴു പുത്രന്മാരുടെ അമ്മയുമായ ഒരു
സ്ത്രീ, അവളുടെ മക്കൾ പീഡനമേറ്റു മരിക്കു
ന്നതു കണ്ടുകൊണ്ട് വേദന സഹിച്ചെങ്കിൽ
ആത്മാർത്ഥവിവേകം വികാരങ്ങളെ ഭരി
ക്കുന്നുവെന്ന് സമ്മതിക്കേണ്ടതുണ്ട്.
അപ്രകാരം, പുരുഷന്മാർ വികാരങ്ങളെ 2
ഭരിച്ചുവെന്ന് മാത്രമല്ല, ഒരു സ്ത്രീ ഏറ്റവും ക്രൂ
രമായ പീഡനങ്ങളെ നിസ്സാരമാക്കി എന്ന
തുംകൂടി ഞാൻ വ്യക്തമായി തെളിയിച്ചിട്ടു
ണ്ട്. ഏഴു പുത്രന്മാർ പലവിധത്തിൽ പീഡി 3

പ്പിക്കപ്പെടുന്നതു കണ്ടിട്ട് അവളുടെ സഹജ
മായ മാതൃസ്നേഹം ചുട്ടുപിടിച്ചതുപോലെ ദാ
നിയേലിനെ വളഞ്ഞ സിംഹങ്ങൾ അത്ര
ക്രുദ്ധമായിരുന്നില്ല; മീശായേലിന്റെ ഉഗ്രമാ
യി ജ്വലിക്കുന്ന തീച്ചൂള അത്ര തീവ്രമായി ചുട്ടു
4 ള്ളതായിരുന്നുമില്ല; എന്നാൽ ആ മാതാവ്
അസംഖ്യവും അത്തരം വലിയതുമായ വി
കാരങ്ങളെ ആത്മാർത്ഥ വിവേകംകൊണ്ട്
തണുപ്പിച്ചു.

5 ഇതുകൂടി പരിഗണിക്കുക: ഈ സ്ത്രീ ഒരമ്മ
യായിരിക്കേ മനക്കരുത്തില്ലാത്തവളായി
രുന്നെങ്കിൽ, അവരെപ്പറ്റി വിലപിക്കുമായി
രുന്നു; ചിലപ്പോൾ താഴെ കാണുംപോലെ
6 പറയുകയും ചെയ്യുമായിരുന്നു; ``എത്ര നിർ
ഭാഗ്യവതിയാണ് ഞാൻ, ഏറെ ദുഃഖിതയും!
ഏഴു മക്കളെ പ്രസവിച്ചിട്ട് ഇപ്പോൾ ഞാൻ
7 ആരുടേയും അമ്മയല്ല. എല്ലാം വൃഥാവി
ലായ ഏഴ് ശിശുജന്മങ്ങൾ; പ്രയോജനമി
ല്ലാത്ത ഏഴ് ഗർഭധാരണങ്ങൾ; ഫലമി
ല്ലാത്ത വളർത്തലുകൾ; നിർഭാഗ്യകരമായ
8 പരിചരണങ്ങൾ! എന്റെ മക്കളേ, നിങ്ങൾ
ക്കായി ഏറെ പ്രസവവേദനകൾ വെറുതേ
സഹിച്ചു; അതിലധികം നിങ്ങളെ വളർത്തു
9 ന്നതിലുള്ള ആകുലതകളും. അയ്യോ, എന്റെ
മക്കളേ, ചിലർ വിവാഹിതർ, മറ്റുള്ളവർ വി
വാഹിതരായിട്ടും സന്തതിയില്ലാത്തവർ.
ഞാൻ നിങ്ങളുടെ മക്കളെ കാണുകയില്ല;
എനിക്ക് വലിയമ്മ എന്ന് വിളിക്കപ്പെട്ടു
ന്നതിൽ സന്തോഷിക്കുവാനുമാകയില്ല.
10 അയ്യോ, ഏറെ സുന്ദരന്മാരായ മക്കളുണ്ടാ
യിരുന്ന ഞാൻ അനവധി ദുഃഖങ്ങളോടെ
ഒരു വിധവയും ഏകാകിയുമായിരിക്കുന്നു;
11 ഞാൻ മരിക്കുമ്പോൾ എന്നെ സംസ്കരിക്കു
വാൻ എന്റെ പുത്രന്മാരിൽ ആരും ഉണ്ടാ
കുകയുമില്ല.

12 എന്നാൽ ഒരിക്കലും ആ വിശുദ്ധയും
ദൈവഭയമുള്ളവളുമായ അമ്മ അവർക്കു
വേണ്ടി അത്തരം വിലാപത്തോടെ സങ്കടം
പറഞ്ഞില്ല; അവരിൽ ആരെയും മരണ
ത്തിൽനിന്ന് പിന്തിരിപ്പിച്ചതുമില്ല; അവർ
13 മരിക്കുമ്പോൾ ദുഃഖിച്ചുമില്ല നേരേമറിച്ച്, ദൃ
ഢമായതും അവളുടെ എല്ലാ പുത്രന്മാർക്കും
അമർത്യതയുടെ പുനർജനനം നല്കുന്നതിനു
മുള്ള മനസ്സുള്ളവിധം മതത്തിനു വേണ്ടിയു
ള്ള മരണത്തിന് അവൾ അവരോട് അഭ്യർ
ത്ഥിക്കുകയും അവരെ നിർബ്ബന്ധിക്കുകയും
ചെയ്തു.

ഓ അമ്മേ, മതത്തിനു വേണ്ടിയുള്ള ദൈ 14
വത്തിന്റെ പടയാളീ, നീ ഒരു സ്ത്രീയും! ഒരു
വൃദ്ധയും, എന്നാൽ മനസ്സിന്റെ ദൃഢതയിൽ
ക്രൂരസ്വേച്ഛാധിപതിയെപ്പോലും നീ കീഴ്പ്പെടു
ത്തി; വാക്കിലും പ്രവൃത്തിയിലും ഒരു പുരു
ഷനെക്കാൾ ശക്തയെന്ന് തെളിയിക്കുക
യും ചെയ്തു. കാരണം, നീയും നിന്റെ പുത്ര 15
ന്മാരും ഒന്നിച്ച് പിടിക്കപ്പെട്ടപ്പോൾ, ഏലി
യാസർ പീഡിപ്പിക്കപ്പെടുന്നതു കണ്ട്
നീ നിന്റെ പുത്രന്മാരോട് എബ്രായഭാഷ
യിൽ പറഞ്ഞു: ``എന്റെ മക്കളേ, ദേശ 16
ത്തിന് സാക്ഷ്യം വഹിക്കുവാൻ നിങ്ങൾ
വിളിക്കപ്പെട്ടിരിക്കുന്ന പോരാട്ടം ശ്രേഷ്ഠ
മാണ്. നമ്മുടെ പൈതൃകമായ പ്രമാണ
ത്തിനു വേണ്ടി എരിവോടെ പോരാടുക.
കാരണം, മതത്തിനു വേണ്ടി വൃദ്ധനായ 17
മനുഷ്യൻ അത്തരം തീവ്രവേദനകൾ സഹി
ക്കുമ്പോൾ, യുവാക്കളായ നിങ്ങൾ പീഡ
നത്തെ ഭയപ്പെടുകയാണെങ്കിൽ അത്
ലജ്ജാകരമായിരിക്കും. നിങ്ങൾക്ക് ലോക 18
ത്തിൽ ഒരു ഓഹരി ഉണ്ടായതും ജീവിതം
ആസ്വദിച്ചതും ദൈവം മൂലമാണെന്ന് ഓർ
ക്കുക. അതുകൊണ്ട്, ദൈവത്തിനു വേണ്ടി 19
യുള്ള ഏതു കഷ്ടതയും നിങ്ങൾ സഹിക്ക
ണം. അവനു വേണ്ടി നമ്മുടെ പിതാവായ 20
അബ്രഹാം അവന്റെ പുത്രനും നമ്മുടെ ദേ
ശത്തിന്റെ പൂർവ്വികനുമായ ഇസഹാക്കി
നെ ബലി കഴിക്കുവാൻ എരിവുള്ളവനാ
യി; ഇസഹാക്ക് പിതാവിന്റെ കൈയിൽ
കത്തി പിടിച്ചിരിക്കുന്നതും അത് അവനി
ലേക്ക് താഴുന്നതും കണ്ടപ്പോൾ പതുങ്ങി
യതുമില്ല. നീതിമാനായ ദാനിയേൽ സിം 21
ഹങ്ങൾക്കായി എറിയപ്പെട്ടു, ഹനനിയാ
യും അസര്യാവും മീശായേലും എരിയുന്ന
ചൂളയിലേക്ക് വലിച്ചെറിയപ്പെട്ടു; ദൈവ
ത്തിനു വേണ്ടി അവർ അതു സഹിക്കുകയും
ചെയ്തു. നിങ്ങൾക്കും ദൈവത്തിൽ അതേ 22

വിശ്വാസം ഉണ്ടായിരിക്കണം. ദുഃഖിക്കരുത്.
23 മതബോധമുള്ളവർ വേദന സഹിക്കാതിരി
ക്കുന്നത് അവിവേകമാണ്.''
24 ഈ വാക്കുകളാൽ, ദൈവകല്പനകൾ
ലംഘിക്കുന്നതിനെക്കാൾ മരിക്കുവാൻ വേ
ണ്ടി ഏഴുപേരുടെ അമ്മ ഓരോ മകനെയും
ധൈര്യപ്പെടുത്തുകയും പ്രേരിപ്പിക്കുകയും
25 ചെയ്തു. ദൈവത്തിനു വേണ്ടി മരിക്കുന്ന
വർ, ഗോത്രപിതാക്കന്മാരായ അബ്രഹാമും
ഇസഹാക്കും യാക്കോബും ആയിരുന്നതു
പോലെ ദൈവത്തിനായി ജീവിക്കുന്നുവെ
ന്ന് അവർ അറിയുകയും ചെയ്തു.

17 അവളെയും പിടിക്കുവാനും കൊല്ലു
വാനും തുടങ്ങുന്ന നേരത്ത് അവളുടെ
ശരീരത്തിൽ ആരും തൊടാതിരിക്കുവാൻ
അവൾ തീയിലേക്ക് സ്വയം ചാടിയതായി
ചില കാവല്ക്കാർ പറഞ്ഞു.
2 നിന്റെ ഏഴു പുത്രന്മാരോടുകൂടി സ്വേച്ഛാ
ധിപതിയുടെ തീവ്രമായ അക്രമം ബലഹീന
മാക്കി; ദുഷ്ടപദ്ധതികളെ വ്യർത്ഥമാക്കി,
നിന്റെ വിശ്വാസത്തിന്റെ ധൈര്യം പ്രക
3 ടിപ്പിച്ച അമ്മ! നിന്റെ മക്കളുടെ തൂണുക
ളിന്മേൽ ശ്രേഷ്ഠമായി സ്ഥാപിച്ച മേല്ക്കൂര
പോലെ പീഡനങ്ങളുടെ ഭൂമികുലുക്കത്തി
നെതിരേ നീ ഉറച്ച് വ്യതിചലിക്കാതെ
4 നിന്നു; അതുകൊണ്ട് ദൈവത്തിലുള്ള സഹ
നാത്മക പ്രത്യാശ ഉറപ്പായി സംരക്ഷിച്ച്
വിശുദ്ധമാനസയായ അമ്മേ, ധൈര്യപ്പെ
5 ടുക. നക്ഷത്രതുല്യരായ ഏഴു പുത്രന്മാരുടെ
ദൈവഭക്തിമാർഗ്ഗത്തിൽ പ്രകാശം പര
ത്തിയിട്ട് ബഹുമാന്യമായി ദൈവമുമ്പാകെ
നില്ക്കുകയും അവരോടൊപ്പം സ്വർഗ്ഗത്തിൽ
ഉറപ്പിക്കപ്പെടുകയും ചെയ്ത നിന്നെപ്പോലെ
അത്ര ബഹുമാന്യമായി ആകാശത്തിലെ
നക്ഷത്രങ്ങളോടൊപ്പം ചന്ദ്രൻ നില്ക്കുന്നില്ല.
6 എന്തെന്നാൽ, നിന്റെ മക്കൾ പിതാവായ
അബ്രഹാമിന്റെ പിന്മുറക്കാരായിരുന്നു.
7 ഒരു കലാകാരനെപ്പോലെ നമുക്ക്
നിന്റെ മതത്തിന്റെ ചരിത്രം വരയ്ക്കുവാൻ
കഴിയുമായിരുന്നെങ്കിൽ, അത് ആദ്യം കാ
ണുന്നവർ മതത്തിനുവേണ്ടി പലവിധ പീ
ഡനങ്ങൾ സഹിക്കുന്ന ഏഴു മക്കളുടെ
അമ്മയെ കണ്ട് ഭയന്നു വിറയ്ക്കുമായിരുന്നി
ല്ലേ? നമ്മുടെ ദേശത്തുള്ള ജനങ്ങളെ ഓർ 8
മ്മിപ്പിക്കുന്നതിനായി അവരുടെ ശവകുടീ
രത്തിൽ ഈ വാക്കുകൾ രേഖപ്പെടുത്തുന്ന
ത് തീർച്ചയായും യുക്തം തന്നെ. "ഒരു വൃ 9
ദ്ധനായ പുരോഹിതനും, വൃദ്ധയായ ഒരു
സ്ത്രീയും ഏഴു മക്കളും എബ്രായരുടെ ജീവി
തവഴി നശിപ്പിക്കുവാൻ ആഗ്രഹിച്ച ക്രൂര
സ്വേച്ഛാധിപതിയുടെ തീവ്രമായ അക്രമ
ങ്ങൾകൊണ്ട് ഇവിടെ സംസ്കരിക്കപ്പെട്ടി
രിക്കുന്നു. അവർ ദൈവത്തെ ആരായുന്ന 10
വരും മരണത്തോളം പീഡനത്തെ സഹി
ക്കുന്നവരുമായ ഒരു ജനതയെ യാഥാർ
ത്ഥ്യമായി വെളിപ്പെടുത്തി."
അവർ ഏർപ്പെട്ടിരുന്ന പോരാട്ടം സത്യ 11
മായും - കാരണം, ആ ദിവസം നന്മ, സമ്മാ 12
നങ്ങൾ നല്കുകയും അവരുടെ സഹനശ
ക്തി പരിശോധിക്കുകയും ചെയ്തു. അവസാ
നമില്ലാത്ത ജീവിതത്തിലെ അമർത്യതയാ
യിരുന്നു സമ്മാനം. ഏലിയാസർ ആയിരു 13
ന്നു ആദ്യ പോരാട്ടക്കാരൻ; ഏഴു പുത്രന്മാരു
ടെ അമ്മ പോരാട്ടത്തിൽ ചേർന്നു; സഹോ
ദരന്മാർ പോരാടുകയും ചെയ്തു. ക്രൂരസ്വേച്ഛാ 14
ധിപതിയായിരുന്നു എതിരാളി; ലോകവും
മനുഷ്യവർഗ്ഗവും കാഴ്ചക്കാരുമായിരുന്നു.
ദൈവഭയമായിരുന്നു ജയാളി; അതിന്റെ 15
സ്വന്തം അഭ്യാസികൾക്ക് കിരീടം നല്കുക
യും ചെയ്തു.
ദൈവികമായി നിർമ്മിക്കപ്പെട്ട നിയമ 16
ങ്ങളുടെ അഭ്യാസികളെ പുകഴ്ത്താത്തവരാ
ര്? അവരെപ്പറ്റി ആശ്ചര്യപ്പെടാത്തവരാ
ര്? സ്വേച്ഛാധിപതി തന്നത്താനും അവ 17
ന്റെ ആലോചനക്കാരെല്ലാവരും അവരുടെ
സഹനശക്തിയിൽ ആശ്ചര്യപ്പെട്ടു. അതു 18
കൊണ്ട് അവർ ഇപ്പോൾ ദൈവികസിം
ഹാസനത്തിൻ മുമ്പാകെ നില്ക്കുകയും നി
ത്യമായ അനുഗ്രഹത്തിൽ ജീവിക്കുകയും
ചെയ്യുന്നു. എന്തെന്നാൽ, മോശെ പറയു 19
ന്നു: ``വിശുദ്ധീകരിക്കപ്പെട്ടവരെല്ലാം നിന്റെ
കൈക്കീഴിലാണ്.''
അപ്പോൾ ദൈവത്തിനു വേണ്ടി വിശ്വ 20

ദ്ധീകരിക്കപ്പെട്ട ഇവർ ബഹുമാനിതരായി
രിക്കുന്നത് ഈ ബഹുമതികൊണ്ടു മാത്രമ
ല്ല, അവൻ മൂലം നമ്മുടെ ശത്രുക്കൾ നമ്മുടെ
ദേശത്തെ ഭരിച്ചില്ല എന്ന വസ്തുത കൊണ്ടും
21 കൂടിയാണ്. സ്വേച്ഛാധിപതി ശിക്ഷിക്കപ്പെ
ട്ടു; മാതൃദേശം ശുദ്ധീകരിക്കപ്പെട്ടു; - അവർ
അതായിരുന്നതുപോലെ, നമ്മുടെ ദേശ
ത്തിന്റെ പാപത്തിനു വേണ്ടിയുള്ള ഒരു മോ
22 ചനദ്രവ്യമായിത്തീർന്നു. ആ ദൈവഭക്ത
രായ ഓരോരുത്തരുടെയും രക്തത്താലും,
പാപപരിഹാരബലിയായ അവരുടെ മര
ണത്താലും ദൈവികാനുഗ്രഹം നേരത്തേ
ദുർന്നടപടിക്ക് വിധേയമായ യിസ്രായേലി
നെ സംരക്ഷിച്ചു.
23 സ്വേച്ഛാധിപതിയായ അന്ത്യോക്കസ്
അവരുടെ മൂല്യത്തിനായുള്ള ധൈര്യവും
പീഡനങ്ങളിലുള്ള സഹനശക്തിയും കണ്ട
പ്പോൾ, അവന്റെ ഭടന്മാർക്ക് സഹനശ
ക്തിയുടെ മാതൃകയായി അവരെ പ്രഖ്യാ
24 പിച്ചു. ഇത് അവരെ മുന്നണിപ്പോരാട്ടത്തി
നും വലയംചെയ്തുള്ള യുദ്ധത്തിനും വേണ്ടി
ഭയരഹിതരും ധീരന്മാരും ആക്കി; അവൻ
എല്ലാ ശത്രുക്കൾക്കും നാശം വരുത്തി കീ
ഴടക്കുകയും ചെയ്തു.

18 ഓ, യിസ്രായേൽ മക്കളേ, അബ്രാ
ഹാമിന്റെ (വിത്തിൽനിന്നുള്ള) സന്ത
തികളേ, ഈ പ്രമാണം അനുസരിക്കുക
യും എല്ലാ വിധത്തിലും ദൈവഭക്തി അഭ്യ
2 സിക്കുകയും ചെയ്യുക; ഭക്തിയോടുകൂടിയ
വിവേകം ആന്തരികമായത് മാത്രമല്ല, ബാ
ഹ്യമായ വേദനകളുടെയും എല്ലാ വികാര
ങ്ങളുടെയും യജമാനനാണെന്ന് അറിഞ്ഞു
കൊണ്ടുതന്നെ.
3 അതുകൊണ്ട് മതത്തിനു വേണ്ടി തങ്ങ
ളുടെ ശരീരങ്ങൾ കഷ്ടതകൾക്കായി നല്കി
യവരെ മർത്ത്യർ ശ്ലാഘിച്ചെന്നു മാത്രമല്ല,
ഒരു ദൈവികാവകാശത്തിന്റെ ഓഹരിക്ക്
അവർ യോഗ്യരായിത്തീരുകയും ചെയ്തു.
4 അവരാൽ ദേശം സമാധാനം നേടി, മാതൃരാ
ജ്യത്ത് ന്യായപ്രമാണത്തിന്റെ ആചരണം
പൂർവ്വസ്ഥിതിയിലാക്കി, അവർ ശത്രുവിനെ
തകർത്തു കളയുകയും ചെയ്തു. സ്വേച്ഛാധിപ 5
തിയായ അന്ത്യോക്കസ് ഭൂമിയിൽ ശിക്ഷി
ക്കപ്പെടുകയും അവന്റെ മരണാനന്തരം ശി
ക്ഷിക്കപ്പെട്ടുകൊണ്ടിരിക്കുകയുമാണ്. പുറ
ജാതികളായിത്തീരുവാനും അവരുടെ പൈ
തൃകാചരണങ്ങൾ കൈവെടിയുവാനും യി
സ്രായേല്യരെ നിർബ്ബന്ധിക്കുവാൻ ഒരുത
രത്തിലും കഴിയാതെ അവൻ യെരുശലേം
വിട്ട് പേർഷ്യാക്കാർക്കെതിരേ മുന്നേറി.
ആ ഏഴു പുത്രന്മാരുടെ അമ്മ അവളുടെ 6
മക്കൾക്ക് ഈ തത്ത്വങ്ങൾ വെളിപ്പെടു
ത്തി. ``ഞാനൊരു ശുദ്ധയായ കന്യകയാ 7
യിരുന്നു; എന്റെ അപ്പന്റെ വീടുവിട്ട് പുറത്തു
പോയിട്ടില്ല; എന്നാൽ, സ്ത്രീയെ നിർമ്മിച്ച
വാരിയെല്ലിനെ ഞാൻ കാത്തു. മരുഭൂമിയി 8
ലെ സമതലത്തിൽ ഒരു അസന്മാർഗ്ഗിയും
എന്നെ കളങ്കപ്പെടുത്തിയില്ല; നാശകാരി,
വഞ്ചകനായ സർപ്പം, എന്റെ കന്യകാത്വ
ത്തിന്റെ പരിശുദ്ധിയെ അശുദ്ധമാക്കിയു
മില്ല. എന്റെ പ്രായപൂർത്തിയുടെ കാലത്ത് 9
ഞാൻ എന്റെ ഭർത്താവിനോടൊത്ത്
കഴിഞ്ഞു; ഈ പുത്രന്മാർ വളർച്ചയെത്തി
യപ്പോൾ അവരുടെ അപ്പൻ മരിക്കുകയും
ചെയ്തു. അവൻ ജീവിതത്തിൽ നല്ല മക്കളോ
ടൊത്തു കഴിഞ്ഞു; ഭാഗ്യവാനായ മനുഷ്യനാ 10
യിരുന്നു; മരണത്താലുള്ള ദുഃഖം അവന്
ഉണ്ടായതുമില്ല. അവൻ നിങ്ങളോടൊപ്പമു
ണ്ടായിരുന്നപ്പോൾ നിങ്ങളെ ന്യായപ്രമാ
ണവും പ്രവചനങ്ങളും പഠിപ്പിച്ചു. കായേൻ 11
ഹാബേലിനെ കൊന്നതിനെപ്പറ്റിയും ദഹ
നയാഗമായി സമർപ്പിക്കപ്പെട്ട ഇസഹാ
ക്കിനെപ്പറ്റിയും, കാരാഗൃഹത്തിലെ യൗ
സേപ്പിനെപ്പറ്റിയും നിങ്ങളെ വായിച്ചു കേൾ
പ്പിച്ചു. ഫിനഹാസിന്റെ എരിവിനെപ്പറ്റി 12
അവൻ നിങ്ങളോടു പറഞ്ഞു; തീയിൽപെട്ട
ഹാനനിയ, അസര്യാവ്, മീശായേൽ എന്നി
വരെപ്പറ്റി പഠിപ്പിച്ചു; അവൻ സിംഹക്കുഴി 13
യിലെ ദാനീയേലിനെ പുകഴ്ത്തി, അവനെ
വാഴ്ത്തി. `നിങ്ങൾ തീയിൽക്കൂടി നടന്നാൽ 14
വെന്തുപോകയില്ല; അഗ്നിജ്വാല നിന്നെ
ദഹിപ്പിക്കയില്ല' എന്ന് യെശയ്യാവ് പറയു
ന്ന വേദഭാഗം നിങ്ങളെ അവൻ ഓർമ്മിപ്പി

15 ച്ച. 'നീതിമാന്റെ അനർത്ഥങ്ങൾ അസംഖ്യ
മാകുന്നു' എന്ന് പറഞ്ഞ സങ്കീർത്തനക്കാ
രനായ ദാവീദിന്റെ പാട്ടുകൾ അവൻ നി
16 ങ്ങൾക്കായി പാടി. 'അവന്റെ ഇഷ്ടം ചെ
യ്യുന്നവർക്ക് ഒരു ജീവവൃക്ഷമുണ്ട്' എന്ന
ശലോമോന്റെ സദൃശ്യവാക്യം നിങ്ങൾക്കു
17 വേണ്ടി അവൻ ആവർത്തിച്ചു. 'ഈ ഉണ
ങ്ങിയ അസ്ഥികൾ ജീവിക്കുമോ' എന്ന
യെഹെസ്കേലിന്റെ ചോദ്യം സ്ഥിരീകരി
18 ച്ചു. 'ഞാൻ കൊല്ലുന്നു; ജീവിപ്പിക്കുകയും ചെ
19 യ്യുന്നു; ഇതാണ് നിങ്ങളുടെ ജീവിതവും നാ
ളുകളുടെ നീളവും' എന്ന് പറയുന്ന മോശെ
പഠിപ്പിച്ച പാട്ട് നിങ്ങളെ പഠിപ്പിക്കുവാൻ
അവൻ മറന്നില്ല.''

20 യവനരുടെ ആ അസഹ്യനായ ക്രൂര
സ്വേച്ഛാധിപതി, അവന്റെ ക്രൂരമായ കു
ട്ടളങ്ങളിലെ തീ കൊണ്ട് തീയെ തണു
പ്പിച്ച് അവന്റെ കത്തുന്ന കോപത്തിൽ
അബ്രാഹാമിന്റെ മക്കളുടെ ഏഴു പുത്രന്മാ
രെ തെറ്റാലികളിലേക്കും വീണ്ടും തിരികെ
കൂടുതൽ പീഡനങ്ങളിലേക്കും കൊണ്ടുവ
ന്നു. അഹോ, ആ ദിവസം കയ്പുള്ളതായി
രുന്നു - എങ്കിലും അത്ര കടുത്തതായിരു
ന്നില്ല. അവരുടെ കണ്ണുകളുടെ കൃഷ്ണമണി 21
കൾ കുത്തിക്കീറുകയും നാവുകൾ മുറിച്ചുക
ളയുകയും പലവിധ പീഡനങ്ങളാൽ കൊ
ല്ലുകയും ചെയ്തു. ഈ കുറ്റങ്ങൾക്ക് ശപ്തനായ 22
ക്രൂരസ്വേച്ഛാധിപതിയെ ദൈവികനീതി പി
ന്തുടർന്നു; പിന്തുടരുകയും ചെയ്യും. എന്നാൽ 23
അബ്രാഹാമിന്റെ പുത്രന്മാരെ, അവരുടെ
ജയാളിയായ അമ്മയോടൊത്ത് പിതാക്ക
ന്മാരുടെ ഗായകസംഘത്തിലേക്ക് ഒരുമി
ച്ചു കൂട്ടിച്ചേർത്തിരിക്കുന്നു. (ദൈവത്തിൽനി
ന്ന്) പരിശുദ്ധവും അനശ്വരവുമായ ആത്മാ
ക്കളെ സ്വീകരിച്ചിരിക്കുന്നു. ആ ദൈവത്തി 24
ന് എന്നുമെന്നേക്കും മഹത്ത്വമുണ്ടായിരി
ക്കട്ടെ. ആമ്മീൻ

5 മക്കാബിയർ

'അറബി 2 മക്കാബിയർ' അഥവാ 'അറബി മക്കാബിയർ' എന്നും അറിയപ്പെടുന്ന മക്കാബിയരുടെ അഞ്ചാം പുസ്തകം, ബിസി രണ്ട്, ഒന്ന് നൂറ്റാണ്ടുകളിലെ ചരിത്രവുമായി ബന്ധപ്പെട്ട ഒരു പുരാതന യഹൂദ കൃതിയാണ്. ബിസി 186-ൽ യെരുശലേം ദൈവാലയം കൊള്ളയടിക്കുവാനുള്ള ഹെലിയോഡോറസിന്റെ ശ്രമം മുതൽ ബിസി ആറോടെ ഹെരോദ് ചക്രവർത്തിയുടെ രണ്ട് പുത്രന്മാരുടെ മരണം വരെയുള്ള സംഭവങ്ങൾ ഈ പുസ്തകം രേഖപ്പെടുത്തുന്നു. എ.ഡി. ഒന്നാം നൂറ്റാണ്ടിന്റെ അവസാനമാണ്

എബ്രായ ഭാഷയിലാണ് ആദ്യം എഴുതപ്പെട്ടതെന്നു കരുതുന്നുവെങ്കിലും 5 മക്കാബിയറിന്റെ എബ്രായ കയ്യെഴുത്തു പ്രതികളൊന്നും ലഭ്യമല്ല. അറബി (എ.ഡി. 1579 ലെ അറബി കയ്യെഴുത്തു പുസ്തകമായ Vat. ar. 468 ലെ 718v മുതൽ -759v വരെ പേജുകൾ), അറബി കർസോനി (സുറിയാനി ലിപിയിലുള്ള അറബിപുസ്തകം) (എ.ഡി. 15814 ലെ Borg. syr. 28, ൽ 412v മുതൽ 482v വരെയുള്ള പേജുകൾ) എന്നീ തരത്തിലുള്ള കയ്യെഴുത്തു പ്രതികൾ ലഭ്യമാണ്. Henry Cotton പ്രസാധനം ചെയ്ത 'The Five Books of Maccabees in English' ൽ കൊടുത്തിരിക്കുന്ന 5 മക്കാബിയരിന്റെ ഇംഗ്ലീഷ് പരിഭാഷയാണ് ഇവിടെ ആധാരമാക്കിയിരിക്കുന്നത്.

ഒന്നും രണ്ടും മക്കാബിയർ പുസ്തകത്തിലെ വിവരിച്ചിരിക്കുന്ന പല സംഭവങ്ങളും 5 മക്കാബിയരിൽ രേഖപ്പെടുത്തിയിട്ടുണ്ട്. എബ്രായ തിരുവെഴുത്തുകളെ '24 പുസ്തകങ്ങൾ' എന്നും യെരുശലേം ദൈവാലത്തെ 'ദൈവാലയം' ('the house of God') എന്നും 'വിശുദ്ധ മന്ദിരം' ('the holy house') എന്നും, യഹൂദ്യയെ 'വിശുദ്ധ ആലയത്തിന്റെ പ്രദേശം' ('the land of the holy house') എന്നും, യെരുശലേമിനെ 'വിശുദ്ധ ആലയത്തിന്റെ നഗരം'('the city of the holy house') എന്നുമുള്ള പേരുകളിൽ 5 മക്കാബിയരിൽ രേഖപ്പെടുത്തിയിരിക്കുന്നു.

മക്കാബിയപുസ്തകങ്ങളും, ജോസഫസിന്റെ രചനകളും, കൂടാതെ കുറേനക്കാരനായ ജാസൺ, തിബര്യയിലെ ജസ്റ്റസ്, ദമാസ്കസിലെ നിക്കോളോവാസ എന്നിവരുടെ രചനകളും മക്കാബിയരുടെ അഞ്ചാം പുസ്തകത്തിന്റെ രചനയിൽ അവലംബമായെടുത്തിട്ടുണ്ടെന്നാണ് പണ്ഡിതമതം. ജോസഫസിന്റെ രചനകളിലുള്ളതിൽ നിന്നും വ്യത്യസ്തമാണ് ചില പ്രതിപാദനങ്ങൾ. ഉദാഹരണമായി, ഹെരോദിന്റെ പിതാവായ അന്തിപ്പേറ്റർ ബാബേലിൽ നിന്ന് എസ്രായോടൊപ്പം വന്ന ഒരു യഹൂദനാണെന്ന് മക്കാബിയരുടെ അഞ്ചാം പുസ്തകത്തിൽ പറയുന്നു (5 മക്കാബിയർ 35:1), എന്നാൽ അന്തിപ്പേറ്റർ ഒരു ഏദോമ്യനാണെന്നാണ് ജോസഫസ് പറയുന്നത് (Antiquities of the Jews (യഹൂദപൗരാണികത) — Book XIV, അദ്ധ്യായം 1).

കാലഗണനകൾ കൃത്യമല്ലാത്ത ചില ഭാഗങ്ങളും കാണാം. ഉദാഹരണമായി, ഏലിയാസാറിനെക്കുറിച്ച് അദ്ധ്യായം രണ്ടിലും അദ്ധ്യായം നാലിലും പറഞ്ഞിരിക്കുന്നതു തമ്മിൽ കാലഗണന കൃത്യമാകുന്നില്ല. അതേപോലെ സെബസ്റ്റി എന്ന പേര് ശമര്യയ്ക്കു നല്കുന്നകാലത്തിന് മുൻപുള്ള ചരിത്രം വിവരിക്കുന്ന ഭാഗത്ത് ഉപയോഗിച്ചിരിക്കുന്നു.

5 മക്കാബിയർ

(ടോളമി ഫിലാഡൽഫസിന്റെ കീഴിൽ എബ്രായ തിരുവെഴുത്തുകൾ ഗ്രീക്കിലേക്ക് വിവർത്തനം ചെയ്തതു മുതൽ (ബി.സി. 277) ക്രിസ്തുവിന് മുമ്പുള്ള അഞ്ചാമത്തെയോ ആറാമത്തെയോ വർഷം ഹെരോദാവിന്റെ രണ്ട് പുത്രന്മാരുടെ മരണം വരെയുള്ള സംഭവങ്ങളുടെ രേഖ.)

ഗ്രീക്കിലെ വിജാതീയരുടെ രാജാ
ക്കൻമാരുടെ ഉത്തരവുപ്രകാരം
എല്ലാ വർഷവും വലിയ തുകകൾ വിശുദ്ധ
നഗരത്തിലേക്ക് അയച്ച് പുരോഹിതന്മാ
രെ ഏൽപ്പിക്കുകയും, അനാഥർക്കും വി
ധവകൾക്കും ഉള്ള സഹായത്തിനായി,
അവർ അത് ദൈവത്തിന്റെ ആലയത്തി
ന്റെ ഭണ്ഡാരത്തിൽ ചേർക്കുകയും വേണം.
2 അക്കാലത്ത് സെല്യൂക്കസ് മക്കദോന്യ
യിൽ രാജാവായിരുന്നു. അവന്റെ സേനാ
നായകന്മാരിൽ ഒരാളായിരുന്ന ഹെലി
യോഡോറസ്, രാജാവുമായി നല്ല അടുപ്പം
പുലർത്തിയിരുന്നു. ഭണ്ഡാരം കൊള്ളയടി
ക്കാനും അതിലുള്ള പണം എടുക്കാനുമാ
3 യി സെല്യൂക്കസ് ഇയാളെ അയച്ചു. നാട്ടി
ലെങ്ങും ഇത് പരക്കുകയും അത് പൗരന്മാർ
ക്കിടയിൽ വലിയ ദുഃഖത്തിന് കാരണമാവു
കയും ചെയ്തു. ഹെലിയോഡോറസ് കൂടുതൽ
അക്രമങ്ങൾ നടത്തുമോഎന്ന് അവർ ഭയ
4 പ്പെട്ടു. എന്തുകൊണ്ടെന്നാൽ അവന്റെ
ഉത്തരവുകൾ നടപ്പിലാക്കുന്നതിൽ നിന്ന്
അവനെ തടയാൻ അവർക്ക് മതിയായ
അധികാരമില്ലായിരുന്നു. ആയതുകൊണ്ട്
5 അവർ എല്ലാവരും ദൈവമുമ്പാകെ വി
നയത്തോടെയും ഉപവാസത്തോടെയും,
വലിയ വിലാപത്തോടെയും മുട്ടുകുത്തി
സഹായത്തിനായി അപേക്ഷിച്ചു. മഹാപു
6 രോഹിതനായ ഓനിയാസും മറ്റ് പ്രഭുക്ക
ന്മാരും മൂപ്പന്മാരും, സാധാരണക്കാരും, സ്ത്രീ
കളും, കുട്ടികളും വരെ ചാക്ക് വസ്ത്രം ധരിച്ച്
7 ചാരത്തിൽ പൊതിഞ്ഞു. അടുത്ത ദിവസം
ഹീലിയോഡോറസ് അനുയായികളുടെ കൂ
ട്ടവുമായി ദൈവത്തിന്റെ ആലയത്തിലേക്ക്
വന്നു. അവൻ തന്റെ കാലാൾ പട്ടാളത്തോ
ടൊപ്പം ദൈവാലയത്തിൽ കയറി, അവൻ
കുതിരപ്പുറത്ത് ഇരുന്നുകൊണ്ട് പണം തി
രഞ്ഞുകൊണ്ടിരുന്നു. എന്നാൽ വലിയവ 8
നും നല്ലവനുമായ ദൈവം അവന്റെമേൽ
വലുതും ഭയാനകവുമായ ഒരു ശബ്ദമുണ്ടാ
ക്കി; ഒരുവൻ യുദ്ധായുധങ്ങളുമായി വലിയ
കുതിരപ്പുറത്ത് കയറി തനിക്കെതിരെ മു
ന്നേറുന്നത് അവൻ കണ്ടു. അതുകൊണ്ട് 9
അവൻ ഭയവും വിറയലും പിടിച്ചു. ആ മനു
ഷ്യൻ അവനെ കുതിരപ്പുറത്തുനിന്ന് നില
ത്തിറക്കി ആക്രമിച്ചു. അങ്ങനെ അത്യന്തം 10
ചകിതനായ അവൻ ഭയപ്പെട്ട് ബോധരഹി
തനായി, മൂകനായിത്തീർന്നു. എന്നാൽ, 11
അവന്റെ പരിചാരകർ അവനു സംഭവിച്ചത്
കണ്ടിട്ട്, അവനോട് ഇത് ചെയ്തത് ആരെന്നു
കാണാഞ്ഞിട്ട് അവർ അവനെ വേഗ
ത്തിൽ അവന്റെ വീട്ടിലേക്ക് കൂട്ടിക്കൊണ്ടു
പോയി. അവൻ പല ദിവസങ്ങളിലും സം 12
സാരിക്കുകയോ ഭക്ഷണം കഴിക്കുകയോ
ചെയ്യാതെ നിന്നു. അതിനാൽ, അവന്റെ 13
സുഹൃത്തുക്കളിൽ പ്രധാനികൾ പുരോഹി
തനായ ഓനിയാസിന്റെ അടുക്കൽ ചെന്ന്
അവനോട് പ്രസാദിക്കണമെന്നും വലി
യവനും നല്ലവനുമായ ദൈവത്തോട് അവ
നെശിക്ഷിക്കരുതെന്ന്അപേക്ഷിക്കണമെ
ന്നും ആവശ്യപ്പെട്ടു. ഓനിയാസ് അപ്രകാരം 14
ചെയ്തു; ഹെലിയോഡോറസ് തന്റെ രോഗ
ത്തിൽ നിന്ന് സൗഖ്യം പ്രാപിച്ചു. അവൻ 15

ഒരു ദർശനത്തിൽ താൻ വിശുദ്ധമന്ദിര
ത്തിൽ കണ്ട ഒരു വ്യക്തി, പുരോഹിത
നായ ഓനിയാസിന്റെ അടുക്കൽ ചെന്ന്
അവനെ അഭിവാദനം ചെയ്ത് അവനെ
ബഹുമാനിക്കണമെന്ന് കല്പിക്കുന്നത്
കണ്ടു. വലിയവനും നല്ലവനുമായ ദൈവം
അവന്റെ പ്രാർത്ഥന കേട്ടുവെന്നും, ഒനിയാ
സിന്റെ അപേക്ഷപ്രകാരം അവനെ സുഖ
പ്പെടുത്തിയെന്നും ഓനിയാസിനോട്ട് പറ
16 യണമെന്ന് പറഞ്ഞു. ഹെലിയോഡോ
റസ്സ് പുരോഹിതനായ ഓനിയാസിന്റെ
അടുത്തേക്ക് വേഗം ചെന്നുവീണ് അവനെ
അഭിവാദ്യം ചെയ്തു. ഭണ്ഡാരത്തിൽ ചേർ
ക്കാൻ അഭ്യർത്ഥിച്ചുകൊണ്ട് പല തരത്തി
ലുള്ള സമ്പത്തുകൾ അവനു കൊടുത്തു.
17 അവൻ യരുശലേമിൽ നിന്നും മക്ക
ദോന്യാ രാജ്യത്തേക്കു പോയി, തനിക്ക്
സംഭവിച്ചതു സെല്യൂക്കസ്സ് രാജാവിനോ
ട്ട് പറഞ്ഞു. യരുശലേമിലെ പ്രതിനിധി
യാകാൻ തന്നെ നിർബന്ധിക്കരുതെന്ന്
18 അപേക്ഷിച്ചു. അതുകൊണ്ട് ഹീലിയോ
ഡോറസ്സ് തന്നോട്ട് പറഞ്ഞ കാര്യങ്ങളിൽ
രാജാവ് ആശ്ചര്യപ്പെട്ടു. അവ ലോകത്തിൽ
പ്രസിദ്ധം ചെയ്യാൻ അവനോട്ട് കൽപ്പിക്ക
19 കയും ചെയ്തു. ഹെലിയോഡോറസിന് സം
ഭവിച്ചതിന്റെ പേരിൽ തന്റെ ആളുകളെ
യരുശലേമിൽ നിന്ന് തിരിച്ചു വിളിക്കാ
നും, വർഷം തോറും അങ്ങോട്ടേയ്ക്കു കൊ
ടുത്തയച്ചിരുന്ന സമ്മാനങ്ങൾ വർദ്ധിപ്പി
20 ക്കാനും അവൻ ശ്രദ്ധിച്ചു. യാഗങ്ങൾക്കാ
യും അനാഥർക്കും വിധവകൾക്കും വേണ്ടി
ചെലവഴിക്കാനായും രാജാക്കൻമാർ പു
രോഹിതന്മാർക്ക് കൊടുക്കാൻ കൽപിച്ച
പണത്തിൽ കൂടുതൽ ചേർത്തു.

ഈജിപ്തിലെ ടോളമി രാജാവിനു വേണ്ടി എബ്രായ ഭാഷയിൽ നിന്ന് ഗ്രീക്ക് ഭാഷയിലേക്ക് ഇരുപത്തിനാല് പുസ്തകങ്ങൾ വിവർത്തനം ചെയ്തതിന്റെ ചരിത്രം

2 മക്കദോന്യയിൽ ടോളമി എന്നു
പേരുള്ള ഒരു മനുഷ്യൻ ഉണ്ടായിരു
ന്നു. അവൻ അറിവും വിവേകവും ഉള്ളവ
നായിരുന്നു. അവൻ ഈജിപ്തിൽ വസിച്ചു,
ഈജിപ്തുകാർ അവനെ ഈജിപ്തിലെ രാ
ജാവാക്കി. അതിനാൽ വിവിധ അറിവുകൾ 2
തേടാനുള്ള ആഗ്രഹത്താൽ അവൻ എല്ലാ
ഭാഗത്തുനിന്ന് ജ്ഞാനികളുടെ എല്ലാ പു
സ്തകങ്ങളും ശേഖരിച്ചു. *"ഇരുപത്തിനാലു 3
പുസ്തകങ്ങൾ"[1]. ലഭിക്കാൻ ഉത്സുകനായ
അവൻ യരുശലേമിലെ മഹാപുരോഹിത
ന്, ആ ഗ്രന്ഥങ്ങളിൽ ഏറ്റവും വൈദഗ്ധ്യമു
ള്ള എഴുപത് മൂപ്പന്മാരെ അയക്കുവാൻ ഒരു
കത്ത് എഴുതി, കത്തിനോടൊപ്പം സമ്മാ
നവും നല്കി. രാജാവിന്റെ കത്ത് പുരോഹി 4
തന്റെ അടുക്കൽ വന്നപ്പോൾ, അവൻ
എഴുപത് പണ്ഡിതന്മാരെ തിരഞ്ഞെടുത്ത്
അവരെ അയച്ചു. അവരോടൊപ്പം മതത്തി
ലും ശാസ്ത്രത്തിലും പാണ്ഡിത്യത്തിലും മികവു
പുലർത്തുന്ന ഏലിയാസാർ[2] എന്ന മനുഷ്യ
നെയും അയച്ചു. അവർ ഈജിപ്തിലേക്ക്
പോയി. അവർ എത്തുന്നത് രാജാവിനെ 5
അറിയിച്ചപ്പോൾ, എഴുപത് വസതികൾ
ഒരുക്കുവാനും അവർക്ക് അവിടെ സൽ
ക്കാരം ചെയ്യുവാനും അവൻ കല്പിച്ചു. ഈ 6
പുസ്തക വ്യാഖ്യാനം ഗ്രീക്കുഭാഷയിൽ രേഖ
പ്പെടുത്തുവാൻ ഓരോരുത്തർക്കും ഒരു കാ
ര്യദർശിയെ നിയമിക്കാൻ അവൻ ഉത്ത

1 ഇവിടെ രചയിതാവ് രേഖപ്പെടുത്തിയിരിക്കുന്നതിനു വിഭിന്നമായി എബ്രായക്കാർ അവരുടെ തിരുവെഴുത്തുകളെ "ഇരുപത്തി രണ്ടു പുസ്തകങ്ങൾ" എന്നാണ് വിളിച്ചിരുന്നത്.

2 ജോസഫസ് ഇങ്ങനെ ഒരു മഹാപുരോഹിതനെ അയയ്ക്കുന്നതായി പറയുന്നില്ല. അക്കാലത്തെ മഹാപുരോഹിതന്റെ പേര് ഏലിയാസാർ എന്നായിരുന്നു. പിന്നീട്ട് നാലാമത്തെ അദ്ധ്യായത്തിൽ "ടോളമിയുടെ അടുക്കൽ പണ്ഡിതന്മാരോടൊപ്പം പോയിരുന്ന ഏലിയാസാർ പിടിക്കപ്പെട്ടു. അപ്പോൾ അവൻ തൊണ്ണൂറ്റ വയസ്സുള്ള വൃദ്ധനായിരുന്നു;" എന്ന് പറയുന്നു. എന്നാൽ കാലഗണന പ്രകാരം അത് ശരിയാകാൻ സാദ്ധ്യതയില്ല. അന്ത്യോക്കസ് എപ്പിഫാനസിന്റെ പീഡയുടെ കാലത്ത് ഏലിയാസാറിന് 90 വയസായിരുന്നു. എന്നാൽ അലക്സന്ത്രിയായിൽ വെച്ച് തിരുവെഴുത്തുകളുടെ വിവർത്തനം നടന്നത്, അന്ത്യോക്കസ് എപ്പിഫാനസിന്റെ പീഡയ്ക്ക് 90 വർഷം മുൻപായിരുന്നു.

7 രവിട്ടു. ഈ പുസ്തകങ്ങളിൽ എന്തെങ്കിലും
മാറ്റം വരുത്തുവാൻ അവർ ഒരുമിച്ച് സമ്മ
തിക്കാതിരിക്കാൻ അവരിൽ ആരെങ്കിലും
തന്റെ കൂട്ടാളികളുമായി ആശയവിനിമയം
നടത്തുന്നത് അവൻ വിലക്കി. അങ്ങനെ
8 കാര്യദർശിമാർ ഓരോരുത്തരിൽനിന്നും
ഇരുപത്തിനാല് പുസ്തകങ്ങളുടെയും വ്യാ
9 ഖ്യാനം രേഖപ്പെടുത്തി. വിവർത്തനം പൂർ
ത്തിയായപ്പോൾ ഏലിയാസാർ അവ രാ
ജസന്നിധിയിൽ കൊണ്ടുവന്ന് അദ്ദേഹ
ത്തിന്റെ സാന്നിദ്ധ്യത്തിൽ താരതമ്യപ്പെ
ടുത്തുകയും അതിലവർ സമ്മതരാവുകയും
10 ചെയ്തു. രാജാവ് അത്യധികം സന്തോഷി
ക്കുകയും ഒരു വലിയ തുക അവർക്ക് വി
ഭജിച്ച് നൽകാൻ ഉത്തരവിടുകയും ചെയ്തു.
എന്നാൽ ഏലിയാസാറിന് രാജാവ് നേരിട്ട്
തന്നെ മാന്യമായ പ്രതിഫലം നൽകി.
11 അന്നുതന്നെ ഈജിപ്തിൽ തടവിലുണ്ടാ
യിരുന്ന, യഹൂദ, ബന്യാമീൻ എന്നീ ഗോ
ത്രങ്ങളിൽ നിന്നുള്ള എല്ലാ തടവുകാരെ
യും, അവർ തങ്ങളുടെ സ്വന്തം നാടായ
സിറിയയിലേക്ക് മടങ്ങിപ്പോകേണ്ടതിനാ
12 യി അവൻ മോചിപ്പിച്ചു. അവരുടെ എണ്ണം
ഏകദേശം ഒരു ലക്ഷത്തി മുപ്പതിനായി
13 രം ആയിരുന്നു. മാത്രമല്ല, അവർക്കിട
യിൽ പണം വിതരണം ചെയ്യാൻ അവൻ
ഉത്തരവിട്ടു. അങ്ങനെ ഓരോരുത്തർക്കും
നിരവധി ദിനാറികൾ ലഭിക്കുകയും; അവർ
അതുമായി സ്വദേശത്തേക്ക് പുറപ്പെടുക
14 യും ചെയ്തു. അനന്തരം, ശുദ്ധമായ തങ്കം
കൊണ്ട് ഒരു വലിയ ഫലകം ഉണ്ടാക്കാൻ
അവൻ ആജ്ഞാപിച്ചു. അത് ഈജിപ്ത്
ദേശത്തെ മുഴുവനും പ്രതിനിധീകരിക്കാൻ
തക്ക വലുപ്പമുള്ളതായിരിക്കണം, നൈൽ
നദിയുടെ പ്രഭവം മുതൽ അവസാനം വരെ
അതിന്റെ ചിത്രവും, ഈജിപ്തിൽ വിവിധ
വിഭജനങ്ങളോടെ അത് മുഴുവൻ ദേശ
ത്തിലും എങ്ങനെ ഒഴുകുന്നു എന്നും വെളി
15 വാക്കണമെന്നും. പല വിലയേറിയ രത്ന
ങ്ങൾ ഫലകത്തിൽ പതിക്കണമെന്നും
16 അവൻ ഉത്തരവിട്ടു. ഈ ഫലകം ഉണ്ടാ
ക്കി; അതിന്റെ കൊത്തുപണി പൂർത്തിയാ
ക്കി, അതിൽ വിലയേറിയ കല്ലുകൾ പതി
പ്പിച്ചു. അത് യെരുശലേം നഗരത്തിലേക്ക്
കൊണ്ടുപോയി മഹത്തായ ആലയത്തി
ന്[3] സമ്മാനമായി നല്കി. സുരക്ഷിതമായി 17
എത്തിയ ഫലകം, രാജാവിന്റെ കൽപ്പന
പ്രകാരം ആലയത്തിൽ വച്ചു. കരവിരുതി
ലും ചിത്രങ്ങളുടെ ഭംഗിയിലും ഈ ഫലക 18
ത്തിനു സമാനമായതൊന്നും ഇതുവരെ
മനുഷ്യൻ വച്ചിട്ടില്ല.

അന്ത്യോക്കസ് രാജാവിന്റെ ഭരണകാലത്ത് യഹൂദന്മാരുമായുണ്ടായ യുദ്ധങ്ങളുടെ ചരിത്രം

3 മക്കദോന്യയിലെ രാജാക്കന്മാ
രിൽ അന്ത്യോക്കസ് എന്നുപേരുള്ള
ഒരുവൻ ഉണ്ടായിരുന്നു. അവന്റെ പ്രവർ
ത്തനങ്ങൾ ഇപ്രകാരമായിരുന്നു. ഈജി
പ്തിലെ മുമ്പ് പറഞ്ഞ ടോളമി രാജാവ്
മരിച്ചപ്പോൾ രണ്ടാം ടോളമിയെ ആക്രമി
ക്കാൻ സൈന്യത്തോടൊപ്പം അന്ത്യോക്ക
സ് പോയി. ടോളമിയെ കീഴടക്കി വധിച്ച 2
ശേഷം, അവൻ ഈജിപ്ത് കീഴടക്കുകയും,
അത് കൈവശപ്പെടുത്തുകയും ചെയ്തു. അതു 3
മുതൽ, അവന്റെ ശക്തി വർദ്ധിച്ചപ്പോൾ,
അവൻ ഭൂമിയുടെ ഒരു വലിയ ഭാഗം കീഴ
ടക്കി; പേർഷ്യയിലെ രാജാവും മറ്റുള്ളവ
രും അവന്റെ നിയന്ത്രണത്തിലായി. ആയ 4
തിനാൽ അവന്റെ ഹൃദയം സന്തോഷിച്ചു.
അഹങ്കാരത്താൽ വീർപ്പുമുട്ടി. അവന്റെ
മഹത്വത്തിനും ബഹുമാനത്തിനും വേണ്ടി,
അവന്റെ സാദൃശ്യത്തിൽ പ്രതിമകൾ ഉണ്ടാ
ക്കി മനുഷ്യർ അവയെ ആരാധിക്കുന്നതി
നായി അവൻ കൽപ്പിച്ചു. ഇവ ഉണ്ടാക്ക 5
പ്പെട്ടപ്പോൾ, അവൻ തന്റെ സാമ്രാജ്യത്തി
ന്റെ എല്ലാ പ്രദേശങ്ങളിലേക്കും ദൂതന്മാരെ
അയച്ച്, അവയെ സേവിക്കുവാനും ആരാ
ധിക്കുവാനും കൽപ്പിച്ചു. അവന്റെ അധി
കാരത്തെ ഭയന്ന് ജനത ഈ കല്പനകൾ
അനുസരിച്ചു.
അക്കാലത്ത് യഹൂദയിൽ ദുഷ്യസ്വഭാവ 6

3 *magnificent house*, യരുശലേം ദേവാലയം

ക്കാരായ മൂന്ന് മനുഷ്യർ ഉണ്ടായിരുന്നു;
അവരിൽ ഓരോത്തർക്കും ഒരേ തരത്തി
ലുള്ള ദുഷ്യം ഉണ്ടായിരുന്നു. ഈ മൂവരിൽ
ഒരാളുടെ പേര് മെനെലൗസ് എന്നായിരു
ന്നു. രണ്ടാമൻ ശിമയോൻ, മൂന്നാമൻ അൽ
7 സിമസ്. അക്കാലത്ത്, യരുശലേമിലെ പൗ
രന്മാർ അന്തരീക്ഷത്തിൽ നാല്പതു ദിവസം
ചില ചിത്രങ്ങൾ പ്രത്യക്ഷപ്പെട്ടതായി
കണ്ടു. അശ്വാരൂഢരായി പരസ്പരം യുദ്ധം
ചെയ്യുന്ന പുരുഷന്മാരെയാണ് കണ്ടത്.
8 തങ്ങൾ ആഗ്രഹിക്കുന്നതെന്തും - വേശ്യാ
വൃത്തി, മനുഷ്യരുടെ സാധനങ്ങൾ കൊള്ള
യടിക്കൽ മുതലായവ - അനായാസം ചെ
യ്യുവാൻ, ചുരുക്കത്തിൽ, ബാക്കിയുള്ളവരെ
ഭരിക്കുകയും അവരെ കീഴ്പ്പെടുത്തുകയും
ചെയ്യുവാനുള്ള അധികാരം നേടാനായി,
ആ മൂന്നു ദുഷ്ടന്മാർ അന്ത്യോക്കസിന്റെ അടു
9 ക്കൽ ചെന്നു. അവർ അവനോട് ഇങ്ങനെ
പറഞ്ഞു: "രാജാവേ, ഈയിടെയായി യരു
ശലേമിന് മുകളിൽ അഗ്നിജ്വാലയുള്ള കുതി
രപ്പടയാളികൾ ആകാശത്ത് പ്രത്യക്ഷപ്പെ
ട്ടു. ഇത് അന്ത്യോക്കസ് രാജാവിന്റെ മര
ണത്തെ സൂചിപ്പിക്കുന്നു എന്നു പറഞ്ഞ്
10 എബ്രായർ സന്തോഷിച്ചു." രാജാവ് ഈ
വാക്കുകളിൽ വിശ്വസിച്ചു, ക്രോധത്താൽ
നിറഞ്ഞു. അവൻ വേഗം തന്നെ യരുശലേ
മിലേക്ക് പട നയിച്ചു. യഹൂദാ രാജ്യാക്കാർ
ക്കും തന്നെ ഇതേപ്പറ്റി യാതൊരു മുന്നറി
11 യിപ്പും ലഭിച്ചിരുന്നില്ല. അവന്റെ ആളുകൾ
ദേശനിവാസികളെ ആക്രമിക്കുകയും, വാളു
കൊണ്ട് അവരെ കൊല്ലുകയും, ഒരു വലിയ
സംഹാരം നടത്തുകയും ചെയ്തു. പലരെയും
അവർ മുറിവേല്പിച്ചു, ഒരു വലിയ ജനക്കൂട്ട
12 ത്തെ അവർ അടിമകളാക്കി. എന്നാൽ
രക്ഷപ്പെട്ടവരിൽ ചിലർ മലകളിലേക്കും
വനങ്ങളിലേക്കും ഓടിപ്പോയി. അവർ
അവിടെ സസ്യങ്ങൾ ഭക്ഷണമാക്കി ദീർ
ഘകാലം താമസിച്ചു.
13 ഇതിനുശേഷം അന്ത്യോക്കസ് രാജ്യം
14 വിട്ടുപോകാൻ തീരുമാനിച്ചു. എന്നാൽ
അവൻ രാജ്യത്തോട്ട് ചെയ്ത തിന്മ അവന്
തൃപ്തിയായില്ല. അതിനാൽ അവൻ തന്റെ
പ്രതിമയെ ആരാധിക്കുന്നതിനും പന്നി
മാംസം ഭക്ഷിക്കുന്നതിനും യഹൂദന്മാരെ
നിർബന്ധിച്ചുകൊണ്ട് തന്റെ പകരക്കാര
നായി ഫെലിക്സ് എന്ന മനുഷ്യനെ അവി
ടെയാക്കി. രാജാവ് തന്നോട്ട് കല്പിച്ച കാ 15
ര്യങ്ങൾ ജനങ്ങളെ അനുസരിപ്പിക്കാൻ
ഫെലിക്സ് നിർദ്ദേശിച്ചു. എന്നാൽ തങ്ങളോ 16
ട്ട് കല്പിച്ച കാര്യങ്ങൾ ചെയ്യാൻ അവർ വി
സമ്മതിച്ചു. അതുകൊണ്ട് അവൻ അവരിൽ
വലിയൊരു കൂട്ടത്തെ കൊന്നു. എന്നാൽ
ആ മൂന്നു ദുഷ്ടന്മാരെയും അവരുടെ കുടും
ബത്തെയും സംരക്ഷിക്കുകയും അവരുടെ
അന്തസ്സ് ഉയർത്തുകയും ചെയ്തു.

പുരോഹിതനായ ഏലിയാസാറിന്റെ മരണത്തിന്റെ ചരിത്രം

4 ടോളമിയുടെ അടുക്കൽ പണ്ഡി
തന്മാരോടൊപ്പം പോയിരുന്ന
ഏലിയാസാർ പിടിക്കപ്പെട്ടു. അപ്പോൾ
അവൻ തൊണ്ണൂറു വയസ്സുള്ള വൃദ്ധനായി
രുന്നു; അവനെ ഫെലിക്സിന്റെ മുമ്പിൽ
നിർത്തി. അവൻ അവനോടു പറഞ്ഞു: 2
"ഏലിയാസാർ, തീർച്ചയായും നീ ഒരു
ജ്ഞാനിയും വിവേകിയുമാണ്; വർഷ 3
ങ്ങളായി ഞാൻ നിന്നെ സ്നേഹിക്കുന്നു.
അതിനാൽ നിന്റെ മരണം ഞാൻ ആഗ്ര
ഹിച്ചുകൂടാ. അതിനാൽ രാജാവിനെ അനു
സരിച്ച് അവന്റെ വിഗ്രഹത്തെ ആരാധി
ച്ച്, അവന്റെ യാഗങ്ങൾ ഭക്ഷിച്ച് സുരക്ഷി
തനായി പോകുവിൻ". "രാജാവിനെ അനു 4
സരിക്കാൻ ഞാൻ ദൈവത്തോടുള്ള അനു
സരണം ഉപേക്ഷിക്കാൻ പോകുന്നില്ല"
എന്ന് ഏലിയാസാർ അവനോട്ട് പറഞ്ഞു.
ഫെലിക്സ് അടുത്തുവന്ന് അവനോട്ട് മന്ത്രി 5
ച്ചു; "നിന്റെ തന്നെ വഴിപാടിൽ നിന്നുള്ള
മാംസം കൊണ്ടുവരുവാൻ ആരെയെങ്കി
ലും അയക്കുക. അത് കൊണ്ടുവന്ന് എന്റെ
മേശമേൽ വയ്ക്കുക. നിങ്ങൾ അനുസരിച്ചു 6
എന്നു ജനം അറിയേണ്ടതിന് അതിന്റെ
ഒരുഭാഗം അവരുടെ മുമ്പിൽ വച്ചു ഭക്ഷി
ക്കുക. നിങ്ങളുടെ വിശ്വാസവും ജീവനും നി
ങ്ങൾക്കു രക്ഷിക്കാം." ഏലിയാസാർ മറു 7

പടിയായി പറഞ്ഞു “ദൈവത്തെ അനു
സരിക്കുന്നതിൽ ഞാൻ ഒരു കപടത
യും കാണിക്കില്ല, മറിച്ച് ഞാൻ നിങ്ങളു
ടെ അക്രമം സഹിക്കും. കാരണം ഞാൻ
തൊണ്ണൂറു വയസ്സുള്ള ഒരു വൃദ്ധനായിരിക്കു
മ്പോൾ, എന്റെ അസ്ഥികൾ ഇപ്പോൾ ദുർ
ബലമാണ്. എന്റെ ശരീരം ക്ഷയിച്ചിരിക്കു
8 ന്നു. അതിനാൽ, ധൈര്യശാലികളായ യു
വാക്കൾ പോലും ഭയന്ന് പിന്മാറുന്ന ആ
പീഡനങ്ങൾ ഞാൻ ധൈര്യത്തോടെ
സഹിച്ചാൽ, എന്റെ ജനങ്ങളും, എന്റെ
രാജ്യത്തെ യുവാക്കളും ധൈര്യത്തോ
9 ടെ എന്നെ അനുകരിക്കും. ‘നമ്മെക്കാൾ
ശക്തിയിൽ താഴ്ന്നവനും മാംസത്തിലും
അസ്ഥിയിലും സാരമില്ലാത്തവനും അനു
ഭവിച്ച വേദനകൾ നമുക്ക് സഹിക്കാതിരി
10 ക്കുന്നതെങ്ങനെ?’ എന്ന് അവർ പറയും.
രാജാവിനോടുള്ള കപടമായ അനുസരണ
ത്താൽ അവരെ വഞ്ചിക്കുന്നതിനേക്കാൾ
11 എനിക്കത് തീർച്ചയായും നല്ലത്. അല്ലെ
ങ്കിൽ അവർ പറയും, ‘അവനെപ്പോലെ
തന്നെ ജ്ഞാനിയും വിവേകിയുമായ ആ
അവശനായ വൃദ്ധൻ ജീവഭയം നിമിത്തം
വിശ്വാസം തള്ളിപ്പറഞ്ഞെങ്കിൽ, അവനെ
പിന്തുടരേണ്ടുന്ന നാമും അങ്ങനെ ചെയ്യുന്ന
12 ത് ന്യായമല്ലോ’ തങ്ങളുടെ രക്ഷിതാവിനെ
അനുസരിക്കുന്നതിലും അവന്റെ കല്പനകൾ
പിന്തുടരുന്നതിലും വീഴ്ച വരുത്തിയശേഷം
ജീവിക്കുന്നതിലും അവർക്ക് സന്തോഷം
നല്കുന്നത്, വിശ്വാസസ്ഥിരതയിലും സ്വേ
ച്ഛാധിപത്യത്തിനെതിരായ ക്ഷമയിലും
അവരെ ഉറപ്പിച്ച്, മരിക്കുന്നതാണ്.”
13 ഏലിയാസാറിന്റെ ദൃഢനിശ്ചയം കേ
ട്ടപ്പോൾ ഫെലിക്സ് അവനോട് ക്രൂരമായി
രോഷാകുലനാവുകയും അവനെ പലവി
ധത്തിൽ പീഡിപ്പിക്കാൻ കല്പിക്കുകയും
ചെയ്തു. അങ്ങനെ അവൻ നിരാശാജനക
മായ മാനുഷിക പരീക്ഷകളിൽ അകപ്പെട
14 ണമെന്നാശിച്ചു. പീഡനങ്ങൾക്കു നടുവിൽ
ഏലിയാസാർ ഇങ്ങനെ പ്രാർത്ഥിച്ചു.
“ദൈവമേ നിന്നെക്കാൾ മറ്റൊരാളെ
അനുസരിച്ചുകൊണ്ട്, ഞാൻ വീണുപോയ
കഷ്ടതകളിൽ നിന്ന് ഞാൻ എന്നെത്ത
ന്നെ വിടുവിച്ചേക്കാമെന്ന് നീ അറിയുന്നു.
എങ്കിലും ഞാൻ അങ്ങനെ ചെയ്തിട്ടില്ല, 15
എന്നാൽ ഞാൻ നിന്നെ അനുസരിക്കാൻ
ഇഷ്ടപ്പെടുന്നു. നിന്നെ അനുസരിക്കുന്നതി
ന്റെ സ്ഥിരതയ്ക്കായി എനിക്ക് ഇവർ ചെ
യ്യുമെന്ന് പറഞ്ഞ എല്ലാ അക്രമങ്ങളെയും
വെളിച്ചമായി കണക്കാക്കുന്നു. ഇപ്പോൾ
ഞാൻ നിന്റെ പ്രീതിക്ക് അനുസൃതമായി 16
എനിക്ക് സംഭവിക്കുന്ന കാര്യങ്ങളെക്കുറി
ച്ച് ഞാൻ ചിന്തിക്കുന്നേയില്ല. എനിക്ക് കഴി
യുന്നിടത്തോളം പീഡനങ്ങളോട് ഞാൻ
സഹകരിക്കുന്നു. അതുകൊണ്ട് നീ ഇത് 17
എന്നിൽ നിന്ന് സ്വീകരിക്കുയും, സഹിഷ്ണു
തയിൽ ദുർബലമാകുന്നതിനു മുമ്പ് എന്നെ
മരിക്കാൻ ഇടയാക്കുകയും ചെയ്യണമെന്ന്
ഞാൻ നിന്നോട് പ്രാർത്ഥിക്കുന്നു.” ദൈവം 18
അവന്റെ പ്രാർത്ഥന കേട്ടു, ഉടനെ അവൻ
മരിച്ചു. അവരെ കാത്തിരിക്കുന്ന പരീക്ഷ 19
ണങ്ങൾ സഹിക്കാനുള്ള നല്ല ധൈര്യവും
വിശ്വാസസ്ഥിരതയും ക്ഷമയും നൽകി,
അവൻ തന്റെ ജനത്തെ അവരുടെ ദൈവാ
രാധനയിൽ നിലനിർത്താൻ സഹായിച്ചു.

ഏഴു സഹോദരന്മാരുടെ മരണത്തിന്റെ ചരിത്രം

5 ഇതിനുശേഷം ഏഴു സഹോദര
ന്മാരെയും അമ്മയെയും പിടികൂടി.
അന്ത്യോക്കസ് യരുശലേമിൽ നിന്ന്
അധികദൂരം പോയിട്ടില്ലാത്തതിനാൽ
അവരെ അന്ത്യോക്കസിന്റെ അടുത്തേ
ക്ക് അയച്ചു. അവരെ അവിടെ കൊണ്ടു 2
വന്നപ്പോൾ അവരിൽ ഒരുവനെ രാജ
സന്നിധിയിൽ എത്തിച്ചു. അന്ത്യോക്കസ്
അവനോട് അവന്റെ വിശ്വാസം തള്ളി
പ്പറയുവാൻ ഉത്തരവിട്ടു. എന്നാൽ അത് 3
നിരാകരിച്ചുകൊണ്ട് അവൻ പറഞ്ഞു:
“ഞങ്ങളെ ആദ്യമായി സത്യം പഠിപ്പി
ക്കാൻ ആഗ്രഹിക്കുന്നുവെങ്കിൽ കാര്യം
അങ്ങനെയല്ല. എന്തെന്നാൽ, ഞങ്ങളുടെ 4
പിതാക്കന്മാരിൽ നിന്ന് ഞങ്ങൾ പഠിച്ച
താണ് സത്യം; അത് ദൈവാരാധനയെ

മാത്രം സ്വീകരിക്കാനും, നിരന്തരം ന്യായ
പ്രമാണം പാലിക്കാനും ഞങ്ങൾ കടപ്പെ
ട്ടിട്ടുള്ളതാണ് എന്നതാണ്. ഇതിൽ നിന്ന്
ഞങ്ങൾ ഒരു തരത്തിലും പിന്മാറുകയില്ല".
5 അന്ത്യോക്കസ് രാജാവ് ഈ വാക്കുക
ളിൽ കോപിച്ചു. ഒരു ഇരുമ്പ് വറചട്ടി കൊ
ണ്ടുവന്ന് തീയിൽ വയ്ക്കാൻ ആജ്ഞാപിച്ചു.
6 പിന്നെ ആ യുവാവിന്റെ നാവ് മുറിക്കുവാ
നും അവന്റെ കൈകളും കാലുകളും വെട്ടി
മാറ്റുവാനും അവന്റെ ശിരസ്സിലെ ചർമ്മം
ഉരിഞ്ഞുകളയുവാനും ചട്ടിയിൽ വയ്ക്കാനും
അവൻ ആജ്ഞാപിച്ചു. അവർ അവനോട്
7 അങ്ങനെ ചെയ്തു. അനന്തരം അവൻ ഒരു
വലിയ താമ്രപാത്രം കൊണ്ടുവന്ന് തീയിൽ
8 വയ്ക്കുവാൻ ആജ്ഞാപിച്ചു. ആ മനുഷ്യൻ
മരിക്കാറായപ്പോൾ, കൂടുതൽ നേരം പീ
ഡിപ്പിക്കപ്പെടേണ്ടതിന് പാത്രത്തിന്റെ
അടിയിൽ നിന്ന് തീ മാറ്റാൻ അവൻ ഉത്ത
രവിട്ടു. അതിലൂടെ അമ്മയെയും മറ്റു സഹോ
ദരങ്ങളെയും ഭയചകിതരാക്കുവാനാണ്
9 അവൻ ശ്രമിച്ചത്. എന്നാൽ യഥാർത്ഥ
ത്തിൽ ഇതിലൂടെ അവരുടെ വിശ്വാസം
സ്ഥിരതയോടെ നിലനിർത്തുവാനും സ്വേ
ച്ഛാധിപത്യം അവർക്ക് ഏൽപ്പിച്ചേക്കാ
വുന്ന എല്ലാ പീഡനങ്ങളും സഹിക്കാനും
അവർക്ക് കൂടുതൽ ധൈര്യവും ശക്തിയും
ലഭിച്ചു.
10 അങ്ങനെ ഒന്നാമത്തവൻ മരിച്ചപ്പോൾ
രണ്ടാമനെ അവന്റെ മുമ്പിൽ കൊണ്ടുവ
ന്നു; അവന്റെ അടുക്കൽ ചില പരിചാരകർ
നിന്റെ സഹോദരനെ നശിപ്പിച്ചതുപോലെ
നീയും നശിച്ചുപോകാതിരിപ്പാൻ രാജാവ്
നിനക്കു തരുന്ന ആജ്ഞകൾ അനുസരി
11 ക്കുക എന്നു പറഞ്ഞു. എന്നാൽ അവൻ
മറുപടി പറഞ്ഞു: "ഞാൻ എന്റെ സഹോ
ദരനെക്കാൾ ആത്മാവിൽ ബലഹീനനല്ല.
എന്റെ വിശ്വാസത്തിൽ അവന്റെ പിന്നിലു
മല്ല. നിങ്ങളുടെ തീയും വാളും മുമ്പോട്ട് കൊ
ണ്ടുവരിക. നീ എന്റെ സഹോദരനോട് ചെ
യ്തതിൽ ഒന്നുപോലും കുറയ്ക്കരുത്." അവന്റെ
സഹോദരനോട് ചെയ്തതുപോലെ അവർ
12 അവനോടും ചെയ്തു. അവൻ രാജാവിനെ
വിളിച്ചു പറഞ്ഞു: "മനുഷ്യരോട് ക്രൂരത കാ
ണിക്കുന്ന രാക്ഷസനേ, കേൾക്കു, ഞങ്ങ
ളുടെ ശരീരമല്ലാതെ, ഞങ്ങളുടേതായ
യാതൊന്നും നിനക്ക് ലഭിക്കുന്നില്ലെന്ന്
അറിയുക; എന്നാൽ ഞങ്ങളുടെ ആത്മാ
ക്കളെ നിങ്ങൾക്ക് ഒരു തരത്തിലും നേടാ
നാവില്ല. അവ ഉടൻ തന്നെ അവരുടെ സ്ര
ഷ്ടാവിലേക്ക് പോകും. തന്റെ ജനതയിലെ 13
മരിച്ചവരെയും തന്റെ ജനത്തിൽ കൊല്ല
പ്പെട്ടവരെയും അവൻ ഉയിർപ്പിക്കുമ്പോൾ,
അവൻ അവരെ അവരുടെ ശരീരത്തിലേ
ക്ക് തിരികെ കൊണ്ടുവരും."
മൂന്നാമനെ പുറത്തു കൊണ്ടുവന്നു. 14
അവൻ കൈകൊണ്ട് ആംഗ്യം കാട്ടി രാജാ
വിനോട് പറഞ്ഞു: "ശത്രുവേ നീ ഞങ്ങളെ
ഭയപ്പെടുത്തുന്നതെന്തിന്? ഇത് സ്വർഗ്ഗ 15
ത്തിൽ നിന്ന് നമ്മുടെമേൽ അയയ്ക്കപ്പെട്ടിരി
ക്കുന്നുവെന്ന് അറിയുക; ദൈവത്തിന് നന്ദി
പറഞ്ഞുകൊണ്ട് ഞങ്ങളും അത് അനുഭവി
ക്കുന്നു. അവനിൽ നിന്ന് ഞങ്ങൾ പ്രതി
ഫലം പ്രാപിക്കുന്നു". രാജാവും അവന്റെ 16
അടുത്ത് നിന്നവരും യൗവ്വനത്തിലെ ധൈ
ര്യത്തിലും അവന്റെ മനസ്സിന്റെ ദൃഢതയി
ലും ശ്രേഷ്ഠമായ പ്രഭാഷണത്തിലും ആശ്ച
ര്യപ്പെട്ടു. പിന്നെ രാജാവിന്റെ ആജ്ഞപ്ര
കാരം അവനെ കൊന്നു.
നാലാമനെ പുറത്തുകൊണ്ടുവന്നു. 17
അവൻ ഇങ്ങനെ പറഞ്ഞു: ദൈവത്തിൽ
നിന്ന് ഞങ്ങൾക്ക് പ്രതിഫലം ലഭിക്കുന്ന
തിനായി, ദൈവത്തിന്റെ മതത്തിനുവേണ്ടി
ഞങ്ങളുടെ ജീവിതം ഞങ്ങൾ നല്കിയിരിക്കു
ന്നു. എന്നാൽ ന്യായവിധിനാളിൽ നിങ്ങൾ
ക്ക് ഒഴികഴിവില്ല. നിങ്ങൾക്കു ലഭിക്കുന്ന
പീഡകൾ നിങ്ങൾക്കു സഹിക്കാൻ കഴി
യുന്നതുമാവില്ല. രാജകല്പനയാൽ അവനെ 18
വധിച്ചു.
അഞ്ചാമനെ പുറത്തുകൊണ്ടുവന്നു. 19
അവൻ അവരോടു പറഞ്ഞു, "ദൈവം
നമ്മുടെമേൽ അയച്ച കാര്യങ്ങൾ നിമിത്തം
ദൈവം നമ്മെ കൈവിട്ടുവെന്ന് നിങ്ങ
ളുടെ ഉള്ളിൽ ചിന്തിക്കരുത്. എന്നാൽ, 20
ഇവയാൽ നാം ആദരിക്കപ്പെടേണ്ടതിനും

സ്നേഹിക്കപ്പെടേണ്ടതിനുമാണ് അവൻ
അങ്ങനെ ചെയ്യുന്നത്. അവൻ നിന്നോടും
നിന്റെ പിൻഗാമികളോടും പ്രതികാരം
21 ചെയ്യും." രാജകല്പനയാൽ അവനെയും
കൊന്നു.
22 ആറാമനെ പുറത്തുകൊണ്ടുവന്നു. അവ
ൻ ഇങ്ങനെ പറഞ്ഞു. "ഞാൻ തീർച്ചയാ
യും എന്റെ തെറ്റുകൾ ദൈവത്തോട് ഏറ്റു
പറയുന്നു. എന്നാൽ ഈ മരണത്തിലൂടെ
അവൻ എന്നോട് ക്ഷമിക്കുമെന്ന് ഞാൻ
23 വിശ്വസിക്കുന്നു. എന്നാൽ നീ ദൈവത്തെ
എതിർത്തിരിക്കുന്നു. അവന്റെ മതം സ്വീ
കരിക്കുന്നവരെ കൊന്നു, തീർച്ചയായും
അവൻ നിങ്ങളുടെ പ്രവർത്തിക്കനുസരിച്ച്
നിങ്ങൾക്ക് പ്രതിഫലം നൽകും. അവന്റെ
ദൃഷ്ടിയിൽ നിന്ന് നിങ്ങൾ പിഴുതെറിയ
പ്പെടുകയും ചെയ്യും." രാജാവ് അവനെയും
കൊല്ലുവാൻ ഉത്തരവിട്ടു. അവർ അവനെ
കൊന്നു.
24 ഏഴാമനെ പുറത്തു കൊണ്ടുവന്നു.
25 അവൻ ഒരു ബാലനായിരുന്നു. അപ്പോൾ
അവന്റെ അമ്മ നിർഭയയായും കുലുക്കമി
ല്ലാതെയും എഴുന്നേറ്റു തന്റെ മക്കളുടെ മൃത
ശരീരങ്ങൾ നോക്കി ഇപ്രകാരം പറഞ്ഞു.
26 "നിങ്ങൾ എന്റെ ഉദരത്തിൽ എപ്പോൾ
എങ്ങനെ ഉരുവായെന്ന് ഞാൻ അറിയു
ന്നില്ല, അവന് ജീവശ്വാസം കൊടുക്കുവാ
നും അവനെ ഈ ലോകത്തിന്റെ വെളി
ച്ചത്തിലേക്ക് കൊണ്ടുവരുവാനും അവന്
ധൈര്യവും വിവേകവും നല്കുവാനുമുള്ള
27 ശക്തി എനിക്ക് ഇല്ലായിരുന്നു. എന്നാൽ
വലിയവനും നല്ലവനുമായ ദൈവം തന്റെ
ഇഷ്ടപ്രകാരം അവന് ഒരു രൂപം നൽകുക
28 യും, തന്റെ ശക്തിയാൽ അവനെ ലോക
ത്തിലേക്ക് കൊണ്ടുവന്ന്, അവനു ഒരു ജീ
വിതകാലാവധിയും നല്ല ന്യായപ്രമാണ
വും പ്രീതികരമായ വിശ്വാസം നല്കുകയും
29 ചെയ്തു. ദൈവം നിങ്ങൾക്കു നല്കിയ ശരീര
ത്തെയും ആത്മാവിനെയും നിങ്ങൾ ദൈവ
ത്തിന് തിരികെ നല്കി, അവൻ നല്കിയ ന്യാ
യവിധിയെ നിങ്ങൾ സ്വീകരിച്ചുമിരിക്കുന്നു.
30 അതിനാൽ, നിങ്ങൾ സന്തോഷത്തോടെ
നേടിയ ന്യായവിധിയിൽ നിങ്ങൾ സന്തുഷ്ട
രാണ്. നിങ്ങൾ വിജയിച്ച കാര്യങ്ങളാൽ
നിങ്ങൾ വിശുദ്ധരുമാണ്."
അവൾ എഴുന്നേൽക്കുന്നത് കണ്ടപ്പോൾ, 31
അവളുടെ കുഞ്ഞിനെപ്പറ്റിയുള്ള ഭയത്തെ
അതിജീവിക്കാൻ, അവന്റെ സഹോദര
ന്മാർനശിച്ചുപോയതുപോലെഅവനുംനശി
ക്കാതിരിക്കേണ്ടതിന്, രാജാവിനെ അനു
സരിക്കാൻ അവൾ കല്പിക്കുവാൻ പോ
കുകയാണെന്ന് അന്ത്യോക്കസ് കരുതി.
എന്നാൽ അവളുടെ വാക്കുകൾ കേട്ടപ്പോൾ 32
അവൻ ലജ്ജിച്ചു നാണിച്ചു. ബാലനെ ത
ന്റെ അടുക്കൽ കൊണ്ടുവരുവാൻ കല്പിച്ചു.
ജീവിതത്തെ സ്നേഹിക്കാൻ അവനെ ഉപ
ദേശിച്ചു. എല്ലാവരും അവന്റെ അധികാ 33
രത്തെ എതിർക്കുന്നതായി കാണാതിരി
ക്കാൻ, മറ്റു പലരെയും മാതൃകയാക്കുവാ
നും പിന്തിരിക്കുവാനും അവനെ ഉപദേശി
ച്ചു. അതിനാൽ, അവനെ രാജാവിന്റെ അടു 34
ക്കൽ കൊണ്ടുവന്നപ്പോൾ അവൻ തന്റെ
വാക്കുകളിലൂടെ ബാലനെ ഉപദേശിച്ചു.
സമ്പത്ത് വാഗ്ദാനം ചെയ്തു. അവനെ രാ
ജപ്രതിനിധി ആക്കാമെന്ന് അവനോട്
സത്യം ചെയ്തു. എന്നാൽ ബാലൻ രാജാ 35
വിന്റെ വാക്കുകൾ ഒട്ടും ശ്രദ്ധിച്ചില്ല, അവ
കേട്ട് കുലുങ്ങിയതുമില്ല. രാജാവ് അമ്മയു
ടെ നേരെ തിരിഞ്ഞ് അവളോട് പറഞ്ഞു.
"സന്തോഷമുള്ളവളേ, അവശേഷിച്ചിരി 36
ക്കുന്ന ഈ നിന്റെ മകനോട് സഹതപി
ക്കുകയും, എന്റെ കൽപ്പനകൾ അനുസ
രിക്കുവാനും, അവന്റെ സഹോദരന്മാർക്ക്
സംഭവിച്ച കഷ്ടപ്പാടുകളിൽ നിന്ന് രക്ഷ
പ്പെടുവാനും അവനെ പ്രബോധിപ്പിക്കുക". 37
അവൾ പറഞ്ഞു: "ഞാൻ അവനെ ദൈവ
വചനങ്ങളിൽ പ്രബോധിപ്പിക്കേണ്ടതിന്
അവനെ ഇവിടെ കൊണ്ടുവരിക." അവർ 38
അവനെ അവളുടെ അടുക്കൽ കൊണ്ടുവ
ന്നപ്പോൾ അവൾ ജനക്കൂട്ടത്തിൽ നിന്നു
മാറിപ്പോയി; അവൾ അവനെ ചുംബിച്ചു.
അവളോട്, അന്ത്യോക്കസ് പറഞ്ഞ കാ
ര്യങ്ങളോട് പുച്ഛത്തോടെ ചിരിച്ചു. എന്നി 39
ട്ട് അവനോട് പറഞ്ഞു: "എന്റെ മകനേ,

ഇപ്പോൾ വരൂ, എന്നെ അനുസരിക്കുക.
കാരണം ഞാൻ നിന്നെ പ്രസവിച്ചു, നിന്നെ
മുലകുടിപ്പിച്ചു, ശിക്ഷണം നൽകി, സത്യവി
40 ശ്വാസം പഠിപ്പിച്ചു. ആകാശത്തിലേക്കും ഭൂ
മിയിലേക്കും വെള്ളത്തിലേക്കും തീയിലേ
ക്കും നോക്കുക; ഏക സത്യദൈവം തന്നെ
ഇവയെയും അൽപ്പകാലം ജീവിക്കുകയും
പിന്നീട് മരിക്കുകയും ചെയ്യുന്ന, മാംസവും
രക്തവും ഉള്ള മനുഷ്യനെയും സൃഷ്ടിച്ചു.
41 അതിനാൽ മരിക്കാത്ത സത്യദൈവത്തെ
ഭയപ്പെടുവിൻ; തന്റെ വാഗ്ദാനങ്ങൾ മാറ്റാ
ത്ത സത്യദൈവത്തെ അനുസരിപ്പിൻ.
42 ഈ നിഷ്ഠുരനെ ഭയപ്പെടേണ്ട; നിങ്ങളുടെ
സഹോദരങ്ങൾ മരിച്ചതുപോലെ വിശ്വാ
സത്തിനുവേണ്ടി മരിക്കുക. എന്തെന്നാൽ
43 എന്റെ മകനേ, അവരുടെ മാന്യമായ വാ
സസ്ഥലവും അവരുടെ വാസസ്ഥലത്തി
ന്റെ വെളിച്ചവും, അവർ എത്ര മഹത്വം പ്രാ
പിച്ചുവെന്നതും നിനക്ക് കാണാൻ കഴിയു
മെങ്കിൽ, അവരെ അനുസരിക്കാതിരി
44 ക്കാൻ നിനക്ക് കഴിയുകയില്ല. വലിയവ
നും നല്ലവനുമായ ദൈവം എന്നെ ഒരുക്ക
മെന്നും ഞാൻ നിങ്ങളെ പിന്തുടരുമെന്നും
സത്യമായിട്ടും ഞാൻ പ്രതീക്ഷിക്കുന്നു."
45 അപ്പോൾ ബാലൻ പറഞ്ഞു: "ഞാൻ
ദൈവത്തെ അനുസരിക്കും. അന്ത്യോക്ക
സിന്റെ കൽപ്പനകൾ അനുസരിക്കുകയി
ല്ല. അതിനാൽ, എന്റെ സഹോദരന്മാരേ
അനുഗമിക്കാൻ എനിക്ക് അമാന്തം വരു
ത്തരുത്, അവർ പോയ സ്ഥലത്തേക്ക്
പോകുന്നതിൽ നിന്ന് എന്നെ തടയരു
46 ത്." പിന്നെ അവൻ രാജാവിനോട്ട് പറ
ഞ്ഞത്: "ദൈവത്തിൽ നിന്ന് നിനക്കു
ഹാ കഷ്ടം, നീ അവനിൽ നിന്ന് എവി
ടേക്കാണ് ഓടിഒളിക്കാൻ പോകുന്നത്,
നീ എവിടെ അഭയം തേടും? അല്ലെങ്കിൽ
അവൻ നിന്നോട്ട് പ്രതികാരം ചെയ്യാതിരി
47 ക്കാൻ നീ ആരുടെ സഹായം തേടും? നീ
ഞങ്ങൾക്ക് തിന്മ ചെയ്യാൻ ഉദ്ദേശിച്ചിരു
ന്നെങ്കിലും, നീ ഞങ്ങൾക്ക് ഒരു നന്മ ചെ
യ്തിരിക്കുന്നു. നീ നിന്റെ സ്വന്തം ആത്മാവിന്
48 തിന്മ ചെയ്ത് അതിനെ നശിപ്പിച്ചു. മരണം
ഒരിക്കലും പിന്തുടരാത്ത, അന്ധകാരത്തി
ന് ഒരിക്കലും നശിപ്പിക്കാനാകാത്ത വെളി
ച്ചത്തിലേക്കാണ് ഞങ്ങൾ ഇപ്പോൾ പോ
കുന്നത്. എന്നാൽ നിങ്ങളുടെ വാസസ്ഥലം 49
ദൈവത്തിൽ നിന്നുള്ള കഠിനമായ ശിക്ഷ
കളോടെ നരകപ്രദേശങ്ങളിലായിരിക്കും.
ഞങ്ങൾ അവനുവേണ്ടി പീഡകൾ സഹിച്ച 50
തിനാൽ, ദൈവത്തിന്റെ കോപം അവന്റെ
ജനത്തിൽ നിന്ന് മാറിപ്പോകുമെന്ന് ഞാൻ
വിശ്വസിക്കുന്നു. എന്നാൽ അവൻ നിന്നെ 51
ഈ ലോകത്ത് പീഡിപ്പിക്കുകയും നികൃ
ഷ്ടമായ മരണത്തിലേക്ക് നയിക്കുകയും
ചെയ്യും. നീ നിത്യമായ ദണ്ഡനങ്ങളിലേ
ക്ക് പോകും."
ബാലൻ തന്റെ അധികാരത്തെ എതിർ 52
ക്കുന്നത് കണ്ട് അന്ത്യോക്കസ് കോപിച്ചു.
അവന്റെ സഹോദരങ്ങളെക്കാൾ അവനെ
പീഡിപ്പിക്കുവാൻ രാജാവ് കല്പിച്ചു. അവർ
അങ്ങനെ ചെയ്തു, അവൻ മരിച്ചു. എന്നാൽ 53
അവരുടെ അമ്മ തന്റെ മക്കളെ തനിക്ക്
അനുഗമിക്കണമെന്ന് ദൈവത്തോട്ട് അപേ
ക്ഷിച്ചു. ഉടനെ അവൾ മരിച്ചു.
അന്ത്യോക്കസ് തന്റെ രാജ്യമായ മക്ക 54
ദോന്യയിലേക്ക് പോയി. അവന്റെ മതം
സ്വീകരിക്കുന്നവർ ഒഴികെ എല്ലാ യഹൂദ
ന്മാരെയും കൊല്ലുവാൻ, അവൻ ഫെലി
ക്സിനും സിറിയയിലെ മറ്റ് ഗവർണർമാർ
ക്കും കല്പന അയച്ചു. അവന്റെ ഭൃത്യന്മാർ 55
അവന്റെ കല്പന അനുസരിച്ചു. അനേകം
ആളുകളെ കൊന്നുകളഞ്ഞു.

പുരോഹിതനായ യസ്സായിയുടെ മകനായ യോഖനാന്റെ മകൻ മഹാപുരോഹിതനായ മത്ഥാത്തിയാസിന്റെ ചരിത്രം

6 യോഖനാന്റെ പുത്രനായ മത്ഥാ
ത്തിയാസ് എന്ന് പേരുള്ള ഒരു മനു
ഷ്യൻ സുരക്ഷിതമായ പർവ്വതങ്ങളിൽ
ഒന്നിലേക്ക് ഓടിപ്പോയി. ചിതറിപ്പോയ
വർ അവന്റെ അടുക്കലേക്ക് ഓടിച്ചെന്നു.
ചിലർ ആളൊഴിഞ്ഞ സ്ഥലങ്ങളിൽ ഒളിച്ചു.
എന്നാൽ അന്ത്യോക്കസ് നാട്ടിൽ നിന്ന് 2
വളരെ ദൂരത്തേക്ക് പോയതിനുശേഷം

മത്ഥാത്തിയാസ് തന്റെ മകൻ യൂദായെ
രഹസ്യമായി യഹൂദയുടെ നഗരങ്ങളിലേ
3 ക്ക് അയച്ചു. തന്റെയും തന്റെ ജനങ്ങളുടെ
യും ആരോഗ്യത്തെക്കുറിച്ച് അവരോടു പറ
യുവാനും ധൈര്യവും മഹത്ത്വവും തീക്ഷ്ണതയും
ഉള്ളവർ തങ്ങളുടെ ഭാര്യമാർക്കും അവരുടെ
കുട്ടികൾക്കുംവേണ്ടി തന്റെ അടുക്കൽ വര
ണമെന്ന് പറയാനും ആഗ്രഹം അറിയിച്ചു.
4 അവിടെ താമസിച്ചിരുന്ന ചില ഉന്നത
ന്മാർ അവന്റെ അടുക്കൽ ചെന്നു. അവർ
അവന്റെ അടുക്കൽ വന്ന് അവരോട്
5 ഇങ്ങനെ പറഞ്ഞു. ദൈവത്തോടുള്ള പ്രാർ
ത്ഥനയും അവനിലുള്ള വിശ്വാസവുമല്ലാതെ
മറ്റൊന്നും ഞങ്ങളിൽ അവശേഷിക്കുന്നില്ല.
എന്നാൽ ദൈവം സഹായിച്ചാൽ ശത്രുവി
നോട്ട് യുദ്ധം ചെയ്ത് വിജയം നേടാനാവുമെ
6 ന്ന് ഞങ്ങൾ കരുതുന്നു. അവർ മത്ഥാത്തി
യാസിന്റെ അഭിപ്രായം അംഗീകരിച്ച് അത
7 നുസരിച്ച് പ്രവർത്തിച്ചു. അത് ഫെലിക്സ്
അറിഞ്ഞപ്പോൾ അവൻ ഒരു വലിയ
സൈന്യവുമായി അവർക്കെതിരേ വന്നു.
8 പുരുഷന്മാരും സ്ത്രീകളുമടക്കം ആയിര
ത്തോളം യഹൂദന്മാർ അവരുടെ ആരാ
ധനാരീതികൾ സംരക്ഷിക്കുന്നതിനായി
ഒരു ഗുഹയിൽ ഒത്തുകൂടിയിരിക്കുന്നതായി
ഫെലിക്സ് തന്റെ യാത്രാമദ്ധ്യേ അറിഞ്ഞു.
9 അവൻ തന്റെ സൈന്യത്തിന്റെ ഒരു ഭാഗ
വുമായി അവരുടെ അടുത്തേക്ക് പോയി.
മത്ഥാത്തിയാസിനെതിരെ തന്റെ സൈനി
കമേധാവികളെ മറ്റു സൈന്യത്തോടൊപ്പം
10 അയച്ചു. ഫെലിക്സ് ഗുഹയിലുള്ളവരോട്
ഗുഹയിൽനിന്ന് പുറത്തുവന്ന് അവന്റെ
മതത്തിൽ ചേരാമെന്ന് സമ്മതമറിയിക്ക
11 ണമെന്ന് ആവശ്യപ്പെട്ടു. അവർ വിസ്സമ്മ
തിച്ചു. അപ്പോൾ അവൻ അവിടെ പുകനി
റയ്ക്കുമെന്ന് ഭീഷണിപ്പെടുത്തി; അവർ അത്
വകവച്ചില്ല. അവൻ അവിടെ പുകനിറച്ചു.
എല്ലാവരും മരിച്ചു.
12 യുദ്ധസന്നദ്ധനായിരുന്ന മത്ഥാത്തിയാ
സിന്റെ അടുക്കൽ സേനാനായകൻമാർ
13 പടയുമായി എത്തി. മത്ഥാത്തിയാസും
കൂടെയുള്ളവരും നശിക്കാതിരിക്കേണ്ടതി
ന് രാജാവിനെ അനുസരിക്കണമെന്നും
അവന്റെ അധികാരത്തെ എതിർക്കരുതെ
ന്നും നിർദ്ദേശിച്ചുകൊണ്ട്, ഉന്നതകുലജാത
നായ ഒരു സൈന്യാധിപൻ മത്ഥാത്തിയാ
സിന്റെ അടുക്കൽ ചെന്നു. മത്ഥാത്തിയാ 14
സ് അവരോട്ട് പറഞ്ഞു: "ഞാൻ യഥാർ
ത്ഥ രാജാവായ ദൈവത്തെ അനുസരിക്കു
ന്നു. എന്നാൽ നീ നിന്റെ രാജാവിനെ അനു
സരിക്കുന്നുവോ. നിനക്ക് നല്ലതായി തോ
ന്നുന്നത് നീ ചെയ്യുക." അവൻ സംസാരം
നിർത്തി. അവർ മത്ഥാത്തിയാസിനുവേ 15
ണ്ടി കെണിയൊരുക്കുവാൻ തുടങ്ങി. അവ 16
രോടൊപ്പം ഉണ്ടായിരുന്ന യഹൂദന്മാരിൽ
ഏറ്റവും മോശമായ ഒരു മനുഷ്യൻ മത്ഥാ
ത്തിയാസിന്റെ അടുക്കൽ വന്നു. രാജാവി
നെതിരെ പടയൊരുക്കത്തിനും യുദ്ധത്തി
ന് തയ്യാറെടുക്കുന്നതിനും ആവേശം കൊ
ള്ളിച്ചു. മത്ഥാത്തിയാസ് ഊരിയ വാളുമായി 17
അവന്റെ നേരെ പാഞ്ഞടുത്തു, ആ യഹൂദ
ന്റെ തല വെട്ടിക്കളഞ്ഞു. യഹൂദനെ പറ
ഞ്ഞയച്ച സൈന്യാധിപനെയും ആക്രമി
ച്ച് കൊന്നു.[4] എന്നാൽ മത്ഥാത്തിയാസി
ന്റെ കൂട്ടാളികൾ അവൻ ചെയ്തത് കണ്ടിട്ട്
വീണ്ടും അവന്റെ അടുക്കൽ വന്നു. അവർ 18
ശത്രുക്കളുടെ പാളയത്തിൽ കയറി,
അവർ വലിയൊരു കൂട്ടത്തെ കൊന്നൊടു
ക്കി. അവരെ ഓടിച്ചുകളഞ്ഞു. ഇതിനുശേ
ഷം മത്ഥാത്തിയാസ് കാഹളമൂതി. ഫെ 19
ലിക്സിനെതിരെ ഒരു പടനീക്കം പ്രഖ്യാപി
ച്ചു. അവനും അവന്റെ കൂട്ടാളികളും യഹൂ
ദദേശത്ത് ചെന്ന് അവരുടെ പല പട്ടണ
ങ്ങളും തിരികെപ്പിടിച്ചു. അത്യുന്നതനായ 20
ദൈവം അന്ത്യോക്കസിന്റെ സൈന്യാധി
പന്മാരിൽ നിന്ന് അവർക്ക് വിടുതൽ നല്കി.
അവർ അവരുടെ വിശ്വാസത്തിലേക്ക് തി
രിച്ചുപോയി. അവരുടെ ശത്രുക്കളുടെ കൂട്ടം
പിൻവാങ്ങി.

---

4 സൈന്യാധിപന്റെ പേര് 'അപ്പല്ലസ്' എന്നാണ് ജോസഫസ് രേഖപ്പെടുത്തിയിരിക്കുന്നത്

മത്ഥാത്തിയാസിന്റെ മരണത്തെക്കുറിച്ചുള്ള വിവരണം, അദ്ദേഹത്തിന്റെ കാലശേഷം അവന്റെ മകൻ യൂദായുടെ പ്രവർത്തികൾ

7 ഇപ്പോൾ മത്ഥാത്തിയാസ് രോഗി
യായി, അവൻ മരണാസന്നനായ
പ്പോൾ അവന്റെ തന്റെ അഞ്ചു പുത്രന്മാരെ
യും വിളിച്ച് അവരോട്ട് ഇങ്ങനെപറഞ്ഞു.
2 വലിയവനും നല്ലവനുമായ ദൈവം നമ്മെ
യുദ്ധം ചെയ്യാൻ പ്രേരിപ്പിച്ച കാര്യങ്ങളുടെ
നിമിത്തം (അല്ലെങ്കിൽ കാരണത്താൽ)
യഹൂദ ദേശത്ത് വളരെയധികം വലിയ
യുദ്ധങ്ങൾ നമ്മുടെ ശത്രുക്കൾക്കെതിരെ
പൊട്ടിപ്പുറപ്പെട്ടുമെന്ന് എനിക്ക് അറിയാം.
3 എന്നാൽ നിങ്ങൾ ദൈവത്തെ ഭയപ്പെടുന്ന
വരും അവനിൽ ആശ്രയിക്കുന്നവരും ന്യാ
യപ്രമാണത്തിലും ജനങ്ങളിലും തീക്ഷ്ണത
യുള്ളവരും ആയിരിക്കണമെന്ന് ഞാൻ
4 നിങ്ങളോട്ട് ആജ്ഞാപിക്കുന്നു. അതിന്റെ
ശത്രുക്കൾക്കെതിരെ യുദ്ധം ചെയ്യാൻ നി
ങ്ങളെത്തന്നെ സജ്ജരാക്കുക. മരണത്തെ
ഭയപ്പെടരുത്. കാരണം ഇത് എല്ലാവർ
5 ക്കും വിധിച്ചതാണ്. അതിനാൽ ദൈവം
നിങ്ങളെ വിജയികളാക്കിയാൽ നിങ്ങൾ
ആഗ്രഹിച്ചത് നിങ്ങൾക്ക് ഉടനടി ലഭിച്ചു
എന്നും; എന്നാൽ നിങ്ങൾ പരാജയപ്പെട്ടു
കയാണെങ്കിൽ അത് അവന്റെ ദൃഷ്ടിയിൽ
നിങ്ങൾക്ക് നഷ്ടമല്ല എന്നും അറിയുക.
6 മത്ഥാത്തിയാസ് മരിച്ചു, അവനെ സംസ്കരി
ച്ചു. അവന്റെ പുത്രന്മാർ അവൻ തങ്ങളോട്ട്
ആജ്ഞാപിച്ചതുപോലെ ചെയ്തു. തങ്ങളുടെ
സഹോദരനായ യൂദായെ നേതാവാക്കാൻ
7 അവർ സമ്മതിച്ചു. അവരുടെ സഹോദര
നായ യൂദാ പ്രബോധനത്തിൽ ഏറ്റവും മി
കച്ചവനും എല്ലാവരെക്കാളും ധൈര്യശാ
8 ലിയുമാണ്. അവർക്കെതിരെ, സെറോൺ
എന്ന ഒരാളുടെ നിയന്ത്രണത്തിൽ ഒരു
സൈന്യത്തെ ഫെലിക്സ് അയച്ചു. യൂദായും
കൂട്ടരും അവരിൽ അനേകരെ കൊന്നൊ
9 ടുക്കി അവരെ ഓടിച്ചുകളഞ്ഞു. യൂദായുടെ
കീർത്തി പരക്കെ പരന്നു. അത് ജനങ്ങളു
ടെ ചെവിയിൽ എത്തുകയും ചുറ്റുമുള്ള എല്ലാ
രാജ്യങ്ങളും അവനെ ഭയപ്പെടുകയും ചെയ്തു.
മത്ഥാത്തിയാസിന്റെയും പുത്രൻ യൂദാ 10
യുടെയും വൃത്താന്തങ്ങൾ അന്ത്യോക്കാ
സ് രാജാവ് അറിഞ്ഞു. ഇതിനെക്കുറിച്ചുള്ള 11
വാർത്ത പേർഷ്യക്കാരുടെ രാജാവിനും ലഭി
ച്ചു. അങ്ങനെ അവൻ യൂദായുടെ മാതൃക
പിന്തുടർന്ന് അന്ത്യോക്കസിനെ വഞ്ചിച്ച്
അവന്റെ സൗഹൃദത്തിൽ നിന്ന് അകന്നു.
ഇവ അന്ത്യോക്കാസിന് വല്ലാത്ത അസ്വ 12
സ്ഥത ഉണ്ടാക്കി. അവൻ തന്റെ കൊട്ടാരം
വിചാരിപ്പുകാരിൽ ഒരാളായ ഒരു ധീരനും ദൃ
ഢഗാത്രനുമായ ലിസ്സിയാസ് എന്നു പേരു
ള്ളവനെ വിളിച്ച് ഇങ്ങനെ പറഞ്ഞു. "ഞാൻ 13
ഇപ്പോൾ പേർഷ്യൻ ദേശവുമായി യുദ്ധം
ചെയ്യാൻ തീരുമാനിച്ചിരിക്കുന്നു. പകരം
എന്റെ മകനെ എനിക്ക് പകരക്കാരനാ
യി നിയമിക്കാനും, എന്റെ സൈന്യത്തി
ന്റെ പകുതിയെ എന്നോടൊപ്പം കൊണ്ടു
പോകാനും ബാക്കിയുള്ളത് എന്റെ മക
നോടൊപ്പം നിർത്തുവാനും ഞാൻ ആഗ്ര
ഹിക്കുന്നു. എന്റെ മകന്റെയും ഞാൻ അവ 14
നോടുകൂടെ ഇവിടെ നിർത്തുന്ന സൈന്യ
ത്തിന്റെ നിയന്ത്രണവും ഞാൻ നിനക്ക്
തന്നിരിക്കുന്നു. എന്റെ സുഹൃത്തുക്കളോടും 15
എന്റെ പ്രജകളോടും എന്താണ് മത്ഥാത്തി
യാസും യൂദായും ചെയ്തതെന്ന് തീർച്ചയായും
നിനക്ക് അറിയാം. അതിനാൽ യഹൂദ ദേ 16
ശത്തേക്ക് ശക്തമായ ഒരു പട നയിക്കു
വാൻ ഒരാളെ അയയ്ക്കുക. യഹൂദ ദേശത്തെ
വാൾ കൊണ്ട് ആക്രമിക്കാനും അവരെ
വേരോടെ പിഴുതെറിഞ്ഞ് അവരുടെ വാ
സസ്ഥലങ്ങൾ തകർത്ത് അവരെക്കുറിച്ചു
ള്ള എല്ലാ അടയാളങ്ങളും ഇല്ലാതാക്കാ
നും അവനോട്ട് കല്പിക്കുക".

അന്ത്യോക്കസ് പേർഷ്യൻ രാജ്യത്തേ 17
ക്ക് പോയി. എന്നാൽ ലിസ്സിയാസ് യുദ്ധ 18
ത്തിൽ വൈദഗ്ദ്ധ്യമുള്ള ധീരരും വീരരുമായ
മൂന്നു സേനാനായകന്മാരെ സജ്ജമാക്കി.
അവരിൽ ഒരാൾക്ക് ടോളമിയെന്നും രണ്ടാ
മന് നിക്കനോർ എന്നും മൂന്നാമന് ഗോർ
ജ്ജിയാസ് എന്നുമായിരുന്നു പേര്. അവ 19
രോടൊപ്പം തെരഞ്ഞെടുത്ത നാല്പതിനാ

യിരം സൈനികരെയും ഏഴായിരം കുതി
രപ്പടയാളികളെയും അയക്കുകയും സിറി
യക്കാരുടെയും ഫെലിസ്ത്യരുടെയും സൈ
ന്യത്തെ കൂടെക്കൂട്ടാനും, യഹൂദന്മാരെ പൂർ
ണ്ണമായും വേരോടെ പിഴുതെറിയാനും
20 അവരോട് കല്പിച്ചു. യഹൂദരുടെ ഇടയിൽ
നിന്ന് തങ്ങൾക്ക് കിട്ടാൻ പോകുന്ന തട
വുകാരെ അവർക്ക് വിറ്റഴിക്കാൻ ഒരുക്കൂട്ടം
കച്ചവടക്കാരെയും വഹിച്ചുകൊണ്ട് അവർ
പുറപ്പെട്ടു.
21 എന്നാൽ മത്ഥാത്തിയാസിന്റെ മകൻ
യൂദാസ്സ് ഈ വാർത്ത ലഭിച്ചു. അവൻ വലി
യവനും നല്ലവനുമായ ദൈവത്തിന്റെ
22 ആലയത്തിലേക്ക് പോയി. അവൻ തന്റെ
ആളുകളെ വിളിച്ചുകൂട്ടി. ഉപവാസവും അപേ
ക്ഷകളുമായി വലിയവനും നല്ലവനുമായ
ദൈവത്തോട് പ്രാർത്ഥിക്കാൻ അവരോട്
കല്പിച്ചു. ശത്രുക്കൾക്കെതിരായ വിജയത്തി
നായി അവനോട് യാചിക്കണമെന്ന് കല്പി
ച്ചു. അവർ അത് അനുസരിക്കുകയും ചെയ്തു.
23 ഇതിനുശേഷം യൂദാ തന്റെ ആളുകളെക്കൂ
ട്ടി ഓരോ ആയിരം പടയാളികൾക്കും തല
വന്മാരെ നിയമിച്ചു. അതുപോലെ ഓരോ
നൂറിനും അമ്പതിനും പത്തിനും തലവന്മാ
24 രെ നിയമിച്ചു. ആരെങ്കിലും ഭയചകിതരാ
ണെങ്കിലോ, സൈന്യത്തിൽ നിന്ന് പിരി
ച്ചുവിടാൻ ദൈവം കല്പിച്ചവർ ആണെങ്കി
ലോ അവർ സ്വഭവനത്തിലേക്ക് മടങ്ങി
പ്പോകണമെന്ന് തന്റെ സൈന്യത്തിൽ
ഉടനീളം കാഹളനാദത്തോടെ വിളംബരം
25 ചെയ്യുവാൻ അവൻ ആജ്ഞാപിച്ചു. വളരെ
ആളുകൾ മടങ്ങിപ്പോയി. യുദ്ധത്തിൽ പ്രാ
വീണ്യവും പരിശീലനവുമുള്ള ധീരരും ദൃഢ
ഗാത്രരുമായ ഏഴായിരം പേർ അവരോടു
കൂടെ അവശേഷിച്ചു. അവരിൽ ആരും ഓടി
പ്പോയില്ല. അവർ തങ്ങളുടെ ശത്രുക്കളുടെ
26 നേരെ നീങ്ങി. ശത്രുക്കൾ അടുത്തെത്തി
യപ്പോൾ, തങ്ങളെ സഹായിച്ച് വിജയം
നല്കുകയും അങ്ങനെ ശത്രുക്കളുടെ ദ്രോഹം
തന്നിൽനിന്ന് അകറ്റുകയും ചെയ്യണമെന്ന്
തന്റെ കർത്താവിനോട് യൂദാ അപേക്ഷി
27 ച്ചുപ്രാർത്ഥിച്ചു. പിന്നെ അവൻ പുരോഹി
തന്മാരോടു കാഹളം ഊതുവാൻ കല്പിച്ചു.
അവർ അങ്ങനെ ചെയ്തു. അവന്റെ എല്ലാ
ആളുകളും ദൈവത്തെ വിളിച്ചപേക്ഷിച്ച്, നി
ക്കാനോറിന്റെ സൈന്യത്തിന്റെ നേരെ പാ
ഞ്ഞടുത്തു. ദൈവം അവർക്കുമേൽ വിജയം 28
നൽകി. അവർ നിക്കോനാറിനെയും
അവന്റെ ആളുകളെയും ഓടിച്ചുകളഞ്ഞു.
അവരിൽ ഒമ്പതിനായിരം പേരെ കൊന്നു.
ബാക്കിയുള്ളവർ ചിതറിപ്പോയി. യൂദായും 29
കൂട്ടരും നിക്കാനോറിന്റെ പാളയത്തിലേ
ക്ക് ചെന്ന്, വലിയ നാശം വരുത്തി. വ്യാ
പാരികളുടെ വളരെയധികം സ്വത്ത് പിടി
ച്ചെടുത്ത് രോഗികൾക്കിടയിൽ വിതരണം
ചെയ്യാൻ നല്കി.
ഈ യുദ്ധം നടന്നത് ആഴ്ചയിലെ ആറാം 30
ദിവസമാണ്. അതുകൊണ്ട് ശബ്ബത്ത് ദിവ
സം കഴിയുന്നതുവരെ യൂദാസും അവന്റെ
ആളുകളും അതേ സ്ഥലത്തുതന്നെ നിന്നു.
പിന്നീട് അവർ ടോളമിക്കും ഗോർജിയാസി 31
നും എതിരെ യുദ്ധം ചെയ്തു. അവരെ കണ്ടെ
ത്തി, അവരെ അടിയറപറയിച്ച് അവരുടെ
മേൽ വിജയം നേടി. അവരുടെ ഇരുപതി
നായിരം സൈനികരെ വധിച്ചു. ടോളമിയും
ഗോർജിയാസും, രണ്ട് വിഗ്രഹങ്ങളുടെ നഗ 32
രത്തിലേക്ക്[5] ഓടിപ്പോയി, തങ്ങളുടെ ശേ
ഷിക്കുന്ന സൈന്യത്തിന്റെ സംരക്ഷണ
യിൽ നിന്നതിനാൽ യൂദായ്ക്കും കൂട്ടർക്കും
അവരെ കീഴ്പ്പെടുത്താൻ കഴിഞ്ഞില്ല.
യൂദാ ഫെലിക്സിനെ ആക്രമിച്ചു. ഫെലിക്സ് 33
യൂദായുടെ മുമ്പിൽ നിന്ന് ഓടിപ്പോയി.
യൂദാ അവനെ പിന്തുടർന്നു. അടുത്തുതന്നെ
ഉണ്ടായിരുന്ന ഒരു വീട്ടിലേക്ക് കയറി വാ
തിലടച്ചു. അത് സുരക്ഷിതമായ ഒരു വീ
ടായിരുന്നു. യൂദാ ആജ്ഞാപിച്ച പ്രകാരം 34
വീട് അഗ്നിയ്ക്ക് ഇരയാക്കി. അതിൽ കിടന്ന്
ഫെലിക്സും ചുട്ടെരിക്കപ്പെട്ടു. അങ്ങനെ
ഏലിയാസാറിനും ഫെലിക്സ് വധിച്ച മറ്റു
ള്ളവർക്കും വേണ്ടി യൂദാ അവനോട് പ്ര
തികാരം ചെയ്തു. അതിനുശേഷം ആളുകൾ 35

5 (അന്ത്യോക്യയാണ് നിക്കോനാർ ഓടിപ്പോയ സ്ഥലമെന്ന് 1 മക്കാബിയരിൽ പറയുന്നു)

കൊല്ലപ്പെട്ടവരുടെ അടുത്തേക്ക് മടങ്ങി.
അവരുടെ സ്വത്തുക്കൾ കൊള്ളയടിക്കു
കയും ആയുധങ്ങൾ എടുക്കുകയും ചെയ്തു.
എന്നാൽ അവയിൽ ഏറ്റവും നല്ലത് അവർ
36 വിശുദ്ധനാട്ടിലേക്ക് അയച്ചു. എന്നാൽ നി
ക്കാനോർ അജ്ഞാതവേഷത്തിൽ ലിസ്സി
യാസ്സിന്റെ അടുക്കലേക്ക് മടങ്ങി. തനിക്കും
കൂട്ടർക്കും സംഭവിച്ചതെല്ലാം അവനോട്
പറഞ്ഞു.

അന്ത്യോക്കസിന്റെ തിരിച്ചുവരവിന്റെയും യഹൂദാദേശത്തിലേക്ക് പോയതിന്റെയും, യാത്രയിൽ അവനെ ബാധിച്ച രോഗത്തിന്റെയും, അതേ തുടർന്ന് യാത്രയിലുണ്ടായ മരണത്തിന്റെയും വിവരണം

8 എന്നാൽ അന്ത്യോക്കസ് പേർഷ്യൻ
രാജ്യത്തുനിന്ന് മടങ്ങി തന്റെ സൈ
2 ന്യത്തെ പിരിച്ചുവിട്ടു. ലിസ്സിയാസ് അയച്ച
തന്റെ സൈന്യത്തിനും തന്റെ ആളുകൾ
ക്കും സംഭവിച്ചത് എന്തെന്നറിഞ്ഞപ്പോൾ
അവൻ ഒരു വലിയ സൈന്യത്തോടുകൂടെ
3 യഹൂദാദേശത്തേക്ക് പുറപ്പെട്ടു. ഇപ്പോൾ
തന്റെ യാത്രയുടെ മദ്ധ്യത്തിലെത്തിയപ്പോ
ൾ ദൈവം അവന്റെ സൈന്യത്തെ അതി
ശക്തമായ ആയുധങ്ങളാൽ പ്രഹരിച്ചു.
4 എന്നാൽ ഇതുകൊണ്ട് അവനെ അവന്റെ
യാത്രയിൽ നിന്ന് തടയുവാൻ കഴിഞ്ഞില്ല.
അവൻ അതിൽ ഉറച്ചുനിന്നു. അവനെ മാ
റ്റിനിർത്തുവാനോ അവന്റെ നിശ്ചയദാർ
ഢ്യത്തിൽ നിന്ന് അവനെ തടയുവാനോ
ആർക്കും കഴിയുകയില്ലെന്നു പറഞ്ഞ്, ദൈ
വത്തോട് എല്ലാത്തരം ധിക്കാരവാക്കുകളും
5 പറഞ്ഞു. ആകയാൽ വലിയവനും നല്ലവ
നുമായ ദൈവം അവന് വ്രണങ്ങൾ ബാധി
പ്പിച്ചു. അത് അവന്റെ ശരീരത്തെ മുഴുവൻ
ബാധിച്ചു. എന്നിട്ടും അവൻ തന്റെ യാത്ര
യിൽ നിന്ന് പിന്മാറുകയോ വിട്ടുനില്ക്കുക
6 യോ ചെയ്തില്ല. എന്നാൽ അവൻ കൂടുതൽ
കോപം കൊണ്ടു നിറഞ്ഞു, താൻ നിശ്ച
യിച്ചത് നേടിയെടുക്കാനും തന്റെ ദൃഢനി
ശ്ചയം നടപ്പിൽവരുത്തുവാനുമുള്ള അത്യ
ന്തആഗ്രഹത്താൽ അവൻ ജ്വലിച്ചു.
അവന്റെ സൈന്യത്തിൽ ധാരാളം ആന 7
കൾ ഉണ്ടായിരുന്നു. അതിൽ ഒന്ന് ഓടി
പ്പോവുകയും അലറുകയും ചെയ്തു. അന്ത്യോ
ക്കസിന്റെ മഞ്ചൽ വഹിച്ചിരുന്ന കുതിര
കൾ കുതറിയോടി, അവൻ വെളിയിലേക്ക്
തെറിച്ചുവീണു. അവൻ തടിച്ച് ദുർമ്മേദസ്സ് 8
ഉള്ളവൻ ആയിരുന്നതിനാൽ അവന്റെ
കൈകാലുകൾ ചതഞ്ഞു. അവന്റെ സന്ധി
കളിൽ ചിലതിന് സ്ഥാനഭ്രംശം സംഭവിച്ചു.
അവന്റെ വ്രണത്തിന്റെ മുൻപുതന്നെയുണ്ടാ 9
യിരുന്ന ദുർഗന്ധം വളരെയധികം വർദ്ധിച്ചു.
അവനും അവന്റെ അടുത്ത് വരുന്നവർക്കും
അത് അസ്സഹനീയമായിത്തീർന്നു. അവൻ
വീണപ്പോൾ അവന്റെ ഭൃത്യന്മാർ അവനെ 10
എടുത്ത് ചുമലിൽ കയറ്റി. എന്നാൽ ദുർഗന്ധം
അസ്സഹനീയമായതിനെത്തുടർന്ന് അവർ
അവനെ താഴെയിട്ട്, ദൂരത്തേക്ക് പോയി.
ആകയാൽ എബ്രായർക്ക് താൻ ഉണ്ടാ 11
ക്കിയ കഷ്ടതകളും, തന്റെ അധികാര ദുർ
വിനിയോഗവും, താൻ അവരുടെ രക്തം
അന്യായമായി ഒഴുക്കിയതും കാരണം
വലിയവനും നല്ലവനുമായ ദൈവം തനിക്കു
നല്കിയ ശിക്ഷകളാണ് തന്റെ എല്ലാ ദുര്യോ
ഗങ്ങൾക്കും കാരണം എന്ന് അവൻ ഉറ
പ്പായി മനസ്സിലാക്കി. ഭയത്താൽ അവൻ 12
ദൈവത്തിങ്കലേക്ക് തിരിഞ്ഞു. തന്റെ പാപ
ങ്ങൾ ഏറ്റുപറഞ്ഞു. "ദൈവമേ നീ എനിക്ക്
അയച്ച ശിക്ഷകൾക്ക് സത്യത്തിൽ ഞാൻ
അർഹനാണ്. തീർച്ചയായും അങ്ങയുടെ
വിധികളിൽ നീ നീതിമാൻ ആകുന്നു. വി 13
നയമുള്ളവനെ നീ ഉയർത്തുന്നു; ഗർവ്വിയെ
നീ താഴ്ത്തുന്നു എന്നാൽ മഹത്വവും ഗാംഭീര്യ
വും പ്രൗഢിയും വീര്യവും നിന്റേതാകുന്നു.
സത്യമായും ഞാൻ ജനങ്ങളെ അടിച്ചമർ 14
ത്തുകയും അവർക്കെതിരെ സ്വേച്ഛാധിപ
ത്യപരമായി പ്രവർത്തിക്കുകയും വിധിക്കു
കയും ചെയ്തു എന്നത് ഞാൻ സമ്മതിക്കു
ന്നു. ദൈവമേ എന്റെ ഈ തെറ്റ് ക്ഷമിക്കേ 15
ണമേ. എന്റെ പാപം തുടച്ചുനീക്കി, എന്റെ
ആരോഗ്യം എനിക്ക് നൽകേണമേ. നിന്റെ
ആലയത്തിന്റെ ഭണ്ഡാരം സ്വർണ്ണവും വെ

ള്ളിയുംകൊണ്ട് നിറയ്ക്കുന്നതിലും, ധൂമ്ര വസ്ത്ര
16 ങ്ങൾ വിശുദ്ധ മന്ദിരത്തിൽ വിരിക്കുവാ
നും; ഒപ്പം പരിച്ഛേദന ഏല്ക്കുവാനും, നീ മാ
ത്രമാണ് സത്യദൈവമെന്നും നീ അല്ലാതെ
മറ്റൊരു ദൈവമില്ലെന്നും എന്റെ രാജ്യത്തുട
നീളം പ്രഘോഷിക്കുവാനും ഞാൻ ജാഗ്രത
17 പുലർത്തും". എന്നാൽ ദൈവം അവന്റെ
പ്രാർത്ഥന കേട്ടില്ല, അവന്റെ അപേക്ഷ
സ്വീകരിച്ചുമില്ല. അവന്റെ കുടലുകൾ ശൂന്യ
മായി. അവന്റെ വ്രണങ്ങൾ വർദ്ധിച്ചതു
കാരണം അവന്റെ മാംസം അവന്റെ ശരീ
18 രത്തിൽ നിന്ന് ഉതിർന്നുവീണു. പിന്നെ
അവൻ മരിച്ചു. അവന്റെ ദേശത്ത് അവനെ
അടക്കം ചെയ്തു. അവന്റെ മകൻ അവനു
പകരം രാജാവായി. അവന്റെ പേര് യൂ
പ്പേറ്റർ എന്നായിരുന്നു.

എട്ടുദിവസത്തെ സമർപ്പണത്തിന്റെ ചരിത്രം

9 ടോളമി, നിക്കോനാർ, ഗോർജ്ജിയാ
സ് എന്നിവരെ ഓടിച്ചിട്ട് അവരുടെ
ആളുകളെ കൊന്നപ്പോൾ യൂദായും
അവന്റെ സൈന്യവും വിശുദ്ധ ആലയ
2 ത്തിന്റെ രാജ്യത്തിലേക്ക് മടങ്ങി. അന്ത്യോ
ക്കസ് നിർമ്മിക്കുവാൻ ഉത്തരവിട്ട എല്ലാ
ബലിപീഠങ്ങളും നശിപ്പിക്കുവാൻ അവൻ
3 കല്പിച്ചു. അവൻ അതിവിശുദ്ധസ്ഥലത്ത്
ഉണ്ടായിരുന്ന എല്ലാ വിഗ്രഹങ്ങളും നീക്കം
ചെയ്ത്, അവർ ഒരു പുതിയ യാഗപീഠം
പണിത്, അതിന്മേൽ യാഗങ്ങൾ അർപ്പി
4 ക്കുവാൻ ആജ്ഞാപിച്ചു. ബലിപീഠത്തി
ന്മേൽ വിശു ദ്ധ അഗ്നി പുറപ്പെടുവിക്കണമെ
ന്നും അത് അവിടെ നിലനിർത്തണമെന്നും
അവൻ വലിയവനും നല്ലവനുമായ ദൈവ
ത്തോട്ട് പ്രാർത്ഥിച്ചു. അങ്ങനെ ബലിപീഠ
ത്തിലുള്ള ചില കല്ലുകളിൽ നിന്നും അഗ്നി
യിറങ്ങി. തടിയും ബലിവസ്തുക്കളും അഗ്നി
5 യ്ക്ക് ഇരയായി. മൂന്നാമത്തെ അടിമത്തത്തി
ലേക്കു പോകുന്നതുവരെ ബലിപീഠത്തിൽ
6 അഗ്നി തുടർന്നു. പിന്നെ അവർ കിസ്ലേവ്[6]
മാസത്തിന്റെ ഇരുപത്തിയഞ്ചാം ദിവസം
തുടങ്ങി എട്ടു ദിവസം പുതിയ ബലിപീഠ
ത്തിന്റെ ഉത്സവം ആചരിച്ചു. പിന്നെ ദൈ 7
വാലയത്തിന്റെ മേശമേൽ അപ്പം വയ്ക്കുക
യും ഓരോ കാലുകളിലുമുള്ള വിളക്കുകൾ
കത്തിക്കുകയും ചെയ്തു. ഈ എട്ടു ദിവസ 8
ങ്ങളിൽ ഓരോ ദിവസവും അവർ പ്രാർ
ത്ഥനയ്ക്കും സ്തുതിക്കുമായി ഒരുമിച്ചുകൂടി. ഇത്
എല്ലാ വർഷവും തുടർന്നു വരുന്നതിനുള്ള
ഒരു ചട്ടമാക്കി.

ഗോർജ്ജിയാസുമായും ടോളമിയുമായും യൂദാ നടത്തിയ യുദ്ധങ്ങളുടെ ചരിത്രം

10 സമർപ്പണത്തിന്റെ നാളുകൾക്ക്
ശേഷം യൂദാ ഏദോമ്യരുടെ രാ
ജ്യത്തിലെ സാറാപർവ്വതത്തിലേക്ക്[7]
നീങ്ങി. എന്തുകൊണ്ടെന്നാൽ ഗോർജ്ജി
യാസ് അവിടെ താമസിച്ചിരുന്നു. ഗോർ 2
ജ്ജിയാസ് ഒരു വലിയ സൈന്യവുമായി
അവന്റെ നേരെ പുറപ്പെട്ടു. അവർ തമ്മിൽ
കൊടിയ യുദ്ധമുണ്ടായി. ഗോർജ്ജിയാ
സിന്റെ ഇരുപതിനായിരം പേർ വീണു.
ഗോർജ്ജിയാസ് പടിഞ്ഞാറൻ ദേശത്ത്[8] 3
ടോളമിയുടെ അടുത്തേക്ക് ഓടിപ്പോയി.
(എന്തുകൊണ്ടെന്നാൽ അന്ത്യോക്കസ്
അവനെ അവിടുത്തെ ഗവർണർ ആക്കി
യിരുന്നു അതിനാൽ അവൻ അവിടെ താ
മസിച്ചിരുന്നു.) എന്താണ് സംഭവിച്ചതെന്ന്
അവനോട്ട് പറഞ്ഞു. ടോളമി ഒരു സൈന്യ 4
വുമായി പുറപ്പെട്ടു. അതിൽ മക്കദോന്യയി
ലും കിഴക്കുമുള്ള ഒരുലക്ഷത്തി ഇരുപതി
നായിരം പേർ ഉണ്ടായിരുന്നു. അവിടെ 5
ഗിയാരസ് (അതായത് ഗിലയാദ് എന്നർ
ത്ഥം) രാജ്യത്തും അതിനടുത്തുള്ള ഭാഗങ്ങ
ളിലും എത്തുന്നതുവരെ പ്രയാണം തുടർന്നു.
അവൻ ധാരാളം യഹൂദന്മാരെ കൊന്നുക
ളഞ്ഞു. തങ്ങൾക്ക് സംഭവിച്ചത് എന്തെന്ന് 6
പറഞ്ഞുകൊണ്ട് അവർ യൂദായ്ക്ക് കത്തെഴു
തി. അവിടെ വന്ന് ടോളമിയെ തോല്പി

6 (പാ: ഭേ: കോന്യൻ/Casleu)

7 സേർ പർവ്വതമാകാം പരാമർശിക്കുന്നത്

8 ഫെലിസ്ത്യ

ച്ച് തങ്ങളുടെ അടുത്ത് നിന്ന് അവനെ
7 ഓടിക്കാൻ അപേക്ഷിച്ചു. ആ കത്ത് ലഭി
ച്ചപ്പോൾത്തന്നെ സോരിലെയും[9] സീ
ദോനിലേയും[10] മക്കദോന്യക്കാർ തങ്ങൾ
ക്കെതിരെ ഒരുമിച്ച് ചേർന്ന് നിരവധി
പേരെ ആക്രമിച്ച് കൊന്നത് എങ്ങനെയെ
ന്ന് അറിയിച്ചുകൊണ്ട് ഗലീലിപർവ്വത നി
വാസികളിൽ നിന്ന് ഒരു കത്തും അവന്
8 ലഭിച്ചു. യൂദാ രണ്ട് കത്തുകളും വായിച്ച് കഴി
ഞ്ഞപ്പോൾ അവൻ തന്റെ ആളുകളെ വിളി
ച്ചുകൂട്ടി, കത്തുകളിലെ ഉള്ളടക്കം അവരെ
കാണിച്ചുകൊടുത്തു. ഒരു ഉപവാസവും
9 പ്രാർത്ഥനയും നിശ്ചയിച്ചു. ഇതിനുശേഷം
യഹൂദരിൽ മൂവായിരം പേരെ തന്നോടൊ
പ്പം കൂട്ടിക്കൊണ്ട് വരാനും ഗലീലി പർവ്വത
ത്തിലേക്ക് വേഗത്തിൽ നീങ്ങുവാനും അവി
ടെയുണ്ടായിരുന്ന മക്കദോന്യക്കാരെ അടി
ച്ചമർത്താനും അവൻ തന്റെ സഹോദരൻ
ശീമോനോട് ആജ്ഞാപിച്ചു. അപ്രകാരം
10 ശീമോൻ പോയി. പക്ഷെ ടോളമിയെ
11 കണ്ടുമുട്ടാൻ യൂദാ തിടുക്കപ്പെട്ടു. ശീമോൻ
അപ്രതീക്ഷിതമായി മക്കദോന്യക്കാരെ
ആക്രമിക്കുകയും അവരിൽ എണ്ണായിരം
പേരെ കൊന്നൊടുക്കുകയും അതുവഴി ഗലീ
ലക്കാർക്ക് സ്വസ്ഥത നല്കുകയും ചെയ്തു.
12 എന്നാൽ യൂദാ ഗോർജ്ജിയാസിന്റെയും
ടോളമിയുടെയും അടുത്ത് എത്തുന്നതുവരെ
പടയുമായി നീങ്ങി. അവരെ ബലമായി ഉപ
രോധിച്ചു. രണ്ട് പട്ടാളവും തമ്മിൽ ഏറ്റുമുട്ടി.
13 വലിയ യുദ്ധം നടന്നു. ടോളമി നയിച്ചിരുന്ന
ത് ദൃഢഗാത്രരും ധീരരുമായ പടയാളികളു
ടെ ഒരു വലിയ സൈന്യത്തെയായിരുന്നു.
14 എന്നാൽ യൂദായോടൊപ്പം വളരെ ചെറിയ
സൈന്യമേ ഉണ്ടായിരുന്നുള്ളൂ. അവനോ
ടൊപ്പമുള്ളവർ ഏറ്റവും ധീരരും ശക്തരു
മായ സൈന്യമായിരുന്നതിനാൽ അവൻ
അവിരാമം ചെറുത്തു നിന്നു. അവർ തമ്മി
ലുള്ള യുദ്ധം വളരെക്കാലം നീണ്ടുനിന്നു.
വളരെയധികം നാശവും വരുത്തി. അതു
കൊണ്ട് യൂദാ വലിയവനും നല്ലവനുമായ
ദൈവത്തെ വിളിച്ച് അവന്റെ സഹായ
ത്തിനായി അപേക്ഷിച്ചു. യുവാക്കളായ 16
അഞ്ച് കുതിരപ്പടയാളികളെ താൻ കണ്ടത്
അവൻ അതുമായി ബന്ധപ്പെടുത്തി ചി
ന്തിച്ചു. അവരിൽ മൂന്നുപേർ ടോളമിയുടെ
സൈന്യത്തിനെതിരെ പോരാടി. രണ്ടു
പേർ തന്റെ അടുത്ത് നിന്നിരുന്നു. അവൻ 17
ശ്രദ്ധയോടെ വീക്ഷിച്ചപ്പോൾ, അവർ ദൈ
വദൂതന്മാരായി അവന് തോന്നി. അതുകൊ 18
ണ്ട് അവന്റെ ഹൃദയവും അവന്റെ കൂട്ടരു
ടെ ഹൃദയവും ആശ്വസിച്ചു. അവർ ശത്രു
ക്കളെ തുടരെ ആക്രമിച്ച് അവരെ ഓടിച്ചു
കളഞ്ഞു. അവരിൽ വലിയൊരു കൂട്ടത്തെ
കൊന്നു. ഈ യുദ്ധത്തിന്റെ തുടക്കം മുതൽ 19
അവസാനം വരെ ടോളമിയുടെ സൈന്യ
ത്തിൽ കൊല്ലപ്പെട്ടവരുടെ എണ്ണം ഇരുപ
തിനായിരത്തി അഞ്ഞൂറായിരുന്നു.

അതിനുശേഷം ടോളമിയും കൂട്ടരും കടൽ 20
ത്തീരത്തേക്ക് ഓടിപ്പോയി. യൂദാ അവരെ
പിന്തുടർന്ന് ധാരാളമാളുകളെ പിടികൂടി,
കൊന്നുകളഞ്ഞു. എന്നാൽ ടോളമി ഗാസ്സ 21
യിലേക്ക് ഓടിപ്പോയി. അവിടെത്തന്നെ
താമസിച്ചു. ചാലിസാമിലെ[11] ആളുകൾ
അവന്റെ അടുക്കൽ വന്നു. യൂദാ അവർക്ക് 22
നേരെ പടനയിച്ചു. അവരെ കണ്ടെത്തിയ
പ്പോൾ യൂദാ അവരെ തോല്പിച്ചു. ടോളമി
യുടെ ആളുകൾ ചിതറിപ്പോയി. എന്നാൽ
ടോളമി ഗാസ്സയിലേക്ക് ഓടിപ്പോയി.
അവിടെ സുരക്ഷിതനായി നിലയുറപ്പിച്ചു.
യൂദായുടെ ആളുകൾ ഓടിപ്പോകുന്ന കൂട്ട 23
ത്തെ പിന്തുടർന്നു. അവരുടെ ഇടയിൽനി
ന്ന് ധാരാളം ആളുകളെ കൊന്നു. യൂദായും,
ഗാസ്സയിലേക്ക് നീങ്ങിയ യൂദായുടെ
ആളുകളും ടോളമിയുടെ പാളയത്തിലെ
ത്തി അതിനെ വളഞ്ഞു.

യൂദായുടെ ആളുകൾ അവന്റെ അടു 24
ക്കൽ മടങ്ങിവന്നു. ടോളമിയുടെ സൈ
ന്യത്തിൽ അവശേഷിച്ചവർ കോട്ടയിൽ

9 (Tyre)
15 *10 (Sidon)*

11 (ഈജിപ്തിലെ കടൽത്തീരത്തെ ചെറിയ പട്ടണമായ കൽസം ആയിരിക്കാം)

25 കയറി യൂദായെ വളരെ നിന്ദിച്ചു. അവരും
യൂദായുടെ പടയാളികളും തമ്മിലുള്ള പോ
രാട്ടം അഞ്ച് ദിവസം നീണ്ടുനിന്നു. എന്നാൽ
അഞ്ചാം ദിവസം എത്തിയപ്പോൾ ജനം
യൂദായെ നിന്ദിക്കുകയും അവന്റെ മതത്തെ
26 നിന്ദിക്കുകയും ചെയ്തു. യൂദായ്ക്ക് ഒപ്പമുള്ള
ഇരുപതുപേർ രോഷാകുലരായി. അവർ
ഇടതുകൈകളിൽ പരിചയും വലതുകൈ
കളിൽ വാളുകളും എടുത്ത് തങ്ങൾ ഉണ്ടാ
ക്കിയ ഗോവണി ചുമന്ന ഒരാളുമായി മതി
27 ലിനടുത്തേക്ക് നീങ്ങി. അവരിൽ പതിനെട്ടു
പേർ അവിടെ നിന്നുകൊണ്ട് മതിലിന്മേൽ
നിന്നവർക്ക് നേരെ കുരമ്പുകൾ എറിഞ്ഞു.
രണ്ടുപേർ ഭിത്തിയുടെ അടുത്തേക്ക് വേഗം
ചെന്ന് ഗോവേണി ഉയർത്തി അതിൽ
28 കയറി. എന്നാൽ അവിടെ ഉണ്ടായിരുന്ന
ടോളമിയുടെ ആളുകൾ, തങ്ങളുടെ കൂട്ടാ
ളികൾ താഴേക്ക് ഇറങ്ങിയെന്നു കരുതി,
അവരും താഴേക്ക് ഇറങ്ങി. അവരെ
യൂദയുടെ ആളുകൾ പരാജയപ്പെടുത്തി
വെട്ടിക്കൊന്നു. യൂദായുടെ ആളുകൾ ശത്രു
ക്കളിൽ വളരെയധികം പേരെ അങ്ങനെ
29 കൊന്നു. എന്നാൽ യൂദായുടെ സൈന്യം
നഗരകവാടത്തിന്റെ മുമ്പിലേക്ക് നീങ്ങി
ഇരുപത് പേരും നഗരവാതിൽ തുറക്കാ
നായി അതിനുനേരേ ഓടി. പക്ഷെ ടോള
മിയുടെ ആൾക്കാർ അവരെ ആട്ടിപ്പായിച്ചു.
അതുകൊണ്ട് അവർ ഉറക്കെ നിലവിളിച്ചു.
30 തങ്ങൾ കവാടത്തിനരികെ എത്തിയിരിക്ക
ന്നുവെന്ന് യൂദായും അവന്റെ ആളുകളും മന
സ്സിലാക്കി, കവാടത്തിന് അകത്തും പുറ
31 ത്തും യുദ്ധം രൂക്ഷമായി. യൂദായും അവന്റെ
ആളുകളും തീകൊണ്ട് വാതിൽ ആക്രമിച്ചു.
വാതിൽ വീണു. ജനങ്ങൾക്ക് നാശമുണ്ടാ
യി. യൂദായെ ആക്ഷേപിച്ചവരെ കൊണ്ടുവ
32 ന്ന് കത്തിച്ചുകളയാൻ ആജ്ഞ നല്കി. മാത്ര
മല്ല നഗരത്തെ വാളാൽ നശിപ്പിക്കുവാൻ
അവൻ കല്പിച്ചു. രണ്ടു ദിവസം അതിൽ
കൊലചെയ്യുന്നത് തുടർന്നു. പിന്നെ അത്
33 തീയിട്ടു നശിപ്പിച്ചു. എന്നാൽ ടോളമി ഓടി
പ്പോയി. അക്കാലത്ത് അവനെക്കുറിച്ചു
ള്ള വാർത്തകളൊന്നും പിന്നെ കേട്ടിരു
ന്നില്ല. കാരണം അവൻ വേഷം മാറി ഒരു
കുഴിയിൽ ഒളിച്ചു. അതിനാൽ അവനെക്കു
റിച്ച് ഒരു വിവരവും ആർക്കും കിട്ടിയില്ല.
എന്നാൽ അവന്റെ രണ്ടു സഹോദരന്മാ 34
രെ പിടികൂടി യൂദായുടെ അടുക്കൽ കൊണ്ടു
വന്നു. അവരെ ശിരച്ഛേദം ചെയ്യുവാൻ ഉത്ത
രവിട്ടു. അതിനുശേഷം അവൻ വിശുദ്ധ 35
സ്ഥലത്തിന്റെ ദേശത്തേക്ക് ശത്രുക്കളെ
നശിപ്പിച്ചതിന്റെ സമൃദ്ധിയുമായി ചെന്നു.
അവനും കൂട്ടരും അവിടെ പ്രാർത്ഥന
നടത്തി. തങ്ങൾക്ക് ലഭിച്ച അനുഗ്രഹങ്ങൾ
ക്ക് ദൈവത്തിന് നന്ദി പറഞ്ഞു.

അന്ത്യോക്കസ് രാജാവിന്റെ മരണശേഷം യൂപ്പേറ്ററിന്റെ സേനാനായകനായ ലിസ്സിയാസ്സും, യൂദായും തമ്മിലുള്ള യുദ്ധത്തിന്റെ വിവരണം

11 മുകളിൽ പരാമർശിച്ചിട്ടുള്ള അന്ത്യോ
ക്കസിന്റെ പേര് എപ്പിഫാന
സ് എന്നായിരുന്നു. എന്നാൽ അവനു
ശേഷം ഭരിച്ചിരുന്ന മകന്റെ പേര് യൂപ്പേ
റ്റർ എന്നായിരുന്നു. അവന് അന്ത്യോ
ക്കസ് എന്നും പേരുണ്ടായിരുന്നു. മുൻപു 2
പരാമർശിച്ചിരിക്കുന്ന സേനാനായകന്മാ
രുമായുള്ള യൂദായുടെ യുദ്ധങ്ങൾ നടന്ന
പ്പോൾ അവർ ഈ വിഷയത്തെക്കുറിച്ച്
യൂപ്പേറ്ററിന് എഴുതി. അവൻ എൺപതി
നായിരം കുതിരപടയാളികളും എൺപത്
ആനകളുമുള്ള ഒരു വലിയ സൈന്യത്തെ
തന്റെ ബന്ധുവിന്റെ മകനായ ലിസ്സിയാസി
നൊപ്പം അയച്ചു. ബേത്-നർ[12] എന്ന പട്ട 3
ണത്തിൽ വന്ന അവർ അതിനുചുറ്റും പാ
ളയമിറങ്ങി അതിനെ ഉപരോധിച്ചു. എ
ന്തെന്നാൽ അത് ധാരാളം ആളുകൾ ഉള്ള
ഒരു വലിയ നഗരം ആയിരുന്നു. ലിസ്സിയാ 4
സ് അതിനുചുറ്റും യുദ്ധതന്ത്രങ്ങൾ ഉയർത്തി
നിവാസികളെ ഉപരോധിക്കാൻ തുടങ്ങി.
അത് യൂദായോട്ട് പറഞ്ഞപ്പോൾ അവനും 5
കൂട്ടരും സുരക്ഷിതമായ മലകളിലേക്ക്

12 ബേത്-സൂർ എന്നാണ് മറ്റു പുസ്തകങ്ങളിൽ പരാമർശിക്കുന്നത്

6 പോയി. അവർ ഏതെങ്കിലും പട്ടണത്തിൽ
താമസിച്ചാൽ ലിസ്സിയാസ് വന്ന് അതിനെ
ഉപരോധിക്കുകയും അവരെ കീഴടക്കുകയും
ചെയ്യും എന്നതിനാൽ അവർ ആ പർവ്വത
7 ങ്ങളിൽ പാർത്തു. ദൈവത്തിന്റെ ആലയ
ത്തിൽ ചെന്ന് അതിൽ യാഗം കഴിച്ചതി
ന ശേഷം യൂദാ ഒരു സൈന്യത്തെ സം
ഘടിപ്പിച്ച് അവരോടൊപ്പം ലിസ്സിയാസി
ന്റെ പാളയത്തിലേക്ക് നീങ്ങാൻ തീരു
8 മാനിച്ചു. അവരുടെ ശത്രുക്കളുടെ ദ്രോഹം
അവരിൽ നിന്ന് അകറ്റാനും, അവർക്കെ
തിരേ വിജയം നല്കുവാനും വലിയവനും
നല്ലവനുമായ ദൈവത്തോട് അപേക്ഷിച്ചു.
9 ഇതിനുശേഷം അവർ വിശുദ്ധ ആലയ
ത്തിന്റെ പ്രദേശത്തുനിന്ന് ബേത്-നറിലേ
ക്ക് പോയി. എന്തെന്നാൽ നിഷ്പ്രയാസം
സൈന്യത്തെ കീഴ്പ്പെടുത്താൻ അവർ
ആസൂത്രണം ചെയ്തു.
10 അക്കാലത്ത് ആളുകൾ ഇങ്ങനെ
പറഞ്ഞു: വിജാതിയരുടെ സൈന്യത്തെ
ആക്രമിക്കാൻ ഒരു വലിയ കുന്തം കൈ
യിൽ പിടിച്ച് ശക്തനായ ഒരു കുതിരയുടെ
പുറത്ത് കയറി ആകാശത്തിനും ഭൂമിക്കും
ഇടയിലായി ഒരു വ്യക്തി യൂദായ്ക്ക് പ്രത്യ
11 ക്ഷപ്പെട്ടു. അങ്ങനെ അവർ കണ്ടത് അവർ
ക്ക് കൂടുതൽ ധൈര്യവും ഉത്സാഹവും നല്കി.
അവർ തിടുക്കത്തിൽ പടനയിച്ച് ധാരാളം
12 പേരെ കൊന്നു. അതിനാൽ ശത്രുവിന്റെ
നിര അസ്വസ്ഥമാവുകയും വലിയ ആശ
13 യക്കുഴപ്പത്തിലെത്തുകയും ചെയ്തു. യൂദായു
ടെയും കൂട്ടരുടെയും വാൾ അവരെ കഠിന
മായി പീഡിപ്പിച്ചു. അവൻ അവരിൽ പതി
നൊരായിരം കാലാളുകളെയും ആയിരത്ത
റുന്നൂറ് കുതിരപ്പടയാളികളെയും കൊന്നു.
14 ലിസ്സിയാസ് തന്റെ കൂട്ടരോടൊപ്പം ദൂരെ
യുള്ള സ്ഥലത്തേക്ക് ഓടിപ്പോവുകയും
അവിടെ അവൻ സുരക്ഷിതനായി തുടരു
കയും ചെയ്തു.
15 യൂദാ അവന്റെയും അവന്റെ ജനത്തിന്റെ
യും വിശ്വാസം പിന്തുടർന്നുകൊണ്ടുതന്നെ
രാജാവിന് കീഴ്പ്പെട്ടിരിക്കണമെന്ന് ആഗ്ര
ഹമുണ്ടെന്ന്, ലിസ്സിയാസ് യൂദായെ അറി
യിച്ചു. രാജാവിന് ഒരു കത്ത് എഴുതുകയും 16
അവൻ അതിനോട് യോജിച്ച് ഉത്തരം നല്കു
കയും ചെയ്താൽ ഇക്കാര്യത്തിൽ സമ്മത
മാണെന്ന് യൂദാ അവനെ അറിയിച്ചു. ഈ 17
കാര്യത്തെക്കുറിച്ച് യൂദാ രാജാവിന് എഴു
തി. ലിസ്സിയാസും രാജാവിന് കത്തെഴു
തി, ആ കത്തു വഴി എന്താണ് സംഭവി
ച്ചതെന്നും യഹൂദ ജനതയുടെ ശക്തിയും
ധീരതയും സംബന്ധിച്ച് തന്റെ പക്കലുള്ള
തെളിവ് എന്താണെന്നും അറിയിച്ചു. അവ 18
രുമായി തുടർച്ചയായി യുദ്ധം ചെയ്യുന്നത്
അന്ത്യോക്കസിന്റെ സൈന്യത്തെ ക്ഷയി
പ്പിക്കുമെന്നും കത്തിൽ അറിയിച്ചു. രാജാവി
ൽ നിന്ന് മറുപടി ലഭിക്കുന്നതുവരെ യുദ്ധം
നിർത്തിവയ്ക്കുമെന്ന് യഹൂദരോട് ഉണ്ടാ
ക്കിയ കരാറിനെക്കുറിച്ചും അവൻ അറിയി
ച്ചു. യഹൂദരുടെ വിശ്വാസം പാലിക്കുന്നതി 19
ലുള്ള തടസ്സം നീക്കി അവരുമായി സന്ധി
ചെയ്യുന്നത് ഉചിതമാണെന്ന് രാജാവ് മറുപടി
നല്കി. കാരണം വിശ്വാസം പാലിക്കുന്നതി
നുവേണ്ടിയാണ് അവർ, തന്റെ മുൻഗാമി
കൾക്ക് നേരെ ആക്രമണങ്ങളും കലാപ
ങ്ങളും നടത്തിയത്. യഹൂദരുടെ വിശ്വാസ 20
പാലനത്തിന് ഒരു തടസ്സവും വരാത്തരീ
തിയിൽ അവരുമായി സമാധാനത്തിന്റെ
യും അനുസരണത്തിന്റെയും ഒരു ഉടമ്പടി
ഉണ്ടാക്കുവാൻ അവൻ കല്പിച്ചു. അവൻ യൂ 21
ദായ്ക്കും യഹൂദദേശത്തുള്ള എല്ലാ യഹൂദന്മാർ
ക്കും ഇക്കാര്യങ്ങൾ എഴുതി അറിയിച്ചു. ഉട
മ്പടി പ്രകാരം അവരുടെ ഇടയിൽ കുറേനാ
ളത്തേക്ക് സമാധാനം പുലർന്നു.

റോമാക്കാരുടെ ശക്തിയുടെ തുടക്കത്തെയും അവരുടെ സാമ്രാജ്യത്തിന്റെ വിപുലീകരണത്തെയും കുറിച്ചുള്ള ഒരു വിവരണം

12 ഞങ്ങൾ ഇതിനെക്കുറിച്ചു പറ
ഞ്ഞുകൊണ്ടിരുന്ന സമയം റോ
മാക്കാർ ശക്തിപ്പെട്ടുവാൻ തുടങ്ങി.
ദാനിയേൽ പ്രവാചകൻ (അവന്
സമാധാനം ലഭിക്കട്ടെ) നാലാം സാ
മ്രാജ്യത്തെക്കുറിച്ച് മുൻകൂട്ടി പറഞ്ഞത്

വലിയവനും നല്ലവനുമായ ദൈവം നിറ
2 വേറ്റും. ഇക്കാലത്ത് ആഫ്രിക്കയിൽ ആനി
ബാൽ എന്നുപേരുള്ള വളരെ പ്രഗത്ഭനായ
രാജാവുണ്ടായിരുന്നു. അവന്റെ സിംഹാ
3 സനം കാർത്തേജിലായിരുന്നു. റോമാക്കാ
രുടെ രാജ്യം കൈവശപ്പെടുത്താൻ ആനി
ബാൽ തീരുമാനിച്ചു. അതിനാൽ ആനി
ബാലിനെ എതിർക്കാൻ അവർ സംഘടി
ച്ചു. അവർക്കിടയിൽ യുദ്ധങ്ങൾ പെരുകി.
അങ്ങനെ അവർ പത്തു വർഷത്തിനുള്ളിൽ
പതിനെട്ട് യുദ്ധങ്ങൾ നടത്തി. ആനിബാ
ലിന് അസംഖ്യം സൈന്യങ്ങളും പടയാ
ളികളും ഉള്ളതു നിമിത്തം അവനെ തങ്ങ
ളുടെ ദേശത്തുനിന്നും പുറത്താക്കുവാൻ
4 അവർക്ക് കഴിഞ്ഞില്ല. അതിനാൽ തങ്ങ
ളുടെ ധീരരായ സൈന്യങ്ങളിൽ നിന്നും
തെരഞ്ഞെടുത്തവരുമായിട്ട് ഒരു വലിയ
സേനയെ രൂപീകരിക്കുവാനും യുദ്ധത്തിൽ
ആനിബല്ലിനെ ആക്രമിക്കാനും അവന്റെ
സൈന്യം പിന്തിരിഞ്ഞ് പോകുംവരെ
പൊരുതി നില്ക്കാനും അവർ തീരുമാനിച്ചു.
5 അവർ യഥാർത്ഥത്തിൽ ചെയ്തത് എന്താ
ണെന്നാൽ: അവർ തങ്ങളുടെ സൈന്യ
ങ്ങളുടെ തലപ്പത്ത് പ്രഗത്ഭരായ രണ്ട്
ആളുകളെ നിയമിച്ചു. ഒരാളുടെ പേര്
അമീലിയസ്, മറ്റെയാളുടെ പേര് വാരോ.
6 അവർ ആനിബല്ലിനോട്ട് എതിരിട്ടു.
അവരുടെ സൈന്യത്തിൽ തൊണ്ണൂറായിരം
പേർ കൊല്ലപ്പെട്ടു. ആനിബല്ലിന്റെ സൈന്യ
ത്തിൽ നാല്പതിനായിരം പേർ കൊല്ലപ്പെട്ടു.
ആ യുദ്ധത്തിൽ അമീലിയസും കൊല്ലപ്പെട്ടു.
7 എന്നാൽ വാരോ, വെനുഷ്യ എന്ന വളരെ
വലുതും ശക്തവുമായ ഒരു നഗരത്തിലേ
ക്ക് ഓടിപ്പോയി. എന്നാൽ ആനിബാൽ
അവനെ പിന്തുടർന്നില്ല, എന്നാൽ റോം കീ
ഴടക്കി അവിടെ വസിക്കുന്നതിനായി റോ
8 മിലേക്ക് പടനയിച്ചു. അവൻ എട്ടു ദിവസം
റോമിന്റെ മുമ്പിൽ പാർത്ത്, അതിന്
എതിർവശത്ത് വസതികൾ പണിയുവാൻ
9 തുടങ്ങി. അവിടുത്തെ പൗരന്മാർ അത്
കണ്ടപ്പോൾ അവനുമായി സമാധാനക്ക
രാർ ഉണ്ടാക്കി, അവനു രാജ്യം അടിയറ
വയ്ക്കുവാൻ ആലോചിച്ചു.
എന്നാൽ അവരുടെ ഇടയിൽ സിപ്പി 10
യോ എന്നു പേരുള്ള ഒരു ചെറുപ്പക്കാ
രൻ ഉണ്ടായിരുന്നു. (അക്കാലത്ത് റോമാ
ക്കാർക്ക് രാജാവില്ലായിരുന്നു. ഉന്നതാധി
കാരിയെന്നോ, മൂപ്പനെന്നോ വിളിച്ചിരു
ന്ന ഒരാളുടെ നേതൃത്വത്തിലുള്ള മുന്നൂറ്റിയി
രുപത് ആളുകൾക്കായിരുന്നു ഭരണച്ചുമ
തല). അതിനാൽ സിപ്പിയോ അവരുടെ 11
അടുത്തേക്ക് വന്ന്, ആനിബല്ലിനെ വി
ശ്വസിക്കരുതെന്നും അവന് കീഴ്പ്പെടരു
തെന്നും അവരെ ഉപദേശിച്ചു. തങ്ങൾ
അവനെ വിശ്വസിക്കുന്നില്ലെന്നും എന്നാൽ
അവനെ എതിർക്കാൻ തങ്ങൾക്ക് ആവി
ല്ലെന്നും അവർ മറുപടി പറഞ്ഞു. അവൻ 12
അവരോട് പറഞ്ഞു ആഫ്രിക്ക എന്ന രാജ്യ
ത്ത് ഇപ്പോൾ പട്ടാളക്കാർ ഇല്ല. കാരണം
അവരെല്ലാം ആനിബല്ലിനൊപ്പം ഇവിടെ
യുണ്ട്. അതിനാൽ എനിക്ക് ആഫ്രിക്ക
യിലേക്ക് പോകുന്നതിനായി പടയാളിക
ളെ തെരഞ്ഞെടുത്ത് ഒരു സൈന്യത്തെ
തരൂ. ഞാൻ അതിൽ അവിടെ വിജയം 13
വരിക്കും. അതേക്കുറിച്ചുള്ള വാർത്തകൾ
അവൻ അറിയുമ്പോൾ അവൻ നിങ്ങളെ
വിട്ടുപോയേക്കാം. നിങ്ങൾക്ക് അവനിൽ
നിന്ന് സ്വതന്ത്രരായി സമാധാനത്തോടെ
വസിക്കാം. നിങ്ങളുടെ വിഭവങ്ങൾ വീണ്ടെ
ടുത്ത് ശക്തിപ്പെടുകയും, അതുവഴി അവൻ
വീണ്ടും വന്നാൽ അവനെ നേരിടാൻ തയ്യാ
റാവുകയും ചെയ്യാം.
സിപ്പിയോയുടെ ഉപദേശം ശരിയാണെ 14
ന്ന് അവർക്ക് തോന്നി. അവർ തങ്ങളുടെ
ഏറ്റവും ധീരരായ മുപ്പതിനായിരം പേരെ
അവനെ ഏല്പിച്ചു. അവർ ആഫ്രിക്കയിലേ
ക്ക് പോയി. ആനിബാലിന്റെ സഹോദ 15
രൻ അസ്റ്റുബാൽ അവനെ നേരിട്ട് യുദ്ധം
ചെയ്തു. അവനെ സിപ്പിയോ പരാജയപ്പെ
ടുത്തി. അവന്റെ തല വെട്ടിയെടുത്ത് ബാ
ക്കിയുള്ള കൊള്ളമുതലുകളോടൊപ്പം റോ
മിലേക്ക് മടങ്ങി.
കൊത്തളത്തിൽ കയറി അവൻ ആനി 16
ബല്ലിനെ വിളിച്ചുപറഞ്ഞു: ഞാൻ പോയ

നിങ്ങളുടെ സ്വന്തം നാട്ടിൽ നിന്ന് എന്നെ
ഓടിക്കാൻ നിങ്ങൾക്ക് കഴിയാത്ത
പ്പോൾ, ഞങ്ങളുടെ ഈ രാജ്യത്തിനെ
തിരെ നിങ്ങൾക്കെങ്ങനെ ജയിക്കാൻ
കഴിയും. ഞാൻ നിന്റെ രാജ്യം നശിപ്പിച്ചു.
നിന്റെ സഹോദരനെ കൊന്ന് അവന്റെ
17 തല കൊണ്ടുവന്നു. പിന്നെ അവൻ തല
അവന്റെ നേരെ എറിഞ്ഞു. അത് ആനിബ
ല്ലിന്റെ അടുത്ത് എത്തി അവനെ തിരിച്ചറി
ഞ്ഞപ്പോൾ അവന് റോമിലെ ജനങ്ങളോ
ടുള്ള ക്രോധവും രോഷവും വർദ്ധിച്ചു. റോം
പിടിച്ചെടുക്കുന്നതുവരെ താൻ തിരികെപ്പോ
കയില്ലെന്ന് സത്യം ചെയ്തു.
18 എന്നാൽ ആനിബലിനെ പിന്തിരിപ്പി
ക്കുവാനും, ചെറുക്കുവാനുമായി കാർത്തേ
ജിനെ വളഞ്ഞു ആക്രമിക്കുവാൻ സ്കിപ്പി
19 യോയെ ഉപദേശിച്ചു. സ്കിപ്പിയോ തന്റെ
സൈന്യത്തോടൊപ്പം ആഫ്രിക്കയിലേക്ക്
മടങ്ങി. അവൻ കാർത്തേജിന് ചുറ്റും പാള
യമിറങ്ങി. ഏറ്റവും ശക്തിയിൽ അതിനെ
20 ആക്രമിച്ചു. അതിനാൽ കാർത്തേജ് നിവാ
സികൾ ആനിബാലിന് ഇങ്ങനെ എഴുതി:
നിങ്ങൾ ഒരു വിദേശരാജ്യത്തെ മോഹി
ക്കുന്നു. നിങ്ങൾ വിജയിക്കുമോ ഇല്ലയോ
എന്ന് നിങ്ങൾക്ക് അറിയില്ല. എന്നാൽ
നിങ്ങളുടെ രാജ്യം കീഴടക്കാനായി ശ്രമി
ക്കുന്ന ഒരാൾ നിങ്ങളുടെ സ്വന്തരാജ്യത്തേ
21 ക്ക് വന്നിരിക്കുന്നു. അതിനാൽ നിങ്ങൾ
വരുവാൻ താമസിച്ചാൽ ഞങ്ങൾ രാജ്യം
അദ്ദേഹത്തിന് സമർപ്പിക്കും. ഞങ്ങൾ
ക്കും ഞങ്ങളുടെ സ്വത്തിനും പരുക്കേൽ
ക്കാതിരിക്കുവാൻ നിങ്ങളുടെ കുടുംബവും
നിങ്ങളുടെ എല്ലാ സാധനങ്ങളും സമ്പത്തും
ഞങ്ങൾ അവനു നല്കും.
22 ഈ കത്ത് അവന്റെ അടുക്കൽ കൊ
ണ്ടുവന്നപ്പോൾ അവൻ റോമിൽ നിന്ന്
പിന്തിരിഞ്ഞു ആഫ്രിക്കയിലേക്ക് തിടുക്ക
23 ത്തിൽ പോയി. സിപ്പിയോ മുന്നോട്ടുപോ
യി അവനെ നേരിട്ടു. അവനുമായി മൂന്നു
പ്രാവശ്യം അതിഘോരമായ യുദ്ധം ചെയ്തു.
അവന്റെ ആളുകൾ അൻപതിനായിരം
24 പേർ കൊല്ലപ്പെട്ടു. എന്നാൽ ആനിബൽ
ഓടി ശേഷം ഈജിപ്ത് ദേശത്ത് എത്തി.
സിപ്പിയോ അവനെ പിന്തുടർന്ന് തട
വിലാക്കി. ആഫ്രിക്കയിലേക്ക് മടങ്ങി. 25
ആനിബൽ താൻ അവിടെ തടവിലായിരി
ക്കുന്നത് ആഫ്രിക്കക്കാർ കാണുന്നതിൽ
മനംനൊന്ത് വിഷം കഴിച്ച് മരിച്ചു.
ആഫ്രിക്കൻ രാജ്യം സിപ്പിയോ കീഴ 26
ടക്കി. ആനിബല്ലിന്റെ എല്ലാ വസ്തുക്കളും
സേവകരും നിധികളും അവൻ സ്വന്തമാ
ക്കി. അതിലൂടെ റോമാക്കാരുടെ പ്രശസ്തി 27
വലുതാകുകയും അന്നുമുതൽ അവരുടെ
ശക്തി വർദ്ധിക്കുകയും ചെയ്തു.

റോമാക്കാർ യൂദയ്ക്ക് എഴുതിയ കത്തിന്റെ വിവരണവും അവർ തമ്മിൽ നടന്ന ഉടമ്പടിയും

13 മൂപ്പനും മുന്നൂറ്റിയിരുപതു ഗവർണർമാ
രും, സൈന്യാധിപനായ യൂദായ്ക്കും
യഹൂദന്മാർക്കും എഴുതുന്നത്. നിങ്ങൾക്ക് 2
ക്ഷേമം ഉണ്ടാകട്ടെ, നിങ്ങളുടെ വിജയങ്ങ
ളെയും ധൈര്യത്തെയും യുദ്ധത്തിലെ സഹി
ഷ്ണുതയെയും കുറിച്ച് ഞങ്ങൾ ഇതിനകം
കേട്ടിട്ടുണ്ട്. അതിൽ ഞങ്ങൾ സന്തോഷി
ക്കുന്നു. നിങ്ങൾ അന്ത്യോക്കസുമായി ഒരു
കരാറിൽ ഏർപ്പെട്ടിട്ടുണ്ടെന്നും ഞങ്ങൾ
മനസ്സിലാക്കിയിട്ടുണ്ട്. നിങ്ങളെ ദ്രോഹിച്ച 3
ഗ്രീക്കുകാരോടല്ലാ, പകരം ഞങ്ങളോട്ട് സു
ഹൃത്തുക്കൾ ആയിരിക്കണമെന്ന് ഞങ്ങൾ
നിങ്ങൾക്ക് എഴുതുന്നു. കൂടാതെ ഞങ്ങൾ
അന്ത്യോക്ക്യയിലേക്ക് പോകുവാനും അതി
ലെ നിവാസികളോട്ട് യുദ്ധം ചെയ്യുവാനും
ഉദ്ദേശിക്കുന്നു. ആകയാൽ നിങ്ങളുടെ ശത്രു 4
ക്കളെയും സുഹൃത്തുക്കളെയും കുറിച്ച് ഞങ്ങ
ളെ ധരിപ്പിക്കുക. ഞങ്ങൾ അത് അനുസരി
ച്ച് പ്രവർത്തിക്കാം.
ഉടമ്പടിയുടെ പകർപ്പ്
മൂപ്പനും മുന്നൂറ്റി ഇരുപത് ഗവർണർമാ 5
രും സൈന്യാധിപനായ യൂദായോടും യഹൂ
ദന്മാരോടും ചെയ്ത ഉടമ്പടി ഇതാണ്. അവർ
റോമാക്കാരോട് ചേരണം, റോമാക്കാരും
യഹൂദരും യുദ്ധങ്ങളിലും വിജയങ്ങളിലും
എന്നെന്നേക്കുമായി ഏകമനസ്സുള്ളവർ

6 ആയിരിക്കണം. ഇപ്പോൾ റോമാക്കാരുടെ
മേൽ യുദ്ധം വന്നാൽ യൂദായും അവരുടെ
ജനവും, റോമാക്കാരുടെ ശത്രുക്കൾക്ക്
ആയുധങ്ങൾകൊണ്ടോ മറ്റ് ഏതെങ്കി
ലും തരത്തിലോ യാതൊരു സഹായവും
ചെയ്യാതെ, റോമക്കാരെ സഹായിക്കും.
7 യഹൂദന്മാർക്കെതിരെ യുദ്ധം വരുമ്പോൾ
റോമാക്കാർ അവരുടെ ശക്തിയുടെ പര
മാവധി അവരെ സഹായിക്കും. ഒരു തര
ത്തിലുമുള്ള സഹായങ്ങളും ശത്രുക്കൾക്ക്
8 നല്കുകയില്ല. യഹൂദർ റോമാക്കാരോട്ട് കട
പ്പെട്ടിരിക്കുന്നതുപോലെ, റോമാക്കാർ ഒട്ടും
കൂട്ടുതലോ കുറവോ കൂടാതെ യഹൂദന്മാരോ
ട്ടും കടപ്പെട്ടിരിക്കും.
9 യൂദായും അവന്റെ ജനവും അത് സ്വീകരി
ച്ചു. അവർക്കും റോമാക്കാർക്കും ഇടയിൽ
വളരെക്കാലം ഈ ഉടമ്പടി നിലനിന്നു.

യൂദായും ടോളമിയും ഗോർജ്ജിയസ്സും തമ്മിൽ നടന്ന യുദ്ധത്തിന്റെ വിവരണം

14 ഇതിനുശേഷം ടോളമി ഒരുലക്ഷ
ത്തി ഇരുപതിനായിരം പേരെയും
ആയിരം കുതിരപ്പടയാളികളെയും ശേഖ
രിച്ച് യൂദായുടെ അടുത്തേക്ക് പട നയിച്ചു.
2 പതിനായിരം പേരുമായി യൂദാ അവനെ
നേരിട്ടു. അവൻ ടോളമിയെ പരാജയപ്പെ
ടുത്തി. അവന്റെ അനവധി പടയാളികളെ
കൊന്നു. അവൻ യൂദായോട്ട്, ജീവനോടെ
രക്ഷപെടാൻ അവനെ അനുവദിക്കണമെ
ന്ന് താഴ്മയോടെ അപേക്ഷിച്ചു. ഇനിയൊ
രിക്കലും അവൻ യൂദായോട്ട് യുദ്ധം ചെ
യ്യില്ലെന്നും തന്റെ എല്ലാ രാജ്യങ്ങളിലുമു
ള്ള യഹൂദന്മാരോട്ട് ദയ കാണിക്കുമെന്നും
3 സത്യം ചെയ്തു. യൂദായ്ക്ക് അവനോട്ട് അനു
കമ്പ തോന്നി അവനെ വിട്ടയച്ചു. ടോളമി
തന്റെ ശപഥത്തിൽ ഉറച്ചുനിന്നു.
4 എന്നാൽ ഗോർജ്ജിയാസ് സാറാപർ
വ്വതത്തിൽ നിന്ന് മൂവായിരം പേരെയും
(അതായത് ഏദോമിലെ) നാന്നൂറ് കുതിര
പ്പടയാളികളെയും ശേഖരിച്ച് യൂദായോട്ട്
ഏറ്റുമുട്ടി. അവന്റെ സൈന്യാധിപനെയും
5 അവന്റെ ചില ആളുകളെയും വധിച്ചു. യൂദാ
യും അവന്റെ ആളുകളും അവരുടെ അടു
ത്തേക്ക് നീങ്ങി. ഗോർജ്ജിയാസിനെ
ഓടിച്ചു കളഞ്ഞു. അവന്റെ സൈന്യത്തി
ന്റെ ഭൂരിഭാഗവും കൊല്ലപ്പെടുകയോ ഓടി
പ്പോകുകയോ ചെയ്തു. അവർ ഗോർജ്ജിയാ
സിനെ തെരഞ്ഞു, എന്നാൽ അവനെക്കു
റിച്ച് ഒരു വിവരവും കിട്ടിയില്ല. അവൻ യു
ദ്ധത്തിൽ വീണുപോയി എന്നാണ് ശ്രുതി.

അന്ത്യോക്കസ് യൂദായുമായി ഉണ്ടാക്കിയ ഉടമ്പടി അവസാനിപ്പിച്ചതിന്റെയും ഒരു വലിയ സൈന്യവുമായി അദ്ദേഹത്തിന്റെ ബന്ധുവിന്റെ മകൻ ലിസ്സിയാസിനൊപ്പം നടത്തിയ പടപ്പുറപ്പാടുകളുടെയും യുദ്ധങ്ങളുടെയും വിവരണം

15 എന്നാൽ യൂദായുടെ ഭരണം ശക്തി
പ്പെട്ടെന്നും അവൻ വിജയങ്ങൾ
നേടി എന്നും കേട്ടപ്പോൾ അന്ത്യോക്ക
സ് യൂപ്പേറ്റർ വളരെ കോപിച്ചു. അവൻ യൂ 2
ദായുമായി ഉണ്ടാക്കിയ ഉടമ്പടി ലംഘിച്ചു.
ഇരുപത്തിരണ്ട് ആനകളുള്ള ഒരു വലിയ
സൈന്യത്തെ സംഘടിപ്പിച്ചു. അവൻ 3
തന്റെ ബന്ധുവിന്റെ മകനായ ലിസ്സിയാസി
നൊപ്പം യഹൂദാ രാജ്യത്തിലേക്ക് പടനയി
ച്ചു. ബത്-നേർ നഗരത്തിലേക്ക് പോകുന്ന
വഴിയിൽ അതിനു മുമ്പായി പാളയമിറങ്ങി
നഗരത്തെ വളഞ്ഞു. ഇത് യൂദായെ അറിയി 4
ച്ചപ്പോൾ അവനും യിസ്രായേൽ മക്കളുടെ
എല്ലാ മൂപ്പന്മാരും ഒരുമിച്ച് കൂടി വലിയവനും
നല്ലവനുമായ ദൈവത്തോട്ട് പ്രാർത്ഥിച്ചു.
നിരവധി യാഗങ്ങൾ അർപ്പിച്ചു. അതു കഴി 5
ഞ്ഞശേഷം യൂദാ തന്റെ സേനാനായകന്മാ
രുമായി പുറപ്പെട്ട് രാത്രിയിൽ ശത്രുപാളയ
ത്തിൽ എത്തി, പെട്ടെന്ന് അതിനെ ആക്ര
മിച്ചു. ശത്രുക്കളുടെ നാലായിരം പേരെയും
ആനകളിൽ ഒന്നിനെയും കൊന്നു. നേരം
പുലർന്നപ്പോൾ അവൻ സ്വന്ത പാളയ
ത്തിലേക്ക് മടങ്ങി. അപ്പോൾ ഇരു സൈ 6
ന്യങ്ങളും അണിനിരന്നു. അവർ തമ്മിൽ
യുദ്ധം രൂക്ഷമായി. സ്വർണ്ണഇരിപ്പിടമുള്ള 7
ഒരു ആനയെ യൂദാ കണ്ടു. അവന്റെമേൽ
ഇരുന്നത് രാജാവാണെന്ന് അയാൾ

കരുതി. അവൻ തന്റെ ആളുകളെ വിളിച്ച്
8 അവരോട്ട് ഇങ്ങനെ പറഞ്ഞു. “നിങ്ങ
ളിൽ ആരാണ് ഈ ആനയെ കൊല്ലുക?”
അവന്റെ ദാസന്മാരിൽ ഒരാളായ ഏലി
യാസാർ എന്ന യുവാവ് ശത്രുനിരയിലേ
ക്ക് പാഞ്ഞുകയറി. വലതു വശത്തും ഇട
തുവശത്തും ഉള്ളവരെ കൊന്നു. അങ്ങനെ
ആളുകൾ അവന്റെ മുന്നിൽനിന്ന് ഒഴിഞ്ഞു
പോയി ആനയുടെ അടുത്തുവരെ അവൻ
മുന്നോട്ട് പോയി. ആനയുടെ കീഴെ ഇഴ
ഞ്ഞുചെന്ന് അവൻ ആനയുടെ വയറു കീറി.
9 ആന അവന്റെ മേൽ വീണ് അവൻ മരിച്ചു.
രാജാവ് അതു മനസ്സിലാക്കി. സേന പിൻ
വാങ്ങാൻ കല്പിച്ചു. അപ്രകാരം ചെയ്തു.
10 അന്നു യുദ്ധത്തിൽ കൊല്ലപ്പെട്ടവരിൽ സാ
ധാരണക്കാരും, രാത്രിയിൽ കൊല്ലപ്പെട്ടവ
രും കൂടാതെ ഉന്നതോദ്യോഗസ്ഥർ മാത്രം
എണ്ണൂറ് പേരുണ്ടായിരുന്നു.
11 അപ്പോൾ തന്റെ സുഹൃത്തായ ഫിലിപ്പ്
എന്നുപേരുള്ള ഒരു മനുഷ്യൻ അവനെതി
രായി തിരിഞ്ഞുവെന്നും, സെല്യൂക്കസിന്റെ
പുത്രനായ ദെമേത്രിയൊസ് ഒരു വലിയ
സൈന്യവുമായി രാജ്യം പിടിച്ചെടുക്കുവാ
നായി റോമിൽ നിന്നു പുറപ്പെട്ടു എന്നും
12 രാജാവിനെ അറിയിച്ചു. വളരെ ഭയപ്പെട്ട്,
അവർക്കിടയിൽ സമാധാനം സ്ഥാപി
ക്കാൻ അവൻ യൂദായുടെ അടുത്തേക്ക്
ആളയച്ചു. അതിന് യൂദാ സമ്മതിച്ചു. അവ
നോട്ട് ഇനി ഒരിക്കലും യുദ്ധം ചെയ്യുകയി
ല്ലെന്ന് അന്ത്യോക്കസും അവന്റെ ബന്ധുവി
ന്റെ മകൻ ലിസ്സിയസും യൂദായോട്ട് സത്യം
13 ചെയ്തു. രാജാവ് ഒരു വലിയ തുക കാണി
ക്കുകയും, അത് ദേവാലയത്തിന് അർപ്പി
ക്കുന്നതിനായി യൂദായ്ക്ക് നല്കുകയും ചെയ്തു.
14 തന്റെ പിതാവായ അന്ത്യോക്കസിന്റെ
കാലത്ത് യഹൂദന്മാർക്ക് കഷ്ടത കൊണ്ടു
വന്ന മൂന്ന് ദുഷ്ടന്മാരിൽ ഒരാളായ മെനല്യൂ
സിനെ പിടികൂടുവാനും രാജാവ് കൽപ്പിച്ചു.
അവനെ ഒരു ഉയർന്ന ഗോപുരത്തിലേ
ക്ക് കൊണ്ടുപോകുവാനും അവിടെ നിന്ന്
15 താഴേക്ക് എറിയുവാനും കല്പിച്ചു. ഇത്
രാജാവ് യഹൂദന്മാരെ പ്രീതിപ്പെടുത്തുവാൻ
ഉദ്ദേശിച്ചായിരുന്നു ചെയ്തത്. കാരണം ഈ
മനുഷ്യൻ അവരുടെ പ്രധാന ശത്രുക്കളിൽ
ഒരാളും യഹൂദന്മാരിൽ അനേകരെ കൊ
ന്നൊടുക്കിയവനും ആയിരുന്നു.

സെല്യൂക്കസിന്റെ പുത്രൻ ദെമേത്രിയൊസ് അന്ത്യോഖ്യയിലെത്തിയതിന്റെയും യൂപ്പേറ്ററിനെ പരാജയപ്പെടുത്തിയതിന്റെയും ചരിത്രം

16 ഈ സംഭവങ്ങൾക്ക് ശേഷം യൂപ്പേ
റ്റർ രാജാവ് മക്കദോന്യാ രാജ്യത്തേ
ക്ക് പടനയിച്ചു, ശേഷം അന്തോഖ്യയിൽ
തിരിച്ചെത്തി. ദെമേത്രിയൊസ്, ലിസ്സിയാ 2
സിനൊപ്പം റോമക്കാരുടെ സൈന്യവുമാ
യി അവനെ ആക്രമിച്ചു പരാജയപ്പെടുത്തി
വധിച്ചു. തുടർന്ന് അവൻ അന്ത്യോക്യയിൽ
വാണു. എന്നാൽ ആ മൂന്നു ദുഷ്ടന്മാരുടെ 3
നേതാവായ അൽസിമസ് അവന്റെ അടു
ക്കൽ ചെന്ന്, അവന്റെ മുമ്പിൽ സാഷ്ടാംഗം
പ്രണമിച്ച്, നിലവിളിച്ച് കരഞ്ഞു കൊണ്ട്
ഇങ്ങനെ പറഞ്ഞു. “അല്ലയോ രാജാവേ 4
യൂദായും കൂട്ടരും ഞങ്ങളിൽ അനേകം
ആളുകളെ കൊന്നൊടുക്കുന്നു. കാരണം
അവരുടെ മതം ഉപേക്ഷിച്ച് ഞങ്ങൾ രാ
ജാവിന്റെ മതം സ്വീകരിച്ചു. അതിനാൽ
രാജാവേ, അവർക്കെതിരെ ഞങ്ങളെ
സഹായിക്കുകയും അവരോട് പ്രതികാ
രം ചെയ്യുകയും ചെയ്യുക.” പിന്നെ അവൻ 5
യഹൂദന്മാരെക്കൊണ്ട് ദെമേത്രിയൊസി
നെ പ്രകോപിപ്പിക്കുന്ന കാര്യങ്ങൾ ചെയ്ത്,
അവനെ അലോസരപ്പെടുത്തി കോപിപ്പി
ക്കാനും, അങ്ങനെ യൂദായെ പരാജയപ്പെ
ടുത്തുവാനായി അവൻ സൈന്യത്തെ അയ
യ്ക്കുവാനും വേണ്ടിയുള്ള കാര്യങ്ങൾ ചെയ്തു.
രാജാവ് അൽസിമസ് പറഞ്ഞതു കണ 6
ക്കിലെടുത്ത്, നിക്കനോർ എന്നു പേരുള്ള
ഒരു സൈന്യാധിപനെ; ഒരു വലിയ സൈ
ന്യത്തോടും, ആവശ്യത്തിനുള്ള യുദ്ധസാമ
ഗ്രികളോടും കൂടെ അയച്ചു. നിക്കനോർ 7
വിശുദ്ധനാട്ടിൽ എത്തിയപ്പോൾ, യൂദാ
തന്റെ അടുക്കൽ വരാനായി ദൂതന്മാരെ
അയച്ചു. രാജ്യം കീഴടക്കാനാണ് താൻ

8 വന്നതെന്ന് വെളിപ്പെടുത്തിയില്ല. എന്നാൽ
അവനും രാജാവും തമ്മിലുള്ള സമാധാനം
നിമിത്തം മാത്രമാണ് താൻ വന്നതെന്നും
തങ്ങളും റോമാക്കാരുടെ നിയന്ത്രണ
9 ത്തിൻ കീഴിലാണെന്നും പ്രസ്താവിച്ചു. യൂദാ
ശക്തരും ധീരരുമായ കുറച്ച് ആളുകളുമായി
അവന്റെ അടുക്കലേക്ക് പുറപ്പെട്ടു. ദെമേത്രി
യൊസ് തന്നെ കെണിയിൽ ആക്കാതിരി
ക്കാൻ, തന്നിൽ നിന്ന് ദൂരെ പോകരുതെ
ന്ന് അവൻ അവരോട് ആജ്ഞാപിച്ചു.
10 അവൻ ദെമേത്രിയൊസിനെ കണ്ടുമുട്ടി
യപ്പോൾ അവനെ വന്ദനം ചെയ്തു. ഇരു
വർക്കുമായി തയ്യാറാക്കിയിരുന്ന ഇരിപ്പി
ടത്തിൽ അവർ ഇരുന്നു. ദെമേത്രിയൊ
സ് അവനോട് പ്രീതിയുണ്ടെന്നതുപോലെ
സംസാരിച്ചു. അതിനുശേഷം ഇരുവരും
സൈന്യം അവനുവേണ്ടി പണിതിരുന്ന
കൂടാരത്തിലേക്ക് പോയി.
11 നിക്കനോറും യൂദയും വിശുദ്ധ നഗരത്തി
ലേക്ക് പോയി. അവിടെ ഒരുമിച്ച് വസിച്ചു.
അവർക്കിടയിൽ ഒരു സുഹൃത്ബന്ധം
12 വളർന്നു. അത് അൽസിമസ് അറിഞ്ഞ
പ്പോൾ അവൻ ദിമത്രിയോസിന്റെ അടുത്ത്
ചെന്ന് യൂദായ്ക്കെതിരെ അവനെ പ്രകോപി
ച്ചു. യൂദായെ ചങ്ങലയിൽ ബന്ധിച്ച് തന്റെ
അടുത്തേക്ക് അയക്കാൻ നിക്കാനോറിന്
കല്പന അയയ്ക്കാൻ അവനെ പ്രേരിപ്പിച്ചു.
13 എന്നാൽ യൂദാ ഈ വാർത്ത അറിഞ്ഞു.
അവൻ രാത്രി നഗരത്തിൽ നിന്നു സെബാ
സ്റ്റിലേക്ക് [13] പുറപ്പെട്ടു. അവന്റെ അനുയാ
യികളോടും അവന്റെ അടുക്കലെത്തുവാൻ
14 അറിയിച്ചു. അവർ വന്നപ്പോൾ അവൻ
കാഹളം ഊതി, നിക്കാനോറിനെ ആക്ര
മിക്കാനൊരുങ്ങുവാൻ അവരോട് കല്പിച്ചു.
15 എന്നാൽ നിക്കാനോർ വളരെ ജാഗ്രത
16 യോടെ യൂദായെ അന്വേഷിച്ചു. അതുകൊ
ണ്ട് അവൻ ദൈവത്തിന്റെ ആലയത്തിലേ
ക്ക് പോയി. യൂദായെ ചങ്ങലയിൽ ബന്ധി
പ്പിച്ച് രാജാവിന്റെ അടുക്കൽ അയയ്ക്കേണ്ട
തിന് തന്നെ ഏല്പിക്കണമെന്ന് പുരോഹിത
ന്മാരോട് ആവശ്യപ്പെട്ടു. എന്നാൽ അവൻ
ദൈവത്തിന്റെ ആയലത്തിൽ വന്നിട്ടി
ല്ലെന്ന് അവർ സത്യം ചെയ്തു. അപ്പോൾ
അവൻ അവരെയും ദൈവത്തിന്റെ ആല 17
യത്തേയും നിന്ദിക്കുകയും ആലയത്തെ
ക്കുറിച്ച് ധിക്കാരപരമായി സംസാരിക്കുക
യും, ആലയത്തിന്റെ അടിസ്ഥാനം വരെ
തകർക്കുമെന്ന് ഭീഷണിപ്പെടുത്തുകയും
ചെയ്ത് രോഷത്തോടെപോയി.വിശുദ്ധനഗര
ത്തിലെ എല്ലാ വീടുകളിലും തിരച്ചിൽ നടത്തു
വാനും അവൻ ഏർപ്പാടാക്കി. അതുപോ 18
ലെ തന്നെ അന്ത്യോക്കസിന്റെ കാലത്ത്
പിടികൂടി അതിക്രൂരമായി പീഡിപ്പിക്കപ്പെട്ട
ഒരു ശ്രേഷ്ഠവ്യക്തിയുടെ വീട്ടിലേക്ക് അവൻ
തന്റെ ആളുകളെ അയച്ചു. എന്നാൽ
അന്ത്യോക്കസിന്റെ മരണശേഷം യഹൂദ
ന്മാർ അവന്റെ അധികാരം വർദ്ധിപ്പിക്കു
കയും അവനെ വളരെയധികം ബഹുമാ
നിക്കുകയും ചെയ്തിരുന്നു. നിക്കനോറിന്റെ 19
ദൂതന്മാർ അവന്റെ അടുക്കൽ വന്നപ്പോൾ
അന്ത്യോക്കസിൽ നിന്ന് തനിക്ക് ലഭിച്ച
തുപോലെയുള്ള പീഡകൾ വീണ്ടും ലഭിക്കു
മോ എന്ന് അവൻ ഭയപ്പെട്ടു. അവൻ തല
യിൽകൈവച്ചു. ഇത് യൂദായെ അറിയിച്ച 20
പ്പോൾ അവൻ വളരെയധികം ഖേദിക്കുക
യും അത്യധികം വേദനിക്കുകയും ചെയ്തു.
അവൻ നിക്കാനോറിന്റെ അടുത്തേക്ക്
ആളയച്ച് "നഗരത്തിൽ എന്നെ അന്വേ
ഷിക്കരുത്, ഞാൻ അവിടെ ഇല്ല. നിങ്ങൾ
ഞങ്ങളുടെ അടുത്തേക്ക് വരൂ, നിങ്ങൾ
തിരഞ്ഞെടുക്കുന്നതുപോലെ സമതലങ്ങ
ളിലോ പർവ്വതങ്ങളിലോ വച്ച് പരസ്പരം
കാണാം" എന്ന് അറിയിച്ചു. നിക്കാനോർ 21
അവന്റെ അടുത്തേക്ക് പുറപ്പെട്ടു. യൂദാ
അവനെ എതിരേറ്റു. "ദൈവമേ നീയാണ്
സൻഹേരീബ് രാജാവിന്റെ സൈന്യത്തെ
ഉന്മൂലനം ചെയ്തത്. അവൻ പ്രശസ്തിയിലും 22
സാമ്രാജ്യത്തിലും അവന്റെ സൈന്യത്തി
ന്റെ ബാഹുല്യത്തിലും ഇവനേക്കാൾ വലി
യവനായിരുന്നു. നിന്നോട് പ്രാർത്ഥിക്കുക

13 ഇവിടെ ശമര്യ ആണ് ഉദ്ദേശിക്കുന്നത്. പിന്നീട് ഹെരോദാ ശമര്യക്ക് സെബസ്റ്റി എന്ന പേര് നല്കി. പക്ഷേ ഈ സംഭവം നടക്കുന്ന സമയത്ത് ആ പേര് നല്കപ്പെട്ടിരുന്നില്ല.

യും വിശ്വസിക്കുകയും ചെയ്തപ്പോൾ യഹൂദ
യുടെരാജാവായ ഹിസ്കിയാവ് രാജാവിനെ
സൻഹേരിബിൽ നിന്ന് വിടുവിച്ചു. ഇവന്റെ
ദ്രോഹത്തിൽ നിന്ന് ദൈവമേ ഞങ്ങളെ
വിടുവിക്കുകയും അവന്റെ മേൽ ഞങ്ങളെ
വിജയിപ്പിക്കുകയും ചെയ്യുവാനായി ഞാൻ
നിന്നോട് പ്രാർത്ഥിക്കുന്നു.”
23 പിന്നെ അവൻ യുദ്ധത്തിനൊരുങ്ങി
നിക്കാനോറിന്റെ അടുത്തേക്ക് ചെന്ന്
അവനോടു ഇങ്ങനെ പറഞ്ഞു: “നീ നി
ന്നെത്തന്നെ സൂക്ഷിക്കുക. ഞാൻ നിന്റെ
24 അടുക്കലേക്ക് വരുന്നു.” നിക്കാനോർ പി
ന്തിരിഞ്ഞു ഓടിപ്പോയി. യൂദാ പിന്തുടർന്നു.
അവന്റെ തോളിൽ വെട്ടിമുറിച്ചു. നിക്കോനാ
25 റിന്റെ ആളുകൾ പിന്തിരിഞ്ഞു് ഓടി. അന്ന്
അവരിൽ മുപ്പതിനായിരം പേർ വീണു. പട്ട
ണങ്ങളിലെ നിവാസികൾ പുറപ്പെട്ട് ഒരാ
ളെപ്പോലും ശേഷിപ്പിക്കാതെ അവരെ
26 കൊന്നു. ആ ദിവസം എല്ലാ വർഷവും
വലിയവനും നല്ലവനുമായ ദൈവത്തിന്
സ്തോത്രം ചെയ്യുന്ന ദിവസമായും സന്തോ
ഷത്തിന്റെയും വിരുന്നിന്റെയും പാനോപ
ചാരങ്ങളുടെയും ദിവസമായും ആചരിക്ക
ണമെന്ന് അവർ പ്രഖ്യാപിച്ചു.

യൂദായുടെ മരണത്തെക്കുറിച്ചുള്ള വിവരണം

17 എന്നാൽ ഈ ആഘോഷങ്ങളുടെ
വാർഷികത്തിൽ ബക്കിദേസ് മക്ക
ദോന്യക്കാരിൽ ഏറ്റവും ധീരരായ മുപ്പതി
2 നായിരം പേരുമായി പുറപ്പെട്ടു. മൂവായിരം
പേരുമായി ലാലിസ്[14] എന്ന പട്ടണത്തിൽ
വച്ച് യാതൊരു മുന്നറിയിപ്പുമില്ലാതെ യൂ
3 ദാസിന്റെ അടുക്കൽ ചെന്നു. ആകയാൽ
അവനോടു കൂടെ ഉണ്ടായിരുന്നവരിൽ
അധികം പേരും ഓടിപ്പോയി, അവനോട്
കൂടെ എണ്ണൂറുപേരും അവന്റെ സഹോദര
ന്മാരായ ശിമോനും യോനാഥാനും മാത്രമേ
4 ഉണ്ടായിരുന്നുള്ളൂ. എന്നാൽ യൂദായുടെ
കൂടെ ബാക്കി നിന്നവർ ഏറ്റവും ശക്തരും
ധീരരും, അവൻ നടത്തിയ നിരവധി യു
ദ്ധങ്ങളിൽ അവനോടൊപ്പം ഉറച്ചുനിന്ന
വരുമായിരുന്നു. യൂദായും കൂട്ടരും ബക്കി 5
ദേസിനെയും അവന്റെ സൈന്യത്തെയും
നേരിടാൻ പുറപ്പെട്ടു.
യൂദായുടെയും കൂട്ടരുടെയും വലതുഭാഗ 6
ത്ത് പതിനയ്യായിരം പേരെയും ഇടതുവശ
ത്ത് പതിനയ്യായിരം പേരെയും നിർത്തി
ബക്കിദേസ് തന്റെ സൈന്യത്തെ വിഭജി
ച്ചു. അപ്പോൾ ഓരോകൂട്ടരും യൂദായ്ക്കും കൂട്ടർ 7
ക്കും എതിരെ ആക്രോശിച്ചു. ശത്രുവിന്റെ
ഏറ്റവും ശക്തരും ധീരരുമായ സൈന്യം
വലതുവശത്താണെന്നും, അവരുടെ കൂട്ട
ത്തിൽ ബക്കിദേസുമുണ്ടെന്നും അവർ മന
സ്സിലാക്കി. യൂദായും തന്റെ സംഘത്തെ 8
വിഭജിച്ചു. അവരിൽ ഏറ്റവും ധീരരായവ
രെ തന്നോടൊപ്പം കൂട്ടിക്കൊണ്ടുപോയി.
ബാക്കിയുള്ളവരെ തന്റെ സഹോദരന്മാർ
ക്ക് കൊടുത്തു. പിന്നെ അവൻ വലതു വശ
ത്തുള്ളവരുമായി പൊരുതി. അവനും കൂ
ട്ടാളികളും ചേർന്ന് ഏകദേശം രണ്ടായി
രം പേരെ കൊന്നു. ബക്കിദേസിനെ മന 9
സ്സിലാക്കിയ അവൻ തന്റെ കണ്ണുകളും ച
വടുകളും അവന്റെ നേരെ തിരിച്ചു. അവന്റെ
ചുറ്റുമുള്ള എല്ലാ ധൈര്യശാലികളെയും
കൊന്നു. തങ്ങൾക്കു നേരിട്ട ആക്രമണ 10
ങ്ങളെ ചെറുത്ത് ഭൂരിഭാഗം ശത്രുക്കളെയും
നിലം പരിശാക്കി, യൂദാ ബക്കിദേസിന്റെ
അടുത്തെത്തി. രക്തം പുരണ്ട ഒരു വലിയ 11
വാൾ കൈയിൽ വീശി സിംഹത്തെപ്പോ
ലെ യൂദാ തന്റെ നേരെ വരുന്നതുകണ്ട
പ്പോൾ ബക്കിദേസ് അവനെ അമിതമാ
യി ഭയപ്പെട്ടു വിറച്ച്, അവന്റെ ദൃഷ്ടിയിൽ
നിന്ന് ഓടിപ്പോയി.
യൂദായും കൂട്ടരും അവനെ പിന്തുടർന്നു. 12
അവർ ബക്കിദേസിന്റെ സൈന്യത്തിലു
ള്ളവരെ വാളുകൊണ്ട് കൊന്നു. അങ്ങനെ
അവർ ആ പതിനയ്യായിരത്തിൽ ഏറിയ
പങ്ക് ആൾക്കാരെയും കൊന്നു കളഞ്ഞു.

14 പാ: ഭേ: ഏലീസാ, ലൈസ, ലൈഷ്

ബക്കിദേസ് അഷ്ദോദിലേക്ക്[15] ഓടിപ്പോ
13 യി. യൂദായുടെ ഇടതുവശത്തുണ്ടായിരുന്ന
പതിനയ്യായിരം പേർ, യൂദായെ പിന്തുടർന്ന്
അവനെ ആക്രമിച്ചു. അപ്പോൾ യൂദായുടെ
സഹോദരന്മാരും അവരോടൊപ്പമുണ്ടായി
രുന്നവരും അവിടെയെത്തി. അവർ തളർ
14 ന്നിരുന്നു. ബക്കിദേസിന്റെ പതിനയ്യായിരം
പടയാളികൾ അവരുടെ നേരെ പാഞ്ഞടു
ത്തു. അവർ തമ്മിൽ ഘോരയുദ്ധം നടന്നു.
ഇരുഭാഗത്തും കുറേപ്പേർ കൊല്ലപ്പെട്ടു.
15 അതിൽ യൂദായും ഉണ്ടായിരുന്നു. അവന്റെ
സഹോദരന്മാർ അവനെ കൊണ്ടുപോ
യി, അവന്റെ പിതാവായ മത്ഥാത്തിയോ
സിന്റെ ശവകുടീരത്തിനരികെ അടക്കം
ചെയ്തു. (ദൈവമേ അവരോട് കൃപയുണ്ടാക
ണമെ) - യിസ്രായേൽമക്കൾ ഏറെനാൾ
16 അവനെക്കുറിച്ച് വിലപിച്ചു. യൂദായുടെ ഭര
ണകാലം ഏഴുവർഷമായിരുന്നു. അവന്റെ
സഹോദരനായ യോനാഥാൻ തുടർന്ന്
അധികാരമേറ്റു.

മത്ഥാത്തിയാസിന്റെ മകൻ യോനാഥന്റെ ചരിത്രം

18 യോനാഥൻ അവന്റെ സഹോദരന്റെ
പിൻഗാമിയായി അധികാരത്തിലേ
റി. യോനാഥൻ ചെറിയ ഒരു സംഘം ആളു
കളുമായി യോർദ്ദാനിലേക്ക് പോയി. അത്
ബക്കിദേസ് അറിഞ്ഞപ്പോൾ വലിയ ഒരു
സൈന്യവുമായി യോനാഥന്റെ അടുക്ക
2 ലേക്ക് പടനയിച്ചു. യോനാഥൻ അവനെ
കണ്ടപ്പോൾ, യോനാഥനും കൂടെയുള്ളവ
രും യോർദ്ദാൻ നീന്തിക്കടന്നു. ബക്കിദേ
സും അവന്റെ സൈന്യവും അവരെ പി
3 ന്തുടർന്ന് അവരെ വലയം ചെയ്തു. പക്ഷേ
യോനാഥൻ, തന്റെ കൂട്ടാളികൾ ഒരുക്കിയ
വഴിയിലൂടെ ബക്കിദേസിന്റെ അടുത്തുനി
ന്ന് ഓടിപ്പോയി. യോനാഥനും അവന്റെ
കൂട്ടാളികളും അവരുടെ നടുവിൽനിന്ന്
ബെർ-ഷെബായിലേക്ക് ചെന്നു. യോനാ 4
ഥന്റെ സഹോദരനായ ശീമോൻ അവരോ
ടൊപ്പം ചേർന്ന് അവിടെ വസിച്ചു. അവർ
തങ്ങളുടെ തകർന്ന കോട്ടകളുടെയെല്ലാം
കേടുപാടുകൾ തീർത്തു. അവിടെവെച്ച്
അവർ അവരെത്തന്നെ ബലപ്പെടുത്തി.
എന്നാൽ ബക്കിദേസ് അവർക്കുനേരേ 5
പടനയിച്ച് അവരെ വളഞ്ഞു. യോനാഥനും,
അവന്റെ സഹോദരനും, അവരുടെ കൂട്ടാ
ളികളും രാത്രിയിൽ ബക്കിദേസിന്റെ അടു
ക്കൽ എത്തി, അവന്റെ സൈന്യത്തി
ലെ വളരെയധികം ആളുകളെ കൊന്നു.
അവരുടെ യുദ്ധോപകരണങ്ങൾ കത്തിച്ചു.
ബക്കിദേസിന്റെ സൈന്യം ചിതറിപ്പോ 6
കുകയും ബക്കിദേസ് മരുഭൂമിയിലേക്ക്
ഓടിപ്പോകുകയും ചെയ്തു. യോനാഥനും
ശീമോനും അവന്റെ കൂട്ടാളികളും ബക്കിദേ
സിനെ പിന്തുടർന്നുപിടിച്ചു. ബക്കിദേസ്, 7
യോനാഥനെ കണ്ടപ്പോൾ തന്റെ അന്ത്യ
മടുത്തു എന്ന് മനസ്സിലാക്കി. അവൻ യോ
നാഥനുമായി സമാധാനം പ്രഖ്യാപിക്കുക
യും, ഇനി ഒരിക്കലും അവനുമായി യുദ്ധം
ചെയ്യുകയില്ലായെന്ന് സത്യം ചെയ്യുക
യും ചെയ്തു. അതിനുപരിയായി യൂദായുടെ
സൈന്യത്തിൽ നിന്നുപിടിച്ചെടുത്ത എല്ലാ
തടവുകാരെയും വിട്ടയയ്ക്കാമെന്നും അറി
യിച്ചു. യോനാഥൻ അവന് ഹസ്തദാനം 8
നല്കി, അവിടെ നിന്ന് പിന്മാറി. പിന്നീട്
അവർ തമ്മിൽ യുദ്ധം ഉണ്ടായില്ല. അതി
നുശേഷം വളരെക്കാലം കഴിയും മുമ്പേ
യോനാഥൻ അന്തരിച്ചു. അവന്റെ സഹോ
ദരൻ ശീമോൻ അവന്റെ പിൻഗാമിയായി
അധികാരത്തിലെത്തി.

മത്ഥാത്തിയാസിന്റെ മകനായ ശീമോന്റെ ചരിത്രം

19 പിന്നീട് മത്ഥാത്തിയാസിന്റെ മകൻ
ശിമോൻ ഭരണം ഏറ്റെടുത്തു. അവൻ
യൂദായുടെ സൈന്യത്തിൽ ശേഷിച്ചവരെ
യെല്ലാം കൂട്ടിവരുത്തി. അവന്റെ ഭരണം 2
അഭിവൃദ്ധി പ്രാപിക്കുകയും തന്റെ സഹോ

15 ജോസഫസ് "അസോ എന്ന മലയിലേക്ക്" എന്നാണ് രേഖപ്പെടുത്തിയിരിക്കുന്നത്. അതായിരിക്കാം ശരിയായത്. അഷ്ദോദ് (അസോട്ടസ്) എന്ന നഗരം യുദ്ധഭൂമിയിൽ നിന്ന് വളരെ ദൂരെയാണ്

ദരനായ യൂദായുടെ മരണശേഷം യഹൂദ
ന്മാരോട്ട് ശത്രുത പുലർത്തിയവരെയെല്ലം
അവൻ കീഴ്പ്പെടുത്തുകയും ചെയ്തു. അവൻ
തന്റെ ജനത്തോട്ട് നന്നായി പെരുമാറി.
തന്റെ രാജ്യത്തിന്റെ ഭരണകാര്യങ്ങൾ
ശരിയായി ക്രമപ്പെടുത്തി.
3 അപ്പോൾ അന്ത്യോക്കസും, സെല്യൂക്ക
സിന്റെ മകൻ ദിമത്രിയോസും അവന്റെ
നേരെ ഒരു വലിയ സൈന്യവുമായിച്ചെന്ന്
4 അവനെ ആക്രമിച്ചു. അതിനെ നേരിടാൻ
ശീമോനും അവന്റെ രണ്ട് പുത്രന്മാരും പു
റപ്പെട്ടു. അവൻ തന്റെ സൈന്യത്തെ
രണ്ടായി വിഭജിച്ചു. അതിലൊന്ന് തന്റെ
കൂടെ നിർത്തി. മറ്റേത് തന്റെ പുത്രന്മാർ
5 ക്ക് നല്കി. അവനും കൂടെയുണ്ടായിരുന്നവ
രും സൈന്യത്തെ എതിരിടാനായി പോ
യി. അവൻ തന്റെ രണ്ട് പുത്രന്മാരെയും
അവരുടെ അനുയായികളെയും മറ്റൊരു
വഴിക്ക് അയച്ചു. ഒരു നിശ്ചിത സമയത്ത്
ശത്രുസൈന്യത്തെ ആക്രമിക്കാൻ നിയോ
6 ഗിച്ചു. ഇതിനുശേഷം അവൻ അന്ത്യോക്ക
സിന്റെ സൈന്യത്തെ കണ്ടുമുട്ടി. അവരെ
ആക്രമിച്ച് വിജയം നേടാൻ തുടങ്ങി. യുദ്ധം
ആരംഭിച്ചപ്പോൾ അവന്റെ രണ്ട് പുത്രന്മാ
രും വന്നു. യുദ്ധം രൂക്ഷമായി, ശീമോന്റെ
പുത്രന്മാരും സൈന്യവും ശത്രുസൈന്യ
ത്തിന്റെ പിൻഭാഗത്താണ് എത്തിയത്.
7 അന്ത്യോക്കസിന്റെ സൈന്യം രണ്ട് സൈ
ന്യങ്ങൾക്കിടയിലായി വന്നപ്പോൾ സൈ
ന്യത്തിലുള്ളവരെ വെട്ടിമുറിച്ചു. അവരിൽ
ഒരാൾ പോലും രക്ഷപ്പെട്ടില്ല. ശീമോനോട്ട്
യുദ്ധം ചെയ്യുവാൻ അന്ത്യോക്കസും
8 തിരികെ വന്നില്ല. ശീമോന്റെ ഭരണകാല
ത്തുടനീളം യഹൂദരുടെ ഇടയിൽ സമാധാ
നവും സ്വസ്ഥതയും പുലർന്നു. അവന്റെ ഭര
9 ണകാലം രണ്ടു വർഷമായിരുന്നു. അവൻ
സന്നിഹിതനായിരുന്ന ഒരു വിരുന്നിൽ,
അവന്റെ മരുമകൻ ടോളമി, അവന്റെ
നേരെ പാഞ്ഞടുത്ത്, അവനെ കൊന്നു.
അവന്റെ ഭാര്യയെയും രണ്ടുപുത്രന്മാരെ
യും പിടിച്ചുകൊണ്ടുപോയി. ശിമോന്റെ പു
ത്രനായ ഹിർക്കാനസ് അവന്റെ പിതാവി
ന്റെ സ്ഥാനത്ത് അവരോധിതനായി

ശിമോന്റെ പുത്രനായ ഹിർക്കാനസിന്റെ ചരിത്രം

20 ശീമോൻ ജീവിച്ചിരിക്കുമ്പോൾ
തന്നെ തന്റെ മകനായ യോക്കനാ
നെ സേനാനായകനായി നിയമിച്ചിരുന്നു.
അവൻ അനവധി സൈന്യവൃന്ദങ്ങളെ സം
ഘടിപ്പിച്ചു. തന്നെ എതിരിടാനായി വന്ന
ഹിർക്കാനസ് എന്നു പേരുള്ള ഒരു മനു
ഷ്യനെ തോൽപ്പിക്കാൻ ശീമോൻ അവനെ
അയച്ചു. ഹിർക്കാനസ് വലിയ പ്രശസ്തിയും, 2
പ്രബലമായ ശക്തിയും പുരാതനമായേ
രാജത്വമുള്ളവനുമായിരുന്നു. യോനാഥൻ 3
അവനോട്ട് ഏറ്റുമുട്ടുകയും അവനെ പരാ
ജയപ്പെടുത്തുകയും ചെയ്തു. ഹിർക്കാനസി
നെ വധിക്കുകയും അവന്റെ മേൽ വിജയം
നേടുകയും ചെയ്തതിനാൽ ശീമോൻ തന്റെ
മകൻ യോക്കനാന് ഹിർക്കാനസ് എന്ന്
പേരിട്ടു.
എന്നാൽ ടോളമി തന്റെ പിതാവിനെ 4
കൊന്നുവെന്ന് കേട്ടപ്പോൾ ഈ ഹിർ
ക്കാനസ് ടോളമിയെ ഭയന്ന് ഗാസയി
ലേക്ക് ഓടിപ്പോയി. ടോളമി നിരവധി
അനുയായികളോടൊപ്പം അവനെ പി
ന്തുടർന്നു. എന്നാൽ ഗാസയിലെ പൗര 5
ന്മാർ ഹിർക്കാനസിനെ സഹായിക്കുക
യും അവരുടെ നഗരത്തിന്റെ കവാടങ്ങൾ
അടയ്ക്കുകയും ഹിർക്കാനസിന്റെ അടുത്തെ
ത്താതിരിക്കാൻ ടോളമിയെ തടയുകയും
ചെയ്തു. ഹിർക്കാനസിന്റെ അമ്മയേയും 6
അവന്റെ രണ്ട് സഹോദരന്മാരേയും കൂട്ടി
ടോളമി ഡാഗോണിലേക്ക് തിരികെപ്പോ
യി. ഡാഗോണിന് അക്കാലത്ത് ശക്ത
മായ ഒരു കോട്ട ഉണ്ടായിരുന്നു.
ഹിർക്കാനസ് വിശുദ്ധ ആലയത്തിലെ 7
ത്തി, യാഗങ്ങൾ അർപ്പിച്ചു. പിതാവിന്റെ
പിൻഗാമിയായി അധികാരമേറ്റു. അവൻ
ഒരു വലിയ സൈന്യത്തെ സംഘടിപ്പി
ച്ച് ടോളമിയെ ആക്രമിക്കാനായിച്ചെന്നു.
എന്നാൽ ടോളമി അവനും കൂട്ടർക്കും
നേരെ ഡാഗോണിന്റെ കവാടം അടച്ച്,

8 അവിടെത്തന്നെ നിലയുറപ്പിച്ചു. ഹിർക്കാ
നസ് അവനെ വളഞ്ഞു. കോട്ടയുടെ ഭിത്തി
അടിച്ചു തുറക്കാൻ ഒരു ഇരുമ്പ് കൂടം ഉണ്ടാ
9 ക്കി. അവർ തമ്മിലുള്ള യുദ്ധം വളരെക്കാലം
നീണ്ടുനിന്നു. ടോളമിക്കെതിരെ ഹിർക്കാന
സ് വിജയിക്കുകയും കോട്ടയുടെ അടുത്തേ
ക്ക് എത്തുകയും, അത് പിടിച്ചക്കാറാകുക
10 യും ചെയ്തു. ടോളമി ഇതു കണ്ടപ്പോൾ ഹിർ
ക്കാനസിന്റെ അമ്മയെയും അവന്റെ രണ്ട്
സഹോദരന്മാരെയും മതിലിനു മുകളിൽ
കൊണ്ടു വന്ന് കഠിനമായി പീഡിപ്പിക്ക
വാൻ ആജ്ഞാപിക്കുകയും അങ്ങനെ ചെ
11 യ്യുകയും ചെയ്തു. എന്നാൽ ഹിർക്കാനസ്
ഇത് കണ്ടപ്പോൾ, അവർ കൊല്ലപ്പെടുമെ
ന്ന് ഭയന്ന് യുദ്ധത്തിൽ നിന്ന് വിട്ടുനിന്നു.
12 അവന്റെ അമ്മ അവനെ വിളിച്ചു പറഞ്ഞു.
"മകനേ നിങ്ങളുടെ പിതാവിനോടുള്ളതി
നേക്കാൾ, എന്നോടുള്ള സ്നേഹവും പുത്രഭ
ക്തിയും സഹോദരസ്നേഹവും കൊണ്ട് നീ
വ്യതിചലിക്കരുത്. ഞങ്ങളെ തടങ്കലിലാ
13 ക്കിയിരിക്കുന്നത്, അവനോടുള്ള പ്രതികാ
രത്തെ ദുർബ്ബലപ്പെടുത്തരുത്. നിങ്ങളുടെ
പരമാവധി ശക്തിയിൽ എന്റെയും നിന്റെ
പിതാവിന്റെയും, അവകാശങ്ങൾ നിവർ
ത്തിയാക്കുവാൻ ഞാൻ ആവശ്യപ്പെടുന്നു.
14 എന്നാൽ നിങ്ങൾ ആ നിഷ്ഠുരനെ ഞങ്ങൾ
കാരണം ഭയപ്പെടുന്നത് എന്തിന്, അവൻ
എല്ലാ ക്രൂരതകളും ഞങ്ങളോട് എന്തായാ
ലും ചെയ്യും അതിനാൽ നിങ്ങളുടെ ആക്രമ
ണം നിർബാധം തുടരുക."
15 അമ്മയുടെ വാക്കുകൾ കേട്ടപ്പോൾ
ഹിർക്കാനസ് ആക്രമണം തീവ്രമാക്കി.
അവന്റെ അമ്മയുടെയും സഹോദരങ്ങളുടെ
യും മേൽ ടോളമി പീഡനങ്ങൾ വർധിപ്പി
ച്ചു. അവരെ കോട്ടയിൽ നിന്ന് തലകീഴായി
16 എറിയുമെന്ന് ശപഥം ചെയ്തു. അതുകൊണ്ട്
അവരുടെ മരണത്തിന് കാരണം താൻ
ആകുമോ എന്ന് ഹിർക്കാനസ് ഭയപ്പെട്ടു.
ടോളമിക്കെതിരെയുള്ള ആക്രമണം തുടർ
ന്നുകൊണ്ടുതന്നെ അവൻ തന്റെ പാളയ
17 ത്തിലേക്ക് മടങ്ങി. കൂടാരപ്പെരുന്നാൾ അടു
ത്തതിനാൽ വിരുന്നിലും അനുഷ്ഠാനങ്ങളി
ലും യാഗങ്ങളിലും പങ്കെടുക്കുവാൻ വിശുദ്ധ
ആലയത്തിന്റെ നഗരത്തിലേക്ക് ഹിർക്കാ
നസ് പോയി. ഹിർക്കാനസ് വിശുദ്ധ നഗര 18
ത്തിൽ എത്തി അവിടെത്താമസിക്കുകയാ
ണെന്ന് ടോളമി അറിഞ്ഞപ്പോൾ ഹിർക്കാ
നിസിന്റെ അമ്മയെയും സഹോദരന്മാരേ
യും പിടികൂടി കൊന്നുകളഞ്ഞിട്ട്, അവൻ
ഹിർക്കാനസിന് എത്തിപ്പെടുവാൻ കഴി
യാത്ത ഒരു സ്ഥലത്തേക്ക് ഓടിപ്പോയി.

ഹിർക്കാനസുമായി യുദ്ധം ചെയ്യാൻ അന്ത്യോക്കസ് വിശുദ്ധ ആലയത്തിന്റെ നഗരത്തിലേക്ക് പോയതിന്റെ ചരിത്രം

21 ശീമോൻ മരിച്ചുവെന്ന് അന്ത്യോക്ക
സ് കേട്ടപ്പോൾ അവൻ ഒരു സൈ
ന്യത്തെ സംഘടിപ്പിച്ച് വിശുദ്ധ ആല
യത്തിന്റെ നഗരത്തിലേക്ക് പടനയി
ച്ചു. അവൻ അതിനു ചുറ്റും പാളയമിറങ്ങി 2
അതിനെ വളഞ്ഞു. ബലപ്രയോഗത്തി
ലൂടെ അതിനെ പിടിച്ചെടുക്കുവാൻ പദ്ധ
തിയിട്ടു. എന്നാൽ മതിലുകളുടെ ഉയരവും
ബലവും അതിലുള്ള യോദ്ധാക്കളുടെ ബാ
ഹുല്യവും കാരണം അവന് അതു കഴിഞ്ഞി
ല്ല. അങ്ങനെ ദൈവഹിതത്താൽ അവന് 3
അത് പിടിച്ചെടുക്കുവാൻ കഴിഞ്ഞില്ല.
അവൻ പട്ടണത്തിന്റെ വടക്കുവശത്തേ
ക്ക് പോയി അവിടെ മതിലിന് എതിർവ
ശത്ത് നൂറ്റിമുപ്പത് ഗോപുരങ്ങൾ പണിതു.
നഗരത്തിന്റെ മതിലുകളിൽ കയറാൻ ശ്രമി 4
ക്കുന്നവരുമായി യുദ്ധം ചെയ്യുവാൻ അവൻ
ഗോപുരത്തിൽ ആളുകളെ കയറ്റി. മതിലി 5
ന്റെ അടിത്തറയുടെ അടുത്ത് എത്തുന്നതുവ
രെ ഒരു പ്രത്യേക സ്ഥലത്ത് ഭൂമി കുഴിക്കു
വാൻ അവൻ ആളുകളെ നിയമിച്ചു. മതിൽ
തടി കൊണ്ട് നിർമ്മിച്ചതാണെന്ന് കണ്ട
പ്പോൾ അത് അഗ്നിക്കിരയാക്കി. മതിലി
ന്റെ വലിയൊരു ഭാഗം താഴെ വീണു.
ഹിർക്കാനസിന്റെ ആളുകൾ അവരെ 6
എതിർക്കുകയും നശിപ്പിക്കപ്പെട്ട ഭാഗ
ത്തുകൂടി അകത്തേക്ക് പ്രവേശിക്കുന്ന
തിൽ നിന്ന് അവരെ തടയുകയും ചെയ്തു.
ഹിർക്കാനസ് തന്റെ കൂട്ടത്തിലുള്ള ഒരു 7

നല്ല വിഭാഗം യോദ്ധാക്കളെയും കൊണ്ട്
അന്ത്യോക്കസിന്റെ സൈന്യത്തിനെതി
രെ പുറപ്പെട്ടു. അവരെ തോല്പിച്ചു കൊന്നു.
8 അന്ത്യോക്കസും അവന്റെ ആളുകളും പരാ
ജയപ്പെട്ടു. ഹിർക്കാനസും സൈന്യവും,
അവർ നഗരത്തിൽ നിന്ന് അകലേക്ക്
പോകുന്നതുവരെ അവരെ പിന്തുടർന്നു.
9 പിന്നെ അന്ത്യോക്കസ് പണിത ഗോപുര
ങ്ങളിലെക്ക് മടങ്ങി വന്ന് അവർ അവയെ
നശിപ്പിക്കുകയും നഗരത്തിലും അതിനു ച
10 റ്റുമായി താമസിക്കുകയും ചെയ്തു. എന്നാൽ
അന്ത്യോക്കസ് ദൈവാലയ നഗരത്തിൽ
നിന്ന് ഏകദേശം രണ്ട് ഫർലോങ്ങ് അക
ലെയുള്ള ഒരു സ്ഥലത്ത് പാളയമിറങ്ങി.
11 കൂടാരപ്പെരുന്നാൾ സമീപിച്ചപ്പോൾ, അ
തിന്റെ ആചരണം കഴിയുന്നതുവരെ സമാ
ധാന ഉടമ്പടി ഉണ്ടാക്കുന്നതിനായി ഹിർ
ക്കാനസ്, അന്ത്യോക്കസിന്റെ അടുത്തേ
ക്ക് ആളെ അയച്ചു. അന്ത്യോക്കസ് അഭ്യർ
ത്ഥന മാനിക്കുകയും, തടവുകാരെ വിട്ടയ
യ്ക്കുകയും, അതോടൊപ്പം ദൈവാലയത്തി
ലേക്ക് സ്വർണ്ണവും വെള്ളിയും കൊടുത്ത
12 യയ്ക്കുകയും ചെയ്തു. അന്ത്യോക്കസ് അയ
ച്ചതു സ്വീകരിക്കാൻ ഹിർക്കാനസ് പുരോ
ഹിതന്മാരൊട്ടു കല്പിച്ചു. അവർ അങ്ങനെ
13 ചെയ്തു. ഹിർക്കാനോസും പുരോഹിതന്മാ
രും ദൈവാലയത്തോടുള്ള അന്ത്യോക്ക
സിന്റെ ആദരവ് കണ്ടപ്പോൾ സമാധാന
ത്തിനായി അവന്റെ അടുക്കൽ പ്രതിനിധി
14 കളെ അയച്ചു. അന്ത്യോക്കസ് സമ്മതിച്ചു.
അവൻ യെരുശലേമിലേക്ക് വന്നു. ഹിർ
ക്കാനസ് അവനെ കണ്ടു. അവർ ഒരുമി
15 ച്ച് പട്ടണത്തിൽ പ്രവേശിച്ചു. ഹിർക്കാന
സ് അന്ത്യോക്കസിനും അവന്റെ പ്രഭുക്ക
ന്മാർക്കും വിരുന്നൊരുക്കി. അവർ ഒരുമി
ച്ച് തിന്നുകയും കുടിക്കുകയും ചെയ്തു. ഒപ്പം
അവനു മൂന്നൂറു താലന്ത് സ്വർണ്ണം സമ്മാന
16 മായി കൊടുത്തു. അവർ പരസ്പരം സഹാ
യിക്കുന്നതിനെക്കുറിച്ചും സമാധാനം പു
ലർത്തുന്നതിനെക്കുറിച്ചും ധാരണയിലെ
ത്തി. അന്ത്യോക്കസ് സ്വന്തം രാജ്യത്തേ
ക്ക് മടങ്ങി.

എന്നാൽ, ദാവീദിന്റെ പുത്രന്മാരായ ചില 17
രാജാക്കന്മാർ ഉണ്ടാക്കിയ ഭണ്ഡാരം ഹിർ
ക്കാനസ് തുറന്ന്, അതിൽ കുറവുണ്ടായിരു
ന്നത് നിക്ഷേപിച്ച് പഴയ സ്ഥിതിയിലാക്കി.
അവൻ മതിലിന്റെ പൊളിഞ്ഞുവീണ ഭാഗം 18
പണിതു നന്നാക്കി. അവൻ തന്റെ പ്രജകളു
ടെ ക്ഷേമം ശ്രദ്ധാപൂർവ്വം കരുതി, അവരെ
സംരക്ഷിക്കുവാൻ നേരോടെ പെരുമാറി.
അന്ത്യോക്കസ് സ്വന്തം രാജ്യത്തു വന്ന 19
പ്പോൾ, ഒന്നാം അന്ത്യോക്കസിന്റെ കാലം
മുതൽ തങ്ങളെ എതിർത്തിരുന്ന പേർ
ഷ്യൻ രാജാവുമായി യുദ്ധം ചെയ്യാൻ തീ
രുമാനിച്ചു. ഹിർക്കാനസിന്റെ അടുത്തേ 20
ക്ക് അവൻ പ്രതിനിധികളെ അയച്ചു. ഹിർ
ക്കാനസും അവനോടുകൂടെ പേർഷ്യൻ
രാജ്യത്തേക്ക് പോയി. പേർഷ്യക്കാരു 21
ടെ ഒരു സൈന്യം അവനെ എതിരിട്ടു.
അന്ത്യോക്കസ് അവരെ ഓടിച്ച് പരാജയ
പ്പെടുത്തി വാളിന് ഇരയാക്കി. അവൻ ആ 22
സ്ഥലത്ത് താമസിച്ചു. അവരുടെ നാട്ടിൽ
അവന്റെ സ്മരണയ്ക്കായി ഒരു വിസ്മയകര
മായ കെട്ടിടം പണിതു, അത് അവരുടെ
രാജ്യത്ത് അവന്റെ സ്മരണ നിലനിർത്താ
നുള്ള സ്മാരകമാകുമെന്ന് കരുതി. കുറച്ച 23
കാലം കഴിഞ്ഞ് അവൻ പേർഷ്യക്കാരു
ടെ രാജാവിനെ നേരിടാൻ പോയി. ശാ
ബതിനൊപ്പം പെന്തക്കോസ്തിയും സമീപി
ച്ചിരുന്നതിനാൽ ഹിർക്കാനസ് പോയില്ല.
പേർഷ്യയിലെ രാജാവും അന്ത്യോക്കസും 24
ഏറ്റുമുട്ടി. അവർക്കിടയിൽ വളരെ വലിയ
യുദ്ധങ്ങൾ നടന്നു. അതിൽ അന്ത്യോക്ക
സും അവന്റെ സൈന്യവും കൊല്ലപ്പെട്ടു.
ഈ വാർത്ത ഹിർക്കാനസ് അറിഞ്ഞ 25
പ്പോൾ അവൻ സിറിയയിലേക്ക് പടനയി
ച്ചു. യാത്രയിൽ ഹാലെപ്പസ് [16] വളഞ്ഞു.
പൗരന്മാർ അവനു കീഴടങ്ങി, കപ്പംകൊ 26
ടുത്തു. അവൻ അവരെ വിട്ട് വിശുദ്ധ നഗ
രത്തിൽ മടങ്ങിയെത്തി അവിടെ കുറച്ചുദി
വസം പാർത്തു.

16 ഇപ്പോൾ ആലപ്പോ എന്നാണ് ഈ സ്ഥലം അറിയപ്പെടുന്നത്

27 പിന്നെ അവൻ ശമരിയാദേശത്തേ
ക്ക് പുറപ്പെട്ടു. നിയാപ്പോലിസിനെതിരെ
യുദ്ധം ചെയ്തു. എന്നാൽ അതിൽ പ്രവേശി
ക്കുന്നതിൽ നിന്ന് അവിടുത്തെ ജനങ്ങൾ
28 അവനെ തടഞ്ഞു. യസാബെൽ പർവ്വത
ത്തിൽ അവർക്കുണ്ടായിരുന്ന എല്ലാ കെ
ട്ടിടങ്ങളും ദേവാലയവും അവൻ നശിപ്പിച്ചു.
ശമരിയാക്കാരനായ സൻബല്ലത്ത് പണി
കഴിപ്പിച്ച് ഇരുന്നൂറ് വർഷത്തിന് ശേഷമാ
യിരുന്നു ഇത്. സെബാസ്റ്റിൽ ഉണ്ടായിരു
ന്ന പുരോഹിതന്മാരെയും അയാൾ കൊന്നു.
29 അവൻ ഏദോം രാജ്യത്തേക്ക് അതായത്
സാറാ പർവ്വതങ്ങളിലേക്ക് പോയി. അവർ
അവന് കീഴടങ്ങി. അവർ പരിച്ഛേദന ചെ
യ്യണമെന്നും തോറയുടെ മതം (അല്ലെ
ങ്കിൽ മോശൈക നിയമം) സ്വീകരിക്കണ
30 മെന്നും അവൻ വ്യവസ്ഥ ചെയ്തു. അവർ
അവനോട്ട് യോജിച്ച് പരിച്ഛേദന ഏറ്റു.
യഹൂദരന്മാരായിത്തീർന്ന അവർ രണ്ടാമ
ത്തെ ആലയം നശിപ്പിക്കപ്പെടുന്നതുവരെ
അങ്ങനെ തുടർന്നു.
31 ഹിർക്കാനസ് ചുറ്റുമുള്ള എല്ലാ രാജ്യങ്ങ
ളിലേക്കും പോയി. എല്ലാവരും അവന് കീ
ഴടങ്ങി. അതേസമയം സാമധാനത്തിന്റെ
യും അനുസരണത്തിന്റെയും ഉടമ്പടിയിൽ
അവൻ ഏർപ്പെട്ടു.
32 അവൻ റോമാക്കാരുടെ അടുത്തേക്ക് പ്ര
തിനിധികളെ അയച്ചു. അവർ തമ്മിലുള്ള
ഉടമ്പടി പുതുക്കുന്നതിനെക്കുറിച്ച് അവർക്ക്
33 എഴുതി. ഹിർക്കാനസിന്റെ പ്രതിനിധികൾ
റോമാക്കാരുടെ അടുക്കൽ വന്നപ്പോൾ
റോമക്കാർ അവരെ ആദരിച്ചു. ബഹുമാന്യ
ഇരിപ്പിടങ്ങളിൽ അവരെ സ്വീകരിച്ചിരു
ത്തി. അവരുടെ ആഗമനോദ്ദേശത്തെക്കു
റിച്ച് ശ്രദ്ധാപൂർവ്വം കേട്ട് ഹിർക്കാനസ്സിന്റെ
കത്തിന് മറുപടി നല്കി തിരിച്ചയച്ചു.

റോമാക്കാർ ഹിർക്കാനസിന് എഴുതിയ കത്തിന്റെ പകർപ്പ്

22 “മൂപ്പനും അവന്റെ മുന്നൂറ്റി ഇരുപത്
ഗവർണർമാരും യഹൂദയിലെ
2 രാജാവായ ഹിർക്കാനസിന് ക്ഷേമം
നേരുന്നു. നിങ്ങളുടെ കത്ത് കിട്ടി. അതു
വായിച്ചതിൽ ഞങ്ങൾ സന്തോഷിക്കുന്നു.
നിങ്ങളുടെ ഭരണകാര്യങ്ങളെക്കുറിച്ച് പ്ര
തിനിധികളോട്ട് ഞങ്ങൾ ചോദിച്ചറിഞ്ഞു.
ശാസ്ത്രം, ധാർമ്മിക അച്ചടക്കം, സദ്ഗുണ 3
ങ്ങൾ എന്നിവയിൽ അവർക്കുള്ള പ്രാ
വീണ്യം ഞങ്ങൾ അംഗീകരിച്ച് ഞങ്ങൾ
അവരെ ഞങ്ങളുടെ ഉന്നതാധികാരിക
ളോടൊപ്പം ഇരുത്തി. ഞങ്ങളുടെ ഉന്ന 4
താധികാരസ്ഥാനികൾ, കാര്യങ്ങൾ ശ്ര
ദ്ധാപൂർവ്വം കേട്ട്, അന്ത്യോക്കസ് ബലപ്ര
യോഗത്തിലൂടെ പിടിച്ചെടുത്ത എല്ലാ നഗ
രങ്ങളും നിങ്ങൾക്ക് തിരികെ നൽകണ
മെന്ന് കൽപ്പന നൽകി. നിങ്ങളുടെ മതം 5
അനുഷ്ഠിക്കുന്നതിനുള്ള എല്ലാ തടസ്സങ്ങളും
നീക്കം ചെയ്യുവാനും, അന്ത്യോക്കസ് നി
ങ്ങൾക്കെതിരെ വിധിച്ചതെല്ലാം അസാ
ധുവാക്കുവാനും ഉത്തരവിട്ടു. പിടിച്ചെടുക്ക 6
പ്പെട്ട എല്ലാ നഗരങ്ങളും നിങ്ങളോട്ട് വിശ്വ
സ്തത പുലർത്തണമെന്ന് കൽപ്പിക്കുകയും
നിങ്ങളുടെ സ്ഥാനപതിമാരെ ബഹുമാന
ത്തോടെയും ആദരവോടെയും പരിഗണി
ക്കണമന്ന് എല്ലാ പ്രവിശ്യകൾക്കും കത്ത്
മുഖേന കൽപ്പിക്കുകയും ചെയ്തു. കൂടാതെ 7
അവൻ അവരോടൊപ്പം സിനയൂസ് എന്ന്
പേരുള്ള പ്രതിനിധിയെ ഒരു കത്തുമായി
നിങ്ങളുടെ അടുക്കൽ അയച്ചിട്ടുണ്ട്. നിങ്ങ
ളോട് നേരിട്ട് ഇടപ്പെടുന്നതിന് അവനെ ചു
മതലപ്പെടുത്തിയിട്ടുണ്ട്. ”
അതിനാൽ റോമാക്കാരുടെ ഈ കത്ത് 8
ഹിർക്കാനസിന്റെ അടുത്തെത്തിയപ്പോൾ,
മുമ്പ് മഹാപുരോഹിതനായി അറിയപ്പെട്ടി
രുന്ന ഹിർക്കാനസ്സിന് രാജകീയ പരി
വേഷം ലഭിച്ചു. അങ്ങനെ രാജകീയവും പൗ
രോഹിത്യവുമായ മഹത്വങ്ങൾ അവനിൽ
കൂടിച്ചേർന്നു. രണ്ടാം യരുശലേം ദൈവാല 9
യത്തിൽ രാജാവെന്നു വിളിക്കപ്പെട്ട ആദ്യ
ത്തെ ആൾ ഹിർക്കാനസാണ്.

ശമരിയക്കാരുമായുള്ള ഹിർക്കാനസിന്റെ യുദ്ധങ്ങളുടെ ചരിത്രം

23 ഹിർക്കാനസ് സെബാസ്റ്റിലേക്ക്
നീങ്ങി. അവിടെയുണ്ടായിരുന്ന ശമ
രിയക്കാരെ വളരെക്കാലം വളഞ്ഞു. അതു
കാരണം എല്ലാത്തരം ചത്ത അവശിഷ്ട
ങ്ങൾ വരെ കഴിക്കുവാൻ അവർ നിർബ
2 ന്ധിതരായി. എങ്കിലും അവർ ഹിർക്കാന
സ്സിന്റെ വാളിനെ ഭയപ്പെട്ട് ഇവയെല്ലാം
സഹിച്ചു. മക്കദോന്യക്കാരും ഈജിപ്തുകാ
രും അവരെ സഹായിക്കുമെന്ന് അവർ
3 വിശ്വസിച്ചു. ഇതിനിടയിൽ വലിയ നോമ്പ്
വന്നു. അന്നേ ദിവസം യാഗങ്ങൾ അർപ്പി
ക്കുവാൻ വിശുദ്ധ ആലയത്തിൽ ഹിർക്കാ
4 നസ് ഉണ്ടായിരിക്കേണ്ടതാണ്. അതുകൊ
ണ്ട് അവൻ തന്റെ പുത്രന്മാരായ ആന്റി
ഗോണസ്, അരിസ്റ്റോബുലസ് എന്നിവരെ
സൈന്യാധിപൻമാരാക്കി മാറ്റി, ശമരിയാ
ക്കാരെ വളഞ്ഞ് അങ്ങേയറ്റം ഉപദ്രവിക്ക
5 വാൻ ഉത്തരവിട്ടു. അതുപോലെ അവൻ
സൈന്യത്തോട്ട് തന്റെ പുത്രന്മാരെ അനു
സരിക്കുവാനും അവരുടെ കൽപ്പനകൾ
പാലിക്കുവാനും ആജ്ഞാപിച്ചു. അവൻ
വിശുദ്ധ ആലയത്തിന്റെ നഗരത്തിലേക്ക്
പുറപ്പെട്ടു.
6 കൂടാതെ സെബാസ്റ്റിലെ നിവാസിക
ളെ സഹായിക്കാൻ മക്കദോന്യക്കാര
നായ അന്ത്യോക്കസ് പടനയിച്ചു. ഹിർ
ക്കാനസിന്റെ രണ്ടു പുത്രന്മാർക്കും അതി
7 നെക്കുറിച്ചുള്ള വിവരം ലഭിച്ചു. സൈന്യാ
ധിപനു പകരക്കാരനായി സെബാസ്റ്റിനെ
ഉപരോധിക്കാൻ നിയമിക്കപ്പെട്ട, ഹിർക്കാ
നസിന്റെ രണ്ടുമക്കൾ അന്ത്യോക്കസിനെ
നേരിടാൻ പുറപ്പെട്ടു. എന്നാൽ യുദ്ധത്തിൽ
പിൻവാങ്ങി അവർക്ക് സെബാസ്റ്റിലേക്ക്
8 മടങ്ങേണ്ടി വന്നു. അതുപോലെ ശമരിയ
ക്കാരെ സഹായിക്കാൻ ക്ലിയോപാട്ര രാ
ജ്ഞിയുടെ മകൻ ലിത്രാസ് ഈജിപ്തിൽ
9 നിന്ന് പുറപ്പെട്ടു. ഈ വാർത്ത ഹിർക്കാ
നസ് അറിഞ്ഞപ്പോൾ, അവൻ ലിത്രാസി
നെ നേരിടാൻ പുറപ്പെട്ടു. നോമ്പിന്റെ ആച
രണങ്ങൾ കഴിഞ്ഞപ്പോൾ അവർ തമ്മിൽ
വലിയ യുദ്ധം ഉണ്ടാവുകയും ധാരാളം
ആളുകൾ മരിക്കുകയും ചെയ്തു. ലിത്രാസ് 10
ഓടിപ്പോയി. ഈജിപ്തുകാർ പിന്നീട് ശമരി
യാക്കാർക്ക് സഹായം നൽകാൻ മടങ്ങിവ
ന്നില്ല. ഹിർക്കാനസ് രാജാവ് സെബാസ്റ്റി 11
ലേക്ക് മടങ്ങിയെത്തി. അതിനെ വാളിനി
രയാക്കി, ശേഷിച്ച പൗരന്മാരെ കൊന്നൊ
ടുക്കുകയും, അതിനെ പൂർണ്ണമായും നശിപ്പി
ക്കുകയും, അതിന്റെ മതിലുകൾ ഇടിച്ചു നിര
ത്തുകയും ചെയ്തു.

ക്ലിയോപാട്രയുടെ മകൻ ലിത്രാസിന്റെയും, ഈജിപ്തിൽ തന്റെ അമ്മയ്ക്കെതിരേ അവൻ നടത്തിയ പടയോട്ടത്തിന്റെയും ചരിത്രം

24 ക്ലിയോപാട്രയുടെ മകൻ ലിത്രാസ്
വസ്തുവകകൾ കൊണ്ടും മനുഷ്യബ
ലം കൊണ്ടും ശക്തനായി അമ്മയായ ക്ലി
യോപാട്രയോട്ട് കലാപമുണ്ടാക്കി. രാജ്യ
ത്തിലെ പ്രധാനികൾ അവന്റെ സഹാ
യികളായിരുന്നു. അതിനാൽ ക്ലിയോപാ 2
ട്രാ രണ്ട് യഹൂദന്മാരെ അയച്ചു. അവരിൽ
ഒരാളുടെ പേര് ചെൽസിയാസ് എന്നും
മറ്റെയാളുടെ പേര് ഹനാനിയാസ് എന്നു
മായിരുന്നു. ക്ലിയോപാട്രാ അവരെ തന്റെ
പക്ഷത്ത് അവശേഷിച്ചിരുന്ന ഈജിപ്തിലെ
പ്രഭുക്കന്മാരുടെ തലവൻമാരാക്കുകയും,
പിന്നെ അവരെ സൈന്യധിപന്മാർ ആക്കി
മാറ്റുകയും ചെയ്തു. അക്കാലത്ത് അവർ സാ 3
ധാരണക്കാരുമായി എല്ലാ കാര്യങ്ങളും
നന്നായി കൈകാര്യം ചെയ്തു. സാമ്രാജ്യ
ത്തിന്റെ ഭരണകാര്യങ്ങൾ വിജയകരമായി
നടത്തി. ക്ലിയോപാട്ര അവരെ ലിത്രാസുമാ 4
യി യുദ്ധം ചെയ്യുവാൻ അയച്ചു. അവർ ലി
ത്രാസുമായി യുദ്ധം ചെയ്ത്, അവനെ തോൽ
പിച്ച്, അവന്റെ ആളുകളെ ഓടിച്ചു കളഞ്ഞു.
അവൻ കൂട്ടാളികളുമായി കുപ്രോസിലേക്ക്
പാലായനം ചെയ്ത്, അവിടെത്താമസിച്ചു.

ഈ സമയത്തെ യഹൂദവിഭാഗങ്ങളുടെ ഒരു വിവരണം

25 അക്കാലത്ത് യഹൂദന്മാർക്കിടയിൽ
മൂന്ന് വിഭാഗങ്ങൾ ഉണ്ടായിരുന്നു.
ഒന്ന് പരീശന്മാർ. അതായത് "വേർപിരി
ഞ്ഞവർ" അല്ലെങ്കിൽ "മതവിശ്വാസികൾ"
2 നിയമത്തിൽ അടങ്ങിയിരിക്കുന്നതെന്തും,
അവരുടെ പൂർവികന്മാരുടെ വിശദീകര
ണമനുസരിച്ച് നിലനിർത്തുക എന്നത്
3 അവരുടെ നിയമമായിരുന്നു. രണ്ടാമത്തേ
ത് സദൂക്യരുടേത്. ഇവർ സദോക്കിന്റെ
4 അനുയായികളാണ്. ന്യായപ്രമാണത്തി
ലും തിരുവെഴുത്തുകളിലും മാത്രം പറയുന്ന
കാര്യങ്ങൾക്കനുസരിച്ച് ജീവിക്കുന്നവരായി
രുന്നു സദൂക്യർ. അവർ വ്യാഖ്യാനങ്ങൾ സ്വീ
5 കരിച്ചിരുന്നില്ല. മൂന്നാമത്തെ വിഭാഗമായ
ഹസ്ദാനികൾ[17], ന്യായപ്രമാണത്തിലെ
നല്ല മൂല്യങ്ങൾ മാത്രം അഭ്യസിച്ചിരുന്നവ
6 രായിരുന്നു. എന്തെന്നാൽ അവർ ആ മറ്റ്
രണ്ട് കൂട്ടരുടെയും നിയമങ്ങളിൽ ഉയർന്ന
മൂല്യങ്ങളുള്ളതും വ്യക്തമായിട്ടുള്ളതുമായ നി
യമങ്ങൾ മാത്രമാണ് പിന്തുടർന്നിരുന്നത്.
7 ഹിർക്കാനസ് ആദ്യം പരീശന്മാരിൽ
ഒരാളായിരുന്നു. പിന്നെ അവൻ സദൂക്യ
8 നായി. ഹിർക്കാനസ് ജനിക്കുന്നതിനു
മുമ്പേ അവന്റെ അമ്മ അന്ത്യോക്കസിന്റെ
തടവിലായിരുന്നു.തടവുകാരിയുടെ മകൻ
മഹാപുരോഹിതനാകുന്നത് ന്യായപ്രമാ
9 ണത്തിനെതിരാണെന്ന്. പരീശപ്രമാണി
യുടെ സാന്നിധ്യത്തിൽ ഒരു പരീശൻ പറ
ഞ്ഞതുകാരണമാണ് അവൻ സദൂക്യനാ
10 യി മാറിയത്. സദൂക്യർ പരീശന്മാരുമായി
ശത്രുതയിലായിരുന്നു. അതുകൊണ്ടു അവർ
തമ്മിൽ ഭിന്നത നില നിറുത്തി. പരീശന്മാ
രിൽ വലിയൊരു കൂട്ടത്തെ കൊല്ലുവാൻ
സദൂക്യർ ഹിർക്കാനസിനെ നിർബന്ധി
11 ച്ചു. പ്രശ്നങ്ങൾ വളരെക്കൂടി. അവർ തമ്മിൽ
പോരാട്ടങ്ങളും തിന്മകളും വളരെക്കാലം തു
ടർന്നു.

ഹിർക്കാനസിന്റെ ഭരണകാലത്തെക്കുറിച്ചും അവന്റെ മരണത്തെക്കുറിച്ചുമുള്ള വിവരണം

26 ഹിർക്കാനസിന് ആന്റിഗോണ
സ്, അരിസ്റ്റോബുലസ്, അലക്സാ
ണ്ടർ എന്നിങ്ങനെ മൂന്ന് പുത്രന്മാരുണ്ടാ
യിരുന്നു. ഹിർക്കാനസ് ആന്റിഗോണസി 2
നെയും അരിസ്റ്റോബുലസിനെയും സ്നേഹി
ച്ചു. എന്നാൽ അലക്സാണ്ടർ അവന് അന
ഭിമതനായിരുന്നു. തന്റെ മരണശേഷം 3
അലക്സാണ്ടർ രാജാവാകുമെന്ന് അവൻ
സ്വപ്നത്തിൽ കണ്ടു. ഇത് അവനെ അസ്വ 4
സ്ഥനാക്കി. അവൻ ജീവിച്ചിരുന്നപ്പോൾ
താൻ സ്നേഹിച്ച പുത്രന്മാരിൽ ഒരാളെ
തന്റെ ദർശനത്തിന്റെ അടിസ്ഥാനത്തിൽ
രാജാവായി നിയമിക്കുന്നതോ, അലക
സാണ്ടറിനോടുള്ള അനിഷ്ടം കാരണം
അവനെ നിയമിക്കാതിരിക്കുന്നതോ ഉചി
തമാണെന്ന് അവൻ കരുതിയില്ല. അതു 5
കൊണ്ട് അവൻ ആ തീരുമാനം മാറ്റിവച്ചു.
അവന്റെ മരണശേഷം വലിയവനും നല്ലവ
നുമായ ദൈവത്തെ പ്രസാദിപ്പിക്കുന്ന ഒരു
വഴിത്തിരിവുണ്ടാകട്ടെ എന്നു കരുതി.
അവന്റെ പിതാവിന്റെയും പിതൃസഹോ 6
ദരന്മാരുടെയും കാലത്ത് യഹൂദന്മാർ
അവരോട് സ്നേഹത്തോടെ ഐക്യപ്പെട്ടു
നിന്നു. അവരുടെ ശത്രുക്കളെ കീഴ്പ്പെടു
ത്തിയതുൾപ്പെടെയുള്ള മികച്ച നേട്ടങ്ങൾ
നിമിത്തം അവരെ അനുസരിക്കുകയും
ചെയ്തു. മതത്തിന്റെ പേരിൽ ആഭ്യന്തര 7
കലാപമുണ്ടായി യഹൂദന്മാരെ പിഴുതെറി
ഞ്ഞ് പരീശന്മാരെ കൊല്ലുന്നതുവരെ യഹൂ
ദന്മാർ ഹിർക്കാനസിനോട് സ്നേഹത്തോ 8
ടെ ഐക്യപ്പെട്ടുനിന്നു. അതുമുതൽ ശാശ്വ
തമായ ശത്രുതകളും നിർത്താതെയുള്ള തി
ന്മകളും നിരവധി കൊലപാതകങ്ങളും ഉട
ലെടുത്തു. അതുകാരണം പലരും ഹിർക്കാ
നസിനെ വെറുത്തു. അവന്റെ ഭരണകാലം 9
മുപ്പത്തിയൊന്ന് വർഷമായിരുന്നു. അവൻ
മരിച്ചു.

17 അസീദിയൻമാർ

ഹിർക്കാനസിന്റെ മകൻ അരിസ്റ്റാബുലസിന്റെ ചരിത്രം

27 ഹിർക്കാനസ് മരിച്ചതിനാൽ,
അവന്റെ മകൻ അരിസ്റ്റോബുലസ്
സിംഹാസനത്തിലേറി. അവൻ അഹങ്കാര
വും ഡംഭും ശക്തിയും പ്രകടമാക്കി. വിശുദ്ധ
പൗരോഹിത്യത്തിന്റെ കിരീടത്തെ അവ
ഹേളിച്ചുകൊണ്ട് അവന്റെ തലയിൽ ഒരു
2 വലിയ കിരീടം വച്ചു. തന്റെ എല്ലാ സുഹൃ
ത്തുക്കളെക്കാളും പ്രിയനായിരുന്ന, തന്റെ
സഹോദരൻ ആന്റിഗോണസിനോട്ട്
അവൻ വാത്സല്യവും ചായ്‌വും ഉള്ളവനാ
യിരുന്നു. എന്നാൽ അവന്റെ സഹോദരൻ
അലക്സാണ്ടറിനെയും അലക്സാണ്ടറിനോട്ട്
അവൾക്കുള്ള സ്നേഹം കാരണം അവരുടെ
3 അമ്മയേയും ജയിലിലടച്ചു. തനിക്കു വേണ്ടി
ശത്രുക്കളോട്ട് അവന്റെ എല്ലാ സഹായി
കളോടും സൈന്യത്തോടും ഒപ്പം യുദ്ധം
ചെയ്ത്, അവരെ[18] കീഴടക്കി ഓടിച്ച ശേഷം
ആന്റിഗോണസ് വിശുദ്ധ ആലയത്തിന്റെ
നഗരത്തിലേക്ക് മടങ്ങിച്ചെന്നു. അരിസ്റ്റോ
ബുലസ് രോഗിയായി കിടക്കുമ്പോഴാണ്
4 ഇതു് സംഭവിച്ചതു്. അതിനാൽ ആന്റിഗോ
ണസ് നഗരത്തിലേക്കുള്ള യാത്രാമദ്ധ്യേ
സഹോദരന്റെ അസുഖത്തെപ്പറ്റി അറിഞ്ഞ
അവൻ, നഗരത്തിൽ പ്രവേശിച്ച് ശത്രുവിൽ
നിന്നുള്ള വിടുതലിൽ കാണിച്ച കാരുണ്യ
ത്തിന് നന്ദി പറയാനും തന്റെ സഹോദ
രന് ആരോഗ്യം വീണ്ടെടുക്കാൻ മഹാനും
നല്ലവനുമായ ദൈവത്തോട്ട് അപേക്ഷി
ക്കുവാനും ദൈവാലത്തിലേക്ക് പോയി.
5 അതുകൊണ്ട് ആന്റിഗോണസിന്റെ എതി
രാളികളും, അവനെ വെറുക്കുന്നവരുമായ
ചിലർ അരിസ്റ്റോബുലസിന്റെ അടുത്ത്
ചെന്ന് അവനെ ആശ്വസിപ്പിച്ച് ഇങ്ങനെ
6 പറഞ്ഞു. നിങ്ങളുടെ അസുഖത്തെക്കുറി
ച്ചുള്ള വാർത്ത നിങ്ങളുടെ സഹോദരനെ
അറിയിച്ചു. ഇപ്പോൾ അവനും കൂട്ടാളിക
ളും ആയുധധാരികളായി തനിക്ക് സ്നേ
ഹിതന്മാരെ കൂട്ടുവാൻ വിശുദ്ധ മന്ദിരത്തി
ലേക്ക് പോയിരിക്കുന്നു. പെട്ടെന്ന് നിന്റെ 7
നേരെ വന്ന് നിന്നെ കൊല്ലുവാൻ സാധ്യ
തയുണ്ട്. രഹസ്യവിവരങ്ങളുടെ കൃത്യത ഉറ
പ്പാക്കുന്നതുവരെ തന്റെ സഹോദരനെതി
രെ തിടുക്കത്തിൽ എന്തെങ്കിലും നടപടി
യെടുക്കാൻ അരിസ്റ്റോബുലസ് രാജാവ്
ഭയപ്പെട്ടു. അതു കൊണ്ട് തന്റെ കൊട്ടാ 8
രത്തിൽ വരുന്ന ആർക്കും രക്ഷപ്പെടാൻ
കഴിയാത്ത വിധത്തിൽ ഓരോ സ്ഥലങ്ങ
ളിലായി ആയുധധാരികളായി നിലകൊ
ള്ളുവാൻ അവൻ തന്റെ പരിചാരകരോ
ടെല്ലാം കൽപ്പിച്ചു. ക്ഷണിക്കപ്പെടാതെ 9
ഒരു തരത്തിലുള്ള ആയുധങ്ങളും ധരിച്ച്
ആരും കൊട്ടാരത്തിൽ, രാജാവിന്റെ അടു
ക്കൽ വരരുതെന്ന് പരസ്യമായി പ്രഖ്യാപി
ക്കാൻ അവൻ ഉത്തരവിട്ടു. ഇതിനുശേഷം
തന്റെ അടുക്കൽ വരുവാൻ ആജ്ഞാപിച്ചു 10
കൊണ്ട് അവൻ ആന്റിഗോണസിന്റെ അടു
ത്തേക്ക് ആളയച്ചു. കല്പന ലഭിച്ചപ്പോൾ,
രാജാവിനെ അനുസരിച്ച് തന്റെ ആയു
ധങ്ങൾ നീക്കി. അതിനിടയിൽ അവനെ 11
വെറുത്തിരുന്ന സഹോദരഭാര്യയുടെ[19]
അടുത്തുനിന്നും ഒരു ദൂതൻ അവന്റെ അടു
ക്കൽ വന്നു. രാജാവ് നിങ്ങളോട്ട് ഇങ്ങനെ 12
പറയുന്നു.'' നീ നഗരത്തിൽ പ്രവേശിച്ച
പ്പോൾ നിന്റെ വസ്ത്രധാരണത്തിന്റെ ഭംഗി
യെക്കുറിച്ച് ഞാൻ കേട്ടു. അങ്ങനെ നിന്നെ
കാണാൻ ഞാൻ ആഗ്രഹിക്കുന്നു''. അതി
നാൽ ആ രൂപത്തിൽ എന്റെ അടുക്കൽ
വരൂ. നിന്നെ കണ്ടാൽ ഞാൻ സംതൃപ്തനാ
കും.” ഈ സന്ദേശം രാജാവിൽ നിന്നുള്ള 13
താണെന്ന് ദൂതൻ അറിയിച്ചു.അതു് ആന്റി
ഗോണസ് സംശയിച്ചുമില്ല. മറ്റുള്ളവരുടെ 14
ആയുധങ്ങൾമാറ്റിവെച്ചു. എന്നാൽ അവ
രെപ്പോലെ ചെയ്യാൻ അവൻ ആഗ്രഹി
ച്ചില്ല. അവൻ ആയുധധാരിയായി വസ്ത്രം

18 ഇവിടെ അലക്സാണ്ടറിനെയും അമ്മയെയും കുറിച്ചായിരിക്കില്ല പരാമർശിക്കുന്നതു്. ഈ കാലത്തു് അരിസ്റ്റോബുലസ് ഇതുര്യ ആക്രമിച്ച് കീഴടക്കിയതായി, ജോസഫസ് രേഖപ്പെടുത്തിയിരിക്കുന്നു. ഇവിടെ അതു വിട്ടുപോയതായിരിക്കും

19 അരിസ്റ്റോബുലസിന്റെ ഭാര്യ

ധരിച്ച് അരിസ്റ്റോബുലസിന്റെ അടുത്തേ
15 ക്ക് പോയി. അരിസ്റ്റോബുലസ് രാജാവ്
തന്റെ ആളുകളോട്, ആയുധധാരികളുമായി
വരുന്ന ഏതൊരു വ്യക്തിയേയും കൊല്ലു
വാനുള്ള ആജ്ഞകളോടെ നിൽക്കുവാൻ
കല്പിച്ച സ്ഥലത്ത് അവൻ വന്നപ്പോൾ,
16 അവൻ ആയുധങ്ങൾ ധരിച്ചിരിക്കുന്നതു
കണ്ട് അവർ അവന്റെ നേരെ പാഞ്ഞുക
യറി, ഉടനെ അവനെ കൊന്നു. അവന്റെ
രക്തം ആ സ്ഥലത്തെ കൽപ്പാതയിൽ
17 ഒഴുകി. ആളുകളുടെ നിലവിളി ഉച്ചത്തിൽ
ഉയർന്നു. കരച്ചിലും വിലാപവും ഉയർന്നു.
അവന്റെ സൗന്ദര്യം, പ്രഭാഷണചാരുത,
സാഹസകൃത്യങ്ങൾ എന്നിവ ഓർത്ത്
ആന്റിഗോണസിന്റെ മരണത്തിൽ ദുഃഖിച്ചു.
18 ആളുകളുടെ ബഹളം കേട്ട് രാജാവ്
അതിനെക്കുറിച്ച് അന്വേഷിച്ചു. ആന്റിഗോ
ണസ് കൊല്ലപ്പെട്ടതായി കണ്ടെത്തി.
19 ആന്റിഗോണസിനോട് അവന് വാത്സ
ല്യം ഉണ്ടായിരുന്നതിനാലും ഈ വിധി
അവൻ അർഹിക്കാത്തതിനാലും, അത്
അവന് ഏറ്റവും വലിയ ദുഃഖം ഉണ്ടാക്കി.
തന്റെ സഹോദരനു വേണ്ടി ഒരു കെണി
വെച്ചിരുന്നതായി അവൻ മനസ്സിലാക്കി.
20 അവൻ ഉറക്കെ സങ്കടപ്പെട്ട് കരഞ്ഞു. ഇട
വിടാതെ നെഞ്ചിൽ അടിച്ച് അത്യന്തം
കരഞ്ഞു. അങ്ങനെ അവന്റെ നെഞ്ചിലെ
ചില രക്തക്കുഴലുകൾ പൊട്ടി, അവന്റെ
21 വായിൽ നിന്നും രക്തം ഒഴുകി. എന്നാൽ
ഈ പ്രവർത്തിയിൽ നിന്നും പിന്തിരിപ്പി
ക്കുവാൻ അവന്റെ പരിചാരകരും സുഹൃ
ത്തുക്കളിൽ പ്രധാനികളും അവന്റെ അടു
ക്കൽ വന്നു. അവനെ ആശ്വസിപ്പിക്കുക
യും സമാധാനിപ്പിക്കുകയും സാന്ത്വനിപ്പി
22 ക്കുകയും ചെയ്തു. അവൻ ബലഹീനനായി
രുന്നതിനാലും, അവൻ അപ്പോൾ ചെയ്ത
പ്രവർത്തികൾ മരണകരമാണെന്നതിനാ
ലും അവൻ മരിക്കുമെന്ന് അവർ ഭയപ്പെട്ടു.
23 അവന്റെ വായിൽ നിന്ന് ഒഴുകിയ രക്തം
ശേഖരിക്കുവാൻ അവർ ഒരു സ്വർണ്ണത്താ
24 ലം എടുത്തു. അവനുവേണ്ടി എന്തു ചെയ്യ
ണമെന്ന് ഉപദേശിക്കുവാൻ ആവശ്യപ്പെ
ട്ടുകൊണ്ട്, പരിചാരകരിൽ ഒരാൾവശം
രക്തമുള്ള താലം ഒരു വൈദ്യന്റെ അടു
ക്കൽ കൊടുത്തയച്ചു. ആ ദൂതൻ താലവുമാ 25
യി പോയി. ആന്റിഗോണസ് കൊല്ലപ്പെട്ട
രക്തം ഒഴുകിയ സ്ഥലത്ത് അവൻ എത്തി
യപ്പോൾ അവന്റെ രക്തത്തിൽ ചവിട്ടി
ദൂതൻ അവിടെ തെന്നിവീണു. കൊല്ലപ്പെ
ട്ടസഹോദരന്റെ രക്തത്തിനു മുകളിൽ രാ
ജാവിന്റെ രക്തം തൂകിപ്പോയി. ദൂതൻ താ 26
ലവുമായി കൊട്ടാരത്തിൽ മടങ്ങിയെത്തി,
എന്താണ് സംഭവിച്ചതെന്ന് അറിയിച്ചു. രാ
ജസദസ്സിലുള്ളവർ ദൂതനെ നിന്ദിക്കുകയും
ശകാരിക്കുകയും ചെയ്തു. എന്നാൽ ദൂതൻ,
താൻ ഇത് മനഃപൂർവ്വം ചെയ്തതല്ലായെ
ന്ന് പറഞ്ഞു അവൻ സ്വയം ന്യായീകരിച്ചു.
എന്നാൽ അവർ വഴക്കിടുന്നത് രാജാവ് 27
കേട്ടപ്പോൾ അവർ പറയുന്നത് എന്താണെ
ന്ന് അറിയിക്കാൻ ആവശ്യപ്പെട്ടു. അവർ
മൗനം പാലിച്ചു. എന്നാൽ അവൻ അവ
രെ ഭീഷണിപ്പെടുത്തിയപ്പോൾ അവർ അ
വനോട് സത്യം പറഞ്ഞു. “അടിച്ചമർത്ത 28
പ്പെട്ടവന്റെ രക്തത്തിന്മേൽ പീഡകന്റെ
രക്തം ചിന്തിയ നീതിമാനായ ന്യായാധിപ
ന് സ്തുതി” എന്ന് അവൻ പറഞ്ഞു. അവൻ 29
നിലവിളിച്ചു. ഉടനെ മരിച്ചു. അവന്റെ ഭര
ണകാലം ഒരു വർഷമായിരുന്നു. അവന്റെ 30
ആളുകൾ വിലപിച്ചു. എന്തെന്നാൽ അവൻ
കുലീനനും വിജയിയും ഉദാരമനസ്കനും
ആയിരുന്നു. അവന്റെ സഹോദരൻ അല
ക്സാണ്ടർ അവന് പകരം അധികാരത്തി
ലേറി.

ഹിർക്കാനസിന്റെ മകൻ അലക്സാണ്ടറിനെക്കുറിച്ചുള്ള വിവരണം

28 അരിസ്റ്റോബുലസ് മരിച്ചതിനുശേ
ഷം, അവന്റെ സഹോദരൻ അല
ക്സാണ്ടറിനെ ബന്ധനങ്ങളിൽ നിന്ന് മോ
ചിപ്പിച്ച്, ജയിലിൽ നിന്ന് കൊണ്ടുവന്ന്
സിംഹാസനത്തിൽ ആരൂഢനാക്കി.
ടോളമൈസ് നഗരത്തിന്റെ ഗവർണർ 2
അച്ചെ അവനെ എതിർത്തു. എന്നിട്ട് ക്ലി
യോപാട്രയുടെ മകനായ ലിത്രാസിന്റെ

അടുത്തേക്ക് ദൂതന്മാരെ അയച്ച് തന്നെ
സഹായിക്കണമെന്നും സംരക്ഷിക്കണ
3 മെന്നും അഭ്യർത്ഥിച്ചു. എന്നാൽ താൻ മുമ്പ്
ഹിർക്കാനസിൽ നിന്നും അനുഭവിച്ച കാര്യ
ങ്ങൾ ആവർത്തിക്കുമെന്ന് ഭയന്ന് അവൻ
4 വളരെക്കാലം നിരസിച്ചു. എന്നാൽ സീ
ദോന്റെയും, സോരിന്റെയും പ്രഭുവും മറ്റുള
ളവരും വാഗ്ദാനം ചെയ്ത സഹായത്താൽ
5 ദൂതൻ അവന് ധൈര്യം നൽകി. ലിത്രാസ്
മുപ്പതിനായിരം പേരോടുകൂടി പടനയി
ച്ചു. അതിനെക്കുറിച്ചുള്ള വിവരങ്ങൾ അല
ക്സാസാണ്ടറിന്റെ അടുക്കൽ എത്തി. അല
ക്സാണ്ടർ ടോളമൈസിൽ വെച്ച് ലിത്രാസി
നെ ആക്രമിക്കാൻ ഒരുങ്ങി. ടോളമൈസി
ലെ പൗരന്മാർ അലക്സാണ്ടറിന്റെ മുമ്പിൽ
6 വാതിൽ അടച്ച് അവനെ പുറത്തു നിർത്തു
വാൻ ശ്രമിച്ചു. ലിത്രാസിന്റെ പടയോട്ട
ത്തെപ്പറ്റി അവനെ അറിയിക്കുന്നത് വരെ
അലക്സാണ്ടർ അവരെ ബുദ്ധിമുട്ടിക്കുകയും
ഉപരോധിക്കുകയും ചെയ്തു. ലിത്രാസിന്റെ
സൈന്യം അടുത്തുണ്ടായിരുന്നതിനാൽ
അതിന് ശേഷം അവൻ അവരുടെ മുമ്പിൽ
നിന്ന് പിൻവാങ്ങി.

7 ടോളമൈസിലെ പൗരന്മാരുടെ ഇട
യിൽ അധികാരമുള്ള ഒരു വൃദ്ധൻ[20] ഉണ്ടാ
യിരുന്നു. വ്യത്യസ്തമതക്കാരനായതിനാൽ
ലിത്രാസിനെ അവരുടെ നഗരത്തിൽ
പ്രവേശിക്കാൻ അനുവദിക്കരുതെന്നും
അവനെ അനുസരിക്കരുതെന്നും പൗ
8 രന്മാരോട് ആഹ്വാനം ചെയ്തു. അവൻ
അവരോട്: "ലിത്രാസിനോടുള്ള വിധേയ
ത്വത്തെക്കാൾ, തങ്ങളുടെ അതേമതക്കാര
നായ അലക്സാണ്ടറിനോട് വിധേയപ്പെടു
ന്നത് എല്ലാ വിധത്തിലും നിങ്ങൾക്ക് ഏറെ
9 പ്രയോജനം ചെയ്യും" എന്ന് പറഞ്ഞു. കീ
ഴടങ്ങാൻ വിസമ്മതിച്ച്, ടോളമൈസിൽ
പ്രവേശിക്കുന്നതിൽ നിന്ന് ലിത്രാസിനെ
അവർ തടഞ്ഞു. ലിത്രാസ് ആശയക്കുഴപ്പ
ത്തിലായി. എന്താണ് ഏറ്റവും ഉചിതമായി
ട്ടുള്ളതെന്നതിന് ആരിൽ നിന്നും അവൻ
ഉപദേശം സ്വീകരിച്ചില്ല.

ഇത് സീദോൻ രാജാവിനെ അറിയിക്കു 10
കയും, സീദോൻ രാജാവ് അലക്സാണ്ടറിനെ
തിരായ യുദ്ധത്തിൽ അവനെ സഹായി
ക്കാമെന്നും, അവൻ സഹായിക്കുക വഴി,
അവർ ഒന്നുകിൽ അവനെ പരാജയപ്പെ
ടുത്താം, അല്ലെങ്കിൽ അവന്റെ കുറച്ചു പട്ട
ണങ്ങൾ പിടിച്ചെടുത്ത് അവരെ ശിക്ഷി
ക്കാമെന്നും അങ്ങനെ ലിത്രാസ് തന്റെ 11
സ്വന്തം രാജ്യത്തേക്ക് മടങ്ങിപ്പോകാമെ
ന്നും, അത് തന്റെ ഉദ്ദേശ്യം നിറവേറ്റാ
തെ മടങ്ങിപ്പോകുന്നതിനേക്കാൽ, സത്യ
ത്തിൽ അവന് കൂടുതൽ പ്രയോജനകര
മാകും എന്നും അറിയിച്ചുകൊണ്ട് ദൂതന്മാ
രെ അയക്കുകയും ചെയ്തു. ഇതു അലക്സാ 12
ണ്ടർ അറിഞ്ഞു. അവൻ ലിത്രാസിന്റെ അടു
ക്കലേക്ക് ഒരു നയതന്ത്രജ്ഞനെ വളരെ
വിലപ്പെട്ട ഒരു സമ്മാനവുമായി അയച്ച്,
സീദോൻ രാജാവിനെ സഹായിക്കരു
തെന്ന് അവനോട് നിർദ്ദേശിച്ചു. അലക്സാ 13
ണ്ടറിന്റെ അഭ്യർത്ഥന മാനിച്ചുകൊണ്ട്,
ലിത്രാസ് അവന്റെ സമ്മാനം സ്വീകരിച്ചു.
എന്നാൽ അലക്സാണ്ടർ സീദോനിലേക്ക് 14
പടനയിച്ചു. അവിടത്തെ രാജാവിനെതി
രെ യുദ്ധം ചെയ്തു. ദൈവം അവനെ ജയി
പ്പിച്ചു. ധാരാളം ആളുകളെ ഓടിക്കുകയും,
കൊല്ലുകയും ചെയ്ത്, രാജ്യം അവൻ കൈ
വശപ്പെടുത്തി.

ഇതിനുശേഷം അലക്സാണ്ടർ ക്ലിയോ 15
പാട്രയുടെ അടുത്തേക്ക് ദൂതന്മാരെ അയച്ച്
അവൾ തന്റെ മകൻ ലിത്രാസിനെതിരെ
സൈന്യവുമായി വരണമെന്നും, താനും
തന്റെ സൈന്യത്തോടൊപ്പം, അവനെ
തിരെ നീങ്ങുമെന്നും ഒരു തടവുകാരനായി
അവൾക്ക് ഏല്പിക്കാമെന്നും അറിയിച്ചു.
ലിത്രാസ് അത് അറിഞ്ഞപ്പോൾ ഗലീലി 16
പർവതത്തിലേക്ക് പുറപ്പെട്ടു. നിരവധി നി
വാസികളെ കൊന്നു. പതിനായിരം തടവു
കാരെ കൊണ്ടുപോയി, അവന്റെ കൂട്ടത്തി
ലുള്ള വളരെയധികം ആളുകളും കൊല്ലപ്പെ
ട്ടു. അവിടെ നിന്നു, അവന്റെ ആളുകളും ക 17
തിരകളും വിശ്രമിക്കുവാനും പിന്നീട് അല

20 ഡെമാനിറ്റസ് എന്നായിരുന്നു അവന്റെ പേര്

ക്സാണ്ടറുമായി യുദ്ധം ചെയ്യുവാൻ യരുശലേ
മിലെക്ക് പോകുവാനുമായി, യോർദ്ദാനി
18 ലെത്തി അവിടെ പാളയമടിച്ചു. ഇത് അല
ക്സാണ്ടർ അറിഞ്ഞപ്പോൾ അവൻ അമ്പ
തിനായിരം പേരുമായി അവന്റെ നേരെ
ചെന്നു. അവരിൽ ആറായിരം പേർക്ക്
താമ്രം കൊണ്ടുള്ള പരിച ഉണ്ടായിരുന്നു
അത് ഓരോന്നും ധാരാളം പേരെ പ്രതി
രോധിക്കുന്നതിന് ശക്തിയുള്ളതായിരുന്നു.
19 അവൻ യോർദാനിൽ വെച്ച ലിത്രാസിനെ
ആക്രമിച്ചു. എന്നാൽ വിജയം നേടിയില്ല.
കാരണം അവൻ തന്റെ ആളുകളിൽ വി
ശ്വസിക്കുകയും, അവരുടെ എണ്ണത്തിൽ
തന്റെ വിശ്വാസം അർപ്പിക്കുകയും ചെയ്തു.

20 എന്നാൽ ലിത്രാസിനോടൊപ്പം യുദ്ധ
ങ്ങളിൽ സൈന്യങ്ങളെ അണിനിരത്തു
ന്നതിൽ വളരെ വിദഗ്ദ്ധരായ ആളുകൾ
ഉണ്ടായിരുന്നു. അവർ തന്റെ സൈന്യ
ത്തെ രണ്ടായി വിഭജിക്കാൻ ഉപദേശി
ച്ചു. അങ്ങനെ ഒരു കൂട്ടർ ലിത്രാസിനും
അവന്റെ സംഘത്തിനും ഒപ്പം യുദ്ധത്തി
ന് തയ്യാറായി; മറ്റേ ഭാഗം അവരുടെ കൂട്ട
ത്തിലുള്ള മറ്റൊരു നേതാവിന്റെ കൂടെയാ
21 യിരിക്കും. ഉച്ചവരെ അവൻ യുദ്ധം ചെയ്തു.
അവന്റെ ധാരാളം ആളുകൾ കൊല്ലപ്പെ
22 ട്ടു. അവന്റെ സേനാധിപൻ തന്നോടൊപ്പ
മുണ്ടായിരുന്ന ശേഷിച്ച സൈന്യവുമായി
ശക്തിയോടെ മുന്നേറി, അവർ പൂർണ്ണശ
ക്തരായിരുന്നു. എന്നാൽ അലക്സാണ്ടറും
കൂട്ടരും അപ്പോഴേക്കും ക്ഷീണിതരായിരു
23 ന്നു. അവർ തങ്ങൾക്കിഷ്ടമുള്ള രീതിയിൽ
യുദ്ധം ചെയ്ത് അവരുടെ വലിയ ഒരു കൂട്ട
ത്തെ കൊന്നു അലക്സാണ്ടറും അവനോടു
കൂടെ ശേഷിച്ചവരും വിശുദ്ധ ആലയത്തി
ന്റെ നഗരത്തിലേക്ക് ഓടിപ്പോയി.

24 ലിത്രാസും വൈകുന്നേരത്തോടെ അടു
ത്തുള്ള ഒരു പട്ടണത്തിലേക്ക് പോയി.
ആകസ്മികമായി ചില യഹൂദ സ്ത്രീകൾ
അവരുടെ കുട്ടികളുമായി അവനെ കണ്ടുമു
25 ട്ടി. തന്റെ സൈന്യത്തിൽ മനുഷ്യമാംസം
ഭക്ഷിക്കുന്ന ചിലരുണ്ടെന്ന് നടിച്ചു കൊണ്ട്
ചില കുട്ടികളെ കൊല്ലുവാനും, അവരുടെ
മാംസം തയ്യാറാക്കുവാനും അവൻ കൽ
പ്പിച്ചു. തന്റെ സൈന്യത്തോട് രാജ്യത്തെ
നിവാസികൾക്കു ഭീതി ഉണ്ടാകുവാനാണ്
ഈ പ്രവൃത്തികൾ അവൻ ആസൂത്രണം
ചെയ്തത്.

ഇതിന് ശേഷം ക്ലിയോപാട്ര വന്നു. 26
അലക്സാണ്ടർ അവളെ കണ്ടുമുട്ടി. ലിത്രാസ്
തന്റെ സൈന്യത്തോട് ചെയ്തതെന്തെന്ന്
അവളോട് പറയുകയും ലിത്രാസിനെ തെ
രയുവാൻ അവളോടൊപ്പം പോകാൻ തീ
രുമാനിക്കുകയും ചെയ്തു. അത് ലിത്രാസ് 27
അറിഞ്ഞപ്പോൾ അവന്റെ കപ്പലുകളുള്ള
സ്ഥലത്തേക്ക് ഓടിപ്പോയി. കപ്പലിൽ
കയറി കുപ്രോസിലേക്ക് പോയി. ക്ലിയോ
പാട്ര ഈജിപ്തിലേക്കും മടങ്ങി.

വർഷാവസാനം അലക്സാണ്ടർ ഗാസ 28
യ്ക്കെതിരേ യുദ്ധം ചെയ്തു. അതിനു കാരണം,
ഗാസയുടെ അധികാരി അറബികളുടെ
രാജാവായ ഹർത്താസിന്റെ സഹായം
അഭ്യർത്ഥിച്ചു കൊണ്ട് അലക്സാണ്ടറിനെ
തിരേ കലാപമുണ്ടാക്കി. ഹർത്താസ് ആ
അഭ്യർത്ഥനപ്രകാരം ഗാസയിലേക്ക് സൈ
ന്യവുമായി നീങ്ങി. ഇത് അലക്സാണ്ടർ അറി 29
ഞ്ഞപ്പോൾ അവൻ തന്റെ ചില ആളുകളെ
ഗാസയുടെ മുമ്പിൽ നിർത്തിയിട്ട് ഹർത്താ
സിനെതിരെ യുദ്ധം ചെയ്ത് അവനെ ഓടിച്ചു.
പിന്നെ അവൻ ഗാസയിലേക്ക് മടങ്ങി. 30
അത് നശിപ്പിച്ചു. വർഷാവസാനം അത്
പിടിച്ചെടുത്തു. എന്നാൽ അതിനു കാരണം 31
ആ അധികാരിയുടെ സഹോദരനായി
രുന്നു. അവൻ പെട്ടെന്ന് അധികാരിയെ
ആക്രമിച്ച് അവനെ കൊന്നു. ഗാസയിലെ 32
പൗരന്മാർ അവനെ കൊല്ലാൻ ശ്രമിച്ച
പ്പോൾ അവൻ സുഹൃത്തു ക്കളേയും കൂട്ടി
നഗരത്തിന്റെ കവാടത്തിൽ ചെന്ന് അല
ക്സാണ്ടറെ അഭിസംബോധന ചെയ്തു. തന്റെ
ജീവനും സുഹൃത്തുക്കളുടെ ജീവനും സംരക്ഷ
ണം നൽകിയാൽ അവന് നഗരത്തിൽ
പ്രവേശിക്കാമെന്ന് അറിയിച്ചു. അലക്സാ 33
ണ്ടർ സമ്മതിച്ച് ഗാസയിൽ പ്രവേശിച്ച്,
അതിലെ നിവാസികളെ കൊന്നൊടുക്കുക
യും ക്ഷേത്രം നശിപ്പിക്കുകയും ചെയ്തു. ക്ഷേ

ത്രത്തിലുണ്ടായിരുന്ന സ്വർണ്ണ വിഗ്രഹം
കത്തിച്ചു.
34 അതിനുശേഷം അവൻ വിശുദ്ധ ആലയ
ത്തിന്റെ നഗരത്തിലേക്ക് പോയി. അവിടെ
35 കൂടാരപ്പെരുന്നാൾ ആഘോഷിച്ചു. പെരു
ന്നാൾ കഴിഞ്ഞ് അവൻ, ഹർത്താസിനെ
തിരെ യുദ്ധത്തിനായി തയ്യാറായി. ഹർ
ത്താസിനോടേറ്റുമുട്ടി അവന്റെ അനേകം
36 ആളുകളെ കൊന്നു. ഹർത്താസ് വളരെ
പരുങ്ങലിലായിരുന്നു. അതിനാൽ അവൻ
നാശം ഭയന്ന്, അലക്സാണ്ടറിനോട് തന്റെ
ജീവനുവേണ്ടി യാചിച്ചു. അവൻ അലക്സാ
ണ്ടറിനോട് കൂറും ബഹുമാനവും പ്രഖ്യാപിച്ചു.
37 അലക്സാണ്ടർ അവനെ വിട്ടുപോയി. ഹേമ
ത്തിനും[21] സോരിനും നേരെ ചെന്ന് അവ
കീഴടക്കി. അവിടുത്തെ നിവാസികളിൽ
നിന്ന് കപ്പം സ്വീകരിച്ച് അവൻ വിശുദ്ധ
ആലയത്തിന്റെ നഗരത്തിലേക്ക് മടങ്ങി.

പരീശന്മാരും സദൂക്യരും തമ്മിൽ നടന്ന കലഹങ്ങളുടെ വിവരണം

29 പിന്നീട് പരീശന്മാർക്കും സദൂക്യൻ
മാർക്കും ഇടയിൽ തിന്മകൾ ഉടലെടു
2 ത്തു. ആറുവർഷക്കാലം അത് തുടർന്നു. പരീ
ശന്മാർക്കെതിരെ അലക്സാണ്ടർ സദൂക്യ
രെ സഹായിച്ചു. ആറു വർഷത്തിനുള്ളിൽ
അമ്പതിനായിരം പരീശന്മാർ കൊല്ലപ്പെട്ടു.
3 അതിനാൽ ഈ രണ്ട് വിഭാഗങ്ങൾ തമ്മി
ലുള്ള സഹവർത്തിത്വം പൂർണ്ണമായി ഇല്ലാ
താവുകയും അവരുടെ ശത്രുത പൂർണ്ണമാ
4 യും ഉറച്ചുപോകുകയും ചെയ്തു. അലക്സാ
ണ്ടർ ഓരോ വിഭാഗത്തിലെയും മൂപ്പന്മാരെ
വരുത്തി അവരോട് വിനയത്തോടെ സം
സാരിക്കുകയും അനുരഞ്ജനത്തിന് ഉപ
5 ദേശിക്കുകയും ചെയ്തു. എന്നാൽ അവർ
അവനോട് "ഞങ്ങളുടെ അഭിപ്രായത്തിൽ
നീ ചൊരിഞ്ഞ, നിരപരാധികളുടെ രക്ത
ത്തിന്റെ സമൃദ്ധി നിമിത്തം, നീ മരണയോ
ഗ്യനാകുന്നു. അതിനാൽ നമ്മുടെ ഇടയിൽ
വാളല്ലാതെ മറ്റൊന്നുമില്ല" എന്നു പറഞ്ഞു.
ഇതിനു ശേഷം അവർ തങ്ങളുടെ ശത്രുത 6
പരസ്യമായി പ്രകടിപ്പിക്കാൻ തുടങ്ങി. മക്ക
ദോന്യയിലലെ രാജാവായ ദെമേത്രിയൊ
സ് ഒരു സൈന്യവുമായി തങ്ങളുടെ അടു
ക്കൽ വരാൻ അവർ ദൂതന്മാരെ അയച്ചു.
അലക്സാണ്ടറിനും അവന്റെ കൂട്ടർക്കുമെതി 7
രേ അവർ അവനെ സഹായിക്കാമെന്നും,
എബ്രായരെ മക്കദോന്യക്കാർക്ക് കീഴ്പ്പെ
ടുത്താമെന്നും അവർ വാദ്ഗാനം ചെയ്തു. ദെ
മേത്രിയൊസ് ഒരു വലിയ സൈന്യവുമായി
അവരുടെ അടുത്തേക്ക് നീങ്ങി.
അത് അലക്സാണ്ടർ അറിഞ്ഞപ്പോൾ, 8
ദെമേത്രിയൊസിനെതിരെ പോരാടുന്നതി
ന് സ്വന്തം സൈന്യത്തോടൊപ്പം ആറാ
യിരം മക്കദോന്യക്കാരെ കൂലിക്കെടുക്കാൻ
ആളെ അയച്ചു.
യഹൂദന്മാരിൽ പലരും, പരീശന്മാരും ദെ 9
മേത്രിയൊസിന്റെ അടുക്കൽ ചെന്നു.
അലക്സാണ്ടറിന്റെ കൂടെയുണ്ടായിരുന്ന 10
മക്കദോന്യക്കാരെ വശീകരിക്കാൻ ദെ
മേത്രിയൊസ് രഹസ്യമായി ആളുകളെ
അയച്ചു. എങ്കിലും അവർ അവന്റെ വാക്കു
കേട്ടില്ല. അലക്സാണ്ടർ ദെമേത്രിയൊസി 11
നോടൊപ്പമുള്ള യഹൂദന്മാരുടെ അടുക്കൽ
അവരെ തന്റെ പക്ഷത്തേക്ക് തിരിക്കാൻ
വേണ്ടി, രഹസ്യമായി ആളുകളെ അയച്ചു.
പക്ഷെ അവർ അവനോടൊപ്പം കൂടിയില്ല.
അലക്സാണ്ടറും ദെമേത്രിയൊസും തമ്മിൽ 12
ഏറ്റുമുട്ടി. അതിൽ അലക്സാണ്ടറുടെ എല്ലാ
ആളുകളും വീണു. യഹൂദ ദേശത്തേക്ക്
അവൻ ഏകനായി രക്ഷപ്പെട്ടു പോയി.
എന്നാൽ അത് കേട്ടപ്പോൾ അവൻ സു 13
രക്ഷിതനായി രക്ഷപ്പെട്ടുവെന്ന് അവന്റെ
ആളുകൾ മന്ത്രിച്ചു. അവൻ എവിടെയാണെ
ന്ന് അവർ കണ്ടെത്തി. യിസ്രായേൽ മക്ക 14
ളിൽ ഏറ്റവും ധീരരായ ആറായിരം പേർ
അവന്റെ അടുക്കൽ വന്നു കൂടി. ദെമേത്രി
യൊസിനോട് കലഹിച്ചവരും അവനോട്
ചേർന്നു. അനന്തരം നാനാഭാഗത്തുനി 15
ന്നും ആളുകൾ അവന്റെ അടുക്കൽ ദെമേ

21 യോർദ്ദാന്റെ കരയിലുള്ള കോട്ടകളിൽ ഏറ്റവും ശക്തമായത്, അമാത്തുസ് എന്നും അറിയപ്പെടുന്നു.

ത്രിയോസിനോട്ട് യുദ്ധം ചെയ്യാൻ വന്ന
കൂടി. അവർ ദെമേത്രിയൊസിനെ ഓടിച്ചു.
ദെമേത്രിയൊസ് തന്റെ ദേശത്തേക്ക് മട
ങ്ങിപ്പോയി.
16 അലക്സാണ്ടർ അന്ത്യോക്യയിലേക്ക് അവ
ന്റെ നേരെ നീങ്ങി. അതിനെ മൂന്നു വർഷം
ഉപരോധിച്ചു. യുദ്ധം ചെയ്യാൻ ദെമേ
ത്രിയൊസ് വന്നപ്പോൾ അലക്സാണ്ടർ
17 അവനെ കീഴടക്കി, അവനെ കൊന്നു.
അവൻ പട്ടണത്തിൽ നിന്നും പുറപ്പെട്ടു
യരുശലേമിൽ തന്റെ പൗരന്മാരുടെ അടു
ക്കൽ മടങ്ങി വന്നു. അവൻ അവനെ മഹ
ത്വപ്പെടുത്തി. ശത്രുക്കളെ പരാജയപ്പെ
ടുത്തിയതിൽ അവനെ ബഹുമാനിക്കുക
18 യും പ്രശംസിക്കുകയും ചെയ്തു. യഹൂദന്മാർ
അവന്ന് കീഴടങ്ങാൻ സമ്മതിച്ചു. അവന്റെ
ഹൃദയം ശാന്തമായി. അവൻ തന്റെ എല്ലാ
ശത്രുക്കൾക്കും നേരെ സൈന്യത്തെ
അയച്ചു. അവരെ ഓടിച്ചു കളഞ്ഞു. അവ
19 രുടെമേൽ വിജയം നേടി. സാറാപർവത
ങ്ങൾ, അമ്മോൻ, മോവാബ്, ഫെലിസ്ത്യ
രുടെ രാജ്യങ്ങൾ, തന്നോട് യുദ്ധം ചെയ്ത
മരുഭൂമിയുടെ അതിരുകൾവരെയുള്ള അറേ
ബ്യൻ രാജ്യങ്ങളുടെ എല്ലാ ഭാഗങ്ങൾ ഇവ
20 യെല്ലാം അവൻ കൈവശപ്പെടുത്തി. അവ
ന്റെ രാജ്യഭരണം ശരിയായി നിർവ്വഹിച്ചു.
അവൻ തന്റെ ജനത്തെയും രാജ്യത്തെയും
സുരക്ഷിതമായ അവസ്ഥയിൽ ആക്കി.

ഹിർക്കാനസിന്റെ മകൻ അലക്സാണ്ടറിന്റെ മരണത്തെക്കുറിച്ചുള്ള വിവരണം

30 പിന്നീട്ട് അലക്സാണ്ടർ രാജാവിന്
മൂന്നു വർഷം ജ്വരം പിടിപ്പെട്ടു.
2 എന്നാൽ റാഗബ എന്ന നഗരത്തിന്റെ
ഗവർണർ അവനോട്ട് കലഹിച്ചപ്പോൾ
അവൻ തന്റെ ഭാര്യയേയും കുടുംബത്തെ
യും കൂട്ടിക്കൊണ്ടുവന്ന് ഒരു ശക്തമായ
സൈന്യത്തെ അവിടേക്ക് നയിച്ച്, നഗരം
3 ഉപരോധിച്ചു. പക്ഷേ അത് പിടിക്കപ്പെടാ
റായപ്പോൾ അവന്റെ രോഗം മൂർച്ഛിക്കുക
യും ശക്തി ക്ഷയിക്കുകയും ചെയ്തു. അവന്റെ
ഭാര്യ അലക്സാന്ദ്രയ്ക്ക്, അവൻ സുഖം പ്രാപി
ക്കുമെന്ന പ്രതീക്ഷ നഷ്ടപ്പെട്ടു.
അവന്റെ അടുക്കൽ ചെന്ന് അവൾ 4
ഇങ്ങനെ പറഞ്ഞു "നിങ്ങളും പരീശന്മാ
രും തമ്മിൽ എന്തെല്ലാം തർക്കങ്ങളുണ്ടെ
ന്ന് ഇപ്പോൾ നിങ്ങൾക്കറിയാം. നിങ്ങളു
ടെ രണ്ട് പുത്രന്മാരും ചെറിയ കുട്ടികളാ
ണ് ഞാൻ ഒരു സ്ത്രീയാണ്. മൊത്തത്തിൽ
അവരെ എതിർക്കാൻ ഞങ്ങൾക്ക് കഴിയി
ല്ല. അതിനാൽ നിങ്ങൾ എനിക്കും മക്കൾ
ക്കും എന്ത് ഉപദേശം നൽകും?" അവൻ 5
അവളോട്ടു പറഞ്ഞു. "എന്റെ ഉപദേശം
എന്താണെന്നാൽ നഗരം പിടിച്ചെടുക്ക
ന്നതു വരെ നിങ്ങൾ അതിനെ ചെറുത്തു
നിൽക്കണം. നഗരം ഉടൻ പിടിച്ചെടുക്കും. 6
അത് വിജയിക്കുമ്പോൾ മറ്റ് നഗരങ്ങളിൽ
ചെയ്തതുപോലെ അതിൽ ഭരണവ്യവസ്ഥ
സ്ഥാപിക്കുക. എന്നാൽ ഈ ആളുകളോ 7
ടെല്ലാം എനിക്ക് അസുഖമാണെന്ന് നടി
ക്കുക. നിങ്ങൾ എന്ത് ചെയ്താലും, എന്റെ
നിർദ്ദേശപ്രകാരം നിങ്ങൾ അത് ചെയ്യു
ന്നതായി നടിക്കുക. നിങ്ങൾക്ക് ആശ്ര
യിക്കാൻ കഴിയുന്ന സേവകരോട്ട് എന്റെ
മരണം വെളിപ്പെടുത്തുക. ഈ കാര്യ 8
ങ്ങൾ പൂർത്തിയാക്കിയ ശേഷം വിശുദ്ധ
മന്ദിരത്തിന്റെ നഗരത്തിലേക്ക് പോകുക.
അതിനു മുമ്പ് എന്റെ ശരീരം സുഗന്ധദ്രവ്യ
ങ്ങൾ കൊണ്ട് ഉണക്കി അണുവിമുക്തമാ
ക്കി സംരക്ഷിച്ച് ഞാൻ കിടക്കുന്ന സ്ഥലം
ധാരാളം സുഗന്ധദ്രവ്യങ്ങൾ കൊണ്ട്
നിറയ്ക്കുക. ഒരു അസുഖകരമായ ഗന്ധം
എന്നിൽ നിന്ന് വരാതിരിക്കട്ടെ. രാജ്യ 9
കാര്യങ്ങൾ തീർത്തുകഴിഞ്ഞാൽ അവിടെ
നിന്ന് പോയി എന്നെ ധാരാളം സുഗന്ധ
ദ്രവ്യങ്ങൾ കൊണ്ട് പൊതിയുക. രോഗി
യെപ്പോലെ എന്നെ കൊട്ടാരത്തിലേക്ക്
കൊണ്ടുപോകുക. ഞാൻ അവിടെയിരിക്കു 10
മ്പോൾ പരീശന്മാരുടെ പ്രധാനികളെ വരു
ത്തുക. അവർ വരുമ്പോൾ അവരെ ബഹു
മാനിക്കുകയും അവരോട്ട് നല്ല വാക്കുകൾ
പറയുകയും ചെയ്യുക. അപ്പോൾ അവരോട്ട് 11
പറയുക, അലക്സാണ്ടർ ഇതിനകം മരിച്ചു.
ഇതാ ഞാൻ അവനെ നിങ്ങൾക്ക് ഏൽപ്പി

ക്കുന്നു. നിങ്ങൾക്ക് നല്ലതെന്ന് തോന്നുന്ന
ത് അവനോട് ചെയ്യുക ഇനിമുതൽ ഞാനും
നിങ്ങൾക്കിഷ്ടമുള്ളതുപോലെ നിങ്ങളോ
12 ടും പെരുമാറും. നീ ഇങ്ങനെ ചെയ്താൽ,
അവർ എന്നോടും നിങ്ങളോടും നല്ലതല്ലാ
തെ ഒന്നും ചെയ്യുകയില്ലെന്ന് എനിക്കറി
യാം. ജനം അവരെ അനുഗമിക്കും, എന്റെ
മരണശേഷം നിങ്ങളുടെ കാര്യങ്ങൾ ഉടൻ
ക്രമീകരിക്കപ്പെടും. നിന്റെ രണ്ട് പുത്രന്മാർ
വളരുന്നതുവരെ നീ ഭദ്രമായി ഭരിക്കും.
13 ഇതിനുശേഷം അലക്സാണ്ടർ മരിച്ചു, ഭാര്യ
അവന്റെ മരണം മറച്ചു വെച്ചു, നഗരം പി
ടിച്ചടക്കിയശേഷം അവൾ യെരുശലേമി
ലേക്ക് മടങ്ങി. പരീശന്മാരുടെ പ്രധാനിക
ളെ വരുത്തി. അലക്സാണ്ടർ തന്നോട് ഉപ
ദേശിച്ചതുപോലെ അവരോട് സംസാരി
14 ച്ചു. അലക്സാണ്ടർ തങ്ങളുടെ രാജാവായി
രുന്നുവെന്നും തങ്ങൾ അവന്റെ ജനങ്ങളാ
യിരുന്നുവെന്നും അവർ മറുപടി പറഞ്ഞു.
അവർ അവളോട് പൂർണ്ണ സ്നേഹത്തോ
ടെ സംസാരിച്ചു. അവളെ തങ്ങളുടെ ഭര
ണത്തിന്റെ തലപ്പത്ത് പ്രതിഷ്ഠിക്കാമെ
15 ന്ന് വാഗ്ദാനം ചെയ്തു. പിന്നെ അവർ പുറ
പ്പെട്ടു. ആളുകളെ കൂട്ടി, അലക്സാണ്ടറിന്റെ
മൃതദേഹം എടുത്ത്, അവർ അത് മഹത്വ
ത്തോടെ ശ്മശാനത്തിലേക്ക് കൊണ്ടുപോ
യി, അലക്സാന്ദ്രയെ രാജ്ഞിയായി നിയമി
ക്കുവാൻ ആളുകളെ അയച്ചു. അവരുടെ
സമ്മതത്തോടെ അവൾ രാജ്ഞിയായി
16 അവരോധിതയായി. അലക്സാണ്ടറിന്റെ
ഭരണകാലം ഇരുപത്തിയേഴ് വർഷമായി
രുന്നു.

അലക്സാന്ദ്ര രാജ്ഞിയുടെ ചരിത്രം

31 അലക്സാന്ദ്ര വാഴുമ്പോൾ അവൾ പരീ
ശന്മാരുടെ പ്രധാനികളെ വിളിച്ച്
ഹിർക്കാനസിന്റെയും അലക്സാണ്ടറിന്റെ
യും കാലത്ത് ഈജിപ്തിലേക്കും മറ്റു ഭാഗങ്ങ
ളിലേക്കും പലായനം ചെയ്ത തങ്ങളുടെ വി
ഭാഗക്കാരെല്ലാം തിരികെ യഹൂദദേശത്തേ
ക്ക് വരണമെന്ന് എഴുതുന്നതിന് ആജ്ഞാ
2 പിച്ചു. അവരോട് അനുകൂല മനോഭാവം പു
ലർത്തി. അലക്സാണ്ടറും ഹിർക്കാനസും വി
ലക്കിയിരുന്നതുപോലെ, അവരുടെ ആചാ
രാനുഷ്ഠാനങ്ങൾ അവൾ വിലക്കിയതുമില്ല.
ജയിലിൽ തടവിലാക്കപ്പെട്ടിരുന്ന എല്ലാവ 3
രെയും അവൾ മോചിപ്പിച്ചു. എല്ലായിടത്തു 4
നിന്നും അവർ ഒത്തുകൂടി, സദൂക്യർ അക്രമം
നടത്തുന്നത് വിലക്കി. അവരുടെ കാര്യ 5
ങ്ങൾ നന്നായി ക്രമീകരിച്ചു, വഴക്കുകൾ
നീക്കി, അവരുടെ അവസ്ഥ മെച്ചപ്പെട്ടു.
എന്നാൽ അലക്സാണ്ടറിന്റെ രണ്ടുമക്ക 6
ളായ ഹിർക്കാനസും അരിസ്റ്റോബുലസും
വളർന്നപ്പോൾ രാജ്ഞി ഹിർക്കാനസി
നെ മഹാപുരോഹിതനാക്കി. കാരണം അ
വൻ സൗമ്യനും, ശാന്തനും, സത്യസന്ധ
നും ആയിരുന്നു. എന്നാൽ അരിസ്റ്റോബു 7
ലസിനെ അവൾ സൈന്യാധിപനാക്കി.
കാരണം അവൻ ദൃഢഗാത്രനും, ധീരനും,
അത്യുത്സാഹിയുമായിരുന്നു. അവൾ സദൂ
ക്യരുടെ സൈന്യത്തെയും അവന് കൊടു
ത്തു. എന്നാൽ അവനെ രാജാവായി നി
യമിക്കണമെന്ന് അവൾ കരുതിയില്ല.
കാരണം അവൻ ബാലനായിരുന്നു. മാത്ര 8
മല്ല അലക്സാണ്ടറിന് കപ്പം കൊടുക്കുന്ന
എല്ലാവരുടെയും അടുക്കലേക്ക് അവൾ
ആളയച്ചു. അവരുടെ രാജാക്കന്മാരുടെ
മക്കളെ പിടിച്ചു കൊണ്ടുവന്ന് അവരെ
തടവുകാരാക്കി. അവർ അവളെ അനുസ
രിക്കുന്നതിൽ തടസ്സമില്ലാതെ തുടർന്നു
എല്ലാ വർഷവും കപ്പം കൊടുത്തു. അവൾ 9
തന്റെ ജനത്തോടൊപ്പം നേരോടെ നടന്നു.
നീതി നടപ്പാക്കി. തന്റെ ജനത്തോടും
അങ്ങനെ തന്നെ ചെയ്യാൻ ആജ്ഞാപി
ച്ചു. അതിനാൽ ജനങ്ങൾക്കിടയിൽ ശാ
ശ്വതമായ സമാധാനം നിലനിന്നിരുന്നു.
അവൾ അവരുടെ നല്ല അഭിപ്രായം നേടി.

അലക്സാന്ദ്രയുടെ കാലത്ത് പരീശന്മാർ സദൂക്യരോട് ചെയ്ത കാര്യങ്ങളുടെ ഒരു വിവരണം

32 സദൂക്യരുടെ ഇടയിൽ അലക്സാണ്ടർ
സ്ഥാനക്കയറ്റം നൽകിയ ഡയോ
ജനസ് എന്ന പേരുകാരനായ ഒരു പ്രധാ

നിയുണ്ടായിരുന്നു. എണ്ണൂറ് പരീശന്മാരെ
കൊല്ലാൻ അലക്സാണ്ടർ അവനെ മുൻപ്
2 പ്രേരിപ്പിച്ചിരുന്നു. അതിനാൽ പരീശന്മാരു
ടെ നേതാക്കൾ അലക്സാന്ദ്രയുടെ അടുക്കൽ
വന്ന് ഡയോജനസ് ചെയ്ത കാര്യങ്ങളെക്കു
റിച്ച് അവളെ ഓർമ്മിപ്പിക്കുകയും അവനെ
കൊല്ലുവാൻ അവളോട് അനുവാദം ചോ
ദിക്കുകയും ചെയ്തു. അവൾ അതു സമ്മതി
ച്ചു. അവർ ആ അനുമതി വാങ്ങി അവനോ
ടുകൂടെ അനേകം സദൂക്യരെയും കൊന്നു.
3 അതിൽ ഹൃദയവേദനയുണ്ടായ സദൂ
ക്യർ അരിസ്റ്റോബുലസിന്റെ അടുത്തേക്ക്
പോയി. അവനെയും കൂട്ടി രാജ്ഞിയുടെ
അടുക്കൽ ചെന്നു അവളോട് ഇതു പറഞ്ഞു.
4 “അലക്സാണ്ടറിനും അവന്റെ പിതാവ് ഹിർ
ക്കാനസിനും വേണ്ടി, ഞങ്ങൾ എത്ര ഭയാ
നകവും ഭാരിച്ചതുമായ കാര്യങ്ങൾക്ക് വി
ധേയരായിട്ടുണ്ടെന്നുള്ളതും അനവധി യുദ്ധ
ങ്ങളും പോരാട്ടങ്ങളും നടത്തി എന്നതും നീ
5 അറിയുന്നു. അതിനാൽ ഞങ്ങളുടെ അവ
കാശങ്ങളെ ചവിട്ടിമെതിക്കുവാനും ഞങ്ങ
ളുടെ ശത്രുക്കളുടെ കൈകൾ ഞങ്ങളുടെ
മേൽ ഉയർത്തുവാനും ഞങ്ങളുടെ അന്ത
6 സ്സ് താഴ്ത്തുവാനും കഴിഞ്ഞില്ല. ഞങ്ങളുടെ
ധീരത അനുഭവിച്ചറിഞ്ഞവരാരും ഞങ്ങളെ
ചെറുക്കുവാൻ കഴിയാതെ, അവരുടെ ഹൃ
ദയത്തിൽ ഞങ്ങളോടുള്ള ഭയംനിറഞ്ഞവ
രുമായ, ഹർത്താസിനും നിന്റെ മറ്റു ശത്രു
ക്കൾക്കും ഇക്കാര്യങ്ങൾ മറക്കുവാൻ കഴി
7 യുകയില്ല. അതിനാൽ നിങ്ങൾ ഞങ്ങളോ
ട് ചെയ്തത് എന്താണെന്ന് അവർ മനസ്സി
ലാക്കുമ്പോൾ ഞങ്ങളുടെ ഹൃദയം നിങ്ങൾ
ക്കെതിരേ പദ്ധതികൾ ആസൂത്രണം ചെ
യ്യുന്നതായി അവർ സങ്കൽപ്പിക്കും, അത്
അവർക്ക് ബോധ്യമാകുമ്പോൾ അവർ
നിങ്ങളെ വഞ്ചിക്കുമെന്ന് വിശ്വസിക്കുക.
8 ആടുകളെപ്പോലെ ഞങ്ങളെ കൊല്ലുവാൻ
പരീശന്മാരെ ഞങ്ങൾ സമ്മതിക്കുകയുമില്ല.
9 അതിനാൽ ഒന്നുകിൽ അവരുടെ ദ്രോഹം
ഞങ്ങളിൽ നിന്ന് തടയുക അല്ലെങ്കിൽ
നഗരത്തിൽ നിന്ന് യഹൂദയിലെ ചില പട്ട
ണങ്ങളിലേക്ക് പോകാൻ ഞങ്ങളെ അനു
വദിക്കുക.” അവൾ അവരോട് പറഞ്ഞു: 10
“അവർക്ക് നിങ്ങളോടുള്ള ശല്യം തടയാൻ
നിങ്ങൾ അങ്ങനെ ചെയ്യുക.” അവർ തെ 11
രഞ്ഞെടുത്ത യഹൂദയിലെ പട്ടണങ്ങളിലേ
ക്ക് സദൂക്യർ അവരുടെ നേതാക്കളോടും,
പടയാളികളോടും, കന്നുകാലികളോടുമൊ
പ്പം പുറപ്പെട്ടു. നന്മയിൽ അർപ്പിതരായവർ 12
(അതായത് ഹസ്ദാനികൾ) അവരോടൊ
പ്പം ചേർന്നു.

അലക്സാന്ദ്രയുടെ മരണത്തിന്റെ വിവരണം

33 ഈ സംഭവങ്ങൾക്ക് ശേഷം അല
ക്സാന്ദ്രയ്ക്ക് രോഗം ബാധിച്ചു. അതിൽ
അവൾ മരിച്ചു. അവളുടെ സൗഖ്യം ഏറെ 2
ക്കുറെ പ്രതീക്ഷയില്ലാതെയായപ്പോൾ
അവളുടെ മകൻ അരിസ്റ്റോബുലസ്, ഒരു
സേവകനെയും കൂട്ടി, രാത്രിയിൽ യരുശ
ലേമിൽ നിന്ന് പുറപ്പെട്ടു. അവൻ ഗബാഥ 3
യിൽ, സദൂക്യരുടെ ഇടയിലെ ഒരു പ്രധാ
നിയായ തന്റെ ഒരു സുഹൃത്തിന്റെ അടു
ക്കലേക്ക് പോയി. അവനെ കൂട്ടിക്കൊണ്ട് 4
സദൂക്യർ വസിച്ചിരുന്ന പട്ടണങ്ങളിലേ
ക്ക് പോയി, തന്റെ ഉദ്ദേശ്യം അവരോട്
പറഞ്ഞു. അവർ തന്നോടൊപ്പം വന്ന്,
തന്റെ സഹോദരനും പരീശന്മാർക്കുമെ
തിരായി യുദ്ധം ചെയ്യുവാൻ തന്നോടൊ
പ്പം പങ്കുചേരുവാനും, തന്നെ രാജാവായി
നിയമിക്കുവാനും അവരെ പ്രേരിപ്പിച്ചു. അരി 5
സ്റ്റോബുലസിനോട് കൂടെച്ചേരുവാൻ എല്ലാ
യിടത്തുനിന്നും ആളുകളെ സംഘടിപ്പിച്ച്
അലക്സാന്ദ്രയെ ചതിച്ചു.

ഇക്കാര്യങ്ങൾ അലക്സാന്ദ്രയുടെ മകനാ 6
യ ഹിർക്കാനസ് അറിഞ്ഞപ്പോൾ, മഹാ
പുരോഹിതനും, പരീശപ്രമാണികളും കൂടി
രോഗബാധിതയായിരുന്ന അലക്സാന്ദ്രയു
ടെ അടുത്ത് ചെന്ന് ഇക്കാര്യങ്ങളെക്കുറി
ച്ച് അറിയിച്ചു. അവളെയും അവളുടെ മകൻ 7
ഹിർക്കാനസിനെയും കുറിച്ച് തങ്ങൾക്ക്
അരിസ്റ്റോബുലസിൽനിന്നും അവന്റെ കൂ
ട്ടാളികളിൽ നിന്നുമുള്ള ഭയത്തെക്കുറിച്ച്
അറിയിച്ചു. അവൾ അവരോട് ഇങ്ങനെ 8

പറഞ്ഞു: "ഞാൻ യഥാർത്ഥത്തിൽ മര
ണത്തോട്ട് അടുക്കുകയാണ്. അതിനാൽ
എന്റെ സ്വന്തം കാര്യങ്ങൾ ശ്രദ്ധിക്കുന്നത്
എനിക്ക് കൂടുതൽ ഉചിതവും പ്രയോജനക
രവുമാണ്. അതിനാൽ ഈ അവസ്ഥയിൽ
9 എന്ത് ചെയ്യുവാൻ കഴിയും. അതിനാൽ
നിങ്ങളുടെ കാര്യങ്ങളിൽ ദൈവത്തിൽ
നിന്ന് സഹായവും കൂടുതൽ വിടുതലുക
ളും ചോദിച്ച്, ഭരണകാര്യങ്ങൾ നേരായ
10 രീതിയിൽ ക്രമീകരിക്കുക." അതിനു ശേഷം
അവൾ മരിച്ചു. അവളുടെ പ്രായം എഴുപ
ത്തിമൂന്ന് വയസ്സും, അവളുടെ ഭരണ കാലം
ഒമ്പതു വർഷവുമായിരുന്നു.

അലക്സാന്ദ്രയുടെ മരണശേഷം അരിസ്റ്റോബുലസ് തന്റെ സഹോദരൻ ഹിർക്കാനസിനെ ആക്രമിക്കുന്നതിന്റെ വിവരണം

34 അലക്സാന്ദ്രയുടെ കാലത്ത് അരി
സ്റ്റോബുലസ് യരുശലേമിൽ നിന്ന്
പുറപ്പെട്ടപ്പോൾ അവൻ തന്റെ ഭാര്യയെയും
മക്കളെയും യരുശലേമിൽത്തന്നെ പാർ
2 പ്പിച്ചു. എന്നാൽ, അവൻ അവിടെനിന്ന്
പുറപ്പെട്ടു എന്ന്, അലക്സാന്ദ്ര കേട്ടപ്പോൾ
അവൾ അവരെ ഒരു പ്രത്യേക ഭവന
ത്തിൽ ആക്കി അവർക്ക് കാവൽ ഏർപ്പെ
3 ടുത്തി. എന്നാൽ അലക്സാന്ദ്ര മരിച്ചപ്പോൾ
ഹിർക്കാനസ് അവരെ തന്റെ അടുക്കൽ
വിളിച്ചു വരുത്തി അവരോട് ദയയോടെ
പെരുമാറി, അവരെ യഥാവിധം പരിച
രിച്ചു. തന്നെ കീഴടക്കിയാൽ ഇവരിലൂടെ
തന്റെ മോചനം സാധ്യമാകുന്നതിനായി
4 രുന്നു അങ്ങനെ ചെയ്തത്. അരിസ്റ്റോബുല
സ് യോർദാൻ വരെ ഒരു വലിയ സൈന്യ
ത്തെ നയിച്ചു. ഹിർക്കാനസ് പരീശന്മാരു
ടെ ഒരു സൈന്യവുമായി അവന്റെ നേരേ
5 പുറപ്പെട്ടു. രണ്ടു സൈന്യങ്ങളും ഏറ്റുമുട്ടിയ
പ്പോൾ ഹിർക്കാനസിന്റെ സൈന്യത്തിലെ
വലിയൊരു വിഭാഗം കൊല്ലപ്പെട്ടു. ഹിർ
ക്കാനസും അവന്റ സൈന്യത്തിലെ ശേഷി
6 ച്ചവരും ഓടിപ്പോയി. അരിസ്റ്റോബുലസും
സൈന്യവും അവരെ പിന്തുടർന്ന് തങ്ങൾ
ക്ക് കീഴടങ്ങിയവരെ ഒഴികെ പിടികൂടിയ
എല്ലാവരെയും കൊന്നു. അപ്പോൾ ഹിർ 7
ക്കാനസ് വിശുദ്ധ നഗരത്തിലേക്ക് പിൻ
വാങ്ങി, അരിസ്റ്റോബുലസും സൈന്യവും
അവിടെയെത്തി. അതിനു ചുറ്റും കൂടാരമടി
ച്ച്, കോട്ടയെ തകർക്കുവാൻ ആലോചിച്ചു.
യഹൂദയിലെ മൂപ്പന്മാരും പുരോഹിതന്മാരി 8
ലെ മൂപ്പന്മാരും അവന്റെ അടുക്കൽ ചെന്നു.
അവന്റെ പദ്ധതികളിൽ നിന്ന് അവനെ
വിലക്കി. തന്റെ സഹോദരനോടുള്ള ശത്രു
താപരമായ വികാരം മനസ്സിൽ നിന്നു നീ
ക്കുവാൻ അവനോട് അഭ്യർത്ഥിച്ചു. ആ നിർ
ദ്ദേശം അവൻ സ്വീകരിച്ചു. അപ്പോൾ അരി
സ്റ്റോബുലസ് യഹൂദയുടെ രാജാവാകണ 9
മെന്നും ഹിർക്കാനസ് ദൈവാലയത്തിൽ
മഹാപുരോഹിതനായിരിക്കണമെന്നും
പദവിയിൽ രാജാവിന് തൊട്ടടുത്താകും
അവന്റെ സ്ഥാനമെന്നും അവർ തമ്മിൽ
ധാരണയായി. അരിസ്റ്റോബുലസ് ഈ 10
നിബന്ധകൾ അംഗീകരിച്ച്, നഗരത്തിൽ
പ്രവേശിച്ചു. ദൈവാലത്തിൽ വച്ച് തന്റെ
സഹോദരനെ കണ്ടുമുട്ടി. മൂപ്പന്മാർ പരസ്പ
രം സമ്മതിച്ച നിബന്ധനകൾ അംഗികരി
ക്കാൻ അവർ ഒരുമിച്ച് പ്രതിജ്ഞയെടുത്തു.
അങ്ങനെ അരിസ്റ്റോബുലസ് രാജാവായി, 11
ഹിർക്കാനസിന്റെ സ്ഥാനം അവന് തൊട്ടു
താഴെയായി. ജനങ്ങൾക്ക് സമാധാനമു 12
ണ്ടായി. ഈ രണ്ട് സഹോദരന്മാരുടെയും
ഭരണകാര്യങ്ങൾ ശരിയായി ക്രമീകരിച്ചു.
അവരുടെ ജനങ്ങളുടെയും അവരുടെ രാ
ജ്യത്തിന്റെയും അവസ്ഥ ശാന്തമായി.

ഹിർക്കാനസും അരിസ്റ്റോബുലസുമായി അന്തിപ്പേറ്റർ (അതായത് ഹെരോദ് രാജാവ്) തമ്മിൽ നടത്തിയ രാജ്യദ്രോഹ പ്രവർത്തനങ്ങളുടെയും യുദ്ധങ്ങളുടെയും വിവരണം

35 പുരോഹിതനായ എസ്രായോടൊപ്പം
ബാബിലോണിൽ നിന്നു പുറപ്പെട്ട
യഹൂദരുടെ സന്തതികളിൽ അന്തിപ്പേ
റ്റർ എന്നുപേരുള്ള ഒരാൾ ഉണ്ടായിരുന്നു.
അവൻ ജ്ഞാനിയും, വിവേകിയും, വക്രബു 2

ദ്ധിയുള്ളവനും, ധീരനും, ഉന്നതമാനസനും,
നല്ലസ്വഭാവവും, ദയയും, മര്യാദയും ഉള്ളവ
നമായിരുന്നു. അതോടൊപ്പം സമ്പന്നനും,
ധാരാളം വീടുകൾ, സാധനങ്ങൾ, കന്നുകാ
ലികൾ എന്നിവയുള്ളവനുമായിരുന്നു.
3 ഈ മനുഷ്യനെ അലക്സാണ്ടർ രാജാവ്
ഏദോം രാജ്യത്തിന്റെ ഗവർണറായി നിയ
മിച്ചു. അവിടെ നിന്ന് അവൻ ഒരു ഭാര്യയെ
സ്വീകരിച്ചു. അവന്, അവളിൽ നാല് പുത്ര
ന്മാർ ഉണ്ടായിരുന്നു. അവരുടെ പേരുകൾ
ഇവയായിരുന്നു: ഫാസലെസ്, യഹൂദ
യിൽ ഭരിച്ചിരുന്ന ഹെരോദ്, ഫേറോറസ്,
4 ജോസഫസ്. പിന്നീട് അലക്സാണ്ടറിന്റെ
കാലത്ത് ഏദോമ്യരുടെ രാജ്യമായ സാറാ
പർവ്വതങ്ങളിൽ നിന്ന് പുറത്താക്കപ്പെട്ട
അവർ,വിശുദ്ധആലയത്തിന്റെനഗരത്തിൽ
5 വന്നു താമസിച്ചു. ഹിർക്കാനസ് അവനെ
സ്നേഹിച്ചു. അവനോട്ട് വളരെ ചായ്‌വുള്ള
വനായിരുന്നു. അതിനാൽ അരിസ്റ്റോബുല
സ് അവനെ കൊല്ലുവാൻ ശ്രമിച്ചു. എന്നിരു
ന്നാലും അവന് അതു കഴിഞ്ഞില്ല.
6 അതിനാൽ അന്തിപ്പേറ്റർ അരിസ്റ്റോബു
ലസിനെ അമിതമായി ഭയപ്പെട്ടു. അക്കാ
രണത്താൽ അരിസ്റ്റോബുലസിന്റെ രാജ്യ
ത്തിനെതിരെ രഹസ്യമായി ഗൂഢാലോചന
7 ആരംഭിച്ചു. അവൻ രാജ്യത്തിലെ പ്രധാനി
കളുടെ അടുക്കൽ ചെന്നു. താൻ അവരോടു
പറയാൻ പോകുന്ന കാര്യങ്ങളെ സംബ
ന്ധിച്ച് അവരിൽ നിന്ന് ഒരു രഹസ്യപ്രതി
8 ജ്ഞ വാങ്ങി, അരിസ്റ്റോബുലസിന്റെ കുപ്ര
സിദ്ധമായ ജീവിതം, അവന്റെ സ്വേച്ഛാ
ധിപത്യം, അവന്റെ നിർദ്ദയത്വം, അവൻ
ഉണ്ടാക്കിയ രക്തച്ചൊരിച്ചിൽ, തന്റെ ജ്യേ
ഷ്ഠന് അവകാശപ്പെട്ടിരുന്ന സിംഹാസനം
പിടിച്ചെടുക്കൽ എന്നിവയെക്കുറിച്ച് അവൻ
അവരോട്ട് സംസാരിക്കുവാൻ തുടങ്ങി.
9 ശരിയായ ഭരണം പുനഃസ്ഥാപിച്ച്, ആ നി
ഷ്ഠൂരനെ പുറത്താക്കിയില്ലെങ്കിൽ വലിയ
വനും നല്ലവനുമായ ദൈവത്തെ ഭയക്ക
ണമെന്ന് അവൻ അവരോട് അറിയിച്ചു.
10 അരിസ്റ്റോബുലസിനോടുള്ള കൂറിൽനിന്ന്
അവരെ പിന്തിരിപ്പിക്കുവാനായി, അന്തി
പ്പേറ്റർ സമീപിക്കാത്ത ഒരു യഹൂദപ്രമാ
ണി പോലും ഇല്ലായിരുന്നു. ഹിർക്കാന
സിന് ഇതിനെപ്പറ്റി അറിവില്ലായിരുന്നു.
എന്നാൽ കാര്യം നടക്കുന്നതിന് മുമ്പ് 11
അവനോട്ട് ഇതേപ്പറ്റി പറയാൻ മനസ്സി
ല്ലാത്തതിനാൽ അന്തിപ്പേറ്റർ ഇതെല്ലാം
അവന്റെ മേൽ ആരോപിച്ചു.
അതുകൊണ്ട് അവൻ ആളുകളുമായുള്ള 12
ഈ ഇടപാട്ട് പൂർണ്ണമായി തീർപ്പാക്കിയ
തിന് ശേഷം അവൻ ഹിർക്കാനസിന്റെ
അടുക്കൽ ചെന്ന് അവനോട്ട് ഇങ്ങനെ
പറഞ്ഞു. നീ ജീവിച്ചിരിക്കുമ്പോൾ തന്റെ 13
സ്വത്തുക്കൾ ഒട്ടും സുരക്ഷിതമല്ലായെന്ന്
കരുതുന്ന, നിന്റെ സഹോദരൻ നിന്നെ
ഭയപ്പെടുന്നു. ഈ കാരണത്താലാണ്
അവൻ നിന്നെ കൊല്ലുവാൻ അവസരം
തേടുന്നത്. അവൻ നിന്നെ ജീവിക്കുവാൻ
അനുവദിക്കുകയില്ല. എന്നാൽ തന്റെ ഹൃ 14
ദയത്തിന്റെ നന്മയും ആത്മാർത്ഥതയും
നിമിത്തം ഹിർക്കാനസ് അവനെ വിശ്വസി
ച്ചില്ല. അതിനാൽ അന്തിപ്പേറ്റർ ഇക്കാര്യം
അവനോട്ട് വീണ്ടും വീണ്ടും അവർത്തിച്ചു.
ഹിർക്കാനസ് വിശ്വാസമർപ്പിച്ച ആളുകൾ 15
ക്ക് അവൻ വലിയ തുകകൾ നൽകി. താൻ
പറഞ്ഞതിന് സമാനമായ കാര്യങ്ങൾ
അവനോട്ട് പറയണമെന്ന് അന്തിപ്പേറ്റർ
അവരോട്ട് ആവശ്യപ്പെട്ടു. താൻ അവരോട്ട് 16
ഈ വിഷയത്തെക്കുറിച്ച് സംസാരിക്കുന്നു
ണ്ടെന്ന്, ഹിർക്കാനസ് അറിയാതിരിക്കു
വാൻ ശ്രദ്ധിക്കണമെന്നും അന്തിപ്പേറ്റർ
പറഞ്ഞു. ഹിർക്കാനസ് അവരുടെ വാക്കു 17
കൾ വിശ്വസിച്ചു. തന്റെ സഹോദരനിൽ
നിന്ന് തന്നെ, കാത്തുകൊള്ളുന്നതിന്, ഒരു
പദ്ധതി ആവിഷ്കരിക്കുവാൻ പ്രേരിപ്പിച്ചു.
അതിനാൽ, അന്തിപ്പേറ്റർ വീണ്ടും അവ 18
നോട്ട് ഇക്കാര്യം സംസാരിച്ചപ്പോൾ, അവ
ന്റെ വാക്കുകളുടെ സത്യാവസ്ഥ ഇപ്പോൾ
അവന് വെളിപ്പെട്ടിരിക്കുന്നുവെന്നും, അവ
ൻ അവനെ നന്നായി ഉപദേശിച്ചിരുന്നുവെ
ന്ന് അവനറിയാമെന്നും അറിയിച്ചു. ഈ വി
ഷയത്തിൽ അവൻ തന്റെ ഉപദേശകരുടെ
അഭിപ്രായം തേടി. അന്തിപ്പേറ്റർ അവനോ 19

ട്ട്, നഗരത്തിന് പുറത്ത്, അവന് വിശ്വസി
ക്കാവുന്നതും, അവനെ സഹായിക്കുവാൻ
കഴിയുന്നതുമായ ഒരാളുടെ അടുത്തേക്ക്
20 പോകുവാൻ ഉപദേശിച്ചു. അന്തിപ്പേറ്റർ
ഹർത്താമിന്റെ അടുത്തേക്ക് പോയി.
തന്റെ സഹോദരനോടൊപ്പം താമസിക്ക
വാൻ ഭയപ്പെട്ടിരുന്നതിനാൽ ഹിർക്കാന
സിനെ അതിഥിയായി സ്വീകരിക്കണമെ
21 ന്ന് അവനുമായി ധാരണയായി. അതിൽ
ഹർത്താം സന്തോഷിക്കുകയും ഒരു സാഹ
ചര്യത്തിലും ഹിർക്കാനസിനെയും അന്തി
പ്പേറ്ററിനെയും ശത്രുക്കൾക്ക് ഏല്പിച്ച് കൊ
ടുക്കുകയില്ലെന്നും അവരെ സഹായിക്കുക
യും സംരക്ഷിക്കുകയും ചെയ്യുമെന്നും അന്തി
22 പ്പേറ്ററിനോട്ട് സമ്മതിച്ചു. അവൻ യരുശലേ
മിലേക്ക് മടങ്ങി. താൻ ചെയ്തകാര്യങ്ങളും,
ഹർത്താമുമായുള്ള ധാരണയും ഹിർക്കാ
23 നസിനെ അറിയിച്ചു. അതുകൊണ്ട് അവർ
രണ്ടുപേരും രാത്രി നഗരത്തിന് പുറത്ത്,
ഹർത്താമിന്റെ അടുത്ത് പോയി അവനോ
ടൊപ്പം കുറേ നാൾ താമസിച്ചു.
24 ഹിർക്കാനസിന്റെ സഹോദരൻ അരി
സ്റ്റോബുലസിനെ പിടിക്കുവാൻ ഹിർക്കാ
നസ്സിനൊപ്പം ഒരു സൈന്യത്തെ നയി
ക്കാൻ ഹർത്താമിനെ, അന്തിപ്പേറ്റർ പ്രേ
25 രിപ്പിച്ചു തുടങ്ങി. എന്നാൽ അരിസ്റ്റോബു
ലസിനെ ചെറുക്കുവാൻ തനിക്ക് ശക്തി
യില്ലെന്ന് ഭയന്ന് ഈ പദ്ധതി നടപ്പാക്കു
26 വാൻ ഹർത്താം വിസമ്മതിച്ചു. എന്നാൽ
ഹർത്താമിനെ യുദ്ധത്തിന് പ്രേരിപ്പിക്കു
ന്നതിൽ നിന്ന് അന്തിപ്പേറ്റർ പിന്മാറിയി
ല്ല. അരിസ്റ്റോബുലസിനെ കീഴടക്കുന്നത്
അനായാസമാണെന്നും, നേടാനിരിക്കുന്ന
സ്വത്തുക്കളെപ്പറ്റിയും, അവനുണ്ടാകാവുന്ന
മഹത്വത്തെപ്പറ്റിയും, അവന് ഈ ലോക
ത്ത് അവശേഷിപ്പിക്കാനാകാവുന്ന സൽ
പ്പേരിനെപ്പറ്റിയും എല്ലാം, ഹർത്താം പടന
യിക്കാമെന്ന് സമ്മതിക്കുന്നതു വരെ അന്തി
27 പ്പേറ്റർ ആവർത്തിച്ചുകൊണ്ടിരുന്നു. എന്നിട്ട്
ഹിർക്കാനസിന്റെ പിതാവ് അലക്സാണ്ടർ
ഹർത്താമിൽ നിന്ന് പിടിച്ചെടുത്ത പട്ടണ
ങ്ങളും നഗരങ്ങളും[22] ഹിർക്കാനസ് തിരികെ
നല്കണമെന്ന വ്യവസ്ഥയും വച്ചു. ഹിർക്കാന 28
സ് ഉടമ്പടി അംഗീകരിക്കുകയും പൂർത്തിയാ
ക്കുകയും ചെയ്തു. അമ്പതിനായിരം കുതിരക
ളും കാലാൾപ്പടകളുമായി, യെഹൂദാ ദേശ
ത്തേക്ക് അരിസ്റ്റോബുലസിനെതിരേ, ഹർ
ത്താം ഹിർക്കാനസിനൊപ്പം പടനയിച്ചു.
യുദ്ധം രൂക്ഷമായപ്പോൾ അരിസ്റ്റോബുല 29
സിന്റെ സൈന്യത്തിൽ പലരും ഹിർക്കാന
സിന്റെ പക്ഷത്തേക്കു മാറി. തന്റെ മുഴുവൻ
സൈന്യവും നഷ്ടപ്പെടുമെന്നും താൻ പിടി 30
ക്കപ്പെടുമെന്നും ഭയന്ന് അരിസ്റ്റോബുലസ്
പരാജയം സമ്മതിച്ച് പാളയത്തിലേക്ക്
മടങ്ങി. എന്നാൽ രാത്രിയായപ്പോൾ അരി 31
സ്റ്റോബുലസ് ഒറ്റയ്ക്ക് പാളയത്തിൽ നിന്ന് പു
റപ്പെട്ട് വിശുദ്ധ നഗരത്തിലേക്ക് പോയി.
നേരം പുലർന്ന് സൈന്യം അവൻ പിൻവാ 32
ങ്ങിയെന്ന് അറിഞ്ഞപ്പോൾ അവരിൽ ഭൂരി
ഭാഗവും ഹിർക്കാനസുമായി ചേർന്നു. ബാ
ക്കിയുള്ളവർ പിരിഞ്ഞു പോയി. എന്നാൽ 33
ഹിർക്കാനസും ഹർത്താമും അന്തിപ്പേറ്ററും
ഒരു വലിയ സൈന്യത്തോടൊപ്പം വിശു
ദ്ധ മന്ദിരത്തിന്റെ നഗരത്തിലേക്ക് പോയി.
പട്ടണത്തിന്റെ കവാടങ്ങൾ അടച്ചിരിക്കുക 34
യും അവരെ പ്രതിരോധിക്കാൻ ആളുകളെ
കൊത്തളത്തിൽ നിർത്തുകയും ചെയ്തിരു
ന്നതിനാൽ, അരിസ്റ്റോബുലസ് പ്രതിരോ
ധിക്കുവാൻ തയ്യാറായി നിൽക്കുകയാണെ
ന്ന് അവർ മനസ്സിലാക്കി. ഹിർക്കാനസും 35
ഹർത്താമും സൈന്യവുമായി പട്ടണത്തി
ന് നേരെ പാളയമിറങ്ങി, അതിനെ ഉപ
രോധിച്ചു.

റോമാക്കാരുടെ സേനാധിപൻ നിയൂസിന്റെ ചരിത്രം

36 റോമാക്കാരുടെ സേനാധിപൻ
നിയൂസ്[23] അർമ്മേനിയക്കാരനായ

22 ഇവ 12 എണ്ണമായിരുന്നുവെന്ന് ജോസഫസ് രേഖപ്പെടുത്തിയിരിക്കുന്നു.

23 നിയൂസ് പോംപെയൂസ്

2 ടിർക്കാനെസുമായി[24] യുദ്ധം ചെയ്യാൻ പ
റപ്പെട്ടു. ദമാസ്കസ്, ഹേംസ്, ഹാലെപ്പം
എന്നിവയിലും, സിറിയയിലെ അർമ്മേനി
യയുടെ അധീനതയിലുള്ള ഭാഗങ്ങളിലുമു
ള്ളവർ ആയിടെ റോമക്കാരെ എതിർത്തി
3 രുന്നു. അക്കാരണത്താൽ നിയൂസ് ദമാസ്ക
സിലേക്കും അതിന്റെ പ്രദേശങ്ങളിലേക്കും,
അവ കൈവശപ്പെടുത്തുവാൻ വേണ്ടി സ്കോ
റസിനെ അയച്ചു. അരിസ്റ്റോബുലസിനോടും
ഹിർക്കാനസിനോടും അവൻ ഈ കാര്യം
പറഞ്ഞു. ഹിർക്കാനസിനെതിരേ തന്നെ
4 സഹായിക്കാനായി തന്റെ അടുക്കൽ ഒരു
സൈന്യത്തോടൊപ്പം എത്താൻ അഭ്യർ
ത്ഥിച്ച് സ്കോറസിന്റെ അടുത്തേക്ക് പ്രതി
നിധികളെ ധാരാളം പണവും കൊടുത്ത്
അരിസ്റ്റോബുലസ് അയച്ചു. അരിസ്റ്റോബു
5 ലസിനെതിരെ സഹായം അഭ്യർത്ഥിച്ച്
ഹിർക്കാനസും പ്രതിനിധികളെ അയച്ചു.
എങ്കിലും അവൻ സമ്മാനം കൊടുത്തയ
ച്ചില്ല.
6 എന്നാൽ സ്കോറസ് ഇരുവരുടെയും
അടുത്തേക്ക് പോകുവാൻ വിസമ്മതിച്ചു.
എന്നാൽ അവൻ ഹർത്താമിന് കത്തെ
ഴുതി വിശുദ്ധ മന്ദിരത്തിന്റെ നഗരത്തിൽ
നിന്ന് സൈന്യത്തോടൊപ്പം പിൻവാ
ങ്ങാൻ കൽപ്പിക്കുകയും ഹിർക്കാനസിന്റെ
സഹോദരനെ എതിരിടാൻ ഹിർക്കാനസി
നെ സഹായിക്കുന്നതിൽ നിന്ന് വിലക്കുക
7 യും ചെയ്തു. അതനുസരിച്ചില്ലെങ്കിൽ റോമാ
ക്കാരുടെയും സിറിയക്കാരുടെയും സൈന്യ
വുമായി താൻ ഹർത്താമിന്റെ രാജ്യത്തേ
8 ക്ക് വരുമെന്ന് ഭീഷണിപ്പെടുത്തി. ഈ
കത്ത് ഹർത്താമിന്റെ അടുക്കൽ എത്തി
യപ്പോൾ അവൻ ഉടനെ നഗരത്തിൽ
നിന്ന് പിൻവാങ്ങി, ഹിർക്കാനസും പിൻ
9 വാങ്ങി. അരിസ്റ്റോബുലസ് കുറച്ചു സൈ
ന്യവുമായി അവരെ പിന്തുടർന്ന്, അവരോ
ട് യുദ്ധം ചെയ്ത് അവരെ പിടിച്ചടക്കി. ആ
യുദ്ധത്തിൽ അനേകം അറബികളും യഹൂദ
ന്മാരും കൊല്ലപ്പെട്ടു. അരിസ്റ്റോബുലസ് വി
ശുദ്ധ നഗരത്തിലേക്ക് മടങ്ങി.
ഇതിനിടയിൽ നിയൂസ് ദമാസ്കസിലെ 10
ത്തി. ഹിർക്കാനസിനെതിരെ അവനെ സ
ഹായിക്കാനായി നിക്കോമിദെസ്[25] എന്ന
യാൾ മുഖേന അരിസ്റ്റോബുലസ് അഞ്ഞൂറ്
താലന്ത് തൂക്കമുള്ള സ്വർണ്ണ നിർമ്മിതമായ
ഒരു പൂന്തോട്ടവും മുന്തിരിത്തോട്ടവും നിയൂ
സിന് സമ്മാനമായി അയച്ചു. സമാനമായ 11
അഭ്യർത്ഥനയോടെ ഹിർക്കാനസ് അന്തി
പ്പേറ്ററെ പാംപെയുടെ അടുത്തേക്ക് അയ 12
ച്ചു. പോംപെ (അത് നിയൂസ് തന്നെയാണ്)
അരിസ്റ്റോബുലസിനോട് കൂടുതൽ ചായ് വു
ള്ളവനായിരുന്നു. അന്തിപ്പേറ്റർ അത് കണ്ട 13
പ്പോൾ പോംപെയുമായി തനിച്ച് സംസാരി
ക്കുവാനുള്ള അവസരം നോക്കി. അവനോ
ട് പറഞ്ഞു. "നിങ്ങൾ അവനെ സഹായി 14
ച്ചില്ലെങ്കിലും, സത്യത്തിൽ അരിസ്റ്റോബു
ലസിൽ നിന്ന് നിങ്ങൾക്ക് ലഭിച്ച സമ്മാ
നം അദ്ദേഹത്തിന് തിരികെ നൽകേണ്ട
തില്ല. ഹിർക്കാനസ് നിങ്ങൾക്ക് ഇരട്ടി 15
വാഗ്ദാനം ചെയ്യുന്നു. അരിസ്റ്റോബുലസി
ന് യഹൂദന്മാരെ നിങ്ങളുടെ അധീനതയി
ലാക്കുവാൻ കഴിയില്ല. പക്ഷേ ഹിർക്കാന
സ് അതു ചെയ്യും. അന്തിപ്പേറ്റർ പറഞ്ഞതു 16
പോലെ തന്നെ നടക്കുമെന്ന് പോംപെ
കരുതി. അങ്ങനെ യഹൂദരെ തന്റെ ആധി
പത്യത്തിൽ കീഴിൽ കൊണ്ടുവരാൻ കഴി
യുമെന്ന് കരുതി സന്തോഷിച്ചു. അതുകൊ 17
ണ്ട് അവൻ അന്തിപ്പേറ്ററിനോട് ഇങ്ങനെ
പറഞ്ഞു: "അരിസ്റ്റോബുലസിനെതിരെ
ഞാൻ നിന്റെ സുഹൃത്തിനെ സഹായിക്കും.
എന്നാൽ നിനക്കെതിരെ ഞാൻ അവനെ
സഹായിക്കുകയാണെന്ന് നടിക്കും.
അവൻ എന്നെ വിശ്വസിച്ചേക്കാം. എനിക്ക്
ഉറപ്പുണ്ട്, ഞാൻ അവനെതിരെ അവന്റെ 18
സഹോദരനെ സഹായിക്കുമെന്ന് അവൻ
അറിഞ്ഞയുടനെ അവൻ തന്റെ ആളുകളെ

24 സിറിയയുടെ രാജാവായി തെരഞ്ഞെടുത്ത ടിഗ്രാനെസ്) (സിറിയയുടെ രാജാവായി തെരഞ്ഞെടുത്ത ടിഗ്രാനെസ്

25 നിക്കോദിമസ് എന്നാണ് ജോസഫസ് രേഖപ്പെടുത്തിയിരിക്കുന്നത്)

ചതിക്കുകയും, സ്വയം കരുതുകയും, അവ
ന്റെ കാര്യങ്ങൾ കൂടുതൽ താമസം നേരിടു
19 കയും ചെയ്യും. എന്നാൽ ഞാൻ അവന്റെ
അടുത്ത് ആളയച്ച് അവനോടൊപ്പം വിശു
ദ്ധ നഗരത്തിലേക്ക് പോകും, എന്നിട്ട് നി
ങ്ങളുടെ സുഹൃത്തിന് അവന്റെ അവകാ
ശം ലഭിക്കത്തക്കവിധം പ്രവർത്തിക്കും.
എന്നാൽ ഈ വ്യവസ്ഥയോടെ അവൻ
ഞങ്ങൾക്ക് വാർഷിക കപ്പം നൽകണം”

അരിസ്റ്റോബുലസിന്റെ ദൂതൻ

20 ഇതിനുശേഷം നിക്കോമിദെസിന് ആള
യച്ച് അവൻ അവനോട് ഇങ്ങനെ പറഞ്ഞു:
“നിന്റെ യജമാനന്റെ അടുക്കൽ ചെന്ന്
അവന്റെ അപേക്ഷ ഞാൻ സമ്മതിച്ചിരി
ക്കുന്നുവെന്ന് അവനോട് പറയുക, ഞാൻ
അവനെ കാത്തിരിക്കുന്നതിനാൽ എന്റെ
കത്ത് കൂടി കൊണ്ടുപോകുക. അവൻ തിടു
ക്കത്തിൽ താമസം കൂടാതെ എന്റെ അടു
ക്കൽ വരണമെന്ന് അവനോട് പറയുക.”
21 അവൻ അരിസ്റ്റോബുലസിന് ഒരു കത്ത്
എഴുതി അതിന്റെ പകർപ്പ് ഇതാണ്.
22 “റോമാക്കാരുടെ സേനാധിപനായ
നിയൂസ്, സിംഹാസനത്തിന്റെയും മഹാ
പൗരോഹിത്യത്തിന്റെയും അവകാശിയായ
അരിസ്റ്റോബുലസ് രാജാവിന് എഴുതുന്നത്.
23 നിങ്ങൾക്ക് ക്ഷേമം ഉണ്ടാകട്ടെ. നിങ്ങൾ
അയച്ച പൊന്നുകൊണ്ടുള്ള പൂന്തോട്ടവും, മു
ന്തിരിത്തോട്ടവും എത്തി. ഞാൻ അവ സ്വീ
കരിച്ച് മൂപ്പന്മാരുടെയും ഗവർണർമാരുടെ
യും അടുക്കൽ കൊടുത്തയച്ചു. അവർ അത്
സ്വീകരിക്കുകയും റോമിലെ ക്ഷേത്രത്തിൽ
പ്രതിഷ്ഠിക്കുകയും ചെയ്ത് നിനക്കു നന്ദി പറ
24 ഞ്ഞു. ഞാൻ നിന്നെ സഹായിക്കണമെ
ന്നും യഹൂദന്മാരുടെ രാജാവായി നിന്നെ
നിയമിക്കണമെന്നും അവർ എഴുതിയിട്ടു
25 ണ്ട്. എന്റെ അടുക്കൽ വേഗത്തിലെത്തു
ന്നത് ഉചിതമെന്ന് നീ ചിന്തിച്ചാൽ ഞാൻ
നിങ്ങളോടൊപ്പം വിശുദ്ധ നഗരത്തിലേക്ക്
വരുകയും അങ്ങനെ നിന്റെ ആഗ്രഹങ്ങൾ
നിറവേറുകയും ചെയ്യും.
26 നിക്കോമിദെസ് നിയൂസിന്റെ കത്തുമാ
യി അരിസ്റ്റോബുലസിന്റെ അടുത്തേക്ക്
പോയി. അന്തിപ്പേറ്റർ ഹിർക്കാനസിന്റെ
അടുത്തേക്ക് മടങ്ങി, നിയൂസിന്റെ വാഗ്ദാന
ത്തെക്കുറിച്ച് അവനോട് പറഞ്ഞു. ദമാസ്ക
സിലേക്ക് പോകുവാൻ അവനെ ഉപദേശി
ച്ചു. അങ്ങനെ ഹിർക്കാനസ് ദമാസ്കസിലേ 27
ക്ക് പോയി. അരിസ്റ്റോബുലസും പോയി.
അവർ ദമാസ്കസിൽ പോംപെയുടെ (അതാ
യത് നിയൂസ്) സദസ്സിൽ വച്ച് കണ്ടുമുട്ടി.
അന്തിപ്പേറ്ററും യഹൂദമൂപ്പന്മാരും നിയൂസ്സി
നോട് ഇങ്ങനെ പറഞ്ഞു. "ഏറ്റവും വിഖ്യാ 28
തനായ സേനാധിപൻ അറിയുക. ഈ
അരിസ്റ്റോബുലസ് നമ്മോട് വഞ്ചന കാണി
ക്കുകയും അവൻ ജ്യേഷ്ഠനാണെന്നും മെച്ച
പ്പെട്ടതും കൂടുതൽ ശരിയായതുമായ ജീവി
തരീതി ഉള്ളവനുമാണെന്ന് കണ്ടിട്ട് അവ
നേക്കാൾ യോഗ്യനായ തന്റെ സഹോദര
നായ ഹിർക്കാനസിന്റെ രാജ്യം വാളുകൊ
ണ്ട് തട്ടിയെടുക്കുകയും ചെയ്തു.
അവൻ തന്റെ സഹോദരനെ അടിച്ചമർ 29
ത്തിയത് പോരാഞ്ഞിട്ട്, ചുറ്റുമുള്ള എല്ലാ ദേ
ശങ്ങളിലെയും ജനങ്ങളെയും അവൻ അടി
ച്ചമർത്തി, രക്തം ചീന്തി, അവരുടെ സ്വത്തു
ക്കൾ അന്യായമായി തട്ടിയെടുത്ത് ഞങ്ങ
ളും അവരും തമ്മിൽ ശത്രുത ഉണ്ടാക്കിയി
രിക്കുന്നു. ഇക്കാര്യത്തിൽ ഞങ്ങൾക്ക് വള
രെയധികം ദുഖമുണ്ട്. അപ്പോൾ ആയിരം 30
മൂപ്പന്മാർ എഴുന്നേറ്റ് അവന്റെ വാക്കുകൾ
സത്യമാണെന്ന് സാക്ഷ്യപ്പെടുത്തി.
അരിസ്റ്റോബുലസ് പറഞ്ഞു “സത്യ 31
ത്തിൽ ഈ എന്റെ സഹോദരൻ എന്നേ
ക്കാൾ നല്ല മനുഷ്യനാണ്. എന്നാൽ
എന്റെ സഹോദരന്റെ കഴിവില്ലായ്മ അറി
ഞ്ഞിട്ടും, ഞങ്ങളുടെ പിതാവായ അലക്സാ
ണ്ടറിന് കീഴ്പ്പെട്ടവരെല്ലാം അദ്ദേഹത്തി
ന്റെ മരണശേഷം ഞങ്ങളോട് വഞ്ചന കാ
ണിക്കുന്നത് കാണുന്നതുവരെ ഞാൻ സിം
ഹാസനം കാംക്ഷിച്ചില്ല. ഞാൻ അതിനെ 32
പ്പറ്റി ചിന്തിച്ചപ്പോൾ രാജാധികാരം ഏറ്റെ
ടുക്കേണ്ടത് എന്റെ കടമയാണെന്ന് ഞാൻ
മനസ്സിലാക്കി. യുദ്ധകാര്യങ്ങളിൽ എന്റെ
സഹോദരനേക്കാൾ മികച്ചത് ഞാനായി
രുന്നു. അത് രാജവാഴ്ചയെ സംരക്ഷിക്കാൻ

33 ഏറ്റവും ആവശ്യമാണ്. ഞങ്ങളോട് വഞ്ച
നകാണിച്ച എല്ലാവരോടും ഞാൻ യുദ്ധ
ത്തിന് പോയി, അവരെ അധീനതയിലാ
ക്കി. ആയത് മരണത്തിന് മുമ്പ് ഞങ്ങളുടെ
34 പിതാവിന്റെ കൽപ്പനയായിരുന്നു." തന്റെ
വാക്കുകളുടെ സത്യാവസ്ഥ സാക്ഷ്യപ്പെടു
ത്തുന്ന സാക്ഷികളെ അരിസ്റ്റോബുലസ്
കൊണ്ടുവന്നു.
35 ഇതിനുശേഷം പോംപെ ദമാസ്കസ് നഗ
രത്തിൽ നിന്ന് വിശുദ്ധ ആലയത്തിലേക്ക്
36 യാത്രയായി. എന്നാൽ അരിസ്റ്റോബുലസ്
പരാജയപ്പെടുത്തിയ പട്ടണങ്ങളിലെ നി
വാസികൾക്ക് ആന്റപേറ്റർ രഹസ്യമായി
ആളയച്ചു. നിയൂസിനോട് പരാതിപ്പെടാ
നും അവരുടെമേൽ പ്രയോഗിച്ച ക്രൂരത
വിവരിക്കുവാനും അവരെ പ്രേരിപ്പിക്കുകയും
37 ചെയ്തു. അവർ അങ്ങനെ ചെയ്തു. ഒരു സ്വാത
ന്ത്ര്യപ്രഖ്യാപനം തയ്യാറാക്കുവാനും, ആ പ്ര
ഖ്യാപനത്തിൽ താൻ അവരെ യാതൊരു
വിധത്തിലും ഉപദ്രവിക്കുകയില്ലെന്ന് രേഖ
പ്പെടുത്തുവാനും നിയൂസ് അന്തിപ്പേറ്ററിനോ
ട് ആജ്ഞാപിച്ചു. അവൻ അങ്ങനെ ചെയ്തു.
യഹൂദരോടുള്ള വിധേയത്വത്തിൽ നിന്ന് ച
റ്റുമുള്ള രാജ്യങ്ങൾ വിടുവിക്കപ്പെട്ടു.
38 എന്നാൽ നിയൂസ് തന്നോട് ചെയ്തത്
അരിസ്റ്റോബുലസ് കണ്ടപ്പോൾ അവനും
അവന്റെ ആളുകളും രാത്രിയിൽ നിയൂസി
നെ അറിയിക്കാതെ നിയൂസിന്റെ സേന
യിൽ നിന്ന് വേർപെട്ട് വിശുദ്ധ ആലയ
39 ത്തിന്റെ നഗരത്തിലേക്ക് പോയി. അരി
സ്റ്റോബുലസ് പാളയമടിച്ച വിശുദ്ധ ആല
യത്തിന്റെ നഗരത്തിൽ എത്തുന്നതു വരെ
40 നിയൂസ് അവനെ പിന്തുടർന്നു. എന്നാൽ
മതിലുകളുടെ ഉയരവും അതിന്റെ കെട്ടിട
ങ്ങളുടെ ശക്തിയും അതിലുള്ള മനുഷ്യരു
ടെ കൂട്ടവും അതിനെ ചുറ്റുന്ന പർവ്വതങ്ങളും
കണ്ടപ്പോൾ പ്രകോപനത്തേക്കാൾ മുഖ
സ്തുതിയും കൗശലവുമാണ് അരിസ്റ്റോബുല
സിനെതിരെ പ്രവർത്തിക്കുന്നതിന് നല്ലത്
41 എന്ന് അവൻ മനസ്സിലാക്കി. അതിനാൽ
തന്റെ അടുക്കൽ വരുവാനായി, സുരക്ഷി
തമായ പെരുമാറ്റം വാഗ്ദാനം ചെയ്ത് പ്ര
തിനിധികളെ നിയൂസ് അരിസ്റ്റോബുലസി
ന്റെ അടുത്തേക്ക് അയച്ചു. അരിസ്റ്റോബു
ലസ് അവന്റെ അടുക്കൽ എത്തി. തന്റെ
മുൻപ്രവർത്തികളെ കുറിച്ച് ഒരു വാക്കുപോ
ലും പറയാതെ നിയൂസ് അവനെ ദയയോ
ടെ സ്വീകരിച്ചു. അതിന് ശേഷം അരിസ്റ്റോ 42
ബുലസ് നിയൂസിനോട് ഇങ്ങനെ പറഞ്ഞു:
"എന്റെ ശത്രുക്കൾക്ക് എന്റെ മേൽ കൂടു
തൽ ശക്തിപകരാതെ, നീ എന്റെ സഹോ
ദരനെതിരെ എന്നെ സഹായിക്കണമെന്ന്
ഞാൻ ആഗ്രഹിക്കുന്നു. ഇതിനുവേണ്ടി നീ
ആഗ്രഹിക്കുന്നതൊക്കെ നിനക്ക് ലഭിക്കും.
നിയൂസ് മറുപടി പറഞ്ഞു: "നിനക്ക് ഇങ്ങ 43
നെ ആഗ്രഹമുണ്ടെങ്കിൽ ദൈവാലയത്തി
ലുള്ള പണവും വിലയേറിയ രത്നങ്ങളും
എന്റെ അടുക്കൽ കൊണ്ടു വരിക. നിനക്ക്
ഇഷ്ടമുള്ളത് കൈവശമാക്കുവാൻ ഞാൻ
അനുവദിക്കും." "നിസ്സംശയം ഞാൻ ഇതു
ചെയ്യും" എന്ന് അരിസ്റ്റോബുലസ് അവ
നോട് പറഞ്ഞു. ദൈവാലയത്തിൽ ഉണ്ടാ 44
യിരുന്ന സ്വർണ്ണവും ആഭരണങ്ങളും ഏറ്റു
വാങ്ങാൻ ഗബിനിയസ് എന്നുപേരുള്ള
ഒരു സേനാനായകനെ അനേകം ആളു
കളോടൊപ്പം നിയൂസ് അയച്ചു. എന്നാൽ
ജനങ്ങളും പുരോഹിതനമാരും ഇത് അനു 45
വദിക്കുവാൻ വിസമ്മതിച്ചു. അതിനാൽ
അവർ ഗബിനിയസിനെ എതിർത്ത് അവ
ന്റെ അനേകം ആളുകളെയും സുഹൃത്തുക്ക
ളേയും കൊന്ന് അവനെ നഗരത്തിന് പുറ
ത്താക്കി. അരിസ്റ്റോബുലസിനോട് കോപി 46
ച്ച നിയൂസ്, അവനെ ജയിലിലടച്ചു.
പിന്നെ അവൻ പട്ടണത്തിൽ പ്രവേശി 47
ക്കാൻ സൈന്യത്തോടൊപ്പം നീങ്ങി. സത്യ
ത്തിൽ ആ ദേശത്തെ ജനങ്ങളുടെ എണ്ണ 48
വും, വീര്യവും ധൈര്യവും അവനെ ഭയപ്പെ
ടുത്തി. അതിനാൽ അരിസ്റ്റോബുലസിന്റെ
കൂട്ടാളികളും, ഹിർക്കാനസിന്റെ കൂട്ടാളിക
ളും തമ്മിലുള്ള തർക്കങ്ങൾ അവസാനിപ്പി
ച്ചാൽ അവൻ അവിടെനിന്ന് പിൻവാങ്ങാ
മെന്ന് സമ്മതിച്ചു. അവരിൽ ചിലർ പോം 49
പെയ്ക്കുവേണ്ടി കവാടങ്ങൾ തുറക്കുവാൻ
ആഗ്രഹിച്ചു. എന്നാൽ മറ്റു ചിലർ ഇതിനോ

ട്ട് വിമുഖരായിരുന്നു. അതു നിമിത്തം അവർ
തമ്മിൽ ഏറ്റുമുട്ടി. ഈ തർക്കങ്ങൾ കുറ
ഞ്ഞില്ല, അതു വർദ്ധിച്ചതിനാൽ യുദ്ധം തു
50 ടർന്നു. അത് പോംപെ ശ്രദ്ധിച്ചു. തന്റെ
സൈന്യവുമായി നഗരത്തിന്റെ കവാടം വള
ഞ്ഞു. ആളുകളിൽ ചിലർ അവനു മുന്നിൽ
ഒരു ചെറുവാതിൽ തുറന്നപ്പോൾ അവൻ
അതിലൂടെ പ്രവേശിച്ച് രാജാവിന്റെ കൊ
ട്ടാരം കൈവശപ്പെടുത്തി. എന്നാൽ പുരോ
ഹിതന്മാർ വാതിലുകൾ അടയ്ക്കുകയും വഴി
കൾ ആയുധാരികളെക്കൊണ്ട് സുരക്ഷിത
മാക്കുകയും ചെയ്തതിനാൽ ദൈവാലയം
51 കീഴടക്കാനായില്ല. എല്ലാ ഭാഗത്തു നിന്നും
അവരെ ആക്രമിക്കാൻ അവൻ ആളുകളെ
അയച്ച്, അവരെ തുരത്തി. അവന്റെ സുഹൃ
ത്തുക്കൾ ദൈവാലയത്തിന്റെ അരികിലേ
ക്ക് വന്ന്, മതിൽ ചാടിക്കയറി, അതിൽ
ഇറങ്ങി. അതിന്റെ കവാടങ്ങൾ തുറന്നു.
52 അനേകം പുരോഹിതന്മാരെ കൊന്നു.
അപ്പോൾ നിയൂസ് വന്ന് അതിനുള്ളിൽ
പ്രവേശിച്ചു. അവൻ കണ്ടതിന്റെ ഭംഗിയും
മഹത്വവും അവനെ അത്യന്തം അത്ഭുതപ്പെ
ടുത്തി. അതിന്റെ സമ്പത്തും അതിലുള്ള വി
ലയേറിയ രത്നങ്ങളും കണ്ടപ്പോൾ അവൻ
53 അമ്പരന്നുപോയി. അതിൽ നിന്നും ഒന്നും
എടുക്കാതെ അവൻ സ്വയം നിയന്ത്രിച്ചു.
അവരുടെ രാജ്യത്തെ ആചാരങ്ങൾക്കനു
സരിച്ച്, കൊല്ലപ്പെട്ടവരെ മാറ്റി, ആലയം
ശുദ്ധിയാക്കി ബലി അർപ്പിക്കുവാൻ അവൻ
പുരോഹിതന്മാരോട്ട് കല്പിച്ചു.

അലക്സാണ്ടറിന്റെ മകൻ ഹിർക്കാനസിനെ യഹൂദന്മാരുടെ രാജാവായി നിയമിച്ചതിന്റെയും റോമൻ സേനാധിപന്റെ റോമിലേക്കുള്ള മടങ്ങിപ്പോക്കിന്റെയും വിവരണം

37 ഈ കാര്യങ്ങൾ ക്രമീകരിച്ച
ശേഷം പൊംപെ ഹിർക്കാനസി
നെ രാജാവായി നിയമിച്ചു. സഹോദ
രനായ അരിസ്റ്റോബുലസിനെ ചങ്ങല
2 യിൽ ബന്ധിച്ച് കൊണ്ടുപോയി. താൻ
വരുന്നതിന് മുമ്പ് യഹൂദന്മാരുടെ രാ
ജാക്കന്മാർ കീഴ്പ്പെടുത്തിയ രാജ്യങ്ങ
ളുടെ മേൽ യഹൂദന്മാർക്ക് ആധിപ
ത്യം പാടില്ലെന്നും അവൻ ഉത്തരവിട്ടു.
അവൻ വിശുദ്ധ ആലയത്തിന്റെ നഗര 3
ത്തിൽ നിന്ന് ഒരു കപ്പം വാങ്ങി. എല്ലാ
വർഷവും റോമാക്കാരിൽ നിന്ന് അധികാ
രപത്രം സ്വീകരിക്കണമെന്ന് ഹിർക്കാന
സുമായി ഉടമ്പടി ചെയ്തു. അരിസ്റ്റോബുല 4
സിനെയും രണ്ടു പുത്രന്മാരേയും, പുത്രിമാ
രെയും കൂട്ടി പോപെ അവിടെനിന്ന് പുറ
പ്പെട്ടു. അരിസ്റ്റോബുലസിന്റെ അലക്സാണ്ടർ
എന്നുപേരുള്ള ഒരു പുത്രൻ അവശേഷി
ച്ചു. അവൻ ഓടിപ്പോയതിനാൽ അവനെ
പിടിക്കാൻ പോംപെക്ക് കഴിഞ്ഞില്ല. 5
അതിനാൽ പോംപെ വിശുദ്ധ ആലയത്തി
ന്റെ നഗരത്തിലെ തന്റെ അധികാര സ്ഥാ
നത്ത് ഹിർക്കാനസിനെയും അന്തിപ്പേറ്റ
റിനെയും, അവരോടൊപ്പം തന്റെ കൂട്ടാളി
യായ സ്കോറസിനെയും നിയമിച്ചു.

അരിസ്റ്റോബുലസിന്റെ മകൻ അലക്സാണ്ടറിന്റെ ചരിത്രം

38 പോംപെ റോമിലേക്ക് പുറപ്പെട്ട
പ്പോൾ ഹിർക്കാനസും അന്തിപ്പേ
റ്ററും അറബികൾക്കെതിരെ പടനയിച്ച്,
അവരെ റോമാക്കാരുടെ ആധിപത്യത്തി
ലാക്കി. അന്തിപ്പേറ്ററുമായുള്ള അവരുടെ 2
അടുപ്പം നിമിത്തവും അവന്റെ ഉപദേശ
ത്തിന് വിലകല്പിച്ചതും കൊണ്ട് അറബി
കൾ കീഴടങ്ങി. റോമാക്കാരുമായി അനുര
ഞ്ജനത്തിലാവാനാണ് അന്തിപ്പേറ്റർ ഇപ്ര
കാരം ചെയ്തത്.
അറബികൾക്കെതിരെ ഹിർക്കാനസ്, 3
അന്തിപ്പേറ്റർ, സ്കോറസ് എന്നിവർ പടനീ
ക്കം നടത്തുന്നത് അരിസ്റ്റോബുലസിന്റെ
മകൻ അലക്സാണ്ടർ അറിഞ്ഞു. അവർ വി
ശുദ്ധ നഗരത്തിൽ നിന്ന് വളരെ ദൂരത്തേ
ക്ക് പോയിക്കഴിഞ്ഞപ്പോൾ. അലക്സാണ്ടർ 4
യാത്ര ചെയ്ത് വിശുദ്ധ നഗരത്തിലെ
ത്തി. അവൻ കൊട്ടാരത്തിൽ പ്രവേശിച്ച്
പോംപെ തകർത്ത നഗരമതിൽ വീണ്ടും
കെട്ടുവാനുള്ള ചെലവിനായി അവിടെ

5 നിന്ന് പണം എടുത്തു. ഹിർക്കാനസും
സംഘവും വിശുദ്ധ ആലയത്തിന്റെ നഗര
ത്തിലേക്ക് തിരിച്ചെത്തുന്നതിന് മുമ്പായി,
അലക്സാണ്ടർ തനിക്കുവേണ്ടി ഒരു സൈ
ന്യത്തെ സംഘടിപ്പിച്ച് താൻ ആഗ്രഹി
6 ച്ച കാര്യങ്ങളെല്ലാം ക്രമീകരിച്ചു. ഹിർക്കാ
നസും സംഘവും മടങ്ങിയെത്തിയപ്പോൾ
അവൻ അവരെ എതിരിട്ടു ചെന്ന്, അവരു
മായി യുദ്ധം ചെയ്ത് അവരെ ഓടിച്ചു വിടുക
യും ചെയ്തു.

അരിസ്റ്റോബുലസിന്റെ മകൻ അലക്സാണ്ടറിന്റെയും, ഗബിനിയസിന്റെയും ചരിത്രം

39 ഗബിനിയസ് സിറിയയുടെ ഭരണ
ച്ചുമതല വഹിക്കാനായി, അവിടെ
താമസിക്കുവാൻ റോമിൽ നിന്ന് പുറ
2 പ്പെട്ടു. പോപെ തകർത്തവ പുനർനിർ
മ്മിച്ചുകൊണ്ടും, അവന്റെ പിൻഗാമിക
ളെ എതിർത്തും, അവന്റെ കൂട്ടാളികളെ
കൊന്നും അരിസ്റ്റോബുലസിന്റെ മകൻ
അലക്സാണ്ടർ ചെയ്ത കാര്യങ്ങൾ, അവൻ
3 അറിഞ്ഞു. അതുകൊണ്ട് അവൻ നേരെ
യരുശലേമിലേക്ക് പോയി. ഹിർക്കാന
സും സംഘവും അവനോടൊപ്പം ചേർന്നു.
4 അലക്സാണ്ടർ പതിനായിരം കാലാളും
ആയിരത്തി അഞ്ഞൂറ് കുതിരകളുമായി പു
5 റപ്പെട്ടു അവരെ നേരിട്ടു. അവർ അലക്സാ
ണ്ടറിനെ തോല്പിച്ചു. അവന്റെ കുറേ കൂട്ടാ
ളികളെ കൊന്നു. അവൻ യെഹൂദദേശത്ത്
അലക്സാന്ദ്രിയം എന്നുപേരുള്ള ഒരു പട്ട
6 ണത്തിലേക്ക് ഓടിപ്പോയി. ഹിർക്കാന
സും ഗബിനയസും അവരുടെ സൈന്യവും
അവനെതിരെ നീങ്ങി അവരെ വളഞ്ഞു.
7 അലക്സാണ്ടർ അവർക്കെതിരെ പുറപ്പെട്ടു.
അവരെ നേരിടുകയും, അവരുടെ നിരവധി
8 ആളുകളെ വധിക്കുകയും ചെയ്തു. അന്റോ
ണിയസ് എന്നു വിളിക്കപ്പെടുന്ന മാർക്കസ്
അവനെതിരേ നീങ്ങി, അലക്സാണ്ടർ വീണ്ടും
അലക്സാന്ദ്രിയത്തിലേക്ക് പലായനം
ചെയ്യാൻ നിർബന്ധിതനായി.
9 അലക്സാണ്ടറിന്റെ അമ്മ ഗബിനയ
സിന്റെ അടുത്തേക്ക് പോയി. അവന്റെ
കോപം അടക്കി. തന്റെ മകൻ അലക്സാണ്ട
റിന്റെ ജീവൻ സംരക്ഷിക്കണമെന്ന് അഭ്യർ
ത്ഥിച്ചു. അക്കാര്യം ഗബിനിയസ് സമ്മതിച്ചു. 10
അലക്സാണ്ടർ അവന്റെ അടുക്കൽ ചെന്നു.
എന്നാൽ ഗബീനിയസ് അവനെ കൊന്നു.
യഹൂദയുടെ പ്രദേശങ്ങളെ അഞ്ച് ഭാഗങ്ങ
ളായി വിഭജിക്കുന്നത് ഉചിതമാണെന്ന് ചി
ന്തിച്ചു. ഒന്ന് യരുശലേമും അതിനോട് ചേർ 11
ന്നുള്ള ഭാഗങ്ങളും. ഈ ഭാഗത്ത് ഹിർക്കാ
നസിനെ ഗവർണറായി നിയമിച്ചു. മറ്റൊരു
ഭാഗം ഗാദിരയും[26] അതിനെ ചുറ്റിപ്പറ്റിയുള്ള
സ്ഥലങ്ങളും. മൂന്നാമത്തേത് യരീഹോവും 12
സമതലങ്ങളും, നാലാമത്തേത് യെഹൂദാ
ദേശത്തുള്ള ഹമാത്ത്[27], അഞ്ചാമത്തേത്
സെഫോറിസ്[28]. ഇതിലൂടെ അവൻ യഹൂ 13
ദാദേശത്തുനിന്ന് യുദ്ധങ്ങളും രാജ്യവിരുദ്ധ
കലാപങ്ങളും നീക്കം ചെയ്യാൻ ഉദ്ദേശിച്ചു.
എന്നാൽ അവ ഒരു കാരണവശാലും നീ
ങ്ങിപ്പോയില്ല.

അരിസ്റ്റോബുലസും മകൻ ആന്റിഗോണസും റോമിൽ നിന്ന് പലായനം ചെയ്തതിന്റെ ചരിത്രവും, അവരുടെ യഹൂദാദേശത്തേക്കുള്ള മടങ്ങിവരവിന്റെ ചരിത്രവും, അരിസ്റ്റോബുലസിന്റെ മരണത്തിന്റെ വിവരണവും

40 റോമിൽ നിന്ന് രക്ഷപെട്ട് യഹൂദാ
നഗരത്തിൽ എത്താനുള്ള പദ്ധ
തികൾ ആവിഷ്കരിച്ച് അതിൽ വിജയിച്ച
അരിസ്റ്റോബുലസ് തന്റെ മകൻ ആന്റി
ഗോണസുമായി യഹൂദയിലെത്തി. അരി 2
സ്റ്റോബുലസ് പൊതുമദ്ധ്യത്തിൽ വന്ന
പ്പോൾ ഒരു വലിയ പുരുഷാരം അവന്റെ
ചുറ്റും വന്നു, അവരിൽ നിന്ന് എണ്ണായി
രം പേരെ തിരഞ്ഞെടുത്ത് ഗബിനിയസി

26 ഗദാര

27 യോർദ്ദാന്റെ കിഴക്കുവശത്തുള്ള പട്ടണമായ അമാത്തസ്

28 ഒരുസമയത്ത് ഗലീലിയുടെ തലസ്ഥാനമായിരുന്ന ഒരു പ്രധാന പട്ടണം

നെതിരെ പടനയിച്ച് അവനുമായി യുദ്ധം
ചെയ്തു, റോമൻ സൈന്യത്തിലെ ധാരാളം
3 പേരെ കൊന്നു. അവന്റെ ആൾക്കാരിലും
ഏഴായിരം പേർ വീണു, ആയിരം പേർ
രക്ഷപ്പെട്ടു, ശത്രുവിന്റെ സൈന്യം അവനെ
പിന്തുടർന്നു. എന്നാൽ അവനും അവന്റെ
കൂടെ അവശേഷിച്ചവരും തന്റെ ആളുകളു
ടെ സമ്പൂർണ നാശം വരെ ചെറുത്തുനിൽ
4 ക്കാൻ നിന്നില്ല. അവനല്ലാതെ ആരും
അവശേഷിച്ചില്ല. മുറിവുകളേറ്റ് തളർന്നു വീ
ഴുന്നതുവരെ അവൻ ഏറ്റവും ക്രോധത്തോ
ടെ പോരാടി പിടിക്കപ്പെട്ടുകയും, ഗബിനി
യസിന്റെ അടുത്തേക്ക് കൊണ്ടുപോവുക
യും ചെയ്തു. അവൻ സുഖപ്പെടുന്നതുവരെ
അവനെ പരിപാലിക്കാൻ ഉത്തരവിട്ടു.
5 പിന്നെ അവൻ അവനെ ചങ്ങലകളിൽ
ബന്ധിച്ച് റോമിലേക്ക് അയച്ചു.

[കൈസറിന്റെ ഭരണകാലം വരെ
അവൻ തടവിൽ ആയിരുന്നു. കൈസർ
അവനെ ജയിലിൽ നിന്ന് മോചിപ്പിച്ച്
ധാരാളം സമ്മാനങ്ങളും ആനുകൂല്യങ്ങളും
6 നൽകി. യഹൂദരെ പോംപെയുടെ അധീ
നതയിൽ നിന്ന് വിട്ടുവിക്കാനും കൈസരി
ന്റെ അധീനതയിലാക്കുവാനുമായി രണ്ടു
സൈന്യാധിപന്മാരെയും പന്തീരായിരം
പേരെയും അവനു നൽകി അവരെ യഹൂദാ
ദേശത്തേക്ക് അയച്ചു.[29] പോംപെ അക്കാ
ലത്ത് ഈജിപ്ത് ദേശത്തിന്റെ ഗവർണറാ
യിരുന്നു.

7 അരിസ്റ്റോബുലസിന്റെയും കൂട്ടരുടെയും
വിവരങ്ങൾ ഹിർക്കാനസ് അറിഞ്ഞു.
അവൻ വളരെ ഭയപ്പെട്ടു. അരിസ്റ്റോബുല
സിന്റെ ആക്രമണങ്ങളിൽ നിന്ന് ഒഴിവാ
കാനുള്ള തന്ത്രങ്ങൾ മെനയാൻ അന്തി
8 പ്പേറ്ററിന് കത്തെഴുതി. അങ്ങനെ അന്തി
പ്പേറ്റർ യരുശലേമിലെ പ്രധാനികളിൽ
ചിലരെ അയച്ച്, അവരിൽ ഒരാളിന്റെ
പക്കൽ വിഷം കൊടുത്ത് അരിസ്റ്റോബുല
സിന് തന്ത്രപൂർവ്വം നൽകാൻ അവനോട്ട്
9 ആവശ്യപ്പെട്ടു. അവർ വിശുദ്ധ നഗരത്തിൽ
നിന്നുള്ള പ്രതിനിധികളാണെന്ന മട്ടിൽ
സിറിയയിൽവച്ച് അരിസ്റ്റോബുലസിനെ
കണ്ടുമുട്ടി. അവൻ അവരെ സന്തോഷപൂർ 10
വ്വം സ്വീകരിച്ചു. അവർ ഒരുമിച്ച് തിന്നുകയും
കുടിക്കുകയും ചെയ്തു. അവർ അരിസ്റ്റോബു
ലസിന് വിഷം കൊടുക്കുവാനായി ഗൂഢാ
ലോചന നടത്തി അങ്ങനെ ചെയ്തു. അവൻ 11
മരിച്ച് സിറിയാ ദേശത്ത് അടക്കം ചെയ്തു.
അവൻ ആദ്യമായി തടവുകാരനായി പിടി
ക്കപ്പെടുന്നതുവരെ അവന്റെ ഭരണകാലം
മൂന്നര വർഷമായിരുന്നു. അവൻ ധൈര്യവും
ഗാംഭീര്യവും സദ് സ്വഭാവവുമുള്ള ഒരു മനു
ഷ്യനായിരുന്നു.]

അവന്റെ രണ്ടു പുത്രന്മാരെയും അമ്മയു 12
ടെ അടുത്തേക്ക് പറഞ്ഞയയ്ക്കുവാൻ ഗബി
നിയസ് രാജസഭയ്ക്ക് കത്തെഴുതിയിരുന്നു.
അവർ അതുചെയ്തു. എന്നാൽ പോംപെ 13
യരുശലേമിൽ നിന്ന് വളരെ ദൂരത്തേക്ക്
പോയപ്പോൾ, യഹൂദർ റോമാക്കാരോടു
ള്ള വിധേയത്വത്തിന്റെ ഉടമ്പടിയിൽനി
ന്ന് പിന്മാറി. അതുകൊണ്ട് ഗബിനിയസ് 14
അവർക്കെതിരെ പോയി, അവരെ എതി
രിട്ട് കീഴടക്കി, വീണ്ടും റോമാക്കാർക്ക് കീ
ഴ്പ്പെടുത്തി.

ഇതിനിടയിൽ ഈജിപ്ത് ദേശം, ടോളമി 15
ക്കെതിരെ[30] കലാപമുണ്ടാക്കുകയും, റോ
മാക്കാർക്ക് കപ്പം കൊടുക്കാൻ വിസമ്മ
തിച്ച് അവന്റെ ആസ്ഥാനനഗരത്തിൽ
നിന്ന് അവനെ പുറത്താക്കുകയും ചെയ്തു.
ഈജിപ്തുകാരെ വീണ്ടും റോമാക്കാരുടെ 16
അധീനതിയിലാക്കുവാനായി, ഈജിപ്തുകാ
രെ നേരിടാൻ തന്നെ വന്ന് സഹായിക്ക
ണമെന്ന് ടോളമി ഗബിനിയസിന് എഴുതി.
ഗബീനിയസ് സിറിയാ രാജ്യത്തുനിന്ന് പു 17
റപ്പെട്ടു. ഒരു സൈന്യവുമായി തന്നോടൊ
പ്പം ചേർന്ന് ടോളമിയുടെ അടുത്തേക്ക്
പോകാനായി ഹിർക്കാനസിന് എഴുതി.
ആന്റിപേറ്റർ ഒരു വലിയ സൈന്യവുമാ 18

---

29 ബി.സി. 49

30 ദിവന്നാസിയോസ് നോവസ് എന്ന പേരിൽ അറിയപ്പെട്ടിരുന്ന ടോളമി, അവനെതിരേ ഈജിപ്തുകാർ അർക്കലൗസിനെ രാജാവാക്കി

യി ഗബീനിയസിന്റെ അടുത്തേക്ക് പോയി,
ദമാസ്കസിൽ വെച്ച് അവനെ കണ്ട്, പേർ
ഷ്യക്കാരുടെ[31] മേൽ അവർ നേടിയ വിജ
യത്തിൽ അഭിനന്ദിച്ചു. ടോളമിയുടെ അടു
19 ത്തേക്ക് വേഗം എത്തുവാൻ അവനോട്ട്
ആജ്ഞാപിച്ചു. അവൻ അങ്ങനെ ചെയ്തു.
ഈജിപ്തുകാരോട്ട് യുദ്ധം ചെയ്യുകയും
20 ധാരാളം പേരെ കൊല്ലുകയും ചെയ്തു. അതി
നുശേഷം ഗാബിനിയസ് വന്ന്, ടോളമിയെ
അവന്റെ സിംഹാസനത്തിൽ ഇരുത്തി, വി
ശുദ്ധ നഗരത്തിലേക്കു പോയി, ഹിർക്കാ
നസിന്റെ പരമാധികാരവും പുതുക്കി റോ
മിലേക്ക് മടങ്ങി.

ക്രാസ്സസിന്റെ ചരിത്രം

41 ഗാബിനിയസ് റോമിൽ തിരിച്ചെ
ത്തിയപ്പോൾ പേർഷ്യക്കാർ[32] റോ
2 മക്കാരോട്ട് വഞ്ചനകാണിച്ചു. ക്രാസ്സസ്
ഒരു വലിയ സൈന്യത്തോടൊപ്പം സി
റിയയിലേക്ക് നീങ്ങി പുരോഹിതന്മാരോ
ട്ട് യെരുശലേമിൽ എത്തി ദൈവാലയ
ത്തിൽ ഉണ്ടായിരുന്ന പണമെല്ലാം ക്രാ
3 സ്സസിനെ ഏൽപ്പിക്കണമെന്ന് ആവശ്യ
പ്പെട്ടു. അതിന് അവർ മറുപടി പറഞ്ഞു:
"പോംപെയ്ക്കും, ഗബീനിയസിനും, മറ്റുള്ളവർ
ക്കും ഇത് നിയമവിരുദ്ധമാകുമ്പോൾ ഇത്
നിങ്ങൾക്ക് എങ്ങനെ നിയമപരമാകും."
എന്നാൽ ക്രാസ്സസ് എനിക്ക് അത് ചെയ്തേ
4 മതിയാകൂ" എന്ന് മറുപടി പറഞ്ഞു. പുരോ
ഹിതനായ ഏലിയാസാർ അവനോട്ട്
ഇങ്ങനെ പറഞ്ഞു "അതിലുള്ള ഒന്നിലും
നീ കൈ വയ്ക്കുകയില്ലെന്ന് എന്നോട്ട് സത്യം
ചെയ്താൽ, ഞാൻ നിനക്ക് മുന്നൂറ് മിനാ[33]
5 സ്വർണ്ണം തരാം." അവൻ വാഗ്ദാനം ചെയ്ത
തുപോലെ ചെയ്താൽ ദൈവാലയത്തിലെ
നിക്ഷേപത്തിൽ നിന്ന് ഒന്നും എടുക്കുകയി
ല്ലെന്ന് ക്രാസ്സസ് അവരോട്ട് സത്യം ചെയ്തു.

ഏലിയാസാർ ഒരു സ്വർണക്കട്ടി അദ്ദേഹ 6
ത്തിന് നൽകി, അതിന്റെ ഒരുവശം ദേവാ
ലയത്തിന്റെ ഭണ്ഡാരത്തിന്റെ ഭിത്തിയിൽ
തിരുകിയിരുന്നു. എല്ലാ വർഷവും ദൈവാ
ലയത്തിൽ പുതിയ തിരശ്ശീലകൾ സ്ഥാ
പിക്കുമ്പോൾ പഴയവ ഈ സ്വർണ്ണക്കട്ടി
യുടെ മുകളിൽ വച്ചിരുന്നു. മുന്നൂറു മിനാ തൂ 7
ക്കമുള്ള സ്വർണക്കട്ടി വർഷങ്ങളോളം കു
മിഞ്ഞുകൂടിയ തിരശ്ശീലകൾകൊണ്ട് മൂടി
യിരുന്നു. ആയത് ഏലിയാസാറിനല്ലാതെ
ആർക്കും അറിയില്ലായിരുന്നു. ക്രാസ്സസ്, 8
ഈ സ്വർണക്കട്ടി ലഭിച്ചിട്ട് ഏലിയാസാറു
മായി ഉണ്ടാക്കിയ ഉടമ്പടിയിൽ നിന്ന് പി
ന്തിരിഞ്ഞ്, തന്റെ വാക്ക് ലംഘിച്ച് അവൻ
ദൈവാലയത്തിലെ ഭണ്ഡാരങ്ങളെല്ലാം
അപഹരിച്ച അതിലുള്ള പണമെല്ലാം
എടുത്തു. അത് രണ്ടായിരം താലന്തുണ്ടാ
യിരുന്നു. ദൈവാലയത്തിന്റെ നിർമ്മിതി
മുതൽ; യഹൂദാരാജാക്കൻമാരുടെ കൊ 9
ള്ളമുതലുകളും, അവരുടെ വഴിപാടുക
ളും, വിജാതിയ രാജാക്കന്മാരുടെ സമ്മാ
നങ്ങളുമായി അന്നുവരെ സ്വരൂപിച്ചതാ
യിരുന്നു ഈ പണം. വർഷങ്ങൾ കഴിയു 10
ന്തോറും പെരുകി വർധിച്ചതെല്ലാം അവർ
എടുത്തു. പിന്നെ ആ നീചനായ ക്രാസ്സ 11
സ് പണവും സൈന്യവുമായി പേർഷ്യ
ക്കാരുടെ രാജ്യത്തേക്കുപോയി. അവർ
അവനെയും അവന്റെ സൈന്യത്തെയും യു
ദ്ധത്തിൽ പരാജയപ്പെടുത്തി, ഒരു ദിവസം
കൊണ്ട് അവരെ കൊന്നു. പേർഷ്യൻ 12
സൈന്യം ക്രാസ്സസിന്റെ പാളയത്തിലുണ്ടാ
യിരുന്നതെല്ലാം കൊള്ളയടിച്ചു.

ഈ നേട്ടത്തിനു ശേഷം അവർ സിറിയാ 13
രാജ്യത്തേക്ക് യുദ്ധത്തിനു പോയി അവരെ
റോമാക്കാരുടെ അധീനതയിൽ നിന്ന് വിടു
വിച്ചു. റോമാക്കാർ അതറിഞ്ഞ് കാസിയസ് 14
എന്ന പ്രഗത്ഭനായ ഒരു സേനാനായക
നെ ഒരു വലിയ സൈന്യവുമായി അയച്ചു.
അവൻ സിറിയൻ രാജ്യത്ത് എത്തി അവി
ടെയുണ്ടായിരുന്ന പേർഷ്യക്കാരെ തുരത്തി.
പിന്നീട്ട് വിശുദ്ധ നഗരത്തിലേക്ക് പോയി, 15
ഹിർക്കാനസിനെതിരേ യഹൂദന്മാർ നട

---

31 പാർത്ഥിയന്മാർ

32 പാർത്ഥിയന്മാർ

33 ഇവിടെ മിനാ രണ്ടര പൗണ്ട് ആണെന്ന് ജോസഫസ് രേഖപ്പെടുത്തിയിരിക്കുന്നു

ത്തിയിരുന്ന കലാപങ്ങളിൽ അനുരഞ്ജ
നമുണ്ടാക്കി ഹിർക്കാനസിനെ വിട്ടുവിച്ചു.
16 അവൻ പിന്നീട് യൂഫ്രട്ടീസ് നദി കടന്ന്
പേർഷ്യക്കാരുമായി യുദ്ധം ചെയ്യുകയും
അവരെ വീണ്ടും റോമാക്കാരുടെ അധീന
17 തയിലാക്കുകയും ചെയ്തു. പോംപി കീഴ്പ്പെടു
ത്തിയ രാജാക്കന്മാരെയും അവൻ കീഴ്പ്പെ
ടുത്തി; കിഴക്കൻ രാജ്യങ്ങളെയെല്ലാം റോ
മാക്കാരുടെ അധീനതയിൽ കൊണ്ടുവന്നു.

റോമാക്കാരുടെ രാജാവായ കൈസറിന്റെ ചരിത്രം

42 റോമിൽ ഗർഭിണിയായ ഒരു സ്ത്രീ
ഉണ്ടായിരുന്നു അവൾ അവളുടെ പ്ര
സവത്തോട് അടുത്തിരിക്കെ പ്രസവസമയ
ത്ത് അതികഠിനമായ വേദനയിൽ മരിച്ചു.
2 എന്നാൽ കുട്ടിക്ക് അനക്കമുണ്ടായിരുന്നതി
നാൽ അമ്മയുടെ വയറു തുറന്ന് കുഞ്ഞിനെ
എടുത്തു, അവൻ വളർന്നു, അഞ്ചാം മാസ
ത്തിൽ ജനിച്ചതിനാൽ ജൂലിയസ് എന്നു
3 പേരിട്ടു. അവനെ അമ്മയുടെ വയറു കീറി
പുറത്തെടുത്തതിനാൽ കൈസർ എന്നു
4 വിളിച്ചു. എന്നാൽ റോമിലെ മൂപ്പൻമാർ
പോംപെയെ കിഴക്കോട്ട് അയച്ചപ്പോൾ,
റോമാക്കാരോട് കലാപം നടത്തിയ ചില
രാജ്യങ്ങൾ കീഴടക്കുവാൻ കൈസറിനെ
5 പടിഞ്ഞാറോട്ട് അയച്ചു. കൈസർ ചെന്നു
അവരെ കീഴടക്കി, റോമാക്കാരുടെ അധീ
നതയിലേക്ക് കൊണ്ടുവന്നു. റോമിലേക്ക്
6 മഹിമയോടെ തിരികെയെത്തി. അവന്റെ
പ്രശസ്തി വർദ്ധിച്ചു. അവന്റെ ഭരണകാര്യ
ങ്ങൾ വളരെ പ്രസിദ്ധമായിത്തീർന്നു. അമി
തമായ അഹങ്കാരം അവനെ പിടികൂടി,
അതിനാൽ തന്നെ രാജാവ് എന്ന് വിളി
ക്കാൻ അവൻ റോമാക്കാരോട് അഭ്യർ
7 ത്ഥിച്ചു. എന്നാൽ മൂപ്പന്മാരും ഗവർണർമാ
രും അവനോട് ഇങ്ങനെ ഉത്തരം പറഞ്ഞു:
"തർക്കിൻ രാജാവിന്റെ കാലത്ത് അവൻ
മറ്റൊരാളുടെ ഭാര്യയെ ബലമായി പിടിച്ചു
കൊണ്ടുപോവുകയും; എന്നാൽ അവൻ
അവളെ ഉപദ്രവിക്കാതിരിക്കുവാൻ ആത്മ
8 ഹത്യ ചെയ്യുകയും ചെയ്ത സമയത്ത്, ഞങ്ങ
ളുടെ പിതാക്കന്മാർ അവരുടെ ഭരണച്ചമ
തലയുള്ള ആർക്കും അവർ രാജാവെ
ന്ന പദവി നൽകുകയില്ല എന്ന് സത്യം
ചെയ്തു. ഈ ശപഥത്തിന്റെ അടിസ്ഥാന
ത്തിൽ നിന്റെ ഈ ആവശ്യം സാധിച്ചുത
രാൻ ഞങ്ങൾക്ക് കഴിയില്ല." അതുകൊ 9
ണ്ട്, അവൻ രാജ്യദ്രോഹ പ്രവർത്തന
ങ്ങൾ ഇളക്കിവിട്ടു. റോമിൽ ഉഗ്രമായ യു
ദ്ധങ്ങൾ നടത്തി. അനേകം ആളുകളെ
കൊന്നൊടുക്കി. അങ്ങനെ റോമാക്കാരു
ടെ സിംഹാസനം പിടിച്ചടക്കി, സ്വയം
രാജാവായി പ്രഖ്യാപിച്ച് തലയിൽ ഒരു 10
കിരീടം വെച്ചു. അതുമുതൽ തങ്ങളുടെ രാ
ജ്യത്ത് അവർ റോമാക്കാരുടെ രാജാക്ക
ന്മാർ എന്ന് അറിയപ്പെട്ടു. അവർ കൈ
സർമാർ എന്നും അറിയപ്പെട്ടു.

കൈസറിന്റെ ഈ വാർത്തയും അവർ 11
മുന്നൂറ്റി ഇരുപത് ഗവർണർമാരെ കൊന്നു
വെന്നതും പോംപെ കേട്ടപ്പോൾ, അവൻ
തന്റെ സൈന്യത്തെ സംഘടിപ്പിച്ച് കപ്പദോ
ക്യയിലേക്ക് പട നയിച്ചു. കൈസർ അവ 12
നെ എതിരിട്ട്, അവനെ കീഴടക്കിക്കൊ
ല്ലുകയും റോമക്കാരുടെ പ്രദേശം മുഴുവൻ
കൈവശപ്പെടുത്തുകയും ചെയ്തു. ഇതിനുശേ 13
ഷം കൈസർ സിറിയ പ്രവിശ്യയിലേക്കു
പോയി അർമേനിയക്കാരനായ മിത്രദേ
ത്തസ് തന്റെ സൈന്യവുമായി കൈസറി
നെ കണ്ടുമുട്ടി, സമാധാനപരമായ പദ്ധതി
കളുമായാണ് താൻ വന്നതെന്നും അവൻ
കൽപ്പിക്കുന്ന ഏത് ശത്രുക്കളെയും ആക്ര
മിക്കുവാൻ തയ്യാറാണെന്നും ഉറപ്പ് നൽകി.
ഈജിപ്തിലേക്ക് പോകുവാൻ കൈസർ 14
അവനോട് കല്പിച്ചു. മിത്രിദേത്തസ് അഷ്ക
ലോൺ വരെ പട നയിച്ചു.

കൈസർ വധിച്ച പോംപെയോടുള്ള 15
ഹിർക്കാനസിന്റെ വിധേയത്വം പരസ്യമാ
യിരുന്നതിനാൽ ഹിർക്കാനസ് കൈസറി
നെ വളരെയധികം ഭയപ്പെട്ടു. അതുകൊണ്ട് 16
അവൻ ധീരന്മാരുടെ ഒരു സൈന്യവുമായി
മിത്രദേത്തസിനെ സഹായിക്കാൻ അന്തി
പ്പേറ്ററിനെ തിടുക്കത്തിൽ അയച്ചു. ഈജി
പ്തിലെ ഒരു നഗരത്തിനുനേരെ അവന്റെ

അടുക്കൽ അന്തിപ്പേറ്റർ ചെന്ന് അവനെ
സഹായിച്ചു. അവർ അത് പിടിച്ചെടുത്തു.
17 എന്നാൽ അവർ അവിടെനിന്ന് പുറപ്പെ
ട്ടപ്പോൾ മിത്രിദേത്തസ് ഈജിപ്തിലേക്കു
കടക്കുന്നതു തടയാൻ ഈജിപ്തിൽ വസി
ച്ചിരുന്ന യഹൂദയരുടെ ഒരു സൈന്യം, പ്ര
18 വേശനകവാടത്തിൽ നിലയുറപ്പിച്ചു. കൈ
സറിന്റെ സുഹൃത്തായ മിത്രിദേത്തസിനെ
എതിർക്കരുതെന്നും അതിൽ നിന്ന് പിന്മാ
റണമെന്നും ആവശ്യപ്പെട്ട് ഹിർക്കാനസി
ന്റെ ഒരു കത്ത് അന്തിപ്പേറ്റർ അവർക്ക്
19 നൽകി. അവർ പിന്മാറി. എന്നാൽ മറ്റുള്ള
വർ, അന്നു ഭരിച്ചിരുന്ന രാജാവിന്റെ നഗര
ത്തിൽ എത്തുന്നതുവരെ മുന്നോട്ടുപോയി.
ഈജിപ്തിലെ സൈന്യങ്ങൾ അവരുടെ
അടുത്തേക്ക് വന്നു. അവർ അവരുമായി യു
ദ്ധംചെയ്ത് അവൻ അവരെ കീഴടക്കി തോ
20 ല്പിച്ചു. മിത്രിദേത്തസ് പിന്തിരിഞ്ഞ് ഓടി
പ്പോയി. ഈജിപ്തിലെ സൈന്യം അവനെ
വളഞ്ഞപ്പോൾ അന്തിപ്പേറ്റർ അവനെ മര
21 ണത്തിൽ നിന്ന് രക്ഷിച്ചു. അന്തിപ്പേറ്ററും
അവന്റെ കൂട്ടാളികളും ഈജിപ്തുകാരുമായി
യുദ്ധം തുടർന്ന് ഈജിപ്ത് മുഴുവൻ കീഴടക്കി.
22 അന്തിപ്പേറ്റർ എന്താണ് ചെയ്തതെന്നും,
അവൻ ചെയ്ത യുദ്ധങ്ങളും, അവനേറ്റ മുറി
വുകൾ എന്താണെന്നും വിവരിച്ച് മിത്രിദേ
23 ത്തസ് കൈസറിന് കത്തെഴുതി. ഈജി
പ്തിനെ പിടിച്ചടക്കിയത് താനല്ല, അന്തിപ്പേ
റ്ററാണെന്നും അവൻ ഈജിപ്തുകാരെ കൈ
സറിന്റെ അധീനതയിലേക്ക് കൊണ്ടുവന്നു
24 വെന്നും അതിൽ എഴുതി. കൈസർ മിത്രി
ദേത്തസിന്റെ കത്ത് വായിച്ചപ്പോൾ, അന്തി
പ്പേറ്ററിന്റെ പോരാട്ടങ്ങളെ അഭിനന്ദിക്കുക
യും അവന് സ്ഥാനക്കയറ്റം നൽകാൻ തീരു
25 മാനിക്കുകയും ചെയ്തു. ഇക്കാര്യങ്ങൾക്കുശേ
ഷം മിത്രിദേത്തസും അന്തിപ്പേറ്ററും കൈ
സറിന്റെ അടുത്തേക്ക് ചെന്നു. അവൻ
അന്ന് ദമാസ്കസിൽ ആയിരുന്നു. കൈസ
റിൽ നിന്ന് അവന് ഇഷ്ടമുള്ളതെല്ലാം ലഭി
ച്ചു, അവൻ ആഗ്രഹിച്ചതെല്ലാം അവനു വാ
ഗ്ദാനം ചെയ്തു.

തന്റെ പിതാവിന്റെ മരണത്തിന് കാരണമായ അന്തിപ്പേറ്ററിനെക്കുറിച്ച് പരാതിപ്പെടുന്നതിന് അരിസ്റ്റോബുലസിന്റെ മകനായ അന്റിഗോണസ് കൈസറിന്റെ അടുത്ത് വന്നതിന്റെ വിവരണം

43 എന്നാൽ അരിസ്റ്റോബുലസിന്റെ
മകൻ ആന്റിഗോണസ് കൈസറി
ന്റെ അടുത്തേയ്ക്ക് വന്ന് പോംപെയ്ക്ക് എതിരേ
യുദ്ധം ആരംഭിക്കാൻ തന്റെ പിതാവായ
അരിസ്റ്റോബുലസ് നടത്തിയ ശ്രമങ്ങളെ
ക്കുറിച്ചും കൈസറിനോട് അവൻ കൂറും
അനുസരണവുമുള്ളവനായിരുന്നുവെന്നും
അറിയിച്ചു. അവന്റെ പിതാവിനെ വിഷം 2
കൊടുത്തു കൊല്ലുവാനായി, അവന്റെ
അടുത്തേക്ക് ഹിർക്കാനസും അന്തിപ്പേ
റ്ററും ഒരു മനുഷ്യനെ രഹസ്യമായി അയ
ച്ചെന്ന് അവൻ പറഞ്ഞു. അവരുടെ സഖ്യ
ങ്ങൾക്കെതിരായിട്ട് പോംപെയെ സഹാ
യിക്കാനായി ഉദ്ദേശിച്ചാണ് ഇതു ചെയ്തതെ
ന്ന് അവൻ പറഞ്ഞു.
കൈസർ അന്തിപ്പേറ്ററിന്റെ അടുത്തേ 3
ക്ക് ആളയച്ച്, ഇക്കാര്യം അവനോട്
ചോദിച്ചതിന് അന്തിപ്പേറ്റർ ഇപ്രകാരം
മറുപടി നൽകി. "തീർച്ചയായും ഞാൻ 4
പോംപെയെ അനുസരിച്ചു, എന്തെന്നാൽ
അവൻ അന്ന് ഭരണാധികാരിയായിരുന്നു.
എനിക്ക് ആനുകൂല്യങ്ങളും നല്കി. എന്നാൽ
ഇതിനകം മരിച്ചുപോയ പോംപെയ്ക്കുവേണ്ടി
യല്ല ഞാൻ ഈജിപ്തുകാരുമായി യുദ്ധം
ചെയ്തത്. അവരെ പരാജയപ്പെടുത്തുന്നതി 5
ലും പോംപെയുടെ വിധേയത്വത്തിലേക്ക്
അവരെ നയിക്കുന്നതിലും ഞാൻ ബുദ്ധിമു
ട്ടുകൾ അനുഭവിച്ചത് പോംപെയോടുള്ള വി
ധേയത്വം നിമിത്തമല്ല, എന്നാൽ, കൈസ
റോടുള്ള കടമ നിമിത്തവും, കൈസറിന്റെ
വിധേയത്വത്തിലേക്ക് അവനെ കൊണ്ടുവ
രുന്നതിനുമായാണ് ഞാൻ ഇത് ചെയ്തത്"
എന്നിട്ട് അന്തിപ്പേറ്റർ അവന്റെ തലയും 6
കൈകളും അനാവരണം ചെയ്തു. "എന്റെ
തലയിലും ശരീരത്തിലും ഉള്ള ഈ മുറിവു
കൾ കൈസറിനോടുള്ള എന്റെ സ്നേഹവും

അനുസരണവും പോംപെയോടുള്ള എന്റെ
വിധേയത്വത്തേക്കാൾ കൂടുതലാണെ
ന്ന് സാക്ഷ്യപ്പെടുത്തുന്നു. എന്തെന്നാൽ
7 കൈസർ രാജാവിന്റെ കാലത്ത് ഞാൻ
സ്വയം ഏറ്റെടുത്ത കാര്യങ്ങൾ പോംപെയു
8 ടെ കാലത്ത് ഞാൻ ചെയ്തിട്ടില്ല" കൈസർ
അവനോട് പറഞ്ഞു. "യഹൂദരിൽ ഏറ്റവും
ധീരന്മാരായ, നിനക്കും നിന്റെ എല്ലാ സ
ഹോദരൻമാർക്കും സമാധാനം ഉണ്ടാകട്ടെ,
ഞങ്ങളോടുള്ള ധൈര്യവും മഹത്വവും അനു
സരണവും വാത്സല്യവും നിങ്ങൾ യഥാർ
ത്ഥത്തിൽ പ്രകടിപ്പിച്ചിരിക്കുന്നു."
9 അന്നു മുതൽ കൈസറിന് അന്തിപ്പേറ്ററി
നോടുള്ള, വാത്സല്യം കൂടുകയും എല്ലാ സ
ഹോദരൻമാരേക്കാളും അവനെ ഉയർത്തുക
യും, സൈന്യത്തിന്റെ തലവൻ ആയി സ്ഥാ
നക്കയറ്റം നല്കുകയും പേർഷ്യക്കാരുടെ രാ
ജ്യത്തേക്ക് അവനെ കൂട്ടിക്കൊണ്ടുപോക
10 കയും ചെയ്തു. അവന്റെ ധീരതയും യുദ്ധവി
ജയങ്ങളും കണ്ട കൈസറിന് അവനോടു
11 ള്ള വാത്സല്യം വർദ്ധിച്ചുവന്നു. കൈസർ
അന്തിപ്പേറ്ററിനെ യഹൂദാദേശത്തേക്ക്
തിരികെ കൊണ്ടുവന്ന് അധികാരസ്ഥാ
നം നല്കി കിരീടം അണിയിച്ചു.[34]
12 ഹിർക്കാനസിന്റെ അധികാരകാര്യങ്ങളി
ലും ക്രമീകരണമുണ്ടാക്കി[35] കൈസർ റോ
മിലേക്കു പോയി. ഹിർക്കാനസ് വിശുദ്ധ
നഗരത്തിന്റെ മതിലുകൾ പണിയുകയും,
ജനങ്ങളോട് ഉൽകൃഷ്ടമായ രീതിയിൽ
13 പെരുമാറുകയും ചെയ്തു. എന്തെന്നാൽ
അവൻ നല്ലവനും, നന്മയുള്ളവനും, കുറ്റമ
റ്റ ജീവിതം നയിച്ചവനുമായിരുന്നു എങ്കിലും
യുദ്ധങ്ങൾ നയിക്കാൻ അവന് കഴിവില്ലാ
യിരുന്നു എന്നത് കുപ്രസിദ്ധമായിരുന്നു.

34 ഹിർക്കാനസിന്റെ മഹാപുരോഹിത സ്ഥാനം കൈസർ അംഗീകരിക്കുകയും യഹൂദാദേശത്തിന്റെ ഭരണകാര്യങ്ങളുടെ തലവനായി പ്രൊക്യുറേറ്റർ അല്ലെങ്കിൽ ഗവർണ്ണർ എന്ന സ്ഥാനം അന്തിപ്പേറ്ററിന് നല്കുകയും ചെയ്തു

35 ഹിർക്കാനസും അവന്റെ പിൻഗാമികളും യഹൂദന്മാരുടെ മുൻപതിവനുസരിച്ച് പ്രധാനിയും മഹാപുരോഹിതനുമായിരിക്കണമെന്ന് ക്രമീകരണമുണ്ടാക്കി

ഹിർക്കാനസ് കൈസറിന്റെ അടുക്കലേക്ക് പ്രതിനിധിസംഘത്തെ അയച്ചതിന്റെയും, അവർ തമ്മിലുള്ള ഉടമ്പടി പുതുക്കാൻ ആവശ്യപ്പെടുന്നതിന്റെയും വിവരണം. കൂടാതെ ഹിർക്കാനസ് കൈസറിന് അയച്ച ഉടമ്പടിയുടെ പകർപ്പം.

44 അവനും റോമാക്കാരും തമ്മിലു
ള്ള ഉടമ്പടി പുതുക്കുന്നതിനെക്കു
റിച്ചുള്ള ഒരു കത്തുമായി ഹിർക്കാനസ്
കൈസറിന്റെ അടുക്കലേക്ക് പ്രതിനിധി
കളെ അയച്ചു. ഹിർക്കാനസിന്റെ പ്രതി 2
നിധികൾ കൈസറിന്റെ അടുക്കൽ വന്ന
പ്പോൾ അവരെ തന്റെ സന്നിധിയിൽ ഇരു
ത്താൻ അവൻ ആജ്ഞാപിച്ചു. തന്റെ അടു
ക്കൽ വരുന്ന രാജാക്കന്മാരുടെ പ്രതിനിധി
കളിൽ ഒരാൾക്കും അവൻ നൽകിയിട്ടില്ലാ
ത്ത ഒരു ബഹുമതി ആയിരുന്നു ഇത്.
മാത്രമല്ല അവൻ അവരോട് ദയയോ 3
ടെ പെരുമാറി. അവരുടെ കാര്യങ്ങൾ വേ
ഗത്തിലാക്കുകയും ഹിർക്കാനസിന് മറു
പടി നൽകാൻ ഉത്തരവിടുകയും ചെയ്തു.
അവൻ ഹിർക്കാനസിന് എഴുതിയ ഉടമ്പ
ടിയുടെ ഒരു പകർപ്പാണ് ഇനി കൊടുത്തി
രിക്കുന്നത്.
"രാജാക്കന്മാരുടെ രാജാവായ കൈ 4
സർ, സോരിലെയും സീദോനിലെയും റോ
മാക്കാരുടെ പ്രഭുക്കന്മാരോട് അറിയിക്കു
ന്നത്. നിങ്ങൾക്ക് സമാധാനം ഉണ്ടാകട്ടെ.
യഹൂദന്മാരുടെ രാജാവായിരുന്ന അലക്സാ 5
ണ്ടറിന്റെ മകനും യഹൂദന്മാരുടെ രാജാവു
മായ ഹിർക്കാനസിന്റെ ഒരു കത്ത് എന്റെ
അടുക്കൽ എത്തിയിട്ടുണ്ടെന്ന് ഞാൻ നി
ങ്ങളെ അറിയിക്കുന്നു. എന്നോടും റോമൻ 6
രാഷ്ട്രത്തോടും അവർക്ക് കൂറും സ്നേഹവും
ഉണ്ടെന്ന് അവനും അവന്റെ ജനങ്ങളും
പ്രഖ്യാപിക്കുന്നതിനാൽ ആ കത്തു കിട്ടി
യതിൽ ഞാൻ ആനന്ദിക്കുന്നു. എന്റെ സ 7
ഹോദരനായ മിത്രിദേത്തസിനെ ഈജിപ്തി
ലെ സൈന്യം ആക്രമിച്ചപ്പോൾ, യഹൂദ
ന്മാരുടെ ഒരു സേനാനായകനായ അന്തി
പ്പേറ്ററെയും അവരുടെ കുതിരപ്പടയെയും
അയച്ചുവെന്നതിലൂടെ, അവന്റെ വാക്കുക

ളുടെ സത്യാവസ്ഥ, എനിക്ക് ബോദ്ധ്യപ്പെ
8 ട്ടിരിക്കുന്നു. ആ യുദ്ധത്തിൽ അവൻ മിത്രി
ദേറ്റസിനെ മരണത്തിൽ നിന്ന് രക്ഷിക്കുക
യും, നമുക്കുവേണ്ടി അവൻ ഈജിപ്റ്റ് രാജ്യം
പിടിച്ചെടുക്കുകയും ഈജിപ്തുകാരെ റോമാ
ക്കാരുടെ വിധേയത്വത്തിലേക്ക് കൊണ്ടുവ
രികയും ചെയ്തു. മാത്രമല്ല, പേർഷ്യക്കാരു
ടെ രാജ്യത്തേക്ക് നാം പട നയിച്ചപ്പോൾ,
അവൻ സ്വമേധയാ എന്നോടൊപ്പം വരു
9 കയും ചെയ്തു. അതിനാൽ ഗാസ മുതൽ
സീദോൻ വരെയുള്ള കടൽത്തീരത്തുള്ള നി
വാസികളിൽ സീദോനിലെ പൗരന്മാരൊ
ഴികെ എല്ലാവരും ഞങ്ങൾക്ക് നല്കാനാ
യി കടപ്പെട്ടിരിക്കുന്ന എല്ലാ നികുതികളും,
വർഷം തോറും യരുശലേമിൽ വലിയവ
നായ ദൈവത്തിന്റെ ആലയത്തിന് നൽക
10 ണമെന്ന് ഞാൻ കൽപ്പിക്കുന്നു. എന്നാൽ
സീദോനിലെ പൗരൻമാർ ഓരോ വർഷ
ത്തിലും അവർ തങ്ങളുടെ കപ്പം നിശ്ച
യിച്ച പ്രകാരം ഇരുപതിനായിരത്തിഅ
ഞ്ഞൂറ്റമ്പത് വിബ[36] ഗോതമ്പ് നൽകട്ടെ.
11 ലവോദിക്യയും അതിന്റെ സ്വത്തുക്കളും,
മുമ്പ് യഹൂദ രാജാക്കന്മാരുടെ കൈവശ
മായിരുന്ന എല്ലാവസ്തുക്കളും, യോർദ്ദാൻ
കടന്ന് അസ്മോനിയക്കാർ[37] നേടിയ
എല്ലാ സ്ഥലങ്ങളും, യൂഫ്രട്ടീസിന്റെ തീര
12 ത്തോളമുള്ള സ്ഥലങ്ങളും യഹൂദയിലെ രാ
ജാവായ അലക്സാണ്ടറിന്റെ മകൻ ഹിർ
13 ക്കാനസിന് തിരികെ നൽകണം. ഇവ
യെല്ലാം അവന്റെ പിതാക്കന്മാർ വാളു
കൊണ്ട് നേടി, എന്നാൽ അരിസ്റ്റോബുല
സിന്റെ കാലത്ത് പോംപെ ഇവയെല്ലാം
14 അന്യായമായി പിടിച്ചെടുത്തു. അവ ഇന്ന്
മുതൽ എന്നേക്കും ഹിർക്കാനസിനും,
അവന്റെ പിൻഗാമികളായ യഹൂദാരാജാ
15 ക്കന്മാർക്കും അവകാശപ്പെട്ടതാണ്. ഈ
ഉടമ്പടി എനിക്കും എന്റെ പിൻഗാമിക
ളായ റോമിലെ ഓരോ രാജാക്കന്മാർക്കും
വേണ്ടിയുള്ളതാണ്. ആരെങ്കിലും അതിനെ
യോ അതിന്റെ ഏതെങ്കിലും ഭാഗമോ ലം
ഘിച്ചാൽ ദൈവം അവനെ വാളാൽ നശി
പ്പിക്കട്ടെ, അവന്റെ അധികാരങ്ങൾ ശൂന്യ
മാക്കപ്പെടട്ടെ. നിങ്ങൾ എന്റെ ഈ കത്ത് 16
വായിക്കുമ്പോൾ അത്, റോമാക്കാരുടെ ഭാ
ഷയിലും അവരുടെ ലിപികളിലും, ഗ്രീക്കു
കാരുടെയും ഭാഷയിലും അവരുടെ ലിപിക
ളിലും താമ്രഫലകങ്ങളിൽ എഴുതുക. ഹിർ 17
ക്കാനസിനും യഹൂദർക്കും ഞാൻ കല്പിച്ച
നുവദിച്ചിരിക്കുന്നത് എന്താണെന്ന് എല്ലാ
വരും കണ്ടു മനസ്സിലാക്കാൻ തക്കവിധം
സോരിലെയും സീദോനിലെയും ക്ഷേത്രങ്ങ
ളുടെ പ്രധാന ഭാഗങ്ങളിൽ ഈ താമ്രഫല
കങ്ങൾ സ്ഥാപിക്കുക.

കൈസറിന്റെ മരണത്തിന്റെ ചരിത്രം

45 കൈസറിനൊപ്പം പോംപെയുടെ
രണ്ടു സുഹൃത്തുക്കൾ ഉണ്ടായിരുന്നു.
അവരിൽ ഒരാളുടെ പേര് കാസിയസ്
എന്നും മറ്റെയാളുടെ പേര് ബ്രൂട്ടസ്
എന്നുമായിരുന്നു. അവർ കൈസറിനെ
കൊല്ലാൻ ഗൂഢാലോചന നടത്തി.
കൈസർ തനിക്ക് പ്രാർത്ഥിക്കാനായി 2
പ്രത്യേകമായി റോമിൽ ഒരുക്കിയിരു
ന്ന ക്ഷേത്രത്തിൽ ഈ പദ്ധതിക്കായി
അവർ ഒളിച്ചിരുന്നു. യാതൊരു സുരക്ഷാ 3
മുൻകരുതലുകളും ഇല്ലാതെ അവൻ വന്ന
പ്പോൾ, അവർ അവന്റെ നേരെ പാഞ്ഞു
കയറി, അവനെ കൊന്നു. കൈസറിന്റെ 4
സിംഹാസനം, കാസിയസ് സ്വന്തമാക്കി
യെങ്കിലും, കൈസറിന്റെ ആളുകളെ ഭയന്ന
തുകൊണ്ട് റോമിൽ തുടർന്നില്ല. ഒരു വലിയ
സൈന്യത്തെ സംഘടിപ്പിച്ച് അതുമായി
കടലിനപ്പുറത്തേക്ക് പോയി.

അവൻ ഏഷ്യാ ദേശത്തേക്ക് നീങ്ങി 5
അതിനെ തരിപ്പണമാക്കി. അവിടെ നിന്ന്
അവൻ യഹൂദ ദേശത്തേക്ക് പോയി. അന്തി 6
പ്പേറ്റർ അവനെ ആക്രമിക്കാൻ ആഗ്രഹി
ച്ചു എങ്കിലും കാസിയസിന്റെ സൈനിക

36 ഇരുപത്തിരണ്ടോ ഇരുപത്തിനാലോ മോഡി (modii – modius ന്റെ ബഹുവചനം) എന്ന കണക്കാക്കുന്ന അളവുതോത്. ഒരു മോഡിയസ് 8.73 ലിറ്റർ എന്നു കണക്കാക്കുന്നു.

37 യൂദാ മക്കാബിയും അവരുടെ പിൻഗാമികളും

ബലത്തിന്റെ മുന്നിൽ തന്റെ ശക്തി തുല്യ
മല്ലെന്ന് കണ്ടിട്ട് അവനോട്ട് സമാധാനമു
7 ണ്ടാക്കി. കാസിയസ് യഹൂദാ ദേശത്തുനി
ന്ന് എഴുന്നൂറു താലന്ത് സ്വർണ്ണം കപ്പമായി
ആവശ്യപ്പെട്ടു. അന്തിപ്പേറ്റർ ആ കപ്പത്തി
8 ന് സ്വയം ജാമ്യക്കാരനായി. അത് യഹൂദാ
ദേശത്തു നിന്ന് പിരിച്ചെടുക്കുവാനും, കാസി
യസിന് കൊണ്ടു പോയികൊടുക്കാനും
തന്റെ മകൻ ഹെരോദിനോട്ട്, അന്തിപ്പേ
റ്റർ കൽപ്പിച്ചു. കാസിയസ് അത് സ്വീകരിച്ച്
മക്കദോന്യയിലേക്ക് പോയി, റോമാക്കാ
രെ ഭയന്ന് അവിടെ തുടർന്നു.

അന്തിപ്പേറ്ററിന്റെ മരണത്തിന്റെ ചരിത്രം

46 യഹൂദയിലെ പ്രഭുക്കന്മാർ അന്തിപ്പേ
റ്ററിനെ കൊല്ലുവാൻ ആലോചന
നടത്തി. അതിനായി മൽഖിയ എന്നു
പേരുള്ള ഒരു മനുഷ്യനെ രഹസ്യമായി
നിയമിച്ചു. മൽഖിയ ഒരു ശ്രമം നടത്തി,
2 പക്ഷേ അത് നടപ്പിലാക്കുവാൻ വളരെ
3 കാലമെടുത്തു. അതിനെപ്പറ്റിയുള്ള വിവരം
അന്തിപ്പേറ്റർ അറിഞ്ഞപ്പോൾ, അവൻ
മൽഖിയയെ കൊല്ലുവാനായി അന്വേഷി
4 ച്ചു. എന്നാൽ തനിക്കെതിരെ ചുമത്തിയി
രുന്ന കുറ്റങ്ങൾ അന്തിപ്പേറ്ററുടെ മുമ്പാകെ
മൽഖിയ നിഷേധിച്ചു. ഈ വിവരങ്ങൾ
അടിസ്ഥാനരഹിതമാണെന്ന് ആണയി
ട്ടു. അന്തിപ്പേറ്റർ അതു വിശ്വസിച്ച് മൽ
5 ഖിയയെ കുറ്റവിമുക്തനാക്കി. എന്നാൽ
മൽഖിയ, ഹിർകാനസിന്റെ പാനപാ
ത്രവാഹകന് വലിയൊരു തുക നൽകി,
രാജാവിന്റെ സാന്നിധ്യത്തിൽ വിരുന്ന്
കട്ടിലിൽ ഇരിക്കുമ്പോൾ അന്തിപ്പേറ്റ
6 റിന് വിഷം നൽകാൻ പറഞ്ഞു. പാന
7 പാത്രവാഹകൻ ഇതു ചെയ്തു. അന്തിപ്പേ
റ്റർ രാജാവ്[38] അന്നു തന്നെ മരിച്ചു. ഈ
കാര്യം രാജാവിന്റെ[39] പദ്ധതി പ്രകാരമോ
അറിവോടെയോ ആയിരുന്നില്ല. അന്തി
പ്പേറ്റർ മരിച്ചപ്പോൾ, മൽഖിയയെ അവനു
പകരം ഹിർക്കാനസ് നിയമിച്ചു.

മൽഖിയയുടെ മരണത്തിന്റെ ചരിത്രം

47 തന്റെ പിതാവിന്റെ മരണത്തി
ന് കാരണം മൽഖിയയാണെന്ന്
അന്തിപ്പേറ്ററിന്റെ മകൻ ഹെരോദ് അറി
ഞ്ഞപ്പോൾ, അവൻ മൽഖിയയെ പര
സ്യമായി ആക്രമിക്കുവാൻ തീരുമാനി
ച്ചു. എന്നാൽ തന്ത്രപരമായി അവനെ
പുറത്താക്കണമെന്ന് ഉപദേശിച്ച്
അവന്റെ സഹോദരൻ അവനെ തടഞ്ഞു.
ഹെരോദാവ് കാസിയസിന്റെ അടുത്ത് 2
ചെന്ന്, മൽഖിയ എന്താണ് ചെയ്തതെ
ന്ന് അവനോടു പറഞ്ഞു. അതിന് മറുപടി
യായി: "ഞാൻ സോരിൽ എത്തുമ്പോൾ
ഹിർക്കാനസ് എന്റെ അടുത്ത് വരും.
അപ്പോൾ മൽഖിയയും അവനോടൊപ്പം
വരും. അപ്പോൾ പെട്ടെന്ന് അവനെ ആക്ര
മിച്ച് കൊല്ലുക" എന്ന് പറഞ്ഞു. കാസിയസ് 3
സോരിൽ പോയി, ഹിർക്കാനസ് മൽഖിയ
യെയും കൂട്ടി അവന്റെ അടുക്കൽ ചെന്നു.
കാസിയസിനെയും സുഹൃത്തുക്കളെയും
ക്ഷണിച്ച ഒരു വിരുന്നിൽ ഹിർക്കാനസും
മൽഖിയയും കാസിയസിനൊപ്പം നിൽ
ക്കുകയായിരുന്നു. (ഹെരോദ് കൽപ്പിക്കു 4
ന്നതെന്തും ചെയ്യാൻ കാസിയസ് തന്റെ
ദാസന്മാർക്ക് കൽപ്പന നൽകിയിരുന്നു.)
ഹെരോദ് തന്റെ സഹോദരനോടൊപ്പം 5
ഹിർക്കാനസിന്റെ കൂട്ടാളികൾക്കിടയിൽ
നിൽക്കുകയായിരുന്നു. കണ്ണിറുക്കലിലൂടെ
സൂചന നൽകുന്ന സമയത്ത് മൽഖിയയെ
കൊല്ലാൻ, ചില സേവകരുമായി ഹെരോദ്
ധാരണയുണ്ടാക്കിയിരുന്നു. അതിനാൽ 6
ഹിർക്കാനസ് തന്റെ സുഹൃത്തുക്കളോ
ടൊപ്പം ഭക്ഷണം കഴിക്കുകയും മദ്യപിക്കു
കയും ചെയ്തു. അതിനുശേഷം ഉച്ചകഴിഞ്ഞ്
അവർ ഉറങ്ങാൻ പോയി. അവർ ഉറക്ക 7

38 മറ്റൊരിടത്തും അന്തിപ്പേറ്ററിന് രാജാവ് എന്ന സ്ഥാനം നല്കി പ്രതിപാദിക്കുന്നില്ല. കൈസർ അന്തിപ്പേറ്ററിന് യഹൂദയുടെ പ്രൊക്യുറേറ്റർ എന്ന സ്ഥാനം നല്കിയിരുന്നെങ്കിലും സിംഹാസനാരൂഢനാവുകയോ രാജാവ് എന്ന സ്ഥാനം വഹിക്കുകയോ ചെയ്തിരുന്നതായി കാണുന്നില്ല

39 ഹിർക്കാനസ്

ത്തിൽ നിന്ന് ഉണർന്നപ്പോൾ വെളിയിൽ
അവർ ഉറങ്ങിയ വിരുന്ന് മുറിയുടെ കവാട
ത്തിനു മുന്നിലായി ഒരു കിടക്ക ഒരുക്കാൻ
ഹിർക്കാനസ് ഒരാളോട് ആവശ്യപ്പെട്ടു.
8 അവൻ അവിടെ ഇരുന്നു തന്നോടൊപ്പം
ഇരിക്കാൻ മൽഖിയയോട്ട് ആജ്ഞാപി
ച്ചു. ഹെരോദിനോടും സഹോദരനോടും
ഇരിക്കാൻ അവൻ കല്പിച്ചു. കാസിയസി
ന്റെ ഭൃത്യന്മാർ ഹിർക്കാനസിന്റെ അടുത്ത്
9 നിന്നു. ഹെരോദ് മൽഖിയയെ ചൂണ്ടി കണ്ണു
കൊണ്ട് ആംഗ്യം കാട്ടി, ഉടനെ അവർ മൽ
ഖിയയുടെ നേരെ പാഞ്ഞുചെന്ന് അവനെ
10 കൊന്നു. ഹിർക്കാനസ് വളരെ ഭയപ്പെട്ടു.
ബോധം കെട്ടു വീണു.
11 എന്നാൽ, കാസിയസിന്റെ പരിചാരകർ
കൊല്ലപ്പെട്ട മൽഖിയയെ എടുത്തുകൊണ്ടു
പോയപ്പോൾ ഹിർക്കാനസ് ബോധം വീ
ണ്ടെടുത്തു. ഹെരോദിന്റെ അടുത്ത് ചെന്ന്
മൽഖിയയുടെ മരണകാരണം ഹെരോ
12 ദിനോട്ട് ചോദിച്ചു. ഹെരോദ ഇങ്ങനെ
ഉത്തരം പറഞ്ഞു: "ഇക്കാര്യത്തിൽ ഞാൻ
പൂർണ്ണമായും അജ്ഞനാണ്. ഇതിന്റെ
കാരണം എനിക്കറിയില്ല. ഹിർക്കാനസ്
ആ മറുപടിയിൽ തൃപ്തനായി. പിന്നെ ഒരി
ക്കലും കൂടുതൽ കാര്യങ്ങൾ ചോദിച്ചില്ല.
13 കൈസറിന്റെ സഹോദരന്റെ മകൻ
ഒക്ടോവിയനെയും അദ്ദേഹത്തിന്റെ സേ
നാനായകൻ ആന്റണിയെയും നേരിടാൻ
കാസിയസ് മക്കദോന്യയിലേക്ക് പോയി.
എന്തെന്നാൽ അവർ റോമിൽ നിന്ന് ഒരു
വലിയ സൈന്യത്തോടൊപ്പം കാസിയസി
നെ തേടി പുറപ്പെട്ടിരുന്നു.

കൈസറിന്റെ സഹോദരന്റെ മകൻ അഗസ്റ്റസ് എന്ന ഒക്ടോവിയന്റെയും, സൈന്യത്തലവനായ ആന്റണിയുടെയും കാസിയസിന്റെ മരണത്തെയും കുറിച്ചുള്ള ചരിത്രം)

48 ഒക്ടോവിയൻ മക്കദോന്യയിലേ
ക്ക് പടനയിച്ചപ്പോൾ, കാസിയസ്
അവനെ നേരിടുവാൻ പുറപ്പെട്ടു. അവനുമാ
യി യുദ്ധം ചെയ്ത് കാസിയസിനെ ഓടിച്ചു.
കാസിയസിനെ പിന്തുടർന്ന ഒക്ടോവി 2
യൻ, അവനെ പൂർണ്ണമായും പരാജയ
പ്പെടുത്തിക്കൊന്നു. പിതൃസഹോദരനായ
കൈസറിനു ശേഷം ഒക്ടോവിയൻ രാജ്യ
ഭരണം നേടി. അവന്റെ പിതൃസഹോദര
ന്റെ പേരിലെ കൈസർ എന്ന വിളിപ്പേ
രും സ്വീകരിച്ചു.
കാസിയസിന്റെ മരണം ഹിർക്കാന 3
സ് അറിഞ്ഞപ്പോൾ, അവൻ അഗസ്റ്റസി
നും ആന്റണിക്കും സമ്മാനങ്ങളും പണവും
ആഭരണങ്ങളുമായി പ്രതിനിധികളെ അയ
ച്ചു.
കൈസറുമായി ഉണ്ടാക്കിയ ഉടമ്പടി പു 4
തുക്കുവാൻ ആവശ്യപ്പെട്ടുകൊണ്ട് അവൻ
കത്തെഴുതി. റോമിലുണ്ടായിരുന്ന യഹൂദയി 5
ലെ എല്ലാ തടവുകാരെയും കാസിയസിന്റെ
കാലത്ത് ബന്ദികളാക്കിയവരെയും മോചി
പ്പിക്കുവാൻ അവൻ ആവശ്യപ്പെട്ടു. ഗ്രീക്കു 6
കാരുടെ രാജ്യത്തും ഏഷ്യാദേശത്തുമുള്ള
എല്ലാ യഹൂദന്മാരും അവരുടെ രാജ്യത്ത്
തിരിച്ചുവരുന്നതിന് ഏതെങ്കിലും നികുതി 7
ഈടാക്കുകയോ മറ്റ് തടസ്സങ്ങൾ ഉണ്ടാ
ക്കുകയോ ചെയ്യാതെ അവരെ അനുവദി
ക്കണമെന്നും കത്തിൽ ആവശ്യപ്പെട്ടു.
അങ്ങനെ ഹിർക്കാനസിന്റെ പ്രതിനി 8
ധികൾ അവരുടെ കത്തും സമ്മാനങ്ങളുമാ
യി അഗസ്റ്റസിന്റെ അടുക്കൽ വന്നപ്പോൾ
അവൻ പ്രതിനിധികളെ ആദരിക്കുകയും 9
സമ്മാനങ്ങൾ സ്വീകരിക്കുകയും ഹിർക്കാ
നസ് ആവശ്യപ്പെട്ടതെല്ലാം അംഗീകരി
ക്കുകയും ചെയ്തു. അവൻ ഹിർക്കാനസി
ന് ഒരു കത്ത് എഴുതി. അതിന്റെ പകർപ്പ്
ഇതാണ്.
"രാജാക്കന്മാരുടെ രാജാവായ അഗസ്റ്റ 10
സ് തന്റെ കൂട്ടാളിയായ ആന്റണിയോടൊ
പ്പം, യഹൂദ രാജാവായ ഹിർക്കാനസി
ന് എഴുതുന്നത്: നിങ്ങൾക്ക് ക്ഷേമം നേ 11
രുന്നു. നിങ്ങളുടെ കത്ത് ഞങ്ങളുടെ അടു
ത്ത് എത്തിയിട്ടുണ്ട്. അതിൽ ഞങ്ങൾ
സന്തോഷിക്കുന്നു.നിങ്ങൾ ആവശ്യപ്പെട്ട
തെല്ലാം അനുവദിച്ചുകൊണ്ട് ഉടമ്പടി പു
തുക്കി അയയ്ക്കുന്നു. ഇന്ത്യ മുതൽ പടിഞ്ഞാ

റൻ സമുദ്രം വരെയുള്ള നമ്മുടെ എല്ലാ പ്ര
വിശ്യകളിലും ഞങ്ങൾ ഇതു് അറിയിക്കുന്നു.
12 എന്നാൽ ഉടമ്പടി പുതുക്കുന്നതുമായി
ബന്ധപ്പെട്ട കാര്യങ്ങൾ നിങ്ങളെ പെട്ടെ
ന്ന് എഴുതി അറിയിക്കാതെ വൈകിപ്പിച്ച
തു് നിന്ദ്യനും നിഷ്ഠുരനുമായ കാസിയസി
നെ കീഴ്പ്പെടുത്താനുള്ള ഞങ്ങളുടെ ശ്ര
13 മങ്ങളാണ്. ലോകത്തിന്റെ പ്രകാശമായ
കൈസറിനോട്ട് വഞ്ചനയോടെ പെരുമാ
14 റി, അവനെ കൊന്നു. വലിയവനും നല്ലവനു
മായ ദൈവം ഞങ്ങളെ വിജയിപ്പിക്കുന്നതു
വരെയും, അവനെ ഞങ്ങളുടെ കൈകളിൽ
ഏൽപ്പിക്കുന്നതു വരെയും, ഞങ്ങൾ പൂർണ്ണ
ശക്തിയോടെ പോരാടി, അവനെ കൊല്ലു
15 കയും ചെയ്തു. അവന്റെ സഹപ്രവർത്തക
നായ ബ്രൂട്ടസിനെയും ഞങ്ങൾ കൊന്നു.
ഏഷ്യയെ നശിപ്പിക്കുകയും അതിലെ നി
വാസികളെ ഉന്മൂലനം ചെയ്യുകയും ചെയ്ത
അവന്റെ കയ്യിൽ നിന്ന് ഏഷ്യയെ സ്വത
16 ന്ത്രമാക്കി. അവൻ ഒരു ഉടമ്പടിയും പാലി
ച്ചില്ല. ഒരു ദേവാലയത്തെയും ആദരിച്ചില്ല,
അടിച്ചമർത്തപ്പെട്ടവരോട്ട് നീതി പുലർത്തി
യതുമില്ല. യഹൂദരോടും മറ്റു പ്രജകളോടും
17 ദയ കാണിച്ചതുമില്ല. എന്നാൽ തന്റെ അനു
യായികളോടൊപ്പം അടിച്ചമർത്തലിലൂടെ
യും നിഷ്ഠുരഭരണത്തിലൂടെയും അനേകം തി
18 ന്മകൾ ജനങ്ങളോടു ചെയ്തു. അതുകൊണ്ട്
ദൈവം അവരുടെയും, അവരുമായി സഹ
കരിച്ചവരുടെയും ദ്രോഹങ്ങൾ അവരുടെ
19 തന്നെ തലയിലേക്ക് തിരിച്ചു വിട്ടു. അതി
നാൽ ഹിർക്കാനസ് രാജാവും, മറ്റു യഹൂദ
ന്മാരും, വിശുദ്ധ പ്രദേശത്തെ നിവാസിക
ളും, യേരുശലേം ദേവാലയത്തിലുള്ള പുരോ
ഹിതന്മാരും ഇപ്പോൾ സന്തോഷിക്കുക.
20 ഏറ്റവും മഹത്വമുള്ള ദൈവാലയത്തിലേക്ക്
ഞങ്ങൾ അയച്ച സമ്മാനം സ്വീകരിക്കുക
യും അഗസ്റ്റസിനായി പ്രാർത്ഥിക്കുകയും
21 ചെയ്യുക. ഞങ്ങളുടെ എല്ലാ പ്രവിശ്യകളി
ലും യഹൂദന്മാരിൽ ആരും അവശേഷിക്കാ
തെ അവരെ തിരികെ അയയ്ക്കണമെന്നും,
- അതു് ദാസനോ ദാസിയോ ആകട്ടെ -
എന്നാൽ വിലയും മോചനദ്രവ്യവും കൂടാതെ
എല്ലാവരെയും വിട്ടയയ്ക്കണമെന്നും ഞങ്ങൾ
കത്തെഴുതിയിട്ടുണ്ട്. യഹൂദാദേശത്തേ 22
ക്ക് മടങ്ങിപ്പോകുന്നതിൽ നിന്ന് ആരും
അവരെ തടയരുതു്. ഇതു് ആഗസ്റ്റസി
ന്റെയും അവന്റെ സുഹൃത്തായ ആന്റണി
യുടെയും കൽപനയാണ്."

മാത്രമല്ല ദുഷ്ടനായ കാസിയസിന്റെ കാ 23
ലത്തു് അവർ യെഹൂദാദേശത്തുനിന്നും പി
ടിച്ചെടുത്തതു് എല്ലാം തിരികെ നല്കുവാൻ,
സോരിലും സീദോനിലും മറ്റു സ്ഥലങ്ങളി
ലുമുള്ള, തന്റെ സുഹൃത്തുക്കൾക്ക് അവൻ
കത്തെഴുതി. യഹൂദന്മാരോട്ട് സമാധാന 24
പരമായി പെരുമാറുവാനും, ഒരു കാര്യത്തി
ലും അവരെ എതിർക്കാതിരിക്കുവാനും
കൈസർ അവരുമായുള്ള ഉടമ്പടിയിൽ
കൽപ്പിച്ചതെല്ലാം അവർക്കുവേണ്ടി ചെ
യ്യുവാനും കൽപ്പിച്ചു. ആന്റണി സിറിയ രാ 25
ജ്യത്തു് തുടർന്നു. ഈജിപ്റ്റിലെ ക്ലിയോപാ
ട്ര രാജ്ഞി അവന്റെ അടുത്തേക്ക് വന്നു.
അവൻ തന്റെ ഭാര്യയായി അവളെ സ്വീ
കരിച്ചു. മാന്ത്രികവിദ്യകളിലും വസ്തുക്കളുടെ 26
സവിശേഷതകളിലും അറിവുള്ള ജ്ഞാനി
യായ ഒരു സ്ത്രീ ആയിരുന്നു ക്ലിയോപാട്ര.
അങ്ങനെ അവൾ അവനെ വശീകരിച്ച്,
അവളോട്ട് ഒന്നും നിഷേധിക്കുവാൻ കഴി
യാത്തവിധം അവന്റെ ഹൃദയം കയ്യടക്കി.

അതേ സമയം, യഹൂദന്മാരുടെ തലവ 27
ന്മാരിൽ നൂറുപേർ, ആന്റണിയുടെ അടു
ത്തേക്ക് പോയി, അന്തിപ്പേറ്ററിന്റെ മക്ക
ളായ ഹെറോദിനെയും അവന്റെ സഹോ
ദരൻ ഫാസലെസിനെയും കുറിച്ച് ഇങ്ങനെ
പരാതിപ്പെട്ടു.: "അവർ ഇപ്പോൾ ഹിർക്കാ 28
നസിന്റെ അധീനതയുണ്ടായിരുന്ന എല്ലാം
കൈവശപ്പെടുത്തിയിരിക്കുന്നു. അവനിൽ
സാമ്രാജ്യത്തിന്റെ പേരല്ലാതെ ഒന്നും അവ
ശേഷിക്കുന്നില്ല. ഇക്കാര്യം മറച്ചുവെക്കു
ന്നതു് അവരുടെ യജമാനന്റെ അടിമത്ത
ത്തിന്റെ തെളിവാണ്." എന്നാൽ അവർ 29
തന്നോട്ട് പറഞ്ഞ കാര്യങ്ങളുടെ സത്യാവ
സ്ഥ ആന്റണി ഹിർക്കാനസിനോട്ട് ആരാ
ഞ്ഞപ്പോൾ, അവർ കള്ളം പറഞ്ഞതായി
ഹിർക്കാനസ് പറഞ്ഞു. ഹെറോദിനെ

യും അവന്റെ സഹോദരനെയും അവരു
ടെമേൽ ആരോപിച്ചിരുന്ന കുറ്റങ്ങളിൽനി
30 ന്ന് ഹിർക്കാനസ് മോചനം നല്കി. ആന്റ
ണി ഇതിൽ സന്തോഷിച്ചു. എന്തെന്നാൽ
അവൻ അവരോട് അത്യധികം ചായ്‌വുള്ള
31 വനും സ്നേഹമുള്ളവനുമായിരുന്നു. കൂടാതെ
വേറൊരവസരത്തിൽ അവൻ സോരിൽ
ആയിരുന്നപ്പോൾ മറ്റുള്ളവർ ഹെരോദി
നെയും അവന്റെ സഹോദരനെയും കുറിച്ച്
32 അവനോട് പരാതിപ്പെട്ടു. എന്നാൽ അവൻ
അവരുടെ വാക്കുകൾ സ്വീകരിക്കാൻ വിസ
മ്മതിക്കുക മാത്രമല്ല, അവരിൽ ചിലരെ
കൊല്ലുകയും ബാക്കിയുള്ളവരെ തടവി
33 ലിടുകയും ചെയ്തു. ഹെരോദിന്റെയും അവ
ന്റെ സഹോദരന്റെയും മഹത്വം ഉയർത്തി
അവരെ കരുതിക്കൊണ്ട് അവരെ വളരെ
ബഹുമാനത്തോടെ യരുശലേമിലേക്ക് തി
34 രിച്ചയച്ചു. എന്നാൽ ആന്റണി പേർഷ്യക്കാ
രുടെ രാജ്യത്തേക്ക് പോയി, അവരെ പരാ
ജയപ്പെടുത്തി കീഴടക്കിയതിനു ശേഷം റോ
മിലേക്ക് മടങ്ങി.

അരിസ്റ്റോബുലസിന്റെ മകൻ ആന്റിഗോണസിന്റെയും, ഹിർക്കാനസിനെതിരെ അവൻ നടത്തിയ പടയൊരുക്കത്തിന്റെയും; പേർഷ്യക്കാരുടെ രാജാവിൽ നിന്ന് ലഭിച്ച സഹായത്തിന്റെയും ചരിത്രം

49 അഗസ്റ്റസും ആന്റണിയും റോമിൽ
എത്തിയപ്പോൾ, ആന്റിഗോണസ്
പേർഷ്യക്കാരുടെ രാജാവിന്റെ അടുക്കൽ
ചെന്ന്, ആയിരം താലന്ത് നാണയസ്വർ
ണ്ണവും, യഹൂദയുടെ പുത്രിമാരും അതിലെ
പ്രഭുക്കന്മാരുടെ പുത്രിമാരുമായി സുന്ദരിക
ളും ജ്ഞാനികളുമായ എണ്ണൂറ് കന്യകമാരെ
2 യും വാഗ്ദാനം ചെയ്തു. അവൻ അതിനുപക
രമായി യരുശലേമിനെതിരെ ഒരു വലിയ
സൈന്യത്തെയും, ഒരു സൈന്യാധിപനെ
യും തന്നോടൊപ്പം അയച്ച്, തന്നെ യഹൂ
ദരുടെ രാജാവാക്കാൻ കല്പിക്കുകയും
അവന്റെ പിതൃസഹോദരനായ ഹിർക്കാ
നസിനെ തടവിലാക്കി ഹെരോദിനെയും
സഹോദരനെയും കൊല്ലുകയും ചെയ്യണം
എന്നാവശ്യപ്പെട്ടു. രാജാവ് അവൻ പറഞ്ഞ 3
കാര്യങ്ങൾ സമ്മതിച്ചു. ഒരു വലിയ സൈ
ന്യവുമായി ഒരു സൈന്യാധിപനെ അയച്ചു.
അവർ സിറിയയിലേക്കു നീങ്ങി. ആന്റണി 4
യുടെ സുഹൃത്തിനെയും അവിടെ താമസി
ച്ചിരുന്ന ചില റോമാക്കാരെയും അവർ
കൊന്നു.

അവിടെ നിന്ന് അവർ സുരക്ഷിതത്വവും 5
സമാധാനവും വാഗ്ദാനം ചെയ്തുകൊണ്ട് വി
ശുദ്ധ നഗരത്തിനു നേരെ നീങ്ങി. വിശുദ്ധ
സ്ഥലത്ത് പ്രാർത്ഥിക്കാനായി മാത്രമാണ്,
തങ്ങൾ വന്നതെന്നും, അതിനു ശേഷം സു
ഹൃത്തുക്കളുടെ അടുത്തേക്ക് മടങ്ങുമെന്നും
അറിയിച്ചു. അവർ നഗരത്തിൽ പ്രവേശി 6
ച്ചു. അവർ അവിടെ എത്തിയശേഷം, പേർ
ഷ്യൻ രാജാവിന്റെ കല്പന പ്രകാരം ആളുക
ളെ കൊല്ലുവാനും നഗരം കൊള്ളയടിക്കാ
നും തുടങ്ങി. ഹെരോദും അവന്റെ ആളുക 7
ളും ഹിർക്കാനസിന്റെ കൊട്ടാരം സംരക്ഷി
ക്കാൻ മുന്നോട്ട് ഓടി. എന്നാൽ അവൻ
തന്റെ സഹോദരനെ അയച്ച് മതിലുകളിൽ
നിന്ന് കൊട്ടാരത്തിലേക്കുള്ള വഴി കാക്കു
വാൻ അവനോട് ആജ്ഞാപിച്ചു. ഓരോ 8
സ്ഥാനവും അവൻ കയ്യടക്കിക്കഴിഞ്ഞ
പ്പോൾ, അവൻ തന്റെ ചില ആളുകളെ തി
രഞ്ഞെടുത്ത് നഗരത്തിൽ ഉണ്ടായിരുന്ന
പേർഷ്യക്കാർക്ക് എതിരെ നീങ്ങി. അവ 9
ന്റെ സഹോദരൻ കുറച്ച് ആളുകളോടൊ
പ്പം നഗരത്തിൽ ഉണ്ടായിരുന്ന പേർഷ്യ
ക്കാരിൽ ഭൂരിഭാഗത്തെയും കൊന്നൊടു
ക്കി. എന്നാൽ ബാക്കിയുള്ളവർ നഗരം
വിട്ടുപോയി.

കാര്യങ്ങൾ തന്റെ ഇച്ഛക്കനുസരിച്ച് നട 10
ക്കുന്നില്ലായെന്ന് പേർഷ്യക്കാരുടെ സേ
നാധിപൻ കണ്ടപ്പോൾ അവൻ ഹെരോ
ദിന്റെയും അവന്റെ സഹോദരന്റെയും അടു
ത്ത് സമാധാനശ്രമങ്ങൾക്കായി ദൂതന്മാരെ
അയച്ചു. അവരുടെ വീര്യത്തിലും ധീരതയി 11
ലും ഞാൻ ഇപ്പോൾ തൃപ്തനാണ്. അതുകൊ
ണ്ട് അവർക്ക് ആന്റിഗോണസിനേക്കാൾ
മുൻഗണന നല്കുന്നുവെന്ന് അവരെ അറി

യിച്ചു. ഇക്കാരണത്താൽ ആന്റിഗോണസി
നെക്കാൾ ഹിർക്കാനസിനെയും കൂട്ടരെയും
സഹായിക്കുവാൻ തന്റെ സൈന്യത്തെ
12 പ്രേരിപ്പിക്കും എന്നും അറിയിച്ചു. ഈ ആഗ്ര
ഹം അവൻ ദൃഢപ്രതിജ്ഞ ചെയ്ത് ഉറപ്പിച്ചു.
അതിനാൽ ഹിർക്കാനസും ഫാസലെസും
അവനെ വിശ്വസിച്ചു. പക്ഷേ ഹെരോദ് വി
13 ശ്വസിച്ചില്ല. ഹിർക്കാനസും ഫാസെലസും
പേർഷ്യക്കാരുടെ സൈന്യാധിപന്റെ അടു
ക്കൽ ചെന്ന് അവനിൽ തങ്ങൾ ആശ്രയി
ക്കുന്നതായി ബോധിപ്പിച്ചു. ദമസ്കസിലു
ള്ള തന്റെ കൂട്ടാളിയുടെ അടുക്കൽ പോകു
14 വാൻ അവൻ അവരെ ഉപദേശിച്ചു. അവർ
അങ്ങനെ ചെയ്തു. അവൻ അവരെ മാന്യ
മായി സ്വീകരിക്കുകയും അവരെ ആദരിക്കു
കയും ബഹുമാനത്തോടെ പെരുമാറുകയും
ചെയ്തെങ്കിലും, അവർ അവന്റെ അടുക്കൽ
വരുമ്പോൾ അവരെ തടവുകാരാക്കണമെ
ന്ന് അവൻ രഹസ്യമായി ഉത്തരവിട്ടിരുന്നു.
15 ദേശത്തെ പ്രധാനികളിൽ ചിലർ ഹിർക്കാ
നസിന്റെയും ഫാസലസിന്റെയും അടുക്കൽ
ചെന്ന്, ഈ പദ്ധതിയെക്കുറിച്ച് അവരോ
ട് പറയുകയും, രക്ഷപ്പെടുവാൻ സഹായി
ക്കാമെന്ന വാഗ്ദാനത്തോടെ, അവരെ
ഓടിപ്പോകുവാൻ ഉപദേശിക്കുകയും ചെയ്തു.
16 എന്നാൽ ഇത് തങ്ങൾക്കെതിരെയുള്ള ഗൂ
ഢാലോചനയാണെന്നു കരുതി അവർ
ഈ വാക്കുകൾ വിശ്വസിക്കാതെ അവി
17 ടെത്തുടർന്നു. രാത്രിയായപ്പോൾ അവരെ
പിടികൂടി. ഫാസിലസ് ആത്മഹത്യ ചെയ്തു.
എന്നാൽ ഹിർക്കാനസിനെ ചങ്ങലയിൽ
ബന്ധിച്ചു. ഇനിയൊരിക്കലും മഹാപുരോ
ഹിതനാകാതിരിക്കാനായി, പേർഷ്യക്കാ
രുടെ സൈന്യാധിപന്റെ കൽപ്പന പ്രകാരം
18 അവന്റെ ചെവി ഛേദിച്ചു കളഞ്ഞു. അവർ
അവനെ ഹെറാക്കിൽ പേർഷ്യക്കാരുടെ
രാജാവിന്റെ അടുക്കൽ അയച്ചു. അവൻ
വന്നപ്പോൾ രാജാവ് അവന്റെ ചങ്ങലകൾ
അഴിച്ചുമാറ്റാൻ ആജ്ഞാപിക്കുകയും അവ
19 നോട്ട് ദയ കാണിക്കുകയും ചെയ്തു. ഹെ
രോദാവ് പേർഷ്യക്കാരുടെ രാജാവിനോ
ട് അവനെ തിരികെ അയയ്ക്കാൻ ആവശ്യ
പ്പെടുന്നതുവരെ അവൻ ഹെരാക്കിൽ ബഹു
മതികളോടെ താമസിച്ചു. അവനെ ഹെ
രോദിന്റെ അടുത്തേക്ക് തിരിച്ചയച്ചപ്പോൾ
അവന് സംഭവിക്കാനിരുന്നത് സംഭവിച്ചു.
ഇതിനുശേഷം സൈന്യാധിപൻ, ആന്റി 20
ഗോണസുമായി വിശുദ്ധ നഗരത്തിലേക്ക്
പോയി. ഹിർക്കാനസിനോടും ഫാസെ
ലസിനോടും തങ്ങൾ എന്താണ് ചെയ്ത
തെന്ന് ഹെരോദിനോട് പറഞ്ഞു. അതി 21
നാൽ അവന്റെ അമ്മ സൈപ്രിസിനെ
യും, അരിസ്റ്റാനലെസിന്റെ മകളായ മരി
യാമ്മ എന്ന അവന്റെ ഭാര്യയെയും, അവളു
ടെ അമ്മയായ അലക്സാന്ദ്രയെയും, കുതിര
കളോടും ധാരാളം സാധനങ്ങളോടും കൂടെ,
തന്റെ സഹോദരൻ ജോസഫസിന്റെ അടു
ക്കൽ സാറാ[40] പർവ്വതത്തിലേക്ക് അയ
ച്ചു. എന്നിട്ട് ഹെരോദ് ആയിരം പേരടങ്ങു
ന്ന സൈന്യവുമായി സാവധാനം നീങ്ങി.
തന്നെ പിന്തുടരാൻ ശ്രമിക്കുന്ന പേർഷ്യ
ക്കാർക്കായി കാത്തുനിന്നു. പേർഷ്യക്കാ
രുടെ സൈന്യാധിപൻ സൈന്യവുമായി
അവനെ പിന്തുടർന്നു. അവരെ ഹെരോദാ 22
വ് ആക്രമിച്ചു കീഴടക്കി, ഓടിച്ചുകളഞ്ഞു.
ഇതിനുശേഷം, ആന്റിഗോണസിന്റെ സൈ
ന്യവും അവനെ പിന്തുടർന്നു. അവനോട് 23
ഏറ്റവും ക്രൂരമായി യുദ്ധം ചെയ്തു. ധാരാളം
ആളുകളെ വെട്ടിക്കൊന്നു. പിന്നെ അവൻ
സാറാ പർവതങ്ങളിലേക്കു നീങ്ങി. തന്റെ
സഹോദരൻ ജോസഫസിനെ കണ്ടെ 24
ത്തി. തന്റെ കുടുംബാംഗങ്ങളെ സുരക്ഷിത
സ്ഥാനത്താക്കുവാനും, അവർക്ക് ആവശ്യ
മുള്ളതെല്ലാം നൽകുവാനും, ആവശ്യമായ 25
സമ്പത്ത് നൽകി ചുമതലപ്പെടുത്തിയത്,
ഈ ജോസഫസിനെ ആയിരുന്നു.
തന്റെ സഹോദരൻ ജോസഫസിനോടു 26
കൂടെ തന്റെ ആളുകളെ വിട്ടിട്ട്, കപ്പൽ മാർ
ഗ്ഗം റോമാക്കാരുടെ രാജ്യത്തേക്ക് പോകാ

40 ഈ പേര് ഈ പുസ്തകത്തിൽ പലയിടത്തും കാണുന്നു. എന്നാൽ മറ്റൊരിടത്തും കാണുന്നില്ല. ഒരുപക്ഷേ ഇത് പുരാതന ഏദോമിന്റെ (ഇദുമിയ) ഭാഗമായ, തിരുവെഴുത്തുകളിൽ പറയുന്ന സേയീർപർവ്വതമായിരിക്കാം

നായി, അവൻ ഏതാനും കൂട്ടാളികളോടൊ
27 പ്പം ഈജിപ്തിലേക്കു പോയി. ക്ലിയോപാ
ട്ര അവനെ മാന്യമായി സൽക്കരിക്കുക
യും, തന്റെ സൈന്യങ്ങളുടെയും, അവളുടെ
എല്ലാ കാര്യങ്ങളുടെയും നടത്തിപ്പ് ഏറ്റെ
28 ടുക്കാൻ അഭ്യർത്ഥിക്കുകയും ചെയ്തു. റോമി
ലേക്ക് പോകേണ്ടതു് അത്യാവശ്യമാണെ
29 ന്ന് അവൻ അവളെ അറിയിച്ചു. അവൾ
അവന് പണവും കപ്പലുകളും നല്കി. അവൻ
റോമിലെത്തി, ആന്റണിയുടെ കൂടെ താമ
സിച്ചു. പേർഷ്യൻ രാജാവിന്റെ സഹായ
ത്തോടെ ആന്റിഗോണസ്, ഹിർക്കാന
സിനോടും സഹോദരനോടും ചെയ്ത കാര്യ
30 ങ്ങൾ അവനോട്ട് പറഞ്ഞു. ആന്റണി അവ
നോടൊപ്പം അഗസ്റ്റസിന്റെ അടുത്തേക്കും
രാജസഭയിലേക്കും പോയി അവരോടും
ഇതേ കാര്യം പറഞ്ഞു.

ഹെരോദിനെ റോമാക്കാർ യഹൂദന്മാരുടെ രാജാവായി നിയമിച്ചതിന്റെയും, അവൻ വിശുദ്ധ ആലയത്തിനെതിരെ പോരാടുവാൻ സൈന്യവുമായി റോമിൽ നിന്ന് പുറപ്പെട്ടതിന്റെയും ചരിത്രം

50 ആന്റിഗോണസ് ചെയ്ത കാര്യങ്ങളെ
ക്കുറിച്ച് അറിഞ്ഞ, അഗസ്റ്റസും രാ
ജസഭയും ഐകകണ്ഠേന, ഹെരോദിനെ
യഹൂദന്മാരുടെ രാജാവായി നിയമിച്ചു.
2 ഹെരോദ് യഹൂദന്മാരുടെയും, വിശുദ്ധ നഗ
രമായ യരുശലേമിന്റെയും രാജാവാണ്
എന്ന് കാഹളനാദത്തോടെ പ്രഖ്യാപിച്ച
കൊണ്ട്, അവന്റെ തലയിൽ ഒരു സ്വർ
ണ്ണകിരീടം ധരിക്കുവാനും കുതിരപ്പുറത്ത്
കയറുവാനും അവനോട്ട് ആജ്ഞാപിച്ചു.
3 അവൻ അഗസ്റ്റസിന്റെ അടുത്ത് എത്തു
കയും അഗസ്റ്റസിന്റെയും, ആന്റണിയുടെ
യും കൂടെ ആന്റണിയുടെ ആലയത്തിലേ
ക്ക് പോകുകയും ചെയ്തു. അവൻ രാജസ
ഭയെയും റോമിലെ എല്ലാ പൗരന്മാരെയും
താൻ ഒരുക്കിയ വിരുന്നിന് ക്ഷണിച്ചിരു
4 ന്നു. അവർ ഭക്ഷിക്കുകയും പാനം ചെയ്യു
കയും ചെയ്തു. ഹെരോദിനെച്ചൊല്ലി വളരെ
സന്തോഷത്തോടെയും ആനന്ദത്തോ
ടെയും ഉണ്ടാക്കിയ ഉടമ്പടി ആലേഖനം
ചെയ്തു, പിത്തളഫലകങ്ങൾ ക്ഷേത്രങ്ങ
ളിൽ സ്ഥാപിച്ചു. ഹെരോദിന്റെ ഭരണത്തി 5
ന്റെ ആദ്യ ദിവസമായി അവർ ആ ദിവസം
ആലേഖനം ചെയ്തു. അന്നു മുതൽ അത് ഒരു
യുഗമായി കണക്കാക്കപ്പെട്ടു.

അനന്തരം, ആന്റണിയും ഹെരോദും ഒരു 6
വലിയ സൈന്യവുമായി കടൽവഴി പുറപ്പെട്ടു.
അന്ത്യോഖ്യയിൽ എത്തിയപ്പോൾ അവരു
ടെ സൈന്യത്തെ വിഭജിച്ചു. ആന്റണി 7
അതിൽ ഒരു ഭാഗം സൈന്യവുമായി
പേർഷ്യക്കാരുടെ രാജ്യമായ ഹെറാക്കും
അതിനടുത്തുള്ള ഭാഗങ്ങളും വരെ പോയി.
ഹെരോദ് മറ്റൊരു ഭാഗവുമായി ടോളമായി
സ് വരെ പോയി. ആന്റണി പേർഷ്യക്കാരു 8
ടെ രാജ്യത്തേക്ക് ഒരു പടയോട്ടം നടത്തി
യെന്നും, ഹെരോദാവ് ടോളമായിസിൽ
എത്തിയെന്നും കേട്ട ആന്റിഗോണസ്,
ഹെരോദാവിന്റെ സഹോദരനായ ജോ
സഫസിനെയും കൂടെയുള്ളവരെയും പിടി
ച്ചുകൊണ്ടുവരാൻ വിശുദ്ധ ആലയത്തിൽ
നിന്ന് സാറാ പർവതത്തിലേക്ക് പുറപ്പെട്ടു.
അവൻ അവരെ വളഞ്ഞാക്രമിച്ചു. അവരു 9
ടെ ദാഹം അടക്കാതിരിക്കുന്നതിന് അവരെ
ഞെരുക്കത്തിലാക്കുന്നതിനുമായി ഒരു
കൈത്തോട്ട് അടച്ച് അവിടേക്ക് ഒഴുകു
ന്ന വെള്ളം തടഞ്ഞു. അതുകൊണ്ട് ജോ 10
സഫസ് പലായനം ചെയ്യാൻ തീരുമാനി
ച്ചു. ജോസഫസ് പാലായനം ചെയ്താൽ,
ആന്റിഗോണസിന് കീഴടങ്ങാൻ കുടും
ബാംഗങ്ങൾ ആലോചിച്ചിരുന്നു. എന്നാൽ 11
ദൈവം അവർക്കൊരു സമൃദ്ധമായ മഴ
അയച്ചു. അത് അവരുടെ എല്ലാ ജലാശ
യങ്ങളും പാത്രങ്ങളും നിറച്ചു. അതിനാൽ
അവരുടെ ഹൃദയം ധൈര്യപ്പെട്ടു. അവ
രുടെ അവസ്ഥ മെച്ചപ്പെട്ടു. ജോസഫസ് 12
ആന്റണിയെയും[41] കൂട്ടരേയും ശക്തമായി
ചെറുത്തു. എന്നാൽ ആന്റണിക്ക് അവ

41 ആന്റിഗോണസിനെയാണ് ഉദ്ദേശിച്ചത്, എന്നാൽ തെറ്റായി ആന്റണിയെന്ന് രേഖപ്പെടുത്തിയതാകാം

നെക്കാൾ നേട്ടമുണ്ടാക്കാൻ കഴിഞ്ഞില്ല.
13 എന്നാൽ ഹെറോദ് തന്റെ സഹോദര
നെയും കുടുംബങ്ങളേയും കൂടെയുണ്ടായി
രുന്ന ആളുകളെയും യരുശലേമിലേക്ക്
തിരികെ കൊണ്ടുവരാൻ നേരെ സാറാ
14 പർവതത്തിലേക്ക് നീങ്ങി. ആന്റിഗോണ
സ് തന്റെ സഹോദരനെ വളഞ്ഞിരിക്കു
ന്നതായി അവൻ കണ്ടു. അവന്റെ നേരെ
പെട്ടെന്നൊരു ആക്രമണം നടത്തി. ജോ
സഫസും അവന്റെ ആളുകളും അവരുടെ
അടുത്തേക്ക് വന്നു. ആന്റിഗോണസിന്റെ
സൈന്യത്തിന്റെ ഭൂരിഭാഗവും നശിപ്പിക്ക
പ്പെട്ടു. അവൻ യെരുശലേമിലേക്ക് ഓടി
പ്പോയി.
15 ഹെറോദ് എല്ലായിടത്തും നിന്നും
എത്തിയ യഹൂദരുടെ ഒരു വലിയ സൈ
ന്യവുമായി അവനെ പിന്തുടർന്നു. ഹെറോദ്
മടങ്ങിവന്നതായി കണ്ടപ്പോൾ അവന്
ആവശ്യമായ സഹായങ്ങൾ ലഭിച്ചിരു
ന്നു. അതിനാൽ റോമാക്കാരുടെ സൈ
ന്യത്തിന്റെ അധിക സഹായം വേണ്ടിവ
16 ന്നില്ല. ഹെറോദ് വിശുദ്ധ നഗരത്തിൽ
എത്തിയപ്പോൾ, ആന്റിഗോണസ് അവ
ന്റെ മുമ്പിൽ വാതിലുകൾ അടച്ചു. അവനെ
തിരെ യുദ്ധം ചെയ്തു. ഹെറോദിനെ സഹാ
യിക്കരുതെന്ന് അപേക്ഷിച്ച് റോമാക്കാ
രുടെ സൈന്യത്തലവൻമാർക്ക് ധാരാളം
17 പണം നൽകി. അതുകൊണ്ട് ആന്റിഗോ
ണസും ഹെറോദും തമ്മിൽ, യുദ്ധം വളരെ
ക്കാലം നീണ്ടുനിന്നു. അവർ രണ്ടുപേരും വി
ജയച്ചില്ല.

ഹൊറോദിന്റെ ചില പുരുഷന്മാരുടെ മഹത്വത്തിന്റെയും, അവരുടെ ധീരതയുടയും ചരിത്രം

51 ആന്റിഗോണസിന്റെ കാലത്ത് കള്ള
ന്മാരും കൊള്ളക്കാരും പെരുകി.
2 ഒരു സമയം ഒരാളല്ലാതെ മറ്റൊരാൾ
ക്ക് പ്രവേശനമില്ലായിരുന്ന തരത്തിലുള്ള
പർവ്വതങ്ങളിലെ ചില ഗുഹകൾ അവർ
3 ക്ക് അറിയാമായിരുന്നു. അവർ അവിടേ
ക്കു മാറി. മറ്റുള്ളവർക്ക് അവരെ അറിയാ
മായിരുന്നിട്ടും അവർക്ക് ഗുഹയിൽ കയറു
വാൻ കഴിഞ്ഞില്ല. കാരണം ഒരു മനുഷ്യൻ
എപ്പോഴും വാതിലിൽ തയ്യാറായി നിൽ
ക്കുന്നുണ്ടായിരുന്നു. അയാൾക്ക് വളരെ
ചെറിയ പ്രയത്നം കൊണ്ടുതന്നെ അവി
ടേക്കു കയറുന്ന ഒരാളെ എളുപ്പത്തിൽ പി
ന്തിരിപ്പിക്കാൻ കഴിയും. ഈ ആളുകളിൽ 4
ചിലർ ആ ഗുഹയിൽ ധാരാളമായി ആയു
ധങ്ങളും, സാധനങ്ങളും, പാനീയങ്ങളും
തുടങ്ങി അവർക്കാവശ്യമുള്ളതെല്ലാം കൊ
ണ്ടുവന്നു. കൂടതെ അവർ കണ്ടുമുട്ടുന്നവരെ 5
ആക്രമിച്ച് നേരായോ, ദുർമാർഗ്ഗത്തിലോ
അവർ സമ്പാദിച്ച എല്ലാ സ്വത്തുക്കളും പി
ടിച്ചെടുത്ത് അവയും കൊണ്ടുവന്നിരുന്നു.
ഹെറോദ് അവരുടെ നടപടിക്രമങ്ങൾ 6
മനസ്സിലാക്കുകയും അവർക്കു നേരേ നട
പടിയെടുക്കുവാൻ താമസമുണ്ടാകുമെ
ന്നും, തന്റെ ആളുകൾക്ക് ഗോവണി വഴി
യായോ, മറ്റൊരു തരത്തിലോ അവിടെ
കയറുവാൻ സാധ്യമല്ലായെന്നും മനസ്സി
ലായപ്പോൾ, വലിയ തടികൊണ്ടുള്ള, 7
വലിയ പെട്ടികൾ പരസ്പരം യോജിപ്പിച്ച്,
അവയിൽ ഭക്ഷണവും, വെള്ളവും, വളരെ
നീളമുള്ള കുന്തങ്ങൾ വഹിക്കുന്നവരെയും
കൊണ്ട് നിറച്ചു. ആ പെട്ടികൾ പർവ്വത 8
ങ്ങളുടെ കൊടുമുടിയിൽ നിന്ന് ഗുഹകളുടെ
കവാടത്തിനു നേരേ വരുന്നതുവരെ താഴേ
ക്ക് ഇറക്കുവാൻ ഉത്തരവിട്ടു. അവർ ഇവ 9
യ്ക്ക് എതിർവശത്തായിരിക്കുമ്പോൾ, അവ
ന്റെ ആളുകൾ വാളുകൊണ്ട് അവരെ ആക്ര
മിക്കണമെന്നും, ദൂരെ നിന്ന് കുന്തങ്ങൾ
കൊണ്ട് അവരെ വലിച്ചിഴക്കണമെന്നും,
അവൻ ഉദ്ദേശിച്ചു. പെട്ടികൾ ഉണ്ടാക്കി, 10
മനുഷ്യരെക്കൊണ്ട് നിറച്ചു. അവിടെ താ 11
മസിച്ചിരുന്നവർക്ക് ഇതിനെക്കുറിച്ച് അറി
വുണ്ടായിരുന്നില്ല. പെട്ടി ഗുഹയുടെ വായ്ക്ക് 12
നേരേ എത്തിയപ്പോൾ പെട്ടിയിലുണ്ടായി
രുന്ന ഒരാൾ തന്റെ കൂട്ടാളികളോടൊപ്പം
ഗുഹയിലേക്ക് ചാടിക്കയറുകയും, ഗുഹയി
ലുണ്ടായിരുന്ന കൊള്ളക്കാരെ കൊന്ന്
താഴ്വരയിലേക്ക് വലിച്ചെറിയുകയും ചെയ്തു.
ഹെറോദ് അയച്ച എല്ലാവരും ഇത് പിന്തു

ടർന്നു. ഹേറോദേസ് അയച്ച എല്ലാ പുരു
13 ഷന്മാരും ഇതുപോലെ ചെയ്തു. ഈ പോ
രാട്ടത്തിൽ അവരുടെ ധൈര്യവും ശൗര്യവും
ഭയരാഹിത്യവും വളരെ പ്രകടമായിരുന്നു.
അതുപോലൊന്ന് മുമ്പ് ഒരിക്കലും കണ്ടിട്ടി
ല്ല. അവർ എല്ലാകൊള്ളക്കാരെയും എല്ലാ
ഭാഗത്തുനിന്നും വേരോടെ നശിപ്പിച്ചു.

പേർഷ്യൻ രാജാവിനെ വധിച്ച ശേഷം ആന്റണി മടങ്ങിയതിന്റെയും ഹെരോദുമായുള്ള അവന്റെ കൂടിക്കാഴ്ചയുടെയും വിവരണം

52 ഹെരോദിനെ വിട്ട് ആന്റണി,
അന്ത്യോക്യയിൽ നിന്ന് പേർഷ്യ
ക്കാരുടെ രാജ്യത്തേക്ക് നീങ്ങി, പേർഷ്യ
ക്കാരുടെ രാജാവുമായി യുദ്ധം ചെയ്ത് വിജ
2 യിച്ചു. അവനെക്കൊന്ന് അവന്റെ ദേശം കീ
ഴടക്കി, പേർഷ്യക്കാരെ റോമാക്കാരുടെ
അധീനതയിലേക്ക് കൊണ്ടുവന്നു, പിന്നെ
അവൻ യൂഫ്രട്ടീസിലേക്ക് തിരിഞ്ഞു.
3 അവന്റെ പ്രശസ്തി ഹെരോദ് അറിഞ്ഞ
പ്പോൾ അവന്റെ വിജയത്തെ അഭിനന്ദി
ക്കാൻ പുറപ്പെട്ട്, അവനോടുകൂടെ വിശുദ്ധ
രാജ്യത്തേക്കു വരണം എന്ന് ആവശ്യപ്പെ
4 ട്ടു. ആന്റണിയെ കണ്ടുമുട്ടുവാൻ ആഗ്രഹിച്ച
ഒരു വലിയ ജനക്കൂട്ടത്തെ അവൻ കണ്ടെ
ത്തി. അതിൽ പല ആളുകളും ആന്റണിയു
ടെ സന്നിധിയിൽ എത്തുന്നത് അറബികൾ
5 എതിർത്തിരുന്നു. ഹെരോദ് അറബികൾ
ക്കെതിരെ നീങ്ങി, അവരെ കൊന്ന് ആന്റ
ണിയെ സമീപിക്കാൻ ആഗ്രഹിച്ച എല്ലാ
6 വർക്കും വഴി തുറന്നു. ഇത് ഹെരോദ് എത്തു
ന്നതിനുമുമ്പ് ആന്റണി അറിഞ്ഞു. ആയതി
ന് അവൻ ഒരു സ്വർണക്കിരീടവും ധാരാളം
കുതിരകളെയും അയച്ചു കൊടുത്തു.
7 എന്നാൽ ഹെരോദ് വന്നപ്പോൾ, അറ
ബികൾക്കെതിരായ അവന്റെ പോരാട്ട
ത്തെ പുകഴ്ത്തി, ആന്റണി അവനെ ഉപചാ
രത്തോടെ സ്വീകരിച്ചു. തന്റെ സൈന്യാ
ധിപനായ സോഷ്യസിനെ ഒരു വലിയ
സൈന്യത്തോടൊപ്പം ഹെരോദിനോടു
കൂടെ വിശുദ്ധ ആലയത്തിന്റെ നഗരത്തി
ലേക്ക് പോകുവാൻ ആജ്ഞാപിച്ചു. ദമാ 8
സ്കസ് മുതൽ യൂഫ്രട്ടീസ് വരെയും, യൂഫ്രട്ടീ
സ് മുതൽ അർമേനിയ വരെയുമുള്ള, സിറി
യയിലെ എല്ലാ രാജ്യങ്ങൾക്കും കത്തുകൾ
കൊടുത്ത് അവരോട് ഇങ്ങനെ അറിയിച്ചു: 9
“രാജാക്കന്മാരുടെ രാജാവായ അഗസ്റ്റസും
അദ്ദേഹത്തിന്റെ കൂട്ടാളിയായ ആന്റണി
യും, റോമൻ രാജസഭയും ഇപ്പോൾ യഹൂ
ദന്മാരുടെ രാജാവായി ഹെരോദിനെ നി
യമിച്ചിരിക്കുന്നു. നിങ്ങളുടെ എല്ലാ യോദ്ധ
ക്കളെയും കൂട്ടി ഹെരോദിനെ സഹായിക്ക
ണമെന്ന് ഞങ്ങൾ ആഗ്രഹിക്കുന്നു. അതി
നാൽ നിങ്ങൾ ഇതിന് വിരുദ്ധമായി പ്രവർ
ത്തിച്ചാൽ ഞങ്ങളുമായി യുദ്ധം ചെയ്യേണ്ടി
വരും.
അനന്തരം ആന്റണി കടൽത്തീര 10
ത്തേക്കും അവിടെനിന്ന് ഈജിപ്തിലേ
ക്കും നീങ്ങി. എന്നാൽ ഹെരോദും സോ
ഷ്യസും സൈന്യവും ചേർന്ന് സിറിയൻ
സൈന്യത്തെ നയിച്ചു. ഹെരോദ് ദമാ 11
സ്കസിനടുത്തെത്തിയപ്പോൾ അവന്റെ
സഹോദരൻ ജോസഫസ്, യെരീഹോ
യെ ആക്രമിക്കുവാനും അതിലെ ധാന്യ
ങ്ങൾ നശിപ്പിക്കുവാനുമായി റോമാക്കാ
രുടെ ഒരു സൈന്യവുമായി വിശുദ്ധ ആല
യത്തിൽ നിന്നു പുറപ്പെട്ടതായി ഹെരോദ്
മനസ്സിലാക്കി. ആന്റിഗോണസിന്റെ സേ 12
സനായകനായ പാപ്പസ് അവനെതി
രെ നീങ്ങി, അവരിൽ മുപ്പതിനായിരം[42]
പേരെ കൊന്നു. ഹെരോദാവിന്റെ സഹോ
ദരനായ ജോസഫസിനെയും കൊന്നു.
അവന്റെ ശിരസ്സ് ആന്റിഗോണസിന് 13
സമർപ്പിച്ചപ്പോൾ, അവന്റെ സഹോദരൻ
ഹെറോറസ് അത് അഞ്ഞൂറ് താലന്തിന്
വാങ്ങി, അവന്റെ പിതാക്കന്മാരുടെ ശവ
കുടീരത്തിൽ അടക്കം ചെയ്തു. ആന്റിഗോ 14
ണസും പാപ്പസും ഒരു വലിയ സൈന്യ
വുമായി തനിക്കെതിരെ മുന്നേറുന്നതായി
അവൻ കേട്ടു. ഇതറിഞ്ഞ ഹെരോദ്, ആന്റി 15
ഗോണസിനെ ആക്രമിക്കാനും അപ്രതീ

42 മൂവായിരമായിരിക്കാം

ക്ഷിതമായി അവനെ തകർക്കുവാനും തീ
16 രുമാനിച്ചു. താൻ പന്ത്രണ്ടായിരം റോമാ
ക്കാരും ഇരുപതിനായിരം യഹൂദന്മാരുമാ
യി ആന്റിഗോണസിനെതിരെ പടനയി
ക്കാൻ സോഷ്യസിനോട്ട് ആലോചിച്ചു തീ
രുമാനിച്ചു. എന്നാൽ സോഷ്യസ് ശേഷിക്കു
ന്ന സൈന്യവുമായി തന്റെ കാൽച്ചവടുകൾ
സാവധാനം പിന്തുടരുകയും വേണമെന്ന്
നിശ്ചയിച്ചു.
17 ഹെരോദാവ് തന്റെ സൈന്യത്തോ
ടൊപ്പം ഗലീലിയിലെ പർവ്വതപ്രദേശങ്ങ
ളിൽ വച്ച് ആന്റിഗോണസിനെ കണ്ടുമുട്ടി.
18 സൈന്യം ചിതറിപ്പോയി. ഹെരോദാവ്
തന്റെ ആളുകളിൽ ചിലരോടൊപ്പം ഒരു
വീട്ടിൽ രാത്രി കഴിച്ചുകൂട്ടി. വീട്ട് അവരുടെ
മേൽ വീണു. എന്നാൽ അവരിൽ ഒരാളുടെ
യും, ഒരു എല്ലുപോലും ഒടിഞ്ഞു പോകാതെ
അവരെല്ലാം തങ്ങളുടെ ജീവനും കൊണ്ട്
നാശത്തിൽ നിന്ന് രക്ഷപ്പെട്ടു.
19 തൊട്ടു പിന്നാലെ ഹെരോദ് ആന്റി
ഗോണസുമായി യുദ്ധം ചെയ്യുവാൻ തിടു
ക്കം കൂട്ടി, അവർക്കിടയിൽ വളരെ വലിയ
യുദ്ധം ഉണ്ടായി, ആന്റിഗോണസ് വിശു
ദ്ധ ആലയത്തിലേക്ക് ഓടിപ്പോയി, പാ
പ്പസ് അതിനിടയിൽ ധീരതയോടെ ചെറു
ത്ത് പോരാട്ടം തുടർന്നു, കാരണം അവൻ
അത്യധികം ധൈര്യശാലിയായിരുന്നു.
20 ആന്റിഗോണസിന്റെ സൈന്യത്തിന്റെ ഭൂ
രിഭാഗവും അന്ന് കൊല്ലപ്പെട്ടു. പാപ്പസും
കൊല്ലപ്പെട്ടു. അവന്റെ തല ഫെറോറസ്
വെട്ടിമാറ്റി. അവർ അത് ഹെരോദിന്റെ
അടുക്കൽ കൊണ്ടുപോയി. അവൻ അത്
സംസ്കരിക്കാൻ ഉത്തരവിട്ടു.
21 തടവുകാരോ ഒളിച്ചോടിയവരോ അല്ലാ
തെ ആന്റണിഗോണസിന്റെ സൈന്യ
ത്തിൽ ആരും ശേഷിക്കാതിരുന്നപ്പോൾ.
ഹെരോദ്തന്റെആളുകളോട്ട്വിശ്രമിക്കുവാ
നും, തിന്നുവാനും, കുടിക്കുവാനും ആജ്ഞാ
22 പിച്ചു. എന്നാൽ അവൻ അടുത്ത പട്ടണ
ത്തിൽ കുളിക്കുവാനായി നിരായുധനായി
23 പോയി. ഊരിയ വാളുകൾ കൈകളിൽ
പിടിച്ച് ശക്തരും ധീരരുമായ മൂന്ന് പുരുഷ
ന്മാർ കുളിസ്ഥലത്ത് ഒളിച്ചിരിപ്പുണ്ടായിരു
ന്നു. നിരായുധനായി അവൻ കുളിക്കുവാൻ
വരുന്നത് കണ്ടപ്പോൾ, അവനോടുള്ള ഭയ
ത്താൽ അവർ ഒന്നിനു പുറകെ ഒന്നായി
പുറത്തേക്ക് പോകുവാൻ തിടുക്കം കൂട്ടി,
അങ്ങനെ അവൻ രക്ഷപ്പെട്ടു.
ഇതിനുശേഷം സോഷ്യസ് വന്നു. അവർ 24
വളഞ്ഞിരുന്ന വിശുദ്ധമന്ദിരത്തിന്റെ നഗര
ത്തിലേക്ക് ഒരുമിച്ച് നടന്നു. അതിന്റെ ചുറ്റും
ഒരു കിടങ്ങ് നിർമ്മിച്ചു. അവരും ആന്റിഗോ
ണസും തമ്മിൽ കടുത്ത യുദ്ധങ്ങൾ നടന്നു.
സോഷ്യസിന്റെ അനേകം ആളുകൾ കൊ 25
ല്ലപ്പെട്ടു. ആന്റിഗോണസ് പലപ്പോഴും
അവർക്കെതിരേ മുന്നേറിയെങ്കിലും ആക്ര
മണങ്ങൾ സഹിക്കുന്നതിനുള്ള അവരുടെ
ദൃഢതയും സ്ഥിരചിത്തയും കാരണം അവ
രെ തുരത്തുവാൻ കഴിഞ്ഞില്ല. ഹെരോദ് 26
ആന്റിഗോണസിനെതിരെ ജയിച്ചു. ആന്റി
ഗോണസ് ഓടിപ്പോയി, നഗരത്തിൽ പ്ര
വേശിച്ച് ഹെരോദിനെതിരെ വാതിലുകൾ
അടച്ചു. ഹെരോദ് അവനെ വളരെക്കാലം
ഉപരോധിച്ചു.
എന്നാൽ ഒരു രാത്രിയിൽ കവാടത്തി 27
ലെ കാവൽക്കാർ ഉറങ്ങിപ്പോയി. ഹെരോ
ദിന്റെ ആളുകളിൽ ചിലർ അത് കണ്ടു. അവ
രിൽ ഇരുപത് പേർ ഓടി, ഗോവണിയെ
ടുത്ത് മതിലിനോട്ട് ചേർത്തുവച്ച് അതിൽ
കയറി കാവൽക്കാരെ കൊന്നു. ഹെരോദും 28
തന്റെ ആളുകളുമായി അവർക്കു എതിർവ
ശത്തുണ്ടായിരുന്ന നഗരകവാടത്തിലേക്ക്
വേഗം ചെന്ന് അതു തകർത്ത് നഗരത്തി
ലേക്ക് പ്രവേശിച്ചു. റോമാക്കാർ നഗരം പി 29
ടിച്ചെടുത്ത് പൗരന്മാരെ കൊല്ലുവാൻ തുട
ങ്ങി. അപ്പോൾ ഹെരോദ് അസ്വസ്ഥനായി
സോഷ്യസിനോട് ഇങ്ങനെ പറഞ്ഞു: "നീ
എന്റെ ജനത്തെ മുഴുവൻ നശിപ്പിച്ചാൽ
എന്നെ ആരുടെ രാജാവായി നിയമിക്കും."
സോഷ്യസ് കൊല നിർത്തണമെന്ന് ഉത്ത 30
രവിട്ടു. അതിനു ശേഷം ആരും കൊല്ലപ്പെ
ട്ടിട്ടില്ല. എന്നാൽ, യുദ്ധതൽപ്പരരായ സോ 31
ഷ്യസിന്റെ സേനാനായകൻമാർ ദൈവാല
യം കൊള്ളയടിക്കാനായിപ്പോയി. എന്നാ

ൽ ഹെരോദ് ഊരിപ്പിടിച്ച വാളുമായി
കവാടത്തിനരികെ നിന്നുകൊണ്ട് അവരെ
തടഞ്ഞു. സോഷ്യസിന്റെ ആളുകളെ നിയ
ന്ത്രിക്കാൻ, പണം വാഗ്ദാനം ചെയ്തുകൊ
32 ണ്ട് സോഷ്യസിനോടാവശ്യപ്പെട്ടു. കൊ
ള്ളയിൽ നിന്ന് ഒഴിഞ്ഞു നിൽക്കാൻ
തന്റെ ആളുകൾക്ക് അറിയിപ്പുകൊടുക്കു
വാൻ സോഷ്യസ് കൽപ്പിച്ചു. അവർ കൊ
ള്ളയിൽ നിന്ന് വിട്ടുനിന്നു. അതിനുശേഷം
അവർ ആന്റിഗോണസിനെ അന്വേഷിച്ച്
കണ്ടെത്തി, അവനെ തടവുകാരനാക്കി.
33 ഈ കാര്യങ്ങൾക്കുശേഷം ആന്റിഗോ
ണസിനെ ചങ്ങലയിൽ വഹിച്ചുകൊണ്ട്,
സോഷ്യസ് ഈജിപ്റ്റിലേക്ക്, തന്റെ കൂട്ടാളി
യായ ആന്റണിയുടെ അടുത്തേക്ക് പോയി.
34 എന്നാൽ ഹെരോദ് ആന്റണിക്ക് വളരെ
മഹത്തായ ഒരു സമ്മാനം കൊടുത്തയച്ച്,
ആന്റിഗോണസിനെ കൊല്ലുവാൻ, അവ
നോട്ട് അഭ്യർത്ഥിച്ചു. ആന്റണി അവനെ
കൊന്നു. അത് ഹെരോദിന്റെ ഭരണത്തി
ന്റെ മൂന്നാം വർഷവും അതേപോലെ ആന്റി
ഗോണസിന്റെ മൂന്നാം വർഷവുമായിരുന്നു.

ആന്റിഗോണസിന്റെ മരണശേഷം ഹെരോദിന്റെ ചരിത്രം

53 ആന്റിഗോണസിന്റെ മരണത്തെ
ക്കുറിച്ച് ഹെരോദിന് ഉറപ്പുലഭിച്ച
പ്പോൾ, താൻ സുരക്ഷിതനാണെന്നും,
അസ്മോനിയൻ രാജകുടുംബത്തിലെ
ആരും തന്നോട്ട് തർക്കിക്കുകയില്ലെന്നും
2 അവൻ സ്വയം കരുതി. അതിനാൽ
തന്നോട്ട് ചായ്‌വും കൂറും ഉള്ളവർക്ക് ബഹു
മാന്യസ്ഥാനങ്ങളും ഉന്നത പദവിയും നൽ
കുകയും അവരോട്ട് ദയവോടെ പെരുമാ
3 റുകയും ചെയ്തു. തന്നെ എതിർത്തിരുന്നവ
രും, തനിക്കെതിരെ ആയുധങ്ങളെടുത്തി
രുന്നവരുമായ വ്യക്തികളെ, അവരുടെ
കുടുംബത്തോടൊപ്പം നശിപ്പിക്കുവാനും,
അവരുടെ കന്നുകാലികളെയും അവരുടെ
വസ്തുക്കളെയും കൊള്ളയടിക്കുവാനും
4 അവൻ കഠിനമായി പരിശ്രമിച്ചു. അതോ
ടൊപ്പം യഹൂദന്മാരെ എതിർത്തവരെ
അടിച്ചമർത്തുകയും, അവരുടെ സ്വത്തു
ക്കൾ കൊള്ളയടിക്കുകയും അവരെ കൊ
ല്ലുകയും ചെയ്തു. തന്നെ അനുസരിക്കുന്ന 5
എല്ലാവരും തനിക്ക് കപ്പം നൽകണമെ
ന്ന് അവൻ ഉടമ്പടിയുണ്ടാക്കി. അവൻ വി 6
ശുദ്ധമന്ദിരത്തിന്റെ കവാടങ്ങളിൽ കാവൽ
ക്കാരെയും നിർത്തി, അവർ പുറത്തുപോകു
ന്നവരെ പരിശോധിച്ച് ആരുടെയെങ്കിലും
പക്കൽ സ്വർണ്ണമോ വെള്ളിയോ ഉണ്ടെ
ങ്കിൽ അത് എടുത്ത് അവന്റെ അടുക്കൽ
കൊണ്ടുവരണമെന്ന് ആജ്ഞാപിച്ചു. മരി 7
ച്ചവരുടെ ശവപ്പെട്ടികൾ പരിശോധിക്കുവാ
നും അവൻ ഉത്തരവിട്ടു. ആരെങ്കിലും തന്ത്ര
പൂർവ്വം എടുക്കാൻ ശ്രമിക്കുന്ന പണവും
എടുക്കുവാൻ, അവൻ ഉത്തരവിട്ടു. രണ്ടാം 8
യരുശലേം ദൈവാലയം ഭരിച്ച രാജാക്ക
ന്മാരാരും സ്വരൂപിച്ചിട്ടില്ലാത്തത്ര സമ്പത്ത്
അവൻ സ്വരൂപിച്ചു.

ആന്റിഗോണസിന്റെ പിതൃസഹോദരനായ അലക്സാണ്ടറിന്റെ മകൻ ഹിർക്കാനസ്, ഹെരോദിന്റെ അഭ്യർത്ഥന പ്രകാരം യരുശലേമിലേക്ക് മടങ്ങിയതിന്റെയും, അവനെ വധിച്ചതിന്റെയും ചരിത്രം

54 പേർഷ്യക്കാരുടെ രാജാവ് സ്വതന്ത്ര
നാക്കിയതിന് ശേഷം, ഹിർക്കാന
സ് ബഹുമാനവും ആദരവും നേടി ഹെറാ
ക്കനിൽ തന്നെ തുടർന്നു. ഹിർക്കാനസി 2
നെ യെഹൂദാദേശത്തെ രാജാവായി നിയ
മിച്ചയയ്ക്കാൻ പേർഷ്യക്കാരുടെ രാജാവിന്
എന്തെങ്കിലും പ്രേരണ ഉണ്ടാകുമോ എന്ന്
ഹെരോദ് ഭയപ്പെട്ടു. അതിനാൽ തന്റെ 3
മനസ്സ് ശാന്തമാക്കുവാനായി അവൻ ചില
തന്ത്രങ്ങൾ മെനഞ്ഞു. അങ്ങനെ പേർഷ്യ
ക്കാരുടെ രാജാവിന് ഒരു വലിയ സമ്മാന
വും കത്തും കൊടുത്തയച്ചു. അതിൽ അവൻ 4
ഹിർക്കാനസിന്റെ പലായനത്തെക്കുറി
ച്ചും, ഹിർക്കാനസ് തന്നോടു ചെയ്ത നന്മക
ളെക്കുറിച്ചും തന്റെ സഹോദരപുത്രനായ
ആന്റിഗോണസ് ഹിർക്കാനസിനോടു
ചെയ്ത കാര്യങ്ങളെച്ചൊല്ലി റോമിലേക്ക്
പോയതിനെക്കുറിച്ചും വിവരിച്ചു. ഇപ്പോൾ 5

സിംഹാസനം ലഭിച്ചിരിക്കുന്നതിനാലും ഭര
ണകാര്യങ്ങളെല്ലാം ക്രമത്തിൽ നടക്കുന്ന
തിനാലും, ഹിർക്കാനസ് തന്നോടു ചെയ്ത
നന്മകൾക്ക് ഉചിതമായ പ്രതിഫലം നൽ
കുവാൻ താൻ ആഗ്രഹിക്കുന്നുവെന്നും
ഹെരോദ് കത്തിൽ അറിയിച്ചു.
6 അതുകൊണ്ട് പേർഷ്യക്കാരുടെ രാജാവ്
ഹിർക്കാനസിന്റെ അടുത്തേക്ക് ഒരു
7 ദൂതനെ അയച്ച് ഇപ്രകാരമറിയിച്ചു. “ഹെ
രോദിനെ കരുതിയിരിക്കുവാൻ ഞാൻ നി
നക്ക് മുന്നറിയിപ്പ് നൽകുന്നു. അവൻ നിങ്ങ
ളോട് എന്തെങ്കിലും നന്മ ചെയ്യാൻ ആഗ്ര
ഹിക്കുന്നില്ല. എന്നാൽ നീയല്ലാതെ അവൻ
ഭയപ്പെടുന്ന ആരും അവശേഷിക്കാത്തതി
നാൽ അവന്റെ സ്ഥാനം സുരക്ഷിതമാക്കാ
നാണ് അവന്റെ പദ്ധതി. ആയതിനാൽ
അവനെ സസൂക്ഷ്മം ശ്രദ്ധിക്കുക, കെണി
യിലകപ്പെടാതിരിക്കുകയും ചെയ്യുക.”
8 ബാബിലോണിലെ യഹൂദരും അവന്റെ
അടുക്കൽ വന്ന് സമാനമായ വാക്കുകൾ
9 അവനോടു പറഞ്ഞു. പിന്നെയും അവർ
അവനോടു പറഞ്ഞു: “നീ ഇപ്പോൾ വൃദ്ധ
നാണ്. നിന്റെ സഹോദരപുത്രൻ നിനക്കു
വരുത്തിയ കളങ്കം നിമിത്തം മഹാപുരോ
ഹിതസ്ഥാനം വഹിക്കാൻ നീ യോഗ്യനല്ല.
10 ഹെരോദ് ഒരു ദുഷ്ടനും രക്തം ചൊരിയുന്ന
വനുമാകുന്നു അവൻ നിങ്ങളെ തിരിച്ചുവിളി
ക്കുന്നത്, നിങ്ങളെ ഭയപ്പെടുന്നതുകൊണ്ടാ
ണ്. നീ ഞങ്ങളുടെ ഇടയിൽ നിന്നും ഒന്നും
ആഗ്രഹിക്കുന്നില്ല. നീ ആയിരിക്കേണ്ട സ്ഥ
11 ലത്ത് നീ ഞങ്ങളോടൊപ്പമുണ്ട്. അവിടെ
നിന്റെ കുടുംബം ഏറ്റവും നല്ല അവസ്ഥ
യിലാണ്. ആകയാൽ ഞങ്ങളോടുകൂടെ
വസിക്കുക. നിന്റെ ശത്രുവിന്റെ കയ്യിലക
പ്പെടരുത്.”
12 എന്നാൽ ഹിർക്കാനസ് അവരുടെ
വാക്കുകൾ അംഗീകരിച്ചില്ല. അവന് നല്ല
ഉപദേശം നല്കിയ ഒരാളുടെ ഉപദേശവും
13 അവൻ കേട്ടില്ല. ദൈവാലയത്തോടും കു
ടുംബത്തോടും രാജ്യത്തോടും ഉള്ള അതി
യായ ആഗ്രഹത്താൽ അവൻ പുറപ്പെട്ട്
വിശുദ്ധ നഗരത്തിലേക്ക് യാത്ര ചെയ്തു.
അവൻ നഗരത്തിനടുത്തെത്തിയപ്പോൾ 14
ബഹുമാനവും മഹത്വവും പ്രകടിപ്പിച്ചുകൊ
ണ്ട് ഹെരോദ് അവനെ കണ്ടുമുട്ടി. ഹിർക്കാ
നസ് വഞ്ചിക്കപ്പെട്ട് അവനെ വിശ്വസി
ച്ചു. പൊതുവേദികളിലും തന്റെ സുഹൃത്തു 15
ക്കളുടെ മുമ്പാകെയും ഹെരോദ് അവനെ
‘പിതാവേ’ എന്ന് വിളിക്കാറുണ്ടായിരുന്നു.
എന്നിട്ടും അവൻ തന്റെ ഹൃദയത്തിൽ ഗൂ
ഢാലോചന നടത്തുന്നത് നിർത്തിയില്ല.
അതുകൊണ്ട് അലക്സാന്ദ്രയും അവളുടെ 16
മകൾ മറിയാമ്മയും ഹിർക്കാനസിന്റെ അടു
ക്കൽ ചെന്ന് ഹെരോദിനെക്കുറിച്ച് അവർ
ക്കുള്ള ഭീതി അറിയിക്കുകയും അവനെത്ത
ന്നെ സംരക്ഷിക്കാൻ ഉപദേശിക്കുകയും
ചെയ്തു. അറേബ്യയിലെ രാജാക്കന്മാരിൽ 17
ആരുടെയെങ്കിലും ഒരാളുടെ അടുത്തേക്ക്
ഓടിപ്പോവുക എന്ന് ഉപദേശിച്ചുകൊണ്ട്
അവർ ആവർത്തിച്ചിട്ടും അവൻ അവരെ
വകവച്ചില്ല. ആവർത്തിച്ചുള്ള താക്കീതു 18
കളാലും ഭയപ്പെടുത്തലുകളാലും അവർ
അവനെ അത് ബോദ്ധ്യപ്പെടുത്തുന്നതുവ
രെ അവൻ അത് ഗൗരവമായെടുത്തില്ല.
അതിനു ശേഷം അവൻ അറേബ്യയിലെ 19
രാജാവിന് കത്തെഴുതി, അതുമായി ഒരു ദൂ
തനെയും അയച്ചു. (ആ ദൂതന്റെ സഹോദ
രനെ ഹെരോദ് കൊന്ന്, അവന്റെ വസ്തുവ
കകൾ പിടിച്ചെടുത്ത്, അനേകം ക്രൂരതകൾ
അവനോട് ചെയ്തിരുന്നു.) ഒരു രഹസ്യം
അവനെ അറിയിച്ച്, അത് ആരോടും പറ
യരുതെന്ന് പറഞ്ഞ് അവന് പണവും അറ 20
ബികളുടെ രാജാവിനുള്ള കത്തും നൽകി,
കത്തിന്റെ ഉള്ളടക്കം അവനോട് പറയുക
യും ചെയ്തു. കത്ത് ലഭിച്ച ദൂതൻ ഹെരോദി 21
ന്റെ അടുത്തുനിന്ന് ഒരു ഉന്നതപദവി നേട
ണമെന്ന് വിചാരിച്ചു. അതോടൊപ്പം ഹെ
രോദിൽ നിന്ന് അവൻ നിരന്തരം നേരിട്ടിരു
ന്ന ഭീഷണി ഇല്ലാതാക്കുവാനും ആഗ്രഹിച്ചു.
ഹിർക്കാനസിന്റെ രഹസ്യം സൂക്ഷിക്കുന്ന 22
തിനേക്കാൾ ഇത് അവന് കൂടുതൽ ലാഭ
കരമായിരിക്കുമെന്ന് കരുതി, ഈ ദൂതിന്റെ
കാര്യം ഹെരോദ് എപ്പോഴെങ്കിലും അറി
ഞ്ഞാൽ അത് തന്റെ നാശത്തിന് കാര

ണമാകുമെന്നും, അവൻ സുരക്ഷിതനായി
23 രിക്കില്ലായെന്നും അവൻ കരുതി. അവൻ
ഹെരോദിന്റെ പക്കൽ കത്ത് കൊണ്ടുപോ
യി കൊടുത്ത്, കാര്യം മുഴുവനും അവനോ
ട്ട് തുറന്നു പറഞ്ഞു. അതിനു മറുപടിയായി
കത്ത് അതേപോലെ അറബികളുടെ രാ
ജാവിന് കൊടുക്കുവാനും, അവന്റെ മറുപ
ടി തനിക്ക് തിരികെ കൊണ്ടുത്തരുവാനും,
24 ഹെരോദ് പറഞ്ഞു. ഹിർക്കാനസിന് അവ
രോടൊപ്പം പേകേണ്ടുന്നതിന് അറബികളു
ടെ രാജാവ് അയയ്ക്കുന്ന ആളുകൾ എവിടെ
യായിരിക്കുമെന്ന് തന്നെ അറിയിക്കുവാനും
ഹെരോദ് ആവശ്യപ്പെട്ടു.
25 ദൂതൻ പോയി ഹിർക്കാനസിന്റെ കത്ത്
അറബികളുടെ രാജാവിന്റെ അടുക്കൽ
കൊണ്ടുപോയി. അവൻ സന്തോഷിച്ച്
26 തന്റെ ചില ആളുകളെ അയച്ചു. അവരോ
ട്ട് വിശുദ്ധ നഗരത്തിനടുത്തുള്ള ഒരു പ്ര
ത്യേക സ്ഥലത്തേക്ക് പോകാനും അവ
രുടെ അടുക്കൽ ഹിർക്കാനസ് വരുന്നത്
വരെ കാത്തിരിക്കുവാനും ഹിർക്കാനസി
നെ തന്റെ സന്നിധിയിൽ കൊണ്ടുവരുന്ന
തുവരെ അവനെ കരുതുവാനും അവരോ
27 ട്ട് ആജ്ഞാപിച്ചു. തനിക്കു കിട്ടിയ കത്തി
ന് മറുപടി എഴുതി, ദൂതൻ മുഖേന അവൻ
28 ഹിർക്കാനസിന് അയച്ചു. അവർ ദൂതനോ
ടൊപ്പം നിശ്ചയിച്ച സ്ഥലത്തേക്ക് പോയി,
അവിടെ കാത്തുനിന്നു എന്നാൽ ദൂതൻ
കത്ത് ഹെരോദിന്റെ അടുത്ത് കൊണ്ടു
പോയി കൊടുത്തു. അവൻ അതിലെ ഉള്ളട
ക്കം മനസ്സിലാക്കി. അറബികളുടെ രാജാവ്
അയച്ച ആളുകൾ തമ്പടിച്ചിരിക്കുന്ന സ്ഥല
വും ഹെരോദിനെ അറിയിച്ചു. അവരെ പിടി
ച്ചുകൊണ്ട് വരുവാൻ ഹെരോദ് ആളയച്ചു.
29 അതിനുശേഷം അവൻ യഹൂദന്മാരുടെ
മൂപ്പന്മാരിൽ എഴുപതു വൃദ്ധന്മാരെ ആളയ
ച്ചു വിളിച്ചുവരുത്തി. ഹിർക്കാനസിനെയും
ആളയച്ചു വിളിച്ചുവരുത്തി. അവർ വന്ന
പ്പോൾ അവനോട് നീ അറബികളുടെ രാ
ജാവുമായി എന്തെങ്കിലും എഴുത്തുകുത്തു
30 കൾ നടത്തുന്നുണ്ടോ എന്ന് ചോദിച്ചു. ഹിർ
ക്കാനസ് ഇല്ലായെന്ന് പറഞ്ഞു. പിന്നെ
ഹെരോദ് അവനോട് നീ അവന്റെ അടു
ക്കലേക്ക് ഓടിപ്പോകേണ്ടതിന് ആരെ
യെങ്കിലും പറഞ്ഞയച്ചോ എന്നു ചോദി
ച്ചു. അതിനും ഇല്ലായെന്ന് ഹിർക്കാനസ്
മറുപടി പറഞ്ഞു. ഹെരോദ് ദൂതനെയും 31
അറബികളെയും കുതിരകളെയും മുന്നോട്ട്
കൊണ്ടുവരുവാൻ ആജ്ഞാപിച്ചു. അവൻ
ഹിർക്കാനസിന്റെ കത്തിന്റെ മറുപടിയും
കൊണ്ടുവന്ന് അത് വായിച്ചു. അപ്പോൾ 32
ഹെരോദ് ഹിർക്കാനസിന്റെ തല വെട്ടി
മാറ്റാൻ ആജ്ഞാപിച്ചു. അവന്റെ തല വെ
ട്ടിമാറ്റി. ഹിർക്കാനസിനുവേണ്ടി ഒരു വാക്കു
പോലും പറയാൻ ആരും ധൈര്യപ്പെട്ടില്ല.
ഹെരോദിനെ ന്യായവിധി സഭ വിധി 33
ച്ച മരണത്തിൽ നിന്ന് ഹിർക്കാനസ്
അവനെ വിടുവിച്ചതാണ്. ന്യായവിധി
സഭ പിറ്റേദിവസത്തേക്ക് മാറ്റിവെക്കാൻ
ആജ്ഞാപിക്കുകയും, അന്നു രാത്രിതന്നെ
ഹെരോദിനെ ദൂരേക്ക് പറഞ്ഞയയ്ക്കുകയും
ചെയ്താണ് മരണത്തിൽ നിന്ന് വിടുവിച്ചത്.
ഹെരോദിനോടും അവന്റെ പിതാവിനോടും 34
ഹിർക്കാനസ് ചെയ്ത നന്മപ്രവർത്തികൾ
പരിഗണിക്കാതെ അവന്റെ കൊലപാത
കിയാകുവാൻ ഹെരോദിന് എങ്ങനെയാ
ണ് വിധിയുണ്ടായത്? ഹിർക്കാനസിന് 35
എൺപത് വയസ്സുള്ളപ്പോൾ അവൻ വധി
ക്കപ്പെട്ടു. അവൻ നാൽപ്പത് വർഷം ഭരിച്ചു.
അസ്മോനിയൻ വംശത്തിലെ രാജാക്കന്മാ
രിൽ അവനോളം പ്രശംസനീയമായ പെ
രുമാറ്റമോ ആദരണീയമായ ജീവിതരീതി
യോ വേറേ ആർക്കും ഉണ്ടായിരുന്നില്ല.

ഹിർക്കാനസിന്റെ മകൻ അരിസ്റ്റോബുലസിന്റെ ചരിത്രം

55 ഹിർക്കാനസിന്റെ മകൻ അരിസ്റ്റോ
ബുലസ്, വളരെ സൗന്ദര്യവും, അതി
മനോഹരമായ രൂപവും വിവേചനബുദ്ധി
യുള്ളവനുമായിരുന്നു. അവനോട് തുല്യത
യുള്ളവൻ ആരുമില്ലായിരുന്നു. ഹെരോ 2
ദിന്റെ ഭാര്യയായ അവന്റെ സഹോദരി
മറിയാമ്മയും അവനെപ്പോലെ സൗന്ദര്യമു
ള്ളവളായിരുന്നു. ഹെരോദിന് അവളോട്

3 വളരെ അടുപ്പമുണ്ടായിരുന്നു. എന്നാൽ
യഹൂദന്മാർ അരിസ്റ്റോബുലസിന്റെ പിതാ
വിനോടുള്ള വാത്സല്യത്താൽ അവനോട്
ചേർന്ന് ഭാവിയിൽ അവനെ രാജാവാക്കാ
തിരിക്കുവാൻ വേണ്ടി, അരിസ്റ്റോബുലസി
ന്റെ പിതാവിന്റെ സ്ഥാനത്ത് അരിസ്റ്റോ
ബുലസിനെ മഹാപുരോഹിതനായി നിയ
മിക്കുവാൻ ഹെരോദിന് സമ്മതമില്ലായിരു
4 ന്നു. അതുകൊണ്ട് അസ്മോനിയക്കാരുടെ
കുടുബത്തിൽപ്പെട്ടവരല്ലാത്ത സാധാരണ
പുരോഹിതന്മാരിൽ ഒരാളെ മഹാപുരോ
ഹിതനായി നിയമിച്ചു.

5 അതിൽ അരിസ്റ്റോബുലസിന്റെ അമ്മ
അലക്സാന്ദ്ര വ്യസനാർത്തയായി, ഹെരോദ്
അവരോധിച്ച മഹാപുരോഹിതനെ പുറ
ത്താക്കി, പകരം അവളുടെ മകൻ അരിസ്റ്റോ
ബുലസിനെ മഹാപുരോഹിതൻ ആയി
നിയമിക്കണമെന്ന് ആവശ്യപ്പെട്ട് ആന്റ
ണി, ഒരുകത്ത് ഹെരോദിന് നൽകണ
മെന്ന് അഭ്യർത്ഥിച്ചു കൊണ്ട് ക്ലിയോപാ
6 ട്രയ്ക്ക് എഴുതി. ക്ലിയോപാട്ര ഇത് അനുവദി
ച്ചു. ഈ വിഷയത്തിൽ ഹെരോദിന് ഒരു
കത്ത് എഴുതുവാനും അത് തന്റെ ദാസന്മാ
രിൽ പ്രധാനിയായ ഒരാൾ വഴി അയയ്ക്കുവാ
7 നും ആന്റണിയോട് അഭ്യർത്ഥിച്ചു. അങ്ങ
നെ ആന്റണി ഒരു കത്ത് എഴുതി, അത്
തന്റെ ദാസനായ ഗെല്ലിയസ് മുഖേന അയ
8 ച്ചു. എന്നാൽ, യഹൂദന്മാരുടെ ഇടയിൽ ഒരു
പുരോഹതന്മാരെ അവരുടെ സ്ഥാനത്തുനി
ന്നും പുറത്താക്കുന്ന പതിവ് ഇല്ലെന്ന് തറ
പ്പിച്ചു പറഞ്ഞുകൊണ്ട് ആന്റണി കൽപ്പന
അനുസരിക്കുവാൻ ഹെരോദ് വിസമ്മതിച്ചു.

9 ഗെല്ലിയസ് അരിസ്റ്റോബുലസിനെ കണ്ടു.
അവന്റെ രൂപഭംഗിയും ആകാര വൈശി
ഷ്ട്യവും ഗെല്ലിയസ് കണ്ടപ്പോൾ അവൻ
10 അത്ഭുതപരവശനായി. അതുകൊണ്ട്
ഗെല്ലിയസ് അരിസ്റ്റോബുലസിന്റെ സാ
ദൃശ്യത്തിന്റെ ഒരു ചിത്രം വരച്ച് ആന്റണി
ക്ക് അയച്ചുകൊടുത്തു. ചിത്രത്തിന് താഴെ
ഇങ്ങനെ എഴുതി “അരിസ്റ്റോബുലസിനെ
മനുഷ്യരാരും ജനിപ്പിച്ചതല്ല, എന്നാൽ
അലക്സാന്ദ്രയുമായി ശയിച്ച ഒരു മാലാഖ
അവനെ ജനിപ്പിച്ചു.” ചിത്രം ആന്റണിയുടെ 11
അടുത്തെത്തിയപ്പോൾ അരിസ്റ്റോബുലസി
നെ കാണുവാനുള്ള അതിയായ ആഗ്രഹം
ആന്റണിക്കുണ്ടായി. ആന്റണി ഹെരോദി 12
നെ രാജാവായി നിയമിച്ചതും, ശത്രുക്കൾ
ക്കെതിരെ അവനെ സഹായിച്ചതും അവ
നോടുള്ള ദയയും വിവരിച്ച്, അത് അവനെ
ഓർമ്മിപ്പിച്ചു കൊണ്ട് ആന്റണി ഹെരോദി
ന് ഒരു കത്തെഴുതി. അരിസ്റ്റോബുലസിനെ 13
തന്റെ അടുത്തേക്ക് അയക്കണമെന്ന് ഒരു
അഭ്യർത്ഥന കൂടി ആ കത്തിൽ ചേർത്തു.
അനുസരിക്കാത്തപക്ഷം ഉണ്ടാകാവുന്ന
ഭവിഷ്യത്തുകളെപ്പറ്റി ഹെരോദിനെ ഭീഷ
ണിപ്പെടുത്തുകയും ചെയ്തു.

എന്നാൽ ആന്റണിയുടെ കത്ത് ഹെരോ 14
ദിന്റെ അടുക്കൽ എത്തിയപ്പോൾ ആന്റണി
ആസൂത്രണം ചെയ്തത് എന്താണെന്ന് അറി
ഞ്ഞുകൊണ്ട് അരിസ്റ്റോബുലസിനെ അയ
യ്ക്കാൻ ഹെരോദ് വിസമ്മതിച്ചു. അതിനാൽ
വേഗംതന്നെ താൻ നിയമിച്ച മഹാപുരോ
ഹിതനെ ആ സ്ഥാനത്തുനിന്ന് നീക്കുക
യും, അരിസ്റ്റോബുലസിനെ തൽസ്ഥാന
ത്ത് നിയമിക്കുകയും ചെയ്തു.

അനന്തരം അവൻ ആന്റണിക്ക് കത്തെ 15
ഴുതി, അരിസ്റ്റോബുലസിനെ അവന്റെ പി
താവിന്റെ സ്ഥാനത്ത് നിയമിക്കുവാൻ
ആന്റണി ഔപചാരികമായി ആവശ്യപ്പെ
ട്ടതനുസരിച്ച്, അവന്റെ അവസാനത്തെ
കത്ത് വരുന്നതിന് മുമ്പ് തന്നെ അങ്ങ
നെ താൻ ചെയ്തുവെന്നും, മഹാപുരോഹി 16
തനെ നീക്കം ചെയ്യുന്നത് അസാധരണ
മായതിനാൽ യഹൂദന്മാരോടും പുരോഹി
തന്മാരോടും ചർച്ച ചെയ്യേണ്ടതുണ്ടെന്ന
തിനാലാണ് ഇക്കാര്യത്തിൽ കാലതാമ
സം നേരിട്ടതെന്നും അറിയിച്ചു. ദൈവാ 17
ലയത്തിലെ ശുശ്രൂഷയിൽ ഏർപ്പെട്ടിരി
ക്കുന്ന പുരോഹിതനായതിനാൽ യരുശ
ലേമിന് പുറത്തുപോകുന്നത് നിയമാനുസൃത
മല്ലയെന്നും അവനെ പുറത്തുപോകുവാൻ 18
നിർബന്ധിച്ചാൽ, യഹൂദന്മാർ വിസമ്മതി
ക്കുകയും അവരിൽ വളരെയധികം ആളു
കളെ വധിച്ചാൽപ്പോലും അവർ അനുവദി

19 ക്കുകയില്ല എന്നും അറിയിച്ചു. ആന്റണിയു
ടെ അടുത്ത് ഹെരോദിന്റെ കത്ത് എത്തി
യപ്പോൾ അരിസ്റ്റോബുലസിനെ ആവശ്യ
പ്പെടുന്നതിൽ നിന്ന് അവൻ പിന്മാറി. അരി
സ്റ്റോബുലസ് മഹാപുരോഹിതനായി നിയ
മിതനായി.
20 പിന്നെ കൂടാരപ്പെരുന്നാൾ വന്നു. ദൈ
വത്തിന്റെ ആലയത്തിനു മുമ്പിൽ ഒരുമിച്ചു
കൂടിയിരുന്ന ആളുകൾ, അരിസ്റ്റോബുലസ്
ബലിപീഠത്തിങ്കൽ പുരോഹിതന്റെ അങ്കി
ധരിച്ച് നിൽക്കുന്നതായി കണ്ടു, അവൻ
അവരെ അനുഗ്രഹിക്കുന്നതു് അവർ കേട്ടു.
21 അവൻ ആളുകളെ വളരെയധികം പ്രസാദി
പ്പിച്ചു. അവർ അവനോട്ട് തങ്ങളുടെ വാത്സ
22 ല്യം വ്യക്തമായി പ്രകടിപ്പിച്ചു. ആ വിവരം
ഹെരോദ് അറിഞ്ഞപ്പോൾ വളരെ ദുഃഖി
ച്ചു, അരിസ്റ്റോബുലസ് അധികകാലം ജീ
വിച്ചാൽ അവന്റെ കൂട്ടർ ശക്തി പ്രാപിക്കു
കയും രാജത്വം തിരികെ ആവശ്യപ്പെടുക
യും ചെയ്യാമെന്ന് അവൻ ഭയപ്പെട്ടു. അതി
നാൽ അരിസ്റ്റോബുലസിനെ കൊല്ലുവാൻ
ഹെരോദ് ആലോചന തുടങ്ങി.
23 രാജാക്കന്മാർ, കൂടാരപ്പെരുന്നാൾ കഴി
ഞ്ഞു്, യരീഹോവിൽ മുൻ രാജാക്കന്മാർ
ഉണ്ടാക്കിയ ചില സുഖവാസകേന്ദ്രങ്ങ
ളിലേക്ക് പോകുന്നതു് പതിവായിരുന്നു.
24 അവിടെ പരസ്പരം ചേർന്നുകിടക്കുന്ന
അനേകം പൂന്തോട്ടങ്ങളുണ്ട്. അവയിൽ
വിശാലവും ആഴമേറിയതുമായ മത്സ്യക്കുള
ങ്ങൾ ഉണ്ടായിരുന്നു. അവയിലേക്ക് അവർ
നീരൊഴുക്കുകൾ വെട്ടിയുണ്ടാക്കി, ആ തോ
ട്ടങ്ങളിൽ ഭംഗിയുള്ള കെട്ടിടങ്ങൾ പണിതി
രുന്നു. അവർ യെരീഹോയിലും ഭംഗിയുള്ള
കൊട്ടാരങ്ങളും കെട്ടിടങ്ങളും പണിതിരു
ന്നു.
25 യെരീഹോവിൽ ബാൽസം മരങ്ങൾ
സമൃദ്ധമായി വളർന്നിരുന്നു. അവിടെയല്ലാ
തെ മറ്റൊരിടത്തും അവ ഇങ്ങനെ കണ്ടി
രുന്നില്ല. പല രാജാക്കന്മാരും അവയെ
അവിടെ നിന്ന് സ്വന്തം രാജ്യത്തേക്ക്
കൊണ്ടുപോയി, എന്നാൽ ഈജിപ്റ്റിലേ
ക്ക് കൊണ്ടുപോയവയല്ലാതെ വേറേ
ഒന്നും വളർന്നില്ല. രണ്ടാമത്തെ യരുശലേം 26
ദൈവാലയം നശിപ്പിക്കപ്പെടുന്നതുവരെ
അവ യെരിഹോവിൽ നശിച്ചുപോയില്ല.
എന്നാൽ പിന്നെ അവ ഉണങ്ങിപ്പോയി
പിന്നെ ഒരിക്കലും അതു മുളച്ചു വന്നില്ല.
അങ്ങനെ ഹെരോദ് സുഖവാസത്തി 27
നായി യെരിഹോവിലേക്ക് പുറപ്പെട്ടു.
അരിസ്റ്റോബുലസ് അവനെ അനുഗമിച്ചു.
അവർ യെരിഹോവിൽ എത്തിയപ്പോൾ 28
ഹെരോദ് തന്റെ ദാസന്മാരിൽ ചിലരോട്ട്,
മത്സ്യക്കുളങ്ങളിൽ ഇറങ്ങി പതിവുപോലെ
കളിക്കുവാനും, അരിസ്റ്റോബുലസ് അവരു
ടെ അടുക്കൽ ഇറങ്ങിവന്നാൽ, കുറച്ചുനേ
രം അവനോടൊപ്പം കളിക്കുവാനും എന്നി
ട്ട് അവനെ മുക്കിക്കൊല്ലുവാനും ആജ്ഞാ
പിച്ചു. എന്നാൽ ഹെരോദ് തനിക്ക് ഇരി 29
ക്കുവാൻ ഒരുക്കിയ ഒരു വിരുന്നു മുറിയിൽ
ഇരുന്നു. ഹെരോദ് അരിസ്റ്റോബുലസിനെ
ആളയച്ചു വരുത്തി, അവനെ അരികിൽ
ഇരുത്തി, ഭക്ഷണവും പാനീയവും കൊ
ണ്ടുവരുവാൻ കൽപ്പിച്ചു. അവർ ഭക്ഷിക്കു
കയും പാനം ചെയ്യുകയും ചെയ്തു. അവ
ന്റെ സേവകരുടെ അധികാരിയും, അവ
ന്റെ ചില സുഹൃത്തുക്കളും അവനോടൊ
പ്പം അവന്റെ സന്നിധിയിൽ ഇരുന്നു. സേ
വകർ പതിവുപോലെ കുളികൾക്കായി വെ 30
ള്ളത്തിലേക്ക് വേഗം ഇറങ്ങി. വീഞ്ഞാണ് 31
ഇപ്പോൾ അവരെ നിയന്ത്രിക്കുന്നതു്. അരി
സ്റ്റോബുലസ് അവരോടൊപ്പം വെള്ളത്തി
ലേക്ക് ഇറങ്ങാൻ അത്യധികം ആഗ്രഹി
ച്ചു. അതിനായി ഹെരോദിനോട്ട് അനുവാ
ദം ചോദിച്ചു. ഇതു് നിനക്കോ നിന്നെപ്പോലു 32
ള്ള ആർക്കെങ്കിലുമോ യോജിച്ചതല്ല എന്ന്
ഹെരോദ് അരിസ്റ്റോബുലസിനെ ഉപദേശി
ക്കുകയും വിലക്കുകയും ചെയ്തു. അരിസ്റ്റോ
ബുലസ് തന്റെ അപേക്ഷ ആവർത്തിച്ച
പ്പോൾ ഹെരോദ് നിന്റെ ഇഷ്ടം പോലെ
ചെയ്യുക എന്ന് മറുപടി പറഞ്ഞു. ഹെരോദ് 33
എഴുന്നേറ്റ് ഉറങ്ങാനായി ഒരു കൊട്ടാരത്തി
ലേക്കു പോയി. അരിസ്റ്റോബുലസ് വെള്ള 34
ത്തിലിറങ്ങി, പരിചാരകരുമായി വളരെ
നേരം കളിച്ചു. പരവശനും ക്ഷീണിതനുമാ

യപ്പോൾ അവൻ കയറാൻ ആഗ്രഹിക്കു
ന്നുവെന്ന് അവർ മനസ്സിലാക്കിയ അവർ
അരിസ്റ്റൊബുലസിനെ വെള്ളത്തിനടി
യിൽ പിടിച്ച് വെച്ച് കൊന്നു. മരിച്ചപ്പോൾ
പുറത്തെടുത്തു.
35 ജനത്തിന്റെ ഇടയിൽ വലിയ ബഹളവും
36 നിലവിളിയും വിലാപവും ഉണ്ടായി. എന്താ
ണ് സംഭവിച്ചതെന്ന് കാണാൻ ഹെരോദ്
ഓടി പുറത്തേക്ക് വന്നു. അരിസ്റ്റോബുല
സ് മരിച്ചതായി കണ്ടപ്പോൾ അവൻ വീർ
പ്പുമുട്ടി, വളരെ ആർദ്രമായി കരഞ്ഞു, കണ്ണീ
37 രൊഴുക്കി. പിന്നെ അവനെ വിശുദ്ധ നഗര
ത്തിലേക്ക് കൊണ്ടുപോകുവാൻ കൽപ്പിച്ചു.
ഹെരൊദ് അവനെ അനുഗമിച്ചു. അവന്റെ
ശവസംസ്കാര ചടങ്ങുകളിൽ പങ്കെടുക്കാൻ
ആളുകളെ നിർബന്ധിച്ചു. കൂടാതെ എല്ലാ
38 ഉന്നത ബഹുമതികളും അവനു നല്കി. പതി
നാറു വയസ്സിന്റെ യൗവ്വനത്തിൽ അവൻ
മരിച്ചു, അവന്റെ മഹാപൗരോഹിത്യം
ഏതാനും ദിവസങ്ങൾ മാത്രം നിലനിന്നു.
39 ഈ കാര്യങ്ങളാലാണ് അവന്റെ അമ്മ
അലക്സാന്ദ്രയും, അവളുടെ മകളും ഹെരോ
ദിന്റെ ഭാര്യയുമായ മറിയാമ്നയുമായി; ഹെ
രോദിന്റെ അമ്മയ്ക്കും, സഹോദരിയ്ക്കുമുള്ള
40 ശത്രുത വളർന്നത്. ഹെരോദിന്റെ അമ്മയു
ടെയും സഹോദരിയുടെയും മേൽ മറിയാമ്ന
ചൊരിഞ്ഞിരുന്ന അപവാദങ്ങളും നിന്ദക
ളും പരക്കെ അറിയപ്പെട്ടിരുന്നു. ഈ വിവ
രങ്ങൾ ഹെരോദിന്റെ അടുക്കൽ എത്തിയി
ട്ടും മറിയാമ്നയോടുള്ള അതിയായ സ്നേഹം
നിമിത്തം അവൻ അവളെ വിലക്കുകയോ
41 ശാസിക്കുകയോ ചെയ്തില്ല. അവന് അമ്മ
യോടും സഹോദരിയോടും നല്ല ചായ്വുള്ള
വനാണെന്ന് അവൾ ചിന്തിക്കുമോ എന്ന്
അവൻ ഭയപ്പെട്ടു. അതിനാൽ ഈ കലഹം
ഈ സ്ത്രീകൾക്കിടയിൽ വളരെക്കാലം നില
42 നിന്നു. ഹെരോദിന്റെ സഹോദരി, വലിയ
ദ്രോഹവും ക്രൂരതയുമുള്ളവളാണ്. മറിയാ
മ്നക്കെതിരെ അവൾ ഗൂഢാലോചന തുട
43 ങ്ങി. എന്നാൽ മറിയാമ്ന മതവിശ്വാസിയും
നേരുള്ളവളും എളിമയുള്ളവളും സദ്ഗുണ
മുള്ളവളുമായിരുന്നു. എന്നാൽ അവൾ ഗർ
വ്വം, അഹംഭാവവും, ഭർത്താവിനോട് വെറു
പ്പും ഉള്ളവളുമായിരുന്നു.

ആന്റണിയുടെയും, അഗസ്റ്റസിനെതിരായി അവൻ നയിച്ച പടയോട്ടത്തിന്റെയും, ഹെരോദിനോട് അവൻ ആവശ്യപ്പെട്ട സഹായത്തിന്റെയും ചരിത്രം. കൂടാതെ യഹൂദാദേശത്ത് ഉണ്ടായ ഭൂകമ്പത്തിന്റെയും അവരും അറബികളും തമ്മിൽ നടന്ന യുദ്ധത്തിന്റെയും വിവരണം

56 ഈജിപ്തിലെ രാജ്ഞിയായ ക്ലിയോ
പാട്ര, ആന്റണിയുടെ ഭാര്യയായിരു
ന്നു. ലോകത്തിലെ മറ്റൊരു സ്ത്രീയും കണ്ടെ
ത്തിയിട്ടില്ലാത്തതുപോലെ അവൾ പുതിയ
രീതികൾ കണ്ടെത്തി, അതിലൂടെ സ്ത്രീകൾ
പുരുഷന്മാരെ ആകർഷിക്കുന്ന തരത്തിലു
ള്ള അലങ്കാരങ്ങളും ഗാത്രാനുലേപനങ്ങ
ളും ചെയ്തിരുന്നു. അങ്ങനെ അവൾ പ്രായ 2
പൂർത്തീയായ ഒരു സ്ത്രീയായിരിക്കുമ്പോൾ
പോലും അവൾ അവിവാഹിതയായ ഒരു
ചെറിയ പെൺകുട്ടിയെപ്പോലെ വളരെ സു
കുമാരിയും സുന്ദരിയും ആയിരുന്നു. താൻ 3
ആസ്വദിച്ചിരുന്ന അനേകം സ്ത്രീകളിൽ ഒരി
ക്കലും കണ്ടെത്തിയിട്ടില്ലാത്ത സൗന്ദര്യ
ത്തിന്റെ രീതികളും, ആനന്ദം സൃഷ്ടിക്കുന്ന
തിനുള്ള മാർഗ്ഗങ്ങളും ആന്റണി അവളിൽ
കണ്ടെത്തി. അതുകൊണ്ട് തന്നെ ആന്റ
ണിയുടെ ഹൃദയം അവൾ പൂർണ്ണമായി
സ്വന്തമാക്കി. മറ്റാരെയും സ്നേഹിക്കുവാൻ
അതിൽ ഇടമില്ലായിരുന്നു. അതിനാൽ റോ 4
മാക്കാർക്ക് കീഴ്പ്പെട്ടിരുന്ന ചില രാജാക്ക
ന്മാരെ അവളുടെ വ്യക്തിതാൽപ്പര്യം മൂലം
ബുദ്ധിമുട്ടിക്കുവാൻ അവൾ ആന്റണിയെ
പ്രേരിപ്പിച്ചു. അവൻ അവളെ അനുസരി
ച്ചു. അവളുടെ താൽപര്യത്താൽ പല രാ
ജാക്കന്മാരെയും വധിച്ചു. ചിലരെ അവൻ
അവളുടെ കൽപ്പനപ്രകാരം ജീവനോടെ
വിട്ടു, അവളുടെ ദാസന്മാരും അടിമകളുമാ
ക്കി.

ഇതു് അഗസ്റ്റസ് അറിഞ്ഞപ്പോൾ അത്ത 5
രം പെരുമാറ്റം മ്ലേച്ഛമാണെന്നും, ഇനി
അങ്ങനെയുള്ള തെറ്റുകൾ ആവർത്തിക്ക

രുതെന്നും ആഗ്രഹിച്ച് അഗസ്റ്റസ് ആന്റ
6 ണിക്ക് കത്തെഴുതി. അഗസ്റ്റസ് തനിക്ക്
എഴുതിയതിനെക്കുറിച്ച് ആന്റണി ക്ലിയോ
പാട്രയോട്ട് പറഞ്ഞു. അവൾ അഗസ്റ്റസി
നെ എതിരിടാൻ ഉപദേശിച്ചു. അത് അനാ
യാസമാണെന്ന് വിവരിക്കുകയും ചെയ്തു.
7 ആ അഭിപ്രായത്തോട് അവൻ യോജി
ച്ചു. അഗസ്റ്റസുമായി പരസ്യമായി തെറ്റിയ
അവൻ അന്ത്യോക്യയിലേക്ക് കടൽമാർ
ഗ്ഗം പോകുന്നതിനും അവിടെ നിന്ന് കര
മാർഗം അഗസ്റ്റസിനെ കണ്ടുമുട്ടാനിടയാ
കുന്നിടത്ത് ചെന്ന് അവനെ എതിരിടുന്നതി
നും വേണ്ടി ഒരു സൈന്യവും സാധനസാ
8 മഗ്രികളും സംഘടിപ്പിച്ചു. ഹെരോദ് തന്നെ
അനുഗമിക്കുവാനായി, അവൻ ആളയച്ച്
അറിയിച്ചു. ഹെരോദ് അതിശക്തമായ
സൈന്യത്തോടും സമ്പൂർണ സാമഗ്രിക
ളോടും കൂടി അവന്റെ അടുക്കൽ ചെന്നു.
9 ഹെരോദ് ആന്റണിയുടെ അടുക്കൽ വന്ന
പ്പോൾ ആന്റണി ഹെരോദിനോട് ഇങ്ങ
നെ പറഞ്ഞു. അറബികൾക്കെതിരെ ഒരു
പടയോട്ടം നടത്തുവാനും അവരുമായി
യുദ്ധം ചെയ്യുവാനും യുക്തിബോധം നമ്മെ
ഉപദേശിക്കുന്നു. കാരണം നമ്മൾ ഒരു തര
ത്തിലും സുരക്ഷിതരല്ല. നമ്മൾ അഗസ്റ്റസു
മായി പിരിഞ്ഞാൽ അറബികൾ യഹൂദ
ന്മാർക്കെതിരെയും ഈജിപ്ത് ദേശത്തിനെ
തിരെയും ആക്രമണം നടത്തില്ലയെന്ന് നമു
ക്ക് ഒരു ഉറപ്പുമില്ല.
10 ആന്റണി കടൽവഴി പുറപ്പെട്ടു, എന്നാൽ
ഹെരോദ് അറബികളെ ആക്രമിച്ചു. അറ
ബികളെ കീഴടക്കുന്നതിൽ ഹെരോദിനെ
സഹായിക്കാൻ, ക്ലിയോപാട്ര ഒരു വലിയ
സൈന്യവുമായി അഥേനിയോ എന്ന ഒരു
11 സേനാധിപനെ അയച്ചു. ഹെരോദിനെ
യും അവന്റെ ആളുകളെയും മുൻനിരയിൽ
നിർത്തുവാനും അറബികളുടെ രാജാവുമാ
യി കരാർ ഉണ്ടാക്കി, അവർ ഒന്നിച്ച് ഹെ
രോദിനെ വളഞ്ഞു അവന്റെ ആളുകളെ വെ
ട്ടിമുറിച്ച് കൊല്ലുവാനും ക്ലിയോപാട്ര അഥേ
12 നിയോയൊടു കൽപ്പിച്ചു. ഹെരോദിന്റെ വി
ലയേറിയ സ്വത്തുക്കളെല്ലാം സ്വന്തമാക്കാ
നുള്ള ആഗ്രഹമാണ് അവളെ ഇതിലേക്കു
നയിച്ചത്. ഹെരോദിനെ കൊല്ലുവാൻ ആന്റ 13
ണിയെ പ്രേരിപ്പിക്കണമെന്ന് അലക്സാന്ദ്ര
യും കുറച്ചുകാലം മുമ്പ് അവളോട് അഭ്യർ
ത്ഥിച്ചിരുന്നു. ക്ലിയോപാട്ര അങ്ങനെ പറ
ഞ്ഞിരുന്നുവെങ്കിലും അങ്ങനെ ചെയ്യുവാൻ
ആന്റണി വിസമ്മതിച്ചിരുന്നു. ക്ലിയോപാട്ര 14
മുമ്പ് ഹെരോദിനെ ആഗ്രഹിച്ചിരുന്നു. ചില
സമയങ്ങളിൽ അവനുമായി ശയിക്കുവാൻ
ആഗ്രഹിച്ചിരുന്നു. എന്നാൽ അവൻ സംയ
മനം പാലിച്ചു. കാരണം അവൻ നിർമലനാ
യിരുന്നു. ഇവയെല്ലാമാണ് അവളെ ഇങ്ങ
നെ ചെയ്യുവാൻ പ്രേരിപ്പിച്ചത്. ക്ലിയോ 15
പാട്രയുടെ കൽപ്പന പ്രകാരം ഹെരോദി
ന്റെ അടുത്തേക്ക് അഥേനിയോ എത്തിയ
പ്പോൾ അവൻ, ഹെരോദിനെ വളയുവാൻ
വേണ്ടി കരാർ ഉണ്ടാക്കുവാൻ അറബികളു
ടെ രാജാവിന്റെ അടുക്കലേക്ക് ആളയച്ചു.
ഹെരോദും അറബികളും ഏറ്റുമുട്ടിയപ്പോൾ 16
അഥേനിയോയും അവന്റെ ആളുകളും ഹെ
രോദിനെ ആക്രമിച്ചു. അവൻ ഇരു സൈന്യ
ങ്ങൾക്കുമിടയിൽപ്പെട്ടു. അവന്റെ സൈന്യ
ത്തിന്റെ മുൻവശത്തുനിന്നും പിൻവശത്തു
നിന്നും അവനെതിരേ യുദ്ധം രൂക്ഷമായി.
എന്നാൽ സംഭവിച്ചത് കണ്ട ഹെരോദ്, 17
തന്റെ ആളുകളെ സംഘടിപ്പിച്ച് വലിയ
പ്രയത്നത്തിനൊടുവിൽ ഇരു സൈന്യങ്ങ
ളോടും ശക്തമായി പോരാടി വിജയിച്ചു.
അതിനു ശേഷം അവൻ വിശുദ്ധ ആലയ
ത്തിലേക്ക് മടങ്ങി.
ഹർബ രാജാവിന്റെ[43] കാലത്തിനു 18
ശേഷം ഉണ്ടായിട്ടില്ലാത്ത അത്ര ഒരു
വലിയ ഭൂകമ്പം യഹൂദാദേശത്ത് സംഭവി
ച്ചു. അതിൽ ധാരാളം മനുഷ്യരും മൃഗങ്ങളും
കൊല്ലപ്പെട്ടു. ഇത് ഹെരോദിനെ വളരെയ 19
ധികം പരിഭ്രാന്തിയിലാഴ്ത്തുകയും അവനെ
ഭയപ്പെടുത്തുകയും അവന്റെ ആത്മാവിനെ
തകർക്കുകയും ചെയ്തു. അതുകൊണ്ട് സമാധാ

43 യഹൂദയിലെ രാജാവായ ഊസിയാവിനെ ആയിരിക്കാം ഇവിടെ ഉദ്ദേശിച്ചിരിക്കുന്നത്. അക്കാലത്ത് വലിയ ഭൂകമ്പം ഉണ്ടായിയെന്ന് തിരുവെഴുത്തിൽ പറയുന്നു

നവും ശാന്തിയും ഉണ്ടാക്കുവാനും, യുദ്ധങ്ങ
ളും രക്തച്ചൊരിച്ചിലുകളും ഇല്ലാതാക്കുവാ
നും വേണ്ടി, അവൻ യെഹൂദയിലെ മൂപ്പ
ന്മാരോട്ട് അവരുടെ ചുറ്റുമുള്ള സകലരാ
ജ്യങ്ങളോടും ഒരു ഉടമ്പടി ഉണ്ടാക്കുവാൻ
20 ആലോചന നടത്തി. ഇക്കാര്യത്തിനായി
അവൻ പ്രതിനിധികളെ ചുറ്റുമുള്ള രാജ്യങ്ങ
ളിലേക്ക് അയച്ചു. അറബികളുടെ രാജാവ്
ഒഴികെ അവരെല്ലാം സമാധാനം സ്വീകരി
21 ച്ചു. ഹെരോദ് അയച്ച പ്രതിനിധികളെ വധി
ക്കുവാൻ അറബികളുടെ രാജാവ് ആജ്ഞ
നൽകി. കാരണം, ഭൂകമ്പത്തിൽ തന്റെ
ആളുകൾ നശിച്ചു പോയതുകൊണ്ടും, അതി
നാൽ അവൻ ബലഹീനനായിത്തീർന്നതു
കൊണ്ടുമാണ് ഹെരോദ് സമാധാനശ്ര
മങ്ങളിലേക്ക് തിരിഞ്ഞതെന്ന് അവൻ
22 കരുതി. അതുകൊണ്ട് ഹെരോദുമായി യു
ദ്ധത്തിന് പോകുവാൻ അവൻ തീരുമാനി
ച്ച്, ഒരു വലിയ സൈന്യത്തെ അണിനിര
ത്തി അവൻ, ഹെരോദിനെതിരെ നീങ്ങി.
23 ഇതു ഹെരോദ് അറിഞ്ഞപ്പോൾ രണ്ട്
കാരണങ്ങളാൽ അവൻ വളരെ അസ്വ
സ്ഥനായിരുന്നു. ഒന്ന് ഒരു രാജാക്കന്മാരും
ഇതുവരെ ചെയ്തിട്ടില്ലാത്തതുപോലെ തന്റെ
പ്രതിനിധികളെ കൊന്നതിന്റെ പേരിൽ,
മറ്റൊന്ന് അവന്റെ ബലഹീനതയും സൈ
ന്യത്തിന്റെ കുറവും സങ്കൽപ്പിച്ച് അവനെ
ആക്രമിക്കാൻ അവൻ ധൈര്യപ്പെട്ടതിന്റെ
24 പേരിൽ. എന്നാൽ അങ്ങനെയല്ലെന്നും,
ഭയമോ ദുർബലതയോ നിമിത്തമല്ല താൻ
സമാധാന ശ്രമങ്ങൾക്ക് പ്രതിനിധികളെ
അയച്ചത്, മറിച്ച് ദയയും, നന്മ ചെയ്യുവാനു
ള്ള ആഗ്രഹവും കൊണ്ടാണെന്നും, യഹൂദ
ന്മാർ ദുർബലരാണെന്ന് കരുതിക്കൊണ്ട്
ആരും തങ്ങളെ ആക്രമിക്കുവാൻ തുനിയ
രുതെന്നും തെളിയിക്കുവാൻ അവൻ ആഗ്ര
25 ഹിച്ചു. കൂടാതെ തന്റെ പ്രതിനിധികൾക്ക
വേണ്ടി അറബികളുടെ രാജാവിനോട്ട് പ്ര
തികാരം ചെയ്യുവാൻ അവൻ ആഗ്രഹിച്ചു.
ഈ കാരണങ്ങൾ കൊണ്ട് ഹെരോദ് അവ
നെതിരെ നീങ്ങുവാൻ തിട്ടക്കത്തിൽ തീരു
മാനിച്ചു.

അതുകൊണ്ട് അവൻ യഹൂദാദേശത്തു 26
നിന്നു സൈന്യത്തെ സംഘടിപ്പിച്ച് അവ
രോട്ടുപറഞ്ഞു "ഇതുവരെ ഒരു രാജാവും
ചെയ്തിട്ടില്ലാത്ത തരത്തിൽ നമ്മുടെ പ്രതി
നിധികളെ ആ അറബി കൊന്നതിനെപ്പറ്റി
നിങ്ങൾക്ക് അറിവുള്ളതല്ലോ. നാം ദുർബ്ബ 27
ലരായും ശക്തിയില്ലാത്തവരുമായിത്തീർ
ന്നു എന്നു അവൻ വിചാരിക്കുന്നു. അവൻ
നമ്മെ പ്രകോപിപ്പിക്കുവാൻ തുനിഞ്ഞിരി
ക്കുന്നു. അവൻ നമ്മുടെ മേൽ തന്റെ ആഗ്ര
ഹങ്ങളെല്ലാം നേടിയെടുക്കുമെന്ന് അവൻ
വിചാരിക്കുന്നു. അവൻ നമ്മോട്ട് നിരന്തരം
യുദ്ധം ചെയ്യുന്നത് അവസാനിപ്പിക്കുകയുമി
ല്ല. അതിനാൽ നിങ്ങളുടെ ധീരത പ്രകടി 28
പ്പിക്കുവാനും, നിങ്ങളുടെ ശത്രുക്കളെ കീഴട
ക്കുവാനും, നമ്മെ കൊള്ളയടിക്കുന്നതിൽ
നിന്ന് അവരെ തടയാനുമായി, നിങ്ങൾ ബു
ദ്ധിമുട്ടുകൾക്കിടയിലും പോരാടണം. ഈ 29
ലോകത്തിന്റെ രീതിയും പതിവുള്ള മാറ്റ
ങ്ങളും അനുസരിച്ച്, ഭാഗ്യം ഒരു സമയ
ത്ത് അനുകൂലവും മറ്റൊരു സമയത്ത് നമു
ക്ക് പ്രതികൂലവുമായേക്കാം. സത്യത്തിൽ, 30
അടിച്ചമർത്തുന്നവരോട്ട് പ്രതികാരം ചെയ്യു
വാനും നിങ്ങളെ ബഹുമാനിക്കാത്തവരു
ടെ അഹന്തയ്ക്ക് തടയിടാനുമായി നിങ്ങൾ
ഉടൻ തന്നെ ഒരു പടയോട്ടം നടത്തണം.
എന്നാൽ ഈ ഭൂകമ്പം ഞങ്ങളെ നിരാ 31
ശ്ശരാക്കി എന്നും, ഞങ്ങളിൽ വലിയൊരു
വിഭാഗത്തെ നശിപ്പിച്ചിരിക്കുന്നുവെന്നും
നിങ്ങൾ പറഞ്ഞേക്കാം, എന്നാൽ അത്
പോരാളികളിൽ ആരെയും അല്ലെന്നും മറ്റ
ചിലരെയാണെന്നും നിങ്ങൾക്ക് നന്നായി
അറിയാം. അത് നമ്മുടെ രാജ്യത്തിലെ ഏറ്റ 32
വും മോശമായതിനെ നശിപ്പിച്ചു. എന്നാൽ
അതിജീവിക്കാൻ ഏറ്റവും നല്ലതിനെ അവ
ശേഷിപ്പിച്ചുവെന്നത് യുക്തിരഹിതമാണെ
ന്ന് നാം കരുതേണ്ടതില്ല. ഇത് നിങ്ങളുടെ
ആത്മധൈര്യത്തെയും നിങ്ങളുടെ സ്വാത്മ
ബോധത്തെയും മെച്ചപ്പെടുത്തും എന്നതിൽ
സംശയമില്ല. എന്നാൽ ദൈവത്തെ അനു 33
സരിക്കേണ്ടതും, നല്ലതും ശരിയും ചെയ്യേ
ണ്ടതും അവൻ നാശത്തിൽ നിന്ന് രക്ഷി

ക്കുകയും തകർച്ചയിൽ നിന്ന് സംരക്ഷി
34 ക്കുകയും ചെയ്തവരുടെ കടമയാണ്. ദൈ
വത്തിന്റെയും, അവന്റെ മതത്തിന്റെയും, രാ
ജ്യത്തിന്റെയും ശത്രുക്കളെ കീഴ്പ്പെടുത്തുന്ന
തും, അവനോടുള്ള അനുസരണയും ഭക്തി
യും കാണിക്കുന്നവരെ സഹായിക്കുന്നതും,
അടിച്ചമർത്തുന്നവന്റെ കയ്യിൽനിന്നും അടി
ച്ചമർത്തപ്പെട്ടവർക്ക് വിടുതൽ നൽകുന്ന
തും എത്രയോ മഹത്വമുള്ളതും ബഹുമാന്യ
വുമാണ്. അതിനേക്കാൾ വലിയ അനുസര
35 ണമില്ല. അഥീനിയോയുമായി ചേർന്ന് അറ
ബികൾ ഞങ്ങളെ വളഞ്ഞപ്പോൾ എന്താ
ണ് സംഭവിച്ചതെന്ന് നിങ്ങൾക്കറിയില്ല.
വലിയവനും നല്ലവനുമായ ദൈവം അവർ
ക്കെതിരെ ഞങ്ങളെ സഹായിച്ച്, അവ
36 രിൽ നിന്ന് ഞങ്ങളെ വിടുവിച്ചു. അതിനാൽ
ദൈവത്തെ ഭയപ്പെടുക, നിങ്ങളുടെ പുരാ
തന ആചാരങ്ങളും നിങ്ങളുടെ പൂർവികരു
ടെ പ്രശംസനീയമായ ആചാരങ്ങളും പിന്തു
ടരുക. ഈ ശത്രു നിങ്ങൾക്കെതിരെ ഒരു
ങ്ങുന്നതിന് മുമ്പ് അവനെതിരെ നിങ്ങൾ
തയ്യാറാവുക, അവൻ നിങ്ങളെ പ്രതീക്ഷി
ക്കുന്നതിന് മുമ്പ് അവിടെ എത്തിച്ചേരുക,
നിങ്ങളുടെ ശത്രുവിനെതിരെ ദൈവം നിങ്ങ
ളെ സഹായിക്കും."

37 ഹെരോദിന്റെ പ്രഭാഷണം കേട്ടപ്പോൾ
തങ്ങൾ പടയോട്ടത്തിന് തയ്യാറാണെന്നും
താമസം വരുത്തില്ലെന്നും അവർ മറുപടി
38 പറഞ്ഞു. അവൻ, ദൈവത്തോടും അവരോ
ടും നന്ദി പറഞ്ഞു. അനേകം യാഗങ്ങൾ
അർപ്പിക്കാൻ ആജ്ഞാപിച്ചു. യെഹൂദാ
ഗോത്രത്തിൽ നിന്നും ബെന്യാമീൻ ഗോത്ര
ത്തിൽ നിന്നും ഒരു വലിയ പുരുഷാരം വന്നു
39 കൂടി. ഹെരോദ് അറബികളുടെ രാജാവിനെ
തിരെ നീങ്ങി, അവനെ നേരിട്ടു. അവർക്കി
ടയിൽ യുദ്ധം രൂക്ഷമായി. അയ്യായിരം
40 അറബികൾ കൊല്ലപ്പെട്ടു. പിന്നെയും ഒരു
യുദ്ധം ഉണ്ടായി. നാലായിരം അറബികൾ
കൊല്ലപ്പെട്ടു. അതുകൊണ്ട് അറബികൾ
തങ്ങളുടെ പാളയത്തിലേക്ക് മടങ്ങിപ്പോ
യി. അവിടെ താമസിച്ചു. ആ സ്ഥലം സുര
ക്ഷിതമായിരുന്നതിനാൽ അവൻ അവരെ
പുറത്തുപോകാൻ അനുവദിക്കാതെ തന്റെ
സൈന്യത്തോടൊപ്പം നിന്നു. ഹേരോദിന്
അവർക്കെതിരെ ഒന്നും ചെയ്യാൻ കഴിഞ്ഞി
ല്ല. അവർ അഞ്ചു ദിവസം ഇതേ രീതിയിൽ 41
തുടർന്നു. അതികഠിനമായ ദാഹം അവർ
ക്കുണ്ടായി. അതിനാൽ അവർ ഹെരോ
ദിന്റെ അടുക്കൽ വളരെ വിലപ്പെട്ട ഒരു
സമ്മാനവുമായി പ്രതിനിധികളെ അയ
ച്ചു. ഒരു താത്ക്കാലിക യുദ്ധവിരാമവും കു
ടിക്കാൻ വെള്ളം കോരാനുള്ള സ്വാതന്ത്ര്യ
വും ആവശ്യപ്പെട്ടു. പക്ഷേ അവൻ അത്
ചെവിക്കൊണ്ടില്ല. തീവ്ര ശത്രുതയിൽ തു
ടർന്നു. അപ്പോൾ അറബികൾ ഇങ്ങനെ 42
പറഞ്ഞു: നമുക്ക് ഈ രാജ്യത്തിനെതി
രേ പോരാടാം. ദാഹിച്ചു മരിക്കുന്നതിനേ
ക്കാൾ, പോരാടി, ജയിക്കുന്നതോ മരി
ക്കുന്നതോ ആണ് നമുക്ക് നല്ലത്. അവർ 43
അവരുടെ നേരെ പുറപ്പെട്ടു. ഹെരോദിന്റെ
സംഘം അവരെ കീഴടക്കി. അവരിൽ ഒമ്പ
തിനായിരം പേരെ കൊന്നു. പലായനം
ചെയ്തവരെ ഹെരോദ് തന്റെ ആളുകളുമാ
യി പിന്തുടർന്നു. അവരിൽ ധാരാളം പേരെ
കൊന്ന്, പട്ടണങ്ങൾ ഉപരോധിച്ച്, പിടി
ച്ചെടുത്തു. അതിനാൽ ഹെരോദിന് വിധേ 44
യരാകാമെന്നു പറഞ്ഞ് അവർ തങ്ങളുടെ
ജീവനുവേണ്ടി അപേക്ഷിച്ചു. അവൻ സമ്മ
തിച്ച്, അവരിൽ നിന്ന് പിൻവാങ്ങി, വിശു
ദ്ധ ആലയത്തിലേക്ക് മടങ്ങി.

ഇപ്പോൾ ഈ ഗ്രന്ഥത്തിൽ പരാമർ 45
ശിച്ചിരിക്കുന്ന അറബികൾ സാറാപർവ്വ
തത്തിന്റെ രാജ്യം മുതൽ ഹെഗിയാസ്
വരെയും സമീപ പ്രദേശങ്ങളിലും വസി
ച്ചിരുന്ന അറബികളാണ്. അവർ വളരെ
കീർത്തിയുള്ളവരായിരുന്നു. എണ്ണത്തിൽ
വളരെയാളുകൾ ഉണ്ടായിരുന്നു.

അഗസ്റ്റസുമായുള്ള ആന്റണിയുടെ യുദ്ധത്തിന്റെയും, ആന്റണിയുടെ മരണത്തിന്റെയും, ഹെറോദ് അഗസ്റ്റസിന്റെ അടുത്തേക്ക് പോയതിന്റെയും ചരിത്രം

57 ആന്റണി ഈജിപ്റ്റിൽ നിന്ന് റോമാ
ക്കാരുടെ രാജ്യത്തേക്ക് പടനയിച്ച്,
അഗസ്റ്റസിനെ നേരിട്ടപ്പോൾ അവർക്കിട
യിൽ വലിയ യുദ്ധങ്ങൾ നടന്നു. അതിൽ
വിജയം നേടിയത് അഗസ്റ്റസായിരുന്നു. യു
2 ദ്ധത്തിൽ ആന്റണി കൊല്ലപ്പെട്ടു. ആഗസ്റ്റ
സ് അവന്റെ പാളയവും അതിലുള്ളതെല്ലാം
കൈവശപ്പെടുത്തി. ഇത് ചെയ്ത ശേഷം
കപ്പലിൽ ഈജിപ്റ്റിലേക്ക് പോകാൻ
അവൻ രോദെസ്സിലേക്ക് പോയി.
3 ഹെറോദ് ഈ വാർത്തകൾ അറി
ഞ്ഞു. ആന്റണിയുടെ മരണത്തിൽ അവൻ
വളരെ ഉത്കണ്ഠാകുലനായിരുന്നു. അഗ
സ്റ്റസിനെ അവൻ അത്യധികം ഭയപ്പെട്ടു.
അവനെ അഭിവാദ്യം ചെയ്യുവാനും അഭിന
ന്ദിക്കുവാനും അവന്റെ അടുത്തേക്ക് പോ
4 കുവാൻ അവൻ തീരുമാനിച്ചു. അതുകൊ
ണ്ട് അവൻ തന്റെ അമ്മയെയും സഹോ
ദരിയെയും, തന്റെ സഹോദരനോടൊപ്പം
സാറാ പർവ്വതത്തിൽ തനിക്കുണ്ടായിരു
ന്ന ഒരു സുരക്ഷിതസ്ഥാനത്തേക്ക് അയ
ച്ചു. അവൻ തന്റെ ഭാര്യ മറിയാമ്മയെയും
അവളുടെ അമ്മ അലക്സാന്ദ്രയെയും സോ
രുകാരനായ[44] ജോസഫസിന്റെ[45] സംര
ക്ഷണയിൽ അലക്സാന്ദ്രിയത്തിലേക്ക് അയ
ച്ചു. തന്റെ ഭാര്യയെയും അവളുടെ അമ്മ
യെയും തന്റെ മരണവാർത്തയറിഞ്ഞാലു
ടൻ കൊല്ലണമെന്ന് ഹെറോദ് നിർദ്ദേശം
കൊടുത്തു.
5 ഇതിനുശേഷം അവൻ വളരെ വിലപ്പെ
ട്ട ഒരു സമ്മാനവുമായി അഗസ്റ്റസിന്റെ
6 അടുത്തേക്ക് പോയി. ഹെറോദ് ആന്റണി
യുടെ സുഹൃത്തും പിന്തുണക്കാരനുമായിരു
ന്നതിനാലും തന്നെ ആക്രമിക്കാൻ ആന്റ
ണിക്കൊപ്പം പടനയിക്കാൻ അവൻ തുനി 7
ഞ്ഞിരുന്നതിനാലും, ഹെറോദിനെ കൊല്ലു
വാൻ അഗസ്റ്റസ് നേരത്തെ നിശ്ചയിച്ചിരു
ന്നു. ഹെറോദിന്റെ വരവ് അഗസ്റ്റസിനെ
അറിയിച്ചപ്പോൾ, അവന്റെ കിരീടം ഒഴികെ
യുള്ള എല്ലാ രാജകീയ വേഷഭൂഷാദികളോ
ടെ അവനെ തന്റെ സന്നിധിയിൽ കൊ 8
ണ്ടുവരാൻ ആജ്ഞാപിച്ചു. കിരീടം തല
യിൽ നിന്ന് മാറ്റിവയ്ക്കാൻ അവൻ ഉത്തര
വിട്ടിരുന്നു. അഗസ്റ്റസ് കൽപിച്ചതുപോലെ 9
തന്റെ കിരീടം മാറ്റിവെച്ചുകൊണ്ട് അഗസ്റ്റ
സിന്റെ സന്നിധിയിൽ വന്നപ്പോൾ അവൻ
ഇങ്ങനെ പറഞ്ഞു.: "രാജാവേ, ആന്റണി
യോടുള്ള എന്റെ സ്നേഹം നിമിത്തമായിരി
ക്കാം, അങ്ങ് എന്നോടു ക്രൂരമായി ദേഷ്യ 10
പ്പെട്ട്, എന്റെ തലയിൽനിന്ന് കിരീടം ഊരി
മാറ്റിയത്. അതോ മറ്റെന്തെങ്കിലും കാരണ
ത്താലാണോ? ആന്റണിയോടുള്ള എന്റെ
കൂറ് നിമിത്തം, നിങ്ങൾക്ക് എന്നോട് ദേ
ഷ്യമുണ്ടെങ്കിൽ സത്യമായും ഞാൻ പറ
യുന്നു: അവൻ എന്റെ അഭ്യുദയകാംക്ഷി 11
യായതുകൊണ്ടാണ് ഞാൻ അവനോട്
ചേർന്നു നിന്നത്. നിങ്ങൾ ഊരിമാറ്റിയ
കിരീടം അവനാണ് എന്റെ തലയിൽ വച്ചു
തന്നത്. അവൻ നിനക്കെതിരെ എന്നോ
ടു സഹായം അഭ്യർത്ഥിച്ചു, ഞാൻ അവനു
നൽകി. അവൻ പല പ്രാവശ്യം എന്നെ
യും സഹായിച്ചിരുന്നു. എന്നാൽ അവൻ 12
നിന്നോടു ചെയ്ത യുദ്ധം എന്റെ തീരുമാ
നമായിരുന്നില്ല. അറബികളെ കീഴടക്കു
വാൻ ഞാൻ യുദ്ധം ചെയ്യുകയായിരുന്ന
തിനാൽ ഞാൻ നിന്റെ നേരെ വാളെടു
ക്കുകയോ യുദ്ധം ചെയ്യുകയോ ചെയ്തിട്ടില്ല.
പക്ഷേ അവനോടുള്ള സൗഹൃദവും, അവ 13
ന്റെ സത്പ്രവർത്തികളും നിമിത്തം അവന്
പടയാളികളും, ആയുധങ്ങളും, സാധനസാ
മഗ്രികളും നൽകുന്നതിൽ നിന്ന് ഞാൻ പി
ന്തിരിഞ്ഞില്ല. സത്യത്തിൽ ഞാൻ അവനെ
ഉപേക്ഷിച്ചതിൽ ഖേദിക്കുന്നു. എന്റെ സു
ഹൃത്തിന് എന്റെ സഹായം ആവശ്യമുള്ള
പ്പോൾ ഞാൻ അവനെ ഉപേക്ഷിച്ചുവെ
ന്ന് ആളുകൾ ചിന്തിച്ചേക്കാം. തീർച്ചയാ 14

44 Tyre

45 ഹെറോദിന്റെ സഹോദരീഭർത്താവ്

യും ഞാൻ അവനോടുകൂടെ ഉണ്ടായിരു
ന്നുവെങ്കിൽ ദൈവം ഇഷ്ടമുള്ളതുപോ
ലെ കാര്യങ്ങൾ തീരുമാനിക്കുന്നത് വരെ
എന്റെ എല്ലാ ശക്തിയും ഉപയോഗിച്ച്
ഞാൻ അവനെ സഹായിക്കുമായിരുന്നു.
അവൻ ഭയപ്പെട്ടിരുന്നെങ്കിൽ അവനെ
ധൈര്യപ്പെടുത്തുകയും അവൻ ദുർബലനാ
യിരുന്നെങ്കിൽ അവനെ ശക്തിപ്പെടുത്തു
കയും അവൻ വീണു പോയാൽ അവനെ
താങ്ങി ഉയർത്തുകയും ചെയ്യുമായിരുന്നു.
15 എന്റെ സൗഹൃദം വിലകുറച്ച് കാണപ്പെട്ടു
മാറ്റ് എന്റെ സഹായം അഭ്യർത്ഥിച്ച ഒരു
മനുഷ്യനെ ഞാൻ സഹായിക്കാതിരുന്ന
താണ് എനിക്ക് കൂടുതൽ ദുഃഖം നൽകുന്ന
16 ത്. എന്റെ അഭിപ്രായത്തിൽ ആ ആഭിചാ
രിണിയായ ക്ലിയോപാട്രയ്ക്ക് വഴങ്ങി അവൻ
തന്റെ തെറ്റായ നയങ്ങൾ കാരണം നശി
ച്ചു. അവളുടെ ദുഷ്ടത അവനിൽ നിന്ന് നീ
ക്കുവാൻ തക്കവണ്ണം അവളെ കൊല്ലു
വാൻ ഞാൻ അവനെ ഉപദേശിച്ചിരുന്നു.
എന്നാൽ അവൻ അതു ചെവിക്കൊണ്ടി
17 ല്ല. എന്നാൽ ഇപ്പോൾ നിങ്ങൾ എന്റെ
തലയിൽ നിന്ന് കിരീടം നീക്കിയെങ്കി
ലും എന്റെ വിവേകവും എന്റെ ധൈര്യ
വും ഞാൻ എന്തായിരിക്കുന്നുവോ അതും
എന്നിൽ നിന്ന് മാറ്റുവാൻ കഴിയുകയില്ല.
ഞാൻ എന്റെ സുഹൃത്തുക്കൾക്ക് മിത്രവും
ശത്രുക്കൾക്ക് ശത്രുവും ആയിരിക്കും."
18 അഗസ്റ്റസ് അവനോട് ഇങ്ങനെ ഉത്തരം
പറഞ്ഞു: "ആന്റണിയെ ഞങ്ങളുടെ സൈ
ന്യം പരാജയപ്പെടുത്തി. പക്ഷേ നിന്നെ
ഞങ്ങൾ, ഞങ്ങളോടൊപ്പം ചേർത്ത് ഞങ്ങ
ൾ നിന്നെ കീഴടക്കും. ഞങ്ങളുടെ നല്ല സു
കൃതങ്ങൾ കൊണ്ട് നിന്നെ പരിപാലിച്ച്
ഞങ്ങളോടുള്ള നിന്റെ സ്നേഹം ഇരട്ടിയാക്കും.
19 നീ അതിന് യോഗ്യനാണ്. ക്ലിയോപാട്ര
യുടെ ഉപദേശത്താൽ ആന്റണി ചതിവു
ചെയ്തു. അതേ കാരണത്താൽ അവൻ
ഞങ്ങളോട് നന്ദികേടു കാണിക്കുകയും,
ദയയ്ക്കു പകരമായി ഞങ്ങളോട് തിന്മചെ
യ്യുകയും, ആനുകൂല്യങ്ങൾക്കു പകരമായി
20 കലാപവുമുണ്ടാക്കി. എന്നാൽ ഞങ്ങളുടെ
ശത്രുക്കളായ അറബികളോട് നിങ്ങൾ നട
ത്തിയ യുദ്ധം കാരണം ഞങ്ങൾ സന്തോ
ഷിക്കുന്നു. എന്തെന്നാൽ നിങ്ങളുടെ ശത്രു
ക്കൾ ഞങ്ങളുടേതുമാണ്, നിങ്ങളെ അനു
സരിക്കുന്നവൻ ഞങ്ങളെയും അനുസരി
ക്കുന്നു.
അപ്പോൾ അഗസ്റ്റസ്, ഹെരോദിന്റെ 21
ശിരസ്സിൽ സ്വർണ്ണ കിരീടം വെയ്ക്കുവാ
നും അവനു മുമ്പുണ്ടായിരുന്നത്ര പ്രവിശ്യ
കൾ അവന് നൽകുവാനും ഉത്തരവിട്ടു.
ഹെരോദ് അഗസ്റ്റസിനൊപ്പം ഈജിപ്തി 22
ലേക്ക് പോയി. ക്ലിയോപാട്രയ്ക്കായി ആന്റ
ണി കരുതിയിരുന്ന എല്ലാ കാര്യങ്ങളും
അഗസ്റ്റസിനു സമർപ്പിക്കുകയും ചെയ്തു.
അഗസ്റ്റസ് റോമിലേക്ക് പോയി, എന്നാൽ
ഹെരോദ് വിശുദ്ധ നഗരത്തിലേക്ക് മടങ്ങി.

ഹെരോദ് തന്റെ ഭാര്യ മറിയാമ്നയെ കൊന്നതിന്റെ ചരിത്രം

58 അഗസ്റ്റസിന്റെ അടുത്തേക്ക് പോ
കുമ്പോൾ താൻ കൊല്ലപ്പെട്ടാൽ
തന്റെ ഭാര്യയെയും അവളുടെ അമ്മയെ
യും കൊല്ലണമെന്ന് കൽപ്പിച്ചിരുന്നതാ
യി ഹെരോദിന്റെ സഹോദരീഭർത്താവായ
ജോസഫസ് മറിയാമ്നയോട് പറഞ്ഞു. മറി 2
യാമ്നയുടെ പിതാവിനെയും സഹോദരനെ
യും, ഹെരോദ് കൊന്ന കാലം മുതൽ മറി
യാമ്നയ്ക്ക് ഹെരോദിനോട് കടുത്ത വെറുപ്പ
ണ്ടായിരുന്നഅതിനാൽ, അവൾക്കെതി
രേ ഹെരോദ് നൽകിയ കല്പനകളെക്കു
റിച്ച് ജോസഫസ് പറഞ്ഞറിഞ്ഞപ്പോൾ,
അവളുടെ വെറുപ്പ് വർദ്ധിച്ചില്ല.
അതുകൊണ്ട് ഹെരോദ് ഈജിപ്തിൽ 3
നിന്ന് വന്നപ്പോൾ അവൾക്ക് തന്നോടു
ള്ള വെറുപ്പ് വളരെയധികം വർദ്ധിച്ചിരിക്കു
ന്നതായി അവൻ കണ്ടു. അതിൽ വളരെയ
ധികം വിഷമിച്ചിരിക്കുമ്പോൾ സാധ്യമായ
എല്ലാ വഴികളിലൂടെയും അവളെ താനുമാ
യി അനുരഞ്ജിപ്പിക്കാൻ അവൻ ശ്രമിച്ചു.
എന്നാൽ ഒരു ദിവസം അവന്റെ സഹോ 4
ദരിയും മറിയാമ്നയും തമ്മിലുണ്ടായ ചില
വഴക്കുകൾക്കുശേഷം അവന്റെ സഹോദരി

അവന്റെ അടുത്തെത്തി, ഇങ്ങനെ പറഞ്ഞു.
“തീർച്ചയായും എന്റെ ഭർത്താവ് ജോസഫ
സ് മറിയാമ്മയുടെ കൂടെ പോയിരിക്കുന്നു.”
5 എന്നാൽ മറിയാമ്മ എത്ര നിർമ്മലയും,
പതിവ്രതയും ആണെന്ന് അറിയാവുന്നതു
കൊണ്ട് ഹെരോദ് അവളുടെ വാക്കുകൾ
6 ശ്രദ്ധിച്ചില്ല. അതിനുശേഷം ഹെരോദ്
അന്ന് രാത്രിയിൽ മറിയാമ്മയെ കാണു
വാൻ പോയി. അവളോട് ദയയോടെ
യും, വാത്സല്യത്തോടെയും പെരുമാറുക
യും അവളോടുള്ള തന്റെ സ്നേഹം വിവരി
7 ക്കുകയും ചെയ്തു. അവൾ അവനോട് പറ
ഞ്ഞു: ഒരു മനുഷ്യൻ ഒരാളെ സ്നേഹിക്കു
ന്നതും, അതേസമയം അയാളെ കൊല്ലു
വാൻ ഉത്തരവിടുന്നതും, നിങ്ങൾ എപ്പോ
ഴെങ്കിലും കണ്ടിട്ടുണ്ടോ? തെളിവുകൾ വെ
ളിവാക്കാത്തിടത്തോളം അവൻ വെറുക്ക
8 പ്പെട്ടവനാണോ? ജോസഫസിനെ താൻ
ഏൽപ്പിച്ച രഹസ്യം അവൻ മറിയാമ്മയോ
ട് പറഞ്ഞതായി ഹെരോദ് മനസിലാക്കി.
അവൾ അവനു വഴങ്ങിയില്ലായിരുന്നെ
ങ്കിൽ ജോസഫസ് ഈ രഹസ്യം പറയി
9 ല്ലായിരുന്നുവെന്ന് അവൻ കരുതി. ഇക്കാ
ര്യത്തിൽ തന്റെ സഹോദരി തന്നോട് പറ
ഞ്ഞത് അവൻ വിശ്വസിച്ചു. ഉടനെ മരിയമ്മ
യെ വിട്ടു. അവൻ അവളെ വെറുക്കുകയും
ചെയ്തു.
10 അത് മനസ്സിലാക്കിയ അവന്റെ സഹോ
ദരി പാനപാത്രവാഹകന്റെ അടുക്കൽ
ചെന്ന് പണവും വിഷവും കൊടുത്തു
കൊണ്ട് അവനോട്: ഇത് രാജാവിന്റെ
അടുത്തു കൊണ്ടു പോയിട്ട്, ഇത് രാജാവി
ന്റെ പാനീയത്തിൽ കലർത്തുവാൻ മറി
യാമ്മ നൽകിയ വിഷവും പണവുമാണെ
ന്ന് അവനോട് പറയണം, എന്നു പറ
11 ഞ്ഞു. പാനപാത്രവാഹകൻ അതുചെയ്തു.
വിഷം കണ്ട രാജാവ് അതിന്റെ സത്യാവ
സ്ഥയെക്കുറിച്ച് സംശയിച്ചില്ല. അപ്പോൾ
തന്റെ സഹോദരീഭർത്താവായ ജോസ
ഫസിന്റെ തലവെട്ടുവാൻ രാജാവ് കൽപ്പി
ച്ചു. കൂടാതെ എഴുപത് മുപ്പന്മാർ ഹാജരായി
അവൾക്ക് ഉചിതമായ ശിക്ഷ വിധിക്കുന്ന
തുവരെ അവളെ ചങ്ങലയ്ക്കിടുവാനും അവൻ
ഉത്തരവിട്ടു. മറിയാമ്മ മോചിപ്പിക്കപ്പെട്ടാൽ 12
താൻ ചെയ്തവ കണ്ടുപിടിക്കപ്പെടുമെന്നും,
അത് തന്റെ നാശത്തിനു കാരണമാകും
എന്നും ഹെരോദിന്റെ സഹോദരി ഭയപ്പെ
ട്ടു. അവൾ അവനോട് ഇങ്ങനെ പറഞ്ഞു.
രാജാവേ നീ മറിയാമ്മയുടെ മരണം നാള
ത്തേക്ക് മാറ്റിവെച്ചാൽ പിന്നെ നിനക്കു
ത് ഒരിക്കലും നടപ്പാക്കാൻ കഴിയുകയില്ല.
നീ അവളെ കൊല്ലുവാൻ ആഗ്രഹിക്കുന്നു 13
വെന്ന് അറിഞ്ഞാലുടനെ അവളുടെ പിതാ
വിന്റെ വീട്ടുകാർ മുഴുവനും, അവരുടെ എല്ലാ
സേവകരും, അയൽക്കാരും വന്നു ഇടപെ
ടും അവളുടെ മരണം വലിയ പ്രക്ഷുബധാവ
സ്ഥയ്ക്ക് ശേഷമല്ലാതെ നിനക്കു നടപ്പാക്കാ
നാകില്ല എന്ന് പറഞ്ഞു. ഹേരോദ് മറുപടി 14
യായി ഇങ്ങനെ പറഞ്ഞു: നിനക്ക് നല്ലതെ
ന്ന് തോന്നുന്നത് ചെയ്യുക. ഹെരോദിന്റെ 15
സഹോദരി മറിയാമ്മയെ, കൊല്ലുവാനുള്ള
സ്ഥലത്തേക്ക് തിടുക്കത്തിൽ കൊണ്ടുവരു
വാൻ ഒരാളെ അയച്ചു. അവളുടെ ദാസിക
ളെയും മറ്റുസ്ത്രീകളെയും ഉപയോഗിച്ച് എല്ലാ
ത്തരം നീചപ്രവർത്തികളാലും അവളെ
അപമാനിക്കുകയും അധിക്ഷേപിക്കുക
യും ചെയ്തു. എന്നാൽ അവൾ അവരോടൊ 16
ന്നും ഉത്തരം പറഞ്ഞില്ല, തല ചെറുതായി
പ്പോലും അനക്കിയില്ല. ഈ പ്രവർത്തി
കൾ അവൾക്ക് ഭാവഭേദമുണ്ടാക്കിയില്ല.
ഭയമോ ആശയക്കുഴപ്പമോ അവളിലുണ്ടാ
യില്ല. അവൾ നടക്കുന്ന വിധത്തിലും മാറ്റ
മുണ്ടായില്ല. എന്നാൽ അവൾ പതിവായി 17
നടക്കുന്ന രീതിയിൽത്തന്നെ തന്നെ കൊ
ല്ലുവാൻ തയ്യാറാക്കിയ സ്ഥലത്തേക്കുപോ
യി, മുട്ടുമടക്കി, തന്റെ കഴുത്ത് നീട്ടി. വിശ്വാസ 18
ത്തിനും പവിത്രതയ്ക്കും പേരുകേട്ട അവൾ,
യാതൊരു തെറ്റും ചെയ്യാതെ, യാതൊരു
കുറ്റബോധവുമില്ലാതെ തന്റെ ജീവൻ വെ
ടിഞ്ഞു. എന്നിരുന്നാലും അവളുടെ കുടുംബ
ത്തിന്റെ ശീലമനുസരിച്ച് അവൾ താൻപോ
രിമയിൽ നിന്ന് പൂർണ്ണമായും മുക്തയായി
രുന്നില്ല. ഹേരോദിന്, അവളുടെ ആകാര 19
സൗഷ്ഠവം നിമിത്തം അവളോടുള്ള അടു

പ്പവും സ്നേഹവും കുറവില്ലായിരുന്നതാ
ണ്, അവളുടെ താൻപോരിമയ്ക്ക് കാരണം.
അവന് അവളോടുള്ള പെരുമാറ്റത്തിൽ
ഒരുമാറ്റവും അവൾ പ്രതീക്ഷിച്ചില്ല.
20 ഹേരോദിന് അവളിൽ അലക്സാണ്ടർ,
അരിസ്റ്റോബുലസ് എന്നീ രണ്ടുപുത്രന്മാർ
ഉണ്ടായിരുന്നു. റോമാക്കാരുടെ സാഹിത്യ
വും ഭാഷയും പഠിക്കുവാൻ അവൻ അവരെ
റോമിൽ അയച്ചിരുന്നതിനാൽ അവരുടെ
അമ്മ കൊല്ലപ്പെട്ടുമ്പോൾ അവർ റോമി
21 ലായിരുന്നു. അതിനുശേഷം താൻ ഭാര്യ
യെ കൊന്നതിൽ ഹെരോദ് അനുതപിച്ചു.
അവളുടെ മരണത്തിന്റെ പേരിൽ അവൻ
ദുഃഖിതനായി. അതിലൂടെ അയാൾക്ക് ഒരു
രോഗം പിടിപെട്ടു, അതിൽ അവൻ മരണാ
സന്നനായി.
22 മറിയാമ്മയുടെ മരണം നിമിത്തം അവളു
ടെ അമ്മ അലക്സാന്ദ്ര ഹെരോദിനെ കൊ
ല്ലുവാൻ പദ്ധതിയിട്ടു. ഇത് അവന് അറിവാ
യപ്പോൾ, അവൻ അവളുമായി അകന്നു.

ഹെരോദിന്റെ പുത്രന്മാരായ അലക്സാണ്ടറും അരിസ്റ്റോബുലസും, അവരുടെ അമ്മയെ ഹെരോദ് വധിച്ചുവെന്ന് കേട്ടയുടനെ വന്നതിന്റെ ചരിത്രം

59 അലക്സാണ്ടറും അരിസ്റ്റോബുലസും, ഹെരോദ് അവരുടെ അമ്മയെ
കൊലപ്പെടുത്തിയ വാർത്ത അറിഞ്ഞ
2 പ്പോൾ അതീവദുഃഖത്തിലായി. റോമിൽ
നിന്ന് പുറപ്പെട്ട അവർ വിശുദ്ധ നഗര
ത്തിൽ എത്തി. അമ്മയുടെ മരണത്തെ
ത്തുടർന്ന് അവരുടെ മനസ്സിൽ തോന്നിയ
വിദ്വേഷം നിമിത്തം, തങ്ങളുടെ പിതാവായ
ഹെരോദിനെ മുമ്പ് ചെയ്തുപോന്നിരുന്നതു
3 പോലെ അവർ ബഹുമാനിച്ചില്ല. അർക്കീ
ലോസ് രാജാവിന്റെ മകളെ അലക്സാണ്ട
റും, ഹെരോദിന്റെ സഹോദരിയുടെ മകളെ
അരിസ്റ്റോബുലസും വിവാഹം കഴിച്ചിരുന്നു.
4 അതുകൊണ്ട്, അവർ തന്നെ ബഹുമാനി
ക്കുന്നില്ലെന്നും, തന്നെ വെറുക്കുന്നുവെന്നും
ഹെരോദ് മനസ്സിലാക്കിയപ്പോൾ, അവൻ
അവരെ ഒഴിവാക്കി. ഇത് യുവാക്കളുടേയും,
അവന്റെ കുടുംബത്തിന്റേയും ശ്രദ്ധയിൽ
പ്പെട്ടിരുന്നു.
ഹെരോദ് രാജാവ്, മറിയാമ്മയ്ക്ക് മുമ്പ് ദോ 5
സിത്തിയ എന്ന ഒരുവളെ വിവാഹം കഴി
ച്ചിരുന്നു. അവളിൽ അന്തിപ്പേറ്റർ എന്ന
ഒരു പുത്രനുണ്ടായിരുന്നു. മുകളിൽ പറഞ്ഞി 6
രിക്കുന്നതു പോലെ തന്റെ രണ്ട് ആൺമക്ക
ളും തന്നെ ബഹുമാനിക്കുന്നില്ലെന്ന് മനസ്സി
ലായപ്പോൾ, ഹെരോദ് തന്റെ ഭാര്യ ദോസി
ത്തിയയെ തന്റെ കൊട്ടാരത്തിലേക്ക് കൂട്ടി
കൊണ്ടുവരികയും, തന്റെ മകൻ അന്തിപ്പേ
റ്ററിനെ തന്നോട് ചേർത്തു നിർത്തുകയും,
തന്റെ എല്ലാ കാര്യങ്ങളും അവനെ ഏൽപ്പി
ക്കുകയും ചെയ്തു. അവൻ അന്തിപ്പേറ്ററിനെ
തന്റെ പിൻഗാമിയായി നിയമിച്ചു. അന്തി 7
പ്പേറ്റർ തന്റെ സഹോദരന്മാരായ അലക്സാ
ണ്ടറെയും അരിസ്റ്റോബുലസിനെയും ഉപദ്ര
വിച്ചു, തന്റെ പിതാവ് ജീവിച്ചിരിക്കുമ്പോൾ
ത്തന്നെ സമാധാനം ഉറപ്പാക്കുവാൻ തീരു
മാനിച്ചു. അപ്പന്റെ മരണശേഷം എതിരാളി
കൾ ഇല്ലാതിരിക്കാൻ വേണ്ടിയായിരുന്നു
ഇങ്ങനെ ചെയ്തത്. അതുകൊണ്ട് അവൻ 8
തന്റെ പിതാവിനോട് ഇങ്ങനെ പറഞ്ഞു:
"സത്യത്തിൽ എന്റെ സഹോദരന്മാർ അവ
രുടെ അമ്മയുടെ കുടുംബം നിമിത്തം അന
ന്തരാവകാശം തേടുന്നു. കാരണം അത്
എന്റെ അമ്മയുടെ കുടുംബത്തേക്കാൾ
ശ്രേഷ്ഠമാണ്; അതിനാൽ അവർക്ക് ഭാഗ
ധേയത്വത്തിന് എനിക്കുള്ളതിനേക്കാൾ
അവകാശമുണ്ടെങ്കിലും, രാജാവ് എന്നെ
അതിന് യോഗ്യനായി വിധിച്ചിരിക്കുന്നു.
ഇതുനിമിത്തം അവർ നിന്നെ കൊല്ലുവാൻ 9
ശ്രമിക്കുന്നു. എന്നെയും അവർ താമസി
യാതെ കൊല്ലും" ഹെരോദിനോട് അവൻ 10
ഇതു ആവർത്തിച്ചു പറഞ്ഞു. അവരോട് കൂ
ടുതൽ വിദ്വേഷം ഉളവാക്കുന്ന കാര്യങ്ങൾ
മനസ്സിൽ നിറയ്ക്കുവാൻ രഹസ്യമായി ആളു
കളെ അയച്ചു.
ഇതിനിടയിൽ ഹെരോദ് തന്റെ മകൻ 11
അലക്സാണ്ടറെയും കൂട്ടി അഗസ്റ്റസിനെക്കാ
ണാൻ റോമിലേക്ക് പോയി. അവൻ അഗ
സ്റ്റസിന്റെ സന്നിധിയിൽ എത്തിയപ്പോൾ

ഹെരോദ് തന്റെ മകനെക്കുറിച്ച് അവനോ
ട്ട് പരാതിപ്പെട്ടു, അവനെ ശാസിക്കണമെ
12 ന്ന് അപേക്ഷിച്ചു. എന്നാൽ അലക്സാണ്ടർ
ഇങ്ങനെ പറഞ്ഞു: “ഒരു തെറ്റും കൂടാതെ
എന്റെ അമ്മയെ വധിച്ചത് നിമിത്തം,
എനിക്ക് തീവ്രമായ മനോവേദന ഉണ്ടെ
ന്നുള്ളത് ഞാൻ നിഷേധിക്കുന്നില്ല. മൃഗ
ങ്ങൾ പോലും, മനുഷ്യരെക്കാൾ അധിക
മായി തങ്ങളുടെ അമ്മമാരോട് കൂടുതൽ വാ
ത്സല്യം കാണിക്കുകയും അവരെ കൂടുതൽ
13 സ്നേഹിക്കുകയും ചെയ്യുന്നു. പക്ഷേ പിതൃഹ
ത്യക്കായി ഞാൻ പദ്ധതിയിട്ടുന്നുവെന്നത്
ഞാൻ പൂർണ്ണമായി നിഷേധിക്കുന്നു. ദൈ
വസാക്ഷിയായി ഞാൻ അത് നിഷേധിക്കു
ന്നു. കാരണം എന്റെ അമ്മയോടുള്ള അതേ
വികാരമാണ് എനിക്ക് അപ്പനോടും.
14 എന്റെ മാതാപിതാക്കളോട്ട് കുറ്റം ചെയ്തു,
കുറ്റബോധവും, നിത്യമായ ദുഃഖവും വരു
ത്തിവയ്ക്കുന്ന തരത്തിലുള്ള ഒരു മനുഷ്യനല്ല
15 ഞാൻ.” അതിനുശേഷം അലക്സാണ്ടർ നി
ലവിളിച്ചു കരഞ്ഞു. അഗസ്റ്റസും എല്ലാ പ്ര
ഭുക്കന്മാരും അവനോട്ട് സഹതപിച്ചു. അടു
ത്തു നിന്നിരുന്ന റോമക്കാരുടെ നേതാക്ക
16 ളും കരഞ്ഞു. അപ്പോൾ അഗസ്റ്റസ് ഹെ
രോദിനോട്ട്, തന്റെ പുത്രന്മാരെ മുൻപുള്ള
തുപോലെതന്നെ ദയയോടും അടുപ്പത്തോ
ടും കൂടെ തിരികെ സ്വീകരിക്കുവാൻ ആവ
ശ്യപ്പെട്ടു. അലക്സാണ്ടർ അവന്റെ പിതാവി
ന്റെ പാദങ്ങളിൽ ചുംബിക്കണമെന്നും അഗ
സ്റ്റസ് ആഗ്രഹിച്ചു. ഹെരോദിനോട്ട് മകനെ
ആലിംഗനം ചെയ്തു ചുംബിക്കുവാൻ അഗസ്റ്റ
സ് ആവശ്യപ്പെട്ടു. അവൻ അനുസരിച്ചു.
17 അതിനുശേഷം അഗസ്റ്റസ് ഹെരോദാ
വിന് ഒരു മഹത്തായ സമ്മാനം നല്കുവാൻ
കല്പിച്ചു. അത് അവനു നൽകി. അവനോടു
കൂടെ കുറച്ചു ദിവസങ്ങൾ കഴിഞ്ഞശേഷം
ഹെരോദ് വിശുദ്ധ ആലയത്തിലേക്ക് മട
ങ്ങി. യെഹൂദയിലെ മൂപ്പന്മാരെ അവന്റെ
18 അടുക്കൽ വിളിച്ചു അവൻ പറഞ്ഞു. “അന്തി
പ്പേറ്റർ എന്റെ മൂത്തമകനും ആദ്യജാതനു
മാണ് എന്ന്, നിങ്ങൾക്കറിയാം അവന്റെ
അമ്മ ഒരു താഴ്ന്ന കുടുംബത്തിൽ നിന്നാ
ണ്. എന്നാൽ എന്റെ രണ്ടുമക്കളായ അല
ക്സാണ്ടറിന്റെയും, അരിസ്റ്റോബുലസിന്റെയും
അമ്മ മഹാപുരോഹിതന്മാരുടെയും രാജ
ക്കന്മാരുടെയും കുടുംബത്തിൽ നിന്നുള്ളവ
ളാണ്. മാത്രമല്ല ദൈവം എന്റെ രാജ്യം വി 19
ശാലമാക്കി, എന്റെ ശക്തി വർധിപ്പിച്ചിരി
ക്കുന്നു. അതിനാൽ എന്റെ ഈ മൂന്നു മക്ക
ളെയും തുല്യ അധികാരസ്ഥാനത്ത് നിയ
മിക്കുന്നത് നല്ലതായി തോന്നുന്നു. ആന്റ
റിപേറ്ററിന് അവന്റെ സഹോദരന്മാരുടെ
മേലും, സഹോദരന്മാർക്ക് അവന്റെ മേലും
ഒരു അധികാരവും കൽപ്പനയും പാടില്ല.
ആകയാൽ ജനമേ, നിങ്ങൾ മൂന്നുപേരെ 20
യും അനുസരിക്കുക, അവരുടെ മനസ്സിൽ
യോജിപ്പുള്ള ഒരു കാര്യത്തിലും ഇടപെട
രുത്. അവർക്കിടയിൽ തെറ്റിദ്ധാരണയും
അഭിപ്രായവ്യത്യാസവും ഉണ്ടാക്കുന്ന ഒരു
കാര്യവും നിർദ്ദേശിക്കരുത്. അവരിൽ 21
ഏതെങ്കിലും ഒരുത്തൻ തന്റെ സഹോദ
രനെതിരേയുള്ള ആലോചന, അലക്ഷ്യ
മായി നിങ്ങളോടു പറയാതെ ഇരിക്കേണ്ട
തിന്, നിങ്ങൾ അവരോടൊപ്പം മദ്യപിക്ക
രുത്, അവരോട് അധികം സംസാരിക്കുക
യും അരുത്. കാരണം, നിങ്ങൾ അവരെ 22
നിങ്ങളുമായി അടുപ്പിക്കേണ്ടതിന്, അവ
നവനു യോജിച്ചതനുസരിച്ച് ഉടമ്പടികൾ
ഉണ്ടാക്കും. നിങ്ങൾ അവരെ നശിപ്പിക്കും,
നിങ്ങളും നശിച്ചുപോകും. എന്റെ പുത്രന്മാ 23
രേ, നിങ്ങൾക്ക് ദീർഘായുസ്സ് ഉണ്ടാകുവാ
നും നിങ്ങളുടെ കാര്യങ്ങൾ അഭിവൃദ്ധി പ്രാ
പിക്കുവാനും, നിങ്ങൾ ഓരോരുത്തരും,
ദൈവത്തോടും എന്നോടും അനുസരണ
യുള്ളവരായിരിക്കുക. അത് നിങ്ങളുടെ കട
മയാണ്. അതിനുശേഷം അവൻ അവരെ
ആലിംഗനം ചെയ്തു, ചുംബിക്കുകയും ജന
ങ്ങളോട്ട് പിരിഞ്ഞുപോകുവാൻ കല്പിക്കുക
യും ചെയ്തു.

എന്നാൽ ഹെരോദ് ചെയ്തതൊന്നും സ 24
ന്തോഷകരമായ ഫലം നൽകിയില്ല. അവ
ന്റെ പുത്രന്മാരുടെ ഹൃദയങ്ങൾ ഈ ഉട
മ്പടിയിൽ യോജിച്ചില്ല. കാരണം തന്റെ
പിതാവ് മുമ്പ് നിശ്ചയിച്ചിരുന്നതുപോ

ലെ, എല്ലാം തന്റെ കൈകളിൽ അവൻ
ഏൽപ്പിക്കണമെന്ന് അന്തിപ്പേറ്റർ ആഗ്ര
ഹിച്ചു. അന്തിപ്പേറ്ററിനെ തങ്ങൾക്കു തുല്യ
നായി കരുതുന്നത്, അവന്റെ സഹോദര
ന്മാർക്ക് സ്വീകാര്യമായി തോന്നിയതുമില്ല.
25 അന്തിപ്പേറ്റർ തന്റെ ലക്ഷ്യത്തിൽ ഉറച്ചുനി
ന്നു. അവന് ധാരാളം മോശം സൗഹൃദങ്ങൾ
ഉണ്ടായിരുന്നു. എന്നാൽ അവന്റെ സഹോ
ദരന്മാർ അങ്ങനെയായിരുന്നില്ല. അന്തി
പ്പേറ്റർ തന്റെ സഹോദരങ്ങൾക്ക് എതിരെ
ചാരന്മാരെ നിയോഗിച്ചു. അവർ അവരെ
ക്കുറിച്ചുള്ള വിവരങ്ങൾ അവനെ അറിയി
ക്കുമായിരുന്നു. അവരെക്കുറിച്ച് തെറ്റായ
വാർത്തകൾ പീലാത്തോസിനെ[46] അറിയി
ക്കുവാൻ മറ്റുള്ളവരെയും അവൻ നിയമിച്ചു.
26 എന്നാൽ അന്തിപ്പേറ്റർ, രാജസന്നിധി
യിൽ ആയിരിക്കുമ്പോൾ അരെങ്കിലും
തന്റെ സഹോദരന്മാരെപ്പറ്റി ഇത്തരം കാ
ര്യങ്ങൾ പറയുന്നത് കേട്ടാൽ അവരിൽ നി
ന്നുള്ള കുറ്റം തള്ളിക്കളയുകയും, ഇതു പറ
ഞ്ഞവർ വിശ്വസനീയരല്ലെന്ന് പ്രഖ്യാപി
ക്കുകയും അവർ പറയുന്നത് വിശ്വസിക്കരു
തെന്ന് രാജാവിനോട്ട് അഭ്യർത്ഥിക്കുകയും
27 ചെയ്തു. രാജാവിന് തന്നെക്കുറിച്ച് എന്തെ
ങ്കിലും സംശയം ഉണ്ടാക്കാതിരിക്കാനാ
28 ണ് അന്തിപ്പേറ്റർ ഇങ്ങനെ ചെയ്തത്. അതു
മുതൽ അന്തിപ്പേറ്ററിന് സഹോദരന്മാരോ
ട്ട് ചായ് വുണ്ടെന്നും, അവർക്ക് യാതൊരു
ദോഷവും അവൻ ആഗ്രഹിക്കുന്നില്ലെന്നും
രാജാവ് ചിന്തിച്ചു.
29 അതിനുശേഷം അന്തിപ്പേറ്റർ തന്റെ പി
തൃസഹോദരനായ ഫെറോറസിനെയും
പിതൃസഹോദരഭാര്യയെയും കൂട്ടുപിടിച്ചു.
(അവന്റെ സഹോദരന്മാരുമായി അവരു
ടെ അമ്മ കാരണം അവർ ശത്രുതയിലാ
യിരുന്നു.) ഫെറോറസിന് വിലപ്പെട്ട ഒരു
സമ്മാനം വാഗ്ദാനം ചെയ്തു, അലക്സാണ്ട
റും അരിസ്റ്റോബുലസും രാജാവിനെ കൊ
ല്ലുവാൻ പദ്ധതിയിടുന്നതായി രാജാവിനെ
അറിയിക്കുവാൻ ആവശ്യപ്പെട്ടു. (ഹെരോദ് 30
തന്റെ സഹോദരനായ ഫെറോറസിനോ
ട്ട് നല്ല അടുപ്പമുള്ളവനായിരുന്നു, അവൻ
പറയുന്നതെന്തും ഹെരോദ്, ശ്രദ്ധയോ
ടെ കേട്ടിരുന്നു. യുഫ്രട്ടീസ് നദിയുടെ തീര
ത്ത് ഹെരോദ് ഭരിച്ചിരുന്ന പ്രവിശ്യകളിൽ
നിന്ന് ഒരു വലിയ തുക ഫെറോറസിന്
എല്ലാ വർഷവും നൽകിയിരുന്നു.) അന്തി
പ്പേറ്റർ, ഫെറോറസിനോട്ട് ആവശ്യപ്പെട്ട
തുപോലെ ചെയ്തു. അതിനുശേഷം അന്തി 31
പ്പേറ്റർ ഹെരോദിന്റെ അടുത്തുചെന്ന്:
"അല്ലയോ രാജാവേ, സത്യത്തിൽ എന്റെ
സഹോദരന്മാർ എന്നെ നശിപ്പിക്കാൻ ഗൂ
ഢാലോചന നടത്തിയിരിക്കുന്നു." എന്ന്
പറഞ്ഞു "ഞങ്ങളെ ദുരുപയോഗം ചെയ്യാ 32
നും ഞങ്ങൾ നിന്നെ കൊല്ലാനും വേണ്ടി
അലക്സാണ്ടർ ഞങ്ങൾക്ക് പണം തന്നിരി
ക്കുന്നു, ഞങ്ങൾ അതിൽ നിന്ന് പിന്മാറിയ
പ്പോൾ അവൻ ഞങ്ങളെ കൊല്ലുമെന്ന് ഭീ
ഷണിപ്പെടുത്തി" എന്ന് രാജാവിനോട്ട് പറ
യാനായി, രാജാവിന്റെ മൂന്ന് ഷണ്ഡന്മാർ
ക്കും അന്തിപ്പേറ്റർ പണം കൊടുത്തു.
രാജാവ് അലക്സാണ്ടറിനോട്ട് കോപിച്ച് 33
അവനെ ചങ്ങലയിലാക്കാൻ ഉത്തരവിട്ടു.
തന്നെ കൊല്ലാനുള്ള അലക്സാണ്ടറിന്റെ ഗൂ
ഢലോചനയെക്കുറിച്ച് തങ്ങൾക്കറിയാ
വുന്ന കാര്യങ്ങൾ ഏറ്റുപറയുന്നതുവരെ,
അവൻ അലക്സണ്ടറിന്റെ എല്ലാ സേവക
രെയും പിടികൂടി പീഡിപ്പിക്കുകയും ചെയ്തു.
ഇവരിൽ പലരും പീഡനത്തിനിരയായി 34
മരിച്ചെങ്കിലും അലക്സാണ്ടറിനെക്കുറിച്ച് ഒരു
കള്ളവും പറഞ്ഞില്ല. എന്നാൽ അവരിൽ
ചിലർ പീഡനത്തിന്റെ തീക്ഷ്ണത സഹിക്കാ
നാവാതെ രക്ഷപെടുന്നതിനുള്ള ആഗ്രഹം
കൊണ്ട് അസത്യങ്ങൾ മെനഞ്ഞു. 'അല 35
ക്സാണ്ടറും അരിസ്റ്റോബുലസും രാജാവിനെ
ആക്രമിച്ച്, അവനെക്കൊന്ന്, റോമിലേക്ക്
പോയി അഗസ്റ്റസിന്റെ സൈന്യത്തെക്കൂടെ

46 ഇത് തീർച്ചയായും ഒരു പിഴവാണ്. എഴു ത്തുകാരനോ, പകർത്തിയെഴുത്തുകാരനോ ഹെ രോദ് എന്നതിനു പകരം തെറ്റായി പീ ലാത്തോസ് എന്ന് രേഖപ്പെടുത്തിയതാണ്. ഇവിടെ പറയുന്ന സംഭവങ്ങൾ കഴിഞ്ഞ് മുപ്പതോളം വർഷങ്ങൾ കഴിഞ്ഞതിനു ശേഷമാണ് പീലാത്തോസ് യഹൂദചരിത്ര ത്തിൽ പ്രത്യക്ഷപ്പെടുന്നതുതന്നെ.

ക്കുട്ടി, വിശുദ്ധ മന്ദിരത്തിലേക്ക് പടനയിച്ച്
തങ്ങളുടെ സഹോദരൻ അന്തിപ്പേറ്ററിനെ
ക്കൊന്ന് യഹൂദയുടെ സിംഹാസനം കൈ
ക്കലാക്കാൻ പദ്ധതിയിടുന്നതായി' അവർ
36 ആണയിട്ടു. രാജാവ് അരിസ്റ്റോബുലസിനെ
പിടികൂടി ചങ്ങലയിലിടാൻ അജ്ഞാപിക്കു
കയും, അവനെ ബന്ധിച്ച് സഹോദരനൊ
37 പ്പം പാർപ്പിക്കുകയും ചെയ്തു. എന്നാൽ അല
ക്സാണ്ടറിനെക്കുറിച്ചുള്ള വാർത്ത അവന്റെ
അമ്മായിയപ്പനായ അർക്കെലസ്[47] അറി
ഞ്ഞപ്പോൾ അലക്സാണ്ടറിനെതിരെ കടുത്ത
ക്രോധം നടിച്ചുകൊണ്ട് അവൻ ഹെരോദി
38 ന്റെ അടുത്തു ചെന്നു. പദ്ധതിയിട്ട[48] പിതൃഹ
ത്യയെപ്പറ്റി കേട്ടപ്പോൾ അലക്സാണ്ടറിന്റെ
ഭാര്യയായ തന്റെ മകൾക്ക് അതിൽ പങ്കു
ണ്ടോ എന്ന് എന്നറിയാൻ അവൻ മനഃ
പൂർവ്വം വന്നതാണ്. എന്നാൽ അത് ഹെ
രോദിനോട്ട് വെളിപ്പെടുത്തിയില്ല. കാരണം
അതറിഞ്ഞാൽ അവളെ ഹെരോദ് വധിച്ചാ
ലോ എന്ന് കരുതി. അവൾക്ക് അതിൽ
പങ്കില്ലയെങ്കിൽ അവളെ അലക്സാണ്ടറിൽ
നിന്ന് വേർപെടുത്തി തന്റെ ഭവനത്തിലേ
ക്ക് കൊണ്ടുപോവുകയായിരുന്നു അവന്റെ
ഉദ്ദേശം
39 അർക്കെലസ് വിവേകിയും ജ്ഞാനിയും
വാഗ്മിയും ആയിരുന്നു. ഹെരോദ് അവ
ന്റെ വാക്കുകൾ കേട്ടപ്പോൾ അവന്റെ വി
വേകത്തിലും സത്യസന്ധതയിലും സംതൃ
പ്തനായി, അവൻ അത്ഭുതകരമായി ഹെ
രോദിന്റെ ഹൃദയം കീഴടക്കി. ഹെരോദ്
അവനിൽ വിശ്വാസം അർപ്പിക്കുകയും
ഒരു മടിയും കൂടാതെ അവനെ ആശ്രയി
40 ക്കുകയും ചെയ്തു. അതിനാൽ ഹെരോദിന്
തന്നോടുള്ള ചായ്‌വ് കണ്ടറിഞ്ഞ അർക്കെ
ലസ്, ദീർഘകാലത്തെ സൗഹൃദത്തിനുശേ
ഷം, ഒരു ദിവസം അവർ വിശ്രമിച്ചുകൊണ്ടി
രുന്നപ്പോൾ അവനോട്ട് പറഞ്ഞു: "സത്യമാ
41
യും രാജാവേ, അങ്ങയുടെ കാര്യങ്ങളെക്കു
റിച്ച് ചിന്തിച്ചപ്പോൾ, ഇപ്പോൾ വാർദ്ധക്യം
പ്രാപിച്ചിരിക്കുന്ന താങ്കൾക്ക് മനസ്സമാധാ
നവും നിങ്ങളുടെ മക്കളിൽ നിന്ന് ആശ്വാ
സവും ആണ് കിട്ടേണ്ടത്, മറിച്ച് അവ
രിൽ നിന്ന് ദുഃഖവും ഉത്കണ്ഠയും ആണ്
ലഭിക്കുന്നത് എന്ന് ഞാൻ മനസ്സിലാക്കി.
നിന്റെ മക്കളെപ്പറ്റി ആദരവോടെ ഞാൻ 42
ആലോചിച്ചപ്പോൾ, അവർക്ക് അർഹ
മായത് ചെയ്യുന്നതിൽ നീ കുറവു വരുത്തു
ന്നതായി എനിക്കു തോന്നിയില്ല. എന്തെ
ന്നാൽ നീ അവർക്ക് സ്ഥാനക്കയറ്റം നൽ
കുകയും രാജാക്കന്മാരാക്കുകയും ചെയ്തു.
അവർ നിന്നെ കൊല്ലുവാനോ, അതിനെ
പ്പറ്റി ആലോചിക്കുവാനോ തക്കതായ യാ
തൊന്നും നീ ചെയ്തില്ല. എന്നാൽ നിനക്കും 43
അവർക്കും എതിരേ തിന്മ ആഗ്രഹിക്കുന്ന,
അല്ലെങ്കിൽ അസൂയയോ വിദ്വേഷമോ നി
മിത്തം മക്കളെ വെറുപ്പിക്കുവാൻ നിങ്ങളെ
പ്രേരിപ്പിച്ച, ഏതെങ്കിലും ദുഷ്ടനിൽ നിന്നാ
യിരിക്കാം ഈ പ്രശ്നങ്ങൾ ഉടലെടുത്തത്.
അതിനാൽ അറിവും വിവരവും അനുഭവവും 44
ഉള്ള ഒരു വൃദ്ധനായ നിന്റെമേൽ അവൻ
സ്വാധീനം നേടി, നിന്നെ പിതൃവാത്സല്യ
ത്തിൽ നിന്ന് മക്കളോടുള്ള ക്രൂരതയിലേ
ക്കും ക്രോധത്തിലേക്കും മാറ്റാൻ കഴിഞ്ഞെ
ങ്കിൽ, അനുഭവപരിചയമില്ലാത്ത ചെറുപ്പ 45
ക്കാരായ, നിഷ്കളങ്കരായ, മനുഷ്യരെ
യും അവരുടെ കുതന്ത്രങ്ങളെയും കുറിച്ച്
യാതൊരു അറിവും ഇല്ലാത്തവരുമായ
അവരുടെമേൽ അവൻ ആഗ്രഹിക്കുന്ന
കാര്യങ്ങൾ നടത്തിയെടുക്കുമാറ്, വിദ്വേഷം
അടിച്ചേൽപ്പിക്കുവാൻ എത്ര എളുപ്പമായി
രിക്കും. അതുകൊണ്ട് രാജാവേ, നിന്റെ കാ 46
ര്യങ്ങളിൽ ശ്രദ്ധിക്കുക. വിവരങ്ങൾ എത്തി
ക്കുന്നവരുടെ വാക്കുകൾക്ക് ചെവികൊടു
ക്കരുത്. നിങ്ങളുടെ മക്കൾക്കെതിരെ തിടു
ക്കത്തിൽ ഒന്നും ചെയ്യരുത്. നിങ്ങൾക്കും
അവർക്കും എതിരെ തിന്മ ഉണ്ടാക്കിയവൻ
ആരാണെന്ന് അന്വേഷിക്കുക."
രാജാവ് അവനോട്ട് മറുപടി പറഞ്ഞു: 47
"തീർച്ചയായും കാര്യം നിങ്ങൾ സൂചിപ്പിച്ച

47 കപ്പദോക്യയിലെ രാജാവ്

48 അലക്സാണ്ടറും അരിസ്റ്റോബുലസും പിതൃഹത്യയ്ക്കായി (ഹെരോദിനെ കൊല്ലുവാൻ) പദ്ധതിയിട്ടെന്ന തെറ്റായ വാർത്ത അറിഞ്ഞാണ് അർക്കെലസ് വന്നത്

തുപോലെയാണ്. ആരാണ് അവരെ ഇത്
ചെയ്യാൻ പ്രേരിപ്പിച്ചതെന്ന് അറിയുവാൻ
അതിനാൽ ഞാൻ ആഗ്രഹിക്കുന്നു." അർ
ക്കെലസ് "അത് നിങ്ങളുടെ സഹോദരൻ
ഫെറോറസ് " എന്ന് പറഞ്ഞു. "അങ്ങനെ
യായിരിക്കാം" എന്ന് രാജാവ് മറുപടി പറ
ഞ്ഞു.
48 ഇതിനുശേഷം ഫെറോറസിനോടുള്ള
പെരുമാറ്റത്തിൽ രാജാവിന് വലിയ മാറ്റ
മുണ്ടായി. അതു മനസ്സിലാക്കിയ ഫെറോ
റസ്, ഭയന്ന് അർക്കെലസിന്റെ അടുക്കൽ
49 ചെന്ന് അവനോട് പറഞ്ഞു. രാജാവ് എനി
ക്കെതിരായത് എങ്ങനെയെന്ന് ഞാൻ മന
സ്സിലാക്കുന്നു. അതിനാൽ അവന് അവന്റെ
ഹൃദയത്തിൽ എന്നോടുള്ള വെറുപ്പ് നീക്കി,
എന്നോട് രമ്യതപ്പെടുത്തുവാൻ ഞാൻ നി
50 ന്നോട് അഭ്യർത്ഥിക്കുന്നു. അലക്സാണ്ടറിനും
അരിസ്റ്റോബുലസിനും എതിരെ നിങ്ങൾ
നടത്തിയ ഗൂഢാലോചനകളെക്കുറിച്ചുള്ള
വാസ്തവം രാജാവിനോട് വെളിപ്പെടുത്തു
മെന്ന് നിങ്ങൾ വാഗ്ദാനം ചെയ്താൽ അത്
തീർച്ചയായും ചെയ്യും എന്ന് അർക്കെലസ്
മറുപടി പറഞ്ഞു. ഇതിന് അവൻ സമ്മതം
അറിയിക്കുകയും ചെയ്തു.
51 ഏതാനും ദിവസങ്ങൾക്കുശേഷം അർ
ക്കെലസ് രാജാവിനോട് പറഞ്ഞു:
"രാജാവേ, യഥാർത്ഥത്തിൽ ഒരു മനുഷ്യ
ന്റെ ബന്ധുക്കൾ അവന്റെ സ്വന്തം അവയ
വങ്ങൾ പോലെയാണ്. അത് ഒരു മനുഷ്യ
ന് നല്ലതാണ്. അവന്റെ ഏതെങ്കിലും അവ
യവത്തിന് ഏതെങ്കിലും രോഗം ബാധി
ച്ചാൽ അത്, മരുന്നുകൾ വഴി സുഖമാക്കുക.
അത് അവനെ വേദനിപ്പിച്ചാലും അത് മുറി
52 ച്ചുമാറ്റുന്നത് നല്ലതല്ല. മുറിച്ച് വേദന വർദ്ധി
ച്ച്, ശരീരം ദുർബലപ്പെട്ട്, അവയവം നഷ്ട
മായാൽ അതുകാരണം, അവന് പല സൗ
കര്യങ്ങളുടെയും അഭാവം അനുഭവപ്പെടും.
53 എന്നാൽ അവൻ വൈദ്യചികിത്സയുടെ വേ
ദനകൾ സഹിക്കട്ടെ, കൈകാലുകൾ മെച്ച
പ്പെടുകയും സുഖം പ്രാപിക്കുകയും അവന്റെ
ശരീരം പഴയ പൂർണതയിലേക്കും, ശക്തി
യിലേക്കും, മടങ്ങിയെത്തുകയും ചെയ്യട്ടെ.

അതിനാൽ നമ്മുടെ ബന്ധുക്കൾ ആരെ 54
ങ്കിലും നമ്മളിൽ നിന്ന് അകന്ന്, നമ്മോ
ട് എന്തെങ്കിലും തെറ്റുചെയ്താൽ അവനോ 55
ട് പൊരുത്തപ്പെട്ട് മാന്യമായും സൗഹൃദ
ത്തോടെയും കൂടെ അവന്റെ തെറ്റുകൾ ക്ഷ
മിച്ച് അവനെതിരെയുള്ള കുറ്റങ്ങൾ തള്ളി
ക്കളയണം. അവനെ തിടുക്കത്തിൽ കൊ
ല്ലുകയോ, അവനെ മാറ്റിനിർത്തുകയോ
ചെയ്യരുത്. ഒരു മനുഷ്യന്റെ ബന്ധുക്കൾ 56
അവന്റെ പിന്തുണക്കാരും സഹായികളു
മാണ്. അവരിൽ അവന്റെ ബഹുമാനവും
മഹത്വവും അടങ്ങിയിരിക്കുന്നു. മറ്റിടങ്ങ
ളിൽ നിന്ന് ലഭിക്കാത്തത് അവന് അവ
രിൽ നിന്ന് ലഭിക്കുന്നു. രാജാവേ, ഫെറോ 57
റസ് തീർച്ചയായും നിന്റെ സഹോദരനും
നിന്റെ അപ്പന്റെയും അമ്മയുടെയും മകനു
മാണ്. അവൻ തന്റെ തെറ്റ് ഏറ്റുപറഞ്ഞ്
തന്നോട് ക്ഷമിക്കുവാനും തന്റെ തെറ്റ് മന
സ്സിൽ നിന്ന് മായിച്ചുകളയുവാനും രാജാ
വിനോട് അഭ്യർത്ഥിക്കുന്നു". അത് ഞാൻ
ചെയ്യും" എന്ന് രാജാവ് മറുപടി പറഞ്ഞു.
അവൻ ഫെറോറസിനോട് തന്റെ മുമ്പാ 58
കെ വരാൻ കല്പിച്ചു. അവൻ മുമ്പിൽ ഇരി
ക്കുമ്പോൾ അവനോടു ഇങ്ങനെ പറഞ്ഞു:
"ഞാൻ ഇപ്പോൾ വലിയവനും നല്ലവനു
മായ ദൈവത്തിന്റെയും രാജാവിന്റെയും മു
മ്പാകെ പാപം ചെയ്തു. കള്ളക്കഥകൾ പറ
ഞ്ഞു രാജാവിന്റെയും പുത്രന്മാരുടെയും കാ
ര്യങ്ങളെ വ്രണപ്പെടുത്തിയേക്കാവുന്നതായ
പദ്ധതികളും അനർത്ഥങ്ങളും ആസൂത്രണം
ചെയ്തു. എന്നാൽ രാജാവ് എന്റെ ദാസി 59
യായ ഒരു സ്ത്രീയെ എന്നിൽ നിന്നും എടു
ത്തുകൊണ്ടുപോയി, അവളെയും എന്നെ
യും വേർപെടുത്തിയതാണ് എന്നെ ഇങ്ങ
നെ പ്രവർത്തിക്കുവാൻ പ്രേരിപ്പിച്ചത്.
രാജാവ് ആർക്കലസിനോട് പറഞ്ഞു "നി 60
ങ്ങൾ എന്നോട് ആവശ്യപ്പെട്ടതുപോലെ
ഞാൻ ഇപ്പോൾ ഫെറോറസിനോട് ക്ഷ
മിച്ചിരിക്കുന്നു. കാരണം സമർത്ഥനായ
വൈദ്യൻ രോഗാതുരമായ ശരീരത്തെയും
സുഖപ്പെടുത്തുന്നതുപോലെ നിങ്ങളുടെ സാ
ന്ത്വന മാർഗ്ഗങ്ങളാൽ ഞങ്ങളുടെ കാര്യങ്ങ

ളിൽ ഉണ്ടായിരുന്ന രോഗം നിങ്ങൾ സുഖ
61 പ്പെടുത്തിയതായി ഞാൻ കാണുന്നു. അതി
നാൽ അലക്സാണ്ടറിന് മാപ്പ് നൽകണമെ
ന്നും നിന്റെ മകളെ അവളുടെ ഭർത്താവു
മായി അനുരഞ്ജനപ്പെടുത്തണമെന്നും
ഞാൻ നിന്നോട്ട് അപേക്ഷിക്കുന്നു. എന്തെ
ന്നാൽ അവൾ അവനെക്കാൾ വിവേകി
യാണെന്നും, അവളുടെ വിവേകവും പ്ര
ബോധനങ്ങളും കൊണ്ട് അവൾ അവനെ
പല കാര്യങ്ങളിൽ നിന്നും പിന്തിരിപ്പിക്കു
ന്നുവെന്നും എനിക്ക് അറിവുള്ളതിനാൽ
ഞാൻ അവളെ എന്റെ മകളായി കണ
62 ക്കാക്കുന്നു. അതിനാൽ അവരെ വേർപെ
ടുത്തരുതെന്നും അവനെ നശിപ്പിക്കരുതെ
ന്നും ഞാൻ നിന്നോട്ട് ആവശ്യപ്പെടുന്നു.
എന്തെന്നാൽ അവൻ അവളിൽ നിന്നും
നല്ല മാർഗ്ഗ നിർദ്ദേശങ്ങൾ സ്വീകരിച്ച് പ്ര
യോജന പ്പെടുത്തുകയും അവളോട്ട് പൊരു
63 ത്തപ്പെടുകയും ചെയ്യുന്നു.” എന്നാൽ അർ
ക്കെലസ് മറുപടി പറഞ്ഞു "എന്റെ മകൾ
രാജാവിന്റെ ദാസിയാണ്. എന്നാൽ അവ
ന്റെ ദുഷിച്ച തന്ത്രം നിമിത്തം ഈയിടെയാ
യി എന്റെ മനസ്സ് അവനെ വെറുത്തിരിക്കു
ന്നു. അതിനാൽ അവനെ എന്റെ മകളിൽ
നിന്ന് വേർപെടുത്തുവാൻ രാജാവ് എന്നെ
അനുവദിക്കണം. രാജാവിന് ഇഷ്ടമുള്ള ഭൃ
ത്യന്മാരിൽ ആരോടെങ്കിലുമൊപ്പം രാജാവ്
64 അവളെ യോജിപ്പിച്ചാലും. രാജാവ് അവ
നോട്ട് ഉത്തരം പറഞ്ഞു: “എന്റെ അഭ്യർ
ത്ഥനയ്ക്കപ്പുറം പോകരുത്, നിങ്ങളുടെ മകൾ
അവനോടൊപ്പം നിൽക്കട്ടെ, എന്നോട്ട്
എതിർക്കരുത് ”. അർക്കെലസ് മറുപടി
പറഞ്ഞു: “തീർച്ചയായും ഞാൻ അങ്ങനെ
ചെയ്യും. രാജാവ് എന്നോട്ട് കൽപ്പിക്കുന്ന
ഒരു കാര്യത്തിലും ഞാൻ രാജാവിനോട്ട്
എതിർക്കുകയില്ല.
65 താമസിക്കാതെ അലക്സാണ്ടറിനെയും
അരിസ്റ്റോബുലസിനെയും അവരുടെ ചങ്ങ
ലകളിൽ നിന്ന് അഴിച്ചുമാറ്റുവാനും ഹെരോ
ദ് അജ്ഞാപിച്ചു. അവർ അവന്റെ സന്നി
ധിയിൽ എത്തിയപ്പോൾ അവർ അവനു
മുമ്പിൽ സാഷ്ടാംഗം പ്രണമിച്ച്, തങ്ങളു
ടെ തെറ്റുകൾ ഏറ്റുപറഞ്ഞ് യാചിക്കുകയും
ചെയ്തു. അവൻ, അവരോട്ട് എഴുന്നേറ്റ് നിൽ 66
ക്കുവാൻ കല്പിച്ച്, അവരെ തന്റെ അടുക്കൽ
വരുത്തി. അവരെ ചുംബിച്ച് അവരവരുടെ
ഭവനങ്ങളിലേക്ക് പോകുവാനും അടുത്ത
ദിവസം മടങ്ങിവരുവാനും കല്പിച്ചു. അവർ
തിന്നുവാനും കുടിക്കുവാനും അവനോടുകൂ
ടെ വന്നു. അവരുടെ മഹത്തായ സ്ഥാനം
അവൻ പുന:സ്ഥാപിച്ചു. അവൻ അർക്കെ 67
ലസിന് എഴുപതു താലന്തും ഒരു സ്വർണ്ണഇ
രിപ്പിടവും കൊടുത്തു. തന്റെ സ്നേഹിതന്മാ
രിൽ പ്രധാനികളോടെല്ലാം അർക്കെലസി
ന് വിലയേറിയ സമ്മാനങ്ങൾ നൽകുവാൻ
കല്പിച്ചു. അവർ അങ്ങനെ ചെയ്തു. ഇവയെ 68
ല്ലാം പൂർത്തീകരിച്ചപ്പോൾ, അർക്കെലസ്
വിശുദ്ധ മന്ദിരത്തിന്റെ നഗരത്തിൽ നിന്ന്
സ്വന്തം രാജ്യത്തേക്കു പോയി. ഹെരോദ്
അവനെ കുറേ ദൂരം അനുഗമിച്ചു. അതിനു
ശേഷം വിശുദ്ധ മന്ദിരത്തിലേക്ക് തിരിച്ചു
പോയി.

എന്നിരുന്നാലും അന്തിപ്പേറ്റർ തന്റെ 69
സഹോദരന്മാർക്കെതിരെയുള്ള ഗൂഢാ
ലോചന ഉപേക്ഷിച്ചില്ല, അവൻ അവരെ
നിന്ദ്യരാക്കി. രാജാക്കന്മാർക്ക് ഇഷ്ടമുള്ള 70
തും അവരുടെ പ്രീതി നേടുവാൻ തക്കവ
ണ്ണമുള്ളതുമായ വിലപിടിപ്പുള്ളതും മനോ
ഹരവുമായ ചില സാധനങ്ങളുമായി ഒരു
മനുഷ്യൻ ഹെരോദിന്റെ അടുക്കൽ വന്നു.
രാജാവ് അതു സ്വീകരിച്ചു. അതിനു പകര 71
മായി രാജാവ് അവന് ഉയർന്ന സ്ഥാനം
നൽകി, തന്റെ പരിവാരത്തിൽ ഉൾപ്പെ
ടുത്തി. അവൻ രാജാവിന്റെ വിശ്വാസം
നേടി. ഈ മനുഷ്യന്റെ പേര് യൂറിക്കിൾസ്
എന്നായിരുന്നു. ഈ മനുഷ്യൻ തന്റെ പി 72
താവിന്റെ വാത്സല്യവാനാണെന്ന്, അന്തി
പ്പേറ്റർ മനസ്സിലാക്കിയപ്പോൾ തന്റെ പി
താവിന്റെ രണ്ടു പുത്രന്മാരായ അലക്സാണ്ട
റും അരിസ്റ്റോബുലസും, പിതാവിനെ കൊ
ല്ലുവാൻ പദ്ധതിയിടുന്നതായി അവനെ പറ
ഞ്ഞുമനസ്സിലാക്കണമെന്ന് ആവശ്യപ്പെട്ടു
കൊണ്ട് പണം വാഗ്ദാനം ചെയ്തു. താമസി 73
യാതെ യൂറിക്കിൾസ് അലക്സാണ്ടറിന്റെ

അടുത്ത് ചെന്ന് അത്രത്തോളം അവനുമാ
യി നല്ല അടുപ്പവും പരിചയവുമുണ്ടാക്കി.
അവൻ അവനുമായി സൗഹൃദത്തിലാ
ണെന്ന് അറിയപ്പെട്ടു. അവൻ അലക്സാണ്ട
റിനോട്ട് ദൃഢബന്ധമുണ്ടെന്ന് രാജാവിനെ
74 അറിയിച്ചു. അതിനുശേഷം അവൻ രാജാ
വിന്റെ അടുക്കൽ ചെന്ന് അവനോട്ട് ഇങ്ങ
നെ പറഞ്ഞു: "രാജാവേ തീർച്ചയായും നി
നക്ക് എന്റെ മേൽ ഈ അധികാരമുണ്ട്,
നിനക്ക് നല്ല ഉപദേശം നൽകുന്നതിൽ
നിന്ന് എന്നെ തടയുവാൻ ഒന്നിനുമാകില്ല.
രാജാവ് അറിയേണ്ടതും, ഞാൻ തുറന്നുപ
റയേണ്ടതുമായ ഒരു കാര്യം സത്യത്തിൽ
75 എനിക്കുണ്ട്." രാജാവ് അവനോട്: "നിന
ക്ക് എന്താണ് പറയാനുള്ളത് " എന്നു ചോ
ദിച്ചു. ആ മനുഷ്യൻ അവനോട്ട് ഇങ്ങനെ മറു
പടി പറഞ്ഞു: "അലക്സാണ്ടർ ഇങ്ങനെ പറ
യുന്നത് ഞാൻ കേട്ടു. 'ഒരു കുറ്റവും ചെയ്യാ
ത്ത എന്റെ മാതാവിന്റെയും, മാതാമഹന്റെ
യും, ബന്ധുക്കളുടെയും മരണത്തിന് ഞാൻ
പ്രതികാരം ചെയ്യേണ്ടതിനായി ദൈവം
തന്റെ പ്രതികാരം മാറ്റിവച്ചിരിക്കുന്നു. അവ
നോട്ട് പ്രതികാരം ചെയ്യുവാൻ കഴിയുമെന്ന്
76 ഞാൻ പ്രതീക്ഷിക്കുന്നു.' ഇപ്പോൾ അവൻ
നിന്നെ ആക്രമിക്കുവാൻ ചില സേനാധി
പന്മാരുമായി ധാരണ ഉണ്ടാക്കി. അവൻ
ഉണ്ടാക്കിയ പദ്ധതിയിൽ എന്നെ ഉൾപ്പെ
ടുത്തുവാൻ അവൻ ആഗ്രഹിച്ചു. എന്നാൽ
രാജാവ് എന്നോട്ട് ദയയും ഉദാരതയും കാ
ണിക്കുന്നതിനാൽ ഞാൻ അത് ഞാൻ കുറ്റ
77 മായി കണക്കാക്കി. അവന് താക്കീത് നൽ
കുവാനും, അവനെ ഇത് അറിയിക്കുവാനും
ഞാൻ ഉദ്ദേശിക്കുന്നു. കാരണം അവന് കാ
ണുവാനും ചിന്തിക്കുവാനുമാകും."
78 രാജാവ് ഈ വാക്കുകൾ കേട്ടപ്പോൾ
അവർക്കെതിരേ തിടുക്കത്തിൽ ഒന്നും
ചെയ്തില്ല. എന്നാൽ വേഗം തന്നെ അവ
യുടെ സത്യാവസ്ഥയെക്കുറിച്ച് അന്വേ
79 ഷിക്കുവാൻ തുടങ്ങി. എന്നാൽ അലക്സാ
ണ്ടറിന്റേയും, അരിസ്റ്റോബുലസിന്റേയും
പേരിൽ ഒരു ഗവർണ്ണർക്ക് കൊടുത്തയച്ച
ഒരു കത്ത് ഒഴികെ തനിക്ക് ആശ്രയിക്കു
വാൻ കഴിയുന്ന മറ്റൊന്നും അയാൾ കണ്ടെ
ത്തിയില്ല. കത്തിൽ ഇങ്ങനെ ഉണ്ടായിരു 80
ന്നു: "ഞങ്ങളുടെ പിതാവിനെക്കൊന്ന് നി
ങ്ങളുടെ അടുത്തേക്ക് വരുവാൻ ഞങ്ങൾ
ആഗ്രഹിക്കുന്നു. അതിനാൽ ഞങ്ങൾ കാ
ര്യങ്ങൾ നടന്നതിനു ശേഷം ഞങ്ങൾക്ക്
ആൾബലമാകുന്നതുവരെ താമസിക്കു
വാൻ ഒരു സ്ഥലം ഒരുക്കുക." ഇത് രാജാ 81
വിനെ അറിയിച്ചപ്പോൾ അതിനു സാദ്ധ്യ
തയുള്ളതായി അവനു തോന്നി. കത്തിലെ
കാര്യങ്ങൾ ഏറ്റുപറയുവാനായി അവൻ ആ
ഗവർണറെ പിടികൂടി, പീഡനങ്ങൾക്കു വി
ധേയനാക്കി. എന്നാൽ ആ മനുഷ്യൻ അത് 82
നിഷേധിച്ചു. കുറ്റത്തിൽ നിന്ന് ഒഴിഞ്ഞുമാറി.
ഒരു തരത്തിലും അവർക്കെതിരായി അറി
യിപ്പുകാരൻ പറഞ്ഞതൊന്നും തെളിയിക്ക
പ്പെട്ടില്ല. എന്നാൽ ഹെരോദ് അവരെ പിടി 83
കൂടി ചങ്ങലകളും കയ്യാമവും ഉപയോഗിച്ച്
ബന്ധിക്കാൻ ഉത്തരവിട്ടു. പിന്നെ അവൻ
അവരെ സോരിലേക്കും, സോരിൽ നിന്ന്
കൈസര്യയിലേക്കും ചങ്ങലകളിൽ ബന്ധി
ച്ച് കൊണ്ടുപോയി. എല്ലാ സേനാധിപന്മാ 84
രും എല്ലാ പടയാളികളും അവരോട്ട് സഹ
താപം പ്രകടിപ്പിച്ചു. എന്നാൽ അറിയി
പ്പുകാരൻ പറഞ്ഞ ഗൂഢാലോചന സത്യ
മാണോ എന്ന് സംശയിച്ചിരുന്നതിനാൽ
ആരും രാജാവിനോട്ട് അവർക്കുവേണ്ടി
മദ്ധ്യസ്ഥം വഹിച്ചില്ല.

അക്കാലത്ത് സൈന്യത്തിൽ ഒരു പഴ 85
യയോദ്ധാവ് ഉണ്ടായിരുന്നു. അയാളുടെ
മകൻ അലക്സാണ്ടറിന്റെ സേവനത്തിലാ
യിരുന്നു. ഹേറോദേസിന്റെ രണ്ട് പുത്രന്മാ
രുടെ ദയനീയാവസ്ഥ കണ്ടപ്പോൾ ആ വൃ
ദ്ധൻ അവരുടെ ദൗർഭാഗ്യത്തിൽ വളരെ
യധികം സഹതപിച്ചു. തനിക്ക് കഴിയുന്ന
ത്ര ഉച്ചത്തിൽ വിളിച്ചുപറഞ്ഞു "കനിവ് നഷ്ട
പ്പെട്ടു; നന്മയും, ഭക്തിയും അപ്രത്യക്ഷമാ
യി; സത്യം ലോകത്തിൽ നിന്നും മാറ്റപ്പെ
ട്ടു." അന്നേരം അവൻ രാജാവിനോട്ട് ഇങ്ങ 86
നെ പറഞ്ഞു: നിന്റെ മക്കളോട്ട് കരുണായി

ല്ലാത്തവനും, നിന്റെ മിത്രങ്ങളുടെ ശത്രു
വും, ശത്രുക്കളുടെ മിത്രവും ആയ നീ; നിന
ക്കു യാതൊരു നന്മയും ആഗ്രഹിക്കാത്ത
അറിയിപ്പുകാരുടെ വാക്കുകൾ കേൾക്കു
87 ന്നു. അലക്സാണ്ടറിന്റെയും, അരിസ്റ്റോബുല
സിന്റെയും ശത്രുക്കൾ അവന്റെ അടുക്കൽ
ഓടിച്ചെന്ന് അവനെ ശാസിച്ച്, രാജാവി
നോട്ട് പറഞ്ഞു: “രാജാവേ നിങ്ങളോടും
നിങ്ങളുടെ മക്കളോടുമുള്ള സ്നേഹമല്ല ഈ
മനുഷ്യനെ ഇങ്ങനെ സംസാരിക്കാൻ പ്രേ
88 രിപ്പിച്ചത്. നിന്റെ വിശ്വസ്തനായ ഉപദേഷ്ടാ
വായിരുന്നുകൊണ്ട് അവന്റെ ഹൃദയത്തിൽ
നിന്നോടുള്ള വിദ്വേഷം വിളിച്ചുപറയുവാനും,
നിന്റെ ഭരണത്തെയും രാജസഭയെയും നി
ന്ദിക്കുവാനുമാണ് അവൻ അങ്ങനെ പറ
89 ഞ്ഞത്. ക്ഷൗരം ചെയ്യുന്നതിനിടയിൽ കഴു
ത്തറുത്ത് കൊല്ലാൻ, രാജാവിന്റെ ക്ഷുരക
നുമായി അവൻ നേരത്തേ ഉടമ്പടി ചെ
യ്തിരുന്നതായി ചില ചാരന്മാർ ഞങ്ങളെ
90 അറിയിച്ചിട്ടുണ്ട്. രാജാവ് വൃദ്ധനെയും, അവ
ന്റെ മകനെയും, ക്ഷുരകനെയും പിടികൂടാൻ
ഉത്തരവിട്ടു. വൃദ്ധനെയും ക്ഷുരകനെയും
കുറ്റം ഏറ്റുപറയും വരെ ഇരുമ്പു ദണ്ഡുകൊ
ണ്ട് അടിക്കുകയും, ക്രൂരമായി പീഡനങ്ങൾ
ഏൽപ്പിക്കുകയും ചെയ്തു. എന്നാൽ തങ്ങൾ
ചെയ്യാത്ത കാര്യങ്ങൾ ഒന്നും അവർ സമ്മ
91 തിച്ചില്ല. അതിനാൽ വൃദ്ധന്റെ മകൻ, തന്റെ
പിതാവിന്റെ സങ്കടകരമായ ഈ അവസ്ഥ
യും, അവന്റെ അപ്പോഴത്തെ സ്ഥിതിയും
കണ്ട് സഹതാപം തോന്നിയിട്ട്, രാജാവ്
തന്റെ പിതാവിനെ മോചിപ്പിക്കുമെന്ന് ഉറ
പ്പ പറഞ്ഞാൽ തന്റെ പിതാവിൽ ആരോ
പിച്ചിരിക്കുന്ന കുറ്റം താൻ ഏൽക്കാമെ
ന്ന് കരുതി. അതുകൊണ്ട് അവൻ രാജാ 92
വിനോട്ട് പറഞ്ഞു രാജാവേ എന്റെ പിതാ
വിനും എനിക്കും സുരക്ഷ തരണമേ നീ
അന്വേഷിക്കുന്നത് ഞാൻ നിന്നോട്ട് പറ
യട്ടെ. രാജാവ് “അത് നിനക്ക് നൽകാം”
എന്നു പറഞ്ഞു. അവൻ രാജാവിനോടു പറ 93
ഞ്ഞു: “നിങ്ങളെ കൊല്ലണമെന്ന് അലക്സാ
ണ്ടർ എന്റെ പിതാവുമായി നേരത്തേ ധാ
രണയുണ്ടാക്കിയിരുന്നു. നിങ്ങൾ അറിഞ്ഞ
തുപോലെ എന്റെ പിതാവ് ക്ഷുരകനുമായി
ധാരണയുണ്ടാക്കി.”

അപ്പോൾ രാജാവ് ആ വൃദ്ധനെയും 94
അവന്റെ മകനെയും, ക്ഷുരകനെയും,
കൊല്ലുവാൻ ആജ്ഞാപിച്ചു. അതുപോ
ലെ തന്റെ മക്കളായ അലക്സാണ്ടറിനെ
യും, അരിസ്റ്റോബുലസിനെയും സെബാ
സ്റ്റിലേക്ക് കൊണ്ടുപോകുവാനും, അവരെ
അവിടെ വച്ച് കൊന്ന് ഒരു തൂക്കുമരത്തിൽ
തൂക്കാനും അവൻ ഉത്തരവിട്ടു. അവരെ പി
ടികൂടി കൊന്ന് ഒരു തൂക്കുമരത്തിൽ കെട്ടി
തൂക്കി. അലക്സാണ്ടറിന് അർക്കേലസി 95
ന്റെ മകളിൽ ടിർക്കാനസ് എന്നും അല
ക്സാണ്ടർ എന്നും പേരുള്ള രണ്ടു പുത്രന്മാർ
അവശേഷിച്ചു. അരിസ്റ്റോബുലസ്, അഗ്രി
പ്പാ, ഹെറോദ് എന്നീ പേരുകളിൽ മൂന്നു
പുത്രന്മാർ അരിസ്റ്റൊബുലസിന് ഉണ്ടായി
രുന്നു ഹെറോദിന്റെ പുത്രൻ അന്തിപ്പേറ്ററി 96
ന്റെ ചരിത്രം മുൻപ് വിവരിച്ചിട്ടുണ്ട്.

പ്ശീത്തോ 5 മക്കാബിയർ

(യെരുശലേമിന്റെ വിനാശത്തിന്റെ ചരിത്രം)

പ്ശീത്തോ കയ്യെഴുത്തു പ്രതികളിൽക്കാണുന്ന ഒരു പുസ്തകമാണ് 5 മക്കാബിയർ. ഇതിന് 'യെരുശലേമിന്റെ വിനാശത്തിന്റെ ചരിത്രം' എന്ന പേരുകൂടി നൽകിയിരിക്കുന്നു. യഹൂദ ചരിത്രകാരനായ ജോസഫസിന്റെ 'യഹൂദ യുദ്ധം' (The Judean War) എന്ന പുസ്തകത്തിന്റെ ആറാം ഭാഗത്തിന്റെ സുറിയാനി പരിഭാഷയാണ്, പ്ശീത്തോ വേദപുസ്തകത്തിൽ 5 മക്കാബിയരെന്ന പേരിലുള്ളത്.

പ്ശീത്തോ വേദപുസ്തകത്തിൽ 5 മക്കാബിയർ ചേർത്തിരിക്കുന്നത്, യെഹൂദ്യ രാജ്യത്തിന്റെ പരിസമാപ്തിയുടെ ചരിത്രം കാണിക്കാനായിരിക്കും. കാരണം 'യെഹൂദ യുദ്ധത്തി'ലെ യെരുശലേം പിടിച്ചെടുക്കിയതും ദൈവാലയത്തിന്റെ നാശവും മാത്രമേ 5 മക്കാബിയർ എന്ന പുസ്തകമായി പ്ശീത്താ സുറിയാനിയിൽ ചേർത്തിട്ടുള്ളു.

മിലാനിലെ അബ്രോസിയൻ ലൈബ്രറിയിൽ സൂക്ഷിച്ചിരിക്കുന്ന 'B 21' എന്നുകൂടി അറിയപ്പെടുന്ന കോഡക്സ് അംബ്രോസിയാനസ് എന്ന AD ആറോ ഏഴോ നൂറ്റാണ്ടിൽ എഴുതിയതായി കരുതുന്ന എസ്ത്രാംഗല ലിപിയിലുള്ള പ്ശീത്തോ സുറിയാനി കയ്യെഴുത്തു പ്രതിയിൽ ഈ പുസ്തകം ഉൾപ്പെടുന്നു

പ്ശീത്തോ (Peshitta)

ഓർത്തഡോക്സ് സുറിയാനി സഭയുടെ ഔദ്യോഗിക വേദപുസ്തകം 'പ്ശീത്തോ' എന്നറിയപ്പെടുന്ന സുറിയാനി ഭാഷയിലുള്ള വേദപുസ്തകമാണ്. പ്ശീത്തോ (Peshitta/പ്ശീത്താ/പെശീത്താ) എന്ന പദത്തിന് നേരായത്, ലളിതം എന്നൊക്കെയാണർത്ഥം. പല നൂറ്റാണ്ടുകളായി സുറിയാനി ഭാഷയിലേക്ക് പരിഭാഷപ്പെടുത്തിയതാണ് പ്ശീത്തോയിലെ പുസ്തകങ്ങൾ.

ജോസഫസ്

ഏ.ഡി. 37നോടടുത്ത് ജനിച്ച് ഏ.ഡി. 100 നോടടുത്ത് മരിച്ച യെഹൂദ ചരിത്രകാരനും വിശ്വാസ സംരക്ഷകനുമാണ് ജോസഫസ്. യോസെഫ് ബെൻ മത്തിത്യാഹു (മത്തിയാസിന്റെ മകൻ ജോസഫ്) എന്ന എബ്രായ പേരിലും റോമൻ പൗരത്വം സ്വീകരിച്ചതിനു ശേഷം സ്വീകരിച്ച റൈറ്റസ് ഫ്ലാവിയസ് ജോസെഫസ് എന്ന പേരിലും അദ്ദേഹം അറിയപ്പെടുന്നു. യഹൂദയുദ്ധം, യെഹൂദ പൗരാണികത എന്നിവയാണ് പ്രധാന കൃതികൾ. ഏഴു ഭാഗങ്ങളുള്ള 'യഹൂദയുദ്ധം' ഏ.ഡി. 66-70 കാലത്തിൽ റോമൻ ആധിപത്യത്തിനെതിരേ യെഹൂദർ നടത്തിയ കലാപത്തിന്റെ ചരിത്രമാണ്. ഇരുപത് ഭാഗങ്ങളുള്ള 'യഹൂദപൗരാണികത', യെഹൂദപക്ഷത്തുനിന്നുള്ള ലോകചരിത്രവും. ഈ രണ്ടു ഗ്രന്ഥങ്ങളും ഒന്നാം നൂ

റ്റാണ്ടിലെ യഹൂദ ചരിത്രത്തെക്കുറിച്ചും, ക്രിസ്തുമത പശ്ചാത്തലത്തെക്കുറിച്ചുമുള്ള വിവരണങ്ങൾ നൽകുന്നു.

'യഹൂദയുദ്ധം' എന്ന ഗ്രന്ഥം, യഹൂദ-അരമായ ഭാഷയിലാണ് എഴുതിയതെന്നും, പിന്നീട് ഗ്രീക്കിലേക്ക് പരിഭാഷപ്പെടുത്തി എന്നും, 5 മക്കാബിയർ ജോസഫസ് എഴുതിയ അരമായ ഭാഷയിലുള്ള മൂല ഗ്രന്ഥത്തിൽ നിന്നുമാണ് പരിഭാഷപ്പെടുത്തിയിരിക്കുന്നത് എന്നുമാണ് കരുതുന്നത്.

യെഹൂദകലാപത്തിന്റെ തുടക്കത്തിൽ റോമക്കാർക്കെതിരെ പോരാടിയെങ്കിലും അതിൽ പരാജയപ്പെട്ട് റോമക്കാരുടെ പിടിയിലായ അദ്ദേഹം പിന്നീട് റോമാപക്ഷത്തോക്ക ചേർന്ന്, യെഹൂദർക്കെതിരേയുള്ള യുദ്ധങ്ങളിൽ പങ്കാളിയായി.

പ്ശീത്തോ 5 മക്കാബിയർ

(യെരുശലേമിന്റെ വിനാശത്തിന്റെ ചരിത്രം)

ക്ലേശങ്ങൾ വർദ്ധിക്കുന്നു. റോമാക്കാർ ആന്റോണിയാ ഗോപുരത്തെ ആക്രമിക്കുന്നു

യെരുശലേമിന്റെ ക്ലേശങ്ങൾ ദിനം പ്രതി വർദ്ധിച്ചു വന്നു. കലാപകാരികൾ ദുരന്തങ്ങളിൽ പ്രകോപിതരായി നീങ്ങിയ അവസ്ഥയിൽ ക്ഷാമവും കൂടി എത്തിയത് ജനങ്ങളെ കൂടുതൽ ദുരിതത്തിലേക്ക് കൊണ്ടുപോയി. ശവങ്ങൾ കുന്നുകൂടിക്കിടന്നത് ഒരു വൻദുരന്തക്കാഴ്ചയായി നിലനിന്നു. അവ അസഹനീയമായ രീതിയിൽ ദുർഗന്ധം വമിപ്പിച്ചു കൊണ്ടിരുന്നു. ഈ അവസ്ഥ, കടന്നു കയറ്റങ്ങളെ തടയാനും ശത്രുക്കളെ നേരിടാനുമുള്ള ഏതൊരു ശ്രമത്തേയും പിന്നോട്ട് വലിച്ചു കൊണ്ടിരുന്നു.

എന്നിരുന്നാലും അവർ യുദ്ധസന്നാഹം നടത്തിക്കൊണ്ടിരുന്നു. അവർ സൈന്യത്തെ കൂട്ടക്കുരുതി നടത്തി ശവങ്ങൾക്ക് മുകളിലൂടെ കടന്നു പോയി. ഭയമോ പരിഭ്രമമോ ഒട്ടും തന്നെ അവരിൽ നിഴലിച്ചിരുന്നില്ല. മരിച്ചുവീഴുന്നവരോട്ട് ഒരുവിധ ദയാദാക്ഷിണ്യവും അവർ കാട്ടിയില്ല. ഒരുവിധ ദുർനിമിത്തവും അവർ കാര്യമാക്കിയില്ല. സ്വന്തം ജനതയെ കൊലചെയ്തവരുടെ വലതുകൈ ഇപ്പോൾ പരദേശികൾക്കെതിരെ തിരിഞ്ഞിരിക്കുന്നു. ഞാൻ വിചാരപ്പെടുന്നത്, ദൈവത്തെ തന്നെ നിന്ദിച്ചവരെ ശിക്ഷിക്കാൻ എന്തുകൊണ്ട് 'അവൻ' വൈകുന്നു എന്നതാണ്. വിജയ പ്രതീക്ഷ ഒട്ടുമില്ലാതെ യുദ്ധം നീങ്ങിക്കൊണ്ടിരുന്നു. എങ്കിലും അവർ അവരുടെ ക്രൂരതയെ പ്രകീർത്തിച്ചു കൊണ്ടിരുന്നു. വരാൻ പോകുന്ന വിമോചനത്തെക്കുറിച്ച് അവർ ലവലേശം ചിന്തിച്ചിരുന്നില്ല.

റോമാക്കാർ അവർക്കാവശ്യമായ സാമഗ്രികൾ ശേഖരിക്കാൻ നന്നേ ക്ലേശിച്ചിരുന്നെങ്കിലും ഇരുപത്തൊന്നു ദിവസം കൊണ്ട് പ്രതിരോധ മതിലുകൾ ഉയർത്താൻ അവർക്ക് സാധിച്ചു. നഗരത്തിന് ചുറ്റുമുണ്ടായിരുന്ന വൃക്ഷങ്ങൾ ഒക്കെ മുറിച്ചു മാറ്റി പത്ത് നാഴികയോളം* വരുന്ന സ്ഥലം അവർ നിരപ്പാക്കി. നയന മനോഹരങ്ങളായ ഉദ്യാനങ്ങളാലും വൃക്ഷലതാദികളാലും അലംകൃതമായിരുന്ന, ഒരു പ്രദേശം തരിശാക്കി മാറ്റി. ആ യുദ്ധം ഈ പ്രദേശത്തിന്റെ സൗന്ദര്യത്തെ നശിപ്പിച്ചതിനെയോർത്ത് മുമ്പ് യെഹൂദ്യാ പ്രദേശത്തെ കണ്ടിരുന്ന ഓരോ പരദേശിയും വിലപിച്ചിരുന്നു. മുമ്പ് ഇവിടെ എത്തിയിരുന്ന ഒരാൾ ഇപ്പോൾ തിരികെയെത്തിയാൽ ഈ പ്രദേശം തിരിച്ചറിയണമെന്ന് തന്നെയില്ല. മുമ്പുണ്ടായിരുന്ന നഗരം എവിടെയെന്ന് അവർ അവിശ്വസനീയതയോടെ ചോദിച്ചിരിക്കും.

ഉപരോധം ഒരുവിധം അവസാനിച്ചതോടുകൂടി റോമാക്കാർക്കും യെഹൂദ്യർക്കും ഒരു തരം ഭയം കൊണ്ടുള്ള വിറയൽ അനുഭവപ്പെട്ടു. ഇത് മനസ്സിലാക്കിയ യെഹൂദ്യർ, നഗരം തീയിട്ട് നശിപ്പിച്ചില്ലെങ്കിൽ അവർക്ക് ആ പ്രദേശം പിടിച്ചടക്കുവാൻ കഴിയുകയില്ലെന്ന് വിശ്വസിച്ചു, മറിച്ച് റോമാക്കാർ വിശ്വസിച്ചത് നഗരം തീയിട്ടു നശിപ്പിച്ചാൽ ആ പ്രദേശം പിടിച്ചടക്കുവാൻ കഴിയുകയില്ലെന്നുമായിരുന്നു. കഠിനമായതും നിരന്ത

* *90 സ്റ്റേഡിയോൺ, ദൂരം അളക്കുന്നതിനുള്ള ഒരു ഗ്രീക്ക് ഏകകമാണ് സ്റ്റേഡിയോൺ, 1 സ്റ്റേഡിയോൺ ഏകദേശം 185 മീറ്ററിനു തുല്യം, അതായത് 90 സ്റ്റേഡിയോൺ 16686 മീറ്റർ അഥവാ 10.37 നാഴിക (മൈൽ)*

രമായിരുന്നതുമായ ജോലി ഭാരത്താൽ ശരീരം തളർന്നവരായിരുന്ന സൈനികർ, മനസ്സ് കൂടി തളർന്നവരായി മാറി. അവിടെയുണ്ടായിരുന്നവരെക്കാൾ ഈ അവസ്ഥ റോമാക്കാരെ ശരിക്കും നിരുൽസാഹപ്പെടുത്തി. വിജയ സാധ്യതകൾ തന്നെ കുറവായിരുന്നെങ്കിലും യെഹൂദ്യ സൈന്യം തങ്ങളുടെ കഷ്ടതകളിൽ പതറാതെ മുന്നോട്ട് പോയി.

പ്രതിരോധ ഗോപുരങ്ങൾ യെഹൂദ്യരുടെ തന്ത്രങ്ങളാൽ തകർക്കപ്പെട്ടു. മതിലുകളുടെ ഉറപ്പിനാൽ യുദ്ധസാമഗ്രികൾക്ക് അവയെ നശിപ്പിക്കാനുമായില്ല. ധൈര്യത്തോടെയുള്ള ആക്രമണവും പ്രത്യാക്രമണവും തുടർന്നു. അവരുടെ ഏറ്റവും വലിയ നിരാശ, ക്ലേശത്തിലും കഷ്ടതയിലും കലാപത്തിലും ക്ഷാമത്തിലും യുദ്ധം നേരിടുന്ന യെഹൂദ്യരുടെ മനോധൈര്യവും സഹനവും നേരിടുന്നതായിരുന്നു. അവരുടെ പ്രത്യാക്രമണം അജയ്യമായതിനാൽ അവരുടെ നീക്കങ്ങൾ വഴി അവർ വിജയശ്രീലാളിതരാകുമോ എന്നതും റോമാക്കാരെ അലട്ടി കൊണ്ടിരുന്നു. ഇപ്പോൾ തന്നെ അവർ അവരുടെ നിർഭാഗ്യങ്ങൾ അവരുടെ ധീരതയെ മെച്ചപ്പെടുത്തുവാൻ ഉപയോഗിക്കുകയായിരുന്നു. ആയതിനാൽ റോമാക്കാർ അവരുടെ പ്രതിരോധ ഗോപുരങ്ങളെ കൂടുതൽ സുരക്ഷിതമാക്കിക്കൊണ്ടിരുന്നു.

യോഹന്നാനും അയാളുടെ സേനയും നമ്മെ പിടിച്ചെടുക്കുവാനുള്ള ശ്രമം സൂക്ഷ്മതയോടെ നീക്കിക്കൊണ്ടിരുന്നു. കോട്ടക്കെതിരേ വരുന്ന ഏതാക്രമണവും നേരിടാനും പ്രത്യേകിച്ച് ഇടി തടികൾ* ഉപയോഗിച്ചാൽ അത് നേരിടുവാനുമുള്ള തന്ത്രങ്ങൾ മെനഞ്ഞുകൊണ്ടിരുന്നു. മുമ്പ് പ്രകാശ ശ്രോതസ്സുകളുടെ കുറവ് മൂലം അവർക്ക് അപ്രകാരം വിജയിക്കാനായിരുന്നില്ല. അന്ന് നിരാശരായി മടങ്ങിയ അവർ പ്രതിരോധ ഗോപുരത്തിനടുത്തെത്തി. ഒത്തൊരുമയില്ലാത്ത പ്രവർത്തികൾ ആയിരുന്നെങ്കിലും പ്രത്യേക സംഘങ്ങളായി തിരിഞ്ഞുള്ള പ്രവർത്തനങ്ങൾ ശ്രദ്ധയോടെയുള്ളത് ആയിരുന്നു. എങ്കിലും യെഹൂദ്യരുടെ ധീരതയോടൊപ്പം എത്തുന്നതായിരുന്നില്ല.

അവരുടെ പ്രവർത്തനങ്ങൾ നമ്മുടെ രാജ്യത്ത് വിചിത്രമായതും വികലമായതും ആയി. അക്രമോൽസുകരായി മുന്നേറുക, ശത്രുവിനെ ഒന്നിച്ച് നേരിടുക, ഒരു തവണ പിന്നിലായാൽ അത് വീണ്ടും വരാതെ നോക്കുക എന്നിങ്ങനെ പോയിരുന്നവർ പഴയപടിയല്ലാതെ ഒട്ടും ഉൽസാഹമില്ലാത്തവരായിമാറി. ഇത്തരത്തിൽ അവർ കണ്ടത് പതിവിന് വിപരീതമായി ഭംഗിയായി നിരത്തപ്പെട്ട സാധാരണയിൽ കവിഞ്ഞ് ധീരതയോടെ മുന്നേറുന്ന റോമാക്കാരെ ആയിരുന്നു.

പ്രതിരോധ ഗോപുരത്തിന് കാവൽ നിന്നിരുന്ന സൈനികരുടെ വിന്യാസം ഒരു ചെറിയ വായു കണികപോലും ഉള്ളിലേക്ക് കടക്കാൻ ഇടമില്ലാത്ത രീതിയിൽ ആയിരുന്നു. പദവികൾ നഷ്ടപ്പെട്ടാലോ മരിച്ച് വീണാലോ എന്നൊന്നും കാര്യമാക്കാതെ, ഗോപുരത്തെ തീയിട്ട് നശിപ്പിക്കാൻ ഒരു ചെറിയ അവസരം പോലും നൽകില്ല എന്ന ചിന്തയിൽ അവർ ധീരമായി പൊരുതിക്കൊണ്ടിരുന്നു. എന്നാൽ അവർ ലജ്ജിച്ച്, തന്ത്രങ്ങൾ ധീരതകൊണ്ട് തോൽപ്പിക്കപ്പെട്ടു. ബുദ്ധി ശൂന്യത, പടക്കോപ്പുകളാൽ നിലംപരിശാക്കപ്പെട്ടു. സംഖ്യകൾ, നൈപുണ്യം കൊണ്ടും.

റോമാക്കാർക്കുണ്ടായിരുന്ന വേറൊരു നേട്ടം അവരുടെ പീരങ്കികൃത്യത ആയിരുന്നു. അസ്ത്രങ്ങൾ കൃത്യതയോടെ തൊടുക്കുവാനുള്ള കഴിവും നഗരകവാടത്തിൽ പാറക്കഷണങ്ങൾ യെഹൂദ്യരുടെ നേർക്ക് എറിഞ്ഞുകൊള്ളിക്കുവാനുള്ള കഴിവും അവർക്ക് മുൻതൂക്കം നൽകിയിരുന്നു. എന്നാൽ മുമ്പേ പോയിരുന്നവരിൽ ഒരാൾ വീഴുന്നത് പിന്നാലെയുള്ളവർക്ക് തീക്ഷ്ണതയോടെ മുന്നേറുന്നതിന് തടസമായിരുന്നു. അതിനേക്കാൾ ഭീതിതമായിരുന്നത് ശരവിന്യാസത്തിൽ നീങ്ങുന്നതും, ശത്രുക്കളുടെ ഏറ്റവും

* *battering ram*

അടുത്ത സാമീപ്യവുമായിരുന്നു. ഒരു സൈന്യനിര മുന്നേറുമ്പോൾ അടുത്ത നിര, കുന്തങ്ങളുമായി പിൻബലം നൽകുന്നയവസരത്തിൽ പിൻവാങ്ങുകയല്ലാതെ മാർഗ്ഗമില്ലായിരുന്നു. ഇതോടെ അവർ ഭീരുത്വം പരസ്പരം പഴിചാരി ഒന്നും പൂർത്തിയാക്കാനാവാതെ പിൻവലിയുന്നതാണ് കാണാൻ കഴിഞ്ഞത്. അത് പനമോസ് * മാസത്തിന്റെ ഒന്നാം ദിവസമായിരുന്നു സംഭവിച്ചത്.

യെഹൂദ്യർ പിൻവാങ്ങിയതോടെ റോമാക്കാർ അവരുടെ യുദ്ധക്കോപ്പകൾ അന്റോണിയാ ഗോപുരത്തിൽ നിന്നുള്ള കല്ലേറിനിടയിലും മുന്നോട്ടു നീക്കിക്കൊണ്ടിരുന്നു. എന്നാൽ യെഹൂദ്യർ കുന്തം, വാൾ, അസ്ത്രം എന്നിവ കൊണ്ട് ആക്രമണം തുടർന്നു കൊണ്ടേയിരുന്നു. റോമാക്കാരോടുള്ള വെറുപ്പും അവരുടെ കോട്ടയിലുള്ള അതിയായ വിശ്വാസവും കൊണ്ട് അവരെ മുന്നോട്ടു നീങ്ങുന്നതിൽ നിന്ന് തടഞ്ഞു നിറുത്തിക്കൊണ്ടേയിരുന്നു. അന്റോണിയാ ഗോപുരത്തിന് ഒരു കോട്ടവും വരാതിരിക്കുന്നതിന് വേണ്ടി 'ഇടി തടികൾ' മുന്നോട്ടു വരുന്നത് സർവ്വശക്തിയുമെടുത്ത് തടുത്തു നിറുത്തി. ഗോപുരത്തിന്റെ അടിസ്ഥാനം ബലക്ഷയം നേരിടുന്നുവെന്ന് അവർ നേരത്തെ തന്നെ ധരിച്ചിരുന്നു.

ഇതൊക്കെയാണെങ്കിലും 'ഇടി തടി' കൊണ്ടുള്ള പ്രഹരം ഗോപുരത്തിന് ഒരു ആഘാതവും സൃഷ്ടിക്കാൻ കഴിഞ്ഞില്ല. പക്ഷേ തുടരെയുള്ള ശരവർഷം അവർക്ക് അല്പമൊന്നല്ലാത്ത പതർച്ച വരുത്തി. ഇത്രയൊക്കെ ആപത്തുകൾ മുകൾ സൂചിപ്പിച്ചതുപോലെ ഉണ്ടായിട്ടും പടക്കോപ്പകൾ മുന്നോട്ട് നീക്കിക്കൊണ്ടേയിരുന്നു. പക്ഷേ കോട്ടയ്ക്ക് സമീപം എത്തിയപ്പോഴേക്കും യെഹൂദ്യരുടെ കല്ലേറുമൂലം അതിഭീകരമായി അനേകം പേർ മുറിവേൽപ്പിക്കപ്പെട്ടു. പലരും പരിചകൊണ്ട് സ്വയം മൂടി രക്ഷപെടുവാൻ ശ്രമിച്ചു. അവരുടെ കരബലത്താലും ഇരുമ്പു ദണ്ഡുകളുടെ സഹായത്താലും അവർക്ക് കോട്ടയുടെ നാലു കല്ലുകൾ ഇളക്കി മാറ്റുവാനായി. രാത്രിയോടു കൂടി അതിക്രമം അവസാനിച്ചു പക്ഷേ 'ഇടി തടി' കൊണ്ടുള്ള പ്രഹരം കോട്ടയുടെ അടിസ്ഥാനത്തിന്റെ ബലക്ഷയത്തിന് കാരണമായി. കോട്ടയുടെ അടിസ്ഥാനഭാഗത്ത് ആഴത്തിൽ എടുത്ത കുഴികൾ മൂലം പെട്ടെന്ന് തന്നെ അത് നിലം പതിച്ചു.

കോട്ടയുടെ പതനം രണ്ട് കൂട്ടരെയും തെല്ലൊന്നു ഭ്രമിപ്പിച്ചു. യെഹൂദ്യർ പതറിപ്പോയി എന്ന വിചാരത്താൽ, എല്ലാവരും ശ്രദ്ധിക്കുമ്പോൾ (കോട്ടയുടെ പതനം പെട്ടെന്നായിരുന്നല്ലോ) അന്റോണിയാ ഗോപുരം നിലനിൽക്കുന്നു എന്ന മനോബലത്താൽ നീങ്ങുന്ന യെഹൂദ്യരെയാണ് കാണാൻ കഴിഞ്ഞത്.

പക്ഷേ കോട്ടയുടെ പതനം റോമാക്കാർക്ക് അതിഗംഭീരമായ ഉണർവ്വ് നൽകി. ആ വിശ്വാസം നൈമിഷികമായിരുന്നു, യോഹന്നാനും കൂട്ടരും ഗംഭീരമായി പണിത പുതിയ കോട്ടയുടെ കാഴ്ചയാണ് കണ്ടത്. പുതിയ കോട്ട പഴയതിനേക്കാൾ ബലഹീനമായി തോന്നിയെങ്കിലും പഴയ കോട്ടയുടെ അവശിഷ്ടങ്ങൾക്കിടയിലൂടെ അവിടെ എത്തിച്ചേരുക എന്നത് വളരെ പ്രയാസകരമായി വന്നു. അന്റോണിയാ ഗോപുരത്തെക്കാൾ ബലഹീനമായിരുന്നെങ്കിലും പെട്ടെന്ന് നിർമ്മാണം പൂർത്തീകരിച്ചതിനാൽ അത് ആരും വിശകലനം ചെയ്തില്ല. അത് പെട്ടെന്ന് തകരുമെന്ന് അവർ വിശ്വസിച്ചു.

പടയാളികൾക്ക് ലഭിച്ച പ്രോത്സാഹനവാക്കുകളും, വാഗ്ദാനങ്ങളും, പ്രബോധനങ്ങളും, അവർ അഭിമുഖീകരിച്ച അപകടരമായ തിരിച്ചടികളിൽ നിന്നും മാറി മരണത്തെപോലും പരിഹസിച്ച് മുന്നേറാൻ അവരെ പ്രാപ്തരാക്കി.

അവൻ ഏറ്റവും ധൈര്യശാലികളായ പടയാളികളെക്കൊണ്ട് മറ്റുള്ളവർക്ക് പ്രചോദനം നൽകുവാൻ ശ്രമിച്ചു. "എന്റെ കൂട്ടാളികളായ സഹോദരങ്ങളേ! പ്രബോധ

* *മക്കദോന്യൻ കലണ്ടറിലെ ഒരു മാസം. ഗ്രിഗോറിയൻ കലണ്ടറിലെ ജൂണിന് ഏകദേശം തുല്യമായി വരുന്നു.*

നം നൽകുക എന്നത് അത്ര ആപത്കര മല്ല. അത് നൽകുന്നവർക്ക് അത്ര വലിയ മഹത് മാർഗ്ഗവുമല്ല. പ്രബോധനം നൽകു ന്നവന് തന്റെ ഭീരുത്വം വെളിവാകപ്പെട്ടു വാൻ ഇടയാകപ്പെടുകയും ചെയ്യുന്നു. ആയ തിനാൽ എന്റെ വിശ്വാസത്തിൽ, ദൗത്യം അപകടകരമായ നിലയിൽ ആകുമ്പോ ഴോ, ഉചിതമായ എന്തെങ്കിലും നേട്ടം കൈ വരിക്കാൻ ഉള്ള സമയം ആകുമ്പോഴോ മാ ത്രമേ ഇത്തരം പ്രബോധനങ്ങൾക്ക് മൂല്യം ഉള്ളൂ."

"ഈ കോട്ടയുടെ അടുത്തെത്തുക അത്ര അനായാസകരമായ ഒന്നല്ല എന്നത് നി ങ്ങളോടൊപ്പം ഞാനും സമ്മതിക്കുന്നു. എന്നാൽ പ്രയാസങ്ങളെ നേരിടാമെന്നു ള്ള കീർത്തി ലഭിക്കുന്നത് ആശാവഹ മാണ് ' ഞാൻ കൃത്യമായി പറഞ്ഞിട്ടുണ്ട ല്ലോ! യശസ്സോടുകൂടി മരിക്കുക എന്നതു ഒരു ധീരതയാണ്. എന്നാൽ പ്രഥമ ശ്രമ ത്തിൽത്തന്നെ അത് ലഭിക്കുമെന്നത് പ്രാ യോഗികമല്ല. എന്റെ ആദ്യത്തെ വാദഗ തിപോലെ, നിങ്ങൾ വിചാരിക്കുന്ന നിങ്ങ ളുടെ ക്ഷമയുടെ പ്രതിബദ്ധതയും യെഹൂദ്യ രെ പോലെ വിജയത്തിലും ഉൾക്കൊള്ളുന്ന തു് ആയിത്തീരണം: എന്നാൽ സാമധാന കാലത്തു് യുദ്ധവും, യുദ്ധ സമയത്തു് ആക്ര മണവും പരിശീലിച്ച നിങ്ങൾ യെഹൂദ്യരെ ക്കാൾ, നിങ്ങളുടെ പ്രവർത്തിയിൽ താഴ്ന്ന മനോധൈര്യത്തിലൊ നിലവാരത്തിലോ അല്ല. കാരണം നിങ്ങൾ ഇപ്പോൾ ദൈ വത്തിന്റെ സഹായത്താൽ വിജയത്തിന് അടുത്തെത്തിയിരിക്കുന്നു."

നമ്മുടെ നിർഭാഗ്യങ്ങളൊക്കെ യെഹൂ ദ്യരുടെ ക്രോധ പാരവശ്യതയിൽ നിന്നും അവരുടെ ഉന്മാദത്തിൽ നിന്നും ഉത്ഭവിച്ച താണ്. എന്നാൽ നമ്മുടെ ക്ലേശങ്ങൾ നി ങ്ങളുടെ വീര്യത്തിന്റെയും ദൈവം നിങ്ങൾ ക്ക് തന്ന സഹായത്തിന്റെയും കൂടിയാണ്. അവർ നേരിട്ട കലാപങ്ങളും അവർ അനു ഭവിച്ച ക്ഷാമവും അവർ സഹിച്ച ഉപരോ ധവും ഇടി തടി ഇല്ലാതെ കോട്ട തകർ ക്കപ്പെട്ടതും എല്ലാം അവരോടുള്ള ദൈ വകോപവും നമ്മളോടുള്ള സഹായവും അല്ലെന്ന് വരുമോ? ആയതിനാൽ ഇതെ ല്ലാം നിങ്ങൾ കീഴ്പ്പെട്ടവരോ അവർ ഉന്ന തരോ എന്നുള്ള വിചാരത്താൽ ലഭിക്കു ന്ന ദൈവിക സഹായത്തെ ഒറ്റിക്കൊടു ക്കരുത്"

"എന്നാൽ ഇതെങ്ങനെ അധാർമ്മി കതയോ അയോഗ്യതയോ ആണെന്നു വരും? യെഹൂദ്യർക്ക് ഒരിക്കലും അവരുടെ വീഴ്ചയിൽ ലജ്ജിക്കേണ്ടതായി വരുന്നില്ല. കാരണം അവർ മുൻകാലങ്ങളിൽ അടിമ കളായി ജീവിച്ചിരുന്നവരും മരണത്താൽ അപമാനിക്കപ്പെട്ടവരും ആയിരുന്നു. അവ രുടെ ശ്രമങ്ങൾ ഒക്കെ നമ്മെ ആക്രമിക്കാ നോ അപമാനിക്കാനോ അല്ലെന്നും അവ രുടെ ധീരതയുടെ പ്രദർശനം മാത്രമെന്നും അവർ നിരന്തരം കഥകൾ മെനഞ്ഞുകൊ ണ്ടിരിക്കുന്നു. എന്നാൽ ഈ ലോകത്തി ന്റെ ഭൂരിഭാഗവും കടലും കരയും ആക്രമിച്ച് കീഴ്പ്പെടുത്തിയ നമ്മൾ നമുക്ക് നിരന്തരം അപകടകരമായി ശല്യമുണ്ടാക്കുന്ന ഒരു ചെറിയ ശത്രുവിനെ നേരിടാൻ കഴിയുന്നി ല്ല, എന്നുള്ളതു് ഏറ്റവും വലിയ ഒരു അപ മാനം തന്നെയാണ്.

"ശക്തമായ സൈന്യം ഉണ്ടായിരുന്നിട്ടു കൂടി നാം വെറുതെയിരുന്ന്, ക്ഷാമം എത്തു ന്നതും കാത്തു്, നല്ലകാലം വന്നിട്ട് എല്ലാം ശരിയാവും എന്ന രീതിയിൽ മുന്നോട്ടു പോ കുന്നോ? നമുക്ക് ആന്തരിക ശക്തിയുള്ള പ്പോൾ നമ്മുടെ ഇച്ഛാശക്തിയാൽ നമ്മുടെ ആഗ്രഹങ്ങളെ നേടിക്കൂടേ? അന്റോണിയാ ഗോപുരത്തിനു മുകളിലെത്തിയാൽ നഗരം പിടിച്ചെടുക്കുവാൻ കഴിയും, നഗരത്തിൽ അവശേഷിക്കുന്നവർക്കെതിരെ ഏതെങ്കി ലും തരത്തിൽ ആക്രമണം നടത്തിയാൽ ശത്രുക്കൾ ഒന്ന് ശ്വസിക്കുന്നതിന് മുമ്പേ അവർക്കുമേൽ ആധിപത്യം നേടാൻ കഴിയും എന്നാണ് ഞാൻ വിശ്വസിക്കുന്ന തു്. ഞാൻ വാഗ്ദാനം ചെയ്യുന്നതു് സുനിശ്ചി തമായ വിജയമാണ്. യുദ്ധത്തിൽ മരിക്കു ന്നവരെ ഞാൻ പ്രകീർത്തിക്കും, അല്ലാതെ പോരാടി മരിച്ചവരുടെ അമർത്യതയെക്കു

റിച്ചായിരിക്കില്ല."

"എന്നിരുന്നാലും വിപരീതദിശയിൽ നീങ്ങുന്നവരെ ശപിക്കാതിരിക്കാൻ കഴിയില്ല. സമാധാന കാലത്ത് രാഷ്ട്രീയമോ മറ്റെന്തൊക്കെയോ കാരണത്താൽ മരിച്ചവരെ, അവരുടെ ആത്മാവും ശരീരവും ഉൾപ്പെടെ പൂച്ചിക്കപ്പെടും. യുദ്ധത്തിൽ ശരീരം വേർപെട്ട ആത്മാക്കൾ ആകാശവിതാനത്തിലെ നക്ഷത്രങ്ങളോടൊപ്പം ചേരുകയില്ലെന്നു വിശ്വസിക്കുന്നവർ ഉണ്ടോ? അത്തരത്തിൽ ഉള്ളവർ നല്ല ആത്മാക്കളായി സമൃദ്ധിയും സൗഭാഗ്യവുമായി ശിഷ്ടകാലം കഴിയും."

"വിസ്മൃതിയിൽ ആണ്ടുപോകുന്ന ആത്മാക്കൾ അവരുടെ ദ്രവീകരിക്കപ്പെട്ട ശരീരങ്ങളുമായി മരുഭൂമിയിൽ അവരുടെ ഓർമ്മകളോടൊപ്പം അലിഞ്ഞു പോകുന്നു. എന്നുവരികിലും ഈ ലോകത്തിന്റെ കളങ്കങ്ങളിൽ നിന്നും മാലിന്യങ്ങളിൽ നിന്നും അവർ പൂർണ്ണമായി മോചിപ്പിക്കപ്പെടുന്നു. എന്തെന്നാൽ ആത്മാവോടൊപ്പം അവരുടെ ശരീരങ്ങളും ഓർമ്മകളും ഇല്ലാതെയാകുന്നു. എങ്കിലും തീരുമാനിച്ചിരുന്നതിനാൽ മരണത്തിന്റെ ദേവത, ജനത്തിന്റെ അടുത്തേക്ക് വരും. ശാരീരിക സൗഖ്യമില്ലായ്മയെക്കാൾ വലിയൊരു ആയുധമാണ് വാൾ. അതിനാൽ വിധിക്ക് കീഴടങ്ങുക എന്നത് ഒരു തീരെ ചെറിയ കാര്യമല്ലേ?"

"ഈ വാദഗതികൾ ഞാൻ പ്രവചിക്കുന്നത് എന്റെ അനുമാനങ്ങളിൽ നിന്നാണ്. ഈ കോട്ടയെ ആര് പിടിച്ചടക്കുവാൻ ശ്രമിക്കുന്നുവോ അവർ ആ ശ്രമത്തിൽത്തന്നെ കൊല്ലപ്പെട്ടേക്കാം. എങ്കിലും ശരിയായ ധീരന്മാർ എത്ര അപകടകരമായ ദൗത്യത്തിൽ നിന്നും രക്ഷപെടുവാൻ സാധ്യതയുണ്ട്."

"ഒന്നാമതായി മുമ്പ് ഉണ്ടായിരുന്ന, തകർക്കപ്പെട്ട മതിൽ അനായാസമായ പിടിച്ചടക്കാൻ കഴിഞ്ഞുവെങ്കിൽ പുതിയ മതിൽ ഏറെ ബുദ്ധിമുട്ടില്ലാതെ നശിപ്പിക്കുവാനും കഴിയും. ആയതിനാൽ ഈ ഉദ്യമം തുടങ്ങുവാൻ നിങ്ങൾ ധൈര്യമായി മുന്നിട്ടിറങ്ങണം. അതോടൊപ്പം പരസ്പരം സഹായിക്കുകയും പ്രോത്സാഹിപ്പി ക്കുകയും വേണം. നിങ്ങളുടെ മഹത്തായ ഈ ഉദ്യമം രക്തഹരിതമായി പൂർത്തിയാക്കുവാൻ കഴിയുമെന്ന് കരുതുന്നു. യെഹൂദ്യർ നിങ്ങളുടെ മുന്നേറ്റത്തെ ചെറുക്കുമെന്ന് പ്രതീക്ഷിക്കുക. അതുകൊണ്ട് നിങ്ങൾ സുരക്ഷിതരായിരുന്ന് അവരെ തുരത്തുക. നിങ്ങൾ ധൈര്യസമേതം അവരെ തടഞ്ഞ് കോട്ടയ്ക്ക് മുകളിൽ എത്തിയാൽ പിന്നീട് നിങ്ങളെ തടഞ്ഞു നിറുത്തുവാൻ അവർക്കു കഴിയുകയില്ല. ആദ്യം കോട്ടയ്ക്ക് മുകളിൽ കയറുവാൻ കഴിയുന്ന ആളിന് പാരിതോഷികങ്ങളും ഉപഹാരങ്ങളും നൽകുവാൻ പറ്റിയില്ലെങ്കിൽ എനിക്ക് ലജ്ജിക്കേണ്ടി വരും. അയാൾ ഈ ശ്രമത്തിൽ രക്ഷപെടുകയാണെങ്കിൽ ഈ സൈന്യത്തിന്റെ മുൻനിര നായകനാവുകയും ചെയ്യും. അഥവാ ഈ ഉദ്യമത്തിൽ മരണപ്പെട്ടാൽ ഏറ്റവും വലിയ ബഹുമതികൾ നൽകപ്പെടും."

തീത്തൊസിന്റെ ഈ പ്രസംഗത്തിനു ശേഷം മറ്റുള്ള സംഘങ്ങൾ ഈ അപകടത്തിന്റെ തീവ്രതയോർത്ത് നന്നായി വിഷമിച്ചു. എന്നാൽ സാബിനസ് എന്നു പേരുള്ള, ജന്മം കൊണ്ട് സിറിയാക്കാരനായിരുന്ന ഒരു പടയാളി ഉണ്ടായിരുന്നു. ഇയാൾ ശക്തികൊണ്ടും ധീരതകൊണ്ടും പ്രശസ്തനായിരുന്നു. ജോലി ആരംഭിക്കുന്നതിന് മുമ്പ് എല്ലാവരും വിചാരിച്ചിരുന്നത് ഇയാൾ തീർത്തും അവശനായിരുന്നുവെന്നും ഒരു പടയാളി ആയിരിക്കുവാൻ യോഗ്യനല്ലെന്നുമായിരുന്നു. കറുത്ത് മെല്ലിച്ച കുറികിയവനായിരുന്നെങ്കിലും അതിനെയെല്ലാം വെല്ലുന്ന വൈഭവം അയാൾ പ്രകടമാക്കിയിരുന്നു. ആദ്യം എഴുന്നേറ്റ് അയാൾ പറഞ്ഞു. "കൈസർ, ഞാൻ നിന്റെ മുമ്പിൽ കീഴടങ്ങുന്നു. ഞാൻ തന്നെ ആദ്യം കോട്ടയുടെ മുകളിൽ കയറും. എന്റെ ഭാഗ്യം എന്നെ പിൻതുടരുന്നവർക്കും ലഭിക്കട്ടെയെന്ന് ആശംസിക്കുന്നു. ഭീതിതമായ എന്തെങ്കിലും എന്റെ വിജയത്തെ തടഞ്ഞാൽ, മനസ്സിലാക്കുക എന്റെ പരാജയം അപ്രതീക്ഷി

തമല്ല. അത് നിന്റെ വിജയത്തിനു വേണ്ടി സ്വയം തിരഞ്ഞെടുത്ത മരണമാണ്."

ഇപ്രകാരം പറഞ്ഞതിനുശേഷം ഇട തുകൈയിൽ പരിചയും വലതുകൈയിൽ വാളും തലയ്ക്ക് മുകളിൽ ഉയർത്തി കോട്ടയ്ക്കു ത്തേക്ക് നീങ്ങി. പതിനൊന്ന് പേർ മാത്രം അവനെ പിന്തുടർന്നു. അവൻ ഇവരുടെ നേതാവായിരുന്നില്ലെങ്കിലും. അവന്റെ ധീര തയും യുദ്ധമികവും ദൈവികമായുള്ള ആക്ര മണോത്സുകതയും അനുകരിക്കാൻ ശ്രമിച്ച വരായിരുന്നു. കോട്ടയ്ക്ക് കാവൽ നിന്നിരു ന്നവർ എല്ലാ ഭാഗങ്ങളിൽ നിന്നും അമ്പു കളാൽ അവരെ തടഞ്ഞു് ആക്രമിച്ചു. യെ ഹൂദ്യരുടെ കല്ലേറിൽ കുറേപ്പേർ കൊല്ലപ്പെ ട്ടു. സബീനസ് ആണെങ്കിൽ അമ്പുകൾ നേ രിട്ടുകൊണ്ട് തന്നെ അതിശക്തമായി ശത്രു ക്കളെ തടയുകയായിരുന്നു. പക്ഷേ ഇതി നൊന്നും കോട്ടയക്ക് മുകളിൽ എത്തുന്ന തിൽ നിന്ന് അവനെ തടയുവാൻ സാധി ക്കമായിരുന്നില്ല, പകരം ശത്രുക്കൾ പിന്തി രിഞ്ഞോടുവാൻ ഇടയായി.

അവന്റെ ശക്തിയിലും. ധീരതയിലും അന്ധാളിച്ച നിൽക്കുന്ന യെഹൂദ്യരെ ആണ് ആ സമയം കാണാൻ കഴിഞ്ഞ ത്. കൂടുതൽ പേർ കോട്ടയിൽ കയറിയിട്ടു ണ്ടാകുമെന്ന് യെഹൂദ്യർ കരുതി. അവിടെ ഒരാൾക്ക് നന്മയുടെ അവസരത്തേക്കുറിച്ച് അസൂയപ്പെട്ടുവാൻ മാത്രമെ കഴിയൂ, പരാ തിപ്പെട്ടുവാൻ അവസരമില്ല. മുമ്പിൽ നീ ങ്ങിയ ആളിന് വലിയ വിജയങ്ങൾ ലഭിച്ചെ ങ്കിലും വലിയ പ്രയാസങ്ങളും നേരിടേണ്ടി വന്നു ലക്ഷ്യം തേടി നീങ്ങിയ അയാൾ ഒരു വലിയ കല്ലിൽ തട്ടി വലിയ ശബ്ദത്തോടെ താഴേക്കുപതിച്ചു. ഇത് കണ്ട യെഹൂദ്യർ, തിരികെയെത്തി അമ്പുകളാൽ അവനെ പൊതിഞ്ഞു.

എങ്കിൽപ്പോലും, മുട്ടിൽ എഴുന്നേറ്റ് നിന്ന് തന്റെ പരിച കൊണ്ടു് സ്വയം ആവരണം ചെയ്തു. മുറിവേറ്റിട്ടും തന്റെ അടുത്തെത്തിയ കുറെയേറെപ്പേരെ ആക്രമിച്ചു. പക്ഷേ മുറി വുകളുടെ അധിക്യം അവനെ മരണത്തിലേ ക്ക് തള്ളിവിട്ടു. അവന്റെ ധീരതയുടെ അളവ് തുലനം ചെയ്താൽ, ഇതിനേക്കാൾ മെച്ച മായ ഒരു വിധി ആയിരുന്നു ലഭിക്കേണ്ടി യിരുന്നത് എന്ന് തോന്നിപ്പോകും. അവ ന്റെ സംഘത്തിൽപെട്ട മൂന്നു പേരെ കോ ട്ടയിൽ കയറുമ്പോൾ കല്ലെറിഞ്ഞു് കഷണ ങ്ങളാക്കി. ബാക്കി എട്ടുപേർ മുറിവേറ്റ് വീ ണതിനാൽ അവരെ തിരികെ കൂടാരങ്ങ ളിൽ എത്തിച്ചു. ഇത് പനേമുസ് മാസത്തി ന്റെ മൂന്നാം ദിവസമായിരുന്നു.

രണ്ടുനാൾ കിഴിഞ്ഞ ശേഷം പന്ത്രണ്ട് പേർ അടങ്ങുന്ന ഒരു സംഘം പ്രതിരോധ ഗോപുരത്തെ വീക്ഷിച്ചുകൊണ്ട് ഒത്തു ചേർ ന്നു. അവർ അഞ്ചാം പടയുടെ തലവന്മാരും പതാക വാഹകരുമായി സ്വയം വിശേഷി പ്പിച്ചു. രണ്ടു കുതിര പടയാളികളെയും ഒരു കാഹളവിചാരകനെയും ഒപ്പം കൂട്ടി, രാ ത്രിയുടെ ഒൻപതാം യാമത്തിൽ മതിലി ന്റെ അവശിഷ്ടങ്ങൾക്കിടയിലൂടെ പതുങ്ങി അന്റോണിയാ ഗോപുരത്തിലേക്ക് നീങ്ങി.

മയക്കത്തിലായിരുന്ന ഒന്നാം നിര പോ രാളികളുടെ കഴുത്തറുത്ത് മതിൽ പിടിച്ചെ ടുത്തു. കാഹളക്കാരനോട്ട് കാഹളം ഊതു വാൻ ആവശ്യപ്പെട്ടു. മറ്റുള്ള പടയാളികൾ ഉണർന്നെഴുന്നേറ്റ് എത്രപേർ മതിലിന്റെ ഉയരത്തിലെത്തി എന്നു പോലും നോക്കാ തെ ഓടിപ്പോയി. ഏറെ ശത്രുക്കൾ കോട്ട യെ വളഞ്ഞുവെന്ന തോന്നൽ കാഹള ശബ്ദം അവരിൽ ഉളവാക്കി, തദ്വാര ഭയവും ആശയക്കുഴപ്പവും.

ഈ സൂചനകൾ ലഭിച്ചതോടുകൂടി ആയു ധധാരികളായി പടത്തലവന്മാരുടെ നേതൃ ത്വത്തിൽ മുന്നേറുവാൻ കൈസർ നിർദ്ദേ ശം നൽകി. തെരഞ്ഞെടുക്കപ്പെട്ടവരും ഒന്നാമനായി കൈസറും മുന്നേറിക്കൊ ണ്ടിരുന്നു. യെഹൂദ്യർ ദൈവാലയത്തിലേ ക്ക് പിൻവാങ്ങുകയും ചെയ്തപ്പോൾ യോഹ ന്നാൻ കുഴിച്ച കുഴിയിൽ റോമാക്കാർ വീണ പോയി. അപ്പോൾ യോഹന്നാന്റെയും ശി മയോന്റെയും സംഘങ്ങൾ അവരെ ആക്ര മിച്ചു. ഈ അവസ്ഥയിൽ ക്രൂരതയുടെ ഏറ്റ വും വലിയ ശ്രേണി പുറത്തെടുക്കുന്നതിൽ യെഹൂദ്യർ ഒരു വിമുഖതയും കാട്ടിയില്ല. റോ

മാക്കാർ ദൈവാലയത്തിൽ പ്രവേശിച്ചാൽ തങ്ങൾ നിലം പരിശാകപ്പെട്ടുമെന്ന് അവർക്ക് നല്ല ബോധ്യമുണ്ടായിരുന്നു.

ഇത് നേരത്തെ തന്നെ മനസിലാക്കിയ റോമാക്കാർ ഏറ്റവും ഭീകരമായ ഒരു യുദ്ധമുഖം തന്നെ ദൈവാലയത്തിന്റെ വാതിൽപ്പടിയിൽ തുറന്നു. റോമാക്കാർ ദൈവാലയം പിടിച്ചടക്കുവാനുള്ള ശ്രമത്തിലും അന്റോണിയാ ഗോപുരത്തിലേക്ക് യെഹൂദ്യരെ തുരത്തുവാനുള്ള തീവ്രശ്രമം തന്നെ നടത്തിക്കൊണ്ടിരുന്നു. ഈ യുദ്ധത്തിൽ കുന്തങ്ങളോ ശരങ്ങളോ രണ്ടു ഭാഗക്കാർക്കും ഒരു വിധ ഗുണവും ചെയ്യുന്നതായിരുന്നില്ല. അവർ തങ്ങളുടെ വാളുകൾ പുറത്തെടുത്ത് കരബലത്താൽ യുദ്ധം നയിച്ചു. ഈ യുദ്ധത്തിൽ സൈന്യനിര വ്യക്തമാകാത്തതിനാൽ എല്ലാവരും കൂടിക്കലർന്ന് പൊരുതിക്കൊണ്ടിരുന്നു. ഈ കൂടിക്കലരുകളും ഇടുങ്ങിയ നഗര വീഥികളും അവർക്ക് ആശയക്കുഴപ്പം സൃഷ്ടിച്ചുകൊണ്ടേയിരുന്നു. കേൾക്കപ്പെടുന്ന ശബ്ദം എല്ലാം ഉച്ചസ്ഥായിലായിരുന്നതിനാൽ മിക്കതും അവ്യക്തമായിരുന്നു.

യുദ്ധസംഹാരം രണ്ടു ഭാഗത്തും ഏറ്റവും കൂടുതലായിരുന്നു. മുന്നേറിക്കൊണ്ടിരുന്ന പോരാളികൾ മരിച്ചു വീണവരുടെ ശവങ്ങൾക്ക് മുകളിലൂടെ മെതിച്ച് കടന്നു പോകുകയും അവരുടെ ആയുധങ്ങൾ ഒക്കെയും തരിപ്പണമാക്കുകയും ചെയ്തു. മുന്നേറുന്നവർ പരസ്പരം ആഹ്വാനം ചെയ്തും പിൻവാങ്ങുന്നവർ വലിയ വിലാപങ്ങളും നടത്തിക്കൊണ്ടിരുന്നു. കൂടി കലർന്നിരുന്നതിനാൽ മുന്നേറുന്നതും, പിൻവലിയുന്നതും ആയാസകരമായിരുന്നു. മുൻനിരക്കാർക്ക് ഒന്നുകിൽ യുദ്ധം ചെയ്യുക, അല്ലെങ്കിൽ മരിക്കുക എന്ന മാർഗ്ഗങ്ങൾ മാത്രമെ ഉണ്ടായിരുന്നുള്ളു. പിന്നിൽ നീങ്ങിക്കൊണ്ടിരുന്നവർ, നിരകൾ തമ്മിൽ ഒട്ടും അന്തരമില്ലാതെ നീങ്ങി മുന്നിലുള്ളവരെ സഹായിച്ചും നീങ്ങാൻ പ്രേരിപ്പിച്ചും കൊണ്ടിരുന്നു.

യെഹൂദ്യരുടെ തീക്ഷ്ണത റോമാക്കാരുടെ പ്രയത്നത്തിനും മീതെയായിരുന്നു. അതിനാൽ യുദ്ധം അവരുടെ വഴിക്കാണ് നീങ്ങുന്നതെന്ന തോന്നൽ ഉളവായി. രാത്രിയുടെ ഒൻപതാം യാമം മുതൽ പകലിന്റെ ഏഴാംയാമം വരെ അത് തുടർന്നു യെഹൂദ്യർ ഒരു വലിയ ജനക്കൂട്ടമായിരുന്നു; ദൈവാലയം നേരിടുന്ന വിപത്തിനെക്കുറിച്ച് മാത്രം ഓർത്ത് ശക്തമായി അവർ നീങ്ങിയപ്പോൾ റോമാക്കാരുടെ സൈന്യത്തിന്റെ ഒരു ഭാഗം മാത്രമെ ഉണ്ടായിരുന്നുള്ളു. അവരുടെ സൈന്യത്തിന് മുന്നേറാനും സാധിക്കുമായിരുന്നില്ല. ഈ അവസ്ഥയിൽ അന്റോണിയാ ഗോപുരം പിടിച്ചെടുത്തത് മതിയെന്ന് അവർ തീരുമാനിക്കുകയായിരുന്നു.

എന്നാൽ മനോധൈര്യവും ശരീര ശക്തിയും യുദ്ധതന്ത്രവും കൈമുതലാക്കിയിരുന്നവനും ഉന്നത പ്രശസ്തി നേടിയിരുന്നവനും മുമ്പ് ഞാനുമായി ഏറ്റുമുട്ടിയവനുമായിരുന്ന ബഥാന്യയിൽ നിന്നുള്ള ജൂലിയൻ എന്നു പേരുള്ള ഒരു ശതാധിപൻ ഉണ്ടായിരുന്നു. ഇയാൾ റോമാക്കാർ പിന്നോക്കം പോകുന്നത് സഹിക്കാൻ പറ്റാതെ തീത്തൊാസിനോടൊപ്പം അന്റോണിയാ ഗോപുരത്തിൽ നിന്ന് മുന്നോട്ട് കുതിച്ച് ചെന്ന് യെഹൂദ്യരെ തുരത്തി. അക്രമാസക്തരായിരുന്ന യെഹൂദ്യരെ ദൈവാലയത്തിന്റെ അകത്തെ പ്രാകാരത്തിലേക്ക് ഒതുക്കി. അവന്റെ ശക്തിയും ക്രൂരതയും ഒരു മനുഷ്യന്റേതായിരുന്നില്ല. അങ്ങനെ അവൻ യെഹൂദ്യരുടെ നടുവിലേക്ക് കുതിച്ച് അവരെ ചിതറിക്കുകയും പിടിക്കപ്പെട്ടവരെ വധിക്കുകയും ചെയ്തു.

ഈ കാഴ്ച കൈസറിനും കൂട്ടർക്കും അത്ഭുതവും മറ്റുള്ളവർക്ക് അതിഭയാനകവും ആയിരുന്നു. എന്നിരുന്നാലും അവൻ തനിയെ ഒരു മനുഷ്യന് സാധ്യമായ ഒരു വിധിയെ പിൻപറ്റി രക്ഷപെടുവാൻ സർവ്വശ്രമവും നടത്തി. അവന്റെ പാദുകങ്ങൾ കുതിരലാടനഖങ്ങൾ ഉറപ്പിച്ചതായിരുന്നു. നടപ്പാതയിൽ ഓടിയപ്പോൾ അതിന്റെ പിൻഭാഗം ഇടിച്ച് ഒരു വലിയ ശബ്ദത്തോടെ അയാൾ നിലംപതിച്ചു. ഈ ശബ്ദം കേട്ടപ്പോൾ പിന്തിരിഞ്ഞോടിയവർ ഓട്ടം നിർ

ത്തി തിരിഞ്ഞു. അവനെ ഭയപ്പെട്ടിരുന്നതു കൊണ്ട് അന്റോണിയാ ഗോപുരത്തിൽ നിന്നിരുന്നവർ ഉച്ചത്തിൽ അലമുറയിട്ടു.

യെഹൂദ്യർ അവനെ വളഞ്ഞു തങ്ങളുടെ വാളുകളും കുന്തങ്ങളും കൊണ്ട് കുത്തി ഏറെയും അവൻ തന്റെ പരിചകൊണ്ട് തടഞ്ഞിട്ട് എഴുന്നേൽക്കാൻ ശ്രമിച്ചു കൊണ്ടിരുന്നു. എന്നാൽ അവനെ ആക്രമിച്ചവർ അവനെ വീഴ്ത്തി. ഈ അവസ്ഥയിലും തന്റെ വാളിനാൽ അനേകം പേരെ വധിച്ചു. അവന് ശിരോകവചവും ശരീര കവചവും ഉണ്ടായിരുന്നതിനാൽ അവനെ പെട്ടെന്ന് വധിക്കുവാൻ അവർക്ക് സാധിച്ചില്ല. തന്റെ മറ്റ് അംഗങ്ങൾ തകർക്കപ്പെട്ടുന്നുവരെ അവന്റെ കഴുത്തും ശരീരവും സംരക്ഷിച്ചു. ആരും അവനെ പ്രതിരോധിക്കുവാൻ എത്തിയില്ല. അവൻ തന്റെ വിധിക്ക് കീഴടങ്ങി.

അവൻ അനേകരുടെ മുമ്പിൽ വച്ച് വധിക്കപ്പെട്ടതും ഇത്രയും ധൈര്യശാലിയായ ഒരാളെ നഷ്ടപ്പെട്ടതും കൈസറിനെ അതീവ ദുഃഖിതനാക്കി അവൻ സ്വയം നിയന്ത്രിക്കാൻ ശ്രമിച്ചെങ്കിലും ആസ്ഥലം യോജിച്ചതല്ലായിരുന്നു. ജൂലിയൻ ഏറെ നേരം മരണത്തോട്ട് മല്ലടിച്ചു. അവനോടൊപ്പം ചുരുക്കം പേർ മാത്രമെ ഉണ്ടായിരുന്നുള്ളു. അവൻ ഗളഛേദം ചെയ്യപ്പെട്ട് മരണത്തെ പുൽകി. ഇപ്രകാരമുള്ള ഒരു മരണം, അതുവളരെ പ്രയാസം തോന്നുന്നതായിരുന്നെങ്കിലും റോമാക്കാർക്കും കൈസറിനും കൂടെ ശത്രുക്കൾക്കും ബഹുമാനം നൽകാൻ പോന്നതായിരുന്നു

യെഹൂദ്യർ അയാളുടെ ശരീരം തിരികെ ക്കൊടുത്തു. അതിനാൽ അവർക്ക് പിന്നോട്ടുപോകുവാൻ ഇടവന്നു. കൂടാതെ അവർ അന്റോണിയാ ഗോപുരത്തിൽ കുടുങ്ങി പോകുകയും ചെയ്തു. യെഹൂദ്യയിലെ അതിശ്രേഷ്ഠരും തീക്ഷ്ണതയോടെ യുദ്ധം നയിച്ചവരും യോഹന്നാന്റെ പടയാളികളുമായ അലക്സാസ്, ഗിപ്തെയൂസ് എന്നിവരും ശിമയോന്റെ പടയാളികളായ മാലാവി, യൂദാ (മെർത്തോയുടെ മകൻ), യാക്കോബ് (സോസാസിന്റെ മകൻ) എന്നിവരും ആയിരുന്നു. സോസാസ് എദിമിത്തോസിന്റെ പടത്തലവൻ ആയിരുന്നു. എരിവുകാരായിരുന്ന ശീമോൻ, യൂദാ എന്നിവർ യായീറൊസിന്റെ പുത്രന്മാരായിരുന്നു. സോസാസ് എദിമിത്തോസിന്റെ പടത്തലവൻ ആയിരുന്നു.

തീത്തോസ് എങ്ങനെ അന്റോണിയാ ഗോപുരം നശിപ്പിക്കുവാൻ ആജ്ഞകൊടുത്തു. കൂടെ എങ്ങനെ യെഹൂദ്യർ കീഴടങ്ങുവാൻ ജോസഫസിനെക്കൊണ്ട് പ്രേരിപ്പിച്ചു

2 തീത്തോസ് തന്റെ സൈന്യത്തിന് കയറുന്നതിന് വേണ്ടി അന്റോണിയാ ഗോപുരത്തിന്റെ അടിസ്ഥാനത്തിൽ കുഴി തോണ്ടുവാൻ ആജ്ഞ കൊടുത്തു. പനാമോസ് മാസത്തിന്റെ പതിനേഴാം നാൾ ജോസഫസിനെ ആ ദിവസം തന്നെ അറിയിച്ച് അവൻ തന്നെ കൂട്ടിക്കൊണ്ടു വന്നു. യാഗം നടത്തുവാൻ ആളില്ലാതിരുന്നതിനാൽ കൊർബ്ബാൻ* യാഗം മുടങ്ങി ജനം അതീവ ദുഃഖിതരായി മാറി.

മുൻപറഞ്ഞതു് യോഹന്നാനോട്ട് പറയുവാനും യുദ്ധത്തിന് താൽപര്യം ഉണ്ടെങ്കിൽ, ദൈവാലയവും നഗരവും നശിപ്പിക്കാതിരിക്കുവാൻ ഉള്ള ശ്രമത്തോടു കൂടി മുന്നോട്ടുവരുവാനും തീത്തോസ് ജോസഫസിനോട്ട് ആവശ്യപ്പെട്ടു. അവന് ആഗ്രഹമെങ്കിൽ ദൈവത്തോട്ട് എതിരിടാതെയും ദൈവാലയം നശിപ്പിക്കാതെയും ഇരിക്കാമെന്നായിരുന്നു വാഗ്ദാനം. അവന് ആഗ്രഹമെങ്കിൽ അവനോടൊപ്പം യുദ്ധം ചെയ്യുന്ന യെഹൂദ്യരോടൊപ്പം യാഗം അർപ്പിക്കുവാനും ഉള്ള അവസരം കൂടി നൽകപ്പെടുമെന്നും അറിയിച്ചു.

ഇതു കേട്ടതിനു ശേഷം ജോസഫസ് അതേസ്ഥലത്ത് നിലയുറപ്പിച്ചു. കൈസർ

* *വഴിപാട് മർക്കോസ് 7:11 ൽ ഇതേ വാക്ക് കാണാം*

പറഞ്ഞത്, യോഹന്നാൻ പറയാതെ തന്നെ മറ്റു പലരും പറഞ്ഞിട്ട് എബ്രായ ഭാഷയിൽ ജനത്തെ അറിയിക്കുവാൻ തീരുമാനിച്ചു. ദൈവാലയം തീ വിഴുങ്ങുന്നത് തടയുവാനും ദൈവത്തിനുള്ള യാഗം ദൈവാലയത്തിൽ തന്നെ അർപ്പിക്കുവാനുമായി അവരോട്ട് താഴ്മയായി യാചിച്ചു. അവൻ ഈ വാക്കുകൾ പറഞ്ഞപ്പോൾ ജനം വലിയ നിശബ്ദതയിൽ ആയിരുന്നു. ആ ക്രൂരൻ തന്നെ ജോസഫസിനെ അപമാനിക്കുകയും ശപിക്കുകയും ചെയ്തു. നഗരം ദൈവത്തിന്റെ സ്വന്തം ആണെന്നും അതു പിടിച്ചെടുക്കുന്നതിൽ ഭയമില്ലെന്നും പറഞ്ഞ് അവൻ തന്റെ വാക്കുകൾ നിർത്തി.

ജോസഫസ് അവനോട്ട് അലറി: "ഈ നഗരം ദൈവത്തിനുവേണ്ടി നീ പരിശുദ്ധമായി സൂക്ഷിച്ചിരുന്നുവോ? അത് ഇപ്പോഴും മലിനമാക്കാതെയിരിക്കുന്നുവോ? നീ സഹായം തേടുന്ന ദൈവത്തോട്ട് എന്തെങ്കിലും അഹിതമായി പ്രവർത്തിച്ചതിനെയോർത്ത് കുറ്റബോധം തോന്നുന്നുണ്ടോ? ഇപ്പോഴും ആ ദൈവത്തിന് യാഗങ്ങൾ അർപ്പിക്കപ്പെടുന്നുണ്ടോ? നീ നീചനായിരിക്കെ നിന്റെ അപ്പം മുടക്കുന്നവരെ നിന്റെ ശത്രുവായി പ്രഖ്യാപിക്കല്ലേ? എന്നിരുന്നാലും ദൈവത്തോടുള്ള ശാശ്വതമായ ആരാധന മുടക്കിയിട്ട് ദൈവം നിന്റെ സഖ്യകക്ഷിയാണെന്നു നീ കരുതുന്നുവോ.?"

"നിന്റെ കൈയ്യാൽ ഇല്ലാതെയാക്കിയ യാഗം തുടരുവാൻ പ്രേരിപ്പിക്കുകയും നമ്മുടെ നിയമങ്ങളെ ബഹുമാനിക്കുന്ന റോമാക്കാരെ നീ കുറ്റപ്പെടുത്തുകയും ചെയ്യുന്നുവോ? നഗരത്തിൽ വന്നുഭവിച്ച നിലവിളികളും വിലാപങ്ങളും ഒഴിവാക്കുവാൻ ഇവിടെ ആരാൽ കഴിയും? വിദേശികളും ശത്രുക്കളും നീയാൽ വരുത്തിയ അപമാനം തിരുത്തുവാൻ ശ്രമിക്കുന്നു. എന്നാൽ യഹൂദൻ തന്നെയായ നീയോ?, നിയമ പരിജ്ഞാനം ഉണ്ടായിട്ടു കൂടി, നീ മറ്റുള്ളവരെക്കാൾ ഞങ്ങൾക്ക് വലിയ ശത്രുവല്ലേ! എന്നിരുന്നാലും, യോഹന്നാൻ വന്നുഭവിച്ച തെറ്റുകളും കുറ്റങ്ങളും തിരുത്തുന്നത് തനിക്ക് ഒരു ബഹുമാനകുറവും വരുത്തുമെന്ന് കരുതുന്നില്ല. നഗരം രക്ഷപ്പെടുത്തുവാൻ നീ ശ്രമിക്കുന്നെങ്കിൽ യെഹൂദ്യാ രാജാവായ കൊന്യാവിന്റേത് ഒരു ഉദാഹരണം ആണ്. അവനോട്ട് ബാബേൽ രാജാവ് യുദ്ധം പ്രഖ്യാപിച്ചപ്പോൾ, പിടിക്കപ്പെടുന്നതിന് മുമ്പ് നഗരത്തിന് പുറത്തെത്തി ശത്രുക്കൾക്ക് മുന്നിൽ കീഴടങ്ങി. അവൻ പുറത്തെത്തിയാൽ ദൈവത്തിന്റെ മന്ദിരം തീയിട്ട് നശിപ്പിക്കപ്പെടുകയില്ലെന്ന് അവൻ കരുതി. ഇതിനാൽ അവന്റെ ഓർമ്മകൾ പരിശുദ്ധമായി യെഹൂദ്യർ കരുതുകയും തലമുറകളോളം അവന്റെ ഓർമ്മ നിലനിറുത്തുകയും ചെയ്യുന്നു."

"യോഹന്നാനേ, ഇത് അപകടത്തിന്റെ ഒരു ഉദാഹരണമാണ്. റോമാക്കാർ നിങ്ങളോട്ട് ക്ഷമിക്കുമെന്ന് ഞാൻ ഉറപ്പ തരുന്നു. ശ്രദ്ധിക്കുക ഈ ഉപദേശം പറയുന്നവൻ ഈ രാജ്യക്കാരൻ തന്നെയാണ്. ഞാൻ ഒരു യെഹൂദ്യനായതിനാലാണ് ഈ വാഗ്ദാനം നൽകുന്നത്. ഞാൻ ആരാണെന്നും എവിടെ നിന്നു വരുന്നുവെന്നും ആരാണ് ഈ ഉപദേശം തരുന്നതെന്നും ശ്രദ്ധിക്കുന്നത് നല്ലതാണ്. ഞാൻ ജീവിക്കുന്ന നാൾ വരെ ഒരു അടിമയായിരിക്കുവാൻ ആഗ്രഹിക്കുന്നില്ല, അതേപോലെ എന്റെ സ്വന്തം രാജാവിനും പൂർവ്വ പിതാക്കന്മാരാൽ നൽകപ്പെട്ട നിയമാവലികൾ തള്ളിക്കളയുവാൻ കഴിയുന്നതല്ല".

"നീ എന്നോട്ട് കോപം കൊണ്ട് അലറുകയും എന്നെ കുറ്റപ്പെടുത്തുകയും ചെയ്യുന്നു. ഇത് ഇതിനേക്കാളും കൂടുതലും ഞാൻ അർഹിക്കുന്നു. കാരണം വിധിക്ക് വിപരീതമായി ദൈവശിക്ഷയ്ക്ക് പാത്രമാകുന്നവരുടെ വിമോചനത്തിനുവേണ്ടി ഈ ക്ഷണം നൽകി എന്നതാണ്. പ്രവാചകന്മാരുടെ ജീവിതങ്ങളിൽ എന്താണ് ഉൾപ്പെട്ടിരിക്കുന്നത് എന്ന് അവർക്ക് അറിയുകയില്ല. അതിദയനീയമായ ഈ നഗരത്തിന് ഇപ്പോൾ വന്നു ഭവിച്ച വെളിപാടിന്റെ പൂർത്തീകരണം അതല്ലേ കാണിക്കുന്നത്. ഈ നഗരം പിടിച്ചടക്കപ്പെടുമെന്നും ജനം മൂഗീ

യമായി കൊല്ലപ്പെട്ടുമെന്നും അവർ പ്രവചിച്ചിട്ടുണ്ടല്ലോ. നിങ്ങളുടെ സ്വന്തം ജനത്തിന്റെ ശവങ്ങൾ കൊണ്ടല്ലേ നഗരവും ദൈവാലയവും നിറഞ്ഞത്. ദൈവം തന്നെ റോമാക്കാരെ ഉപയോഗിച്ച് മലിനീകരിക്കപ്പെട്ട ഈ നഗരത്തെ അഗ്നി അയച്ച് ശുദ്ധീകരിക്കുകയും കൊയ്ത്തു മെതിക്കുകയും ചെയ്യുവാൻ പോകുന്നു."

ജോസഫസ് ഈ വാക്കുകൾ പറയുമ്പോൾ കണ്ണുകൾ ഈറനണിഞ്ഞ് വിലപിക്കുകയും ശബ്ദം ഇടറുകയും ചെയ്തു. തിളങ്ങി നിന്നിരുന്ന അവന്റെ ഇപ്പോഴത്തെ വേദന കണ്ട് റോമാക്കാർക്ക് അലിവു തോന്നി. യോഹന്നാനും കൂടെയുണ്ടായിരുന്നവരും റോമാക്കാരുടെ ഈ പ്രവർത്തിയിൽ ആശയക്കുഴപ്പത്തിലാവുകയും ജോസഫസിനെ അവരോടൊപ്പം നിർത്തുവാനും ശ്രമിച്ചു. അവന്റെ പ്രഭാഷണങ്ങൾ നന്മയിൽ ചിന്തിച്ചിരുന്ന പലരെയും പ്രചോദിപ്പികയുണ്ടായി. ലഹളക്കാരുടെ പ്രവർത്തിയാൽ ഏറെപ്പേർ അവരുടെ താമസ സ്ഥലങ്ങളിൽ നിലയുറപ്പിക്കുവാൻ പോലും ഭയപ്പെട്ടു. അവരും, ഒപ്പം നഗരവും നശിപ്പിക്കപ്പെട്ടുമെന്ന് അവർ വിശ്വസിച്ചു.

ഇതൊരു സുവർണ്ണാവസരമായി കണ്ട് റോമൻ ഭാഗത്തേക്ക് രക്ഷപ്പെട്ടുവാൻ കുറേപ്പേർ കാത്തിരിക്കുകയും രക്ഷപ്പെട്ടുകയും ചെയ്തു. അവർ ഉന്നത പുരോഹിതന്മാരായിരുന്ന യോസേഫ്, യേശു, കുറേനയിൽ ശിരച്ഛേദം ചെയ്യപ്പെട്ട ഉന്നത പുരോഹിതനായ ഇസ്മായേലിന്റെ മൂന്ന് മക്കൾ, അപ്പന്റെ മരണത്തോടെ ഓടിപ്പോയ മത്തിയാസിന്റെ നാലു മക്കൾ, ഗിയോറായുടെ മകനായ ശീമോനാൽ കൊല്ലപ്പെട്ടവനും മൂന്ന് മക്കളും ആയിരുന്നു. കുറെ കുലീനരും ഉന്നത പുരോഹിതരും റോമാക്കാരോടൊപ്പം ചേർന്നു.

അവർ തുടർന്നുപോന്ന സംസ്കാരത്തിന്റെ പ്രേരണയാൽ പൂർണ്ണമനസ്സോടെയായിരിക്കില്ല അവർ എത്തിയത് എന്ന് മനസിലാക്കിയ കൈസർ ദയാവായ്പ്പോടുകൂടി അവരെ സ്വീകരിച്ച് ഗോഫ്ന*യിൽ കുറെക്കാലത്തേക്ക് താമസിക്കുവാൻ അനുവദിച്ചു. യുദ്ധം കഴിയുന്നതോടെ അവരുടെ വസ്തുവകകളെല്ലാം തിരികെ നൽകാമെന്ന് അവൻ അവരോട് പറഞ്ഞു. ആയതിനാൽ അപകടത്തേക്കുറിച്ചുള്ള ഭയം ഇല്ലാതെ അവർക്ക് നൽകിയ നഗരത്തിലേക്ക് അവർ സന്തോഷത്തോടെ യാത്ര ചെയ്തു.

അവരെ കാണാതിരുന്നതിനാൽ, ഒറ്റപ്പെട്ട് റോമാക്കാരാൽ വധിക്കപ്പെട്ടിരിക്കാമെന്ന് ലഹളക്കാർ ധരിച്ചു. കൂടുതൽ പേർ ഇപ്രകാരം ഓടിപ്പോകുന്നത് തടയാനാണ് അവർ ഇപ്രകാരം പറഞ്ഞത്. ഇപ്രകാരമുള്ള ഒരു തന്ത്രം കുറെക്കാലത്തേക്ക് വിജയിച്ചു. വധിക്കപ്പെട്ടേക്കാമെന്ന ഭയത്താൽ കൂടുതൽ പേർ അത്തരത്തിൽ ഓടിപ്പോയില്ല.

ഇതു മനസ്സിലാക്കിയ തീത്തോസ്, ഗോഫ്നയിൽ ആക്കപ്പെട്ടവർ മതിലിനു ചുറ്റും നിരന്നു നിൽക്കുവാനും അവരെ മറ്റുള്ളവർക്ക് കാണിച്ചുകൊടുക്കുവാനും ആവശ്യപ്പെട്ടു. ഇത് കൂടുതൽ പേർ റോമാക്കാരോടൊപ്പം ചേരുവാൻ ഇടയാക്കി. അവർ ഏറെപ്പേർ ഉണ്ടായിരുന്നു. കണ്ണീരോടെ ലഹളക്കാരോട്, റോമാക്കാരെ മുമ്പേ നഗരത്തിൽ പ്രവേശിക്കുവാൻ അനുവദിക്കുവാൻ അപേക്ഷിച്ചു. ഇതുമൂലം അവരുടെ സ്വത്തുവകകളും ദൈവാലയം തന്നെയും രക്ഷപ്പെട്ടുവാൻ ഇടയാക്കുമെന്ന് അവർ കരുതി. അവർ ഇത് ചെയ്യാത്ത പക്ഷം ദൈവാലയത്തിൽ നിന്നെങ്കിലും പിൻവാങ്ങി വിശുദ്ധ മന്ദിരത്തെ അതിന്റെ ഉപയോഗത്തിനു മാത്രമായി നിറുത്തണമെന്നും അപേക്ഷിച്ചു. ഇല്ലെങ്കിൽ അവസാന ശ്രമമെന്ന നിലയിൽ വിശുദ്ധ സ്ഥലത്തെ റോമാക്കാർ തീയിട്ടു നശിപ്പിക്കുമെന്ന് അവർ ഭയന്നു.

ലഹളക്കാർ ഇത് അംഗീകരിച്ചെങ്കിലും ഓടിപ്പോയവർക്കെതിരെ ഉച്ചത്തിൽ അസഭ്യവർഷം ചൊരിഞ്ഞുകൊണ്ടിരുന്നു. ദൈവാലയത്തിന്റെ കവാടങ്ങളിൽ എല്ലായുദ്ധ സന്നാഹങ്ങളും അവർ നിര

* *Gophna*

ത്തി. അവർ സൈന്യത്തെ എല്ലാ സ്ഥലങ്ങളിലും വിന്യസിപ്പിച്ച ആക്രമണം ഇങ്ങനെ തുടർന്നാൽ ദൈവാലയത്തിനു ചുറ്റും ശവക്കൂമ്പാരമുണ്ടാകുമെന്നും വിശുദ്ധ മന്ദിരം തന്നെ ഒരു കോട്ടയാകുമെന്നും അവർ കരുതി.

ഈ ലഹളക്കാർ മുമ്പ് എത്തുവാൻ സാധിക്കാതിരുന്ന വിശുദ്ധ സ്ഥലത്തേക്ക് കുതിച്ച അവരുടെ കൈകളിൽ അപ്പോഴും സ്വന്തമായവരുടെ രക്തത്തിന്റെ ചൂട് മാറിയിരുന്നില്ല. അവർ വലിയ ലംഘനങ്ങൾ നടത്തിയിരുന്നു. കുറ്റക്കാരായിരുന്ന റോമാക്കാരോടും യെഹൂദ്യരോടുമുള്ള രോഷം അവർ നന്നായി പ്രകടിപ്പിച്ചു. സ്വന്തം വിശ്വാസപ്രമാണങ്ങളോട് അധർമ്മം പുലർത്തുന്ന യെഹൂദ്യരോട് റോമാക്കാർക്ക് അതിയായ രോഷം ഉളവായി. വിശുദ്ധ മന്ദിരത്തോടും വിശുദ്ധവസ്തുക്കളോടും ദൈവഭയത്തോടെയല്ലാതെ നീങ്ങുന്ന ഒരു റോമൻ പടയാളി പോലും ഉണ്ടായിരുന്നില്ല. ബഹുമാനത്തോടെയല്ലാതെ അവർ വിശുദ്ധ മന്ദിരത്തെ നോക്കിയിരുന്നില്ല. വിമതപോരാളികൾ അവരുടെ ദുരിതങ്ങൾ അധികരിക്കുന്നതിന് മുമ്പ് അനുതപിക്കുമെന്ന് അവർ ആഗ്രഹിച്ചു.

ഈ അവസ്ഥ മൂലം തീത്തോസ് അതിയായി വിഷമിച്ച് യോഹന്നാനെയും അവന്റെ പടയാളികളെയും അപമാനിച്ചു കൊണ്ട് ഇപ്രകാരം പറഞ്ഞു "നീചന്മാരും നികൃഷ്ടരുമായ നിങ്ങൾ, ഞങ്ങളുടെ അനുമതിയോടുകൂടി ദേവാലയത്തിനു ചുറ്റും പ്രതിരോധം തീർത്തില്ലേ? അന്യദേശക്കാർ പ്രവേശിക്കരുതെന്ന് നിങ്ങളുടെ ഭാഷയിലും ഗ്രീക്ക് ഭാഷയിലും അവിടവിടെയായി ചിഹ്നങ്ങൾ സ്ഥാപിക്കുവാൻ നിങ്ങൾക്ക് അനുവാദം കിട്ടിയില്ലേ? ഈ പ്രതിരോധം മറികടക്കുവാൻ ശ്രമിക്കുന്നവർ, റോമാക്കാരനായിരുന്നാലും അവരെ കൊല്ലുവാൻ അനുവാദം ലഭിച്ചിരുന്നില്ലേ? ദുഷ്ടന്മാരായ നിങ്ങൾ ഇപ്പോൾ എന്തു ചെയ്യുകയാണ്? എന്തിനു നിങ്ങൾ ഈ ദൈവാലയത്തിൽ വച്ച് ശവങ്ങൾ ചവിട്ടി മെതിക്കുന്നു? അന്യദേശക്കാരുടെയും യെഹൂദ്യരുടെയും രക്തത്താൽ ഈ വിശുദ്ധ മന്ദിരം മലിനമാക്കിയില്ലേ? ഞാൻ എന്റെ ദേശത്തെ ദേവന്മാരോടും മറ്റെല്ലാ ദേവന്മാരോടും, പാടില്ലെങ്കിൽകൂടി, ഈ നാടിനോട് അൽപ്പമെങ്കിലും പരിഗണനയുണ്ടെങ്കിൽ കരുണ കാണിക്കണമേയെന്ന് അപേക്ഷിക്കുകയാണ്. ഇനിയും എന്റെ സൈന്യത്തോടും എന്നോടൊപ്പം ചേർന്ന യെഹൂദ്യരോടും നിങ്ങളോടും ആവശ്യപ്പെടുന്നതെന്തെന്നാൽ, നിങ്ങൾ ഒരു തരത്തിലും ഈ വിശുദ്ധ സ്ഥലത്തെ അശുദ്ധമാക്കുവാൻ ഞാൻ നിർബന്ധിക്കുകയില്ല. ഇപ്പോൾ നിങ്ങൾ പൊരുതുന്ന സ്ഥലത്തു നിന്നു മാറിയാൽ ഒരു റോമാക്കാരനും വിശുദ്ധ സ്ഥലത്ത് പ്രവേശിക്കുകയോ നിങ്ങളെ ആക്രമിക്കുകയോ ചെയ്യുകയില്ല. നിങ്ങൾ ചെയ്താലും ഇല്ലെങ്കിലും നിങ്ങളുടെ ഈ വിശുദ്ധ മന്ദിരം സംരക്ഷിക്കുവാൻ ഞാൻ ശ്രമിക്കും".

ഇതൊക്കെയും ജോസഫസ് കൈസറിന്റെ വാക്കുകളിൽ നിന്നും വിശദീകരിച്ചു. കലാപകാരികളും സ്വേച്ഛാധിപതി തന്നെയും വിചാരിച്ചത് അവൻ പറഞ്ഞതെല്ലാം അവന്റെ നന്മകൊണ്ടല്ല, പിന്നെയോ തീത്തോസിനോടുള്ള ഭയം മൂലമാണെന്ന് ആയിരുന്നു. എന്നാൽ ഈ വാക്കുകളാൽ അവർ കൂടുതൽ ധിക്കാരികളായി മാറി. ഈ വാക്കുകളെ കേട്ടിട്ടും ദൈവാലയം കാത്തു പാലിക്കാനോ ഏതെങ്കിലും രീതിയിൽ മാറ്റുവാനോ സാധിക്കാത്ത അവരെ കണ്ടതിനാൽ യുദ്ധം തുടരുന്നതിൽ നിന്നും അവൻ പിൻവാങ്ങി. ഇടുങ്ങിയ തെരുവായിരുന്നതിനാൽ സൈന്യത്തെ മുഴുവനും തിരികെയെത്തിക്കാൻ അവൻ പ്രയാസപ്പെട്ടു. ധീരരായ പടയാളികളിൽ നൂറിന് മുപ്പത് എന്ന രീതിയിൽ തെരഞ്ഞെടുത്ത് ഓരോ ധർമ്മാസനത്തിനും ആയിരം പേരെ വീതം നൽകി. അവരുടെ സൈന്യാധിപനായി സെലേറിസിനെ വാഴിച്ചിട്ട്, രാത്രിയുടെ ഒൻപതാം യാമത്തിൽ ദേവാലയത്തിൽ കാവൽക്കാരെ ആക്രമിക്കുവാൻ അവൻ നിർദ്ദേശം നൽകി.

അവനും യുദ്ധവസ്ത്രങ്ങളൊക്കെ ധരിച്ച് അവരോടൊപ്പം പോകുവാൻ ഒരുങ്ങി. പക്ഷേ ഇത്തരം ഒരു അപകടത്തിലേക്ക് പോകരുതെന്ന് ആവശ്യപ്പെട്ട് അവന്റെ സ്നേഹിതരും പടനായകന്മാരും അവനെ തടഞ്ഞു. അവൻ അന്റോണിയാ ഗോപുരത്തിൽ ഉയരത്തിൽ തന്നെ തുടരുവാനും ധീരമായി പൊരുതുന്നവരെ പ്രോത്സാഹിപ്പിച്ച് ഇരിക്കുവാനും അവർ അപേക്ഷിച്ചു. സ്വയം അപകടത്തിലാവുന്നത് ഒഴിവാക്കി ശക്തിയായി പിന്നീട് യുദ്ധം ചെയ്യുവാനും അവർ നിർദ്ദേശിച്ചു. ഇതൊക്കെയും കൈസർ നോക്കി കാണുന്നുണ്ടായിരുന്നു.

ഈ ഉപദേശങ്ങളൊക്കെ അവൻ ശിരസാ വഹിച്ചു. അനന്തരം അവൻ പറഞ്ഞതെന്തെന്നാൽ: എന്റെ പടയാളികളുടെ ധീരതയെ അളക്കുവാനും തദ്വാര അവർക്ക് തങ്ങളുടെ ധീരതയുടെ ബഹുമതികൾ നഷ്ടപ്പെടാതിരിക്കുവാനും അവർ അറിയപ്പെടാത്തവരായി പോകുവാൻ ഇടയാകാതെയിരിക്കുന്നതിനു വേണ്ടിയും ഭീരുക്കൾക്ക് തക്ക ശിക്ഷ നൽകുന്നതിനും വേണ്ടി ഉതകുന്ന ഈ ഉപദേശത്തെ സ്വീകരിക്കുന്നുവെന്നുമാണ്. എല്ലാ തെളിവുകളും നിരത്തി അവർക്ക് പ്രതിഫലം നൽകുന്നതിനും ശിക്ഷ വിധിക്കുന്നതിനും ഒരു ദൃക്സാക്ഷിയാകുവാൻ അവന് ഇതുമൂലം കഴിഞ്ഞു. മുൻ നിശ്ചയിച്ചപ്രകാരമുള്ള മണിക്കൂറിൽ അവൻ പടയാളികളെ കർത്തവ്യനിരതരാക്കിയതിനുശേഷം അവൻ അന്റോണിയോ ഗോപുരത്തിനു മുകളിലെത്തി പോരാട്ടം വ്യക്തമായി കാണുന്നതിനുവേണ്ടി ആകാംക്ഷയോടെ കാത്തിരുന്നു.

ഈ സമയം എല്ലാവരും നിദ്രയിലായിരിക്കുമെന്നു കരുതി ദേവാലയത്തിൽ പ്രവേശിച്ചപ്പോൾ യുദ്ധസന്നാഹവുമായി എതിരെ നിൽക്കുന്ന യെഹൂദ്യ പടയാളികളെയാണ് അവർക്ക് കാണാനായത്. അവർ അലറി വിളിച്ചുകൊണ്ട് നേരിട്ട് യുദ്ധം ചെയ്യുവാനായി പാഞ്ഞടുത്തു. ഈ ശബ്ദം കേട്ടതോടുകൂടി ദേവാലയത്തിനുള്ളിൽ ഉറങ്ങിക്കൊണ്ടിരുന്നവരും എല്ലാം നിരീക്ഷിച്ചു കൊണ്ടിരുന്നവരും അവരുടെ രക്ഷക്കായി എത്തി ശത്രുക്കളെ നേരിട്ടു.

റോമാക്കാർ ആദ്യം മുൻനിരയിലുള്ളവരെ നേരിട്ടപ്പോൾ പിൻനിരയിലുള്ളവർ തങ്ങളുടെ കൂടെയുള്ള പടയാളികളോട് എന്നപോലെ പെരുമാറി. ഈ സമയത്തുണ്ടായ ആരവം ആരുടേതാണെന്ന് തിരിച്ചറിയുവാൻ സാധിക്കുമായിരുന്നില്ല. ഇതുളവാക്കിയ ആശയക്കുഴപ്പവും രാത്രിയുടെ അന്ധകാരവും ശത്രുക്കളെ തിരിച്ചറിയാനാവാതെ വന്നതും ആ സമയത്ത് അവരെ അത്യധികം ഭയചകിതരാക്കി. ഈ കാരണങ്ങളാൽ ആര് ആരെ കൊല്ലുന്നു എന്ന് ആർക്കും മനസ്സിലായിരുന്നില്ല. എന്നാൽ യെഹൂദ്യരുടെ അത്ര ആശയക്കുഴപ്പം റോമാക്കാർക്ക് ഇല്ലായിരുന്നു. അവർ ഒരു സ്ഥാനീയന്റെ കീഴിൽ നിരന്തരമായി യുദ്ധം ചെയ്തു മുന്നേറിക്കൊണ്ടിരുന്നു. അവർ എല്ലാവരും അടയാള വാക്കുകൾ സൂക്ഷിക്കുകയും ചെയ്തിരുന്നു. എന്നാൽ ചിതറിപ്പോയ യെഹൂദ്യർ ശത്രുക്കളെ തിരിച്ചറിയാനാവാതെ ക്രമരഹിതമായി മുന്നേറുകയും പിൻവാങ്ങുകയും ചെയ്തുകൊണ്ടിരുന്നു. അവരിൽ മിക്കവരും റോമാക്കാരെന്നു തെറ്റിദ്ധരിച്ച് തങ്ങളോടുതന്നെ യുദ്ധം ചെയ്തു.

പുലർച്ചയ്ക്ക് മുമ്പ് എന്താണ് സംഭവിക്കുന്നതെന്നറിയാതെ ശത്രുക്കൾ കൊന്നതിനേക്കാൾ കൂടുതൽ പേരെ അവർ തന്നെ കൊന്നൊടുക്കി. എന്നാൽ പിന്നീട് വ്യത്യസ്ഥമായ രീതിയിൽ സൈന്യനിരകളെ ഒരുക്കി ശത്രുക്കൾക്കെതിരെ അസ്ത്രങ്ങൾ അയച്ച് അവരെത്തന്നെ പ്രതിരോധിച്ചു. എന്നിരുന്നാലും ഒരു സംഘവും ക്ഷീണിതരാവുകയോ അന്യോന്യം വഴങ്ങുകയോ ചെയ്തില്ല. എന്നാൽ ഊർജ്ജസ്വലരായ റോമാ പടയാളികൾ ഒറ്റയ്ക്കും കൂട്ടമായി മുന്നേറുന്നതിന് പരസ്പരം മത്സരിച്ചു കൊണ്ടിരുന്നു. കാരണം അവർ തീത്തോസിന്റെ നിരീക്ഷത്തിൽ ആയിരുന്നു. ഈ ദിവസം ധീരമായി യുദ്ധം ചെയ്താൽ മുന്നേറുവാനുള്ള ഏറ്റവും വലിയ അവസരമായിരിക്കുമെന്ന് ഓരോരുത്തരും വിശ്വസിച്ചു.

യെഹൂദ്യർക്ക് അവരുടെ ഏറ്റവും വലിയ പ്രോത്സാഹനം അവരുടെ ദൈവാലയത്തേക്കുറിച്ചുള്ള ഭയവും അവരെ നിരന്തരം ഭീഷണിപ്പെടുത്തിയും മർദ്ദിച്ചും അവരെ നയിക്കുന്ന ആ നിഷ്ഠുരനെയുമാണ്. മുന്നേറുവാനും പിൻവാങ്ങുവാനും സ്ഥലപരിമിതിയുള്ളതിനാൽ യുദ്ധം ഒരു വിധ ചലനരഹിതമായിരുന്നു. എന്നാൽ റോമാക്കാർ തങ്ങളുടെ നിരകൾ മുന്നേറുകയോ യെഹൂദ്യരെ വിദഗ്ദ്ധമായി തടയുകയോ ചെയ്യുമ്പോൾ അന്റോണിയ ഗോപുരത്തിൽ നിന്നും അലറിവിളിച്ചു കൊണ്ടിരുന്നു. യെഹൂദ്യർക്ക് നിരാശയും മൗനവും അവരുടെ പിൻവാങ്ങലിൽ സംഭവിച്ചുകൊണ്ടുമിരുന്നു. തീത്തോസിനും കൂട്ടർക്കും ഒന്നും മറവായി ഇല്ലെന്നതിനാൽ അവർക്ക് ഇതൊരു പ്രധാനയുദ്ധവേദിയായിരുന്നു.

യുദ്ധം രാത്രിയുടെ ഒൻപതാം യാമം മുതൽ പകലിന്റെ അഞ്ചാം യാമം വരെ തുടർന്നെങ്കിലും ആർക്കും അൽപ്പം പോലും മുന്നേറുവാൻ കഴിഞ്ഞില്ല, അവർ തുടങ്ങിയിടത്തു തന്നെ മുന്നോട്ടോ പിന്നോട്ടോ നീങ്ങാനാവാതെ നിലയുറപ്പിക്കേണ്ടി വന്നു. വിജയം ആർക്കായിരിക്കും എന്നത് പ്രവചനാതീതമായിരുന്നു. റോമാക്കാരുടെ കൂട്ടത്തിൽ പ്രഗത്ഭരുടെ ഒരു വലിയ നിര തന്നെ ഉണ്ടായിരുന്നു. എന്നാൽ യഹൂദ്യക്കാരുടെ കൂട്ടത്തിൽ, ശീമോനോടൊപ്പം, മെർത്തോയുടെ മകനായിരുന്ന യൂദായും, യോസാസിന്റെ മകനായ ശീമോനും ഉണ്ടായിരുന്നു. ഏദോമ്യരിൽ നിന്ന് യാക്കോബും, കത്‌ലാസിന്റെ മകനായ ശീമോനും, സോസാസിന്റെ മകനായ യാക്കോബും ഉണ്ടായിരുന്നു. യോഹന്നാനോടൊപ്പം ഗിഫേത്യസും, അലക്സാസും, എരിവുകാരനായ യായിറോസിന്റെ മകനായ ശീമോനും ഉണ്ടായിരുന്നു.

തുടർന്നുള്ള ഏഴു ദിവസത്തോടെ റോമാക്കാർ അന്റോണിയാ ഗോപുരത്തിന്റെ അടിസ്ഥാനം തകർക്കുകയും ദൈവാലയത്തിലേക്കുള്ള വഴി വിസ്തൃതമാക്കുകയും ചെയ്തു. അങ്കണത്തിനു പുറത്തെത്തിയ അവർ ഉപരോധ കോട്ടകൾ സ്ഥാപിക്കുവാൻ തുടങ്ങി. ഈ ഉപരോധ തളങ്ങളിൽ ഒന്ന് ദൈവാലയത്തിന്റെ വടക്കു പടിഞ്ഞാറു വശത്തും, മറ്റൊന്ന് സൗധത്തിന്റെ വടക്ക് ഭാഗത്ത് പടിവാതിലുകളുടെ മധ്യഭാഗത്തും ആയിരുന്നു. മൂന്നാമതൊരെണ്ണം സ്തംഭ നിരകൾക്കെതിർവശത്തും ആയിരുന്നു. റോമാക്കാർ വളരെ പ്രയാസപ്പെട്ട് പതിനൊന്ന് നാഴിക ദൂരത്തിൽ നിന്ന് സാമഗ്രികൾ എത്തിച്ച് ആണ് ഇതൊക്കെയും പണിതീർത്തത്.

അവർക്ക് ഇതിനെല്ലാം പുറമെ, കഠിനമായ സുരക്ഷ തീർത്തിരുന്നതിനാൽ വധിക്കപ്പെടുവാൻ സാധ്യത കുറവായിരുന്നെങ്കിലും യെഹൂദ്യർ ഒരുക്കിയ കെണികളും അവർക്ക് സ്വയം രക്ഷപെടുവാനുള്ള തീക്ഷ്ണതയും വലിയ ബുദ്ധിമുട്ടുകൾ സൃഷ്ടിച്ചു. കുറെ കുതിരപ്പടയാളികൾ കടിഞ്ഞാൺ കെട്ടാതെ കുതിരകളുമായി അവയ്ക്ക് ആഹാരം തേടിപ്പോയത് യെഹൂദ്യർക്ക് അവരെ നേരിട്ട്, പിടിക്കുവാൻ സാധ്യമായി വന്നു. ഇത് യെഹൂദ്യരുടെ ശക്തിമൂലമല്ലെന്നും റോമാപടയാളികളുടെ ശ്രദ്ധക്കുറവാണെന്നും കൈസർ വിശ്വസിച്ചു. ഇത്തരം കാര്യങ്ങൾ ഭാവിയിൽ ഉണ്ടാകാതിരിക്കാനും കുതിരകളെ ശ്രദ്ധാപൂർവ്വം സംരക്ഷിക്കുവാനും അവൻ അവരെ ശാസിച്ചു. കുതിരകളെ നഷ്ടപ്പെടുന്ന പടയാളികൾക്ക് വധശിക്ഷ തന്നെ നൽകുമെന്ന് അവർ ഉത്തരവിട്ടതിനാൽ പടയാളികൾ വളരെ ഭയപ്പെടുകയും കുതിരകളെ ശ്രദ്ധപൂർവ്വം സംരക്ഷിക്കുകയും ചെയ്തു പിന്നീട് കുതിരകളെ സ്വതന്ത്രമായി മേയാൻ വിടാതെ അവർ അവയോടൊപ്പം നടന്നു.

റോമാക്കാർ ദൈവാലയത്തിനെതിരെയുള്ള യുദ്ധം ശക്തിപ്പെടുത്തുകയും ദൈവാലയത്തിന് എതിർ വശത്തായി പ്രതിരോധ ഗോപുരങ്ങൾ ഉയർത്തുകയും ചെയ്തു. റോമാക്കാർ മതിലുകൾ തകർത്തതിന്റെ അടുത്ത ദിവസം പോരാളികൾ വിശന്നു വലഞ്ഞിരുന്നതിനാൽ അവരുടെ ആക്രമണം പരാജയപ്പെടുവാൻ ഇട

യായതിനാൽ വളരെ നിരാശരായിത്തീർന്നു. എന്നിരുന്നാലും അവർ ഒത്തു ചേർന്ന് ഒലിവു മലയിലുണ്ടായിരുന്ന പടയാളികളെ ആക്രമിച്ചു. ഇതു് ഏകദേശം പതിനൊന്നാം മണിയായിരുന്നതിനാൽ അവർ ഒട്ടും പ്രതീക്ഷിച്ചിരുന്നില്ല. സ്നാനവും വൃത്തിയാക്കലും ആയി കഴിഞ്ഞ ഈ സമയത്തു് നടന്ന ആക്രമണത്തിൽ അവരെ വലിയ പരിശ്രമം കൂടാതെ പരാജയപ്പെടുത്തുവാൻ സാധിച്ചു. എന്നാൽ ഇതു നേരത്തെ തന്നെ മനസിലാക്കിയ റോമാക്കാർ പല കൂടാരങ്ങളിൽ നിന്നും ഒന്നു ചേർന്ന് ആക്രമണം തടയുകയും അവർക്കു് ചുറ്റുമുണ്ടായിരുന്ന മതിലുകൾ പൊളിച്ചു കളയുകയും ചെയ്തു.

രണ്ടുഭാഗത്തുനിന്നും വിട്ടുവീഴ്ചയില്ലാതെ നീങ്ങിയ ഒരു യുദ്ധമായിരുന്നു അത്. റോമാക്കാർ അവരുടെ ശക്തിയും യുദ്ധ തന്ത്രവും ഒന്നിച്ചു പുറത്തെടുത്തപ്പോൾ യെഹൂദ്യർ ദുസ്സഹമായ ആവേശത്തോടെയും അതിശക്തമായ ബലപ്രയോഗത്തിലൂടെയും യുദ്ധം നയിച്ചു. ഒരു കൂട്ടർ സങ്കോചത്തോടും മറ്റെ കൂട്ടർ ആവശ്യകതയാലും യുദ്ധത്തിൽ പങ്കെടുത്തു. യെഹൂദ്യരെ ഒരു കെണിയിലെന്നപോലെ പെടുത്തിയ റോമാക്കാർക്ക് ഇപ്പോൾ അവർ രക്ഷപ്പെട്ടുപോകുന്നതു് വലിയ ക്ഷീണമായി തോന്നി യെഹൂദ്യർക്കാണെങ്കിൽ റോമാമതിലുകളെ തകർത്തു് സ്വയം രക്ഷനേടുക എന്നതു് മാത്രമേ അവരുടെ പ്രതീക്ഷയായി ഉണ്ടായിരുന്നുള്ളൂ.

റോമാക്കാരനായ പെദന്യാസ് എന്നു പേരുള്ള ഒരു കുതിരപ്പടയാളി താഴ്‌വരയിലേക്ക് പിൻവലിഞ്ഞ യെഹൂദ്യരെ പിൻതുടർന്ന്, കുതിരയെ വേഗതകൂട്ടി അവരുടെ സൈന്യവ്യൂഹത്തെ ആക്രമിച്ചു. ഇവിടെ വച്ചു് ഓടിപ്പോയിക്കൊണ്ടിരുന്ന ഒരു യുവാവിനെ അവന്റെ കണങ്കാലിൽ കൂട്ടി പിടിച്ചു വീഴ്ത്തി. ഇവൻ ആജാനുബാഹുവും ഏറെ കവചങ്ങൾ ധരിച്ചിരുന്നവനുമായിരുന്നു. പെദെന്യോസ് കുതിരയോട്ടത്തിനിടെ താഴ്ന്നു നീങ്ങി ഈ യുവാവിനെ ഒരു ഇരയെന്ന പോലെ തന്റെ കയ്യാൽ സർവ്വശക്തിയുമെടുത്ത് ഒരു അമൂല്യ വസ്തുവെന്ന പോലെ വലിച്ചിഴച്ച് കൈസറിന്റെ മുമ്പിലെത്തിച്ചു.

തീത്തൊസ്, തന്റെ കരബലത്താൽ യുവാവിനെ കീഴ്പ്പെടുത്തിയവനെ പ്രശംസിക്കുകയും റോമാമതിലിനെ ആക്രമിച്ചതിന്റെ പേരിൽ യുവാവിനെ ശിക്ഷയ്ക്കു് വിധേയമാക്കുവാനും ആജ്ഞാപിച്ചു. തുടർന്ന് ദൈവാലയത്തിലെ പ്രതിരോധ സംവിധാനത്തിനടുത്തേക്കു നീങ്ങി അവൻ പ്രതിരോധ ഗോപുരങ്ങൾ പുനർനിർമ്മിക്കുവാൻ നിർദേശിച്ചു.

നടന്നു വന്നിരുന്ന യുദ്ധത്തിൽ അതീവ ദുഖിതരായി നിലയുറപ്പിച്ച യെഹൂദ്യരെ, വിശുദ്ധ മന്ദിരത്തിനടുത്തേക്ക് നീങ്ങുന്ന യുദ്ധമുഖം രോഗഗ്രസ്ഥമായ ഒരംഗം രോഗം മറ്റുഭാഗങ്ങളിലേക്ക് പടരാതിരിക്കുവാൻ മുറിച്ചു മാറ്റുന്നതു പോലെ യുദ്ധത്തെ നേരിടുവാൻ ഉറച്ചു. അന്റോണിയാ ഗോപുരത്തോടു് ബന്ധിക്കപ്പെട്ടിരുന്ന വടക്കു പടിഞ്ഞാറൻ ഗോപുരത്തിന് അവർ തീയിട്ടു. ദേവാലയത്തിനും ഗോപുരത്തിനും തമ്മിൽ പന്ത്രണ്ടു മുഴം ദൂരവ്യത്യാസം ഉണ്ടായിരുന്നു. ആയതിനാൽ ഇതു് ദേവാലയത്തിന് ഒരു കേടുപാടും വരുത്തിയില്ല. രണ്ടു നാൾ കഴിഞ്ഞ് പനേമൂസ് (അഥവാ തമ്മൂസ്) മാസത്തിന്റെ ഇരുപത്തിനാലാം ദിവസം റോമാക്കാർ മറ്റൊരു സ്തംഭത്തിന് തീയിട്ടു. അതു് ഏതാണ്ട് പതിനഞ്ചുമുഴം ദൂരത്തേക്ക് പടർന്നു.

ഇതിനു മറുപടിയായി യെഹൂദ്യർ അതിന്റെ മേൽക്കൂര വീഴ്ത്തി. അന്റോണിയാ ഗോപുരത്തിൽ നിന്നും ദൈവാലയത്തിലേക്കുള്ള എല്ലാ ബന്ധവും വിഛേദിച്ച് കഴിയുന്നതുവരെ, ബാക്കി എല്ലാ കാര്യങ്ങളും അവർ നിർത്തിവെച്ചു. അഗ്നിജ്വാലകളെ തടയാൻ കഴിയുന്നിടത്തുപോലും അവർ അതു ചെയ്തില്ല. ദൈവാലയം അഗ്നിക്കിരയാക്കിയപ്പോഴും ചലനരഹിതമായി അവർ തുടർന്നു. പടർന്നു കൊണ്ടിരുന്ന അഗ്നി തടയുകയെന്നതായിരുന്നു അവരുടെ പ്രധാന ദൗത്യം എന്നിരുന്നാലും സൈന്യങ്ങൾ തമ്മിലുള്ള യുദ്ധം ദൈവാലയത്തിനു ചുറ്റും

തുടർന്നു കൊണ്ടേയിരുന്നു. അവയൊക്കെ ചെറിയ കൂട്ടങ്ങൾ തമ്മിലുള്ള ആക്രമണങ്ങൾ ആയിരുന്നു.

ആ സമയത്ത് യെഹൂദ്യരുടെ ഇടയിൽ യോനാഥാൻ എന്നുപേരുള്ള നികൃഷ്ടഛായയുള്ള ഒരു കുറിയ മനുഷ്യൻ ഉണ്ടായിരുന്നു. അയാൾ തന്റെ കുടുംബത്തിനോ മറ്റാർക്കെങ്കിലുമോ ഒരു വിധത്തിലും ബഹുമാനം ലഭിക്കുന്ന ആളായിരുന്നില്ല. അവൻ ഉന്നതപുരോഹിതനായ യോഹന്നാന്റെ കൂടാരത്തിൻ സമീപമെത്തി റോമാക്കാരെ അധിക്ഷേപിക്കുകയും അവരിൽ ഏറ്റവും പ്രബലനായ ആളെ നേരിട്ടുള്ള യുദ്ധത്തിന് വെല്ലുവിളിക്കുകയും ചെയ്തു. അവിടെയുണ്ടായിരുന്ന പടയാളികൾ അവനെ നിരസിച്ചെങ്കിലും കൂടുതൽ പേരും അവനെ ഭയപ്പെട്ടു. ചിലർ അവനെ ന്യായീകരിച്ച വിജയിക്കുമെന്നോ രക്ഷപ്പെട്ടുമെന്നോ ഉള്ള ഒരു പ്രതീക്ഷയും ഇല്ലാത്ത അവസ്ഥയിൽ സ്വയം മരിക്കുവാൻ തയ്യാറായി വന്ന ഒരാൾ എന്ന പരിഗണന അവർ അവനു നൽകി. ദൈവഭയം ഇല്ലാത്തവരും അജയ്യരുമായ ഒരു കൂട്ടത്തെ നേരിടുവാൻ അവൻ തയ്യാറായതിനാലാണ് അവർക്ക് അവനോട്ട് ഒരു അടുപ്പം തോന്നിയത്. അവൻ പരാജിതനായാലോ പിടിക്കപ്പെട്ടാലോ പ്രത്യേകമായി ഒന്നും സംഭവിക്കുന്നില്ല. എന്നാൽ ഇത് മനുഷ്യസഹജമായ ഒരു ഉദാഹരണമല്ല. പിന്നയോ പൗരുഷഹീനമായ ഒരു അശ്രദ്ധ മാത്രമാണെന്ന് എല്ലാവരും കരുതും

അതുകൊണ്ട് ആരും അവന്റെ വെല്ലുവിളി ഏറ്റെടുത്തില്ല. യെഹൂദ്യർ ഏറെപ്പേർ അവരെ കുറ്റപ്പെടുത്തുകയും ഭീരുക്കളെന്ന് വിളിച്ച പരിഹസിക്കുകയും ചെയ്തു. കാരണം അവൻ അഹങ്കാരിയും റോമാക്കാരെ വെറുത്തിരുന്നവനും ആയിരുന്നു. പുദെൻ എന്നു പേരുള്ള ഒരു കുതിരപ്പടയാളി ഈ കുറ്റപ്പെടുത്തലുകൾ കേട്ടതിന്റെ നിരാശയിലും അയാളുടെ ബുദ്ധിഹീനമായ അഹങ്കാരത്തിലും അധീനപ്പെട്ട് ആ കുറിയ ആളുടെ നേരെ കുതിച്ചടുത്തു. പക്ഷേ തന്റെ നിർഭാഗ്യം അവനെ ചതിച്ചു. അവൻ നിലത്തു വീണപ്പോൾ യോനാഥാൻ തന്റെ വാളെടുത്ത് കുതിച്ചെത്തി അവന്റെ കഴുത്തറുത്തു. ആ ശവശരീരത്തിന്റെ മുകളിൽ കയറി നിന്ന് രക്തം പുരണ്ട വാളും പരിചയും ഉയർത്തി റോമാക്കാരോട്ട് ആക്രോശിക്കുകയും അവരെ പുച്ഛിക്കുകയും ചെയ്തു.

കുറെ കഴിഞ്ഞപ്പോൾ പ്രിസ്കസ് എന്നു പേരുള്ള ശതാധിപൻ, വിഡ്ഢിവേഷം കെട്ടി ഇഴയുന്ന അവനെ തന്റെ അമ്പയച്ച് മുറിപ്പെടുത്തി. റോമാക്കാരിൽ നിന്നും യെഹൂദ്യരിൽ നിന്നും ഉയർന്ന ആരവം, പല രീതിയിൽ ഉള്ളതായിരുന്നെങ്കിലും, അന്തരീക്ഷത്തിൽ ഉയർന്നു.തന്റെ മുറിവിന്റെ ആധിക്യത്താൽ യോനഥാന് ആലസ്യം വന്ന് താഴേക്ക് പതിച്ചു. അവൻ വീണത് തന്റെ ശത്രുവിന്റെ ശരീരത്തിന് മുകളിലായിരുന്നു. യുദ്ധവും പ്രതികാരവും പെട്ടെന്ന് നടപ്പാക്കുന്നതിന്റെ ഒരു ഉദാഹരണമായി ഇതിനെ കണക്കാക്കാം.

യെഹൂദ്യരുടെ പുതിയ തന്ത്രങ്ങൾ റോമാക്കാർ തീയിൽ വീണ് നശിക്കുന്നു. നഗരത്തെ ബാധിച്ച കഠിനമായ ക്ഷാമം

3 കലാപകാരികൾ പ്രതിരോധഗോപുരത്തിൽ ഉണ്ടായിരുന്ന പടയാളികളെ പിന്നോട്ടടിക്കുവാൻ ശ്രമിച്ച കൊണ്ടേയിരുന്നു. മാസത്തിന്റെ ഇരുപത്തിയേഴാം ദിവസം ഒരു പുതിയ തന്ത്രം അവർ ആവിഷ്കരിച്ചു. പടിഞ്ഞാറെ സ്തംഭത്തിന്റെ പല ഭാഗങ്ങളിലും കമാനത്തിന്റെ വശങ്ങളിലും താഴെയുമായി ഉണങ്ങിയ വസ്തുക്കൾ നിറച്ചു. കൂടെ കുഴികളിൽ തീയാളിക്കുന്ന വസ്തുക്കളും. ഇതെല്ലാം ചെയ്തതിന് ശേഷം അവർക്കുണ്ടായ വേദനയാലും തളർച്ചയാലും എന്ന് തോന്നിപ്പിക്കും വിധം അവിടെ നിന്നും പിൻവാങ്ങി.

യെഹൂദ്യരുടെ ഈ പ്രവർത്തി, ചിന്താഹീനരായ ചില റോമാക്കാർ യുദ്ധത്തിൽ പിന്നോട്ട് നീങ്ങിയെത്തുന്നവരെ തുരത്തുവാനായി മുന്നോട്ട് നിങ്ങി. സ്തംഭങ്ങളിൽ ഗോ

വണികൾ ഉറപ്പിച്ച് അവർ ഗോപുരങ്ങളിൽ ഓടിക്കയറി. എന്നാൽ അവരിൽ ബുദ്ധിമാന്മാരായ റോമാക്കാർ പ്രത്യേക കാരണമില്ലാത്ത അവസ്ഥയിൽ യെഹ്ദ്ദ്യർ പിൻവാങ്ങുന്ന തന്ത്രത്തിൽ സംശയാലുക്കളായി നിന്നിടത്തു ഉറച്ചു നിന്നു. ഗോവണികൾ വഴി കയറിയവർ സ്തംഭങ്ങളും ഗോപുരങ്ങളും നിറഞ്ഞപ്പോൾ യെഹ്ദ്ദ്യർ ഇവയെല്ലാം തീ കൊളുത്തി. തീനാളങ്ങൾ സ്തംഭങ്ങളെ വിഴുങ്ങി. അപകടസ്ഥലങ്ങളിൽ അല്ലാതിരുന്നവർ പെട്ടെന്ന് ജാഗരൂകരായി. എന്നാൽ അപകട ത്തിൽ പെട്ടവർ വിഭ്രാന്തിയിലായി. തീയാൽ അവർ ചുറ്റപ്പെട്ടു കഴിഞ്ഞു എന്നു മനസ്സിലാക്കിയ അവർ താഴേക്ക് ചാടി. കുറെപ്പേർ നഗരത്തിലും മറ്റു ചിലർ ശത്രുക്കളുടെ മുന്നിലും പെട്ടു. തങ്ങളുടെ മിത്രങ്ങളുടെ മുന്നിലേക്ക് ചാടിയവർ കൈകാലുകൾ ഒടിഞ്ഞ് നിലം പതിച്ചു. മുകളിൽ കയറിയവരിൽ ഏറെപ്പേരും അഗ്നിയിൽ പെട്ടും തങ്ങളുടെ തന്നെ വാളുകളുടെ മുനകളിൽ കുടുങ്ങിയും കൊല്ലപ്പെട്ടു.

അഗ്നി ജ്വാലയാൽ ചുറ്റപ്പെട്ടവർ മരണമുഖത്തെത്തി എന്ന് അവർക്ക് തോന്നി. കൈസറാകട്ടെ തങ്ങൾക്ക് നേരിട്ട ദുരന്തത്തിന്റെ തീവ്രതയാൽ ഒന്നും ചെയ്യാനാവാതെ വിലപിക്കുക മാത്രം ചെയ്തു. ഉത്തരവുകളൊന്നും ഇല്ലാതെ അവർ പോയതിനാൽ അവരെ രക്ഷിക്കുവാൻ ഒരു വഴിയും തെളിഞ്ഞില്ല. എന്നിരുന്നാലും മരിച്ചവരെയോർത്ത് വിലപിക്കുന്ന കൈസറിന്റെ സാമീപ്യം അവർക്ക് ഒരു ആശ്വാസം ആയിരുന്നു. കൈസർ ജനമദ്ധ്യത്തിൽ നിന്ന് പരസ്യമായി വിലപിച്ചുകൊണ്ട് ചുറ്റുമുള്ളവരോട് തങ്ങളാൽ കഴിയുന്നതൊക്കെ ചെയ്യുവാൻ ആജ്ഞാപിച്ചു കൊണ്ട് മുന്നോട്ട് കുതിച്ചു.

തങ്ങളുടെ വാളുകൾ ശവകുടീരത്തിലേക്കുള്ള ഓർമ്മയ്ക്കായി സമർപ്പിച്ച് മിക്കവരും മരിച്ചുവീണു. സ്തംഭങ്ങളുടെ വശങ്ങളിലുള്ള മതിലുകളിലേക്ക് ചാടിയവർ, മതിൽ വീതിയുള്ളതായിരുന്നതിനാൽ തീയിൽ നിന്നും രക്ഷപ്പെട്ടെങ്കിലും യെഹ്ദ്ദ്യർ അവരെ വളഞ്ഞു. അവർ ദീർഘനേരം യെഹ്ദ്ദ്യരോട്ട് യുദ്ധം ചെയ്തെങ്കിലും മുറിവേറ്റ് മരിച്ചു വീണു.

അവസാനത്തോടടുത്തപ്പോൾ, ഈ വിഷമാവസ്ഥയിലും അലംകൃതമാകുവാൻ തക്ക വീര്യമുള്ള ലോംഗസ് എന്ന പേരുള്ള ഒരാൾ ഉണ്ടായിരുന്നു. തകർക്കപ്പെട്ടവർ ആദരവിന് അർഹരായിരുന്നെങ്കിൽ അവരേക്കാൾ ഉപരി ആദരം ലഭിക്കുവാൻ ഇയാൾ അർഹരായിരുന്നു. ഇയാളുടെ ധീരതയെ യെഹ്ദ്ദ്യർ പോലും പുകഴ്ത്തി, എങ്കിലും ഇയാൾ കൊല്ലപ്പെടേണ്ടവനാണെന്ന് അവർ കരുതി. അവർ അവനെ പിൻതുടർന്ന് മൈതാനത്തിലെത്തിച്ച് അവരുടെ ഔദാര്യമായി വിട്ടയക്കുവാൻ തീരുമാനിച്ചു. എന്നാൽ അയാളുടെ സഹോദരൻ കൊർന്നേലിയോസ് ഈ ഔദാര്യം തങ്ങളുടെയും റോമൻ സൈന്യത്തിന്റെതന്നെയും സ്വാഭിമാനത്തിനുവേണ്ടി അനുസ്സരിക്കേണ്ടതില്ലെന്ന് അവനെ അറിയിച്ചു. ഈ ഉപദേശം അവൻ സ്വീകരിച്ചു. തന്റെ വാൾ രണ്ടു സൈന്യത്തിന്റെയും മുമ്പിൽ വച്ച് ഉയർത്തി സ്വയം മരിച്ചു.

വേറൊരാൾ അഗ്നിയാൽ ചുറ്റപ്പെട്ടിട്ടും സ്വന്തം കൗശലംകൊണ്ട് രക്ഷപ്പെട്ട അർത്തോറിയോസ് ആയിരുന്നു. അവൻ തന്നോടൊപ്പം രക്ഷപ്പെട്ടവനും അതേ കൂടാരത്തിൽ ആയിരുന്നവനുമായിരുന്ന അയാളോട് ഉയർന്ന ശബ്ദത്തിൽ വിളിച്ചു പറഞ്ഞു. "എനിയ്ക്കുള്ളതിന്റെയെല്ലാം അവകാശിയായി ഞാൻ നിന്നെ അവരോധിക്കുകയാണ്. ആയതിനാൽ നീ വന്ന് എന്നെ രക്ഷിക്കുക". ഇതു കേട്ടപ്പോൾ ക്ഷണത്തിൽ അവനെ രക്ഷിക്കുവാനായി പാഞ്ഞെത്തി. എന്നാൽ അർത്തോറിയോസ് മുകളിൽ നിന്നും എടുത്തു ചാടി. അവൻ ആരെ രക്ഷിക്കുവാൻ ശ്രമിച്ചുവോ അവൻ കല്പടവുകളിൽ ശക്തിയായി തലയിടിച്ച് തൽക്ഷണം മരിച്ചു.

തെല്ല നേരത്തേക്ക് ഈ സംഭവം റോമാക്കാരെ അത്യധികം നിരാശരാക്കി. ഭാവിയിൽ ഇതൊന്നും ആവർത്തിക്കാതിരി

ക്കാൻ കൂടുതൽ ശ്രദ്ധ പുലർത്താൻ തീരുമാനിച്ചു. ഈ പ്രദേശത്തെക്കുറിച്ചുള്ള അറിവില്ലായ്മയും അവിടുത്തെ ജനങ്ങളുടെ രീതികളും അവർക്ക് ഏറെ നാശം വരുത്തിയെങ്കിലും യെഹൂദ്യരുടെ വീര്യം ശമിച്ചത് അവർക്ക് ഒരു ഗുണമായി ഭവിച്ചു.

പടിവാതിലുകൾക്ക് മുകളിലായി പൂമുഖം വരെ നിളുന്ന ശീമോനെതിരെയുള്ള യുദ്ധത്തിൽ അവൻ പണികഴിപ്പിച്ച യോഹന്നാന്റെ ഗോപുരം വരെ നീളുന്ന സ്തംഭങ്ങൾ എല്ലാം അഗ്നിക്കിരയാക്കി. റോമാക്കാരെ കെണിയൊരുക്കി വീഴ്ത്തിയ സ്തംഭങ്ങളും മറ്റുള്ളവയും എല്ലാം ദൈവാലയത്തിൽ നിന്നും വിച്ഛേദിച്ചു. വടക്കു വശത്തുള്ള ഗോപുരം റോമാക്കാർ പൂർണ്ണമായി നശിപ്പിച്ചു. അടുത്ത ദിവസം സെദ്രോൻ താഴ്വരയിലേക്ക് ബന്ധപ്പെടുത്തിയിരുന്ന മനോഹരമായ കിഴക്കേ ഗോപുരവും തീയിട്ട് നശിപ്പിച്ചു. ഇതായിരുന്നു അപ്പോഴത്തെ ദൈവാലയത്തിന്റെ അവസ്ഥ.

ഭീകരമായ ക്ഷാമം മൂലം മരിച്ചവർ അനേകരായിരുന്നു അവരുടെ ദുരിതം വിവരിക്കാനാവാത്തതായിരുന്നു. ഒരു തരി ഭക്ഷണത്തിന്റെ നിഴൽ പോലും വീണാൽ പെട്ടെന്നു തന്നെ ഒരു യുദ്ധം പൊട്ടിപ്പുറപ്പെടുമായിരുന്നു. ജീവൻ നില നിറുത്താൻ ഏറ്റവും അടുത്ത സ്നേഹിതന്മാർ തമ്മിൽ പോലും വഴക്കിടുകയും ഭക്ഷണം പരസ്പരം പിടിച്ച് പറിക്കുകയും ചെയ്തു. മനുഷ്യർ അതിതീവ്രമായ പട്ടിണിയിലാണെന്ന് പലരും വിസ്മരിച്ചു. ആരെങ്കിലും ഭക്ഷണത്തരികൾ തങ്ങളുടെ ശരീരത്തിൽ ഒളിപ്പിച്ചിട്ടുണ്ടോ എന്നു പോലും വിചാരിച്ച് തിരച്ചിൽ നടത്തി. ഈ തസ്ക്കരന്മാർക്ക് ഒന്നും കണ്ടെടുക്കാൻ കഴിഞ്ഞില്ലെങ്കിൽ കൂടി ഭ്രാന്തൻ നായകളെപ്പോലെ കാലിടറി ക്ഷീണിതരായി ഓടി മദ്യപന്മാരെ പോലെ ഭവനങ്ങളുടെ വാതിലുകളിൽ മുട്ടി.

അവർ നേരിടുന്ന ഈ മഹാദുരന്തങ്ങളിൽ ഒരേ ഭവനത്തിൽ തന്നെ ഒരേ ദിവസം പല പ്രാവിശ്യം തട്ടി വിളിച്ച് ഭക്ഷണത്തിനായി കേണു. ഏതു വസ്തു കിട്ടിയാലും ഭക്ഷിക്കാമെന്ന അവസ്ഥയിൽ അസഹനീയമായിരുന്നു അവരുടെ വിശപ്പ്. മൃഗങ്ങൾ സ്പർശിക്കുവാൻ പോലും മടിക്കുന്ന തരം പദാർത്ഥങ്ങൾ ശേഖരിച്ച് അവർ കഴിച്ചു. മറ്റൊന്നും ലഭിക്കാതെ വന്നപ്പോൾ അവർ തുകൽ പാദുകങ്ങളും അരപ്പട്ടകളും പരിചകളുടെ തുകൽവാറുകൾ പോലും ചവച്ചും നക്കിയും വിശപ്പടക്കി. ജീർണ്ണിച്ച പുൽക്കെട്ടുകളിൽ നിന്നും ചെറിയ കഷ്ണങ്ങൾ പോലും ഏറിയ വിലയ്ക്ക് അവർ വിറ്റു, അത് അവരുടെ ഭക്ഷണമായി മാറി.

ക്ഷാമം മനുഷ്യനെ ഹീനമായ രീതിയിൽ ലജ്ജാകരമായി അവരുടെ ആഹാരക്രമം മാറ്റി എന്നത് എങ്ങനെ ഞാൻ വിശദീകരിക്കും? ഞാൻ ഇവിടെ വിവരിക്കുന്നത് യഥാർത്ഥ സംഭവങ്ങൾ മാത്രമാണ്, എന്നാൽ ഇത് യവനന്മാരുടേത് പോലെയോ അപരിഷ്കൃതരുടേത് പോലെയോ മറ്റു ചരിത്ര വസ്തുതകൾ പോലെയോ അല്ല. ഇതെല്ലാം കേൾക്കാൻ അവിശ്വസനീയമാണെങ്കിലും വിവരിക്കുന്നത് ദാരുണമായ സംഭവങ്ങളാണ്. എന്തെങ്കിലും ഒഴിവാക്കപ്പെട്ടാൽ ഇതുപോലെ വിശദീകരിക്കുവാൻ പ്രയാസമാണ്, ഇതൊക്കെയും നേരിട്ട് കണ്ടവരിൽ നിന്നും ലഭിച്ച വിലയേറിയ വിവരങ്ങളാണ്. എന്റെ രാജ്യം നേരിട്ട ഈ ദുരിതങ്ങളെ അല്പമെങ്കിലും ലഘൂവാക്കുവാൻ ഞാൻ നടത്തിയ ശ്രമങ്ങളെക്കുറിച്ച് അവർ നന്ദി പ്രകാശിപ്പിക്കണമെന്നില്ല.

ബെതേസ്ദ ഗ്രാമത്തിൽ നിന്നുള്ള ഏലിയാസാറിന്റെ മകളായ മറിയം എന്നൊരുവൾ യോർദ്ദാനക്കാരെ ജീവിച്ചിരുന്നു. (ബെതേസ്ദ എന്നാൽ നിത്യഹരിത സുഗന്ധ സസ്യമായ ഹിസോപ്പിന്റെ ഇടം) അവൾ ധനവും കുടുംബ പശ്ചാത്തലവും പ്രതി പ്രശസ്തയായിരുന്നു. അവൾ ജനക്കൂട്ടത്തോടൊപ്പം യരുശലേമിലേക്ക് പാലായനം ചെയ്യുകയും അവിടെ പിടികൂടപ്പെടുകയും ചെയ്തു. യോർദ്ദാനക്കരെ നിന്നും കൊണ്ടുവന്ന അവളുടെ വസ്തുവകകളെല്ലാം താമസംവിനാ മോഷ്ടിക്കപ്പെട്ടു.

ഇതു കൂടാതെ ഭക്ഷണ പദാർത്ഥങ്ങളും അവർ സൂക്ഷിച്ചിരുന്നു. അവയൊക്കെയും അവിടെയെത്തിയ ദുരാഗ്രഹികളായ സുരക്ഷാ ഭടന്മാർ പിടിച്ചെടുത്തു. ഇതെല്ലാം ആ സാധു സ്ത്രീയെ ബുദ്ധിമുട്ടുകളിലേക്ക് നയിച്ചു. അവൾ അവരെ പ്രകോപിപ്പിച്ചെങ്കിലും രോഷം ആളിക്കത്തിയെങ്കിലും സഹതാപം മൂലം അവളെ കൊല്ലുവാൻ തുനിഞ്ഞില്ല. അവൾ അൽപ്പം ഭക്ഷണം കണ്ടെത്തിയാൽ അത് അവൾക്കല്ല പകരം അത് മറ്റുള്ളവരുടേതായി മാറുന്നു എന്നവൾ കണ്ടു. ക്ഷാമം അവളുടെ ഉദരത്തിൽ നിന്നും മജ്ജയിലേക്ക് പടർന്നു. അവൾക്ക് ഭക്ഷണത്തിനായി ഒന്നും കണ്ടെത്താനായില്ല. ക്ഷാമത്തിന്റെ കാഠിന്യം അവളുടെ കോപത്തെ നിഷ്ഫലമാക്കി.

താൻ എത്തിപ്പെട്ടിരിക്കുന്ന അവസ്ഥയെ ഓർത്ത് അവളുടെ കോപം ജ്വലിച്ചു. വളരെ പ്രകൃതി വിരുദ്ധമായ ഒരു കാര്യം ചെയ്യുവാൻ അവൾ ശ്രമിച്ചു. മുല കുടിച്ചു കൊണ്ടിരുന്ന തന്റെ കുട്ടിയെ കടന്നു പിടിച്ചിട്ട് അവൾ ഇപ്രകാരം പറഞ്ഞു "ദുരിതഗ്രസ്ഥനായ ശിശുവേ" ഈ യുദ്ധത്തിൽ നിന്നും ക്ഷാമത്തിൽ നിന്നും കലാപങ്ങളിൽ നിന്നും നിന്നെ ഞാൻ എങ്ങനെ രക്ഷിക്കും? റോമാക്കാരോടുള്ള യുദ്ധത്തിൽ നമുക്ക് ജീവൻ തിരിച്ചു കിട്ടിയാൽ അവരുടെ അടിമകളാവും. എന്നാൽ അടിമകൾ ആകും മുമ്പേ ഈ ക്ഷാമം നമ്മെ നശിപ്പിക്കും. ഈ തെമ്മാടികളായ കലാപകാരികൾ മറ്റുള്ളവരേക്കാൾ ഭീകരന്മാരാണ്. വരിക! നീ എന്റെ ഭക്ഷണമാണ് ദുഷ്ടന്മാരായ ഈ തെമ്മാടികൾക്ക് നീയൊരു അസ്വഭാവികത ആയിരിക്കും. യെഹൂദ്യരുടെ ക്ലേശങ്ങൾ തീരുന്നത് മാത്രമേ ഇനി അവശേഷിക്കുന്നുള്ളൂ."

ഈ വാക്കുകളെ പറഞ്ഞു നിർത്തിയ അവൾ തന്റെ മകനെ കൊന്ന് പാകം ചെയ്തു. പകുതി ഭാഗം കഴിച്ചിട്ട് ബാക്കി ആരും കാണാതെ ഒളിച്ചു വച്ചു. ഏറെ താമസിക്കാതെ എത്തിയ കലാപകാരികൾ ഭക്ഷണത്തിന്റെ രൂക്ഷമായ ഗന്ധം തിരിച്ചറിഞ്ഞു. എന്തുതരം ഭക്ഷണമാണ് പാകം ചെയ്തതെന്ന് കാണിച്ചുകൊടുത്തില്ലെങ്കിൽ അവളുടെ ശിരസറുക്കുമെന്ന് അവർ ഭീഷണിപ്പെടുത്തി. ഭക്ഷണത്തിൽ ഒരു ഭാഗം അവർക്കുവേണ്ടി കരുതിയിട്ടുണ്ടെന്ന് അവൾ അവരെ അറിയിച്ചിട്ട് ഭക്ഷണ പാത്രത്തിന്റെ മൂടി തുറന്നു. ആശ്ചര്യത്തോടെയും നടുക്കത്തോടെയുമാണ് അവർ ആ കാഴ്ച കണ്ടത്.

അവൾ അവരോട്ട് ഇപ്രകാരം പറഞ്ഞു: ഇത് എന്റെ മകനാണ്. ഞാൻ തന്നെയാണ് ഇത് ചെയ്തത്. വരിക! ഈ ഭക്ഷണം ആസ്വദിക്കുക. ഇത് ഞാൻ എന്നെത്തന്നെ ഭക്ഷിച്ചതു പോലെയാണ്. ഒരു സ്ത്രീയേക്കാൾ ആർദ്രതയോടെയും ഒരു മാതാവിനേക്കാൾ ദയാലുവുമായി നിങ്ങൾ കാപട്യം നടിക്കരുത്. നിങ്ങൾ അത്ര മനസ്സാക്ഷിക്കുത്തുള്ളവരാണെങ്കിലോ, എന്റെ ബലിയെ തിരസ്കരിക്കുകയോ ചെയ്യുന്നുണ്ടെങ്കിൽ, നോക്കുക! ഞാൻ ഒരു ഭാഗം കഴിച്ചു, ബാക്കിയും എനിക്കുള്ളതാണ്."

ഇത്രയും ഭയാനകമായ ഒന്നും നേരിട്ടിട്ടില്ലാത്ത വിധം ഭയചകിതരായി അവർ അവിടെ നിന്നും ഓടിപ്പോയി. പ്രയാസത്തോടെ ബാക്കി ഭക്ഷണം അവൾക്കു തന്നെ നൽകുകയും ചെയ്തു. ക്ഷണനേരം കൊണ്ട് ഇത്രയും ഭീതിതമായ കാര്യം സംഭവിച്ചുവെന്ന് നാടെങ്ങും പരസ്യമായി. ഇതു കേട്ടവർ ദാരുണമായ ഈ സംഭവത്തെക്കുറിച്ച് ആലോചിക്കുകയും തങ്ങളും ഇതുപോലെ ചെയ്തു പോകുമോ എന്നും ഭയപ്പെട്ടു. കഠിനക്ഷാമത്താൽ ബാധിക്കപ്പെട്ടവരിൽ പലരും മരിക്കാൻ തയ്യാറായിരുന്നു. ഇതൊന്നും കാണാതെയും കേൾക്കാതെയും മരിച്ചു പോയവർ ഭാഗ്യവാന്മാരെന്ന് കരുതുന്നു.

ഏറെ താമസിയ്ക്കാതെ ഈ വാർത്ത റോമാക്കാരുടെയും അടുത്തെത്തി. അവർക്ക് ഇത് വിശ്വസിക്കാനാവാത്ത ഒന്നായിരുന്നു. ഈ അവസ്ഥയിലായ യെഹൂദ്യരോട്ട് അവർക്ക് സഹതാപം തോന്നി. അവരിൽ ഏറെപ്പേർ സാധാരണയിൽ കവി

ഞ്ഞുള്ള വെറുപ്പ് നമ്മുടെ രാജ്യത്തോട്ട് പ്രകടിപ്പിച്ചു. എന്നാൽ കൈസർ ഈ കാര്യത്തിൽ ദൈവത്തോട്ട് ക്ഷമാപണം നടത്തി യെഹ്ദ്യർക്ക് സ്വാതന്ത്ര്യവും സമാധാനവും നൽകാമെന്ന് വാഗ്ദാനം ചെയ്തു. കൂടാതെ നേരത്തെയുണ്ടായിരുന്ന കലാപ രീതികൾ റദ്ദ ചെയ്യുവാനും തീരുമാനിച്ചു. എന്നാൽ അവരോ (യെഹ്ദ്യർ) കലാപം തിരഞ്ഞെടുത്തു. സമാധാനത്തിനു പകരം യുദ്ധവും നിറഞ്ഞു കവിഞ്ഞിരുന്ന കാലത്തിനു പകരം ക്ഷാമവും കരസ്ഥമാക്കി.

"ഞങ്ങൾ ദേവാലയം സംരക്ഷിക്കാൻ ശ്രമിച്ചപ്പോൾ അവർ അതിനെ തീയിട്ട് നശിപ്പിക്കുവാൻ ശ്രമിച്ചു. അതിനാൽ കുറച്ചുമാത്രം കഴിക്കുവാൻ അവർ അർഹതപ്പെട്ടവരാണ്. തന്റെ കുഞ്ഞിനെ ഭക്ഷണമാക്കുവാൻ വരെ കാര്യങ്ങൾ എത്തിയെങ്കിൽ അത് ആ രാജ്യത്തിന്റെ നാശത്തിന് തന്നെ കാരണമാകുന്നു. മനുഷ്യൻ വാസയോഗ്യമായ ഒരു സ്ഥലത്തേക്ക് മാറി അമ്മമാർ തങ്ങളുടെ കുഞ്ഞുങ്ങളെ ഭക്ഷിക്കുന്നത് ഒഴിവാക്കുന്നത് ഉചിതമാണ്. ഇത്തരം ഭക്ഷണം മാതാവിനെക്കാൾ പിതാവിനാണ് യോജിക്കുന്നത്. കാരണം ഇതിനെല്ലാം കാരണമായി യുദ്ധം ചെയ്ത് ക്ലേശങ്ങൾ വരുത്തിയത് അവരാണ്?"

അവൻ ഇതു പറയുമ്പോൾ അവന്റെ വാക്കുകളിൽ യെഹ്ദ്യർ അനുഭവിച്ചുവരുന്ന കഷ്ടതകളുടെ ഒരു പ്രതിഫലനം ഉണ്ടായിരുന്നു. ഈ കഷ്ടതകളുടെ കാലം കഴിഞ്ഞാലും മനോസ്ഥിരത ഉള്ളവരായി അവർ തിരികെയെത്തുമോ എന്ന് അവൻ ആശങ്കപ്പെട്ടു. അവർ അനുതപിച്ചിരുന്നെങ്കിൽ ഇതെല്ലാം ഒഴിവാക്കാമായിരുന്നു എന്നായിരുന്നു അവന്റെ വിശ്വാസം.

പ്രതിരോധ ഗോപുരങ്ങൾ തകർക്കുവാൻ കൊണ്ടുവന്ന ഇടിതടികൾ ഒന്നിനും ഉപകരിച്ചില്ല. ദൈവാലയത്തിനുള്ളിൽ വാതിലിന് തീയിടുവാൻ തീത്തോസ് കല്പിക്കുന്നു. അവന്റെ അനുമതി കൂടാതെ തന്നെ വിശുദ്ധ മന്ദിരവും അഗ്നി വിഴുങ്ങി.

4 ലോയിയോസ്* മാസത്തിന്റെ എട്ടാം നാൾ രണ്ട് സൈന്യവ്യൂഹങ്ങൾ തങ്ങളുടെ ദൗത്യം പൂർത്തിയാക്കി. ഇടി തടികൾ കൊണ്ടു വരുവാനും അത് ദൈവാലയത്തിന്റെ പടിഞ്ഞാറെ പ്രാകാരത്തിന്റെ വശത്ത് ഉറപ്പിക്കുവാനും ആവശ്യപ്പെട്ടു. ഇതൊക്കെയും എത്തുന്നതിന് മുമ്പ് തന്നെ വലിയ യുദ്ധസന്നാഹങ്ങളുമായി ആറുദിവസം ആക്രമണം നടത്തിയെങ്കിലും കോട്ടകൾക്ക് ഒരുവിധ കേടുപാടുകളും വരുത്താനായില്ല. യുദ്ധ സാമഗ്രികളെക്കാളും ഇടി തടികളെക്കാളും മെച്ചമായിരുന്നു, വലിയ കല്ലുകളിൽ ശക്തമായി ബന്ധിക്കപ്പെട്ടിരുന്ന മതിലുകൾ.

വടക്കേവാതിലിന്റെ അടിസ്ഥാനം ബലഹീനമാണെന്നു കരുതിയിരുന്ന റോമാക്കാർ തങ്ങളുടെ സർവ്വശക്തിയുമെടുത്ത് പുറമേയുള്ള ശിലകൾ എടുത്തു മാറ്റി. എങ്കിലും കോട്ടവാതിലുകൾ, ഉൾക്കരുത്തിനാൽ ഒരു കേടുപാടും ഇല്ലാതെ ശക്തമായി ഉറച്ചു നിന്നു. ഇടിതടികൾ കൊണ്ടും ഉരുക്കദണ്ഡുകൾകൊണ്ടും എല്ലാ ശ്രമങ്ങളും തുടർന്നു. പ്രതിരോധ സംവിധാനങ്ങൾ സ്തംഭങ്ങളുടെ അടുത്തുവരെ എത്തിച്ചു. ഇത് തടയുവാൻ യെഹ്ദ്യർക്ക് സാധിച്ചില്ല. എന്നാൽ മുകളിലേക്ക് കയറിയവർ അവരോട് ആക്രമിച്ച് പൊരുതി. കുറെപ്പേർ ഏറ്റുമുട്ടി താഴേക്ക് പതിച്ചപ്പോൾ മറ്റു ചിലർ തല തിരിഞ്ഞു താഴേക്ക് എറിയപ്പെട്ടു. മറ്റുള്ളവർ യുദ്ധത്തിൽ കൊല്ലപ്പെട്ടു. ഗോവണികൾ കയ

---

* *മക്കദോന്യൻ കലണ്ടറിലെ പത്താമത്തെ മാസം. മുൻപ് പറഞ്ഞിരിക്കുന്ന പനമോസ് മാസത്തിനു ശേഷം വരുന്ന മാസം*

റിയവരെ മാത്രമല്ല മറ്റുള്ളവരെയും പരിച കളാൽ തടുക്കുവാൻ പറ്റുന്നതിന് മുമ്പേ വാളാൽ വധിച്ചു. ഗോവണികൾ നിറയെ ആളുകൾ ഉണ്ടായിരുന്നപ്പോൾ ഗോവണി തന്നെ അവർ താഴേക്ക് മറിച്ചിട്ടു.

ആ സമയം യെഹൂദ്യർ വലിയ കൂട്ടക്കുരുതി നടത്തി. ധ്വജവാഹകർ പോലും അവർക്കുവേണ്ടി യുദ്ധം ചെയ്തു. ഇത്തരത്തിലുള്ള ഒരു കാഴ്ച പോലും ഭയാനകമായിരുന്നു. താമസിയാതെ യെഹൂദ്യർ ഉപരോധഗോപുരങ്ങൾ പിടിച്ചെടുത്തു. ഗോവണികൾ കയറിയവരെ ഒക്കെയും നശിപ്പിച്ചു. മറ്റുള്ളവർക്ക് സംഭവിച്ചതൊക്കെയും കണ്ട് സൈനികർ ഭയപ്പെട്ടു. എന്നിരുന്നാലും തങ്ങളുടെ കടമ നിർവ്വഹിക്കാതെ ഒരു റോമാക്കാരൻ പോലും മരണം പുൽകിയില്ല. മുമ്പ് ധീരതയോടെ പോരാടിയ കലാപകാരികൾ അത്രയും തന്നെ ധീരതയോടെ യുദ്ധം തുടർന്നു. അവരിൽ സ്വേച്ഛാധിപതിയായിരുന്ന ശീമോന്റെ മകനായ ഏലിയാസാറും ഉണ്ടായിരുന്നു. വൈദേശികമായ ഒരു ദേവാലയത്തെ സംരക്ഷിക്കുന്നതിന് വേണ്ടി സ്വന്തം പടയാളികൾക്ക് ചേതം വരുന്നതും കൊല്ലപ്പെടുന്നതും മനസിലാക്കിയ തീത്തൊസ് ദൈവാലയത്തിന്റെ പടിവാതിലുകൾക്ക് തീയിടുവാൻ കല്പിച്ചു.

ഈയവസരത്തിൽ എമ്മവൂസ്സിൽ നിന്നുള്ള അനാനസ്, മഗാദേത്തൂസിന്റെ മകനായ ആർക്കിലേവൂസിനോടും ശീമോന്റെ അഗ്രഗണ്യരായ കുറേ ഭടന്മാരോടൊപ്പം ഒളിച്ചോടിപ്പോയിരുന്നു. യെഹൂദ്യർ വിജയശ്രീലാളിതരായി നിൽക്കുന്ന അവസരത്തിൽ പോയതിനാൽ ക്ഷമിക്കപ്പെടും എന്നവർ വിശ്വസിച്ചു. തീത്തൊസ് ഈ വാദഗതിയെ എതിർത്തു. ഇത് അവരുടെ കുടില തന്ത്രമാണെന്നും യെഹൂദ്യരോട് അവർ ചെയ്ത അപരിഷ്കൃത മുറകൾ അവന്റെ ശ്രദ്ധയിൽപെട്ടിരുന്നു. എത്രയും പെട്ടെന്ന് അവർ വധിക്കപ്പെടണമെന്നായിരുന്നു അവന്റെ തീരുമാനം. അവർ തിരികെയെത്താനാഗ്രഹിക്കുന്നത് അവരുടെ മനസ്സിന്റെ നന്മകൊണ്ടല്ല. പിന്നെയോ അവർ നേരിടുന്ന പ്രയാസങ്ങളും ദുരിതങ്ങളും മൂലമാണ്. രക്ഷിക്കപ്പെടുവാൻ അവർ അർഹരല്ല. അവർ തങ്ങളുടെ തന്നെ നഗരം തീയിട്ട് നശിപ്പിച്ചവരാണ്. ഇപ്പോൾ അവർക്കെതിരെ വരുന്ന അഗ്നിനാളങ്ങളിൽ നിന്നും രക്ഷപെടുവാനായിട്ടാണ് അവർ ഇപ്പോൾ എത്തിയിരിക്കുന്നത്. ഓടിപ്പോയവർക്ക് അവൻ വാഗ്ദാനം ചെയ്തിരുന്ന പൊതുമാപ്പ് അവന്റെ ഇപ്പോഴത്തെ അനിഷ്ടം മൂലം തിരസ്കരിക്കപ്പെട്ടു. അവരെയെല്ലാം ജോലികളിൽ നിന്നും പുറത്താക്കി. മറ്റുള്ളവർക്ക് ലഭിച്ചിരുന്ന പദവികളും അധികാരങ്ങളും ഇവർക്ക് നൽകിയതുമില്ല.

പടയാളികൾ പടിവാതിലുകൾക്ക് മുമ്പ് തന്നെ തീയിട്ടിരുന്നു. പടികളെ പൊതിഞ്ഞിരുന്ന വെള്ളിയുടെ ആവരണവും കടന്ന് ഉൾഭാഗത്തെ തടികളും തീയിൽ എരിഞ്ഞമർന്നു. ഇങ്ങനെ പെട്ടെന്ന് തന്നെ സ്തംഭങ്ങളെയും തീ വിഴുങ്ങി. അഗ്നിനാളങ്ങളാൽ ചുറ്റപ്പെട്ടു എന്നു മനസ്സിലാക്കിയ യെഹൂദ്യർ ആത്മാവും ശരീരവും തളർന്ന് നിന്നുപോയി. അതിശയകരമായി ഭവിച്ചതെന്തെന്നാൽ അവരിൽ ഒരാൾ പോലും ഇത് പ്രതിരോധിക്കുവാനോ തീയണക്കുവാനോ ശ്രമിച്ചില്ല. പിന്നെയോ വെറും കാഴ്ചക്കാരായി നോക്കി നിൽക്കുക മാത്രം ചെയ്തു. എന്നിരുന്നാലും തങ്ങളുടെ നഷ്ടത്തെക്കുറിച്ച് പരിതപിച്ചില്ല. തങ്ങളുടെ മുമ്പിൽ എരിയുന്ന തീനാളങ്ങൾ (വിശുദ്ധ മന്ദിരം തന്നെ അഗ്നി വിഴുങ്ങിയതിനാൽ) ചെറിയ സംഭവങ്ങളായി അവർക്കുതോന്നി. ഇനിയും തങ്ങളെക്കൊണ്ട് എന്തുചെയ്യുവാൻ കഴിയുമെന്നാണ് അവർ ആലോചിച്ചിരുന്നത്. റോമാക്കാരോടുള്ള വിദ്വേഷം വർദ്ധിച്ചിരുന്നെങ്കിലും രക്ഷാമാർഗ്ഗത്തെക്കുറിച്ചും അവർ ആലോചിച്ചു. ഒരു പകലും അടുത്തതും വരെ തീ ആളിപ്പടർന്നുകൊണ്ടിരുന്നെങ്കിലും എല്ലാ സ്തംഭങ്ങളും നശിപ്പിക്കുവാൻ അവർക്ക് കഴിഞ്ഞില്ല. സ്തംഭങ്ങളും നിർമ്മിതികളും ഭാഗികമായി മാത്രമെ നശിച്ചുള്ളൂ.

അടുത്ത ദിവസം തീത്തൊസ് തന്റെ പടയാളികളിൽ ചിലരോട് അഗ്നി ശമിപ്പിക്കു

വാൻ ഉത്തരവിട്ടു. കൂടാതെ സൈന്യത്തിന് സൗകര്യപ്രദമായി നീങ്ങുവാൻ ഒരു പാത നിർമ്മിക്കുവാനും അവൻ ഉത്തരവിട്ടു. ശേഷം സേനാധിപന്മാരെ വിളിച്ചുകൂട്ടി. എത്തിയ പ്രധാനപ്പെട്ട ആളുകൾ ഇവരായിരുന്നു: സർവ്വസൈന്യാധിപനായിരുന്ന തിബേരിയസ്, അലക്സാണ്ടർ, അഞ്ചാം പടയുടെ സൈന്യാധിപനായിരുന്ന സെക്സ്റ്റസ് സെലേറിയസ്, പത്താം പടയുടെ സൈന്യാധിപനായിരുന്ന ലാർസിയസ് ലെപിദൂസ്, പതിനഞ്ചാം പടയുടെ സൈന്യാധിപനായിരുന്ന തീത്തോസ് ഫ്രീജിയസ്, അലക്സാന്ത്രിയായിൽ നിന്നെത്തിയ രണ്ട് സൈന്യവ്യൂഹത്തിന്റെ അധിപനായിരുന്ന എത്തേർണിയോസ്, യെഹൂദ്യയുടെ കാര്യസ്ഥനായിരുന്ന മാർക്കസ് അന്തോണിയൂസ് യൂലിയാനസ് എന്നിവരായിരുന്നു. ഇവരോടൊപ്പം മറ്റ് കാര്യസ്ഥന്മാരും ന്യായാധിപന്മാരും എത്തിയിരുന്നു.

തീത്തോസ് അവരോട്ട് വിശുദ്ധ മന്ദിരത്തെക്കുറിച്ചുള്ള അവരുടെ അഭിപ്രായങ്ങൾ ആരാഞ്ഞു. അവരിൽ പലരും അഭിപ്രായപ്പെട്ടത് യുദ്ധ നിയമങ്ങൾ പാലിക്കുന്നതാണ് അഭികാമ്യമെന്നാണ്. കാരണം ദൈവാലയം നിലനിൽക്കുന്നിടത്തോളം കാലം യെഹൂദ്യർ യുദ്ധം അവസാനിപ്പിക്കുകയില്ല എന്നും, അവർ ഒത്തു കൂടുന്നത് അവിടെയാണ് എന്നും. മറ്റു ചിലർ അഭിപ്രായപ്പെട്ടത് ആയുധങ്ങളൊന്നും ഒളിപ്പിച്ചു വയ്ക്കാതെ യെഹൂദ്യർ ദൈവാലയം വിട്ടുപോയാൽ അവരെ വിട്ടുവിക്കണമെന്നമാണ്. എന്നാൽ ഇത് അവർ നിരസിക്കുകയും യുദ്ധം തുടരുകയും ചെയ്താൽ അത് (ദൈവാലയം) തീയിട്ട് നശിപ്പിക്കുകയും വേണം. അത് അവർ ഒരു ദൈവാലയം മാത്രമായല്ല മറിച്ച് അവരുടെ രാജധാനിയും കോട്ടയുമായിട്ടാണ് വീക്ഷിക്കുന്നത്. അങ്ങനെയെങ്കിൽ ദൈവാലയം നശിപ്പിക്കപ്പെടുക എന്ന അനാദരവ് ഇതിന് നമ്മെ നിർബന്ധിതമാക്കിയവർക്കാണ്.

ഇതിന് തീത്തോസ് നൽകിയ മറുപടി 'യെഹൂദ്യർ ദൈവാലയത്തിൽ ഒളിഞ്ഞിരിക്കുകയും അവിടെ നിന്നും നമ്മോട്ട് യുദ്ധം ചെയ്യുകയുമാണെങ്കിൽ കൂടി നമ്മൾ പ്രതികാരം ചെയ്യുന്നത് നിർജ്ജീവ വസ്തുക്കളോടല്ല, പകരം ജീവനുള്ളവരോടാണ്. ഇത്രയും ബൃഹത്തായ ഒരു നിർമ്മിതി അഗ്നിക്കിരയാക്കുന്നത് ഒഴിവാക്കുവാനാണ് അവൻ ആഗ്രഹിച്ചത്. കാരണം അതു സംഭവിച്ചാൽ ലോകം റോമാക്കാരെ നിന്ദ്യരായി കണക്കാക്കും. എന്നാൽ അതു നിലനിന്നാൽ അതിന്റെ ഭരണകർത്താവിന് മെച്ചപ്പെട്ട ഭരണം കാഴ്ചവെക്കുവാൻ ഉപകരിക്കും എന്നുമായിരുന്നു അവന്റെ കാഴ്ചപ്പാട്.

തീത്തോസിന്റെ അഭിപ്രായത്തെ ഫ്രേ ാന്തോ, അലക്സാണ്ടർ, സെലേറിയസ് എന്നിവർ ശക്തമായി പിൻതാങ്ങി. സഭ പിരിഞ്ഞതിന് ശേഷം തീത്തോസ് പടനായകന്മാരെ വിളിച്ചുവരുത്തി ബാക്കിയുള്ള സൈന്യനിരകൾ അതാത് സ്ഥലങ്ങളിൽ നിലയുറപ്പിക്കുവാൻ ഉത്തരവിട്ടു. ഈ യുദ്ധത്തിൽ ഏറ്റവും ധൈര്യശാലികളായ പടയാളികളെ അയ്ക്കുവാനും അവൻ ആവശ്യപ്പെട്ടു. ഓരോ ഭാഗങ്ങളിൽ നിന്നും തെരഞ്ഞെടുക്കപ്പെട്ടവർ നാശകൂമ്പാരങ്ങൾക്കിടയിലൂടെ എത്തി തീയണയ്ക്കുവാൻ അവൻ ആവശ്യപ്പെട്ടു.

ഈ ദിവസം യെഹൂദ്യർ തന്നെ അവശരായിരുന്നതിനാലും ആശയകുഴപ്പത്തിലായിരുന്നതിനാലും യുദ്ധം ഒഴിവാക്കി. എന്നാൽ തൊട്ടടുത്ത ദിവസം മുഴുവൻ സൈന്യത്തെയും കൂട്ടിവരുത്തി അങ്കണത്തിന് പുറത്തുണ്ടായിരുന്നവരെ സർവ്വശക്തിയുമെടുത്ത് ആക്രമിച്ചു. ഇത് ദിവസത്തിന്റെ ഏകദേശം രണ്ടാം നാഴികയിലായിരുന്നു.

ഈ ഭടന്മാർ അതീവ ധൈര്യത്തോടെ പരിചകൊണ്ട് കവചം തീർത്ത് ആക്രമണം മുന്നോട്ടു നീക്കി. സൈന്യം ഒരു കോട്ട പോലെ നിരന്നു, വ്യൂഹങ്ങൾ ഒന്നായിച്ചേർന്നു. എങ്കിലും അവിടെ ഏറെ നേരം തുടരുവാൻ കഴിയുകയില്ലെന്ന് അവർ മനസിലാക്കി എന്നാൽ ശത്രുക്കളോട് ശക്തമായ വെറുപ്പ് ഉണ്ടായിരുന്നെങ്കിലും നിരത്തപ്പെ

ട്ട സൈന്യനിരയുടെ വലിപ്പം അവരെ സംഭ്രമിപ്പിച്ചു.

അന്റോണിയാ ഗോപുരത്തിന് മുകളിൽ നിന്ന് കൈസർ ഇതെല്ലാം വീക്ഷിക്കുന്നുണ്ടായിരുന്നു. ഈ വ്യൂഹം പിൻമാറാൻ ഇട വരുമെന്ന് മനസിലാക്കിയ അയാൾ കുറെ കുതിരപ്പടയാളികളെ അവർക്കു പിൻബലമായി അയച്ചു. മുൻനിരയിലുണ്ടായിരുന്ന പടയാളികൾ മരിച്ചു വീഴുകയും പിൻനിരയിലുണ്ടായിരുന്നവർ പിൻവാങ്ങുകയും ചെയ്തപ്പോൾ യുദ്ധം തുടരുന്നത് അസാധ്യമായി യെഹൂദ്യർക്ക് തോന്നി. എന്നാൽ റോമാക്കാർ പിൻവലിയുന്നു എന്നു മനസിലാക്കിയ അവർ റോമാക്കാരോട്ട് യുദ്ധം ചെയ്യാനായി തിരിഞ്ഞു. എന്നാൽ ഇതിനെ നേരിട്ട റോമാക്കാർ ശക്തമായി നീങ്ങുന്നു എന്നു മനസിലാക്കിയ യെഹൂദ്യർ പിന്നോട്ട് പോയി. ഇത് ദിവസത്തിന്റെ അഞ്ചാം യാമം വരെ തുടർന്നു. ദൈവാലയത്തിന്റെ അകത്തളത്തിൽ അകപ്പെട്ടതിൽ അവർ സങ്കടം കൊണ്ട് തകർന്നുപോയി.

അന്റോണിയാ ഗോപുരത്തിന്റെ മുകളിൽ നിന്ന് തിരിച്ചെത്തിയ തീത്തോസ്, അടുത്ത ദിവസം ദൈവാലയം തന്നെ തകർത്തുകളയാൻ തീരുമാനിച്ചു. ഇതിനാൽ മുഴുവൻ സൈന്യത്തേയും കൂട്ടി വരുത്തി ദൈവാലയത്തിന് ഉപരോധം തീർക്കുവാൻ ആവശ്യപ്പെട്ടു. പണ്ടേതന്നെ ദൈവം ഈ ദൈവാലയത്തെ നശിപ്പിക്കുവാൻ വിധി കൽപ്പിച്ചതാണ് കാലപരിവൃത്തിയിൽ ആ ദുർദിനം ഇന്നായി എന്നുമാത്രമേയുള്ളു.

ഇത് ലോയിയോസ് മാസത്തിന്റെ പത്താം നാൾ ആയിരുന്നു. ഇതേ ദിവസമായിരുന്നു ബാബേൽ രാജാവ് മുമ്പ് ഈ ദൈവാലയത്തെ നശിപ്പിച്ചത് തീകൊളുത്തിയത് യെഹൂദ്യരായിരുന്നെങ്കിലും അതിനെ നശിപ്പിച്ചത് അവരായിരുന്നു. തീത്തോസ് പോയിക്കഴിഞ്ഞപ്പോൾ കലാപകാരികൾ തെല്ലൊന്ന് നിന്നതിന് ശേഷം വീണ്ടും റോമാക്കാരെ ആക്രമിച്ചു. ദൈവാലയത്തിന് കാവൽ നിന്നിരുന്നവർ അകത്തളത്തിൽ പടർന്നിരുന്ന തീ കെടുത്തിക്കൊണ്ടിരുന്നവരെ ആക്രമിച്ചു. ഇത് യെഹൂദ്യരെ ദൈവാലയത്തോളം പിന്നോട്ട് പോകുവാൻ ഇടയാക്കി ഈ സമയം മരണഭയം തെല്ലുമില്ലാതെ ഒരു പടയാളി ആരുടെയും അനുവാദമോ നിർദ്ദേശമോ കൂടാതെ ഏതോ ദൈവിക ക്രോധത്താൽ നയിച്ചിട്ടെന്നപോലെ എരിയുന്ന അവശിഷ്ടങ്ങൾക്കിടയിൽ നിന്ന് മറ്റൊരു പടയാളിയുടെ സഹായത്താൽ എന്തോ വലിച്ചെടുത്ത് ഒരു സ്വർണ്ണജാലകത്തിലൂടെ ദൈവാലയത്തിന് പുറത്തേക്കോടി. അകത്തളത്തിൽ മുറികളിലേക്കുള്ള ഒരു ഇടനാഴി വടക്കേ ഭാഗത്തായി ഉണ്ടായിരുന്നു. തീ മുകളിലേക്ക് പടരുന്നത് കണ്ട യെഹൂദ്യർ അത് തടയുവാൻ ഉച്ചത്തിൽ വിളിച്ചു പറഞ്ഞു. ഈയവസരത്തിൽ തങ്ങളുടെ ജീവനെക്കുറിച്ചോ തങ്ങളുടെ സൈന്യത്തെക്കുറിച്ചോ അല്ല ചിന്തിച്ചത്. തീ വിഴുങ്ങിയ ദൈവാലയത്തെ രക്ഷപെടുത്തുവാൻ ഉള്ള ശ്രമമായിരുന്നു അവരുടെ ഭഗത്തുനിന്നും ഉണ്ടായത്. ദൈവാലയത്തെ നാശത്തിൽ നിന്നും ഏതു വിധേനയും രക്ഷപെടുത്താൻ അവർ അണി നിരന്നു.

യുദ്ധം കഴിഞ്ഞ് വിശ്രമിക്കുകയായിരുന്ന കൈസറിന്റെ അടുക്കലേക്ക് ഒരു പടയാളി ഓടിയെത്തി. അഗ്നിയുടെ കാര്യത്തെക്കുറിച്ച് അറിയിച്ച അവൻ ചാടിയെഴുന്നേറ്റ് ദൈവാലയത്തിനടുത്തേക്ക് ഓടി, എത്രയും വേഗം തീയണയ്ക്കുവാൻ പടയാളികളോട്ട് നിർദേശിച്ചു. അവന്റെ പിന്നിലായി എല്ലാ പടനായകന്മാരും ഒപ്പം എല്ലാ സൈന്യവ്യൂഹങ്ങളും അണിനിരന്നു.

ഉച്ചത്തിൽ ശബ്ദം മുഴക്കി യുദ്ധം ചെയ്തുകൊണ്ടിരുന്ന പടയാളികളെ വലതുകൈയാൽ ആംഗ്യം കാണിച്ച് തീകെടുത്തുവാൻ ആവശ്യപ്പെട്ടു. പക്ഷേ അവൻ ഉച്ചത്തിൽ തന്നെയാണ് പറഞ്ഞതെങ്കിലും ചുറ്റുമുള്ള ശബ്ദത്താൽ ചെവികൾ മൂടപ്പെട്ടുപോയ പടയാളികൾക്ക് കൃത്യമായി മനസ്സിലാക്കാനായില്ല. യുദ്ധകാര്യങ്ങളിൽ മാത്രം മുഴുകിയിരുന്നവർക്ക് ആംഗ്യങ്ങൾ കാണുവാൻ സാധിച്ചില്ല.

സൈന്യവ്യൂഹങ്ങൾ ഓടിയെത്തിയപ്പോൾ പ്രേരണകളോ ഭീഷണികളോ ഇല്ലാതിരുന്നിട്ടുകൂടി അവരുടെ ആക്രമണത്തെ നിയന്ത്രിക്കുവാൻ കഴിഞ്ഞില്ല. സൈന്യാധിപൻ മാത്രമായിരുന്നു അവരുടെ ആവേശം. അവർ ദൈവാലയത്തിനുള്ളിൽ തിങ്ങിനിറഞ്ഞപ്പോൾ കുറെയേറെപ്പേർ ചവിട്ടിയരയ്ക്കപ്പെട്ടു. മറ്റു ചിലരാകട്ടെ അപ്പോഴും ചൂട്ട് വമിച്ച് നിന്നിരുന്ന സ്തംഭങ്ങൾ തങ്ങളുടെ മേൽ പതിച്ച് നശിപ്പിക്കപ്പെട്ടു. അവർ ആരെ ആക്രമിച്ചുവോ അതേ രീതിയിൽ അവരും നശിപ്പിക്കപ്പെട്ടു. പിന്നെയുള്ളവർ ദൈവാലയത്തിന് അടുത്തെത്തിയപ്പോൾ കൈസർ പറയുന്നതൊന്നും കേൾക്കുന്നില്ല എന്ന ഭാവത്തിൽ മുന്നിലുള്ളവരോട് ദൈവാലയത്തിന് തീയിടുവാൻ ആവശ്യപ്പെട്ടു. കലാപകാരികൾ ഏറിയ നിരാശയിലായിരുന്നെങ്കിലും തീയണക്കുവാൻ ശ്രമിച്ചു കൊണ്ടിരുന്നു. അവരുടെ ശവശരീരങ്ങൾ ദൈവാലയത്തിലും ചുറ്റുമായും കിടന്നിരുന്നു. അവരിൽ ഭൂരിഭാഗവും ക്ഷീണിച്ചവരായിരുന്നു. അവരുടെ കൈകളിൽ ആയുധങ്ങൾ ഒന്നുമില്ലായിരുന്നു. പിടിക്കപ്പെട്ടപ്പോൾ ഗളച്ഛേദം ചെയ്യപ്പെട്ട് വീണുപോയി. ഒന്നിനുമുകളിൽ ഒന്നായി ശവശരീരങ്ങൾ ദൈവാലയത്തിന്റെ വിശുദ്ധ സ്ഥലത്ത് വീണുകിടന്നിരുന്നു. വിശുദ്ധ സ്ഥലത്തിന് മുകളിൽ വച്ചു കൊല്ലപ്പെട്ടവരുടെ രക്തം അവിടെ നിന്നും പടികളിലൂടെ ഒലിച്ചിറങ്ങി. അവരുടെ ശരീരങ്ങൾ അവിടെത്തന്നെ കിടന്നിരുന്നു.

കൈസറിന് തന്റെ പടയുടെ ആവേശത്തോടെയുള്ള ശൗര്യ പ്രകടനം തടുക്കുവാൻ സാധിച്ചില്ല. അഗ്നി കൂടുതൽ സ്ഥലങ്ങളിലേക്ക് വ്യാപിച്ചു. അയാൾ നേരിട്ടു തന്നെ വിശുദ്ധസ്ഥലത്തെത്തി സ്ഥിതിഗതികൾ പടനായകന്മാരുമായി വിശകലനം ചെയ്തു. അതിൽ അടങ്ങിയിരിക്കുന്നത് അതിന്റെ വൈദേശിക ഘടകങ്ങളേക്കാൾ വളരെ ഉന്നതമായിരുന്നു. അത് തങ്ങൾ വിചാരിച്ചിരുന്നതിനേക്കാൾ ഒട്ടും താണതരത്തിലുമായിരുന്നില്ല. അഗ്നി ദൈവാലയത്തിനു ചുറ്റും പടർന്നു. എന്നാൽ അകത്തളങ്ങളിലേക്ക് പടർന്നിരുന്നില്ല. ഇപ്രകാരം ആയിരുന്നു സ്ഥിതിയെങ്കിലും ഇനിയും ദൈവാലയത്തെ രക്ഷിക്കുവാൻ കഴിയുമെന്ന് തീത്തോസ് വിശ്വസിച്ചു, അതിനുവേണ്ടി പടയാളികളെ അനുനയിപ്പിച്ചു ലിബേറിയസ് എന്ന ശതാധിപനോടും ഒരു കുന്തക്കാരനോടും അനുസരിക്കാത്തവരെയും അവരുടെ അടിമകളേയും പ്രഹരിക്കുവാൻ അവൻ അജ്ഞാപിച്ചു. കൂടെ അവനെക്കൊണ്ട് ബലമായി ഇതൊക്കെ നടത്തിക്കുവാനും കൈസറിനോടുള്ള ഭയത്തേക്കാളും അവർ നേരിട്ട ഭയാനകമായ അവസ്ഥയെക്കാളും യുദ്ധം നേടുക എന്ന അഭിനിവേശം ആയിരുന്നു അവരെനയിച്ചത്. യഹൂദന്മാരോടുള്ള വെറുപ്പ് അത്യധികം ആയിരുന്നതിനാൽ വീര്യത്തോടെ യുദ്ധം ചെയ്യുക എന്നത് അവരുടെ അത്യധികമായ ആഗ്രഹമായിരുന്നു. കൂടാതെ കൊള്ളയടിക്കുവാൻ ഉള്ളതായ വലിയ സാധ്യത അവരെ മുന്നേറുവാൻ പ്രേരിപ്പിച്ചു. എല്ലാ ഇടങ്ങളും സമ്പത്തുകൊണ്ട് നിറഞ്ഞിരിക്കുന്നതായും സ്വർണ്ണത്താൽ നിർമ്മിതമായ വസ്തുക്കളുടെ ശേഖരങ്ങൾ ഉള്ളതായും അവർ വിശ്വസിച്ചിരുന്നു. കൈസർ നിരോധിച്ച ഒരു സ്ഥലത്തേക്ക് കാവൽക്കാരെ മറികടന്ന് പടയാളികൾ ഓടിയെത്തി പ്രവേശന കവാടത്തിന്റെ വിജാഗിരികൾക്ക് തീയിട്ടു അധികം താമസിക്കാതെ വിശുദ്ധ മന്ദിരത്തിലേക്ക് തീപടർന്നു. അപ്പോൾ തന്നെ കൈസറും പടനായകന്മാരും പിൻവാങ്ങി. തീയിടുന്നതിൽ നിന്ന് അവരെ തടയുവാൻ ആരുമുണ്ടായിരുന്നില്ല. അതിനാൽ കൈസറിന്റെ അനുവാദത്തിനു കാത്തുനിൽക്കാതെ അവർ ദൈവാലയത്തിനു തീയിട്ടു.

സത്യസന്ധമായി നോക്കുന്ന ഏവരും ദൈവാലയത്തിന്റെ ഇപ്പോഴത്തെ അവസ്ഥയെ ഓർത്ത് വിലപിച്ചുപോകും. ഏറ്റവും മനോഹരമായ നിർമ്മിതി, കേട്ടതിനേക്കാൾ ഉന്നതിയിലുള്ള അതിന്റെ രൂപവും വലിപ്പവും, അതിന്റെ നിർമ്മാണത്തിൽ

വേണ്ടിവന്ന ഭീമമായ ചെലവ്, മഹത്വമേറിയ അതിന്റെ പ്രശസ്തി, അതിനെല്ലാറ്റിനുമുപരി അതിന്റെ പരിശുദ്ധി എന്നിവ ഏതൊരാളും ഒരുനിമിഷം ആലോചിച്ചുപോകും. എങ്കിലും വിധിയെന്നോർത്ത് ആശ്വസിക്കുവാൻ പലരും ശ്രമിച്ചേക്കും. ജീവികൾക്കും അജൈവ വസ്തുക്കൾക്കും വന്നുചേർന്നേക്കാവുന്ന ഒഴിവാക്കാനാവാത്ത വഴിയായി തോന്നിയേക്കാം. എന്നാൽ ഒരാൾക്കും ഈ ദിവസത്തിന്റെ കൃത്യതയെക്കുറിച്ച് മറക്കുവാൻ കഴിയുന്നതല്ല. ഞാൻ മുമ്പ് പറഞ്ഞതുപോലെ ഇതേ ദിവസമാണ് ബാബേലുകാർ ഈ വിശുദ്ധ മന്ദിരത്തെ അഗ്നിക്കിരയാക്കിയത്. ഈ ദൈവാലയം ശലോമോൻ രാജാവ് അടിസ്ഥാനം ഇട്ടതുമുതൽ ഇതിന്റെ നാശം വെസ്പിയൻ ഭരണത്തിന്റെ രണ്ടാം വർഷം സംഭവിക്കുന്നത് വരെ ആയിരത്തി ഒരു നൂറ്റി മുപ്പത് വർഷവും ഏഴ് മാസവും പതിനഞ്ച് ദിവസവും ആയിരുന്നു. അതിന്റെ അടുത്തുള്ള രണ്ടാമത്തെ ദൈവാലയം കോരശ് രാജാവിന്റെ രണ്ടാം വർഷം ഹഗ്ഗായി പണികഴിപ്പിച്ചത് വെസ്പിയൻ ഭരണത്തിൽ നശിപ്പിക്കപ്പെടുന്നത് വരെ അറുനൂറ്റി മുപ്പത്തിയൊൻപത് വർഷവും നാല്പത്തി അഞ്ച് ദിവസവും ആയിരുന്നു.

വിശുദ്ധ മന്ദിരം നശിപ്പിക്കപ്പെട്ടതിനുശേഷം യെഹൂദ്യർക്കുണ്ടായ വലിയ ദുരിതം. കള്ളപ്രവാചകനും തുടർന്ന് നാശത്തിന്റെ സൂചനകളും

5 വിശുദ്ധ മന്ദിരം അഗ്നിക്കിരയായിക്കൊണ്ടിരുന്നപ്പോൾ എടുത്ത മാറ്റാവുന്ന വസ്തുക്കളെല്ലാം മാറ്റപ്പെട്ടു. പിടിക്കപ്പെട്ട പതിനായിരത്തോളം പേർ കൊല്ലപ്പെട്ടു. ആരോടും ഒന്നിന്റെ പേരിലും ഒരു ദയാദാക്ഷിണ്യവും കാട്ടിയില്ല. പടയാളികളോടൊപ്പം വൃദ്ധരും കുട്ടികളും പുരോഹിതന്മാർ പോലും ഒരേ രീതിയിൽ കൊല്ലപ്പെട്ടു. യുദ്ധം എല്ലാവരേയും ഒരുപോലെ ബാധിച്ചു. എല്ലാവരും ഇതിന്റെ തീവ്രതയിൽ മരിച്ചു വീണു. സ്വന്തം ജീവനുവേണ്ടി കേണവർ പോലും സ്വയരക്ഷയ്ക്കു വേണ്ടി യുദ്ധം ചെയ്തു.

അഗ്നി ഏറെ ദൂരത്തേക്ക് വ്യാപിച്ചു. അഗ്നിയിൽ വസ്തുക്കൾ വീണെരിയുന്നതിന്റെ ശബ്ദത്തോടൊപ്പം മരിച്ചു വീഴുന്നവരുടെ നിലവിളികളും അന്തരീക്ഷത്തിൽ ഉയർന്നു കേട്ടു. വിശുദ്ധ മന്ദിരം ബൃഹത്തായതും ഉയരത്തിലുള്ളതും ഒരു കുന്നിൻ മുകളിൽ ആയിരുന്നതിനാലും ആ നഗരം തന്നെ അഗ്നിക്കിരയാക്കിയതായി മറ്റുള്ളവർക്കു തോന്നി. ഇതിനേക്കാൾ വലിയ കോലാഹലവും മുഴക്കവും വേറെ ഉണ്ടാകില്ലെന്ന് അവർ ചിന്തിച്ചു. ഒന്നിച്ചു നീങ്ങി മുന്നോട്ട് നീങ്ങുന്നതിനിടയിൽ പെട്ടെന്ന് റോമാസൈന്യത്തിൽ നിന്നും ഒരു അസാധാരണ അലർച്ച അന്തരീക്ഷത്തിൽ മാറ്റൊലിക്കൊണ്ടു. യുദ്ധത്തിൽ ആയിരുന്ന പോരാളികൾ ആ സമയം അഗ്നിയുടെയും വാളുകളുടെയും മധ്യത്തിൽ പെട്ടുപോയി. ഒറ്റപ്പെട്ടുപോയവർ ശത്രുക്കളുടെ താഡനമേറ്റ് പിന്നോട്ട് പോകേണ്ടി വന്നു. അതിദാരുണമായ രീതിയിൽ നിലവിളികൾ അന്തരീക്ഷത്തിൽ ഉയർന്നത് യുദ്ധത്തിന്റെ ഭീകരതയെക്കുറിക്കുന്നു.

ജനക്കൂട്ടം നഗരത്തിൽ നിന്നും പ്രാന്തപ്രദേശങ്ങളിൽ നിന്നും കുന്നിൽ ചെരുവുകളിൽ നിന്നും സൈന്യത്തോടൊപ്പം അണിചേർന്നു. ഇതു കൂടാതെ ക്ഷാമത്തിന്റെ കെടുതികളിൽ വലഞ്ഞിരുന്നവർ, ദൈവാലയത്തെ അഗ്നി വിഴുങ്ങുന്നത് കണ്ടു നിൽക്കാനാവാതെ തങ്ങളുടെ അവസാന ശക്തിയുമെടുത്ത് ദൈവാലയത്തെ രക്ഷിക്കുവാനായി മുന്നോട്ട് കുതിച്ചു.

അലയടിച്ച ശബ്ദത്തേക്കാൾ ഭീകരമായിരുന്നു അവരുടെ ദുരിതം. ദൈവാലയത്തിന്റെ എല്ലാ ഭാഗങ്ങളും തീയിൽ അകപ്പെട്ടതിനാൽ അത് നിലനിന്നിരുന്ന മല തന്നെ ചൂട് വമിപ്പിച്ചുകൊണ്ടിരുന്നു. അഗ്നിയാൽ കൊല്ലപ്പെട്ടവരേക്കാൾ കൂടുതലായിരുന്നു വാളുകൾക്കിരയായവർ. ഒഴുകിയിരുന്ന രക്തം ഏറെയായിരുന്നെങ്കിലും ശവശരീരങ്ങൾകൊണ്ട് നിറഞ്ഞിരുന്നതി

നാൽ തറയിലുണ്ടായിരുന്നതൊന്നും കാണുവാൻ സാധിച്ചിരുന്നില്ല. ശവങ്ങൾക്ക് മുകളിലൂടെ പാഞ്ഞ് പടയാളികൾ ഓടിപ്പോയവരെ പിൻതുടർന്നു.

ദൈവാലയത്തിൽ മറഞ്ഞിരുന്ന തസ്ക്കരന്മാരെ റോമാക്കാർ തുരത്തിയെങ്കിലും പ്രാകാരങ്ങളെല്ലാം ഓടിപ്പോകുന്നവരെക്കൊണ്ട് നിറഞ്ഞിരുന്നതിനാൽ രക്ഷപ്പെടുവാനുള്ള ദൗത്യം ശ്രമകരമായിരുന്നു. ദൈവാലയത്തിലുണ്ടായിരുന്ന പുരോഹിതന്മാരാകട്ടെ, ചുറ്റുമുണ്ടായിരുന്ന മുൾക്കമ്പുകളെടുത്ത് റോമാക്കാരെ ആക്രമിച്ചു.

ഈ ആക്രമണത്താൽ ഒന്നും നേടാനാവാതെ അഗ്നിജ്വാലകൾ മുന്നോട്ടു പടരുന്നതിനാൽ അവർ എട്ടുവാരദൂരത്തിലുള്ള മതിലിനടുത്തേക്ക് പിൻവലിയുകയും അവിടെത്തന്നെ നിലയുറപ്പിക്കുകയും ചെയ്തു. ഈ വിഷമഘട്ടത്തിൽ, ധൈര്യത്തോടെ യുദ്ധം ചെയ്തു മുന്നേറി, അവരെ രക്ഷിക്കുകയോ, റോമാക്കാർക്ക് കീഴടങ്ങുകയോ ചെയ്യാമായിരുന്ന രണ്ടു പേർ ഉണ്ടായിരുന്നെങ്കിലും അഗ്നിയിൽ വിശുദ്ധ മന്ദിരത്തോടൊപ്പം വിലയം പ്രാപിച്ചു. അവർ ബൈൽഗാസിന്റെ മകനായ മീരസും ദലേയൂസിന്റെ മകനായ ജോസഫും ആയിരുന്നു.

വിശുദ്ധ മന്ദിരത്തിന് ചുറ്റുമുള്ള നിർമ്മിതികളെ ഒഴിവാക്കുന്നതിൽ കാര്യമില്ലെന്നു മനസ്സിലാക്കിയ റോമാക്കാർ, കിഴക്കു ഭാഗത്തും ദക്ഷിണഭാഗത്തുമായി ഉണ്ടായിരുന്ന രണ്ട് സ്തംഭങ്ങൾ ഒഴിച്ച് ബാക്കി എല്ലാം, ദൈവാലയത്തിന്റെ മറ്റ് ഗോപുരഭാഗങ്ങളുടെ അവശിഷ്ടങ്ങളോടൊപ്പം തീയിട്ട് നശിപ്പിച്ചു. അവർ തന്നെ ഒഴിവാക്കിയ രണ്ടു ഗോപുരങ്ങളും പിന്നീട് അവർ നശിപ്പിക്കുകയും ചെയ്തു. അമൂല്യ വസ്തുക്കളും വിലയേറിയ വസ്ത്രങ്ങളും വലിയോരളവ് പണവും നിറച്ചിരുന്ന ഭണ്ഡാര അറകളും അവർ തീയിട്ട് നശിപ്പിച്ചു. ചുരുക്കത്തിൽ യെഹൂദ്യർ കൂടി വച്ചിരുന്ന എല്ലാ സമ്പത്തും ധനവാന്മാർ തങ്ങളുടെ ഉപകരണങ്ങൾ കൂട്ടി വച്ചിരുന്ന മുറികളും എല്ലാം പൂർണ്ണമായി ഇല്ലാതെയായി.

എന്നാൽ പടയാളികൾ വിശ്രമത്തിനായി പുറത്തെ ഗോപുരത്തിൽ എത്തിയപ്പോൾ അവിടെ സ്ത്രീകളും കുട്ടികളും മറ്റുള്ളവരും ഇടകലർന്നു ഓടിപ്പോയിരുന്ന ആറായിരത്തോളം പേരെ കണ്ടെത്തി. കൈസർ ഈ മനുഷ്യരെക്കുറിച്ച് ഒന്നും തീരുമാനിച്ചില്ല പടനായകന്മാർക്ക് ഒരു വിധ ഉത്തരവും നൽകിയില്ല. ആക്രമണകാരികളായിരുന്ന പടയാളികൾ ഈ ഗോപുരത്തിന് തീകൊളുത്തി. മുമ്പ് സംഭവിച്ചതുപോലെ ദൈവാലയത്തിൽ നിന്ന് താഴേക്ക് ചാടിയവരും മറ്റുള്ളവരും അതേ വിധിക്കുതന്നെ ഏൽപിക്കപ്പെട്ടു, ഒരാൾ പോലും രക്ഷപ്പെട്ടില്ല.

ഈ നാശത്തിനെല്ലാം മൂലകാരണം ഒരു വ്യാജ പ്രവാചകനായിരുന്നു. എല്ലാവരും ദൈവാലയത്തിലേക്ക് പ്രവേശിക്കുവാൻ ദൈവം അരുളി ചെയ്തുവെന്നും അവരെ അവിടെ നിന്നും വിടുവിക്കുമെന്നും, അതിശയങ്ങൾ പ്രവർത്തിച്ച് അവരെ രക്ഷിക്കുമെന്നും, ജനമധ്യത്തിൽ അയാൾ വിളംബരം ചെയ്തിരുന്നു. അക്കാലത്ത് ആ ക്രൂര ഭരണാധികാരി നിയോഗിച്ച അനേകം വ്യാജ പ്രവാചകന്മാർ ഉണ്ടായിരുന്നു. ദൈവത്തിന്റെ വിടുതലിനായി കാത്തിരിക്കുവാൻ അവർ ജനങ്ങളെ ഉത്ബോധിപ്പിച്ചു.

ഇത് അവരെ ഒറ്റപ്പെടലിൽ നിന്നും ഭയപ്പാടിൽ നിന്നും രക്ഷപ്പെടുവാൻ ഉള്ള ഒരു പ്രതീക്ഷ കൊടുക്കുവാനാണ് ഉദ്ദേശിച്ചിരുന്നത്. കഷ്ടപ്പാടിൽ കഴിയുന്ന ഒരാൾ വളരെ വേഗം ഇത്തരം വാഗ്ദാനങ്ങളിൽ പെട്ടു പോകും. ഇതേ പോലെയുള്ള ഒരു പ്രലോഭകൻ, കഷ്ടതകളിൽ നിന്നും അടിമത്തത്തിൽ നിന്നും രക്ഷപെടുവാനുള്ള മാർഗ്ഗം ഉപദേശിച്ചു നൽകുമ്പോൾ, ഒരു രോഗി തന്റെ രോഗത്തിൽ നിന്നും രക്ഷപെടുമെന്നുള്ള പ്രതീക്ഷ ലഭിച്ചതുപോലെ പ്രതികരിക്കും.

ആയതിനാൽ ചതിയന്മാർ ദുരിതഗ്രസ്ഥരെ അനുനയിപ്പിച്ച് ദൈവമാണ് തങ്ങളെ അയച്ചതെന്ന് പറഞ്ഞു് വിശ്വസിപ്പിച്ചു. പ്രത്യക്ഷമായി കാണാമായിരുന്ന തെളിവുകളെ ശ്രദ്ധിക്കുകയോ അതിനു വിലകൽ

പ്പിക്കുകയോ ചെയ്യാതെ അവർക്ക് വരുവാനുള്ള നേട്ടങ്ങളെ മാത്രം കണക്ക് കൂട്ടി അവർ അതെല്ലാം വിശ്വസിക്കുകയും ചെയ്തു. ദൈവം ദാനമായി നൽകിയ താലന്തുകളൊന്നും കണ്ണുകൊണ്ടോ മനസ്സുകൊണ്ടോ ശ്രദ്ധിക്കാതെ ഒരു വിലയും കല്പിക്കാതെ അവൻ താൽക്കാലിക നേട്ടങ്ങളുടെ പിന്നാലെ പാഞ്ഞു.

ആയതിനാൽ നഗരത്തിന് മുകളിൽ, ഒരു വാൾ പോലെ നക്ഷത്രവും, വർഷം മുഴുവനും നീളുന്ന വാൽ നക്ഷത്രവും ഉണ്ടായിരുന്നു. യുദ്ധ ലഹളകളും അതിനൊപ്പമുള്ള പ്രയാസങ്ങൾക്കും മുമ്പ് ജനം ഒന്നായി സന്തിക്കോസ് * മാസത്തിന്റെ എട്ടാം ദിവസം രാത്രിയുടെ ഒൻപതാം യാമത്തിൽ പുളിപ്പില്ലാത്ത അപ്പത്തിന്റെ പെരുന്നാൾ ആഘോഷിച്ചു വന്നിരുന്നു. അന്നേ ദിവസം വിശുദ്ധ മന്ദിരത്തിനും ബലിപീഠത്തിനും ചുറ്റും പകൽ പോലെ തോന്നിപ്പിക്കുന്ന രീതിയിൽ ഒരു വലിയ പ്രകാശം പതിക്കുകയും, അരമണിക്കൂർ നേരത്തേക്ക് ഉണ്ടാവുകയും ചെയ്തു. ഇത് മൂഢന്മാർ ശുഭലക്ഷണമായി കണക്കാക്കി. എന്നാൽ ഇത് വിശുദ്ധ ലിഖിതങ്ങൾ പ്രകാരം വരുവാനുള്ള കാര്യങ്ങളുടെ സൂചനയായിരുന്നു. അതേസമയം തന്നെ യാഗത്തിനായി ഉന്നത പുരോഹിതൻ കൊണ്ടുപോയ പശു, ദേവാലയ മദ്ധ്യത്തിൽ ഒരു കിടാവിന് ജന്മം നൽകി.

കൂടാതെ ദൈവാലയത്തിന്റെ കിഴക്കേ പടിവാതിൽ പിത്തളകൊണ്ട് പണികഴിപ്പിച്ചിരുന്നതും, ഏറ്റവും ഭാരമേറിയതും ആയിരുന്നു. ഇരുപത് പേർ പ്രയാസത്തോടെയാണ് അത് അടയ്ക്കുകയും തുറക്കുകയും ചെയ്തിരുന്നത്. അതിന്റെ അടിസ്ഥാനം ഇരുമ്പുണിൽ നാട്ടിയിരുന്നതും വലിയ പാറയിലേക്ക് ആഴത്തിൽ ഉറപ്പിച്ചിരുന്നതുമാണ്. രാത്രിയുടെ ആറാം യാമത്തിൽ അത് തനിയെ തുറന്നു കിടക്കുന്നതായി കാണപ്പെട്ടു. സുരക്ഷാ ഭടന്മാർ ദൈവാലയത്തിന്റെ ചുമതലക്കാരനെ കാര്യങ്ങൾ ധരിപ്പിച്ചു. എല്ലാവരും ചേർന്ന് അത് വലിയ ആയാസമില്ലാതെ തിരികെ ഉറപ്പിച്ചു. സാധാരണ ജനത്തിന് സന്തോഷത്തിന്റെ വാതിൽ ദൈവം തുറന്നു തന്നുവെന്ന് കരുതി, എല്ലാവരും ആനന്ദിച്ചു. എന്നാൽ വിജ്ഞാനികൾ, പടിവാതിലുകൾ തുറന്നത് സുരക്ഷയുടെ വീഴ്ചയാണെന്നും ശത്രുക്കൾക്ക് നേട്ടം ലഭിക്കുവാൻ ഇടയായിട്ടുണ്ടെന്നും മനസ്സിലാക്കി. ഇത് തങ്ങൾക്ക് വരുവാനിരിക്കുന്ന ശൂന്യതയുടെയും ദുരിതങ്ങളുടെയും സൂചനയാണെന്ന് ഉറക്കെ, വിളിച്ചു പറഞ്ഞു.

ഇതൊന്നും കൂടാതെ, ഉത്സവത്തിന്റെ കുറച്ച് ദിവസങ്ങൾക്ക് ശേഷം, ആർത്തേമിസിയോസ് ** മാസത്തിന്റെ ഇരുപത്തിയൊന്നാം നാൾ അത്ഭുതകരവും അസാധാരണവുമായ ഒരു പ്രതിഭാസം ദൃഷ്ടിഗോചരമായി. ഇതൊരു പരമാർത്ഥമായ കാര്യമാണെന്ന് ഇതിന് സാക്ഷ്യം വഹിച്ചവർ പറയുന്നെങ്കിലും ഒരു കെട്ടുകഥയായി മാത്രമേ എനിക്ക് തോന്നിയുള്ളൂ. സൂര്യാസ്തമനത്തിന് മുമ്പ് രഥങ്ങളും ആയുധധാരികളുടെ സൈന്യവ്യൂഹവും നഗരത്തിന് മുകളിൽ മേഘങ്ങളിൽ മൽസരിച്ച് കടന്നുപോകുന്നതായി അവർ കണ്ടു. പെന്തക്കോസ്തി എന്ന പെരുന്നാളിൽ വിശുദ്ധ മന്ദിരത്തിന്റെ ഉള്ളിലെത്തി പുരോഹിതന്മാർ വിശുദ്ധ കർമ്മങ്ങൾ അനുഷ്ഠിക്കുക എന്നത് അവരുടെ രീതിയായിരുന്നു. ആ സമയം ഒരു കുലുക്കവും വലിയ ശബ്ദവും കേട്ടു. അതിന് ശേഷം ഒരു വലിയ 'ജനക്കൂട്ടം ഞങ്ങൾ ഇവിടം വിട്ടു പോകട്ടെ' എന്നു വിളിച്ചു പറയുന്നതുപോലെയും അവർ കേട്ടു.

ഇതിനേക്കാൾ ഭീതിതമായിരുന്നത് അനാനസിന്റെ മകനായ യേശുവിനെ ബന്ധപ്പെടുത്തിയിട്ടുള്ളതാണ്. അവൻ

---

* *മക്കദോന്യൻ കലണ്ടറിലെ ആറാം മാസം, ഗ്രിഗോറിയൻ കലണ്ടറിലെ മാർച്ച് മാസത്തിന് ഏകദേശം തുല്യം*

** *മക്കദോന്യൻ കലണ്ടറിലെ ഏഴാം മാസം, ഗ്രിഗോറിയൻ കലണ്ടറിലെ ഏപ്രിൽ മാസത്തിന് ഏകദേശം തുല്യം*

സാധാരണക്കാരനായ ഒരു കർഷകനായിരുന്നു. യുദ്ധം ആരംഭിക്കുന്നതിന് നാലുവർഷം മുമ്പ്, നഗരം സമാധാനത്തിലും അഭിവൃദ്ധിയിലും ആയിരുന്നപ്പോൾ ഉത്സവനാളുകളിൽ അയാൾ അവിടെ എത്തി. ഉത്സവനാളുകളിൽ ദൈവത്തിന് കൂടാരമടിക്കുക എന്നതു് ഒരു പാരമ്പര്യമായിരുന്നു. അവൻ കൂടാരനിർമ്മിതി നടത്തുന്നതിനിടയിൽ ഉച്ചത്തിൽ നിലവിളിച്ചു പറഞ്ഞു; 'കിഴക്കുനിന്നൊരു ശബ്ദം, പടിഞ്ഞാറു നിന്നൊരു ശബ്ദം, വായുവിൽ നിന്നൊരു ശബ്ദം, വിശുദ്ധ മന്ദിരത്തിനെതിരെയും യരുശലേമിനെതിരെയും ഒരു ശബ്ദം, വധൂവരന്മാർക്കെതിരേ ഒരു ശബ്ദം, ഈ ജനക്കൂട്ടത്തിനെതിരേ ഒരു ശബ്ദം'.

ആ പകലും രാത്രിയും അയാൾ നിലവിളിച്ചു കൊണ്ട് തെരുവീഥികകളിൽക്കൂടി ഓടി. ഇത്രയും ആപത്കരമായ നിലവിളിയുമായി നടക്കുന്ന അയാളോടുള്ള ആത്മരോഷം സമൂഹത്തിൽ പ്രധാനികളായ ചിലർക്കുണ്ടാകുകയും, അവനെ പിടിച്ചുകെട്ടി പുറംതോൽ പൊട്ടി പാടുകൾ വീഴുന്നത്ര പ്രഹരിക്കുകയും ചെയ്തു. എന്നിരുന്നാലും അവൻ എന്തെങ്കിലും സംസാരിക്കുകയോ. അവനെ ശിക്ഷിച്ചവർക്ക് എതിരെ പറയുകയോ ചെയ്തില്ല. മറിച്ച് അവൻ പറഞ്ഞു കൊണ്ടിരുന്ന അതേ വാക്കുകൾ അലമുറയിട്ടുകൊണ്ട് ആവർത്തിച്ചുകൊണ്ടിരുന്നു. നമ്മുടെ ഭരണാധികാരികൾ, അവനെതിരെയുള്ള കുറ്റം നിസ്സംശയം തെളിയിക്കപ്പെട്ടെന്നും അവനിലുള്ള ഏതോ ദൈവിക ക്രോധമാണെന്നും അറിയിച്ച്, അവനെ റോമാ കോടതി കാര്യവാഹകനെ ഏൽപ്പിച്ചു. അവിടെ അവനെ ചാട്ടവാറുകൊണ്ട് അസ്ഥികൾ തെളിയുന്നതുവരെ അടിക്കുകയും ചെയ്തെങ്കിലും അവൻ അവരോട് യാചിക്കുകയോ ഒരു തുള്ളി കണ്ണുനീർ പൊഴിക്കുകയോ ചെയ്തില്ല. എന്നാൽ അവൻ ഓരോ ചാട്ടവാറടിയും ഏറ്റു വാങ്ങുമ്പോഴും 'കഷ്ടം, യേരുശലേമിന് കഷ്ടം,' എന്ന് കൂടുതൽ വിലാപസ്വരത്തിൽ ഉച്ചത്തിൽ വിളിച്ചു പറഞ്ഞുകൊണ്ടിരുന്നു.

നമ്മുടെ കോടതികാര്യകർത്താവ് ആൽബിനസ് എന്നയാൾ ആയിരുന്നു. അയാൾ അവനോട് താൻ ആരാണെന്നും എവിടെ നിന്ന് വന്നുവെന്നും എന്തിനാണ് ഇതൊക്കെ ചെയ്യുന്നതെന്നും ചോദിച്ചു. ചോദ്യങ്ങൾക്ക് ഉത്തരം നൽകാത്തതെന്തെന്ന് ചോദിച്ചിട്ടും വിലാപ ഗീതം അയാൾ അവസാനിപ്പിച്ചില്ല. ഉത്തരമൊന്നും ലഭിക്കായ്കയാൽ ഒരു ഭ്രാന്തൻ എന്ന് മുദ്രകുത്തിഅയാളെ പറഞ്ഞുവിട്ടു. ഇത്രയും കാലം യുദ്ധത്തിന് മുമ്പ് കഴിഞ്ഞെങ്കിലും ഈ മനുഷ്യൻ ആരെയെങ്കിലും കാണുവാൻ ശ്രമിക്കുകയോ ആരെങ്കിലും അയാളെ കാണുവാൻ ശ്രമിക്കുകയോ ചെയ്തില്ല. എന്നാൽ മുൻകൂട്ടി നിശ്ചയിച്ച നേർച്ച പോലെ 'കഷ്ടം യേരുശലേമിന് കഷ്ടം,' എന്ന് വിലാപ വാക്കുകൾ എല്ലാ ദിവസവും ഉരുവിട്ടുകൊണ്ടേയിരുന്നു.

അവനെ അടിച്ചവരെ അവൻ ശപിക്കുകയോ, ആഹാരം നൽകിയവരെ അനുഗ്രഹിക്കുകയോ ചെയ്തില്ല. ഒന്നു മാത്രമായിരുന്നു എല്ലാവരോടും അയാളുടെ മറുപടി: എന്താണ് വരാൻ പോകുന്നതെന്ന് വിഷാദത്തോടെയുള്ള ഒരു പ്രവചനം മാത്രം. അവന്റെ വിലാപ ശബ്ദമായിരുന്നു ഉൽസവനാളുകളിൽ ഏറ്റവും ഉച്ചസ്ഥായിയിൽ നിന്നിരുന്നതു്. ഏഴുവർഷവും അഞ്ചു മാസവും അവൻ തന്റെ വിലാപഗാനം തുടർന്നു, അവൻ ക്ഷിണിക്കുകയയോ അവന്റെ ശബ്ദം പരുപരുത്തതാവുകയോ ചെയ്തില്ല. അവസാനം യരുശലേമിനെ ശത്രുക്കൾ വളഞ്ഞതോടെ അവന്റെ പ്രവചനം നിറവേറി. ഉപരോധം അവസാനിച്ചതോടെ കോട്ടയ്ക്ക് ചുറ്റും ഓടി ഉച്ചത്തിൽ അവൻ നിലവിളിച്ചു.

'കഷ്ടം, നഗരത്തിനും ജനങ്ങൾക്കും, വിശുദ്ധ മന്ദിരത്തിനും കഷ്ടം' എന്നായിരുന്നു അവന്റെ വിലാപം. അവസാനം ഒന്നു കൂടി അവൻ കൂട്ടിച്ചേർത്തു: 'കഷ്ടം, എനിക്കും കഷ്ടം'. തുടർന്ന് ഒരു കവണയിൽ നിന്നും പറന്നുവന്ന ഒരു കല്ല് അവന്റെ മേൽ പതിച്ചു. ക്ഷണനേരത്തിൽ അവൻ കൊല്ലപ്പെട്ടു. അവൻ അതേ പ്രവചനം തുടർന്നു കൊണ്ടി

രുന്നപ്പോൾ അവന്റെ ആത്മാവ് അവനെ വിട്ടു പിരിഞ്ഞു.

ആരെങ്കിലും ഇതൊക്കെ പരിഗണിക്കു ന്നുണ്ടെങ്കിൽ ദൈവം മനുഷ്യകുലത്തെ എത്രമാത്രം കരുതുന്നുവെന്നും ആവശ്യ മായ രീതിയിൽ മുന്നറിയിപ്പുകൾ നൽകു ന്നുവെന്നും, അവരുടെ സംരക്ഷണത്തിനാ യി എന്തെല്ലാം ചെയ്യുന്നുവെന്നും മനസ്സിലാ ക്കുക. മനുഷ്യൻ ദുരിതത്തിൽപെട്ട് മരണ പ്പെടുന്നതു് തന്നെത്താൻ വരുത്തിവെയ്ക്കുന്ന ഭ്രാന്തൻ പ്രവർത്തികളാലാണ്. യെഹൂദ്യർ അന്റോണിയാ ഗോപുരം തകർത്തതിലൂടെ അവരുടെ ദൈവാലയത്തെ ഒരു കവലയ്ക്കു ചുറ്റുമുള്ള ഒരു നിർമ്മിതി മാത്രമായി മാറ്റി. ഇതെല്ലാം അവരുടെ വിശുദ്ധ അരുളപ്പാടു കളിൽ എഴുതപ്പെട്ടിട്ടുണ്ട്: "അവരുടെ നഗ രവും അവരുടെ ദൈവാലയവും പിടിച്ചടക്ക പ്പെടും, അവരുടെ ദൈവാലയം കവലയ്ക്ക് ചു റ്റുമുള്ള ഒരു നിർമ്മിതിയായി മാറും."

എന്നാലിപ്പോൾ, അവരിൽ ഏറ്റവും ഉന്നതിയിലുള്ളവർ യുദ്ധസമയത്ത് എന്താ ണ് ചെയ്തത്? അവരുടെ വിശുദ്ധ ലിഖിത ത്തിൽ നിന്ന് അവ്യക്തമായ ഒരു വെളിപാ ട് അവർ കണ്ടെടുത്തു. അവരുടെ ലിഖിത ത്തിൽ ഇങ്ങനെ പറയുന്നു: 'അവരുടെ നാ ട്ടിൽ നിന്നും ഒരാൾ അവരുടെ വാസയോ ഗ്യമായ സ്ഥലത്ത് ഭരണാധകാരിയായി വരും.' തങ്ങളെക്കുറിച്ചാണ് ഇതു പറഞ്ഞ തെന്ന് ഓരോരുത്തരും വിശ്വസിച്ചു. ഏറിയ പങ്കം വിശാരദന്മാർ ഇതെല്ലാം വിശ്വസിച്ച് സ്വയം വഞ്ചിതരായി. ഈ വെളിപാടുകൾ യെഹൂദ്യയുടെ ഭരണാധികാരിയായി നിയ മിക്കപ്പെട്ട വെസ്പേഷ്യൻ ചക്രവർത്തിയെ ക്കുറിച്ചായിരുന്നു. എന്നാൽ എല്ലാം മുൻകൂ ട്ടി അറിഞ്ഞാൽക്കൂടി വിധിയെ തടയുവാൻ മനുഷ്യന് കഴിവില്ല. സ്വന്തം സന്തോഷത്തി നുവേണ്ടി ചിലർ ഈ അടയാളങ്ങളെ വ്യാ ഖ്യാനിച്ചു. അവരുടെ ബുദ്ധിശൂന്യത വെളി വാകുന്നതുവരെ ബാക്കി എല്ലാം അവർ പൂർ ണ്ണമായി വെറുത്തു.

റോമാക്കാർ എങ്ങനെ തങ്ങളുടെ പദവി ചിഹ്നങ്ങളും പതാകയും ദൈവാലയം തന്നെയും അതിന്റെ ചുറ്റുപാടും നശിപ്പിക്കപ്പെട്ടതിനുശേഷം സന്തോഷത്തോടെ തീത്തൊസിനെ അനുമോദിക്കുന്നു. തീത്തൊസ് തന്റെ പ്രസംഗത്തിൽ യെഹൂദ്യരുടെ ദയാദാക്ഷിണ്യത്തിനുവേണ്ടിയുള്ള സാഷ്ടാംഗ പ്രണാമം എടുത്തുപറയുന്നു. അവരുടെ മറുപടിയും തീത്തൊസിന്റെ വാക്കുകൾ അവരിലുളവാക്കിയ രോഷവും.

6 കലാപകാരികൾ പാലായനം ചെയ്തതി നു ശേഷം, ദൈവാലയവും ചുറ്റുമുള്ള നിർ മ്മിതികളും തീയിട്ട് നശിപ്പിച്ചതിനു ശേഷം, റോമാക്കാർ അവരുടെ പതാകകൾ ദൈ വാലയത്തിലേക്ക് കൊണ്ടു വന്ന് കിഴക്കേ പടിവാതിലിന് അഭിമുഖമായി സ്ഥാപിച്ചു. അവിടെ അവർ ബലികൾ അർപ്പിച്ചു. തീ ത്തൊസ് വിജയശ്രീലാളിതനായി എന്ന് ആഘോഷങ്ങളുടെ മധ്യേ പ്രഖ്യാപിച്ചു. എല്ലാപടയാളികളുടെ പക്കലും അവർ കൊള്ളയടിച്ചുകൂട്ടിയതൊക്കെ ഉണ്ടായി രുന്നു. സിറിയയിൽ ഒരു ഷെക്കേൽ തുല്ല്യ മായ സ്വർണ്ണം നേരത്തെയുണ്ടായിരുന്നതി ന്റെ പകുതി വിലക്ക് വിറ്റു.

അപ്പോഴും വിശുദ്ധ മന്ദിരത്തിന്റെ കോ ട്ടയ്ക്ക് മുകളിൽ നിലയുറപ്പിച്ചിരുന്ന പുരോ ഹിതന്മാർക്കുവേണ്ടി അവിടെയുണ്ടായിരു ന്ന ഒരാൺകുട്ടി റോമാ പടയാളികളോട് തനിക്ക് ദാഹിക്കുന്നുവെന്നും, വലതുകരം നീട്ടി അവന്റെ സുരക്ഷക്കായി സഹായി ക്കണമെന്നും അപേക്ഷിച്ചു. അവന്റെ പ്രാ യവും പ്രയാസവും പരിഗണിച്ച് അവനോ ട് അലിവുതോന്നിയ പടയാളികൾ അവ രുടെ വലതു കരം നീട്ടി അവനെ താഴേ ക്കു എത്തുവാൻ സഹായിച്ചു. അവൻ താ ഴേക്ക് വന്ന് കുറെ വെള്ളം കുടിച്ചു, കരുതി യിരുന്ന ഒരു പാത്രത്തിൽ നിറച്ചിട്ട് പതു ങ്ങി അവന്റെ സ്നേഹിതന്മാരുടെ അടുത്തേ ക്ക് ഓടിപ്പോയി. പടയാളികളിൽ ആർ ക്കും അവനെ പിടികൂടുവാൻ കഴിഞ്ഞില്ല.

എന്നിരുന്നാലും അവന്റെ വഞ്ചനാപരമായ പെരുമാറ്റത്താൽ അവനെ അക്ഷേപിച്ചു. എന്നാൽ അവന്റെ മറുപടി ഇപ്രകാരം ആയിരുന്നു. "ഞാൻ കരാർ തെറ്റിച്ചിട്ടില്ല, എന്റെ സുരക്ഷക്കായി നിങ്ങളോടൊപ്പം കഴിയാമെന്ന് ഞാൻ പറഞ്ഞിട്ടില്ല. താഴേക്ക് വരുവാൻ എന്നെ സഹായിക്കണമെന്നും, കുറെ വെള്ളം വേണമെന്നും മാത്രമെ ഞാൻ ആവശ്യപ്പെട്ടിട്ടുള്ളൂ. ഈ രണ്ടു കാര്യം മാത്രമെ ഞാൻ ചെയ്തിട്ടുള്ളൂ. ഇപ്രകാരം ഞാൻ അംഗീകരിച്ച കരാർ വിശ്വസ്ഥതയോടെ പാലിച്ചിരിക്കുന്നു."

കബളിപ്പിക്കപ്പെട്ടവർ ആ കുട്ടിയുടെ സാമർത്ഥ്യവും പ്രായവും മനസിലാക്കി അവനെ അഭിനന്ദിച്ചു. ഈ സംഭവത്തിന് അഞ്ചുനാൾ കഴിഞ്ഞ് പട്ടിണിയാൽ മൃതപ്രായരായ പുരോഹിതന്മാർ താഴേക്കു വന്നു. സുരക്ഷാഭടന്മാർ അവരെ തീത്തൊസിനു മുമ്പിൽ ഹാജരാക്കിയപ്പോൾ തങ്ങളുടെ ജീവനുവേണ്ടി അവർ കേണപേക്ഷിച്ചു. മാപ്പു നൽകുന്നതിനുള്ള സമയപരിധി അവസാനിച്ചുവെന്ന് തീത്തോസ് അവരോട്ട് പറഞ്ഞു. ഇതുവരെ അവർ നശിപ്പിക്കപ്പെടാതിരുന്നതിന് കാരണം വിശുദ്ധമന്ദിരം പ്രതിയായിതന്നു. പക്ഷേ ഇപ്പോൾ അത് നശിപ്പിക്കപ്പെട്ടിരിക്കുന്നു. അവർ എവിടെയായിരുന്നുവോ അവിടെത്തന്നെ വെച്ച് അവർ കൊല്ലപ്പെടേണ്ടതാണെന്ന് അവന്റെ ഭരണകാര്യാലയം അറിയിച്ചതിനാൽ അവരെ മരണശിക്ഷയ്ക്ക് ഏൽപ്പിക്കുവാൻ അവൻ ഉത്തരവിട്ടു.

ആ ക്രൂരന്മാരും അവരുടെ കൂട്ടാളികളും എല്ലാ ഭാഗത്തുനിന്നും അവരെ വളഞ്ഞിരിക്കുന്നതായി അവർ മനസിലാക്കി. രക്ഷപെടുവാൻ ഒരു വഴിയും അവശേഷിക്കുന്നില്ലാത്തതിനാൽ തീത്തോസുമായി സന്ധി സംഭാഷണം നേരിട്ടു നടത്തുവാൻ അവർ ശ്രമിച്ചു. അവന്റെ ദയാവായ്പുള്ള സ്വഭാവ സവിശേഷതകൊണ്ടും നഗരം നശിച്ചുപോകാതെ സൂക്ഷിക്കണമെന്ന ആഗ്രഹം കൊണ്ടും, അയാളുടെ സ്നേഹിതന്മാരുടെ ഉപദേശത്താലും കൊള്ളക്കാർ അവസരത്തിനായി കാത്ത് ജാഗരൂകരായി വരുന്നു എന്ന കാരണത്താലും അവൻ ദൈവാലയത്തിനു പുറത്ത് പടിഞ്ഞാറെ തളത്തിൽ പോയി കാര്യങ്ങൾ വീക്ഷിച്ചു. ഇവിടെ പൂമുഖത്തിന് മുകളിലായി പടിവാതിലുകൾ ഉണ്ടായിരുന്നു. അത് നഗരത്തെ ഒരു പാലം വഴി ബന്ധിപ്പിച്ചിരുന്നു. ആ ക്രൂരന്മാരെയും കൈസറിനേയും ആ പാലം ഭാഗിച്ചു നിർത്തി. ജനക്കൂട്ടം രണ്ടു ഭാഗത്തുമായി നിലയുറപ്പിച്ചു. യെഹൂദ്യർ മാപ്പുലഭിക്കുമെന്ന വലിയ പ്രതീക്ഷയിൽ ശീമോനോടും യോഹന്നാനോടുമൊപ്പവും ആയിരുന്നു. റോമാക്കാർ തീത്തൊസ് ഇവരുടെ സാഷ്ടാംഗപ്രണാമം എങ്ങനെ സ്വീകരിക്കുമെന്ന് കാത്തിരുന്നു.

തീത്തൊസ് പടയാളികളോട്ട് അവരുടെ ക്രോധം നിയന്ത്രിക്കുവാൻ ആവശ്യപ്പെട്ടു, കൂടെ അവരുടെ ആയുധങ്ങളും താഴെവയ്ക്കുവാനും അവൻ ആവശ്യപ്പെട്ടു. അവൻ ഒരു വ്യാഖ്യാതാവിനെ നിയമിക്കുകയും ഒരു ജേതാവായ ആൾ എന്ന രീതിയിൽ സംഭാഷണം ആരംഭിക്കുകയും ചെയ്തു.

"നിങ്ങളുടെ രാജ്യത്തിന് ലഭിച്ചിരിക്കുന്ന ദുരിതത്തിൽ നിങ്ങൾ സംതൃപതരാണെന്ന് വിശ്വസിക്കുന്നു. നിങ്ങൾക്ക് നിങ്ങളുടെ ശക്തിയെക്കുറിച്ചോ പാളിച്ചകളെപ്പറ്റിയോ വലിയധാരണകൾ ഒന്നുമില്ല. ചിന്താശൂന്യതയിൽ നിങ്ങൾ അക്രമാസക്തരായി ഭ്രാന്തൻമാരെപ്പോലെ പെരുമാറുന്നു. നിങ്ങളുടെ ഇത്തരത്തിലുള്ള പ്രവർത്തി ജനങ്ങളെയും നഗരത്തേയും നിങ്ങളുടെ വിശുദ്ധമന്ദിരത്തേയും നാശത്തിലേക്ക് തള്ളി വിട്ട്, പോംപെ നിങ്ങളെ ആക്രമിച്ചതു മുതൽ നിങ്ങളുടെ ആളുകൾ കലാപം അവസാനിപ്പിച്ചിട്ടില്ല. ആ നാളുകൾ മുതൽ നിങ്ങൾ റോമാക്കാരുമായി തുറന്ന യുദ്ധത്തിൽ ഏർപ്പെട്ടിരിക്കുകയാണ്. നിങ്ങൾ നിങ്ങളുടെ ജനബാഹുല്യത്തിൽ ആശ്രയിക്കുകയാണോ? എണ്ണത്തിൽ കുറവായ റോമൻ പടയാളികൾ നിങ്ങളെ നേരിടുവാൻ മതിയായിരുന്നില്ലേ? നിങ്ങൾ നിങ്ങളുടെ സഖ്യകക്ഷികളെ വിശ്വസിച്ച് ആശ്രയിക്കുകയാണോ?

നമ്മുടെ രാജ്യാതിർത്തിക്ക് പുറത്തു നിന്ന് ഏതു രാജ്യം റോമാക്കാർക്കെതിരെ യെഹൂദ്യരെ സഹായിക്കാൻ തയാറാകും?"

"നിങ്ങൾ ഞങ്ങളേക്കാൾ ശക്തരാണോ? അല്ല ശക്തരായ ജർമ്മൻകാർ പോലും ഞങ്ങളുടെ ദാസരാണ്. നിങ്ങൾക്കുള്ള മതിലുകൾ ഞങ്ങളുടെ ദാസരാണ് നിങ്ങൾക്കുള്ള മതിലുകൾ ഞങ്ങളുടേതിനേക്കാൾ ബലവത്തായതാണോ? ബ്രിട്ടീഷ് രാജ്യത്തെ ചുറ്റി നിൽക്കുന്ന സമുദ്രത്തിലും വലുതായ, ഏതെങ്കിലും ഒരു പ്രതിരോധം ഉണ്ടോ? അവർക്ക് പോലും റോമാക്കാരുടെ ആയുധങ്ങളെ തടഞ്ഞു നിറുത്തുവാൻ കഴിയുന്നില്ല. ആത്മധൈര്യത്തിൽ നിങ്ങൾ ഞങ്ങളെക്കാൾ മുന്നിലാണോ? അതോ നിങ്ങളുടെ സൈന്യാധിപന്മാരുടെ വിവേകബുദ്ധിയിലോ? ഇല്ല, തീർച്ചയായും നിങ്ങൾ അറിയുകവേണം, ഞങ്ങൾ കാർത്തേജു വരെ ആക്രമിച്ച് കീഴ്പ്പെടുത്തിയതു്. ആയതിനാൽ റോമാക്കാരുടെ ദയാവായ്പിൽ ആവേശഭരിതരായി ഞങ്ങളോടുതന്നെ യുദ്ധം ചെയ്യുവാൻ നിങ്ങൾ ഒരുങ്ങി പുറപ്പെട്ടെങ്കിലും അവർ ആ നാട്ട് നിങ്ങൾക്കു തന്നെ അവകാശമായിത്തന്നു. രണ്ടാമതായി നിങ്ങളുടെ രാജ്യത്തു നിന്ന് തന്നെ രാജാക്കന്മാരെ വാഴിച്ചു. മൂന്നാമതായി നിങ്ങളുടെ പൂർവ്വപിതാക്കന്മാരുടെ നിയമം തന്നെ നിങ്ങൾക്കായി പുനഃസ്ഥാപിച്ചു. അവസാനമായി അവരുടെ കരുണയാൽ നിങ്ങൾക്ക് സന്തോഷം ലഭിക്കുന്ന തരത്തിൽ നിങ്ങൾ തനിയെയോ, മറ്റുള്ളവരോടൊപ്പമോ ജീവിക്കുവാനും അനുവാദം നൽകി"

"ഞങ്ങൾ നിങ്ങൾക്ക് നൽകിയ ഏറ്റവും വലിയ ആനുകൂല്യം എന്താണ്? ദൈവത്തിനു സമർപ്പിക്കുന്ന ബലി വസ്തുക്കൾ ശേഖരിക്കുവാനുള്ള അനുവാദം എന്ന ബഹുമതിയാണ്. അവരൊക്കെയും സംഭാവനകൾ സ്വീകരിക്കുന്നതിന്റെ കണക്കുകൾ സൂക്ഷിക്കുകയോ അതിൽ നിന്ന് അവരെ തടയുകയോ ചെയ്തില്ല. കാലക്രമേണ നിങ്ങൾ ഞങ്ങളേക്കാൾ ധനികരാവുകയും ഞങ്ങളുടെ ശത്രുക്കളാവുകയും ചെയ്തു. നിങ്ങൾ ഞങ്ങൾക്കെതിരെ യുദ്ധസന്നാഹം നടത്തിയതു് ഞങ്ങളുടെ തന്നെ ധനം കൊണ്ടല്ലേ? ഇതൊന്നും കൂടാതെ ഈ ആനുകൂല്യങ്ങളെല്ലാം ആസ്വദിച്ചതു് അതു് തന്നവർക്കെതിരെ നിങ്ങൾ ഉപയോഗിച്ചുകൊണ്ടല്ലേ? നന്ദിയില്ലാത്ത സർപ്പങ്ങളെപോലെ തങ്ങളെ കരുണയോടെ പരിചരിച്ചവർക്കെതിരെ വിഷം വമിപ്പിച്ചില്ലേ"

"നീറോയുടെ അലസത ഒരു ശരീരത്തിലെ അംഗങ്ങൾക്ക് സ്ഥാനഭ്രംശം വന്നതു് പോലെ നിങ്ങൾ വെറുത്തുപോയിരിക്കാം. എന്നാൽ നിങ്ങൾ പകയും വിദ്വേഷവുമുള്ള ഉദ്ദേശ്യത്തോടെ അടുത്ത ഊഴത്തിനുവേണ്ടി നിശബ്ദത പാലിച്ചു. എന്നാൽ നിങ്ങളുടെ വെറുപ്പ് എല്ലാക്കാലത്തെക്കാളും ഏറ്റവും ഉയർന്ന നിലയിൽ ആയിരിക്കുന്നു. നിങ്ങൾ ലജ്ജയില്ലാതെ അപാരമായ പ്രതീക്ഷകൾ സഫലീകരിക്കുവാൻ ശ്രമിക്കുന്നു."

"എന്റെ പിതാവ് ഈ രാജ്യത്തു് എത്തിയതു്, സെസ്റ്റിയസിന്റെ കീഴിൽ നിങ്ങൾ ചെയ്ത പ്രവർത്തികൾക്ക് നിങ്ങളെ ശിക്ഷിക്കാനല്ല, പിന്നെയോ ഉപദേശിച്ച് നേർവഴിക്ക് നയിക്കുവാനാണ്. ഈ രാജ്യത്തെ അട്ടിമറിക്കാനാണ് അവൻ വന്നതെങ്കിൽ ആദ്യം തന്നെ ജലസ്രോതസുകൾ ഇല്ലാതാക്കി ഈ നഗരത്തെ നശിപ്പിക്കുമായിരുന്നു. എന്നാൽ അവൻ ഗലീലിയും ചുറ്റുമുള്ള പ്രദേശങ്ങളുമാണ് തീയിട്ടു നശിപ്പിച്ചതു്. അങ്ങനെ അവർക്ക് പശ്ചാത്തപിക്കുവാനുള്ള അവസരവും നൽകി. ഇത്തരം മനുഷ്യത്വപരമായ പ്രവർത്തിയെ കഴിവില്ലായ്മയായും ഞങ്ങളുടെ സൗമ്യതയെ ധിക്കാരമായും നിങ്ങൾ തെറ്റിദ്ധരിച്ചു. നീറോ ഈ ലോകത്തിൽ നിന്നു തന്നെ ഇല്ലാതെയായപ്പോൾ നിങ്ങൾ ദുഷ്ടന്മാരായും വഷളന്മാരായും പെരുമാറി. ഞാനും എന്റെ പിതാവും കൂടി ഈ യുദ്ധത്തിനു തയാറാകുവാൻ വേണ്ടി മിസ്രയീമിലേക്ക് പോയപ്പോൾ സമൂഹത്തിൽ ഭിന്നാഭിപ്രായം വരുത്തി ഞങ്ങൾക്കെതിരെ പ്രവർത്തിച്ചു."

"ഞങ്ങൾ ചക്രവർത്തിമാരായപ്പോൾ ലജ്ജയില്ലാതെ നിങ്ങൾ ഞങ്ങൾക്കെതി

രെ കലാപം ഇളക്കിവിട്ടു. ഞങ്ങൾ സൈന്യാധിപന്മായിരുന്നപ്പോൾ എത്രമാത്രം സൗമ്യതയുള്ളവരായിരുന്നുവെന്ന് നിങ്ങൾ അനുഭവിച്ചറിഞ്ഞവരല്ലേ? ഞങ്ങൾ ഭരണകർത്താക്കളായപ്പോൾ, എല്ലാവരും സമാധാനമായി കഴിയുകയും വിദേശ രാജ്യങ്ങൾ സ്ഥാനപതിമാരെ അയച്ച് എല്ലാവരും ഞങ്ങൾ ഭരണത്തിലേറിയതിനെ അനുമോദിക്കുകയും ചെയ്തപ്പോൾ, നിങ്ങൾ യെഹൂദ്യർ ഞങ്ങളുടെ ശത്രുക്കളെന്ന് സ്വയം വെളിപ്പെടുത്തി."

"നിങ്ങളാണെങ്കിൽ കലാപത്തിൽ സഹായം ലഭിക്കുന്നതിനുവേണ്ടി നിങ്ങളുടെ ഒപ്പം നിൽക്കുന്ന രാജ്യങ്ങളിലേക്ക് സ്ഥാനാധിപന്മാരെ അയക്കുകയും ചെയ്തു. നിങ്ങൾ നഗരത്തിനു ചുറ്റും പുതിയ മതിലുകൾ പണിയുകയും രാജ്യദ്രോഹത്തിനു പ്രേരിപ്പിക്കുകയും ചെയ്തു. ഒരു സ്വേച്ഛാധിപതി മറ്റൊരുവനുമായി സംഘർഷത്തിൽ ഏർപ്പെട്ടു. നിങ്ങളുടെ ഇടയിൽ ആഭ്യന്തര യുദ്ധം പൊട്ടിപ്പുറപ്പെട്ടു. അങ്ങനെ നിങ്ങൾ ശപിക്കപ്പെട്ട ജനതയായി മാറി."

പിന്നീട് ഞാൻ ഈ നഗരത്തിൽ എത്തി. പൂർണ്ണമനസ്സോടെയല്ലാതെ വിഷമത്തോടെയാണ് എന്നെ ഇവിടേക്ക് അയക്കുവാനുള്ള കൽപ്പന പുറപ്പെടുവിച്ചത്. ജനങ്ങൾ സമാധാനത്തിലേക്ക് നീങ്ങുന്നുവെന്ന് അറിഞ്ഞ ഞാൻ വളരെ സന്തോഷിച്ചു. യുദ്ധത്തിനു മുമ്പുതന്നെ എല്ലാ വിമത പ്രവർത്തനങ്ങളും നിർത്തലാക്കുവാൻ ഞാൻ ഉപദേശിച്ചിരുന്നു. നിങ്ങൾ എന്നോട്ട് ദീർഘമായി യുദ്ധം ചെയ്തു കൊണ്ടിരുന്നപ്പോഴും നിങ്ങളെ വിട്ടുതൽ ചെയ്യാമെന്ന് ഞാൻ വാഗ്ദാനം ചെയ്തിരുന്നു. ഒളിച്ചോടി പോയവർക്ക് സുരക്ഷ ഞാൻ ഉറപ്പു നൽകി. ഞാൻ ഈ വാഗ്ദാനം നൽകിയത് ഉദ്ദേശശുദ്ധിയോട്ട് കൂടിയാണ്. അവർ ഒളിച്ചോടിയപ്പോൾ, പിടിക്കപ്പെട്ടവരോട്ട് എനിക്ക് സഹതാപം തോന്നി. യുദ്ധ തൽപ്പരരായവരെ പിൻതിരിപ്പിക്കുവാൻ ഞാൻ അവരെ പീഡിപ്പിക്കുമായിരുന്നു. യുദ്ധയന്ത്രങ്ങൾ നിങ്ങളുടെ കോട്ടയുടെ എതിരെ എത്തിച്ചത് പൂർണ്ണമനസ്സോടെയായിരുന്നില്ല. നിങ്ങളെ കൊലചെയ്യുന്നതിൽ നിന്നും അവരുടെ അപ്രമാദിത്വത്തിൽ നിന്നും പടയാളികളെ ഞാൻ തടയുമായിരുന്നു."

"ഓരോ വിജയത്തിനു ശേഷവും ഞാൻ പരാജിതനായതുപോലെ നിങ്ങൾക്ക് സമാധാനം നൽകുമായിരുന്നു. നിങ്ങളുടെ ദൈവാലയത്തിലെത്തിയപ്പോൾ എല്ലാ യുദ്ധ നിയമങ്ങളും ഒഴിവാക്കി, നിങ്ങളുടെ വിശുദ്ധ സ്ഥലത്തെ രക്ഷിക്കുവാനും വിശുദ്ധ മന്ദിരത്തെ സംരക്ഷിക്കുവാനും ഞാൻ അപേക്ഷിച്ചു. ഒരു സമാധാനപരമായ ഒഴിഞ്ഞുപോകലും നിങ്ങളുടെ സുരക്ഷയും ഞാൻ അനുവദിച്ചിരുന്നു. നിങ്ങൾ ആവശ്യപ്പെടുകയാണെങ്കിൽ നിങ്ങൾക്ക് യുദ്ധം ചെയ്യുവാൻ വേറൊരു സ്ഥലത്തേക്ക് സുരക്ഷിതമായി പോകുവാൻ വഴിയൊരുക്കാമെന്നും ഞാൻ വാഗ്ദാനം ചെയ്തിരുന്നു. എന്നിട്ടും നിങ്ങൾ എല്ലാം നിർദ്ദേശങ്ങളും അവഗണിച്ചു. നിങ്ങളുടെ കരങ്ങളാൽ തന്നെ വിശുദ്ധ മന്ദിരത്തിന് തീയിട്ടു."

"ഇപ്പോൾ ദുഷ്ടന്മാരും നീചന്മാരും നീചന്മാരുമായവരേ, നിങ്ങൾക്ക് നേരിട്ട് എന്നോട്ട് സന്ധി സംഭാഷണം നടത്താൻ ആഗ്രഹിക്കുന്നുവോ? നിങ്ങൾക്ക് രക്ഷിക്കാമായിരുന്ന ആ വിശുദ്ധ മന്ദിരത്തെ നിങ്ങൾ നാശത്തിന് വിട്ടുകൊടുത്തില്ലേ? അത്ര ശ്രേഷ്ഠമായ അതു നശിപ്പിക്കപ്പെട്ടില്ലേ? നിങ്ങളുടെ അതിജീവനത്തെക്കുറിച്ചുള്ള എന്ത് പ്രതീക്ഷയാണ് നിങ്ങൾ വച്ചു പുലർത്തുന്നത്? ഇപ്പോഴും നിങ്ങൾ പടച്ചട്ട ധരിച്ചിരിക്കുന്നുവല്ലോ? സാഷ്ടാംഗം വീണതിന്റെ ഒരു ലക്ഷണവും നിങ്ങളിലില്ല. അങ്ങനെ ഒരു ഭാവവും ഈ അവസാന നിമിഷത്തിലും നിങ്ങളിൽ ഇല്ല. ദുരിതഗ്രസ്ഥരായ അടിമകളെ! നിങ്ങൾ എന്തിലാണ് ആശ്രയിക്കുന്നത്? നിങ്ങളുടെ കൂട്ടരെല്ലാം മരിച്ചു വീണില്ലേ? നിങ്ങളുടെ വിശുദ്ധ മന്ദിരം ഇല്ലാതെയായില്ലേ? നിങ്ങളുടെ നഗരത്തിന് ഒരു ശക്തിയുമില്ലേ? നിങ്ങളുടെ ജീവനുകൾ ഞങ്ങളുടെ കൈകളിലല്ലേ? ഇപ്പോഴും മരിക്കുന്നത് മഹത്തരമെന്നാണോ നി

ങ്ങൾ കരുതുന്നത്?"

"നിങ്ങളുടെ ഭ്രാന്തൻ രീതിയെ ഞാൻ അനുകരിക്കുകയില്ല. നിങ്ങൾ ആയുധം താഴെ വച്ച് കീഴടങ്ങുമെങ്കിൽ, ഞാൻ നിങ്ങളുടെ ജീവൻ വിട്ടു തരാം. കുടുംബത്തിലെ സൗമ്യനായ ഒരു നാഥനായി ഞാൻ പ്രവർത്തിക്കാം. സുഖപ്പെടുത്താൻ കഴിയാത്തതിന് ശിക്ഷ നൽകണം. ബാക്കി എല്ലാം എന്റെ വിവേചന ശക്തിയുമായി ബന്ധപ്പെട്ടിരിക്കുന്നു." അവർ, തീത്തൊസിന്റെ നിർദ്ദേശത്തെ അംഗീകരിക്കാൻ പറ്റുന്നതല്ലെന്നും ഒരിക്കലും അങ്ങനെ ചെയ്യുകയില്ലെന്ന് ശപഥം ചെയ്തിട്ടുണ്ടെന്നും അറിയിച്ച് നിരാകരിച്ചു. അവർ ചുറ്റും ഉയർത്തിയ കോട്ടയുടെ വാതിലിലൂടെ തങ്ങളുടെ ഭാര്യമാർക്കും കുട്ടികൾക്കും ഒപ്പം സുരക്ഷിതമായി പുറത്തു പോകണമെന്നതായിരുന്നു അവരുടെ ആവശ്യം. മരുഭൂമിയിലേക്ക് അവർ പോകുമെന്നും നഗരം അവനുവേണ്ടി ഒഴിഞ്ഞു കൊടുക്കാമെന്നും അവർ പറഞ്ഞു. ഇതു കേട്ടതോടെ തീത്തൊസ് രോഷാകുലനായി. കീഴടങ്ങിയവരായവർ ജേതാക്കളെ പോലെ നിബന്ധനകൾ വയ്ക്കുന്നത് ആയിരുന്നു അവന്റെ രോഷത്തിനു കാരണം.

അവർക്കായി ഈ പ്രഖ്യാപനം നടത്തുവാൻ തീത്തൊസ് ഉത്തരവിട്ടു. പരിത്യജിക്കപ്പെട്ടവരായി ഇനിയും അവന്റെ മുന്നിൽ ഒരുവർ പോലും വരുവാൻ പാടില്ല. സുരക്ഷയെക്കുറിച്ച് ഇനിയും കൂടുതൽ പ്രതീക്ഷകൾ വച്ചു പുലർത്തേണ്ടതില്ല. ഒരാൾക്കുപോലും വിട്ടുവീഴ്ച നൽകുകയില്ല. പക്ഷേ അവർ സൈന്യത്തോടു മുഴുവനായും യുദ്ധം ചെയ്യേണ്ടതായി വരും. അവർ സർവ്വ ശക്തിയുമെടുത്ത് സ്വയരക്ഷയ്ക്ക് ശ്രമിക്കണം. ഇപ്പോൾ മുതൽ യുദ്ധ നിയമങ്ങൾ മാത്രമായിരിക്കും എല്ലാവരും പിൻതുടരുന്നത്. നഗരം കൊള്ളയടിക്കുവാനും തീയിട്ടു നശിപ്പിക്കുവാനും അവൻ പടയാളികളോട് ഉത്തരവിട്ടു. ആ ദിവസം ആരും ഒരു കാര്യവും നടത്തിയില്ല. എന്നാൽ അടുത്ത ദിവസം ഗ്രന്ഥരക്ഷാലയത്തിനും കോട്ടകൾക്കും സഭാ ആലയത്തിനും ഒഫാലസ് എന്ന് പേരുള്ള സ്ഥലത്തിനും എല്ലാം അഗ്നി വ്യാപിച്ച് കോട്ടയുടെ മധ്യഭാഗത്തായി സ്ഥിതി ചെയ്തിരുന്ന ഹെലേന രാജ്ഞിയുടെ കൊട്ടാരത്തിനടുത്ത് വരെ എത്തി. തെരുവുകളെല്ലാം തീയിട്ട് നശിപ്പിക്കപ്പെട്ടു. അവിടെയുള്ള വീടുകളെല്ലാം ക്ഷാമത്താൽ മരണപ്പെട്ടവരുടെ ശവശരീരങ്ങൾ കൊണ്ടു നിറഞ്ഞിരുന്നു.

അക്കാലത്ത് സിറിയയുടെ നാട്ടുവാഴിയായിരുന്ന ഇസാത്തേസിന്റെ പുത്രന്മാരും സഹോദരന്മാരും വളരെ പ്രധാന വ്യക്തികളും ചേർന്ന് കൈസറിനെ വന്നു കണ്ട് അവരുടെ സുരക്ഷയ്ക്ക് സഹായം നൽകണമെന്ന് ഉണർത്തിച്ചു. അവൻ വളരെ കോപാകുലനായി, എങ്കിലും അവന്റെ മുമ്പുണ്ടായിരുന്ന മിതത്വ ശീലം മാറ്റി വച്ച് ഇവരോട് പെരുമാറുമോ എന്നവർ ഉറ്റു നോക്കി. അപ്പോൾ തന്നെ എല്ലാവരേയും തടങ്കലിലടയ്ക്കുകയും നാട്ടുവാഴിയുടെ പുത്രന്മാരെയും ബന്ധുക്കളേയും ചങ്ങലക്കിടുകയും ചെയ്തു. അവരെയെല്ലാം അവനോടൊപ്പം റോമായിലേക്ക് കൊണ്ടുപോയി. അവരുടെ രാജ്യം റോമാരാജ്യത്തിന് കീഴടങ്ങുവാൻ വേണ്ടി അവരെ ബന്ദികൾ ആക്കുകയും ചെയ്തു.

നിരന്തരം പ്രശ്നങ്ങൾ ഉളവാക്കിയതിനു ശേഷം കലാപകാരികൾക്കു എന്ത് സംഭവിച്ചു? അവർക്ക് നേരിടേണ്ടി വന്ന നിർഭാഗ്യങ്ങൾ. കൈസർ എങ്ങനെ മേൽനഗരത്തെ പിടിച്ചടക്കി.

7 കലാപകാരികൾ രാജകൊട്ടാരത്തിലേക്ക് കുതിച്ചെത്തി വിലയേറിയ വസ്തുക്കളെല്ലാം അവർ അതിനുള്ളിലാക്കി. അത് ബലവത്തായ നിർമ്മിതി ആയിരുന്നു. അവിടെ നിന്നും റോമാക്കാരെ പിൻതിരിപ്പിക്കുവാൻ അവർക്ക് കഴിഞ്ഞു അവിടേക്ക് ഒത്തുകൂടിയ എണ്ണായിരത്തി നാനൂർ പേരെ വധിക്കുകയും അവരുടെ വസ്തുവകകൾ ഒക്കെയും കൊള്ളയടിക്കുകയും ചെയ്തു. അവർ രണ്ട് റോമാക്കാരെ ജീവ

നോടെ പിടികൂടി; അവരിൽ ഒരാൾ കുതിരപ്പടയാളിയും മറ്റെയാൾ കലാൾപ്പടയാളിയും ആയിരുന്നു. കാലാൾപ്പടയാളിയെ കഴുത്തറുത്ത് നഗരത്തിലൂടെ വലിച്ചിഴച്ചു. റോമാക്കാരോട്ട് മുഴുവൻ പ്രതികാരം ചെയ്യുന്നതുപോലെ ആയിരുന്നു അവരുടെ പ്രവർത്തി.

കുതിരപ്പടയാളി തന്നെ ജീവനോടെ വിട്ടുകയാണെങ്കിൽ അത് അവർക്ക് സ്വയരക്ഷക്ക് ഉതകുമെന്ന് അവരോട്ട് അഭിപ്രായ പ്രകടനം നടത്തി. ആയതിനാൽ അവനെ ശിമോന്റെ മുമ്പിലെത്തിച്ചുവെങ്കിലും അവന് ഒന്നു പറയുവാൻ ഉണ്ടായിരുന്നില്ല. തുടർന്ന് ശിക്ഷ വിധിക്കുവാൻ വേണ്ടി അവനെ ആർദലാസിന്റെ പക്കലേൽപ്പിച്ചു. കണ്ണുകൾ മൂടപ്പെട്ട്, കൈകൾ പിൻഭാഗത്തായി കെട്ടി, ശിരസ്സ് അറക്കുവാൻ ആയി റോമാക്കാരുടെ മുന്നിലെത്തിച്ചു എന്നാൽ യഹൂദനായ ആരാച്ചാർ തന്റെ വാൾ ഉറയിൽ നിന്നും എടുക്കുന്നതിനു മുമ്പേ റോമാഭാഗത്തേക്ക് ഓടിയെത്തി. അവൻ രക്ഷപ്പെട്ടതോടെ തീത്തൊസിനു അവനെ വിധിക്കുന്നത് ചിന്തിക്കുവാൻ പോലും കഴിഞ്ഞില്ല. എന്നിരുന്നാലും അവനെ ശത്രുക്കൾക്ക് പിടിക്കപ്പെട്ടുവാൻ കഴിഞ്ഞതിനാൽ ഒരു റോമാ പടയാളി ആയിരിക്കുവാൻ യോഗ്യനല്ല എന്ന് തീരുമാനിച്ച് ആയുധങ്ങളൊക്കെ തിരിച്ചെടുത്ത് അവനെ സൈന്യവ്യൂഹത്തിൽ നിന്നും പുറത്താക്കി. ഇത് വളരെ ലജ്ജാകരവും മരണത്തേക്കാൾ ഭയാനകവും ആയിരുന്നു.

അടുത്ത ദിവസം താഴെ നഗരത്തിൽ നിന്നും റോമാക്കാർ കൊള്ളക്കാരെ തുരത്തി ശിലോഹാം വരെയുള്ള എല്ലാറ്റിനും തീയിട്ടു നഗരം നശിക്കപ്പെട്ടതറിഞ്ഞു് പടയാളികൾ അത്യധികം സന്തോഷിച്ചു. കൊള്ളയടിക്കാനായി ഒന്നും അവർക്ക് കണ്ടെത്താനായില്ല. കലാപകാരികൾ പ്രയോജനപ്രദമായ എല്ലാം എടുത്തുമാറ്റിയിരുന്നു. അവർ ഉപരിനഗരത്തിലേക്ക് പിൻവാങ്ങി. അവർ വരുത്തി വച്ച പ്രശ്നങ്ങളെക്കുറിച്ചൊന്നും അവർക്ക് ഒരു വിധ പശ്ചാത്താപവും തോന്നിയില്ല. പകരം തങ്ങൾ എന്തോ വൻകാര്യം ചെയ്തുവെന്ന വിധം ധിക്കാര പ്രവർത്തനങ്ങളിൽ മുഴുകി. നഗരം അഗ്നിയിലമർന്നത് വീക്ഷിച്ച അവർ, അത്യധികം സന്തോഷഭരിതരാവുകയും ദുരിതങ്ങൾ എല്ലാം അവസാനിക്കാറായി എന്ന് വിശ്വസിച്ച് സന്തോഷ പ്രകടനങ്ങൾ നടത്തുകയും ചെയ്തു. ജനങ്ങൾ എല്ലാം കൊല്ലപ്പെട്ടുകയും വിശുദ്ധ മന്ദിരം അഗ്നിക്കിരയാവുകയും, നഗരം അഗ്നിയിൽ അമരുകയും ചെയ്തതോടെ ശത്രുക്കൾക്ക് കൂടുതൽ ഒന്നും ചെയ്യുവാൻ ഉണ്ടായിരുന്നില്ല.

എന്നിരുന്നാലും ഈ ദുരിത പൂർണ്ണമായ അവസ്ഥയിലും ജോസഫസ് തളർന്നില്ല. നഗരത്തിൽ അവശേഷിക്കുന്നതെങ്കിലും വിട്ടുതരണമെന്ന് അവൻ അപേക്ഷിച്ചില്ല, അവൻ അവരോട്ട് തങ്ങളുടെ പ്രാകൃതരീതികളെയും അധർമ്മങ്ങളെയും ദൈവ വിചാരവില്ലായ്മയെ കുറിച്ചും, രക്ഷാമാർഗ്ഗങ്ങളെക്കുറിച്ചും ഉപദേശിക്കുകയും വിശദീകരിക്കുകയും ചെയ്തു. ഇതിന് പകരമായി അവന് ലഭിച്ചത് അവരുടെ പരിഹാസം മാത്രമായിരുന്നു. അവർ എടുത്തിരുന്ന ശപഥം മുൻനിർത്തി കീഴടങ്ങുന്നതിനെക്കുറിച്ച് ചിന്തിക്കുകപോലും കഴിയുമായിരുന്നില്ല. അവർ റോമക്കാരോട്ട് യുദ്ധം ചെയ്യുവാൻ തക്ക ശക്തി ഉള്ളവരായിരുന്നില്ല എല്ലാ ഭാഗത്തു നിന്നും വളയപ്പെട്ട് ഒരു തരത്തിൽ തടവുകാരെപ്പോലെ ആയിരുന്നു അവർ.

എങ്കിലും ആളുകളെ നിഗ്രഹിക്കുന്നതിൽ തൽപ്പരരായിരുന്ന അവർ, ആ പ്രവർത്തികളിൽ നിന്നും വലതുകൈ പിൻവലിക്കുവാൻ ആഗ്രഹിക്കുമോ? അവർ തനിയെ നഗരത്തിൽ പലയിടത്തേക്കായി നീങ്ങി. അവശിഷ്ടങ്ങൾക്കിടയിലൂടെ ആരെങ്കിലും റോമാക്കാർക്ക് വേണ്ടി പ്രവർത്തിക്കുന്നുണ്ടോ എന്ന് പരതി. അങ്ങനെ ഒളിച്ചോടിയവരെ എല്ലാ പിടിക്കുകയും വധിക്കുകയും ചെയ്തു. അവർ പട്ടിണിയാൽ ഏറെ അവശരായിരുന്നു. രക്ഷപെടുവാനായി അവരുടെ ശരീരങ്ങൾ നായക്കൾക്ക് എറിഞ്ഞു കൊടുത്തു.

ക്ഷാമത്തേക്കാൾ സഹിക്കാവുന്നതാണ് മരണം എന്ന തോന്നൽ അവരിൽ ഉളവായി. നിരാശരായ യെഹൂദ്യർ ദയയ്ക്ക് വേണ്ടി യാചിച്ച് നിന്നു. ഈ അവസ്ഥയിൽ റോമാക്കാരെ അക്രമിക്കുമോ അതോ കരാറിനു വിരുദ്ധമായി കൊലപാതകികളായ കലാപകാരികളുടെ കൂട്ടത്തിൽ പെട്ടു പോകുമോ എന്നതു് എല്ലാവരും ഉറ്റുനോക്കിയിരുന്നു. ശവശരീരങ്ങൾ ഇല്ലാതിരുന്ന ഒരു ഭാഗവും നഗരത്തിൽ ഇല്ലായിരുന്നു. എല്ലാ ഭാഗങ്ങളിലും ക്ഷാമം മൂലമോ കലാപം മൂലമോ കൊല്ലപ്പെട്ടവരുടെ മൃതദേഹങ്ങൾ ആയിരുന്നു. ശവശരീരിങ്ങൾ കൊണ്ട് നഗരം മൂടപ്പെട്ടിരുന്നു.

അഗ്നിയിൽ അകപ്പെട്ട ഭവനങ്ങളിൽ ഉണ്ടായിരുന്നവർ ഗുഹകളിലേക്ക് പാലായനം ചെയ്തു. കലാപകാരികൾ ഒരു ദയാദാക്ഷിണ്യവും ഇല്ലാതെ ജനങ്ങളെ കൊന്നൊടുക്കി അവരുടെ വസ്തുവകകൾ കൊള്ളയടിച്ചു. ആരുടെ പക്കലെങ്കിലും ഭക്ഷണം ഉണ്ടെന്നു കണ്ടെത്തിയാൽ അവർ അതു് പിടിച്ചെടുത്തു് അവരുടെ രക്തത്തോടൊപ്പം വിഴുങ്ങി. കൊള്ള മുതൽ പങ്കിടുന്നതിനെ ചൊല്ലി അവർ തമ്മിൽ കലഹവും മൽസരവും ഉണ്ടായി. ഞാൻ കരുതുന്നതു് അവരുടെ നാശം ഇതൊന്നും തടയുന്നതിൽ ഒരു തടസ്സവുമായിരുന്നില്ല. ശവശരീരങ്ങൾ ഭക്ഷിക്കുന്ന അവസ്ഥ വരെ അവരുടെ മൃഗീയത ചെന്നെത്തി.

ആ ക്രൂരനായ ഭരണാധികാരിയുടെ പിൻതുണക്കാരായിരുന്നവരും അവരോടൊപ്പം ഉണ്ടായിരുന്ന കൊള്ളക്കാരുടെ സംഘവും നിലവറകളിലും ഗുഹകളിലും പതിയിരുന്നു. അവർക്ക് രക്ഷപെടുവാൻ കഴിയുമെന്നും തിരച്ചിലുകൾ ഉണ്ടാവില്ല എന്നും അവർ വിശ്വസിച്ചു. നഗരം മുഴുവൻ നശിപ്പിക്കപ്പെട്ടതിനു ശേഷം റോമാക്കാർ ഒഴിഞ്ഞുപോയതിനു ശേഷം രക്ഷപെടുവാൻ പറ്റുമെന്നു കരുതി അവർ കാത്തിരുന്നു. എന്നാൽ ഇതൊരു സ്വപ്നം മാത്രമായിരുന്നു കാരണം അവർക്ക് ദൈവത്തിൽ നിന്നും റോമാക്കാരിൽ നിന്നും ഒളിച്ചിരിക്കുവാൻ കഴിയുമായിരുന്നില്ല. ഈ ഉപജാപത്തിൽ അശ്രയിക്കുകയും റോമാക്കാരേക്കാൾ കൂടുതൽ സ്ഥലങ്ങൾ തീയിട്ടു നശിപ്പിക്കുകയും ചെയ്തു.

കൈസർ പ്രതിരോധ ഗോപുരങ്ങൾ ഉയർത്തി. എല്ലാം പൂർത്തിയായപ്പോൾ യുദ്ധ സന്നാഹങ്ങൾ എത്തിച്ചു. പിന്നീട് നഗരം പൂർണ്ണമായി അധീനതയിലാക്കി

9 ചെങ്കുത്തായ മലനിരകൾ ആയിരുന്നതിനാൽ പ്രതിരോധ ഗോപുരങ്ങൾ ഉയർത്താതെ നഗരം അധീനതയിലാക്കുവാൻ സാധിക്കയില്ലെന്നു മനസ്സിലാക്കിയ കൈസർ സൈന്യവ്യൂഹത്തിന്റെ വലിയൊരു ഭാഗത്തെ ഇതിനായി നിയോഗിച്ചു. ഇതു് ലോയിയോസ് മാസത്തിന്റെ ഇരുപതാം ദിവസം ആയിരുന്നു. യുദ്ധ സാമഗ്രികൾ എത്തിക്കുന്നതു് പ്രയാസകരമായി വന്നതിനാൽ മുമ്പത്തെപ്പോലെ പതിനൊന്ന് നാഴികയോളം വരുന്ന പ്രദേശത്തെ വൃക്ഷങ്ങളും ചില്ലകളും മുറിച്ചു മാറ്റി.

രാജകൊട്ടാരത്തിനു സമീപം, നഗരത്തിന്റെ പടിഞ്ഞാറെ ഭാഗത്തു് ഈ പ്രവർത്തികൾ നടത്തുന്നതിന് ഏർപ്പെടുത്തിയിരുന്ന നാലു സൈന്യവ്യൂഹങ്ങൾ തങ്ങളുടെ പ്രവർത്തി പൂർത്തിയാക്കി. അർദ്ധ സൈനിക വിഭാഗങ്ങളും അവരോടൊപ്പമുണ്ടായിരുന്ന ജനസമൂഹവും പൂമുഖത്തിനടുത്തായി ഉയർന്ന മൺതിട്ടകൾ സജ്ജീകരിച്ചു. അവിടെ നിന്നും അവർക്ക് ഗോപുര ശൃംഖലകളിലേക്കും ശീമോന്റെ ഗോപുരത്തിലേക്കും പ്രയാസരഹിതമായി എത്തിച്ചേരുവാൻ കഴിഞ്ഞിരുന്നു. ഇതു് ശീമോൻ തനിക്കു വേണ്ടി യോഹന്നാനെതിരായ യുദ്ധത്തിൽ നിർമ്മിച്ച രാജധാനി ആയിരുന്നു. ഈ സമയം ഏദോമ്യ സൈന്യാധിപന്മാർ ഒത്തു ചേർന്ന് റോമാക്കാരുടെ മുമ്പിൽ കീഴടങ്ങുന്നതിനെപ്പറ്റി ആലോചിച്ചു. അവർ അഞ്ചുപേരെ ദൂതന്മാരായി തീത്തൊസിനടുത്ത് അയച്ചിട്ട് തങ്ങളുടെ സുരക്ഷക്കായി എത്തണമെ

ന്ന് അപേക്ഷിച്ചു. യുദ്ധ സന്നാഹത്തിൽ ഏറിയ പങ്കും വഹിച്ചിരുന്ന ഏദോമ്യർ കീഴടങ്ങുകയാണെങ്കിൽ ആ ക്രൂരന്മാർ തന്നെ കീഴടങ്ങിയേക്കുമെന്ന് അവർ വിശ്വസിച്ചു. കുറച്ചു വിമുഖതയ്ക്കും കാലതാമസത്തിനും ശേഷം അവർ പറഞ്ഞതുപ്രകാരം അവരുടെ സുരക്ഷക്കായി സഹായം നൽകാമെന്ന് സമ്മതിച്ച് ആ ദൂതന്മാരെ തിരിച്ചയച്ചു.

ഏദോമ്യർ അവിടെ നിന്നും പുറപ്പെടുവാൻ തയ്യാറായി നിൽക്കുമ്പോൾ ഇതു കണ്ടെത്തിയ ശീമോൻ ആ അഞ്ചുപേരെയും ക്ഷണനേരത്തിൽ വധിക്കുകയും അവരുടെ സേനാനായകന്മാരെ തടവിലാക്കുകയും ചെയ്തു. അവരിൽ പ്രഗത്ഭനായിരുന്നത് സോസായുടെ മകനായ യാക്കോബ് ആയിരുന്നു. തങ്ങളുടെ സേനാനായകന്മാർ തടവിലാക്കപ്പെട്ടപ്പോൾ എന്തു ചെയ്യണമെന്ന് ഏദോമ്യർക്ക് ഒരു നിശ്ചയുമില്ലായിരുന്നു. അവൻ അവരെ സസൂക്ഷ്മം നിരീക്ഷിക്കുകയും കോട്ടയുടെ സുരക്ഷക്കായി ധാരാളം സൈനികരെ നിയോഗിക്കുകയും ചെയ്തു. ഇത്രയുമൊക്കെ സന്നാഹങ്ങളുണ്ടായിരുന്നെങ്കിലും അവരുടെ കടന്നുകയറ്റം തടയുവാൻ പ്രാപ്തമായിരുന്നില്ല. അതിനാൽ അനേകം പേർ കൊല്ലപ്പെടുകയും അതിലധികം പേർ ഒളിച്ചോടുകയും ചെയ്തു.

അവരെയെല്ലാം റോമാക്കാർ സ്വീകരിച്ചു. തീത്തൊസ് തന്റെ മുൻ തീരുമാനപ്രകാരം പോലെ അവരെ നിഗ്രഹിക്കുന്നതിൽ തീരെ താൽപര്യം കാട്ടാതിരുന്നതും ഈ പ്രവർത്തികൾ തുടരുന്നതിൽ സൈനികർ മനം മടുത്തിരുന്നതുകൊണ്ടും അവരെ ഒഴിവാക്കിയാൽ കിട്ടുന്ന പ്രതിഫലത്തേക്കുറിച്ച് ചിന്തിച്ചിരുന്നതു കൊണ്ടും അവരെ വിട്ടുവിക്കുവാൻ താൽപര്യപ്പെട്ടു. ജനക്കൂട്ടത്തെ ഒഴിവാക്കി മറ്റുള്ളവരെ അവരുടെ ഭാര്യമാരോടും കുട്ടികളോടും ഒപ്പം വിറ്റു. ക്രയവിക്രയക്കാർ കുറവായിരുന്നതിനാലും വിൽക്കപ്പെടുന്നവരുടെ എണ്ണം ഏറെയായിരുന്നതിനാലും തുശ്ചമായ വിലയ്ക്ക് അവരെയെല്ലാം വിൽക്കേണ്ടി വന്നു. ഒളിച്ചോടിപ്പോയവർ തനിയെ വരരുതെന്നും കുടുംബത്തെ കൂട്ടി വരണമെന്നുമുള്ള തീത്തൊസിന്റെ മുൻ കൽപ്പന ഉണ്ടായിരുന്നിട്ടുകൂടി വന്നവരെല്ലാം സ്വീകരിക്കപ്പെട്ടു. ഇവരെ മറ്റുള്ളവരിൽ നിന്നും തിരിച്ചറിയുവാനായി ചിലരെ നിയോഗിച്ചു. ശിക്ഷയ്ക്ക് യോഗ്യരായവരെ കണ്ടെത്തുവാൻ മറ്റു ചിലരെയും നിയോഗിച്ചു. വിൽക്കപ്പെട്ടവരുടെ എണ്ണം ഏറെയായിരുന്നു. അവർക്ക് ഇഷ്ടമുള്ളിടത്തേക്ക് പൊയ്ക്കൊള്ളട്ടെ എന്ന കൈസറിന്റെ അനുവാദത്താൽ ജനക്കൂട്ടത്തിൽ നിന്നും അയ്യായിരത്തിലേറെ പേർ രക്ഷപെടുകയും ചെയ്തു.

ഈ സമയത്ത് പുരോഹിതന്മാരിൽ ഒരാളായ തെബൂത്തസിന്റെ മകനായ യേശു, തന്റെ സുരക്ഷ ഉറപ്പാക്കുകയും, രക്ഷപ്പെടുവാൻ ഉള്ള സാഹചര്യവും ലഭിച്ചാൽ അവനു മുമ്പിൽ അമൂല്യമായ ചില വസ്തുക്കൾ സമർപ്പിക്കാമെന്ന് വാഗ്ദാനം നൽകി. അവൻ മുൻപ് കൊണ്ടുവന്ന് വിശുദ്ധ മന്ദിരത്തിൽ നിക്ഷേപിച്ചിരുന്നതായ രണ്ടു മെഴുകുതിരിക്കാലുകൾ പീഠത്തോടൊപ്പവും, ജലസംഭരണികളും തൈലപാത്രങ്ങളും എല്ലാം ഉൾപ്പെട്ടിരുന്നു. ഇവയെല്ലാം സ്വർണ്ണ നിർമ്മിതവും ഭാരമേറിയതുമായിരുന്നു. ഇതോടൊപ്പം വിലയേറിയ മൂടുപടങ്ങളും അമൂല്യ രത്നങ്ങൾ പതിച്ച വസ്ത്രങ്ങളും വിശുദ്ധ ആരാധനയ്ക്ക് ഉപയോഗിച്ചിരുന്ന പാത്രങ്ങളും അവൻ സമർപ്പിച്ചു. ഫിനേയാസ് എന്ന ഭണ്ടാരവിചാരകൻ പിടിച്ചെടുത്ത് സൂക്ഷിച്ചിരുന്നതും പുരോഹിതന്മാർ ഉപയോഗിച്ചു വന്നിരുന്നതുമായ ധൂമ്രവർണ്ണത്തിലും ചുവപ്പിലും ഉള്ള മേലങ്കികളും തിരശ്ശീലകളും അരപ്പട്ടകളും എല്ലാം തീത്തൊസിനു കാണിച്ചുകൊടുത്തു.ഇവ കൂടാതെ ധൂപാർച്ചനക്കുള്ള സുഗന്ധദ്രവ്യങ്ങളായ കറുവപ്പട്ട, കൊന്ന, മധുരമേറിയ മറ്റു സുഗന്ധദ്രവ്യങ്ങൾ എന്നിവ കൂട്ടികലർത്തി കൈമാറി. ദേവാലയത്തിലെ വിശുദ്ധ ആഭരണങ്ങളും വലിയ രീതിയിൽ നിധികളും എല്ലാം സമർപ്പിക്കപ്പെട്ടവയിൽ ഉൾപ്പെട്ടിരുന്നു. ഇവയെല്ലാം സമർപ്പിക്കപ്പെട്ടതിനാൽ സന്തുഷ്ടനായ തീത്തൊസ് മറ്റു

ള്ളവരേപ്പോലെ ഈ മനുഷ്യനേയും മാപ്പു നൽകി അയാളുടെ ഇഷ്ടത്തിനു വിട്ടയച്ചു.

പതിനെട്ടു ദിവസങ്ങൾക്കുശേഷം ഗോർപിയോസ്* മാസത്തിന്റെ ഏഴാം ദിവസം പ്രതിരോധ ഗോപുരങ്ങൾ പൂർത്തിയായി. തുടർന്ന് റോമാക്കാർ അവരുടെ യുദ്ധയന്ത്രങ്ങളും പടക്കോപ്പുകളും കോട്ടയ്ക്കു അടുത്തു് എത്തിച്ചു. നഗരത്തെ രക്ഷിക്കുന്നതിന് സാധിക്കാതെ പോയതിനാൽ നിരാശരായ കലാപകാരികൾ കോട്ടയിൽ നിന്നും രാജധാനിയിലേക്ക് പിൻവാങ്ങി. മറ്റു ചിലർ ഭൂഗർഭനിലവറകളിലേക്കും ഇറങ്ങി. എന്നാൽ അവരിൽ പലരും ഇടി തടി കൊണ്ടുവന്ന് റോമാക്കാർക്കെതിരെ പൊരുതിക്കൊണ്ടിരുന്നു. പക്ഷേ റോമാക്കാർ എണ്ണം കൊണ്ടും ശക്തികൊണ്ടും അവരുടെ മേൽ വിജയം നേടി.

ഒരു പ്രധാനകാര്യം എന്തെന്നാൽ അവർ സന്തോഷത്തോടെ അവരുടെ ജോലി തുടർന്നപ്പോൾ യെഹൂദ്യർ ദുർബലരും നിരാശരുമായി മാറി. ഇടി തടികളുടെ സഹായത്താൽ കോട്ടയുടെ ഒരു ഭാഗം തകർന്നപ്പോൾ തന്നെ കലാപകാരികൾ അവിടെ നിന്നും പാലായനം ചെയ്തു. ഇത്തരമൊരു അവസ്ഥ ക്രൂരന്മാരായവരുടെ മേൽ വീണപ്പോൾ അതു് അനുഭവിക്കേണ്ടിയിരുന്ന അവസ്ഥയേക്കാൾ ഭീകരമായി മാറി. ശത്രുക്കൾ എത്തും മുമ്പേ സ്തംഭിച്ചു പോയ അവർ അവിടെ നിന്നും രക്ഷപെട്ടോടിപ്പോയി. മുമ്പ് ധിക്കാരികളും ദുഷ്പ്രവർത്തിക്കാരും അഹങ്കാരികളുമായിരുന്നവർ ഇപ്പോൾ ഇടറിപ്പോകുന്നതു് ഏതൊരാൾക്കും കാണാനാകുമായിരുന്നു. ആ നികൃഷ്ട മനുഷ്യരിൽ വന്ന മാറ്റം നിരീക്ഷിച്ചവർക്ക് സഹതാപം തോന്നാൻ ഇടയായി.

യെഹൂദ്യർ രക്ഷപെടുവാൻ വേണ്ടി അക്രമോത്സുകരായി അവരെ വളഞ്ഞിരുന്നവരെ ആക്രമിച്ച് അവരെ അകറ്റി നിറുത്തി ശത്രുവലയം ഭേദിച്ച് കോട്ടയ്ക്കു നേരെ ഓടി. നേരത്തെ തങ്ങളോട്ട് വിശ്വസ്തരായിരുന്നവർ പോലും തങ്ങളെ വിട്ടോടി പോയി എന്നും മനസ്സിലാക്കിയ അവർക്ക് അത്യധികം പരിഭ്രാന്തി പിടിപ്പെട്ടു. മറ്റുള്ളവരേക്കാൾ മുമ്പിലോടിയെത്തിയവർ കോട്ടയുടെ പടിഞ്ഞാറു ഭാഗം പൂർണ്ണമായി തകർക്കപ്പെട്ടെന്നും മറ്റു ചിലർ റോമാക്കാർ ഉള്ളിൽ കയറിയെന്നും തങ്ങളെ തിരയുകയാണെന്നും മറ്റുള്ളവരെ അറിയിച്ചു. ഇതു് അവരുടെ കാഴ്ചയിൽ എത്തിയപ്പോൾ അവരുടെ ഭയത്തിന്റെ പ്രധാനകാരണമായി മാറി. അവർ അവിടെത്തന്നെ വീണ് തങ്ങളുടെ പെരുമാറ്റത്തെ ഓർത്തു് വിലപിച്ചു. സിരകൾ അയഞ്ഞ് ഓടിപ്പോകുവാൻ പോലും അവർക്ക് കഴിഞ്ഞില്ല.

അധാർമ്മികരായവരും നികൃഷ്ടന്മാരുമായ അവരുടെ മേൽ ദൈവത്തിന്റെ ശക്തിയേയും റോമാക്കാരുടെ സൗഭാഗ്യത്തെക്കുറിച്ചുള്ള വിചാരവും ഇവിടെ പങ്കുവയ്ക്കപ്പെട്ടും. ഈ ക്രൂരന്മാർ അധികാരത്തിൽ ആയിരുന്നപ്പോൾ അവരുടെ തന്നെ സുരക്ഷിതത്വം പൂർണ്ണമായി ഇല്ലാതാക്കി. അവർ സ്വയേച്ഛയാൽ ഗോപുരങ്ങളിൽ നിന്നും താഴെ ഇറങ്ങി. യുദ്ധ തന്ത്രങ്ങളാലോ മറ്റേതു മാർഗ്ഗത്താലോ അവർക്ക് സാധ്യമാകാതിരുന്നതു് ക്ഷാമം മൂലം സംഭവിച്ചു. റോമാക്കാർ കഠിനപ്രയത്നം നടത്തുകയും ദുർബലമായ കോട്ടയുടെ ക്ഷമതയെക്കുറിച്ചു ചിന്തിക്കുകയും ചെയ്തപ്പോൾ സന്നാഹങ്ങളാലും ശക്തിയേറിയ യുദ്ധയന്ത്രങ്ങളുടെ ഉപയോഗത്താലും കിട്ടാതിരുന്നതു് സൗഭാഗ്യത്തിലൂടെ ലഭിച്ചു. ഏതൊരു യന്ത്രത്തിനും തകർക്കുവാൻ സാധിക്കാത്ത അത്രയും ശക്തിയേറിയവ ആയിരുന്നു ഈ കോട്ടകൾ.

അതിനാൽ ഈ ഗോപുരങ്ങൾ ഉപേക്ഷിച്ച്, (അല്ലെങ്കിൽ ദൈവം തന്നെ അവരെ പുറത്താക്കിയതിനാൽ) അവർ ശ്ലീലോമിന കീഴിലുള്ള താഴ്വരയിലേക്ക് പാലായനം ചെയ്തു. അവിടെയെത്തിയ അവർ തങ്ങളുടെ ഭയത്തിൽ നിന്നും കരകയറുകയും

* *മക്കദോന്യൻ കലണ്ടറിലെ പതിനൊന്നാം മാസം. ഗ്രിഗോറിയൻ കലണ്ടറിലെ ഓഗസ്റ്റ് മാസത്തിന് ഏകദേശം തുല്യം*

അക്രമാസക്തരായി കോട്ടയുടെ റോമാ ഭാഗത്തേക്ക് നീങ്ങുകയും ചെയ്തു. ഭയത്താൽ അവരുടെ ധൈര്യം ചോർന്നുപോകുകയും ക്ഷാമം കൊണ്ട് ശക്തി ക്ഷയിക്കുകയും ചെയ്തതിനാൽ അവരെ പിൻതിരിപ്പിക്കുവാൻ സുരക്ഷാഭടന്മാർക്ക് കഴിഞ്ഞു. ചിതറപ്പെട്ട അവർ ഭൂഗർഭ നിലവറകളിലേക്ക് ഓടി അഭയം പ്രാപിച്ചു.

കോട്ടയുടെ അധിപന്മാരായി മാറിയപ്പോൾ റോമാക്കാർ തങ്ങളുടെ പതാകകളും ചിഹ്നങ്ങളും ഗോപുരങ്ങളിൽ സ്ഥാപിച്ച് വിജയാഘോഷങ്ങൾ നടത്തുകയും ചെയ്തു. യുദ്ധത്തിന്റെ അവസാനം തുടക്കത്തേക്കാൾ എളുപ്പമായിരുന്നു. അവസാനത്തെ കോട്ടഭാഗവും രക്തച്ചൊരിച്ചിൽ കൂടാതെ പിടിച്ചെടുക്കുവാനായത് അവർക്കു തന്നെ വിശ്വസിക്കുവാൻ കഴിഞ്ഞില്ല. ആരും അവരെ എതിർക്കുവാനായി മുന്നോട്ടുവരുന്നില്ല എന്നു കണ്ട അവർ ഈ നിശബ്ദതയുടെ പൊരുൾ മനസ്സിലാക്കാതെ നിന്നു അവർ നഗരവീഥികളിലൂടെയും ഇടവഴികളിലൂടെയും ഊരിയ വാളുകളുമായി ഇരച്ചെത്തി പിടിക്കപ്പെട്ടവരെ കൊന്നുകളഞ്ഞു. യെഹൂദ്യരുടെ വീടുകൾ അവയിലെ വസ്തുക്കളോടും ആളുകളോടും കൂടെ അഗ്നിക്കിരയാക്കി. കൊള്ളയടിക്കാനായി വീടുകളിൽ എത്തിചേർന്ന അവർ കണ്ടത് ക്ഷാമത്താൽ മരണപ്പെട്ട മനുഷ്യരുടെ ശവശരീരങ്ങൾ കുന്നുകൂടി കിടക്കുന്നതാണ്. ഈ കാഴ്ചയുടെ ഭീകരതയാൽ ഒന്നും തൊടാതെ അവർ പുറത്തു പോയി.

അങ്ങനെ മരിച്ചവരേയോർത്ത് അവർക്ക് ദുഃഖമുണ്ടായെങ്കിലും ജീവിക്കുന്നവരേക്കുറിച്ച് ഒട്ടും ദയാവായ്പ് തോന്നിയില്ല. കണ്ടുമുട്ടിയവരെയെല്ലാം കൊന്നൊടുക്കി, അവരുടെ മൃതദേഹങ്ങൾ കൊണ്ട് പാതകൾ നിറഞ്ഞു. നഗരം മുഴുവനും രക്തംകൊണ്ടു നിറഞ്ഞു. എത്രയോ വീടുകളിലെ തീ ഈ മനുഷ്യരുടെ രക്തത്താൽ അണഞ്ഞുപോയി. വൈകുന്നേരത്തോടെ കൊലയാളികൾ പിരിഞ്ഞു പോയെങ്കിലും രാത്രിയോടെ അഗ്നി എല്ലായിടത്തും വ്യാപിച്ചപ്പോൾ യരുശലേമിൽ ഗോർപിയസ് മാസത്തിന്റെ എട്ടാം ദിവസം ആരംഭിച്ചിരുന്നു. ഈ ഉപരോധത്താൽ യേരുശലേം നഗരം വളരെയധിക ദുരിതങ്ങൾക്കു സാക്ഷ്യം വഹിച്ചു. അടിസ്ഥാനം സ്ഥാപിക്കപ്പെട്ടതു മുതൽ ലോകത്തിനു മുഴുവൻ അസൂയാവഹമായി സന്തോഷം ആസ്വദിച്ചു കഴിഞ്ഞിരുന്ന ആ യരുശലേം നഗരം തന്നെ, നഗരത്തിന്റെ നാശത്തിന് കാരണക്കാരായ ഒരു തലമുറയെ സൃഷ്ടിച്ചതാണ് ഈ ദുരിതാവസ്ഥയ്ക്കു കാരണമായത്. മറ്റൊന്നും അതിനോട് കൂട്ടിച്ചേർക്കേണ്ടതില്ല.

കൈസർ യരുശലേം നഗരത്തിലെത്തിയപ്പോൾ നൽകിയ മാർഗ്ഗനിർദ്ദേശങ്ങൾ. ബന്ദികളായവരുടെയും ഉപരോധത്തിൽ മരിച്ചവരുടെയും എണ്ണം. സ്വേച്ഛാധിപതികളായ ശീമോനും യോഹന്നാനും ഉൾപ്പെടെ ഭൂഗർഭ നിലവറകളിലേക്ക് രക്ഷപെട്ടവരെക്കുറിച്ച്

9 തീത്തൊസ് ഉപരിനഗരത്തിൽ എത്തിയപ്പോൾ ശക്തിദുർഗ്ഗങ്ങളായ സ്ഥലങ്ങളെക്കുറിച്ചും പ്രത്യേകിച്ച് ക്രൂരന്മാരായവരുടെ ക്രോധപാരവശ്യം നടമാടിയ ഗോപുരങ്ങളെക്കുറിച്ചും പ്രശംസിച്ചു. അവയുടെ ദൃഢത, ഉയരം, ശിലകളുടെ വലിപ്പം, സന്ധികളുടെ കൃത്യത, അവയുടെ ആഴം, വിസ്തൃതി എന്നിവ അവനെ വിസ്മയിപ്പിച്ചു. ഇവ കാഴ്ചയിൽ എത്തിയപ്പോൾ അവൻ പറഞ്ഞു: "തീർച്ചയായും ഈ യുദ്ധത്തിൽ ദൈവം നമ്മോടൊപ്പം ആയിരുന്നു. ഈ കോട്ടകളിൽ നിന്ന് യഹൂദ്യരെ പുറത്താക്കിയത് ദൈവമല്ലാതെ മറ്റാരുമല്ല, ഈ ഗോപുരങ്ങൾ തകർക്കുവാൻ മനുഷ്യർക്കോ, ഏതെങ്കിലും യുദ്ധയന്ത്രങ്ങൾക്കോ കഴിയുമോ?"

ആ സമയത്ത് അവൻ തന്റെ സുഹൃത്തുക്കളുമായി ധാരാളം ചർച്ചകൾ നടത്തി. ആ ക്രൂരന്മാരായ സ്വേച്ഛാധിപതികൾ തട

വിലാക്കിയവരെയും, മറ്റ് തടവുകാരെയും അവൻ മോചിപ്പിച്ചു. അവസാനമായി നഗരത്തിന്റെ ബാക്കി ഭാഗങ്ങൾ പൂർണ്ണമായി തകർക്കുകയും ചെയ്തപ്പോൾ, ഗോപുരങ്ങൾ തന്റെ സൗഭാഗ്യത്തിന്റെ സ്മാരകങ്ങളായി അവശേഷിപ്പിക്കുകയും ചെയ്തു. അവനോ അവന്റെ സഹായികളായിരുന്നവർക്കോ സാധിക്കാതെ ഇരുന്നത് ഇതിനാൽ സാധ്യമായി എന്ന് അവൻ വിശ്വസിച്ചു.

മനുഷ്യരെ നിർമാർജ്ജനം ചെയ്യുന്നതിൽ മനംമടുത്തതിനാൽ ഒരു വലിയ ജനക്കൂട്ടം ഇപ്പോഴും ജീവിച്ചിരിക്കുന്നതായി കാണപ്പെട്ടു. അവരെയൊക്കെ ജീവനോടെ പിടികൂടുവാനും എതിർക്കുന്നവരെ വധിക്കുവാനും കൈസർ ഉത്തരവിട്ടു. ഇതോടെ അവർ വൃദ്ധരെയും അശക്തരെയും വധിക്കുകയും ചെയ്തു. എന്നാൽ തങ്ങൾക്ക് ഉപകാരപ്രദമായവരെയും ഊർജ്ജ്വസ്വലമായ പ്രായത്തിലുള്ളവരെയും ഒരുമിച്ച് ദൈവാലയത്തിലേക്ക് കൂട്ടിക്കൊണ്ടുപോയി സ്ത്രീകളുടെ അങ്കണത്തിൽ മതിലിനുള്ളിൽ അടച്ചു.

കൈസർ തന്റെ സ്നേഹിതനായ ഫ്രോണ്ടോ എന്ന മോചിപ്പിക്കപ്പെട്ട മനുഷ്യനെ ഈ ആളുകളുടെ മേൽനോട്ടക്കാരനായി നിയമിച്ചു. അവരെ യോഗ്യതയ്ക്കനുസരിച്ച് അവരുടെ വിധി നിർണ്ണയിക്കുവാൻ അവനായിരുന്നു അധികാരം. കലാപകാരികളും കൊള്ളക്കാരും കുറ്റാരോപിതരും ആയിരുന്നവരെ അവൻ വധിച്ചു. എന്നാൽ പതിനേഴ് വയസ്സിനു മുകളിലുള്ള, ഉയരമുള്ളവരും സുന്ദരന്മാരും ആയിരുന്നവരെ തിരഞ്ഞെടുത്ത് അവരെ ചങ്ങലകൾക്കിട്ട് മിസ്രയീമിലെ ഖനികളിലേക്ക് അയച്ചു. ഏറെ ജനക്കൂട്ടത്തെ മറ്റു പ്രവിശ്യകളിലേക്ക് അവരുടെ സമ്മാനമായി അയച്ചു. അങ്ങനെ അവരുടെ ദേവാലയങ്ങളിൽ വാളാലും വന്യമൃഗങ്ങളാലും അവർ നശിപ്പിക്കപ്പെട്ടു. പതിനേഴ് വയസ്സിൽ താഴെയുള്ളവരെ അടിമകളായി വിറ്റു.

ഫ്രോണ്ടോ ഈ മനുഷ്യരെ വിധിക്കുന്ന സമയം പതിനോരായിരം പേർ പട്ടിണിയാൽ മരണപ്പെട്ടു. കാവൽക്കാരുടെ വെറുപ്പുമൂലം ചിലർ ആഹാരമേ കഴിച്ചില്ല. മറ്റു ചിലർക്ക് ആഹാരം കിട്ടിയപ്പോൾ അത് കഴിക്കുവാൻ കഴിഞ്ഞില്ല. ജനക്കൂട്ടം വളരെ വലുതായിരുന്നതിനാൽ അവർക്ക് ജീവൻ നിലനിർത്തുവാൻ ആവശ്യമായ ധാന്യം ഇല്ലായിരുന്നു.

ഈ യുദ്ധത്തിൽ ആകെ തടവിലാക്കപ്പെട്ടവരുടെ എണ്ണം തൊണ്ണൂറ്റി ഏഴായിരമായിരുന്നു. ഈ ഉപരോധത്തിൽ ജീവൻ നഷ്ടപ്പെട്ടവരുടെ എണ്ണം പത്തുലക്ഷത്തി ഒരുനൂറ്റ് ആയിരുന്നു. അവരെല്ലാം ഒരേ രാജ്യത്തുനിന്ന് ആയിരുന്നുവെങ്കിലും യരുശലേം നഗരത്തിൽ നിന്നായിരുന്നില്ല. അവർ പുളിപ്പില്ലാത്ത അപ്പത്തിന്റെ പെരുന്നാളിനായി രാജ്യത്തിന്റെ നാനാഭാഗത്തുനിന്നും എത്തിച്ചേർന്ന് സൈന്യത്തിന്റെ പിടിയിലായവരായിരുന്നു. തുടക്കത്തിൽ അത് ഉചിതമായി തോന്നിയെങ്കിലും, പിന്നീട് അവർക്ക് മഹാമാരിയാൽ നാശം വന്നുഭവിക്കുകയും, തുടർന്നെത്തിയ ക്ഷാമം മൂലം അനേകർ നാശമടയുകയും ചെയ്തു.

സെസ്റ്റിയസ് പിടിച്ചടക്കിയവരുടെ എണ്ണം അധികമായിരുന്നു, എങ്കിലും അവരെയെല്ലാം ഉൾക്കൊള്ളാൻ ആ നഗരത്തിനു സാധിച്ചു. നഗരത്തിന്റെ ശക്തിയെക്കുറിച്ച് നീറോയോട്ട് അറിയിക്കുവാൻ അവൻ ആഗ്രഹിച്ചു; അല്ലാത്ത പക്ഷം അവഹേളിക്കുവാൻ അവന് കഴിയുമായിരുന്നു. കഴിയുമെങ്കിൽ ജനക്കൂട്ടത്തിന്റെ കണക്കെടുക്കുവാൻ അവൻ ഉന്നത പുരോഹിതന്മാരോട് ആവശ്യപ്പെട്ടു.

ഈ മഹാപുരോഹിതന്മാർ ഒൻപതാം മണി മുതൽ പതിനൊന്നാം മണി വരെ പെസഹാ ആചരണത്തിനായി ബലിമൃഗങ്ങളെ അറുത്തു. ഓരോ കൂട്ടരും പത്തിൽ കുറയാത്ത ആളുകൾ ഉണ്ടാകണമന്നുണ്ടായിരുന്നു, അല്ലാത്തത് നിയമപരം ആയിരുന്നില്ല. വിരുന്നിൽ ഞങ്ങളിൽ മിക്ക കൂട്ടർക്കും, ഇരുപതിൽ കൂടുതൽ ആളുകൾ ഉണ്ടായിരുന്നു. അന്ന് നടത്തപ്പെട്ട യാഗങ്ങളുടെ എണ്ണം ഇരുന്നൂറ്റി അമ്പത്താറായിരത്തി

അഞ്ഞൂറ് ആയിരുന്നു. അന്ന് ഒരുമിച്ച് വിരുന്നു കഴിച്ചവർ കണക്കുപ്രകാരം, നിർമ്മലരും വിശുദ്ധരുമായ ഇരുപതു ലക്ഷത്തി ഏഴായിരത്തി ഇരുന്നൂറു പേരിൽ കൂടുതൽ ആയിരുന്നു. എന്നാൽ കുഷ്ഠരോഗികൾ, സ്രവക്കാർ, ഋതുവിലുള്ള സ്ത്രീകൾ, മറ്റു രീതിയിൽ അശുദ്ധരായവർ എന്നിവർക്ക് യാഗത്തിൽ പങ്കുചേരുവാനോ, വിദേശികൾക്ക് ആരാധനയ്ക്കായി എത്തുവാനോ അനുവാദം ഇല്ലായിരുന്നു.

വലിയ ജനസഞ്ചയത്തെ വിദൂര സ്ഥലങ്ങളിൽ നിന്നുമായിരുന്നു കൂട്ടിക്കൊണ്ടുവന്നത്. എന്നാൽ ഒരു രാജ്യം മുഴുവൻ ഒരു തടവറയിലെന്ന പോലെ കുടുങ്ങിപ്പോയി. നഗരം ജനങ്ങളെക്കൊണ്ട് നിറഞ്ഞപ്പോൾ റോമാ പടയാളികൾ അതിനെ വളഞ്ഞു. അതനുസരിച്ച് നശിച്ചുപോയവരുടെ എണ്ണം മനുഷ്യനോ ദൈവമോ ഈ ലോകത്തിനുമേൽ നശിപ്പിച്ചതിനേക്കാൾ ഏറെയായിരുന്നു. പരസ്യമായി അറിയപ്പെടുന്നതിനെക്കുറിച്ച് പറഞ്ഞാൽ റോമാക്കാർ കുറെപ്പേരെ വധിച്ചു. കുറെപ്പേരെ തടവുകാരാക്കി. അവർ ഭൂഗർഭ അറകൾ തിരഞ്ഞുകണ്ടെത്തിയവരെ എല്ലാം കൊന്നുകളഞ്ഞു.

കൂടാതെ രണ്ടായിരത്തിലധികം പേർ അവിടെ മരിച്ചതായി കാണപ്പെട്ടു. കുറെപ്പേർ പരസ്പരം ഏറ്റുമുട്ടിയും, മറ്റുള്ളവർ ക്ഷാമം മൂലവും ആയിരുന്നു മരണപ്പെട്ടത്. ഏറ്റവും അറപ്പുളവാകിയത് ശവശരീരങ്ങൾ കണ്ടെത്തിയവരുടെ അവസ്ഥയായിരുന്നു. കുറെപ്പേർ അപ്പോൾത്തന്നെ അവിടെനിന്നും ഓടിപ്പോയി. എന്നാൽ അത്യാർത്തിക്കാരായ ചിലർ ശവക്കുഴികളിൽപ്പോലും തിരഞ്ഞ് തങ്ങൾക്ക് എന്തെങ്കിലും നേടുവാൻ കഴിയുമോ എന്ന് പരിശ്രമിച്ചുകൊണ്ടിരുന്നു. അവിടെ ഗുഹകളിൽ, അവർക്ക് വളരെയേറെ ധനവും അമൂല്യശേഖരങ്ങളും ലഭിച്ചു. ഇപ്രകാരം ലഭിക്കുന്നതൊക്കെ നിയമാനുസൃതമായി അവർക്ക് തോന്നി.

ആ ക്രൂരന്മാരായ സ്വേച്ഛാധിപതികൾ തടവിലാക്കിയവരിൽ ഏറെപ്പേരെ പുറത്തു കൊണ്ടുവന്നു. അവസാനനിമിഷം വരെ അവർ അവരുടെ നിഷ്ഠൂര പ്രവർത്തികൾ ഉപേക്ഷിച്ചിരുന്നില്ല. എങ്കിലും നീതിക്കു നിരക്കുന്ന രീതിയിൽ ദൈവം അവരോട് രണ്ടു പേരോടും പ്രതികാരം തീർത്തു.

യോഹന്നാനെക്കുറിച്ചാണെങ്കിൽ, അവനും സഹോദരന്മാരും പട്ടിണിയാൽ വലഞ്ഞും ഗുഹകളിൽ കഴിഞ്ഞു. മുമ്പ് പലപ്പോഴും അഹങ്കാരത്തോടെ നിരസിച്ചുവന്നിരുന്നതായ സുരക്ഷ അവൻ റോമക്കാരോട് യാചിക്കുകയും സഹായിക്കണമെന്ന് കേണപേക്ഷിക്കുകയും ചെയ്തു. ശീമോനാണെങ്കിൽ കീഴടങ്ങുന്നതുവരെ വളരെ കഷ്ടപ്പാടുകൾ സഹിച്ചു. (ഇവ പിന്നീട് ചർച്ച ചെയ്യപ്പെടും). അതിനാൽ വിജയപ്രയാണത്തിൽ അവനെ ഉൾപ്പെടുത്തുകയും പിന്നീട് വധിക്കുകയുംചെയ്തു. യോഹന്നാനെ അവർ നിത്യകാരാഗൃഹവാസത്തിനു ശിക്ഷിക്കുകയും ചെയ്തു. പിന്നീട് റോമാക്കാർ നഗരത്തിന്റെ വെളിയിലുള്ള ഭാഗം അഗ്നിക്കിരയാക്കുകയും അതിന്റെ മതിലുകളെ തകർത്തു കളയുകയും ചെയ്തു.

യെരുശലേം നഗരം മുമ്പ് അഞ്ചു തവണ പിടിച്ചടക്കപ്പെട്ടു. രണ്ടാം തവണ നശിപ്പിക്കപ്പെട്ടു. അതിന്റെ ചരിത്രത്തിന്റെ ഒരു ഹ്രസ്വ വിവരണം

10 വെസ്പാസിയൻ ഭരണത്തിന്റെ രണ്ടാം വർഷം ഗോർപിയോസ് മാസത്തിന്റെ എട്ടാം ദിവസമാണ് യരുശലേം നഗരം പിടിച്ചടക്കപ്പെട്ടത്. ഇതിനു മുമ്പ് അഞ്ചു തവണ ഈ നഗരം പിടിച്ചടക്കപ്പെട്ടിട്ടുണ്ട്. എന്നാൽ ഇത് നശിപ്പിക്കപ്പെടുന്നത് രണ്ടാം തവണയാണ്. മിസ്രയീം രാജാവായ ശീശക്കും, അവനു ശേഷം അന്ത്യോക്കസും, പിന്നീട് പോംപെയും, അവർക്കു ശേഷം, സോഷ്യസും, ഹെരോദും നഗരം പിടിച്ചടക്കിയെങ്കിലും അത് സംരക്ഷിച്ചു പോന്നിരുന്നു. ഇതിനെല്ലാം മുമ്പ് ബാബേൽ രാജാവ് യരുശലേം നഗരത്തെ കീഴടക്കി, അത് നിർമ്മിച്ചതിനു ശേഷം ആയിരത്തിനാന്നൂറ്റി അറുപത്തിയെട്ട് വർഷവും, ആറു

മാസവും കഴിഞ്ഞ് നശിപ്പിച്ചു. കനാന്യരിൽ ശക്തനായ മനുഷ്യനാണ് ഇത് പണികഴിപ്പിച്ചത്, മൽക്കീസേദക്* എന്ന് നാം വിളിക്കുന്ന നീതിമാനായ രാജാവ്. അതിനാൽ ക്രമപ്രകാരം അവൻ ദൈവത്തിന്റെ ആദ്യത്തെ പുരോഹിതനായിരുന്നു. ആദ്യത്തെ ദേവാലയം അങ്ങനെ ശാലേം** എന്നറിയപ്പെട്ടിരുന്ന സ്ഥലത്ത് പണിയപ്പെട്ടു. അത് യരുശലേം എന്ന് അറിയപ്പെട്ടു.

എന്നാൽ യഹൂദ്യരുടെ രാജാവായ ദാവീദ് കനാന്യരെ തുരത്തുകയും സ്വന്തം ജനത്തെ അവിടെ പാർപ്പിക്കുകയും ചെയ്തു. നാനൂറ്റി എഴുപത്തേഴ വർഷവും ആറുമാസവും കഴിഞ്ഞ് ബാബേൽക്കാർ നഗരം പൂർണ്ണമായും നശിപ്പിച്ചു. അവിടം ഭരിച്ചിരുന്ന യഹൂദ്യാ രാജാവായ ദാവീദ് മുതൽ തീത്തൊസിന്റെ കീഴിൽ അത് നശിപ്പിക്കപ്പെടുന്നതുവരെ ആയിരത്തി ഒരുനൂറ്റി എഴുപത്തി ഒൻപത് സംവൽസരം ആയിരുന്നു. എന്നാൽ അതിന്റെ നിർമ്മിതിയുടെ ആദ്യഘട്ടം മുതൽ അത് നശിപ്പിക്കപ്പെടുന്നതുവരെ രണ്ടായിരത്തി ഒരുനൂറ്റി എഴുപത്തി ഒൻപത് സംവൽസരം ആയിരുന്നു.

ആ നഗരത്തിന്റെ പ്രാചീനതയോ, മഹത്ത്വമോ, അതിന്റെ ഏറിയ സമ്പത്തോ, അതിന്റെ വാസയോഗ്യമായ ഭൂമിയോ, അതിനുള്ള സർവ്വാദരണീയതയോ, ബഹുമാനമോ, ഒന്നുംതന്നെ അതിനെ നാശത്തിൽ നിന്നും രക്ഷപെടുത്തുവാൻ പര്യാപ്തമായിരുന്നില്ല. യരുശലേമിന്റെ ഉപരോധവും പതനവും ഇതോടെ പൂർത്തിയായി.

* *ഉൽപ്പത്തി 14:18-20, എബ്രായർ 5:6*

** *ഉൽപ്പത്തി 14:18-20, സങ്കീർത്തനം 76:2*

6 മക്കാബിയർ

മക്കാബിയരെക്കുറിച്ചുള്ള ഗീതം

കാവ്യരൂപത്തിൽ എഴുതപ്പെട്ടതാണ് മക്കാബിയരുടെ ആറാം പുസ്തകം. മിക്ക ചരിത്രകാരന്മാരും ഈ പുസ്തകത്തെ മക്കാബിയരുടെ നാലാം പുസ്തകവുമായി ചേർത്തുവയ്ക്കുന്നു. ഭാഷാശൈലികൊണ്ടും ആഖ്യാന രീതിക്കൊണ്ടും നാലാം പുസ്തകവുമായി ഏറെ സാമ്യമുണ്ട് ഈ പുസ്തകത്തിന്.

ഈ പുസ്തകത്തിന്റെ യഥാർത്ഥ രചയിതാവ് ആരാണ് എന്ന് അറിയില്ലെങ്കിലും കാവ്യശൈലി പരിഗണിക്കുമ്പോൾ സെരുഗിലെ യാക്കോബ് എഴുതിയതാവാം എന്ന് സംശയിക്കുന്നു. 678 വരികളായി രചിക്കപ്പെട്ട ഈ സുറിയാനി ഗീതം 1895-ൽ റോബർട്ട് എൻ ബൻസലിയും, വില്ല്യം ഈ ബർണസും ചേർന്നാണ് സുറിയാനി മൂലവും ഇംഗ്ലീഷ് പരിഭാഷയും ആദ്യമായി പ്രസിദ്ധീകരിക്കുന്നത് [1]. 2006 ൽ സിഗ്രിഡ് പീറ്റേർസൺ ഈ പുസ്തകത്തെ അടിസ്ഥാനമാക്കിയുള്ള ഒരു പഠനവും ചേർത്ത് സുറിയാനി മൂലവും പരിഷ്കരിച്ച ഇംഗ്ലിഷ് പരിഭാഷയും പ്രസിദ്ധീകരിച്ചു.

1822 ൽ കൽക്കത്ത ബിഷപ്പ്സ് കോളജിന്റെ ആദ്യ പ്രിൻസിപ്പലായ റവ. വില്യം ഹോഡ്ജ് മിൽ, മലങ്കരസഭ സന്ദർശിച്ചു. അന്നത്തെ മലങ്കര മെത്രാപ്പോലിത്തയായിരുന്ന അഭിവന്ദ്യ. പുന്നത്ര മാർ ദിവന്നാസിയോസ് റവ. മില്ലിന് സമ്മാനിച്ച സുറിയാനി പുസ്തകങ്ങളുടെ കൂട്ടത്തിലുള്ളതാണ് 'മക്കാബിയരെക്കുറിച്ചുള്ള ഗീതം' എന്ന തലക്കെട്ടുള്ള 'മദന്ഹായ' ലിപിയിലുള്ള ഈ പുസ്തകം.

'1822 ജനുവരി 14 ബുധനാഴ്ച മലബാറിലെ ദിവന്നാസിയോസ് മെത്രാപ്പോലിത്ത കൽക്കട്ടയിലെ ബിഷപ്പ്സ് കോളജിന്റെ പ്രിൻസിപ്പലായ മില്ലിന് നൽകിയ' പുസ്തകങ്ങളുടെ കൂട്ടത്തിൽ 'ശ്മൂനിയുടെയും ഏഴു പുത്രന്മാരുടെയും രക്തസാക്ഷിത്വത്തെക്കുറിച്ചുള്ള 12 അക്ഷരമാത്രയിലുള്ള ഒരു ഗീതം' എന്ന് പെയ്ൻ സ്മിത്തിന്റെ കാറ്റലോഗിൽ[2] 134-ാമതായി രേഖപ്പെടുത്തിയിരിക്കുന്ന ഈ പുസ്തകം ബോഡ് ലിയൻ ലൈബ്രറിയിൽ Bod. Or. 624 എന്ന കയ്യെഴുത്തുപ്രതിയായി സൂക്ഷിച്ചിരിക്കുന്നു.

അമ്മയുടെ പേര് ശ്മൂനി എന്ന് ഈ പുസ്തകത്തിൽ വ്യക്തമായിപ്പറയുന്നു. അതേപോലെ മക്കളുടെ പേര് സുറിയാനി പാരമ്പര്യപ്രകാരം ഓരോമക്കളുടെയും പേര് 6 മക്കാബിയരിൽ പറയുന്നത് ഇപ്രകാരമാണ് 1. ഗദ്ദി (248), 2. മക്കബായ് (292), 3. തർസായ് (344), 4. ഹെബ്രോൻ (406), 5. ഹെബ്സോൻ (459), 6. ബാക്കോസ് (525), 7. യോനാദാബ് (602). മർത്തശ്മൂനി അമ്മയുടെയും മക്കളുടെയും എലിയാസാറിന്റെയും രക്തസാക്ഷിത്വത്തെ വ്യക്തമായി വരച്ചുകാണിക്കാൻ ഈ പുസ്തകത്തിന് സാധിക്കുന്നു. ഓരോ മക്കളുടെയും മരണത്തിന് മുമ്പായി മർത്തശ്മൂനിയമ്മ നടത്തുന്ന ഉദ്ബോധനം 6 മക്കാബിയരിൽ ഉണ്ട്.

---

1 *The Fourth Book of Maccabees and Kindred Documents in Syriac - K L. Bensly, Barnes, Cambridge University Press, 1895*

2 *Catalogi codicum manuscriptorum, Bibliothecae bodleianae, Pars sexta, codices syriacos, carshunicos, mendaeos, complectens, R. Payne smith, MacMillan & Co., London*

6 മക്കാബിയർ

മക്കാബിയരെക്കുറിച്ചുള്ള ഗീതം

ഭാഗ്യവാന്മാരായ യൂദാമക്കാബിയരുടെ കുടുംബത്തിന്റെ ചരിത്രത്തെ വിവരിക്കുവാൻ ആർക്കുകഴിയും
അവരുടെ തീക്ഷ്ണതയെ
വ്യാഖ്യാനിക്കുവാനുംആർക്കുകഴിയും
അവർ നിയമത്തിനും,
കല്പനകൾക്കുമായി,
സമരത്തിനും, പോരാട്ടത്തിനും,
ശക്തിപരീക്ഷകൾക്കുമായി പ്രവേശിച്ചു.

അവർ യഥാർത്ഥശക്തിശാലികളും,
പോരാട്ടത്തിൽ പരാക്രമശാലികളും
ആയിരുന്നു.
പൗലോസ് പറയുന്നതുപോലെ അവർ
പടക്കൂട്ടത്തെ തകർത്തുകളഞ്ഞു
നശിപ്പിക്കുന്ന
രാജാക്കന്മാർക്കെതിരായുള്ള അവരുടെ
യുദ്ധത്തിനു വിരാമമില്ലായിരുന്നു
ദിനംപ്രതി അവർ ആയുധവും പരിചയും
ധരിച്ചവരായി കണ്ടിരുന്നു.
ആണ്ടിലെ എല്ലാഋതുക്കളിലും അവർ
നിരന്തരം യുദ്ധം ചെയ്യുകയായിരുന്നു.

കർത്താവിൽനിന്നുലഭിച്ച ശക്തിയാൽ
ഒരുവൻ ഒരായിരത്തെ പിന്തുടർന്നു.
ഇരുവർ ദൈവികസഹായത്താൽ
പതിനായിരത്തെ പുറത്താക്കി.
ദൈവികസഹായം ഈ ദൃഢഗാത്രരിൽ
ചൊരിയപ്പെട്ടിരുന്നു.
അവർ പിഴുതെടുക്കപ്പെട്ട
വിഗ്രഹങ്ങളെയും കൊത്തിയുണ്ടാക്കിയ
ചെറുബിംബങ്ങളുടെ ശക്തിയെയും
വേരോടെ തകർത്തു.
അവർ വിഗ്രഹമന്ദിരങ്ങൾക്ക് തീവെച്ചു.
സാത്താന്റെവാസസ്ഥലമായ
വിഗ്രഹങ്ങളുടെക്ഷേത്രങ്ങളെ
മറിച്ചുകളഞ്ഞു
മഹാപുരോഹിതനായ അവരുടെ
പിതാവിന്റെ[1] കല്പനപോലെ,
- ആ നീതിപരന്മാർ മത്ഥത്തിയാസിന്റെ
പുത്രന്മാരായിരുന്നു-
ഇക്കാരണത്താൽ അവർ അവരുടെ
ആണ്മക്കളെ എല്ലാപീഡനത്തിനുമായി
വിട്ടുകൊടുത്തു
അവരുടെ പ്രാർത്ഥന വിശ്വാസികൾക്ക്
കോട്ടയാകട്ടെ
സത്യത്തിനുവേണ്ടി
ജീവൻഅവസാനിപ്പിച്ച ആശ്ചര്യമുള്ള
മനുഷ്യരുടെ,

വിസ്മയംനിറഞ്ഞ നടപടിയിലേക്ക്
ഇപ്പോൾനമുക്ക് അടുത്തുവരാം.
പ്രത്യാശനിമിത്തം ദണ്ഡനവും,
പീഡനവും അവർ സഹിച്ചു.
ഇരുമ്പുചീപ്പിന്റെ പീഡനങ്ങളും
കഠിനദണ്ഡനങ്ങളും അവർസ്വീകരിച്ച്
വെളിച്ചത്തിലേക്ക് അവർ പ്രവേശിച്ചു.
പലരീതിയിൽ വധവും, മരണവും അവർ
സഹിച്ചു
കാലുകൾ ഒടിച്ചും, സന്ധികൾ വിച്ഛേദിച്ചും

പല്ലുകൾ പിഴുതെടുത്തും, ശിരോചർമ്മം
ഉരിച്ചെടുത്തും
അസ്ഥികൾ ചിതറിച്ചും,
ഭ്രംശംവരുത്തിയും, ആണിതറച്ചും,
അസഭ്യാധിക്ഷേപംനടത്തിയും
വെളുത്തുചുട്ടുപഴുത്തവാളിന്റെ
ദാഹശമനവും,
മാംസംപറിച്ചെടുക്കുന്നകൊടിലും,
കറങ്ങുന്നചക്രങ്ങളുടെ മൂർച്ചയുള്ള
മുനകളും
ഗന്ധകംനിറച്ച കുട്ടകങ്ങൾ വമിപ്പിക്കുന്ന
പുകയും,

---

1 മത്ഥത്തിയാസിന്റെ

ക്രോധാവേശത്തോടെ നാവുമുറിക്കുന്ന
  കത്തികളും
ഉഗ്രതയോടെജ്വലിക്കുന്ന പഴുപ്പിച്ച
  ഇരുമ്പുസ്തംഭവും
വിഗ്രഹാരാധികളിൽനിന്ന്
  ഇവയെല്ലാംഅവർസഹിച്ചു.
ശപിക്കപ്പെട്ടവനായ വിഷസർപ്പം
  അന്തിയോക്കസ് എന്ന
  ഭ്രാന്തൻശ്വാനന്റെ
പീഡകളെക്കാൾ
  പ്രബലപ്പെട്ടതായിരുന്നു അവരുടെ
  വിശ്വാസം

അവരുടെമനസ്സ്
  ഈക്ഷണികലോകത്തിന്റെ
  മോദങ്ങളെ അതിജീവിച്ചു,
അവരുടെമനക്കണ്ണ്
  വരുവാനുള്ളലോകത്തെപ്പറ്റിയുള്ള
  ധ്യാനത്തിൽ ഉറച്ചിരുന്നു.
അതിനാൽ ഈആശ്ചര്യം
  ജനിപ്പിക്കുന്നവർ അവരുടെ
  പോരാട്ടത്തിൽ വിജയികളായി.
ഞാൻതന്നെ എന്നോടുപറയുന്നു,
  ബഹുമാന്യനായ വയോധികൻ
  ഏലിയാസറും,
പൂർണ്ണപ്രത്യാശയുള്ള
  വിശ്വസ്തയായരക്തസാക്ഷിണി ശ്മൂനിയും

അവളുടെ സുന്ദരന്മാരും, യുവാക്കളും,
  പ്രവൃത്തികളിൽനിർമ്മലരുമായ
  ഏഴുപുത്രന്മാർക്കുമായി,
നിന്ദ്യനും അയോഗ്യനുമായ ഞാൻ
  അവരുടെവിവരണത്തിന് എന്റെശ്രദ്ധ
  നല്കി.
അവരുടെ ചരിത്രത്തെക്കുറിച്ച് ഈ
  ലഘുമൈമ്ര രചിച്ചു.
അവരുടെ സ്തുതിഗീതത്തിനുവേണ്ടി ഈ
  പൊള്ളുന്നചണവസ്ത്രം എന്റെ തോളിൽ
  ഞാൻവഹിക്കുകയും ചെയ്തു.
അവരുടെ സമൃദ്ധമായ പ്രാർത്ഥനകൾ
  എനിക്കു നിരന്തരസഹായമാകട്ടെ.

അവരുടെ വിരുന്നുമേശയിൽനിന്ന്
  അവർ എനിക്ക് അപ്പത്തിന്റെ
  ഒരുനുറുക്കു തന്നു.
അതിനാൽ എന്റെആത്മാവ്
  ധാർമ്മികമായി
  പരിപൂർണ്ണമായിത്തീർന്ന്
  ഈവിവരണത്തെ വഹിക്കട്ടെ.
അവർ അബ്രഹാമിന്റെ സന്തതികളും,
  ആ കുറ്റിയിൽ നിന്നുള്ളവരും
  ആയിരുന്നു.
അത്ഭുതകരമായ ഈ ഏഴുശാഖകൾ
  അനുഗ്രഹത്തെ മുളപ്പിച്ചു.
ഇതിനാൽ ദുഷ്ടപ്രഭുവിന്റെ തന്ത്രങ്ങളെ
  അവർ അതിജീവിച്ചു

അവരുടെ പ്രാർത്ഥന നമുക്ക്
  എല്ലായ്പ്പോഴും കോട്ടയായിരിക്കട്ടെ.
ഭരണാധികാരിയായസെലൂക്കസ്,
  സാമ്രാജ്യത്തിൽനിന്ന്
  നാടുനീങ്ങിയപ്പോൾ
അവന്റെ മകൻഅന്ത്യോക്കസ്,
  തന്റെ പിൻഗാമിയായ
  ഭരണാധികാരിയാകുവാൻ
  ഇടയാക്കി, അവൻ ദ്രോഹബുദ്ധി
  നിറഞ്ഞവനായിരുന്നു.
അയാൾ പുരോഹിതനായ
  ഒനിയാസിനെ
  മഹാപുരോഹിതപദവിയിൽനിന്ന്
  പുറത്താക്കി.
പകരം അബദ്ധോപകരണമായ
  ജാസനെ നിയമിക്കുകയും ചെയ്തു

അവൻ അയാൾക്ക് 3000 താലന്ത്
  കൈക്കൂലി വാഗ്ദാനം ചെയ്തതിനാൽ;
അയാൾ അവനെ ജനത്തിന്മേൽ
  അധികാരിയാക്കിവച്ചു, അധികാരം
  അവനുനൽകി.
ഈ മനുഷ്യൻ യഹൂദജീവിതസമ്പ്രദായം
  വ്യത്യാസപ്പെടുത്തി,
മോശയുടെനിയമം നിരാകരിച്ച്
  ശാബതിന്റെആചരണത്തെ നിന്ദിച്ചു.
കല്പനകളുടെഅനുഷ്ഠാനങ്ങൾ അട്ടിമറിച്ച്,

പരിച്ഛേദന നിറുത്തലാക്കി.

അയാളുടെഭരണകാലത്ത്
അന്ത്യോക്കസ് യരുശലേമിൽ
വരികയും
കൊള്ളയടിക്കുകയും, ദേവാലയത്തിൽ
കയറുകയും എല്ലാനിധികളും,
എടുക്കുകയും
നിക്ഷേപങ്ങളും, അതുപോലെ
അനാഥരുടെയും, വിധവകളുടെയും
സഹായനിധികളും
കൈവശപ്പെടുത്തുകയും ചെയ്തു.
മൂന്നുദിവസത്തിനകം അയാൾ 80, 000
പേരെ ഇല്ലാതാക്കി.
ഇവയിൽ 40, 000 പേരെ
അയാൾ ഇതരരാജ്യങ്ങളിലെ
അടിമത്തത്തിലേക്ക് ബലമായി
തള്ളിവിട്ടു.

പട്ടണം മുഴുവനിലുമുള്ള
നാൽപ്പതിനായിരത്തിലധികം പേരെ
വധിച്ചു.
അതിജീവിച്ചവരെ അവൻ ഒരിടത്തു
കൂട്ടിച്ചേർത്തു.
എഴുതപ്പെട്ട നിയമത്തിലുള്ള കല്പനകൾ
കൈവിടുവാനും
അവരുടെ ആചാരങ്ങൾ
വെടിയുവാനും പുറജാതികളിലേക്ക്
അനുരൂപപ്പെടുവാനും, അവരെ
നിർബന്ധിച്ചു.
അവർ ബിംബങ്ങൾക്കുള്ളബലികളും
നിവേദ്യവും രുചിക്കണം.

അവർ പന്നിയിറച്ചിയും, മറ്റെല്ലാ
അശുദ്ധവസ്തുക്കളും ഭക്ഷിക്കണം.
അല്ലെങ്കിൽ പീഡനങ്ങളിലൂടെ അവരെ
കൊല്ലും.
അപ്പോൾ ക്രൂരസ്വേച്ഛാധിപതി
ന്യായവിധിയുടെ
ഉയർന്നസിംഹാസനത്തിൽ ഇരുന്നു,
യൂദന്മാരിൽ ഓരോരുത്തരെ
തന്റെമുമ്പാകെ വരുത്തി.
അവർ ആദ്യമായി അവന്റെ മുമ്പാകെ
വരുത്തിയത് ഒരുവൃദ്ധനെയാണ്.

അദ്ദേഹത്തിന്റെ നാമം
'പുരോഹിതനായഏലിയാസർ'
എന്നായിരുന്നു.
അദ്ദേഹമായിരുന്നു ഈ
ഏഴുയുവാക്കളുടെ ഗുരു,
എല്ലാ ഇസ്രായേൽജനങ്ങളും
അദ്ദേഹത്തെ ബഹുമാനിച്ചിരുന്നു.
വിസ്താരംതുടങ്ങിക്കൊണ്ട്
നീതിരഹിതനായ ന്യായാധിപൻ
അദ്ദേഹത്തോടു പറഞ്ഞു:
'ഇപ്പോൾമുതൽ കർത്താവിനെയും
അവന്റെ എഴുതപ്പെട്ട
ന്യായപ്രമാണത്തെയും ഉപേക്ഷിക്കുക.

യാഗവസ്തുവും, അറപ്പായപന്നിയിറച്ചിയും
തിന്നുകയും ചെയ്യുക.
എങ്കിൽ ഞാൻനിന്നെ
ചൂളയിലെകുട്ടകത്തിലും,
ഒരുക്കപ്പെട്ടഅഗ്നിയിലും,
ദഹിപ്പിക്കുകയും
മഹാവിദ്വേഷത്താൽ വേഗത്തിൽ
നിങ്ങളുടെ ജീവൻ നശിപ്പിക്കുകയുമില്ല.'
കുലീനനായ പുരോഹിതൻ ഏലിയാസർ
ഉത്തരമായി ഉച്ചത്തിൽ
ധൈര്യത്തോടെ സർപ്പമായ
അന്ത്യോക്കസിനോടു സംസാരിച്ചു,

അദ്ദേഹം പറഞ്ഞു: 'അല്ലയോ
തെറ്റിപ്പോയരാജാവേ, നിന്റെ
വാക്കുകളിൽ എനിക്കു ബോധ്യമില്ല,
നിങ്ങളുടെ ഭീഷണിയിൽ ഞാൻ
ഭയപ്പെടുകയും ഇല്ല.
അതൊന്നും സാധ്യമല്ലാത്തതിനാൽ
പ്രയോജനമില്ല, നീതിയില്ല, ന്യായമില്ല
ഞാൻ വിശുദ്ധഭക്ഷ്യവും, കർത്താവിന്റെ
ബലിയും ഉപേക്ഷിച്ച്
പകരം, മലിനവും അശുദ്ധവുമായ
യാഗവസ്തുക്കളും, ദൂഷിച്ചമാംസവും
തിന്നുമോ?

ജീവനുള്ള ദൈവത്തെ ഉപേക്ഷിക്കുവാൻ
എനിക്ക് എങ്ങനെ സാധിക്കും,
എൽശദ്ദായി[2], ഭൂമിയുടെയും
സ്വർഗ്ഗത്തിന്റെയും സ്രഷ്ടാവ്.
കൈപ്പണിയായ, കൊത്തിയുണ്ടാക്കിയ
ഊമബിംബങ്ങളെ (എങ്ങനെ)
വണങ്ങും?
പൊടിയിൽനിന്നും കളിമണ്ണിൽനിന്നും
വെള്ളംചേർത്ത് പടുത്ത
നിർമ്മിതികളെ,
ശുദ്ധമല്ലാത്ത സ്വർണ്ണവും, വെള്ളിയും
പൂശിയ (കരനിർമ്മിതികളെ)

തടിയിൽനിന്നും, വിശേഷപ്പെട്ട
കല്ലുകളിൽനിന്നും നിർമ്മിക്കപ്പെട്ട
വ്യത്യസ്ത നിർമ്മിതികൾ
മനുഷ്യന്റെ നിർമ്മിതികൾ,
ആഗ്രഹത്തിന് വിധേയപ്പെട്ടവ വിലയ്ക്ക്
വില്ക്കുന്നവ.
അവയ്ക്ക് കണ്ണുണ്ട് എന്നാൽ കാണുന്നില്ല,
അന്ധമെന്നുതോന്നുന്നവ.
വായുണ്ട് എന്നാൽ അതിൽ ശ്വാസമില്ല,
ചത്തതുപോലെ വച്ചിരിക്കുന്നവ
തെരഞ്ഞെടുക്കപ്പെട്ടനിബി മോശയുടെ
നിയമത്തെ ഞാൻ എങ്ങനെ
തള്ളിപ്പറയും?

വാർദ്ധക്യത്തിലായി
വർഷങ്ങൾക്കുശേഷം ഒരു
പരിഹാസപാത്രമാകുവാനും,
എന്റെ കാലശേഷം ഒരുദുഷ്പേര്
കൊണ്ടുപോകാതിരിക്കുവാനും
ഓ!അധമനേ!, ഇനിയും അധികകാലം
ജീവിക്കുന്നതുകൊണ്ട് എന്താണുലാഭം?
നിങ്ങളുടെ പീഡനങ്ങൾ കൊണ്ടുവരൂ,
നിങ്ങളുടെ കട്ടപ്പമേറിയ (അതി)
ശക്തമായ ചമ്മട്ടികൾ കൊണ്ടുവരൂ.
നിങ്ങളുടെ കട്ടകം ചൂടാക്കൂ, ദഹിപ്പിക്കുന്ന
അഗ്നിയെ ജ്വലിപ്പിക്കൂ.

തീർച്ചയായും ഞാൻ
കൊല്ലപ്പെട്ടുകയാണെങ്കിൽ എന്റെ
തെരഞ്ഞെടുക്കപ്പെട്ട ജനത്തിനു
ഞാൻതന്നെ പകരമാകും.'
അപ്പോൾ നിയമലംഘകൻ, ആ ശപ്തൻ
അവരോടു കല്പിച്ചു.
രക്തസാക്ഷിയെ മാന്യമായി മറച്ചിരുന്ന
വസ്ത്രങ്ങൾ ഊരിമാറ്റി
ബഹുമാന്യനായവൃദ്ധനെ
നഗ്നനാക്കുവാൻ (കല്പിച്ചു).
അവർ അദ്ദേഹത്തിന്റെ വസ്ത്രം
ഉരിഞ്ഞുമാറ്റി നഗ്നനാക്കി
കൈയുംകാലും ബന്ധിച്ചു.

അദ്ദേഹത്തെ വലിച്ചുപുറത്തിട്ട് പലതരം
ചമ്മട്ടികൾകൊണ്ട് അടിക്കുവാൻ
തുടങ്ങി
കഠിനമായദണ്ഡും, തുകൽചാട്ടയും,
എല്ലാത്തരത്തിലുമുള്ള ഭേദ്യങ്ങളും
കൊണ്ട്
മാംസം ശകലങ്ങളായി കീറി
അദ്ദേഹത്തിന്റെ രക്തം നിലത്ത്
ഒഴുകുന്നതുവരെ ദണ്ഡിച്ചു.
പിന്നെ ആ വിശുദ്ധനെ ജ്വലിക്കുന്ന
അഗ്നിക്കരികിലേക്ക് കൊണ്ടുവന്നു,
അവരോരോരുത്തരും ഒരോശൂലം[3]
കൈയ്യിൽ പിടിച്ചിരുന്നു.

അദ്ദേഹത്തെ തീയിൽ പൊള്ളിച്ച്
ലജ്ജകൂടാതെ ദഹിപ്പിച്ചു.
അദ്ദേഹം നിലത്തുവീണപ്പോൾ
ആ പിശാചിന്റെ സന്താനങ്ങൾ
അദ്ദേഹത്തെ തൊഴിച്ചു.
നീതിമാനായ ബഹുമാന്യവൃദ്ധൻ അതു
ശാന്തമായി സഹിച്ചു,
കാരണം, വരുവാനുള്ള
ദൈവരാജ്യത്തിനുവേണ്ടി അദ്ദേഹം
നോക്കിപ്പാർത്തു.
നിഷ്ഠുരാധിപതിയുടെ സേവകർ
ആവയോധികൻ പതറുന്നില്ലെന്നു
കണ്ടപ്പോൾ

2 സർവ്വശക്തൻ

3 കത്തുചട്ടകം

അദ്ദേഹത്തിന്റെ കഠിനപീഡനത്തോടു
ചേർന്ന ചമ്മട്ടിയടി ഇരട്ടിപ്പിച്ചു,
വിഗ്രഹാരാധകർ അദ്ദേഹത്തിന്റെ
മൂക്കിൽ മലിനജലം ഒഴുക്കുകയുംചെയ്തു.
അവർ സൂത്രങ്ങൾ ഘടിപ്പിച്ചിട്ടുള്ള,
നല്ലമൂർച്ചകൂട്ടിയ ഉപകരണങ്ങൾ
കൊണ്ടുവരികയും,
അദ്ദേഹത്തെ പീഡിപ്പിക്കുകയും,
ജ്വലിച്ചുതിളങ്ങുന്ന അഗ്നിയിലേക്കു
വലിച്ചിടുകയും ചെയ്തു.
അസ്ഥികൾക്ക് തീപിടിച്ചപ്പോൾ, തന്റെ
അന്ത്യനിമിഷം ഇപ്പോഴാണെന്ന്
അദ്ദേഹം അറിഞ്ഞു,

ബഹുമാന്യരിൽ മുഖ്യനായ
അദ്ദേഹം സ്വാതന്ത്ര്യത്തോടെ
സ്വർഗ്ഗത്തിൽനോക്കി ഉറക്കെ
വിളിച്ചുപറഞ്ഞു:
'നോക്കൂ, ദൈവമേ, നിന്റെ കൈകളുടെ
സൃഷ്ടിയെ ഉപേക്ഷിക്കരുതേ,
നിന്റെ ജനത്തോടു ദയ തോന്നണമേ,
(നിന്റെ) മുഖം ഞങ്ങളിൽനിന്ന് ഒട്ടും
തിരിക്കരുതേ.
നിന്റെ ദാസരുടെരക്ഷയ്ക്കായി
നിന്റെ സത്യം ഉദിക്കട്ടെ. അത്
മറഞ്ഞിരിക്കരുതേ!
ഇതാ എല്ലാത്തരം പീഡനങ്ങൾക്കുമായി
എന്റെ ശരീരം അവർക്കായി
വിട്ടുകൊടുത്തു,

അവരുടെ വീണ്ടെടുപ്പിനായി, എന്റെ
രക്തം ശുദ്ധീകരിക്കപ്പെടട്ടെ.,
അത്പാനീയയാഗമായിത്തീരട്ടെ
അദ്ദേഹം ഇതെല്ലാം പറഞ്ഞു കഴിഞ്ഞ്
മുഖപ്രസന്നതയോടെ തന്റെ
ആത്മാവിനെ ത്യജിച്ചു.
നിത്യജീവൻ അദ്ദേഹം
അവകാശപ്പെടുത്തി.
വിശുദ്ധ രക്തസാക്ഷിയുടെ
ആത്മാവ് വേർപെട്ടശേഷം,
അയാൾ[4] ദുഷ്ടസ്വച്ഛാധിപതി,
ക്രോധംകൊണ്ട്ജ്വലിച്ചു.
അതിന്റെ ചൂടിൽ ആത്മനിയന്ത്രണം
നഷ്ടപ്പെട്ടു.

തന്റെ അടിച്ചമർത്തൽ എബ്രായന്മാർ
ധിക്കരിക്കുന്നത് അവൻ കണ്ടപ്പോൾ,
കൂട്ടിവരുത്തിയവരിൽനിന്ന് മറ്റുള്ളവരെ
കൊണ്ടുവരുവാൻ കല്പിച്ചു.
എല്ലാവർക്കും മുൻപേ കുലീനാത്മാവ്
രക്തസാക്ഷിണി ശ്മൂനിയെ അവർ
വലിച്ചിഴച്ചു.
അവളുടെ പുത്രന്മാർ രണ്ടുപേർ
അഞ്ചുപേരോടെ ഒരു മാലപോലെ
അവളെ ചുറ്റിനിന്നു

വിജയക്കൊടിയുമായി അവർ
തന്റെമുൻപിൽ വരുന്നത് ദുഷ്ടൻ
കണ്ടപ്പോൾ
അയാൾ തീവ്രവികാരത്താൽ ആവേശം
കൊണ്ടു
അവരുടെ സൗന്ദര്യത്തെയും,
നിർമ്മലമായനിഷ്കളങ്കതയെയും
അവൻപ്രശംസിച്ചു.
കൊലപാതകി തന്റെ ദേഷ്യം മനസ്സിൽ
ഒളിപ്പിച്ചു,
ആ ധിക്കാരിയായവൻ (വളരെ)
ആവേശിതനായി തന്റെ മുഖം
പ്രസന്നമാക്കി.
ആശയക്കുഴപ്പമുണ്ടാക്കുന്ന വാക്കുകളാൽ
അവരെ പ്രലോഭിപ്പിക്കുവാൻ തുടങ്ങി.

'നിങ്ങളുടെ പാരമ്പര്യത്തെപ്പറ്റി ഞാൻ
കേട്ടിട്ടുണ്ട്, അത് അനുഗ്രഹീതമായ
വേരിൽ നിന്നാണെന്നും
നിങ്ങൾ തീർച്ചയായും വിവേകവും
വിവേചനബുദ്ധിയും നേടിയിട്ടുണ്ട്
അല്ലയോ അനുഗ്രഹീതരായ യുവാക്കളേ,
നിങ്ങൾ താമസം കൂടാതെ
പന്നിയിറച്ചിയും അശുദ്ധബലിവസ്തുവും
ഭക്ഷിക്കണമെന്നു ഞാൻ
ആഗ്രഹിക്കുന്നു
നിർഭാഗ്യവാനായ ആ വൃദ്ധനെപ്പോലെ

4 അന്ത്യോക്കസ്എപ്പിഫാനസ്

ആകുവാൻ നിങ്ങൾക്ക് ഇടവരരുത്.

150 അസഹ്യമായ പീഡനത്താലും
മാംസത്തിലെ മുറിവുകളാലും അയാൾ
തന്റെ ജീവിതം അവസാനിപ്പിച്ചു.
നിങ്ങൾ എന്റെ വാക്കുകൾ
ഇപ്പോൾ മുതൽ എതിരിടാതെ
അനുസരിക്കുന്നെങ്കിൽ,
നിങ്ങൾ ഓരോരുത്തർക്കും,
വ്യത്യസ്തകാര്യങ്ങളിൽ ഞാൻ
അധികാരം നൽകും.
ഞാൻ തെരഞ്ഞെടുത്ത വസ്ത്രങ്ങൾ
അകമേ നിന്നു ധരിപ്പിക്കുകയും ചെയ്യും,
രാവിലെയും വൈകിട്ടും എന്റെ
മേശയിൽനിന്ന് ഭക്ഷിക്കുന്നവരുമാകും,

155 പകരം, നിങ്ങൾ വീണ്ടുവിചാരമില്ലാതെ
തെറ്റായ താല്പര്യത്തിൽ
നിലകൊണ്ടാൽ,
ഞാൻ നിങ്ങളുടെ മേൽ ദുരിതവും
ശിക്ഷയും വരുത്തും,
ചക്രങ്ങൾകൊണ്ടും മൂർച്ചയുള്ള
വാളുകൊണ്ടും അവയവങ്ങൾ
ഛേദിക്കും.
ഞാൻ നിങ്ങളെ പിച്ചളക്കുട്ടകത്തിലും
ഇരുമ്പുവറചട്ടിയിലും വറുക്കും,
ശക്തിയായി ജ്വലിക്കുന്നതീയിൽ
ദഹിപ്പിക്കും,

160 നിങ്ങളുടെ പൊടി, തിന്മകൾ വഹിക്കുന്ന
കാറ്റിൽ വിതറുകയും
നിങ്ങളെ ചെളിയാക്കി കാലിനടിയിൽ
ചവിട്ടിയരയ്ക്കുകയും ചെയ്യും.'
പിന്നെ നിയമരഹിതനായ ദുഷ്ടൻ
അയാളുടെ നിസ്സാരരായ സേവകരോട്
കല്പിച്ചു-
എല്ലാവിധ പീഡനോപകരണങ്ങളും
അവരുടെ മുന്നിൽ കൊണ്ടുവരുവാൻ,
അതിനാൽ ചിലപ്പോൾ
നീതിമാന്മാരെ ഭയപ്പെടുത്തുവാനും
ഭീഷണിപ്പെടുത്തുവാനും കഴിഞ്ഞേക്കും
എന്ന് അയാൾ വിചാരിച്ചു.

അവർ വിലങ്ങുകളും, 165
തോൽവാറുകളുള്ള ചങ്ങലകളും,
ഇരുമ്പുപിടിയുള്ള ലോഹആപ്പുകളും,
മാംസംപറിച്ചെടുക്കുന്ന
ചീപ്പുകളും, മുറിക്കുവാൻ
പല്ലുകൾഉള്ളകറങ്ങുന്നചക്രങ്ങളും,
ശൂലങ്ങളും
അവയവങ്ങൾവേർപെടുത്തുന്നതിന്
കൗശലമായി ആസൂത്രണം
ചെയ്തഇരുമ്പായുധങ്ങളും
അഗ്നിജ്വലിക്കുന്ന വറചട്ടികളും
കുട്ടകങ്ങളും, എല്ലാവിധ
പീഡനായുധങ്ങളും കൊണ്ടുവന്നു.

അപ്പോൾ നിഷ്ഠുരനായ അധിപതി 170
വീരന്മാരോട് ഉത്തരമായി പറഞ്ഞു:
'നിങ്ങളുടെപൂർവികാചാരങ്ങൾ
കൈവെടിയുക,
നിങ്ങളുടെപൂർവികരുടെനിയമങ്ങളും,
ന്യായവിധി അനുശാസനങ്ങളും
പരിത്യജിക്കുക
എന്നോടുചേരുക, ഞാൻ നിങ്ങളെ
എന്റെ രാജ്യത്തിൽ ശ്രേഷ്ഠരാക്കും.
അല്ലെങ്കിൽ ഞാൻ നിങ്ങളുടെ
നട്ടെല്ലുകൾ ഈവക
ഉപദ്രവങ്ങൾകൊണ്ട് ഉടനെതന്നെ
തകർക്കും.

ഈ തിളയ്ക്കുന്ന കുട്ടകങ്ങളിൽ നിങ്ങളെ 175
എറിയും
ഈ ലോകത്തിൽ നിന്ന് നിങ്ങളെ
നിഷ്കാസിതരാക്കും
അപ്പോൾ രക്തസാക്ഷികൾ
ബുദ്ധിയോടെ ഏകസ്വരത്തിൽ
വിളിച്ചുപറഞ്ഞു-
അവർ ഏക ആത്മാവിലും ഒരേ വായിലും
നിന്ന് എന്ന പോലെ, ഒരേ വാക്കുകൾ
വിളിച്ചുപറഞ്ഞു:
'അല്ലയോ പൈശാചികനും
ലംഘകനുമായ സ്വേച്ഛാധിപതിയേ,
നിങ്ങളുടെ പീഡനമുറകൾ

കൊണ്ടുവരിക.

വഴിപിഴച്ച അൽപ്പബുദ്ധീ, നിങ്ങളുടെ
കഠിനമായ പ്രഹരങ്ങൾ കൊണ്ടുവരിക
ഞങ്ങൾ അവയെ ഞങ്ങളുടെ
നിയമത്തിനുവേണ്ടി ഭയം കൂടാതെ
സഹിക്കും,
മോശയുടെ ന്യായപ്രമാണത്തിലെ ഒരു
വാക്കുപോലും നിരാകരിക്കുകയില്ല.
ഞങ്ങൾ സംസാരിക്കാത്ത
ഊമരൂപങ്ങളെ കുമ്പിടുകയുമില്ല.
ഞങ്ങളുടെ ഉരു- നിങ്ങളുടെ
പീഡനങ്ങളെയും വീര്യമുള്ള
വാളിനെയും ജയിച്ചെങ്കിൽ

നിങ്ങളുടെ പീഡനങ്ങളെ
അതിജീവിച്ചെങ്കിൽ, നിങ്ങളുടെ
ഭീഷണിയിൽ തലതാഴ്ത്തിയില്ലെങ്കിൽ-
ആ പ്രായാധിക്യമുള്ള ക്ഷീണിതനായ ആ
വയോവൃദ്ധൻ-
യുവാക്കളും വീരയോദ്ധാക്കളുമായ
ഞങ്ങൾ,
നിങ്ങളുടെ നികൃഷ്ടമായപീഡനങ്ങളിൽ,
എങ്ങനെ കീഴടങ്ങും,
നുണയനായമൂഢാ,
മതി, പറഞ്ഞതുമതി, നിന്റെ
കുടിലമായവായ് അടയ്ക്കുക.

സർവ്വസ്രഷ്ടാവായവനു വേണ്ടി ഞങ്ങൾ
മരണം തെരഞ്ഞെടുക്കുന്നു.
എരിയുന്ന തീയിൽ ദഹിപ്പിക്കപ്പെടുന്നത്
ഞങ്ങൾക്ക് ആനന്ദപ്രദമാണ്
നിന്റെവാക്കുകൾ
അനുസരിക്കുന്നതിനെക്കാൾ, ഓ,
വഴിപിഴപ്പിക്കുന്ന നാശകനേ!
കാരണമില്ലാതെ നീ ഞങ്ങളെ
കഷണിച്ചാലും
ഞങ്ങളുടെ കർത്താവ്
രാജകീയപദവിയിൽ ഞങ്ങളെ
സ്വീകരിക്കുമെന്നും, ഞങ്ങളുടെ
മേൽ ഒരു കിരീടം വയ്ക്കുമെന്നും
ഞങ്ങൾക്കറിയാം,

ഞങ്ങളുടെ ആത്മാക്കൾ
പ്രകാശഭവനങ്ങളിലേക്ക്
എടുക്കപ്പെടുമെന്നും.
ഞങ്ങൾ സ്വാഗതംചെയ്യപ്പെട്ട്
വിശ്വാസിയായ
അബ്രഹാമിനോടൊത്ത്
ആനന്ദിക്കുമെന്നും,
നീ ഗേഹന്നായിലെ പൊള്ളുന്ന
ജ്വാലയിൽ കഠിനവേദന അനുഭവിച്ച്
മുഷിഞ്ഞു മലിനപ്പെട്ടും
നിന്റെ ആത്മാവ്
ഇരുട്ടിൽ വേദനസഹിച്ച്
പിശാചുക്കളോടൊപ്പമായിരിക്കും,
കാരണം, കർത്താവ് നിനക്കു
വിവേകവും, ബുദ്ധിയും, സാമർത്ഥ്യവും
നൽകി,

നീയോ സംസാരിക്കാത്ത ഒരു
മൃഗമായിത്തീർന്നു.'
ഈ (വാക്കുകൾ) നിഷ്ഠൂരനായ രാജാവു
കേട്ടപ്പോൾ
അയാൾ ഉഗ്രമായി കോപിച്ച്
വികാരത്തിലും കോപത്തിലും ജ്വലിച്ച്
അസൂയ ധരിച്ചു.
ആ സമയം തനിക്ക് അടുത്തു നിന്നിരുന്ന
ഭൃത്യന്മാരോട് ഏറ്റവും മൂത്തവനെ, ആ
ശ്രേഷ്ഠനെത്തന്നെ കൊണ്ടുവരുവാൻ
കൽപ്പിച്ചു.

അദ്ദേഹത്തിന്റെ വൃദ്ധയായ
അമ്മ, അദ്ദേഹത്തോടൊരുമിച്ച്
ആയിരിക്കുവാൻ അവളുടെ
മനസ്സുറപ്പിച്ചിട്ട്
അദ്ദേഹത്തെ ആവേശഭരിതനാക്കി
ശക്തീകരിച്ച് അദ്ദേഹത്തോട്
ഈവിധം സംസാരിച്ചു:
"എന്റെ മകനേ, എന്നെ നോക്കുക,
സർവ്വശക്തന്റെ ഒരു പ്രതിജ്ഞ
നിനക്ക് തരുവാനുള്ള ദിവസമാണിത്
അതുമൂലം, ഈമത്സരത്തിൽ
നന്നായി ശക്തികരിക്കപ്പെടുകയും

പരാജയപ്പെടാതിരിക്കുകയും ചെയ്യും
സ്വാഭാവിക ജനനത്തിൽ അവരിൽ നീ
ആദ്യജാതനായതിനാലും

അവസാനിക്കുന്ന ലോകത്തിൽ
ഇപ്പോൾ ആദ്യജാതനായതിനാലും
വരുവാനുള്ള ലോകത്തിൽ അവരിൽ നീ
ആദ്യജാതനാകും"
അവൾ, അവനെ ശക്തീകരിച്ചതിനു
ശേഷം
അവർ അവനെ ന്യായാധിപന്റെ
മുൻപിലേക്ക് വലിച്ചിഴച്ചു-
എന്നാൽ ആദ്യം അദ്ദേഹത്തിന്റെ അങ്കി
കീറി ഉരിഞ്ഞു,
സാത്താന്റെസന്തതികൾ,
തുകൽവാർകൊണ്ട് കാലുകളും
കൈകളും ബന്ധിച്ചു.

കനിവില്ലാതെ ചാട്ടവാറിനാൽ ക്രൂരമായി
അടിക്കുകയും ചെയ്തു,
അവരുടെ പീഡനം ഒരു
പ്രയോജനവുമില്ലാത്തതെന്നു
കണ്ടപ്പോൾ,
പീഡനത്തിന്റെ ഒരുമുറയായി,
അദ്ദേഹത്തെ കറങ്ങുന്ന
ചക്രത്തിൽവച്ച് വലിച്ചു
ആ പീഡനത്തിൽ അദ്ദേഹത്തിന്റെ
സന്ധികൾ സ്ഥാനംതെറ്റി,
വേദന ഏൽപ്പിക്കുന്ന ചക്രംമൂലം
അദ്ദേഹത്തിന്റെ എല്ലുകൾ
പൊട്ടിപ്പോയി.

അദ്ദേഹം ന്യായാധിപനെ[5]
നിന്ദിച്ചുപറഞ്ഞു: "ഓ വിഷസർപ്പമേ,
ദുഷിപ്പിക്കുന്നവനേ, സ്വർഗ്ഗീയരാജാവിന്റെ
എതിരാളിയേ,
വിവേകത്തിലും ബുദ്ധിയിലും
ഗ്രാഹ്യശക്തിയിലും വിഷസർപ്പമേ,
ഞാനാരെയും കൊന്നതിനാലല്ല, ഈ
രീതിയിൽ ദാരുണമായി എന്നെ
വേദനിപ്പിക്കുന്നത്,
ദൈവത്തിനെതിരേ ക്രൂരമായി
പദ്ധതിയിട്ടതിനാലുമല്ല, ഞാൻ
ദുഷ്ടനായത് കൊണ്ടുമല്ല.

എന്നാലോ എന്റെ പിതാക്കന്മാരുടെ
നിയമത്തിൽ ഞാൻ
തീക്ഷ്ണതയുള്ളവനായതിനാലാണ്".
ആ ദുഷിപ്പിക്കുന്നവൻ
അദ്ദേഹത്തോട് പറഞ്ഞു:
"സംഹരിക്കപ്പെടാതെയിരിപ്പാൻ
താമസംവിനാ കുറ്റം സമ്മതിക്കുക."
അവൻ അവരോടു പറഞ്ഞു: "നിങ്ങളുടെ
ചക്രത്തിന് ഒട്ടും ശക്തിയില്ല.
നോക്കുക, അവയെല്ലാം നിങ്ങൾ
കൊണ്ടുവന്നു, നിങ്ങളുടെ എല്ലാ
പീഡനങ്ങളും,
നിങ്ങൾ എന്റെ അവയവങ്ങൾ
സന്ധികളിൽ വച്ചുമുറിക്കുക,
വറചട്ടിയിൽ പാകപ്പെടുത്തുക.

കാണുക, ഞങ്ങളുടെ വംശം എത്ര
അജയ്യമാണെന്ന്."
അവർ ഈ വാക്കുകൾ കേട്ടപ്പോൾ
അദ്ദേഹത്തിനു കീഴേ തീക്ഷ്ണമായ തീ
കൊളുത്തി,
ക്രൂരമായ സൂത്രപ്പണിയുള്ള ഒരു ചക്രം
അവർ അദ്ദേഹത്തിന്റെമേൽ ഉറപ്പിച്ചു
അദ്ദേഹത്തിൽ നിന്ന്
ഒഴുകിയരക്തംകൊണ്ട് ചക്രം കുതിർന്നു
അദ്ദേഹത്തിന്റെ ഇറ്റുവീണ രക്തത്താൽ
തീയ് അണഞ്ഞുപോയി.

അദ്ദേഹത്തിന്റെ മാംസം ഈ
യന്ത്രത്തിന്റെ അഴികളിൽ
ഉരുകിയപ്പോൾ,
അദ്ദേഹത്തിന്റെ അസ്ഥികൾ
പൊട്ടി വേർപെട്ടപ്പോൾ, അദ്ദേഹം
സഹായത്തിനായി കരഞ്ഞതേയില്ല,
ശക്തനും വീരനുമായ യൗവ്വനക്കാരൻ,
വിശ്വാസിയായ അബ്രഹാമിന്റെ ഒരു
പുത്രൻ.
എന്നാലും അദ്ദേഹം രൂപാന്തരപ്പെട്ടു,

5 *അന്ത്യോക്കസ് എപ്പിഫനസ്*

നശിപ്പിക്കപ്പെട്ടതുമില്ല
എണ്ണമില്ലാത്ത പീഡനങ്ങൾ
ദൃഢചിത്തനായി സഹിച്ചു.

ഇങ്ങനെ പറയുകയും ചെയ്തു: "എന്റെ
സഹോദരന്മാരേ, എന്നെപ്പോലെ
ആവുക,
എന്റേതായ ഈ കല്പനയിൽനിന്ന്
എന്നേക്കും, നിങ്ങളുടെ സ്നേഹം
ഒരിക്കലും വേർപെടരുത്,
ക്ഷണികമായ ജീവിതത്തിനുവേണ്ടി
സാഹോദര്യം നിരാകരിക്കുകയുമരുത്
ശ്രേഷ്ഠമായും മഹത്വപൂർണ്ണമായും
ഇന്ന് എന്നോടൊപ്പം പ്രവർത്തിക്കുക,
നീതിയിൽ വിധി ചെയ്യുന്നവനോട്
ശ്രദ്ധാപൂർവ്വം പ്രാർത്ഥിക്കുക,

ദുർമ്മോഹിയായ ചെന്നായുടെ മേൽ
അവിടത്തെ ശിക്ഷ വരുവാൻവേണ്ടി
പ്രാർത്ഥിക്കുക"
അദ്ദേഹം ഈവാക്കുകൾ
പറഞ്ഞുകഴിഞ്ഞപ്പോൾ, തന്റെ
യോഗ്യതയുള്ള ജീവൻ പരിത്യജിച്ചു
രാജ്യവും പ്രകാശവും മണവറയും
അവകാശമാക്കുകയും ചെയ്തു.
ഓപരിശുദ്ധനായ ഗദ്ദീ, നീ
വാഴ്ത്തപ്പെട്ടവനാകുന്നു[6].
അവർ തങ്ങളുടെ ദുഷ്ടത പ്രവർത്തിച്ചു.

അതുകൊണ്ട് നീ വിശ്വാസം
ത്യജിക്കുമെന്നും കരുതി,
"ഇതാണ് എന്റെ പദ്ധതി" എന്ന് നീ
അവരോടു പറയുകയും ചെയ്തു.
നിങ്ങൾ എന്റെ പാദങ്ങളും കൈകളും
മുറിച്ച് കളയുകയാണെങ്കിൽ
എന്റെ അവയവങ്ങൾ എല്ലാംതന്നെ
എന്റെ സന്ധിബന്ധങ്ങളോടെ
കഷണങ്ങളായി കീറുകയാണെങ്കിൽ
എന്നിട്ട് എന്റെ സന്ധികൾ
രക്തധമനികളോടെ
മുറിക്കുകയാണെങ്കിൽ

6 *അനുഗ്രഹീതനാകുന്നു*

എന്റെ തൊലി ഉരിക്കുകയും എന്റെ
അസ്ഥിപഞ്ജരം നശിപ്പിക്കുകയും
ചെയ്യുകയാണെങ്കിൽ

നിങ്ങൾ എന്റെ പീഡയോട് പീഡ
ഇരട്ടിപ്പിച്ച് കൂട്ടുകയാണെങ്കിൽ
ഏറ്റവും നിർദ്ദയമായ എല്ലാ യാതനകളും
എന്റെ പീഡയോട് കൂട്ടുകയും
ചെയ്യുന്നെങ്കിൽ
ആനന്ദിക്കുന്ന ഹൃദയത്തിൽ ഒരു
അസ്വാസ്ഥ്യവും കൂടാതെ അവയെ
വഹിക്കുന്നു.
ഞാൻ നിങ്ങളെ അനുസരിക്കുന്നില്ല,
ചെയ്യുവാനുള്ള കാര്യങ്ങൾ
വ്യത്യാസപ്പെടുത്തുന്നുമില്ല.
എന്റെ പിതാക്കന്മാരുടെ കല്പനയെയും
എന്റെ സമ്പ്രദായങ്ങളെയും ത്യജിക്കില്ല.

എന്റെ സർവ്വശക്തനായ ദൈവത്തെ
ഞാൻ പരിത്യജിക്കുന്നുമില്ല.
യൗവ്വനക്കാരന്റെ ആത്മാവ്
രാജ്യത്തിലേക്ക് മാറ്റപ്പെട്ടതിനുശേഷം
ബഹുമാന്യയായ വൃദ്ധ, അവരുടെ അമ്മ
രണ്ടാമനെ സമീപിച്ച്
വാക്കുകളാൽ അവൾ
അവനെ ബലപ്പെടുത്തുകയും,
ധൈര്യപ്പെടുത്തുകയും,
ആവേശഭരിതനാക്കുകയും ചെയ്തു:
'എന്റെ മകനേ! ധൈര്യവാനാവുക,
സാഹോദര്യത്തോടുള്ള സ്നേഹത്തിന്
സൂക്ഷ്മതയില്ലാതിരിക്കരുത്

നിന്റെ സഹോദരനെ നോക്കുക,
ഒരു നാഴികയുടെ കഷ്ടത എങ്ങനെ
സഹിച്ചുവെന്നും
അവസാനമില്ലാത്തതും
നിന്നുപോകാത്തതുമായ ജീവിതം
അവകാശപ്പെടുത്തിയെന്നും.
നീ ഇപ്പോൾ സഹിക്കുകയും ഒരു
നാഴികയുടെ സ്ഥിരോത്സാഹത്തിൽ
നിലനിൽക്കുകയും ചെയ്യുമോ?
എങ്കിൽ നീ പുതിയലോകത്തിൽ

കടന്നുപോകാത്ത ജീവൻ
അവകാശമാക്കും.'
വാഴ്ത്തപ്പെട്ടവളായ അവന്റെമാതാവ്
അവനെ പ്രോത്സാഹിപ്പിച്ച ശേഷം

അതേ നാഴികയിൽത്തന്നെ ആ
പൈശാചികർ അവനെ പിടികൂടി
തൂക്കി,
ഉടൻതന്നെ അവരുടെ അശുദ്ധകരങ്ങൾ
നഖം പോലെയുള്ള ഇരുമ്പുകൈകൾ
കൊണ്ടുവന്ന് അവനെ ധരിപ്പിച്ചു.
യാഗവസ്തുവിൽ നിന്ന് ഭക്ഷിക്കുവാൻ
സമ്മതമോ എന്ന് അവർ അവനോട്ട്
ചോദിച്ചു.
വിഗ്രഹാരാധികൾ, രക്തസാക്ഷിയുടെ
ധൈര്യപൂർവ്വമായ വാക്കുകൾ
കേട്ടപ്പോൾ

അവർ അവന്റെ തലയ്ക്കുപിന്നിൽ
നീണ്ടനഖങ്ങൾപോലെ മൂർച്ചയുള്ള
ഉപകരണങ്ങൾവച്ച്
അവന്റെ തിളങ്ങുന്ന മുഖത്തോട്ടുകൂടി
തലയുടെ ചർമ്മവും അവർ
ഉരിഞ്ഞുകളയുകയും ചെയ്തു.
അങ്ങനെ ഈ രീതിയിൽ,
പുള്ളിപ്പുലിയെപ്പോലുള്ള ആ മൃഗങ്ങൾ
അവനെ നശിപ്പിച്ചു.
അപ്പോൾ ബഹുമാനപൂർവ്വം
ദുരിതങ്ങൾസഹിച്ചവൻതന്നെ
വിളിച്ചുപറഞ്ഞു: "ഈ മരണരീതി എത്ര
മാധുര്യമുള്ളത്.

അത് പിതാക്കന്മാരുടെ വിശ്വാസത്തിനും
നിയമത്തിനും വേണ്ടിയാണ്.
അദ്ദേഹം ന്യായാധിപനെ ശകാരിച്ചു
പറഞ്ഞു, ദുഷ്ടത നിറഞ്ഞവനേ,
മറ്റെല്ലാ നിഷ്ഠുരന്മാരെക്കാൾ ക്രൂരനും
നീയാണ്, പൂർണ്ണപീഡകനും നീയാണ്.
എന്റേതിലും വലുതായ പീഡനത്തിലാണ്
നീയെന്ന് എനിക്കറിയാം.
എന്തുകൊണ്ടെന്നാൽ, നിന്നെ
അസ്വസ്ഥതപ്പെടുത്തുന്ന മഹത്വവും,
ഉന്നതിയും ഞങ്ങൾക്കുണ്ടെന്ന് നീ
കാണുക.

നിന്നെ ലജ്ജിപ്പിച്ചുകൊണ്ട് നിന്റെ
സകല കുതന്ത്രങ്ങളും ഞങ്ങൾ
നശിപ്പിച്ചിട്ടുണ്ട്
എന്നെ സംബന്ധിച്ച് വിജയത്തിൻ
കഷ്ടതകൾ മാധുര്യമുള്ളവയാണ്
നിന്നെ സംബന്ധിച്ച്- നിനക്കുള്ള
ശിക്ഷ താഴെ അഗാധത്തിൽ
സൂക്ഷിച്ചിരിക്കുന്നു,
അന്തമില്ലാത്ത നിത്യാന്ധകാരവും
ആർത്തിയുള്ള അഗ്നിയും."
സാഹസികകൃത്യങ്ങളിൽ[7]
വിസ്മയനീയനായ രക്തസാക്ഷി ഈ
വാക്കുകൾ പറഞ്ഞുകഴിഞ്ഞപ്പോൾ,

എല്ലാ സുകൃതങ്ങളും വഹിച്ചുകൊണ്ട്
അദ്ദേഹം ജീവിതം അവസാനിപ്പിച്ചു.
ഇതാ, അദ്ദേഹം (ഇപ്പോൾ) ഏദനിലെ
സന്തോഷങ്ങളിൽ ആനന്ദിക്കുന്നു.
അല്ലയോ വിശുദ്ധനായ **മക്ക്ബായ്**
സഹദായേ, അങ്ങയുടെ ഓർമ്മ
വാഴ്വാണ്
നീ എങ്ങനെ പോരാട്ടത്തിൽ
സഹിക്കുകയും നിന്റെ സഹോദരന്റെ
ചുവടുകളിൽ നടക്കുകയും ചെയ്തു,
അങ്ങയുടെ പാദങ്ങൾ സഹോദരൻ
അടയാളപ്പെടുത്തിയ വഴിയിൽനിന്ന്
വേറിട്ടുപോയതുമില്ല,

വാരിയെല്ലുകൾ ക്രൂരമായ ചക്രത്തിൽ
വേർപെട്ടപ്പോഴും
അങ്ങയുടെ വിരലുകൾ
മൂർച്ചയുള്ളകത്തിയാൽ
ഛേദിക്കപ്പെട്ടപ്പോഴും
അങ്ങയുടെ തിളങ്ങുന്ന
മുഖം ഇരുമ്പുനഖങ്ങളാൽ
കീറിക്കളഞ്ഞപ്പോഴും
പീഡനങ്ങൾ കാരണം അങ്ങു
നിലവിളിച്ചില്ല.

7 രക്തസാക്ഷിത്വത്തിൽ

പകരം, അങ്ങയുടെ ധീരമായ വാക്കുകൾ
ഭ്രാന്തനെ പീഡിപ്പിച്ചു.

നീയുണ്ടാക്കിയ ശബ്ദം നിഷ്ഠുരൻ
അന്ത്യോക്കസിനെ പ്രകോപിച്ചു.
പൈശാചികസൈന്യം അങ്ങയുടെ
വിജയത്തിൽ നിന്ന് നീങ്ങിപ്പോയി
ഇസ്രായേലിനു വേണ്ടിയുള്ള
അങ്ങയുടെ മധ്യസ്ഥതയാൽ അവർ
വീണ്ടെടുക്കപ്പെട്ടുകയും
അങ്ങയുടെ പ്രാർത്ഥനകൾ
സ്വർഗത്തിലേക്ക് കരേറുകയും ചെയ്തു.
ഈ സഹദായുടെ അന്ത്യമാകുകയും
വിശ്രമം അവകാശമാക്കുകയും
ചെയ്തശേഷം

ഈ വിജയികളായവരിലെ മൂന്നാമന്
അടുത്തേക്ക് ശ്മൂനി വന്നു-
കശാപ്പുകാരുടെ മുന്നിലേക്ക്
ആട്ടിൻകുട്ടികളെ
കൊണ്ടുപോകുന്നതുപോലെ-
അവൾ വാത്സല്യത്തോടും
ആഗ്രഹത്തോടും അദ്ദേഹത്തെ
കെട്ടിപ്പിടിച്ച് ചുംബിക്കുകയും ചെയ്തു,
"നോക്കു, എന്റെ മകനേ, ശ്രദ്ധിക്കുക,
സഹോദരന്മാരുടെ സ്നേഹം മറക്കരുത്
നിന്റെ മനസ്സിൽനിന്ന് അവരുടെ ഓർമ്മ
മായ്ച്ച് കളയുകയുമരുത്,

അവർ എങ്ങനെ
സഹിക്കുകയും വിശ്രമജീവിതം
അവകാശപ്പെടുത്തുകയും ചെയ്തുവെന്നു
കാണുക,
അബ്രഹാം, ഇസഹാക്ക്,
വാങ്ങിപ്പോയവർ എന്നീ നമ്മുടെ
പിതാക്കന്മാരെ മനസ്സിൽ
ഓർത്തുകൊള്ളുക
കല്പലകകളിൽ എഴുതിയ മോശയുടെ
ന്യായപ്രമാണം മറക്കുകയുമരുത്,
നിന്റെ സഹോദരന്മാരുടെ വധം
നിന്റെ നയനങ്ങളിൽനിന്ന്
മാഞ്ഞുപോവുകയുമരുത്,

മറിച്ച് അവരെ അനുകരിക്കുകയും ഒരു
നാഴിക നേരത്തേക്ക് സഹിക്കുകയും
ചെയ്യുക, നീ മരിക്കുന്നുവെങ്കിൽ ജീവൻ
പ്രാപിക്കും."

അവൾ അവനെ
ധൈര്യപ്പെടുത്തിയശേഷം,
അത്യാർത്തിയുള്ളചെന്നായ്ക്കൾ
അദ്ദേഹത്തെ പിടിച്ചു.
അവർ അദ്ദേഹത്തിന് വിഗ്രഹങ്ങൾക്ക്
സമർപ്പിച്ച മലിനമായ വസ്തുക്കളും
ബലിനിവേദ്യങ്ങളും തിന്നുവാൻ നൽകി,
അവൻ അത് ഭക്ഷിച്ചാൽ ജീവിക്കുമെന്ന്
പലരും അദ്ദേഹത്തോട് യാചിച്ചു,
അദ്ദേഹം അവരോട് ഇങ്ങനെ ഉത്തരം
പറഞ്ഞു:
'ദുഷ്ടന്മാരും വിനയമില്ലാത്തവരുമായ
നിയമ ലംഘകരേ-
അല്ലയോ ബലാൽക്കാരികളേ,
ഏകപിതാവ് ഞങ്ങളെയെല്ലാം
ജനിപ്പിച്ചില്ലേ?

ഈ മാതാവ് പ്രീയപ്പെട്ടവരും
ബഹുമാന്യരുമായ എന്റെ
സഹോദരന്മാരെ പ്രസവിച്ചില്ലേ?
അവൾ തന്നെ എന്നെ ഒമ്പതുമാസം
അവളുടെ ഉദരത്തിൽ വഹിച്ചില്ലേ?
രണ്ടുമുലകളിൽനിന്ന് ഞങ്ങൾ അനേകം
തവണ പാലുകുടിച്ചു, അതുസ്പഷ്ടം,
ഞങ്ങളെല്ലാവരും ഒരേപോലെതന്നെ
പാഠങ്ങൾ-വേദഗ്രന്ഥഭാഗങ്ങൾ-
വായിച്ചു
എന്നിട്ടും നിങ്ങൾ പറയുന്നു, ഒന്നിനു
പുറകെ ഒന്നായി പീഡിപ്പിച്ച നിന്റെ
സഹോദരന്മാരെ ധിക്കരിക്കുക എന്ന്.

അല്ലയോ ശൂന്യന്മാരേ, എന്റെ
സഹോദരന്മാരെക്കാൾ ഞാൻ
കുറഞ്ഞവനോ?
എന്റെ സഹോദരന്മാരോടൊപ്പം
ഭീകരമായ പീഡനങ്ങളിൽ
മരിക്കുന്നതാണ്എനിക്ക് നല്ലത്

നിങ്ങളെ അനുസരിക്കുന്നതല്ല. അല്ലയോ ചീർത്തിരിക്കുന്നപിശാചുക്കളേ, നിങ്ങളെ ഞാൻ അനുസരിക്കില്ല.
ഈ വാക്കുകൾ ആ അണലി കേട്ടപ്പോൾ-
യൗവ്വനക്കാരന്റെ വായിൽനിന്ന് ഈ വാക്കുകൾ, അവൻ ആവർത്തിച്ച വാക്കുകൾ-

അവർ കോപവും ക്രോധവും കൊണ്ട് ജ്വലിച്ചു
സന്ധികളും അസ്ഥികളും ശരീരത്തിലെഅവയവങ്ങളും വേർപെടുത്തുവാനായി ആയുധങ്ങൾതന്നെകൊണ്ടുവന്നു.
ആദ്യം അദ്ദേഹത്തിന്റെ കൈകളും പാദങ്ങളും മുറിച്ച് വേർപ്പെടുത്തുവാൻ തുടങ്ങി.
അദ്ദേഹത്തിന്റെ വിരലുകളും, കൈത്തണ്ടകളും, കൈമുട്ടുകളും അവർ ഛേദിച്ചു,
അദ്ദേഹത്തിന്റെ കാൽമുട്ടുകളോടൊപ്പം, മുഴങ്കാലുകളും അവർ ഒടിച്ചു.

ഒരുതരത്തിലും അദ്ദേഹത്തോട്ട് പോരാട്ടുവാൻ കഴിയുകയില്ലെന്ന് അവർ കണ്ടപ്പോൾ,
പെട്ടെന്നുതന്നെ അദ്ദേഹത്തെ അവയവങ്ങൾ വേർപെടുത്തുന്ന ചക്രത്തിൽ ഇട്ടു.
അദ്ദേഹത്തിന്റെ മാംസം ഛിന്നഭിന്നമായപ്പോൾ അദ്ദേഹം വിളിച്ച് പറഞ്ഞു: "ഓ! നിഷ്ഠുരനായ ദുഷ്ടാ,
ഞങ്ങളുടെ ന്യായപ്രമാണത്തിന് വേണ്ടിയാണ് ഈ പീഡനങ്ങൾ സഹിക്കുന്നത്,
എന്നാൽ നീ നിന്റെ ദുഷ്ടതയാലും എല്ലാ തിന്മകൾക്കുമുപരിയായ തിന്മയാലും

പാപികളല്ലാത്തവരുടെ കൊലയാലും കഷ്ടം, അത് നിന്റെ മേൽ വീഴും
കഠിനപീഡനങ്ങൾക്ക് ആരംഭവും അവസാനവും ഉണ്ടാവുകയില്ല.'
അദ്ദേഹം ഈ വാക്കുകൾ പറഞ്ഞുകഴിഞ്ഞപ്പോൾ തന്റെ ജീവിതം അവസാനിപ്പിച്ചു.
മഹാമൂല്യമുള്ള സ്വർണനാണയങ്ങളെക്കാൾ തുക്കമുള്ളവൻ,
എന്നേക്കുമുള്ള ജീവിതം അവകാശമാക്കി.
തർസായ് നിന്റെ സഹനത്തിൽ ഞാൻ ആശ്ചര്യപ്പെടുന്നു,

അങ്ങയുടെ നടപടിയെപ്പറ്റിയുള്ള എന്റെ ധ്യാനം രാവോ, പകലോ നിലയ്ക്കുന്നില്ല.
ഓരോ തരത്തിലുമുള്ള പരീക്ഷണങ്ങളിലും അങ്ങ് എങ്ങനെ പരീക്ഷിക്കപ്പെട്ടു! -
എന്തെന്നാൽ, ഇതായിരുന്നു നിങ്ങളുടെ ഭാഗം, ഇവയായിരുന്നു നിങ്ങളുടെ ഭാഗധേയം.
എന്തെന്നാൽ നിന്റെ ഭാഗത്തുനിന്ന്, ചക്രത്തിന്റെ മുകളിൽ
അങ്ങേയ്ക്കുവേണ്ടി തേജസ്സിന്റെ അത്യുന്നതമായ കോട്ട ഉണ്ടായിരിക്കും,
പീഡനോപകരണത്തിൽ നിന്ന് അകലേ, കിടക്കകളിൽ നീ വിരികൾ വിരിച്ചു.

അങ്ങയുടെ ആത്മാവിന്റെ വിശ്രമത്തിന്
അങ്ങയുടെ വാരിയെല്ലിന്റെ മൃദുലാസ്ഥികൾ കഷണങ്ങളായി കീറിക്കളഞ്ഞപ്പോൾ,
അങ്ങ് ഇങ്ങനെ വിളിച്ചു പറഞ്ഞു, ഞാൻ എന്റെ സഹോദരന്മാരെ ഉപേക്ഷിക്കുകയില്ല,
പകരം എന്റെ നിയമങ്ങൾക്കു വേണ്ടി അവരോടൊപ്പം മരിക്കുന്നു,
എന്റെ പാരമ്പര്യങ്ങൾക്കായി കൊലയ്ക്ക് എന്റെ ഭൗമികതാല്പര്യങ്ങൾ കൈവിടുന്നു.
ചക്രത്തിന്റെ മുകളിൽനിന്ന് ഞാൻ

കർത്താവിന്റെ വാഗ്ദാനമായ

ഈ സർപ്പത്തിന്റെയും അണലിയുടെയും
സർവ്വനാശം എന്ന ഉറപ്പിനെ
സ്വീകരിക്കും.
നീ ഭാഗ്യവാനാണ്, കട്ടപ്പമേറിയ
കല്ലുകളിന്മേൽ നീ നിന്റെ
വിശ്വാസത്തിന്റെ അടിസ്ഥാനമിട്ടു,
മാറ്റമില്ലാത്തവനായ യേശുവിലുള്ള
പ്രത്യാശയിലും.
ആകയാൽ അങ്ങയുടെ പ്രാർത്ഥനയാൽ
ഇസ്രായേൽ ഗോത്രത്തിലെ എല്ലാ
ചെറുപൈതങ്ങളും രക്ഷപ്രാപിച്ചു.
യബൂസ്യയിലെ[8] വിശുദ്ധസ്ഥലങ്ങളിൽ
സമാധാനമായിരുന്നു.

ഞങ്ങളുടെ പാപമോചനത്തിന്
അങ്ങയുടെ പ്രാർത്ഥന ഉണ്ടാകട്ടെ.
എല്ലാത്തിലും വിജയിയായിരുന്ന
സഹദാ തന്റെ ജീവിതം
അവസാനിപ്പിച്ചതിനുശേഷം,
ശ്മൂനി എരിവുള്ളവരിൽ ധീരനായ
നാലാമനെ സമീപിച്ചു.
അവനെ വാക്കുകളാലും
സഹായങ്ങളാലും ബലപ്പെടുത്തുകയും,
ആവേശപ്പെടുത്തുകയും ചെയ്തു-
അവളുടെ ഹൃദയം ജ്വലിക്കുകയും
കണ്ണുകൾ ജലാർദ്രമാകുകയും
മോഹാലസ്യപ്പെടുകയും ചെയ്തെങ്കിലും-

"എന്റെ മകനേ, ധൈര്യപ്പെടുക, എല്ലാ
കഷ്ടതകളിലും ഭയപ്പെടരുത്
ശപിക്കപ്പെട്ടവരും വഞ്ചകരുമായവർ
നിന്നിൽ ഏല്പിക്കുന്ന കഷ്ടതകളെ
പേടിക്കരുത്
നിന്റെ പിതാക്കന്മാരുടെ നിയമത്തെയും
ബഹുമാന്യരായ ന്യായാധിപന്മാരെയും
ഉപേക്ഷിക്കരുത്
എല്ലാ പ്രവാചകരിലും ആദ്യജാതനായ
മോശയുടെ നിറവേറിയ
തിരുവെഴുത്തുകളും മറക്കരുത്.

എന്റെ മകനേ, നിന്റെ
സഹോദരന്മാരെപ്പറ്റി നിരൂപിക്കുക,
അവരെങ്ങനെ രക്തസാക്ഷികളായി
വാങ്ങിപ്പോയെന്നതും.

ആ നിഷ്ഠൂരന്റെ ഇഷ്ടപ്രകാരമുള്ള
ദണ്ഡനങ്ങൾ എല്ലാം കാരണം, അവർ
അവരെ അവജ്ഞയോടെ നിന്ദിച്ചു.
ഈ നാഴികയിലും കുറ്റാരോപിതരുടെ
വേദന നീ സഹിക്കുക,
എന്നാൽ നീ ഉടനെ നിത്യജീവൻ
അവകാശമാക്കും,
അബ്രഹാം, ഇസഹാക്ക്, യാക്കോബ്
എന്നീ നീതിമാന്മാരോടൊപ്പം,
ആ ആനന്ദകരമായ
വാസസ്ഥാനങ്ങളിൽ സന്തോഷിക്കും

അവൾ അവനെ
ധൈര്യപ്പെടുത്തിയപ്പോൾ അവർ,
ആ സർപ്പങ്ങൾ, അവന്റെ അടുക്കൽ
എത്തി,
അദ്ദേഹത്തെ ചമ്മട്ടികൊണ്ട് പ്രഹരിച്ചിട്ട്
പറഞ്ഞു: "ഞങ്ങളെ അനുസരിക്കുക,
ഭ്രാന്തനാകരുത്,
തങ്ങളുടെ ആത്മാക്കളെ നശിപ്പിച്ച,
സഹോദരന്മാരെപ്പോലെ ആകരുത്
യാഗാർപ്പിതമായമാംസം തിന്നുക,
വെറുപ്പുളവാക്കുന്നവയെല്ലാം.
എന്നാൽ നീ രാജാവിനാൽ
ബഹുമതിയാലും സമ്മാനങ്ങളാലും
ആദരണീയനാകും."

അദ്ദേഹം അവരോടു മറുപടി പറഞ്ഞു:
"അല്ലയോ നാശകരേ, അങ്ങനെയല്ല,
എന്നെ ഭയപ്പെടുത്തണമെങ്കിൽ,
ചൂടേറിയ അഗ്നി ജ്വലിപ്പിക്കുക,
നിങ്ങളുടെ ഭ്രാന്തമായ പീഡനങ്ങൾ
കൊണ്ടുവരിക,
എന്നിട്ട് അവയെഎല്ലാം
സ്ഥൈര്യത്തോടെ ഞാൻ എങ്ങനെ
മറികടക്കുമെന്ന് കാണുക.
സമ്പൂർണ്ണമായി സ്വർഗ്ഗീയാനന്ദങ്ങളിലുള്ള

8 യെരുശലേം

എന്റെ സഹോദരന്മാരുടെ മരണങ്ങളും
ഒന്നുമല്ല.

നിഷ്ഠുരശാസനന്റെ
സാത്താനോടൊത്തുള്ള നിത്യനാശവും
ഏതുമില്ല,
കാലത്തിനപ്പുറമായിരിക്കുന്ന
സത്യവാന്മാരുടെ ജീവനുമല്ല-
എന്റെ സഹോദരന്മാരെയും എന്റെ
സ്നേഹമുള്ളബന്ധുക്കളെയും അവൻ
തുടച്ചുമാറ്റുകയുണ്ടാവുകയില്ല.
ഇപ്പോൾ സകലനിഷ്ഠുരന്മാരെക്കാൾ
ദുഷ്ടനായ അല്ലയോ നീചരാജാവേ, നീ
നിനക്കുവേണ്ടി ദൂതരെ അയയ്ക്കുക,
പുതിയ പീഡനങ്ങൾ, അവയാൽ
എക്കാലത്തേക്കും നിനക്ക്
പഠിച്ചെടുക്കാം,

പൂർണ്ണസൂത്രശാലിയായവനേ, ഞാൻ
നിന്നെ ലജ്ജിപ്പിച്ചവരുടെ സഹോദരൻ
ആണ്.
എന്റെ മനസ്സ് ലക്ഷ്യം വയ്ക്കുന്ന അവരുടെ
ലക്ഷ്യം ഞാൻ സാധിക്കും
ഇപ്രകാരം ഈ നിലവാരത്തിലുള്ള ഈ
വാക്കുകൾ അവൻ കേട്ടപ്പോൾ,
ദുഷ്ടനും അശുദ്ധനുമായ അന്ത്യോക്കസ്
വധത്തിനായി ദാഹിച്ചു.
ഉടനെതന്നെ അദ്ദേഹത്തിന്റെ
നാവ് ആദ്യംതന്നെ മുറിക്കുവാൻ
പടയാളികളോടു കല്പിച്ചു,

അപ്പോൾ അദ്ദേഹം പറഞ്ഞു: "എന്റെ
ശബ്ദത്തിന്റെ അവയവും അവനെ
ക്ഷീണിപ്പിക്കുന്നെങ്കിൽ
നിശബ്ദനായ ദൈവം, ഉന്നതനായവൻ
പോലും കേൾക്കും.
നോക്കൂ, അത് (എന്റെനാവ്) നിന്നെ
അലോസരപ്പെടുത്തുന്നുവെങ്കിൽ അവർ
ഇപ്പോൾ തന്നെ എന്റെ വായിൽനിന്ന്
മുറിച്ചുകളയട്ടെ.
എന്റെ ഓരോ അവയവത്തിന്റെയും
മുഖ്യഭാഗം,
ദൈവത്തിനുവേണ്ടി, ഇടവേളയില്ലാതെ,
നീരസമില്ലാതെ, നശിപ്പിക്കാൻ
നല്കുന്നതിൽ ഞാൻ സന്തുഷ്ടനാണ്.

അല്ലയോ നിഷ്ഠുരരാജൻ, എന്റെ
മനസ്സിന്റെ നാവ് നിനക്ക്
മുറിക്കാനാവുകയില്ല.
ഉടൻതന്നെ ദൈവത്തിന്റെ നീതിമാന്മാർ
നിന്നോട് പ്രതികാരംചെയ്യും.
ഈ നാവ്, രാവും പകലും കർത്താവിനെ
സ്തുതിക്കുന്നതാകയാൽ.
അതുകൊണ്ട് അല്ലയോ,
ദുഷ്ടനും ദുഷിച്ചവനും
ശപിക്കപ്പെട്ടവനുമായവനെ,
ഛേദിക്കുക"
അപ്പോൾ അവർ അവനിൽ കയ്പ്പേറിയ
കഠിനപീഡനങ്ങളും കടിലത നിറഞ്ഞ
പ്രഹരങ്ങളും അടിച്ചേല്പിച്ചു,

അദ്ദേഹം തന്റെജീവൻ
അവസാനിപ്പിക്കുകയും, ആനന്ദം
അവകാശമാക്കുകയും ചെയ്തു.
അങ്ങയുടെഓർമ്മ മാധുര്യമുള്ളതാണ്.
അല്ലയോ **ഹെബ്രോൻ**സഹദാ,
ഈറേന്മാരും മനുഷ്യരും അങ്ങയെ
അത്ഭുതത്തോടെബഹുമാനിക്കും.
പിശാചുക്കൾപോലും വണങ്ങുന്നവർ-
അധികാരമുള്ള ഭവനത്തിന്റെ
ഭരണക്കാരും- അങ്ങയാൽ
പുറത്താക്കപ്പെട്ടും,
പ്രതിമകളെ വണങ്ങുന്നവർ അങ്ങയുടെ
അതിശയകരമായ ചരിത്രത്താൽ
തോല്പിക്കപ്പെട്ടും.

അപ്പോൾ അങ്ങയുടെ മാർഗ്ഗങ്ങളാൽ
ഉയർത്തപ്പെടുന്നവർ ഭാഗ്യവാന്മാർ.
സഭയുടെ അനുദിനപ്രാർത്ഥനയിൽ
അങ്ങയുടെനാമം ഓർക്കപ്പെട്ടും,
ദുഷ്ടൻ അങ്ങയുടെ നിർമ്മലശരീരം
ലജ്ജാകരമായി കൈകാര്യംചെയ്യുവാൻ
താല്പര്യപ്പെട്ടപ്പോൾ,
അയാൾ, അങ്ങയെ ദണ്ഡിപ്പിക്കുവാൻ

ഇരുമ്പുശൃംഖലങ്ങൾ ചുട്ടുപഴുപ്പിച്ചു,
അങ്ങയുടെ വിശുദ്ധകൈകൾ
തുകൽവാറുകളാൽ കെട്ടി,

415 വളരെ കൗശലത്തോടെ
രൂപപ്പെടുത്തിയ ഉപകരണങ്ങളിൽ
അങ്ങയുടെ പുറത്തെകശേരുക്കൾ
വലിച്ചുകെട്ടി.
വീതിയുള്ളകുന്തങ്ങളാൽ
ഓരോവശത്തുനിന്നും കുത്തിക്കയറ്റി,
അങ്ങുപറഞ്ഞു, ലജ്ജാകരമായ
മാർഗ്ഗങ്ങളിൽ പീഡിപ്പിക്കപ്പെട്ടവരുടെ
മരണം എത്ര മധുരതരം.
നിയമത്തിനുവേണ്ടി
വിശ്വാസത്യാഗമില്ലാതെ അവർമരിക്കും.
അങ്ങയുടെ പ്രാർത്ഥനകളാൽ
വിശ്വാസികൾ സഹായം കണ്ടെത്തും.

420 ഈ ശോഭിതസഹദരിയുടെ പ്രയാണം
പൂർണ്ണമായിത്തീർന്നപ്പോൾ,
ബഹുമാന്യയായവൃദ്ധ ശ്മൂനി,
അഞ്ചാമനായ മകന്റെ
അടുത്തേക്കുവന്നു,
അവനെ വികാരത്തോടും കരച്ചിലോടും
പ്രേരിപ്പിച്ച് അവനോട് ആവശ്യപ്പെട്ടു,
എബ്രായഭാഷയിൽ അവനോട്
സംസാരിച്ചു.
'എന്റെ മകനേ, എന്നോട്
അനുനയിക്കുക, നിന്റെ
സഹോദരന്മാരുടെയിടയിൽ ഒരു
പരദേശിയാകരുത്

425 വഞ്ചകർ നിനക്കായി നടത്തുന്ന
പീഡനങ്ങളെ പേടിക്കരുത്,
നിന്റെ സഹോദരന്മാരെയും
തിരഞ്ഞെടുക്കപ്പെട്ട, വയോധികനായ,
നിന്റെ ഗുരുവിനെയും മറക്കരുത്
പുരാതനപ്രവാചകനായ
മോശയുടെനിയമം നിരാകരിക്കരുത്,
ഈ മത്സരത്തിൽ ഇടറരുത്,
കീഴടങ്ങുകയുമരുത്.
ഈ കയ്പുള്ള പീഡകളിൽ നിന്റെ ജീവിതം
അവസാനിപ്പിക്കുകയാണെങ്കിൽ,

നീ ഏൽക്കുന്ന പീഡനത്തിൽ, 430
നമ്മുടെ കർത്താവ് നിന്നെ
സ്വർഗ്ഗരാജ്യത്തിലേക്ക്
വഹിച്ചുകൊണ്ടുപോകും.
അന്ത്യനാളിൽ തേജസ്സിന്റെ ഒരു കിരീടം
നിന്റെശിരസ്സിൽ വയ്ക്കുകയുംചെയ്യും.'
അമ്മയുടെ വായിൽനിന്ന്
സംസാരിക്കപ്പെട്ട ഈ (വാക്കുകൾ)
അദ്ദേഹം കേട്ടപ്പോൾ,
അദ്ദേഹം ചാടിച്ചെന്ന്
ഭോഷനായന്യായാധിപന്റെ മുമ്പാകെ
മധ്യത്തിൽനിന്നു.
എന്നിട്ട് പറഞ്ഞു:
'ശോച്യനായനിഷ്ഠുരനേ, ഞാൻ
കാത്തിരിക്കുന്നില്ല,

കളങ്കമില്ലാത്തസത്യത്തിന്റെ പേരിൽ, 435
ഈ കഷ്ടതകളിലേക്ക് വരുന്നതിന്
എന്റെ സ്വന്തംമനസ്സോടെ
ഞാനിതുചെയ്തു, കർക്കശമായ
നിർബന്ധത്താലല്ല,
നിങ്ങൾ എന്നെ ഏറെദുരിതപ്പെടുത്തി
കഷ്ടപ്പെടുത്തുമ്പോൾ,
അല്ലയോ ഉന്മാദിയേ! നീ അനേകം
പാപങ്ങൾ ചെയ്യുകയും, കുറ്റക്കാരനായി
വിധിക്കപ്പെടുകയും ചെയ്യും,
ഉന്നതങ്ങളിലുള്ള രാജാവിൽനിന്ന്
ശിരസ്സ് കുനിയപ്പെട്ടവനായി നിന്നെ
കാണേണ്ടിവരും.

മനുഷ്യവംശം വെറുക്കുന്നവനേ, ഞങ്ങൾ 440
എന്തുദോഷമാണ് ചെയ്തിട്ടുള്ളത്?
ഈ വെറുപ്പനിറഞ്ഞ പദ്ധതിയിൽ
എന്തിനുവേണ്ടിയാണ് നീ ഞങ്ങളെ
കൊല്ലുന്നത്.
ഞങ്ങൾ കേവലം സ്രഷ്ടാവിനെ
ആരാധിക്കുന്നതും
അവന്റെ നിയമത്തെ പകലും രാവും
ധ്യാനിക്കുന്നതും കൊണ്ടാണോ.
ഇത് യഥാർത്ഥത്തിൽ

ബഹുമാനാർഹമാണ്, നിന്ദയല്ല,

നിങ്ങൾ സാത്താന്റെ വ്യാപാരം
ചെയ്യുന്നതിനാൽ
പെട്ടെന്ന് നിനക്ക് ഇഷ്ടമുള്ളത്
താമസംവിനാ ചെയ്യുക'
ഈ കാര്യങ്ങൾ അന്ത്യോക്കസ്
കേട്ടപ്പോൾ; അയാൾ, ഭൃതങ്ങളുടെ
പ്രേരണയിൽ
അവന്റെമുമ്പാകെ നിന്നിരുന്ന
ദുഷ്ടമാനസ്സരായ ഭൃത്യരോട് ഉടൻതന്നെ
കല്പിച്ചു,
വേഗംതന്നെ അദ്ദേഹത്തെ ബന്ധിച്ചു.
അദ്ദേഹത്തെ മരത്തടിയിലേക്ക്
കൊണ്ടുവന്ന്

അവർ അദ്ദേഹത്തെ
അതിന്മേൽബന്ധിച്ചു, നീതിരഹിതരായ
അവർ അദ്ദേഹത്തിന്റെ മുട്ടുകളിലേക്ക്
ക്രൂരമായഇരുമ്പുദണ്ഡുകൾ തള്ളിക്കയറ്റി
അദ്ദേഹത്തിനുകീഴേയുള്ള
തടിക്കഷണംകൊണ്ട് അവർ,
അദ്ദേഹത്തിന്റെ പുറം, ആപ്പകളിലേക്ക്
വളച്ചു,
ഒരു തേളിനെപ്പോലെ കഴുത്തുമുതൽ
പിന്നിലേക്ക് അദ്ദേഹത്തെ വളച്ചു.
അവർ അദ്ദേഹത്തിന്റെ എല്ലുകൾ
എല്ലാം, പുറത്തെ കശേരുക്കളോടും
അദ്ദേഹത്തിന്റെ അവയവങ്ങളോടും
കൂടി, സ്ഥാനംതെറ്റിച്ചു-
ഈ രീതിയിൽ വിശുദ്ധന്റെ ആത്മത്തെ
അവർ കഷ്ടപ്പെടുത്തിയപ്പോൾ

അദ്ദേഹം പറഞ്ഞു, ഞങ്ങൾക്ക്
നൽകിയയാതനകൾ കൊണ്ട് ഏറെ
പ്രയോജനങ്ങളുണ്ട്-
അല്ലയോ നിഷ്ഠുരരാജാവേ,
അവർ ഞങ്ങളോട് ചെയ്ത
ക്രൂരവേദനകളുടെശക്തിയെ
തെളിയിക്കുവാൻ,
നിയമത്തിനുവേണ്ടിയുള്ള സഹനത്തിന്റെ
ശക്തിയെ തെളിയിക്കുവാൻ,
ഒരു നേരിയശബ്ദത്തോടെ...
അദ്ദേഹത്തിന്റെ ജീവൻ വിട്ടുപോയി.-
ഹെബ്സോൻ സഹദായേ, അങ്ങയുടെ
പോരാട്ടത്തിന്റെചരിത്രം മഹത്തും
അതിശയകരവുമാണ്.

എല്ലാ മനുഷ്യരും, അവർ ഒരുമിച്ച്
സമ്മതിച്ചെങ്കിലും
അങ്ങയുടെ അത്ഭുതകരമായ
പോരാട്ടത്തിന്റെ പകർപ്പ്,
നന്നായി അന്വേഷിച്ചിട്ട് അവർക്ക്
കണ്ടെത്താനായില്ല.
അങ്ങയുടെ
വിശിഷ്ടമായദുരിതാനുഭവത്തെ
ഉടമ്പടിയിലൂടെ സ്ഥാപിക്കുവാൻ അവർ
ഉത്സാഹിച്ചാലും കഴിയുകയില്ല.
അവരുടെ മനസ്സിന്റെ ആപാദങ്ങൾ,
അങ്ങയുടെ പീഡനത്തിന്റെ പാതയിൽ,
ഇപ്പോഴും അവർ വിജയിച്ചിട്ടില്ല.
എന്നാൽ അവർ നിർബന്ധിച്ചാലും,
അങ്ങയുടെ വിജയത്തിന്റെ ലക്ഷ്യം
ദർശിക്കുന്നതിനുള്ള ശക്തിക്കായി,

തങ്ങളെത്തന്നെ ഒരുരാവും ഒരുപകലും
ഒരുക്കി, അപ്പോൾ അവർ
ശക്തികരിക്കപ്പെട്ടുമായിരുന്നു,
അങ്ങയുടെ
മല്ലയുദ്ധത്തിന്റെവേദിയിലേക്ക്
അവർ പോകുകയും,
അവിടെഅവർസന്തോഷിച്ച് തുള്ളുകയും
ചെയ്യുമായിരുന്നു.
അപ്പോൾ (അവർ) അങ്ങയെ ദർശിക്കും.
നീ പലകയിൽ ബന്ധിതനായത്
അവർ മുറുകെപിടിക്കും,
അത്യന്തംആഹ്ലാദിക്കും അങ്ങയുടെ
വധദിനത്തിൽ അവരുടെ മുഖത്ത്
(ഒരുദുഷ്ട)ശക്തിയിൽ നിന്ന് അവർ
വിടുവിക്കപ്പെട്ടു എന്നതും
അങ്ങ് ദാരുണവേദന സഹിച്ചതെങ്ങനെ
എന്നതും അവർ പഠിക്കും.
അങ്ങനെ അവർ നശിപ്പിക്കപ്പെടുകയില്ല.

അങ്ങയുടെ ജ്ഞാനത്തിന്റെഭണ്ഡാരം,
അങ്ങയെ പീഡിപ്പിക്കുവാൻ
ഇഷ്ടപ്പെട്ട അത്യാശയുള്ളവരാൽ
കവർന്നെടുക്കുവാനാകില്ല.
അവർ അങ്ങയുടെ പുറത്തെകശേരുക്കൾ
പൊട്ടിച്ചേക്കാം,
(അതാണ്) അവർ തെരഞ്ഞത്,
അങ്ങയുടെ കണ്ണുകൾ പിച്ചിച്ചീന്തിയത്.
തിളയ്ക്കുന്നവെള്ളമുള്ള പാത്രത്തിൽ
(നിന്ന്) എടുത്ത ആണികൾ (കൊണ്ട്)
അങ്ങയുടെ കൈപ്പത്തികളും
കാല്പാദങ്ങളും കുത്തിമുറിക്കുന്നതിൽ
അവർ ആഹ്ലാദിച്ചു.
ദൈവത്തിൽനിന്നുള്ള വിധിവരുന്ന
നാളിൽ അവരുടെ പാപികൾ
കുത്തിമുറിക്കപ്പെട്ടും.
ശീയോളിൽ ദുരിതത്തിന്റെ
മരപ്പലകയിന്മേൽ
നീതിപരമായി അവർ
ആണിതറയ്ക്കപ്പെട്ടും,

തീയുടെമുൾച്ചെടികൾക്കെതിരായി അവർ
ഇടറിപ്പോകും
ശ്മൂനി വിജയം നേടിയ മകനെ
കണ്ടപ്പോൾ
അവൾ വാത്സല്യം അടക്കിനിർത്തി,
പിടിക്കപ്പെട്ടവാനുള്ള
ആറാമത്തവനിലേക്ക് മടങ്ങി
അവൾ, അദ്ദേഹത്തെ
ബലപ്പെടുത്തുകയും ധൈര്യത്തോടെ
സഹായിക്കുകയും ചെയ്തു,
അദ്ദേഹത്തെ ആശ്ലേഷിച്ച് സ്നേഹത്താൽ
ചുംബിക്കുകയും ചെയ്തു,

അദ്ദേഹത്തെ ബോധ്യപ്പെടുത്തുവാൻ,
(പറഞ്ഞു): 'എന്റെ ആത്മത്തിന്റെ ഏറ്റം
പ്രിയപ്പെട്ടവനേ, അനുഗ്രഹിക്കപ്പെട്ട
മകനേ,
ഞാൻ നിന്നോടുയാചിക്കുന്നു. നിന്റെ
സഹോദരന്മാർ അവകാശമാക്കിയ,
ആ അവകാശത്തെ നഷ്ടമാക്കരുതേ,
ആ നിന്റെ സഹോദരന്മാർ
ഇതിനകംതന്നെ
എത്തിച്ചേർന്നിരിക്കുന്നതിൽ,
ഓഹരിയില്ലാതെ തുടരരുത്
രാജത്വത്തിന്റെ മഹത്വമുള്ള
വാസസ്ഥാനങ്ങളിൽ

പിതാക്കന്മാരായ അബ്രഹാമിനോടും
യാക്കോബിനോടും കൂടി പങ്കില്ലാതെ
ഏകനായി നിൽക്കരുത്.
ബഹുമാന്യയായ വയോധിക,
അവന്റെ അമ്മ, അദ്ദേഹത്തെ
ധൈര്യപ്പെടുത്തിയശേഷം
ആ സന്ദർഭത്തിൽ അവർ അടുത്തുവന്നു,
കലഹത്തിന്റെ ആ സേവകർ
അദ്ദേഹത്തെ ശ്രദ്ധയോടെ
പരിഗണിച്ച്
അദ്ദേഹത്തെ കെട്ടുകയും ചാട്ടകൊണ്ട്
അടിക്കുകയും ചെയ്ത് യാഗവസ്തു
ഭക്ഷിക്കണമെന്നതിന്,
അവർ സമ്മർദ്ദം ചെലുത്തി.
നീതിയില്ലാത്ത ന്യായാധിപനും
പുറജാതികളുടെതലവനുമായവൻ
അദ്ദേഹത്തോടുപറഞ്ഞു.

എന്റെ വാക്കുകളാൽ അനുനയിക്കുക,
നിങ്ങളുടെ സഹോദരന്മാരെ
ഭ്രാന്തരാക്കിയ,
ആ ഭ്രാന്തിനാൽ ഭ്രാന്തനാകാതിരിക്കുക.
(അങ്ങനെ) അവരോടൊപ്പം
ഉഗ്രകോപത്തിൽ ഞാൻ നിന്നെ
നശിപ്പിക്കും.
പരാക്രമശാലിയായ യൗവ്വനക്കാരൻ
ഉറച്ചശബ്ദത്തിൽ മറുപടി പറഞ്ഞു.
പ്രായത്തിൽ എന്റെ
സഹോദരന്മാരെക്കാൾ
ഇളപ്പമാണെങ്കിലും ഞാൻ ഒരു
യുവാവാണ്
എന്നാലും ഗാഢചിന്തയിലും
വിവേകമുള്ളമനസ്സിലും ഞാൻ
അവരെപ്പോലെ തന്നെ
പ്രായമുള്ളവനാണ്.

ഓരോരുത്തരും സമാനമായി, ചില
അളവിൽ ഞങ്ങൾ ജനിച്ചു,
ഓരോരുത്തരും ഒരേപോലെ
പൂർണ്ണവളർച്ചയിലേക്കും പൂർണ്ണ
ആകാരത്തിലേക്കും വളർന്നു,
അവർക്കുവേണ്ടി ഞങ്ങൾ
തുല്യതയിൽമരിക്കുന്നത് നീതിയാണ്.
പൂർണ്ണമായും കപടതയുള്ളവനേ!
അതുകൊണ്ട് അതു നീ മുന്നമേ
കാണിച്ചുവല്ലോ
ഞാൻ ഭക്ഷിച്ചില്ലെങ്കിൽ നീ എന്നെ
ക്രൂരമായി പീഡിപ്പിക്കും.

അപ്പോൾ ദൂഷിപ്പിക്കുന്നവനേ, എന്റെ
ശരീരം നിനക്കു സമർപ്പിക്കുവാൻ
നിർബന്ധിതനായിരിക്കുന്നു,
ഈ അവസരം നിനക്കുവേണ്ടിത്തന്നെ
നോക്കുക,
ഈ നാഴികയിൽ എനിക്കുമേൽ
നിന്റെ കോപം നിവർത്തിക്കുവാൻ
കാരണമാക്കുക.'
യുവാവിന്റെ വായിൽനിന്ന് ഇവ
(വാക്കുകൾ) അയാൾ കേട്ടപ്പോൾ-
ശപിക്കപ്പെട്ടവരിൽ ഏറ്റവും
ചീത്തയായവൻ-
അയാൾ തനിക്ക് മുമ്പാകെ നിന്ന
ധിക്കാരമുള്ളഭൃത്യരോട് കല്പിച്ചു.
അവർ അയാളെ, പ്രത്യേകാൽ ഈ
യുവാവിനെ, കൊണ്ടുവരണമെന്നും
ചക്രത്തിന്റെ മുകളിൽ
നിർത്തണമെന്നും (കല്പിച്ചു),

അവർ പെട്ടെന്ന് അതിക്രമിയുടെ കല്പന
നിർവഹിക്കുവാൻ പാഞ്ഞു.
ദൂഷിക്കപ്പെട്ടവർ കഠോരമായ
ചക്രത്തിന്മേൽ അദ്ദേഹത്തെ
വലിച്ചുനീട്ടി,
പുറത്തെ കശേരുക്കൾ സ്ഥാനഭ്രംശം
വരുത്തി, അവന്റെ എല്ലാ
അവയവങ്ങളും ഞെരുക്കപ്പെട്ടു.
അദ്ദേഹത്തിന്റെ കീഴേ എരിയ്ക്കുവാൻ
അവരിൽ ചിലർ തീയ് കൊണ്ടുവന്നു.
അവരിൽ ചിലർ ചൂടാക്കിയ നീണ്ട
ഇരുമ്പുശൂലംകൊണ്ട് കുത്തിത്തുളച്ചു

ആ കരുണയില്ലാത്തവർ അദ്ദേഹത്തെ
കുത്തിത്തുളയ്ക്കുകയും ശൂലംകൊണ്ടു
കുത്തുകയുംചെയ്തു,
അദ്ദേഹത്തിന്റെ ശരീരാന്തർഭാഗവും,
കുടലുകളും ദഹിപ്പിച്ചു.
ഈവക ദുഷ്ടിയകളാൽ അദ്ദേഹം
പീഡനത്തിലൂടെ കടന്നുപോകുമ്പോൾ,
അപ്പോഴാണ്
അദ്ദേഹം പറഞ്ഞത് - ഉത്തമകാര്യങ്ങൾ
നിറഞ്ഞ മഹത്വമുള്ള പോരാട്ടം
ഭാഗ്യമുള്ളത്
അതിനോട്ട് അനുബന്ധിച്ചുള്ള
(സംഘർഷം) നിങ്ങൾ ചവിട്ടിഞെരിച്ച
സത്യത്തിനു വേണ്ടിയുള്ളത്.
ഈ എല്ലാ വേദനകൾക്കും
വേണ്ടിയുള്ളത്.

ഈ സഹോദരന്മാരെയെല്ലാം വിളിച്ചു
വരുത്തി-
അത് അവരാരും കീഴടങ്ങാതെ
അവസാനിച്ചു.
അല്ലയോ സമ്പൂർണ്ണമായും
ദുഷ്ടതയുള്ളവനേ, കളങ്കമെന്തായാലും,
അവർ കീഴടക്കപ്പെടാത്തവരായിരുന്നു.
ഈ അഞ്ചു സഹോദരന്മാരോടൊപ്പം
കൊല്ലപ്പെടുന്നത് ഞാൻ ഇഷ്ടപ്പെടുന്നു,
ഓ! നാശകനായ പിശാചേ!,
പീഡനത്തിന്റെ ഉപജ്ഞാതാവേ,
നോക്കുക, ഇപ്പോൾ നിന്റെതീയ്
തണുത്തിരിക്കുന്നു
നിന്റെ ഇരുമ്പായുധങ്ങൾ എന്നെ
പൊള്ളിക്കുന്നില്ല,

കാരണം, ദിവ്യമായ കുന്തംവ ഹിച്ചവർ
ഞങ്ങളെ ചുറ്റുന്നു.
രക്തസാക്ഷിയുടെ വായിൽനിന്ന് ഇവ
(വാക്കുകൾ) കേട്ടപ്പോൾ, ഭൂതങ്ങളുടെ
അധിവാസസ്ഥാനമായ അവൻ
കല്പിക്കുകയും അവർ

അദ്ദേഹത്തെ ചക്രത്തിൽനിന്നു
താഴെകൊണ്ടുവരികയും- ഒരിക്കൽ
അദ്ദേഹത്തിന്റെ അവയവങ്ങൾ
ഛിന്നഭിന്നമാക്കുകയും ചെയ്തു.
ദയയില്ലാത്തവർ, അദ്ദേഹത്തെ
കുട്ടകത്തിലിടുകയും തിളപ്പിക്കുകയും
ചെയ്തു,
എല്ലാ നന്മകളും നിറഞ്ഞവൻ, തന്റെ
ജീവിതം അവസാനിപ്പിച്ചു,

സഹദാ **ബാക്കോസേ!** നിന്റെസ്മരണ
മാധുര്യമുള്ളതും നിന്റെവിജയം
വലുതുമാകുന്നു.
അവൻ അനേകം ക്രൂരതകളും
പീഡനങ്ങളും അന്ത്യോക്കസിൽനിന്ന്
സഹിച്ചു
ആ അതിക്രമി, അതിക്രമികളുടെ
മേധാവി, എപ്പിഫാനസ്,
അങ്ങയെ പിടിക്കുവാനുള്ള നുണകളുടെ
വലക്കണ്ണിയുടെ ആസൂത്രകൻ,
അങ്ങയെ കൊല്ലുവാൻ മരണകരമായ
വിഷംപൂശിയ കത്തികൾ കൊണ്ടുവന്നു.

ദൈവത്തിന്റെ അത്ഭുതത്താൽ അങ്ങ്
അയാളെ മറികടക്കുകയും അയാളുടെ
തന്ത്രങ്ങൾക്ക് അറുതിവരുത്തുകയും
ചെയ്തു,
പ്രഹരിച്ചയാളിന്റെ മുമ്പാകെ നീ
ഒരിക്കലും സ്വയം തരംതാഴ്ത്തിയില്ല,
തലകുനിച്ചതുമില്ല,
എല്ലാവരെയുംകാൾ നിയമവിരുദ്ധനും,
നരകത്തിന്റെ പിശാചുക്കളുടെ
വാസസ്ഥലവുമായവന്റെ മുമ്പിൽ
അങ്ങ് മരണങ്ങളിൽ
ഏറ്റവുംകയ്പ്പുള്ളതും സകല
ആപത്കരമായവയും സഹിച്ചു,
അങ്ങ് ദുഷ്ടന്റെ പ്രീണനോപദേശങ്ങളോടു
യോജിച്ചില്ല, ന്യായപ്രമാണം
പരിത്യജിച്ചതുമില്ല,

പർവതത്തിൽനിന്ന്
കല്പലകകളിൽ കൊണ്ടുവന്ന,
പ്രവാചകനായമോശയുടെ
നിയമങ്ങളെത്തന്നെ,
ഒരു (ഗ്രീക്കു) ബാലനെപ്പോലെ,
ഭോഷമായ പ്രലോഭനത്തിന്
വഴങ്ങിയതുമില്ല.
പകരം അങ്ങ് അങ്ങയുടെ
സഹോദരന്മാരെ അനുകരിച്ചു,
സ്വന്തംഗുരുവും, ബഹുമാന്യവൃദ്ധനും,
ദൈവജ്ഞനുമായ
ഏലിയാസറിനെയും.
ജനക്കൂട്ടത്തിന് മുമ്പാകെ അങ്ങയുടെ
നാഥനെ മനോഹരമായി ഏറ്റുപറഞ്ഞു,

എതിർക്രിസ്തുവായ അന്ത്യോക്കസ്,
അങ്ങേക്കെതിരേ ഒത്തുകൂടി.
അവരുടെ ചരിത്രകാരൻ ജോസീഫസ്
എഴുതിയതുപോലെ-
ഇതിനാൽ എൽ ശദ്ദായി[9] അങ്ങയെ
മരണമില്ലാത്തവനാക്കി
അവന്റെ ഭണ്ഡാരത്തിനുമേൽ
അധികാരം നിനക്കുനൽകുകയും ചെയ്തു.
പൊതുവേപങ്കിടുന്ന സകലത്തിന്മേലും
അങ്ങയെ രഹസ്യങ്ങളെ ദർശിക്കുന്ന
ഒരു ധ്യാനാത്മകനാക്കിതീർക്കുകയും
ചെയ്തു,

അങ്ങയുടെ ശിരസ്സിന്മേൽ
പ്രകാശത്തിന്റെ മകുടം ധരിപ്പിച്ചു, ഒരു
കിരീടംതന്നെ.
അവകാശികളായ
മക്കളെല്ലാവരുടെയുംമേൽ അങ്ങയുടെ
പ്രാർത്ഥന നിലനിൽക്കും.
ശ്മൂനി, തന്റെ മകൻ ബഹുമാന്യമായി
അവന്റ (ജീവിത) പ്രയാണം
പൂർണമാക്കിയെന്ന് കണ്ടപ്പോൾ
അവർ വീണ്ടും -തന്റെ ഏഴാമത്തെ
പുത്രന്റെ- അടുത്തുവന്നുപറഞ്ഞു:
'എന്റെ മകനേ, ബലം ധരിക്കുക,
അവിടത്തെ കിരീടത്തിന്മേലുള്ള
നിന്റെപിടുത്തം അയഞ്ഞു പോകുവാൻ
ഒന്നിനെയും അനുവദിപ്പിക്കരുത്,

9 സർവ്വശക്തൻ

നിന്റെ ജ്യേഷ്ഠനെ പരിഗണിക്കുക,
അവനെ അയാൾ, അന്ത്യോക്കസ്
എപ്പിഫാനസ് എത്രമാത്രം
വശീകരിച്ചുവെന്നതും,
എന്നാൽ അവൻ അയാളെ
ആക്ഷേപിച്ചു,
അയാളുടെ ആഡംബരത്തെയും
അഹങ്കാരത്തെയും പുച്ഛിക്കുകയുംചെയ്തു.
എന്റെ ആത്മാവിനുപ്രീയപ്പെട്ടവനേ,
ഇപ്പോൾ നീയും
അവനെപ്പോലെയാവുക.
ആ ദുഷ്ടനെഭയപ്പെടരുത്, അയാളുടെ
ഭീഷണിയെയും.
അയാളുടെ ചതിക്കുന്ന വശീകരണത്തിൽ
പുകഴരുത്'

(മറ്റു) മക്കളെക്കാൾ അധികം അവർ
അവനെ പ്രോത്സാഹിപ്പിക്കുന്നത്
അവർകണ്ടപ്പോൾ,
അവർ അവനെ പിടിച്ച് ബന്ധിച്ച്
രാജാവിന്റെ മുമ്പിൽ കൊണ്ടുവന്നു.
എന്നാൽ ഈയുവാവു മറ്റുള്ളവരെക്കാൾ
ചെറിയവനായിരുന്നതിനാൽ,
സ്വേച്ഛാധിപതി അനുകമ്പയോടെ
അവനായി ദുഃഖിച്ചു,
അദ്ദേഹം വിലങ്ങുകളാൽ
ബന്ധിതനെന്നുകണ്ടപ്പോൾ അയാൾ,
അന്ത്യോക്കസ് എപ്പിഫാനസ് അവനെ
വിളിച്ചുവരുത്തി,

അയാൾ നിന്ന അതേ സ്ഥലത്തേക്ക്,
തന്റെ തൊട്ടടുത്തേക്ക് അയാൾ
അവനെ കൊണ്ടുവരുവിച്ചു.
അയാൾ അദ്ദേഹത്തോടു
പറഞ്ഞു, 'എന്റെ മകനേ, നിന്റെ
സഹോദരന്മാരുടെഭ്രാന്തിനാൽ
ഭ്രാന്തനാകരുത്.'
'കാരണം, അവരോരുത്തനും അവന്റെ
ഭ്രാന്ത് കൊണ്ട് തന്റെ ജീവശ്വാസം
നശിപ്പിച്ചു.
എന്നാൽ എന്റെവാക്ക്
അനുസരിക്കുന്നവനെ ഞാൻ
തീർച്ചയായും വലിയവനാക്കും.
അവന് സമ്മാനങ്ങളും ബഹുമതികളും
സഹായങ്ങളും നൽകും.

എന്നാൽ ആരെങ്കിലും എന്നെ
അനുസരിക്കുന്നില്ലെങ്കിൽ, അവന്റെ
കഴുത്ത് കഠിനമാക്കും
അവന്റെമേൽ എല്ലാ കഠിനമായ
കഷ്ടതയും ഞാൻ വരുത്തും.
ഈ ക്രൂരചക്രം കൊണ്ട് അവന്റെശരീരം
വെട്ടിമുറിക്കും,
ഈ തിളയ്ക്കുന്ന കട്ടകത്തിനുള്ളിൽ ഞാൻ
അവനെ പൊള്ളിക്കും."
പിന്നെ നീതിരഹിതനായ
ന്യായാധിപൻ അദ്ദേഹത്തിന്റെ
അമ്മയെ വിളിച്ചുവരുത്തി, അവളെ
കൊണ്ടുവരികയും ചെയ്തു,

അവർ ഇപ്പോൾ അവരെയെല്ലാം
നഷ്ടപ്പെടുന്നത് കാണുന്നതുകൊണ്ട്
ഒരുപക്ഷേ അവർ അവളെ നയിക്കും
(അങ്ങനെ) അതുകൊണ്ട് അവൻ
അങ്ങേയറ്റം അതിരുകടന്നവന്റെ
വാക്കുകൾ അനുസരിച്ചേക്കും,
അയാളുടെ ഉപദേശം കേട്ടേക്കും
എന്നുകരുതി.
അപ്പോൾ അവൾ എബ്രായഭാഷയിൽ
അദ്ദേഹത്തെ ഇളക്കി.
'ഓ! സൂക്ഷിക്കുക, എന്റെ മകനേ, ഈ
അശുദ്ധനെ, അയാളുടെ അശുദ്ധിയെ.
ഒരു നാഴികയ്ക്കുപോലും, മോശയുടെ
ന്യായപ്രമാണത്തിൽ, വളരെ
ധീരനായിരിക്കുക, അതിനെ
നിരാകരിക്കരുത്.

അല്ലെങ്കിൽ, ന്യായവിധിനാളിൽ നിന്റെ
സഹോദരന്മാരിൽ ഓരോരുവനും
അവന്റെ കിരീടം പ്രാപിക്കുമെങ്കിൽ,
നിനക്കുവേണ്ടി സൂക്ഷിച്ചിരിക്കുന്ന
പ്രകാശകിരീടം നിനക്ക് നഷ്ടമാകും.'
അപ്പോൾ അദ്ദേഹം മറുപടിയായി

രാജാവിനോടും, അവന്റെ ആളുകൾ
എല്ലാവരോടും പറഞ്ഞു:
"എന്റെ ബന്ധനങ്ങളിൽനിന്ന് എന്നെ
മോചിപ്പിക്കുക."
അവർ അദ്ദേഹത്തിന്റെ ശബ്ദം
അനുസരിച്ചു.
അവൻ അവരുടെ ഉപദേശം
അംഗീകരിച്ചുവെന്ന്
വിചാരിച്ചതുകൊണ്ട് പെട്ടെന്ന്
അദ്ദേഹത്തെ മോചിപ്പിച്ചു,

പകരം, അദ്ദേഹം തന്റെ
അടുത്തുണ്ടായിരുന്ന
കുട്ടകങ്ങളിൽഒന്നിലേക്ക് ഓടി
രാജാവിനെ ആക്ഷേപിച്ച് ഇങ്ങനെ
അയാളോട് സംസാരിച്ചു...
ദുഷ്ടനായരാജാവേ, നിനക്കുകഷ്ടം.
നിന്റെവഞ്ചന സകലതിന്മകളെക്കാൾ
വലുതാണ്.
നിന്റെസ്രഷ്ടാവായ ദൈവത്തോടു നീ
ഭയാദരവു കാണിക്കുന്നില്ല.

അവനിൽനിന്ന് ഏറെനന്മകൾ
നീ നേടിയിട്ടുണ്ട്, അവയുടെ
ഭരണാധികാരവും അവൻ നിനക്ക്
തന്നിട്ടുണ്ട്-
നിനക്കെതിരായി ദോഷം ചെയ്തിട്ടില്ലാത്ത
പോരാട്ടക്കാരായ അവന്റെ സേവകരെ
നീ കൊല്ലുമോ?
ഇതുകാരണം, ദൈവത്തിന്റെ ന്യായവിധി
ഇതാ നിനക്കുവേണ്ടിത്തന്നെ
കരുതിവച്ചിരിക്കുന്നു.
ഇതിനെക്കാൾ തീവ്രമായ അഗ്നി നിന്നെ
എരിക്കുവാൻ തയ്യാറായിരിക്കുന്നു,
അവസാനമില്ലാത്ത, നിത്യമായ
പീഡനങ്ങൾ, കണ്ടാലും
നിനക്കുവേണ്ടി (തന്നെ)
സൂക്ഷിച്ചിരിക്കുന്നു.

ആർക്കെതിരായി നീ അഹങ്കാരത്തോടെ
പെരുമാറിയോ,
ആർക്കെതിരേ നീ ശബ്ദമുയർത്തിയോ,
നിനക്കുമനസ്സംവായുംതന്നതാരോ.
നിന്റെ സംസാരത്തെ സൃഷ്ടിച്ചതാരോ,
അവനെതിരേ
വചനം കൂടാതെ, നിശബ്ദമായ
മൂലകങ്ങളിൽനിന്ന് നിന്നെ നിർമ്മിച്ചു.
അവനെതിരേ,
ഇതുകാരണം, ഇതാ, അത് സമീപം
വന്നിരിക്കുന്നു,
നിന്റെപ്രതിഫലത്തിനുള്ള ദിനം
വന്നിരിക്കുന്നു,
അപ്പോൾ ഞാൻ, ഞാനും മരിക്കുവാൻ
ഒരുങ്ങിയിരിക്കുന്നു, ഞാൻ
നിന്നോടുപറയുന്നു.

ഇപ്രകാരം നീ വധിച്ചിട്ടുള്ള
എന്റെ സഹോദരന്മാരെ ഞാൻ
നിഷേധിച്ചിട്ടില്ല,
നിന്റെ പ്രവൃത്തിക്കനുസരണമായ
പ്രതിഫലം അവൻ നിനക്ക്
നൽകുവാൻ, ഞാൻ ദൈവത്തോട്
നിലവിളിച്ചിട്ടുണ്ട്,
ഈ ലോകത്തിലും അപ്പുറമുള്ള
(ലോകത്തിലും) അവൻ നിന്നെ
പീഡിപ്പിക്കും.
ഭാഗ്യവാൻ ഈ (വചനങ്ങൾ)
പറഞ്ഞപ്പോൾ,
നിഷ്ഠുരരാജന്റെ മേൽ എല്ലാം
നിവൃത്തിയാകുമെന്ന്
പ്രാർത്ഥിക്കുകയുംചെയ്തപ്പോൾ,

അദ്ദേഹം ഒരു വറചട്ടിയായ
പാത്രത്തിലേക്ക് തന്നത്താൻ ചാടി,
ആ കഷ്ടതയിൽ തന്റെ
ജീവിതമവസാനിപ്പിച്ച് മരിച്ചു.
ഓ സഹദാ **യോനാദാബേ**, അങ്ങയുടെ
ഓർമ്മദിനത്തിൽ അവർ സ്തോത്രം
പാടി,
നീ അന്ത്യോക്കസിനെ ശകാരിച്ചു.
ഏലിയാ ആഹാബിനെ
ശകാരിച്ചതുപോലെ.
അവൻ അങ്ങേയ്ക്കെതിരേ ഒരു
സൈന്യസംഘത്തെയും

രാജ്യദ്രോഹികളെയും ജനക്കൂട്ടത്തെയും
കൂട്ടിയപ്പോൾ

അവരുടെ എല്ലാ പീഡനത്താലും
അവരുടെ എല്ലാ പ്രഹരത്താലും
നിനക്കെതിരായി യുദ്ധംചെയ്തു.
അങ്ങ് അവനെ തരണംചെയ്ത്
അയാളുടെ പദ്ധതി വിഫലമാക്കുകയും
ചെയ്തു.
അയാൾ ദണ്ഡനവിധി സമ്പാദിച്ചു.
വിശദീകരിക്കുവാൻആശ്ചര്യകരമായ
അങ്ങയുടെ സഹിഷ്ണുതയാൽ,
അയാളെ അത്യധികം കുറ്റക്കാരനായി
കണ്ടെത്തുകയും ചെയ്തു,
ഇതിനാൽ അങ്ങയുടെ
വിജയങ്ങളുടെകഥ ലോകമെങ്ങും
പ്രസിദ്ധമാവുകയും ചെയ്തു.
പോരാട്ടത്തിൽ അങ്ങയുടെ
ശക്തിയെക്കുറിച്ചുള്ള വിവരണം
എല്ലാ ജനതകളിലും അറിയപ്പെടുന്നു-

ശുദ്ധീകരിക്കുന്നവന്റെ പരീക്ഷണങ്ങളുടെ
അഗ്നിയിൽ അങ്ങ് എങ്ങനെപ്രവേശിച്ച്
സ്വർണ്ണംപോലെ പുറത്തു വന്നുവെന്ന്?
അങ്ങയുടെശരീരം വറചട്ടിയിൽ
പൊരിക്കപ്പെട്ടു, മാംസം ഉരുക്കപ്പെട്ടു,
അങ്ങയുടെഹൃദയം വേദനയിൽ
കുഴഞ്ഞുവീണില്ല, മനസ്സുതകർന്നുമില്ല.
മരിച്ചുപോയഭാഗ്യവാന്മാർ
ഓരോരുത്തരും
സ്വയംസമർപ്പിക്കുവാൻ
തയ്യാറായിരുന്നു.
അതിനാൽ അവർ,
മക്കാബിയകുടുംബത്തിലെ
അനുഗ്രഹീതസംഘം, ഓരോരുത്തരും
കിരീടമണിയിക്കപ്പെട്ടു.

ഏഴംഗസംഘം (രക്തസാക്ഷിത്വം
മുഖേന) പൂർണ്ണരാക്കപ്പെട്ടു. അവർ
പൂർത്തീകരിച്ചപ്പോൾ
(ആ സംഘം) രാജ്യത്തിൽ
മങ്ങിപോകാത്ത പ്രകാശകിരീടങ്ങൾ
സ്വീകരിച്ചു.
ശ്മൂനിയും, വിശ്വസ്തരക്തസാക്ഷിണി,
ഏകാകിനിയായി പിന്നിൽനിന്നു.
പ്രിയപുത്രന്മാരുടെ വിരഹദുഃഖിതയായി
അവശേഷിക്കുകയും ചെയ്തു.
അതിലുമധികമായി, ഏഴു
കോഴിക്കുഞ്ഞുങ്ങളുടെ കൂട്ടിൽനിന്ന്
വേർതിരിക്കപ്പെടുകയും ചെയ്തു.

രാവും പകലും കുറുകിക്കരയുന്ന ഒരു
പ്രാവിനെപ്പോലെ അവൾ വിലപിച്ചു,
അതിലുമധികം, ചിലയ്ക്കുന്ന ഒരു
മീവൽപ്പറവയെപ്പോലെ അവൾ
പുലമ്പുകയായിരുന്നു
അവളുടെമക്കൾ - അവരോടൊപ്പം
കിരീടം ധരിപ്പിക്കപ്പെടുവാൻവേണ്ടി
അവൾക്കത് ഉത്തമമായിത്തോന്നി,
രാജ്യത്തിൽ അവരോടൊപ്പം
ഒരു വസതിയിൽ
സ്ഥിരതാമസമാക്കുവാൻവേണ്ടി
അവൾ തീവ്രമായി ആഗ്രഹിച്ചിരുന്നു.
കൊലയ്ക്കായി, ആ അശുദ്ധന്മാരാൽ
അവൾ പിടിക്കപ്പെടുവാൻ
പോകുമ്പോൾ

തന്റെ ഇഷ്ടത്തിനെതിരായി, തന്റെ
വിശുദ്ധശരീരം അവരുടെ കൈകൾ
നശിപ്പിക്കുമെന്നായപ്പോൾ,
അതൊഴിവാക്കാൻ അവൾ ഉടനെ
എരിയുന്നതീയിലേക്ക് ചാടി,
ഉഗ്രമായ ആ അഗ്നിയിൽ അവൾ കിരീടം
ധരിപ്പിക്കപ്പെട്ടു.
നീതിമാന്മാരോടൊപ്പം അവളുടെ
ആത്മാവ് ആശ്വസിപ്പിക്കപ്പെട്ടു.
ഓ! രക്തസാക്ഷിയായ ശ്മൂനീയേ, നിന്റെ
ഓർമ്മ എത്ര ഉത്തമവും സുന്ദരവുമാണ്.

നിന്റെനാമം മേലണ്ണാക്കിന് ആനന്ദവും
വായ്ക്ക് തേനിനെക്കാൾ അത്
ഉത്തമവുമാകുന്നു.
നിന്റെ മുമ്പിൽ ആ ശപിക്കപ്പെട്ടവൻ
പീഡനങ്ങളാൽ നിന്റെ മക്കളെ

ശാസിച്ചപ്പോൾ,
അയാളാൽ, അവരുടെ ആത്മാക്കൾ,
നീതിമാന്മാരുടെരാജ്യത്തേക്ക്
എടുക്കപ്പെട്ടു,
നിന്റെ വിവേകമുള്ളമനസ്സും നിന്റെ
ജ്ഞാനവും നിന്നിൽനിന്ന്
വേർപെട്ടില്ല,
സഹിഷ്ണുതയുള്ള ധൈര്യം ആ
യുവാക്കളുടെ വിവേകമനസ്സിനെ
പുനഃസ്ഥാപിച്ചു-

നിന്റെഉപദേശത്തിന്റെ ശക്തിയാൽ
അവരുടെ ബാലിശമായന്യായവാദം
പുനർനിർമ്മിക്കപ്പെട്ടു
അവരിലാരും അത്
കാരണം ആ വിഡ്ഢിയുടെ,
അന്ത്യോക്കസ്എപ്പിഫാനസിന്റെ,
വാക്കിന് വശപ്പെട്ടില്ല.
ആശയോടെ മോഹിച്ച അവരുടെ
വധംകൊണ്ട് അയാൾ ഒരുനേട്ടവും
ഉണ്ടാക്കിയതുമില്ല.
പകരം, അവരുടെമരണം (കൊണ്ട്) ആ
നികൃഷ്ടൻ ലജ്ജ സമ്പാദിച്ചു.
അതിനാൽ നിന്റെ അത്ഭുതകരമായ
ചരിത്രം വീണ്ടുംവീണ്ടും
എല്ലാജനതകളുടെയും ഇടയിൽ
പറയപ്പെടുന്നു.

(ലോകത്തിന്റെ) നാലുഭാഗങ്ങളിലും
പള്ളികൾ നിന്റെനാമത്തിൽ
സ്ഥാപിതമായിരിക്കുന്നു.
നീതിമാന്മാരുടെയിടയിൽ നിന്റെനാമം
കണക്കിടപ്പെട്ടിരിക്കുന്നു.
ഏഴുബാലന്മാരുടെ അമ്മയായ
രക്തസാക്ഷിയേ, നീ
ഭാഗ്യവതിയാകുന്നു.
എല്ലാവിധത്തിലുള്ള പീഡനങ്ങളെ
സഹിക്കുവാനും, അവയെ കാല്കീഴേ
ചവിട്ടുവാനും, നിനക്ക് എങ്ങനെ
സാധിച്ചു?
നിന്റെ ഏഴുമക്കളോടുകൂടി നിന്നപ്പോൾ
നീ നിരീക്ഷിച്ചു

നിയമരഹിതനായവൻ ഏലിയാസറിൽ
പീഡനം അടിച്ചേല്പിച്ചപ്പോൾ,
നീ എബ്രായഭാഷയിൽ പറയുകയും
ചെയ്തു: അല്ലയോ സഹോദരന്മാരേ,
ഈ പോരാട്ടം മഹത്തായത് അതിനായി
നാം വിളിക്കപ്പെട്ടിരിക്കുന്നു.
നമ്മുടെജനതയുടെയും,
പിതാക്കന്മാരുടെയും, നിയമത്തിന്റെയും
സാക്ഷ്യത്തിനായിത്തന്നെ.
ധൈര്യപ്പെടുക, എന്റെതന്നെ
പുത്രന്മാരേ, ഭയമുണ്ടാകരുത്,
ധീരന്മാരാവുക.

എന്നാലും ഈ വൃദ്ധൻ,
ദൈവഭയത്തിനായി പീഡകൾ
സഹിക്കുന്നത് ലജ്ജാകരമാണ്.
യുവാക്കളായ നിങ്ങൾക്കും ഈ
പീഡനങ്ങളിൽനിന്ന് പിന്തിരിഞ്ഞ്,
മരണത്തിൽനിന്ന് പിൻവാങ്ങുന്നതും.
ഈ ജീവിതത്തിൽ നാം
ദൈവത്തിനുവേണ്ടിയാണെന്ന്
മനസ്സിൽ കരുതുക,
ഇതിന്റെ പേരിൽ എല്ലാഉപദ്രവങ്ങളും
നാംസഹിക്കുന്നത് ഉചിതമാണ്.

എല്ലാജനതകളുടെയുംപിതാവായ
നമ്മുടെപിതാവ് അബ്രഹാമിനെ
നോക്കുക.
ഏത് രീതിയിൽ ഇസഹാക്കിനെ
ബലമായികെട്ടി, അവനെ വിറകിന്റെ
മുകളിൽവച്ചു;
വാഗ്ദാനങ്ങളുടെ സന്തതിയായ
അവന്റെകഴുത്തിൽ കത്തിവെച്ചു,
അവൻ നിത്യജീവിതം
പ്രതീക്ഷിച്ചതിനാൽ അവൻ ഭയന്നില്ല.
ഈ ഉറച്ചവിശ്വാസം
മുറുകെപ്പിടിച്ചുകൊൾക.

നിങ്ങൾ ബലഹീനരാകാതിരിക്കുകയും
പീഡനങ്ങളെ അഭിമുഖീകരിച്ച്
ശക്തരായിരിക്കുകയും ചെയ്താൽ

നിത്യതയിലേക്കുള്ളജീവിതം അപ്പോൾ
  നിങ്ങൾ അവകാശമാക്കും...
എന്റെസഹോദരന്മാരേ, ഈ
  അത്ഭുതമനുഷ്യർ
അങ്ങനെ ശുദ്ധമായദൈവഭയത്തിൽ
  ജ്വാലപോലെ ഉദിച്ചു.
അവരുടെ ധൈര്യത്താൽ അവർ
  പരസ്പരം പ്രോത്സാഹിപ്പിച്ച്
  പറയുമ്പോൾ:

ഹനനിയാദ്യന്മാരായ മൂന്നുയുവാക്കളെ
  നമുക്ക് അനുകരിക്കാം,
അസീരിയായിൽ[10] ആയിരുന്നവർ,
  ജ്വലിക്കുന്നഅഗ്നിയെ പുച്ഛിച്ചവർ.
ഒരുവൻ പറഞ്ഞു,
  എന്റെസഹോദരന്മാരേ, ഭീരുത്വത്താൽ
  നാം ദുർബലരാകരുത്.
മറ്റൊരുവൻ പറഞ്ഞു: എന്റെ
  സഹോദരന്മാരേ, ധൈര്യത്തോടെ
  നമുക്ക് സഹിക്കാം.
മറ്റൊരാൾ പറഞ്ഞു: അവർ നമ്മുടെ
  പാരമ്പര്യത്തെ, അതെവിടെനിന്ന്
  വന്നുവെന്ന് ഓർക്കും.

അപ്പോൾ അവരിൽ ഓരോരുത്തരും
  സന്തോഷം നിറഞ്ഞിട്ട് പറഞ്ഞു:
വരൂ നമുക്ക്, ആത്മാക്കളുടെ ദായകനെ
  നമ്മുടെ ഹൃദയങ്ങളിൽ പുകഴ്ത്താം.
അവൻ നിയമത്തിനും
  അനുഷ്ഠാനങ്ങൾക്കും വേണ്ടി നമ്മുടെ
  ശരീരങ്ങളെഉയർത്തും.
അതുകൊണ്ട് എന്റെ സഹോദരന്മാരേ,
  വരിക, സ്വന്തം ശക്തിയാൽ ഒരുങ്ങാം,
എല്ലാ വേദനകൾക്കുംമേലായ
  വിവേകമുള്ള മനസ്സോടെ, ഭീകരതയിൽ
  പ്രലോഭിതരാകാതെ.

കാരണം, ന്യായപ്രമാണത്തിന്റെപേരിൽ
  നാം മരണം രുചിക്കുന്നെങ്കിൽ
അബ്രഹാമും ഇസ്ഹാക്കും
  പിതാക്കന്മാരും നമ്മെ സ്വീകരിക്കും,
നമ്മുടെ പിതാക്കന്മാരെല്ലാവരും
  സന്തോഷത്തോടെ നമ്മെ
  ആഘോഷിക്കും,
രാജ്യത്തിൽ അവർ നമ്മോടൊപ്പം
  ആനന്ദിക്കും, ആമീൻ, ആമീൻ...

10 *ബാബേലിൽ*

7 മക്കാബിയർ

മറിയത്തിന്റെയും (അതായത് ശ്മൂനി) അവളുടെ മഹത്ത്വമുള്ളവരായ ഏഴുപുത്രന്മാരുടെയും ചരിത്രം

7 മക്കാബിയർ ആരാണ് എഴുതിയതെന്നും എന്നാണ് എഴുതിയത് എന്നുമുള്ള കാര്യങ്ങൾ അജ്ഞാതമാണ്. ഹെർമൻ സൊട്ടൻബർഗിന്റെ (Hermann Zotenberg) 'സുറിയാനി കയ്യെഴുത്തുപ്രതികളുടെ കാറ്റലോഗുക' (Catalogues des Manuscripts Syriaques) ളിൽ 234.31 ആയി നല്കിയിരിക്കുന്ന, പന്ത്രണ്ടാം നൂറ്റാണ്ടിൽ അന്ത്യോക്യയിൽ വെച്ച് പകർത്തിയെഴുതിയ സുറിയാനി കയ്യെഴുത്തിൽ നിന്നുള്ള വിവർത്തനമാണ് 7 മക്കാബിയർ.

6 മക്കാബിയർക്കും മുൻപായിരിക്കാം 7 മക്കാബിയർ എഴുതപ്പെട്ടത്. 7 മക്കാബിയരിൽ മർത്തശ്മൂനിയുടെ മക്കളെ മക്കാബിയർ എന്നു സംബോധന ചെയ്യുന്നില്ല. (യഥാർത്ഥത്തിൽ, യൂദാ മക്കാബിയെയും സഹോദരന്മാരെയുമാണ് മക്കാബിയർ എന്ന് സംബോധനചെയ്യുന്നത്.) മറ്റു പുസ്തകങ്ങളിൽ ഉൾപ്പെട്ടിട്ടില്ലാത്ത പീഡനങ്ങളെക്കുറിച്ചുള്ള വിവരണങ്ങളും സംഭാഷണങ്ങളും 6 മക്കാബിയരെപ്പോലെ 7 മക്കാബിയരിലും കാണുന്നുണ്ട്. 7 മക്കാബിയരിൽ വരുവാനുള്ള രക്ഷകനായ മശിഹായെപ്പറ്റി പറയുന്നുണ്ട്.

7 മക്കാബിയരിൽ പീഡ നടന്ന സ്ഥലം അന്ത്യോക്യയാണെന്ന് പറയുന്നു. എന്നാൽ അമ്മയെയും മക്കളെയും ഇസ്രായേൽ മക്കളായിത്തന്നെയാണ് പറഞ്ഞിരിക്കുന്നത്. ഏലിയാസാറിന്റെ പീഡയെക്കുറിച്ചുള്ള വിവരണങ്ങൾ ഇതിൽ നല്കിയിട്ടില്ല.

7 മക്കാബിയരിൽ അമ്മയ്ക്ക് 'മറിയം' എന്നും 'ശ്മൂനി' എന്നും പേര് നല്കിയിരിക്കുന്നു. ശിർഷകത്തിൽ 'മറിയം അതായത് ശ്മൂനി' എന്നാണ് കൊടുത്തിരിക്കുന്നത്, വിവരണ ഭാഗത്ത് 'മറിയം', 'മറിയം അതായത് ശ്മൂനി', 'ശ്മൂനി' എന്നിങ്ങനെ മൂന്നു രീതിയിലും, സമാപ്തിയിൽ 'മർത്ത ശ്മൂനി' എന്നും കൊടുത്തിരിക്കുന്നു. അതിനാൽ അമ്മയുടെ പേര് 'മറിയം ശ്മൂനി' എന്നായിരുന്നേക്കാം.

7 മക്കാബിയർ

മറിയത്തിന്റെയും (അതായത്ത് ശ്മൂനി) അവളുടെ മഹത്ത്വമുള്ളവരായ ഏഴുപുത്രന്മാരുടെയും ചരിത്രം

മറിയത്തിന്റെയും[1] *അവളുടെ മഹത്ത്വമുള്ളവരായ ഏഴുപുത്രന്മാരുടെയും ചരിത്രം*

എനിക്ക് പ്രിയമുള്ളവരേ,

അശുദ്ധനും ദുഷ്ടനുമായ അന്ത്യോക്കസിന്റെ കാലത്ത് സിറിയയിലെ അന്ത്യോഖ്യയിൽ, ഇസ്രായേല്യരിൽ ഉൾപ്പെട്ട മറിയം[2] എന്ന ഒരു സ്ത്രീയും അവളുടെ ഏഴുപുത്രന്മാരും ഉണ്ടായിരുന്നു. വിഗ്രഹാരാധകരായ ദേശനിവാസികൾ ഈ അമ്മയെക്കുറിച്ച് അന്ത്യോക്കസ് രാജാവിനോട് "അവൾ ഒരു ദൈവവിശ്വാസിയാണ്" എന്നും, അവളുടെ പുത്രന്മാരെക്കുറിച്ച് "അവർ ദൈവവിശ്വാസികളും വിശുദ്ധരുമാണ്. കാരണം അവർ എല്ലാവരുടെയും രക്ഷകനായ മശിഹായെ ഭയപ്പെടുകയും ഭക്തിപൂർവ്വം ആരാധിക്കുകയും ചെയ്യുന്നു; അവർ ഇതര ദേവന്മാരെയും അവരുടെ പ്രതിമകളെയും നിന്ദിക്കുകയും വെറുക്കുകയും ചെയ്യുന്നു" എന്ന് അറിയിച്ചു.

ഈ ദുഷ്ടനായ രാജാവ്, അവരെ എല്ലാവരെയും പിടികൂടി തന്റെ മുമ്പിൽ കൊണ്ടുവരുവാൻ കൽപ്പിച്ചു അനേകരെ പാപത്തിൽ നിന്ന് ഒഴിവാക്കുവാൻ എന്ന അവകാശവാദത്തോടെ ഈ സഹോദരന്മാർ ഏഴുപേരെയും അവരുടെ അമ്മയെയും രാജാവ് തടവിലാക്കി. ഇസ്രായേല്യരെ ഗോല്യാത്തിൽ നിന്ന് രക്ഷിക്കുവാൻ ദാവീദിനെ ദൈവം അയച്ചതുപോലെ, ദുഷ്ടനെ പരാജയപ്പെടുത്തുവാനും അവന്റെ കെണികളിൽ നിന്ന് അനേകരെ രക്ഷിക്കേണ്ടതിനും ഈ മഹതിയെ ദൈവം തെരഞ്ഞെടുത്തു.

യൗവ്വനക്കാരുടെ കൈകളിൽ ശക്തന്മാരെ പരാജയപ്പെടുത്തുവാനും സ്ത്രീകളുടെ കൈകളാൽ പ്രബലൻമാരെ സിംഹാസനങ്ങളിൽ നിന്ന് മറിച്ചിടുവാനും ദൈവം ശീലിച്ചിരിക്കുന്നു. എന്തെന്നാൽ ഗിദയോന്റെയും അവന്റെ കൂട്ടാളികളുടെയും കൈകളാൽ മിദ്യാന്യരുടെ ഒരു കൂട്ടം നശിപ്പിക്കപ്പെടുകയും തീയ്ക്ക് ഇരയാവുകയും കൊല്ലപ്പെടുകയും ചെയ്തു.[3] അതുപോലെ രഥങ്ങളിലും കുതിരപ്പടയിലും പ്രശംസിച്ചിരുന്ന ദുഷ്ടനായ സീസരയെ ദൈവം നൽകിയ നിർദ്ദേശത്താൽ യായേൽ പരാജയപ്പെടുത്തി.[4] അപ്രകാരം തന്നെ ബാബേൽ രാജാവായ നെബുഖദ്നേസറിന്റെ സൈന്യാധിപനായ എൽഫർണസ് യൂദിത്തിന്റെ കയ്യാൽ പരാജയപ്പെടുകയും ചെയ്തു.[5]

ഇപ്പോൾ ആ മറിയത്തിന്റെയും[6] (അതായത്ത് ശ്മൂനി) നിഷ്കളങ്കരും പോരാടി വിജയിച്ചവരുമായ ഏഴു പുത്രന്മാരുടെയും ചരിത്രം ശ്രദ്ധിക്കാം. എന്തെന്നാൽ അവൾ വന്ന് പോരാട്ടത്തിന്റെ നടുവിൽ നിന്നു. അവൾ തന്റെ മക്കളെ പോരാട്ടത്തിൽ വിജയിച്ചവരായ മുൻഗാമികളുടെ പടച്ചട്ട

1 *അതായത്ത് ശ്മൂനി) (ഇവിടെ മറിയം അതായത്ത് ശ്മൂനി എന്നാണ് സുറിയാനിയിൽ എഴുതിയിരിക്കുന്നത്.*

2 *ഇവിടെ മറിയം എന്നു മാത്രമാണ് കാണുന്നത്*

3 *ന്യായാധിപന്മാർ 6:11 – 7:25*

4 *ന്യായാധിപന്മാർ 4:7-22*

5 *യൂദിത്ത് 13*

6 *ഇവിടെ സുറിയാനിയിൽ മറിയം അതായത്ത് ശ്മൂനി എന്നാണ് കാണുന്നത്*

അണിയിച്ചിരുന്നു. മാതാവ് തന്റെ മക്കളെ കൂട്ടിവരുത്തി ഇപ്രകാരം പറഞ്ഞു തുടങ്ങി.

"കണ്ടാലും, മക്കളേ, പോരാട്ടക്കാലം സമാഗതമായിരിക്കുന്നു; പ്രതിവാദിക്കുകയോ വ്യസനിക്കുകയോ അരുത്. എന്തെന്നാൽ മഹത്വത്തിന്റെ ബഹുമതികൾ നിങ്ങൾക്കായി കരുതിവച്ചിരിക്കുന്നു. പീഡനത്തിന്റെ കൊടുംശൈത്യത്തിൽ നിങ്ങൾ വിറച്ചു പോകരുത്; എന്തുകൊണ്ടെന്നാൽ മികച്ച കർഷകർ പ്രശസ്തി നേടുന്നത് ശൈത്യകാലത്താണ്. എന്റെ മക്കളേ, ഉയർന്നുപൊങ്ങുന്ന തിരമാലകൾ ഇളകുന്ന ഈ കടലിൽ നിങ്ങൾ ഭയപ്പെടരുത്; എന്തെന്നാൽ അവയിൽ നിന്ന് വ്യാപാരികൾ ആത്മീയമായി സമ്പന്നരാകും.

വേഗതയുള്ള വേട്ടക്കാരേ, നിങ്ങൾ അലസരാവരുത്, ആ സിംഹം നിങ്ങളുടെ നേരെ അലറി അടുക്കുമ്പോൾ അവനെ എതിരിടുന്നതിൽ മന്ദത കാട്ടരുത്. ആ അഹങ്കാരിയുടെ കൊടുങ്കാറ്റിൽ എന്റെ ശോഭയുള്ള വിളക്കുകളേ, നിങ്ങൾ അണഞ്ഞുപോകരുത്. നിങ്ങളുടെ അമ്മയെ അസ്വസ്ഥമാക്കുമാറ്, എന്റെ ശക്തമായ ഗോപുരങ്ങളേ, നിങ്ങൾ ദുർബ്ബലരാകരുത്.

എന്റെ ഉയർന്നു പറക്കുന്ന കഴുകന്മാരേ, പാമ്പിന്റെ മിന്നുന്ന ചെതുമ്പലുകളാൽ ആകൃഷ്ടരാകുന്നതുപോലെ ജീവനോടെ പാതാളത്തിലേക്ക്[7] പോകുവാൻ നിങ്ങൾ നിർബന്ധിക്കപ്പെടരുത്.

എന്റെ സുന്ദരിപ്രാവുകളേ, നശീകരണശേഷിയുള്ള ഈ കഴുകനെ ഭയപ്പെടരുത്.

മധുരമുള്ള വീഞ്ഞു നിറഞ്ഞ എന്റെ മുന്തിരിക്കുലകളേ, ദുഷ്ടരായ ചെന്നായ്ക്കളെ കരുതിയിരിക്കുക. എന്തെന്നാൽ അവ നിങ്ങളുടെ മാധുര്യത്തെ കയ്പാക്കും

എന്റെ കളങ്കമില്ലാത്ത കൊയ്ത്തുകാരേ, ഈ കഠിനദിനത്തിന്റെ ചൂടിനെ ഭയപ്പെടരുത്.

ഈ എരിയുന്ന തീച്ചൂളയ്ക്കുള്ളിൽ നിങ്ങളുടെ ഇടയിൽ ഒരു വ്യാജഭാവവും കാണാതിരിക്കട്ടെ. അവൻ പാടുന്ന മുഖസ്തുതികൾ നിങ്ങളെ ദുർബ്ബലരാക്കരുത്. അവൻ നിങ്ങളെ ഭയപ്പെടുത്തിയാലോ നിങ്ങൾ വിറയ്ക്കരുത്. അവനോട് ബുദ്ധിസാമർത്ഥ്യത്തോടെ നിങ്ങൾ പെരുമാറുകയും കരുതിയിരിക്കുകയും ചെയ്യണം. അവൻ നിങ്ങളോട് കോപം കാട്ടിയാൽ പരിഹാസത്തോടെ അത് അവഗണിക്കുക, നിങ്ങളോ നിങ്ങളുടെ പിതാക്കന്മാർ പ്രാപിച്ച മഹത്വകിരീടങ്ങളെക്കുറിച്ച് തിരുവെഴുത്തുകളിൽ രേഖപ്പെടുത്തിയിരിക്കുന്നത് ഓർക്കുക.

അവൻ വാൾ ഉറയിൽ നിന്നും ഊരി നിങ്ങൾക്ക് നേരെ കാട്ടിയാൽ നിങ്ങളുടെ സഹോദരൻ ഇസഹാക്കിന്റെ കഴുത്തിനു നേരെ ഉയർത്തപ്പെട്ട മൂർച്ചയുള്ള വാൾ ഓർക്കുക.

എന്റെ പ്രിയമക്കളേ, ഞാൻ നിങ്ങളെ വെറുക്കുന്നതു കൊണ്ടല്ല നിങ്ങളെ മരണത്തിലേക്ക് നയിക്കുന്നത്. എന്തെന്നാൽ നിങ്ങളുടെ പിതാവായ അബ്രഹാം തന്റെ ഏകജാതനായ മകനെ ബലിപീഠത്തിൽ കെട്ടിവച്ചത് അവനോടുള്ള വിരോധം കാരണമല്ലല്ലോ. എന്നാലോ ഈ നിർണ്ണായകമായ നിമിഷത്തിൽ ഞാൻ നിങ്ങളെ ജീവിതത്തിന് നിർബന്ധിച്ചാൽ അത് ഞാൻ നിങ്ങളെ വെറുക്കുന്നതിനും നിങ്ങൾക്ക് ലഭിക്കാനിരിക്കുന്ന നിത്യജീവന്റെ അവകാശം കവർന്നെടുക്കുന്നതിനും കാരണമാകും. എന്തെന്നാൽ അബ്രഹാം പിതാവ് തന്റെ മകനോടുള്ള വിദ്വേഷം നിമിത്തമല്ല അവനോടുള്ള സ്നേഹവാൽസല്യം നിമിത്തവും ദൈവത്തോടുള്ള അനുസരണം നിമിത്തവുമത്രേ അവനെ ബലിപീഠത്തിൽ ബന്ധിച്ചത്. അതിൻപ്രകാരം തന്നെ എന്റെ മക്കളേ, ഞാനും നിങ്ങളെയും നിങ്ങളുടെ ദൈവത്തെയും അപാരമായി സ്നേഹിക്കുന്നു. മക്കളെ, ഒരു നാളും അവന്റെ സ്നേഹത്തിൽ നിന്നും നിങ്ങൾ അകന്നുപോകുവാൻ ഇടയാവരുതെന്നും ഞാൻ ഉപദേശിക്കുന്നു.

ഈ ദുഷ്ടൻ നിങ്ങളെ എരിയുന്ന അഗ്നിച്ചൂളയ്ക്ക് മുൻപിൽ നിറുത്തുന്നുവെങ്കിൽ, നി

7 *šyôl, Sheol – പാതാളമെന്ന് സത്യവേദപുസ്തകത്തിൽ പരിഭാഷപ്പെടുത്തിയിരിക്കുന്നു.*

ങ്ങളുടെ സഖികളായ മൂന്ന് യുവാക്കൾ തങ്ങളുടെ ശരീരങ്ങളെ അഗ്നിയ്ക്ക് ഇരയായി നൽകിയതും[8] ജീവനുള്ള ദൈവത്തിന് പകരം ബിംബങ്ങളെ നമസ്കരിക്കാതിരുന്നതും അവന്റെ ഭീഷണിയെയോ പ്രശംസകളെയോ വകവയ്ക്കാതിരിക്കുന്നതും "നിങ്ങൾ ഉണ്ടാക്കിയ ബിംബങ്ങളെ ഞങ്ങൾ ആരാധിക്കുകയില്ലെന്നും നിങ്ങളുടെ ദൈവങ്ങളെ ഞങ്ങൾ സേവിക്കുകയില്ലെന്നും" അവർ ആവർത്തിച്ച് പ്രഖ്യാപിച്ചതും നിങ്ങൾ ഓർക്കുക. പ്രിയമക്കളേ, നിങ്ങളും നിങ്ങളുടെ ഈ സഖികളെപ്പോലെ ആയിരിക്കണമെന്നും അതിൻപ്രകാരം എന്നെയും ആനന്ദിപ്പിക്കണമെന്നും ഞാൻ നിങ്ങളോട് യാചിക്കുന്നു.

"ഞാൻ നിങ്ങളെ ക്രൂരമൃഗങ്ങൾക്ക് മുൻപിൽ എറിഞ്ഞുകളയും" എന്ന് അവൻ നിങ്ങളോട് പറഞ്ഞാൽ, സിംഹക്കുഴിയിലേക്ക് എറിയപ്പെട്ടിട്ടും ബിംബാരാധാനക്കാർക്ക് സഖി ആകാതിരുന്ന ദാനിയേലിനെ ഓർത്തുകൊൾവിൻ.[9]

"ഞാൻ നിന്നെ എന്റെ രാജ്യത്തിൽ രണ്ടാമനാക്കും" എന്ന് അവൻ നിനക്ക് വാഗ്ദാനം നൽകിയാൽ, ഫറവോന്റെ മകൾക്ക് പുത്രനാവുകയും, പാപത്തിന്റെ തൽക്കാല ഭോഗത്തേക്കാളും ദൈവജനത്തോടുകൂടെ കഷ്ടമനുഭവിക്കുന്നതിന് തെരഞ്ഞെടുക്കുകയും ചെയ്ത നിന്റെ ഗുരുവായ മോശയെ ഓർത്തുകൊള്ളുക.[10]

അവൻ നിങ്ങൾക്ക് സമ്പത്ത് വാഗ്ദാനം ചെയ്യുന്നുവെങ്കിൽ, ഈജിപ്തിലെ സ്ത്രീകളുടെ സമ്പത്തിനെ നിരസിച്ച ജോസഫിനെ ഓർത്തുകൊള്ളുക.

"നിങ്ങൾ എന്നെ ഭയപ്പെടുന്നില്ലേ" എന്ന് അവൻ ചോദിച്ചാൽ, ദുഷ്ടനായ ആഹാബ് രാജാവിനെ ഭയക്കാതിരുന്ന ഏലിയാ പ്രവാചകനെ ഓർത്തുകൊള്ളുക.

എന്റെ പ്രിയമക്കളേ, നിങ്ങളുടെ പൂർവ്വപിതാക്കളിൽ നിന്ന് നിങ്ങൾക്ക് ആശ്വാസവും സൗഖ്യവും ലഭിക്കുമെന്നും ദൈവകൃപ നിങ്ങളെ സഹായിക്കുമെന്നും നിങ്ങൾ അറിഞ്ഞുകൊൾവിൻ.

എന്റെ വാൽസല്യവാനും സഹോദരങ്ങളിൽ ഏറ്റവും മുതിർന്നവനുമായ മകനേ, നിന്നോട് ഞാൻ യാചിക്കുന്നു. ഞാൻ നിനക്ക് നൽകിയ കടം നീ മടക്കിത്തരു. നീ ശിശുവായിരുന്നപ്പോൾ ഞാൻ നിന്നെ വളർത്തിയതു പോലെ എന്റെ വാർദ്ധക്യത്തിൽ നീ എന്നെ സഹായിക്കു. എന്റെ പ്രിയമകനേ, നീ ആദ്യം യുദ്ധത്തിൽ പോരാടുകയും, വിജയം വരിയ്ക്കുകയും ചെയ്യുക. അതിനാൽ നിന്റെ സഹോദരൻമാർ, നിന്നെ കാണുകയും അനുകരിക്കുകയും ചെയ്യട്ടെ. മകനേ, നിന്റെ സഹോദരൻമാർക്ക് മുൻപായി നീ ഈ ലോകത്തിലേക്ക് വന്നതു പോലെ തന്നെ അവർക്ക് മുൻപായി നീ ആ ദൈവരാജ്യത്തിന്റെ നിത്യസൗഭാഗ്യത്തിലേക്ക് പ്രവേശിക്കുക.

എന്റെ മകനേ, നിന്റെ ദൈവമായ യഹോവയെ പൂർണ്ണ ആത്മാവോടും പൂർണ്ണശക്തിയോടും കൂടെ സ്നേഹിക്കുന്നതിന് ഞാൻ ഇതിൽ അധികമായി എന്ത് അവകാശമാണ് നിനക്ക് നൽകേണ്ടത് ?

അതിനാൽ നീ അടുത്ത വന്ന് രണ്ടുലോകങ്ങളിലും നിന്റെ സഹോദരങ്ങളിൽ ആദ്യജാതനാകുവാൻ നീ സമ്മതിക്ക.

എന്റെ പ്രിയ മകനേ, ഞാൻ നിനക്ക് വിവാഹം നിശ്ചയിച്ചിരുന്നെങ്കിൽ അലങ്കരിക്കപ്പെട്ട ആദ്യമണവറ നിന്റേതാകുമായിരുന്നു. എന്നാൽ ഇതാ അഴിഞ്ഞുപോകാത്തതും അനശ്വരവുമായ അത്മീയ മണിയറ ഇന്ന് നീ പ്രാപിക്കുന്നു.

അവൾ വീണ്ടും തന്റെ എല്ലാ മക്കളോടുമായി ഇപ്രകാരം പറഞ്ഞു. "എന്റെ മക്കളേ, നിങ്ങൾ വിജയം കൈവരിക്കുന്നതു കാണുമ്പോൾ, ഞാൻ ഏറ്റവും ആനന്ദിക്കുന്നു. എന്റെ മക്കളേ, നിങ്ങളെ മുക്കിക്കൊല്ലുന്ന നദിയിലൂടെ നിങ്ങൾ കടന്നുപോയത് കാണുമ്പോൾ, എന്റെ ഹൃദയം ആഹ്ലാദിക്കുന്നു. നിങ്ങളുടെ മുന്തിരിപ്പഴം ചക്കിലേക്ക്

8 ദാനിയേൽ 3:23-26
9 ദാനിയേൽ 6:16
10 എബ്രായർ 11:24

എറിയുന്നത് കാണുമ്പോൾ ഞാൻ സന്തോഷിക്കുന്നു. നിങ്ങൾ യഥാർത്ഥ ഇടയന്റെ തൊഴുത്തിൽ പ്രവേശിച്ചിരിക്കുന്നതായി കാണുന്നത് എനിക്ക് സന്തോഷമാണ്."

അനന്തരം അവർ ഈ വിശുദ്ധൻമാരെയും അവരുടെ അമ്മയെയും ദുഷ്ടനായ അന്ത്യോക്കസ് രാജാവിന്റെ മുമ്പാകെ കൊണ്ടുപോയി. അവർ ഭയമോ വിറയലോ കൂടാതെ അവന്റെ മുൻപിൽ നിലകൊണ്ടു. ആ സ്വേച്ഛാധിപതി അവരുടെ ശരീരത്തിന്റെ സൗന്ദര്യവും, മുഖത്തിന്റെ ചൈതന്യവും മനസിന്റെ കുലീനതയും കണ്ട് ആശ്ചര്യപൂർവ്വം അന്വേഷിച്ചു. "നിങ്ങളിൽ എറ്റവും മൂത്തവൻ ആരാണ് ?"

അപ്പോൾ സഹോദരങ്ങളിൽ ഒന്നാമനായ ആ ജേതാവ് ഉത്തരം പറഞ്ഞു "അത് ഞാൻ തന്നെ; അങ്ങേയ്ക്ക് എന്താണ് വേണ്ടത് ?"

ദുഷ്ടരാജാവ് പ്രതിവചിച്ചു: "നിങ്ങൾ ആരുടെ മുൻപാകെ ആണ് നിൽക്കുന്നതെന്ന് ഓർത്തുകൊള്ളണം."

അതിന് പരിശുദ്ധൻ മറുപടിയായി: "അതേ! രക്തദാഹിയായ മൃഗത്തിന്റെ മുൻപിൽ തന്നെ!" എന്ന് പറഞ്ഞു.

അപ്പോൾ അന്ത്യോക്കസ് കൽപിച്ചു "ഇതാ നിന്റെ ജീവനും മരണവും എന്റെ കൈകളിൽത്തന്നെ; അവ രണ്ടിൻമേലും എനിക്ക് അധികാരം ഉണ്ട്."

പരിശുദ്ധൻ മറുപടിയായി: "നിസ്സാരനായ നീചാ, അങ്ങേയ്ക്ക് തെറ്റി; ശരീരത്തെ നശിപ്പിക്കാൻ മാത്രമേ അങ്ങേയ്ക്ക് അധികാരമുള്ളൂ; എന്നാലോ ആത്മാവ് ദൈവത്തിന്റെ അധികാരത്തിൽ ഇരിക്കുന്നു."

രാജാവ് പ്രതിവചിച്ചു: "ഞാൻ കൽപിക്കുന്നത് ശ്രദ്ധാപൂർവ്വം കേൾക്കുക; എന്റെ മുൻപാകെ അനുസരണത്തോടെ നിൽക്കുന്നവർക്ക് വാഗ്ദാനം ചെയ്യുന്ന സമ്പത്തും അധികാരവും സ്ഥാനമാനങ്ങളും ഞാൻ നിനക്കും നൽകും"

അനന്തരം ജേതാവായവൻ ഇപ്രകാരം പറഞ്ഞു: "എന്നാൽ അവർ പോലും എന്നെ അനുസരിക്കുകയും, കൈവശം വയ്ക്കുന്നവരെ നശിപ്പിക്കുന്നതായ സമ്പത്തിനെ നിരസിക്കുകയും ചെയ്യും!"

അപ്പോൾ ആ സ്വേച്ഛാധിപതി ചോദിച്ചു: "നിങ്ങൾ നിങ്ങളുടെ ആത്മാവിനെ ത്യജിക്കുകയും ക്രൂരമായ പീഡനങ്ങൾക്ക് നിങ്ങളെത്തന്നെ ഏൽപിച്ചുകൊടുക്കുകയും ചെയ്യുന്നത് എന്തുകൊണ്ടാണ് ?"

അതിന് ശ്രേഷ്ഠനായവൻ ഉത്തരം പറഞ്ഞത്: "ഞാൻ എന്റെ ആത്മാവിനെ ഒരിക്കലും വെറുക്കുന്നില്ല; എന്നാലോ ഞാൻ അതിനെ ഏറ്റം സ്നേഹിക്കുന്നു. അതുകൊണ്ട് അഴിഞ്ഞുപോകുന്നതായ ഈ ജീവിതം കൊണ്ട് നിത്യമായ ജീവിതത്തെ ഞാൻ സമ്പാദിക്കുന്നു. എന്നാൽ അങ്ങയോ ക്ഷണികമായ ജീവിത സുഖങ്ങളിലൂടെ ജീവിതത്തെ നശിപ്പിക്കുകയും, അനന്തമായ വേദനകളെ അവകാശമാക്കുകയും ചെയുന്നു."

അന്ത്യോക്കസ് ഇപ്രകാരം പറഞ്ഞു: "നിസ്സാരനും നികൃഷ്ടനുമായ ചെറുപ്പക്കാരാ, നീ നിന്റെ യൗവ്വനത്തെ കരുണയോടെ നോക്കിക്കാണുകയും, അതിനെ നശിപ്പിക്കാതിരിക്കുകയും ചെയ്യുക."

ആ കായികാഭ്യാസി ഉത്തരമായി പറഞ്ഞു: "അങ്ങ് അതിനെ നശിപ്പിച്ചില്ലെങ്കിലും മരണം വന്ന് അതിനെ ഇല്ലാതാക്കും. അതുകൊണ്ട് ഞാൻ സ്വന്തം ഇഷ്ടത്താൽ തന്നെ എന്റെ ജീവരക്തത്തെ ദൈവത്തിന് സമർപ്പിക്കുന്നു.

അനന്തരം ആ സ്വേച്ഛാധിപതി കോപം പൂണ്ടു. ആ വിശുദ്ധനെ ശരീരം മുഴുവൻ മുറിവേൽക്കുന്നതുവരെ ചാട്ടവാറുകൊണ്ട് അടിക്കുവാൻ ഏൽപിച്ചുകൊടുത്തു. അവർ അപ്രകാരം ചെയ്തു.

തുടർന്ന് ദുഷ്ടനായ ഭരണാധികാരി പറഞ്ഞു: "ഇതാ, പീഡനത്തിന്റെ ആദ്യ അനുഭവങ്ങൾ നിനക്ക് രുചിച്ചുനോക്കാനായി ഞാൻ നൽകിയിരിക്കുന്നു. ഇനിയെങ്കിലും നീ എന്നെ അനുസരിച്ചാലും. അല്ലെങ്കിൽ നിന്റെ അവയവങ്ങൾ ഓരോന്നായി മുറിച്ചുമാറ്റപ്പെടും."

വിശുദ്ധന്റെ മറുപടി ഇപ്രകാരമായിരുന്നു: "രാജാവേ, ഇവയേക്കാൾ കഠിന

മായ പീഡനമാർഗ്ഗങ്ങൾ നിന്റെ പക്കലു ണ്ടെങ്കിൽ വേഗം അവയെ എന്റെ മേൽ വരുത്തേണമേ!"

വേഗം തന്നെ വറചട്ടിയിൽ എണ്ണ നി റച്ച് തിളപ്പിക്കുവാനും ഈ മനുഷ്യനെ മത്സ്യത്തെ വറുത്തെടുക്കുന്നതുപോലെ ജീവനോടെ വറുത്തെടുക്കാനും ആ നാട്ടു രാജാവ്[11] കൽപിച്ചു. തിളച്ച എണ്ണയുടെ ഗന്ധം അവിടെ വ്യാപിച്ചപ്പോൾ ആ പരി ശുദ്ധൻ ആത്മസന്തോഷത്തോടെ എഴു ന്നേറ്റ് ആ വറചട്ടിയുടെ നടുവിലേക്ക് പ്ര വേശിച്ചു. അവന്റെ ശരീരം അഗ്നിയിൽ ജ്വ ലിച്ചപ്പോൾ അവൻ ആത്മാവിനെ തന്റെ നാഥന്റെ കൈകളിൽ ഏൽപ്പിച്ചു.

അപ്പോൾ മാതാവായ ശ്മൂനി ഹൃദയ ത്തിൽ ഉല്ലസിച്ചുകൊണ്ടു പറഞ്ഞു: "കണ്ടാ ലും, ഇതാ ഒരു ഗോതമ്പുമണി ജീവന്റെ ഭണ്ഡാരത്തിലേക്ക് പ്രവേശിച്ചിരിക്കുന്നു."

അനന്തരം അമ്മയായ ശ്മൂനി രണ്ടാമ ത്തെ മകനെ ഇപ്രകാരം ഉപദേശിച്ചു: "ആകയാൽ, എന്റെ മകനേ, സൃഷ്ടിയു ടെ രണ്ടാംദിവസം ദൈവം വെള്ളങ്ങളു ടെ മദ്ധ്യേ ഒരു വിതാനം ഉണ്ടാക്കുകയും, അത് താഴെയുള്ള വെള്ളത്തേയും മിതെ യുള്ള വെള്ളത്തേയും തമ്മിൽ വേർതിരിച്ച തുപോലെ തന്നെ[12], നീയും കടന്നു വരിക. അതിൻപ്രകാരം എന്റെ മകനേ, നീയും പാപികളിൽ നിന്ന് അകന്നു നിൽക്കുക യും നൻമയിൽ നിന്റെ സഹോദരനോട്ട് ചേർന്നിരിക്കുകയും ചെയ്യുക."

അപ്പോൾ രണ്ടാമനെ തന്റെ അടുക്കൽ കൊണ്ടുവരുവാൻ അന്ത്യോക്കസ് കൽപ്പി ച്ചു. അവൻ ഇപ്രകാരം പറഞ്ഞു: "മകനേ, എന്റെ ഉപദേശം നി സ്വീകരിക്കുക. ഇതാ വറച്ചട്ടിയിൽ നിന്റെ സഹോദരന്റെ മുഖം നീ കാണുന്നു; ഇനി അധികം എന്നോട്ട് സംസാരിക്കരുത്."

അനുഗ്രഹിക്കപ്പെട്ടവനായ രണ്ടാമൻ മറുപടിയായി "രാജാവേ, അങ്ങ് എന്റെ സഹോദരന്റെ മഹത്ത്വവും തേജസ്സും കണ്ടാലും. അങ്ങ് ആത്മപ്രശംസ അവ സാനിപ്പിച്ച് എന്റെ സഹോദരൻ പ്രവേ ശിച്ച മഹത്ത്വത്തിലേക്ക് എന്നെയും വേഗം അയച്ചാലും" എന്ന് പറഞ്ഞു.

അന്ത്യോക്കസ് പറഞ്ഞു: "എണ്ണയിൽ വറുത്ത ശരീരമല്ലാതെ നിങ്ങളുടെ സഹോ ദരന്റെ ദേഹത്തിൽ ഞാൻ ഒരു തേജസ്സും മഹത്ത്വവും കാണുന്നില്ല."

പരിശുദ്ധൻ (രണ്ടാമൻ) മറുപടി പറഞ്ഞു: "നിങ്ങളുടെ ഹൃദയം ദുഷ്ടതകൊണ്ട് ഇരു ണ്ടിരിക്കുന്നു. അതുകൊണ്ട് അങ്ങ് എന്റെ സഹോദരന്റെ മഹത്ത്വമല്ല നിന്ദയത്രേ കാ ണുന്നത്."

അന്ത്യോക്കസ്: "നിങ്ങൾ വറചട്ടിയി ലേക്ക് വീഴ്ത്തപ്പെടുന്നതിന് മുൻപ്, നിന്റെ ആത്മാവിനെ രക്ഷിക്കുക."

വിശുദ്ധൻ (രണ്ടാമൻ): "അങ്ങ് കെടാ ത്ത അഗ്നിനരകത്തിൽ വീഴുന്നതിന് മുൻപ് സ്വന്തം ആത്മാവിനെ രക്ഷിക്കു."

അന്ത്യോക്കസ്: "നിങ്ങൾ എന്നെ ഭയ പ്പെടുന്നില്ലേ, ധിക്കാരി?"

ജേതാവ് (രണ്ടാമൻ): "ഞാൻ അങ്ങയെ ഭയപ്പെടുന്നില്ല. എന്തെന്നാൽ അങ്ങ് ദൈ വത്തെ ഭയക്കുന്നില്ലല്ലോ"

അന്ത്യോക്കസ്: "എവിടെ നിന്റെ ദൈവം? അവൻ വന്ന് എന്നോട്ട് വാദിച്ച് നിങ്ങളെ എന്റെ കയ്യിൽ നിന്ന് രക്ഷിക്ക ട്ടെ."

ശ്രേഷ്ഠൻ (രണ്ടാമൻ): "ഇല്ല, എന്റെ ദൈവം ഇപ്പോൾ എന്നെ രക്ഷിക്കുകയില്ല. എന്തെന്നാൽ അങ്ങ് അങ്ങയുടെ ഭ്രാന്തും ഞാൻ എന്റെ വിശ്വാസവും പ്രഖ്യാപിക്കേ ണ്ടതാകുന്നു. മാത്രമല്ല എന്റെ ദൈവം ക്ഷമ യുള്ളവനും കരുണ നിറഞ്ഞവനും ആകുന്ന എന്ന് അങ്ങ് കണ്ടറിയേണ്ടതിനു തന്നെ. എന്നാലോ അവസാനം അവൻ നിന്നോ ട്ട് നീതിപൂർവ്വം പ്രതികാരം ചെയ്യും. എന്നെ യും എന്റെ സഹോദരനേയും ഞങ്ങൾ ഏറ്റു പറഞ്ഞ വിശ്വാസത്താൽ, ദൈവം തന്നെ

11 basiliscos എന്ന ഗ്രീക്കു പദത്തിൽ നിന്ന് വന്ന അരാമായ, സുറിയാനി പദമായ ബാ സിലിസ്ക്ക്. രാജകുമാരൻ, ചെറിയ രാജാവ് എന്നൊക്കെ അർത്ഥം

12 ഉൽപത്തി 1:6-8

കിരീടം അണിയിക്കും."

അന്ത്യോക്കസ്: "നിന്റെ വാക്കുകൾ പോലെ വ്യഥാവല്ല, എന്റെ പ്രവൃത്തികൾ എന്ന് ഞാൻ നിന്നെ കാണിക്കും. സേവകരേ, അടുത്ത് വന്ന് ഇവന്റെ തലയിലെ ത്വക്ക് ആട്ടിൻതോലുപോലെ ഉരിഞ്ഞെടുത്ത് അവന്റെ സഹോദരനെപ്പോലെ അവനെയും വറചട്ടിയിൽ ഇടുവിൻ."

വിശുദ്ധൻ (രണ്ടാമൻ): "ഏതൊരു പോരാളിയും ശത്രുക്കളെ കീഴടക്കി കഴിയുമ്പോൾ തലയിൽ കിരീടമണിയിക്കപ്പെടാൻ യോഗ്യനാകുന്നു."

അന്ത്യോക്കസ്: "ഞാൻ നിന്റെ സഹോദരനോട് ചെയ്ത പ്രകാരം തന്നെ നിന്നോടും ചെയ്യുന്നു. എന്തെന്നാൽ അവനെപ്പോലെ നീയും എന്നെ നിന്ദിച്ചിരിക്കുന്നു."

വിശുദ്ധൻ : "നിലം ഉഴുമ്പോൾ കാളയുടെ കഴുത്ത് അതിന്റെ കൂട്ടാളിയുടേതിന് തുല്യനിലയിലായിരിക്കുന്നത്. ഏറ്റവും ഉചിതമാകുന്നു. ഞാനും എന്റെ സഹോദരങ്ങളും അതുപോലെയാണ്. എന്തെന്നാൽ അങ്ങയുടെ പീഡകളാൽ ഞങ്ങളുടെ അവയവങ്ങളിൽ ഫലദായകമായ വിത്തുകൾ വിതയ്ക്കപ്പെടുകയാണ്. പുനരുത്ഥാനത്തിന്റെ മഹാദിവസത്തിൽ ഞങ്ങൾ അതിൽ നിന്ന് നിത്യജീവനെ കൊയ്തെടുക്കും."

ഈ വാക്കുകൾ പറഞ്ഞുതീർന്നപ്പോഴേക്കും അവർ അവനെ വറചട്ടിയിലേക്ക് എറിഞ്ഞു. അവൻ ആത്മാവിനെ അവന്റെ ദൈവത്തിങ്കൽ സമർപ്പിച്ചു.

അനന്തരം മാതാവായ ശ്മൂനി പറഞ്ഞു: "കണ്ടാലും; ഇതാ രണ്ട് നിഷ്കളങ്ക പ്രാവുകൾ, ദുഷ്ടപരുന്തിൽ നിന്ന് രക്ഷപെട്ട് അത്യുന്നതങ്ങളിലെ കൂടുകളിലേക്ക് പ്രവേശിച്ചിരിക്കുന്നു. എന്റെ മൂന്നാമത്തെ മകനേ, നിനക്കുവേണ്ടി കാത്തിരിക്കുന്ന നിന്റെ സഹോദരൻമാരുടെ അടുക്കലേക്ക് നീയും വേഗം ചെല്ലുക."

അനന്തരം അന്ത്യോക്കസ് അവനോട് ഉത്തരമായി പറഞ്ഞു: "മകനേ, എന്റെ രാജ്യത്തിൽ നീ എന്നോടുകൂടെ ആയിരിക്കുക. തങ്ങളുടെ ശരീരങ്ങളെ വ്യർത്ഥമായി നശിപ്പിച്ച നിന്റെ നീചന്മാരായ സഹോദരങ്ങളെപോലെ നീ ആകരുത്. എന്നാലോ എന്റെ വാക്കു കേൾക്കുകയും എന്റെ ദൈവങ്ങളെ ആരാധിക്കുകയും ചെയ്യുക."

അതിന് വിശുദ്ധൻ മറുപടി പറഞ്ഞു: "അങ്ങ് പ്രശംസിക്കുന്ന അങ്ങയുടെ രാജ്യം ശിഥിലമാവുകയും ശൂന്യമായിത്തീരുകയും ചെയ്യും. നിങ്ങൾ ആരാധിക്കുന്ന ദൈവങ്ങളും അങ്ങനെതന്നെ. എന്നാലോ ഞാൻ എന്റെ സഹോദരങ്ങളെപ്പോലെ, എന്റെ ശരീരം പീഡനങ്ങൾക്ക് ഏൽപ്പിച്ചു കൊടുക്കുകയും, നിത്യജീവൻ അവകാശമാക്കുകയും ചെയ്യും.

അപ്പോൾ അന്ത്യോക്കസ് കോപാകുലനായി. വിശുദ്ധന്റെ (മൂന്നാമന്റെ) നാവും കൈവിരലുകളും കാൽവിരലുകളും ഛേദിച്ചുകളയുവാൻ കൽപ്പിച്ചു. അവനോട് ഇപ്രകാരം ചെയ്തു കഴിഞ്ഞപ്പോൾ ആ വിശുദ്ധൻ തന്റെ ആത്മാവിനെ ആനന്ദത്തോടെ തന്റെ നാഥന് സമർപ്പിച്ചു.

അനന്തരം അവന്റെ അമ്മ നാലാമത്തവന്റെ അടുക്കൽ എത്തി അവനോടു പറഞ്ഞു: "എന്റെ മകനേ, കണ്ടാലും തീച്ചൂളയിൽ മൂന്ന് ബാലൻമാർക്ക് പ്രത്യക്ഷമായ നാലാമന്റെ രൂപം നിന്നിൽ മുദ്രിതമായിരിക്കുന്നു.[13] നീയും എന്റെ മകനേ, ഈ ദുഷ്ടന്റെ ക്രോധം ശമിപ്പിക്കുകയും, നിനക്കായി കാത്തിരിക്കുന്ന നിന്റെ സഹോദരങ്ങളുടെ സമീപത്തേക്ക് അതിവേഗം ചെല്ലുകയും ചെയ്യുക.

അപ്പോൾ അന്ത്യോക്കസ് ഉത്തരമായി പറഞ്ഞു: "മകനേ, ഞാൻ ആരാധിക്കുന്നതുപോലെ, ഈ കരുണയുള്ള ദൈവങ്ങളെ നീയും ആരാധിക്കുക. നിന്റെ സഹോദരങ്ങളെപ്പോലെ നീയും നശിക്കാതിരിക്കട്ടെ."

പരിശുദ്ധൻ മറുപടിയായി പറഞ്ഞു: "ആകാശത്തിന്റെയും ഭൂമിയുടെയും അവയിലുള്ള സകലത്തിന്റെയും സ്രഷ്ടാവായ ദൈവത്തെ ആണ് ഞാൻ ആരാധിക്കുന്നത്. മരപ്പണിക്കാരുടെ കയ്യാൽ നിർമ്മിക്ക

13 ദാനിയേൽ 3:23-26

പ്പെട്ട കല്ലും മരവും കൊണ്ടുണ്ടാക്കിയ രൂപങ്ങളേ ഞാൻ കേൾക്കുകയോ ആരാധിക്കുകയോ ചെയ്യില്ല. സൃഷ്ടിയെ ആരാധിക്കാനായി ഞാൻ സൃഷ്ടാവിനെ ഉപേക്ഷിക്കില്ല. സകലത്തിന്റെയും ന്യായാധിപനായ ദൈവത്തെ ബധിരരും അന്ധരുമായ ബിംബങ്ങൾക്കുവേണ്ടി ഞാൻ മാറ്റിവയ്ക്കില്ല. എന്നെ അതിവേഗം എന്റെ വൽസല സഹോദരങ്ങളുടെ അടുക്കലേക്ക് അയയ്ക്കുക. എന്തെന്നാൽ, കണ്ടാലും അവർ എനിക്കായി കാത്തിരിക്കുന്നു." അപ്പോൾ ആ തിന്മപ്പെട്ടവൻ കോപപരവശനായി; ദൈവത്തിന്റെ ദിവ്യപ്രകാശം ഇനി മേലാൽ കാണാതിരിക്കാൻ നാലാമന്റെ കണ്ണുകൾ ചൂഴ്ന്നെടുത്തുകളയാൻ കൽപ്പിച്ചു.

ആ വിശുദ്ധൻ പറഞ്ഞു: "അല്ലയോ ദുഷ്ടരാജാവേ, നിന്റെ ക്രൂരമുഖം കാണാതിരിക്കാൻ നീ എന്റെ കണ്ണുകളെ അന്ധമാക്കിയിരിക്കുന്നു!" ഇത്തരം നിരവധി പരിഹാസവാക്കുകളാൽ അവനെ അധിക്ഷേപിച്ചപ്പോൾ, ആ സ്വേച്ഛാധിപതി, മറ്റ് സഹോദരങ്ങളെപ്പോലെ ഇവനെയും മരണത്തിന് ഏൽപ്പിച്ചു കൊടുത്തു.

അനന്തരം അന്ത്യോക്കസ് അഞ്ചാമനെ അവന്റെ മുൻപിൽ കൂട്ടിവരുത്തി. ആ വിശുദ്ധൻ അവനോട് സംസാരിച്ചു തുടങ്ങി: "അങ്ങേയ്ക്ക് എന്നോട്ട് എന്താണ് ചോദിക്കാനുള്ളത്? ഞാൻ സംസാരിക്കുമ്പോൾ അങ്ങ് വായടച്ച് മൗനമായിരിക്കുക. അങ്ങ് എന്റെ തലയിൽ നിന്നും ത്വക്ക് ഉരിയുകയോ, കണ്ണുകളെ അന്ധമാക്കുകയോ ചെവികളും നാവും ഛേദിച്ചു കളയുകയോ ചെയ്താലും, ഞാൻ അങ്ങയെ അനുസരിക്കുകയോ, ഈ തിന്മപ്പെട്ടവരെ ആരാധിക്കുകയോ ചെയ്യില്ല. എങ്കിലും നീ വേഗത്തിൽ നിന്റെ ദുഷ്ടത പ്രകടമാക്കുകയും എന്റെ സഹോദരങ്ങളുടെ അടുക്കലേക്ക് എന്നെ അയയ്ക്കുകയും ചെയ്യുക: കണ്ടാലും അവർ എനിക്കായി കാത്തിരിക്കുന്നു." അപ്പോൾ സാത്താന്റെ ശിഷ്യനായവൻ അഞ്ചാമന്റെ കൈകാലുകൾ ഛേദിച്ച് വറചട്ടിയിലേക്ക് എറിയുവാൻ കൽപ്പിച്ചു. അവന്റെ ശരീരത്തിൽ പകുതി ഭാഗം ജീവനോടെയും, പകുതിഭാഗം എണ്ണയിൽ വറുക്കപ്പെട്ടും കാണപ്പെടുന്ന ഈ കയ്പേറിയ വിധി ആർക്ക് കണ്ടു നിൽക്കുവാനാകും? എന്നാലോ അവന്റെ അമ്മയും സഹോദരന്മാരും വിശ്വാസത്തിന്റെ ഉറപ്പോടെ അവനെ നോക്കി നിന്നു.

അവൻ ആ ദുഷ്ടമനുഷ്യനോട്ട് ഉത്തരമായി പറഞ്ഞു: "അങ്ങ് എന്റെ എല്ലാ അവയവങ്ങളും ഛേദിച്ചുകളഞ്ഞാലും, യെഹസ്കേൽ പ്രവാചകൻ പ്രസ്താവിച്ചതുപോലെ, ദൈവം അവയെ ശേഖരിച്ച് മഹത്വത്തോടെ ഉയർത്തും. എന്നാലോ അവൻ നിന്റെ ശരീരത്തെയും ആത്മാവിനെ കരുണയില്ലാതെ പീഡിപ്പിക്കും." അവൻ ഈ വാക്കുകളെ പറഞ്ഞു തീർത്ത ശേഷം അവന്റെ ആത്മാവ് അവന്റെ സഹോദരങ്ങളുടെയും വൽസലന്മാരുടെയും അടുക്കലേക്ക് പറന്നകന്നു.

മാതാവായ ശ്മൂനി ആറാമത്തെ മകനോട്ട് ഉത്തരമായി പറഞ്ഞു: കണ്ടാലും, എന്റെ മകനെ, ആറാം ദിവസമായ വെള്ളിയാഴ്ച ആദ്യ മനുഷ്യൻ സൃഷ്ടിക്കപ്പെട്ട ദിനം, നിന്നിലൂടെ ചിത്രീകരിക്കപ്പെട്ടിരിക്കുന്നു. തന്റെ നിയോഗ സ്ഥാനത്തിന് ഉപരിയായി ഉയർത്തപ്പെടാൻ ആഗ്രഹിച്ച് തന്റെ മഹത്വസ്ഥാനം നഷ്ടപ്പെടുത്തിയ ആദ്യമനുഷ്യനെപ്പോലെ നീ തെറ്റിപോകരുത്. നീ ജാഗ്രതയോടിരിക്കുക അല്ലെങ്കിൽ നിനക്ക് നിന്റെ സഹോദരന്മാരുടെ ഭാഗ്യം നഷ്ടപ്പെടുകയും എന്റെ വാർദ്ധക്യം, വിഷാദത്തോടെ ശവക്കുഴിയിലേക്ക് എത്തിക്കുകയും ചെയ്യും. അവൻ ഉത്തരമായി പറഞ്ഞത്: "അനുഗ്രഹീതയായ മാതാവേ, ഭയപ്പെടരുത് അമ്മ നിനയ്ക്കുന്നതിൽ അധികമായി ഈ ദൈവനിന്ദക്കാരനോട്ട് എതിരിടുവാൻ ഞാൻ തയ്യാറെടുത്തിരിക്കുന്നു."

അനന്തരം അവൻ അന്ത്യോക്കസിന്റെ അടുത്തേക്ക് തിരിഞ്ഞുനിന്ന് ഇപ്രകാരം പറഞ്ഞു: "ശപിക്കപ്പെട്ട കൊലയാളീ, എന്തേ താമസം വയ്ക്കുന്നത്? നിന്റെ മൂർച്ച

യുള്ള വാൾ ഊരി എന്റെ നിഷ്കളങ്കമായ രക്തത്തിൽ മുക്കുക."

അന്ത്യോക്കസ് ഉത്തരമായി പറഞ്ഞു: "എന്റെ മകനേ, ഈ ബലിവസ്തുവിൽ നിന്ന് ഭക്ഷിക്കുക; ഞാൻ നിന്നെ എന്റെ രാജ്യത്തിൽ രണ്ടാമനാക്കും."

അപ്പോൾ ആ വിശുദ്ധൻ ചിരിച്ചുകൊണ്ട് പറഞ്ഞു: "പ്രയോജനമില്ലാത്ത കാര്യങ്ങൾക്കുവേണ്ടി അങ്ങ് എന്തിനാണ് എന്നെ ഉപദേശിക്കുന്നത് ? ഞാൻ എന്റെ സഹോദരന്മാരുടെയും വൽസലന്മാരുടെയും പാതയിൽ നിന്ന് പിൻതിരിയുകയുമില്ല. എങ്കിലോ അവരോടൊപ്പം ചേരുന്നതിനായി എത്രയും വേഗം എന്നെ അയച്ചാലും."

"നിന്റെ കൈ നീട്ടുക; അവ ഞാൻ വെട്ടി മാറ്റട്ടെ" എന്ന് അന്ത്യോക്കസ് പറഞ്ഞു. അവൻ അങ്ങനെ ചെയ്തു. അപ്പോൾ രാജാവ്: "നിന്റെ നാവ് പുറത്തേക്ക് നീട്ടുക; അത് ഞാൻ മുറിച്ചു കളയട്ടെ" എന്നു പറഞ്ഞു. ആറാമൻ അതും അനുസരിച്ചു. അവന്റെ കൈകളും നാവും ഛേദിക്കപ്പെട്ടു ഉടനെ അവൻ ആനന്ദത്തോടെ ആത്മാവിനെ വിട്ടു.

നിതിമാൻമാരുടെ പോരാട്ടവിജയത്തെക്കുറിച്ച് "വിവരിപ്പാൻ സമയം പോരാ"[14] എന്ന് വിശുദ്ധ ശ്ലീഹാ പറഞ്ഞതു പോലെ ഈ വിശുദ്ധൻമാരുടെ പോരാട്ടങ്ങളെ ചുരുക്കമായി പ്രതിപാദിച്ചതിലൂടെ ഞങ്ങൾ അവരോട് അനീതി കാട്ടിയിരിക്കുന്നു. ഈ ഏഴുപേരുടെയും ചരിത്രം ചുരുക്കമായി വിവരിക്കുവാനേ എനിക്ക് സമയവും സാഹചര്യവും ലഭിക്കുന്നുള്ളൂ. ഈ ഏഴാമന്റെ കാര്യവും അങ്ങനെ തന്നെ. എന്തെന്നാൽ നീതിമാനായ ഇയ്യോബ് തന്റെ ശത്രുവായ സാത്താനെ വാദിച്ച് തോൽപിച്ചതിനേക്കാൾ മെച്ചമായിട്ടായിരുന്നു ഈ വിവേകികൾ അന്ത്യോക്കസിനെയും പരാജയപ്പെടുത്തിയത്.

അനന്തരം ഏഴാമൻ തന്റെ സഹോദരൻമാരെപ്പോലെ പോരാട്ടത്തിന് തയ്യാറായി നിൽക്കുന്നതു കണ്ടിട്ട്, അന്ത്യോക്കസ് അവനെ തനിച്ചാക്കി ശ്മൂനിയുടെ നേരെ തിരിഞ്ഞ് ഇപ്രകാരം പറഞ്ഞു.

"സ്ത്രീയെ, ഈ വിഡ്ഢിത്തം ഉപേക്ഷിച്ച്, നിന്റെ വാർദ്ധക്യത്തിലും നിനക്ക് തുണയായി നിന്ന് നിന്റെ വാർദ്ധക്യവും നരയുമുള്ള കാലത്തിന് കൂട്ടായി നിന്നോടൊപ്പം നിലകൊള്ളുവാൻ ഈ യുവാവിനെ നീ നിർബന്ധിക്കുക. എന്തേ നീ ഹൃദയശൂന്യ ആണോ? മറ്റു സ്ത്രീകളെപോലെ നിനക്ക് അനുകമ്പയുള്ള ഒരു ഹൃദയമില്ലേ? നിനക്ക് വെളിച്ചം പകരാനായി ഈ ഒരു വിളക്കെങ്കിലും അണഞ്ഞു പോകാതെ നീ സൂക്ഷിക്കുക. നിന്റെ നിലത്തിൽ ഒരു ഗോതമ്പുമണി എങ്കിലും അവശേഷിപ്പിക്കുക. നിന്റെ വാർദ്ധക്യത്തോടും നരയുള്ള കാലത്തോടും എനിക്ക് സഹതാപം തോന്നുന്നു. കണ്ടാലും, ഇതിനോടകം കൊല്ലപ്പെട്ട ആറ് യൗവ്വനക്കാരിലൂടെ നീ നിന്റെ ദൈവത്തോടുള്ള സ്നേഹം പ്രകടമാക്കിയല്ലോ. ഈ ഒരുവനെ നിനക്കായിട്ടും എന്റെ ഇഷ്ടം നിവർത്തിക്കുന്നതിനുമായി നീ വേർതിരിക്കുക. അയ്യോ കല്ലുകൊണ്ടുള്ള ഹൃദയമാണോ നിനക്കുള്ളത് ? എന്തേ, നിനക്ക് വ്യസനം തോന്നുന്നില്ലേ ? നീ ചെന്ന് എന്റെ ഇഷ്ടം പ്രവർത്തിക്കാൻ അവനെ നിർബന്ധിക്കുക. എന്തെന്നാൽ അവനെ എന്റെ രാജ്യത്തിൽ രണ്ടാമനാക്കുമെന്ന് സകലദൈവങ്ങളുടെയും നാമത്തിൽ ഞാൻ സത്യം ചെയ്യുന്നു. അവൻ നിന്റെ ഇഷ്ടപ്രകാരം പ്രവർത്തിക്കുമെന്നും നിന്റെ ഉപദേശം നിരാകരിക്കില്ലെന്നും ഞാൻ അറിയുന്നു." എന്നാലോ മാതാവായ ശ്മൂനി ആദ്യമാതാവായ ഹവ്വയെപോലെ പ്രലോഭനങ്ങൾക്ക് മുൻപിൽ വീണുപോകുന്ന ദുർബലയല്ല എന്ന് ആ ദുഷ്ടൻ അറിഞ്ഞിരുന്നില്ല. ദൈവികനായ ബിലയാമിനെപ്പോലെയുള്ള [15] പ്രവചനവാക്കുകൾ കേട്ടപ്പോൾ അവൾ തന്റെ മകനെ സമ്മതിപ്പിക്കാം എന്ന് രാജാവിനോട് പറഞ്ഞു.

14 എബ്രായർ 11:32

15 സംഖ്യാപുസ്തകം 22-24

മാതാവായ ശ്മൂനി തന്റെ മകന്റെ നേരെ തിരിഞ്ഞ് ദുഷ്ടനായ രാജാവിനെ നിന്ദിക്കുകയും പൂർവ്വപിതാക്കൻമാരുടെ ഭാഷയിൽ മകനോട്ട് സംസാരിക്കുകയും ചെയ്തു. (പക്ഷേ അവളുടെ ഭാഷ ആ തിൻമപ്പെട്ട രാജാവിന് മനസ്സിലായില്ല). അവൾ മകനോട്ട് ഇപ്രകാരം പറഞ്ഞു: "മകനേ എന്നോട്ട് സഹതാപം കാണിക്കാൻ ഞാൻ നിന്നോട്ട് ആവശ്യപ്പെടുന്നു. ഞാൻ ഒൻപത് മാസം നിന്നെ ഉദരത്തിൽ വഹിച്ചു; എന്റെ ജീവൻ പോലും അപകടപ്പെടുത്തി ഞാൻ നിനക്ക് ജന്മം നൽകി. ഞാൻ നിന്നെ എന്റെ കൈകളിൽ വഹിച്ചുകൊണ്ട് മൂന്നുവർഷം നിന്നെ മുലകുടിപ്പിച്ചു. ഇന്നുവരെയും ഞാൻ നിന്നെ വളർത്തി വലുതാക്കിയിരിക്കുന്നു. നീ എനിക്ക് കടപ്പെട്ടിരിക്കുന്നത് വേഗം തന്നു തീർക്കുക."

"നിനക്കുവേണ്ടി കരുതിവച്ചിരിക്കുന്ന മഹത്ത്വകിരീടം നിന്റെ കയ്യാൽ നശിച്ചുപോകാതിരിക്കട്ടെ. അല്ലയോ കുഞ്ഞാടേ, നിന്റെ സഹോദരങ്ങളുടെ ആട്ടിൻപറ്റത്തിൻ കൂട്ടത്തിൽ നിന്ന് നീ അന്യനായി ചെന്നായ്ക്ക് ഭക്ഷണമാകാതിരിക്കട്ടെ. അല്ലയോ ശോഭയുള്ള താരകമേ, നിന്നിലെ വെളിച്ചം അണഞ്ഞുപോവുകയും ആകാശത്തിൽ നിന്ന് വീണുപോകാതിരിക്കുകയും ചെയ്യുവാൻ ദൈവം സൂക്ഷിക്കട്ടെ. ഹാ യോദ്ധാവേ, നീ പോരാട്ടത്തിൽ വീണു പോകാതിരിക്കാൻ ദൈവം ബലപ്പെടുത്തട്ടെ. ഹാ ഏഴാം ദിനമേ, നിന്റെ സഹോദരൻമാരുടെ സംഖ്യയിൽ നിന്ന് നീ വശീകരിക്കപ്പെടാതിരിക്കട്ടെ. എന്തെന്നാൽ ഒരിക്കലും ക്ഷീണിക്കാത്ത സൃഷ്ടാവ് ഏഴാംദിനത്തിൽ സ്വസ്ഥതയിൽ പ്രവേശിച്ചു. എന്തുകൊണ്ടെന്നാൽ ഏഴാംദിവസം അവൻ ആകാശത്തെയും ഭൂമിയേയും അവയിലുള്ള സകല ചരാചരങ്ങളെയും സൃഷ്ടിച്ചു. എന്റെ ഏഴാമനായ മകനേ, നിന്നിൽ എന്റെ പ്രസവവും കഷ്ടപ്പാടും പൂർത്തിയാവുകയും എന്റെ ഉദരം ശിശുവിനെ വഹിക്കുന്നത് നിറുത്തുകയും ചെയ്തു. നിന്റെ ജനനത്തിന് ശേഷം പ്രസവവേദന എന്നെ ഭാരപ്പെടുത്തിയിട്ടില്ല. അതിനാൽത്തന്നെ നീ നിന്റെ സഹോദരൻമാർ സ്വർഗ്ഗരാജ്യത്തിൽ പ്രാപിക്കുന്ന കിരീടത്തിന്റെ മുദ്രയായി നിലകൊള്ളുക.

ഏഴാമത്തവനായ ആ വിശുദ്ധൻ അമ്മയോട്ട് മറുപടിയായി പറഞ്ഞത്: എന്റെ സ്വസ്ഥത ഇല്ലാതാക്കാതെ ദൂരെ പോകൂ. വ്യാപാരികളായ എന്റെ സഹോദരൻമാരുടെ സഹവർത്തിത്വത്തിൽ നിന്ന് എന്നെ പിൻതിരിപ്പിക്കുന്നത് എന്തിന് ? കണ്ടാലും ഇതാ അവരുടെ കപ്പലുകൾ ആശ്വാസ തുറമുഖത്ത് എത്തിക്കഴിഞ്ഞിരിക്കുന്നു. ഞാനോ ഈ കൊടുംകാറ്റിൽപ്പെട്ട് ഇപ്പോഴും ഉഴലുന്നു? അമ്മയുടെ ഉദരത്തിൽ നിന്ന് അവർക്കെല്ലാം ശേഷം ഞാൻ പുറത്തു വന്നു, ഇപ്പോൾ ഇതാ സ്വർഗ്ഗരാജ്യത്തിലേക്ക് ഞാൻ പ്രവേശിക്കുന്നതും ഇവർക്കെല്ലാം ശേഷമാകുന്നു. ഞാൻ ജന്മാവകാശത്തിൽ ഏറ്റവും ഇളയവനെങ്കിലും, നമ്മുടെ നല്ലവനായ ദൈവം പൂർണ്ണ വളർച്ച യൗവനമോ ഭാഗിക്കാതെ വിശ്വസ്തതയും സൽപ്രവർത്തികളും എന്നിൽ കണ്ട് എന്നെയും തെരഞ്ഞെടുത്തിരിക്കുന്നതിൽ എനിക്ക് വലിയ ആശ്വാസം ഉണ്ട്.

അനന്തരം അവൻ പീഡകരെ ഉറ്റുനോക്കി അവരോട്ട് ഉത്തരമായി പറഞ്ഞു: നിങ്ങൾ അലസമായി കാത്തു നിൽക്കുന്നതെന്ത് ? എന്റെ സഹോദരൻമാരുടെ അടുക്കലേക്ക് വേഗം എന്നെ അയച്ചാലും. എന്തെന്നാൽ മരണമുള്ള ജീവനോ, ക്ഷയിച്ചുപോകുന്ന വളർച്ചയോ ഞാൻ ആഗ്രഹിക്കുന്നില്ല. നിങ്ങളുടെ ആവനാഴിയിലെ മുഴുവൻ അസ്ത്രങ്ങളും, നിങ്ങളുടെ എല്ലാ ഭീഷണികളും എന്റെ നേരെ അയച്ച് എന്റെ സ്നേഹവാനായ പിതാവിന്റെ അടുക്കലേക്ക് എന്നെ അയയ്ക്കൂ. ക്രൂരമർദ്ദനങ്ങൾകൊണ്ട് എന്റെ ശരീരത്തെ അലങ്കരിക്കുക; സഹനത്തിലൂടെ കിരീടങ്ങൾ വന്നുചേരട്ടെ. എനിക്കുള്ള പീഡനങ്ങൾ നിങ്ങൾ കുറവ് വരുത്തരുത്; എന്തെന്നാൽ അത് കാരണം എനിക്ക് ലഭിക്കുന്ന പ്രതിഫലം സഹോദരങ്ങൾക്കുള്ളതിനേക്കാൾ കുറഞ്ഞുപോകും.

അനന്തരം കടിച്ചു കീറുന്ന ചെന്നായ ആയ അന്ത്യോക്കസ് നിഷ്ക്കളങ്കനായ കുഞ്ഞാടിനെ (ഏഴാമനെ) ക്രോധത്തോടെ ആക്രമിച്ചു, ആ വിശുദ്ധനെ പരമാവധി പീഡിപ്പിക്കുവാൻ തന്റെ സേവകരോട് ആജ്ഞാപിച്ചു.

അവർ അവനെ വന്യമൃഗത്തെപ്പോലെ തളച്ചു. ഒരാൾ അവന്റെ കണ്ണുകൾ ചൂഴ്ന്നെടുത്തു. മറ്റൊരാൾ അവന്റെ ചെവികൾ മുറിച്ചുമാറ്റി. വേറൊരുവൻ അവന്റെ കൈകളെ വശങ്ങളിൽ നിന്നു ഛേദിച്ചു കളഞ്ഞു. ഒരുവൻ നാവ് അറുത്തുമാറ്റി. ഇപ്രകാരം അവന്റെ അവയവങ്ങൾ മുറിച്ചുമാറ്റപ്പെട്ടപ്പോൾ അവന്റെ ആത്മാവ് ആനന്ദത്തോടെ സഹോദരങ്ങളുടെ അടുക്കലേക്ക് പറന്നു പോയി.

മാതാവായ ശ്മൂനിയുടെ സ്മരണ തികച്ചും യോഗ്യമായിരിക്കുന്നു. അവളുടെ ഏഴു മക്കളും ഒരേ ദിവസം തന്നെ കിരീടം ചൂടിയതു് കണ്ടപ്പോൾ, അവൾ ദൈവത്തെ സ്തുതിക്കുകയും മഹത്ത്വപ്പെടുത്തുകയും ചെയ്തു. എന്തെന്നാൽ, അവളുടെ ഈ ബലി സ്രഷ്ടാവ് പ്രീതിയോടെ സ്വീകരിച്ചു എന്ന് അവൾ വിശ്വസിച്ചു.

എങ്കിലും ദുഷ്ടനായ അന്ത്യോക്കസ് ആ അമ്മയുടെ വാർദ്ധക്യത്തെ ബഹുമാനിക്കാതെ പലവിധ ഉപദ്രവങ്ങളാൽ അവളെ പീഡിപ്പിച്ചു. എന്നാലോ ഈ കൊടിയ ഉപദ്രവങ്ങളിൽ അവൾ അത്യധികം സന്തോഷിച്ചു. എന്തെന്നാൽ തന്റെ യൗവ്വനത്തിൽ മാത്രമല്ല, വാർദ്ധക്യവും നരയുമുള്ള കാലത്തും അവൾക്ക് ദൈവത്തെ പ്രസാദിപ്പിക്കുവാൻ കഴിഞ്ഞു. നിരവധിയായ ഉപദ്രവങ്ങൾ അനുഭവിച്ച ശേഷം അവളുടെ ആത്മാവ്, തന്റെ വാൽസല്യ മക്കളുടെ അടുക്കലേക്ക് പറന്നുപോയി.

ഈ വിശുദ്ധരുടെ ചരിതം ചുരുക്കമായി ഇവിടെ പ്രതിപാദിക്കപ്പെട്ടിരിക്കുന്നു. അവരുടെ പാപങ്ങൾ നിമിത്തമല്ല, ദൈവം അവരിൽ നിന്ന് കണ്ണുകളെ തിരിച്ചതു്; പിന്നെയോ, അവരുടെ വിശ്വാസവും സന്തോഷവും ലോകത്തിൽ പ്രസിദ്ധമാകേണ്ടതിനായിട്ടായിരുന്നു. തന്റെ കരുണയുടെ ബഹുത്ത്വം പ്രഖ്യാപിക്കപ്പെടുവാനായി അവൻ ചിലരെ മോചിപ്പിച്ചു. വിടുവിക്കപ്പെട്ട മൂന്നുപേർ[16] കൊല്ലപ്പെട്ട ഏഴുപേരെക്കാൾ[17] നീതിമാൻമാരോ മെച്ചപ്പെട്ടവരോ ആയിരുന്നില്ല. അവരുടെ സാക്ഷ്യജീവിതവും നീതിയും പ്രതിഫലത്തിന് യോഗ്യമായിരുന്നു. എങ്കിലും തന്റെ അടിയാരുടെ സത്യം സുവിശേഷിക്കപ്പെടുവാൻ വേണ്ടി ദൈവം തന്റെ കണ്ണുകളെ മറന്നുകളഞ്ഞു.

ഓബ് മാസം[18] ഒന്നാം തീയതി ഈ വിശുദ്ധർ കിരീടം അണിയിക്കപ്പെട്ടു. അവരുടെ പ്രാർത്ഥനകളാൽ നാം എല്ലാവരും അവർക്ക് സഖികളായിത്തീരുമാറാകട്ടെ! ആമേൻ.

മർത്തശ്മൂനിയുടെയും ഏഴു മക്കളുടെയും ചരിത്രം ഇവിടെ പൂർണ്ണമാകുന്നു.

---

16 ദാനിയേൽ 3:23-26

17 മർത്തശ്മൂനിയുടെ ഏഴുമക്കൾ

18 സുറിയാനി മാസം, എബ്രായയിൽ AV, ഈ മാസം ഗ്രിഗോറിയൻ കലണ്ടറിൽ ജൂലൈ-ഓഗസ്റ്റ് മാസങ്ങളിലായി വരുന്നു.)

8 മക്കാബിയർ

ഏ.ഡി. 563 ൽ ഇവാനിയോസ് മലാലാസ് എന്ന പേരുള്ള സുറിയാനി പണ്ഡിതൻ ലോകചരിത്രം എഴുതി. അത് ക്രോണോഗ്രാഫിയ എന്നപേരിൽ അറിയപ്പെടുന്നു. ക്രോണൊഗ്രാഫിയ ഗ്രീക്ക് ഭാഷയിലാണ് എഴുതിയത്. പതിനെട്ട് വാല്യങ്ങളുള്ള ഈ പുസ്തകം പല ഭാഷകളിലേക്കും പരിഭാഷപ്പെടുത്തിയിട്ടുണ്ട്. ഈ പുസ്തകത്തിലെ വളരെച്ചെറിയ ഒരു ഭാഗം മക്കാബിയ വിപ്ലവത്തെക്കുറിച്ചാണ്. ആ ഭാഗത്തിന് 8 മക്കാബിയർ എന്ന പേര് പാശ്ചാത്യപണ്ഡിതന്മാർ നല്കിയിരിക്കുന്നു. ഗ്രീക്ക് പാരമ്പര്യം പൂർണ്ണമായും ഒഴിവാക്കി സുറിയാനി പാരമ്പര്യത്തിനെ അടിസ്ഥാനമാക്കിയാണ് ഇതെഴുതിയിരിക്കുന്നത്.

ഇവിടെ ഏലിയാസാറിനെ മഹാപുരോഹിതനായി പറഞ്ഞിരിക്കുന്നു, എന്നാൽ അക്കാലത്തെ മഹാപുരോഹിതൻ യാസോൻ ആയിരുന്നു, അക്കാലത്തു തന്നെ ജീവിച്ചിരുന്ന ഒരു പുരോഹിതനായിരുന്നു ഏലിയാസാർ. അതുപോലെ അമ്മയെയും ഏഴുമക്കളെയും മക്കാബിയർ എന്ന് 6 മക്കാബിയരിലെപ്പോലെ പറഞ്ഞിരിക്കുന്നു. ഇത് സുറിയാനി പാരമ്പര്യപ്രകാരമാണ്. അന്ത്യോക്കസ് യഹൂദരെ പീഡിപ്പിക്കുന്നതിനുള്ള കാരണം ഇവിടെ കൊടുത്തിരിക്കുന്നത് 5 മക്കാബിയരിൽ നിന്നും വ്യതസ്തമാണ്.

8 മക്കാബിയർ

അന്ത്യോക്കസ് എപ്പിപ്പാനസിന്റെ ഭരണകാലത്ത് നഗരത്തിലെ അനേകർ പകർച്ചവ്യാധിമൂലം മരിക്കുകയുണ്ടായി. ലീയസ് എന്ന പുരോഹിതൻ നഗരത്തിന്റെ മുകളിൽ സ്ഥിതി ചെയ്യുന്ന മലയിലെ കല്ലിൽ, മുഖംമൂടി അണിഞ്ഞ തലയുടെ ഒരു കൂറ്റൻ രൂപം കൊത്തിയെടുക്കുവാൻ കല്പിച്ചു. ഇത് നഗരത്തിനും താഴ്‌വരയ്ക്കും അഭിമുഖമായി നിലകൊണ്ടു. ആ കല്ലിൽ ഒരു ലിഖിതം കൊത്തിവയ്ക്കുകയും ചെയ്തു. ഇതോടെ ആ പകർച്ചവ്യാധി അവിടെ നിന്ന് മാറിപ്പോകുകയും ചെയ്തു. ആ രൂപം കരോണിയൻ എന്ന പേരിൽ അവിടെ ഇന്നും നിലകൊള്ളുന്നു.

അന്ത്യോഖ്യയുടെ അതിരുകൾക്കപ്പുറം, ഭരണസംവിധാനങ്ങൾ നടപ്പിലാക്കുവാൻ പ്രത്യേക മന്ദിരങ്ങൾ ആദ്യമായി പണികഴിപ്പിച്ചത് അന്ത്യോക്കോസ് എപ്പിപ്പാനസ് ആയിരുന്നു. ഇവിടെ എല്ലാ തലവന്മാരും; അവരുടെ പൗരന്മാരെയും പ്രമാണികളെയും കൂട്ടിവരുത്തുകയും, ചർച്ചകളിൽ ഏർപ്പെടുകയും ചെയ്തു. ആവശ്യമായ സഹായങ്ങളും അവിടെ നല്കിവന്നിരുന്നു. ഇതുപോലെ അനേകം മന്ദിരങ്ങൾ പണിയുകയും, ഇവ നിലകൊള്ളുന്ന പ്രദേശത്തെ അദ്ദേഹത്തിന്റെ പേരിൽ എപ്പിപ്പാനിയ എന്ന് പേരിടുകയും ചെയ്തു. മലയുടെ മുകളിൽ സ്ഥിതി ചെയ്യുന്നതിനാൽ ഈ പ്രദേശത്തിനു മതിലുകൾ ഉണ്ടായിരുന്നില്ല.

തന്റെ അധീനതയിലുള്ള പ്രദേശങ്ങളിലെ യഹൂദന്മാരിൽ നിന്നും ചുങ്കം ആവശ്യപ്പെട്ടതിനാൽ ഈജിപ്റ്റിലെ രാജാവായ ടോളമിയോട് അന്ത്യോക്കസ് എപ്പിപ്പാനസിനു കോപമുണ്ടായി. പലസ്തീനിൽ നിന്നും യൂദന്മാർ അന്തോഖ്യയിൽ എത്തി തങ്ങളെ ചുങ്കത്തിൽ നിന്ന് ഒഴിവാക്കുവാൻ ടോളമിയ്ക്ക് കത്ത് എഴുതുവാൻ ആവശ്യപ്പെട്ടു. കൊടുംക്ഷാമ കാലമായതിനാൽ ജീവൻ നിലനിർത്താൻ ആവശ്യമായ ധാന്യം പോലും മറ്റുള്ള പ്രദേശങ്ങളിൽ നിന്ന് വരുത്തിയിരുന്നതിനാൽ ഈ ചുങ്കം അവരുടെ മേൽ ഒരു ഭാരമായിരുന്നു. എന്നാൽ അന്ത്യോക്കോസിന്റെ കത്ത് ലഭിച്ചപ്പോൾ, ടോളമി യഹൂദന്മാരുടെ മേൽ കൂടുതൽ കരം ചുമത്തി.

തന്റെ കത്ത് അവഗണിച്ച ടോളമിക്കെതിരെ എപ്പിപ്പാനസ് പടനയിച്ചു. എന്നാൽ ആ പോരാട്ടത്തിൽ അന്ത്യോക്കസിന്റെ സൈന്യത്തിലെ അനേക പട്ടാളക്കാർ മരിക്കുകയും, അന്ത്യോക്കസ് തന്റെ സാമ്രാജ്യത്തിന്റെ അതിരുകളിലേയ്ക്ക് പിൻവാങ്ങുകയും ചെയ്തു. ഇത് അറിഞ്ഞ യരുശേമിലെ യൂദന്മാർ, ടോളമിക്ക് മുന്നിൽ കീഴടങ്ങി. അവർ അന്ത്യോക്കസ് മരിച്ചുവെന്ന് വിചാരിച്ചു. എന്നാൽ അന്ത്യോക്കസ് എപ്പിപ്പാനസ് മറ്റൊരു സൈന്യവുമായി ടോളമിയെ ആക്രമിച്ച് കീഴ്പ്പെടുത്തിക്കൊന്നു. എന്നാൽ യരുശലേമിലെ യഹൂദന്മാർ തന്റെ പരാജയം ആഘോഷിച്ചുവെന്ന് കരുതിയ അന്ത്യോക്കസ് എപ്പിപ്പാനസ് യരുശലേമിലേക്ക് പടനയിച്ചു.

അദ്ദേഹം നഗരത്തെ വളഞ്ഞു, അതിനെ പിടിച്ചെടുത്ത്, അതിലെ സകല നിവാസികളെയും കൊന്നൊടുക്കി. മഹാപുരോഹി

തനായ യഹൂദയിലെ എലിയാസറെയും[1] അന്ത്യോഖ്യയിലേക്ക് കൊണ്ടുപോയി മരണശിക്ഷയ്ക്കിരയാക്കി. ശലോമോന്റെ കാലത്ത് പണി കഴിപ്പിച്ച ദൈവാലയത്തെ സ്യൂസ് ദേവന്റെയും അഥീനയുടെയും ക്ഷേത്രമാക്കി മാറ്റി. യഹൂദ്യയുടെ മഹാപൗരോഹിത്യം നീക്കം ചെയ്യുകയും, മാംസം കൊണ്ട് ആ സ്ഥലത്തെ അശുദ്ധമാക്കുകയും, മൂന്ന് വർഷക്കാലം യഹൂദന്മാർ തുടർന്ന് വന്ന ആരാധന വിലക്കുകയും ചെയ്തു.

അന്ത്യോക്കസിന്റെ മരണശേഷം, അദ്ദേഹത്തിന്റെ മകനായ കഴുകൻ എന്ന് വിളിച്ചിരുന്ന അന്ത്യോക്കസ് ഗ്ലോക്കസ് രണ്ട് വർഷക്കാലം രാജാവായി വാണു.

അദ്ദേഹത്തിനുശേഷം സെല്യൂക്കസിന്റെ മകനായ ദെമേത്രിയോസ് എട്ടു വർഷക്കാലം രാജാവായി. യൂദാ എന്ന് പേരുള്ള ഒരു യഹൂദൻ[2], അന്ത്യോഖ്യയിലെത്തി ദെമേത്രിയോസിനെ അപഹസിച്ച്, ദൈവാലയവും മക്കാബിയരുടെ[3] അവശേഷിപ്പുകളും ദെമേത്രിയോസ് അവനു നല്കി. അന്ത്യോഖ്യയിലെ കെരാറ്റിയോൺ എന്ന സ്ഥലത്ത് ഒരു സിനഗോഗ് നിലചെയ്തിരുന്ന ഇടത്ത് മക്കാബിയരുടെ അവശേഷിപ്പുകൾ അദ്ദേഹം സംസ്കരിച്ചു. മക്കാബിയരെ പീഡിപ്പിക്കുകയും ഉപദ്രവിക്കുകയും ചെയ്തിരുന്ന 'സദാ വിലപിക്കുന്നത്' എന്ന് അറിയപ്പെട്ടിരുന്ന അന്ത്യോഖ്യയ്ക്കു പുറത്തുള്ള മല, സീയൂസിന്റെ ക്ഷേത്രത്തിന് എതിർവശമായിരുന്നു., ഈ ക്ഷേത്രത്തെ ശുദ്ധീകരിക്കുകയും യരുശലേമിനെ പുനഃസ്ഥാപിക്കുകയും, പെസഹാപ്പെരുന്നാൾ ആചരിക്കുകയും ചെയ്തു. യൗസേബിയോസ് തന്റെ ദിനവൃത്താന്തത്തിൽ രേഖപ്പെടുത്തിയിരിക്കുന്നത് പോലെ ഇത് യെരുശലേമിന്റെ രണ്ടാം വീണ്ടെടുപ്പായിരുന്നു.

---

1 അക്കാലത്തെ മഹാപുരോഹിതൻ യാസോൻ ആയിരുന്നു. ഏലിയാസാർ അക്കാലത്തു ജീവിച്ചിരുന്ന വേറൊരു വ്യക്തിയായിരുന്നു. 2 മക്കാബിയരിലടക്കം ഈ ഏലിയാസാറിനെക്കുറിച്ചാണ് പറയുന്നത്) മക്കാബിയരെയും (ഇവിടെ മക്കാബിയർ എന്ന് പറഞ്ഞിരിക്കുന്നത് മർത്തശ്ശൂനിയെയും ഏഴുമക്കളെയുമാണ്.)

2 മത്ഥാത്തിയാസിന്റെ മകനും മക്കാബിയൻ വിപ്ലവത്തിന്റെ നേതാവുമായിരുന്ന യൂദാ മക്കാബി

3 ഇവിടെയും മക്കാബിയർ എന്ന് പറഞ്ഞിരിക്കുന്നത് മർത്തശ്ശൂനിയെയും ഏഴുമക്കളെയുമാണ്

ഭാഗം 2

പിതാക്കന്മാരുടെ രചനകൾ

മാർ സേവേറിയോസിന്റെ മെമ്രാ

ഏഡി. 512 മുതൽ 518 വരെ അന്ത്യോക്യയിലെ പാത്രിയർക്കീസായിരുന്ന മാർ സേവേറിയോസ് എഴുതി, ഏ.ഡി. 569-ൽ ഗ്രീക്കിൽ നിന്ന് സുറിയാനിയിലേക്ക് പരിഭാഷപ്പെടുത്തിയ മെമ്രയാണ് ഈ പരിഭാഷയ്ക്ക് ആധാരം. കാലിനികസിലെ പൗലൊസാണ് സുറിയാനിയിലേക്ക് പരിഭാഷപ്പെടുത്തിയതെന്ന കരുതുന്നു. ഈ മെമ്രയുടെ ഗദ്യ പരിഭാഷയാണ് ഇവിടെക്കൊടുത്തിരിക്കുന്നത്. ഇതെഴുതിയ കാലത്തെക്കുറിച്ചുള്ള ചില വിവരണങ്ങൾ ഈ മെമ്രയിൽക്കാണാം. അന്ത്യോക്യയിൽ യഹൂദന്മാർ അന്നും നിർണ്ണായക ശക്തിയായിരുന്നു, മാനിക്കയനിസം അന്നും ശക്തമായി നിലിവിലിരുന്നു, ജ്യോതിഷം സഭയിൽ പ്രശ്നമുണ്ടാക്കിയിരുന്നു എന്നിവ ഈ മെമ്രയിൽനിന്നും മനസിലാക്കാം,

അന്ത്യോഖ്യയിലെ പാത്രിയർക്കീസായ മാർ സേവേറിയോസ്

ഏ.ഡി. 459 നോടടുത്ത് പിസിദിയായിലെ സൊസൊപൊലീസിൽ മാർ സേവേറിയോസ് ജനിച്ചു. 488-ൽ ഇദ്ദേഹം ക്രിസ്ത്യാനിയായി, ഉടനെതന്നെ സന്യാസജീവിതം സ്വീകരിച്ചു. 508-ൽ ഇരു സ്വഭാവവാദികളായ ഗ്രീക്കുകാർ കൽക്കോന്യേതര വിശ്വാസികളെ പീഡിപ്പിക്കുന്ന കാര്യത്തിൽ ചക്രവർത്തിയോടു പരാതിപ്പെട്ടു. അലക്സന്ത്രിയായിലും ബയ്റൂട്ടിലും ഉന്നത വിദ്യാഭ്യാസം നടത്തി. ഏ.ഡി. 512 നവംബർ 6 നു ചക്രവർത്തിയുടെ സഹായത്തോടെ അന്ത്യോഖ്യയിലെ പാത്രിയർക്കീസായി സ്ഥാനാരോഹണം ചെയ്തു. ഏ.ഡി. 518-ൽ കൽക്കദൂന്യരെ (ഇരുസ്വഭാവവാദികളെ) അനുകൂലിക്കുന്ന ജസ്റ്റിൻ ഒന്നാമൻ ചക്രവർത്തി അധികാരമേറ്റപ്പോൾ ഇദ്ദേഹത്തെ സ്ഥാനഭ്രഷ്ടനാക്കി.

വിശുദ്ധ കുർബ്ബാന പരസ്യമായി ആരംഭിക്കുമ്പോൾ ചൊല്ലുന്ന "നിൻ മാതാവു വിശുദ്ധന്മാർ..." എന്ന ഗീതം, മാർ സേവേറിയോസ് രചിച്ചതാണ്. ആരാധനാ ക്രമങ്ങൾ കൂടാതെ മൂവായിരത്തിഎണ്ണൂറോളം ലേഖനങ്ങളും ഈ പിതാവിന്റെ രചനകളിൽ ഉൾപ്പെടുന്നു.

ഏ.ഡി. 538 ഫെബ്രുവരി 8നു എഴുപത്തൊമ്പതാമത്തെ വയസ്സിൽ ഈജിപ്റ്റിലെ സാഖാ പട്ടണത്തിൽ വച്ച് കാലം ചെയ്തു.

മാനിക്കേയമതം

സസാനിയൻ പേർഷ്യയിൽ ഉദ്ഭവിച്ച ഒരു ജ്ഞാനവാദമതമാണ് മാനിക്കേയമതം. ഏ.ഡി. മൂന്നാം നൂറ്റാണ്ടിൽ ജീവിച്ചിരുന്ന മാനി (മാണി) ആണ് മതസ്ഥാപകൻ. വേദപുസ്തകത്തിൽ പറയുന്ന പരിശുദ്ധാത്മാവാണ് താനെന്ന് അവകാശപ്പെട്ട മാനി ഏ.ഡി. 216ൽ, ബാബിലോണിയയ്ക്കു സമീപമുള്ള മർദ്ദീനിൽ ജനിച്ചു. മൂന്നാം നൂറ്റാണ്ടുമുതൽ ഏഴാം നൂറ്റാണ്ടുവരെ ഇന്ത്യ മുതൽ റോം വരെ മാനിക്കേയ മതം പ്രചരിച്ചു. മാനിക്കേയ മതം പതിനാലാം നൂറ്റാണ്ടോടെയാണ് ദക്ഷിണ ചൈനയിൽ നിന്നുമപ്രത്യക്ഷമായത്. കേരളത്തിലും മാനിക്കേയ മതം പ്രചാരത്തിലുണ്ടായിരുന്നുവെന്ന് കരുതുന്നു.

മാർ സേവേറിയോസിന്റെ മെമ്രാ

മക്കാബിയ യുവാക്കളെക്കുറിച്ച് ഒരു സ്തുതിഗീതം ചമയ്ക്കുവാൻ ചിന്തിച്ചത്, അവർ അനുഭവിച്ച സംഘർഷത്തിന്റെ മഹത്വം, അത് ചൊല്ലുന്നവർക്ക് ആലോചനാമൃതമാകും എന്നുള്ളതുകൊണ്ടാണ്. പക്ഷേ അവരുടെ മഹത്വാനുഭവങ്ങളെ വിവരിക്കുവാൻ അനുയോജ്യമായ പദസഞ്ചയങ്ങൾ കണ്ടെത്തുക എന്നത്, രചയിതാക്കൾക്ക് തങ്ങളുടെ പരിമിതികളിൽ അസാധ്യമാണതാനും.

ഇതിനായി നമുക്കുമുൻപിലുള്ള സാധ്യതകൾ ഏറെ കുറവാകുന്നു. അതായത് ഒരു ചിത്രകാരൻ തന്റെ ദൃഷ്ടിയിൽപ്പെടുന്ന അപരിചിതവും അസാധാരണവും ദൈവസൃഷ്ടവുമായ അനശ്വര സൗന്ദര്യത്തെ ചായക്കൂട്ടുകൾ കൊണ്ട് ഭാവനാസമൃദ്ധമായി ആവിഷ്കരിക്കുവാൻ ശ്രമിച്ചാലും അതിന്റെ സ്വാഭാവിക സൗന്ദര്യത്തെ കൃത്യമായി പ്രതിഫലിപ്പിക്കാനാവില്ലെന്ന് അറിഞ്ഞുകൊണ്ടുതന്നെ തന്റെ ചിത്രം പൂർത്തീകരിക്കുന്നു.

ആയതുപോലെ നാമും ഈ ഏഴുയുവാക്കളുടെ ആത്മീയസൗന്ദര്യവും ധീരോദാത്തമായപോരാട്ടവും -ഭക്തി എന്ന അഴകുള്ളതും അതിസുന്ദരവുമായ കാര്യത്തിനായി - ഒരു ചിത്രകാരൻ എന്നവിധം പദസഞ്ചയം കൊണ്ട് ചമയ്ക്കുവാൻ ആഗ്രഹിക്കുന്നു. വിഷയത്തിന്റെ വിശാലതകൊണ്ടുമാത്രമല്ല; അവരുടെ മഹത്വമേറിയ പ്രവൃത്തികളിൽ നിന്ന് എത്രയോ ദൂരെയാണ് നാം – പ്രകൃതിയിൽ നിന്ന് വേർപെടുത്തപ്പെട്ടതുപോലെ!

ഇപ്പോൾ ആ ഏഴ് യുവാക്കളെക്കുറിച്ച് കേൾക്കാൻ; തങ്ങളുടെ സുന്ദരയൗവനത്തിന്റെ പ്രവേശന കവാടങ്ങൾ കടന്നെത്തിയവർ; പ്രായത്തിൽ ഓരോരുത്തരും ഗോവണിയിലെ പടികൾ പോലെ ചെറുതായി ഉയർന്നുയർന്ന് നിൽക്കുന്നവർ, എങ്കിലും എല്ലാവരും യുവാക്കൾ തന്നെ, ഭക്തി നിമിത്തം ഒരേ മരണം വരിക്കേണ്ടിവന്നവർ, പലവിധ പീഡകളിലും ഒരുപോലെ പതറാതെ നിന്നവർ; അതെ, അവർക്ക് മുൻപെ മൂപ്പനും പുരോഹിതനുമായ എലിയാസാർ - ന്യായപ്രമാണത്തെക്കുറിച്ചുള്ള കേവല ഉപദേഷ്ടാവല്ല; ഭക്തിനിമിത്തം പീഡയേൽക്കുവാൻ പരിശീലിപ്പിച്ച ഗുരു - കൂടാതെ അവരുടെ വൃദ്ധയായ മാതാവ്; അവൾ തന്റെ മക്കൾ അനുഭവിക്കുന്ന നിർദ്ദയ പീഡകൾക്ക്, ശക്തിയുള്ള സാക്ഷിയായി നിൽക്കുകയും അവരുടെ അമ്മയാണെന്നതുപോലും നിഷേധിച്ച് ഭയരഹിതയായി വിധേയപ്പെട്ടു. അതുകണ്ട് ആർ ഭയപ്പെടാതിരിക്കും? ആർ പരിഭ്രാന്തരാകാതിരിക്കും! ഈദൃശമായ സംഭവങ്ങളെ മഹത്വത്തോടെ പ്രകീർത്തിക്കുവാൻ ഹോ! ഏത് പദസമ്പത്തുകൊണ്ടാണ് മതിയാവുക!!.

പഠനവും കലയും കൊണ്ട് ഈ സ്തുതിപ്പുകൾ രചിക്കാമെന്ന് നെടുവീർപ്പുകളോടെ വാഗ്ദാനം ചെയ്ത എന്റെ വാക്ചാതുര്യം എന്നെ വിനയാന്വിതമാക്കുന്നു. അത് സ്വർഗ്ഗത്തിലുള്ളതിലേക്ക് ഉയരുന്നു. അതിനെത്തന്നെ അത് ഉയർത്തുന്നത് സ്വന്തചിറകുകൾ കൊണ്ടാണ്. കൃത്രിമമോ അന്യമോ ആയവ കൊണ്ടല്ല. അത് പ്രവാചകനോടൊപ്പം ഭക്തിമാത്സര്യത്തിന് കിരീടം അണിയിക്കുന്ന ദൈവത്തോട്ട് അത്യുച്ചത്തിൽ ഘോഷിക്കുന്നു :- “ഈ മഹാസഭയിൽ അങ്ങാണ് എന്റെ വലിയ മഹത്വം.”

2. ഈ ധീരരക്തസാക്ഷികളുടെ പോരാട്ടത്തിൽ നിന്നും ഞാൻ തികച്ചും ദൈവീകവും രഹസ്യാത്മകവുമായ ഒരു ആലോചന രൂപീകരിച്ചത് സഭയുടെ സ്മരണയിലേക്ക് കൊണ്ടുവരികയാണ്. ഈ വയോധികൻ തിരുവെഴുത്തുകളിൽ മറഞ്ഞിരിക്കുന്ന ന്യായപ്രമാണങ്ങളെ പ്രതിഫലിപ്പിക്കുകയാണെന്നും ആ വൃദ്ധന്റെ ശിഷ്യരായ യുവാക്കൾ അവരുടെ അമ്മയോടൊപ്പം,

ആദിയിൽ മക്കളില്ലാതിരുന്നതും ശേഷം നിരവധി മക്കൾ ഉണ്ടായിട്ടുള്ളതുമായ 'രാഷ്ട്രങ്ങളുടെ സഭ' എന്ന സങ്കൽപത്തെ പൂർത്തിയാക്കുന്നതായും എനിക്ക് തോന്നുന്നു. അതുകൊണ്ടാണല്ലോ ഹന്നാ എന്ന പ്രവാചകി ഇപ്രകാരം പറഞ്ഞത്. "മച്ചി ഏഴു പ്രസവിക്കുന്നു. പുത്രസമ്പന്നയോ ക്ഷയിച്ചു പോകുന്നു."(1 ശമുവേൽ 2:5)

തന്റെ നൻമയ്ക്ക് കാലം മങ്ങലേൽപ്പിക്കാത്തവനും പഴയ കാര്യങ്ങൾ എല്ലാം അസാധുവാക്കാമെന്ന് കരുതിയവനെ നിങ്ങളുടെ കൺമുന്നിൽ കൊണ്ടുവരിക. കാലത്തിന്റെ സഞ്ചാരത്തിൽ പഴയതെങ്കിലും, സ്നേഹത്തിൽപുതിയതും, സ്വതന്ത്രമായതും, പുതിയതും, കളങ്കമില്ലാത്തവരും അതിജീവിക്കാൻ ആഗ്രഹിക്കുന്നവരുമായ എല്ലാവരും ഏറ്റുപാടുന്നതുമായ ആ സുന്ദരഗീതം...

3. ഇതാ ക്രൂരനായ സ്വേച്ഛാധിപതി അന്ത്യോക്കസ് തന്റെ ഉയർന്ന സിംഹാസനത്തിൽ ഇരിക്കുന്നു. തന്റെ അഹന്തയുടെ ആത്മാവ് ദുഷ്ടതയുടെ നശീകരണശക്തിയെ വെളിപ്പെടുത്തുന്നു. സഹജീവികളോടൊപ്പം ഭൂമിയിൽ നിലംതൊട്ടുനിൽക്കുന്നെങ്കിലും പുരികങ്ങൾ ഉയർത്തി നഖങ്ങളുടെ അഗ്രത്തിൽ നടക്കുമ്പോഴും തങ്ങൾ വായുവിൽ ഉറച്ചുനിൽക്കുന്നുവെന്ന് കരുതുന്ന ആത്മപ്രശംസകർ ഉണ്ട്. ഇത്തരത്തിൽ തന്നെത്താൻ ഉയർത്തുന്നവർ തിരുവെഴുത്ത് പറയുന്നപോലെ ലബാനോനിലെ ദേവദാരുക്കൾ പോലെ ഉയർന്നു നിൽക്കും. പക്ഷേ തങ്ങളുടെ ഫലശൂന്യതയും ഗർവ്വും വെളിപ്പെടുത്തപ്പെടുന്നു.

പടച്ചട്ട അണിഞ്ഞ റോമൻ പടയാളികളും കയ്യിൽ കൂർത്ത മുനയുള്ള കുന്തം പിടിച്ചിട്ടുള്ള സേവകരും കാഴ്ചക്കാരിൽ ഭീതി ജനിപ്പിക്കും വിധം തന്റെ മുൻപിൽ നിൽക്കുന്നുണ്ടായിരുന്നു. എല്ലാത്തരം ഭീഷണിയും നൽകാൻ മതിയായതും, ക്രൂരമായ പീഡനങ്ങൾക്ക് ഉപയോഗിക്കുന്നതുമായ ആയുധങ്ങളും ഉപകരണങ്ങളും അവിടെ നിരത്തിയിട്ടുണ്ട്. അവയിൽ പലതും ഉപയോഗയോഗ്യമല്ലാത്തതാണ്. എങ്കിലും അസഹനീയവും അതിക്രൂരവുമായ പീഡനത്തിന്റെ സൂചനകൾ വ്യക്തമായിരുന്നു. ഒരുവന്റെ ശരീരത്തെയും ആത്മാവിനെയും ഒരുപോലെ ആഴത്തിൽ ചീന്തുവാനും ആത്മാവിനെ ശരീരത്തിൽനിന്നും വേർപെടുത്തുവാനും കഴിയുന്ന മൂർച്ചയുള്ള ആയുധങ്ങളായിരുന്നു അവ.

4. ആദ്യം അവരുടെ മധ്യത്തിലേക്ക് വന്നെത്തിയത് പുരോഹിതനായ ഏലിയാസാർ ആണ്. മുടിയിഴകൾ നരച്ചു തുടങ്ങിയിട്ടുണ്ട്; പക്ഷേ മനസിലെ യൗവനം പ്രകടമാണ്. വിജാതീയരുടെ ബലികളും പന്നിയുടെ മാംസവും ഭക്ഷിക്കുവാനും അതുമൂലം ന്യായപ്രമാണത്തോടുള്ള ശുദ്ധമായ ഭക്തി ത്യജിക്കുവാനും രാജാവ് അദ്ദേഹത്തെ നിർബന്ധിച്ചു. കാരണം വൃദ്ധനായ ഈ പുരോഹിതനെ പരാജയപ്പെടുത്തിയാൽ അത് നിയമത്തെയും പൗരോഹിത്യത്തെയും അതിജീവിക്കലാണെന്ന് സ്വേച്ഛാധിപതി കരുതിയിട്ടുണ്ട്. ഈ വൃദ്ധനെ അതിജീവിക്കുന്നതിലൂടെ ന്യായപ്രമാണത്തെയും പൗരോഹിത്യത്തെയും നിർമ്മാർജ്ജനം ചെയ്യാമെന്ന് അയാൾ കരുതി. കാരണം അവന്റെ യുദ്ധം ന്യായപ്രമാണത്തോടും പൗരോഹിത്യത്തോടുമായിരുന്നു; മനുഷ്യപുത്രൻമാരോട് ആയിരുന്നില്ല.

ഗുരുവായ ഏലിയാസാർ വിശ്വാസത്യാഗം നടത്തിയാൽ തന്റെ ശിഷ്യരും ചെറുത്തുനിൽപ്പ് ഏതുമില്ലാതെ ഗുരുവിനെ പിൻഗമിക്കുമെന്ന് രാജാവ് മോഹിച്ചിരുന്നു. പക്ഷേ അദ്ദേഹത്തിന് നിരാശനാകേണ്ടിവന്നു. എന്തെന്നാൽ ശരീരത്തിൽ വൃദ്ധനും ദുർബലനുമായിരുന്ന ഏലിയാസാർ പീഡനങ്ങളിൽ പതറാതെ പൊരുതി വിജയിക്കുകയും തന്റെ ശിഷ്യന്മാരായ യുവാക്കളെ തങ്ങളുടെ ശരീരത്തിലെന്നവിധം ശക്തിപ്പെടുത്തുകയും ന്യായപ്രമാണം ആത്മീയവും പൗരോഹിത്യം സ്വർഗ്ഗീയവുമാണെന്ന് തെളിയിക്കുകയും ചെയ്തു. എന്തെന്നാൽ അവയിൽ നല്ലതും സുസജ്ജമായതുമായ ഒരു പ്രത്യാശ ഉണ്ടെന്നും അതിനായി കഷ്ടം സഹിക്കുന്നത് (കൃത്യമായി രേ

ഖപ്പെടുത്തിയിട്ടില്ലെങ്കിലും) നീതിയാണെന്നും അദ്ദേഹം പ്രഖ്യാപിക്കുകയായിരുന്നു.

ഏലിയാസാർ ഈ ക്രൂരപീഡനങ്ങൾ സഹിക്കുന്നതും സ്വാദിഷ്ടമായ പന്നിമാംസം ഉപേക്ഷിക്കുന്നതും വൃഥാവാണെന്ന് പറഞ്ഞ് അന്ത്യോക്കസ് അദ്ദേഹത്തെ പരിഹസിച്ചു. അവർ പന്നിമാംസത്തെ പ്രകൃതിയുടെ വരദാനം എന്ന് വിളിക്കുകയും ഒരു ഭക്ഷണത്തിന് പകരമായി മരണം വരിക്കുന്നത് മൗഢ്യമാണെന്ന് പറയുകയും ചെയ്തു. എന്തെന്നാൽ അന്ത്യോക്കസ് ഇത്തരം ഭീഷണികൾ വർദ്ധിപ്പിക്കുകയും അവനെ പരിഹസിക്കുകയും ഭയപ്പെടുത്തുകയും ചെയ്യുന്നുണ്ടായിരുന്നു. ചിലപ്പോഴൊക്കെ അദ്ദേഹത്തിന്റെ വാർദ്ധക്യം, ദൗർബല്യം, യോഗ്യത എന്നിവയിൽ രാജാവ് ദൈന്യതയോടെയും ദുഃഖത്തോടെയും സംസാരിക്കുന്നുണ്ടായിരുന്നു. അവന്റെ ഭൃത്യന്മാരും അതേപോലെതന്നെ പ്രതികരിച്ചു. രാജാവിന്റെ പക്ഷത്ത് ആയുധധാരികളായി നിലകൊണ്ട്, അദ്ദേഹത്തെ എല്ലാവിധത്തിലും സഹായിച്ചുകൊണ്ട് സേവകർ, വൃദ്ധനായ ഏലിയാസാറിനെ നന്മയുടെ ഗോപുരം എന്നപോലെ വലയം ചെയ്തു. പക്ഷേ അവർക്ക് അദ്ദേഹത്തെ പിടിക്കുവാനോ, തകർക്കുവാനോ കീഴ്പ്പെടുത്തുവാനോ കഴിഞ്ഞില്ല.

5) ഏലിയാസാർ ഇപ്രകാരം പറഞ്ഞു: അന്ത്യോക്കസ്, നമ്മുടെ ന്യായപ്രമാണം തീർച്ചയായും മാറ്റമില്ലാത്ത നിയമം തന്നെയാണ്. എന്തെന്നാൽ അത് ദൈവത്തിന്റെ പ്രവൃത്തിയും വരദാനവുമാണ്; മാത്രമല്ല ഈ ഉദ്ബോധനം മനുഷ്യപുത്രന്മാരുടേതല്ല; ദൈവത്തിന്റേതാണ്. മോശയെയും അദ്ദേഹത്തിന്റെ നാല്പതുദിനം നീണ്ടുനിന്ന ഉപവാസത്തെക്കുറിച്ചും തൽഫലമായി അദ്ദേഹത്തിൽ നിന്നുണ്ടായ ദൈവീക ശോഭയെക്കുറിച്ചും വിശുദ്ധിയെക്കുറിച്ചും അങ്ങ് കേട്ടിട്ടില്ലേ? സിനായ് മലയുടെ മുകളിൽ മേഘങ്ങളുടെ നടുവിൽ നിന്ന് ദൈവം മോശയോടു സംസാരിക്കുകയും തന്റെ കൈവിരൽ കൊണ്ട് ഇരുപുറവും എഴുതി നൽകിയ നിയമത്തിന്റെ കൽപലകകൾ, മനസിൽ കാഠിന്യമുള്ളവരോട് വചനത്തിന്റെ ബാഹ്യതലങ്ങളും, ശ്രദ്ധയും ഭക്തിയുമുള്ളവർക്ക് ആത്മാവിന്റെ അഗാധമായ കാര്യങ്ങളെക്കുറിച്ചുള്ള സിദ്ധാന്തവും നൽകുന്നു എന്നും അങ്ങ് അറിയുന്നില്ലേ?

അവിടെ നിന്നാണ് ഞങ്ങൾ പന്നിയുടെ മാംസം ആഹാരമാക്കുന്നതിൽ നിന്ന് പിന്തിരിഞ്ഞത്. കാരണം അത് ഭക്ഷണമോഹത്തെ നിയന്ത്രിക്കുവാനും ഭൗതിക സന്തോഷങ്ങളെ പിൻതുടരാതിരിക്കുവാനും ന്യായപ്രമാണത്തിൽ സ്ഥിരതയോടെ നിലകൊള്ളുവാനും പഠിപ്പിക്കുന്നു.

ആയതിനാൽ ഒന്നുകിൽ ന്യായപ്രമാണദാതാവായ ദൈവത്തെയോ അല്ലെങ്കിൽ ന്യായപ്രമാണത്തിന്റെ മഹിമയെയോ ബഹുമാനിക്കുക. എന്തെന്നാൽ യുക്തിരഹിതമായ മൃഗങ്ങൾക്ക്; പ്രകൃതിയുടെസമൃദ്ധി ഉപഭോഗം നടത്തുവാനും, അതിരുകളില്ലാത്ത സുഖഭോഗങ്ങളുടെ മോഹം കൊണ്ടുനടക്കുവാനും അനുവദിക്കപ്പെട്ടിട്ടുണ്ട്. എന്നാൽ യുക്തിബോധമുള്ള മനുഷ്യന് പ്രകൃതിദത്തമായതെല്ലാം തിന്നുന്നതിനോ എല്ലാത്തരം പ്രവർത്തികളിലും ഇടപെടുന്നതിനോ നിയമം അനുവദിക്കുന്നില്ല. എന്തെന്നാൽ ചിലതൊക്കെ വിലക്കപ്പെട്ടും ചിലതൊക്കെ അനുവദിക്കപ്പെട്ടുമിരിക്കുന്നു. ഇക്കാരണത്താൽ തന്നെ എല്ലാറ്റിനെയും സ്വന്തം പല്ലിനുകീഴിൽ കൊണ്ടുവരുന്ന അപരിഷ്കൃതരെ മൃഗീയർ എന്ന് നമ്മൾ വിശേഷിപ്പിക്കുന്നു. കാരണം അവർ നിയമത്തെ അല്ല; പ്രകൃതിയെ അത്രേ അനുസരിക്കുന്നത്. ന്യായപ്രമാണത്തിന്റെ ഉപദേശങ്ങൾ യുക്തിരഹിതമായ മൂഢത്വത്തിൽ നിന്ന് മനുഷ്യരെ അകറ്റിനിർത്തുന്നു.

ആകയാൽ ഞാൻ എന്തു പറയേണ്ടു? ശ്രേഷ്ഠമഹാപൗരോഹിത്യത്തോടുള്ള ആദരവാൽ ഞാൻ അരുളപ്പാടുകൾ നൽകുന്നതും വിവിധ വർണ്ണങ്ങളാൽ അലങ്കരിക്കപ്പെട്ടതും, നൻമകളാൽ അലങ്കരിക്കപ്പെട്ട മഹാപുരോഹിതന് ധരിക്കാൻ യോഗ്യവുമായ, വിശിഷ്ടവസ്ത്രത്തെ ബഹുമാനിക്ക

ന്നു. ന്യായവിധിയുടെ ഏഫോദിനെയും, പൗരോഹിത്യനിയോഗത്തിന് യോഗ്യരായ ഞങ്ങൾ ശുദ്ധതയുടെ ശുദ്ധസ്ഥലത്തു് പ്രവേശിക്കുമ്പോൾ ഞങ്ങളുടെ നെഞ്ചിൽ വഹിക്കുന്ന ഊറിമിനെയും, തുമ്മിമിനെയും ഞാൻ ബഹുമാനിക്കുന്നു. എന്തെന്നാൽ അതിനാൽ ഞങ്ങൾക്ക് ആത്മാവിന്റെ പ്രകാശനം ലഭിക്കുവാനും പ്രതിയോഗിയായ സാത്താനെ ഒറ്റവാക്കുകൊണ്ടു തന്നെ പിന്തിരിപ്പിക്കുവാനും കഴിയുമല്ലോ. അതിനാൽ ഞങ്ങൾക്ക് യോഗ്യമായവയെ വിധിപ്പാനും ദർശനത്തിലെന്നവിധം ഉയരത്തിൽ നിന്ന് വെളിപാടുകളെയും സത്യത്തിന്റെ പഠിപ്പിക്കലുകളെയും സ്വീകരിക്കുവാനും ആരംഭകർക്ക് വ്യക്തവും സത്യവുമായ ഉത്തരങ്ങൾ നൽകുവാനും കഴിവ് ലഭിക്കുന്നു. ശക്തമായ അഭിനിവേശങ്ങളെ നിയന്ത്രണവിധേയമാക്കിയിരിക്കുന്നവനെപ്പോലെ പുരോഹിതന്റെ തലയെ അലങ്കരിക്കുന്ന തലപ്പാവിനെയും ഞാൻ ആദരിക്കുന്നു.

അനിന്ദ്യമായ ദൈവത്തിന്റെ നാമം ആലേഖനം ചെയ്തിട്ടുള്ള പവിത്രമായ സ്വർണ്ണത്തളികകൾ പുരോഹിതൻ വഹിക്കുന്നതു് കണ്ട് ഞാൻ ഭയന്നുവിറയ്ക്കുന്നു. എന്തെന്നാൽ വിവരണാതീതമായ കാര്യങ്ങൾ പോലും അതിൽ കൊത്തിവച്ചിരിക്കുന്നു. കാരണം അത് അവന്റെ മുഖത്തെ പ്രകാശിപ്പിക്കുവാനും അവൻ ദൈവത്തെ മാത്രം കാണാനാവും വിധം അവനെ നയിക്കുവാനായിട്ടുമാകുന്നു.

ഞാൻ ഇവയും ഇതിലേറെയും ചിന്തിക്കുമ്പോൾ എന്റെ പിതാക്കന്മാരുടെ നിയമത്തെ ഞാൻ എങ്ങനെ തള്ളിപ്പറയും? അവയെ എനിക്ക് എങ്ങനെ അശുദ്ധമായ ഒരു ഭക്ഷണത്താൽ മറികടക്കാനാവും? ഞാൻ എന്റെ അധരത്തെ എങ്ങനെ അശുദ്ധമാക്കും? ഇവിടെയാകുന്നു അന്ത്യോക്കസ്സ്, എന്റെ ആത്മാവിന്റെ തെളിവുകൾ. അങ്ങേയ്ക്ക് ഇനി എന്റെ ശരീരത്തെയും പരീക്ഷിക്കാം!

6) എങ്കിലോ, യഥാർത്ഥവും താത്ത്വികവുമായ ഈ വാക്കുകൾ നിമിത്തം അവർ അദ്ദേഹത്തെ ചാട്ടവാറിലെന്നവിധം ഉപദ്രവിക്കാൻ ഉത്തരവിട്ടു. പൊടുന്നനവെ ക്രൂരന്മാരായ സേവകർ അവനെ മുഷ്ടികൊണ്ട് മർദ്ദിക്കുവാനും അവനെ ചവിട്ടുവാനും തുടങ്ങി. ചാട്ടവാറുകൾകൊണ്ട് അടിച്ച് അദ്ദേഹത്തിന്റെ വാരിയെല്ലുകൾ തകർത്തു; മാംസം വലിച്ചുകീറി; രക്തം പുഴപോലെ ഒഴുകി.

എന്നാലോ വൃദ്ധനായ ഈ പുരോഹിതൻ സ്വർഗ്ഗത്തിലേക്ക് തന്റെ ദൃഷ്ടി ഉറപ്പിച്ച് തന്റെ സ്വർഗ്ഗീയ യാത്രയുടെ ഗതിവേഗം വർദ്ധിപ്പിച്ചു, എങ്കിലും തന്റെ വിയർപ്പും കിതപ്പും തന്റെ യാത്ര മന്ദഗതിയിലാക്കി. അവസാനം ഒരു വാക്കുപോലും ഉച്ചരിക്കാൻ അദ്ദേഹത്തിന് ത്രാണി ഇല്ലാതെ ആയപ്പോൾ അവർ അദ്ദേഹത്തെ തീയിലേക്ക് വലിച്ചെറിഞ്ഞു. തന്റെ ശരീരത്തിന്റെ അവശേഷിച്ച ഭാഗങ്ങളും ഉരുകിത്തീർന്നപ്പോൾ തന്റെ ജനത്തിനുവേണ്ടി പ്രാർത്ഥിച്ചുകൊണ്ടും തന്റെ ദൈവത്തോട്ട് മരണവാക്കുകൾ ഉച്ചരിച്ചുകൊണ്ടും അദ്ദേഹം സ്വർഗീയമാലാഖമാരുടെയും വിശുദ്ധ പിതാക്കന്മാരുടെയും അനുഗ്രഹീത കൂടാരങ്ങളിലേക്ക് പറന്നുയർന്നു.

7) എന്നാലോ ഈ യുവാക്കൾ ദൈവിക അഭ്യസനം എന്ന നിലയിൽ ഈ ഗുരുവിന്റെ യാതനകളെ സ്വീകരിക്കുകയും അധികം ഉത്സാഹത്തോടെയും ശ്രദ്ധയോടെയും ആ അനുഭവങ്ങളെ ധ്യാനിക്കുകയും ചെയ്തു. ന്യായപ്രമാണത്തിന്റെ പാഠങ്ങളേക്കാൾ, സഹനങ്ങളിലും ഈ വൃദ്ധൻ നിലനിർത്തിയ വിശ്വാസസ്ഥിരത അവർ അതീവ ശ്രദ്ധയോടെ പഠിക്കുകയും കൂടുതൽ തെളിമയോടെ ഓർമ്മയിൽ വയ്ക്കുകയും ചെയ്തു.

അവർ പഠിച്ചതിലൊന്നും അവർ കുറവു വരുത്തിയില്ല; അവ അവർ അറിയുകയും പ്രഖ്യാപിക്കുകയും ചെയ്തു; നാവുകൊണ്ടല്ല പിന്നെയോ പീഢനങ്ങളിലും വിജയിച്ചു നിന്ന പുരുഷത്വത്താലും തന്നെ. എന്തെന്നാൽ യുവാക്കളിൽ ഓരോരുത്തരും പ്രാ

യക്രമമനുസരിച്ച് മദ്ധ്യേ വന്നുനിന്നു. ആദ്യത്തെ ആളിനു നൽകുന്ന ക്രൂരമായ ശിക്ഷയോടെ മറ്റുള്ളവരെ പിന്തിരിപ്പിക്കാമെന്ന് ആ സ്വേച്ഛാധിപതി വെറുതെ മോഹിച്ചിരുന്നു. എന്തെന്നാൽ സ്വന്തം സഹോദരങ്ങളുടെ ശരീരം ക്രൂരമായി ചിന്തപ്പെടുന്നത് കണ്ടാൽ തളർന്നുവീഴാത്തത് ആരുണ്ട് ?

എന്നാലോ ഇവർ അങ്ങനെ വീണില്ല. പക്ഷെ ന്യായപ്രമാണത്തിൽ പരിശീലനം ലഭിച്ചവരും തയ്യാറെടുപ്പോടെ നിന്നവരുമായ ഇവർ, തങ്ങൾക്കുവേണ്ടി കരുതിയിരുന്ന കെണികളെ തങ്ങളുടെ പുരുഷത്വം കാട്ടുവാനുള്ള അവസരമായി കണ്ടു. എന്നാൽ ഏറ്റവും മുതിർന്നവൻ തന്റെ ഗുരുവിന്റെ മാതൃക പിൻപറ്റുന്നതാണ് തന്റെയും നിയോഗം എന്ന് നിരൂപിച്ചു. രണ്ടാമത്തെവനോ തന്റെ ഗുരുവിന്റെയും സഹോദരന്റെയും മാതൃക തനിക്കും മതിയാവും എന്ന് മനസിൽ ചിന്തിച്ചു. മൂന്നാമത്തവനും അപ്രകാരം തന്നെ തന്റെ മുൻഗാമികളേക്കാൾ പീഡനങ്ങൾ സഹിക്കുവാനും പുരുഷത്വത്തിന്റെ ഉയർന്ന മാതൃക പ്രദർശിപ്പിക്കുവാനും തിടുക്കം കൂട്ടി.

സഹനത്തിന്റെ ഈ പോരാട്ടത്തിൽ അവർ ഒരുമിച്ചായിരുന്നു. അവർ ഓരോരുത്തരും മഹത്വീകരിക്കപ്പെട്ടു; സ്വന്തം രക്തസാക്ഷിത്വത്തിലൂടെ മാത്രമല്ല, സഹോദരങ്ങളുടെ സഹദാമരണത്തിലൂടെയും. എന്തെന്നാൽ മുൻപേ മുൻപേ പോയവർ പിൻഗമിച്ചവരെ, അനശ്വരമായ ഒരു സ്മാരകം പോലെ ആത്മാവിൽ ജ്വലിപ്പിക്കുകയും, പൂർണ്ണ ആത്മാവോടെ ഈ പോരാട്ടത്തിലേക്ക് എത്തുവാൻ പ്രോത്സാഹനവും ആത്മബലവും പ്രദാനം ചെയ്യുകയുമുണ്ടായി. പിന്നാലെ വന്നവർ ആദ്യം സഹനവഴിയിൽ പീഡനം അനുഭവിച്ചവരേക്കാൾ കൂടുതൽ സ്ഥിരതയും വിശ്വാസവും പ്രകടിപ്പിക്കുകയും അനുഭവിക്കാനിരിക്കുന്ന കൊടിയ സഹനങ്ങളിലേക്ക് ധൈര്യപൂർവ്വം നടക്കുകയും ചെയ്തു. എന്തെന്നാൽ ഈ കൊടിയ പീഡനത്തിൽ നിന്നും തങ്ങൾ ഒഴിവാക്കപ്പെടരുതെന്നും പരാക്രമശാലികളായ പീഡകരുടെ കഠിന ഉപദ്രവങ്ങൾക്ക് സ്വയം ഏൽപ്പിച്ചുകൊടുത്ത് ശരീരത്തിൽ കഷ്ടത ഏറ്റുവാങ്ങി സഹോദരങ്ങളോട് ഐക്യദാർഢ്യപ്പെടണമെന്നും അവർ ഏറെ ആഗ്രഹിച്ചു.

4) അവരിൽ ഒരാൾ ചക്രത്തിൻമേൽ വലിച്ചിഴയ്ക്കപ്പെട്ടിരുന്നു. അവന്റെ സന്ധികളുടെ ബന്ധങ്ങൾ അഴിഞ്ഞുപോയിരുന്നു. ഇത്തരത്തിൽ ചക്രത്തിൽ കറങ്ങിക്കൊണ്ടിരിക്കുമ്പോഴും അതിനടിയിൽ തീക്കനൽ കൂട്ടിയിരുന്നതിനാൽ അവന്റെ ശരീരം എരിഞ്ഞുകൊണ്ടിരുന്നു. മറ്റൊരാളിന്റെ ശരീരത്തിലെ തൊലി മൂർച്ചയുള്ള ഇരുമ്പുവളയങ്ങൾകൊണ്ട് ആടിൻ തോൽ ഉരിക്കുന്നതുപോലെ ഉരിഞ്ഞെടുത്തു. മറ്റൊരാളിന്റെ നാവ് മുറിച്ചുമാറ്റാൻ ഉത്തരവിട്ടപ്പോൾ അയാൾ ധൈര്യപൂർവ്വം അത് നീട്ടിക്കൊടുത്തുകൊണ്ട് തന്റെ ആന്തരാവയവങ്ങൾ ആവശ്യപ്പെട്ടാലും പൂർണ്ണമനസ്സോടെ അവ വിട്ടുനൽകുമെന്ന് പ്രഖ്യാപിച്ചു.

എന്തെന്നാൽ അവർ ഓരോരുത്തരും പുതിയതും വ്യത്യസ്തവുമായ ക്രൂര പീഢനങ്ങൾക്കുവേണ്ടിയും, തങ്ങളുടെ ശരീരത്തിൽ നിന്നും ആത്മാവ് വേർപെടും വരെ വിശ്വാസപരീക്ഷണങ്ങൾ അനുഭവിക്കാനും ഭക്തിയോടെ നോക്കിപ്പാർത്തു. മൃഗങ്ങൾ ഒരു മരണത്തോടെ അവസാനിക്കുമെന്നും എന്നാൽ മനുഷ്യരായി നിർമ്മിക്കപ്പെട്ടവർ പുരുഷത്വത്തിന്റെ മുദ്രകൾ ശരീരത്തിൽ വഹിക്കുകയും, ശത്രുവിന്റെ വാളിലേക്ക് അടുത്തുവരികയും, തങ്ങളുടെ രക്തം ശത്രുക്കൾമേലും അവരുടെ സന്തതിമേലും ഒഴുക്കുകയും ചെയ്യും. ധൈര്യശാലികളായ ഈ യുവാക്കളുടെ വിശ്വാസസ്ഥിരതയും, അജയ്യ രക്തസാക്ഷികളായ ഇവരുടെ സമർപ്പണവും അറിഞ്ഞതിനാൽ, ഇവരുടെ പീഡനങ്ങളുടെ അധിക വിശദാംശങ്ങളിലേക്ക് ഞാൻ പ്രവേശിക്കുന്നില്ല.

സ്വർണ്ണ കിരീടങ്ങളിൽ, വ്യത്യസ്ത നിറങ്ങളിലുള്ള അമൂല്യ രത്നകല്ലുകൾ ശോഭ വർദ്ധിപ്പിക്കുന്നതുപോലെ; ഇവർ അസാധാരണവും വൈവിധ്യമായ പീഡനങ്ങൾ ഒരേ

ലക്ഷ്യത്തിൽ അനുഭവിച്ച് അവരുടെ രക്ത സാക്ഷിത്വത്തിന്റെ സുവർണ്ണ കിരീടത്തിൽ അമൂല്യരത്നങ്ങൾ പതിപ്പിച്ചിരിക്കുന്നു.

9) അങ്ങനെ ആറുസഹോദരങ്ങൾ തങ്ങളുടെ ദൈവികദൗത്യം പൂർത്തിയാക്കി, തങ്ങളുടെ സ്വർഗ്ഗീയ കിരീടങ്ങൾക്ക് അവകാശം പ്രാപിച്ചപ്പോൾ ഏറ്റവും ഇളയവനും ഏഴാമത്തവനുമായവൻ, ആറുപേരുടെയും പോരാട്ടവീര്യത്തോടും അതിശയകരമായ ഭക്തിയോടും കൂടെ നിലകൊണ്ടു.

ഈ എളിയവനിൽ ഭയം പൂണ്ട സ്വേച്ഛാധിപതി വാഗ്ദാനങ്ങൾകൊണ്ടും സ്തുതിവാക്കുകൾകൊണ്ടും അവനെ ദുർബ്ബലപ്പെടുത്തുവാൻ ശ്രമിച്ചു. അവൻ ഇവയെല്ലാം നിസ്സാരമെന്ന് തള്ളിക്കളഞ്ഞപ്പോൾ അവന്റെ അമ്മയെ വിളിച്ച് അടുത്തുനിർത്തുവാൻ രാജാവ് കൽപിച്ചു. എന്തെന്നാൽ അത് മക്കൾ ഇല്ലാതെയാകുന്ന ഒരു സ്ത്രീയോട്ട് അനുകമ്പകാട്ടുന്നു എന്ന് തോന്നിപ്പിക്കുവാനായിരുന്നു. അങ്ങനെ ഈ പോരാളിയെ ദുർബ്ബലനും കീഴടങ്ങുന്നവനും ആക്കാം എന്ന് അവൻ വിചാരിച്ചു. പക്ഷേ തന്റെ മക്കളെ ഈ പോരാട്ടത്തിനും സ്വർഗ്ഗീയവഴിയിലെ രക്തസാക്ഷിത്വത്തിനുമായി അഭിഷേകം ചെയ്ത ഈ അമ്മയെ സ്വാധീനിക്കാൻ അവന് കഴിഞ്ഞില്ല. കാരണം അവളുടെ സാമീപ്യവും ചലനങ്ങളും അവരെ കൂട്ടുതൽ ശക്തരും സമർപ്പിതരുമാക്കുകയായിരുന്നു. തന്റെ മക്കളിൽ ഒരാളും വിശ്വാസപോരാട്ടത്തിൽ പതറാതിരിക്കാനും ഭക്തിമാർഗ്ഗത്തിൽ നിന്ന് വേർപെടാതിരിക്കാനും അവർ ഈ യോദ്ധാക്കളെ ഓർമ്മപ്പെടുത്തിക്കൊണ്ടിരുന്നു.

ആ അമ്മ ഓരോ മക്കളെയും കുറിച്ച് സാക്ഷ്യം പറയുകയും അവർ അനുഭവിച്ച പീഡനങ്ങളിൽ പങ്കാളിയാവുകയും ചെയ്തു. അവൾ സ്വയം ഉരുകുകയായിരുന്നു. ഒരു വൃക്ഷത്തിന്റെ മക്കളാകുന്ന ശിഖരങ്ങളെ കഷണങ്ങളാക്കി മുറിച്ച് മാറ്റുന്നതുപോലെ തന്റെ മക്കളെ തന്റെ ശരീരത്തിൽ നിന്ന് വേർപെടുത്തുന്ന വേദനയോടെ അവൾ നിലകൊണ്ടു. അവൾ വി. പൗലോസിന്റെ വ്യസനം പോലെ "ക്രിസ്തു നിങ്ങളിൽ ഉരുവാകുവോളം ഞാൻ പിന്നെയും പ്രസവവേദനപ്പെടുന്നവരായ എന്റെ കുഞ്ഞുങ്ങളേ"[1] എന്ന് നിലവിളിക്കുകയായിരുന്നു.

10) ഇക്കാര്യങ്ങൾ അവൾ പ്രത്യക്ഷമായല്ല, രഹസ്യമായിത്തന്നെ ചിന്തിക്കുകയും പഠിപ്പിക്കുകയും ചെയ്തു. എന്തെന്നാൽ സ്വേച്ഛാധിപതിയുടെ ഉത്തരവുപ്രകാരം അവൾ ഇളയ മകന്റെ സമീപം നിന്നപ്പോൾ അവൾ എബ്രായ ഭാഷയിൽ ഒരു വാക്ക് അവന്റെ ചെവിയിലേക്ക് മാത്രമല്ല മനസിലേക്കും കൂടെ മന്ത്രിച്ചു. അവൾ സേവകരിൽ നിന്ന് മറച്ചുവയ്ക്കാനായിരുന്നു അവന്റെ പിതൃഭാഷയിൽ സംസാരിക്കാതിരുന്നത്. പൂർവ്വപിതാക്കന്മാരുടെയും ഗോത്രപിതാക്കൻമാരുടെയും മഹത്തായ പ്രവർത്തികൾ അവനെ ഓർമ്മിപ്പിക്കാനും അതേ വിശ്വാസ തീക്ഷ്ണതയിലേക്ക് അവനെ ആനയിക്കാനുമായിരുന്നു അവൾ ശ്രമിച്ചത്.

അവൾ ആ ചെറുപ്പക്കാരന്റെ ഹൃദയത്തെ ഏറ്റവും അധികം ജ്വലിപ്പിച്ചു. കയ്പുള്ള മരണത്തെ അവൻ പുൽകുന്നതുപോലെ, മരണത്തെ മധുരം പോലെ പാനം ചെയ്യാൻ അവൻ ധൃതികൂട്ടുകയായിരുന്നു. അവൻ കൂടി നിന്നവരോട്ട് എന്റെ ബന്ധനങ്ങളെ അഴിച്ചുമാറ്റു എന്നു ഉറക്കെ വിളിച്ചുപറഞ്ഞു. അവൻ വിശ്വാസത്തിന്റെ സ്ഥിരതയിൽ നിന്നും മനസുമാറ്റി എന്ന് തെറ്റിദ്ധരിച്ച പടയാളികൾ വേഗം അവന്റെ കെട്ടുകളെ അഴിച്ചുമാറ്റി. എന്നാലോ അവൻ തീച്ചൂളകൾക്കുമുകളിൽ ഒരുക്കിവച്ചിരിക്കുന്ന തിളച്ച എണ്ണപ്പാത്രങ്ങളിലേക്ക് ചാടി വീണ്, താൻ ആഗ്രഹിച്ചപ്രകാരം വേഗത്തിൽ തന്നെ തന്റെ സഹോദരങ്ങളുടെ സ്വർഗ്ഗീയ ഗണത്തിൽ ചേർക്കപ്പെട്ടു.

എന്നാൽ അവന്റെ അമ്മ ആത്മസന്തോഷത്തോടെ അവിടെ നിലകൊണ്ടു. വിശ്വാസധീരരായ തന്റെ ഏഴുമക്കളുടെ ഈ വിശ്വാസപ്പോരാട്ടത്തിൽ അവളും കിരീടം ധരിക്കുകയും തന്റെ മക്കളെ അവൾ കിരീടം

1 *ഗലാത്യർ 4:19*

ധരിപ്പിക്കുകയും ചെയ്തു. കൂടാതെ ഫലനശാലികളായ ഈ ഏഴുമുളകൾ പൊട്ടിമുളച്ച സുശക്തമായ വേരിനെ അവൾ ലോകത്തിന് കാട്ടിക്കൊടുക്കുകയും ചെയ്തു. ഭൗമികകൂടാരത്തെ ശോഭിപ്പിച്ച ഏഴുവിളക്കുകളുടെ ശോഭയേക്കാൾ ഈ ഏഴ് മനുഷ്യ വിളക്കുകൾ ക്രിസ്തുവിന്റെ സഭയ്ക്ക് വെളിച്ചം നൽകുന്നു.

11) അമ്മമാരേ, ഈ വാക്കുകളെ കേട്ട് ഇപ്രകാരം തന്നെ നിങ്ങളുടെ മക്കളെ വളർത്തുവിൻ. അവരെ ദേവാലയത്തിലേക്ക് കൊണ്ടുപോവുകയും തിരുവചനങ്ങളെ പഠിക്കാൻ നിർബന്ധിക്കുകയും ചെയ്യുവിൻ. യുവത്വത്തിന്റെ പ്രകടനങ്ങളാൽ അവർ വീർപ്പുമുട്ടരുത്. എന്തെന്നാൽ വി. പൗലോസിലൂടെ കർത്താവ് വിളിച്ചുപറയുന്നതുപോലെ "കാണുന്നത് താൽക്കാലികം; കാണാത്തതോ നിത്യം".[2] അല്ലയോ വിശുദ്ധ അമ്മേ, സ്ത്രീശരീരത്തിലെ ധീരാത്മാവേ! ഒരേ ക്ഷമയും, ഒരേ പുണ്യവും, ഒരേ, സ്ഥിരതയും, ഒരേ പ്രത്യാശയും തുല്യ മരണത്തിലൂടെ വെളിപ്പെടുത്തിയ വിശുദ്ധ സംഘത്തിന്റെ മാതാവേ...

നക്ഷത്രങ്ങളുടെ സ്ഥാനങ്ങളിൽ നിന്ന് ഭാവി നിർണ്ണയിക്കുന്നവർ[3] ഇക്കാര്യങ്ങളെക്കുറിച്ച് എന്താണ് പറയുക? അവർ പറയുന്നത് പോലെ അവരുടെ മാതാവ് ഗ്രഹങ്ങളുടെ ഭ്രമണപഥങ്ങൾ നിശ്ചലമായിരുന്ന സമയത്തു് അവരെ ഒരു പോലെ ജനിപ്പിച്ചതല്ല. മാനിക്കയന്മാരുടെ[4] മൂഢത്തരങ്ങൾ പഠിപ്പിക്കുന്നത് പോലെ അവർക്ക് ഒരേ ജന്മനക്ഷത്രത്തിന്റെ ശക്തിയും ഉണ്ടായിരുന്നില്ല. മറിച്ച് സർവശക്തനെക്കുറിച്ചുള്ള വിചാരം അവരുടെ ഏവരുടെയും ഉള്ളിൽ, ഒരേ പോലെ ഉണ്ടായിരുന്നത് കൊണ്ടാണ് രക്തസാക്ഷിത്വത്തിന്റെ കിരീടം ഒരേ പോലെ അണിയുവാൻ അവരെ തയാറാക്കിയത്.

12) ഇവർ ന്യായപ്രമാണത്തിന്റെ പഠിപ്പിക്കൽ കൊണ്ട് അരകെട്ടിയവരായിരുന്നെങ്കിലും സുവിശേഷത്തിലെ രക്തസാക്ഷികളുടെ മുന്നോടികൾ ആയിരുന്നു - യോഹന്നാൻ, യേശുവിന്റെ മുന്നോടി ആയിരുന്നതുപോലെ. എന്തെന്നാൽ ആ മൂന്നു യുവാക്കൾ ബാബിലോണിയൻ തീച്ചൂളയിൽ നിന്നും, പുണ്യവാനായ ദാനിയേൽ സിംഹക്കുഴിയിൽ നിന്നും വിടുവിക്കപ്പെട്ടതു്; ഇസ്രായേല്യരായ അവർ വിജാതീയരായവരെ അടയാളങ്ങൾ വഴിയായി യരുശലേമിലേക്ക് തിരിക്കുവാൻ ആയിരുന്നു.

എന്നാൽ ആ മക്കാബിയ യുവാക്കൾ,[5] മശിഹായുടെ ആഗമനത്തിന്റെയും പുനരുത്ഥാനത്തിന്റെയും നാളുകൾ സമീപിക്കുകയും, യെരുശലേമിന്റെ ശിൽപിയും സ്രഷ്ടാവുമായ ദൈവത്തെക്കുറിച്ചും, ദൈവരാജ്യത്തിന്റെ പ്രസംഗത്തെക്കുറിച്ചും, പ്രസിദ്ധമായ നാളുകളിൽ പോർക്കളത്തിൽ നിന്നും സ്വർഗ്ഗത്തിലേക്ക് വാങ്ങിപ്പോയി. അവർ നമ്മെ ആദ്യം പഠിപ്പിച്ചതു്, വരുവാനിരിക്കുന്ന നിത്യജീവന്റെ പ്രത്യാശയെക്കുറിച്ചും അതിനായി ഒരുക്കുന്നതിനെക്കുറിച്ചും ആയിരുന്നു.

അങ്ങനെ അല്ലായിരുന്നെങ്കിൽ, ഇത് നിത്യനായ ദൈവം മുൻകൂട്ടി നിയമിച്ചതല്ലായിരുന്നെങ്കിൽ; അന്ധരായ യഹൂദർ "ക്രിസ്തുവിനുവേണ്ടി പീഡകൾ സഹിച്ച് മരിച്ച ആരെ നിങ്ങൾ കണ്ടിരിക്കുന്നു?" എന്ന് ചോദിക്കുമായിരുന്നു. എന്തുകൊണ്ടെന്നാൽ തന്റെ കരുണയ്ക്കും കൃപയ്ക്കുമായി നമ്മെ വിളിച്ചവനും തന്റെ മഹത്വത്തിന്റെ പ്രത്യാശയിലേക്ക് നമ്മെ വിളിച്ചവനുമായവനിലേക്ക് അവർ നോക്കുന്നില്ല.

അവന് എന്നേക്കും മഹത്വം.

ആമേൻ

2 2 കോരിന്ത്യർ 4:18

3 ജ്യോതിഷികൾ

4 ക്രിസ്തുവിനുശേഷം മൂന്നാം നൂറ്റാണ്ടിൽ ജീവിച്ചിരുന്ന മാനി സ്ഥാപിച്ച ജ്ഞാനവാദ മതമായ മാനിക്കയ മതത്തിൽപ്പെട്ടവർ

5 മർത്തശ്മൂനിയുടെ ഏഴുമക്കളെക്കുറിച്ചാണ് ഇവിടെ മക്കാബിയ യുവാക്കൾ എന്ന് പറയുന്നത്

(നാസിയാൻസിലെ) മാർ ഗ്രിഗോറിയോസിന്റെ മക്കാബിയരെക്കുറിച്ചുള്ള പ്രഭാഷണം

നാസിയാൻസിലെ മാർ ഗ്രിഗോറിയോസ് ഏ.ഡി. 373 ൽ നടത്തിയെന്നു കരുതുന്ന ഈ പ്രഭാഷണം, ഏ.ഡി. 624 ൽ എഡേസയിലെ മാർ പൗലോസ് , കുപ്രോസിൽ വെച്ച്, ഗ്രീക്കിൽ നിന്നും സുറിയാനിയിലേക്ക് പരിഭാഷപ്പെടുത്തി. മാർ ഗ്രിഗോറിയോസിന്റെ 30 രചനകൾ മാർ പൗലോസ് പരിഭാഷപ്പെടുത്തിയതുൾക്കൊള്ളുന്ന ഗ്രന്ഥത്തിലെ ഇരുപത്തി ആറാമത്തേതാണ് നവസഹദേരെക്കുറിച്ചുള്ള പ്രഭാഷണം. ഈ പ്രഭാഷണത്തിൽ മർത്തശ്മൂനിയുടെ ഏഴുമക്കളെ മക്കാബിയർ എന്ന് സംബോധന ചെയ്തിരിക്കുന്നു. 6 മക്കാബിയരിലും ഇങ്ങനെ സംബോധന ചെയ്യുന്നതായിക്കാണാം.

നാസ്സിയാൻസിലെ മാർ ഗ്രിഗോറിയോസ്

കപ്പദോക്യയ്ക്കടുത്തുള്ള അരിയൻസസിൽ ഏ.ഡി. 329 നടുത്ത് ഗ്രിഗോറിയോസ് ജനിച്ചു. കൈസ്സര്യയിലെ മെത്രാപ്പോലിത്തയായിരുന്ന വലിയ മാർ ബസ്സേലിയോസ്, അദ്ദേഹത്തിന്റെ സഹോദരനായിരുന്ന നിസ്സായിലെ മെത്രാപ്പോലിത്തയായിരുന്ന മാർ ഗ്രിഗോറിയോസ്സ്, നാസ്സിയാൻസിലെ മെത്രാപ്പോലിത്തയായിരുന്ന മാർ ഗ്രിഗോറിയോസ് എന്നീ പിതാക്കന്മാർ 'കപ്പദോക്യൻ പിതാക്കന്മാർ' എന്നാണ് അറിയപ്പെടുന്നത്. നാസ്സിയാൻസിലെ മാർ ഗ്രിഗോറിയോസിനെ ദൈവശാസ്ത്രജ്ഞനായ ഗ്രിഗോറിയോസ് (Gregory, The Theologian) എന്ന് പരാമർശിക്കുന്നു.

ഏ.ഡി. 362 ൽ പിതാവിൽ നിന്ന് പൗരോഹിത്യം സ്വീകരിച്ച് അദ്ദേഹത്തെ സഹായിക്കാനാരംഭിച്ചു. പത്തു വർഷങ്ങൾക്കു ശേഷം മെത്രാനായി അഭിഷേകം ചെയ്യപ്പെട്ടു. 379 ൽ രാഷ്ട്രതലസ്ഥാനമായ കുസ്തന്തിനോപോലീസിലേക്കു പോയി, അവിടെ ഒരു ചെറിയ ദേവാലയത്തിൽ ഓർത്തഡോക്സ് ശുശ്രൂഷകൾക്ക് നേതൃത്വം നൽകുകയും കുസ്തന്തിനോപോലീസിൽ അറിയോസിന്റെ വേദവിപരീതത്തിൽ നിന്ന് സത്യവിശ്വാസത്തിലേക്ക് ക്രൈസ്തവ സമൂഹത്തെ കൊണ്ടുവരികയും ചെയ്തു. 381 ൽ കോൺസ്റ്റാന്റിനോപ്പിളിലെ ആർച്ച് ബിഷപ്പായി തെരഞ്ഞെടുക്കപ്പെട്ട മാർ ഗ്രിഗോറിയോസ് ഏതാനും മാസങ്ങൾക്കു ശേഷം സ്ഥാനത്യാഗം ചെയ്ത് നാസ്സിയാൻസിലേക്ക് മടങ്ങി. ഏ.ഡി. 389 ജനുവരി 25 നു കാലം ചെയ്തു.

അദ്ദേഹം ഇരുന്നൂറിലധികം ലേഖനങ്ങളും പദ്യങ്ങളും രചിച്ചിട്ടുണ്ട്. ത്രിത്വവിശ്വാസ സംബന്ധമായി പ്രത്യേകിച്ച് അറിയോസിന്റെ വേദവിപരീതത്തെ എതിർത്തുകൊണ്ട് മാർ ഗ്രിഗോറിയോസ് ചെയ്ത പ്രസംഗങ്ങൾ പ്രസിദ്ധങ്ങളാണ്.

എഡേസയിലെ മാർ പൗലോസ്

എഡേസയിലെ (ഉറഹാ) മാർ പൗലോസ്, ആബട്ട് പോൾ (Abbat Paul), കുപ്രോസിലെ (സൈപ്രസ്) മാർ പൗലോസ് എന്നീ പേരുകളിലും അറിയപ്പെടുന്നു. സുറിയാനി സഭയുടെ എഡേസയിലെ മെത്രാപ്പൊലിത്തയായിരുന്ന മാർ പൗലോസ് സസ്സാനിയൻ പീഡയുടെ കാലത്ത് 609 ൽ കുപ്രോസിലേക്ക് പലായനം ചെയ്തു. കുപ്രോസിലെ വാസകാലത്ത് അനവധി ഗ്രീക്ക് രചനകൾ സുറിയാനിയിലേക്ക് പരിഭാഷപ്പെടുത്തി. അക്കാരണത്താൽ പരിഭാഷകനായ മാർ പൗലോസ് എന്നും അദ്ദേഹം അറിയപ്പെടുന്നു.

(നാസിയാൻസിലെ) മാർ ഗ്രിഗോറിയോസിന്റെ മക്കാബിയരെക്കുറിച്ചുള്ള പ്രഭാഷണം

1. മക്കാബിയരുടെ പെരുന്നാൾ ദിനം മഹനീയമാണ്. ക്രിസ്തുവിന് മുൻപുള്ള രക്തസാക്ഷികളായതിനാൽ പലരും അവരെക്കുറിച്ച് തിരിച്ചറിഞ്ഞിട്ടില്ല. എങ്കിലും പിതാക്കന്മാരോടടുത്ത അചഞ്ചലമായ ഭക്തിയുണ്ടായിരുന്നതിനാൽ അവർക്ക് സാർവത്രിക അംഗീകാരം ലഭിക്കേണ്ടതാണ്. ക്രിസ്തുവേറ്റ പീഡയ്ക്ക് മുമ്പ് രക്തസാക്ഷിമരണം വരിച്ചുവെങ്കിലും; ക്രിസ്തുവിനു ശേഷം രക്തസാക്ഷിത്വം വരിച്ചിരുന്നുവെങ്കിൽ, നമുക്കുവേണ്ടി ക്രിസ്തുവിന്റെ മരണം അനുകരണീയമാക്കിത്തന്നിരുന്നേനേ. മാതൃക കൂടാതെ ഈ ധൈര്യം എങ്ങനെ അവർക്ക് ലഭിച്ചു. എങ്ങനെ അവർ ഈ മഹത്തായകാര്യം നേടിയെടുത്തു. ക്രിസ്തുവിനു മുൻപ് ഇങ്ങനെയുള്ള പൂർണ്ണതകൈവരിച്ചവർ ആരുമില്ല. ഈ പ്രസ്താവന വിവരാണാതീതവും രഹസ്യാത്മകവുമാണെങ്കിലും, ദൈവത്തെ സ്നേഹിച്ച എല്ലാവരെയും പോലെ ഞാനും ഇത് വിശ്വാസയോഗ്യമായി പരിഗണിക്കുന്നു. കാലത്തികവിങ്കൽ വചനം വെളിവാകുന്നതിനു മുൻപേ വിശുദ്ധിയുള്ളവർ അവനെ അറിഞ്ഞിരുന്നു. അവനു മുൻപേ ബഹുമാന്യത നേടിയ അനവധിയാളുകൾ ഇതിനു സാക്ഷ്യമാണ്.

2. ഇതുപോലുള്ള ശ്രേഷ്ഠരെ കുരിശിനു മുമ്പ് ജീവിച്ചിരുന്നതിനാൽ അവരെ മാറ്റിനിർത്തേണ്ടതില്ല. എന്നാൽ കുരിശിനോടുള്ള അവരുടെ അനുസരണം മൂലമുള്ള ജീവിതം ബഹുമാന്യാർഹമാണ്. വാക്കുകൾ കൊടുക്കുന്ന ബഹുമതിക്ക് അവർ അർഹരാണ്, പക്ഷേ അത് അവർക്ക് പ്രശംസ വർദ്ധിപ്പിക്കാനല്ല. അത് എങ്ങനെ? അവരുടെ പ്രവർത്തനങ്ങൾ അവരെ അറിയപ്പെടുന്നവരാക്കുന്നു. എങ്കിലും അവരെ പ്രകീർത്തിക്കുവാനും, ആരാധകർക്ക് പ്രചോദനം നൽകുവാനും അവരുടെ ഓർമ്മയിലൂടെ സാധിക്കുന്നു. ഇവർ ആരായിരുന്നു? അവർ എവിടെ നിന്നുവന്നു? ഏതു തരത്തിലുള്ള പാരമ്പര്യവും അഭ്യസനവുമാണ് അവർക്കുണ്ടായിരുന്നത്? വർഷംതോറും നടത്തുന്ന പെരുന്നാൾ പ്രദക്ഷിണങ്ങളിൽ എല്ലാവരുടെയും ഹൃദയങ്ങൾ കവരാൻ മാത്രം അത്രയും പ്രശസ്തിയും മഹത്ത്വവും സ്വായത്തമാക്കാൻ അവർക്ക് എങ്ങനെ സാധിച്ചു. പഠന തല്പരരും, ഉത്സാഹികളുമായവർക്ക് ഈ ചോദ്യങ്ങൾക്ക് ഉത്തരം തത്ത്വജ്ഞാനത്തെക്കുറിച്ചുള്ള പുസ്തകത്തിൽ നിന്ന്[1] അറിയാം. അവരുടെ മൂല്യത്തെക്കുറിച്ചും പുണ്യത്തെക്കുറിച്ചുമുള്ള ദാർശനികമായ ബോധം അത് നൽകും. എഴുത്തുകാരൻ[2] മക്കാബിയരുടെ പോരാട്ടത്തിന് ഊന്നൽ കൊടുക്കുന്നതിനോടൊപ്പം മറ്റുള്ളവരുടെ ഉദാഹരണങ്ങളും ഇവരോടൊപ്പം പ്രതിപാദിക്കുന്നു. ഇവയെല്ലാം എന്റെ വിവരണത്തെ ഉറപ്പിക്കുന്നു.

3. തലനരച്ച വൃദ്ധപുരോഹിതനും, മഹാജ്ഞാനിയും, ക്രിസ്തുവിനുമുമ്പുള്ള ആദ്യ രക്തസാക്ഷിയുമായ ഏലയാസാർ ഒരു വശത്തും, ക്രിസ്തുവിനുശേഷമുള്ള ആദ്യ രക്തസാക്ഷിയായ സ്തേഫാനോസ് മറുവശത്തും (നമുക്കുണ്ട്). മുൻകാലങ്ങളിൽ അവന്റെ ജനത്തിനുവേണ്ടി പ്രാർത്ഥിക്കുകയും ബലിയർപ്പിക്കുകയും ചെയ്തു, എന്നാൽ ഇപ്പോഴോ സകലജനത്തിന്റെയും ശുദ്ധികരണത്തിനായി ദൈവത്തിനു അവനെത്തന്നെ ബലിയായി അർപ്പിക്കുകയുണ്ടായി. അവന്റെ വാക്കുകളും നിശബ്ദ മാതൃകയും ജനത്തിനു പ്രബോധനമായി. അവന്റെ മാർഗ്ഗോപദേശങ്ങളാൽ ഏഴുയുവാക്കളെയും, ജീവനുള്ളതും വിശുദ്ധവുമായതും ഏതു ന്യായപ്രമാണാചാരണങ്ങളെക്കാളും ദൈവസ്വീകാര്യമായതു

---

1 4 മക്കാബിയർ

2 4 മക്കാബിയരുടെ രചയിതാവ്

മായ ബലിയായി അർപ്പിച്ചു. അത് ആ കുട്ടികൾക്ക് ആത്മീയപിതാവിനോടുള്ള ഏറ്റവും ന്യായവും യുക്തവുമായ ചുമതലാനിർവഹണമായിരുന്നു. മറ്റൊരുവശത്ത് ഉന്നത ആത്മീയതയുള്ളവരും, ഉയർന്ന ചിന്തയുള്ളവരും, കുലീനയായ അമ്മയുടെ കുലീനരായ സന്താനങ്ങളുമായ വിശ്വാസതീക്ഷ്ണതയുള്ളവരും, അന്ത്യോക്കസിനേക്കാളും ഉന്നതരും, മോശൈക സത്യനിയമത്തിന്റെ ശിഷ്യരും, പിതൃപാരമ്പര്യങ്ങളുടെ നിശിതകാവൽക്കാരും, എബ്രായർ ശ്രേഷ്ഠമായി കണക്കാക്കുന്ന ഏഴാം ദിനം പോലെയുള്ളവരും ഏകാത്മാവിൽ വിശ്വസിക്കുന്നവരും, ഏകലക്ഷ്യമുള്ളവരും, ജീവനിലേക്കുള്ള ഏകമാർഗ്ഗം സ്വീകരിച്ചവരുമായ അവർ; പ്രത്യേകിച്ച് ശരീരം കൊണ്ടുമരിക്കുക എന്നതിലുപരി, ദൈവശുശ്രൂഷയിൽ മരിക്കുക എന്ന ലക്ഷ്യത്തിൽ പരസ്പരം മത്സരിച്ച് രക്തസാക്ഷി മരണം വരിച്ചു. അത് എത്ര അതിശയകരം! സ്വർണ്ണമെന്നതുപോലെ അവർ പീഡനങ്ങൾ സ്വീകരിച്ചു. അവർ അവരെ നഷ്ടപ്പെടുത്തിക്കൊണ്ടുപോലും അവരുടെ വഴികാട്ടിയായിരുന്ന ന്യായപ്രമാണത്തെ സംരക്ഷിച്ചു. അവരെ വേദനപ്പെടുത്തുന്ന പീഡകളിലും ഭയമുണ്ടാകുന്നതിനു പകരം അവരുടെ ദൈവശക്തിയെക്കുറിച്ച് തീക്ഷണതയുള്ളവരായിരുന്നു. അവരുടെ ഭയം ഒന്നുമാത്രം: ആ സ്വേച്ഛാധിപതി[3] ക്ഷീണിതനാവുകയോ പീഡനങ്ങൾ നിർത്തുകയോ ചെയ്യുമോ എന്നതായിരുന്നു. അതുമൂലം തങ്ങൾ, സഹോദരങ്ങൾ നേടുന്ന വിജയത്തിൽ നിന്ന് തങ്ങൾ വേർതിരിക്കപ്പെടുമോ എന്നുള്ള ഭയമായിരുന്നു അതിനുകാരണം.

4. അവിടെ താൻ സ്നേഹിച്ചിരുന്ന തന്റെ കുഞ്ഞുങ്ങളെ ദൈവത്തിന് സമർപ്പിച്ച ശ്രേഷ്ഠയും ഉന്നതമാനസ്സയുമായ ഒരു അമ്മ ഉണ്ടായിരുന്നു. ആ അമ്മയുടെ ഹൃദയം ദാരുണമായി വേദനിച്ചിരുന്നു. കാരണം തന്റെ പൈതങ്ങളുടെ ദു:ഖത്തിൽ സഹതപിക്കുന്നതിനുപകരം അവർക്ക് വേദനയുണ്ടാകരുതെന്ന ഭയത്തിലായിരുന്നു ആ അമ്മ. വാങ്ങിപ്പോയ മക്കളെക്കുറിച്ച് ആ അമ്മയ്ക്ക് നഷ്ടംതോന്നിയിരുന്നില്ല. മറിച്ച് മക്കളിൽ ബാക്കിയുള്ളവരും, അവരോടൊന്നിച്ച് ചേരുമെന്ന് പ്രതീക്ഷിച്ചിരുന്നു. എന്നാൽ അവൾക്ക് ആശങ്ക ഉണ്ടായിരുന്നത് വാങ്ങിപ്പോയ തന്റെ മക്കളെക്കുറിച്ചായിരുന്നില്ല. അവർ ഇതിനകം തന്നെ തങ്ങളുടെ പ്രതിഫലം ഉറപ്പിച്ചിരുന്നു എന്നാൽ ബാക്കിയുള്ളവരുടെ പോരാട്ടം നിർണ്ണയിക്കപ്പെട്ടിരുന്നില്ല എന്നതിനാൽ, അവരെക്കുറിച്ചായിരുന്നു ആ അമ്മയുടെ ആശങ്ക. വാങ്ങിപ്പോയവർ ഇപ്പോൾത്തന്നെ ദൈവത്തിനായി സമർപ്പിച്ചിരിക്കുന്നു. ശേഷമുള്ളവരെ ദൈവം സ്വീകരിക്കുമോ എന്നതായിരുന്നു ആശങ്ക. പൗരുഷമുള്ള ഹൃദയമായിരുന്നു ആ സ്ത്രീയിൽ ഉണ്ടായിരുന്നത്. എത്ര അതിശയകരമായിരുന്നു അവളുടെ ആത്മധൈര്യം! അബ്രഹാമ്യബലിപോലെയോ അതോ അതിലുപരിയോ. തനിക്ക് വാഗ്ദാനമായി നൽകിയിരുന്ന ഏകമകനെ അബ്രഹാം ബലിയർപ്പിക്കുവാനായി നൽകി. അത് തന്റെ ജനതയ്ക്കു വേണ്ടി മാത്രമല്ല ഇങ്ങനെയുള്ളവർക്കും അടിസ്ഥാനമായിത്തീർന്നു. മാതാക്കൾക്കും പുരോഹിതർക്കും മാതൃകയായി തന്റെ എല്ലാമക്കളെയും അവർ ബലിയായി ദൈവത്തിനു അർപ്പിച്ചു. അവരുടെ തീക്ഷ്ണതയും വാഞ്ചയും പീഡയേൽപ്പിക്കുവാനായിട്ടായിരുന്നു. അവരോട് ഒന്നും തന്നെ ആവശ്യപ്പെടാതെ അവൾ അവരെ പാലൂട്ടി വളർത്തിയതിനെപ്പറ്റിയും, അവളുടെ വാർദ്ധക്യത്തെപ്പറ്റിയും ഓർമ്മിപ്പിച്ചു. അതേസമയം അവരെ രക്ഷിക്കാനായി അവൾ അപേക്ഷിച്ചില്ല. പക്ഷേ അവർ രക്തസാക്ഷിത്വം നേടാൻ ആഗ്രഹിച്ചു. മരണം അവർക്ക് ഒരു ദോഷമായിരുന്നില്ല, പിന്നെയോ അത് വൈകിയതിലായിരുന്നു അവർക്ക് ഉൽക്കണ്ഠ. അവളെ അധൈര്യപ്പെടുത്തുവാൻ ഒന്നും തന്നെ ഉണ്ടായിരുന്നില്ല: അസ്ഥികൾ വേർപെടുത്തുന്ന ചക്രമോ, ചക്രങ്ങളുള്ള പീഡനോപകരണങ്ങളോ,

3 *അന്ത്യോക്കസ്*

കല്ലുകളോ, തീക്കാറ്റോ, വാളോ, സ്വേച്ഛാധിപതിയുടെ ഭീഷണിയോ, ജനക്കൂട്ടമോ, പടയാളികളുടെ അസഹിഷ്ണുതയോ, കുടുംബാംഗങ്ങൾ കാണുന്നുവെന്നുള്ളതോ, ശേഷിക്കുന്ന അസ്ഥികളോ, തകർന്നമാംസമോ ഒഴുകുന്ന രക്തമോ, പൈതങ്ങളെ സംഹരിച്ചതോ, വരാനിരിക്കുന്ന വേദനകളോ ഒന്നും തന്നെ. ഇവയൊക്കെയും മറ്റുള്ളവർക്ക് ഏറ്റുവാങ്ങാൻ കഠിനമായിരുന്നുവെങ്കിലും അവൾക്ക് അത് ലളിതവും നിസ്സാരവുമായിരുന്നു. അവൾ അതുകണ്ട് ദൈവത്തെ സ്തുതിച്ചു. എന്നിരുന്നാലും അവരുടെ പീഡനം നീണ്ടു നിന്നിരുന്നുവെങ്കിലും, കാഴ്ചയിൽ ഉൾക്കൊള്ളുവാൻ സാധ്യമല്ലാത്ത തരത്തിൽ ഉള്ളവയായിരുന്നുവെങ്കിലും, അവഗണനയും, നിന്ദയും, ക്രൂരമായ വാക്കുകളും അവർ ഓരോരുത്തരും ഏറ്റുവാങ്ങി. എന്നാലും ആ സ്വേച്ഛാധിപതി, ലക്ഷ്യം പൂർത്തീകരിക്കുവാൻ എന്തെങ്കിലും ചെയ്യാതിരുന്നോ?

5. കൂടാതെ കുട്ടികളുടെ സ്വേച്ഛാധിപതിയോടുള്ള പ്രതികരണം ജ്ഞാനത്തിന്റെയും തീക്ഷ്ണതയുടെയും സംയോജനമായിരുന്നു. അത് സാധാരണ ജനങ്ങളുടെ സഹനശക്തിയുമായി താരതമ്യം ചെയ്യുമ്പോൾ ബുദ്ധിക്ക് അതീതമാണ്. അതിദാരുണമായ പീഡനങ്ങൾക്കിടയിലും, ഭീഷണിയും മറ്റും ഉണ്ടായിരുന്നപ്പോഴും സഹനം നിലനിർത്തുന്നതിൽ അവർ പരാജയപ്പെട്ടില്ല. ഒരു ഭീഷണിയും ആക്രോശവും അവരെ ഇളക്കിയില്ല. അതുപോലെ ധൈര്യമുള്ള ഒരു അമ്മയും വേറെയില്ല. അതിനെല്ലാമുപരി അവൾ എല്ലാത്തിലും ഉയർന്ന്, അപാരമായ ധൈര്യവും സ്നേഹവും യോജിപ്പിച്ച്, മുമ്പേകടന്നുപോയവരെ പിന്തുടർന്ന്, തന്റെ ആത്മാവിനെ സമർപ്പിച്ചു. അത് എങ്ങനെ? അവൾ സ്വമേധയാ പരീക്ഷണങ്ങളൊക്കെയും ഏറ്റുവാങ്ങി. എപ്രകാരമുള്ള സ്തുതിയാണത്?[4] തങ്ങളെ പീഡിപ്പിച്ച സ്വേച്ഛാധിപതിയോടുള്ള കുട്ടികളുടെ വാക്കുകൾ എത്ര മനോഹരമായിരുന്നു. അത് എങ്ങനെ അതല്ലാതിരിക്കും? ആ കുട്ടികൾ തന്നെ ആയിരുന്നു, സ്വേച്ഛാധിപതിക്കെതിരെ അണിനിരന്നത്. അവരുടെ അമ്മ അവരെ പ്രോത്സാഹിപ്പിച്ചപ്പോഴും, അവരെ സംസ്കരിച്ചപ്പോഴും സംസാരിച്ച വചനങ്ങൾ മനോഹരമായിരുന്നു. എന്തായിരുന്നു ആ കുട്ടികൾ പറഞ്ഞതെന്ന് നോക്കാം. ഇതുപോലെയുള്ള പോരാട്ടങ്ങളിൽ മറ്റുള്ളവർക്ക് മാതൃകയും, ഇത്തരം സാഹചര്യങ്ങളിൽ അനുകരണീയവുമാണ് അവരുടെ വാക്കുകൾ. അവരുടെ ആത്മീയതീക്ഷണത പര്യാലോചിക്കമ്പോഴും, അവരുടെ പീഡനമുറകൾ നോക്കുമ്പോഴും, അവർ എങ്ങനെ ശക്തിപ്രാപിച്ചു എന്നത് മനസിലാക്കുമ്പോഴും, ആ സഹോദരങ്ങൾ ഓരോരുത്തരും വ്യത്യസ്തരായിരുന്നുവെന്നുകാണാം. ചുരുക്കത്തിൽ അവർ എങ്ങനെയായിരുന്നുവെന്ന് ഇനി പറയാം. "അന്ത്യോക്കസും ഇവിടെ കൂടിയിരിക്കുന്നവരുമേ, ഞങ്ങൾക്ക് ഒരു രാജാവുണ്ട് അത് ദൈവമാണ്. ഞങ്ങൾ ആയിരിക്കുന്നത് ആരിലൂടെയാണോ, അവനിലേക്ക് ഞങ്ങൾ തിരികെച്ചേരും. ഒരു നിയമദാതാവ്, അത് മോശ, അവനെ വഞ്ചിക്കുകയോ അപമാനിക്കുകയോ ഇല്ല. ആ വലിയ മനുഷ്യന്റെ നന്മ പ്രവർത്തികൾക്ക് പകരമായി ആ ന്യായപ്രമാണത്തെ ഞങ്ങൾ വഹിക്കുന്നു. നിങ്ങളിലും ക്രൂരനായ മറ്റൊരു അന്ത്യോക്കസ് ഞങ്ങളെ ഭീഷണിപ്പെടുത്തിയാലും ദൈവിക കൽപ്പന പാലിച്ച് സംരക്ഷിക്കുക എന്നതാണ് ഞങ്ങളുടെ ദൗത്യം. കല്പന അനുസരിക്കുക എന്നതും ഞങ്ങളുടെ കോട്ടയായ ന്യായപ്രമാണത്തിന്റെ ലംഘനത്തെ പ്രതിരോധിക്കുക എന്നതുമാണ് ഞങ്ങളുടെ സുരക്ഷ. ഞങ്ങളുടെ ഏകമഹിമ എന്നത് എല്ലാ ലൗകിക മഹിമകളെയും അവഗണിക്കുക എന്നതാണ്. വരാനിരിക്കുന്നവയെക്കുറിച്ചുള്ള പ്രതീക്ഷയാണ് ഞങ്ങളുടെ സമ്പത്ത്. ദൈവഭയമല്ലാതെ മറ്റൊരു ഭയവും ഞങ്ങൾക്കി

4 *എപ്രകാരമുള്ള സ്തുതിയാണ് മർത്തശ്മൂനി ദൈവത്തിന് സമർപ്പിച്ചത് എന്നാണ് ഇവിടെ വിവക്ഷിക്കുന്നത്*

ല്ല. ഞങ്ങൾ നിലനിർത്തുന്ന വിശ്വാസം ഇതാണ്. ഞങ്ങളുടെ ആയുധം ഇതാണ്. നിങ്ങൾ നേരിടുന്ന യുവാക്കൾ ഇങ്ങനെയുള്ളവരാണ്. പിതൃദേശം, സ്നേഹിതർ, ചാർച്ചക്കാർ, കൂട്ടാളികൾ, മഹനീയമായ ദേവാലയം, ആചരണങ്ങൾ എന്നിവ, മറ്റുള്ളവരുടെ കാഴ്ചയിൽ പുകഴ്ചയേറിയതും അനന്യവുമാണ്, എന്നാൽ ഇവയൊന്നും ദൈവത്തേക്കാളോ, ദൈവിക നന്മയ്ക്കുവേണ്ടി ഞങ്ങൾ ഏൽക്കുന്ന ക്രൂരതകളെക്കാളോ മഹനീയമല്ല. അങ്ങനെ ചിന്തിക്കരുത്. നമുക്കു ചുറ്റുമായി നാം കാണുന്നതിനേക്കാൾ വ്യത്യസ്തവും സ്ഥിരവുമായ മറ്റൊരു ഉന്നത ലോകത്തേക്ക് നാം മാറ്റപ്പെടണം. ഞങ്ങളുടെ ദേശം മേലുള്ള യെരുശലേം ആണ്, അത് ഒരു അന്ത്യോക്കസിനും ആക്രമിച്ച് കീഴടക്കാനാവാത്ത രീതിയിൽ ശക്തിയേറിയതും അജയ്യവുമാണ്. ഞങ്ങളുടെ ചാർച്ചക്കാർ, പുണ്യജന്മങ്ങളിൽ നിന്ന് പ്രചോദനം നേടിയവരാണ്. ഞങ്ങളുടെ സുഹൃത്തുക്കൾ ഞങ്ങൾക്ക് ഭയഭക്തി നൽകിയ പ്രവാചകന്മാരും, ഗോത്രപിതാക്കന്മാരുമാണ്. ഞങ്ങളുടെ കൂട്ടാളികൾ ഇന്നു ഞങ്ങളോടൊപ്പം പീഡ അനുഭവിക്കുന്നവരായ ധൈര്യശാലികളാണ്. അതിശ്രേഷ്ഠ ദൈവാലയത്തെക്കാളും വിശുദ്ധി സ്വർഗ്ഗം ഉൾക്കൊള്ളുന്നു. പെരുന്നാളുകൾക്ക് അവിടെ മാലാഖമാരുടെ കൂട്ടം സ്തുതിപാടുന്നു. അവിടെ ഒരു രഹസ്യം (ബലിയർപ്പണം), അത് മഹനീയമായത്, തീർച്ചയായും ഏറ്റവും മഹനീയമായത്, അത് മറ്റെല്ലാത്തിനെയും പോലെയല്ലാത്തത്, മറിഞ്ഞിരിക്കുന്ന ദൈവിക രഹസ്യം അവിടെയുണ്ട്."

6. "നിസ്സാരവും, വിലയില്ലാത്തതുമായ വാഗ്ദാനങ്ങൾ മാറ്റിവയ്ക്കുക. അമാന്യമായ ഒന്നും നമുക്ക് ബഹുമാനം നല്കുന്നില്ല, ഈ ബാധ്യതകൾ നമുക്ക് ഗുണം ചെയ്യുകയുമില്ല. ശോച്യമായ വിലപേശലുകൾ ഞങ്ങൾക്ക് സമ്മതമല്ല. ഭീഷണികൾ നിർത്തുക. നീ നിന്റെ ഭീഷണികൾ നിർത്തുക, അല്ലെങ്കിൽ നിന്റെ ബലഹീനത മാറ്റാനായി ഞങ്ങൾ നിന്നെ തിരുത്തും. ഞങ്ങളുടെ പീഡകരെ വിധിക്കുവനായി ഞങ്ങളുടെ പക്കൽ തീയുണ്ട്.[5] ജനങ്ങളോ, രാജ്യങ്ങളോ, ഭീരുക്കളായ രാജാക്കന്മാരോ ആണ് നിങ്ങൾക്കെതിരാളികൾ എന്ന് നിങ്ങൾ കരുതുന്നുവോ? അവരിൽ ചിലർ ജയിക്കും, മറ്റുചിലർ തോൽക്കും, അവരുടെ ലക്ഷ്യങ്ങൾ ചിന്തിക്കുമ്പോൾ ആ വിജയത്തേക്കാൾ വലുതായി വേറൊന്നുമില്ല. നിങ്ങളുടെ സേന ദൈവനിയമത്തിനെതിരെയാണ്, ദൈവം എഴുതി നൽകിയ കൽപ്പലകകൾക്കെതിരെയാണ്, കാലങ്ങളായി പിതാക്കന്മാർ ബഹുമാനിച്ച വചനങ്ങൾക്കെതിരെയാണ്, നിങ്ങളുടെ അപമാന പ്രവർത്തികളാൽ വിജയം നേടിയ ഏഴു സഹോദരങ്ങൾക്കെതിരെയാണ്. നിങ്ങൾ അവരുടെ മേൽ വിജയം നേടുന്നത് മഹത്തരമായ ഒന്നല്ല. ആ വിജയം പൂർണ്ണമായും അപഹാസ്യമായിത്തീരും. അഗ്നിത്തൂണുകളാലും മേഘ സ്തംഭങ്ങളാലും വഴി നടത്തപ്പെട്ടവരുടെയും, ആർക്കു വേണ്ടി കടൽ ഭാഗിച്ചുവോ അവരുടെയും, ആർക്കുവേണ്ടി നദി തടഞ്ഞു നിർത്തപ്പെട്ടോ അവരുടെയും, ആർക്കു വേണ്ടി സൂര്യൻ നിശ്ചലമാക്കപ്പെട്ടോ അവരുടെയും, ആർക്കുവേണ്ടി അപ്പം മഴയായി നൽകിയോ അവരുടെയും, ആർക്കുവേണ്ടി കരങ്ങൾ നീട്ടപ്പെട്ട് അത് ആയുധമായി ആയിരങ്ങളെ തുരത്തിയോ അവരുടെയും, ആരാണോ വന്യമൃഗങ്ങളെ കീഴ്പ്പെടുത്തിയത് അവരുടെയും പിന്മുറക്കാരും അനുയായികളുമായവരെ അഗ്നിക്കിരയാക്കുവാൻ കഴിഞ്ഞില്ല. രാജാക്കന്മാരും അവരുടെ ധൈര്യത്തെ ഭയന്നു. നിനക്ക് അറിയാവുന്ന ഒരുകാര്യം പറഞ്ഞു കൊള്ളട്ടെ. ഞങ്ങൾ ഏലിയാസാറിന്റെ അനുയായികളാണ്. അവന്റെ നിർഭയത്വം നിനക്ക് അറിവുള്ളതാണല്ലോ? ആദ്യം പിതാവ് പൊരുതിനേടി, പുത്രന്മാർ[6] അവനു പിന്നാലെ പോരാടി. പുരോഹിതൻ ബലിയായി തീർന്നു. മറ്റുള്ളവർ അവനെ അനുധാവ

---

5 ആത്മീയാഗ്നി

6 ആത്മീയ പുത്രന്മാർ, ശിഷ്യന്മാർ

നം ചെയ്യും. നീ പല തന്ത്രങ്ങളും ചെയ്യു. ഇനിയും അധികത്തിനായി ഒരുങ്ങിയിരിക്കുന്നു.[7] നീയെന്താണ് ഞങ്ങൾക്കുനേരെ ചെയ്യുവാൻ പോകുന്നത്? ഞങ്ങൾ എന്താണ് സഹിക്കേണ്ടത്? എല്ലാം സഹിക്കാൻ തയ്യാറുള്ളവർക്ക് ഒന്നും അധികമല്ല. വിധി നടപ്പാക്കുന്നവരേ, നിങ്ങൾ എന്തിനു താമസിക്കുന്നു? എന്താണു നിങ്ങളെ തടഞ്ഞു നിർത്തുന്നത്? ഏതു കല്പനകളാണ് നിങ്ങൾ കാത്തിരിക്കുന്നത്? നിങ്ങളുടെ വാളുകൾ എവിടെ? നിങ്ങളുടെ ചങ്ങലകൾ എവിടെ? ഞാൻ ഒരു ചെറിയകാര്യം ആവശ്യപ്പെടുന്നു. തീ ആളിക്കത്തിക്കുക, കഠിനമായി താഡിക്കുക, ആയുധങ്ങൾ മൂർച്ച കൂട്ടുക, എല്ലാ പീഡനോപകരണങ്ങളുടെ എണ്ണം വർദ്ധിപ്പിക്കുക. ഞാൻ ആദ്യ ജാതനാണ്, എന്നെ ആദ്യം ബലികഴിക്കുക. ഞാനാണ് ഏറ്റവും ഇളയവൻ, ക്രമം തിരിച്ചാക്കുക. മദ്ധ്യമനിൽ നിന്നും തുടങ്ങുക, അങ്ങനെ ആ ബഹുമാനം പങ്കു വയ്ക്കട്ടെ, നീ മടിക്കുന്നുവോ? നീ ഞങ്ങളുടെ മനംമാറ്റം പ്രതീക്ഷിക്കുന്നുവോ? ഞങ്ങൾ, ഞങ്ങളുടെ വാക്കുകൾ വീണ്ടും വീണ്ടും ആവർത്തിക്കുന്നു. ഞങ്ങൾ അശുദ്ധമായതു് ഭക്ഷിക്കുകയില്ല. ഞങ്ങൾ (പാപങ്ങളിൽ) വീഴുകയില്ല. ഞങ്ങൾ നിന്റെ മാർഗ്ഗത്തിൽ വരുന്നതിനേക്കാൾ മുമ്പായി നീ ഞങ്ങളുടെ മാർഗ്ഗത്തിൽ ആരാധിക്കും. ചുരുക്കത്തിൽ, നീ നൂതനമായ പീഡനമുറകൾ കണ്ടുപിടിച്ചാലും, ഇപ്പോഴുള്ളവ ഉപയോഗിച്ചാലും ഞങ്ങൾ അതിനെ അവജ്ഞയോടെ തള്ളിക്കളയും."

7. ഇതാണ് അവർ സ്വേച്ഛാധിപതിയോട് പറഞ്ഞതു്. അവർ തമ്മിൽ വാക്കുകൾ പ്രോത്സാഹിപ്പിച്ചു കൊണ്ടിരുന്നു. വരുവാൻ പോകുന്ന പീഡകളെ അവർ വർണ്ണിച്ചുകൊണ്ടിരുന്നു. അതു് ദൈവത്തെ സ്നേഹിക്കുന്നവർക്ക് മറ്റേതു കാഴ്ച്ചയെയും കേൾവിയെക്കാളും മനോഹരവും നിർമ്മലവുമാണ്. ആയതു് അവരെ ഓർക്കുമ്പോൾ ഞാൻ പരമാനന്ദത്തിലേക്ക് ഉയരുന്നു. അവരുടെ പീഡകളിലേക്ക് എന്റെ ചിന്തകളെത്തുന്നു, അവരായിത്തീരാൻ വാഞ്ഛിക്കുന്നു. അവരോരുത്തരും മത്സരങ്ങൾ പൂർത്തിയാക്കുമ്പോൾ ആശ്ലേഷിക്കുന്നതുപോലെ തമ്മിൽ തമ്മിൽ ആശ്ലേഷിച്ചു. "എന്റെ സഹോദരന്മാരെ, സ്വേച്ഛാധിപതിയുടെ വീര്യം നിലനിൽക്കുന്നതിനുമുമ്പായി നമ്മുടെ പീഡ അനുഭവിക്കുന്നതിനായി നമുക്കുപോകാം. അവന്റെ കോപം ഇല്ലാതെയായാൽ രക്ഷയ്ക്കുവേണ്ടി നമ്മുടെ അവസരം നഷ്ടപ്പെടും. നമുക്കുവേണ്ടി തയ്യാറാക്കപ്പെട്ട വിരുന്ന് നഷ്ടപ്പെടുത്തരുതു്. സഹോദരന്മാരേ നമ്മൾ ഒരുമിച്ചു വസിക്കുന്നതും ഒരുമിച്ച് പാനം ചെയ്യുന്നതും എത്ര മനോഹരമാണ്. പുണ്യത്തിനായി പീഡ അനുഭവിക്കുന്നതു് എത്ര ശുഭകരമാണ്. പിതാക്കന്മാരുടെ ചര്യങ്ങൾക്കുവേണ്ടി നമ്മുടെ ശരീരം വെട്ടിമുറിക്കപ്പെടുന്നതു്, സാധാരണ മരണത്തിലും പുകഴ്ചയേറിയതാണ്. ഇപ്പോൾ നാം മരിച്ചില്ലെങ്കിലും പിന്നീട്ട് നമുക്കൊരു മരണമുണ്ടാകും. വിശ്വാസം നിലനിർത്താതെ ജീവൻ പുലർത്തേണ്ടതുണ്ടോ? നമ്മുടെ കർത്തവ്യത്തിനായി നമ്മെ നല്കാം. മല്ലയുദ്ധത്തിനായി നമ്മെ വിട്ടുകൊടുക്കാം. നമുക്കു ഇതിനെ, എല്ലാവർക്കുമായി നൽകാം. മരണം വിലകൊടുത്തു് ജീവനെ വാങ്ങാം. ആയതിനാൽ നമ്മളില്ലുള്ളവർ ആരും ആത്മത്തെ സ്നേഹിക്കരുതു്, ഭീരുത്വം കാണിക്കയുമരുതു്. സ്വേച്ഛാധിപതിയോട്ട് വാദിക്കുന്നതു് നിർത്താം. മറ്റുള്ളവരുടെ നേരെ അവൻ ആസൂത്രണം ചെയ്യുന്നതു് നിർത്തട്ടെ. നമ്മൾ പീഡയേൽക്കുന്നതുവഴി മറ്റുള്ളവരുടെ നേരേയുള്ള പീഡ അവൻ നിർത്തട്ടെ. നമ്മളിൽ ആദ്യജാതൻ മറ്റുള്ളവർക്കു മാർഗ്ഗദർശിയാകട്ടെ. അവസാനത്തവനോടെ രക്തസാക്ഷിത്വം സമ്പൂർണ്ണമാകട്ടെ. നമ്മളിലൊരാളു പീഡകളിൽ നിന്ന് മാറ്റപ്പെടാതെ, എല്ലാവരും ഒരു പോലെ കിരീടം പ്രാപിക്കുകയും, സ്വേച്ഛാധിപതിയുടെ തിന്മയിലേക്ക് വലിച്ചിഴയ്ക്കപ്പെടാതിരിക്കുകയും

7 കൂടുതൽ പീഡകൾ പ്രതീക്ഷിക്കുന്നു എന്നാണ് ഉദ്ദേശിക്കുന്നത്

ചെയ്യട്ടെ. നമ്മുടെ ഒരുമയും സഹോദര്യത്വവും ജനനത്തിലെന്ന പോലെ മരണത്തിലും കാണിക്കാം. നമ്മുടെ ഈ പീഡ, നമുക്കെല്ലാവർക്കും ഒരു പോലെയേൽക്കാം. ഏലിയാസർ നമ്മെ സ്വീകരിക്കുന്നു. നമ്മുടെ അമ്മ അനുധാവനം ചെയ്യുന്നു. അവശേഷിക്കുന്നവർക്ക് യെരുശലേമിൽ മഹനീയമായ സംസ്കാരം നൽകുന്നു. ഒരേ മഹനീയ ഉദരത്തിൽ ജനിച്ച നമ്മുടെ ആവാസം ഒരേ കല്ലറയിൽ ആയിരിക്കും."

8. ഈ വകകാര്യങ്ങൾ പറഞ്ഞു കൊണ്ടിരിക്കുകയും, പീഡനടന്നു കൊണ്ടിരിക്കുകയും ചെയ്യുമ്പോൾ, അവർ തങ്ങളെത്തന്നെ കൊറ്റന്റെ തേറ്റപോലെ കൂർപ്പിച്ച്, തീഷ്ണമായി, തങ്ങളുടെ പ്രായത്തിനനുസരിച്ച് നിരനിരയായി ഉറച്ചുനിന്നു. ദേശത്തെ മുഴുവൻ ആ പീഡകർ ഭയപ്പെടുത്തിയിരുന്നുവെങ്കിലും ഏകമനസ്സോടെ ദൈവവിശ്വാസത്തിനായി നിലകൊണ്ട ആ ഏഴുയുവാക്കൾ, ആ പീഡകർക്ക് ഭയവും പരവേശവുമുണ്ടാക്കി. മഹത്ത്വവതിയായ ആ അമ്മ സത്യവിശ്വാസത്തിലെന്നപോലെ എല്ലാക്കാര്യത്തിലും മഹത്ത്വവതിയായിരുന്നു, ന്യായപ്രമാണതല്പരയായിരുന്നു. ആനന്ദവും ഭയവും അവളിൽ സമ്മിശ്രമായി കണ്ടിരുന്നു. ഇവ രണ്ടുമായിരുന്നു അവളെ ഭരിച്ചിരുന്ന വികാരം. അവളുടെ ധൈര്യത്തെക്കാളുപരിയായിരുന്നു, അവളുടെ ആനന്ദം. പാമ്പോ, മറ്റുക്ഷുദ്രജീവികളോ ആക്രമിക്കുവാൻ വരുമ്പോൾ പക്ഷി തന്റെ കുഞ്ഞുങ്ങളെ ചിറകിൻ കീഴിൽ കരുതുമ്പോഴുള്ള ഭയം പോലെ വരുവാൻ പോകുന്ന പീഡകളെ അവൾ ഭയന്നു. അവൾ എന്തെങ്കിലും പറഞ്ഞിരുന്നോ? വിജയത്തെ തടയുന്ന രീതിയിൽ അവർ എന്തെങ്കിലും ചെയ്തിരുന്നോ? അവരുടെ[8] രക്തത്തുള്ളികൾ അവൾ ശേഖരിച്ചു. അവരുടെ ചിതറിയ അസ്ഥികൾ ശേഖരിച്ചു. അവളുടെ കുഞ്ഞുങ്ങളുടെ അവശേഷിപ്പുകളെ ചുംബിച്ചു. കൂടിയിരുന്നവരെല്ലാം അതുകണ്ടു വിലപിച്ചു. അവൾ എല്ലാവരോടുമായിപ്പറഞ്ഞു. "നോക്കുവിൻ, എന്റെ മക്കളേ! നോക്കുവിൻ, എന്റെ ധീരയോദ്ധാക്കളേ! നിങ്ങളുടെ ശരീരം ഏകദേശം ഇല്ലാതായിക്കഴിഞ്ഞു. ന്യായപ്രമാണ യോദ്ധാക്കളേ, എന്റെ വാർദ്ധക്യവും, നിങ്ങളെ വളർത്തിയ നഗരവും, നിങ്ങളെ ഈ നന്മയുടെ കൊടുമുടിയിലേക്കുയർത്തി. വീണ്ടും അൽപം കൂടി പൊരുതുക. വിജയം നമ്മുടേതാണ്. പീഡകൾ കുറയുമോ എന്നുമാത്രമാണ് ഞാൻ ഭയക്കുന്നത്. മാതൃഗണങ്ങളിൽ ഞാൻ ഭാഗ്യവതിയായിരിക്കും, നിങ്ങൾ പൈതങ്ങളിൽ ഭാഗ്യവാന്മാരും. എങ്കിലും നിങ്ങൾ നിങ്ങളുടെ അമ്മയെ സ്നേഹിക്കുന്നുവോ? ഞാൻ നിങ്ങളെ വിട്ടുപോകയില്ല. എനിക്ക് നിങ്ങൾക്ക് നൽകാനുള്ള വാഗ്ദാനം ഇതാണ്. എനിക്ക് എന്റെ കുഞ്ഞുങ്ങളോട്ട് അപ്രീതിപ്പെടുവാനാവുകയില്ല."

9. അവർ അവരുടെ ലക്ഷ്യം കൈവരിച്ചപ്പോൾ അവൾ ജാഗ്രതയോടെയിരുന്നു. ഒരു ഒളിമ്പിക്സ് വിജയിയെപ്പോലെ ശിരസ്സുയർത്തി, കൈകൾ വിരിച്ച്, ഉജ്ജ്വലസ്വരത്തിൽ അവൾ ഇങ്ങനെ പറഞ്ഞു: "പരിശുദ്ധനായപിതാവേ, നിനക്കും, നിന്റെ ന്യായപ്രമാണത്തിനുവേണ്ടി നിന്റെ കുട്ടികൾക്ക് മുമ്പേ പോരാട്ടത്തിൽ പ്രയാണം ചെയ്ത പിതാവായ ഏലിയാസാറേ നിനക്കും നന്ദി. എന്തുകൊണ്ടെന്നാൽ എന്റെ ഉദരഫലം നീ സ്വീകരിച്ചു. എല്ലാ അമ്മമാരേക്കാളും പരിശുദ്ധയായ അമ്മയായി ഞാൻ മാറി. ലോകത്തിനായി ഒന്നും ശേഷിപ്പിച്ചില്ല. സകലതും ദൈവത്തിനായി നൽകി പൂർത്തീകരിച്ചു. അവർ എന്റെ ഭാഗ്യവും വാർദ്ധക്യത്തിലെ പ്രതീക്ഷയുമായിരുന്നു. ഇതിലും ശ്രേഷ്ഠമായി എങ്ങനെ ബഹുമാനിക്കപ്പെടും. എന്റെ വാർദ്ധക്യത്തിൽ ഇതിലും മഹത്തായി ഞാൻ എങ്ങനെയാണ് ആശ്വാസപ്പെടുക. എന്റെ മക്കളേ, നിങ്ങളെ വളർത്തി വലുതാക്കിയതിനാൽ ഞാൻ എന്റെ പ്രതിഫലം നേടി. നന്മയ്ക്കായുള്ള നിങ്ങളുടെ യുദ്ധം ഞാൻ കണ്ടു. രക്തസാക്ഷികൾ വഹിക്കുന്ന കിരീടം, നിങ്ങളുടെ ഓരോരുത്തരുടെയും ശിരസ്സിൽ ഞാൻ

8 *മക്കളുടെ*

കണ്ടു. ഞാൻ ആ പീഡകളെ ഉപകാരമായി കാണുന്നു. എന്റെ കുഞ്ഞുങ്ങളെ ആദ്യം പീഡിപ്പിച്ചതിൽ ആ പീഡകനോട്ട് ഞാൻ നന്ദിയുള്ളവളാണ്. അവസാനം ഞാൻ പീഡിപ്പിക്കപ്പെട്ടതിനാൽ അവരോടൊപ്പം ഞാൻ അവരുടെ പീഡയിൽ ഭാഗഭാക്കായി. എന്നിലൂടെ ബലി[9] പൂർത്തികരിച്ചു. ഞാൻ എന്റെ മുടി പിഴുതെറിയുകയില്ല, ഞാൻ എന്റെ അങ്കി വലിച്ചു കീറുകയില്ല, ഞാൻ എന്റെ ശരീരം നഖം കൊണ്ട് കീറി മുറിക്കുകയില്ല, ഞാൻ അലറിക്കരയുകയില്ല, ഞാൻ മറ്റു സ്ത്രീകളെ വിലാപത്തിന് വിളിക്കുകയില്ല, ഞാൻ വിലാപത്തോടെ ഇരുട്ടറയിൽ ഇരിക്കുകയില്ല, ഞാൻ ആരുടെയും സഹതാപം ആവശ്യപ്പെടുകയില്ല, ഞാൻ വിലാപത്തിന്റെ അപ്പം ഭക്ഷിക്കുകയില്ല; ഇതെല്ലാം ബലഹീനരായ അമ്മമാർ ചെയ്യുന്നതാണ്. വിജയം[10] നേടിയിട്ടില്ലാത്ത മക്കൾ മരിച്ച, ലൗകിക പ്രകാരമുള്ള അമ്മമാർ. എന്റെ പ്രിയ പുത്രന്മാരേ, എന്നെ സംബന്ധിച്ച്, നിങ്ങൾ എനിക്ക് മരിച്ചവരല്ല, എന്നാലോ നിങ്ങൾ ദൈവത്തിന് അർപ്പിക്കപ്പെട്ട ഫലങ്ങളാണ്. നിങ്ങൾ ഇല്ലാതായവരല്ല, നിങ്ങൾ ലോകാന്തര ഗമനം ചെയ്തവരാണ്. നിങ്ങൾ ശൂന്യമാക്കപ്പെട്ടവരല്ല, എന്നാൽ നിങ്ങൾ ഒരുമിച്ച് ചേർക്കപ്പെട്ടവരാണ്. ഒരു വന്യമൃഗങ്ങൾക്കും നിങ്ങളെ ആക്രമിക്കാനാവുകയില്ല, ഒരു തിരമാലകൾക്കും നിങ്ങളെ മുക്കിക്കളയാനാവുകയില്ല, ആരും നിങ്ങളെ കവരുകയില്ല, ഒരു രോഗപീഡയും നിങ്ങളെ ബാധിക്കുകയില്ല, ഒരു മഹാമാരിയും നിങ്ങളെ സമീപിക്കുകയില്ല, ചെറുതോ വലുതായ ആയ മനുഷ്യജന്യമായ ഒന്നും നിങ്ങളെ ബാധിക്കുകയില്ല. നിങ്ങളുടെ വിധിയിൽ ഞാൻ കഠിനമായി വിലപിക്കുന്നു. എന്റെ കണ്ണുനീര് ഇപ്പോൾ വറ്റിയിരിക്കുന്നു, അല്ലായിരുന്നുവെങ്കിൽ നിങ്ങളോടുള്ള സ്നേഹത്തെ പ്രതി ഞാൻ കണ്ണുനീര്

9 പീഡ

10 ആത്മീയവിജയം

ഒഴുക്കിയേനേ. എങ്കിലും അതിന് വലിയ പ്രാധാന്യമില്ല. ഞാൻ സത്യമായും നിങ്ങളെയോർത്ത് വിലപിക്കുന്നു. എന്തെന്നാൽ നിങ്ങൾ തിന്മയിൽ നിന്നും രക്ഷനേടിയിരിക്കുന്നു, പീഡനങ്ങൾ മുഖാന്തരം നിങ്ങൾ ശുദ്ധീകരിക്കപ്പെട്ടിരിക്കുന്നു. ഓരോരുത്തരായി യുദ്ധം ചെയ്തിരിക്കുന്നു. ഇപ്പോൾ നിങ്ങൾ നേരിട്ടതുപോലെ ഓരോരുത്തരായി മുന്നേറുന്നു. ഈ പീഡ അനുഭവിച്ച നിങ്ങൾക്ക് പുകഴ്ച്ചയും, ആനന്ദവും, മഹത്ത്വവും! ഞാനും പീഡ നുകർന്ന് നിങ്ങളെ അനുഗമിക്കുന്നു. അനേകം വേശ്യാസ്ത്രീകളെ കൊന്നവരിലൊരാളായ ഫിനഹാസിനൊപ്പമാണ്[11] ഞങ്ങൾ. ശരീരത്തിന്റെ പരസംഗത്തെയല്ല കൊന്നത്, ആത്മാവിന്റെ പരസംഗത്തെയാണ്.[12] ദൈവം നൽകിയ മകനെ ദൈവത്തിനു സമർപ്പിച്ച ഹന്നായൊടോപ്പം[13] ഞങ്ങൾ പുകഴ്ച നേടുന്നു. അവൾ ഒരു മകനെ പൈതൽ പ്രായത്തിൽ സമർപ്പിച്ചപ്പോൾ ഞാൻ ഏഴു യുവാക്കളെയാണ് സമർപ്പിച്ചത്. അത് ദൈവപദ്ധതിയനുസരിച്ച് ശുദ്ധീകരിക്കപ്പെടാനത്രേ. ഞങ്ങൾ വാങ്ങിപ്പോയവരെക്കുറിച്ച് വിലപിക്കുന്ന യിരമ്യാവിനൊപ്പമാണ്, അത് അവന്റെ വിലാപത്തെക്കുറിച്ചല്ല, ശുദ്ധീകരിക്കപ്പെട്ട മരണത്തെ പ്രകീർത്തിക്കുന്നതിനെക്കുറിച്ചത്രേ. മഞ്ഞിനേക്കാൾ ശോഭയേറിയവരും, പാലിനെപ്പോലെ തിരിക്കാനാവാത്തവരും, ഇന്ദ്രനീലക്കല്ലിനേക്കാളും വിലയേറിയതുമായ അവർ, ദൈവത്തിൽ ജനിച്ച്, ദൈവത്താൽ എടുക്കപ്പെട്ടു. ഇനിയെന്താണ്? ചിലപ്പോൾ ശത്രുക്കൾപോലും നന്മ ചെയ്തേക്കാം. ആ സ്വേച്ഛാധിപതി എന്റെ മക്കളോടൊപ്പം, എന്നെയും കൂട്ടിച്ചേർത്തു. ഞങ്ങളുടെ താഴ്മയോടെയുള്ള പോരാട്ടം ദൈവമുമ്പിൽ ശ്രേഷ്ഠമാണ്. എന്റെ വൃദ്ധശരീരം അവരുടേതുമായിച്ചേർന്ന് പീഡയേറ്റു. എന്റെ കുട്ടികൾ മുഖാന്തരം ആ പീ

11 സംഖ്യാപുസ്തകം 25:7-13

12 അന്യദേവനെ ആരാധിക്കുന്നതിനെയാണ് വിവക്ഷിക്കുന്നത്

13 1 ശമുവേൽ 1:22-2:11

ഡനോപകരണങ്ങളുമായി പോലും എനിക്ക് ആത്മബന്ധമുണ്ടായി. എന്നെ ആ പീഡനോപകരണങ്ങൾ കൊണ്ട് പീഡിപ്പിച്ചില്ലെങ്കിൽ, എന്റെ ശരീരാവശിഷ്ടങ്ങൾ അവരുടേതിനൊപ്പം ചേർത്ത് ഒരേകല്ലറ ഞങ്ങളെ സ്വീകരിക്കട്ടെ. മരണത്താൽ ഞങ്ങൾക്ക് ഒരുപോലെ ലഭിക്കുന്ന ബഹുമതിയിൽ നിങ്ങൾക്ക് അപ്രീതി തോന്നേണ്ട. അമ്മമാരേ വിട! കുഞ്ഞുങ്ങളെ വിട! ഈ (സഹനമാകട്ടെ) നിങ്ങളിൽ ഉണ്ടാകേണ്ടതും ഉരുവാക്കേണ്ടതും. ഞങ്ങൾ നിങ്ങൾക്ക് ഉദാത്തമായ മാതൃകനൽകി."

10. അവൾ ഇക്കാര്യമെല്ലാം പറഞ്ഞതിനുശേഷം കുഞ്ഞുങ്ങളോടൊപ്പം കൂടിച്ചേർക്കപ്പെടുവാനായി പോയി. അവൾ എങ്ങനെ ആ പീഡയിൽ പങ്കാളിയായി? അവൾ ആ തീജ്ജ്വാലയിൽ എരിയപ്പെടാനായി ഓടിപ്പോയി, ഒരു മണവറയിലേക്കെന്നപോലെ. അതായിരുന്നു അവളുടെ കർത്തവ്യം. വെടിപ്പുള്ള അവളുടെ ശരീരം, പടയാളികളുടെ അശുദ്ധകരങ്ങളാൽ മലിനമാകപ്പെടാതിരിക്കാനായി, അവരെക്കാത്തുനിൽക്കാതെ അവൾ തീയിലേക്ക് ഓടി. ഇസ്രായേലിനെ അശുദ്ധ ബലിയാൽ മ്ലേച്ഛമാക്കാതെ തന്റെ സ്വന്തം രക്തത്താൽ ശുദ്ധീകരിച്ച് മറ്റുള്ളവർക്ക്, സ്വർഗ്ഗീയ മഹാരഹസ്യങ്ങളുടെ ബലിയായി അർപ്പിച്ച ഏലിയാസാർ, തന്റെ പൗരോഹിത്യം പരിമളവാസനയാക്കി. അതുപോലെ ആ യുവാക്കൾ തങ്ങളുടെ യൗവ്വനവും സമർപ്പിച്ചു. തങ്ങളുടെ ശരീരം പീഡകൾക്കായി വിട്ടുകൊടുത്തു. ലൗകികസന്തോഷങ്ങൾക്കായല്ല അവർ ജീവൻ നൽകിയത്. ഇത് അവരുടെ അമ്മയെ സംബന്ധിച്ചും ശരിയായിരുന്നു. മക്കൾ തങ്ങളുടെ ജീവിതം കൊണ്ട് ആ അമ്മയുടെ പുകഴ്ച്ചയ്ക്ക് കാരണമായി. അവൾ അവരോടൊരുമിച്ച് നിത്യതയിൽ പ്രവേശിച്ചു. ഈ ലോകത്ത് അവൾ ജന്മം നൽകിയ മക്കൾ ദൈവനിയമത്തിനായി നിലകൊണ്ടു. ജന്മം നല്കിയപ്പോൾ വേദന അനുഭവിച്ചതു പോലെ അവരുടെ മരണത്തിലും അവൾ തീവ്രവേദനയേറ്റു. അവരുടെ ജനനത്തിൽ അവൾ വേദന അനുഭവിച്ച ക്രമത്തിൽത്തന്നെ മരണത്തിലും അവൾ വേദന അനുഭവിച്ചു. മത്സര ഓട്ടത്തിലെന്ന പോലെ ഒന്നിനുപുറകേ ഒന്നായി അവർ തങ്ങളുടെ ധീരതപ്രകടപ്പിച്ചു. ആദ്യം പീഡയേറ്റവനെപ്പോലെ അവരോരുത്തരും പീഡകളിൽ നിമഗ്നരായി. അവൾക്ക് ഇനിയും മക്കളില്ലാത്തതുകൊണ്ട് ഇനിയും ആരെയും പീഡിപ്പിക്കേണ്ടി വരുന്നില്ലാ എന്നതിൽ ആ സ്വേച്ഛാധിപതി ആ ഹീനപ്രവർത്തികളിൽ നിന്ന് ലജ്ജിച്ചു പിന്മാറി. അവന്റെ ആ യുദ്ധങ്ങൾക്ക് ശക്തിയില്ലായെന്ന് അവൻ ആദ്യമായി മനസ്സിലാക്കി. നിരായുധരായ കുട്ടികളെയാണ് അവൻ ആക്രമിച്ചത്. അവർക്ക് ആകെയുണ്ടായിരുന്ന ആയുധം ശ്രേഷ്ഠമായ ഭക്തിയും, കഷ്ടതിയിലുള്ള സഹനവും ആയിരുന്നു. അത് സ്വേച്ഛാധിപതിയുടെ പടയൊരുക്കത്തിനെതിരായിരിന്നു.

11. ഇഫ്താഹിന്റെ[14] ബലിയേക്കാളും ശ്രേഷ്ഠവും ശ്രദ്ധയോടുകൂടിയതുമായ ബലിയായിരുന്നു ഇത്. എന്നാൽ ഇത്, ഒരു വിജയത്തിന് പ്രതിഫലമായി അർപ്പിച്ച ബലിയായിരുന്നില്ല, എന്നാലോ വരുവാനുള്ളതിന്റെ പ്രത്യാശയിൽ തങ്ങളെത്തന്നെ ബലിയായി അർപ്പിച്ച വിശുദ്ധ പ്രവർത്തിയായിരുന്നു. സിംഹങ്ങൾക്ക് ഭക്ഷണമായി നൽകപ്പെട്ട്, അവയോട് കൈകൾ നീട്ടിപ്പോരാടി വിജയിച്ച ദാനിയേൽ നേരിട്ട പീഡയേക്കാൾ ഒട്ടും ചെറുതായിരുന്നില്ല ഇത്. പിതാക്കന്മാർ നിരോധിച്ച ഭക്ഷണം, കഴിക്കാത്തതിന്റെ പേരിൽ അഗ്നിക്കിരയാക്കുകയും അവിടെ നിന്ന് മാലാഖമാർ രക്ഷിക്കുകയും ചെയ്ത അസ്സീറിയയിലെ യുവാക്കളെക്കാളും താഴെയുമല്ല ഇവർ. അവരുടെ പ്രവർത്തികൾ, ക്രിസ്തുവിനു വേണ്ടി രക്തസാക്ഷികളായവരുടേതിനേക്കാൾ ഒട്ടും ചെറുതുമായിരുന്നില്ല. എന്റെ പ്രഭാഷണത്തിന്റെ തുടക്കത്തിൽ സൂചിപ്പിച്ചതുപോലെ, ക്രിസ്തുവിന്റെ രക്തത്തോട്ട് അവരും

14 ന്യായപ്രമാണം 11:30

ചേർക്കപ്പെട്ടു. നമുക്കുവേണ്ടിയുള്ള പോരാട്ടത്തിൽ, ദൈവം അവർക്ക് ശ്രേഷ്ഠവും മഹനീയവുമായ പ്രതിഫലം നൽകി. ഒരു വശത്ത് മക്കാബിയരെ സംബന്ധിച്ചതും ഇതിൽപ്പരം ദൃഷ്ടാന്തങ്ങൾ പറയുവാനില്ല. യഹൂദരെല്ലാവരും അവരുടെ നിശ്ചയാദാർഢ്യത്തിൽ ആശ്ചര്യഭരിതരായി. അവരുടെ കിരീടധാരണത്തിൽ അവരെല്ലാവരും സന്തോഷിച്ചാഹ്ലാദിച്ചു. ആ നഗരവാസികൾക്ക് ഈ പോരാട്ടം ഇന്നെയോളം മറ്റെല്ലാത്തിലും വച്ച് വലുതായിരുന്നു. ന്യായപ്രമാണം പുകഴ്ത്തപ്പെട്ടതിന്റെ ദിനമായിരുന്നു അത്. എബ്രായദേശത്തെ സംബന്ധിച്ച് ആ ദിനം, ശുദ്ധീകരണത്തിന്റെ ഉച്ചാവസ്ഥയിലായിരുന്നു. അന്ത്യോക്കസ് പോലും തന്റെ തന്നെ ക്രൂരതയിൽ സംഭ്രമിച്ച് മുഖം തിരിച്ചുവെന്ന് പറയപ്പെടുന്നു. എതിരാളികൾ (പീഡകൾ) പോലും അവരുടെ ശ്രേഷ്ഠമായ ധൈര്യം മനസ്സിലാക്കി അതിൽ അതിശയപ്പെട്ടു. അപ്പോൾ അവൻ[15] കോപിഷ്ഠനായി, തന്റെ പിതാവായ സെല്യൂക്കസിനെ വാഴ്ത്തിപ്പാടി, ജനത്തെ അഭിവാദ്യം ചെയ്ത് ദേവാലയത്തെ വണങ്ങി, തന്റെ ക്രൂരതയ്ക്ക് കാരണക്കാരനായ ശീമോനെ ശപിച്ചു തള്ളി.

12. പട്ടക്കാർക്കും അമ്മമാർക്കും കുഞ്ഞുങ്ങൾക്കും ഇവരൊരു മാതൃകയാണ്. ശ്രേഷ്ഠനായ ആത്മീയപിതാവായ ഏലിയാസാർ തന്റെ വചനങ്ങളാലും പ്രവർത്തിയാലും മാതൃക കാണിച്ചുതന്നു. വിശ്വാസ തീക്ഷ്ണതയുള്ള ഒരമ്മ, മക്കളോട് പൂർണ്ണസ്നേഹം പ്രകടിപ്പിച്ച ഒരമ്മ, മശിഹായുടെ മുൻപിൽ അവരെ സമർപ്പിക്കുന്നു, അത് വിവാഹത്തിന് ശുദ്ധീകരിക്കപ്പെട്ടുവാനായി നിർത്തുന്നതു പോലെ, ബലിയായി നല്കി. ഈ വിശുദ്ധരായ കുഞ്ഞുങ്ങൾ അപമാനകരമായവസ്തു വേണ്ടിയോ, ജഡിക അഭിലാഷങ്ങൾക്കു വേണ്ടിയോ അല്ല തങ്ങളുടെ യുവത്വം വിട്ടുകൊടുത്തത്, പിന്നെയോ അവരുടെ എല്ലാ അവയവങ്ങൾക്കു നേരെയും ഉണ്ടായ പീഡകൾക്കെതിരെ, അന്ത്യോക്കസിനും അവന്റെ എല്ലാ അധികാരങ്ങൾക്കുമെതിരായി അതിധീരമായി പോരാടിയാണ്. കാല, ദേശ, വർഗ്ഗ, പ്രായ ഭേദമെന്യേ ഏവർക്കുമായുള്ള പോരാട്ടക്കാർ നമുക്കുണ്ട്, അവരെ ഞാൻ സ്നേഹാശ്ലേഷണം ചെയ്യുന്നു. നേരിട്ടോ, അല്ലാതെയോ ഉള്ള പോരാട്ടങ്ങളിൽ നമ്മെ സഹായിക്കുന്നത് പഴയതും പുതിയതുമായ തിരുവെഴുത്തുകളിൽ ഉള്ള ചരിത്രങ്ങളാണ്. പലയിടങ്ങളിൽനിന്നും പൂന്തേൻ ശേഖരിച്ച് തേൻകൂട്ടിൽ ഒരുമിപ്പിച്ച് മധുരതരമായ തേൻ ഉണ്ടാക്കുന്നതുപോലെ പുതിയനിയമത്തിലൂടെയും പഴയനിയമത്തിലൂടെയും നമ്മെ വർദ്ധിപ്പിക്കുന്നവനായ ദൈവം, പുത്രനിലും പരിശുദ്ധാത്മാവിലും കൂടെ മഹത്ത്വപ്പെടുന്നു. അവൻ അവനുള്ളവയെ അറിയുകയും, അവനുള്ളവ അവനെ അറിയുകയും ചെയ്യുന്നവനും;[16] അവനെ ഏറ്റുപറയുന്നവനെ, അവനും ഏറ്റുപറയുന്നവനും[17] അവനെ മാനിക്കുന്നവനെ, അവൻ മാനിക്കുന്നവനുമായ[18] നമ്മുടെ കർത്താവായ യേശുമശിഹായിൽ മഹത്ത്വവും പുകഴ്ചയും ഇപ്പോഴും എല്ലായിപ്പോഴും എന്നമെന്നേക്കും തന്നെ, ആമേൻ

മക്കാബിയരെക്കുറിച്ചുള്ള പ്രഭാഷണം ഇവിടെ അവസാനിക്കുന്നു. ഇത് ഇരുപത്താറാമത്തെ (പ്രഭാഷണം) ആണ്.[19]

15 അന്ത്യോക്കസ്

16 യോഹന്നാൻ 10:14

17 മത്തായി 10:32

18 1 ശമുവേൽ 2:30

19 മുപ്പത് പ്രഭാഷണങ്ങൾ ഉള്ള ഗ്രന്ഥത്തിലെ ഇരുപത്താറാമത്തെ പ്രഭാഷണം ആണ് മക്കാബിയരെക്കുറിച്ചുള്ള ഈ പ്രഭാഷണം

സ്വർണ്ണനാവുകാരനായ മാർ ഈവാനിയോസ് നവ സഹദേരെപ്പറ്റി നടത്തിയ മൂന്നു പ്രഭാഷണങ്ങൾ

സ്വർണ്ണനാവുകാരനായ മാർ ഈവാനിയോസ് (സെന്റ്. ജോൺ ക്രിസോസ്റ്റം) നടത്തിയ മൂന്നു പ്രഭാഷണങ്ങളാണ് ഇവിടെ നല്കിയിരിക്കുന്നത്. Patrologia Graeca of Migne (Patrologiae cursus completus... Series graeca... Accurante J.P. Migne) ൽ നിന്നാണ് ഈ മൂന്നു പ്രഭാഷണങ്ങളും എടുത്തിരിക്കുന്നത്. ഇവ ജൂലൈ 31, ഓഗസ്റ്റ് 1 തീയതികളിലായി നടത്തുന്ന പെരുന്നാൾ ദിവസങ്ങളിൽ മാർ ഈവാനിയോസ് നടത്തിയ പ്രഭാഷണങ്ങളാണ്.

അവയിൽ ഒന്നാമത്തേത് മാർ ഏലിയാസാറിനെയും, മർത്തശ്മൂനിയുടെ ഏഴു മക്കളെയും കുറിച്ചാണ്. വോല്യം 63 ൽ 'അതുവരെ അപ്രകാശിതങ്ങളായിരുന്ന 11 പ്രഭാഷണങ്ങൾ' നല്കുന്നതിലെ പതിനൊന്നാമത്തെ പ്രഭാഷണമാണ് (523 മുതൽ 530 വരെയുള്ള പേജുകൾ) ഇത്. 'ഒരു മുതിർന്ന വൈദികന്റെ പ്രഭാഷണത്തിനു ശേഷം ഏലിയാസാറിനെയും ഏഴു യുവാക്കളെയും കുറിച്ചുള്ള പ്രഭാഷണം' എന്ന തലക്കെട്ടോടെയാണ് ഈ പ്രഭാഷണം നല്കിയിരിക്കുന്നത്. മാർ ഈവാനിയോസ് തനിക്ക് മുൻപ് പ്രഭാഷണം നടത്തിയ, തന്നിലും പ്രായമേറിയ വൈദികന്റെ പരിശുദ്ധാത്മപ്രേരിതമായ സുവിശേഷഘോഷണചാതുരിയെ പ്രശംസിക്കുകയും, അതിനോടെന്തെങ്കിലും കൂട്ടിചേർക്കുവാൻ തനിക്ക് കഴിയുകയില്ലെന്ന് ബഹുമാനസൂചകമായി വ്യക്തമാക്കിയാണ് പ്രഭാഷണം തുടങ്ങിയത്.

വോല്യം 50 ൽ 'കർത്താവായ യേശുക്രിസ്തുവിന്റെയും വിശുദ്ധരുടെയും പെരുന്നാളുകളെക്കുറിച്ചുള്ള പ്രഭാഷണങ്ങളിൽ' 617 മുതൽ 624 വരെയുള്ള പേജുകളിലാണ് രണ്ടാമത്തെ പ്രഭാഷണം കൊടുത്തിരിക്കുന്നത്. 'മക്കാബിയ വിശുദ്ധരെയും അവരുടെ മാതാവിനേയും കുറിച്ചുള്ള പ്രഭാഷണം' എന്ന തലക്കെട്ടോടെയാണ് ഈ പ്രഭാഷണം കൊടുത്തിരിക്കുന്നത്. ഇത് ഒന്നാമത്തെ പ്രഭാഷണമാണെന്നും കൊടുത്തിരിക്കുന്നു. ഇതേ ഭാഗത്തു തന്നെ 623 മുതൽ 626 വരെയുള്ള പേജുകളിലാണ് മൂന്നാമത്തെ പ്രഭാഷണം കൊടുത്തിരിക്കുന്നത്. 'വിശുദ്ധ മക്കാബിയരെക്കുറിച്ചുള്ള പ്രഭാഷണം' എന്ന തലക്കെട്ടോടെയാണ് ഈ പ്രഭാഷണം കൊടുത്തിരിക്കുന്നത്. 'മക്കാബിയ വിശുദ്ധരെയും അവരുടെ മാതാവിനേയും കുറിച്ചുള്ള പ്രഭാഷണം' എന്ന പ്രഭാഷണത്തിന്റെ തുടർച്ചയാണ് ഈ പ്രഭാഷണം, അതുകൊണ്ടായിരിക്കണം ഇത് രണ്ടാമത്തെ പ്രഭാഷണമാണെന്ന് കൊടുത്തിട്ടുണ്ട്.

സ്വർണ്ണനാവുകാരനായ മാർ ഈവാനിയോസ്

സെന്റ് ജോൺ ക്രിസോസ്റ്റം അഥവാ സെന്റ് ജോൺ ക്രിസോസ്റ്റമോസ് അഥവാ സ്വർണ്ണനാവുകാരനായ മാർ ഈവാനിയോസ് അന്ത്യോഖ്യയിൽ ജനിച്ചു. (അയോണസ്, ഈവാനിയോസ്, ഈയാവാനിയോസ്, യോ

ഹന്നാൻ, ജോൺ എന്നതെല്ലാം ഒരേ പേരിന്റെ ഭാഷാന്തരങ്ങൾ മാത്രമാണ്) വിശുദ്ധ വലിയ മാർ ബസേലിയൊസിന്റെ പ്രേരണയാൽ വളരെ ചെറുപ്പത്തിൽത്തന്നെ സന്ന്യാസിയാകുവാൻ അദ്ദേഹം ആഗ്രഹിച്ചു.

ഏ.ഡി. 381-ൽ മെലിത്തോസ് അദ്ദേഹത്തെ ശെമ്മാശനായി വാഴിച്ചു. അന്ത്യോഖ്യയിലെ മെത്രാനായിരുന്ന മാർ ഫ്ലാവിയന്റെ ഒപ്പമായി അദ്ദേഹം. ശെമ്മാശ്ശായി ശുശ്രൂഷ ചെയ്ത അഞ്ചുവർഷം കൊണ്ട് പ്രശസ്തനായ പ്രബോധകനായി മാറിയ അദ്ദേഹത്തിന് അന്ത്യോഖ്യക്കാർ സ്വർണ്ണ വായുള്ളവൻ എന്നർത്ഥമുള്ള 'ക്രിസോസ്റ്റമോസ്' എന്ന പേരു നൽകി.

ഏ.ഡി. 398 - ൽ അർക്കാഡിയസ് ചക്രവർത്തി ജോൺ ക്രിസോസ്റ്റത്തെ കുസ്തന്തീനോപോലീസിന്റെ പാത്രിയർക്കീസായി തെരഞ്ഞെടുക്കുകയും, അലക്സാണ്ട്രിയൻ പാത്രിയർക്കീസായിരുന്ന മാർ തെയോഫിലോസ് അദ്ദേഹത്തെ കുസ്തന്തീനോപോലീസിന്റെ പാത്രിയർക്കീസായി വാഴിക്കുകയും ചെയ്തു. എന്നാൽ ചക്രവർത്തിയുടെ അപ്രീതിക്കു പാത്രമായ അദ്ദേഹത്തെ പിന്നീട് സ്ഥാനഭ്രഷ്ടനാക്കുകയും പീഡിപ്പിക്കുകയും, പീഡയെത്തുടർന്ന് ഏ.ഡി. 407 ൽ കാലം ചെയ്യുകയും ചെയ്തു. സ്വർണ്ണനാവിൽനിന്ന് വന്ന അവസാനത്തെ വാക്കുകൾ "എല്ലാറ്റിനെയുംപ്രതി കർത്തൃനാമം മഹത്വപ്പെടട്ടെ" എന്നായിരുന്നു.

1. ഏലിയാസാറിനെയും ഏഴു യുവാക്കളെയും കുറിച്ചുള്ള പ്രഭാഷണം

1. വളർച്ചയുടെ ഔന്നത്യത്തിൽ വിളങ്ങിനിൽക്കുന്ന ആത്മീയ ഒലിവ് മരം എത്ര ആകർഷകവും സന്ദേശവാഹിയുമാണ്! അതിന്റെ ശാഖകൾക്ക് ദൃശ്യമാകുന്നതിലും പഴക്കം തോന്നിക്കുമെങ്കിലും എത്ര പാകമേറിയതും മികച്ചതുമാണ് അതിന്റെ ഫലം. ഭൗമോപരിതലത്തിലെ ചെടികൾ സഭയുടെ വൃക്ഷങ്ങൾ പോലെയോ അല്ല. വൃക്ഷങ്ങൾ അവയുടെ അന്ത്യത്തിലേക്കടുക്കുമ്പോൾ അവയുടെ ഇലകൾ കൊഴിച്ചുകളയുകയും കാല-സമയഭേദമില്ലാതെ ഫലങ്ങൾ പുറപ്പെടുവിക്കുകയും ചെയ്യുന്നതു് പതിവാണ്. എന്നാൽ അതേ വൃക്ഷങ്ങൾ ഫലസമൃദ്ധി കാരണം വളഞ്ഞു് നിലത്തു മുട്ടും വിധം വളയുന്നതു് അവയുടെ വാർദ്ധക്യത്തിലെത്തുമ്പോൾ മാത്രമാണ്. ഈ സ്ഥിതിക്ക് സമാനമായ അനുഭവമാണ് അല്പം മുൻപ് നമ്മോട്ട് വചനപ്രഘോഷണം നടത്തിയ മുതിർന്ന സുവിശേഷകന്റെ വാക്കുകൾ ശ്രവിച്ച, നമുക്കും തോന്നിയിട്ടുണ്ടാവുക. വളരെ കാതലായ, ആ ഒറ്റ കാരണം കൊണ്ട് ആ വിഷയത്തെ കുറിച്ച് കൂടുതലായി സംസാരിക്കുവാൻ മുതിരുന്നത് അനുചിതമാണെന്ന് ഞാൻ കരുതുന്നു. കാരണം മുതിർന്നവരും ദൈവാനുഭവം കൊണ്ട് അനുഗ്രഹീതരും ആയവരുടെ മുന്നിൽ പരിചയസമ്പന്നനല്ലാത്ത ഞാൻ നിശ്ശബ്ദനാകേണ്ടതുണ്ട് എന്നാണ് എന്റെ നിരൂപണം. എന്തുകൊണ്ടെന്നാൽ, വേദവചനങ്ങളും ഗ്രന്ഥങ്ങളും നമ്മെ പഠിപ്പിക്കുന്നത് പ്രകാരം, ഒരു യൗവ്വനക്കാരനോട് സംസാരിക്കുമ്പോൾ അവർ പറയാറുള്ളത് "നിനക്ക് സംസാരിക്കണമെങ്കിൽ ചുരുങ്ങിയ വാക്കുകളിൽ സംസാരിക്കുക. ചോദ്യം ചെയ്യപ്പെട്ടാൽ രണ്ടു തവണ സംസാരിക്കുക. നിന്റെ ഉത്തരം സംക്ഷിപ്തമായി ചുരുങ്ങിയ വാക്കുകളിൽ പറയുക" എന്നാണ്.

പക്ഷേ മുതിർന്നവർ സംസാരിക്കുമ്പോൾ അവരോടുള്ള സമീപനം പൊതുവെ നിബന്ധനകളില്ലാതെയാണ് കണ്ടുവരുന്നതു്. മുതിർന്നവർ സംസാരിക്കുമ്പോൾ യാതൊരു തടസ്സവും ഇല്ലാതെ അവരെ തുടരാൻ അനുവദിക്കുന്നു. അവർ പറയുന്ന ബൗദ്ധികമായ കാര്യങ്ങൾ സഹർഷം സ്വീകരിച്ചുകൊണ്ടു് ഇപ്രകാരം പറയുന്നു. 'മുതിർന്ന പ്രായക്കാരാ, താങ്കൾ സംസാരിക്കുന്നതു് ഉചിതമല്ലോ. കൃത്യമായ ധാരണയോടെ അങ്ങു സംസാരിച്ചാൽ അതു് സംഗീതത്തിൽ ഇടപെടും.' എന്താണ് 'സംഗീതത്തിന്റെ ഇടപെടൽ' എന്നതിലൂടെ ഉദ്ദേശിക്കുന്നതു്? ഇതിലൂടെ വേദഗ്രന്ഥം നമ്മെ ചൂണ്ടിക്കാണിക്കുന്നത് മുതിർന്ന വ്യക്തിയുടെ വ്യക്തമായ ബോധ്യത്തോടെയുള്ള വചനപ്രഘോഷണത്തോളം ആനന്ദം, കൊമ്പും കുഴലും കിന്നരവും നൽകാറില്ല എന്നാണ്. ഈ രണ്ടു് ഉല്ലാസങ്ങൾ തമ്മിൽ താരതമ്യം ചെയ്താലും, കൂടുതൽ ശ്രദ്ധേയമായ അവതരണത്തിലും കൂടുതൽ പേർക്ക് താല്പര്യമുള്ള സംഗീതത്തിലും മുൻതൂക്കം വചനപ്രഘോഷണത്തിന് ലഭിക്കുന്നത് ആ കാരണത്താലാണ്. വചനപ്രഘോഷണം സംഗീതത്തിനുമേൽ ആധിപത്യം ചെലുത്തുന്നു. സംഗീതം അതിനു വഴങ്ങുന്നു. ഇക്കാരണം കൊണ്ടുകൂടിയാണ് സംഗീതത്തിൽ ഇടപെടുക എന്നതുകൊണ്ടു് സംഗീതത്തെ മുന്നോട്ടുവരാൻ അനുവദിക്കാതെ അതിനെ വചനപ്രഘോഷണത്തിന്റെ നിഴലിൽ മറയ്ക്കും.

2. ഈ ഉപദേശങ്ങൾ മൂലമാണ് അവൻ സുവിശേഷം അറിയിക്കുകയും ഉപദേശങ്ങൾ നൽകുകയും ചെയ്യുമ്പോൾ നാം നിശബ്ദരായി ശ്രവിക്കേണ്ടതു്. സാധാരണ പോലെ ഞാൻ ആവർത്തിക്കുന്നു; എനിക്ക് നിങ്ങളുടെ ഉത്സാഹത്തെയും, മുതിർ

ന്നവരുടെ സമ്മർദ്ദത്തെയും അവഗണിക്കുവാൻ കഴിയുമെന്ന് കരുതുന്നില്ല. ഇക്കാരണത്താലാണ് ഞാൻ മറ്റു കാര്യങ്ങൾ മാറ്റിവച്ച് കഠിനമേറിയ വചനപ്രഘോഷണം തടസ്സം പറയാതെ ഏറ്റെടുക്കുന്നത്. അത് എന്റെ കഴിവുകൊണ്ടല്ല. അതിനെന്നെ ഏറ്റവും പ്രചോദിപ്പിച്ചതും സഹായകമായതും ശ്രോതാക്കളുടെ ഉത്സാഹമായിരുന്നു. എന്നാൽ ഏറ്റവും പ്രധാനം യാത്രയുടെ ഒരു ഘട്ടത്തിലും, ആഴവും വീതിയും കൂടിയ പ്രദേശങ്ങളിലെ വെല്ലുവിളികൾക്ക് മദ്ധ്യേ പോലും ഉണ്ടാവാനിടയുള്ള കപ്പൽ ഛേദങ്ങളിലും മറ്റും പെട്ട് എന്റെ വചനപ്രഘോഷണം മുങ്ങിപ്പോയില്ല എന്നതായിരുന്നു. ആ അനുഭവത്തിന് കാരണം; യാത്രാമദ്ധ്യേ പാറകളോ കുന്നുകളോ അദൃശ്യമായ അപകടങ്ങളോ ഒരിടത്തും ഇല്ലായിരുന്നു എന്ന് മാത്രമല്ല, യാത്രയിൽ മിക്ക അവസരങ്ങളിലും തുറമുഖതീരം പോലെ കടൽ കൂട്ടുതൽ ശാന്തമായി കാണപ്പെട്ടു എന്നതും ശ്രദ്ധേയമായിരുന്നു. നിങ്ങളുടെ പഠനതാൽപര്യത്തിലെ അഭിവാഞ്ഛ, ശാന്തമായി കിടക്കുന്ന തുറമുഖത്ത് നിശ്ശബ്ദമായി അടിക്കുന്ന മന്ദമാരുതൻ പോലെയായിരുന്നു. ഞങ്ങളുടെ നാവിൽ നിന്ന് പുറപ്പെട്ട വാചകങ്ങൾ അത്ര അനായാസങ്ങളല്ലായിരുന്നു എങ്കിലും നിങ്ങളുടെ മലർത്തിയ കൈകൾ അവയെയെല്ലാം സ്വീകരിച്ചു. കൂടാതെ കൃത്യതയോടെയും ഏകാഗ്രതയോടെയുമുള്ള നിങ്ങളുടെ ഉത്സാഹവും സമർപ്പണവും കഠിനമായ ഈ കർമ്മത്തെ ലഘുവാക്കിമാറ്റുകയും ചെയ്തു. ആ വചനങ്ങളെ കല്ലിലോ മുള്ളുകൾക്കിടയിലോ വീഴാൻ അനുവദിക്കാതെ ഫലഭൂയിഷ്ഠവും ഒരുക്കിയിട്ടതുമായ കൃഷിഭൂമിയായ നിങ്ങളുടെ മനങ്ങളിൽ അവ കൃത്യമായി വിതയ്ക്കപ്പെട്ടു എന്ന് ഞാൻ കരുതുന്നു. ആയതുകൊണ്ട് ദിനംപ്രതിയുള്ള, പരിശുദ്ധത്മാവെന്ന ലഘുവായ മാരുതന്റെ സ്പർശം മൂലം വചനമാകുന്ന വിള ദൈവിക പ്രൌഢിയിൽ വളർച്ച പ്രാപിക്കുന്ന ആനന്ദത്തിൽ ആറാടുന്ന കാഴ്ച്ച കാണുവാൻ സാധിക്കുന്നു.

3. ഈ കാരണങ്ങളാൽ വിഷയത്തിലെ ശേഷിച്ച ഭാഗങ്ങൾ തുടരുവാൻ ആഗ്രഹിച്ചുവെങ്കിലും എനിക്ക് അത് ചെയ്യുവാനാകുമോ? മക്കാബിയരുടെ സംഘനാദം എന്റെ കണ്ണുകൾക്ക് മുന്നിൽ ശോഭയോടെ തെളിഞ്ഞുനിൽക്കുന്നു. അവരുടെ അപൂർവ്വവും ദൈവദത്തവുമായ മുറിവുകളുടെ ഗാംഭീര്യം ഞങ്ങളുടെ മനസ്സുകളെ പ്രകാശപൂരിതമാക്കുന്നു. ഞങ്ങളുടെ നാവുകളെ ആ തിരുമുറിവുകളുടെ അലൗകികസൗന്ദര്യത്തിലേക്ക് ക്ഷണിക്കുന്നു. എങ്കിലും നാളത്തെ മല്ലയുദ്ധത്തിനായുള്ള കിരീടങ്ങളും വിജയികൾക്കുള്ള ഉപഹാരവും നേരത്തെ തന്നെ തയ്യാറാക്കുന്നത് മൂലം ഈ അനവസരത്തിലുള്ള സുവിശേഷഘോഷണത്തെ പഴിക്കരുത് എന്നപേക്ഷിക്കുകയാണ്. സാധാരണ വിവാഹചടങ്ങുകളുമായി ബന്ധപ്പെട്ട, വധൂഗൃഹവും അനുബന്ധഅലങ്കാരങ്ങളും നിറവൈവിദ്ധ്യമുള്ള ശീലകളും നേരത്തെ തന്നെ പൂർത്തീകരിക്കുമെങ്കിൽ, അല്പം കൂടി നേരത്തെ മുൻകൂർ ചെയ്യേണ്ട വിധം വർദ്ധിതപ്രാധാന്യം ഈ വിവാഹത്തിനും[1] ഒരുക്കങ്ങൾക്കും ഉള്ളതിന് കാരണം മനുഷ്യാത്മാക്കളെ ദൈവത്തിന് വിവാഹത്തിന് ഏൽപ്പിക്കുന്നു എന്നതാണ്. 'രക്തസാക്ഷികളെ മണവാട്ടികൾ - ആത്മീയ മണവാട്ടികൾ - എന്ന് വിളിച്ചാൽ അത് തെറ്റാവില്ല. കാരണം അവർ അവരുടെ രക്തത്തെ സ്ത്രീധനം - നശിച്ചുപോകാത്ത, നിത്യമായ സ്ത്രീധനം - ആയി സമർപ്പിച്ചു എന്നതാണ്.

4. ആയതിനാൽ ആത്മീയ പ്രശംസയുടെ പ്രഭാഷണത്തിനായി നമുക്ക് നാളേക്കായി കാത്തിരുന്നുകൊണ്ട് ഇന്ന് നമ്മുടെ സഹോദരീസഹോദരന്മാരിൽ ബലഹീനരെ തിരുത്താം. ഈ വിഷയത്തിൽ ശ്രദ്ധയൂന്നുന്നത്, നിഷ്കളങ്കരായ പലരുടെയും മാന

1 വചന പ്രഘോഷണം

സികമായ പ്രാപ്തിക്കുറവ് കൊണ്ട് ഈ സഭയുടെ എതിരാളികളാൽ തെറ്റിദ്ധരിക്കപ്പെട്ടുപോയിരിക്കുന്നു. അവർ ഈ വിശുദ്ധരെ രക്തസാക്ഷികളുടെ നിരയിൽ കണക്കുകൂട്ടുന്നില്ല. ക്രിസ്തുവിനുവേണ്ടിയല്ല അവർ രക്തം ചൊരിഞ്ഞതെന്നും പഴയനിയമ പ്രകാരം പന്നിയുടെ രക്തത്തിന്റെ പേരിൽ കൊല്ലപ്പെട്ടവരാണ് അവർ എന്നുമാണ് അവർ കാരണം പറയുന്നത്.

5. ആയതിനാൽ അത്തരം ബലഹീനതയിലും പരിമിതിയിലും സഞ്ചരിക്കുന്നവർ മാത്രമല്ല മറ്റുള്ളവരുടെ പരസ്പരആസ്വാദനത്തിൽ സഹനത്തിന്റെ അവസ്ഥയിൽ ആകുന്നത്. എന്നാൽ വ്യക്തമായ നിശ്ചയദാർഢ്യം നിഴലിക്കുന്ന കണ്ണുകളോടെയും മനസ്സാന്നിധ്യത്തോടെയും സൽബുദ്ധിയോടെയും നാളെ നടക്കേണ്ടതായ ആത്മീയ-ഉത്സവത്തിൽ പങ്കെടുക്കുന്നവരെ അതിനായി തയ്യാറാക്കാം. മറ്റു രക്തസാക്ഷികൾക്കൊപ്പം അവരെ കരുതുന്നതിനും, ഒരു പക്ഷെ അവരിലും തീക്ഷ്ണവാന്മാരായി അവരെ കരുതുന്നതിനും ഞാൻ പൂർണ്ണസന്നദ്ധനാണ്. അങ്ങനെ അവരെ കരുതുന്നത്, പാപം വാഴുകയും ശാപം ശക്തി പ്രാപിക്കയും, ചെമ്പോടാമ്പലുകൾ തകർക്കപ്പെടാതെ നിൽക്കുകയും, ഇരുമ്പഴി മാറ്റപ്പെടുകയും ചെയ്യുന്നതിന് മുൻപും, ദാവീദിന്റെ കോട്ടകൊത്തളങ്ങളിലേക്കുള്ള പാതകൾ കീഴടക്കപ്പെടുന്നതിനും മുൻപായാണ് ദൈവത്തിനായുള്ള ഈ മത്സരത്തിൽ അവർ പങ്കെടുത്തത് എന്നതിനാലാണ്. ഇപ്രകാരം ഇത് പറയുന്നതിന് എനിക്ക് പ്രചോദനമായത്, അവരെയും അവരുടെ ജീവിതത്തെയും കുറിച്ച് സംസാരിക്കുന്ന ഈ കാലത്ത് തന്നെ അനേകം യുവാക്കളും വിവാഹത്തിന് ഏൽപ്പിക്കപ്പെടാത്ത കന്യകകളും മരണത്തിന്റെ സ്വേച്ഛാധിപത്യത്തിന് കീഴടങ്ങിയത് കൊണ്ടുകൂടിയാണ്. എന്നാൽ ഏകദേശം അതേ സമയത്ത്, ക്രിസ്തുവിന്റെ വരവെന്ന യാഥാർത്ഥ്യത്തിന് മുൻപ് തന്നെ, പലരും അതോർത്തുള്ള ഭയത്താൽ നടുങ്ങി വിറച്ചിരുന്നു. മോശെ, ഭയത്തിന് അടിമപ്പെട്ട് പലായനം ചെയ്തതും, ഏലിയാവ് നാല്പത് ദിനങ്ങൾ നീണ്ട പലായനം ചെയ്തതും, ഗോത്രപിതാവായ അബ്രഹാമിന്റെ പത്നിയായ സാറായിയെ 'ഞാൻ അവന്റെ സഹോദരിയാണ് ഭാര്യയല്ല' എന്ന് പറയുവാൻ പ്രേരിപ്പിച്ചതും, ശീമോൻ പത്രോസ് കടുത്ത ഭയത്തിനടിമയായി ഒരു സാധാരണ വാതിൽ കാവൽക്കാരത്തിയുടെ ചോദ്യശരത്തിന് മുന്നിൽ കീഴടങ്ങിയതും ഈ ഭയം കൊണ്ടാണ്. കാരണം, ഭീതിദവും അനിവാര്യവുമായ മരണത്തിന്റെ പാശങ്ങൾ മുറിച്ചുമാറ്റപ്പെടുകയോ ശക്തി ക്ഷയിക്കുകയോ ചെയ്തിട്ടില്ലായിരുന്നു. എന്നാലോ, മരണം അതിന്റെ ഉച്ഛ്വാസവായുവിനെ പുറന്തള്ളി അജയ്യത തെളിയിക്കുമ്പോഴും ഈ സംഘം മരണത്തെ ഭയക്കാതെ അതിനോട്ട് ഏറ്റുമുട്ടുകയും, അതിനെ വീഴ്ത്തുകയും ചെയ്തു. എന്റെ ചിന്തയിലേക്ക് ആദ്യം കടന്നുവന്നത് ഈ സംഭവം നടപ്പിലാകുന്നത് നീതിസൂര്യൻ ഉദിച്ചുയരാൻ തുടങ്ങിയപ്പോഴാണ്. സൂര്യനും അതിന്റെ രശ്മികളും കാണാനാകുന്നതിനു മുൻപു തന്നെ അതിൽ നിന്നുള്ള പ്രകാശം പുലർകാലത്തെ ശോഭിപ്പിക്കുന്നതുപോലെ, നീതി സൂര്യൻ ഉദിച്ചിട്ടില്ലായിരുന്നുവെങ്കിൽപ്പോലും, അവൻ അന്ധകാരഭയത്തെ ഇല്ലാതാക്കി. അവൻ ശരീരിയായിരുന്നില്ലെങ്കിലും, സമീപസ്ഥനായിരുന്നില്ലെങ്കിലും, അന്നു നടക്കുന്ന കാര്യങ്ങളിലെല്ലാം അവനു പങ്കുണ്ടായിരുന്നു.

6. അവർ ആ സമയങ്ങളിൽ അസാമാന്യ ധൈര്യത്തോടെ പീഡകളെ നേരിട്ടു എന്നത് സുവ്യക്തമാണ്. അവർ ക്രിസ്തുവിനായി ആ മുറിവുകൾ ഏറ്റുവാങ്ങി എന്നത് വ്യക്തമാക്കുവാൻ ശ്രമിക്കട്ടെ. "പറയൂ, എന്ത് കാരണത്താലാണ് അവർക്ക് ആ വെല്ലുവിളി ഏൽക്കേണ്ടിവന്നത്?" 'ന്യായപ്രമാണത്താലും അതുമായി ബന്ധപ്പെ

ട്ട രാജശാസനങ്ങളാലും എന്ന നിങ്ങൾ പറയുന്നു. 'ന്യായപ്രമാണം നല്കിയ ക്രിസ്തു മുഖാന്തിരവും, ന്യായപ്രമാനത്തിന് വേണ്ടി സഹനം അനുഭവിച്ചവർ എന്ന നിലയിൽ അവർ ന്യായപ്രമാണദായകനായ ക്രിസ്തുവിന് വേണ്ടി ആവശ്യമായ ധീരത വെളിവാക്കിയവർ ആണെന്ന് വ്യക്തം.' വരിക, ക്രിസ്തുവാണ് നിയമം നല്കിയതെന്ന് നമുക്ക തെളിയിക്കാം. ആരാണങ്ങനെ അവകാശപ്പെടുന്നത്? പുതിയതും പഴയതുമായ കാര്യങ്ങൾ കൃത്യമായി മനസ്സിലാകുന്നവനും, ലോകത്തിന്റെ ഗുരുനാഥനുമായ വി. പൗലോസ്. വി. പൌലൊസ് 1 കൊരിന്ത്യർ 10:1-3-ൽ രേഖപ്പെടുത്തിയിരിക്കുന്നത് "സഹോദരന്മാരേ, നമ്മുടെ പിതാക്കന്മാർ എല്ലാവരും മേഘത്തിൻ കീഴിൽ ആയിരുന്നു, എല്ലാവരും സമുദ്രത്തൂടെ കടന്നു എല്ലാവരും മേഘത്തിലും സമുദ്രത്തിലും സ്നാനം ഏറ്റു. മോശെയോടു ചേർന്നു എല്ലാവരും ഒരേ ആത്മികാഹാരം തിന്നു എല്ലാവരും ഒരേ ആത്മീകപാനീയം കുടിച്ചു" എന്നാണല്ലോ. ആ അത്ഭുതങ്ങൾ നടപ്പിലാക്കിയത് ക്രിസ്തു ആയിരുന്നു എന്ന് വെളിവാക്കി അവൻ കൂട്ടിച്ചേർക്കുന്നു: "അവരെ അനുഗമിച്ച ആത്മീകപാറയിൽ നിന്നല്ലോ അവർ കുടിച്ചത്; ആ പാറ ക്രിസ്തു ആയിരുന്നു (1 കൊരിന്ത്യർ 10:4)". എന്തെന്നാൽ പാറയുടെ സവിശേഷത കൊണ്ടല്ല, അതിൽ നിന്ന് വെള്ളവും നദികളും പുറപ്പെട്ടത്. മറിച്ച് ക്രിസ്തുവിന്റെ ശക്തി പാറകളിൽ തട്ടിയപ്പോഴാണ് അവയിൽ നീരുറവുണ്ടായത്. ഇക്കാരണം കൊണ്ടാണ് അവരെ പിന്തുടർന്നവനായിട്ടും ക്രിസ്തുവിനെ ആത്മീയ പാറ എന്ന് വിളിക്കുന്നത്. ദൃശ്യമായ പാറ ഒരിടത്ത് ഉറച്ചുനിന്നു. അത് പിന്തുടർന്ന് വന്നില്ല. എന്നാൽ എല്ലായിടത്തും വ്യാപരിക്കുന്നതും അത്ഭുതങ്ങൾ ചെയ്യുന്നതുമായ ആ ശക്തി ഈ പാറയെ അടിച്ചു. ഇത് യഹൂദർക്ക് ഉൾക്കൊള്ളുവാൻ കഴിയുന്നില്ലായെങ്കിൽ, നമുക്ക് അവരെ, പൌലൊസും പത്രോസും യോഹന്നാനും നല്കിയ ഉപദേശങ്ങളേക്കാൾ പ്രവാചകന്മാരുടെ പഠിപ്പിക്കലുകൾ വഴി ലഭിച്ച ആയുധങ്ങൾ കൊണ്ട് അവരോട് വാദിക്കാം. വസ്തുതകൾ അവരുടെ ഭാഗത്താണെങ്കിലും അതിന്റെ അന്തസ്സത്ത നമ്മോടൊപ്പമാണെന്ന് അവർ ഗ്രഹിക്കട്ടെ.

7. എങ്കിൽ, ഏത് പ്രവാചകരാണ് നമുക്ക് പഴയ നിയമത്തെ തന്നത്? ഗർഭത്തിലേ വിളിക്കപ്പെട്ട് ശുദ്ധീകരിക്കപ്പെട്ട യിരെമ്യാവോ? എവിടെ, എങ്ങനെ? അവന്റെ വാക്കുകൾ ശ്രദ്ധിച്ച് അവൻ അവയിലൂടെ വെളിപ്പെടുത്തിയത് വ്യക്തമായി മനസിലാക്കു. എന്താണ് നാം മനസ്സിലാക്കേണ്ടത്? "പുതിയോരു നിയമം ചെയ്യുന്ന കാലം വരും എന്നു യഹോവയുടെ അരുളപ്പാട്" [യിരെമ്യാവ് 31:31]. തന്റെ വാക്കുകളുടെ ആരംഭം മുതൽ പ്രവാചകനായ യിരെമ്യാവ് ആ വാക്കുകളുടെ ഉറവിടം തന്റെ മനസ്സല്ല, തന്നെ അയച്ച ദൈവത്തിന്റേതാണ് എന്ന സൂചനയോടെ വായനക്കാരുടെ ചിന്താശക്തിയെ ഉദ്ധീപിപ്പിക്കുന്നുണ്ട്. പിന്നാലെ, അദ്ദേഹം ഭാവിയിലെ സംഭവങ്ങളെ കുറിച്ച് സൂചിപ്പിക്കുന്നു. ഭാവിദിനങ്ങളെ കുറിച്ചാണെങ്കിൽ എങ്ങനെ 'ക്രിസ്തുവിന് പഴയ നിയമത്തെ നൽകിയതിനെ' ക്കുറിച്ച് പറയാനാകും എന്ന ചിന്ത ഉണർന്നേക്കാം, നിങ്ങൾ അസ്വസ്ഥരാകാതെയിരുന്നാൽ 'സത്യത്തിന്റെ കുഞ്ഞാട് ' നിങ്ങളുടെ മുന്നിൽ തെളിഞ്ഞുവരുന്നു. കാരണം, അവൻ ഈ സത്യത്തെ കുറിച്ച് പരാമർശിക്കുമ്പോൾ പഴയനിയമം നല്കപ്പെടുകയും, ലംഘിക്കപ്പെടുകയും ചെയ്യുവെന്നും അതിന്റെ പൊരുളായ പുതിയ നിയമം വരാനിരിക്കുന്നതേയുള്ളൂ എന്നും വ്യക്തമാക്കുന്നു. ഈ കാര്യങ്ങളെ കുറിച്ച് ചിന്തിക്കുന്ന ആർക്കും അല്പം ചിന്താക്കുഴപ്പം ഉണ്ടായേക്കാം. "പുതിയോരു നിയമം ചെയ്യുന്ന കാലം വരും എന്ന് യഹോവയുടെ അരുളപ്പാട്. ഞാൻ അവരുടെ പിതാക്കന്മാരോടു ചെയ്ത നിയമം പോ

ലെയല്ല." എങ്കിലും പുതിയ നിയമം ലഭിച്ച തിനെ കുറിച്ച് ചോദിക്കുന്ന ഏതു് യഹൂദ നായ വിശ്വാസിയും അതു് നൽകിയത് ക്രിസ്തു തന്നെയെന്ന് പറയുമെന്നും വ്യക്തമാണ്. അതുകൊണ്ടു് പഴയതു നല്കിയതും ക്രിസ്തുവാണ്. കൂടാതെ പഴയതും, പുതിയതുമായ രണ്ടു് നിയമങ്ങളുടെയും ഉപജ്ഞാതാവ് ഒരാൾ തന്നെ ആണെന്നിരിക്കെ പഴയ നിയമം നിർമ്മിക്കപ്പെട്ടതു് എപ്പോഴാണെന്നതും ചിന്തനീയമാണ്. "ഞാൻ അവരുടെ പിതാക്കന്മാരെ കൈക്കു പിടിച്ച മിസ്രയീംദേശത്തുനിന്നു കൊണ്ടുവന്ന നാളിൽ"' (യിരെമ്യാവ് 31:32) എന്ന വചനം മിസ്രയീമിൽ നിന്ന് വാഗ്ദത്തദേശത്തേക്ക് ഉള്ള പുറപ്പാട്ട് എത്ര അനായാസവും, ദൈവികകരുതലും ജനത്തിനാവശ്യമായ അവിശ്വസനീയങ്ങളായ അത്ഭുതങ്ങളും ഉൾപ്പെടെ നൽകി അനുഗ്രഹകരമായി നടപ്പിലാക്കപ്പെട്ടതുമെന്ന് തെളിയിക്കുന്നു. കൈക്കു പിടിച്ച് മിസ്രയേമിൽ നിന്നും പുറത്തേക്കു നയിച്ച എന്നതു് എല്ലാ അത്ഭുത പ്രവർത്തികളുടെയും പ്രാധാന്യമാണ് സൂചിപ്പിക്കുന്നതു്. ഞാൻ അവർക്കു ഭർത്താവായിരുന്നിട്ടും അവർ എന്റെ നിയമം ലംഘിച്ചുകളഞ്ഞു എന്നുമുള്ള (യിരമ്യാവ് 31:32) യഹോവയുടെ വചനങ്ങൾ 2 നിയമങ്ങളും നിർമ്മിച്ചതും നടപ്പിലാക്കിയതും ത്രിയേകദൈവം തന്നെയെന്നും വ്യക്തമാക്കുന്നു.

8. മുകളിൽ പിതാവായ ദൈവം അരുളിച്ചെയ്ത വാക്കുകൾ വിശദമായി വിശകലനം ചെയ്താൽ അവയുടെ അർത്ഥതലങ്ങൾ അസാധാരണമായ ബുദ്ധിമുട്ട് തരുന്നവയാണെന്ന് മനസിലാക്കുവാൻ കഴിയും. രണ്ടാമതു് നിയമം നൽകുന്നതിന് കാരണമായി ദൈവം പറയുന്നതു്, അതിനെ പുതിയതു് എന്ന് വിളിച്ചാണ്. അതു് അഭൂതപൂർവ്വമായകാര്യമാണ്. "ഞാൻ അവരുടെ പിതാക്കന്മാരെ മിസ്രയീംദേശത്തുനിന്നു കൊണ്ടുവന്ന നാളിൽ ചെയ്ത നിയമംപോലെയല്ല, അവർ എന്റെ നിയമം ലംഘിച്ചുകളഞ്ഞു" എന്ന് അവൻ പറയുന്നു. അവർക്ക് ദൈവത്തിലൂടെ അനേകം അത്ഭുതങ്ങളും നേട്ടങ്ങളും ആസ്വദിക്കുവാൻ കഴിഞ്ഞിട്ടും നിയമത്തിന്റെ വഴികാട്ടലിന് അവസരം ലഭിച്ചിട്ടും, അവർ തിരിച്ചറിവിനും തിരുത്തലിനും സന്നദ്ധരായില്ല എന്ന പരമമായ സത്യത്തിന്റെ അടിസ്ഥാനത്തിൽ അവർ അതിതീവ്രമായ ശിക്ഷയ്ക്കു് വിധേയമാകേണ്ടവരായിരുന്നു. എന്നാൽ പരമകാരുണികനും ക്ഷമയുടെ പര്യായവുമായ ദൈവം, അവർക്ക് പിഴ ചുമത്തിയില്ലെന്ന് മാത്രമല്ല, കൂടുതൽ മെച്ചപ്പെട്ട വാഗ്ദാനങ്ങൾ നല്കുകയും ചെയ്തു. നാം ഇന്നു നേരിടുന്ന ഈ വെല്ലുവിളിയ്ക്കു് പരിഹാരമായി എല്ലാം ഞങ്ങളിൽ നിന്ന് പഠിക്കുകയല്ല, എന്നാൽ സ്വയം കണ്ടെത്തുക എന്ന, പതിവിൽ നിന്ന് വ്യത്യസ്തമായ സമീപനമാണ് ഞങ്ങൾക്ക് നല്കുവാനായുള്ളതു്. നിങ്ങളുടെ തിരയലിന് ഉദ്ദേശിച്ച ഫലം ഉണ്ടാവുന്നില്ലാത്ത അവസ്ഥയിൽ സഹായഹസ്തം നീട്ടുവാൻ ഞങ്ങൾ തയ്യാറുമായിരിക്കും. ഈ കാഴ്ചപ്പാടിന്റെ പരിണിതഫലം, നിങ്ങൾ അപ്പോസ്തോലന്മാരിൽ നിന്ന് കണ്ടെത്തുവാൻ ശ്രമിക്കുന്നുവെങ്കിൽ തികച്ചും ആയാസരഹിതവും ക്രിയാത്മകവും ആയിരിക്കും എന്ന് മുൻകൂറായി പറയുന്നത് ശ്രദ്ധിക്കുമല്ലോ. റോമർക്കെഴുതിയ ലേഖനം, ഗലാത്യർക്കെഴുതിയ ലേഖനം, എബ്രായർക്കെഴുതിയ ലേഖനം എന്നിവ വഴിയായി അദ്ദേഹം ഈ വെല്ലുവിളിയ്ക്കു് ആവശ്യമായ പരിഹാരങ്ങൾ നിർദ്ദേശിക്കുന്നു. നന്നായി അദ്ധ്വാനിക്കുവാൻ തയ്യാറായവർക്ക്, സമയം നഷ്ടപ്പെടുത്തുന്ന കൂട്ടായ്മകളിലും ബാലിശമായ ചെയ്തികളിലും പങ്കെടുക്കാതെ ഈ ലേഖനങ്ങളെ സമീപിച്ചാൽ പരിഹാരം കണ്ടെത്താം. നേരത്തെ നൽകിയ ഉപദേശങ്ങളെ കുറിച്ച് യഥാവിധം ചിന്തിച്ച് അവയിൽ മറഞ്ഞിരിക്കുന്ന നിധി കണ്ടെത്തുവാൻ വേണ്ടി പ്രയത്നിക്കുവാൻ ശ്രദ്ധിക്കുക.

9. ഈ ഇടവേളയിൽ, മുകളിൽ പറ

ഞ്ഞ ചോദ്യത്തിന് ഉചിതമായ ഉത്തരം കണ്ടെത്തിയില്ലെങ്കിലും ഇനി അവശേഷിക്കുന്ന ഭാഗത്തേക്ക് കടന്നാലോ? എന്താണ് അവശേഷിക്കുന്നത്? "എന്നാൽ ഈ കാലം കഴിഞ്ഞശേഷം ഞാൻ യിസ്രായേൽഗൃഹത്തോടു ചെയ്‌വാനിരിക്കുന്ന നിയമം ഇങ്ങനെയാകുന്നു: ഞാൻ എന്റെ ന്യായപ്രമാണം അവരുടെ ഉള്ളിലാക്കി അവരുടെ ഹൃദയങ്ങളിൽ എഴുതും; ഞാൻ അവർക്കു ദൈവമായും അവർ എനിക്കു ജനമായും ഇരിക്കും എന്നു യഹോവയുടെ അരുളപ്പാട്. ഇനി അവരിൽ ആരും തന്റെ കൂട്ടുകാരനെയും തന്റെ സഹോദരനെയും യഹോവയെ അറിക എന്നു ഉപദേശിക്കയില്ല; അവർ ആബാലവൃദ്ധം എല്ലാവരും എന്നെ അറിയും; ഞാൻ അവരുടെ അകൃത്യം മോചിക്കും; അവരുടെ പാപം ഇനി ഓർക്കയും ഇല്ല എന്നു യഹോവയുടെ അരുളപ്പാട്ട് " [യിരെമ്യാവ് 31:33, 34]. അവൻ നിർമ്മിച്ച പഴയ നിയമത്തെ പറ്റിയും വരാൻ പോകുന്ന പുതിയ നിയമത്തെയും കുറിച്ച് അവയുടെ വ്യത്യാസങ്ങൾ, പുതിയതിന്റെ മേന്മകൾ, മേൽക്കോയ്മ, അവയുടെ മനോഹാരിതത്ത്വം, സവിശേഷതകൾ, അവയിലൂടെ ലഭ്യമാകുന്ന തിളക്കമേറിയ കൃപാദാനങ്ങൾ എന്നിവകളെ കുറിച്ച് മനസിലാക്കുവാൻ സൂചിപ്പിച്ചുകൊണ്ട് ഒന്നിന് പുറകെ ഒന്നായി അവയെക്കുറിച്ച് എത്രയോ മികച്ച രീതിയിൽ പറയുന്നു.

10. എന്തൊക്കെയാണ് പുതിയ നിയമത്തിന്റെ സവിശേഷതകൾ? "ഞാൻ എന്റെ ന്യായപ്രമാണം അവരുടെ ഉള്ളിലാക്കി അവരുടെ ഹൃദയങ്ങളിൽ എഴുതും;" [യിരെമ്യാവ് 31:33]. ആദ്യ നിയമം കല്പലകകളിലാണ് എഴുതപ്പെട്ടതെങ്കിൽ, അത് ഉടയ്ക്കപ്പെട്ടപ്പോൾ മോശെ അവയെ ചെത്തിമിനുക്കി കല്പനകൾ അവയിൽ വീണ്ടും എഴുതപ്പെട്ട ശേഷം നിർവ്വികാരതയോടെ കാത്തുനിന്നവരുടെ മുന്നിലേയ്ക്ക് ഇറങ്ങി വന്നു. എന്നാൽ പുതിയ നിയമം അങ്ങെനെയല്ല. കാരണം പുതിയനിയമം ഉണ്ടാക്കിയപ്പോൾ കൽപ്പലകകളിൽ കൊത്തിയിട്ടില്ല. പിന്നെ എങ്ങനെ, ഏതു രീതിയിലാണ് അതു ചെയ്യുന്നത്. പുതിയ നിയമം എങ്ങനെയെന്ന് വി. ലൂക്കോസ് അപ്പൊസ്തൊല പ്രവർത്തികൾ 2:1-4 വാക്യങ്ങളിൽ കൂടി നമ്മെ ബോധ്യപ്പെടുത്തുന്നത് ഇതാണ്. "പെന്തെക്കൊസ്തനാൾ വന്നപ്പോൾ എല്ലാവരും ഒരു സ്ഥലത്തു ഒന്നിച്ചു കൂടിയിരുന്നു. പെട്ടെന്നു കൊടിയ കാറ്റടിക്കുന്നതുപോലെ ആകാശത്തനിന്നു ഒരു മുഴക്കം ഉണ്ടായി, അവർ ഇരുന്നിരുന്ന വീടു മുഴുവനും നിറെച്ചു. അഗ്നിജ്വാലപോലെ പിളർന്നിരിക്കുന്ന നാവുകൾ അവർക്കു പ്രത്യക്ഷമായി അവരിൽ ഓരോരുത്തന്റെ മേൽ പതിഞ്ഞു. എല്ലാവരും പരിശുദ്ധാത്മാവു നിറഞ്ഞവരായി ആത്മാവു അവർക്കു ഉച്ചരിപ്പാൻ നല്കിയതുപോലെ അന്യഭാഷകളിൽ സംസാരിച്ചു തുടങ്ങി." പ്രവാചകൻ ഇക്കാര്യം നേരത്തെ തന്നെ കണ്ട് കൊണ്ടാണ് ഇപ്രകാരം പറയുന്നത്: "ഞാൻ എന്റെ ന്യായപ്രമാണം അവരുടെ ഉള്ളിലാക്കി അവരുടെ ഹൃദയങ്ങളിൽ എഴുതും" പരിശുദ്ധാത്മാവിന്റെ കൃപ, മൂലം ദൈവം അവരുടെ മനസ്സുകളിൽ വേണ്ടത് എഴുതി അവരെ ജീവിക്കുന്ന തൂണകളാക്കി മാറ്റി. അത് അവരുടെ ഹൃദയങ്ങളിൽ പതിഞ്ഞതിനൊപ്പം അവരുടെ ആത്മാവിന്റെ ഓരോ അണുവിലും പതിയപ്പെട്ടിരുന്നു. അവിടെയെങ്ങും കല്ലോ ജീവനില്ലാത്ത വസ്തുക്കളോ ഇല്ലായിരുന്നു എന്നാൽ അതിന് പകരമായി ശ്ലീഹന്മാരുടെ മനസ്സുകളിലെല്ലാം കൊത്തിവയ്ക്കപ്പെട്ടത് പരിശുദ്ധാത്മാവിന്റെ കൃപയായിരുന്നു. ഈയൊരൊറ്റ കാരണത്താലാണ് ഒരു സമയത്ത് അവർ മറ്റാരേക്കാളും ബുദ്ധിമാന്മാരായി കരുതപ്പെട്ടതും. തങ്ങളുടെ കൺമുന്നിൽ എത്തുന്നവരെല്ലാവരെയും പഠിപ്പിക്കുന്നതിൽ ആവശ്യമായ വാചകങ്ങൾ അവരുടെ മനതാരിൽ നിറഞ്ഞുകവിയുകയായിരുന്നു. ആ അവസ്ഥ

യിൽ നിന്ന് അവർ യഹൂദന്മാർക്ക് കടിഞ്ഞാണിടുകയും, തത്ത്വജ്ഞാനികളുടെ ശബ്ദത്തെയും പ്രഭാഷകരുടെ നാവുകളെയും നിയന്ത്രിക്കുകയും, അവരുടെ മേലുള്ള ദൈവകൃപയാകുന്ന വലയിൽ, കരയെയും കടലിനേയും കോരിയെടുത്ത് പഴയ നിയമത്തിന്റെ സ്ഥാനത്ത് പുതിയ നിയമത്തെ പ്രതിഷ്ഠിക്കുകയും ചെയ്തു. അവരുടെ മനസ്സിൽ പതിഞ്ഞ ആ പുതിയ നിയമത്തിനെ ഒരു പ്രദേശത്ത് മാത്രമായി ഒതുക്കാതെ ഭൂമിയിലെങ്ങും കൈമാറുകയും ചെയ്തു.

11. യഹൂദനോട് 'എന്താണ് യിരെമ്യാവ് അവരോട് പറഞ്ഞത്' എന്ന് ചോദിച്ചാൽ അവർ പറയുക "ഞാൻ എന്റെ ന്യായപ്രമാണം അവരുടെ ഉള്ളിലാക്കി അവരുടെ ഹൃദയങ്ങളിൽ എഴുതും" എന്നായിരിക്കും. അവൻ പഴയതിനെ താരതമ്യം ചെയ്ത് പുതിയതിനെ അത്ഭുതകരമെന്ന് തോന്നുന്ന വിധം പ്രസ്താവിക്കുകയും പഴയതിലും മികച്ചതെന്ന രീതിയിൽ അതിനെ വ്യക്തമാക്കി അവതരിപ്പിക്കുകയും ചെയ്തു. യാതൊരു കാരണവശാലും സഹപൗരനോടോ സഹോദരനോടോ സഹോദരിയോടോ "ആബാലവൃദ്ധം എല്ലാവരും എന്നെ അറിയും" എന്നിനിയും പറഞ്ഞുകൂടാ. ഇത് എന്താണ്, വലിയ നന്മകൾ വാഗ്ദാനം ചെയ്ത് നമ്മുടെ പ്രതീക്ഷകളെ ഉയർത്തിയ ശേഷം ഇങ്ങനെ പറഞ്ഞു. 'സഹപൗരനോടോ സഹോദരനോടോ സഹോദരിയോടോ ആബാലവൃദ്ധം എല്ലാവരും എന്നെ അറിയുക' എന്ന് ഇനി പറഞ്ഞുകൂടാ. ഇത് പുതിയ നിയമ കൃപയുടെ അനുഗ്രഹകരമായ പരിസമാപ്തിയുടെ മധുരഫലമാണ്. പ്രവാചകൻ അറിവ് കേൾവിക്കാർക്ക് മനസിലാകുന്നതിനെയും, അത് എത്ര വേഗേന അവരുടെ മനസുകളിൽ പതിയുന്നു എന്നതിനെയും വ്യക്തമാക്കാനാണ് ഇത് പറയുന്നത്. സൂര്യൻ ആകാശത്ത് പ്രത്യക്ഷപ്പെടുന്ന സമയത്ത് 'സൂര്യനെ നോക്കൂ' എന്നാരും പറയാറില്ലെന്നത് പോലെ. അറിവിന്റെ പ്രഭാരശ്മികൾ സൂര്യരശ്മികളെക്കാളും പ്രഭ ചൊരിയുന്നവയാണ്. ആയതിനാൽ നമുക്ക് ആരുടെയും നിർദ്ദേശമില്ലാതെ സ്വശ്രമത്താൽ സത്യത്തിലേക്ക് തിരിഞ്ഞ് ആ പ്രഖ്യാപനത്തെ വേഗം അംഗീകരിക്കാം.

12. അതാണ് യഥാർത്ഥത്തിൽ സംഭവിച്ചത്. താഴെപ്പറയുന്ന വാക്കുകൾ കൂടി പ്രവാചകൻ അതിനാൽ കൂട്ടിച്ചേർത്തിട്ടുണ്ട്. "അവർ ആബാലവൃദ്ധം എല്ലാവരും എന്നെ അറിയും" പ്രത്യേകം നിർദ്ദേശമോ ആഹ്വാനമോ ആയതിനാൽ ആവശ്യം വരുന്നുമില്ല. അസംഖ്യം പിതാക്കന്മാരും പ്രവാചകരും യഹൂദരെ ദിനംപ്രതി പഠിപ്പിച്ചുവെങ്കിലും, അവർ അർഹിക്കുന്ന വിധം അവർക്ക് പരിശീലനം ലഭിച്ചിരിക്കില്ല എന്നതിനാൽ മുൻപ് പറഞ്ഞിട്ടുള്ളവയുമായി ഒരു താരതമ്യമെന്ന നിലയിൽ ലോകത്തെ അനായാസം ബോധ്യപ്പെടുത്താവുന്ന കാര്യമാണത്. വെളിച്ചത്തേക്കാളും വേഗത്തിൽ പരക്കുന്ന വചനത്തിന്റെ ശക്തി മൂലം പ്രത്യേക ഉപദേഷ്ടാക്കന്മാർ ആവശ്യമായി വരുന്നതുമില്ല. എന്നിരുന്നാലും ശ്ലീഹന്മാർ നിർദ്ദേശം നൽകിയപ്പോൾ എല്ലാവരും വളരെ വേഗം വചനത്തെ സ്വീകരിച്ചു. ആദ്യദിനം മൂവായിരം, പിന്നീട് അയ്യായിരം, കാലക്രമത്തിൽ പതിനായിരങ്ങൾ, അപ്രകാരം ചുരുങ്ങിയ സമയത്തിനുള്ളിൽ ലോകം മുഴുവനും വചനത്താൽ ഉളവാകുന്ന സത്യത്തിന് കീഴടങ്ങിക്കൊടുത്തു. പ്രവാചകൻ പറയുന്നതെന്തെന്നാൽ അവരുടെ മേൽ വർഷിക്കപ്പെട്ട ദൈവകൃപയാലും, വചനത്തിന്റെ ശക്തിയാലും, ആരുടെയും ശ്രമമോ, സമയമോ ആവശ്യമില്ലാതെ സ്വപ്രയത്നത്താൽ എല്ലാവരും സത്യത്തെക്കുറിച്ചുള്ള അറിവിൽ എത്തിച്ചേരും. യിരമ്യാവ് ഈ കാര്യങ്ങൾ സ്ഥാപിച്ചത് പഠിപ്പിക്കലുകളിൽ നിന്നും മാറി നിൽക്കുവാനല്ല. മറിച്ച് തന്റെ വിദ്യാർത്ഥികളെ നേരത്തേ നേടിയാൽ അറിവ് പകർന്നു കൊടുക്കുവാൻ വളരെ എളുപ്പമാണെന്ന് കാ

ണിക്കുവാനാണ്. അതാണ് 'ആബാലവൃദ്ധം എല്ലാവരും എന്നെ അറിയും' എന്ന് അവൻ ആവർത്തിച്ച് പറയുന്നത്. മറ്റൊരു പ്രധാന പ്രവാചകനായ ഹബക്കുക് അതേ വചനം പറയുന്നത് ഇങ്ങനെയാകുന്നു: "വെള്ളം സമുദ്രത്തിൽ നിറഞ്ഞിരിക്കുന്നതുപോലെ ഭൂമി യഹോവയുടെ മഹത്വത്തിന്റെ പരിജ്ഞാനത്താൽ പൂർണ്ണമാകും" [ഹബക്കുക് 2:14]. വെള്ളം ഗണിക്കാനാവാത്തത്ര വേഗത്തിൽ എല്ലാ വസ്തുവിനെയും സമീപിച്ച് ഒഴുക്കിക്കൊണ്ടുപോകുന്നതുപോലെ ദൈവവചനപ്രഘോഷണവും നദികളെ പോലെ എല്ലാറ്റിനെയും വലയം ചെയ്ത്, ലോകത്തെ ആകെ കീഴടക്കുന്നു.

13. ഇതാ ഈ സന്ദർഭത്തിലും പഴയ നിയമത്തിൽ എപ്രകാരമാണ് ഇതെന്ന് നമുക്ക് യഹൂദനോട്ട് ചോദിക്കാമെങ്കിലും അവിടേക്ക്, അവന് വിരൽ ചൂണ്ടുവാൻ കഴിയുമെന്ന് തോന്നുന്നില്ല. കാരണം, പല തരം അത്ഭുതങ്ങളുടെയും അടയാളങ്ങളുടെയും മദ്ധ്യേ നിന്ന് പോലും ഒരു രാജ്യത്തിനെ തിരുത്തുവാൻ അവന് കഴിഞ്ഞില്ലല്ലോ. ആയിരം വർഷങ്ങൾക്ക് മുൻപേ ലഭിച്ച നിയമസംഹിത വഴി വേണ്ടതായ നിർദ്ദേശങ്ങൾ ലഭിച്ചിട്ടും, ദിനംപ്രതി പ്രവചനവാക്കുകൾ ഉരുവിട്ട് അവർക്ക് ലഭ്യമാക്കിയിട്ടും, അവർ വിഗ്രഹങ്ങൾക്ക് മുന്നിലും തോട്ടങ്ങളുടെയും കല്ലുകളുടെയും മരങ്ങളുടെയും മുന്നിലും കീഴടങ്ങി. വചനപ്രഘോഷണം ഉജ്ജ്വലമായി പ്രാമുഖ്യം നേടുകയെന്നത് സാധാരണയിൽ നിന്ന് വ്യത്യസ്തമായാണ് സംഭവിച്ചതെങ്കിലും അവ ലോകമെങ്ങും വെളിച്ചം വിതറിയത് ഏകദേശം ഒരേ സമയത്താണ്. ഇത് വി. പൌലൊസ് ശ്ലീഹാ വളരെ വ്യക്തമായി തന്റെ വാക്കുകളിൽ സൂചിപ്പിച്ചിട്ടുണ്ട്: "ആകാശത്തിൻ കീഴെ സകല സൃഷ്ടികളുടെയും ഇടയിൽ ഘോഷിച്ചും" [കൊലോസ്യർ 1:23]. വചനമെന്ന ഫലം പുറപ്പെടുവിക്കുകയും ലോകത്തിന്റെ വിവിധ ഭാഗങ്ങളിലേക്ക് പരക്കുകയും ചെയ്യുമ്പോഴും, യഹൂദരുടെ ബുദ്ധിശൂന്യതയെ അതിശക്തമായ രീതിയിൽ വിമർശിക്കുന്നുണ്ട്: "എന്നാൽ അവർ കേട്ടില്ലയോ എന്നു ഞാൻ ചോദിക്കുന്നു. കേട്ടിരിക്കുന്നു നിശ്ചയം: അവരുടെ നാദം സർവ്വ ഭൂമിയിലും അവരുടെ വചനം ഭൂതലത്തിന്റെ അറ്റത്തോളവും പരന്നു." [റോമർ 10:18]. ഇപ്രകാരം പറയുമ്പോൾ ശ്ലീഹാ നിയമത്തിന്റെ മറ്റൊരു മുഖമുദ്രയെ കൂടി കാട്ടിത്തരികയാണ്. ഏത് തരത്തിലുള്ളതാണ്? "ഞാൻ അവരുടെ അകൃത്യങ്ങളെക്കുറിച്ച് കരുണയുള്ളവൻ ആകും; അവരുടെ പാപങ്ങളെ ഇനി ഓർക്കയുമില്ല എന്നു കർത്താവിന്റെ അരുളപ്പാട്." [റോമർ 8:12]. എന്താണ് ശ്ലീഹാ വ്യക്തമാക്കാൻ ശ്രമിക്കുന്നത്? ഇവിടെ വി. മാമോദീസായും പാപമോചനവും അവന്റെ കൃപ മൂലം ലഭിക്കുന്നതിനെക്കുറിച്ചാണ് സൂചിപ്പിക്കുന്നത്. അത് പഴയ നിയമത്തിലല്ല, പുതിയ നിയമത്തിലത്രേ സംഭവിക്കുന്നത്. പഴയ നിയമത്തിന് കീഴിൽ ആ പ്രഖ്യാപനത്തെ അതിലംഘിച്ചതിനുള്ള ശിക്ഷ, പീഡനം, പിഴ എന്നിവ അനുഭവിക്കേണ്ടതുമുണ്ട്. എന്നാൽ പുതിയ നിയമത്തിനു കീഴിൽ കൃപയും തെറ്റുകൾക്ക് പാപപരിഹാരവും നൽകുന്നു. അക്കാരണത്താലാണ് പൌലൊസ് ശ്ലീഹാ ഇങ്ങനെ രേഖപ്പെടുത്തിയിരിക്കുന്നത്: "ദൈവം ലോകത്തിന്നു ലംഘനങ്ങളെ കണക്കിടാതെ ലോകത്തെ ക്രിസ്തുവിൽ തന്നോടു നിരപ്പിച്ചു പോന്നു. ഈ നിരപ്പിന്റെ വചനം ഞങ്ങളുടെ പക്കൽ ഭരമേല്പിച്ചുമിരിക്കുന്നു". [2 കൊരിന്ത്യർ 5:19]. അതാണ് പ്രവാചകനും പറയുന്നത്: "ഞാൻ അവരുടെ അകൃത്യം മോചിക്കും, അവരുടെ പാപം ഇനി ഓർക്കയും ഇല്ല." (യിരമ്യാവ് 31:34)

14. പുതിയ നിയമത്തെ കുറിച്ചുള്ള വ്യതിരിക്തവും പ്രധാനവുമായ മൂന്ന് സവിശേഷതകൾ അദ്ദേഹം ചൂണ്ടിക്കാട്ടുന്നു. ഒന്ന്) അത് നല്കപ്പെട്ടത് കൽപ്പലകകളിലല്ല, ഹൃദയമെന്ന മാംസപ്പലകയിലത്രേ,

രണ്ട്) ദൈവവചനം അനായാസതയോടെ എല്ലാവരുടെയും മനസ്സുകളെ പ്രകാശമാനമാക്കുന്നു, മൂന്ന്) നിയമം നടപ്പിലായപ്പോൾ ആരും പാപങ്ങൾക്ക് പിഴ നൽകേണ്ടിവന്നില്ല എന്ന് മാത്രമല്ല, അവരുടെ അകൃത്യങ്ങളെ ക്ഷമിക്കുകയും ചെയ്യപ്പെട്ടുന്നു. പ. പൌലൊസ് ശ്ലീഹാ ആ മൂന്ന് സവിശേഷതകളെ പുതിയതും പഴയതും ആയ നിയമത്തിന്റെ പൊരുത്തത്തെ എത്ര കൃത്യതയോടെ ആണ് വ്യക്തമാക്കുന്നത്. ശ്ലീഹാ കോരിന്ത്യർക്ക് എഴുതിയത് ഇങ്ങനെയാണ്: "ഞങ്ങളുടെ ശുശ്രൂഷയാൽ ഉണ്ടായ ക്രിസ്തുവിൻ പത്രമായി നിങ്ങൾ വെളിപ്പെടുന്നുവല്ലോ. അതു മഷികൊണ്ടല്ല, ജീവനുള്ള ദൈവത്തിന്റെ ആത്മാവിനാൽ അത്രേ. കല്പലകയിൽ അല്ല, ഹൃദയമെന്ന മാംസപ്പലകയിൽ തന്നേ എഴുതിയിരിക്കുന്നത്" [2 കൊരിന്ത്യർ 3:3]. പഴയ നിയമത്തിന്റെ സവിശേഷതകളും പുതിയ നിയമത്തിന്റെ സ്വഭാവവിശേഷങ്ങളും അദ്ദേഹം പ്രവാചകന്റെ വാക്കുകളിലൂടെ എപ്രകാരമാണ് വ്യാഖ്യാനിക്കുന്നത് എന്നത് ശ്രദ്ധേയമാണ്. "ഞാൻ എന്റെ ന്യായപ്രമാണം അവരുടെ ഉള്ളിലാക്കി അവരുടെ ഹൃദയങ്ങളിൽ എഴുതും" എന്നതിലൂടെ അത് വ്യക്തവുമാണ്. അദ്ദേഹം വീണ്ടും പറയുന്നു: "ഞങ്ങളിൽനിന്നു തന്നേ വരുമ്പോലെ സ്വയമായി വല്ലതും സങ്കല്പിപ്പാൻ ഞങ്ങൾ പ്രാപ്തർ എന്നല്ല; ഞങ്ങളുടെ പ്രാപ്തി ദൈവത്തിന്റെ ദാനമത്രേ. അവൻ ഞങ്ങളെ പുതുനിയമത്തിന്റെ ശുശ്രൂഷകന്മാർ ആകുവാൻ പ്രാപ്തരാക്കി; അക്ഷരത്തിന്റെ ശുശ്രൂഷകന്മാരല്ല, ആത്മാവിന്റെ ശുശ്രൂഷകന്മാരത്രേ; അക്ഷരം കൊല്ലുന്നു, ആത്മാവോ ജീവിപ്പിക്കുന്നു." [2 കൊരിന്ത്യർ 3: 5, 6]. ഈ സമയത്തു് ശ്ലീഹാ ആ വാക്യത്തെ വീണ്ടും വ്യാഖ്യാനിക്കുന്നത് തെറ്റുകളെയും വീഴ്ച്ചകളെയും മറന്നുകളയുന്ന ദൈവകരുണയെ അടിവരയിട്ട് പ്രഖ്യാപിക്കുന്നതിനാണ്. പ്രവാചകൻ പഴയ നിയമത്തിന്റെ ഉജ്ജ്വലത വ്യക്തമാക്കുമ്പോൾ ശ്ലീഹാ, യഹൂദന്മാരുമായുള്ള പോരാട്ടത്തിന്റെ പിൻബലത്തിൽ പഴയതിനെയും പുതിയതിനെയും ഇരുവശങ്ങളിലായി പ്രതിഷ്ഠിക്കുന്നു. കൽപ്പലകയ്ക്ക് പകരം ഹൃദയത്തിലാണ് അവ എഴുതപ്പെട്ടത് എന്ന വാക്കുകളും അക്ഷരമല്ല, ആത്മാവത്രേ ജീവിപ്പിക്കുന്നത് എന്നുമുള്ള വാക്യങ്ങളും കൊണ്ട് ശ്ലീഹാ അത് തെളിയിക്കുന്നു.

15. ശബത്തിൽ ഒരാൾ വിറക് പെറുക്കുകയും കല്ലേറേറ്റ് കൊല്ലപ്പെടുകയും ചെയ്തു. ന്യായപ്രമാണം കൊലയും ശിക്ഷയും നടപ്പിലാക്കുന്നത് അല്ലെങ്കിൽ പഴയ നിയമം ദണ്ഡിപ്പിക്കുന്നത് എങ്ങനെയെന്ന് കാണുക. എന്നാൽ ആത്മാവ് എപ്രകാരമാണ് ജീവിപ്പിക്കുക എന്നതും കാണേണ്ടതുണ്ട്. അസംഖ്യം തെറ്റുകൾ ചെയ്യുകയും, മോഷ്ടിക്കുകയും, വഞ്ചിക്കുകയും, ജാരവൃത്തി മുതലായ തെറ്റുകൾ ചെയ്യുകയും ചെയ്യുന്ന ഏത് വ്യക്തിയും എല്ലാ തിന്മകളും കൊണ്ട് പാപത്താൽ മരണപ്പെടുകയാണ്. പരിശുദ്ധാത്മാവിന്റെ കൃപ, പാപത്താൽ മരണതുല്യനായ ആ മകനെയോ/മകളെയോ മാമോദീസത്തൊട്ടിയിലേക്ക് സ്വീകരിക്കയും അവർക്ക് സമൃദ്ധമായ ജീവൻ പ്രദാനം ചെയ്യപ്പെടുകയും ചെയ്യുന്നു. ഇതാണ് ആത്മാവിനാൽ ലഭ്യമാകുന്ന ജീവൻ. എങ്ങനെയാണ് ജീവന്റെ സൃഷ്ടി? വീഴ്ചകളുടെയും തെറ്റുകളുടെയും കാരണത്താലല്ല, ക്ഷമിക്കുന്നതായ ദൈവകരുണയാലത്രേ. വീണ്ടും, ഇത് നിയമത്തിൽ എവിടെ, എന്ന് ചൂണ്ടിക്കാണിക്കുവാൻ യഹൂദനോടുള്ള ചോദ്യത്തിന്, അവനും ഉത്തരം നല്കുവാൻ കഴിയുന്നില്ല. സത്യമായും വിറക് പെറുക്കിയത് കൊണ്ട് മരണപ്പെട്ട വ്യക്തിയും, തീയാൽ ചാരമാക്കപ്പെട്ട വേശ്യയും, ഒരേയൊരു തെറ്റ് മൂലം വാശത്തഭൂമിയിലേക്ക് പ്രവേശനം നിഷേധിക്കപ്പെട്ട മോശയും അത് ശരിവയ്ക്കുന്നു. കൃപയാൽ, അസംഖ്യം തെറ്റുകൾ ചെയ്തവരായ

ഏവരും മാമോദീസായാൽ ജീവിതത്തിലേക്ക് തിരികെ എത്തിക്കപ്പെട്ടുകയും തെറ്റുകൾക്ക് പിഴശിക്ഷ നൽകപ്പെടാതെയും ഇരിക്കും. 1 കൊരിന്ത്യർ 6:9-11 വരെയുള്ള വാക്യങ്ങളിൽ രേഖപ്പെടുത്തിയിരിക്കുന്നതു പോലെ "അന്യായം ചെയ്യുന്നവർ ദൈവരാജ്യം അവകാശമാക്കുകയില്ല എന്നു അറിയുന്നില്ലയോ? നിങ്ങളെത്തന്നേ വഞ്ചിക്കാതിരിപ്പിൻ; ദുർന്നടപ്പുകാർ, വിഗ്രഹാരാധികൾ, വ്യഭിചാരികൾ, സ്വയഭോഗികൾ, പുരുഷകാമികൾ, കള്ളന്മാർ, അത്യാഗ്രഹികൾ, മദ്യപന്മാർ, വാവിഷ്ഠാണക്കാർ, പിടിച്ചുപറിക്കാർ എന്നിവർ ദൈവരാജ്യം അവകാശമാക്കുകയില്ല. നിങ്ങളിൽ ചിലരും ഈ വകക്കാരായിരുന്നു; എങ്കിലും നിങ്ങൾ കർത്താവായ യേശുക്രിസ്തുവിന്റെ നാമത്തിലും നമ്മുടെ ദൈവത്തിന്റെ ആത്മാവിനാലും നിങ്ങളെത്തന്നേ കഴുകി ശുദ്ധീകരണവും നീതീകരണവും പ്രാപിച്ചിരിക്കുന്നു". പ്രവാചകന്റെ വാക്കുകൾ - തെറ്റുകളെ മറന്നുകളയുന്ന ദൈവകരുണ - എത്രമാത്രം തിളക്കത്തോടെ നിലനില്ക്കുന്നു എന്നതു് ഓർമ്മിക്കേണ്ടതാണ്. ശ്ലീഹായുടെ വാക്കുകളിലൂടെ 'ആത്മാവ് എങ്ങനെയാണ് ജീവിപ്പിക്കുക', ജ്വലിക്കുക? ലോകത്തിനെ മുഴുവനും ആത്മാവ് ക്ഷിപ്രവേഗത്തിൽ വചനത്താൽ വലയം ചെയ്ത് കീഴടക്കുന്നതിനെ കുറിച്ചുള്ള രണ്ടാമതൊരു ഘടകം ശ്ലീഹാ തന്റെ ലേഖനത്തിലൂടെ പറയുന്നതു് ശ്രദ്ധിക്കു: "അങ്ങനെ ഞാൻ യെരൂശലേം മുതൽ ഇല്ലുര്യദേശത്തോളം ചുറ്റിസഞ്ചരിച്ച ക്രിസ്തുവിന്റെ സുവിശേഷഘോഷണം പൂരിപ്പിച്ചിരിക്കുന്നു" [റോമർ 15:19}. വീണ്ടും : "ഇപ്പോഴോ എനിക്കു ഈ ദിക്കുകളിൽ ഇനി സ്ഥലമില്ലായ്കയാലും അങ്ങോട്ടു വരുവാൻ അനേകസംവത്സരമായി വാഞ്ഛ ഉണ്ടാകകൊണ്ടും, ഞാൻ സ്പാന്യയിലേക്കു യാത്ര ചെയ്യുമ്പോൾ പോകുന്ന വഴിക്കു നിങ്ങളെ കാണ്മാനും ആദ്യം നിങ്ങളെ കണ്ടു സന്തോഷിച്ചശേഷം നിങ്ങളാൽ യാത്ര അയക്കപ്പെടുവാനും ആശിക്കുന്നു". [റോമർ 15:23-24}. ഒരൊറ്റ അപ്പൊസ്തോലൻ ഈ ലോകത്തിന്റെ വിവിധ ഭാഗങ്ങളിൽ ചുരുങ്ങിയ സമയത്തിനുള്ളിൽ വചനം പ്രഘോഷിക്കുവാൻ കാരണമായെങ്കിൽ മറ്റുള്ളവർ എറിഞ്ഞ വല കൊണ്ടുള്ള പരിശ്രമം എത്രയോ ഫലപ്രദമായിരിക്കും! ഇക്കാരണത്താൽ "ആകാശത്തിൻ കീഴെ സകല സൃഷ്ടികളുടെയും ഇടയിൽ ഘോഷിച്ചും പൌലോസ് എന്ന ഞാൻ ശുശ്രൂഷകനായിത്തീർന്നു" [കൊലോസ്യർ 1 : 23]. "അവർ ആബാലവൃദ്ധം എല്ലാവരും എന്നെ അറിയും" എന്ന പ്രവചനത്തെ അവൻ വ്യാഖ്യാനിക്കുന്നു.

16. ക്രിസ്തു നമുക്ക് നൽകിയതായ പുതിയ നിയമത്തെ കുറിച്ച് ഈ ഖണ്ഡികകൾ മൂലം വ്യക്തമാണ്. ന്യായപ്രമാണത്തിനായി കൊല്ലപ്പെട്ട ആ വ്യക്തികൾ, അവരുടെ രക്തം ഒഴുക്കിയതു് നിയമദാതാവിന് വേണ്ടിയാണെന്നതു് വ്യക്തമാണ്. തേനീച്ചകൾ തേൻകൂടിൽ നിന്ന് പറന്നുയർന്ന് രക്തസാക്ഷികളുടെ മുറിവുകളെ തഴുകുകയും, അവരുടെ പീഡനങ്ങളുടെ അടയാളങ്ങളെ ആശ്ലേഷിക്കുകയും ചെയ്യുന്ന വിധം നിർമ്മലസ്നേഹത്തോടെ ആരും നിരസിക്കാത്ത ആ നീണ്ട യാത്ര പോലെ ഈ സമയം മുതൽ ആവശ്യമായ ഉത്സാഹത്തോടെയും പെരുന്നാളിൽ പങ്കെടുക്കുവാൻ നിങ്ങളോട്ട് അഭ്യർത്ഥിക്കുകയാണ്. വൃദ്ധനായ ഏലിയാസാർ അഗ്നിയെ ധീരമായി നേരിട്ടുവെങ്കിൽ, ആ അനുഗ്രഹിക്കപ്പെട്ടവരുടെ മാതാവ്, തന്റെ വാർദ്ധക്യത്തിലും ഇത്രയേറെ വേദനകൾ സഹിച്ചുവെങ്കിൽ, കുറച്ചു ദൂരം താണ്ടി ഇവിടെ എത്തി ഈ ഗ്രസ്തിമത്സരങ്ങളിൽ[2] കാഴ്ചക്കാരായി സംബന്ധിക്കാതെയിരിക്കുവാൻ, നിങ്ങൾക്ക് എന്തു് ന്യായീകരണമാണ്, എന്തു് കാരണമാണ് പറയാനുള്ളതു്. ആയതി

2 നവ സഹദേരെ ഓർക്കുന്ന പെരുന്നാളിനെയാണ് ഗ്രസ്തി മത്സരം എന്ന് ഇവിടെ വിവക്ഷിക്കുന്നതു്

നാൽ വൃദ്ധകൾ അവരുടെ സമപ്രായക്കാരിയെക്കാണ്മവാനും, യുവതികൾ ആ വൃദ്ധയെ ഒരു ഗുരുനാഥയായി കണക്കാക്കിയും, പുരുഷന്മാർ ആ വനിതയ്ക്ക് കിരീടധാരണം നടത്തുന്നതു് കാണ്മവാനും, വൃദ്ധന്മാർ ഏലിയാസാറിനെക്കൊണ്ട് ആശ്ചര്യപ്പെട്ടവാനും, യുവാക്കൾ ആ യൗവ്വനക്കാരുടെ ശബ്ദഘോഷം ശ്രദ്ധിക്കുവാനുമായി ഈ ആ ഗുസ്തിമൽസരത്തിൽ പങ്കെടുക്കേണ്ടതാണ്. പുരുഷന്മാരും, സ്ത്രീകളും, ഓരോ പ്രായഗണത്തിൽപ്പെട്ടവരും ഈ മത്സരങ്ങളിൽ പങ്കെടുത്തു വിജയിച്ച് സമ്മാനങ്ങളും കിരീടങ്ങളും നേടിയതിന്റെ ഉദാഹരണങ്ങളുണ്ട്. ആയതിനാൽ നാം ഈ മനോഹരദൃശ്യം ഔൽസുക്യത്തോടെ ആസ്വദിക്കുമ്പോഴെല്ലാം, മൽസരങ്ങളിൽ വിജയികളാകുന്നതു കാണ്മവാനും, അവരുടെ കിരീടധാരണം പ്രഖ്യാപിക്കുവാനും, ഈ വിശുദ്ധരോടൊപ്പം അവിടെ വിശുദ്ധഭവനങ്ങൾ പങ്കുവെയ്ക്കുവാനും അർഹരാണ്. ഇവ നമുക്കെല്ലാം ഗുണമായി ഭവിക്കട്ടെ, ആയതു് ക്രിസ്തുവേശുവിന്റെ കൃപയും, സ്നേഹകാരുണ്യവും വഴിയായി. മഹത്ത്വവും, ശക്തിയും, ബഹുമാനവും, ആരാധനയും അവന് തന്നെ, ഇപ്പോഴും എല്ലായിപ്പോഴും എന്നുമെന്നേക്കും തന്നെ. ആമേൻ.

2. മക്കാബിയ വിശുദ്ധരെയും അവരുടെ മാതാവിനെയും കുറിച്ചുള്ള പ്രഭാഷണം (പ്രഭാഷണം – 1)

1. നമ്മുടെ നഗരം ഇന്ന് എത്രയോ ശോഭയേറിയതും ഉത്സവപ്രസരിപ്പ് നിറഞ്ഞതുമായിരിക്കുന്നു! വർഷത്തിലെ മറ്റേത് ദിവസത്തെക്കാൾ ഈ ദിവസം എത്ര തിളക്കമാർന്നതാണ്, സൂര്യൻ ഇന്ന് കൂടുതൽ കിരണങ്ങൾ പ്രസരിപ്പിക്കുന്നതിനാലല്ല, എന്നാൽ വിശുദ്ധരും രക്തസാക്ഷികളുമായവരുടെ പ്രഭയാൽ വിളങ്ങുന്നതിനാലാണ് നമ്മുടെ നഗരം മിന്നൽപ്പിണരുകൾക്ക് അതീതമായി കാണപ്പെടുന്നതു്. കാരണം അവരുടെ വ്യക്തിപ്രഭാവം പതിനായിരം സൂര്യന്മാരേക്കാൾ തിളക്കമുള്ളതും പ്രധാനനക്ഷത്രങ്ങളേക്കാൾ പ്രഭയുള്ളതുമാണ്. ഇന്ന് ഈ ഭൂമി സ്വർഗ്ഗത്തേക്കാൾ ശ്രേഷ്ഠമായിരിക്കുന്നതു് അവർ മൂലമാണ്. പൊടിയെക്കുറിച്ചോ ചാരത്തെക്കുറിച്ചോ അസ്ഥികളെക്കുറിച്ചോ ചിന്തിക്കാതെ, വിശ്വാസത്തിന്റെ അകക്കണ്ണ് തുറന്ന് അവരോടൊപ്പമുള്ള ദൈവശക്തിയെയും അവർ ധരിച്ചിരിക്കുന്ന പരിശുദ്ധാത്മാവിന്റെ കൃപയെയും അവരെച്ചുറ്റുന്ന സ്വർഗ്ഗീയപ്രഭയുടെ മഹത്ത്വത്തെയും കാണ്മ!. ആ ശരീരങ്ങളിൽ നിന്ന് പ്രസരിപ്പിക്കപ്പെടുന്ന സൂര്യകിരണസമാന, പ്രഭാപൂരം പിശാചിന്റെ കണ്ണുകളിൽ അന്ധകാരം നിറയ്ക്കുന്ന മിന്നൽതിളക്കങ്ങൾ പോലെയുള്ളവയല്ല. കള്ളൻമാരുടെയും കൊള്ളക്കാരുടെയും നേതാക്കൾ, പടച്ചട്ടയോ പരിചയോ തിളങ്ങുന്ന സുവർണ്ണശിരോകവചമോ കണ്ടാൽ വലിയ അപകടം തിരിച്ചറിഞ്ഞു് ഓടിയകലുന്ന പോലെ, അവരുടെ നേതാക്കൻമാരായ ഭൂതങ്ങൾ, രക്തസാക്ഷികളുടെ മൃതദേഹങ്ങൾ കണ്ടാൽ പിന്നോട്ട് മാറുകയും ഓടിപ്പോവുകയും ചെയ്യുന്നതാണ്. ആ ആയുധങ്ങൾ മാലാഖമാരുടെ യജമാനനല്ലാതെ; മാലാഖമാരോ, പ്രധാനമാലാഖമാരോ, സൃഷ്ടിക്കപ്പെട്ട മറ്റൊരു ശക്തിയോ ധരിച്ചിട്ടില്ല. എന്നാൽ, അവയെ ധരിച്ച ക്രിസ്തുവിന്റെ അനിർവചനീയമായ മഹത്വമാണ് അവരെ ശക്തരാക്കി നിർത്തുന്നതു്. "ക്രിസ്തു എന്നിൽ സംസാരിക്കുന്നു എന്നതിന്ന് നിങ്ങൾ തുമ്പു അന്വേഷിക്കുന്നുവല്ലോ" എന്ന് പൗലോസ് പ്രഖ്യാപിച്ചതുപോലെ(2 കൊരി. 13:3), "ക്രിസ്തു ഞങ്ങ

ളെ ബലപ്പെടുത്തി എന്നതിന് തുമ്പ് അന്വേഷിക്കുന്നുവോ" എന്ന് അവർക്കും പ്രഖ്യാപിക്കാം. അവരുടെ ശരീരം വിലയേറിയതാണ്, എന്തുകൊണ്ടെന്നാൽ, സ്വന്തം യജമാനനായ ക്രിസ്തു മൂലം ക്രിസ്തുവിനെ പ്രതിഫലിപ്പിക്കുന്ന അടയാളങ്ങളായി അവർ ശരീരത്തിൽ താഡനങ്ങൾ വഹിക്കുന്നു. വൈവിധ്യമാർന്ന രത്നങ്ങളാൽ നിർമ്മിതമായ മഹത്വകിരീടം ആകർഷകമായ പ്രകാശം പുറപ്പെടുവിക്കുന്നതുപോലെ, വിശുദ്ധ രക്തസാക്ഷികളുടെ ശരീരങ്ങൾ, വിലയേറിയ രത്നങ്ങൾ പോലെ അടയാളപ്പെടുത്തിയിരിക്കുന്നതിനാൽ, ഏത് കിരീടത്തെക്കാളും അവർ മൂല്യവത്തും ഗാംഭീര്യമുള്ളതുമായി കാണപ്പെടുന്നു.

2. പുറംലോകത്ത് മത്സരങ്ങൾ സംഘടിപ്പിക്കുമ്പോൾ, സംഘാടകർ അരങ്ങിലേക്കും മത്സരങ്ങളിലേക്കും, കരുത്തും ചുറുചുറുക്കുമുള്ള യൗവ്വനയുക്തരായ കായികാഭ്യാസികളെ ക്ഷണിക്കുകയും അകമ്പടി സേവിക്കുകയും ചെയ്യുന്നത് അവരിലേക്ക് ശ്രദ്ധ കേന്ദ്രീകരിക്കുന്നതിന് ഉചിതമായി കരുതുന്നു, അതായത്, ഗുസ്തി മത്സരങ്ങളിൽ കാഴ്ചക്കാർക്ക് മത്സരാർത്ഥികളുടെ ശരീരഘടന ദർശിക്കുന്ന അവസ്ഥയിലൂടെ ഒരു വിസ്മയത്തിന്റെ സാധ്യത നൽകുന്നു, ഇവിടെ അത് തികച്ചും വിപരീതമാണ്. എന്തെന്നാൽ, അവരിൽ നിന്ന് വ്യത്യസ്തമായ, ഭയപ്പെടുത്തുന്നതും ഭയം നിറഞ്ഞതുമായ ഏറ്റുമുട്ടലിനാണ് ക്രിസ്തു അവസരം ഒരുക്കിയത്. എന്തെന്നാൽ, അത് മനുഷ്യരും മനുഷ്യരും തമ്മിലുള്ള പോരാട്ടമല്ല; മനുഷ്യരും പൈശാചികശക്തികളും തമ്മിലുള്ള പോരാട്ടമാണ്. അദ്ദേഹം സംഘടിപ്പിച്ച മത്സരത്തിൽ പക്വതയില്ലാത്ത യുവാക്കളെയും ഒപ്പം ഒരു വൃദ്ധനെയും ഉൾപ്പെടുത്തി. കൂടാതെ പ്രായമായ, യുവാക്കളുടെ അമ്മയായ ഒരു സ്ത്രീയെയും. ഇതെന്താ? ആകർഷകമല്ലാത്ത, മുതിർന്നവരായവർ ഉൾപ്പെടുന്ന പ്രായ വിഭാഗത്തെ മത്സരങ്ങൾക്കായി രംഗത്തേക്ക് കൊണ്ടുവരികയോ? ഈ പ്രായത്തിൽ ഒരു സ്ത്രീ മത്സരിക്കുന്നതിനെക്കുറിച്ച് ആരും കേട്ടിട്ടില്ല. പക്ഷേ, ക്രിസ്തു പറയുന്നു, "അവിശ്വസനീയവും പുതുമയുള്ളതും ആരും കേട്ടിട്ടില്ലാത്തതുമായ ഈ സാഹചര്യത്തെ വരാൻ പോകുന്ന സംഭവങ്ങളാൽ ഞാൻ സാക്ഷാത്കരിക്കാം. കാരണം, മത്സരാർത്ഥികളുടെ കഴിവിൽ പൂർണ്ണമായി ഭരമേൽപ്പിക്കുന്ന നേതാവായി നിലനിൽക്കുന്നതിന് പകരം, ഒപ്പം നിൽക്കുകയും കായികാഭ്യാസികൾക്ക് സഹായഹസ്തം നീട്ടുകയും ചെയ്യുന്നതിനാണ് പ്രാധാന്യം നൽകപ്പെടുന്നത്. അവരുടെ വിജയങ്ങൾ പലതും അദൃശ്യമെങ്കിലും എന്റെ രക്ഷാകർതൃത്വത്തിന്റെ ഫലമായുമാണ് സംഭവിച്ചുകൊണ്ടിരിക്കുന്നത്.

3. ആയതിനാൽ, പ്രായമായ, വിറയലുള്ളതായ, നടക്കുവാൻ വടി ആവശ്യമായ, മത്സരത്തിൽ പ്രവേശിച്ച് സന്നിഹിതനായ സ്വേച്ഛാധിപതിയുടെ ക്രോധം നശിപ്പിക്കുന്ന ഒരു സ്ത്രീയെ നിങ്ങൾ കാണുമ്പോഴെല്ലാം, അസാമാന്യ ശക്തികളെയും പിശാചിനെയും ആവശ്യമായ ശക്തിയോടെ കീഴടക്കുന്ന ക്രിസ്തുവിന്റെ ശക്തിയിൽ അതിശയിക്കുകയാണ് വേണ്ടത്. മത്സരങ്ങളുടെ നടത്തിപ്പിന്റെ മേലുള്ള കൃപയിലും അതിലുപരിയുള്ള ക്രിസ്തുവിന്റെ ശക്തിയിലും ആനന്ദിക്കുക. ഈ കായികാഭ്യാസികൾ ജഡത്തിലല്ല, അവരുടെ വിശ്വാസത്തിലത്രേ ഊർജസ്വലരായി നിലനിൽക്കുന്നത്. അവരുടെ ശരീരം ദുർബലമെങ്കിലും അവരെ നിലനിർത്തുന്ന കൃപ അതിശക്തമാണ്. അവരുടെ ശരീരം വാർദ്ധക്യത്താൽ ബലഹീനമായിരിക്കാം, എന്നാൽ അവരുടെ ചിന്തകൾ ഗുരുഭക്തിയാൽ ശ്രേഷ്ഠമായി നിലനിൽക്കുന്നു. ഈ മത്സരം കാണാൻ കഴിയുന്നതല്ല. അതുകൊണ്ട് കായികാഭ്യാസികളുടെ എല്ലാക്കാര്യങ്ങളും അറിയാൻ സാധ്യമല്ലെങ്കിലും അവരുടെ ആത്മാവിന്റെ പ്രധാന അവസ്ഥയെ അറിയാൻ നമുക്ക്

ശ്രമിക്കാം. വിശ്വാസത്തിലധിഷ്ഠിതമായ അവരുടെ ശക്തിയെക്കുറിച്ച് അറിയുക. പിശാചുക്കളോട് എതിർക്കുന്നവർക്ക് ശാരീരികക്ഷമതയോ യൗവ്വനമോ ആവശ്യമില്ല. എന്നാൽ, അവർ ചെറുപ്പമോ വാർദ്ധക്യമോ ആണെങ്കിൽപ്പോലും, ശ്രേഷ്ഠവും ശക്തവുമായ ആത്മാവുണ്ടെങ്കിൽ, അവരെ ദോഷകരമായി ഒന്നും ബാധിക്കുകയില്ല.

4. ഗുസ്തി മത്സരങ്ങളിൽ സ്ത്രീകൾ പോലും തിളങ്ങുന്ന കിരീടങ്ങൾ നേടിയെടുക്കുകയും ചെയ്യുന്നിടത്ത് വൃദ്ധരെയും ചെറുപ്പക്കാരെയും എന്തിനാണ് ആവർത്തിച്ച് പരാമർശിക്കുന്നത്? സാധാരണ കായികഇനങ്ങളിൽ പ്രായവും പുരുഷനോ സ്ത്രീയോ എന്നത് രണ്ടും സൂക്ഷ്മമായി പരിശോധിക്കുകയും മുതിർന്നവർക്കും സ്ത്രീകൾക്കും കുട്ടികൾക്കും പ്രവേശനം നിഷേധിക്കുകയും ചെയ്യുന്ന എങ്കിൽ, ഇവിടെ മത്സരവേദി പ്രായ,ലിംഗ ഭേദമില്ലാതെ എവർക്കുമായി തുറന്ന് നല്കിയിരിക്കയാണ് ശക്തിയുടെ ഉത്ഭവസ്ഥാനവും നാഥനുമായ ക്രിസ്തു എന്നതാണ് എന്റെ നിരീക്ഷണം. പൗലോസ് അപ്പോസ്തോലന്റെ വാക്കുകൾക്ക് ഈ പശ്ചാത്തലത്തിൽ പ്രാധാന്യമേറുന്നു: "എന്റെ ശക്തി ബലഹീനതയിൽ തികഞ്ഞുവരുന്നു" (2 കൊരിന്ത്യർ 12:9). ആയതുകൊണ്ട് വൃദ്ധജനങ്ങളും കുഞ്ഞുങ്ങളും അസാധാരണശക്തി പ്രദർശിപ്പിക്കുമ്പോൾ, ദൈവകൃപ അവരിലൂടെ വ്യാപരിക്കുന്നത് വളരെ ശ്രേഷ്ഠവും ഉജ്ജ്വലവും ആയി, ഓരോ ഭാഗങ്ങളിലൂടെയും വെളിവാക്കപ്പെടുകയാണ്.

5. തീർച്ചയായും, കായികതാരങ്ങളുടെ ബാഹ്യബലഹീനത, കിരീടജേതാക്കളെ കൂടുതൽ സമർത്ഥരാക്കുന്നുവെന്ന് മനസ്സിലാക്കാൻ, നമുക്ക് വൃദ്ധരെയും കുട്ടികളെയും വിട്ട് കൂടുതൽ ദുർബലയായ വൃദ്ധമാതാവിലേക്ക് നമ്മുടെ ശ്രദ്ധയെ തിരിക്കാം. വൃദ്ധയും ഏഴ് കുട്ടികളുടെ അമ്മയുമായവളുടെ പ്രസവവേദന യഥാർത്ഥത്തിൽ ഈ ഗുസ്തി മത്സരങ്ങൾക്ക് തടസ്സമേയല്ല. എങ്കിൽ, അവളുടെ ഏത് ഗുണമാണ് ആദ്യം നമ്മെ അത്ഭുതം കൊള്ളിക്കുക? സ്ത്രീയെന്ന നിലയിലെ അവളുടെ ബലഹീനതയോ, അല്ലെങ്കിൽ ഇത്രയും വർഷങ്ങളിലെ അവളുടെ പക്വതയോ, അല്ലെങ്കിൽ അവളുടെ അനുകമ്പയുടെ ദുർബലമായ അവസ്ഥയോ? കടുത്ത സഹനാശക്തിയും നിശ്ചയദാർഢ്യവും ആവശ്യമുള്ള മത്സരത്തിന് ഇവ യഥാർത്ഥത്തിൽ ചെറുതല്ലാത്ത തടസ്സം സൃഷ്ടിക്കുമെന്നതാണ് സത്യം. എങ്കിലും ഇവയെക്കാളും മഹത്തായ ഒന്ന് എനിക്ക് സൂചിപ്പിക്കാൻ കഴിയും. സ്ത്രീയുടെ ധൈര്യവും പിശാചിന്റെ ദ്രോഹവും അവയിലൂടെ നമുക്ക് കൂടുതലായി ദർശിക്കാം. അതെന്താണ്? പിശാചിന്റെ ദുഷ്ടതയെ നമുക്ക് ആദ്യം പരിഗണിക്കാം. അവൻ, അവളെയല്ല ആദ്യം ഗോദയിലേക്ക് വലിച്ചിഴച്ചത്. അവളുടെ മക്കൾക്ക് ശേഷമാണ് അവളെ കൊണ്ടുപോയത്. എന്തിനുവേണ്ടി? അവളുടെ ഏഴു മക്കളുടെ പീഡനങ്ങളിലൂടെ ആദ്യം അവളെ വിഷാദത്തിലാക്കി, അവളുടെ വിശ്വാസധീരതയുടെ ദൃഢത നിർവീര്യപ്പെടുത്തി, അവളുടെ സന്താനങ്ങളുടെ പീഡകളും മരണവും ഏറ്റുവാങ്ങുവാൻ മുൻകുട്ടി മനസ്സൊരുക്കത്തോടെ നിന്ന അവളുടെ ശക്തി, അവിടെ സംഭവിക്കുന്ന പീഡനങ്ങൾ കാണുമ്പോൾ, അവൾക്കുണ്ടാകുന്ന ദുർബ്ബലതയിൽ അവളെ എളുപ്പത്തിൽ ആക്രമിക്കാം എന്നതായിരുന്നു ലക്ഷ്യം.

6. അവർ പീഡനങ്ങൾ ഏറ്റുവാങ്ങി എന്ന വസ്തുത കണക്കാക്കേണ്ട. എന്നാൽ അവൾ ഓരോരുത്തർക്കുമൊപ്പം, കൂടുതലായി കഠിനവേദന സഹിച്ചു എന്നത് പരിഗണിക്കുക. ഓരോരുത്തർക്കുമൊപ്പം അവളും ആവർത്തിച്ച് കൊലചെയ്യപ്പെട്ടു. പ്രസവിക്കുകയും അമ്മയാകുകയും ചെയ്ത എല്ലാ സ്ത്രീകൾക്കും ഞാൻ എന്താണ് ഉദ്ദേശിക്കുന്നതെന്ന് നന്നായി മനസ്സിലായിരിക്കും. കുറഞ്ഞപക്ഷം, ഒരു കൊച്ചുകുട്ടി പനിച്ച് പൊള്ളുന്നത് കാണുമ്പോൾ ഒരു

അമ്മയെങ്കിൽ, ആ ശരീരത്തിൽ നിന്ന് അസുഖത്തിന്റെ കാഠിന്യം തന്റെ ശരീരത്തിലേക്ക് മാറ്റാൻ എന്തും സഹിക്കാൻ സന്നദ്ധയായിരിക്കും. മക്കളുടെ കഷ്ടപ്പാടുകൾ സ്വന്തം രോഗങ്ങളേക്കാൾ അസഹനീയമാണെന്നാണ് അമ്മമാർ ചിന്തിക്കുന്നത്. അങ്ങനെയെങ്കിൽ - അത് തീർച്ചയായും ശരിയുമാണ് - മക്കളുടെ പീഡനങ്ങളിൽ അമ്മ മക്കളേക്കാൾ കഠിനമായി ശിക്ഷിക്കപ്പെട്ടു, രക്തസാക്ഷിത്വം കുട്ടികളേക്കാൾ അമ്മയിൽ ബൃഹത്തായിരുന്നു. ഒരൊറ്റ കുഞ്ഞിന്റെ അസുഖം കേട്ടാൽ മാത്രം പോലും അമ്മയുടെ ഹൃദയം പിളർക്കപ്പെടുന്നുവെങ്കിൽ, ഓരോ കുഞ്ഞിന്റെയും കഷ്ടപ്പാടുകൾ കണ്ടറിഞ്ഞപ്പോൾ അവൾ അനുഭവിച്ച അവസ്ഥ എന്ത് കടുത്തതായിരിക്കും? ഒരു വലിയ കൂട്ടം കുട്ടികൾ കൊല്ലപ്പെടുകയാണോ? അല്ല. അവരോരോരുത്തരും വ്യത്യസ്തവും ഭയാനകവുമായ പീഡനങ്ങളാൽ കൊല്ലപ്പെടുന്നത് കണ്ടപ്പോൾ അവളുടെ മനസ്സിൽ നിന്ന് പുറപ്പെട്ട വികാരം എന്തായിരുന്നിരിക്കും? അവളുടെ ആത്മാവ് അവളുടെ ശരീരത്തിൽ നിന്ന് പറിച്ചെടുക്കപ്പെട്ടു കാണില്ലേ? ആദ്യ കുഞ്ഞിന്റെ മരണം കണ്ടപ്പോൾത്തന്നെ തുടർക്കാഴ്ചകളിൽ നിന്ന് സ്വയം മോചിപ്പിക്കാൻ അവൾ തീയിലേക്ക് ചാടാതിരുന്നത് എന്താണ്? അവൾ ഒരു തത്ത്വചിന്തകയാണെങ്കിലും, അവൾ അപ്പോഴും ഒരു അമ്മയായിരുന്നു. അവൾ ദൈവത്തിന് പ്രിയപ്പെട്ടവളാണെങ്കിൽപ്പോലും, അവൾ ജഡം ധരിച്ചവളായിരുന്നു. അവൾ തീക്ഷ്ണതയുള്ളവളാണെങ്കിൽ പോലും, അവൾ ഒരു സ്ത്രീയായിരുന്നു. തീക്ഷ്ണഭക്തിയിൽ അവൾ കുതിർന്നാലും, പ്രസവത്തിലൂടെയുള്ള അദൃശ്യബന്ധനം അവളെ തടഞ്ഞിരിക്കും. വ്യക്തിസൗഹൃദങ്ങളിൽ ലുബ്ധരായ പുരുഷന്മാരായ നമ്മൾ, കുറ്റാരോപിതനായ ഒരാളെ, കുഴിയിലേക്ക് വലിച്ചെറിയുന്നത് കാണുന്ന മാത്രയിൽ തകർന്നുവീഴുന്നു. ആ വ്യക്തി അവരുടെ ദുഷ്ടതയ്ക്ക് ശിക്ഷിക്കപ്പെട്ടു, എന്നാൽ ഞങ്ങൾക്ക് അങ്ങനെയൊന്നും സഹിക്കേണ്ടി വരില്ല എന്ന ആശ്വാസം പുരുഷന്മാർക്കുണ്ട്. ഒരു കുറ്റവും ആരോപിക്കപ്പെടാതെ, ഏഴ് കുട്ടികൾ കൊലചെയ്യപ്പെടുന്നത് കണ്ടപ്പോൾ അവൾ അനുഭവിച്ചിടത്തോളം ആരും അനുഭവിച്ചിരിക്കുവാൻ സാധ്യതയില്ല. ഒരു വ്യക്തിയുടെ മനസ്സ് കല്ലുകൊണ്ട് നിർമ്മിച്ചതാണെങ്കിലും, അവളുടെ വയറ് ഉരുക്ക് കൊണ്ട് നിർമ്മിച്ചതാനെങ്കിലും, ഒരു സ്ത്രീക്കും അമ്മയ്ക്കും തോന്നുന്ന തരത്തിലുള്ള അനുഭവത്തിലൂടെ അവൾ പൂർണ്ണമായും ചവിട്ടിമെതിക്കപ്പെടുകയായിരുന്നില്ലേ? ഗോത്രപിതാവായ അബ്രഹാമിൽ നാം എങ്ങനെ അത്ഭുതം കൂറുന്നുവെന്ന് ചിന്തിക്കുക, കാരണം അവൻ സ്വന്തം മകനെ ബലിയർപ്പിക്കുകയും കൈയും കാലും ബന്ധിച്ച് ബലിപീഠത്തിന്മേൽ ഇരുത്തുകയും ചെയ്തു, അപ്പോൾ ആ സ്ത്രീയുടെ ധൈര്യം എത്ര വലുതായിരിക്കും.

7. ഹോ, തീർത്തും കയ്പേറിയതും സന്തോഷകരവുമായ ആ കാഴ്ച! സംഭവിക്കുന്നതിന്റെ തീവ്രത കാരണം കയ്പേറിയതും; കാണുന്ന സ്ത്രീയുടെ വീക്ഷണം കാരണം തീർത്തും സന്തോഷകരവുമാണ്. കാരണം, ഒഴുകുന്ന രക്തം അവൾ കണ്ടില്ല, നീതിയുടെ കിരീടങ്ങൾ നെയ്തിരിക്കുന്നതാണ് അവൾ കണ്ടത്. അവൾ ആയുധങ്ങൾ തുളച്ചുകയറുന്ന വാരിയെല്ലുകളിലേക്ക് നോക്കിയില്ല, മറിച്ച് നിർമ്മാണത്തിലിരിക്കുന്ന ശാശ്വതമായ വാസസ്ഥലങ്ങളിലേക്കായിരുന്നു അവളുടെ ശ്രദ്ധ. ചുറ്റും നിൽക്കുന്ന ആരാച്ചാർമാരെ അവൾ കണ്ടില്ല. മറിച്ച് വലയം ചെയ്യുന്ന മാലാഖമാരെയാണ് അവൾ കണ്ടത്. അവൾ തന്റെ പ്രസവവേദന മറന്നു, അവളുടെ സ്വഭാവത്തെ പുച്ഛിച്ചു, അവൾ അവളുടെ പ്രായത്തെ അവഗണിച്ചു. വന്യമൃഗങ്ങളെപ്പോലും ലജ്ജിപ്പിക്കുന്ന വിധം, ക്രൂരനായ ഒരു സ്വേച്ഛാധിപതിയുടെ പ്രകൃതത്തോടെ അവൾ അവളെത്തന്നെ പുച്ഛിച്ചു.

പല വന്യമൃഗങ്ങളും ഈ രീതിയിൽ പിടിക്കപ്പെടുന്നു, അവർ തങ്ങളുടെ സന്തതികളോടുള്ള വികാരം നിമിത്തം സ്വന്തം സുരക്ഷയെക്കുറിച്ച് ശ്രദ്ധിക്കാതെയും വേട്ടക്കാരന്റെ കൈകളിൽ വീഴുകയും ചെയ്യുമ്പോൾ. തന്റെ സന്തതികളെ സംരക്ഷിക്കാത്തവിധം ദുർബലമായ ഒരു മൃഗവുമില്ല; കുഞ്ഞുങ്ങൾ കൊല്ലപ്പെടുമ്പോൾ ദേഷ്യപ്പെടാത്തവിധം സൗമ്യതയുള്ള ഒരു ജീവിയുമില്ല. എന്നാൽ യുക്തിബോധമുള്ള മനുഷ്യരിലൂടെയും യുക്തിഹീനരായ മൃഗങ്ങളിലൂടെയും വ്യാപിക്കുന്ന പ്രകൃതിയുടെ സ്വേച്ഛാധിപത്യത്തെ അവൾ ഇല്ലാതാക്കി. തന്റെ കുഞ്ഞുങ്ങൾ കീറിമുറിക്കപ്പെടുന്നത് കണ്ടപ്പോൾ അവൾ സ്വേച്ഛാധിപതിയുടെ തല ആക്രമിക്കുകയോ മുഖം കീറുകയോ ചെയ്തില്ല എന്ന് മാത്രമല്ല, അവനുവേണ്ടി മനുഷ്യത്വരഹിതമായ ഭക്ഷണം തയ്യാറാക്കാൻ അമിതതത്ത്വചിന്തയുടെ ഭാവം അവൾ പ്രകടിപ്പിച്ചു. കുട്ടികൾ അപ്പോഴും ശിക്ഷിക്കപ്പെട്ടുകൊണ്ടേയിരിക്കയായിരുന്നു, അവശേഷിക്കുന്നവരെ അതേ പീഡനങ്ങൾ അനുഭവിക്കാൻ പ്രോത്സാഹിപ്പിച്ചുകൊണ്ടുമിരുന്നു.

8. അമ്മമാർ ഈ കാര്യങ്ങൾ കേൾക്കട്ടെ, സ്ത്രീയുടെ ധൈര്യവും അവളുടെ സന്താനസ്നേഹവും അവർ പകർത്തട്ടെ. അവർ മക്കളെ നിഷ്ഠയിലും സ്നേഹത്തിലും വളർത്തട്ടെ. ഒരു അമ്മയെ നിർവചിക്കുന്നത്; കുട്ടിക്ക് ജന്മം നല്കി എന്നതില്ല, അത് പ്രകൃതിയിൽ സ്വാഭാവികമായി സംഭവിക്കുന്ന കാര്യമാണ്. മറിച്ച് കുട്ടികളെ വളർത്തുന്നതാണ് മാതൃത്വത്തിന്റെ നിർവ്വചനം, അത്വളുടെ സ്വന്തം തീരുമാനമാണ്. മക്കളെ വളർത്തിയതുകൊണ്ടാണ് പൌലൊസ് ശ്ലീഹാ, വിധവയെ, കിരീടമണിയിക്കുന്നത്. (1 തീമോത്തിയോസ് 5 : 9, 10). "സൽപ്രവൃത്തികളാൽ ശ്രുതിപ്പെട്ട ഏകഭർത്താവിന്റെ ഭാര്യയായിരുന്ന അറുപത് വയസ്സിന് താഴെയല്ലാത്ത വിധവ മക്കളെ വളർത്തുകയോ അതിഥികളെ സല്ക്കരിക്കയോ വിശുദ്ധന്മാരുടെ കാലുകളെ കഴുകുകയോ ഞെരുക്കമുള്ളവർക്ക് മുട്ടുതീർക്കുകയോ സർവ്വസൽപ്രവൃത്തിയും ചെയ്തു പോരുകയോ ചെയ്തു" എന്ന് അദ്ദേഹം പറഞ്ഞപ്പോൾ, സൽപ്രവൃത്തികളിൽ പ്രധാനമായത് "അവൾ മക്കളെ വളർത്തുകയോ" എന്നാണ് പറഞ്ഞത്, അല്ലാതെ "മക്കളെ പ്രസവിക്കുകയോ" എന്നല്ല. എരിയുന്ന കനലിൽ വിരലുകൾ വിറയ്ക്കുന്നതും, ഒരു തല ഒഴുകുന്നതും, ഇരുമ്പ് ആദ്യം മറ്റൊരു കുട്ടിയുടെ തലയിൽ ഇടിക്കുന്നതും കണ്ടപ്പോൾ, ആ സ്ത്രീ അനുഭവിച്ചിരിക്കാൻ സാധ്യതയുള്ള വേദന എന്താണെന്ന് നോക്കാം. അതായത്, അവളെ ഒരു സ്ത്രീ എന്ന് വിളിക്കണം. തൊലി കീറുകയും, ഈ പീഡനങ്ങൾ അനുഭവിക്കുന്ന കുട്ടി ഇപ്പോഴും നിൽക്കുകയും സംസാരിക്കുകയും ചെയ്യുന്നു. അവൾക്ക് എങ്ങനെ വായ തുറക്കുവാൻ സാധിച്ചു? എങ്ങനെ അവൾക്ക് അവളുടെ നാവ് ചലിപ്പിക്കുവാൻ കഴിഞ്ഞു? അവളുടെ ആത്മാവ് എങ്ങനെ മാംസത്തിൽ നിന്ന് പറന്നുപോയില്ല? എങ്ങനെയെന്ന് ഞാൻ പറയാം. അവൾ ഭൂമിയിലേക്ക് നോക്കിയില്ല, മറിച്ച് വരുവാനിരിക്കുന്ന എല്ലാ അനുഗ്രഹങ്ങൾക്കും സ്വയം തയ്യാറെടുത്തു. അവൾ ഒരു കാര്യം മാത്രം ഭയപ്പെട്ടു: സ്വേച്ഛാധിപതി ചിലരെ ഒഴിവാക്കി മത്സരം നേരത്തെ നിർത്തുമോ, അവൻ കുട്ടികളുടെ കൂട്ടത്തിൽ ചിലരെ മാത്രം മാറ്റിനിർത്തുമോ, അവർ ദൈവത്തിന്റെ ഉപഹാരമായ കിരീടം ധരിക്കാതെ തുടരുമോ. അവൾ ആ അവസ്ഥയെ കുറിച്ച് ഓർത്ത് വിറച്ചു. മനസ്സ് ഭയന്നതിനാൽ, അവൾ എല്ലാവരിലും അവസാനത്തെ കുഞ്ഞിനെ അവളുടെ കൈകളിൽ എടുത്ത് അവന്റെ ജീവാന്ത്യത്തിലേക്ക് നയിക്കുവാനുള്ള പാത്രത്തിന്റെ മുകളിലേക്ക് അവനെ കിടത്തി. കൈകൾക്ക് പകരം ആശ്വാസവും ഉപദേശവും ഉൾക്കൊണ്ട വാക്കുകൾ കൊണ്ടാണ് അവൾ അവനെ അഭിസം

ബോധന ചെയ്തത്. അവൾ വേദനയില്ലാതെ നിശ്ശബ്ദയായി സ്വന്തം കുഞ്ഞിന്റെ, ജീവന്റെയും മരണത്തിന്റെയും മദ്ധ്യേയുള്ള നിമിഷങ്ങൾ വീക്ഷിച്ചുകൊണ്ടേയിരുന്നു. ഈ കാര്യങ്ങൾ നമുക്ക് കേവലം കേൾവി മാത്രമല്ല, ഓരോ ശ്രോതാവിനും അവരുടെ സ്വന്തം കുട്ടികളിലേക്ക് അത് കൈമാറുവാൻ കഴിയട്ടെ. ഓരോരുത്തർക്കും അവരവർ ഇച്ഛിക്കുന്ന മുഖത്തെ വരയ്ക്കട്ടെ. ഞാൻ പറഞ്ഞതിന്റെ ശക്തി അപ്പോൾ അവർക്ക് നന്നായി അറിയുവാൻ കഴിയും. എന്തെന്നാൽ, ഒരു പ്രബോധനത്തിനും പ്രകൃതിയുടെ കഷ്ടപ്പാടുകളോട് അടുക്കാൻ കഴിയില്ല; എന്നാൽ അനുഭവം മാത്രമാണ് അവരെ പഠിപ്പിക്കുന്നത്.

9. അവളുടെ ഏഴ് മക്കൾ കിരീടം ചൂടിയതിനെക്കുറിച്ച് ചിന്തിക്കുമ്പോൾ: "ഞാനോ, ദൈവത്തിന്റെ ആലയത്തിങ്കൽ തഴെച്ചിരിക്കുന്ന ഒലിവുവൃക്ഷംപോലെ ആകുന്നു;" (സങ്കീർത്തനങ്ങൾ 52:8) എന്ന പ്രവാചക വചനം കൊണ്ട് അവളെ വിശേഷിപ്പിക്കുന്നത് ഉചിതമായിരിക്കും. എല്ലാത്തിനുമുപരി, ഒളിമ്പിക് മത്സരങ്ങളിൽ, പതിവായി ആയിരക്കണക്കിന് കായികാഭ്യാസികൾ പ്രവേശിക്കുന്നുണ്ടെങ്കിലും, കിരീടം നൽകുന്നത് ഒരാൾക്ക് മാത്രമാണ്. എന്നാൽ ഇവിടെ ഏഴ് കായികാഭ്യാസികളിൽനിന്ന് ഏഴ് വിജയികളാണ് കിരീടമണിഞ്ഞത്. ഇത്രയും ഉൽപ്പാദനക്ഷമതയുള്ള ഏത് തോട്ടമാണ് നിങ്ങൾക്ക് എന്നെ കാണിക്കാൻ കഴിയുക? ഏത് ഗർഭപാത്രത്തിനാണ് ഇത്ര ഫലമുള്ളത്? ഇതുപോലെ പ്രത്യേകതയുള്ള ജന്മങ്ങൾ വേറെ എവിടെ കാണുവാൻ കഴിയും? സെബെദി പുത്രന്മാരുടെ അമ്മ രണ്ട് അപ്പോസ്തലന്മാരുടെ മാത്രം അമ്മയായിരുന്നു. പക്ഷേ ഏഴ് രക്തസാക്ഷികളെ സൃഷ്ടിച്ച ഒരു ഗർഭപാത്രവും വേറെയില്ല. അവളുടെ മക്കൾ ഏഴ് രക്തസാക്ഷികൾ ആയിരുന്നതിനൊപ്പം, അവരുടെ അമ്മയുടെ രക്തസാക്ഷിത്വം ഓരോതവണയും ചേർത്തപ്പോൾ ഒരു ശരീരം മാത്രമായിരുന്നെങ്കിലും, പതിന്നാല് രക്തസാക്ഷികൾക്ക് ഇടം നേടി കൊടുക്കുന്ന ഇടമായി മാറി.[1] അവൾ ഏഴ് മക്കളെ പ്രസവിച്ചു, ഭൂമിക്കുവേണ്ടിയല്ല, സ്വർഗത്തിനുവേണ്ടിയായിരുന്നു. സ്വർഗ്ഗരാജാവിനുവേണ്ടി, വരാനിരിക്കുന്ന ജീവിതത്തിനായി അവരെയെല്ലാം ജനിപ്പിച്ചവളായി ആ അമ്മ മാറി.

10. അങ്ങനെ, ഞാൻ സൂചിപ്പിച്ച കാരണത്താൽ പിശാച് അവളെ അവസാനമായി ഗുസ്തി മത്സരങ്ങളുടെ ഗോദായിലേക്ക് നയിച്ചു. ആദ്യനടപടിയായി, പീഡനങ്ങൾ കാണാനുള്ള അവളുടെ ശക്തിയെ ഇല്ലാതാക്കി. എതിരാളിയെ സ്വാഗതം ചെയ്യുമ്പോൾ അവളെ എളുപ്പത്തിൽ മറികടക്കാൻ കഴിയും. ഒഴുകുന്ന രക്തം കാണുന്നവരിൽ പലർക്കും തലകറക്കവും ബോധക്ഷയവും അനുഭവപ്പെടുകയും ചെയ്യുമെങ്കിൽ സ്വന്തം മക്കളുടെ മരണം കാണുവാനിടയാകുന്ന അമ്മയുടെ സ്ഥിതിയോ? തങ്ങളെ കൈവിട്ടുപോയ ജീവനും പറന്നുപോയ ശരീരത്തിന്റെ ആത്മാവിനെയും കാണുന്ന ആ സ്ത്രീയ്ക്ക് അത് സഹിക്കുവാൻ എങ്ങനെ സാധിക്കുമായിരുന്നു? മറ്റൊരാളുടെയല്ല, സ്വന്തം മക്കളുടെ ശരീരങ്ങളിൽ നിന്ന് രക്തപ്രവാഹം കണ്ടാലോ? അവളുടെ ആത്മാവിനെ എത്രമാത്രം ആശയക്കുഴപ്പം പിടികൂടിയിരിക്കാം? ഇക്കാരണത്താൽ, പിശാച്, അവളെ ദുർബലരാക്കാൻ മക്കളുടെ പിന്നാലെ അവളെയും ആ വേദിയിലേക്ക് വലിച്ചിഴച്ചു. എന്നാൽ സംഭവിച്ചത് നേരെ മറിച്ചായിരുന്നു. കാരണം, അവൾ ആത്മവിശ്വാസ

1 ഓരോ മക്കൾ രക്തസാക്ഷിയാകുമ്പോഴും അമ്മ രക്തസാക്ഷിയായി എന്നും, അങ്ങനെ ഏഴ് തവണ ആ അമ്മ രക്തസാക്ഷിയായെന്നും, അതിനോടു കൂടെ രക്തസാക്ഷികളായ ഏഴുമക്കളെ പ്രസവിച്ചവളായതിനാൽ പതിന്നാല് രക്തസാക്ഷികൾക്ക് ഇടം നേടിക്കൊടുത്ത ശരീരമായെന്ന് സൂചിപ്പിക്കുന്നു.

ത്തോടെ മത്സരങ്ങൾ ആരംഭിച്ചു. എന്തു കൊണ്ട്? കാരണം, അവൾ ഭയപ്പെട്ടില്ല, വാങ്ങിപ്പോയ തന്റെ മക്കളെയോർത്ത് അവൾക്ക് വിഷമിക്കേണ്ടി വന്നില്ല, അവർ ദുർബലരാകുകയോ അവരുടെ കിരീടങ്ങൾ നഷ്ടപ്പെടുകയോ ചെയ്യുമെന്ന് അവൾ ഭയന്നില്ല. പകരം, അവരെയെല്ലാം സ്വർഗ്ഗത്തിന്റെ ഭണ്ഡാരപ്പുരയിൽ സംഭരിച്ച് സ്വർഗ്ഗീയ കിരീടങ്ങളിലേക്കും മാറ്റമില്ലാത്ത അനുഗ്രഹങ്ങളിലേക്കും അയച്ചു, അവൾ ആത്മവിശ്വാസത്തോടെയും ആത്മവീര്യത്തോടെയും സന്തോഷത്തോടെയും യുദ്ധത്തിന് ഇറങ്ങി. ഏറ്റവും വിലപിടിപ്പുള്ള രത്നം ഒരു കിരീടത്തിൽ ഘടിപ്പിക്കുന്നതുപോലെ, അവൾ തന്റെ കുട്ടികളുടെ കൂട്ടത്തിനൊപ്പം പ്രിയപ്പെട്ട യേശുവിന്റെ അടുത്തേക്ക് യാത്രയായി, ശ്രേഷ്ഠമായ ആത്മാവോടെയും, ഉന്നതമായ മനസ്സോടെയും എല്ലാ പ്രശ്നങ്ങളെയും ധൈര്യസമേതം നേരിടണമെന്നാണ് അവളുടെ പ്രവർത്തനങ്ങളിലൂടെയുള്ള ഉപദേശം. സ്വന്തം കുട്ടികളെ നഷ്ടപ്പെട്ട അവസ്ഥയിലും, മരണത്തിന്റെ കവാടം അടഞ്ഞിരിക്കുമ്പോഴും, പാപത്തിനോ ക്ഷമയില്ലായ്മക്കോ കീഴടങ്ങിക്കൊടുക്കുകയോ, മരണത്തിന് മുന്നിൽ തോൽക്കുകയോ ചെയ്യാതെ, മത്സരിച്ച ആ അമ്മ, ദൈവത്തിനുവേണ്ടി ഇത്രയധികം ഉത്സാഹത്തോടും ധൈര്യത്തോടും കൂടി നിലനില്ക്കുമ്പോൾ, ക്രിസ്തുവിനുവേണ്ടിയുള്ള പീഡകളെ ഭായക്കുന്ന ആർക്കാണ് മാപ്പ് ലഭിക്കുക?

11. ഈ ഘടകങ്ങൾ കണക്കിലെടുത്ത്, സ്ത്രീകളും പുരുഷന്മാരും, ചെറുപ്പക്കാരും പ്രായമായവരും, അവളുടെ മത്സരങ്ങളെ ഒരു കണ്ണാടിയിൽ എന്നപോലെ നമ്മുടെ ഹൃദയഭിത്തിയിൽ ആലേഖനം ചെയ്യുക. അവളുടെ സഹിഷ്ണുത നമ്മുടെ ആത്മാവിൽ അലിഞ്ഞുചേർന്ന പ്രശ്നങ്ങൾക്കുള്ള ശാശ്വത ഉപദേശമായി സംഭരിക്കാം. ഈ വിശുദ്ധരുടെ പുണ്യപ്രവർത്തികൾ അനുകരിച്ചുകൊണ്ട്, അവർ ഏറ്റുവാങ്ങിയ മർദ്ദനങ്ങൾ, കോപം, അത്യാഗ്രഹം, അത്യാർത്തി, എന്നിവകൾക്കൊപ്പം യുക്തിരഹിതമായ അഭിനിവേശങ്ങളോടും അകൽച്ച കാട്ടിക്കൊണ്ട് നമുക്കും അവരുടെ കിരീടങ്ങൾ പങ്കിടാൻ ചുവട് വയ്ക്കാം. ആ വിശുദ്ധർ പീഡനങ്ങളുടെ അഗ്നിയെ അതിജീവിച്ചതുപോലെ, നമുക്കും ലൗകികവികാരങ്ങളാകുന്ന അഗ്നിയെ അതിജീവിച്ച്, നമ്മുടെ വാക്കുകളിൽ ഈ വിശുദ്ധരുടെ തീക്ഷ്ണതയെ കൈവരിക്കാം. ഈ അനുഗ്രഹങ്ങൾ പ്രാപിക്കുവാൻ നമ്മുടെ കർത്താവായ യേശുക്രിസ്തുവിന്റെ കൃപയും സ്നേഹകാരുണ്യവും നിമിത്തം നമുക്ക് സാധിക്കട്ടെ, ആയത് അവനോടൊപ്പം അവൻ വഴിയായും പിതാവായ ദൈവത്തിന്റെയും പരിശുദ്ധാത്മാവിന്റെയും മഹത്ത്വത്തിനായി ഇപ്പോഴും എല്ലായിപ്പോഴും എന്നുമെന്നേക്കും തന്നെ. ആമ്മീൻ.

3. മക്കാബിയ വിശുദ്ധരെക്കുറിച്ചുള്ള പ്രഭാഷണം (പ്രഭാഷണം – 2)

1. ഒരു നാവിനുപോലും എല്ലാ വിശുദ്ധ രക്തസാക്ഷികളെയും സ്തുതിക്കുവാൻ കഴിയില്ല. നമുക്ക് ആയിരം വായ്കളും ധാരാളം നാവുകളും ഉണ്ടായിരുന്നെങ്കിൽപ്പോലും നമ്മുടെ സ്തുതികൾ അപര്യാപ്തമായിരിക്കും. വാസ്തവത്തിൽ ഏഴ് രക്തസാക്ഷികളുടെ പ്രവർത്തികൾ നോക്കുമ്പോൾ എനിക്കുണ്ടായ അനുഭവം, സ്വർണ്ണം ഒഴുകുന്ന ഏഴ് കൈവഴികൾ ഉള്ള ഒരു നീരുറവയിൽ അത് അരിക്കാൻ ശ്രമിക്കുകയും എന്നാൽ മഹത്തരവും വിവരണാതീതവുമായ പരിശ്രമത്തിന് ശേഷം ഭൂരിഭാഗവും ശേഷിപ്പിച്ച് പോവുകയും ചെയ്യുന്ന ദുരാഗ്രഹിയായ ഒരുവനോട്ട് സമമായി തോന്നുന്നു. നിങ്ങൾ എത്രത്തോളം നീരുറവ വറ്റിച്ചാലും ഭൂരിഭാഗവും അവശേഷിച്ചിരിക്കും. പിന്നെ എന്താണ്? അവർക്ക് അർഹമായത് നൽകാൻ കഴിയാത്തതിനാൽ നമ്മൾ മിണ്ടാതിരിക്കുമോ. ഒരിക്കലുമില്ല. നമ്മുടെ ദാനങ്ങൾ സ്വീകരിക്കുന്നത് രക്തസാക്ഷികളാണ്. അവരുടെ വലിയ വിധിയിൽ അവർ തങ്ങളുടെ യജമാനനെ അനുകരിക്കുന്നു. (ദൈവം) അതെങ്ങനെ ചെയ്യുന്നു. ആരെങ്കിലും ദാനങ്ങൾ ചെയ്യുമ്പോൾ അതിന്റെ പ്രത്യർപ്പണം അളക്കേണ്ടത്, അതിന്റെ വലിപ്പത്തിലല്ല മറിച്ച് ദാതാവിന്റെ താല്പര്യത്തിലാണ്. വിധവയുടെ കാര്യത്തിൽ അദ്ദേഹം പെരുമാറിയത് ഇപ്രകാരം ആയിരുന്നു. രണ്ട് കാശ് മാത്രം ഇട്ട സ്ത്രീ അതിലേറെ സമർപ്പിച്ചവരേക്കാൾ ബഹുമാനിക്കപ്പെട്ടു. എന്തെന്നാൽ പണത്തിന്റെ ഭൗർലഭ്യത്തേക്കാൾ ദൈവം കണ്ടത് അവളുടെ ഉദ്ദേശ്യം പതിനായിരം ഔൺസ് തങ്കത്തേക്കാൾ മൂല്യമേറിയതായിരുന്നു. നിങ്ങൾ സന്തോഷവാൻമാർ എങ്കിൽ നമുക്ക് ആത്മവിശ്വസത്തോടെ സ്തുതികൾ കരേറ്റാം. ഇന്നലെ നാം ചെയ്തത് തന്നെ ഇപ്പോഴും സംഭവിക്കട്ടെ. ഇന്നലത്തെ നമ്മുടെ പ്രഭാഷണം പൂർണ്ണമായും ആ അമ്മയ്ക്കായി മാത്രമായി സമർപ്പിച്ചു. അത് ഒരിക്കലും അവളുടെ കുട്ടികളിൽ നിന്നും ആ അമ്മയെ വേർപ്പെടുത്തുന്നു എന്ന ഉദ്ദേശത്തോടെയല്ല മറിച്ച് നമ്മുടെ സമ്പത്ത് കൂടുതൽ സുരക്ഷിതമാക്കുന്നതിനാണ്. ഏഴ് നദികൾ പോലെ ഏഴ് രക്തസാക്ഷികളുടെ സ്തുതികൾ ഒരേ സമയം വന്നാൽ പ്രഭാഷണത്തിൽ സ്തുതികളുടെ ഒരു പ്രളയമായി മാറിയേക്കുമോ എന്ന് ഞാൻ ഭയപ്പെടുന്നു. ആയതിനാൽ നമുക്ക് തല്ക്കാലം യുവാക്കളിൽ ഒരാളെ മാത്രം എടുത്ത് അവനെക്കുറിച്ച് സംസാരിക്കാം. തന്റെ സഹോദരങ്ങളുടെ കൂട്ടത്തിൽ നിന്ന് വേർപ്പെടുത്തുകയല്ല, മറിച്ച് നമ്മുടെ കർത്തവ്യം ലഘൂകരിക്കുന്നതിന് വേണ്ടിയാണ്. മാത്രമല്ല, അവർ എല്ലാവരും ഒരേ സാഹചര്യം അനുഭവിച്ചതിനാൽ അവരിൽ ഒരുവൻ പ്രശംസിക്കപ്പെട്ടാൽ തീർച്ചയായും അതിന്റെ കിരീടം മറ്റുള്ളവരും പങ്കിടുന്നു. ആ അമ്മയെ തൊട്ടില്ലെങ്കിൽപ്പോലും ഇന്നത്തെ പ്രഭാഷണത്തിലേക്ക് അവളും കടന്നു വരും. മക്കളെ ഉപേക്ഷിക്കേണ്ടി വരുന്നത് ആ അമ്മയ്ക്ക് സഹിക്കാനാവില്ല. അതു കൊണ്ട് തന്നെ പ്രഭാഷണത്തിന്റെ പുരോഗതി അവളെ ആകർഷിക്കും. അവളുടെ മത്സരങ്ങളിൽ അവൾ തന്റെ സന്തതികളിൽ നിന്ന് പിന്തിരിഞ്ഞില്ലെങ്കിൽ, അവരുടെ സ്തുതികളിൽ നിന്നും അവൾ അകന്നു നിൽക്കില്ല.

2. അങ്ങനെയെങ്കിൽ ഏഴ് യോദ്ധാക്കളിൽ ആരെ മാറ്റിനിർത്താം എന്നാണ് നിങ്ങൾ ആഗ്രഹിക്കുന്നത്? ഒന്നാമത്തേതോ, രണ്ടാമത്തേതോ, മൂന്നാമത്തേതോ അവസാനത്തേതോ? മറിച്ച് അവരിൽ ആരും തന്നെ അവസാനമല്ല. എന്തെന്നാൽ അവർ ഒരു കൂട്ടമാണ്, സമൂഹമാ

ണ്, അതിന് തുടക്കമോ അവസാനമോ ഇല്ല. പക്ഷേ നമ്മുടെ പ്രശംസാവിഷയം കൂടുതൽ മനസ്സിലാക്കുന്നതിനായി, പ്രായത്തിന്റെ കാര്യത്തിൽ അവസാനത്തേത് പരമാർശിക്കുന്നു. കാരണം ഗ്രസ്തി മത്സരങ്ങൾ സഹോദര്യവും, നേട്ടങ്ങളുമായും ബന്ധപ്പെട്ടതാണ്. നേട്ടങ്ങൾ തമ്മിൽ ബന്ധമുള്ളിടത്ത് ആദ്യത്തേത് രണ്ടാമത്തേത് എന്നില്ല. ആയതിനാൽ പ്രായത്തിൽ അവസാനത്തേതിനെ മാറ്റിവെയ്ക്കാം. മനസ്സ് കൊണ്ട് തന്റെ സഹോദരങ്ങളുടെ സമപ്രായം മാത്രമല്ല, വൃദ്ധന്റെയും സമപ്രായം. സഹോദരങ്ങളിൽ അവനെ മാത്രം ബന്ധനങ്ങൾ ഇല്ലാതെ പീഡനമുറിയിലേക്ക് കൊണ്ടുപോയി. കാരണം അവൻ ആരാച്ചാരുടെ കൈകൾക്കായി കാത്തു നിൽക്കാതെ, അവരുടെ ക്രൂരതയെ സ്വന്തം ഉത്സാഹത്തോടെ മുൻകൂട്ടി കണ്ട്, ബന്ധനങ്ങളില്ലാതെ, അകമ്പടിയായി പോയി. അവന് തന്റെ സഹോദരങ്ങൾ കാഴ്ചയ്ക്കായി ഉണ്ടായിരുന്നില്ല. കാരണം അവരെല്ലാം അവസാനിച്ചിരിക്കുന്നു. എന്നാൽ മഹനീയമായ ഒരു അരങ്ങ് തന്നെ ഉണ്ടായിരുന്നു. അവിടെ തന്റെ അമ്മയുടെ കണ്ണുകൾ. നമ്മൾ ശ്രമിച്ചില്ലെങ്കിൽ പോലും അവരുടെ അമ്മ ഇതിലേക്ക് വരുമെന്നത് ഞാൻ നിങ്ങളോട് മുൻപേ സൂചിപ്പിച്ചിരുന്നില്ലേ. പ്രഭാഷണത്തിന്റെ പുരോഗതിയിൽ ആ അമ്മ താനേ എത്തി. ഈ അരങ്ങ് മഹനീയവും വിശാലവുമാണ്. അതിൽ മാലാഖമാരുടെ കൂട്ടം കാണാം. ഒപ്പം അവന്റെ സഹോദരൻമാരും കാഴ്ചക്കാരായി, ഭൂമിയിൽ നിന്നല്ല, സ്വർഗ്ഗത്തിൽ നിന്ന്. എന്തെന്നാൽ ഒളിമ്പിക് മത്സരങ്ങളിലെ വിധികർത്താക്കളെപ്പോലെ അവർ കിരീടമണിഞ്ഞിരിക്കുന്നു. ഗ്രസ്തി മത്സരങ്ങളെ വിധിക്കുകയല്ല. വിജയിയെ കിരീടം നേടാൻ പ്രേരിപ്പിക്കുകയാണ്. അങ്ങനെ അവൻ ബന്ധനങ്ങളില്ലാതെ നിന്നുകൊണ്ട്, തത്ത്വചിന്ത നിറഞ്ഞ വാക്കുകൾ സംസാരിച്ചു. സേച്ഛാധിപതിയെ തന്റെ ഭക്തിയിലേക്ക് മാറ്റുവാൻ അവൻ ആഗ്രഹിച്ചു. എന്നാൽ അത് കഴിയില്ലാ എന്നതിന്റെ അടിസ്ഥാനത്തിൽ തന്റെ സ്വഭാവം പോലെ പീഡനത്തിന് സ്വയം വിട്ടുകൊടുത്തു. സ്വേച്ഛാധിപതി അവന്റെ പ്രായത്തെക്കുറിച്ച് സഹതപിച്ചപ്പോൾ, സ്വേച്ഛാധിപതിയുടെ അകൃത്യത്തെക്കുറിച്ച് അവൻ കരഞ്ഞു. സേച്ഛാധിപതിയും രക്തസാക്ഷിയും ഒരേ കാര്യങ്ങൾ നോക്കിയിരുന്നില്ല. രണ്ട് പേർക്കും ഒരേ കണ്ണുകൾ ആയിരുന്നു – മാംസത്തിന്റെ, എന്നാൽ വിശ്വാസത്തിന്റെ കണ്ണുകൾ ഒരേപോലെ ആയിരുന്നില്ല. ഒരാൾ വർത്തമാനകാല ജീവിതത്തിലേക്ക് നോക്കി, എന്നാൽ മറ്റേയാൾ താൻ ഉയരാൻ പോകുന്ന ഭാവിയെ വീക്ഷിച്ചു. സേച്ഛാധിപതി വറചട്ടി കണ്ടു. രക്തസാക്ഷി, ആ സേച്ഛാധിപതി സ്വയം വീഴാൻ പോകുന്ന നരകം കണ്ടു.

3. തന്റെ പിതാവ് കൈകാലുകൾ കെട്ടിയിട്ട് ബന്ധിച്ച ശേഷവും, തന്റെ നേരെ വരുന്നത് കണ്ടിട്ടും യാഗപീഠത്തിൽ നിന്ന് ചാടിപ്പോകാതിരുന്ന യിസഹാക്കിനെ നോക്കി നാം ആശ്ചര്യപ്പെടുന്നുവെങ്കിൽ, ഈ യുവാവ് ബന്ധിക്കപ്പെടാതെയും, ചങ്ങലയുടെ നിർബന്ധം ആവശ്യമില്ലാതെയും, ആരാച്ചരുടെ കൈകൾക്കായി കാത്തു നിൽക്കാതെയും അവൻ തന്നെ തന്റെ യാഗപീഠവും, പുരോഹിതനും ബലിപീഠവും ആയിത്തീർന്നു. ചുറ്റും വട്ടമിട്ട് നോക്കുകയും, തന്റെ സഹോദരങ്ങൾ അവിടെ ഇല്ലാതിരിക്കുകയും ചെയ്തപ്പോൾ അവൻ അസ്വസ്ഥനായി. ഈ കുലീനമായ സംഘത്തിൽ നിന്ന് വേർപെടുത്താതിരിക്കുവാൻ തിടുക്കപ്പെട്ട് പിടിക്കുവാൻ പ്രേരിപ്പിച്ചു. ആയതിനാലാണ് ആരാച്ചാരുടെ കൈകൾക്കായി അദ്ദേഹം കാത്തിരിക്കാതിരിക്കുന്നത്. സേച്ഛാധിപതി തന്നെ ഒഴിവാക്കുമന്നും, അനുകമ്പ നിമിത്തം അവനെ തന്റെ സഹോദരൻമാരുടെ കൂട്ടത്തിൽ നിന്ന് തട്ടിമാറ്റുമെന്നും അവൻ ഭയപ്പെട്ടു. അതുകൊണ്ടാണ്

അവൻ ആദ്യം കടന്നുവന്ന് കാട്ടാളന്റെ മനുഷ്യസ്നേഹത്തിൽ നിന്ന് സ്വയം തട്ടിയെടുത്തു. സേച്ഛാധിപതിയെ മയപ്പെടുത്താൻ പര്യാപ്തമായ നിരവധി ഘടകങ്ങളുണ്ടായിരുന്നു: യുവാക്കളുടെ പ്രായം, ഒരു വന്യമൃഗത്തിന് പോലും തൃപ്തി വരത്തക്കരീതിയിലുള്ള അവന്റെ സഹോദരൻമാർ നേരിട്ട പീഡനം(പക്ഷേ ആ സേച്ഛാധിപതിക്ക് തൃപ്തി വന്നില്ല), അവന്റെ അമ്മയുടെ നരച്ച മുടി എന്നിവ. തനിക്ക് മുമ്പുള്ള സഹോദരന്മാരുടെ ശിക്ഷയിൽ നിന്ന് തനിക്ക് ഒരു പ്രയോജനവും ലഭിച്ചില്ല. ഈ ഘടകങ്ങളെല്ലാം മനസ്സിൽ വെച്ചുകൊണ്ട് രക്ഷപ്പെടാൻ കഴിയാത്ത ഒരു പീഡനത്തിലേക്ക് യുവാവ് സ്വയം വലിച്ചെറിയുകയും ദൈവികമായ കഴുകലും മാമ്മോദിസയും കണക്കാക്കി, തണുത്ത വെള്ളത്തിന്റെ ഉറവയിലേക്ക് എന്ന പൊലെ അവൻ കലവറകളിൽ[1] മുങ്ങി. പനിപിടിച്ച് വെന്തുരുകുന്ന ആളുകൾ തങ്ങളെ തന്നെ തണുത്ത വെള്ളമുള്ള നീരുറവയിലേക്ക് താഴ്ത്തുന്നതു പോലെ , അവൻ തന്റെ സഹോദരങ്ങളോടുള്ള[2] ആഗ്രഹത്താൽ ജ്വലിച്ച് ആ പീഡനത്തിലെക്ക് സ്വയം താഴ്ത്തി.

4. അവന്റെ അമ്മയും പ്രോത്സാഹനം ചേർത്തു നൽകി. അവന് പ്രോത്സാഹനം ആവശ്യമായിരുന്നത് കൊണ്ടല്ല. മറിച്ച് നിങ്ങൾ സ്ത്രീയുടെ ശക്തി പഠിക്കുന്നതിന് വേണ്ടിയാണ്. അവളുടെ ഏഴ് മക്കളിൽ ആരുടെയും കാര്യത്തിൽ അവൾ മാതൃവികാരം അനുഭവിച്ചിട്ടില്ല. അല്ല അവൾ ഓരോരുത്തരുടെയും കാര്യത്തിൽ മാതൃവികാരങ്ങൾ അനുഭവിച്ചു. എന്തെന്നാൽ അവൾ സ്വയം പറഞ്ഞില്ല. ഇതെന്താണ്? എന്റെ കുട്ടികളെ മുഴുവൻ തട്ടിയെടുത്തു. ഇനിയും ഇത് മാത്രമേ അവശേഷിക്കുന്നുള്ളൂ. ഇക്കാര്യത്തിൽ കുട്ടികൾ ഇല്ലാതായിത്തീരുന്നതിന്റെ അനന്തരഫലങ്ങളുടെ അപകടസാധ്യത എനിക്കുണ്ട്. അവൻ മരിച്ചാൽ ഇനി മുതൽ എന്റെ വാർദ്ധക്യത്തിൽ എന്നെ ആരു് നോക്കും. കയ്യിൽ പകുതിയും പകുതി ഇല്ലെങ്കിൽ രണ്ട് ഭാഗവും ഉള്ളതിൽ ഞാൻ സംതൃപ്ത ആയിരുന്നില്ലേ. പകരം വാർദ്ധക്യത്തിൽ എന്നെ ആശ്വസിപ്പിക്കുവാൻ എനിക്ക് ഒരാളെ മാത്രമേ ശേഷിക്കുന്നുള്ളൂ. ഞാൻ അവനെ വിട്ടുകൊടുക്കേണ്ടിവരുമോ? അവൾ ഇതൊന്നും തന്നെ പറഞ്ഞില്ല. അവൾ ചിന്തിച്ചില്ല. അവളുടെ വാക്കുകളുടെ പ്രോത്സാഹനത്താൽ അവനെ ഉയർത്തി. അവളുടെ കൈകൊണ്ട് എന്നെ പോലെ അവൾ തന്റെ മകനെ കലവറയിലേക്ക് എറിഞ്ഞു. അവൻ അവളുടെ ഗർഭപാത്രത്തിലെ എല്ലാ ഫലങ്ങളേയും സ്വാഗതം ചെയ്തു. ഒന്നും നിരസിച്ചില്ല. അതിന്റെ ഫലമായി വൃക്ഷം വിളവെടുത്തു. അവളുടെ മക്കളേക്കാൾ വലിയ തോതിൽ അവൾ സഹിച്ചുവെന്ന് ഞാൻ ആത്മവിശ്വാസത്തോടെ പറയും. കാരണം അവർക്ക് അവരുടെ വേദനയുടെയും ഭീരുത്വത്തിന്റേയും സിംഹഭാഗവും വെട്ടിമാറ്റി, അവളുടെ കളങ്കമില്ലാത്ത മനസ്സും തൊട്ടുകൂടാത്ത ഇച്ഛാശക്തിയും കൊണ്ട് അവൾക്ക് എന്താണെന്നതിനെക്കുറിച്ചുള്ള ധാരണ ലഭിച്ചു. അവളുടെ സ്ത്രീസ്വഭാവം കൊണ്ടാണ് ഇത് സംഭവിക്കുന്നത്.

5. ഒരാൾക്ക് മൂന്നരിട്ടി തീ കാണാമായിരുന്നു. ആ സ്വേച്ഛാധിപതി കത്തുന്നുണ്ടായിരുന്നു. അവളുടെ സ്വഭാവമാണ് ജ്വലിപ്പിച്ചത്. അതായത് അത് ജ്വലിപ്പിച്ചത് പരിശുദ്ധാത്മാവാണ്. ആ ബാബേൽ സ്വേച്ഛാധിപതി അമ്മയ്ക്കായി കത്തിച്ച ചൂള പോലെ ഒരു ചൂള കത്തിച്ചില്ല. കാരണം അവിടെ തീയുടെ ഇന്ധനം മണ്ണെണ്ണയും, ചെടിയുടെ നാരും തടിയും ആയിരുന്നു. ഇവിടെ സ്ത്രീത്വം, ജനനം സംബന്ധിച്ചുള്ള ബന്ധം, മാതാപിതാക്കളുടെ സ്നേഹം, കുട്ടികൾ തമ്മിലുള്ള ഐക്യം എന്നിവയാണ്. അവ

1 പീഡനം നടത്തുന്ന ഇടമാണ് ഉദ്ദേശിച്ചിരിക്കുന്നത്

2 അവരോട് കൂടെ ചേരുവാനുള്ള

ളുടെ സ്നേഹത്താൽ അവൾ വറുക്കപ്പെട്ട അത്രയും തീയിൽ കിടന്ന് മൂന്ന് യുവാക്കൾ വറുക്കപ്പെട്ടില്ല. അവളുടെ ഭക്തിയിലൂടെ അവൾ ജയിച്ചു. പ്രകൃതി കൃപയോടെ പോരാടി. വിജയം കൃപയിലേക്ക് പോയി. ഭക്തി ജനനത്തിന്റെ ബന്ധനങ്ങളെ കീഴടക്കി. അഗ്നി അഗ്നിയെ കീഴടക്കി. സ്വേച്ഛാധിപതിയുടെ ക്രൂരതയാൽ കത്തിച്ച ഭൗതിക അഗ്നിമേൽ, ആത്മീയത ജയിച്ചു.

തിരമാലകളുടെ ആക്രമണം ഏറ്റുവാങ്ങുന്ന ഒരു പാറ നിലനിൽക്കുന്നതുപോലെ, അവിടെ തിരമാലകൾ പെട്ടെന്ന് നുരയായി അലിഞ്ഞു അപ്രത്യക്ഷമാകുന്നു. അതുപോലെ ആ സ്ത്രീയുടെ ഹൃദയവും, കടലിലെ ഒരു പാറ, തിരമാലകൾ പോലെ വേദനയുടെ ആക്രമണങ്ങൾ ഏറ്റുവാങ്ങുമ്പോൾ, അത് ആ ആക്രമണങ്ങളെ അലിയിച്ചു കളയുമ്പോൾ അവൾ സ്വയം അനങ്ങാതെ നിന്നു. ശക്തരും തത്ത്വചിന്ത നിറഞ്ഞതുമായ കാരണത്താൽ സ്വേച്ഛാധിപതിയോട്ട് താൻ യഥാർത്ഥത്തിൽ അവരുടെ അമ്മയാണെന്നും, യഥാർത്ഥത്തിൽ അവർ അവളുടെ മക്കളാണെന്നും കാണിക്കാൻ അവൾ ഉത്സുകയായിരുന്നു. അത് സ്വഭാവികളായ ബന്ധത്തിലൂടെയല്ല മറിച്ച് അവളുടെ സദ്ഗുണങ്ങൾ പങ്കു വെയ്ക്കുന്നതിലൂടെ. പീഡിപ്പിക്കുന്ന തീയാണ് താൻ കാണുന്നത് എന്ന് അവൾ കരുതിയില്ല. മറിച്ച് ഒരു വിവാഹപ്പന്തലാണ് അവൾ കണ്ടത്. മക്കൾ പീഡിപ്പിക്കപ്പെടുന്നത് കണ്ട് ആഹ്ലാദിച്ച ഒരമ്മ; വിവാഹത്തിന് മക്കളെ മനോഹരമായി ഒരുക്കുന്ന ഒരു അമ്മയ്ക്ക് ഇത്രയും സന്തോഷമില്ല. അവൾ മണവാളന്റെ മേലങ്കി അണിയിക്കുന്നത് പോലെ, മറ്റൊരാൾക്ക് കിരീടം നെയ്യുന്നതുപോലെ, മറ്റൊരാൾക്ക് വിവാഹ മേലാപ്പ് ഒരുക്കുന്നതുപോലെ; ഒരാൾ കലവറകളിലേക്കും[3], മറ്റൊരാൾ വറചട്ടിയിലേക്കും, മറ്റൊരാളെ തലവെട്ടിയ നിലയിലും ഓടുന്നത് കണ്ടപ്പോൾ അവൾ സന്തോഷിച്ചു. എല്ലാം പുകയും നീരാവിയും നിറഞ്ഞത് ആയിരുന്നു. അവൾ അവളുടെ എല്ലാ ഇന്ദ്രിയങ്ങളിലൂടെയും അവളുടെ മക്കളുടെ അനുഭവം സ്വീകരിച്ചു. അവളുടെ കണ്ണുകളാൽ കണ്ട്, പ്രിയപ്പെട്ട വാക്കുകൾ കേട്ട്, അവളുടെ മൂക്കിലൂടെ. അവരുടെ മാംസത്തിൽ നിന്ന് ആ ദോഷകരമായ പുക വായുവിനെ മലിനമാക്കുന്നു, പക്ഷേ അത് അവളുടെ മനസ്സിനെ മലിനമാക്കിയില്ല. എന്തെന്നാൽ അവൾ അചഞ്ചലയായി അനങ്ങാതെ നിന്നു. നടന്ന എല്ലാ കാര്യങ്ങളിലും ഉറച്ചുനിന്നു. പക്ഷേ പ്രസംഗം അവസാനിപ്പിക്കുന്നതിനുള്ള സമയമാണിത്, അതുവഴി അവർക്ക് നമ്മുടെ പൊതുവായ ഗുരുവിൽ[4] നിന്നുള്ള സമൃദ്ധമായ സ്തുതികൾ ആസ്വദിക്കാനാകും.

6. പിതാക്കന്മാർ അവളെ അനുകരിക്കട്ടെ, അമ്മമാർ അവളെ അനുകരിക്കട്ടെ കന്യകാത്വത്തിൽ ജീവിക്കുന്ന സ്ത്രീകളും പുരുഷന്മാരും ചാക്കു വസ്ത്രം ധരിച്ച് ഇരിക്കട്ടെ. എന്തെന്നാൽ നാം കഠിനമായ അച്ചടക്കം സ്വയം നേടിയെടുക്കുന്നു. സ്ത്രീയുടെ തത്വചിന്ത നമ്മുടെ സഹിഷ്ണുതയെ മറികടക്കുന്നു. അതുകൊണ്ട് ധൈര്യത്തിന്റെയും സഹനത്തിന്റെയും കൊടുമുടിയിൽ എത്തിയ ആരും, ആ വൃദ്ധയെ അദ്ധ്യാപികയായി സ്വീകരിക്കുന്നത് അവരുടെ അന്തസ്സിനു കുറവായി കരുതരുത്. മറിച്ച് നഗരങ്ങളിൽ വസിക്കുന്നവരും, മരുഭൂമിയിൽ ജീവിതം ചെലവഴിക്കുന്നവരും, കന്യകാത്വം അനുഷ്ഠിക്കുന്നവരും, വിശുദ്ധവിവാഹത്തിൽ തിളങ്ങുന്നവരും, വർത്തമാനകാലവുമായി ബന്ധപ്പെട്ട എല്ലാം തുച്ഛീകരിച്ച് തന്നെത്താൻ ക്രൂശിക്കുന്നവരുമായ നമുക്കെല്ലാവർക്കും ഒരുമിച്ച് പ്രാർത്ഥിക്കാം. അവൾ സംസാരിച്ചപോലെ, ധീരമായി

3 പീഡനമുറിയാണ് ഇവിടെ ഉദ്ദേശിക്കുന്നത്

4 മാർ ഈവാനിയോസ് തന്റെ മെത്രാപ്പോലീത്തയായ ഫ്ലേവിയനെ ആണ് ഉദ്ദേശിക്കുന്നത്

പ്രതികരിക്കുന്നതിലൂടെ, അവളുടെ അതേ പോരാട്ടത്തിന് യോഗ്യരായി കണക്കാക്കാം. അങ്ങനെ, ആ ദിവസം വിശുദ്ധ സ്ത്രീയുടേയും അവളുടെ കുട്ടികളുടെയും, അവരുടെ സംഘത്തെ പൂർത്തീകരിക്കുവാൻ സഹായിച്ചവനും തന്റെ പീഡനത്തിനിടയിൽ ഒരു ശക്തമായ ആത്മാവിനെ പ്രദർശിപ്പിച്ചവനുമായ എലിയാസാർ എന്ന വൃദ്ധന്റെയും പ്രാർത്ഥനയിലൂടെ അവരുടെ ഒപ്പം നിൽക്കാം. സമാധാന കാലത്ത് യുദ്ധങ്ങൾക്കും പീഡനങ്ങൾക്കും മുൻപ് നമ്മിലുള്ള വികാരങ്ങളെ കീഴടക്കി, അവരുടെ വിശുദ്ധ പ്രാർത്ഥനയോടൊപ്പം നമ്മുടെ സ്വന്തമായതെല്ലാം അർപ്പിച്ചാൽ നമുക്കിത് നേടാൻ കഴിയും. സമാധാനത്തിന്റെ കാലത്ത് ഈ രീതിയിൽ നമ്മുടെ ജീവിതം നയിക്കുകയാണെങ്കിൽ നമ്മുടെ പരിശീലനത്തിന് തിളക്കമാർന്ന കിരീടങ്ങൾ നമുക്ക് ലഭിക്കും; മനുഷ്യരാശിയെ സ്നേഹിക്കുന്ന ദൈവം നമുക്കും ഇതേ മത്സരം നടത്താൻ തീരുമാനിച്ചാൽ, നമുക്കായി ഒരുക്കിയിരിക്കുന്ന മത്സരങ്ങളിൽ പങ്കെടുക്കുകയും സ്വർഗ്ഗീയ അനുഗ്രഹങ്ങൾ നേടുകയും ചെയ്യും. ഈ അനുഗ്രഹങ്ങൾ പ്രാപിക്കുവാൻ നമ്മുടെ കർത്താവായ യേശുക്രിസ്തുവിന്റെ കൃപയും സ്നേഹകാരുണ്യവും നിമിത്തം നമുക്ക് സാധിക്കട്ടെ, ആയത് അവനോടൊപ്പം അവൻ വഴിയായും പിതാവായ ദൈവത്തിന്റെയും പരിശുദ്ധാത്മാവിന്റെയും മഹത്ത്വത്തിനും, ബഹുമാനത്തിനും ശക്തിക്കുമായിത്തന്നെ, അത് ഇപ്പോഴും എല്ലായിപ്പോഴും എന്നുമെന്നേക്കും തന്നെ. ആമ്മീൻ.

മാർ അപ്രേമിന്റെ മദ്റോശോ

ഏ.ഡി. ആറാം നൂറ്റാണ്ടിലോ, ഏഴാം നൂറ്റാണ്ടിലോ പകർത്തിയെഴുതിയ, ഇപ്പോൾ ബ്രിട്ടീഷ് ലൈബ്രറിയിൽ സൂക്ഷിച്ചിരിക്കുന്ന ഒരു സുറിയാനി കയ്യെഴുത്തു പുസ്തകമാണ് ഈ പരിഭാഷയ്ക്കാധാരം. തോമസ് ജോസഫസ് ലാമി 1889 ൽ പ്രസിദ്ധീകരിച്ച 'Santi Ephraem Syri Hymni Et Sermones' ന്റെ മൂന്നാം വാല്യത്തിൽ ഇതിന്റെ സുറിയാനിയും, ലത്തീൻ പരിഭാഷയും നല്കിയിട്ടുണ്ട്. ആർ. എൽ. ബെൻസ്‌ലിയുടെ സമ്പാദനമായ 'The Fourth Book of Maccabees and Kindred Documents in Syriac' എന്ന പുസ്തകത്തിൽ ഇതിന്റെ സുറിയാനിയും, ഇംഗ്ലീഷ് പരിഭാഷയും നൽകിയിട്ടുണ്ട്. ഈ മദ്റോശോ (പ്രബോധകഗാനം) യുടെ കാവ്യരൂപമാണ് ഇവിടെ നല്കിയിരിക്കുന്നത്.

സുറിയായിലെ മാർ അപ്രേം

ഏ.ഡി. 306 നോടടുത്ത് ഒരു ക്രൈസ്തവമാതാപിതാക്കളുടെ മകനായി നിസിബിസിൽ ആണ് അപ്രേം ജനിച്ചത്. നിസിബിസിലെ മെത്രാപ്പോലിത്താ മാർ യാക്കോബായിരുന്നു മാർ അപ്രേമിന്റെ ഗുരു. മാർ യാക്കോബിന്റെ കൂടെ അദ്ദേഹത്തിന്റെ സെക്രട്ടറിയായി നിഖ്യാസുന്നഹദോസിൽ പങ്കെടുത്തു.

മാർ യാക്കോബ് നിസ്സിബിസിലെ വൈദിക വിദ്യാലയത്തിലെ അദ്ധ്യാപകനായി മാർ അപ്രേമിനെ നിയമിച്ചു. ഏകദേശം 39 വർഷം മാർ അപ്രേം അവിടെ അദ്ധ്യാപകനായി സേവനം അനുഷ്ഠിച്ചു. പിന്നീട് ഏ.ഡി. 363 ൽ സാപ്പോർ രണ്ടാമന്റെ പീഡയുടെ കാലത്ത് മറ്റനവധി ക്രൈസ്തവരോടൊപ്പം എഡേസ്സയിലേക്ക് കുടിയേറി. നിസിബിസിലെ വൈദിക വിദ്യാലയവും എഡേസ്സയിലേക്ക് മാറ്റിസ്ഥാപിക്കുകയും അതിനെ പൗരസ്ത്യ ദേശത്തെ ഏറ്റവും വലിയ സുറിയാനി പഠനകേന്ദ്രമാക്കി മാറ്റുകയും ചെയ്തു. വേദവിപരീതങ്ങൾക്കെതിരായി വിശ്വാസസത്യങ്ങൾ പദ്യരൂപത്തിലെഴുതി മാർ അപ്രേം വിദ്യാർത്ഥികളെ പഠിപ്പിച്ചു. 'പരിശുദ്ധാത്മാവിന്റെ കിന്നരം' എന്ന് അദ്ദേഹം അറിയപ്പെടുന്നു. അനേകം മെമ്രാകളിലും മദ്റോശോകളിലുമായി 30 ലക്ഷത്തിലധികം വരികളാണ് മാർ അപ്രേം രചിച്ചത്. നമ്മുടെ ആരാധനകളിൽ മാർ അപ്രേമിന്റെ അനവധി ഗീതങ്ങൾ ഉപയോഗിക്കുന്നു.

373 ലാണ് അദ്ദേഹം കാലം ചെയ്തത്. മാർ അപ്രേമിന്റെ ഓർമ്മ വലിയനോമ്പിലെ ആദ്യ ശനിയാഴ്ച സഭ ആചരിക്കുന്നു.

മദ്റോശോ

മദ്റോശോ അഥവാ പ്രബോധകഗാനങ്ങളെ, ഊനീസോ (ഒന്നിനു മറുപടിയായി മറ്റൊന്ന് എന്ന രീതിയിൽ വിശ്വാസികൾ രണ്ടു ഗണമായി നിന്നു പാടുന്ന പാട്ടുകൾ), സൂഗീസോ (കീർത്തനം അഥവാ താരാട്ട്), തെശ്ബൂഹത്തോ (സ്തോത്രഗാനം), ബോവൂസോ (പ്രാർത്ഥനാപരമായ ഗാനം), സേബൽസോ (പദവി പാട്ടുകൾ - ഏവൻഗേലിയോൻ വായനയ്ക്കു മുൻപു പാടിയിരുന്നവ) എന്നിങ്ങനെ പലതായി തിരിച്ചിട്ടുണ്ട്.

മാർ അപ്രേമിന്റെ മദ്റോശോ

1. ഏഴ ദിനങ്ങൾ പോൽ വീരർ തൻ മാതാ
ഏഴിൻ കൊമ്പുകളും ദീപത്തണ്ടുകൾ പോൽ
ഏഴാകും സുദൃഢ - ജ്ഞാനത്തൂണുകൾ - പോൽ
ഏഴിൻ ഫലമേകും – മധുരത്തരുവതു – പോൽ
വാഴ്വുടയോനവരെ മുടി ചൂടിക്കുന്നോൻ

2. മഹിത ശ്രീമതിയാൾ വത്സലരോടൊപ്പം
ചെറുകുരികിൽ തന്റെ ചിറകുകളെന്നതു പോൽ
പക്ഷങ്ങളഴിപ്പൂ വീണ്ടും മോടിയിലായ്
പാർത്തിട്ടുവാനായി – ത്തുവൽ മുളപ്പൂ – കളും
പുനരുത്ഥാന ദിനേ പുതുനാമ്പായിട്ടുവാൻ

3. ചിറകുകളിൽ വഹിതാൾ തായാം[1] അതിശുദ്ധ
പുനരുത്ഥാന ദിനേ അവൾ തൻ വത്സലരും
ഉദരത്തിൽ ചേർത്തു സപ്തതനൂജരെയാൾ
സംസ്കാരം ചെയ്തോൾ - എരി - ച്ചൂളയിലവരെ
ആത്മാർപ്പണമായി സ്വർരാജ്യത്തിനായ്

4. കഠിനമതാം നോവീ[2] ജനനത്തേക്കാളും
അവരുടെ മരണമതിൽ തായ്‌ പേറിയ നോവേ
വേദനകൾ നടുവിൽ ശരിയായ്‌ നിലകൊണ്ടോൾ
കർത്താവിന്നുടെയാ ഉത്തമ – സ്നേഹത്തി - ൽ
ജനിമൃതി ബാധകളെ കീഴാക്കി[3] ധൃതിയിൽ

5. ഒരു പൈതലിനേയും അവൾ കരുതിയതില്ല
ചെറുവടിയൂന്നാകാൻ അവൾ തൻ വാർദ്ധക്യേ
അകതാരിൽ നിറവായ്‌ പരമോന്നതനുണ്ടേ
ആറാം ശോധന[4]യിൽ - വിജയിച്ചവളന്നാ-ൾ
ഏഴിൻ കെട്ടുതിയിലും വീഴാതവൾ നിന്നു.

6. മാറിടമതിൽ നിന്നും സുതരെ വിട്ടുവിച്ചു
ബലമായ്‌ നീക്കിയവൾ തീയിലെറിഞ്ഞയ്യോ
ആത്മാവഗ്നി സമം ഉള്ളിലെരിഞ്ഞപ്പോൾ
ശാരീരികളായോർ - പുനരായ്‌ തീർന്നിട്ടുവാൻ
അഗ്ന്യാത്മമയന്മാരാവാനവരയ്യോ[5]

---

1 *അമ്മയാം*

2 *നോവ് ഈ*

3 *കീഴ്പ്പെടുത്തി*

4 *പരീക്ഷണം*

5 *അഗ്നി ആത്മ മയന്മാർ ആവാൻ അയ്യോ. അഗ്ന്യാത്മമയന്മാർ - മാലാഖമാർ*

7. സപ്തതനൂജർ തൻ മാതാവു വിധിപ്പൂ
ദോഷികളായീട്ടും കന്നികളെ[6] നോക്കി
വിധി ചെയ്തോതിയിദം[7] സന്തതികൾ തന്നോ –
രനുഭവമുണ്ടേറെ – നിങ്ങളീയന്യർ തൻ
മക്കളെ ഭൂഷിപ്പൂ[8] ദീപത്തണ്ടെതിരായ്

8. ആശങ്കകൾ തീരാ നേരം നിലനിൽക്കേ
അപരർക്കായ് കൊയ്ത്തും വിതയും തുടരുമ്പോൾ
അവൾ ശൂന്യതയിൽ പാഴ് കൈയായ് നിലകൊണ്ടു
അവൾ തൻ ഭാജനമതി[9] - ലെണ്ണയുമില്ലാതാ - യ്
ഇരുൾ മൂടി സതതം ദീപത്തണ്ടുകളിൽ

9. യിപ്താഹിൻ പുത്രി സ്വയമേ നിഹതയതായ്
കത്തിയെ സ്നേഹിച്ച കാളക്കുട്ടിയതായ്
താതൻ നല്കിയഹോ ജീവപ്രദ രക്തം
നൽകിയതോ പൗരർ - താണോരബലരവർ
രുധിരമതാൽ[10] സ്ഥിതമാം[11] വാഗ്ദാനം നൽകി.

10. ദേഹത്തിൻ തെളിമയതോർത്തില്ലവളൊട്ടും
ശുദ്ധീകൃതയാക്കീ രക്തത്താൽ ഗാത്രം
ശോണിമ[12]യാർന്നപ്പോൾ വെൺമയിലായ് മേനി
വെളിവായ് സലിലത്തിൻ[13] - ശുദ്ധീകൃത ശക്തി
ശുദ്ധമിടങ്ങളഹോ ഗാത്രത്തിൽ തെളിയും

11. ദർശകിയാം ഹന്നാ ശുദ്ധീകൃത നൂനം[14]
എൺപതു വത്സര-മക്ഷീണം കായബലം
കാന്തൻ വിട ചൊൽകേ നാഥനേയേറ്റടനേ
നിഷ്കപടൻ[15] പതിയിൽ - നിന്നുമടർന്നപ്പോ - ൾ
വെൺവൈധവ്യത്താൽ വിധിയെ നിന്ദിച്ചു.

---

6 ദോഷികളായീട്ടും കന്നികൾ - കർത്താവിന്റെ ഉപമയിലെ വിഡ്ഢികളായ കന്യകമാർ

7 ഇദം – ഇങ്ങനെ. ഓതിയിദം – ഇങ്ങനെ പറഞ്ഞു

8 ഭൂഷിപ്പൂ - അലങ്കരിക്കുന്നു

9 ഭാജനം – പാത്രം

10 രുധിരം – രക്തം

11 സ്ഥിതം – സ്ഥിരമായ

12 ശോണിമ – ചുവപ്പ്

13 സലിലം – വെള്ളം

14 നൂനം – തീർച്ചയായും

15 നിഷ്കപടൻ - നിർമ്മലൻ

12. ജീവന്ന പതിയായയോൾ പങ്കാളിക്കുപരി
ഗേഹവുമിവ്വണ്ണം നാഥൻ തൻ ഭവനം
വിട്ടുവിച്ചൊരു നാഥനെ പൂജിച്ചവൾ നിലയേ
സ്രഷ്ടാവിനു മുന്നിൽ - സൃഷ്ടിയതെന്നതു പോ - ൽ
അവളെ വിമോചിപ്പി – ച്ചൊരു നാഥൻ തന്നെ

13. നിർബന്ധാലല്ല, സ്വഹിതാൽ ചേർത്തവനെ
നാഥനെയാക്കിയവൾ ആത്മ പ്രേരിതയായ്
നമ്മൾക്കായ് മനസ്സാ മോചനമേകിയവൻ
വിറ്റിട്ടുവാനയ്യോ – നമ്മുടെ – സ്വാതന്ത്ര്യം
അവകാശികളാകുന്നതിനാൽ സ്വർരാജ്യം

14. വിൽക്കുകയില്ലാരും മോചനമൊരുനാളും
ഗുണനാഥൻ സവിധേയർപ്പിക്കുകയത്രേ !
സ്വാതന്ത്ര്യം മനസ്സാ വ്യാപാരം ചെയ്വോർ
ദാനമതായതിനാൽ - കീഴാക്കിടുമ്പോ–
ളതി വിനയപ്പെട്ടോ – രർപ്പിച്ചീടുന്നു.

15. മാതാവാം ഹന്നാ സ്നേഹിച്ചു പരനെ
മന്ദിര മദ്ധ്യത്തിൽ നല്ല പ്രതിഷ്ഠയവൾ
മോഹന രൂപമഹോ ദർശിച്ചു രുചിച്ചാൾ
കണ്ണുമടങ്ങിയതി-ല്ലയ്യോ തൈജസനെ[16]
എൺപതു വത്സരമായ് ചിത്ത മടുപ്പില്ല[17]

16. മശിഹായെ കാത്തോർ കന്നികളയ്യയ്യോ
ആലയ വെളിയിലതേ-യമ്പേ-യലയുന്നു
മന്ദിര മദ്ധ്യത്തിൽ ആലസ്യപ്പെട്ടോർ
ദേഹം – മാത്രമഹോ - മാനസമിവിടില്ല
നിഷ്ഠ പുലർത്തുമ്പോൽ[18] സ്വയമാസ്വാദിതരായ്

17. ഹാ ഭീകരമയ്യോ ആത്യന്തിക സുതനേ[19]
ഭാഗ്യശൂനി തൻ വത്സല നന്ദനനേ
ആ ദുഷ്ടാധിപതി സ്ഥാപിച്ചവനേയാ
പീഡാ – പരമസുഖ മദ്ധ്യ - സ്ഥാനത്തി - ൽ[20]
കഷ്ടതയുടെ ആശി-സിന്നുടെ മദ്ധ്യത്തിൽ

16 തൈജസൻ - തേജസ്സുള്ളവൻ

17 ചിത്ത മടുപ്പില്ല – മനസ്സു മടുപ്പ് ഇല്ല

18 പുലർത്തുമ്പോൽ - പുലർത്തുന്നതു പോലെ

19 ആത്യന്തിക സുതൻ - അവസാനത്തെ പുത്രൻ,

20 പീഡാ–പരമസുഖ മദ്ധ്യസ്ഥാനത്തിൽ - പീഡനത്തിന്റെയും പരമാനന്ദത്തിന്റെയും മദ്ധ്യത്തിൽ

18. ഭൂപേന്ദ്രൻ[21] നല്കീ വാഗ്ദാനം ഗുരുവായ്[22]
നന്നെങ്ങനെ നൽകാൻ പ്രഭുവിനായിട്ടുമോ?
വേർപെട്ടാനയ്യോ നൻമയിൽ നിന്നുമഹോ
നൻമകളിൽ പോലും തിൻമ ബലം ചെയ്വൂ
ദോഷങ്ങളിതാവൂ തൽഫല-മേറിട്ടുകിൽ

19. ഉത്തമരെക്കാണാൻ ദുഷ്കൃത മൂർത്തിയിവൻ[23]
ദോഷകടാക്ഷത്താലവരെ സേവിച്ചു
നിർമ്മൂലം ചെയ്‌വാൻ[24] കയ്യാളായ് നിന്നു
അതിശ്രേഷ്ഠ വരങ്ങൾ - വാഗ്ദാനം ചെയ്തു-
ഇവ്വിധ ഹസ്തമഹോ നാശത്തിൻ പാശം

20. ദോഷിസമം നില്പു ഗുണവാനിവനയ്യോ
നൻമ പുറം കാട്ടി കൊലവാളുഴിയുന്നു
ഉൺമയിൽ നല്ലോനാം[25] നൻമേശ്വരനെന്നും[26]
തിന്മാ നികട[27]ത്തിൽപ്പോലും സൽഗുണനാം.
ക്ലേശാ സരണി[28]യതോ ആശിഷമായ് മാറും

21. കടമായ് വാങ്ങിയിതേ ദുഷ്ടൻ കപടമുഖം
നല്ലവനെന്നവിധം സ്വയമേ നിലകൊണ്ടു.
നൻമയെ നല്ലോരിൽ നിന്നും കൊള്ളയിടാൻ
ഗുണമൊന്നും വെടിയാ-തവരയ്യോ ഹതരായ്[29]
ദുഷ്ട വിധീശൻ[30] തൻ തിന്മകളേറ്റതിനാൽ

22. ഷഷ്ഠമൻ[31]ത്തമനായ് സർവ്വം വീക്ഷിച്ചു.
ഗുണദോഷങ്ങളെ താൻ ദർശിച്ചതി വിശദം
ഗുണമായ് ഭൂപേന്ദ്രൻ കാട്ടുവതയ്യയ്യോ
അതി ദോഷങ്ങളതായ് മാറീടും നൂനം
ഗുണമായ് കാട്ടുവതും ദോഷകരം തന്നെ

---

21 ഭൂപേന്ദ്രൻ - രാജാവ് /ചക്രവർത്തി

22 നല്കീ വാഗ്ദാനം ഗുരുവായ് – ധാരാളം/വലിയ വാഗ്ദാനങ്ങൾ നല്കി

23 ദുഷ്കൃത മൂർത്തി – തിൻമ രൂപമെടുത്തവൻ / തിൻമയായവൻ

24 നിർമ്മൂലം ചെയ്‌വാൻ - ഇല്ലാതാക്കുവാൻ/നശിപ്പിക്കുവാൻ

25 നല്ലോനാം – നല്ലവനായ

26 നൻമേശ്വരൻ - ദൈവം

27 നികടം – സമീപം

28 സരണി – വഴി

29 ഹതരായ് – മരിച്ചു

30 വിധീശൻ - ന്യായാധിപൻ

31 ഷഷ്ഠമൻ - ആറാമൻ

23. നേരുള്ളോനവനോ പൂർണ്ണ മഹത്വങ്ങൾ
പ്രാപിച്ചതിനാലങ്ങതിനേ കൈക്കൊണ്ടു
ബാല്യ യുവത്വങ്ങൾ മേളിച്ചൊരു ദേഹം
പഴകി നരച്ചോരാ – ചിന്താ ധാരണകൾ-
ച്ചൂളയിലെരിയുന്ന മനമോ ബഹു കഠിനം

24. മോഹനവാഗ്ദാനം എറിയാനായോതി
ച്ചൂളയിലെന്നോണം ഹൃദയത്തീയിലവൻ
മോഹന ദാനങ്ങൾ നീക്കീ വിചാരണായാൽ
അതിനുള്ളിൽ-അതിയാം-ദുഃഖം ദർശിച്ച
കഷ്ടതയുള്ളിലഹോ നിൻ മഹത്വവുമേ

25. നല്ലതു കാട്ടിയതാം വാഗ്ദാനങ്ങളഹോ
കഷ്ടതയേൽക്കായ്‌വാൻ പാടേ വിട്ടതിനെ
അധികാരക്കൊതിയെ നിന്ദിച്ചവനയ്യോ
ദുഷ്ടനുയർത്തീടും പീഡകളനവധിയായ്
നീതിജ്ഞൻ മുടിയെ കമനീയമതാക്കും

[32]26. പ്രഭുതൻ നിന്ദയതിൽ ഭയമേശിയതില്ല
അവനുടെ വാഗ്ദാനം രാജമഹത്വമതേ
പെരുകും നിർബന്ധം ലജ്ജാകരമല്ലോ
ഭീതികരം നരരിൽ - പ്രേരണയും – നൂനം
നിരസിച്ചതി ഖ്യാതി – നിർബ്ബന്ധങ്ങളവൻ

27. സുഖസന്തോഷങ്ങൾ പൈതൽ നേടിടുവാൻ
ഭൂപേന്ദ്രൻ തന്റെ പ്രേരണയതി കഠിനം
പൈതൽ നടകൊള്ളാൻ വേണ്ടൊരമിക്കയറും[33]
ആനന്ദോന്മാദം - പാടേ നിരസിച്ചപ്പോ - ൾ
പ്രേരണകൾ ശൂന്യം അതിജീവിത തനയൻ

28. ഭോഷർ നാമോർക്ക, ജഗദീശൻ നാഥൻ
ഏറെക്കാര്യങ്ങൾക്കനുവാദം നൽകാ !
എന്നാലും സ്വേച്ഛാ മാനസമതു നേടും
സ്വാത്മത്തിൻ ഗതിയേ – പരനെ – പ്രാപിക്കാം –
നിർമുഖരായ് വരികിൽ കൈവെടിയും നൂനം

29. യുവജോസഫ് തെളിവായ് ദർശിച്ചതു മുമ്പിൽ
നാശത്തിന്റേതാം കുടിലതകളെ സൂക്ഷ്മം
വലയിലകപ്പെട്ടോൻ ചെറുതാം പ്രായത്തിൽ
നഗ്നതയിൽ നിനവോ - ടവനേ നോക്കിയവ - ൾ

32 മുടി – കിരീടം

33 അമിക്കയർ - നുകം വെച്ചു കെട്ടുന്ന കയർ

നഗ്നതയിൽ അവളീന്നവനോടീ ക്ഷണിതം

30. പ്രായം പേറീട്ടും ചെന്നായ്ക്കൾ രണ്ടും
കീഴാക്കി പെണ്ണാടിനെയുദ്യാനത്തിൽ
കൂട്ടിലടച്ചിട്ടോരുഗ്രൻ സിംഹമിതാ
പശുവിനെ ദർശിച്ചി- ട്ടുടനേ-യോടിപ്പോ-യ്
പശിയെ വിജയിച്ചു,പ്രകൃതത്തെ വെന്നാൻ

31. യൗസേഫോ ശുദ്ധ രക്തസാക്ഷിയതേ
ഏറ്റുപറഞ്ഞവനങ്ങറയിൽ തപ്തനതായ്
എരിയുന്നോനാവൂ ഏറ്റു പറഞ്ഞിട്ടുവാൻ
സ്വയമെരിയാൻ യൗസേഫ് - നിന്നു കൊടുത്തില്ല
ഏറ്റു പറഞ്ഞവനങ്ങൊളിയായ് തെളിയിച്ചു.

32. പീഡന വേളകളിൽ നാരീ മണികളുമീ
പോർ മുനകളിൽ വീണ് മുടികൾ നേടിയവർ
വീര്യത്തിൻ കാലം വിശ്വാസക്കാലം
സത്യ മഹത്വത്തി - ന്നിവയെല്ലാം വഴി താ - ൻ
മനുജ കുലത്തിലതോ വ്യാജം മൗലിയതേ

33. കാത്തോരുപനിധിയാം കന്യാത്വത്തെയവർ
കുടിലൻമാരാകും ശത്രുക്കളിൽ നിന്നും.
കീഴാക്കി ചതിയൻമാരയ്യോ രണ്ടും
സഹനം വിശ്വാസം രണ്ടുമെടുക്കാതെ
ഒന്നതു മാത്രമതായ് അപഹാരമസാധ്യം

ഭാഗം 3

ആരാധനാഗീതങ്ങളിലെ ശ്മൂനി സാന്നിധ്യം

ആരാധനാഗീതങ്ങളിലെ ശ്മൂനി സാന്നിധ്യം

സുറിയാനി സഭയുടെ ആരാധനാക്രമങ്ങളിൽ മർത്തശ്മൂനിയുടെ പേരു പരാമർശിക്കുന്ന ഗീതങ്ങളാണ് ഇവിടെ കൊടുത്തിരിക്കുന്നത്. വിശുദ്ധ കുർബ്ബാനക്രമത്തിൽ പിതാക്കന്മാരുടെയും മൽപ്പാന്മാരുടെയും ഓർമ്മദിവസം വി. ഏവൻഗേലിക്കു ശേഷം ആലപിക്കുന്ന തനിനായി നൽകിയിരിക്കുന്ന ഗീതവും, ശ്ഹീമാ നമസ്കാരത്തിലെ മൂന്നു ഗീതങ്ങളുമാണ് ഇവിടെ നൽകിയിരിക്കുന്നത്.

വിശുദ്ധ മർത്തശ്മൂനിയുടെ പെരുന്നാളിലെ പെങ്കീസാ നമസ്കാരം സുറിയാനിയിൽ നിന്ന് പരിഭാഷപ്പെടുത്തി എം.ഓ.സി. പബ്ലിക്കേഷൻസ് പ്രസിദ്ധീകരിച്ചിരിക്കുന്നത് പ്രത്യേക പുസ്തകമായി ലഭ്യമായതിനാൽ ഇവിടെ ഉൾപ്പെടുത്തിയിട്ടില്ല.

ആരാധനാഗീതങ്ങളിലെ ശ്മൂനി സാന്നിധ്യത്തെക്കുറിച്ച് അഭിവന്ദ്യ ഡോ. സഖറിയാസ് മാർ അപ്രേം മെത്രാപ്പോലിത്താ എഴുതിയ ഒരു പഠനം ഈ ഗീതങ്ങൾക്കു ശേഷം ചേർത്തിട്ടുണ്ട്.

വിശുദ്ധ കുർബ്ബാനക്രമത്തിൽ പിതാക്കന്മാരുടെയും മൽപ്പാന്മാരുടെയും ഓർമ്മദിവസം ഏവൻഗേലിക്ക ശേഷമുള്ള ഗീതം

(എട്ടാം രാഗം)

1. ഓർത്തോദുക്സോ വിശ്വാസം –
നിശ്ചിതമായ് സ്ഥാപിച്ചോരാം
ഇഗ്നാത്തിയോസഗ്നിമയൻ -
ജ്ഞാനാർണ്ണവ – തേവോലോഗോസ്
നല്ലറവാകും കൂറിലോസ് കാഞ്ചനജിഹ്വൻ - മാർ ഈവാനിയോസ്
മാർ ബേസിൽ ഗ്രീഗോറിയോസ് –
മാർ ദീയസ്ക്കോറോസ് ക്ലീമ്മീസ്
മാർ പീലക്സീനോസ് – ഉത്കൃഷ്ടൻ സേവേറിയോസ്
ഈ നിർമ്മലതാതന്മാർ ത-
ന്നോർമ്മദിനങ്ങൾ - ആഘോ-ഷിച്ചീടാം വരുവിൻ

2. ദീപത്തണ്ടിന്മേലേഴ്–ദീപം സ്ഥാപിച്ചാൻ മൂശാ
വിശ്വാസിനിയാം ശ്മൂനിക്ക്–പുത്രന്മാരേഴുണ്ടായി
ആ ദീപജ്യോതിസ്സേങ്ങും–വ്യാപിച്ചപ്പോൾ ലോകം ശോഭിച്ചു
കഷ്ടപ്പാടെല്ലാമേറ്റ–ധർമ്മിഷ്ഠന്മാർ വെണ്ണീറായ്
പാരം വീര്യത്തെ–തൻ പോരാട്ടക്കാർക്കേകി
തൽ സ്മരണം–ഭൂലോകത്തിൽ
സമ്മാനിച്ച–ശക്തൻ-സംസ്തുത്യൻ തന്നെ.

ശ്ഹീമാ നമസ്കാരം തിങ്കൾ രാത്രി
രണ്ടാം കൗമായിലെ കോലോ
(കൂക്കോയോ)

ദർശക പദവിക്കുറവിടമാം-മോശയെ നാമോർപ്പ
ശ്ലീഹ ഗണത്തിൽ തലയാളാം-ശീമോനെയുമതു പോൽ
നീതിപ്രിയരെ-ഓർപ്പാൻ റോമാക്കാർ-
ക്കെഴുതിയ ശിൽപ്പി-പൗലോസിനെയോർപ്പ
പൂർണ്ണ മനസ്സൊടു ദൈവത്തെ-യവരാരാധിച്ച
തൽ പ്രാർത്ഥനയാൽ നമ്മുടെ മേൽ-കൃപയുണ്ടാകട്ടെ
ഹാലേ... തൽ പ്രാർത്ഥന ശരണം

ബാറെക്മോർ. ശുബഹോ... ഹാലേ...

സത്യോദ്ഘോഷക യോഹന്നാൻ-എസ്തേപ്പാനോസ്
ഉത്കൃഷ്ടൻ തേവോദോറോസ്-ഗീവർഗീസ് സഹദാ
ശ്രേഷ്ഠ ഭടന്മാർ-സർഗ്ഗീസ് ബാക്കോസും
മാർ കുറിയാക്കോസ്-മാതാ യൂലീത്തി
ഏഴാത്മജരൊട്ടു വാഴ്‌വിയലും-മാതാവാം ശ്മൂനി
നാൽപ്പതു നിർമ്മല സഹദേന്മാർ സ്വീകൃതനാം തോമ്മാ
ഹാലേ... തൽ പ്രാർത്ഥന ശരണം

ശ്ഹീമാ നമസ്കാരം ചൊവ്വ രാത്രി
രണ്ടാം കൗമായിലെ കോലോ

(ലോക്ക് മൊറിയോ)

കാരുണ്യ നിധേ! നാഥാ! ധാർമ്മികരടിയാർ
യാതനയേൽപ്പതു കണ്ടിഹ നീ-വെറുതെ നിൽക്കുകയോ
ഏശായാ യോഹന്നാന്മാർ-ഹതരായ് ദാവീ-
ദേറ്റാൻ പീഡകൾ, ദാനീയേലിനെ വീഴ്ത്തി കുഴിയിൽ
സഖറിയാ ആലയമതിൽ ബലിയായ്
വിധിനിലയേ ശ്മൂനിയുമാത്മജരും
പീഡിതർ തൻ വിധിനാഥാ!-ഞങ്ങടെ മേൽ കനിയണമേ.

ബാറെക്മോർ, ശുബഹോ... മെനഓലം...

ന്യായാധിപ മന്ദിരമാർന്നോ-രാ സഹദേന്മാർ
ക്രൂശിതനിൽ നിന്നായുധമാത്മീയം-പ്രാപിച്ച
വിശ്വാസ സ്ഥൈര്യത്താലാ-ദൃഢചിത്തന്മാർ
ദണ്ഡനമമ്പേ കണ്ടിട്ടും-നിന്നു നിർഭയരായ്
ഭുവി ജയവും ദിവി മഹിമയുമാർന്നാർ
നമ്മുടെ ആത്മാക്കൾക്കവർ കോട്ട
അവർ തൻ ചിറകിൽ ചേർക്കുക-
ഞങ്ങളെയീശോ-കൃപയാൽ

ശ്ഹീമാ നമസ്കാരം വ്യാഴം പ്രഭാതം രണ്ടാം കോലോ

ഉദയേ പ്രാർത്ഥിച്ചാളേവം
വിശ്വാസിനിയാകും ശ്മൂനി
സിംഹത്തെപ്പോൽ ഗർജ്ജിച്ചെൻ
പുത്രന്മാരെ കൊല ചെയ്യും
രാജാവാമന്ത്യോഖസ്സീ-
ന്നെന്നെ രക്ഷിച്ചീടണമേ.

ആരാധനാഗീതങ്ങളിലെ ശ്മൂനി സാന്നിധ്യം - ഒരു പഠനം

ഡോ. സഖറിയാസ് മാർ അപ്രേം മെത്രാപ്പോലിത്താ

ആരാധനാ വിജ്ഞാനീയത്തിൽ ശുദ്ധിമാന്മാർക്കും, ശുദ്ധിമതികൾക്കുമുള്ള പങ്കു വലുതാണ്. വി. പൗലോസ് അപ്പൊസ്തോലൻ എബ്രായർക്കെഴുതിയ ലേഖനത്തിലെ സാക്ഷികളുടെ സമൂഹം നമുക്ക് ചുറ്റും നിൽക്കുന്നുവെന്ന വിശുദ്ധ വചനം പ്രകാരം അർത്ഥപൂർണ്ണമായ ആരാധനാ സംവിധാനമാണ് പരിശുദ്ധ സഭയുടേത്. പഴയനിയമ-പുതിയനിയമ വിശുദ്ധരുടെ ഓർമ്മ നമ്മുടെ ആരാധനയിൽ സജീവമാണ്. മൊർത്ത്ശ്മൂനിയമ്മയെ ആരാധനാഗീതങ്ങളിൽ സ്മരിക്കുന്നതു ഇവിടെ കുറിക്കുവാൻ ആഗ്രഹിക്കുന്നു.

ശ്ഹീമാ നമസ്കാരത്തിൽ തിങ്കൾ രാത്രി രണ്ടാം കൗമയിലും, ചൊവ്വ രാത്രി രണ്ടാം കൗമയിലും വ്യാഴം പ്രഭാതത്തിലെ ധൂപാനന്തര കോലോയിലും ഈ ശുദ്ധിമതിയെ സ്മരിക്കുന്നു. വി. കുർബ്ബാനക്രമത്തിൽ പിതാക്കന്മാരും, മൽപ്പാന്മാരും ആയവരുടെ ഓർമ്മകഴിക്കുന്ന ഭാഗത്തും മൊർത്ത്ശ്മൂനിയമ്മയെയും ഏഴു പൈതങ്ങളേയും മുൻനിർത്തി ആരാധനാഗീതമെന്നവണ്ണം ആലപിക്കുന്നു.

ശ്ഹീമാ നമസ്കാരം തിങ്കൾ രാത്രി രണ്ടാം കൗമാ

പഴയ-പുതിയ നിയമ വിശുദ്ധരെ ഇടകലർത്തി രണ്ട് ഖണ്ഡികളിലായി വിവരിക്കുന്നു. ഇവർക്ക് ഓരോരുത്തർക്കും ഉദാത്തങ്ങളായ വിശേഷണങ്ങൾ നൽകുന്നുവെന്നതും ശ്രദ്ധേയമാണ്. പ്രവചനത്തിന്റെ ഉറവിടമായ മോശ, ശ്ലീഹരുടെ തലയാളായ ശീമോൻ, ശില്പിയായ പൗലോസ്, സത്യപ്രഘോഷകനായ യോഹന്നാൻ, സ്തേപ്പാനോസ് ഉൽകൃഷ്ടരായ തേവോദോറോസ്, ഗീവർഗീസ് സഹദാ, ശ്രേഷ്ഠഭടന്മാരായ സർഗ്ഗീസ്, ബാക്കോസ്, മാർ കുറിയാക്കോസ് മാതാ യൂലീത്തി, വാഴ് വ്വ നിറഞ്ഞ മാതാവായ ശ്മൂനിയും ഏഴ് മക്കളും... അവരുടെ പ്രാർത്ഥന ഞങ്ങൾക്ക് ശരണമാകുന്നു. വിശുദ്ധരെ പൊതുവായി ഓർക്കുന്ന രാത്രിയുടെ രണ്ടാം കൗമായിലാണ് ഈ വിവരണം.

ചൊവ്വ രാത്രി രണ്ടാം കൗമാ

ധർമ്മിഷ്ഠരായ ആളുകൾ പീഡനങ്ങളേൽക്കുന്നതു് കാണുമ്പോൾ കരുണാനിധിയെ അങ്ങ് വെറുതെ നിൽക്കുകയാണോ? എന്ന പരിദേവനമാണീ ഗീതം ഏശായായും യോഹന്നാനും കൊല്ലപ്പെട്ടു, ദാവീദ് പീഡകളേറ്റു, ദാനീയേലിനെ സിംഹക്കുഴിയിൽ വീഴ്ത്തി, സക്കറിയ ആലയത്തിൽ വച്ച് വധിക്കപ്പെട്ടു, വിധി നിലയത്തിൽ വച്ച് ശ്മൂനിയും മക്ക

ളും... പീഡകരെ വിധിക്കുന്ന നാഥാ, ഞങ്ങളോട് കരുണ ചെയ്യേണമേ!. ഇവിടെയും പഴയ-പുതിയ നിയമ വിശുദ്ധരെയാണ് പ്രകീർത്തിക്കുന്നത്.

വ്യാഴം പ്രഭാതം

പ്രഭാതത്തിന്റെ വിശുദ്ധിയെ ദ്യോതിപ്പിക്കുന്ന ഒരുപാട്ട് വർണ്ണനകൾ ഇവിടെയുണ്ട്. പള്ളികളിലും ദയറാകളിലും സർവ്വേശ്വര കീർത്തനങ്ങൾ, തൽസമയം മൃഗങ്ങളുടെയും പക്ഷികളുടെ മധുരനാദം. കടലും ദ്വീപുകളും ജനങ്ങളും സ്തുതിക്കുന്ന എന്ന മനോഹരങ്ങളായ വ്യാഖ്യാനങ്ങൾ. ഉദയത്തിൽ പ്രാർത്ഥിച്ച വിശ്വാസിനിയായ ശ്മൂനിയുടെ അപേക്ഷയാണ് ഒരു ഖണ്ഡികയിലെ പ്രതിപാദ്യം എന്റെ പുത്രന്മാരെ കൊല ചെയ്യാൻ സിംഹത്തെപ്പോലെ ഗർജ്ജിച്ച നിൽക്കുന്ന സ്വേച്ഛാധിപൻ അന്ത്യോക്കസിൽ നിന്നും രക്ഷിക്കേണമേ ദൈവമേ!, എന്നതാണ് ഒടുവിൽ കുറിച്ചിട്ടുള്ള പ്രാർത്ഥന. പീഡനങ്ങൾ സ്വയം ഏൽക്കുന്നവർക്ക് രക്ഷനേടാൻ പ്രാർത്ഥന എന്തിനാണെന്ന് ഒരു ചോദ്യം ഉണ്ടാകും. അവർ അമാനുഷികർ ഒന്നുമല്ലായിരുന്നുവെന്നും വികാരങ്ങളും വിചാരങ്ങളുമുള്ള സാധാരണ മനുഷ്യരായിരുന്നു എന്നതും ഒന്നാം പാഠം. പീഡനങ്ങൾക്ക് മുമ്പിലും ദൈവത്തെ അന്വേഷിക്കുന്നവരുടെ ചിത്രമാണ് രണ്ടാമതായ് ഇവിടെ തെളിയുന്നത്. പ്രയാസങ്ങൾക്കിടയിലും പ്രത്യാശ കൈവിടാത്തവർ ദൈന്യതകൾക്കിടയിലും ദൈവത്തെ തിരയുന്നവർ ആരാധനക്രമങ്ങളുടെ വർണ്ണനകൾ തന്നെ ധ്യാനാത്മകമാണ്.

വിശുദ്ധ കുർബാന ക്രമം (പിതാക്കന്മാരുടെയും മൽപ്പാൻമാരുടെയും ഓർമ്മ ദിനത്തിലെ പ്രത്യേക ഗീതം)

"ആകയാൽ സഹോദരന്മാരെ നിങ്ങൾ ഉറച്ചുനിന്നു ഞങ്ങൾ വാക്കിനാലോ ലേഖനത്താലോ ഉപദേശിച്ച തന്ന പ്രമാണങ്ങളെ മുറുകെപ്പിടിച്ചുകൊൾവിൻ" (1 തെസലോനിക്യർ 2.15). ബൈബിൾ സൊസൈറ്റിയുടെ ഈ പരിഭാഷയിൽ ചേർത്തതിന് അപ്പുറമായി മൂല വേദ ഗ്രന്ഥമായ ഗ്രീക്കിൽ നാം കാണുന്ന പദം പാരമ്പര്യം (παράδοσις- paradosis) എന്ന് തന്നെയാണ്.

കാലം ചെല്ലുമ്പോൾ കലർപ്പുണ്ടാകും എന്നത് വിശ്വാസത്തിനും സംഭവിക്കുന്ന അപചയമാണ്. വിശ്വാസം സംരക്ഷിക്കുവാൻ വേണ്ടി പ്രാണാർപ്പണം ചെയ്തവരാണ് ആദ്യമകാല വിശുദ്ധർ മുഴുവൻ. എല്ലാ നാമങ്ങളും ഓർക്കുന്നില്ലെങ്കിലും അഗ്നിമയനായ വിശുദ്ധ ഇഗ്നാത്തിയോസ് മുതൽ ഇങ്ങോട്ടുള്ളവരുടെ നീണ്ട നിര ഇവിടെ ഓർക്കുന്നു. ജ്ഞാനത്തിന്റെ കടലായ തേവോലോഗോസ്, നിർമ്മല ഉറവയായ കുറിലോസ്, സ്വർണ്ണജിഹ്വയായ ഇവാനിയോസ്... ഇത് ആദ്യ ഖണ്ഡികയാണ്.

മൂന്നാം ഖണ്ഡികയിലാണ് ശ്മൂനി മാതാവിനെ കുറിച്ചുള്ള വിവരണം. വിളക്കുതണ്ടിന്മേൽ മൂശാനിബി ഏഴ ദീപം സ്ഥാപിച്ചതു പോലെയാണ് വിശ്വാസിനിക്കു ഏഴ പുത്രന്മാരുണ്ടായത്. ആ പ്രശോഭ ലോകമെങ്ങും പൂരിതമായി. ഒട്ടൊഴിയാതെ കഷ്ടപ്പാടേറ്റ നീതിപരന്മാർ വെണ്ണീറായി മാറി. തനിക്ക് വേണ്ടി പോരാടുന്നവർക്കായി വീര്യം നൽകിയവനും അവരുടെ ഓർമ്മയെ പ്രദീപ്തമാക്കിയവനുമായ സർവ്വശക്തൻ സംസ്തുത്യനാകുന്നു.

നിലനിൽക്കുന്ന ഓർമ്മ തന്നെ വിശുദ്ധരുടെ അടയാളമാണ്. ആരാധനാക്രമത്തിന്റെ മൂല ഗ്രന്ഥങ്ങളിൽ ഉപയോഗിക്കുന്ന അതേ ഭാഷയും വികാരവും നാമിന്നും പിന്തുടരുകയാണ്. ക്രിസ്തുവിലേക്കുള്ള കൈവഴികളായി അവിടെയൊക്കെ ഇവരുടെ നിറസാന്നിധ്യം നമ്മെ ബലപ്പെടുത്തുന്നു എന്നതാണ് വാസ്തവം.

ക്രിസ്തുവിനു മുമ്പുള്ള (പഴയനിയമ കാലഘട്ടത്തിലെ) വിശുദ്ധർക്കുള്ള സ്ഥാനം ഓർത്ത

ഡോക്സ് പൈതൃകത്തിൽ ഈ ആരാധനാ ശകലങ്ങളിൽ പ്രകടമാണ്. ക്രിസ്തുവിന് മുമ്പുള്ള വിശുദ്ധരുടെ ഐക്കണുകളിൽ മശിഹായുടെ ചില സൂചനകളും അടയാളങ്ങളും വരച്ച ചേർത്തിട്ടുണ്ട്. ക്രിസ്തുവിനെ പ്രതീക്ഷയോടെ കാത്തിരുന്നവരുടെ സംഘം ആയിരുന്നു പഴയനിയമവിശുദ്ധന്മാർ. ചിലരൊക്കെ കുരിശു പിടിച്ചിരിക്കുന്നതും ഇതേ അർത്ഥത്തിൽ തന്നെയായിരിക്കണം. ദൈവവിശ്വാസം ഏറ്റുപറഞ്ഞ വിശുദ്ധരുടെ ജീവിതം പ്രാർത്ഥന കൊണ്ട് ഏറ്റുപറയുന്ന ആരാധനാ സമൂഹമാണ് നാം. പീഡകളിലും കഷ്ടതകളിലും ത്യജിക്കാത്ത സത്യവിശ്വാസം ആരാധനകളിലൂടെ നാം ഹൃദയത്തിൽ ഏറ്റുവാങ്ങുന്നു. ക്രിസ്തീയജീവിതത്തിൽ പീഡകളിലും, വേദനകളിലും സഹിഷ്ണുതയോടെ മുന്നേറുവാൻ അത് നമ്മെ പ്രാപ്തരാക്കുന്നു.

വി. കുർബ്ബാനയുടെ ഒരുക്ക(ത്രുയോബോ) ശുശ്രൂഷയിൽ ആദം മുതൽ ഇന്നു വരെയുള്ള വിശുദ്ധരെ സ്മരിക്കുമ്പോൾ നമുക്കു മാധ്യസ്ഥം വഹിക്കുന്ന മർത്തശ്മൂനി അമ്മയും, യുവ സഹദേരും, ഗുരുശ്രേഷ്ഠനായ ഏലിയാസാറും നമ്മുടെ ബലിപീഠത്തിലും നമ്മെ ദൈവ സന്നിധിയിലേക്കു കരേറ്റുന്നു.

ഓർത്തഡോക്സ് ആരാധനയുടെ ഭംഗി വർണ്ണനാതീതമാണ്. ആദം മുതലുള്ളവരെ ത്രുയോബോയിൽ ഓർക്കുമ്പോൾ പ്രധാനമായും ആ പള്ളിയുമായി ബന്ധപ്പെട്ട വിശുദ്ധർ, മലങ്കര സഭയുമായി ബന്ധപ്പെട്ട വിശുദ്ധർ, നമ്മുടെ ഓർമ്മയിൽ വെളിവാകുന്ന വിശ്വാസ ധീരരായ പോരാട്ടക്കാർ ഇവരൊക്കെ അതിൽ ഉൾപ്പെടുന്നു. അക്കൂട്ടത്തിൽ നവസഹദേരുടെ ഓർമ്മയും പ്രദീപ്തമാണ്.

വിശുദ്ധ വേദപുസ്തകവും ക്രൈസ്തവ വിശ്വാസസംഹിതകളും പ്രകടമാകുന്നത് ആരാധനയിലാണ്. ആരാധന എന്നത് സാഷ്ടാംഗ പ്രണാമം ആണ്. കേവലം സൗകര്യപ്രദമായ പ്രാർത്ഥനകൾ എന്നല്ല ഗ്രീക്ക് ഭാഷയിൽ προσκυνέω (proskuneō) എന്നതിന്റെ അർത്ഥം നന്ദി പൂർവമായ ഒരു കിടപ്പ് എന്ന് തന്നെയാണ്. നമസ്കാരം എന്നാണ് അതിന്റെ ശരിയായ അർത്ഥം. മനുഷ്യന്റെ എല്ലാ വിചാരവികാരങ്ങളെയും വിദൂരത്താക്കി പൂർണമായും ദൈവത്തിനു മുമ്പിൽ പ്രണമിക്കുന്ന അവസ്ഥയാണത്. മനുഷ്യ ചേതന ഉയരങ്ങളിലേക്ക് എടുക്കപ്പെടുമ്പോൾ അവിടെ നമുക്കൊപ്പം നിറസാന്നിധ്യമായി വിശുദ്ധരുമുണ്ട്. ജീവനുള്ളവരും വാങ്ങിപ്പോയവരും ഒരുപോലെ സമ്മേളിക്കുന്ന ഇടമാണ് വിശുദ്ധ ആരാധന.

ദൈവത്തിൽ വസിക്കുന്നവരും, ദൈവം വസിക്കുന്നവരുമായവരുടെ സ്തുതിപ്പുകൾ വിശുദ്ധ നിമിഷങ്ങളാണ്. അപ്രകാരം ചില മാനുഷിക മാതൃകകൾ നമുക്ക് മുന്നിലില്ലെങ്കിൽ ദൈവം ഏകപക്ഷീയനായ ഒരു അവബോധമായി മാറും. ബലഹീനമനുഷ്യർ എങ്ങനെ ബലശാലികളും അമാനുഷികരുമായി മാറി എന്നത് നമ്മുടെ പാഠമാകണം. മാതൃകാ ഗ്രന്ഥങ്ങളാണ് ഓരോ വിശുദ്ധരും, പ്രത്യേകാൽ ഇവിടെ സ്മർത്തവ്യരായ ശ്മൂനിയും ഏഴുമക്കളും ഗുരുവായ ഏലിയാസാറും. പരിശുദ്ധ സഭയുടെ ആരാധന ചിട്ടപ്പെടുത്തിയവർക്ക് മുന്നിൽ കൂപ്പുകൈ.

അനുബന്ധം - 1

പേരുകളെക്കുറിച്ച്

ജിജു തോമസ്

മർത്തശ്മൂനിയുടെയും ഏഴുമക്കളുടെയും, അവരുടെ ഗുരുവിന്റെയും ചരിത്രം വിവിധ രേഖകളിൽ പ്രതിപാദിക്കുന്നുണ്ടെങ്കിലും അമ്മയുടെയും മക്കളുടെയും പേരുകൾ രേഖപ്പെടുത്തിയിരിക്കുന്നത് അവയിൽ കുറച്ചെണ്ണത്തിൽ മാത്രമാണ്. മാത്രമല്ല പേരുകൾ വിവിധ പാരമ്പര്യങ്ങളിൽ വ്യത്യസ്തവുമാണ്. ഇവിടെ പ്രധാനമായും സുറിയാനി പാരമ്പര്യത്തെക്കുറിച്ചാണ് എഴുതുന്നത്.

അമ്മയെയും ഏഴുമക്കളെയും, ഗുരുവിനെയും കുറിച്ചുള്ള ആദ്യപരാമർശമായി കണക്കാക്കാവുന്നത് ക്രിസ്തുവിനും ഒരു നൂറ്റാണ്ടെങ്കിലും മുൻപ് എഴുതിയതായിക്കരുതുന്ന മക്കാബിയരുടെ രണ്ടാം പുസ്തകത്തിലേതാണ്. അവിടെ ഗുരുവിന്റെ പേര് ഏലിയാസാർ എന്നു രേഖപ്പെടുത്തിയിരിക്കുന്നതാണ് ഏതാണ്ട് മറ്റെല്ലായിടത്തും കാണുന്നത്.

പീഡയേറ്റ ഏലിയാസർ മഹാപുരോഹിതനാണെന്നാണ് മക്കാബിയരുടെ അഞ്ചാം പുസ്തകത്തിൽ രേഖപ്പെടുത്തിയിരിക്കുന്നത്. മാത്രമല്ല ടോളമിയുടെ കാലത്ത് തിരുവെഴുത്തുകൾ ഗ്രീക്കിലേക്ക് പരിഭാഷപ്പെടുത്തിയത്[1] പരിശോധിക്കുന്നതിനായി നിയോഗിക്കപ്പെട്ടത് ഏലിയാസാറിനെയാണെന്ന് എഴുതിയിരിക്കുന്നു. അക്കാലത്തെ മഹാപുരോഹിതന്റെ പേര് എലിയാസാർ എന്നായിരുന്നുവെങ്കിലും ഇതിനെക്കുറിച്ച് ജോസഫസ് രേഖപ്പെടുത്തിയിട്ടില്ല. സെപ്റ്റിജ്വന്റ് പരിഭാഷയും മാർ ഏലിയാസാറിന്റെ പീഡയും തമ്മിൽ 90 വർഷത്തെ വ്യത്യാസമുണ്ട്, പീഡയുടെ സമയത്ത് ഏലിയാസാറിന് 90 വയസ്സുണ്ടായിരുന്നുവെന്ന് മക്കാബിയരുടെ രണ്ടാം പുസ്തകത്തിൽ എഴുതിയിരിക്കുന്നു. പീഡയുടെ കാലത്തെ മഹാപുരോഹിതൻ യാസോൺ ആയിരുന്നു. അതിനാൽ അഞ്ചുമക്കാബിയരിലെ പരാമർശത്തിൽ പിശകുള്ളതായിക്കരുതാം.

അമ്മയുടെ പേരോ പുത്രന്മാരുടെ പേരോ ക്രിസ്തുവിന് ഒരു നൂറ്റാണ്ട് മുൻപ് എഴുതിയതായിക്കരുതുന്ന മക്കാബിയരുടെ രണ്ടാം പുസ്തകത്തിലോ എ.ഡി. രണ്ടാം നൂറ്റാണ്ടിൽ എഴുതിയതായിക്കരുതുന്ന നാലാം പുസ്തകത്തിലോ രേഖപ്പെടുത്തിയിട്ടില്ലെങ്കിലും വിവിധ പാരമ്പര്യങ്ങളിൽ വിവിധ പേരുകൾ പ്രചാരത്തിലുണ്ട്. എന്നാൽ മക്കാബിയരുടെ നാലാം പുസ്തകത്തിന്റെ സുറിയാനി കയ്യെഴുത്തുപ്രതികളിലെ തലക്കെട്ടിൽ ശ്മൂനി എന്ന പേര് വരുന്നുണ്ട്. അതുപോലെ വിശുദ്ധ കുർബ്ബാനക്രമത്തിലും, ശ്ഹീമാ നമസ്കാരത്തിലും, പെങ്കീസാ നമസ്കാരത്തിലും ശ്മൂനി എന്ന പേര് കാണാം.

1 *സെപ്റ്റിജ്വന്റ്*

അമ്മയുടെ പേര് സുറിയാനി പാരമ്പര്യത്തിൽ ശ്മൂനി എന്നും ഗ്രീക്ക പാരമ്പര്യത്തിൽ സലോമോനെ (Salomone), സൊലോമോനിയ (Solomonia) എന്നിങ്ങനെയും, യഹൂദ, എബ്രായ പാരമ്പര്യത്തിൽ ഹന്ന, മിറിയം എന്നിങ്ങനെയുമാണ്.

മൂത്തവൻ മുതൽ ഇളയവൻ വരെയുള്ള എഴുപുത്രന്മാരുടെ പേരുകൾ സുറിയാനി പാരമ്പര്യ പ്രകാരം ഗദ്ദി, മക്ക്ബായ്, തർസായ്, ഹെബ്രോൻ, ഹെബ്സോൻ, ബാക്കോസ്, യോനാദാബ് എന്നിങ്ങനെയും ഗ്രീക്ക് പാരമ്പര്യത്തിൽ അബീം (Αβειμ [Abeim], Αβείμ [Aveim]), അന്റോണിയോസ് (Αντωνιος [Antonios]), ഗദിയോസ് (Γεδαιος [Gedaios], Γεδεών (Gedeon)), ഏലിയാസാർ (Ελεαζαρ [Eleazar]), യൂരോസ് (Ευαρος [Eueros]), അലിമോസ് (Αλιμος [Alimos]), മാർക്കെലിനോസ് (Μαρκελινος [Markelinos]) എന്നിങ്ങനെയുമാണ്.

വിറ്റോൾഡ് വിറ്റാക്കോവ്സ്കി എഴുതിയ "Mart(y) Shmuni, The Mother of the Maccabean Martyrs, In Syraic Tradition"[2] എന്ന ലേഖനത്തിൽ എട്ടാം നൂറ്റാണ്ടിൽ ജീവിച്ചിരുന്ന ടെൽ മഹറേയിലെ മാർ ദിവന്നാസിയോസിന്റെ നാളാഗമത്തിൽ[3] "ശ്മൂനിയും അവളുടെ മക്കളും ദൈവാരാധനയെ അതിശയകരമായി സാക്ഷിച്ച നാളുകളിൽ" എന്ന് അബ്രഹാമ്യ വർഷം 1793 (ബി.സി. 222) നെക്കുറിച്ചു പരാമർശിക്കുന്ന ഭാഗത്ത് പറയുന്നു. പിന്നീട് അബ്രഹാമ്യ വർഷം 1850 (ബി.സി. 165) നെക്കുറിച്ച് പറയുന്ന ഭാഗത്ത് "മൊദിൻ ഗ്രാമത്തിൽ നിന്ന് പുരോഹിത കുടുംബത്തിൽപ്പെട്ട മത്തത്ഥിയായുടെ കാലത്ത്, അവന്റെ പുത്രന്മാരോടൊപ്പം, ശ്മൂനിയുടെ പുത്രനും അന്ത്യോക്കസിന്റെ കൽപ്പനകൾക്കെതിരെ ഉയർന്നുവന്നു" എന്ന് എഴുതിയിരിക്കുന്നു.

നിസിബിസിലെ മാർ യാക്കോബിന്റെ പെരുന്നാൾ പട്ടികയിൽ "ഓഗസ്റ്റ്: മാസത്തിലെ ഒന്നാം ദിവസം, അന്ത്യോക്യയിലെ കെരാറ്റിയോണിൽ സംസ്കരിച്ച ശ്മൂനിയുടെ പുത്രന്മാരുടെ ഓർമ്മ (ഗ്രീക്കുകാർക്ക് അനുസൃതമായി). അവരെക്കുറിച്ചാണ് മക്കാബിയപുസ്തകങ്ങളിൽ എഴുതിയിട്ടുള്ളത്" എന്ന് കാണുന്നതായി വിറ്റോൾഡ് വിറ്റാക്കോവ്സ്കി രേഖപ്പെടുത്തിയിരിക്കുന്നു.

പന്ത്രണ്ടാം നൂറ്റാണ്ടിൽ ജീവിച്ചിരുന്ന വലിയ മാർ മിഖായേൽ, സിറിയക്കാരനായ മിഖായേൽ എന്നെല്ലാം അറിയപ്പെടുന്ന മാർ മിഖായേൽ സുറിയാനിയിൽ എഴുതിയ നാളാഗമത്തിൽ ഇങ്ങനെ എഴുതിയിരിക്കുന്നു: "*എന്നാൽ സീയൂസ് സെറിയൂസ് ദേവന് ബലിയർപ്പിക്കുവാൻ വിസമ്മതിച്ച ഏലിയാസാറിനെ പിടികൂടി. ന്യയപ്രമാണത്തിനായി പീഢകൾ ഏറ്റ് അവൻ മരിച്ചു. അതിനു ശേഷം അവർ ശ്മൂനിയെയും ഏഴുമക്കളെയും അന്ത്യോക്കസിന്റെ മുൻപിൽ കൊണ്ടുവന്നു. എല്ലാവിധപീഢകൾക്കും ശേഷം ഒന്നാമത്തെ പുത്രന്റെ നാവു മുറിച്ച് അവനെ വറചട്ടിയിലേക്കെറിഞ്ഞു. രണ്ടാമത്തവന്റെ ശിരോചർമ്മം ഉരിച്ചു. മൂന്നാമത്തെവന്റെയും നാക്കു മുറിച്ചു. അങ്ങനെ ഓരോരുത്തരെയും പീഡിപ്പിച്ചു, അവസാനം അവരുടെ അമ്മയെയും. അവരെ അന്ത്യോക്യയിൽ സംസ്കരിച്ചു. എന്നാൽ മക്കാബിയ പുസ്തകങ്ങളും, ജോസഫസും, വേദശാസ്ത്രജ്ഞനും[4], യൂഹാനോൻ ദസ്സനിയും എല്ലാം സാക്ഷ്യപ്പെടുത്തുന്നത് അവർ മരണം വരിച്ചതും അവരെ സംസ്കരിച്ചതും യരുശലേമിലായിരുന്നെന്നാണ്. ചിലപ്പോൾ പിന്നീട് അവരുടെ ഭൗതികാവശിഷ്ടങ്ങൾ അന്ത്യോക്യയിലേക്ക് കൊണ്ടുപോയതാകാം. മക്കാബിയരുടെ പിതാവായ മത്തത്ഥിയാസും, ശ്മൂനിപുത്രന്മാരുടെ പിതാവായ അബ്ദ്-ശാലോമും സഹോദരന്മാരാണ്. അന്ത്യോക്കസ് അബ്ദ്-ശാലോമിന്റെ പുത്രന്മാരെയും അവരുടെ ഗുരുവായ ഏലിയാസാറിനെയും വധിച്ചപ്പോൾ,*

2 *VI Symposium Syriacum, 1992, Pontificio Instituto Orientale*

3 *Incerti auctoris Chronicon Pseudo-Dionysianum, 1 ed. I.-B., Chabott,*

4 *നാസ്സിയാൻസിലെ മാർ ഗ്രിഗോറിയോസ്*

നിയമമനുസരിച്ച് മത്തത്ഥിയാസ് തന്റെ പുത്രന്മാർക്ക് തന്റെ സഹോദരന്റെ പേരുകൾ വിളിച്ചു."

പതിമൂന്നാം നൂറ്റാണ്ടിൽ ജീവിച്ചിരുന്ന ബാർ എബ്രായ തന്റെ നാളാഗമത്തിൽ മാർ മിഖായേൽ എഴുതിയിരിക്കുന്നതിനു സമാനമായ കാര്യങ്ങൾ ചുരുക്കി എഴുതിയിരിക്കുന്നു. എന്നാൽ സഹദേന്മാരുടെ പിതാവിന്റെ പേര് ശാലോം എന്നാണ് നല്കിയിരിക്കുന്നത്. കൂടാതെ അവരുടെ ഭൗതികാവശിഷ്ടങ്ങൾ അന്ത്യോക്യയിലേക്ക് കൊണ്ടുപോയി എന്നത് സംശയരഹിതമായി രേഖപ്പെടുത്തിയിരിക്കുന്നു.

'യേൽ നയെ മാക്രെമെർ' "(Ḥa)Šmuni(t): The Antiochian Legacy of the Syriac Cult of the Maccabean Mother and its Jewish Beginnings" എന്ന പ്രബന്ധത്തിൽ അഫ്രഹാത്ത് എ.ഡി. 336 ലോ 337 ലോ എഴുതിയതായിക്കരുതുന്ന ഒരു രേഖയിൽ[5] ശ്മൂനി എന്ന പേര് രേഖപ്പെടുത്തിയതായി എഴുതിയിരിക്കുന്നു. ശ്മൂനി എന്ന പേര് രേഖപ്പെടുത്തിയ ആദ്യത്തെ രേഖകളിലൊന്നാകാം ഇത്. അഞ്ചാം നൂറ്റാണ്ടിൽ ജീവിച്ചിരുന്ന അന്ത്യോക്യയിലെ മാർ ഇസഹാക്കും തന്റെ ഗീതങ്ങളിൽ ശ്മൂനി എന്ന നാമം ഉപയോഗിച്ചിട്ടുള്ളതായി അദ്ദേഹം രേഖപ്പെടുത്തുന്നു.

നാലാം നൂറ്റാണ്ടിൽ ജീവിച്ചിരുന്ന സുറിയായിലെ മാർ അപ്രേം എഴുതിയ മദ്റോശോയിൽ ശ്മൂനി എന്ന പേര് ഉപയോഗിച്ചിട്ടുണ്ട്. അന്ത്യോക്യയിലെ പാത്രിയർക്കീസായിരുന്ന മാർ സേവേറിയോസ് ഗ്രീക്കു ഭാഷയിൽ എഴുതിയ ഒരു മെമ്ര സുറിയാനിയിലേക്ക് രണ്ടു പേർ വിവർത്തനം ചെയ്തിട്ടുണ്ട്. അവയിൽ ഒന്ന് എ.ഡി. 569 ൽ കാലിനികസിലെ മാർ പൗലോസ് പരിഭാഷപ്പെടുത്തിയതും[6], രണ്ടാമത്തേത് എ.ഡി. 701 ൽ എദേസ്സയിലെ മാർ യാക്കോബ് പരിഭാഷപ്പെടുത്തിയതും. മാർ സേവേറിയോസ് ഗ്രീക്കിൽ എഴുതിയതിൽ ശ്മൂനി എന്ന പേരില്ല, പകരം അമ്മ എന്നു മാത്രമേയുള്ളൂ. എന്നാൽ മാർ യാക്കോബ് "ഏഴു പുത്രന്മാരും, അവരുടെ മാതാവ് ശ്മൂനിയും, അവരുടെ ഗുരു, പുരോഹിതനായ ഏലിയാസാർ എന്നീ മക്കാബിയ വിശുദ്ധരെക്കുറിച്ച്" എന്ന പേര് നൽകിയാണ് പരിഭാഷപ്പെടുത്തിയിരിക്കുന്നത്.

ഏഴു മക്കാബിയരിൽ തലക്കെട്ടിലടക്കം 'മറിയം അതായത് ശ്മൂനി', 'മറിയം', 'ശ്മൂനി', 'മർത്തശ്മൂനി' എന്നിങ്ങനെ നാലുവിധത്തിൽ അമ്മയുടെ പേര് കൊടുത്തിരിക്കുന്നു. ഇതിൻ പ്രകാരം അമ്മയുടെ പേര് 'മറിയം ശ്മൂനി' എന്നായിരുന്നേക്കാം.

സുറിയാനിയിലുള്ള പെരുന്നാൾപ്പട്ടികകളിൽ "ശ്മൂനി, അവളുടെ ഏഴു പുത്രന്മാർ, അവരുടെ ഗുരുവായ ഏലിയാസാർ എന്നീ മക്കാബിയ വിശുദ്ധരുടെ പെരുന്നാൾ" എന്ന് രേഖപ്പെടുത്തിയിട്ടുള്ളതായി യേൽ നയെ മാക്രെമെർ സാക്ഷിക്കുന്നു. ബഹുവന്ദ്യ കോനാട്ട് ഏബ്രഹാം മൽപ്പാന്റെ (1780 – 1865) അപ്രകാശിതമായ ഒരു പെരുന്നാൾ പട്ടികയുടെ കയ്യെഴുത്തുപ്രതിയിൽ[7] "സിംഹമാസം 1 നു : വിശ്വാസകാരത്തി ശ്ലോനിയുടെയും അവളുടെ മക്കൾ ഗദൈ, മക്കബായി, തറുസി, ഹെബസൊൻ, ഹെബറൊൻ, ബാക്കൊസ, യൊനദാബ എന്നവരെയും അവരുടെ മല്പാൻ എലയാസാറിനെയും അന്തിയൊക്കൊസ രാജാവ കൊല്ലിച്ച പെരുന്നാൾ" എന്ന് അമ്മയുടെയും മക്കളുടെയും പേര് രേഖപ്പെടുത്തിയിരിക്കുന്നു.

മക്കാബിയരുടെ ആറം പുസ്തകത്തിന്റെ തലക്കെട്ടിൽ മക്കാബിയർ എന്നാണ് മർത്തശ്മൂനിയുടെ ഏഴു പുത്രന്മാരെക്കുറിച്ച് രേഖപ്പെടുത്തിയിരിക്കുന്നത്. ഗീതത്തിൽ യൂദാ മക്കാ

5 *The Homilies of Aphraates, the Persian Sage: Edited from Syriac Manuscripts of the Fifth and Sixth Centuries in the British Museum, ed., ettrans., William Wright (Williams and Norgate: London, 1896)*

6 *ഈ പുസ്തകത്തിൽ ഉൾക്കൊള്ളിച്ചിരിക്കുന്നത് ഈ ആദ്യത്തെ പരിഭാഷയാണ്*

7 *Manuscript 15 - PKDA_KONAT_ML_BK_15, നമസ്കാരക്രമം, കോനാട്ട് ഏബ്രഹാം മൽപ്പാൻ, കോനാട്ട് ലൈബ്രറി*

ബിയരുടെ കുടുംബം എന്നും അവരെ വിശേഷിപ്പിക്കുന്നു. ഗീതത്തിൽ ശ്മൂനി എന്ന പേരും ഗദ്ദി, മക്ക്ബായ്, തർസായ്, ഹെബ്രോൻ, ഹെബ്സോൻ, ബാക്കോസ്, യോനാദാബ് എന്നിങ്ങനെ പുത്രന്മാരുടെ പേരും കൊടുത്തിരിക്കുന്നു. ഇതേ പേരുകൾ അന്ത്യോക്യയിലെ മാർ സേവേറിയോസ് പാത്രിയർക്കീസിന്റെ ഒരു മെമ്രയുടെ മാർജിനിൽ രേഖപ്പെടുത്തിയിരിക്കുന്നത് ബ്രിട്ടീഷ് ലൈബ്രറിയിൽ[8] സൂക്ഷിച്ചിരിക്കുന്നതായി വിറ്റോൾഡ് വിറ്റാക്കോവ്സ്കി സാക്ഷിക്കുന്നു.

മക്കാബിയരുടെ ആറാം പുസ്തകത്തിലും എട്ടാം പുസ്തകത്തിലും പിതാക്കന്മാരുടെ രചനകളിലും മർത്തശ്മൂനിയുടെ ഏഴു പുത്രന്മാരെയോ, പൊതുവായി ഒൻപതു സഹദേന്മാരെയോ മക്കാബിയർ എന്ന് വിളിക്കുന്നുണ്ട്. അതിനു കാരണം ഈ ലേഖനത്തിന്റെ തുടക്കഭാഗത്തു പറയുന്നതു പോലെ,[9] ഈ ഏഴു സഹോദരന്മാർ മത്തത്ഥിയാസിന്റെ സഹോദരപുത്രന്മാരായതിനാലാവണം. യൂദായുടെ വിളിപ്പേര് മക്കാബി എന്നുള്ളതുപോലെ ശീമോന്റെ വിളിപ്പേര് ഗദ്ദി എന്നാണെന്ന് പാരമ്പര്യമുണ്ട്.[10] രണ്ടും ശ്മൂനിപുത്രന്മാരുടെ പേരുകളാണ്.

ശ്മൂനി എന്ന പേര് എങ്ങനെ വന്നുവെന്നതിനെക്കുറിച്ച് രണ്ട് അഭിപ്രായങ്ങളുണ്ട്. അവ താഴെപ്പറയുന്നവയാണ്.

1. എട്ടാമത്തെ രക്തസാക്ഷിയായതിനാൽ (ഏഴുമക്കൾ കഴിഞ്ഞാണ് അമ്മ രക്തസാക്ഷിയാകുന്നതെന്നതിനാൽ) എട്ട് എന്നതിനുള്ള എബ്രായ വാക്കായ 'ശ്മോനെ' എന്നതിൽ നിന്നുമാണ് ശ്മൂനി എന്ന പേരു വന്നതെന്നാണ് ഒരു വാദം. എന്നാൽ എബ്രായപാരമ്പര്യ പ്രകാരം 'ഹന്നാ' എന്നും 'മിറിയം' എന്നുമുള്ള പേരുകൾ ഉപയോഗിക്കുമ്പോൾ എങ്ങനെയാണ് ഈ പേര് സുറിയാനി പാരമ്പര്യത്തിൽ വന്നു എന്നതും, ഗ്രീക്ക് പാരമ്പര്യത്തിൽ ഈ പേര് ഉപയോഗിക്കുന്നില്ലാ എന്നതും ഏലിയാസാറിനെക്കൂടെ കണക്കാക്കുമ്പോൾ അമ്മ എട്ടാമത്തെ രക്തസാക്ഷിയല്ല ഒമ്പതാമത്തെയാണ് എന്നതും ശ്മൂനി എന്ന പേരിന്റെ ഉൽഭവം എട്ടിന്റെ എബ്രായവാക്കായ 'ശ്മോനെ' എന്നതിൽ നിന്നല്ല എന്ന എതിർവാദത്തെ പ്രസക്തമാക്കുന്നു.
2. അന്ത്യോക്യയിൽ കെരാറ്റിയോൺ എന്ന പ്രദേശത്ത് മാർ ഏലിയാസാറിനെയും മർത്തശ്മൂനിയെയും ഏഴു പുത്രന്മാരെയും സംസ്കാരം ചെയ്തുവെന്നും, അതിനോടടുത്ത് ഒരു സിനഗോഗ് ഉണ്ടായിരുന്നുവെന്നും ആ സിനഗോഗ് ഹസ്മോനിത്ത് (ഹസ്മോന്യ) എന്ന പേരിൽ അറിയപ്പെട്ടിരുന്നതായുമുള്ള രേഖപ്പെടുത്തലുകൾ 8 മക്കാബിയരിലും, ചില യാത്രാവിവരണങ്ങളിലും ഉണ്ട്. ഈ സിനഗോഗ് പിന്നീട് ക്രിസ്ത്യൻ ദൈവാലയമായി രൂപാന്തരപ്പെടുകയും ആ പള്ളിയെ വിവിധ രേഖകളിൽ 'ഹസ്മോനിത്ത്', 'വിശുദ്ധ അസ്മോനിത്ത് 'എന്നും കബറിനെക്കുറിച്ച് 'എസ്രയുടെയും (ഏലിയാസാർ), അസ്മോനിത്തിന്റെയും ഏഴു പുത്രന്മാരുടെയും കല്ലറ' എന്നിങ്ങനെയുമാണ് രേഖപ്പെടുത്തിയിരുന്നത്. മക്കാബിയരെ ഹസ്മോനിയർ[11] എന്നു വിശേഷിപ്പിക്കുന്ന അതേ കാരണത്താൽ അമ്മയെ ഹസ്മോന്യ എന്ന് വിശേഷിപ്പിച്ചിരിക്കുകയാണെ

8 *Fol 143a of the BrItish Library ms. DCLXXXVI (Add. 14,599), W. Wright, Catalogue of Syriac manuscripts in the British Museum acquired since the year 1838, II, London 1871, 547*

9 *മാർ മിഖായേലിന്റെ നാളാഗമം*

10 *യൂദായും, ശീമോനും മത്തത്ഥിയാസിന്റെ പുത്രന്മാരാണ്. മക്കാബിയർ എന്ന പേര് വന്നത് യൂദാ മക്കാബിയുടെ പേരിൽ നിന്നാണ്. മക്കാബി എന്നാൽ ചുടം/ചുറ്റിക എന്നാണർത്ഥം.*

11 *യൂദാ മക്കാബിയുടെ കുടുംബപരമ്പരയുമായി ബന്ധപ്പെട്ട രാജവംശം മക്കാബിയർ എന്നും ഹസ്മോനിയർ എന്നും അറിയപ്പെടുന്നു. മക്കാബിയർ എന്ന പേര് യൂദാ മക്കാബിയുടെ പേരിൽ നിന്നാണ് വന്നത്. ഹസ്മോനിയർ എന്ന പേരിന്റെ ഉത്ഭവം മത്ഥത്തിയാസിന്റെ പ്രപിതാമഹന്റെ പേരിൽ നിന്നാണെന്നാണ് ജോസഫസ് പറയുന്നത്*

ന്നും അതിന്റെ ഗ്രീക്ക ഭാഷയിൽക്കൂടിക്കടന്ന് സുറിയാനിയിൽ ഭാഷാന്തരം ചെയ്തതാണ് ശ്മൂനി എന്നായതുമെന്നാണ് മറ്റൊരുവാദം. എന്നാൽ മക്കാബിയരുടെ നാലാം പുസ്തകത്തിൽ കല്ലറയിലെ എഴുത്തിനെക്കുറിച്ച പരാമർശിക്കുന്ന ഭാഗത്ത് അമ്മയുടെയോ ഗുരുവിന്റെയോ പേര് പറയുന്നില്ല എന്നത് ശ്രദ്ധേയമാണ്.[12]

ഈ വിശുദ്ധരുടെ ഓർമ്മദിവസം പൊതുവായി എല്ലാ സഭകളും ഓഗസ്റ്റ് ഒന്നാം തീയതിയാണ് കൊണ്ടാടുന്നത്. എന്നാൽ എഡേസ്സയിലെ മാർ യാക്കോബിന്റെ പഞ്ചാംഗപ്രകാരം ചിലയിടങ്ങളിൽ ഒക്ടോബർ പതിനഞ്ചിനാണ് ഓർമ്മ.

മർത്തശ്മൂനിയുടെയും അവളുടെ ശ്രേഷ്ഠരായ ഏഴ് പുത്രന്മാരുടെയും അവരുടെ ഗുരുവായ മാർ ഏലിയാസാറിന്റെയും ഓർമ്മ നമുക്ക് കോട്ടയായിരിക്കട്ടെ.

12 4 മക്കാബിയർ 17:8, 9 – "നമ്മുടെ ദേശത്തുള്ള ജനങ്ങളെ ഓർമ്മിപ്പിക്കുന്നതിനായി അവരുടെ ശവകുടീരത്തിൽ ഈ വാക്കുകൾ രേഖപ്പെടുത്തുന്നത് തീർച്ചയായും യുക്തം തന്നെ. ഒരു വൃദ്ധനായ പുരോഹിതനും, വൃദ്ധയായ ഒരു സ്ത്രീയും ഏഴ് മക്കളും എബ്രായരുടെ ജീവിതവഴി നശിപ്പിക്കുവാൻ ആഗ്രഹിച്ച ക്രൂരസ്വേച്ഛാധിപതിയുടെ തീവ്രമായ അക്രമങ്ങൾകൊണ്ട് ഇവിടെ സംസ്കരിക്കപ്പെട്ടിരിക്കുന്നു."

അനുബന്ധം – 2

പെരുന്നാൾ പട്ടിക

1820-ൽ ബഹുവന്ദ്യ കോനാട്ട് അബ്രഹാം മൽപ്പാൻ ഒന്നാമൻ പഴയ സെമിനാരിയിൽ വച്ച് ക്രോഡീകരിച്ച കുർബ്ബാനക്രമവും, നിത്യ നമസ്കാരവും അടങ്ങുന്ന 'സ്തുതി ചൊവ്വാകപ്പെട്ട യാക്കോബായക്കാരെന്നു വിളിക്കപ്പെടുന്ന സുറിയാനിക്കാററ ക്രിസ്ത്യാനികൾ ആന്തിയിലും മയ്യലിലും നമസ്കരിക്കേണ്ടും ക്രമം' എന്ന കയ്യെഴുത്തുകൃതിയിലെ (PKDA_KONAT_ML_BK_15) പെരുന്നാൾ പട്ടികയിലെ ഭാഗം.

ലിപിമാറ്റം : ശ്രീ. പി. തോമസ് പിറവം.

കൂടുതൽ വിവരങ്ങൾക്ക് ഡോ. എം. കുര്യൻ തോമസിന്റെ 'നസ്രാണി മാർഗ്ഗം' എന്ന പുസ്തകത്തിലെ '190 വർഷം പിന്നിടുന്ന "ഞങ്ങൾക്കുള്ള കർത്താവേ...." എന്ന ലേഖനം കാണുക.

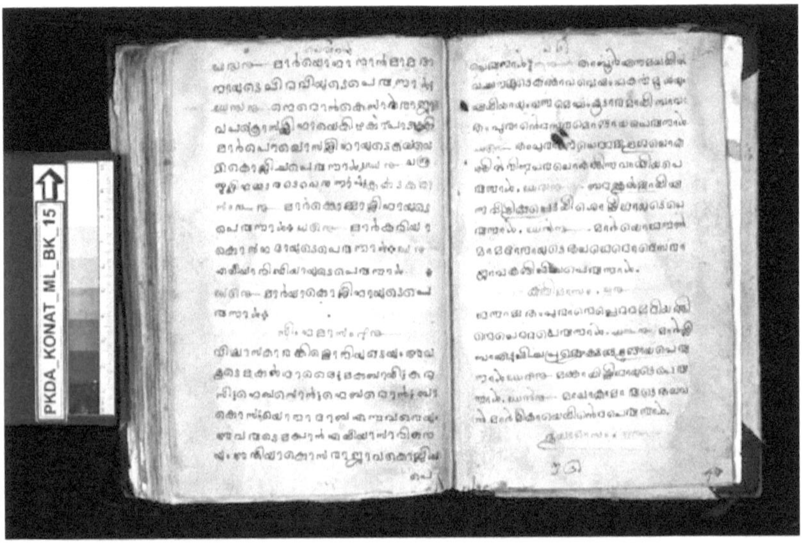

ഇവിടെ മർത്തശ്മൂനിയുടെയും ഏഴുമക്കളുടെയും ഗുരുവായ മാർഏലിയാസാറിന്റെയും പെരുന്നാളിനെക്കുറിച്ച് പരാമർശിക്കുന്നു.

സിംഹമാസം (ചിങ്ങമാസം) 1 നു (തീയതി) വിശ്വാസകാരത്തി ശ്മൊനിയുടെയും അവളുടെ മക്കൾ ഗദൈ, മക്കബായി, തറുസി, ഹെബസൊൻ, ഹെബറൊൻ, ബാക്കൊസ, യൊനാദാബ എന്നവരെയും അവരുടെ മല്പാൻ എലയാസാറിനെയുംഅന്തിയൊക്കൊസ രാജാവ കൊല്ലിച്ച പെരുന്നാൾ.

അനുബന്ധം – 3

ബുക്കാനൻ ബൈബിളിൽ കൊട്ടുത്തിരിക്കുന്ന നവസഹദേരുടെ ഐക്കണും, മക്കാബിയ പുസ്തകത്തിന്റെ സുറിയാനി കയ്യെഴുത്തും

ആറാം മാർത്തോമ്മാ ക്ലോഡിയസ് ബുക്കനന് സമ്മാനമായി നല്കിയ സുറിയാനി വേദപുസ്തകം ഇപ്പോൾ കേംബ്രിഡ്ജ് സർവ്വകലാശാലയിൽ സൂക്ഷിച്ചിരിക്കുന്നു. ആ കയ്യെഴുത്തു പ്രതിയിൽ മക്കാബിയ പുസ്തകത്തിൽ മർത്തശ്മൂനിയമ്മയുടെയും ഏഴുമക്കളുടെയും ഗുരുവായ മാർ ഏലിയാസാറിന്റെയും ഐക്കൺ വരച്ചിട്ടുള്ള താളാണ് ഇവിടെ കൊട്ടുത്തിരിക്കുന്നതു്. ഇതു മക്കാബിയ പുസ്തകത്തിന്റെ ഭാഗമായാണ് വരച്ചിരിക്കുന്നതു്. ഇതേ താളാണ് കവർ പേജായി നല്കിയിരിക്കുന്നതു്. കേംബ്രിഡ്ജ് സർവ്വകലാശാലയുടെ മുൻകൂർ അനുമതിയോടെയാണ് കവർ പേജായി ഉപയോഗിച്ചിരിക്കുന്നതു്.

(Reproduced by kind permission of the Syndics of Cambridge University Library)

Bibliography & References

1. വിശുദ്ധ ഗ്രന്ഥം, വെരി. റവ. കുര്യൻ കോർഎപ്പിസ്കോപ്പ കണിയാംപറമ്പിൽ, സിറിയൻ ഓർത്തഡോക്സ് ബൈബിൾ സൊസൈറ്റി ഓഫ് ഇന്ത്യ, 2021
2. മലയാളം ബൈബിൾ, ഓശാന പ്രസിദ്ധീകരണം, 2010
3. സത്യവേദപുസ്തകം, ദി ബൈബിൾ സൊസൈറ്റി ഓഫ് ഇൻഡ്യ, 2015
4. മലങ്കര ഓർത്തഡോക്സ് സുറിയാനി ക്രിസ്ത്യാനികളുടെ സ്ലീബാ-ക്യംതാ നമസ്കാരം & വിശുദ്ധ കുർബ്ബാനക്രമം, എം.ഓ.സി. പബ്ലിക്കേഷൻസ്, കോട്ടയം, 2024
5. മലങ്കര ഓർത്തഡോക്സ് സുറിയാനി സഭയിലെ ശ്ഹീമാ നമസ്കാരം, എം.ഓ.സി. പബ്ലിക്കേഷൻസ്, കോട്ടയം, 2013
6. വിശുദ്ധ മർത്തശ്മൂനിയുടെ പെരുന്നാളിലെ പെങ്കീസാ നമസ്കാരം, എം.ഓ.സി. പബ്ലിക്കേഷൻസ്, 2006
7. ഹൂദായ കാനോൻ, കോനാട്ട് അബ്രഹാം മൽപാൻ, എം.ഓ.സി. പബ്ലിക്കേഷൻസ്, കോട്ടയം, 2000
8. സഭാ പാരമ്പര്യ ശില്പികൾ - ഫാ. ഡോ. ജോൺ പണിക്കർ, ദിവ്യബോധനം പബ്ലിക്കേഷൻസ്സ്, ഓർത്തഡോക്സ് സെമിനാരി, കോട്ടയം
9. പരിശുദ്ധാത്മാവിന്റെ കിന്നരമായ മോർ അപ്രേമിന്റെ ജീവചരിത്രം – ശ്രീ. പി.റ്റി. ഉട്ടൂപ്പ്, ജെ.എസ്.സ് പബ്ലിക്കേഷൻസ്, പുത്തൻകുരിശ്ശ്
10. പഴയ പുതിയ നിയമങ്ങളുടെ ഇടക്കാലചരിത്രം – റവ.എസ്. ജോൺ, ദൈവശാസ്ത്ര സാഹിത്യ സമിതി, തിരുവല്ല
11. വിശ്വാസം ദർശനം പുതിയ മാനവികത – ഡോ. പൗലോസ് മാർ ഗ്രിഗോറിയോസ്, സോഫിയ ബുക്സ്, കോട്ടയം
12. The Apocalypses – Canon Edward Sell, The Christian Literature Society, Madras
13. Santi Ephraem Syri Hymni Et Sermones – Thomas Josephus Lamy, Mechliniae
14. The Fourth Book of Maccabees and Kindred Documents in Syriac - K L. Bensly, Barnes, Cambridge University Press, 1895
15. Patrologiae cursus completus... Series graeca... Accurante J.P. Migne Vol 50 & Vol 63, Migne, J.-P. (Jacques-Paul), Petit-Montrouge Excudebatur et venit apud J.P. Migne editorem
16. Arabic Manuscript - Vat. ar. 468 of A.D. 1579

17. Karshuni Manuscript - Par. syr. 3, of A.D. 1695

18. The Five Books of Maccabees in English, Henry Cotton, D.C.L., Oxford University Press,

19. The Works Of Flavius Josephus: Comprising The Antiquities Of The Jews; A History Of The Jewish Wars; And Life Of Flavius Josephus, Written By Himself, Translated From The Original Greek, By William Whiston, A. M. Professor Of Mathematics In The University Of Cambridge., Hartford, Conn.: The S. S. Sceanton Co., 1905.

20. Catalogi codicum manuscriptorum, Bibliothecae bodleianae, Pars sexta, codices syriacos, carshunicos, mendaeos, complectens, R. Payne smith, MacMillan & Co., London (Payne Smith's Catalogue)

21. The Malabar Syrians and The Church Missionary Society 1816-1840, P Cheriyan BA, BL

22. The Orthodox Study Bible, Academic Community of St. Athanasius Academy of Orthodox Theology, Thomas Nelson

23. The Cult of the Saints, St. John Chrysostom, Wendy Mayer, St. Vladimir's Seminary Press New York, 2006

24. Martha Shamoni: A Jewish Syriac Rhymed Liturgical Poem about the Maccabean Martyrdoms (Sixth Maccabees), Silgrid Peterson, 2006

25. VI Symposium Syriacum, 1992, Pontificio Instituto Orientale

26. The Homilies of Aphraates, the Persian Sage: Edited from Syriac Manuscripts of the Fifth and Sixth Centuries in the British Museum, ed., ettrans., William Wright (Williams and Norgate: London, 1896)

27. "(Ḥa)Šmuni(t): The Antiochian Legacy of the Syriac Cult of the Maccabean Mother and its Jewish Beginnings, Ya'el Nu'emah Kremer, 2022, Department of Comparative Religion, The Hebrew University of Jerusalem

28. Manuscript 15 - PKDA_KONAT_ML_BK_15, നമസ്ക്കാരക്രമം (സ്തുതി ചൊവ്വാകപ്പെട്ട യാക്കോബായക്കാരെന്ന വിളിക്കപ്പെട്ടുന്ന സുറിയാനിക്കാറര ക്രിസ്ത്യാനികൾ ആന്തിയിലും മയ്യലിലും നമസ്കരിക്കേണ്ടും ക്രമം), കോനാട്ട് അബ്രഹാം മൽപ്പാൻ ഒന്നാമൻ, കോനാട്ട് ലൈബ്രറി

29. Fol 143a of the BrItish Library ms. DCLXXXVI (Add. 14,599),

30. W. Wright, Catalogue of Syriac manuscripts in the British Museum acquired since the year 1838, II, London 1871, 547

31. Incerti Auctoris Chronicon Pseudo Dionysianum Vulgo Dictum I, Chabot, J-B, L. Durbecq 1927

32. നസ്രാണി മാർഗ്ഗം, ചരിത്ര സാംസ്കാരിക പഠനങ്ങൾ, ഡോ. എം. കുര്യൻ തോമസ്, സോഫിയാ ബുക്സ്, കോട്ടയം, 2013

മർത്തശ്മൂനിയുടെയും ഏഴുമക്കളുടെയും
മാർ ഏലിയാസാറിന്റെയും
ബൈസന്റിയൻ ഐക്കൺ

ഐക്കൺ - മർത്തശ്മൂനിയും,
ഏഴുമക്കളും, ഏലിയസാറും

ചിത്രം - മർത്തശ്മൂനിയുടെയും ഏഴുമക്കളുടെയും രക്തസാക്ഷി മരണം

ഗുസ്റ്റേവ് ഡൊറെയുടെ ഇലസ്ട്രേഷൻ -
ഒരു മാതാവിന്റെ ധൈര്യം, 1866

മൗണ്ട് ഒളിമ്പസിന്റെ താഴ്വരയിലുള്ള സെന്റ്
സൊളൊമൊനെ പള്ളിയിലെ ചിത്രം

മദ്ബഹായ്ക്കു മുൻപിലുള്ള ചിത്രം -
മർത്തശ്മൂനിപ്പള്ളി, മർദ്ദീൻ, തുർക്കി

മർത്തശ്മൂനിപ്പള്ളി, മർദ്ദീൻ, തുർക്കി

മർത്തശ്മൂനിയമ്മയുടെയും
ഏഴുമക്കളുടെയും രക്തസാക്ഷിമരണം-
പെരിങ്ങനാട് മർത്തശ്മൂനി
ഓർത്തഡോക്സ് വലിയപള്ളി

മാർ ഏലിയാസാറും മർത്തശ്മൂനിയും
ഏഴുമക്കളും - ബൈസന്റിയൻ
ഐക്കൺ

വീരമാതാവും 7 മക്കളും - വത്തിക്കാൻ ശേഖരത്തിലെ
ചിത്രം

ശൂനി വിളക്ക് - പെരിങ്ങനാട്
മർത്തശ്ശൂനി ഓർത്തഡോക്സ് വലിയ
പള്ളി

ഐക്കൺ -
മർത്തശ്ശൂനിയമ്മയും
ഏഴുമക്കളും - മർത്തശ്ശൂനി
ചർച്ച്, എർബിൽ,
അൻകാവാ, ഇറാക്ക്

മർത്തശ്ശൂനിയുടെയും ഏഴു മക്കളുടെയും
രക്തസാക്ഷിമരണം

മർത്തശ്ശൂനിയമ്മയും ഏഴുമക്കളും -
മർത്തശ്ശൂനി ചർച്ച്, ഹാംസെക്, ഇറാക്ക്

മർത്തശ്ശൂനിയമ്മയുടെയും
ഏഴുമക്കളുടെയും രക്തസാക്ഷിമരണം

സാന്റ മരിയ ആന്റിക് പള്ളിയിലെ, എ.ഡി. 650ൽ പരച്ചതായി കരുതുന്ന ചിത്രം

വോജ്ചെയ്ക്ക് സ്റ്റാറ്റ്‌ലെറിന്റെ മക്കാബിയൂസ്, 1844

1517 ലെ ഒരു ജർമ്മൻ ചിത്രീകരണം - യേശുവിന്റെ ക്രൂശുമരണവും, അമ്മയും ഏഴ മക്കളും

ഇറ്റാലിയൻ ചിത്രകാരനായ അന്റോണിയോ സിസേരിയുടെ - എഴ മക്കാബിഅയുടെ രക്തസാക്ഷിത്വം, 1863

ഇറാക്കിലെ അരാദേനിലെ മർത്തശ്മൂനിപ്പള്ളിയിലെ മദ്ബഹാ

ഐക്കൺ - മർത്തശ്മൂനിയും ഏഴമക്കളും

www.ingramcontent.com/pod-product-compliance
Lightning Source LLC
LaVergne TN
LVHW100426051026
849518LV00004B/1404
* 9 7 8 8 1 1 9 7 7 0 2 1 2 *